ਦੀਪਕ ਬਜਾਜ ਇੱਕ ਬੈਸਟਸੈਲਿੰਗ ਲੇਖਕ, ਪ੍ਰੇਰਕ ਵਕਤਾ, ਬ੍ਰੇਕਥਰੂ ਟ੍ਰੇਨਰ ਅਤੇ ਹਾਈ ਪਰਫ਼ਾਰਮੈਂਸ ਕੋਚ ਹਨ। ਦੀਪਕ ਨੇ ਜਦੋਂ 2007 ਵਿੱਚ ਨੈੱਟਵਰਕ ਮਾਰਕੀਟਿੰਗ ਸ਼ੁਰੂ ਕੀਤੀ ਤਾਂ ਉਹ ਇੱਕ ਐਮ.ਏਨ.ਸੀ. ਵਿੱਚ ਖੇਤਰੀ ਮੈਨੇਜ਼ਰ ਸਨ। ਉਨ੍ਹਾਂ ਨੇ ਆਪਣਾ ਬਿਜ਼ਨਿਸ ਖੜ੍ਹਾ ਕਰਨ ਲਈ ਆਪਣੀ ਨੌਕਰੀ ਤੋਂ ਅਸਤੀਫ਼ਾ ਦੇ ਦਿੱਤਾ। ਦਰਅਸਲ ਉਨ੍ਹਾਂ ਨੇ ਬਹੁਤ ਘੱਟ ਸਮੇਂ ਅੰਦਰ ਹੀ ਬਹੁਤ ਸਫਲਤਾ ਅਤੇ ਸ਼ਾਨਦਾਰ ਜੀਵਨ ਸ਼ੈਲੀ ਕਮਾ ਲਈ।

ਦੀਪਕ ਆਪਣਾ ਜ਼ਿਆਦਾਤਰ ਸਮਾਂ ਆਪਣੇ ਨਿਰੰਤਰ ਵੱਧ ਰਹੇ ਬਿਜ਼ਨਿਸ ਸਾਮਰਾਜ ਵਿੱਚ ਲਗਾਉਂਦੇ ਹਨ। ਉਨ੍ਹਾਂ ਨੇ ਪਿਛਲੇ 18 ਸਾਲਾਂ ਵਿੱਚ 7 ਲੱਖ ਤੋਂ ਵੱਧ ਲੋਕਾਂ ਨੂੰ ਸਿੱਖਿਅਤ ਕੀਤਾ ਹੈ ਅਤੇ ਸੋਸ਼ਲ ਮੀਡੀਆ ’ਤੇ ਉਨ੍ਹਾਂ ਦੇ ਵੀਡੀਓਜ਼ ਦੁਨੀਆਵੀਂ ਪੱਧਰ ’ਤੇ ਹਰ ਮਹੀਨੇ 3 ਮਿਲੀਅਨ ਤੋਂ ਜ਼ਿਆਦਾ ਵਾਰ ਦੇਖੇ ਜਾਂਦੇ ਹਨ। ਅੱਜ, ਬਿਜ਼ਨਿਸ ਵਿੱਚ ਕਈ ਸਾਲਾਂ ਅੰਦਰ ਵਧਣ ਤੋਂ ਬਾਅਦ, ਦੀਪਕ ਬਜਾਜ ਆਪ ਹੀ ਇੱਕ ਬ੍ਰਾਂਡ ਬਣ ਗਏ ਹਨ ਅਤੇ ਉਨ੍ਹਾਂ ਨੇ ਨੈੱਟਵਰਕ ਮਾਰਕੀਟਿੰਗ ਇੰਡਸਟਰੀ ਅੰਦਰ ਇੱਕ ਸ਼ਾਨਾਮਤੀ ਸਥਾਨ ਹਾਸਿਲ ਕੀਤਾ ਹੈ। ਉਨ੍ਹਾਂ ਨੇ ਸਫਲਤਾ ਦੀ ਅਜਿਹੀਆਂ ਤਕਨੀਕਾਂ ਨੂੰ ਸਿਖਾਉਣਾ ਆਪਣੇ ਜੀਵਨ ਦਾ ਮਿਸ਼ਨ ਬਣਾ ਲਿਆ ਹੈ। ਜਿਨ੍ਹਾਂ ਤਕਨੀਕਾਂ ਨੂੰ ਉਨ੍ਹਾਂ ਨੇ ਕਈ ਸਾਲਾਂ ਵਿੱਚ ਲੋਕਾਂ ਨਾਲ ਡਾਇਰੈਕਟ ਸੈਲਿੰਗ ਬਿਜ਼ਨਿਸ ਕਰਦੇ ਹੋਏ ਵਿਕਸਤ ਕੀਤੀਆਂ ਹਨ, ਜਿਨ੍ਹਾਂ ਨਾਲ ਉਨ੍ਹਾਂ ਨੂੰ ਸਫਲਤਾ ਦੀ ਰਾਹ ਤੇ ਲਿਆਉਣ ਵਿੱਚ ਮਦਦ ਮਿਲੀ ਹੈ।

ਬਣੋ ਨੈੱਟਵਰਕ ਮਾਰਕੀਟਿੰਗ ਮਿਲੀਅਨੇਅਰ

ਪ੍ਰਮਾਣਿਤ ਸੂਤਰ ਜੋ ਤੁਹਾਨੂੰ
ਕਦਮ-ਦਰ-ਕਦਮ ਆਪਣੇ ਸੁਫ਼ਨਿਆਂ ਦੀ
ਜ਼ਿੰਦਗੀ ਵੱਲ ਤੇਜ਼ੀ ਨਾਲ ਲੈ ਜਾਣਗੇ

ਦੀਪਕ ਬਜਾਜ

MANJUL
ਮੰਜੁਲ ਪਬਲਿਸ਼ਿੰਗ ਹਾਊਸ

First published in India by

MANJUL

Manjul Publishing House

Corporate and Editorial Office

• 2nd Floor, Usha Preet Complex, 42 Malviya Nagar, Bhopal 462 003 - India

Sales and Marketing Office

• C-16, Sector 3, Noida, Uttar Pradesh 201301 - India

Website: www.manjulindia.com

Distribution Centres

Ahmedabad, Bengaluru, Bhopal, Kolkata, Chennai,
Hyderabad, Mumbai, New Delhi, Pune

Punjabi translation of *Be a Network Marketing Millionaire* by Deepak Bajaj

This edition first published in 2023
Second impression 2024

ISBN 978-93-5543-286-5

Cover design by Bhavi Mehta

Printed and bound in India by Gopsons Papers Pvt. Ltd.

ਇਹ ਕਿਤਾਬ ਹਰ ਉਸ ਮਨੁੱਖ ਨੂੰ ਸਮਰਪਿਤ ਹੈ,
ਜਿਸ ਦੇ ਸੁਫ਼ਨੇ ਹਨ
ਅਤੇ ਜੋ ਆਪਣੇ ਸੁਫ਼ਨਿਆਂ ਨੂੰ ਹਕੀਕਤ ਬਣਾਉਣ ਲਈ
ਸਭ ਕੁੱਝ ਕਰਨ ਵਾਸਤੇ ਵਚਨਬੱਧ ਹੈ।

ਨਵੇਂ ਸੰਸ਼ੋਧਿਤ ਐਡੀਸ਼ਨ ਨਾਲ ਜਾਣ-ਪਛਾਣ

ਤੁਸੀਂ ਆਪਣੇ ਹੱਥਾਂ ਵਿੱਚ ਨੈੱਟਵਰਕ ਮਾਰਕੀਟਿੰਗ/ਡਾਇਰੈਕਟ ਸੈਲਿੰਗ ਇੰਡਸਟਰੀ ਵਿੱਚ ਨੰਬਰ 1 ਬੈਸਟਸੈਲਿੰਗ ਕਿਤਾਬ ਦਾ ਉੱਨਤ ਅਤੇ ਅਪਡੇਟਿਡ ਪੰਜਾਬੀ ਸੰਸਕਰਨ ਫੜਿਆ ਹੋਇਆ ਹੈ। ਇਸ ਕਿਤਾਬ ਦੀ ਮਦਦ ਨਾਲ ਵੱਖਰੇ-ਵੱਖਰੇ ਪ੍ਰੋਡਕਟ ਅਤੇ ਇਨਕਮ ਪਲਾਨਾਂ ਦੇ ਨਾਲ ਸਾਰੀਆਂ ਵੱਖ-ਵੱਖ ਕੰਪਨੀਆਂ ਵਿੱਚ ਕੰਮ ਕਰਨ ਵਾਲੇ ਲੋਕਾਂ ਨੇ ਆਪਣੀ ਆਮਦਨੀ ਵਿੱਚ ਕਈ ਗੁਣਾ ਵਾਧਾ ਕਰ ਕੇ ਕਈ ਵਾਰ ਆਪਣੇ ਬਿਜ਼ਨਿਸ ਨੂੰ ਵੀ ਵਧਾਇਆ ਹੈ। ਸਾਰੀਆਂ ਸਫਲ ਟੀਮਾਂ ਇਸ ਕਿਤਾਬ ਦੀ ਵਰਤੋਂ ਇੱਕ ਜ਼ਰੂਰੀ ਗਾਈਡਬੁੱਕ ਵਜੋਂ ਕਰਦੀਆਂ ਹਨ। ਇਸ ਵਿੱਚ ਦਿੱਤੇ ਗਏ ਸਿਧਾਂਤਾਂ ਅਤੇ ਟੂਲਾਂ ਦੀ ਵਰਤੋਂ ਕਰਕੇ ਉਹ ਆਪਣੇ ਵੱਡੇ ਬਿਜ਼ਨਿਸ ਸਾਮਰਾਜਾਂ ਦਾ ਨਿਰਮਾਣ ਕਰ ਰਹੇ ਹਨ।

ਇਸ ਕਿਤਾਬ ਵਿੱਚ ਨਵੇਂ ਅਧਿਆਇ ਅਤੇ ਨਵੇਂ ਟੂਲਾਂ ਨੂੰ ਜੋੜਿਆ ਗਿਆ ਹੈ ਕਿਉਂ ਕਿ ਮੈਂ ਆਪਣੇ ਪਾਠਕਾਂ ਨੂੰ ਸਿਖ਼ਰ 'ਤੇ ਦੇਖਣਾ ਚਾਹੁੰਦਾ ਹਾਂ। ਉਨ੍ਹਾਂ ਦੇ ਸੁਫ਼ਨਿਆਂ ਨੂੰ ਜੀ ਰਿਹਾ ਹਾਂ ਅਤੇ ਚਾਹੁੰਦਾ ਵੀ ਹਾਂ ਕਿ ਉਹ ਰਿਕਾਰਡ ਸਮੇਂ ਅੰਦਰ ਆਪਣੀ ਕੰਪਨੀ ਦੀਆਂ ਸਿਖਰਲੀਆਂ ਉਪਲੱਬਧੀਆਂ ਪਾਉਣ ਵਾਲਿਆਂ ਵਿੱਚ ਸ਼ਾਮਿਲ ਹੋ ਜਾਣ।

ਮੇਰਾ ਮੰਨਣਾ ਹੈ ਕਿ ਕਿਸੇ ਵਿਅਕਤੀ ਦੇ ਜੀਵਨ 'ਚ ਸਮਾਂ ਸਭ ਤੋਂ ਮਹੱਤਵਪੂਰਨ ਸਰੋਤ ਹੈ ਅਤੇ ਇਸ ਕਿਤਾਬ ਰਾਹੀਂ ਮੈਂ ਤੁਹਾਡੇ ਜੀਵਨ ਦੇ ਘੱਟੋ-ਘੱਟ 6 ਤੋਂ 8 ਕੀਮਤੀ ਸਾਲਾਂ ਨੂੰ ਬਚਾਉਣਾ ਚਾਹੁੰਦਾ ਹਾਂ। ਮੈਂ 12 ਸਾਲਾਂ ਤੋਂ ਵੱਧ ਸਮੇਂ ਤੱਕ ਆਪਣੇ ਦਿਲ ਅਤੇ ਆਤਮਾ ਨਾਲ ਨੈੱਟਵਰਕ ਮਾਰਕੀਟਿੰਗ ਵਿੱਚ ਕੰਮ ਕੀਤਾ ਹੈ। ਮੈਂ ਆਮਦਨ ਅਤੇ ਪ੍ਰਾਪਤੀਆਂ ਦੇ ਨਵੇਂ ਰਿਕਾਰਡ ਬਣਾਏ ਹਨ। ਉਨ੍ਹਾਂ ਹੀ ਸਿਧਾਂਤਾਂ ਅਤੇ ਤਕਨੀਕਾਂ ਦੀ ਵਰਤੋਂ ਕਰ ਕੇ ਹਜ਼ਾਰਾਂ ਹੀ ਅਚੀਵਰਸ ਨੂੰ ਬਣਾਇਆ ਹੈ, ਜੋ ਹੁਣ ਤੁਹਾਡੇ ਹੱਥਾਂ ਵਿੱਚ ਇਸ ਕਿਤਾਬ ਦੇ ਤੌਰ ਤੇ ਹੈ।

ਹੁਣ ਸਮਾਂ ਤੁਹਾਡਾ ਹੈ।

ਇਹ ਪਲ ਤੁਹਾਡਾ ਹੈ।

ਇਸ ਕਿਤਾਬ ਵਿੱਚ ਦਿੱਤੀ ਗਈ ਸਫਲਤਾ ਪ੍ਰਣਾਲੀ ਨੂੰ ਅਪਣਾਓ।

ਆਪਣੇ ਸਾਰੇ ਸਾਥੀਆਂ ਨੂੰ ਇਹ ਕਿਤਾਬ ਦਿਓ।

ਅਤੇ ਸਿਖ਼ਰ 'ਤੇ ਪੁੱਜਣ ਤੱਕ ਰੁਕਣਾ ਨਹੀਂ ਹੈਂ।

ਮੈਂ ਤੁਹਾਡੇ ਨਾਲ ਹਾਂ।

ਤੁਹਾਡੀ ਸਫ਼ਲਤਾ ਦਾ ਸਾਥੀ,

ਦੀਪਕ ਬਜਾਜ

ਪਾਠਕ ਇਸ ਕਿਤਾਬ ਬਾਰੇ ਕੀ ਕਹਿ ਰਹੇ ਹਨ

ਹਰ ਇੱਕ ਡਾਇਰੈਕਟ ਸੈਲਰ ਅਤੇ ਹਰ ਉਹ ਇਨਸਾਨ ਜੋ ਮਿਲੀਅਨੇਅਰ ਬਨਣ ਦਾ ਟੀਚਾ ਰੱਖਦਾ ਹੈ ਉਸ ਨੂੰ ਇਸ ਕਿਤਾਬ ਨੂੰ ਜ਼ਰੂਰ ਪੜ੍ਹਨਾ ਚਾਹੀਦਾ ਹੈ।

– ਕੈਲਾਸ਼ ਭੱਟਡ, ਸੀ.ਈ.ਓ.
ਐਮਆਈ ਲਾਈਫ਼ਸਟਾਈਲ ਮਾਰਕੀਟਿੰਗ ਗਲੋਬਲ ਪ੍ਰਾਈਵੇਟ ਲਿਮਿਟਡ

ਨੈੱਟਵਰਕ ਮਾਰਕੀਟਿੰਗ ਵਿੱਚ ਵੱਡੀ ਸਫਲਤਾ ਹਾਸਿਲ ਕਰਨ ਦੇ ਤਰੀਕਿਆਂ 'ਤੇ ਸਭ ਤੋਂ ਚੰਗੀਆਂ ਕਿਤਾਬਾਂ 'ਚੋਂ ਇੱਕ ਹੈ। ਆਪਣੀ ਟੀਮ ਦੇ ਸਾਥੀਆਂ ਨੂੰ ਬਿਜ਼ਨਿਸ ਲਈ ਗੰਭੀਰ ਬਣਾਉਣ ਲਈ ਇਹ ਇੱਕ ਆਦਰਸ਼ ਤੋਹਫ਼ਾ ਹੈ।

– ਮੁਬੀਨ ਮੁਹੰਮਦ

ਇੱਕ ਸ਼ਾਨਦਾਰ ਕਿਤਾਬ! ਸਾਰਿਆਂ ਨੂੰ ਜ਼ਰੂਰ ਪੜ੍ਹਨੀ ਚਾਹੀਦੀ ਹੈ। ਮੈਂ ਇੰਨੀਆਂ ਸਾਰੀਆਂ ਕਿਤਾਬਾਂ ਪੜ੍ਹੀਆਂ ਹਨ ਪਰ ਕਦੇ ਵੀ ਕਿਸੇ ਵੀ ਕਿਤਾਬ ਵਿੱਚ ਅਜਿਹੀ ਢੁਕਵੀਂ ਅਤੇ ਢਾਂਚਾਗਤ ਸਮੱਗਰੀ ਨਹੀਂ ਮਿਲੀ ਜੋ ਇਸ ਕਿਤਾਬ ਦੇ ਹਰ ਵਰਕੇ ਵਿੱਚ ਮੌਜੂਦ ਹੈ।

– ਗੌਰਵ ਮਹਿਰਾ

ਇਸ ਕਿਤਾਬ ਰਾਹੀਂ ਨੈੱਟਵਰਕ ਦੇ ਹੁਨਰ ਨੂੰ ਵਿਕਸਤ ਕਰ ਆਰਟੀਫ਼ਿਸ਼ੀਅਲ ਇੰਟੈਲੀਜੈਂਸ ਨੂੰ ਵੀ ਹਰਾਇਆ ਜਾ ਸਕਦਾ ਹੈ। ਟੀਚਿਆਂ ਅਤੇ ਜੀਵਨ ਦੇ ਹੁਨਰਾਂ ਨੂੰ ਸਿਖ਼ਰ ਤੱਕ ਲੈ ਜਾਣ ਲਈ ਹਰ ਰੋਜ਼ ਪੜ੍ਹਨ ਵਾਲੀ ਕਿਤਾਬ ਹੈ।

– ਪਾਇਲ ਕੋਠਾਰੀ

ਨੈੱਟਵਰਕ ਮਾਰਕੀਟਿੰਗ ਦਾ ਇੱਕ ਸ਼ਾਨਦਾਰ ਮਾਸਟਰਪੀਸ। ਇਹ ਸਿਰਫ਼ ਇੱਕ ਕਿਤਾਬ ਨਹੀਂ ਹੈ ਸਗੋਂ ਇੱਕ ਮਾਰਗਦਰਸ਼ਕ ਹੈ ਜੋ ਆਪਣੇ ਪਾਠਕਾਂ ਨੂੰ ਸਿਖ਼ਰ 'ਤੇ ਲੈ ਜਾਣ ਦੀ ਸਮਰੱਥਾ ਰੱਖਦਾ ਹੈ। ਨੈੱਟਵਰਕ ਮਾਰਕੀਟਿੰਗ ਲਈ ਸਿਰਫ਼ ਇਹੀ ਇੱਕ ਕਿਤਾਬ ਕਾਫ਼ੀ ਹੈ। ਇਸੇ ਇੱਕ ਕਿਤਾਬ ਅੰਦਰ ਤੁਹਾਡੇ ਬਿਜ਼ਨਿਸ ਦੇ ਸਾਰੇ ਜਵਾਬ ਹਨ। ਉਨ੍ਹਾਂ ਲੋਕਾਂ ਨੂੰ ਇਹ ਜ਼ਰੂਰ ਪੜ੍ਹਨੀ ਚਾਹੀਦੀ ਹੈ ਜੋ ਗ਼ਲਤੀਆਂ ਤੋਂ ਬਚਣਾ ਅਤੇ ਨੈੱਟਵਰਕ ਮਾਰਕੀਟਿੰਗ ਵਿੱਚ ਸਫ਼ਲਤਾ ਪ੍ਰਾਪਤ ਕਰਨਾ ਚਾਹੁੰਦੇ ਹਨ।

– ਵਿਜੇ ਤੇਤਰਵਾਲ

ਇਹ ਕਿਤਾਬ ਅਦੁੱਤੀ ਹੈ। ਦੀਪਕ ਸਰ, ਤੁਸੀਂ ਇਸ ਕਿਤਾਬ ਰਾਹੀਂ ਨੈੱਟਵਰਕ ਮਾਰਕੀਟਿੰਗ ਇੰਡਸਟਰੀ ਲਈ ਅਸਧਾਰਨ ਅਤੇ ਮਹਾਨ ਯੋਗਦਾਨ ਦਿੱਤਾ ਹੈ।

– ਡਾੱ. ਸ਼ਿਵ ਗੌਤਮ

ਇਸ ਕਿਤਾਬ ਨੂੰ ਪੜ੍ਹਨ ਤੋਂ ਬਾਅਦ ਮੇਰਾ ਆਤਮਵਿਸ਼ਵਾਸ਼ ਵਧਿਆ ਹੈ, ਮੈਂ ਆਪਣੇ ਬਿਜ਼ਨਿਸ' 'ਤੇ ਮਾਣ ਮਹਿਸੂਸ ਕਰ ਰਿਹਾ ਹਾਂ ਅਤੇ ਆਪਣੇ ਟੀਚਿਆਂ ਦੀ ਪ੍ਰਾਪਤੀ ਲਈ ਹੋਰ ਤੇਜ਼ੀ ਨਾਲ ਲੋੜੀਂਦੀ ਕਾਰਵਾਈ ਕਰਨ ਲੱਗਾ ਹਾਂ। ਤੁਸੀਂ ਇਸ ਕਿਤਾਬ ਅਤੇ ਸ਼੍ਰੀ ਦੀਪਕ ਬਜਾਜ ਦੇ ਅਨੁਭਵਾਂ ਦੀ ਮਦਦ ਨਾਲ ਇੱਕ ਮਜ਼ਬੂਤ ਨੈੱਟਵਰਕ ਬਣਾ ਕੇ ਆਪਣੇ ਟੀਚਿਆਂ ਨੂੰ ਵੀ ਪ੍ਰਾਪਤ ਕਰ ਸਕਦੇ ਹੋ।

– ਰਵੀ ਨੰਦਨ ਸ਼ਰਮਾ

ਇੱਕ ਆਮ ਅਤੇ ਸਧਾਰਨ ਮਨੁੱਖ ਅਸਧਾਰਨ ਕਿਵੇਂ ਬਣ ਸਕਦਾ ਹੈ, ਇਸ ਲਈ ਇਹ ਇੱਕ ਬਹੁਤ ਵਧੀਆ ਕਿਤਾਬ ਹੈ।

– ਨਿਸ਼ਾਂਤ ਚੌਧਰੀ

ਇਹ ਕਿਤਾਬ ਗੀਤਾ ਵਾਂਗ ਪਵਿੱਤਰ ਹੈ। ਇਹ ਸਫਲਤਾ ਪਾਉਣ ਲਈ ਮਿਹਨਤੀ ਲੋਕਾਂ ਨੂੰ ਗਾਈਡ ਕਰਦੀ ਹੈ।

– ਹਿਮਾਂਗੀ

ਇਹ ਸਿਰਫ਼ ਇੱਕ ਕਿਤਾਬ ਨਹੀਂ ਹੈ ਸਗੋਂ ਆਤਮ-ਜਾਗਰੂਕਤਾ ਲਈ ਇੱਕ ਬੇਮਿਸਾਲ ਟੂਲ ਹੈ। ਮਿਲੀਅਨੇਅਰ ਬਣਨ ਲਈ ਲੋੜੀਂਦੀਆਂ ਸਮੱਗਰੀਆਂ ਦੀ ਇੱਕ ਜ਼ਰੂਰੀ ਗਾਈਡ ਹੈ।

– ਵਰੁਣ ਦੂਆ

ਇਹ ਕਿਤਾਬ ਉਨ੍ਹਾਂ ਸਾਰੇ ਲੋਕਾਂ ਦੀ ਮਦਦ ਕਰੇਗੀ ਜੋ ਅਸਲ ਵਿੱਚ ਜੀਵਨ ਅੰਦਰ ਕੁੱਝ ਕਰਨਾ ਚਾਹੁੰਦੇ ਹਨ।

– ਮਹੇਂਦਰ ਸਿੰਘ ਰਾਵਤ

ਮੇਰੇ ਕੋਲ ਸ਼ਬਦ ਨਹੀਂ ਹਨ ਇਸ ਸ਼ਾਨਦਾਰ ਕਿਤਾਬ ਲਈ। ਇਹ ਕਿਤਾਬ ਤੁਹਾਨੂੰ ਅਸਲ ਵਿੱਚ ਸਮੱਸਿਆਵਾਂ ਦਾ ਸਾਹਮਣਾ ਕਰਨ ਦੇ ਤਰੀਕੇ ਦੱਸਦੀ ਹੈ ਅਤੇ ਇਸ ਨੂੰ ਪੜ੍ਹਨ ਦੌਰਾਨ ਤੁਸੀਂ ਬਹੁਤ ਜ਼ਿਆਦਾ ਉਤਸ਼ਾਹਿਤ ਰਹੋਗੇ।

– ਸੰਜੇ ਸੂਰਯਨ

ਬਹੁਤ ਵਧੀਆ ਕਿਤਾਬ! ਨੈੱਟਵਰਕ ਮਾਰਕੀਟਿੰਗ ਨੂੰ ਬਤੌਰ ਕਰੀਅਰ ਲੈ ਰਹੇ ਹਰ ਇੱਕ ਵਿਅਕਤੀ ਨੂੰ ਇਸ ਨੂੰ ਪੜ੍ਹਨਾ ਚਾਹੀਦਾ ਹੈ।

– ਸਮਕਿਤ ਜੈਨ

ਇੱਕ ਨਵਾਂ ਵਿਅਕਤੀ ਇਸ ਕਿਤਾਬ ਤੋਂ ਅਸਾਨੀ ਨਾਲ ਸਿਖਾਏ ਗਏ ਸੌਖੇ ਤਰੀਕਿਆਂ ਰਾਹੀਂ ਆਪਣੇ ਟੀਚਿਆਂ ਨੂੰ ਪ੍ਰਾਪਤ ਕਰ ਸਕਦਾ ਹੈ।

– ਨੇਹਾ ਰਾਣਾ

ਨੈੱਟਵਰਕ ਮਾਰਕੀਟਿੰਗ ਦੇ ਬਾਦਸ਼ਾਹ। ਇੱਕ ਜ਼ਬਰਦਸਤ ਲੀਡਰ ਦੀ ਜ਼ਬਰਦਸਤ ਕਿਤਾਬ।

– ਜ਼ਿਸ਼ਾਨ

ਜੀਵਨ ਨੂੰ ਬਦਲਣ ਵਾਲੀ ਕਿਤਾਬ। ਇਹ ਕਿਤਾਬ ਨਾ ਕੇਵਲ ਨੈੱਟਵਰਕ ਮਾਰਕੀਟਿੰਗ ਬਾਰੇ ਹੈ ਸਗੋਂ ਹਰ ਇਨਸਾਨ ਨੂੰ ਆਪਣੇ-ਆਪ ਨੂੰ, ਆਪਣੇ ਹਾਲਾਤਾਂ ਨੂੰ ਅਤੇ ਆਪਣੀ ਸ਼ਖ਼ਸੀਅਤ ਨੂੰ ਵਿਕਸਤ ਕਰਨ ਦਾ ਤਰੀਕਾ ਸਿਖਾਉਂਦੀ ਹੈ।

– ਰੇਖਾ ਸ਼ਰਮਾ

ਵਰਣਨ ਤੋਂ ਪਰੇ। ਨੈੱਟਵਰਕ ਮਾਰਕੀਟਿੰਗ ਬਾਰੇ ਹਰ ਇੱਕ ਵਿਚਾਰ ਨੂੰ ਕਵਰ ਕਰਨ ਵਾਲੀ ਸ਼ਾਨਦਾਰ ਕਿਤਾਬ, ਇਹ ਸਿਰਫ਼ ਇੱਕ ਨਹੀਂ ਕਈ ਦਹਾਕਿਆਂ ਦੇ ਅਨੁਭਵਾਂ ਵਾਂਗ ਜਾਪਦੀ ਹੈ।

– ਡਾੱ. ਨੀਲਮ

ਲੋਕਾਂ ਦੀ ਦੀਪਕ ਬਜਾਜ ਬਾਰੇ ਰਾਏ

ਦੀਪਕ ਬਜਾਜ ਇੱਕ ਸ਼ਾਨਦਾਰ ਲੀਡਰ ਅਤੇ ਨੈੱਟਵਰਕ ਮਾਰਕੀਟਿੰਗ ਦੇ ਖੇਤਰ ਵਿੱਚ ਉਹ ਸਾਨਦਾਰ ਕੰਮ ਕਰ ਰਹੇ ਹਨ। ਉਹ ਮੇਰੇ ਰੋਲ ਮਾਡਲ ਹਨ, ਉਨ੍ਹਾਂ ਨੇ ਮੇਰੀ ਸਮੁੱਚੀ ਸਫਲਤਾ ਅਤੇ ਵਿਕਾਸ ਅੰਦਰ ਇੱਕ ਮਹੱਤਵਪੂਰਨ ਭੂਮਿਕਾ ਨਿਭਾਈ ਹੈ। ਉਹ ਦੁਨੀਆ ਨੂੰ ਆਪਣੀ ਸਿਆਣਪ ਅਤੇ ਸਖ਼ਤ ਮਿਹਨਤ ਨਾਲ ਬਦਲਣ ਲਈ ਪਾਬੰਦ ਹਨ।

– ਗੌਰਵ ਮਹਿਰਾ, ਟੀ.ਵੀ.ਐਸ. ਮੋਟਰ ਕੰਪਨੀ, ਨੋਇਡਾ

ਮੈਂ ਸੰਜੋਗ ਨਾਲ ਨੈੱਟਵਰਕ ਮਾਰਕੀਟਿੰਗ ਸ਼ੁਰੂ ਕੀਤੀ। ਦੀਪਕ ਬਜਾਜ ਦੇ ਇੱਕ ਪ੍ਰੋਗਰਾਮ ਵਿੱਚ ਸ਼ਾਮਿਲ ਹੋਇਆ ਅਤੇ ਉਸ ਪ੍ਰੋਗਰਾਮ ਨੇ ਮੇਰੀ ਜ਼ਿੰਦਗੀ ਨੂੰ ਇੱਕ ਮਕਸਦ ਦਿੱਤਾ। ਅੱਜ ਮੈਂ ਇੱਕ ਸਫਲ ਨੈੱਟਵਰਕ ਮਾਰਕੀਟਰ ਹਾਂ ਅਤੇ ਮੈਂ ਆਪਣੇ ਬਚਪਨ ਦੇ ਸਾਰੇ ਸੁਫਨਿਆਂ ਨੂੰ ਪੂਰਾ ਕਰ ਲਿਆ ਹੈ। ਮੇਰੀ ਸਾਰੀ ਸਫਲਤਾ ਦਾ ਸਿਹਰਾ ਸ਼੍ਰੀ ਦੀਪਕ ਬਜਾਜ ਨੂੰ ਜਾਂਦਾ ਹੈ। ਕੋਈ ਵੀ ਆਪਣੀ ਪੂਰੀ ਜ਼ਿੰਦਗੀ ਉਨ੍ਹਾਂ ਨੂੰ ਸੁਣ ਕੇ ਬਦਲ ਸਕਦਾ ਹੈ। ਉਹ ਦੁਨੀਆ ਨੂੰ ਬਦਲਣ ਦਾ ਬੜਾ ਮਹਾਨ ਕੰਮ ਕਰ ਰਹੇ ਹਨ। ਮੈਨੂੰ ਪੂਰਾ ਭਰੋਸਾ ਹੈ ਕਿ ਕਰੋੜਾ ਲੋਕਾਂ ਨੂੰ ਇਸ ਕਿਤਾਬ ਰਾਹੀਂ ਫਾਇਦਾ ਪੁੱਜੇਗਾ ਅਤੇ ਇਹ ਉਨ੍ਹਾਂ ਦੀ ਜ਼ਿੰਦਗੀ ਨੂੰ ਇੱਕ ਨਵੀਂ ਦਿਸ਼ਾ ਦੇਵੇਗੀ। ਦੀਪਕ ਸਰ, ਅਸੀਂ ਤੁਹਾਨੂੰ ਬਹੁਤ ਪਿਆਰ ਕਰਦੇ ਹਾਂ। ਮੈਨੂੰ ਨਵੀਂ ਜ਼ਿੰਦਗੀ ਦੇਣ ਲਈ ਤੁਹਾਡਾ ਧੰਨਵਾਦ!

– ਚਿੰਤਨ ਅਰੋੜਾ, ਰੀਅਲ ਅਸਟੇਟ ਐਂਡ ਇੰਸ਼ੋਰੈਂਸ, ਗਾਜ਼ੀਆਬਾਦ

ਦੀਪਕ ਬਜਾਜ ਮੇਰੀ ਜ਼ਿੰਦਗੀ ਦੇ ਕੋਚ ਅਤੇ ਗਾਈਡ ਹਨ। ਉਨ੍ਹਾਂ ਦੀਆਂ ਗੱਲਾਂ ਜਿਵੇਂ, "ਫਿਲ ਅੱਪ ਯੂਅਰ ਕੈਲੰਡਰ" ਅਤੇ "ਸਭ ਤੋਂ ਉੱਤਮ ਬਣਨ ਤੋਂ ਪਹਿਲਾਂ ਕੋਈ ਆਰਾਮ ਨਹੀਂ," ਮੇਰੀ ਜ਼ਿੰਦਗੀ ਦਾ ਸਾਰ ਬਣ ਗਈਆਂ ਹਨ। ਉਨ੍ਹਾਂ ਕੋਲ ਨਾ ਸਿਰਫ਼ ਆਪਣੇ ਲਈ, ਸਗੋਂ ਆਪਣੇ ਆਲੇ-ਦੁਆਲੇ ਦੇ ਲੋਕਾਂ ਲਈ ਅਤੇ ਦੇਸ਼ ਹਿੱਤ ਲਈ ਵੀ ਵੱਡਾ ਦ੍ਰਿਸ਼ਟੀਕੋਣ ਹੈ। ਇੰਨ੍ਹਾਂ ਦੀ ਮੌਜੂਦਗੀ ਅੰਦਰ ਕੋਈ ਵੀ ਵਿਅਕਤੀ ਊਰਜਾ ਨਾਲ ਭਰ ਜਾਂਦਾ ਹੈ। ਉਨ੍ਹਾਂ ਨੇ ਮੈਨੂੰ ਸਿਖਾਇਆ ਹੈ ਕਿ ਅਸਲੀ ਆਨੰਦ ਦੂਜਿਆਂ ਨੂੰ ਆਤਮ ਨਿਰਭਰ ਬਣਾਉਣ ਅਤੇ ਉਨ੍ਹਾਂ ਨੂੰ ਕੁੱਝ ਦੇਣ ਵਿੱਚ ਹੈ।

– ਦਿਵਿਆ ਸੱਭਰਵਾਲ, ਭਾਰਤੀ ਵਾਲਮਾਰਟ, ਗੁੜਗਾਂਓ

ਦੀਪਕ ਬਜਾਜ ਦੀ ਲੀਡਰਸ਼ਿਪ ਮੇਰੀ ਜ਼ਿੰਦਗੀ ਅੰਦਰ ਇੱਕ ਮਹਾਨ ਪ੍ਰੇਰਨਾ ਸਰੋਤ ਹੈ। ਉਹ ਨੈੱਟਵਰਕ ਮਾਰਕੀਟਿੰਗ ਦੇ ਹੀਰੋ ਹਨ। ਮੇਰੀ ਜ਼ਿੰਦਗੀ ਉਨ੍ਹਾਂ ਵੱਲੋਂ ਦਿੱਤੇ ਗਏ ਪ੍ਰੋਗਰਾਮ ਤੋਂ ਬਾਅਦ ਹਮੇਸ਼ਾ ਲਈ ਬਦਲ ਗਈ ਹੈ। ਮੈਂ ਆਪਣੀ 20 ਸਾਲਾਂ ਪੁਰਾਣੀ ਸਰਕਾਰੀ ਨੌਕਰੀ ਤੋਂ ਅਸਤੀਫ਼ਾ ਦੇ ਦਿੱਤਾ ਅਤੇ ਉਨ੍ਹਾਂ ਦੇ ਮਾਰਗਦਰਸ਼ਨ ਵਿੱਚ ਰੋਜਗਾਰ ਪੈਦਾ ਕਰਨ ਦਾ ਰਸਤਾ ਚੁਣਿਆ। ਅੱਜ ਦੀਪਕ ਬਜਾਜ ਮੇਰੀ ਜ਼ਿੰਦਗੀ ਅੰਦਰ ਸਭ ਤੋਂ ਮਹੱਤਵਪੂਰਨ ਵਿਅਕਤੀ ਹਨ ਅਤੇ ਮੈਨੂੰ ਖ਼ੁਸ਼ੀ ਹੈ ਕਿ ਮੈਨੂੰ ਉਨ੍ਹਾਂ ਵਰਗੇ ਮਹਾਨ ਲੀਡਰ ਦਾ ਅਸ਼ੀਰਵਾਦ ਮਿਲਿਆ ਹੈ।

– ਪ੍ਰਤਾਪ ਸਿੰਘ ਆਰੀਆ, ਲੈਕਚਰਾਰ, ਹਰਿਆਣਾ ਸਰਕਾਰ

15 ਜੁਲਾਈ 2017 ਤੋਂ ਪਹਿਲਾਂ ਮੇਰੀ ਜਿੰਦਗੀ ਕੁੱਝ ਹੋਰ ਸੀ ਅਤੇ ਉਸ ਤੋਂ ਬਾਅਦ ਕੁੱਝ ਹੋਰ। ਉਸ ਦਿਨ ਮੈਂ ਦੀਪਕ ਬਜਾਜ ਦੇ ਟ੍ਰੇਨਿੰਗ ਪ੍ਰੋਗਰਾਮ ਵਿੱਚ ਸ਼ਾਮਿਲ ਹੋਈ ਸੀ। ਮੈਨੂੰ ਅਤੇ ਮੇਰੀ ਮਾਂ ਨੂੰ ਉਸ ਦਿਨ ਨਵੀਂ ਜਿੰਦਗੀ ਮਿਲ ਗਈ। ਉਹ ਇੱਕ ਅਨੁਭਵੀ, ਪ੍ਰੇਰਕ ਅਤੇ ਉਤਸਾਹੀ ਲੀਡਰ ਹਨ ਜੋ ਆਮ ਲੋਕਾਂ ਨਾਲ ਅਸਧਾਰਨ ਕੰਮ ਕਰ ਰਹੇ ਹਨ। ਉਨ੍ਹਾਂ ਦੇ ਟ੍ਰੇਨਿੰਗ ਪ੍ਰੋਗਰਾਮ ਦਾ ਅਸਰ ਜਾਦੂਈ ਹੁੰਦਾ ਹੈ ਜਿਸਦਾ ਅਹਿਸਾਸ ਉੱਥੇ ਰਹਿ ਕੇ ਹੀ ਕੀਤਾ ਜਾ ਸਕਦਾ ਹੈ। ਜੋ ਵੀ ਵਿਅਕਤੀ ਉਨ੍ਹਾਂ ਦੇ ਟ੍ਰੇਨਿੰਗ ਪ੍ਰੋਗਰਾਮ ਵਿੱਚ ਸ਼ਾਮਿਲ ਹੁੰਦਾ ਹੈ, ਉਹ ਇੱਕ ਵੱਖਰੇ ਵਿਅਕਤੀ ਵਜੋਂ ਬਣ ਕੇ ਬਾਹਰ ਆਉਂਦਾ ਹੈ। ਮੇਰੇ ਵੱਲੋਂ ਧੰਨਵਾਦ ਪ੍ਰਗਟ ਕਰਨ ਲਈ "ਧੰਨਵਾਦ" ਇੱਕ ਬਹੁਤ ਹੀ ਛੋਟਾ ਸ਼ਬਦ ਹੈ। ਦੀਪਕ ਬਜਾਜ ਮੇਰੇ ਅਤੇ ਹੋਰ ਬਹੁਤ ਸਾਰੇ ਲੋਕਾਂ ਲਈ ਸਲਾਹਕਾਰ ਅਤੇ ਭਗਵਾਨ ਹਨ।

– ਨੀਤੂ ਜਿੰਦਲ, ਸੀਨੀਅਰ ਲੈਕਚਰਾਰ, ਸਿਰਸਾ (ਹਰਿਆਣਾ)

ਦੀਪਕ ਬਜਾਜ ਨੂੰ ਜਦੋਂ ਮੈਂ ਇੱਕ ਇਵੈਂਟ ਵਿੱਚ ਪਹਿਲੀ ਵਾਰ ਸੁਣਿਆ, ਤਾਂ ਮੈਂ ਹੈਰਾਨ ਰਹਿ ਗਿਆ। ਉਹ ਸੁਫਨਿਆਂ ਨੂੰ ਪੂਰਾ ਕਰਨ ਵਾਲੇ ਇੱਕ ਉਤਸਾਹੀ ਵਿਅਕਤੀ ਹਨ। ਉਹ ਗਰਮਜੋਸ਼ੀ ਨਾਲ ਭਰੇ ਹੋਏ, ਅੱਗੇ ਹੋ ਕੇ ਕੁੱਝ ਕਰਨ ਵਾਲੇ ਅਤੇ ਦੂਜਿਆਂ ਦੀਆਂ ਸਮੱਸਿਆਵਾਂ ਨੂੰ ਹੱਲ ਕਰਨ ਵਾਲੇ ਵਿਅਕਤੀ ਹਨ। ਉਹ ਲੋਕ ਬਹੁਤ ਨਸੀਬ ਵਾਲੇ ਹਨ ਜਿਨ੍ਹਾਂ ਨੂੰ ਉਹ ਮਸ਼ਵਰੇ ਦਿੰਦੇ ਹਨ। ਮੈਂ ਰੱਬ ਨੂੰ ਅਰਜੋਈ ਕਰਦਾ ਹਾਂ ਕਿ ਉਹ ਉਨ੍ਹਾਂ ਨੂੰ ਹਮੇਸ਼ਾ ਖ਼ੁਸ਼ ਰੱਖਣ। ਲੋਕਾਂ ਨੂੰ ਪ੍ਰਭਾਵੀ, ਆਤਮ ਨਿਰਭਰ ਬਣਾਉਣ ਅਤੇ ਭਾਰਤ ਨੂੰ ਇੱਕ ਬਿਹਤਰ ਮੁਕਾਮ 'ਤੇ ਪਹੁੰਚਾਉਣ ਦੇ ਉਨ੍ਹਾਂ ਦੇ ਯਤਨਾਂ ਵਿੱਚ ਕਾਮਯਾਬੀ ਦੇਣ।

– ਗੌਰਵ ਵੱਤਸ, ਮੈਨੇਜਿੰਗ ਪਾਰਟਨਰ, ਹਟਸਮਿਥ ਗਾਰਮੈਂਟ, ਐਲਐਲਪੀ, ਨਵੀਂ ਦਿੱਲੀ

ਜੋ ਕੋਈ ਵੀ ਤੁਹਾਡੇ ਸੈਸ਼ਨਾਂ ਵਿੱਚ ਸ਼ਾਮਿਲ ਹੁੰਦਾ ਹੈ, ਤੁਹਾਨੂੰ ਪਿਆਰ ਕਰਨ ਲੱਗਦਾ ਹੈ। ਮੈਂ ਵੀ ਇਸ ਤੋਂ ਜੁਦਾ ਨਹੀਂ ਹਾਂ। ਜਦੋਂ ਮੈਂ ਤੁਹਾਡੇ ਪਹਿਲੇ ਪ੍ਰੋਗਰਾਮ ਵਿੱਚ ਗਿਆ ਸੀ, ਉਸੇ ਦਿਨ ਮੈਂ ਆਪਣੀ ਨੌਕਰੀ ਤੋਂ ਅਸਤੀਫ਼ਾ ਦੇ ਦਿੱਤਾ ਅਤੇ ਉੱਦਮਤਾ ਦਾ ਰਾਹ ਅਪਣਾਇਆ। ਤੁਹਾਨੂੰ ਸੁਣਨ ਤੋਂ ਬਾਅਦ ਹਜ਼ਾਰਾਂ ਲੋਕਾਂ ਨੇ ਉੱਦਮਤਾ ਦਾ ਰਸਤਾ ਚੁਣ ਲਿਆ। ਹੋਰ ਬੁਲਾਰਿਆਂ ਤੋਂ ਤੁਸੀਂ ਕਾਫ਼ੀ ਵੱਖਰੇ ਹੋ ਕਿਉਂ ਕਿ ਤੁਸੀਂ ਸਾਰਿਆਂ ਨੂੰ ਦਿਲ ਦੀ ਡੂੰਘਾਈ ਤੋਂ ਕੁੱਝ ਕਰਨ ਲਈ ਪ੍ਰੇਰਿਤ ਕਰਦੇ ਹੋ। ਮੈਂ ਦੀਪਕ ਬਜਾਜ ਨੂੰ ਜਾਣ ਕੇ ਆਪਣੇ-ਆਪ ਨੂੰ ਖ਼ੁਸ਼ਕਿਸਮਤ ਸਮਝਦਾ ਹਾਂ।

– ਆਸ਼ੀਸ਼ ਚੱਢਾ, ਆਈ. ਟੀ. ਪ੍ਰੋਫੈਸ਼ਨਲ, ਅੰਮ੍ਰਿਤਸਰ ਸਾਹਿਬ (ਪੰਜਾਬ)

ਮੈਂ ਆਸਟ੍ਰੇਲੀਆ ਵਿੱਚ ਬਹੁਤ ਸ਼ਾਨਦਾਰ ਢੰਗ ਨਾਲ ਰਹਿ ਰਿਹਾ ਸੀ ਪਰ ਨਵੀਂ ਦਿੱਲੀ ਵਿੱਚ ਇੱਕ ਬਿਹਤਰ ਨੌਕਰੀ ਦੀ ਤਲਾਸ਼ ਵੀ ਕਰ ਰਿਹਾ ਸੀ। ਮੈਂ ਬਹੁਤ ਹੀ ਸ਼ੰਕਿਆ ਨਾਲ ਨੈੱਟਵਰਕ ਮਾਰਕੀਟਿੰਗ ਦਾ ਕੰਮ ਸ਼ੁਰੂ ਕੀਤਾ ਪਰ ਦੀਪਕ ਸਰ ਦੀ ਟ੍ਰੇਨਿੰਗ ਅਤੇ ਉਨ੍ਹਾਂ ਦੇ 24x7 ਬਿਨਾਂ ਸ਼ਰਤ ਸਹਿਯੋਗ ਨੇ ਮੈਨੂੰ ਇੱਕ ਸਫ਼ਲ ਨੈੱਟਵਰਕ ਮਾਰਕੀਟਰ ਬਣਾ ਦਿੱਤਾ। ਉਨ੍ਹਾਂ ਨੇ ਮੇਰੇ ਵਰਗੇ ਨਿਰਾਸ਼ਾਵਾਦੀ ਵਿਅਕਤੀ ਨੂੰ ਇੱਕ ਆਸ਼ਾਵਾਦੀ ਵਿਅਕਤੀ ਦੇ ਤੌਰ 'ਤੇ ਬਦਲ ਦਿੱਤਾ। ਉਨ੍ਹਾਂ ਦੀ ਟ੍ਰੇਨਿੰਗ ਤਾਜ਼ਾ ਹਵਾ ਦੇ ਝੋਂਕੇ ਵਾਂਗ ਹੈ ਜੋ ਹਮੇਸ਼ਾ ਹੀ ਨਵੀਂ ਜਿੰਦਗੀ ਲਈ ਪ੍ਰੇਰਿਤ ਕਰਦੀ ਹੈ। ਆਪਣੇ ਨਾਮ (ਦੀਪਕ) ਵਾਂਗ ਹੀ 'ਉਜਾਲਾ' ਬਣ ਕੇ ਹੋਰ ਲੋਕਾਂ ਨੂੰ ਸਹੀ ਰਸਤਾ ਦਿਖਾ ਰਹੇ ਹਨ।

– ਸੌਰਭ ਮਹਿਰਾ, ਹੋਟਲੀਅਰ ਅਤੇ ਸੇਲਜ਼ ਪ੍ਰੋਫੈਸ਼ਨਲ, ਆਸਟ੍ਰੇਲੀਆ

ਸਾਲ 2014 ਵਿੱਚ ਮੈਂ ਦੀਪਕ ਬਜਾਜ ਦੇ ਟ੍ਰੇਨਿੰਗ ਪ੍ਰੋਗਰਾਮ ਨੂੰ ਜਦੋਂ ਪਹਿਲੀ ਵਾਰੀ ਸੁਣਿਆ ਸੀ, ਤਾਂ ਮੈਂ ਹੈਰਾਨ ਸੀ ਅਤੇ ਉਸੇ ਦਿਨ ਤੋਂ ਹੀ ਮੈਂ ਉਨ੍ਹਾਂ ਨੂੰ ਫ਼ਾਲੋ ਕਰ ਰਿਹਾ ਹਾਂ। ਮੈਂ ਚਾਰ ਸਾਲ ਪਹਿਲਾਂ ਇੱਕ ਬਾਈਕ ਚਲਾਉਂਦਾ ਸੀ। ਅੱਜ ਮੈਂ ਟਾਪ ਮਾਡਲ ਵਰਨਾ ਕਾਰ ਚਲਾ ਰਿਹਾ ਹਾਂ। ਉਨ੍ਹਾਂ ਦੇ ਪ੍ਰਭਾਵ ਹੇਠ ਨਾ ਸਿਰਫ਼ ਮੇਰੀ ਆਮਦਨੀ ਸਗੋਂ ਮੇਰਾ ਪੂਰਾ ਵਿਅਕਤੀਤਵ ਅਤੇ ਜੀਵਨਸ਼ੈਲੀ ਹੀ ਬਦਲ ਗਈ ਹੈ। ਉਨ੍ਹਾਂ ਦੀਆਂ ਟ੍ਰੇਨਿੰਗਾਂ ਦਾ ਮੇਰੇ ਉੱਪਰ ਅਤੇ ਮੇਰੀ ਟੀਮ ਦੇ ਹਜ਼ਾਰਾਂ ਸਾਥੀਆਂ 'ਤੇ ਜ਼ਬਰਦਸਤ ਪ੍ਰਭਾਵ ਪਿਆ ਹੈ। ਉਨ੍ਹਾਂ ਵਰਗੇ ਭਰੋਸੇਯੋਗ ਸਲਾਹਕਾਰ ਨੂੰ ਪਾ ਕੇ ਮੈਂ ਧੰਨ ਹਾਂ। ਮੈਂ ਤੁਹਾਨੂੰ ਬਹੁਤ ਪਿਆਰ ਕਰਦਾ ਹਾਂ ਸਰ!

– ਨਿਸ਼ਾਂਤ ਚੌਧਰੀ, ਟੈਲੀਕਾੱਮ ਸੇਲਜ਼, ਕਰਨਾਲ

ਮੈਂ ਉਨਾਂ ਪੁਰਾਣੀ ਰੀਤੀਆਂ ਦੇ ਤਹਿਤ ਵਧਿਆ-ਪਲਿਆ ਸੀ ਜਿੱਥੇ ਮੇਰਾ ਮਕਸਦ ਸਿਰਫ਼ ਚੰਗੇ ਨੰਬਰ ਲਿਆ ਕੇ ਇੱਕ ਚੰਗੀ ਨੌਕਰੀ ਪਾਉਣਾ ਸੀ। ਜਦੋਂ ਮੈਂ ਦੀਪਕ ਬਜਾਜ ਨੂੰ ਪਹਿਲੀ ਵਾਰ ਮਿਲਿਆ ਤਾਂ ਮੈਂ ਉਨ੍ਹਾਂ 'ਚ ਇੱਕ ਸੱਚਾ ਭਾਰਤੀ ਪਾਇਆ ਜੋ ਲੋਕਾਂ ਨੂੰ ਉੱਚ ਨੈਤਿਕ ਮੁੱਲਾਂ ਨਾਲ ਸਫਲ ਬਣਾਉਣ ਦੇ ਮਿਸ਼ਨ 'ਤੇ ਨਿਕਲੇ ਹਨ। ਮੈਂ ਲੋਕਾਂ ਪ੍ਰਤੀ ਉਨ੍ਹਾਂ ਦੀ ਵਚਨਬੱਧਤਾ ਅਤੇ ਉਨ੍ਹਾਂ ਨੂੰ ਸਫਲ ਬਣਾਉਣ ਦੇ ਉਨ੍ਹਾਂ ਦੇ ਜਜ਼ਬੇ ਦੀ ਪ੍ਰਸ਼ੰਸਾ ਕਰਦਾ ਹਾਂ। ਉਹ ਸ਼ਬਦਾਂ ਦੇ ਜਾਦੂਗਰ ਹਨ ਅਤੇ ਉਨ੍ਹਾਂ ਦੀ ਟ੍ਰੇਨਿੰਗ ਨਾਲ ਮੇਰੀ ਟੀਮ ਨੂੰ ਸਥਿਰਤਾ ਅਤੇ ਮਜ਼ਬੂਤੀ ਮਿਲੀ ਹੈ। ਮੈਂ ਅਤੇ ਮੇਰੀ ਟੀਮ ਉਨ੍ਹਾਂ ਦੇ ਸ਼ਬਦਾਂ ਦਾ ਭਾਗਵਤ ਗੀਤਾ ਦੇ ਸ਼ਲੋਕਾਂ ਵਾਂਗ ਅੱਖਾਂ ਬੰਦ ਕਰਕੇ ਪਾਲਣਾ ਕਰਦੇ ਹਾਂ।

– ਅਭਿਸ਼ੇਕ ਮਿਸ਼ਰਾ, ਇੰਜੀਨੀਅਰ ਅਤੇ ਐਮ.ਬੀ.ਏ., ਗਵਾਲੀਅਰ

ਦੀਪਕ ਬਜਾਜ ਇੱਕ ਦੂਰਦਰਸ਼ੀ ਇਨਸਾਨ ਅਤੇ ਆਉਣ ਵਾਲੀ ਪੀੜ੍ਹੀਆਂ ਲਈ ਸਲਾਹਕਾਰ ਹਨ। ਉਨ੍ਹਾਂ ਨੇ ਹਜ਼ਾਰਾਂ ਭਾਰਤੀ ਲੋਕਾਂ ਨੂੰ ਆਪਣੇ ਲੈਕਚਰਾਂ ਅਤੇ ਗਿਆਨ ਦੇ ਜ਼ਰੀਏ ਪ੍ਰਭਾਵਿਤ ਕੀਤਾ ਹੈ। ਉਨ੍ਹਾਂ ਨੇ ਮੇਰੀ ਜ਼ਿੰਦਗੀ ਬਦਲ ਦਿੱਤੀ ਹੈ ਅਤੇ ਉਨ੍ਹਾਂ ਦੀ ਅਗਵਾਈ ਵਿੱਚ ਮੈਂ ਆਪਣੀ ਟੀਮ ਨੂੰ ਵੀ ਬਦਲ ਸਕਿਆ ਹਾਂ। ਉਹ ਭਾਰਤੀਆਂ ਨੂੰ ਇੱਕ ਅਲੱਗ ਹੀ ਮੁਕਾਮ 'ਤੇ ਲੈ ਕੇ ਜਾ ਰਹੇ ਹਨ। ਉਨ੍ਹਾਂ ਦੀਆਂ ਟ੍ਰੇਨਿੰਗ ਔਰਤਾਂ ਅਤੇ ਪੁਰਸ਼ਾਂ ਦੀਆਂ ਜ਼ਿੰਦਗੀਆਂ ਨੂੰ ਪੂਰੀ ਤਰ੍ਹਾਂ ਨਾਲ ਬਦਲ ਰਹੀਆਂ ਹਨ।

– ਦੇਬਾਸ਼ੀਸ਼ ਖੁੰਟੀਆ, ਮਕੈਨੀਕਲ ਇੰਜੀਨੀਅਰ, ਓੜੀਸਾ

ਦੀਪਕ ਬਜਾਜ ਮੇਰੇ ਅਤੇ ਮੇਰੀ ਟੀਮ ਲਈ ਊਰਜਾ ਦੇ ਪਾਵਰਹਾਊਸ ਹਨ। ਉਹ ਮੈਨੂੰ ਹਮੇਸ਼ਾ "ਗੁਰੂ" ਫ਼ਿਲਮ ਦੇ ਲੀਡਰ ਦੀ ਯਾਦ ਦਿਵਾਉਂਦੇ ਰਹਿੰਦੇ ਹਨ। ਉਨ੍ਹਾਂ ਦੀ ਟ੍ਰੇਨਿੰਗ ਨੇ ਮੇਰੀ ਸੋਚ ਨੂੰ ਪੂਰੀ ਤਰ੍ਹਾਂ ਨਾਲ ਬਦਲ ਦਿੱਤਾ ਹੈ। ਮੈਂ ਉਨ੍ਹਾਂ ਦੁਆਰਾ ਦਿੱਤੇ ਗਏ ਗਿਆਨ ਅਤੇ ਜ਼ਬਰਦਸਤ ਟ੍ਰੇਨਿੰਗ ਮੁਤਾਬਿਕ ਹੀ ਆਪਣੀ ਪੂਰੀ ਟੀਮ ਬਣਾਈ। ਮੈਂ ਸਮਾਜ ਪ੍ਰਤੀ ਉਨ੍ਹਾਂ ਵੱਲੋਂ ਦਿੱਤੇ ਗਏ ਅਮੁੱਲ ਯੋਗਦਾਨ ਅਤੇ ਹਜ਼ਾਰਾਂ ਲੋਕਾਂ ਦੀਆਂ ਜ਼ਿੰਦਗੀ ਨੂੰ ਬਦਲਣ ਵਾਸਤੇ ਉਨ੍ਹਾਂ ਨੂੰ ਸਲਾਮ ਕਰਦਾ ਹਾਂ। ਉਹ ਇੱਕ ਮਹਾਨ ਸੁਫ਼ਨੇ ਦੇਖਣ ਵਾਲੇ ਤੇ ਦਿਖਾਉਣ ਵਾਲੇ ਹਨ, ਜੋ ਸਾਰੇ ਸੁਫ਼ਨਿਆਂ ਨੂੰ ਸੰਭਵ ਬਣਾ ਸਕਦੇ ਹਨ।

– ਹਰਕੇਸ਼ ਅਰੋੜਾ, ਟਾਟਾ ਕਮਿਊਨੀਕੇਸ਼ਨ, ਦਿੱਲੀ

ਮੈਂ ਨੈੱਟਵਰਕ ਮਾਰਕੀਟਿੰਗ ਬਿਜ਼ਨਿਸ ਇੱਕ ਦੋਸਤ 'ਤੇ ਅਹਿਸਾਨ ਕਰਨ ਲਈ ਸ਼ੁਰੂ ਕੀਤਾ ਸੀ। ਮੈਂ ਦੀਪਕ ਬਜਾਜ ਨੂੰ ਮਿਲਣ ਤੋਂ ਪਹਿਲਾਂ ਕਦੇ ਨਹੀਂ ਸੋਚਿਆ ਸੀ ਕਿ ਮੈਂ ਲੋਕਾਂ ਨੂੰ ਇੰਨਾ ਉੱਪਰ ਚੁੱਕ ਕੇ ਇੰਨਾ ਵੱਡਾ ਬਣਾ ਸਕਦਾ ਹਾਂ। ਤੁਸੀਂ ਇੱਕ ਬੁੱਧੀਮਾਨ ਅਤੇ ਦੂਰਅੰਦੇਸ਼ ਵਿਅਕਤੀ ਹੋ। ਉਨ੍ਹਾਂ ਦੀ ਅਗਵਾਈ ਵਿੱਚ ਅਸੀਂ ਅਸਮਾਨ ਤੱਕ ਪਹੁੰਚ ਜਾਵਾਂਗੇ। ਮੇਰੀ ਜ਼ਿੰਦਗੀ ਵਿੱਚ ਤੁਹਾਡੇ ਅਮੁੱਲ ਯੋਗਦਾਨ ਲਈ ਧੰਨਵਾਦ!

– ਚੰਚਲ ਵੱਤਸ, ਆਈ.ਸੀ.ਆਈ.ਸੀ.ਆਈ. ਬੈਂਕ, ਦਿੱਲੀ

ਸ੍ਰੀ ਦੀਪਕ ਬਜਾਜ ਸਾਡੇ ਦੇਸ਼ ਦੇ ਇੱਕ ਅਨਮੋਲ ਮੋਤੀ ਹਨ। ਮੈਂ ਆਪਣੀ ਜ਼ਿੰਦਗੀ ਵਿੱਚ ਉਨ੍ਹਾਂ ਨੂੰ ਇੱਕ ਸਭ ਤੋਂ ਵਧੀਆ ਲੀਡਰ ਵਜੋਂ ਪਾਇਆ ਹੈ ਜੋ ਆਪ ਤਾਂ ਅੱਗੇ ਵੱਧ ਹੀ ਰਹੇ ਹਨ ਅਤੇ ਨਾਲ ਹੀ ਹੋਰ ਲੋਕਾਂ ਨੂੰ ਵੀ ਅੱਗੇ ਵਧਾ ਰਹੇ ਹਨ। ਤੁਹਾਡਾ ਇੱਕ ਟ੍ਰੇਨਿੰਗ ਸੈਸ਼ਨ ਲੋਕਾਂ ਦੀ ਸੋਚ ਅਤੇ ਮਾਨਸਿਕਤਾ ਨੂੰ ਪੂਰੀ ਤਰ੍ਹਾਂ ਬਦਲ ਸਕਦਾ ਹੈ। ਤੁਸੀਂ ਇੱਕੋਂ ਹੀ ਪ੍ਰੋਗਰਾਮ ਅੰਦਰ ਹਸਾ ਸਕਦੇ ਹੋ, ਰੁਆ ਸਕਦੇ ਹੋ ਅਤੇ ਉਨ੍ਹਾਂ ਨੂੰ ਪੂਰੀ ਤਰ੍ਹਾਂ ਨਾਲ ਇੱਕ ਵੱਖਰੇ ਇਨਸਾਨ ਬਣਨ ਲਈ ਪ੍ਰੇਰਿਤ ਕਰ ਸਕਦੇ ਹੋ। ਮੇਰੇ ਵੱਲੋਂ ਉਨ੍ਹਾਂ ਦੇ ਅਗਲੇ ਮੈਗਾ ਪ੍ਰੋਜੈਕਟ ਲਈ ਦਿਲੀ ਸ਼ੁਭਕਾਮਨਾਵਾਂ!

– ਰਾਹੁਲ ਚੰਦਾ, ਫਾਰਮਾਸਿਊਟੀਕਲ ਸੇਲਜ਼ ਐਂਡ ਮਾਰਕੀਟਿੰਗ, ਫਰੀਦਾਬਾਦ

ਦੀਪਕ ਬਜਾਜ ਦੇ ਪ੍ਰੋਗਰਾਮ ਨੇ ਮੇਰੀ ਜ਼ਿੰਦਗੀ ਉੱਤੇ ਬਹੁਤ ਜ਼ਿਆਦਾ ਪ੍ਰਭਾਵ ਪਾਇਆ ਹੈ। ਉਹ ਇੱਕ ਦੂਰਦਰਸ਼ੀ, ਸੁਫ਼ਨੇ ਵੇਖਣ ਵਾਲੇ, ਇਮਾਨਦਾਰ ਅਤੇ ਲੋਕਾਂ ਦੀ ਸਹਾਇਤਾ ਲਈ ਤਿਆਰ ਰਹਿਣ ਵਾਲੇ ਵਿਅਕਤੀ ਹਨ। ਮੈਂ ਉਨ੍ਹਾਂ ਵੱਲੋਂ ਦਿੱਤੀਆਂ ਗਈਆਂ ਬਹੁਤ ਸਾਰੀਆਂ ਟ੍ਰੇਨਿੰਗਾਂ ਵਿੱਚ ਆਪ ਸ਼ਾਮਿਲ ਹੋਇਆ ਹਾਂ ਅਤੇ ਉਨ੍ਹਾਂ ਨੇ ਪੂਰੇ ਤਰੀਕਿਆਂ ਨਾਲ ਮੇਰੀ ਜ਼ਿੰਦਗੀ ਬਦਲ ਦਿੱਤੀ ਹੈ। ਦੀਪਕ ਬਜਾਜ ਲਈ ਮੇਰੇ ਦਿਲ ਵਿੱਚ ਵਿਸ਼ੇਸ਼ ਸਥਾਨ ਹੈ।

– ਇੰਦਰਜੀਤ ਕਟਾਰੀਆ, ਟੀਚਰ, ਦਿੱਲੀ ਸਰਕਾਰ

ਦੀਪਕ ਬਜਾਜ ਮੇਰੇ ਲਈ ਆਸ਼ਾਵਾਦੀ ਊਰਜਾ ਦੇ ਇੱਕ ਵਿਸ਼ਾਲ ਸਰੋਤ ਹਨ। ਉਨ੍ਹਾਂ ਦੀ ਟ੍ਰੇਨਿੰਗ ਵਿੱਚ ਸ਼ਾਮਿਲ ਹੋਣ ਤੋਂ ਬਾਅਦ ਮੈਂ ਆਪਣੇ ਸੁਫਨਿਆਂ 'ਤੇ ਭਰੋਸਾ ਕਰਨਾ ਸ਼ੁਰੂ ਕਰ ਦਿੱਤਾ। ਉਨ੍ਹਾਂ ਦੀ ਪ੍ਰਭਾਵਸ਼ਾਲੀ ਟ੍ਰੇਨਿੰਗ ਨੇ ਮੇਰੀ ਪੂਰੀ ਟੀਮ ਦੇ ਰਵੱਈਏ ਨੂੰ ਹੀ ਬਦਲ ਦਿੱਤਾ ਅਤੇ ਉਨ੍ਹਾਂ ਸਾਰਿਆਂ ਨੇ ਸਹੀ ਤਰੀਕੇ ਨਾਲ ਕੰਮ ਕਰਨਾ ਵੀ ਸ਼ੁਰੂ ਕਰ ਦਿੱਤਾ ਹੈ। ਉਨ੍ਹਾਂ ਨੇ ਲੱਖਾਂ ਲੋਕਾਂ ਦੀ ਜ਼ਿੰਦਗੀ ਨੂੰ ਬਦਲ ਦਿੱਤਾ ਹੈ ਅਤੇ ਉਹ ਹੁਣ ਵੀ ਪਹਿਲਾਂ ਵਾਂਗ ਹੀ ਸਹਿਜ, ਜ਼ਮੀਨ ਨਾਲ ਜੁੜੇ ਹੋਏ ਬਹੁਤ ਹੀ ਦੋਸਤਾਨਾ ਸੁਭਾਅ ਦੇ ਵਿਅਕਤੀ ਹਨ। ਆਪਣੀ ਜ਼ਿੰਦਗੀ ਵਿੱਚ ਉਨ੍ਹਾਂ ਨੂੰ ਪਾ ਕੇ ਮੈਂ ਆਪਣੇ-ਆਪ ਨੂੰ ਬਹੁਤ ਹੀ ਖ਼ੁਸ਼ਕਿਸਮਤ ਸਮਝਦਾ ਹਾਂ।

– ਅਮਿਤ ਅਰਸ਼, ਐਜੂਕੇਟਰ ਅਤੇ ਵਾਸਤੂ ਸਲਾਹਕਾਰ, ਬੋਕਾਰੋ (ਝਾਰਖੰਡ)

ਇਹ ਕਿਤਾਬ ਤੁਹਾਡੇ ਲਈ ਕੀ ਕਰ ਸਕਦੀ ਹੈ?

ਤੁਹਾਡੀ ਜ਼ਿੰਦਗੀ ਕਿਸਮਤ ਨਾਲ ਵਧੀਆ ਨਹੀਂ ਬਣਦੀ, ਇਹ ਤਬਦੀਲੀ ਨਾਲ ਵਧੀਆ ਹੋ ਜਾਂਦੀ ਹੈ।

– ਜਿਮ ਰੌਨ

ਪਿਆਰੇ ਪਾਠਕ ਜੀ,

ਆਪਣੇ ਜੀਵਨ ਅਤੇ ਬਿਜ਼ਨਿਸ ਨੂੰ ਬਦਲਣ ਲਈ ਇਸ ਕਿਤਾਬ ਦੀ ਚੋਣ ਕਰਨ ਲਈ ਵਧਾਈਆਂ! ਇਸ ਤੋਂ ਪਤਾ ਚੱਲਦਾ ਹੈ ਕਿ ਤੁਹਾਡੇ ਸੁਫ਼ਨੇ ਹਨ ਅਤੇ ਤੁਸੀਂ ਉਨ੍ਹਾਂ ਬਾਰੇ ਗੰਭੀਰ ਹੋ। ਇਹ ਕਿਤਾਬ ਸ਼ਕਤੀਸ਼ਾਲੀ ਅਤੇ ਸਮੇਂ ਦੀ ਕਸਵੱਟੀ 'ਤੇ ਖਰੇ ਉਤਰੇ ਗਿਆਨ ਨਾਲ ਭਰਪੂਰ ਹੈ ਜਿਸਨੇ ਇੰਨੇ ਸਾਲਾਂ ਤੋਂ ਹਜ਼ਾਰਾਂ ਲੋਕਾਂ ਦੀਆਂ ਜ਼ਿੰਦਗੀਆਂ ਨੂੰ ਹੀ ਬਦਲ ਦਿੱਤਾ ਹੈ। ਇਸ ਕਿਤਾਬ ਵਿੱਚ ਮੌਜੂਦ ਗਿਆਨ, ਸਾਧਨ, ਤਕਨੀਕ ਅਤੇ ਸਿਧਾਂਤ ਨਾਲ ਪਹਿਲਾਂ ਹੀ ਹਜ਼ਾਰਾਂ ਕਰੋੜਪਤੀ ਬਣ ਚੁੱਕੇ ਹਨ ਅਤੇ ਹੁਣ ਤੁਹਾਡੀ ਵਾਰੀ ਹੈ। ਭਾਵੇਂ ਤੁਸੀਂ ਇੱਕ ਪੇਸ਼ਾਵਰ, ਸਟੂਡੈਂਟ, ਕਰਮਚਾਰੀ, ਬਿਜ਼ਨਿਸ ਦੇ ਮਾਲਿਕ, ਸੇਵਾਮੁਕਤ ਵਿਅਕਤੀ ਜਾਂ ਕੋਈ ਵੀ ਹੋਵੋ, ਇਹ ਕਿਤਾਬ ਤੁਹਾਡੇ ਸੁਫਨਿਆਂ ਲਈ ਇੱਕ ਵਿਹਾਰਕ ਅਤੇ ਕਦਮ-ਦਰ-ਕਦਮ ਮਾਰਗਦਰਸ਼ਿਕਾ ਹੈ।

ਇਸ ਕਿਤਾਬ ਦੀ ਵਰਤੋਂ ਇੱਕ ਸ਼ਬਦਕੋਸ਼ ਜਾਂ ਨੈੱਟਵਰਕ ਮਾਰਕੀਟਿੰਗ ਦੇ ਵਿਸ਼ਵਕੋਸ਼ ਵਾਂਗ ਕਰੋ। ਇਸ ਨੂੰ ਇੱਕ ਵਾਰ ਪੂਰੀ ਤਰ੍ਹਾਂ ਨਾਲ ਪੜ੍ਹ ਲਓ ਅਤੇ ਹਰ ਵਾਰ ਜਦੋਂ ਵੀ ਤੁਹਾਨੂੰ ਕਿਸੇ ਚੀਜ਼ ਲਈ ਹੱਲ ਦੀ ਲੋੜ ਹੋਵੇ, ਉਦੋਂ ਫਿਰ ਤੋਂ ਪੜ੍ਹੋ। ਇੱਥੇ ਦਿੱਤੇ ਗਏ ਸਿਧਾਂਤ ਅਤੇ ਤਕਨੀਕਾਂ ਦੁਨੀਆ ਵਿੱਚ ਹਰ ਜਗ੍ਹਾ, ਹਰ ਉਤਪਾਦ, ਹਰ ਕੰਪਨੀ ਅਤੇ ਹਰ ਇਨਕਮ ਪਲਾਨ ਦੇ ਨਾਲ ਕੰਮ ਕਰਨਗੀਆਂ। ਇਸ ਲਈ ਤੁਸੀਂ ਜਿਸ ਵੀ ਕੰਪਨੀ ਨਾਲ ਕੰਮ ਕਰ ਰਹੇ ਹੋ, ਜੋ ਵੀ ਤੁਹਾਡਾ ਉਤਪਾਦ ਜਾਂ ਸੇਵਾ ਹੈ, ਜੋ ਵੀ ਤੁਹਾਡੀ ਟੀਮ ਹੈ, ਬਸ ਇੰਨਾਂ ਸਿਧਾਂਤਾਂ ਦੀ ਵਰਤੋਂ ਕਰ ਕੇ ਉੱਥੇ ਟਾੱਪ ਪਰਫ਼ੌਰਮਰ ਬਣੋ।

ਅਸਲ ਵਿੱਚ, ਸਫਲਤਾ ਦਾ ਕੋਈ ਰਾਜ ਨਹੀਂ ਹੈ ਪਰ ਸਫਲਤਾ ਲਈ ਇੱਕ ਪ੍ਰਣਾਲੀ ਹੈ। ਸਾਲਾਂ ਦੀ ਸਖ਼ਤ ਮਿਹਨਤ, ਪ੍ਰੇਰਨਾ ਅਤੇ ਵਚਨਬੱਧਤਾ ਦੇ ਬਾਵਜੂਦ ਕੁੱਝ ਵੀ ਕਰਨ ਨਾਲ ਤੁਹਾਨੂੰ ਨਤੀਜੇ ਨਹੀਂ ਮਿਲਣਗੇ। ਪਰ ਕੇਵਲ ਸਹੀ ਤਰੀਕਿਆਂ ਨਾਲ ਸਹੀ ਚੀਜ਼ਾਂ ਕਰਨ ਨਾਲ ਤੁਹਾਨੂੰ ਵੱਡੇ ਪੈਮਾਨੇ 'ਤੇ ਸਫਲਤਾ ਮਿਲੇਗੀ। ਇਹ ਕਿਤਾਬ ਤੁਹਾਨੂੰ ਰਿਕਾਰਡ ਸਮੇਂ ਅੰਦਰ ਤੁਹਾਡੇ ਬਿਜ਼ਨਿਸ ਵਿੱਚ ਭਾਰੀ ਸਫਲਤਾ ਲਈ ਸਹੀ ਅਤੇ ਸਾਬਤ ਪ੍ਰਣਾਲੀ ਸਿਖਾਏਗੀ।

ਮੈਂ ਇੱਕ ਤੱਥ ਨੂੰ ਜਾਣਦਾ ਹਾਂ ਕਿ ਸੁਫ਼ਨੇ ਦੇਖਣ ਵਾਲੇ ਲੱਖਾਂ ਲੋਕ ਹਨ, ਜੋ ਆਪਣੇ ਸੁਫਨਿਆਂ ਨੂੰ ਪ੍ਰਾਪਤ ਕਰਨ ਲਈ ਇੱਕ ਸਹੀ ਮੌਕੇ, ਸਹੀ ਸਿਖਲਾਈ ਅਤੇ ਸਹੀ ਮਾਰਗਦਰਸ਼ਨ ਦੀ ਤਲਾਸ਼ ਕਰ ਰਹੇ ਹਨ। ਮੈਂ ਵੀ ਉਨ੍ਹਾਂ ਵਿੱਚੋਂ ਇੱਕ ਸੀ: ਇੱਕ ਛੋਟੇ ਜਿਹੇ ਕਸਬੇ ਵਿੱਚ ਰਹਿਣ ਵਾਲਾ, ਇੱਕ ਮੱਧ ਵਰਗੀ ਪਰਿਵਾਰ ਦਾ ਆਮ

ਜਿਹਾ ਲੜਕਾ, ਜੋ ਇਸ ਜੀਵਨ ਵਿੱਚ ਵੱਡਾ ਬਣਨਾ ਚਾਹੁੰਦਾ ਸੀ। ਮੈਨੂੰ ਇਹ 3 ਚੀਜਾਂ ਮਿਲੀਆਂ - ਸਹੀ ਮੌਕਾ, ਸਹੀ ਸਿਖਲਾਈ ਅਤੇ ਸਹੀ ਕੋਚਿੰਗ। ਇਸ ਨਾਲ ਮੇਰੀ ਜਿੰਦਗੀ ਹਮੇਸ਼ਾ ਲਈ ਬਦਲ ਗਈ। ਮੈਂ ਇਸ ਨੂੰ ਆਪਣੇ ਜੀਵਨ ਅੰਦਰ ਪਰਮਾਤਮਾ ਦਾ ਤੋਹਫ਼ਾ ਮੰਨਦਾ ਹਾਂ।

ਹੁਣ ਸਮਾਂ ਆ ਗਿਆ ਹੈ ਕਿ ਸਮਾਜ ਨੂੰ ਕੁੱਝ ਮੋੜਾਂ। ਇਹ ਮੈਂ ਉਦੋਂ ਕਰ ਪਾਵਾਂਗਾ ਜਦੋਂ ਮੈਂ ਸਾਰੀ ਦੁਨੀਆ ਦੇ ਕਰੋੜਾਂ ਲੋਕਾਂ ਦੀ ਉਨ੍ਹਾਂ ਦੇ ਸੁਫਨਿਆਂ ਨੂੰ ਪੂਰਾ ਕਰਨ ਵਿੱਚ ਸਹਾਇਤਾ ਕਰਾਂਗਾ। ਮੈਂ ਚਾਹੁੰਦਾ ਹਾਂ ਕਿ ਮੈਂ ਦੁਨੀਆ ਨੂੰ ਉਹ ਸਾਰੀਆਂ ਚੀਜ਼ਾਂ ਦੱਸਾ ਜਿਨ੍ਹਾਂ ਕਰਕੇ ਮੈਨੂੰ ਅਸੀਮਤ ਖ਼ੁਸ਼ੀ ਅਤੇ ਵਿੱਤੀ ਭਰਪੂਰਤਾ ਮਿਲੀਆਂ ਹਨ। ਇਸ ਕਿਤਾਬ ਦੇ ਜਰੀਏ ਮੈਂ ਸਾਰੀ ਦੁਨੀਆ ਨੂੰ ਧੰਨਵਾਦ ਦੇਣਾ ਚਾਹੁੰਦਾ ਹਾਂ। ਇਸ ਕਿਤਾਬ ਨੂੰ ਲਿਖਣ ਦਾ ਮੇਰਾ ਇੱਕੋ ਹੀ ਮਕਸਦ ਹੈ - ਦੁਨੀਆ ਦੇ ਕਰੋੜਾਂ ਲੋਕਾਂ ਦੀ ਜਿੰਦਗੀ 'ਤੇ ਸਕਾਰਾਤਮਕ ਪ੍ਰਭਾਵ ਪਾਉਣਾ ਅਤੇ ਲੋਕਾਂ ਦੇ ਸੁਫਨਿਆਂ ਨੂੰ ਪੂਰਾ ਕਰਨ ਲਈ ਉਨ੍ਹਾਂ ਨੂੰ ਸਮਰੱਥ ਬਣਾਉਣਾ। ਮੈਂ ਆਪਣੀ ਜਿੰਦਗੀ ਅੰਦਰ ਹੁਣ ਤੱਕ ਜੋ ਕੁੱਝ ਵੀ ਸਿੱਖਿਆ ਹੈ, ਉਸ ਨੂੰ ਇਸ ਕਿਤਾਬ ਵਿੱਚ ਪੂਰਾ ਦਾ ਪੂਰਾ ਸ਼ਾਮਿਲ ਕਰਨ ਦੀ ਭਰਪੂਰ ਕੋਸ਼ਿਸ਼ ਕੀਤੀ ਹੈ।

ਇਸ ਕਿਤਾਬ ਨੂੰ ਲਿਖਣ ਦਾ ਉਦੇਸ਼ ਤੁਹਾਨੂੰ ਆਪਣੀ ਪ੍ਰਾਪਤੀਆਂ ਨਾਲ ਪ੍ਰਭਾਵਿਤ ਕਰਨਾ ਬਿਲਕੁਲ ਵੀ ਨਹੀਂ ਹੈ, ਮੈਂ ਸਿਰਫ਼ ਤੁਹਾਡੇ ਦਿਲਾਂ ਅੰਦਰ ਇੱਕ ਸੱਚਾਈ ਨੂੰ ਸਥਾਪਿਤ ਕਰਨਾ ਚਾਹੁੰਦਾ ਹਾਂ ਕਿ ਅਸੀਂ ਜਿੰਦਗੀ ਵਿੱਚ ਉਹ ਸਾਰਾ ਕੁੱਝ ਹਾਸਿਲ ਕਰ ਸਕਦੇ ਹਾਂ ਜਿਸ ਨੂੰ ਕਰਨ ਦਾ ਅਸੀਂ ਨਿਰਣਾ ਲੈਂਦੇ ਹਾਂ। ਤੁਸੀਂ ਜੋ ਕੁੱਝ ਵੀ ਕਰ ਰਹੇ ਹੋ, ਜਿਹੜੀ ਵੀ ਕੰਪਨੀ ਵਿੱਚ ਕੰਮ ਕਰ ਰਹੇ ਹੋ, ਅਤੇ ਤੁਹਾਡਾ ਕੋਈ ਵੀ ਪੇਸ਼ਾ ਹੋਵੇ, ਮੈਂ ਚਾਹੁੰਦਾ ਹਾਂ ਕਿ ਤੁਸੀਂ ਉੱਥੇ ਆਪਣਾ ਨਾਂ ਕਮਾਓ ਅਤੇ ਆਪਣੇ ਪਰਿਵਾਰ, ਸਮਾਜ, ਦੇਸ਼ ਅਤੇ ਸਾਰੀ ਦੁਨੀਆ ਲਈ ਪ੍ਰੇਰਨਾ ਦੇ ਸਰੋਤ ਬਣੋ।

ਸਾਡੇ ਸਾਰਿਆਂ ਅੰਦਰ, ਹਰ ਇੱਕ ਦੇ ਕੋਲ ਸੁਫ਼ਨੇ, ਯੋਗਤਾ ਅਤੇ ਇਹ ਸਮਰੱਥਾ ਹੁੰਦੀ ਹੈ ਕਿ ਜੋ ਕੁੱਝ ਵੀ ਅਸੀਂ ਚਾਹੁੰਦੇ ਹਾਂ ਉਸ ਨੂੰ ਪ੍ਰਾਪਤ ਕਰ ਲਈਏ। ਪਰ ਅਸੀਂ ਆਪਣੇ-ਆਪ ਨੂੰ ਕੈਦ ਵਿੱਚ ਰੱਖਿਆ ਹੋਇਆ ਹੈ ਅਤੇ ਆਪਣੇ ਹਾਲਾਤਾਂ ਨਾਲ ਸਮਝੌਤਾ ਕਰ ਲਿਆ ਹੈ। ਇਸ ਕਿਤਾਬ ਰਾਹੀਂ ਮੈਂ ਤੁਹਾਨੂੰ ਆਪਣੇ ਸੁਫਨਿਆਂ ਨਾਲ ਭਰੀ ਹੋਈ ਇੱਕ ਨਵੀਂ ਜਿੰਦਗੀ ਸ਼ੁਰੂ ਕਰਨ ਦਾ ਸੱਦਾ ਦਿੰਦਾ ਹਾਂ। ਇਸ ਲਈ, ਅੱਜ ਇੱਕ ਕਦਮ ਅੱਗੇ ਵਧਾਓ। ਮੈਂ ਤੁਹਾਡੇ ਨਾਲ ਹਾਂ। ਆਪਣੇ ਖੰਭਾਂ ਨੂੰ ਖਿਲਾਰੋ, ਨਵੇਂ ਹੁਨਰ ਸਿੱਖੋ, ਨਵੀਆਂ ਚੀਜ਼ਾਂ ਨੂੰ ਕਰਨ ਦੀਆਂ ਕੋਸ਼ਿਸ਼ਾਂ ਕਰੋ, ਨਵੇਂ ਲੋਕਾਂ ਨਾਲ ਮਿਲੋ, ਨਵੀਆਂ ਥਾਂਵਾਂ 'ਤੇ ਘੁੰਮੋ, ਨਵੇਂ ਇਵੈਂਟਸ ਵਿੱਚ ਸ਼ਾਮਿਲ ਹੋਵੋ, ਚੀਜਾਂ ਨੂੰ ਨਵੇਂ ਢੰਗਾਂ ਨਾਲ ਕਰਨ ਦੀਆਂ ਕੋਸ਼ਿਸ਼ਾਂ ਕਰੋ ਅਤੇ ਕਿਸ ਨੂੰ ਕੀ ਪਤਾ ਤੁਹਾਡੀ ਜਿੰਦਗੀ ਵਿੱਚ ਕਦੋਂ ਕੋਈ ਨਵਾਂ ਮੋੜ ਆ ਜਾਵੇ।

ਜੇ ਤੁਸੀਂ ਨੈੱਟਵਰਕ ਮਾਰਕੀਟਿੰਗ ਦੇ ਖੇਤਰ ਵਿੱਚ ਨਹੀਂ ਵੀ ਹੋ ਤਾਂ ਵੀ ਇਸ ਕਿਤਾਬ ਵਿੱਚ ਸਿਖਾਈਆਂ ਗਈਆਂ ਗੱਲਾਂ ਤੁਹਾਨੂੰ ਪ੍ਰੇਰਿਤ ਅਤੇ ਸਮਰੱਥ ਕਰਨਗੀਆਂ ਤਾਂ ਜੋ ਤੁਸੀਂ ਆਪਣੇ ਸੁਫਨਿਆਂ ਨੂੰ ਪੂਰਾ ਕਰ ਸਕੋ। ਜੇ ਤੁਸੀਂ ਪਹਿਲਾਂ ਤੋਂ ਹੀ ਦੁਨੀਆ ਵਿੱਚ ਕਿਤੇ ਵੀ, ਕਿਸੇ ਵੀ ਕੰਪਨੀ ਦੇ ਨਾਲ ਨੈੱਟਵਰਕ ਮਾਰਕੀਟਿੰਗ ਕਰ ਰਹੇ ਹੋ ਅਤੇ ਜੇ ਤੁਸੀਂ ਅਗਲੇ 3 ਤੋਂ 5 ਸਾਲਾਂ ਵਿੱਚ ਮਿਲੀਅਨੇਅਰ ਨਹੀਂ ਬਣਦੇ ਹੋ ਤਾਂ ਇਸ ਕੰਮ

ਨੂੰ ਕਰਨ ਦਾ ਕੋਈ ਲਾਭ ਨਹੀਂ। ਇਹ ਕਿਤਾਬ ਤੁਹਾਨੂੰ ਉਹ ਸਾਰਾ ਕੁੱਝ ਦੇਵੇਗੀ ਜਿਸ ਨਾਲ ਤੁਸੀਂ ਇੱਕ ਮਿਲੀਅਨੇਅਰ ਬਣ ਜਾਵੋਗੇ।

ਅਜਿਹੀ ਚੀਜ਼ ਪ੍ਰਾਪਤ ਕਰਨ ਲਈ ਜਿੰਦਗੀ ਭਰ ਇੰਤਜ਼ਾਰ ਕਿਉਂ ਕਰੀਏ, ਜਿਸ ਨੂੰ ਹੁਣੇ ਹੀ ਹਾਸਿਲ ਕੀਤਾ ਜਾ ਸਕਦਾ ਹੈ?

– ਦੀਪਕ ਬਜਾਜ

ਦੁਨੀਆ ਤੋਂ ਮੇਰਾ ਇਹ ਸਵਾਲ ਹੈ ਕਿ ਇੰਤਜ਼ਾਰ ਕਿਉਂ ਕਰਨਾ ਹੈ? ਤੁਹਾਨੂੰ ਇੱਕੋ ਹੀ ਜਿੰਦਗੀ ਮਿਲੀ ਹੈ। ਜੇ ਕਿਸੇ ਚੀਜ਼ ਨੇ 100 ਤੋਂ ਜ਼ਿਆਦਾ ਦੇਸ਼ਾਂ ਵਿੱਚ ਪਿਛਲੇ 70 ਸਾਲਾਂ ਅੰਦਰ ਕਰੋੜਾਂ ਲੋਕਾਂ ਦੇ ਸੁਫਨਿਆਂ ਨੂੰ ਪੂਰਾ ਕਰ ਦਿੱਤਾ ਹੈ, ਤਾਂ ਤੁਸੀਂ ਕਿਉਂ ਨਹੀਂ ਉਸਦਾ ਇਸਤੇਮਾਲ ਆਪਣੇ ਸੁਫਨਿਆਂ ਨੂੰ ਪੂਰਾ ਕਰਨ ਲਈ ਕਰਦੇ? ਕਿਸੇ ਚੀਜ਼ ਨੂੰ ਪ੍ਰਾਪਤ ਕਰਨ ਲਈ 20 ਤੋਂ 30 ਸਾਲਾਂ ਦਾ ਇੰਤਜ਼ਾਰ ਕਿਉਂ ਕਰਨਾ ਹੈ, ਜਦੋਂ ਉਹ ਇੰਨਾਂ 3 ਤੋਂ 5 ਸਾਲਾਂ ਅੰਦਰ ਹਾਸਿਲ ਕੀਤੀ ਜਾ ਸਕਦੀ ਹੈ। ਚੀਜ਼ਾਂ ਸਾਡੀ ਸੋਚ ਤੋਂ ਜ਼ਿਆਦਾ ਤੇਜ਼ੀ ਨਾਲ ਬਦਲ ਰਹੀਆਂ ਹਨ। ਨੌਕਰੀਆਂ ਅਤੇ ਬਿਜ਼ਨਿਸ ਦੀਆਂ ਪੁਰਾਣੀਆਂ ਧਾਰਨਾਵਾਂ ਹੁਣ ਬਦਲ ਰਹੀਆਂ ਹਨ। ਜੇ ਤੁਸੀਂ ਹੁਣ ਵੀ, ਇਸ ਲਈ ਕਦਮ ਨਹੀਂ ਚੁੱਕੋਗੇ, ਤਾਂ ਬਹੁਤ ਦੇਰ ਹੋ ਜਾਵੇਗੀ। ਇਸ ਨੂੰ ਅਜ਼ਮਾ ਕੇ ਤਾਂ ਦੇਖੋ। ਤੁਸੀਂ ਕਿਉਂ ਨਹੀਂ ਸ਼ੁਰੂਆਤ ਕਰਦੇ ਅਤੇ ਅੱਜ ਹੀ ਸ਼ੁਰੂਆਤ ਕਿਉਂ ਨਹੀਂ ਕਰਦੇ?

ਇਸ ਕਿਤਾਬ ਦਾ ਇੱਕ ਰਾਹ-ਦਸ਼ੇਰਾ ਵਜੋਂ ਇਸਤੇਮਾਲ ਕਰਕੇ ਇਸਦੇ ਅਨੁਸਾਰ ਕੰਮ ਕਰਨਾ ਸ਼ੁਰੂ ਕਰ ਦਿਓ। ਸਾਰਾ ਗਿਆਨ ਬੇਕਾਰ ਹੈ ਜੇ ਉਸਦਾ ਸਹੀ ਉਪਯੋਗ ਨਾਂ ਕੀਤਾ ਜਾਵੇ। ਸਾਡੇ ਬਿਜ਼ਨਿਸ ਅੰਦਰ ਸਹੀ ਸਿਖਲਾਈ ਜਾਂ ਟ੍ਰੇਨਿੰਗ ਵਿਅਕਤੀਆਂ ਲਈ ਆਕਸੀਜ਼ਨ ਵਾਂਗ ਹੈ। ਅੰਕੜੇ ਦੱਸਦੇ ਹਨ ਕਿ ਜ਼ਿਆਦਾਤਰ ਲੋਕਾਂ ਨੇ ਇਸ ਲਈ ਇਹ ਬਿਜ਼ਨਿਸ ਛੱਡ ਦਿੱਤਾ, ਕਿਉਂ ਕਿ ਉਨ੍ਹਾਂ ਨੂੰ ਸਹੀ ਟ੍ਰੇਨਿੰਗ ਨਹੀਂ ਮਿਲ ਪਾਈ। ਇਸ ਕਿਤਾਬ ਦੇ ਜਰੀਏ, ਤੁਹਾਡੀ ਅਤੇ ਤੁਹਾਡੀ ਟੀਮ ਲਈ ਦੁਨੀਆ ਦੀ ਸਭ ਤੋਂ ਵਧੀਆ ਟ੍ਰੇਨਿੰਗ ਹੁਣ ਤੁਹਾਡੇ ਹੱਥਾਂ ਵਿੱਚ ਮੌਜੂਦ ਹੈ।

ਇਹ ਕਿਤਾਬ ਤੁਹਾਡੀ ਦੋਸਤ ਅਤੇ ਪਾਰਟਨਰ ਹੈ। ਇਹ ਤੁਹਾਡੇ ਸੁਫਨਿਆਂ ਨੂੰ ਪੂਰਾ ਕਰਨ ਵਿੱਚ ਸਹਾਇਤਾ ਕਰੇਗੀ।

ਮੈਂ ਤੁਹਾਨੂੰ ਅਪਾਰ ਸਫਲਤਾ ਲਈ ਪਹਿਲਾਂ ਤੋਂ ਹੀ ਵਧਾਈ ਦਿੰਦਾ ਹਾਂ। ਮਲਟੀ ਮਿਲੀਅਨੇਅਰ ਬਣੋ ਅਤੇ ਆਪਣੀ ਟੀਮ ਵਿੱਚੋਂ ਹੋਰਾਂ ਨੂੰ ਮਿਲੀਅਨੇਅਰ ਬਣਾਓ।

ਤੁਹਾਡੀ ਕਾਮਯਾਬੀ ਦਾ ਭਾਈਵਾਲ,

ਦੀਪਕ ਬਜਾਜ

ਦੀਪਕ ਬਜਾਜ ਦੀ ਨੈੱਟਵਰਕ ਮਾਰਕੀਟਿੰਗ ਯਾਤਰਾ

ਕਰੀਬ ਇੱਕ ਹਜ਼ਾਰ ਲੋਕਾਂ ਦੇ ਇੱਕ ਛੋਟੇ ਜਿਹੇ ਪਿੰਡ ਵਿੱਚ ਪਲ-ਵੱਧ ਕੇ ਅੱਜ ਨੈੱਟਵਰਕ ਮਾਰਕੀਟਿੰਗ ਇੰਡਸਟਰੀ ਦੇ ਖੇਤਰ ਵਿੱਚ ਟਾਪ ਪਰਫ਼ੌਰਮਰ ਬਣਨਾ ਅਤੇ ਫਿਰ ਉਸੇ ਖੇਤਰ ਵਿੱਚ ਨੰਬਰ 1 ਮਾਹਿਰ ਬਣ ਕੇ ਉੱਭਰਣ ਵਾਲੇ ਦੀਪਕ ਨੇ ਸਫਲਤਾ ਲਈ ਇੱਕ ਲੰਬਾ ਸਫ਼ਰ ਤੈਅ ਕੀਤਾ ਹੈ। ਅੱਜ ਦੀਪਕ ਇਸ ਗੱਲ ਦੀ ਇੱਕ ਜਿਉਂਦੀ-ਜਾਗਦੀ ਮਿਸਾਲ ਹੈ ਕਿ ਜੇ ਬੁਲੰਦ ਇਰਾਦੇ, ਵਿਸ਼ਵਾਸ, ਨਿਸ਼ਚੇ ਅਤੇ ਬਿਨਾਂ ਕਿਸੇ ਸ਼ਰਤ ਦੇ ਸਖ਼ਤ ਮਿਹਨਤ ਕੀਤੀ ਜਾਵੇ, ਤਾਂ ਕੁੱਝ ਵੀ ਹਾਸਿਲ ਕੀਤਾ ਜਾ ਸਕਦਾ ਹੈ।

ਦੀਪਕ ਦੀ ਪਾਲਣ-ਪੋਸ਼ਣ ਭਾਰਤ ਦੇ ਹਰਿਆਣਾ ਰਾਜ ਦੇ ਇੱਕ ਛੋਟੇ ਜਿਹੇ ਪਿੰਡ ਜਾਟੂਸਾਨਾ ਅੰਦਰ ਸਰਕਾਰੀ ਕਰਮਚਾਰੀ ਦੇ ਘਰ ਵਿੱਚ ਹੋਇਆ। ਮਾਤਾ-ਪਿਤਾ ਦੀ ਨੌਕਰੀ ਕਾਰਨ ਉਨ੍ਹਾਂ ਦਾ ਪਰਿਵਾਰ ਵੱਖ-ਵੱਖ ਸਥਾਨਾਂ ਤੇ ਰਿਹਾ। ਦੀਪਕ ਨੇ ਸਰਕਾਰੀ ਸਕੂਲਾਂ ਤੋਂ ਸਿੱਖਿਆ ਪ੍ਰਾਪਤ ਕੀਤੀ ਅਤੇ ਬੀ.ਕੱਮ. ਗਵਰਮੈਂਟ ਨੈਸ਼ਨਲ ਕਾਲਜ, ਸਿਰਸਾ ਤੋਂ ਕੀਤੀ। ਉਹ ਕਿਸੇ ਪ੍ਰਮੁੱਖ ਸੰਸਥਾ ਤੋਂ ਐਮ.ਬੀ.ਏ (M.B.A.) ਕਰਨਾ ਚਾਹੁੰਦਾ ਸੀ, ਜਿਸਦਾ ਅਰਥ ਸੀ ਕਿ ਉਨ੍ਹਾਂ ਨੂੰ ਕੈਟ (C.A.T.) ਦੀ ਪ੍ਰੀਖਿਆ ਪਾਸ ਕਰਨੀ ਪੈਂਦੀ। ਜਿਸ ਵਿਅਕਤੀ ਨੇ ਹਮੇਸ਼ਾ ਹਿੰਦੀ ਮਾਧਿਅਮ ਨਾਲ ਪੜ੍ਹਾਈ ਕੀਤੀ ਹੋਵੇ, ਉਸ ਲਈ ਇਹ ਪ੍ਰੀਖਿਆ ਪਾਸ ਕਰਨਾ ਬੜਾ ਔਖਾ ਸੀ ਪਰ ਆਪਣੇ ਅਣਥੱਕ ਦ੍ਰਿੜ੍ਹ ਇਰਾਦੇ ਨਾਲ ਦੀਪਕ ਨੇ ਟੀ.ਏ. ਪਾਈ ਮੈਨੇਜਮੈਂਟ ਇੰਸਟੀਚਿਊਟ, ਮਨੀਫ਼ਾਲੋ-ਭਾਰਤ ਵਿੱਚ ਦਾਖ਼ਲਾ ਹਾਸਿਲ ਕਰ ਲਿਆ।

ਟੀ.ਏ. ਪਾਈ ਮੈਨੇਜਮੈਂਟ ਇੰਸਟੀਚਿਊਟ, ਮਨੀਫ਼ਾਲੋ ਭਾਰਤ ਵਿੱਚ ਚੋਟੀ ਦੇ 20 ਪ੍ਰਮੁੱਖ ਪ੍ਰਬੰਧਨ ਸੰਸਥਾਨਾਂ ਵਿੱਚੋਂ ਇੱਕ ਹੈ। ਆਪਣੀ ਫ਼ੀਸ ਲਈ ਐਜੂਕੇਸ਼ਨਲ ਲੋਨ ਲੈ ਕੇ ਮਾਂ ਦੇ ਅਸ਼ੀਰਵਾਦ ਅਤੇ ਸਹਿਯੋਗ ਨਾਲ ਆਪਣੀ ਸਾਈਕਲ ਤੇ ਦੀਪਕ ਨੇ ਸਾਲ 2003 ਵਿੱਚ ਐਮ.ਬੀ.ਏ. ਦੀ ਡਿਗਰੀ ਹਾਸਿਲ ਕੀਤੀ।

ਦੀਪਕ ਦਾ ਟੀ.ਵੀ.ਐਸ. ਮੋਟਰਜ਼ ਵਿੱਚ ਕੈਂਪਸ ਪਲੇਸਮੈਂਟ ਹੋਇਆ ਅਤੇ ਉਨ੍ਹਾਂ ਨੇ ਬਹੁਤ ਸਾਰੀਆਂ ਥਾਂਵਾਂ ਜਿਵੇਂ ਬਿਹਾਰ, ਝਾਰਖੰਡ, ਯੂ.ਪੀ. ਅਤੇ ਦਿੱਲੀ ਐਨ.ਸੀ.ਆਰ. ਅੰਦਰ ਵੱਖ-ਵੱਖ ਅਹੁਦਿਆਂ ਤੇ ਕੰਮ ਕੀਤਾ। ਆਪਣੀ ਅਸਧਾਰਨ ਕਾਰਗੁਜ਼ਾਰੀ ਦੇ ਕਾਰਨ ਉਨ੍ਹਾਂ ਨੂੰ ਸਿਰਫ਼ 25 ਸਾਲ ਦੀ ਉਮਰ ਵਿੱਚ ਹੀ ਚੰਡੀਗੜ੍ਹ, ਪੰਜਾਬ, ਹਿਮਾਚਲ ਪ੍ਰਦੇਸ਼ ਅਤੇ ਜੰਮੂ-ਕਸ਼ਮੀਰ ਇਲਾਕੇ ਦੇ ਖੇਤਰੀ ਮੈਨੇਜਰ ਦੇ ਅਹੁਦੇ 'ਤੇ ਤਰੱਕੀ ਮਿਲੀ। ਉਹ ਇਸ ਅਹੁਦੇ ਨੂੰ ਸੰਭਾਲਣ ਵਾਲੇ ਸਭ ਤੋਂ ਘੱਟ ਉਮਰ ਦੇ ਲੋਕਾਂ 'ਚੋਂ ਇੱਕ ਸਨ ਅਤੇ ਉਨ੍ਹਾਂ ਨੇ ਆਪਣੇ ਪਰਫ਼ੌਰਮੈਂਸ ਦੇ ਨਾਲ ਕਈ ਕੀਰਤੀਮਾਨ ਸਥਾਪਤ ਕੀਤੇ।

ਸਾਲ 2006 ਵਿੱਚ, ਉਨ੍ਹਾਂ ਨੂੰ ਕਿਸੇ ਅਜਨਬੀ ਵਿਅਕਤੀ ਨੇ ਨੈੱਟਵਰਕ ਮਾਰਕੀਟਿੰਗ ਬਿਜ਼ਨਿਸ ਵਿੱਚ ਆਉਣ ਲਈ ਸੱਦਾ ਦਿੱਤਾ, ਪਰ ਉਹ ਉਸ ਨਾਲ ਸੰਤੁਸ਼ਟ ਨਹੀਂ ਸਨ। ਲੇਕਿਨ 13 ਮਹੀਨਿਆਂ ਬਾਅਦ, ਇੱਕ ਨੈੱਟਵਰਕ ਮਾਰਕੀਟਿੰਗ ਇਵੈਂਟ ਵਿੱਚ ਸ਼ਾਮਿਲ ਹੋਣ ਤੋਂ ਬਾਅਦ ਉਨ੍ਹਾਂ ਨੇ ਆਪਣਾ ਨੈੱਟਵਰਕ ਮਾਰਕੀਟਿੰਗ ਬਿਜ਼ਨਿਸ ਸ਼ੁਰੂ ਕੀਤਾ। ਉਹ ਸਫਲ ਹੋਣ ਲਈ ਬੇਚੈਨ ਸਨ, ਪਰ ਉਨ੍ਹਾਂ ਨੂੰ ਆਪਣੀ ਨੌਕਰੀ ਤੋਂ ਸਮਾਂ ਨਹੀਂ ਸੀ ਮਿਲਦਾ।

ਉਨ੍ਹਾਂ ਨੇ ਆਪਣੇ ਅੱਪਲਾਈਨ ਨਾਲ ਸਲਾਹ ਕੀਤੀ ਅਤੇ 90 ਦਿਨਾਂ ਦੀ ਇੱਕ ਕਾਰਜ ਯੋਜਨਾ ਬਣਾਈ। 90 ਦਿਨਾਂ ਤੋਂ ਬਾਅਦ, ਉਹ ਸੰਪੂਰਨ ਉੱਤਰੀ ਭਾਰਤ ਵਿੱਚ ਆਪਣੀ ਕੰਪਨੀ ਦੇ ਰਿਕਾਰਡ ਹਾਸਿਲ ਕਰਨ ਵਾਲੇ ਲੀਡਰ ਬਣ ਗਏ ਅਤੇ ਫਿਰ ਉਨ੍ਹਾਂ ਨੇ ਆਪਣੀ ਨੌਕਰੀ ਤੋਂ ਅਸਤੀਫ਼ਾ ਦੇ ਦਿੱਤਾ।

ਦੀਪਕ ਇੱਕ ਟਾੱਪ ਪਰਫੌਰਮਰ ਸਨ, ਪਰ ਉਨ੍ਹਾਂ ਨੂੰ ਇਹ ਨਹੀਂ ਸੀ ਪਤਾ ਕਿਵੇਂ ਇਸ ਬਿਜ਼ਨਿਸ ਨੂੰ ਸਥਾਪਤ ਕੀਤਾ ਜਾਵੇ? ਉਹ ਇੱਕ ਅਚੀਵਰ ਸਨ, ਪਰ ਉਨ੍ਹਾਂ ਕੋਲ ਆਪਣੀ ਟੀਮ ਵਿੱਚ ਅਚੀਵਰ ਬਣਾਉਣ ਲਈ ਕੋਈ ਟ੍ਰੇਨਿੰਗ ਅਤੇ ਸਪੋਰਟ ਸਿਸਟਮ ਨਹੀਂ ਸੀ। ਇਸ ਲਈ, ਉਨ੍ਹਾਂ ਦਾ ਬਿਜ਼ਨਿਸ ਡੁੱਬ ਗਿਆ ਅਤੇ ਅਗਲੇ 9 ਮਹੀਨਿਆਂ ਤੱਕ ਉਨ੍ਹਾਂ ਦਾ ਪਰਿਵਾਰ ਬਹੁਤ ਬੁਰੇ ਵਿੱਤੀ ਸੰਕਟ ਤੋਂ ਗੁਜ਼ਰਿਆ। ਪਰ ਉਨ੍ਹਾਂ ਨੇ ਹਾਰ ਨਹੀਂ ਮੰਨੀ ਅਤੇ ਸਹੀ ਬੁਨੀਆਦ ਨਾਲ ਬਿਜ਼ਨਿਸ ਨੂੰ ਮੁੜ ਤੋਂ ਸਥਾਪਿਤ ਕੀਤਾ।

ਉਨ੍ਹਾਂ ਨੇ ਅਜਿਹੇ ਪ੍ਰੋਗਰਾਮ ਅਤੇ ਸਿਸਟਮ ਬਣਾਏ ਜੋ ਇੰਡਸਟਰੀ ਵਿੱਚ ਪਹਿਲਾਂ ਕਿਸੇ ਨੇ ਵੀ ਨਹੀਂ ਸਨ ਸੁਣੇ ਅਤੇ ਉਹ ਬਿਜ਼ਨਿਸ ਵਿੱਚ ਰਿਕਾਰਡ-ਦਰ-ਰਿਕਾਰਡ ਬਣਾਉਂਦੇ ਚੱਲੇ ਗਏ। ਸਾਰਿਆਂ ਨੂੰ ਛੇਤੀ ਅਤੇ ਅਸਾਨੀ ਨਾਲ ਸਫਲਤਾ ਮਿਲੇ ਇਸ ਲਈ ਉਨ੍ਹਾਂ ਨੇ ਭਾਰਤ ਦਾ ਸਭ ਤੋਂ ਬਿਹਤਰੀਨ ਨੈੱਟਵਰਕ ਮਾਰਕੀਟਿੰਗ ਸਕੂਲ-ਮਲਟੀਪਲਾਇਰਸ ਬਣਾਇਆ ਜੋ ਕਿ 11 ਸਾਲਾਂ ਤੋਂ ਵੀ ਜ਼ਿਆਦਾ ਸਮਾਂ ਹੋਣ ਦੇ ਬਾਵਜੂਦ ਵੱਡੀ ਗਿਣਤੀ ਵਿੱਚ ਅਚੀਵਰਸ ਦਾ ਨਿਰਮਾਣ ਕਰ ਰਿਹਾ ਹੈ।

ਅੱਜ, ਬਿਜ਼ਨਿਸ ਵਿੱਚ ਕਈ ਸ਼ਾਨਦਾਰ ਸਾਲਾਂ ਬਾਅਦ, ਦੀਪਕ ਬਜਾਜ ਇੱਕ ਬ੍ਰਾਂਡ ਬਣ ਗਏ ਹਨ ਅਤੇ ਉਨ੍ਹਾਂ ਨੂੰ ਨੈੱਟਵਰਕ ਮਾਰਕੀਟਿੰਗ ਇੰਡਸਟਰੀ ਦੀ ਇੱਕ ਲੀਜੈਂਡ ਹਸਤੀ ਮੰਨਿਆ ਜਾਂਦਾ ਹੈ। ਉਨ੍ਹਾਂ ਦੇ ਸਾਬਿਤ ਸਿਧਾਂਤਾਂ ਅਤੇ ਤਕਨੀਕਾਂ ਨਾਲ ਹਜ਼ਾਰਾਂ ਹੀ ਲੋਕ ਆਪਣੇ ਸੁਫਨਿਆਂ ਨੂੰ ਪੂਰਾ ਕਰ ਰਹੇ ਹਨ ਅਤੇ ਉਨ੍ਹਾਂ ਦਾ ਬਿਜ਼ਨਿਸ ਸਾਮਰਾਜ ਉਨ੍ਹਾਂ ਦੀ ਐਕਟਿਵ ਭਾਗੀਦਾਰੀ ਤੋਂ ਬਿਨਾਂ ਵੀ ਹਰ ਰੋਜ਼ ਵੱਧ ਰਿਹਾ ਹੈ।

ਉਨ੍ਹਾਂ ਨੇ ਇਸ ਬਿਜ਼ਨਿਸ 'ਚ ਕਰੋੜਾਂ ਰੁਪਏ ਕਮਾਏ ਹਨ ਅਤੇ ਉਹ ਇੱਕ ਸੁਪਰ ਲਗਜ਼ਰੀ ਲਾਇਫ਼-ਸਟਾਇਲ ਦਾ ਆਨੰਦ ਮਾਣ ਰਹੇ ਹਨ ਜਿਸ ਵਿੱਚ ਉਨ੍ਹਾਂ ਕੋਲ ਕਈ ਸ਼ਾਨਦਾਰ ਕਾਰਾਂ ਅਤੇ ਘਰ ਹਨ। ਉਹ 10 ਮੈਂਬਰਾਂ ਨਾਲ ਇੱਕ ਸੰਯੁਕਤ ਪਰਿਵਾਰ ਵਿੱਚ ਰਹਿੰਦੇ ਹਨ, ਜਿਸ ਵਿੱਚ ਉਨ੍ਹਾਂ ਦੀ ਪਤਨੀ ਡਾੱ. ਤਨੀਮਾ ਅਤੇ ਤਿੰਨ ਬੱਚੇ ਸਕਸ਼ਮ, ਨਿਰਭੈ ਅਤੇ ਬੇਟੀ ਪ੍ਰਸ਼ੰਸ਼ਾ ਹਨ। ਉਹ ਜ਼ਿੰਦਗੀ ਵਿੱਚ ਵਿੱਤੀ ਤੌਰ 'ਤੇ

ਆਜ਼ਾਦ ਹਨ। ਇਨ੍ਹਾਂ ਨੂੰ ਘੁੰਮਣਾ-ਫਿਰਣਾ, ਐਡਵੈਂਚਰ ਸਪੋਰਟ, ਮੈਰਾਥਨ ਅਤੇ ਪੜ੍ਹਨਾ ਪਸੰਦ ਹੈ। ਦੀਪਕ ਹੁਣ ਤੱਕ 25 ਦੇਸ਼ਾਂ ਵਿੱਚ ਆਪਣੇ ਪਰਿਵਾਰ ਨਾਲ ਛੁੱਟੀਆਂ ਬਤੀਤ ਕਰ ਚੁੱਕੇ ਹਨ।

ਅੱਜ ਦੀਪਕ ਬਜਾਜ ਨੈੱਟਵਰਕ ਮਾਰਕੀਟਿੰਗ ਦੇ ਖੇਤਰ ਵਿੱਚ ਭਾਰਤ ਦੇ ਨੰ:1 ਮਾਹਿਰ ਹਨ। ਉਹ ਪ੍ਰੇਰਕ ਬੁਲਾਰੇ, ਬ੍ਰੇਕਥਰੂ ਟ੍ਰੇਨਰ ਅਤੇ ਹਾਈ ਪਰਫ਼ੌਰਮੈਂਸ ਕੋਚ ਹਨ। ਉਹ ਜੀਵਨ ਵਿੱਚ ਅਨੂਠੇ ਬਦਲਾਅ ਲਿਆਉਣ ਵਾਲੇ ਲਾਈਵ ਟ੍ਰੇਨਿੰਗ ਪ੍ਰੋਗਰਾਮਾਂ ਲਈ ਪ੍ਰਸਿੱਧ ਹਨ ਜੋ ਹਮੇਸ਼ਾ ਭੀੜ-ਭਾੜ ਵਾਲੇ ਹੁੰਦੇ ਹਨ। ਉਹ ਇੱਕ ਸਿਖਰਲੇ ਸੋਸ਼ਲ ਮੀਡੀਆ ਪ੍ਰਭਾਵੱਕਾਰੀ ਹਨ, ਜਿਨ੍ਹਾਂ ਦੇ ਵੀਡੀਓਜ਼ ਨੂੰ ਹਰ ਮਹੀਨੇ 3 ਮਿਲੀਅਨ ਤੋਂ ਜ਼ਿਆਦਾ ਵਾਰੀ ਦੇਖਿਆ ਜਾਂਦਾ ਹੈ।

ਉਨ੍ਹਾਂ ਦਾ ਜ਼ਨੂੰਨ ਅਤੇ ਜੀਵਨ ਦਾ ਉਦੇਸ਼ ਲੋਕਾਂ ਨੂੰ ਆਪਣੀਆਂ ਕਿਤਾਬਾਂ, ਵੀਡੀਓਜ਼, ਭਾਸ਼ਣਾਂ ਅਤੇ ਟ੍ਰੇਨਿੰਗ ਪ੍ਰੋਗਰਾਮਾਂ ਰਾਹੀਂ ਆਪਣੇ ਸੁਫਨਿਆਂ ਨੂੰ ਪੂਰਾ ਕਰਨ ਲਈ ਪ੍ਰੇਰਿਤ ਕਰ ਕੇ ਸਮਰੱਥ ਬਣਾਉਣਾ ਹੈ ਜਿੰਨਾਂ ਤਕਨੀਕਾਂ ਅਤੇ ਸਿਧਾਂਤਾਂ ਨਾਲ ਉਨ੍ਹਾਂ ਨੂੰ ਮਹਾਨ ਸਫ਼ਲਤਾ ਪ੍ਰਾਪਤ ਹੋਈ।

ਦੀਪਕ ਦਾ ਕਹਿਣਾ ਹੈ ਕਿ ਉਨ੍ਹਾਂ ਦੀ ਸਭ ਤੋਂ ਵੱਡੀ ਆਮਦਨ ਉਹ ਨਹੀਂ ਹੈ ਜੋ ਉਨ੍ਹਾਂ ਦੇ ਬੈਂਕ ਖ਼ਾਤਿਆਂ ਵਿੱਚ ਪਈ ਹੋਈ ਹੈ, ਸਗੋਂ ਇਹ ਆਪਣੇ ਲੋਕਾਂ ਤੋਂ ਮਿਲਿਆ ਪਿਆਰ ਅਤੇ ਅਸ਼ੀਰਵਾਦ ਹੈ। ਉਹ ਹਮੇਸ਼ਾ ਕਹਿੰਦੇ ਹਨ, 'ਅਸਲ ਖ਼ੁਸ਼ੀ ਲੋਕਾਂ ਨੂੰ ਤੁਹਾਡੀ ਪ੍ਰੇਰਨਾ, ਕੋਚਿੰਗ ਅਤੇ ਟ੍ਰੇਨਿੰਗ ਨਾਲ ਆਪਣੇ ਸੁਫਨਿਆਂ ਨੂੰ ਪੂਰਾ ਕਰਦੇ ਦੇਖ ਕੇ ਮਿਲਦੀ ਹੈ।' ਦੀਪਕ ਨੇ ਲੋਕਾਂ ਲਈ ਸਫਲਤਾ ਨੂੰ ਅਸਾਨ ਅਤੇ ਤੇਜ਼ ਬਣਾਉਣ ਲਈ ਆਪਣਾ ਜੀਵਨ ਟੂਲਜ਼ ਅਤੇ ਤਕਨੀਕਾਂ ਦਾ ਵਿਕਾਸ ਕਰਨ ਲਈ ਸਮਰਪਿਤ ਕਰ ਦਿੱਤਾ ਹੈ।

ਦੀਪਕ ਅਤੇ ਉਨ੍ਹਾਂ ਦੇ ਕੰਮਾਂ ਬਾਰੇ ਹੋਰ ਜਾਣਕਾਰੀ www.deepakbajaj.biz ਤੋਂ ਪ੍ਰਾਪਤ ਕਰ ਸਕਦੇ ਹੋ।

ਵਿਸ਼ਾ ਸੂਚੀ

ਭਾਗ - I

ਨੈੱਟਵਰਕ ਮਾਰਕੀਟਿੰਗ ਦੀ ਦੁਨੀਆ

ਨੈੱਟਵਰਕ ਮਾਰਕੀਟਿੰਗ ਦੀ ਦੁਨੀਆ

ਮੈਂ ਉਹ ਸਾਰਾ ਕੁੱਝ ਕਰ ਸਕਦੀ ਹਾਂ ਜੋ ਤੁਸੀਂ ਨਹੀਂ ਕਰ ਸਕਦੇ, ਤੁਸੀਂ ਉਹ ਸਾਰਾ ਕੁੱਝ ਕਰ ਸਕਦੇ ਹੋ ਜੋ ਮੈਂ ਨਹੀਂ ਕਰ ਸਕਦੀ, ਅਸੀਂ ਦੋਵੇਂ ਮਿਲ ਕੇ ਮਹਾਨ ਚੀਜ਼ਾਂ ਕਰ ਸਕਦੇ ਹਾਂ।

– ਮਦਰ ਟੇਰੇਸਾ

11 ਸਾਲਾਂ ਤੋਂ ਨੈੱਟਵਰਕ ਮਾਰਕੀਟਿੰਗ ਦੀ ਆਪਣੀ ਇਸ ਦੁਨੀਆ ਵਿੱਚ ਰਹਿਣ ਤੋਂ ਬਾਅਦ, ਮੈਂ ਹਰ ਇੱਕ ਦਿਨ ਇਸ ਬਿਜ਼ਨਿਸ ਨੂੰ ਜੀਅ ਲਿਆ ਹੈ। ਮੈਂ ਹੁਣੇ ਇੱਕ ਕਰੋੜਪਤੀ ਬਣਨ ਦਾ ਇੱਕ ਹੋਰ ਪਵਿੱਤਰ, ਵਧੇਰੇ ਲੋਕਤੰਤਰੀ, ਆਰਥਿਕ ਅਤੇ ਸਮਾਜਿਕ ਤੌਰ 'ਤੇ ਟਿਕਾਊ ਤਰੀਕਾ ਲੱਭ ਲਿਆ ਹੈ। ਇਤਫ਼ਾਕਨ, ਇੰਡਸਟਰੀ ਤੋਂ ਬਾਹਰਲੇ ਲੋਕਾਂ ਦੀ ਇਸ ਬਾਰੇ ਕਈ ਤਰ੍ਹਾਂ ਦੀਆਂ ਧਾਰਨਾਵਾਂ ਹਨ, ਪਰ ਜੋ ਲੋਕ ਇਸ ਇੰਡਸਟਰੀ ਵਿੱਚ ਹਨ, ਉਹ ਇਸ ਬਿਜ਼ਨਿਸ ਨੂੰ ਦਿਲੋਂ ਅਤੇ ਸੱਚਾਈ ਨਾਲ ਪਿਆਰ ਕਰਦੇ ਹਨ। ਮੈਂ ਇਹ ਵੀ ਦੇਖਿਆ ਹੈ ਕਿ ਇਸ ਇੰਡਸਟਰੀ ਦੇ ਲੋਕ ਖ਼ੁੱਸ਼, ਸਕਾਰਾਤਮਕ, ਆਸ਼ਾਵਾਦੀ, ਵਿਕਾਸਮੁਖੀ, ਸਖ਼ਤ ਮਿਹਨਤ ਕਰਨ ਵਾਲੇ ਅਤੇ ਹੋਰਾਂ ਦੀ ਮਦਦ ਲਈ ਹਮੇਸ਼ਾ ਤਿਆਰ ਰਹਿਣ ਵਾਲੇ ਹਨ। ਇਸ ਬਿਜ਼ਨਿਸ ਦਾ ਸਭ ਤੋਂ ਸ਼ਾਨਦਾਰ ਗੁਣ ਇਸਦਾ ਬੁਨਿਆਦੀ ਸਿਧਾਂਤ ਹੈ ਕਿ ਤੁਸੀਂ ਆਪਣੇ ਸਾਥੀ ਸਹਿਕਰਮੀਆਂ ਦੀ ਮਦਦ ਕੀਤੇ ਬਿਨਾਂ ਵੱਡਾ ਨਹੀਂ ਬਣ ਸਕਦੇ। ਇੱਥੇ ਇਸ ਬਿਜ਼ਨਿਸ ਵਿੱਚ ਤੁਹਾਡਾ ਇੱਕੋ ਕੰਮ ਲੋਕਾਂ ਦੇ ਸੁਫਨਿਆਂ ਨੂੰ ਪੂਰਾ ਕਰਨ ਵਿੱਚ ਮਦਦ ਕਰਨਾ ਹੈ।

ਜਿੰਦਗੀ ਦਾ ਸਭ ਤੋਂ ਜ਼ਰੂਰੀ ਅਤੇ ਹਮੇਸ਼ਾ ਚੱਲਦੇ ਰਹਿਣ ਵਾਲਾ ਪ੍ਰਸ਼ਨ ਹੈ ਕਿ ਤੁਸੀਂ ਦੂਜਿਆਂ ਲਈ ਕੀ ਕਰ ਰਹੇ ਹੋ?

– ਮਾਰਟਿਨ ਲੂਥਰ ਕਿੰਗ ਜੂਨੀਅਰ

ਮੈਂ ਦੇਖਿਆ ਹੈ ਕਿ ਇਹ ਬਿਜ਼ਨਿਸ ਕਰਨਾ ਸੌਖਾ ਹੈ ਪਰ ਬਿਜ਼ਨਿਸ ਨੂੰ ਕਰਨ ਦਾ ਨਿਰਣਾ ਲੈਣਾ ਅਤੇ ਆਪਣੇ ਸੁਫਨਿਆਂ ਨੂੰ ਪੂਰਾ ਕਰਨ ਦੀ ਪ੍ਰਕਿਰਿਆ ਕਰਨ ਲਈ ਲਾਮਬੰਦ ਹੋਣਾ ਬਹੁਤ ਔਖਾ ਹੈ। ਕਿਤਾਬ ਦੇ ਇਸ ਭਾਗ ਵਿੱਚ ਅਸੀਂ ਨੈੱਟਵਰਕ ਮਾਰਕੀਟਿੰਗ ਇੰਡਸਟਰੀ ਦੇ ਸਕੋਪ, ਭਵਿੱਖ ਦੇ ਅੰਕੜੇ, ਇਸ ਤੋਂ ਮਿਲਣ ਵਾਲੇ ਫ਼ਾਇਦੇ ਅਤੇ ਬਿਜ਼ਨਿਸ ਦੇ ਆਲੇ-ਦੁਆਲੇ ਦੀਆਂ ਬਹੁਤ ਸਾਰੀਆਂ ਚੀਜ਼ਾਂ ਨੂੰ ਦੇਖਾਂਗੇ। ਆਓ, ਇਸ ਗੱਲ ਦੀ ਪੜਚੋਲ ਕਰੀਏ ਕਿ ਲੋਕ ਇਸ ਬਿਜ਼ਨਿਸ ਵਿੱਚ ਕਿਉਂ ਆਉਂਦੇ ਹਨ ਅਤੇ ਕਿਹੜੇ ਕੰਮ ਉਨ੍ਹਾਂ ਨੂੰ ਸਫਲ ਜਾਂ ਅਸਫਲ ਬਣਾਉਂਦੇ ਹਨ। ਇਸ ਬਿਜ਼ਨਿਸ ਨੂੰ ਬਣਾਉਣ ਦੇ ਵਿਗਿਆਨ ਵੱਲ ਜਾਣ ਤੋਂ ਪਹਿਲਾਂ, ਆਓ ਇਸ ਬਿਜ਼ਨਿਸ ਨੂੰ ਕਰਨ ਲਈ ਸਹੀ ਬੁਨਿਆਦ ਰੱਖੀਏ ਅਤੇ ਇਸ ਬਿਜ਼ਨਿਸ ਵਿੱਚ ਸਫਲਤਾ ਲਈ ਲੋੜੀਂਦੀ ਮਾਨਸਿਕਤਾ ਨੂੰ ਸਹੀ ਤਰੀਕੇ ਨਾਲ ਵਿਕਸਤ ਕਰੀਏ।

ਨੈੱਟਵਰਕ ਮਾਰਕੀਟਿੰਗ ਇੰਡਸਟਰੀ ਨੂੰ ਵੱਖ-ਵੱਖ ਏਜੰਸੀਆਂ ਅਤੇ ਲੋਕਾਂ ਦੁਆਰਾ ਸਿੱਧੀ ਵਿੱਕਰੀ, ਨਿੱਜੀ ਫ੍ਰੈਂਚਾਈਜ਼ਿੰਗ ਜਾਂ ਖਪਤਕਾਰ ਵੰਡ ਪ੍ਰਣਾਲੀ ਵੀ ਕਿਹਾ ਜਾਂਦਾ ਹੈ। ਦਰਅਸਲ ਇਸਦਾ ਅਰਥ ਹੈ ਖਪਤਕਾਰਾਂ ਦੇ ਇੱਕ ਨੈੱਟਵਰਕ ਦੁਆਰਾ ਉਤਪਾਦਾਂ ਜਾਂ ਸੇਵਾਵਾਂ ਦੀ ਵੰਡ। ਇੱਥੇ, ਉਪਭੋਗਤਾ ਉਤਪਾਦਾਂ ਦੀ ਵਰਤੋਂ ਕਰਦਾ ਹੈ ਅਤੇ ਇੱਕ

ਵਾਰ ਹੋ ਜਾਣ 'ਤੇ, ਦੂਜਿਆਂ ਨੂੰ ਉਤਪਾਦਾਂ ਦੀ ਸਿਫ਼ਾਰਸ਼ ਕਰਦਾ ਹੈ। ਕੁੱਝ ਇਸ ਨੂੰ ਗੰਭੀਰ ਬਿਜ਼ਨਿਸ ਵੱਜੋਂ ਲੈ ਕੇ ਡਿਸਟ੍ਰੀਬਿਊਟਰਾਂ ਵਾਂਗ ਕੰਮ ਕਰਨਾ ਸ਼ੁਰੂ ਕਰ ਦਿੰਦੇ ਹਨ, ਜਦੋਂ ਕਿ ਕੁੱਝ ਖਪਤਕਾਰਾਂ ਵਜੋਂ ਹੀ ਬਣੇ ਰਹਿੰਦੇ ਹਨ।

ਨੈੱਟਵਰਕ ਮਾਰਕੀਟਿੰਗ/ਡਾਇਰੈਕਟ ਸੈਲਿੰਗ-ਇਤਿਹਾਸ ਅਤੇ ਗਲੋਬਲ ਦ੍ਰਿਸ਼: ਨੈੱਟਵਰਕ ਮਾਰਕੀਟਿੰਗ/ਡਾਇਰੈਕਟ ਸੈਲਿੰਗ ਬਿਜ਼ਨਿਸ ਅਮਰੀਕਾ 'ਚ ਸੰਨ 1930 ਵਿੱਚ ਸ਼ੁਰੂ ਹੋਇਆ ਅਤੇ ਇਸਦੇ ਮੁੱਲ ਅਤੇ ਲਾਭਾਂ ਦੇ ਕਾਰਨ ਹੌਲੀ-ਹੌਲੀ ਸਾਰੀ ਦੁਨੀਆ ਵਿੱਚ ਫੈਲ ਗਿਆ। 05 ਦਸੰਬਰ, 2017 ਨੂੰ FICCI ਵੱਲੋਂ ਪੇਸ਼ ਕੀਤੀ ਗਈ ਰਿਪੋਰਟ 'ਭਾਰਤ ਵਿੱਚ ਬਿਜ਼ਨਿਸ ਕਰਨ ਦੀ ਸੌਖ' ਅਨੁਸਾਰ, ਗਲੋਬਲ ਡਾਇਰੈਕਟ ਸੈਲਿੰਗ ਇੰਡਸਟਰੀ ਨੇ 2016 ਵਿੱਚ USA ਨੇ $18,356 ਕਰੋੜ ਦੀ ਪਰਚੂਨ ਵਿੱਕਰੀ ਪੈਦਾ ਕੀਤੀ ਅਤੇ ਦੁਨੀਆ ਭਰ ਵਿੱਚ 10.7 ਕਰੋੜ ਡਾਇਰੈਕਟ ਵਿਕਰੇਤਾਵਾਂ ਨੂੰ ਪਾਰਟ ਟਾਈਮ ਰੋਜ਼ਗਾਰ ਪ੍ਰਦਾਨ ਕੀਤਾ। ਦੁਨੀਆ ਦੇ ਚੋਟੀ ਦੇ 10 ਪ੍ਰਮੁੱਖ ਦੇਸ਼ ਜਿੱਥੇ ਡਾਇਰੈਕਟ ਸੈਲਿੰਗ ਦਾ ਬਿਜ਼ਨਿਸ ਸਭ ਤੋਂ ਜ਼ਿਆਦਾ ਹੁੰਦਾ ਹੈ - ਅਮਰੀਕਾ, ਚੀਨ, ਜਾਪਾਨ, ਕੋਰੀਆ, ਬ੍ਰਾਜ਼ੀਲ, ਜਰਮਨੀ, ਮੈਕਸਿਕੋ, ਫ਼੍ਰਾਂਸ, ਮਲੇਸ਼ੀਆ ਅਤੇ ਯੂ.ਕੇ. ਹਨ। ਦੁਨੀਆ ਦੇ ਕੁਲ ਡਾਇਰੈਕਟ ਸੈਲਿੰਗ ਬਿਜ਼ਨਿਸ ਦਾ 78% ਇਨ੍ਹਾਂ ਦੇਸ਼ਾਂ ਵਿੱਚ ਹੋਇਆ ਹੈ ਅਤੇ ਕੁਲ ਬਿਜ਼ਨਿਸ ਦਾ 93% ਹਿੱਸਾ ਉਪਰਲੇ 23 ਵੱਡੇ ਦੇਸ਼ਾਂ ਤੋਂ ਆਉਂਦਾ ਹੈ।

ਨੈੱਟਵਰਕ ਮਾਰਕੀਟਿੰਗ/ਡਾਇਰੈਕਟ ਸੈਲਿੰਗ-ਭਾਰਤੀ ਦ੍ਰਿਸ਼: ਭਾਰਤ ਵਿੱਚ ਸੈਂਕੜੇ ਸਾਲਾਂ ਤੋਂ ਡਾਇਰੈਕਟ ਸੈਲਿੰਗ ਦਾ ਅਭਿਆਸ ਕੀਤਾ ਜਾ ਰਿਹਾ ਹੈ ਅਤੇ ਅੱਜ ਵੀ ਇਸੇ ਤਰ੍ਹਾਂ ਜਾਰੀ ਹੈ। ਸਾਡੀ ਜਾਣਕਾਰੀ ਅਨੁਸਾਰ ਡਾਇਰੈਕਟ ਸੈਲਿੰਗ/ਨੈੱਟਵਰਕ ਮਾਰਕੀਟਿੰਗ ਦਾ ਆਧੁਨਿਕ ਫਾਰਮੇਟ ਭਾਰਤ ਅੰਦਰ 1980 ਦੇ ਦਹਾਕੇ ਦੇ ਅੱਧ ਵਿੱਚ ਸ਼ੁਰੂ ਹੋਇਆ। ਕੁੱਝ ਪ੍ਰਮੁੱਖ ਅੰਤਰਰਾਸ਼ਟਰੀ ਪਲੇਅਰਾਂ ਨੇ 1990 ਦੇ ਦਹਾਕੇ ਵਿੱਚ ਭਾਰਤੀ ਬਾਜ਼ਾਰ ਅੰਦਰ ਪ੍ਰਵੇਸ਼ ਕੀਤਾ। ਇੰਡਸਟਰੀ ਹੌਲੀ-ਹੌਲੀ ਵੱਧਦੀ ਗਈ ਅਤੇ ਵੱਧ ਰਹੀ ਇੰਡਸਟਰੀ ਦਾ ਫ਼ਾਇਦੇ ਲੈਣ ਲਈ ਕਈ ਗ਼ੈਰ-ਕਾਨੂੰਨੀ ਪਿਰਾਮਿਡ ਸਕੀਮਾਂ ਵੀ ਮਸ਼ਰੂਮਾਂ ਵਾਂਗ ਵਧਦੀਆਂ ਗਈਆਂ ਜਿਸ ਕਰਕੇ ਇੰਡਸਟਰੀ ਦਾ ਨਾਂ ਬਦਨਾਮ ਹੋਇਆ।

ਪਿਛਲੇ ਕੁੱਝ ਸਾਲਾਂ ਦੌਰਾਨ ਬਹੁਤ ਸਾਰੀ ਇੰਡਸਟਰੀ ਬਾਡੀਜ਼ ਅਤੇ ਸਰਕਾਰੀ ਏਜੰਸੀਆਂ ਨੇ ਮਿਲ ਕੇ ਸਕਾਰਾਤਮਕ ਵਾਤਾਵਰਣ ਪੈਦਾ ਕਰਨ ਦੀ ਅਤੇ ਇੱਕ ਮਜ਼ਬੂਤ ਰੈਗੂਲੇਟਰੀ ਫ਼ਰੇਮਵਰਕ ਬਣਾਉਣ ਦੀ ਕੋਸ਼ਿਸ਼ ਕੀਤੀ ਤਾਂ ਜੋ ਭਾਰਤ ਅੰਦਰ ਇਸ ਇੰਡਸਟਰੀ ਨੂੰ ਅਪਾਰ ਵਾਧਾ ਮਿਲੇ। ਇਸ ਸੰਦਰਭ ਵਿੱਚ FICCI ਮਹੱਤਵਪੂਰਨ ਭੂਮਿਕਾ ਨਿਭਾ ਰਿਹਾ ਹੈ ਅਤੇ ਇਸ ਇੰਡਸਟਰੀ ਨਾਲ ਸੰਬੰਧਿਤ ਕਈ ਰਿਪੋਰਟਸ FICCI ਦੀ ਵੈੱਬਸਾਈਟ 'ਤੇ ਉਪਲਬਧ ਹਨ। ਸਰਕਾਰ ਨੇ ਸਾਲ 2016 ਵਿੱਚ ਡਾਇਰੈਕਟ ਸੈਲਿੰਗ ਨੂੰ ਲੈ ਕੇ ਦਿਸ਼ਾ-ਨਿਰਦੇਸ਼ ਜਾਰੀ ਕੀਤੇ ਅਤੇ ਉਸ ਨਾਲ ਇੰਡਸਟਰੀ ਨੂੰ ਕਾਫ਼ੀ ਫਾਇਦਾ ਹੋਇਆ ਹੈ। FICCI ਅਤੇ ਕੇਪੀਐਮਜੀ (KPMG) ਦੀ ਹਾਲ-ਫਿਰਹਾਲ ਦੀ ਰਿਪੋਰਟ ਤੋਂ ਪਤਾ ਚੱਲਦਾ ਹੈ ਕਿ ਡਾਇਰੈਕਟ ਸੈਲਿੰਗ ਹੋਰ ਪਰਚੂਨ ਵਿੱਕਰੀ ਸਾਲ 2025 ਤੱਕ ਕੋਈ 64,500 ਕਰੋੜ ਤੱਕ ਪੁੱਜ ਜਾਵੇਗੀ ਅਤੇ ਇਸ ਨਾਲ ਕੋਈ 1.8 ਕਰੋੜ ਭਾਰਤੀਆਂ ਨੂੰ ਸ੍ਵੈ-ਰੋਜ਼ਗਾਰ ਮਿਲੇਗਾ, ਜਿਸ ਵਿੱਚ 60% ਔਰਤਾਂ ਹੋਣਗੀਆ।

ਭਾਰਤ ਵਿੱਚ ਨੈੱਟਵਰਕ ਇੰਡਸਟਰੀ ਦਾ ਸੁਨਹਿਰੀ ਦੌਰ ਹੁਣੇ ਹੀ ਸ਼ੁਰੂ ਹੋਇਆ ਹੈ ਅਤੇ ਇਸ ਇੰਡਸਟਰੀ ਅੰਦਰ ਹਰ ਕਿਸੇ ਲਈ ਕਾਫ਼ੀ ਸਾਰੇ ਮੌਕੇ ਮੌਜੂਦ ਹਨ।

ਨੈੱਟਵਰਕ ਮਾਰਕੀਟਿੰਗ ਬਿਜ਼ਨਿਸ ਤੁਹਾਨੂੰ ਕੀ ਦੇ ਸਕਦਾ ਹੈ? ਲੋਕ ਕਈ ਕਾਰਨਾਂ ਕਰਕੇ ਨੈੱਟਵਰਕ ਮਾਰਕੀਟਿੰਗ ਬਿਜ਼ਨਿਸ ਵੱਲ ਆਉਂਦੇ ਹਨ। ਤੁਹਾਡਾ ਮੁੱਖ ਕਾਰਨ

ਕੁੱਝ ਵੀ ਹੋ ਸਕਦਾ ਹੈ, ਇੱਕ ਵਾਰ ਜਦੋਂ ਤੁਸੀਂ ਸਹੀ ਬੁਨੀਆਦ ਅਤੇ ਪ੍ਰਣਾਲੀ ਨਾਲ ਇਸ ਬਿਜ਼ਨਿਸ ਨੂੰ ਸਫਲਤਾਪੂਰਵਕ ਬਣਾ ਲੈਂਦੇ ਹੋ, ਤਾਂ ਤੁਸੀਂ ਇਹ ਸਾਰੇ ਫਾਇਦੇ ਇੱਕਠੇ ਪ੍ਰਾਪਤ ਕਰ ਸਕਦੇ ਹੋ।

- ✓ ਵਾਧੂ ਆਮਦਨ ਅਤੇ ਆਮਦਨ ਦਾ ਦੂਜਾ ਸਰੋਤ
- ✓ ਵਿੱਤੀ ਆਜ਼ਾਦੀ/ਅਮੀਰ ਹੋਣਾ
- ✓ ਪਰਿਵਾਰ ਦੀ ਆਉਣ ਵਾਲੀਆਂ ਪੀੜ੍ਹੀਆਂ ਲਈ ਸੁਰੱਖਿਆ
- ✓ ਆਪਣਾ ਬੌਸ ਆਪ ਹੋਣਾ (ਘੱਟ ਜੋਖ਼ਮ ਅਤੇ ਘੱਟ ਲਾਗਤ ਵਾਲਾ ਬਿਜ਼ਨਿਸ)
- ✓ ਆਪਣੇ ਸੁਫਨਿਆਂ ਦਾ ਮਕਾਨ ਜਾਂ ਬੰਗਲਾ ਬਣਾਉਣਾ
- ✓ ਆਲੀਸ਼ਾਨ ਅੰਤਰ ਰਾਸ਼ਟਰੀ ਛੁੱਟੀਆਂ
- ✓ ਪਬਲਿਕ ਸਪੀਕਿੰਗ ਅਤੇ ਸਟੇਜ਼ 'ਤੇ ਮੌਜੂਦਗੀ ਦੇ ਮੌਕੇ
- ✓ ਆਲੀਸ਼ਾਨ ਕਾਰਾਂ ਨੂੰ ਖਰੀਦਣਾ
- ✓ ਪ੍ਰਸਿੱਧੀ ਅਤੇ ਮਾਨਤਾ/ਸੈਲੀਬ੍ਰਿਟੀ ਹੋਣਾ
- ✓ ਆਪਣੇ ਪਸੰਦ ਦੀ ਜੀਵਨ ਸ਼ੈਲੀ
- ✓ ਤੁਹਾਡਾ ਆਪਣਾ ਨਿੱਜੀ ਵਿਕਾਸ ਅਤੇ ਵਿਅਕਤੀਤਵ ਵਿੱਚ ਨਿਖਾਰ
- ✓ ਇੱਕ ਚੰਗੇ ਸਮਾਜ ਅਤੇ ਦੇਸ਼ ਦੀ ਬਿਹਤਰੀ ਲਈ ਕੰਮ ਕਰਨਾ
- ✓ ਛੇਤੀ ਰਿਟਾਇਰਮੈਂਟ (ਸੇਵਾਮੁਕਤੀ)
- ✓ ਪਰਿਵਾਰ ਨਾਲ ਅਮੁੱਲ ਸਮਾਂ ਬਤੀਤ ਕਰਨਾ
- ✓ ਆਪਣੇ ਸ਼ੌਕ ਨੂੰ ਪੂਰਾ ਕਰਨ ਲਈ ਸੁਤੰਤਰਤਾ ਅਤੇ ਲਚੀਲਾਪਨ
- ✓ ਨਵੇਂ ਲੋਕਾਂ ਨੂੰ ਮਿਲਣਾ ਅਤੇ ਨਵੇਂ ਸਮਾਜਿਕ ਦਾਇਰੇ ਵਿਕਸਤ ਕਰਨਾ
- ✓ ਦੂਜਿਆਂ ਦੀ ਮਦਦ ਕਰਨਾ

ਨੈੱਟਵਰਕ ਮਾਰਕੀਟਿੰਗ ਇੰਡਸਟਰੀ ਦੀਆਂ ਵਿਲੱਖਣ ਵਿਸ਼ੇਸ਼ਤਾਵਾਂ: ਇਸ ਇੰਡਸਟਰੀ ਦੀਆਂ ਕੁੱਝ ਵਿਲੱਖਣ ਵਿਸ਼ੇਸ਼ਤਾਵਾਂ ਹਨ ਜੋ ਲੋਕਾਂ ਲਈ ਆਪਣਾ ਨੈੱਟਵਰਕ ਮਾਰਕੀਟਿੰਗ ਬਿਜ਼ਨਿਸ ਸ਼ੁਰੂ ਕਰਨਾ ਸੌਖਾ ਅਤੇ ਮੁਨਾਫ਼ੇ ਵਾਲਾ ਬਣਾਉਂਦੀਆਂ ਹਨ:

1. ਘੱਟ ਪ੍ਰਵੇਸ਼ ਲਾਗਤ (Low Entry Cost) - ਇਹ ਬਿਜ਼ਨਿਸ ਕੁੱਝ ਉਤਪਾਦਾਂ ਜਾਂ ਕੁੱਝ ਸੇਵਾਵਾਂ ਖਰੀਦ ਕੇ ਸ਼ੁਰੂ ਕੀਤਾ ਜਾ ਸਕਦਾ ਹੈ, ਜੋ ਅਸੀਂ ਆਮ ਤੌਰ 'ਤੇ ਕਿਸੇ ਹੋਰ ਤਰੀਕੇ ਨਾਲ ਖਰੀਦਦੇ ਹਾਂ। ਤੁਸੀਂ ਸਿਰਫ਼ ਇੱਕ ਗਾਹਕ ਬਣ ਕੇ ਇਸ ਬਿਜ਼ਨਿਸ ਨੂੰ ਸ਼ੁਰੂ ਕਰ ਸਕਦੇ ਹੋ।
2. ਜ਼ੀਰੋ ਨਿਕਾਸ ਲਾਗਤ (Zero Exit Cost) - ਤੁਸੀਂ ਇਸ ਬਿਜ਼ਨਿਸ ਨੂੰ ਨਾ ਕਰਨ ਦਾ ਫੈਸਲਾ ਲੈ ਕੇ ਇਸ ਨੂੰ ਛੱਡ ਸਕਦੇ ਹੋ ਕਿਉਂ ਕਿ ਤੁਸੀਂ ਕਦੇ ਵੀ ਇਸ ਬਿਜ਼ਨਿਸ ਨੂੰ ਕਰਨ ਲਈ ਸੈਟਅੱਪ ਨਹੀਂ ਕੀਤਾ ਸੀ ਅਤੇ ਤੁਸੀਂ ਪਹਿਲਾਂ ਹੀ ਇਸਦੇ ਉਤਪਾਦਾਂ ਜਾਂ ਸੇਵਾਵਾਂ ਦੀ ਵਰਤੋਂ ਕਰ ਚੁੱਕੇ ਹੋ, ਇਸ ਲਈ, ਅਮਲੀ ਤੌਰ 'ਤੇ ਜ਼ੀਰੋ ਐਗਜ਼ਿਟ ਲਾਗਤ ਹੈ।
3. ਬਿਜ਼ਨਿਸ ਸਥਾਪਿਤ ਕਰਨ ਦਾ ਜ਼ੀਰੋ ਖ਼ਰਚਾ (Zero Set Up Cost) - ਇਸ ਬਿਜ਼ਨਿਸ ਨੂੰ ਕਰਨ ਲਈ ਤੁਹਾਨੂੰ ਦਫ਼ਤਰ/ਕਰਮਚਾਰੀ/ਕੰਮਕਾਜੀ ਪੂੰਜੀ/ਸਟਾਕ ਜਾਂ ਕਿਸੇ ਹੋਰ ਨਿਸ਼ਚਿਤ ਲਾਗਤ ਦੀ ਲੋੜ ਨਹੀਂ ਹੁੰਦੀ ਹੈ।
4. ਪਰੰਪਰਾਗਤ ਬਿਜ਼ਨਿਸ ਵਾਲੀ ਕੋਈ ਪਰੇਸ਼ਾਨੀ ਨਹੀਂ- ਕ੍ਰੈਡਿਟ, ਭੁਗਤਾਨ

ਡਿਫਾੱਲਟ, ਅਕਾਉਂਟਿੰਗ, ਬੈਂਕ ਸੀਮਾਵਾਂ, ਇਮਾਰਤ ਦਾ ਕਿਰਾਇਆ, ਸਟਾਫ ਦੀ ਲਾਗਤ, ਮੈਨਪਾਵਰ ਦੇ ਮੁੱਦੇ, ਕਾਰਜਕਾਰੀ ਪੂੰਜੀ ਆਦਿ।

5. ਤੁਹਾਡੀ ਸਹੂਲੀਅਤ ਅਨੁਸਾਰ ਕੰਮ ਕਰਨ ਦੇ ਘੰਟੇ।
6. ਸਿਸਟਮ ਸਪੋਰਟ- ਤੁਹਾਨੂੰ ਇੱਕ ਅਜਿਹੇ ਸਿਖਲਾਈ ਅਤੇ ਵਿਕਾਸ ਪ੍ਰਣਾਲੀ ਤੋਂ ਮਦਦ ਮਿਲੇਗੀ ਜਿਸ ਨੇ ਪਹਿਲਾਂ ਹੀ ਹਜ਼ਾਰਾਂ ਲੋਕਾਂ ਨੂੰ ਅਚੀਵਰ ਬਣਾਇਆ ਹੈ।
7. ਘੱਟ ਨਿਵੇਸ਼ - ਤੁਹਾਨੂੰ ਇਸ ਬਿਜ਼ਨਿਸ ਨੂੰ ਸ਼ੁਰੂ ਕਰਨ ਲਈ ਥੋੜ੍ਹੀ ਜਿਹੀ ਖਰੀਦਦਾਰੀ ਕਰਨ ਦੀ ਹੀ ਲੋੜ ਹੈ।
8. ਅਜਿਹੇ ਸਾਥੀ ਮਿਲਣਗੇ ਜੋ ਤੁਹਾਡੀ ਸਫਲਤਾ ਲਈ ਤੁਹਾਨੂੰ ਪੂਰੀ ਮਦਦ ਕਰਨਗੇ।
9. ਸਾਰਾ ਪਰਿਵਾਰ ਮਿਲ ਕੇ ਇਸ ਬਿਜ਼ਨਿਸ ਨੂੰ ਕਰ ਸਕਦਾ ਹੈ।
10. ਇਸਦੇ ਲਈ ਮੌਜੂਦਾ ਪੇਸ਼ੇ ਜਾਂ ਨੌਕਰੀ ਨੂੰ ਛੱਡਣ ਦੀ ਕੋਈ ਲੋੜ ਨਹੀਂ ਹੈ।
11. ਨਿਸ਼ਕ੍ਰਿਅ ਆਮਦਨੀ (ਪੈਸਿਵ ਇਨਕਮ) ਬਣਾਉਣ ਦੀ ਸੰਭਾਵਨਾ - ਮੇਰੀ ਜਾਣਕਾਰੀ ਅਨੁਸਾਰ ਇੱਕ ਆਮ ਵਿਅਕਤੀ ਲਈ ਪੈਸਿਵ ਆਮਦਨੀ ਬਣਾਉਣ ਲਈ ਨੈੱਟਵਰਕ ਮਾਰਕੀਟਿੰਗ ਬਿਜ਼ਨਿਸ ਸਭ ਤੋਂ ਵਧੀਆ ਅਤੇ ਸੌਖਾ ਤਰੀਕਾ ਹੈ।
12. ਜੋ ਲੋਕ ਪਹਿਲਾਂ ਤੋਂ ਹੀ ਸਫਲ ਹਨ ਉਨ੍ਹਾਂ ਕੋਲੋਂ ਜਾਣਕਾਰੀ ਅਤੇ ਟ੍ਰੇਨਿੰਗ ਮਿਲਣਾ।
13. ਜੀਵਨ ਬਦਲਣ ਵਾਲੀ ਸਿੱਖਿਆ, ਜੋ ਤੁਹਾਨੂੰ ਬਿਲਕੁੱਲ ਵੱਖਰਾ ਹੀ ਵਿਅਕਤੀ ਬਣਾ ਸਕਦੀ ਹੈ।
14. ਸਾਰਿਆਂ ਲਈ ਬਰਾਬਰ ਮੌਕੇ-ਇੱਥੇ ਕੋਈ ਵੀ ਵਿਅਕਤੀ ਸਫਲ ਹੋ ਸਕਦਾ ਹੈ, ਭਾਵੇਂ ਉਹ ਕਿਸੇ ਵੀ ਉਮਰ, ਸਿੱਖਿਆ, ਲਿੰਗ, ਸਥਾਨ, ਵਿੱਤੀ ਪਿਛੋਕੜ ਜਾਂ ਕਿਸੇ ਵੀ ਧਰਮ ਨਾਲ ਸੰਬੰਧ ਰੱਖਦਾ ਹੋਵੇ।
15. ਕਿਸੇ ਹੋਰ ਬਿਜ਼ਨਿਸ ਵਾਂਗ ਇਸ ਵਿੱਚ ਵੀ ਟੈਕਸ ਫਾਇਦੇ ਹੁੰਦੇ ਹਨ।

ਲੋਕ ਅਸਫਲ ਕਿਉਂ ਹੋ ਜਾਂਦੇ ਹਨ?

ਜਦੋਂ ਇਹ ਬਿਜ਼ਨਿਸ ਇੰਨਾ ਵਧੀਆ ਹੈ ਅਤੇ ਇੱਥੇ ਬਹੁਤ ਜ਼ਿਆਦਾ ਸਹਿਯੋਗ ਉਪਲਬਧ ਹੈ, ਤਾਂ ਲੋਕ ਇਸ ਬਿਜ਼ਨਿਸ ਵਿੱਚ ਅਸਫਲ ਕਿਉਂ ਹੋ ਜਾਂਦੇ ਹਨ? ਇਸ ਸਵਾਲ ਦਾ ਜਵਾਬ ਦੇਣ ਤੋਂ ਪਹਿਲਾਂ, ਆਓ ਕੁੱਝ ਬੁਨਿਆਦੀ ਗੱਲਾਂ ਕਰੀਏ-“ਕਿਸੇ ਬਿਜ਼ਨਿਸ ਵਿੱਚ ਅਸਫਲਤਾ ਤੋਂ ਤੁਹਾਡਾ ਕੀ ਮਤਲਬ ਹੈ?” ਹਾਲਾਂਕਿ ਸਫਲਤਾ ਅਤੇ ਅਸਫਲਤਾ ਨੂੰ ਪਰਿਭਾਸ਼ਤ ਕਰਨ ਲਈ ਹਰ ਕਿਸੇ ਦੇ ਆਪਣੇ ਮਾਪਦੰਡ ਹੁੰਦੇ ਹਨ, ਮੋਟੇ ਤੌਰ ਤੇ ਅਸਫਲ ਉਹ ਵਿਅਕਤੀ ਹੁੰਦਾ ਹੈ ਜਿਸ ਨੇ ਕੁੱਝ ਸਾਲਾਂ ਲਈ ਬਿਜ਼ਨਿਸ ਵਿੱਚ ਆਪਣਾ ਸਭ ਤੋਂ ਵਧੀਆ ਦਿੱਤਾ ਹੋਵੇ ਅਤੇ ਜੋ ਕੁੱਝ ਵੀ ਇਸ ਬਾਰੇ ਚੰਗਾ ਹੋ ਸਕੇ ਉਹ ਸਭ ਕੁੱਝ ਕਰ ਰਿਹਾ ਹੋਵੇ ਪਰ ਫਿਰ ਵੀ ਉਸ ਨੂੰ ਬਿਜ਼ਨਿਸ ਵਿੱਚੋਂ ਲਾਭ ਨਹੀਂ ਹੋ ਰਿਹਾ।

ਆਮ ਤੌਰ ’ਤੇ, ਹਰ ਬਿਜ਼ਨਿਸ ਨੂੰ ਲਾਭਦਾਈ ਹੋਣ ਲਈ ਕੁੱਝ ਸਾਲ ਲੱਗ ਜਾਂਦੇ ਹਨ ਅਤੇ ਇੱਥੋਂ ਤੱਕ ਕਿ ਇੱਕੋ ਹੀ ਇੰਡਸਟਰੀ ਵਿੱਚ, ਹਰ ਇੱਕ ਬਿਜ਼ਨਿਸ ਕਰਨ ਵਾਲੇ ਨੂੰ ਲਾਭ ਕਮਾਉਣ ਲਈ ਵੱਖ-ਵੱਖ ਸਮਾਂ ਲੱਗਦਾ ਹੈ। ਲੋਕ ਕਿਸੇ ਵੀ ਹੋਰ ਬਿਜ਼ਨਿਸ ਵਿੱਚ ਲਾਭ ਅਰਜਿਤ ਕਰਨ ਲਈ ਕੁੱਝ ਸਾਲਾਂ ਦੇ ਇੰਤਜ਼ਾਰ ਨੂੰ ਸਹੀਂ ਮੰਨਦੇ ਹਨ, ਪਰ ਜਦੋਂ ਨੈੱਟਵਰਕ ਮਾਰਕੀਟਿੰਗ ਦੀ ਗੱਲ ਆਉਂਦੀ ਹੈ, ਤਾਂ ਉਹੀ ਲੋਕ ਅਚਾਨਕ ਕੁੱਝ ਦਿਨਾਂ ਅੰਦਰ ਜਾਂ ਸ਼ੁਰੂ ਕਰਨ ਦੇ ਕੁੱਝ ਹੀ ਘੰਟਿਆਂ ਅੰਦਰ ਲਾਭ ਦੀ ਆਸ ਕਰਨ ਲੱਗਦੇ ਹਨ।

ਤੁਸੀਂ ਅਜਿਹੇ ਕਈ ਲੋਕਾਂ ਨੂੰ ਮਿਲੋਗੇ ਜੋ ਇਹ ਕਹਿੰਦੇ ਹਨ, “ਮੈਂ ਵੀ ਇਸ ਬਿਜ਼ਨਿਸ ਨੂੰ ਕਰਨ ਦਾ ਯਤਨ ਕੀਤਾ ਪਰ ਇਹ ਮੇਰੇ ਕੋਲੋਂ ਨਹੀਂ ਚੱਲਿਆ, ਅਜਿਹੇ

ਬਿਜ਼ਨਿਸ ਚੱਲਦੇ ਨਹੀਂ ਹਨ, ਮੈਨੂੰ ਪਤਾ ਸੀ, ਮੇਰੇ ਇੱਕ ਮਮੇਰੇ/ਚਚੇਰੇ ਭਰਾਂ ਨੇ ਵੀ ਇਹ ਯਤਨ ਕੀਤਾ ਸੀ ਪਰ ਉਸ ਨੂੰ ਆਪਣਾ ਸਾਰਾ ਕੁੱਝ ਖੋਣਾ ਪਿਆ, ਆਦਿ।" ਇੰਨਾ ਸਾਰੇ ਲੋਕਾਂ ਲਈ ਇੰਨ੍ਹਾਂ ਗੱਲਾਂ ਦਾ ਆਮ ਕਰਕੇ ਇਨ੍ਹਾਂ ਵਿੱਚੋਂ ਕੋਈ ਇੱਕ ਮਤਲਬ ਹੈ:- 1. ਕਿਸੇ ਨੇ ਉਨ੍ਹਾਂ ਕੁੱਝ ਉਤਪਾਦ ਭੇਂਟ ਕਰ ਦਿੱਤੇ, 2. ਉਨ੍ਹਾਂ ਨੇ ਕੁੱਝ ਉਤਪਾਦ ਖਰੀਦੇ, 3. ਉਹ ਇੱਕ ਜਾਂ ਦੋ ਮੀਟਿੰਗਾਂ ਵਿੱਚ ਗਏ, 4. ਅਧੂਰੇ ਮਨ ਨਾਲ ਆਪਣੇ ਅੱਪਲਾਈਨ ਨਾਲ ਦੋ-ਤਿੰਨ ਮੀਟਿੰਗਾਂ ਹੀ ਕੀਤੀਆਂ, 5. ਉਨ੍ਹਾਂ ਨੇ ਕੁੱਝ ਲੋਕਾਂ ਨਾਲ ਫ਼ੋਨ 'ਤੇ ਬਿਜ਼ਨਿਸ ਨੂੰ ਟੈਸਟ ਕੀਤਾ। ਇਨ੍ਹਾਂ ਵਿੱਚੋਂ ਜ਼ਿਆਦਾਤਰ ਲੋਕਾਂ ਨੇ ਇਸ ਮੁਕਾਮ 'ਤੇ ਬਿਜ਼ਨਿਸ ਛੱਡ ਕੇ ਇਹ ਗ਼ਲਤ ਧਾਰਨਾ ਬਣਾ ਲਈ ਕਿ ਇਹ ਬਿਜ਼ਨਿਸ ਨਹੀਂ ਚੱਲਦਾ।

ਮੈਂ ਆਪਣੇ ਅਨੁਭਵਾਂ ਨਾਲ ਇਹ ਕਹਿ ਸਕਦਾ ਹਾਂ ਕਿ ਜੋ ਲੋਕ ਇਹ ਬੋਲਦੇ ਹਨ ਕਿ ਉਨ੍ਹਾਂ ਨੇ ਇਸ ਬਿਜ਼ਨਿਸ ਨੂੰ ਚਲਾਉਣ ਦਾ ਯਤਨ ਕੀਤਾ, ਪਰ ਅਸਫਲ ਹੋ ਗਏ ਉਨ੍ਹਾਂ ਨੇ ਇਸ ਬਿਜ਼ਨਿਸ ਨੂੰ ਕਦੇ ਵੀ ਆਪਣੇ 6 ਤੋਂ 10 ਘੰਟਿਆ ਦਾ ਸਮਾਂ ਨਹੀਂ ਦਿੱਤਾ। ਉਨ੍ਹਾਂ ਵਿੱਚੋਂ ਜ਼ਿਆਦਾਤਰ ਲੋਕ 2 ਤੋਂ 3 ਪ੍ਰੋਗਰਾਮਾਂ ਵਿੱਚ ਵੀ ਸ਼ਾਮਿਲ ਨਹੀਂ ਹੋਏ ਹੋਣਗੇ। ਤੁਹਾਨੂੰ ਕਿਸੇ ਚੀਜ਼ ਨੂੰ ਅਮਲ ਵਿੱਚ ਲਿਆਉਣ ਲਈ ਉਸ 'ਤੇ ਪਹਿਲਾਂ ਕੰਮ ਕਰਨਾ ਹੁੰਦਾ ਹੈ। ਉਤਪਾਦ ਖ਼ਰੀਦਣਾ ਕੋਈ ਬਿਜ਼ਨਿਸ ਨਹੀਂ ਹੈ ਜਾਂ ਕੁੱਝ ਲੋਕਾਂ ਨਾਲ ਗੱਲ ਕਰ ਬਿਜ਼ਨਿਸ ਨੂੰ ਟੈਸਟ ਕਰਨਾ ਬਿਜ਼ਨਿਸ ਦਾ ਨਿਰਮਾਣ ਕਰਨਾ ਨਹੀਂ ਹੁੰਦਾ। ਮੈਂ ਤੁਹਾਨੂੰ ਵਿਸ਼ਵਾਸ ਦਿਵਾਉਂਦਾ ਹਾਂ ਕਿ ਜੋ ਕੋਈ ਕੁੱਝ ਮਹੀਨਿਆਂ ਤੋਂ ਲੈ ਕੇ ਕੁੱਝ ਸਾਲਾਂ ਤੱਕ ਨੈੱਟਵਰਕ ਮਾਰਕੀਟਿੰਗ ਬਿਜ਼ਨਿਸ ਦੇ ਸਿਧਾਂਤਾਂ 'ਤੇ ਕੰਮ ਕਰਨ ਦੇ ਤਰੀਕਿਆਂ ਦੀ ਪਾਲਣਾ ਕਰਨ ਲਈ ਤਿਆਰ ਹੈ ਤਾਂ ਇਹ ਬਿਜ਼ਨਿਸ ਸਭ ਤੋਂ ਜ਼ਿਆਦਾ ਅਨੁਪਾਤ ਵਿੱਚ ਸਫਲਤਾ ਦਿੰਦਾ ਹੈ।

ਆਮ ਤੌਰ ਤੇ, ਲੋਕ ਖੁਦ ਨੂੰ ਜਾਂ ਬਿਜ਼ਨਿਸ ਨੂੰ ਕੁੱਝ ਸਧਾਰਨ ਜਿਹੇ ਕਾਰਨਾਂ ਕਰਕੇ ਅਸਫਲ ਕਹਿ ਦਿੰਦੇ ਹਨ:

1. ਗ਼ੈਰ-ਯਥਾਰਥਵਾਦੀ ਉਮੀਦਾਂ:

ਕੁੱਝ ਲੋਕ ਇਹ ਬਿਜ਼ਨਿਸ ਅਵਾਸਤਵਿਕ ਉਮੀਦਾਂ ਨਾਲ ਸ਼ੁਰੂ ਕਰਦੇ ਹਨ ਅਤੇ ਜਦੋਂ ਇਹ ਪੂਰੀ ਨਹੀਂ ਹੋ ਪਾਉਂਦੀਆਂ ਤਾਂ ਬਿਜ਼ਨਿਸ 'ਤੇ ਦੋਸ਼ ਲਾ ਕੇ ਉਸ ਨੂੰ ਛੱਡ ਦਿੰਦੇ ਹਨ। ਕੁੱਝ ਲੋਕ ਸੋਚਦੇ ਹਨ ਕਿ ਇਹ ਇੱਕ ਲਾਟਰੀ ਹੈ। ਜਿਸ ਤਰ੍ਹਾਂ ਅਸੀਂ ਲਾਟਰੀ ਦਾ ਟਿਕਟ ਖਰੀਦਦੇ ਹਾਂ ਅਤੇ ਆਪਣੇ ਨਸੀਬ ਦੀ ਘੰਟੀ ਦੇ ਵੱਜਣ ਦਾ ਇੰਤਜ਼ਾਰ ਕਰਦੇ ਹਾਂ, ਉਸੇ ਤਰ੍ਹਾਂ ਇਹ ਲੋਕ ਕੁੱਝ ਉਤਪਾਦ ਖਰੀਦਦੇ ਹਨ ਅਤੇ ਫਿਰ ਅਮੀਰ ਹੋਣ ਦਾ ਇੰਤਜ਼ਾਰ ਕਰਦੇ ਹਨ। ਕੁੱਝ ਹੋਰ ਲੋਕ ਦੋ-ਤਿੰਨ ਲੋਕਾਂ ਨੂੰ ਲੈ ਕੇ ਵੀ ਆਉਂਦੇ ਹਨ ਅਤੇ ਫਿਰ ਇਹ ਸੋਚ ਕੇ ਕੰਮ ਕਰਨਾ ਬੰਦ ਕਰ ਦਿੰਦੇ ਹਨ ਕਿ ਹੁਣ ਉਨ੍ਹਾਂ ਦਾ ਕੰਮ ਪੂਰਾ ਹੋ ਗਿਆ ਅਤੇ ਹੁਣ ਇਹ ਲੋਕ ਅੱਗੇ ਕੰਮ ਕਰਨਗੇ। ਅਜਿਹਾ ਬਿਲਕੁਲ ਨਹੀਂ ਚੱਲਦਾ। ਕੁੱਝ ਹੋਰ ਲੋਕ ਸੋਚਦੇ ਹਨ ਕਿ ਉਨ੍ਹਾਂ ਦੇ ਅੱਪਲਾਈਨ ਜਾਂ ਉਨ੍ਹਾਂ ਦਾ ਸਿਸਟਮ ਹੁਣ ਉਨ੍ਹਾਂ ਲਈ ਸਾਰਾ ਕੁੱਝ ਕਰੇਗਾ ਕਿਉਂ ਕਿ ਉਨ੍ਹਾਂ ਨੇ ਤਾਂ ਕੁੱਝ ਉਤਪਾਦ ਖਰੀਦ ਕੇ ਪਹਿਲਾਂ ਹੀ ਉਨ੍ਹਾਂ 'ਤੇ ਬਹੁਤ ਵੱਡਾ ਉਪਕਾਰ ਕੀਤਾ ਹੈ।

ਕੁੱਝ ਲੋਕ ਚਾਹੁੰਦੇ ਹਨ ਕਿ ਦੁਨੀਆ ਉਨ੍ਹਾਂ ਦੇ ਦਰਵਾਜ਼ੇ 'ਤੇ ਆ ਕੇ ਕੁੰਡਾ ਖੜਕਾਏ, ਉਹ ਵੀ ਉਦੋਂ ਜਦੋਂ ਉਨ੍ਹਾਂ ਨੇ ਕਿਸੇ ਨੂੰ ਇਸ ਬਿਜ਼ਨਿਸ ਬਾਰੇ ਦੱਸਿਆ ਹੀ ਨਹੀਂ ਹੈ। ਜੇ ਕਿਸੇ ਰਸਮੀ ਬਿਜ਼ਨਿਸ ਅੰਦਰ 3 ਤੋਂ 5 ਸਾਲਾਂ ਵਿੱਚ ਸਫਲਤਾ ਮਿਲਦੀ ਹੈ ਤਾਂ ਲੋਕ ਇਸ ਨੂੰ ਸਹੀ ਸਮਝਦੇ ਹਨ ਅਤੇ ਉਹੀ ਲੋਕ ਇਸ ਬਿਜ਼ਨਿਸ ਵਿੱਚ ਕੁੱਝ ਹੀ ਦਿਨਾਂ ਜਾਂ ਹਫਤਿਆਂ ਅੰਦਰ ਅਪਾਰ ਸਫਲਤਾ ਦੀ ਉਮੀਦ ਰੱਖਦੇ ਹਨ, ਉਹ ਵੀ

ਪਾਰਟ ਟਾਈਮ ਕਰਦਿਆਂ। ਕਈ ਵਾਰੀ ਸਪੌਂਸਰ ਵੀ ਕੁੱਝ ਚੀਜ਼ਾਂ ਨੂੰ ਓਵਰਕਮਿਟ ਕਰਕੇ ਗ਼ਲਤ ਆਸ ਬਣਾ ਦਿੰਦੇ ਹਨ, ਅਤੇ ਬਾਅਦ ਵਿੱਚ ਉਨ੍ਹਾਂ ਆਸਾਵਾਂ ਨੂੰ ਪੂਰਾ ਵੀ ਨਹੀਂ ਕਰ ਪਾਉਂਦੇ। ਕੁੱਝ ਲੋਕ ਇਹ ਸੋਚ ਕੇ ਬਿਜ਼ਨਿਸ ਸ਼ੁਰੂ ਕਰਦੇ ਹਨ ਕਿ ਇਸ ਵਿੱਚ ਜ਼ਿਆਦਾ ਕੰਮ ਨਹੀਂ ਕਰਨਾ ਪਵੇਗਾ। ਲੇਕਿਨ ਕੁੱਝ ਮੀਟਿੰਗਾਂ ਹੋ ਜਾਣ ਤੋਂ ਬਾਅਦ ਉਹ ਮਹਿਸੂਸ ਕਰਦੇ ਹਨ ਕਿ ਇਸ ਵਿੱਚ ਬਹੁਤ ਮਿਹਨਤ ਕਰਨੀ ਪੈਣੀ ਹੈ ਅਤੇ ਇਸ ਲਈ ਉਹ ਤਿਆਰ ਨਹੀਂ ਹੁੰਦੇ। ਮੁਸ਼ਕਿਲ ਇਹ ਹੈ ਕਿ ਬਹੁਤ ਸਾਰੇ ਲੋਕ ਇਹ ਸਮਝਣ ਤੋਂ ਪਹਿਲਾਂ ਹੀ ਕੰਮ ਕਰਨਾ ਛੱਡ ਦਿੰਦੇ ਹਨ ਕਿ ਇਹ ਬਿਜ਼ਨਿਸ ਜਿੰਦਗੀ ਨੂੰ ਬਦਲਣ ਵਾਲਾ ਹੈ। ਨਿਰਾਸ਼ਾ ਅਤੇ ਕੰਮ ਛੱਡਣ ਦਾ ਸਭ ਤੋਂ ਵੱਡਾ ਕਾਰਨ ਹੈ ਗ਼ਲਤ ਉਮੀਦਾਂ।

2. ਘੱਟ ਐਂਟਰੀ ਲਾਗਤ ਕਾਰਨ ਉਹ ਲੋਕ ਕੰਮ ਸ਼ੁਰੂ ਕਰਦੇ ਹਨ ਜੋ ਗੰਭੀਰ ਨਹੀਂ ਹੁੰਦੇ:

ਇਸ ਬਿਜ਼ਨਿਸ ਨੂੰ ਸ਼ੁਰੂ ਕਰਨ ਲਈ ਲਗਭਗ ਨਾਂਹ ਦੇ ਬਰਾਬਰ ਰਕਮ ਲੱਗਦੀ ਹੈ ਅਤੇ ਉਹ ਵੀ ਉਤਪਾਦ ਜਾਂ ਸੇਵਾ ਦੇ ਤੌਰ ਤੇ ਤੁਰੰਤ ਵਾਪਸ ਆ ਜਾਂਦੀ ਹੈ। ਇਸ ਘੱਟ ਐਂਟਰੀ ਲਾਗਤ ਦੇ ਕਾਰਨ ਕੋਈ ਵੀ ਇਹ ਬਿਜ਼ਨਿਸ ਸ਼ੁਰੂ ਕਰ ਸਕਦਾ ਹੈ। ਉਨ੍ਹਾਂ ਵਿੱਚੋਂ ਜ਼ਿਆਦਾਤਰ ਲੋਕ ਇਹ ਵੀ ਨਹੀਂ ਜਾਣਦੇ ਕਿ ਸਫਲ ਹੋਣ ਲਈ ਕੀ-ਕੀ ਕਰਨਾ ਪੈਂਦਾ ਹੈ। ਉਨ੍ਹਾਂ ਨੂੰ ਇਹ ਨਹੀਂ ਪਤਾ ਕਿ ਇਸ ਬਿਜ਼ਨਿਸ ਵਿੱਚ ਹਰ ਦਿਨ, ਹਰ ਹਫਤੇ, ਕਿੰਨੀ ਸਖ਼ਤ ਮਿਹਨਤ ਅਤੇ ਸਮਰਪਨ ਦੀ ਲੋੜ ਹੁੰਦੀ ਹੈ।

ਅਸਲ ਵਿੱਚ ਉਨ੍ਹਾਂ ਨੇ ਇਹ ਬਿਜ਼ਨਿਸ ਸ਼ੁਰੂ ਨਹੀਂ ਕੀਤਾ, ਉਨ੍ਹਾਂ ਨੇ ਤਾਂ ਸਿਰਫ਼ ਕੁੱਝ ਸ਼ੌਪਿੰਗ ਕੀਤੀ ਸੀ। ਉਨ੍ਹਾਂ ਨੇ ਇੱਕ ਲਾਟਰੀ ਟਿਕਟ ਖ਼ਰੀਦਿਆ, ਜਿਸ ਨਾਲ ਕੁੱਝ ਸਾਮਾਨ ਤੋਹਫ਼ੇ ਦੇ ਤੌਰ ਤੇ ਮਿਲ ਗਏ। ਨਾ ਤਾਂ ਉਨ੍ਹਾਂ ਨੇ ਸਹੀ ਤਰੀਕੇ ਨਾਲ ਕੋਈ ਟ੍ਰੇਨਿੰਗ ਕੀਤੀ ਹੁੰਦੀ ਹੈ ਅਤੇ ਨਾ ਹੀ ਕੋਈ ਮੀਟਿੰਗ ਆਯੋਜਿਤ ਕੀਤੀ ਹੁੰਦੀ ਹੈ। ਉਨ੍ਹਾਂ ਵਿੱਚੋਂ ਜ਼ਿਆਦਾਤਰ ਲੋਕ ਕੁੱਝ ਹੀ ਦਿਨਾਂ ਜਾਂ ਹਫਤਿਆਂ ਅੰਦਰ ਇਸ ਕੰਮ ਨੂੰ ਛੱਡ ਦਿੰਦੇ ਹਨ ਅਤੇ ਉਸ ਭੀੜ ਦਾ ਹਿੱਸਾ ਬਣ ਜਾਂਦੇ ਹਨ ਜੋ ਇਹ ਕਹਿੰਦੀ ਹੈ ਕਿ ਇਹ ਬਿਜ਼ਨਿਸ ਨਹੀਂ ਚੱਲਦਾ।

3. ਜ਼ੀਰੋ ਐਗਜ਼ਿਟ ਕੌਸਟ ਦੇ ਕਾਰਨ ਇਸ ਨੂੰ ਛੱਡਣਾ ਸੌਖਾ ਹੁੰਦਾ ਹੈ:

ਉਤਰਾਹ-ਚੜਾਅ ਬਿਜ਼ਨਿਸ ਦਾ ਇੱਕ ਹਿੱਸਾ ਹੁੰਦਾ ਹੈ। ਹਰ ਬਿਜ਼ਨਿਸ ਇੱਕ ਮਾੜੇ ਅਤੇ ਚੰਗੇ ਦੌਰ ਤੋਂ ਗੁਜ਼ਰਦਾ ਹੈ, ਪਰ ਬਿਜ਼ਨਿਸ ਕਰਨ ਵਾਲੇ ਲੋਕ ਉਸ ਨੂੰ ਇਸ ਲਈ ਨਹੀਂ ਛੱਡਦੇ ਕਿਉਂ ਕਿ ਉਸ ਵਿੱਚ ਭਾਰੀ ਨਿਵੇਸ਼, ਸਟਾਫ਼, ਕਾਰਜਸ਼ੀਲ ਪੂੰਜੀ, ਮਾਰਕਿਟ ਤੋਂ ਪੈਸਾ ਲੈਣਾ, ਸਟਾਕ, ਇੱਕ ਵਧੀਆ ਆਫਿਸ ਅਤੇ ਹੋਰ ਕਈ ਢਾਂਚਾਗਤ ਨਿਵੇਸ਼ ਲੱਗੇ ਹੁੰਦੇ ਹਨ। ਜੇ ਮਾਲਿਕ ਬਿਜ਼ਨਿਸ ਛੱਡ ਦੇਵੇਗਾ ਤਾਂ ਇਹ ਸਾਰਾ ਕੁੱਝ ਜ਼ੀਰੋ ਹੋ ਜਾਏਗਾ। ਇਸ ਲਈ ਕਿੰਨੇ ਵੀ ਨੁਕਸਾਨ ਜਾਂ ਸੰਘਰਸ਼ਾਂ ਦੇ ਬਾਅਦ ਵੀ ਇਹ ਵੱਡੀ ਐਗਜ਼ਿਟ ਕੌਸਟ ਲੋਕਾਂ ਨੂੰ ਬਿਜ਼ਨਿਸ ਵਿੱਚ ਬਣਾਈ ਰੱਖਦੀ ਹੈ। ਕਿਉਂ ਕਿ ਨੈੱਟਵਰਕ ਮਾਰਕੀਟਿੰਗ ਇੱਕ ਅਜਿਹਾ ਬਿਜ਼ਨਿਸ ਹੈ ਜਿਸਦਾ ਜ਼ੀਰੋ ਸੈਟਅੱਪ ਕੌਸਟ ਹੈ, ਇਸ ਲਈ ਇਸ ਨੂੰ ਬੰਦ ਕਰਨ ਵੇਲੇ ਕੋਈ ਵਿੱਤੀ ਨੁਕਸਾਨ ਨਹੀਂ ਹੁੰਦਾ। ਇਸ ਜ਼ੀਰੋ ਐਗਜ਼ਿਟ ਕੌਸਟ ਦੇ ਕਾਰਨ ਲੋਕਾਂ ਦਾ ਥੋੜ੍ਹੇ ਜਿਹੇ ਸੰਘਰਸਾਂ ਨੂੰ ਦੇਖਦੇ ਸਾਰ ਹੀ ਬਿਜ਼ਨਿਸ ਨੂੰ ਛੱਡ ਦੇਣਾ ਸੌਖਾ ਹੋ ਜਾਂਦਾ ਹੈ।

4. ਸੁਫਨਿਆਂ ਦੀ ਕਮੀ:

ਦਰਅਸਲ ਜ਼ਿਆਦਾਤਰ ਲੋਕਾਂ ਦੇ ਸੁਫ਼ਨੇ ਵੱਡੇ ਨਹੀਂ ਹੁੰਦੇ। ਲੋਕ ਆਪਣੇ ਮੌਜੂਦਾਂ ਜੀਵਨਸ਼ੈਲੀ ਨਾਲ ਵੀ ਖੁਸ਼ ਨਹੀਂ ਹਨ, ਪਰ ਉਹ ਇਸ ਸਥਿਤੀ ਨੂੰ ਬਦਲਣ ਲਈ ਕੰਮ ਵੀ ਨਹੀਂ ਕਰਨਾ ਚਾਹੁੰਦੇ। ਉਨ੍ਹਾਂ ਵਿੱਚੋਂ ਜ਼ਿਆਦਾਤਰ ਲੋਕ ਅਮੀਰ ਤਾਂ ਬਣਨਾ ਚਾਹੁੰਦੇ

ਹਨ ਪਰ ਉਸ ਲਈ ਵਚਨਬੱਧ ਹੋਣ ਲਈ ਤਿਆਰ ਨਹੀਂ ਹੁੰਦੇ। ਇਹ ਵਚਨਬੱਧਤਾ ਸੁਫਨਿਆਂ ਅਤੇ ਆਪਣੇ ਉਦੇਸ਼ਾਂ ਦੀ ਸਪੱਸ਼ਟਤਾ ਨਾਲ ਹੀ ਆਉਂਦੀ ਹੈ।

5. ਧਿਆਨ ਦੀ ਕਮੀ:

ਜ਼ਿਆਦਾਤਰ ਲੋਕ ਇਹ ਬਿਜ਼ਨਿਸ ਆਪਣੇ ਜੌਬ ਜਾਂ ਪੇਸ਼ੇ ਦੇ ਨਾਲ ਪਾਰਟ-ਟਾਈਮ ਦੇ ਤੌਰ 'ਤੇ ਕਰਦੇ ਹਨ। ਲੋਕ ਇਸ ਬਿਜ਼ਨਿਸ ਨੂੰ ਆਪਣੇ ਮੁਢਲੇ ਕੰਮ, ਪਰਿਵਾਰ, ਮਨੋਰੰਜਨ ਆਦਿ ਤੋਂ ਸਮਾਂ ਬਚਣ ਤੋਂ ਬਾਅਦ ਹੀ ਕਰਦੇ ਹਨ। ਲੋਕਾਂ ਦੀ ਨੌਕਰੀ, ਪੇਸ਼ਾ ਅਤੇ ਪਰਿਵਾਰਕ ਜੀਵਨ ਵਿੱਚ ਪਹਿਲਾਂ ਤੋਂ ਬਹੁਤ ਤਣਾਅ ਹੈ ਇਸ ਲਈ ਇਹ ਬਿਜ਼ਨਿਸ ਨਜ਼ਰਅੰਦਾਜ਼ ਹੋ ਜਾਂਦਾ ਹੈ ਅਤੇ ਇਸ ਲਈ ਸਮਾਂ ਨਹੀਂ ਮਿਲ ਪਾਉਂਦਾ। ਬੂਟਾ ਭਾਵੇਂ ਕਿੰਨਾ ਹੀ ਚੰਗਾ ਕਿਉਂ ਨਾ ਹੋਵੇ ਜੇ ਉਸ ਨੂੰ ਪਾਣੀ ਆਦਿ ਨਾ ਮਿਲੇ ਤਾਂ ਉਸਦਾ ਨਸ਼ਟ ਹੋ ਜਾਣਾ ਤੈਅ ਹੈ।

6. ਸਿਸਟਮ ਦੇ ਤਹਿਤ ਕੰਮ ਕਰਨਾ ਅਤੇ ਉਸ ਨੂੰ ਸਿੱਖਣ ਦੀ ਇੱਛਾ ਵਿੱਚ ਕਮੀ:

ਹਰ ਵਿਅਕਤੀ ਦੀ ਇਸ ਬਿਜ਼ਨਿਸ ਨੂੰ ਕਰਨ ਦੇ ਬਾਰੇ ਆਪਣੀ ਇੱਕ ਵੱਖਰੀ ਹੀ ਧਾਰਨਾ ਅਤੇ ਸੋਚ ਹੈ। ਉਨ੍ਹਾਂ ਨੂੰ ਲੱਗਦਾ ਹੈ ਕਿ ਉਨ੍ਹਾਂ ਨੂੰ ਪਤਾ ਹੈ ਕਿ ਇਸ ਨੂੰ ਕਿਵੇਂ ਕੀਤਾ ਜਾਵੇ। ਉਹ ਇਸ ਸੰਬੰਧ ਵਿੱਚ ਸਿਧਾਂਤਾਂ ਅਤੇ ਸਹੀ ਕਾਰਜਸ਼ੈਲੀ ਨੂੰ ਸਿੱਖਣ ਵਿੱਚ ਆਪਣਾ ਸਮਾਂ ਬਰਬਾਦ ਨਹੀਂ ਕਰਨਾ ਚਾਹੁੰਦੇ। ਗ਼ਲਤ ਤਰੀਕਿਆਂ ਨਾਲ ਬਿਜ਼ਨਿਸ ਕਰਨ ਨਾਲ ਜ਼ੀਰੋ ਰਿਜ਼ਲਟ ਅਤੇ ਨਿਰਾਸ਼ਾ ਮਿਲਦੀ ਹੈ, ਨਤੀਜਤਨ ਉਹ ਬਿਜ਼ਨਿਸ ਛੱਡ ਦਿੰਦੇ ਹਨ। ਆਮ ਕਰਕੇ ਜੋ ਲੋਕ ਇਸ ਨੂੰ ਛੱਡ ਦਿੰਦੇ ਹਨ, ਉਹ ਇਸ ਸੰਬੰਧ ਵਿੱਚ ਕਦੇ ਵੀ ਕਿਸੇ ਪ੍ਰੋਗਰਾਮ ਵਿੱਚ ਸ਼ਾਮਿਲ ਨਹੀਂ ਹੋਏ ਹੁੰਦੇ, ਜਾਂ ਉਨ੍ਹਾਂ ਨੇ ਬਿਜ਼ਨਿਸ ਨੂੰ ਸਹੀ ਤਰੀਕੇ ਨਾਲ ਸਮਝਿਆਂ ਹੀ ਨਹੀਂ ਹੁੰਦਾ।

7. ਗ਼ਲਤ ਧਾਰਨਾਵਾਂ ਨਾਲ ਕੰਮ ਕਰਨਾ:

ਜ਼ਿਆਦਾਤਰ ਲੋਕ ਇਸ ਬਿਜ਼ਨਿਸ ਅਤੇ ਆਪਣੇ ਬਾਰੇ ਗ਼ਲਤ ਧਾਰਨਾ ਰੱਖਦੇ ਹੋਏ ਇਸ ਨੂੰ ਸ਼ੁਰੂ ਕਰਦੇ ਹਨ। ਲੋਕਾਂ ਅੰਦਰ ਜੋ ਕੁੱਝ ਗ਼ਲਤ ਧਾਰਨਾਵਾਂ ਹੁੰਦੀਆਂ ਹਨ ਉਹ ਇਸ ਪ੍ਰਕਾਰ ਹਨ: *ਮੈਂ ਬਿਜ਼ਨਿਸ ਨਹੀਂ ਕਰ ਸਕਦਾ, ਮੈਨੂੰ ਨਹੀਂ ਲੱਗਦਾ ਕਿ ਕੋਈ ਇਸ ਬਿਜ਼ਨਿਸ ਲਈ ਤਿਆਰ ਹੋਵੇਗਾ, ਮੇਰੇ ਦੋਸਤ ਜਾਂ ਰਿਸ਼ਤੇਦਾਰ ਮੈਨੂੰ ਇਹ ਬਿਜ਼ਨਿਸ ਕਰਦਿਆਂ ਨਹੀਂ ਦੇਖਣਾ ਚਾਹੁੰਦੇ, ਮੈਂ ਬਿਜ਼ਨਿਸ ਕਰਨ ਦੇ ਯੋਗ ਨਹੀਂ, ਇਹ ਬਿਜ਼ਨਿਸ ਮੇਰੇ ਲਈ ਨਹੀਂ ਹੈ, ਆਦਿ-ਆਦਿ।*

ਜੇ ਤੁਸੀਂ ਖੁੱਲ੍ਹੇ ਦਿਮਾਗ਼ ਨਾਲ ਆਪਣੀਆਂ ਉਨ੍ਹਾਂ ਧਾਰਨਾਵਾਂ ਨੂੰ ਟੈਸਟ ਕਰਨ ਦੀ ਹਿੰਮਤ ਰੱਖਦੇ ਹੋ ਤਾਂ ਤੁਸੀਂ ਅਸਾਨੀ ਨਾਲ ਸੱਚ ਦੇਖ ਸਕਦੇ ਹੋ। ਜਦੋਂ ਤੁਸੀਂ ਬਿਜ਼ਨਿਸ ਵਿੱਚ ਲੋਕਾਂ ਨਾਲ ਗੱਲਾਂ ਕਰਦੇ ਹੋ, ਕਿਤਾਬਾਂ ਪੜ੍ਹਦੇ ਹੋ, ਬਿਜ਼ਨਿਸ ਲਈ ਖੋਜ ਕਰਦੇ ਹੋ ਅਤੇ ਕੁੱਝ ਪ੍ਰੋਗਰਾਮਾਂ ਵਿੱਚ ਸ਼ਾਮਿਲ ਹੁੰਦੇ ਹੋ ਤਾਂ ਤੁਹਾਨੂੰ ਬਿਜ਼ਨਿਸ ਦੀ ਸੱਚਾਈ ਬਾਰੇ ਆਪਣੇ-ਆਪ ਪਤਾ ਚੱਲ ਜਾਂਦਾ ਹੈ। ਇਸ ਨਾਲ ਤੁਸੀਂ ਆਪਣੇ ਮਨ ਦੀਆਂ ਗ਼ਲਤ ਧਾਰਨਾਵਾਂ ਨੂੰ ਬਾਹਰ ਕੱਢ ਸਕਦੇ ਹੋ। ਆਪਣੇ ਮਨ ਵਿੱਚ ਆਪਣੇ ਲਈ, ਬਿਜ਼ਨਿਸ ਲਈ, ਸਹੀ ਅਤੇ ਪ੍ਰਭਾਵੀ ਧਾਰਨਾਵਾਂ ਨੂੰ ਵਿਕਸਤ ਕਰੋ।

ਜ਼ਿਆਦਾਤਰ ਲੋਕ ਆਪਣੀਆਂ ਗ਼ਲਤ ਧਾਰਨਾਵਾਂ 'ਤੇ ਵਿਚਾਰ ਹੀ ਨਹੀਂ ਕਰਨਾ ਚਾਹੁੰਦੇ ਇਸ ਲਈ ਉਹ ਬਿਜ਼ਨਿਸ ਛੱਡ ਦਿੰਦੇ ਹਨ, ਜਿਸ ਨਾਲ ਅੱਗੇ ਚੱਲ ਕੇ ਉਨ੍ਹਾਂ ਦੀਆਂ ਗ਼ਲਤ ਧਾਰਨਾਵਾਂ ਨੂੰ ਹੋਰ ਮਜ਼ਬੂਤੀ ਮਿਲਦੀ ਹੈ।

ਪਿਛਲੇ 11 ਸਾਲਾਂ ਤੋਂ ਇਸ ਬਿਜ਼ਨਿਸ ਨੂੰ ਆਪਣੇ ਦਿਲ ਅਤੇ ਆਤਮਾ ਨਾਲ

ਕਰਦੇ ਹੋਏ ਮੈਂ ਪੂਰੇ ਵਿਸ਼ਵਾਸ ਅਤੇ ਆਸਥਾ ਨਾਲ ਕਹਿ ਸਕਦਾ ਹਾਂ ਕਿ ਨੈੱਟਵਰਕ ਮਾਰਕੀਟਿੰਗ ਆਪਣੇ ਸੁਫਨਿਆਂ ਨੂੰ ਪੂਰਾ ਕਰਨ ਲਈ ਸਭ ਤੋਂ ਬਿਹਤਰ ਤਰੀਕਾ ਹੈ। ਤੁਸੀਂ ਕਿਸੇ ਵੀ ਪੈਮਾਨੇ 'ਤੇ ਇਸ ਬਿਜ਼ਨਿਸ ਦੀ ਤੁਲਨਾ ਕਿਸੇ ਹੋਰ ਬਿਜ਼ਨਿਸ ਨਾਲ ਕਰੋ ਜਿਵੇਂ ਕਿ ਸ਼ੁਰੂਆਤੀ ਨਿਵੇਸ਼, ਨਿਵੇਸ਼ ਅਤੇ ਰਿਟਰਨ, ਲਾਹੇਵੰਦੀ, ਕੰਮ ਪੂਰਾ ਹੋਣ ਦੀ ਸਮਾਂ, ਇੱਕ ਪੀੜ੍ਹੀ ਤੋਂ ਦੂਜੀ ਪੀੜ੍ਹੀ ਵਿੱਚ ਟ੍ਰਾਂਸਫਰ ਹੋਣਾ, ਜ਼ੀਰੋ ਰਿਸਕ, ਨਿਰਧਾਰਿਤ ਲਾਗਤ, ਸਥਾਪਨਾ ਵਿੱਚ ਅਸਾਨੀ, ਸਮੇਂ ਦੀ ਅਜ਼ਾਦੀ, ਪੈਸਿਆਂ ਦੀ ਅਜ਼ਾਦੀ, ਤਣਾਅ ਮੁਕਤ ਜਿੰਦਗੀ ਆਦਿ, ਤੁਸੀਂ ਹਮੇਸ਼ਾ ਨੈੱਟਵਰਕ ਮਾਰਕੀਟਿੰਗ ਨੂੰ ਕਿਸੇ ਹੋਰ ਬਿਜ਼ਨਿਸ ਅਵਸਰ ਦੀ ਤੁਲਨਾ ਵਿੱਚ ਕਿਤੇ ਚੰਗਾ ਪਾਓਗੇ।

ਇਸ ਇੰਡਸਟਰੀ ਦੀਆਂ ਵਿਸ਼ੇਸ਼ਤਾਵਾਂ, ਇਸਦੇ ਬੁਨਿਆਦੀ ਸਿਧਾਂਤ, ਕੰਮ ਕਰਨ ਦੀ ਪ੍ਰਣਾਲੀ ਅਤੇ ਦੂਜੇ ਬਿਜ਼ਨਿਸਾਂ ਤੋਂ ਘੱਟ ਸਮੇਂ ਅੰਦਰ ਮਿਲਣ ਵਾਲੇ ਲਾਭ ਬਹੁਤ ਸ਼ਾਨਦਾਰ ਹਨ, ਨਾਲ ਹੀ ਭਰੋਸੇਯੋਗ ਵੀ। ਸਿਰਫ਼ ਇਸ ਵਿਸ਼ਵਾਸ ਨਾਲ ਕੰਮ ਕਰਨਾ ਸ਼ੁਰੂ ਕਰੋ ਕਿ ਤੁਸੀਂ ਸਭ ਤੋਂ ਵਧੀਆ ਟੀਮ ਦੇ ਨਾਲ, ਸਹੀ ਕੰਪਨੀ ਵਿੱਚ, ਸਹੀ ਸਮੇਂ ਅੰਦਰ, ਸਹੀ ਬਿਜ਼ਨਿਸ ਕਰ ਰਹੇ ਹੋ। ਸਿਸਟਮ ਦੀ ਸੌ ਫੀਸਦੀ ਪਾਲਨਾ ਕਰਦੇ ਹੋਏ ਆਪਣੇ ਕੰਮ ਨੂੰ ਪੂਰੀ ਇਮਾਨਦਾਰੀ ਨਾਲ ਕਰੋ। ਸੰਜਮ ਰੱਖੋ, ਸਫਲਤਾ ਸਮਾਂ ਲੈਂਦੀ ਹੈ। ਸਭ ਤੋਂ ਚੰਗੀ ਗੱਲ ਇਹ ਹੈ ਸੰਪੂਰਨ ਯਾਤਰਾ ਦੌਰਾਨ ਤੁਹਾਨੂੰ ਹਰ ਤਰ੍ਹਾਂ ਦੀ ਮਦਦ ਮਿਲਦੀ ਰਹੇਗੀ ਅਤੇ ਤੁਸੀਂ ਰਾਹ ਵਿੱਚ ਕਈ ਚੰਗੇ ਦੋਸਤ ਵੀ ਬਣਾਓਗੇ।

ਇਹ ਬਿਜ਼ਨਿਸ ਤੁਹਾਡੇ ਕੋਲੋਂ ਸਿਰਫ਼ ਤਿੰਨ ਬੁਨਿਆਦੀ ਲੋੜਾਂ ਦੀ ਮੰਗ ਕਰਦਾ ਹੈ:

1. ਤੁਹਾਡੇ ਕੁੱਝ ਸੁਫ਼ਨੇ ਹੋਣ। ਤੁਹਾਡੇ ਕੋਲ ਬਿਜ਼ਨਿਸ ਕਰਨ ਦਾ ਕਾਰਨ ਹੋਣਾ ਚਾਹੀਦਾ ਹੈ।
2. ਤੁਸੀਂ ਸਿੱਖਣ ਲਈ ਤਿਆਰ ਹੋ ਅਤੇ ਇਸ ਬਿਜ਼ਨਿਸ ਦੀ ਲੋੜ ਮੁਤਾਬਿਕ ਆਪਣੇ-ਆਪ ਨੂੰ ਬਦਲਣ ਲਈ ਵੀ ਤਿਆਰ ਹੋ।
3. ਤੁਸੀਂ ਨਵੀਂ ਪ੍ਰਣਾਲੀ ਦੇ ਅਨੁਸਾਰ ਅਗਲੇ ਕੁੱਝ ਮਹੀਨਿਆਂ ਤੋਂ ਲੈ ਕੇ ਸਾਲਾਂ ਤੱਕ ਸਖ਼ਤ ਮਿਹਨਤ ਕਰਨ ਲਈ ਤਿਆਰ ਹੋ।

ਜੇ ਤੁਸੀਂ ਉੱਪਰ ਦਿੱਤੀਆਂ ਚੀਜ਼ਾਂ ਕਰ ਸਕਦੇ ਹੋ ਤਾਂ ਨੈੱਟਵਰਕ ਮਾਰਕੀਟਿੰਗ ਵਿੱਚ ਆਪਣੇ ਸੁਫਨਿਆਂ ਨੂੰ ਪੂਰਾ ਕਰਨ ਤੋਂ ਤੁਹਾਨੂੰ ਕੋਈ ਨਹੀਂ ਰੋਕ ਸਕਦਾ। ਇਸ ਦੁਨੀਆ ਦੀ ਸਭ ਤੋਂ ਵਧੀਆ ਮਾਰਕਿਟ ਵਿੱਚ ਸਹੀ ਸਮੇਂ 'ਤੇ ਤੁਸੀਂ ਸਹੀ ਬਿਜ਼ਨਿਸ ਕਰ ਰਹੇ ਹੋ। ਦੁਨੀਆ ਨੂੰ ਅੱਜ ਇਸ ਬਿਜ਼ਨਿਸ ਦੀ ਲੋੜ, ਪਹਿਲਾਂ ਤੋਂ ਜ਼ਿਆਦਾ ਹੈ ਅਤੇ ਲੱਖਾਂ ਲੋਕ ਇਸ ਬਿਜ਼ਨਿਸ ਨੂੰ ਸਹੀ ਵਿਅਕਤੀ ਨਾਲ ਸ਼ੁਰੂ ਕਰਨਾ ਚਾਹੁੰਦੇ ਹਨ।

ਮੈਂ ਤੁਹਾਨੂੰ ਬੇਨਤੀ ਕਰਦਾ ਹਾਂ ਕਿ ਤੁਸੀਂ ਉਹ ਸਹੀ ਵਿਅਕਤੀ ਬਣੋ ਅਤੇ ਇਸ ਬਿਜ਼ਨਿਸ ਦੇ ਮਾਰਫ਼ਤ ਲੱਖਾਂ ਲੋਕਾਂ ਦੀ ਜਿੰਦਗੀ ਵਿੱਚ ਖ਼ੁਸ਼ਹਾਲੀ ਲਿਆਉਣ ਦੇ ਸਰੋਤ ਬਣੋ। ਇਹ ਕਿਤਾਬ ਤੁਹਾਨੂੰ ਇੱਕ ਸਫਲ ਨੈੱਟਵਰਕ ਮਾਰਕੀਟਰ ਬਣਨ ਲਈ ਸਾਰਾ ਗਿਆਨ, ਹੁਨਰ ਅਤੇ ਸਹੀ ਮਾਨਸਿਕਤਾ ਪ੍ਰਦਾਨ ਕਰੇਗੀ। ਇਸ ਕਿਤਾਬ ਵਿੱਚ ਲਿਖੇ ਗਏ ਸਿਧਾਂਤਾਂ ਦੀ ਪਾਲਣਾ ਕਰੋ, ਜਦੋਂ-ਜਦੋਂ ਤੁਸੀਂ ਕਿਤੇ ਅਟਕ ਜਾਓ ਤਾਂ ਇਸ ਕਿਤਾਬ ਨੂੰ ਦੁਬਾਰਾ ਪੜ੍ਹੋ, ਬਹੁਤ ਛੇਤੀ ਤੁਹਾਡੇ ਸੁਫ਼ਨੇ ਸਾਕਾਰ ਹੋਣ ਲੱਗ ਜਾਣਗੇ।

ਮੈਂ ਆਸ ਕਰਦਾ ਹਾਂ ਕਿ ਤੁਸੀਂ ਬਹੁਤ ਛੇਤੀ ਹੀ ਅਗਲੇ ਨੈੱਟਵਰਕ-ਮਾਰਕੀਟਿੰਗ ਮਿਲੀਅਨੇਅਰ ਬਣੋਗੇ ਅਤੇ ਆਪਣੀ ਟੀਮ ਵਿੱਚੋਂ ਆਪਣੇ ਵਰਗੇ ਬਹੁਤ ਸਾਰੇ ਮਿਲੀਅਨੇਅਰ ਬਣਾਓਗੇ।

ਭਾਗ -II

ਆਪਣੇ ਬਿਜ਼ਨਿਸ ਦੀ ਬੁਨਿਆਦ ਰੱਖਣ ਲਈ ਕੁੱਝ ਸਿਧਾਂਤ

ਆਪਣੇ ਬਿਜ਼ਨਿਸ ਦੀ ਬੁਨਿਆਦ ਰੱਖਣ ਲਈ ਕੁੱਝ ਸਿਧਾਂਤ

ਸਿਧਾਂਤਾਂ ਦੀ ਫੌਜ ਉੱਥੇ ਦਾਖ਼ਲ ਹੋ ਸਕਦੀ ਹੈ ਜਿੱਥੇ ਸਿਪਾਹੀਆਂ ਦੀ ਫੌਜ ਨਹੀਂ ਜਾ ਸਕਦੀ।

– ਥਾਮਸ ਪੈਨ

ਸਿਧਾਂਤ ਕੀ ਹਨ?

ਕੈਂਬਰਿਜ ਡਿਕਸ਼ਨਰੀ ਦੇ ਅਨੁਸਾਰ, "ਸਿਧਾਂਤ ਉਹ ਨਿਯਮ ਹਨ, ਜੋ ਕਿਸੇ ਵੀ ਕੰਮ ਨੂੰ ਹੋਣ ਜਾਂ ਪੂਰਨ ਹੋਣ ਲਈ ਨਿਅਮਿਤ ਕਰਦਾ ਹੈ। ਸਿਧਾਂਤ ਆਮ ਕਰਕੇ ਕਾਰਨ ਅਤੇ ਨਤੀਜੇ ਦੇ ਮਾਡਲ 'ਤੇ ਕੰਮ ਕਰਦੇ ਹਨ। ਜੇ ਇੰਨ੍ਹਾਂ ਦੀ ਸਹੀ ਢੰਗ ਨਾਲ ਪਾਲਣਾ ਕੀਤੀ ਜਾਵੇ ਤਾਂ ਇਹ ਹਰ ਵਾਰ ਕਿਸੇ ਵੀ ਥਾਂ, ਕਿਸੇ ਵੀ ਵਿਅਕਤੀ ਲਈ ਉਹੀ ਨਤੀਜੇ ਲੈ ਕੇ ਆਉਂਦੇ ਹਨ। ਜੇ ਕੋਈ ਵਿਅਕਤੀ ਕਾਰਨਾਂ 'ਤੇ ਕੰਮ ਕਰੇਗਾ ਤਾਂ ਲੋੜੀਂਦੇ ਨਤੀਜੇ ਮਿਲਣਾ ਨਿਸ਼ਚਿਤ ਹੈ।" ਜਿਵੇਂ ਗੁਰੂਤਾ ਦੇ ਸਿਧਾਂਤ ਅਨੁਸਾਰ, ਜਦੋਂ ਕਿਸੇਂ ਵੀ ਚੀਜ਼ ਨੂੰ ਉੱਪਰ ਸੁੱਟਿਆ ਜਾਂਦਾ ਹੈ, ਭਾਵੇਂ ਉਹ ਕੋਈ ਗਹਿਣਾ ਹੋਵੇ ਜਾਂ ਪੱਥਰ ਦਾ ਟੁੱਕੜਾ ਹੀ ਕਿਉਂ ਨਾ ਹੋਵੇ, ਭਾਵੇਂ ਉਹ ਲੰਦਨ ਹੋਵੇਂ ਜਾਂ ਦਿੱਲੀ ਜਾਂ ਫਿਰ ਸਿਡਨੀ, ਚਾਹੇ ਉਸ ਨੂੰ ਕੋਈ ਵੀ ਸੁੱਟ ਰਿਹਾ ਹੋਵੇ, ਉਹ ਹਮੇਸ਼ਾ ਹੇਠਾਂ ਹੀ ਡਿੱਗਦੀ ਹੈ।

ਜਿਵੇਂ ਕਿ ਭੌਤਿਕੀ ਅਤੇ ਗਣਿਤ ਵਿੱਚ ਫਾਰਮੂਲੇ ਹੁੰਦੇ ਹਨ, ਉਸੇ ਤਰ੍ਹਾਂ ਨੈੱਟਵਰਕ ਮਾਰਕੀਟਿੰਗ ਵਿੱਚ ਸਫਲਤਾ ਦੇ ਵੀ ਆਪਣੇ ਨਿਯਮ ਜਾਂ ਸਿਧਾਂਤ ਹੁੰਦੇ ਹਨ। ਇਹ ਉਹ ਸਿਧਾਂਤ ਹਨ, ਜੋ ਦਹਾਕਿਆਂ ਤੋਂ ਹਰ ਸਫਲ ਨੈੱਟਵਰਕ ਮਾਰਕੀਟਰ ਵੱਲੋਂ ਪ੍ਰਯੋਗ ਵਿੱਚ ਲਿਆਏ ਜਾ ਰਹੇ ਹਨ, ਅਤੇ ਇਨ੍ਹਾਂ ਸਿਧਾਂਤਾਂ ਦਾ ਜੇ ਤੁਸੀਂ ਆਪਣੇ ਬਿਜ਼ਨਿਸ ਵਿੱਚ ਪ੍ਰਯੋਗ ਕਰੋਗੇ ਤਾਂ ਇਹ ਤੁਹਾਨੂੰ ਵੀ ਉਹੀ ਸਫਲਤਾ ਦੇਣਗੇ। ਸਿਧਾਂਤਾਂ ਨਾਲ ਤੁਸੀਂ ਆਪਣੇ ਟੀਚਿਆਂ ਤੱਕ ਤੇਜ਼ੀ ਨਾਲ ਅਤੇ ਨਿਸ਼ਚਿਤ ਤੌਰ 'ਤੇ ਪੁੱਜੋਗੇ। ਇਸ ਬਿਜ਼ਨਿਸ ਵਿੱਚ ਅਣਗਿਣਤ ਲੋਕਾਂ ਦੀ ਸਫਲਤਾ ਦੇ ਸੰਘਰਸ਼ ਨੂੰ ਦੇਖਦੇ ਹੋਏ, ਮੈਨੂੰ ਇਹ ਅਹਿਸਾਸ ਹੋਇਆ ਕਿ ਸਾਰੀਆਂ ਵੱਡੀਆਂ ਪ੍ਰਾਪਤੀਆਂ ਕਰਨ ਵਾਲਿਆਂ ਦੀ ਸਫਲਤਾ ਅੰਦਰ ਇੱਕੋ ਮੁੱਖ ਕਾਰਕ ਹੁੰਦਾ ਹੈ - ਸਿਧਾਂਤਾਂ ਦਾ ਹਰ ਦਿਨ 100% ਪਾਲਣਾ ਕਰਨਾ।

ਇਸ ਕਿਤਾਬ ਵਿੱਚ ਪੇਸ਼ ਕੀਤੇ ਗਏ 20 ਸਿਧਾਂਤ ਸਮੇਂ ਦੀ ਕਸਵੱਟੀ 'ਤੇ ਪਰਖੇ

ਹੋਏ ਹਨ ਅਤੇ ਹਰ ਕਿਸੇ ਦੁਆਰਾ ਇਸਤੇਮਾਲ ਕੀਤੇ ਜਾ ਸਕਦੇ ਹਨ। ਇਹਨਾਂ ਦੀ ਪਾਲਣਾ ਕਰਕੇ ਹੀ ਮੈਂ ਰਿਕਾਰਡ ਸਮੇਂ ਵਿੱਚ ਕਰੋੜਾਂ ਰੁਪਏ ਕਮਾਏ ਅਤੇ ਮੇਰੀ ਟੀਮ ਅੰਦਰ ਸੈਂਕੜੇ ਹੀ ਮਿਲੀਅਨੇਅਰ ਬਣਾਉਣ ਲਈ ਸ਼ਕਤੀ ਪ੍ਰਦਾਨ ਕੀਤੀ ਹੈ। ਉਨ੍ਹਾਂ ਸਿਧਾਂਤਾਂ ਕੋਲ ਤੁਹਾਡੇ ਬਿਜ਼ਨਿਸ ਨੂੰ ਤੇਜ ਟ੍ਰੈਕ 'ਤੇ ਰੱਖਣ ਦੀ ਸ਼ਕਤੀ ਹੈ ਅਤੇ ਉਹ ਤੁਹਾਨੂੰ ਬੜੀ ਤੇਜੀ ਨਾਲ ਤੁਹਾਡੇ ਸੁਫਨਿਆਂ ਦੀ ਆਮਦਨ ਵੱਲ ਲੈ ਜਾਣਗੇ।

> ***ਤੁਸੀਂ ਇਸ ਬਿਜ਼ਨਿਸ ਵਿੱਚ ਅਚਾਨਕ ਆ ਸਕਦੇ ਹੋ, ਪਰ ਤੁਸੀਂ ਅਚਾਨਕ ਸਫਲ ਨਹੀਂ ਹੋ ਸਕਦੇ।***
>
> **– ਦੀਪਕ ਬਜਾਜ**

ਮੈਂ ਵਾਰ-ਵਾਰ ਦੇਖਿਆ ਹੈ ਕਿ ਇਹ ਸਰਵਵਿਆਪੀ ਸਿਧਾਂਤ ਹਨ ਜੋ ਦੁਨੀਆ ਵਿੱਚ ਕਿਤੇ ਵੀ, ਕਿਸੇ ਵੀ ਕੰਪਨੀ ਵਿੱਚ ਕੰਮ ਕਰਨ ਵਾਲੇ ਹਰ ਇੱਕ ਵਿਅਕਤੀ ਨੂੰ ਮਨਪਸੰਦ ਨਤੀਜੇ ਦੇਣਗੇ। ਤੁਹਾਡੇ ਕੋਲ ਕੋਈ ਵੀ ਉਤਪਾਦ ਹੋਵੇ, ਕੋਈ ਵੀ ਇਨਕਮ ਪਲਾਨ ਹੋਵੇ ਜਾਂ ਕੋਈ ਵੀ ਕਾਰਜ ਪ੍ਰਣਾਲੀ, ਇਹਨਾਂ ਸਿਧਾਂਤਾਂ ਨਾਲ ਤੁਹਾਨੂੰ ਨਿਸ਼ਚਿਤ ਤੌਰ 'ਤੇ ਰਿਕਾਰਡ ਸਮੇਂ ਅੰਦਰ ਸਫਲਤਾ ਮਿਲੇਗੀ।

1. ਪੱਕਾ ਵਿਸ਼ਵਾਸ

ਇਨਸਾਨ ਆਪਣੇ ਦਿਮਾਗ ਅੰਦਰ ਜੋ ਵੀ ਵਿਚਾਰ ਆਉਂਦਾ ਹੈ ਅਤੇ ਜਿਸ 'ਤੇ ਉਹ ਵਿਸ਼ਵਾਸ ਕਰਦਾ ਹੈ, ਉਹ ਉਸ ਨੂੰ ਹਾਸਿਲ ਕਰ ਸਕਦਾ ਹੈ।

– ਨੇਪੋਲੀਅਨ ਹਿੱਲ

ਕਿਸੇ ਵੀ ਵਿਅਕਤੀ ਅਤੇ ਵਸਤੂ 'ਤੇ ਪੂਰੀ ਤਰ੍ਹਾਂ ਨਾਲ ਭਰੋਸਾ ਕਰਨਾ ਹੀ ਵਿਸ਼ਵਾਸ ਹੈ। ਕਿਸੇ ਵੀ ਚੀਜ਼ ਦੇ ਹੋਣ ਤੋਂ ਬਹੁਤ ਪਹਿਲਾਂ ਹੀ ਉਸ 'ਤੇ ਭਰੋਸਾ ਕਰਨਾ ਹੀ ਵਿਸ਼ਵਾਸ ਹੈ। ਵਿਸ਼ਵਾਸ ਕਰਨਾ ਹੀ ਕਿਸੇ ਪ੍ਰਾਪਤੀ ਨੂੰ ਪਾਉਣ ਲਈ ਪਹਿਲਾ ਕਦਮ ਹੈ। ਸਾਰਾ ਕੁੱਝ ਹਕੀਕਤ ਵਿੱਚ ਬਦਲੇਗਾ ਜੇ ਤੁਸੀਂ ਉਸ 'ਤੇ ਭਰੋਸਾ ਰੱਖੋਗੇ। ਜੇ ਕਿਸੇ ਕੰਮ ਬਾਰੇ ਤੁਹਾਨੂੰ ਇਹ ਲੱਗਦਾ ਹੈ ਕਿ ਉਹ ਹੋਣ ਵਾਲਾ ਨਹੀਂ ਹੈ, ਤਾਂ ਤੁਸੀਂ ਉਸ ਨੂੰ ਕਰਨ ਦੀ ਕੋਸ਼ਿਸ਼ ਹੀ ਕਿਉਂ ਕਰੋਗੇ? ਹਰ ਕੰਮ ਭਰੋਸੇ ਨਾਲ ਸ਼ੁਰੂ ਕਰੋ। ਇਸ ਨਾਲ ਨਿਰਧਾਰਿਤ ਹੋਵੇਗਾ ਕਿ ਤੁਸੀਂ ਉਸ ਵਿੱਚ ਕਿੰਨਾ ਦੂਰ ਜਾਣ ਵਾਲੇ ਹੋ।

ਕਿਸੇ ਵੀ ਗੱਲ ਦੀ ਹਰ ਵਾਰ ਪੁਸ਼ਟੀ, ਸਾਨੂੰ ਵਿਸ਼ਵਾਸ ਵੱਲ ਲੈ ਜਾਂਦੀ ਹੈ ਅਤੇ ਇੱਕ ਵਾਰ ਜਦੋਂ ਇਹ ਵਿਸ਼ਵਾਸ ਡੂੰਘਾ ਵਿਸ਼ਵਾਸ ਜਾਂ ਆਸਥਾ ਬਣ ਜਾਂਦਾ ਹੈ, ਤਾਂ ਚੀਜ਼ਾਂ ਆਪਣੇ-ਆਪ ਹੋਣ ਲੱਗਦੀਆਂ ਹਨ।

– ਮੁਹੰਮਦ ਅਲੀ

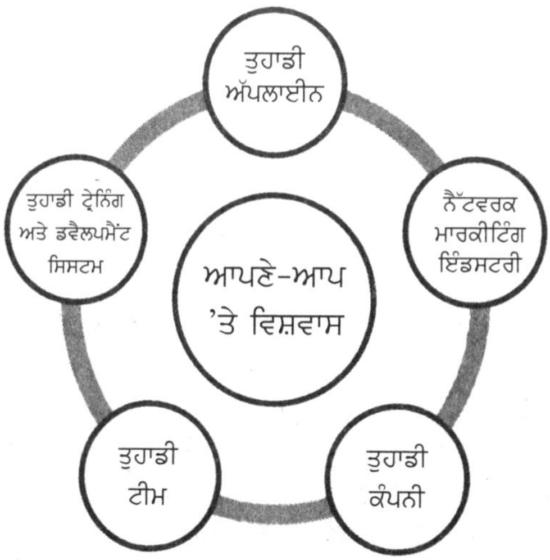

ਬਿਜਨਿਸ ਵਿੱਚ ਸਫਲ ਹੋਣ ਲਈ ਤੁਹਾਨੂੰ ਦੋ ਤਾਕਤਾਂ 'ਤੇ ਵਿਸ਼ਵਾਸ ਕਰਨਾ ਜ਼ਰੂਰੀ ਹੈ - ਬਾਹਰੀ ਤਾਕਤਾਂ ਅਤੇ ਅੰਦਰੂਨੀ ਤਾਕਤਾਂ।

ਤੁਹਾਨੂੰ ਇਨ੍ਹਾਂ ਪੰਜਾਂ ਬਾਹਰੀ ਤਾਕਤਾਂ 'ਤੇ ਪੂਰੇ ਤਰੀਕੇ ਨਾਲ ਪੱਕਾ ਵਿਸ਼ਵਾਸ ਕਰਨਾ ਪਵੇਗਾ। ਤੁਹਾਡੀ ਅੱਪਲਾਈਨ, ਤੁਹਾਡੀ ਟੀਮ ਦਾ ਟ੍ਰੇਨਿੰਗ ਅਤੇ ਡਵੈਲਪਮੈਂਟ ਸਿਸਟਮ, ਤੁਹਾਡੀ ਆਪਣੀ ਟੀਮ, ਤੁਹਾਡੀ ਕੰਪਨੀ ਅਤੇ ਨੈੱਟਵਰਕ ਮਾਰਕੀਟਿੰਗ ਇੰਡਸਟਰੀ। ਮੇਰਾ ਮੰਨਣਾ ਹੈ ਕਿ ਕਿਸੇ 'ਤੇ ਭਰੋਸਾ ਕਰਨਾ ਇੱਕ ਪ੍ਰਕਿਰਿਆ ਹੈ ਅਤੇ ਇਸ ਵਿੱਚ ਸਮਾਂ ਲੱਗਦਾ ਹੈ। ਜਿਸ ਵੇਲੇ ਤੁਸੀਂ ਇਹ ਕੰਮ ਸ਼ੁਰੂ ਕੀਤਾ ਹੋਵੇਗਾ, ਉਦੋਂ ਹੋ ਸਕਦਾ ਹੈ ਕਿ ਤੁਹਾਨੂੰ ਇਸ 'ਤੇ ਭਰੋਸਾ ਨਾ ਹੋਵੇ, ਪਰ ਮੁੱਦੇ ਦੀ ਗੱਲ ਇਹ ਹੈ ਕਿ ਜੇ ਤੁਸੀਂ ਕਿਸੇ ਵਿਅਕਤੀ ਜਾਂ ਕਿਸੇ ਕੰਪਨੀ ਨਾਲ ਬਿਜ਼ਨਿਸ ਸ਼ੁਰੂ ਕਰ ਦਿੱਤਾ ਤਾਂ ਇਸਦਾ ਅਰਥ ਇਹ ਹੈ ਕਿ ਤੁਹਾਨੂੰ ਕੁੱਝ ਤਾਂ ਭਰੋਸਾ ਹੋਵੇਗਾ, ਨਹੀਂ ਤਾਂ ਤੁਸੀਂ ਕੰਮ ਹੀ ਸ਼ੁਰੂ ਨਹੀਂ ਕਰਦੇ। ਤੁਸੀਂ ਆਪਣੇ ਉਸੇ ਵਿਸ਼ਵਾਸ ਨਾਲ ਇਹ ਕੰਮ ਸ਼ੁਰੂ ਕਰੋ। ਕਿਤਾਬਾਂ, ਵੀਡੀਓਜ਼, ਟੂਲਜ਼, ਪ੍ਰੋਗਰਾਮ ਅਤੇ ਅੱਪਲਾਈਨ ਨਾਲ ਲਗਾਤਾਰ ਜੁੜੇ ਰਹਿਣ ਨਾਲ ਤੁਹਾਡਾ ਇਹ ਭਰੋਸਾ ਆਪੇ ਹੀ ਵੱਧਦਾ ਜਾਵੇਗਾ।

ਬਹੁਤ ਸਾਰੇ ਲੋਕ ਇਸ ਬਿਜ਼ਨਿਸ ਦੀਆਂ ਮੁੱਢਲੀਆਂ ਗੱਲਾਂ ਜਾਣਨ ਤੋਂ ਪਹਿਲਾਂ ਹੀ ਇਸ ਨੂੰ ਛੱਡ ਦਿੰਦੇ ਹਨ। ਆਪਣੇ ਇਸ ਬਿਜ਼ਨਿਸ ਨੂੰ ਘੱਟ ਤੋਂ ਘੱਟ ਇੱਕ ਸਾਲ ਜ਼ਰੂਰ ਦਿਓ ਅਤੇ ਜੇ ਤੁਸੀਂ ਬਿਜ਼ਨਿਸ ਦੇ ਵਿਦਿਆਰਥੀ ਬਣਨ ਨੂੰ ਤਿਆਰ ਹੋ, ਤਾਂ ਕੁੱਝ ਸਮੇਂ ਬਾਅਦ ਤੁਸੀਂ ਭਗਵਾਨ ਦਾ ਧੰਨਵਾਦ ਕਰੋਗੇ ਕਿ ਉਨ੍ਹਾਂ ਨੇ ਤੁਹਾਡੇ ਜੀਵਨ ਵਿੱਚ ਇਸ ਸੰਸਾਰ ਦਾ ਸਭ ਤੋਂ ਸ਼ਾਨਦਾਰ ਬਿਜ਼ਨਿਸ ਦਿੱਤਾ।

ਸਾਡੇ ਪਿੱਛੇ ਕੀ ਰਹਿ ਗਿਆ ਅਤੇ ਸਾਡੇ ਅੱਗੇ ਕੀ ਲੁੱਕਿਆ ਹੋਇਆ ਹੈ, ਇਹ ਸਾਰੇ ਛੋਟੇ-ਛੋਟੇ ਮੁੱਦੇ ਹਨ, ਅਸਲ ਮੁੱਦਾ ਤਾਂ ਇਹ ਹੈ ਕਿ ਸਾਡੇ ਅੰਦਰ ਕੀ ਹੈ।

– ਹੈਨਰੀ ਡੇਵਿਡ ਥੋਰੋ

ਆਪਣੇ-ਆਪ 'ਤੇ ਭਰੋਸਾ ਰੱਖੋ। ਇਹ ਤੁਹਾਨੂੰ ਕੰਮ ਕਰਨ ਲਈ ਊਰਜਾ ਦਿੰਦਾ ਹੈ ਨਾਲ ਹੀ ਜਿਸ ਵੇਲੇ ਤੁਸੀਂ ਹਾਸੇ-ਮਖੌਲ, ਨਾਂਹ ਅਤੇ ਨਿਰਾਸ਼ਾ ਦਾ ਸਾਹਮਣਾ ਕਰਦੇ ਹੋ, ਉਸ ਵੇਲੇ ਇਹ ਤੁਹਾਡੀ ਤਾਕਤ ਬਣ ਕੇ ਮਦਦ ਕਰਦਾ ਹੈ। ਤੁਹਾਡਾ ਭਰੋਸਾ ਹੀ ਤੁਹਾਨੂੰ ਹਰ ਰੋਜ ਇੱਕ ਨਵੀਂ ਉਮੀਦ ਨਾਲ ਕੰਮ 'ਤੇ ਜਾਣ ਲਈ ਪ੍ਰੇਰਿਤ ਕਰਦਾ ਹੈ ਕਿ ਅੱਜ ਤੁਹਾਨੂੰ ਆਪਣੀ ਟੀਮ ਲਈ ਚੈਂਪੀਅਨ ਪਰਫੌਰਮਰ ਜ਼ਰੂਰ ਮਿਲੇਗਾ। ਜਦੋਂ ਤੁਸੀਂ ਕੋਈ ਦੁਚਿੱਤੀ ਜਾਂ ਅਸਫਲਤਾ ਦਾ ਸਾਹਮਣਾ ਕਰਦੇ ਹੋ, ਤੁਹਾਨੂੰ ਭਰੋਸਾ ਹੀ ਇਸ ਤੋਂ ਬਾਹਰ ਕੱਢਦਾ ਹੈ ਤੇ ਫਿਰ ਤੁਹਾਨੂੰ ਅਗਲੇ ਦਿਨ ਇੱਕ ਨਵੀਂ ਆਸ ਨਾਲ ਦਿਨ ਦੀ ਸ਼ੁਰੂਆਤ ਕਰਨ ਵਿੱਚ ਮਦਦ ਕਰਦਾ ਹੈ। ਅਜਿਹਾ ਵੀ ਸਮਾਂ ਆਉਂਦਾ ਹੈ ਜਦੋਂ ਤੁਹਾਡੇ ਅੰਦਰ ਸ਼ੱਕ ਪੈਦਾ ਹੋ ਜਾਣ ਕਾਰਨ ਤੁਹਾਡਾ ਭਰੋਸਾ ਡੋਲਣ ਲੱਗ ਪੈਂਦਾ ਹੈ, ਪਰ ਯਾਦ ਰੱਖੋ ਇਹ ਇੱਕ ਸਧਾਰਨ ਜਿਹੀ ਗੱਲ ਹੈ ਅਤੇ ਇਸ ਤਰ੍ਹਾਂ ਸਾਰਿਆਂ ਨਾਲ ਹੁੰਦਾ ਹੈ। ਇੰਝ ਮੇਰੇ ਨਾਲ ਵੀ ਕਦੇ-ਕਦੇ ਹੁੰਦਾ ਸੀ ਖ਼ਾਸ ਕਰਕੇ ਮੇਰੇ ਸ਼ੁਰੂਆਤੀ ਦਿਨਾਂ ਵਿੱਚ ਜਦੋਂ ਮੈਂ ਬਿਜ਼ਨਿਸ ਸ਼ੁਰੂ ਕੀਤਾ, ਪਰ ਮੇਰੇ ਅੱਪਲਾਈਨ, ਕਿਤਾਬਾਂ ਅਤੇ ਹੋਰ ਪ੍ਰੋਗਰਾਮਾਂ ਨੂੰ ਮੈਨੂੰ ਹਮੇਸ਼ਾ ਅੱਗੇ ਵਧਾਇਆ ਹੈ। **ਮੈਂ ਇਹਨਾਂ ਤਿੰਨ ਚੀਜ਼ਾਂ ਨੂੰ ਆਪਣੇ ਬਿਜ਼ਨਿਸ ਲਈ ਵੈਕਸੀਨ ਕਹਿੰਦਾ ਹਾਂ – ਸਿਫ਼ਾਰਿਸ ਕੀਤੀਆਂ ਕਿਤਾਬਾਂ, ਬਿਜ਼ਨਿਸ ਪ੍ਰੋਗਰਾਮ ਅਤੇ ਐਕਟਿਵ ਅੱਪਲਾਈਨ ਨਾਲ ਸੰਪਰਕ।** ਜਦੋਂ ਤੱਕ ਤੁਸੀਂ ਇੰਨਾਂ ਤਿੰਨਾਂ ਚੀਜ਼ਾਂ ਨਾਲ ਜੁੜੇ ਹੋਏ ਹੋ, ਤੁਹਾਨੂੰ ਆਪਣੇ ਵਿਸ਼ਵਾਸ ਨੂੰ ਕਾਇਮ ਰੱਖਣ ਅਤੇ ਬਾਅਦ ਵਿੱਚ ਉਸ ਨੂੰ ਵਧਾਉਣ ਵਿੱਚ ਕੋਈ ਸਮੱਸਿਆ ਨਹੀਂ ਹੋਵੇਗੀ। ਵੈਸੇ ਤਾਂ ਤੁਹਾਡੇ ਡਰ ਅਤੇ ਵਿਸ਼ਵਾਸ ਦੇ ਵਿਚਕਾਰ ਹਮੇਸ਼ਾ ਇੱਕ ਜੰਗ ਰਹਿੰਦੀ ਹੈ। ਤੁਹਾਡਾ ਵਿਸ਼ਵਾਸ ਦੱਸਦਾ ਹੈ ਕਿ ਤੁਸੀਂ

ਇਹ ਕਰ ਸਕਦੇ ਹੋ, ਪਰ ਤੁਹਾਡੇ ਅੰਦਰਲਾ ਡਰ ਚੀਕਦਾ ਰਹਿੰਦਾ ਹੈ ਕਿ ਤੁਸੀਂ ਇਹ ਕੰਮ ਨਹੀਂ ਕਰ ਸਕਦੇ ਅਤੇ ਜੇ ਉਸ ਵਿੱਚ ਅਸਫਲ ਹੋ ਗਏ ਤਾਂ ਕੀ ਕਰੋਗੇ। ਤੁਹਾਡਾ ਵਿਸ਼ਵਾਸ ਤੁਹਾਡੇ ਡਰ ਤੋਂ ਕਿਤੇ ਜ਼ਿਆਦਾ ਵੱਡਾ ਹੋਣਾ ਚਾਹੀਦਾ ਹੈ।

ਆਪਣੇ ਵਿਸ਼ਵਾਸ ਨਾਲ ਤੁਸੀਂ ਪਹਾੜ ਨੂੰ ਡੇਗ ਸਕਦੇ ਹੋ, ਅਤੇ ਆਪਣੇ ਸ਼ੱਕ ਨਾਲ ਉਸੇ ਪਹਾੜ ਨੂੰ ਪੈਦਾ ਵੀ ਕਰ ਸਕਦੇ ਹੋ।

– ਅਗਿਆਤ

ਆਮ ਤੌਰ 'ਤੇ, ਇੱਕ ਨੈੱਟਵਰਕ ਮਾਰਕੀਟਿੰਗ ਕੰਪਨੀ ਵਿੱਚ ਪਹਿਲਾਂ ਤੋਂ ਹੀ ਵਿਕਸਤ ਸਿਖਲਾਈ ਅਤੇ ਵਿਕਾਸ ਪ੍ਰਣਾਲੀ ਹੁੰਦੀ ਹੈ। ਤੁਹਾਡਾ ਕੰਮ ਉਸ ਸਿਸਟਮ ਵਿੱਚ ਰਹਿ ਕੇ ਉਸ ਸਿਸਟਮ ਦੇ ਅਨੁਸਾਰ ਕੰਮ ਨੂੰ ਸ਼ੁਰੂ ਕਰਨਾ ਹੈ। ਜੇ ਇਸ ਸਿਖਲਾਈ ਅਤੇ ਵਿਕਾਸ ਪ੍ਰਣਾਲੀ ਨੇ ਇੰਨੇ ਸਾਲਾਂ ਲਈ ਇੰਨੇ ਸਾਰੇ ਲੋਕਾਂ ਲਈ ਸਫਲਤਾ ਪੂਰਵਕ ਕੰਮ ਕੀਤਾ ਹੈ, ਤਾਂ ਤੁਹਾਡੇ ਲਈ ਵੀ ਕੰਮ ਜ਼ਰੂਰ ਕਰੇਗਾ। ਤੁਹਾਡੀ ਟੀਮ ਦੀ ਸਫਲਤਾ ਪ੍ਰਣਾਲੀ ਇਸ ਬਿਜ਼ਨਿਸ ਦਾ ਸਭ ਤੋਂ ਮਹੱਤਵਪੂਰਨ ਪਹਿਲੂ ਹੈ। ਬਸ ਉਸ ਸਿਸਟਮ ਨੂੰ 100% ਸਮਰਪਿਤ ਹੋ ਜਾਓ। ਜੇ ਤੁਹਾਡੀ ਟੀਮ ਨੇ ਹਾਲੇ ਤੱਕ ਅਜਿਹੀ ਪ੍ਰਣਾਲੀ ਵਿਕਸਤ ਨਹੀਂ ਕੀਤੀ ਹੈ, ਤਾਂ ਤੁਸੀਂ ਇਸ ਕਿਤਾਬ ਵਿੱਚ ਦਿੱਤੀ ਗਈ ਸਫਲਤਾ ਪ੍ਰਣਾਲੀ ਦੀ ਪਾਲਣਾ ਕਰ ਸਕਦੇ ਹੋ ਅਤੇ ਆਪਣੇ ਸੁਫਨਿਆਂ ਨੂੰ ਪ੍ਰਾਪਤ ਕਰ ਸਕਦੇ ਹੋ। ਇਸ ਕਿਤਾਬ ਵਿੱਚ ਦਿੱਤੀ ਗਈ ਪ੍ਰਣਾਲੀ ਨੇ ਇੰਨੇ ਸਾਲਾਂ ਤੋਂ ਅਣਗਿਣਤ ਲੋਕਾਂ ਦੇ ਸੁਫ਼ਨੇ ਪੂਰੇ ਕੀਤੇ ਹਨ। ਇਸ ਵਿਸ਼ਵਾਸ ਨਾਲ ਕੰਮ ਕਰੋ ਕਿ ਸਫਲਤਾ ਵਿੱਚ ਦੇਰੀ ਤਾਂ ਹੋ ਸਕਦੀ ਹੈ, ਪਰ ਸਫਲਤਾ ਨੂੰ ਆਉਣ ਤੋਂ ਕੋਈ ਰੋਕ ਨਹੀਂ ਸਕਦਾ।

ਤੁਸੀਂ ਉਦੋਂ ਤੱਕ ਭਗਵਾਨ 'ਤੇ ਭਰੋਸਾ ਨਹੀਂ ਕਰ ਸਕਦੇ, ਜਦੋਂ ਤੱਕ ਤੁਸੀਂ ਆਪਣੇ-ਆਪ 'ਤੇ ਭਰੋਸਾ ਨਹੀਂ ਕਰਦੇ।

– ਸੁਆਮੀ ਵਿਵੇਕਾਨੰਦ

ਕੁੱਝ ਵੀ ਸਥਾਈ ਨਹੀਂ ਹੈ, ਸਮੱਸਿਆਵਾਂ ਵੀ ਨਹੀਂ

ਬਿਜ਼ਨਿਸ ਵਿੱਚ ਮੈਨੂੰ ਚਾਰ ਹੀ ਮਹੀਨੇ ਹੋਏ ਸਨ ਅਤੇ ਮੈਂ ਬੜੀ ਤੇਜੀ ਨਾਲ ਅੱਗੇ ਵੱਧ ਰਿਹਾ ਸੀ, ਪਰ ਮੈਂ ਕੁੱਝ ਗ਼ਲਤੀਆਂ ਕੀਤੀਆਂ ਜਿਸ ਨਾਲ ਮੇਰੀ ਆਮਦਨ ਜ਼ੀਰੋ ਹੋ ਗਈ। ਮੇਰੇ ਕੋਲ ਦੋ ਹੀ ਵਿਕਲਪ ਸਨ- ਜਾਂ ਤਾਂ ਮੈਂ ਆਪਣੀ ਨੌਕਰੀ 'ਤੇ ਵਾਪਸ ਚਲਾ ਜਾਵਾਂ ਜਾਂ ਫਿਰ ਆਪਣੀਆਂ ਗ਼ਲਤੀਆਂ ਨੂੰ ਸਵੀਕਾਰ ਕਰਕੇ ਉਨ੍ਹਾਂ ਤੋਂ ਕੁੱਝ ਸਿੱਖ ਕੇ ਉਨਾਂ ਨੂੰ ਪਾਉਣ ਦੀਆਂ ਕੋਸ਼ਿਸ਼ ਕਰਾਂ, ਜੋ ਮੈਂ ਇੱਥੇ ਪ੍ਰਾਪਤ ਕਰਨ ਆਇਆ ਸੀ। ਮੈਂ, ਮੇਰੇ ਭਾਈ ਅਤੇ ਮੇਰੀ ਪਤਨੀ ਨੇ ਆਪਣੀ-ਆਪਣੀ ਨੌਕਰੀ ਤੋਂ ਅਸਤੀਫ਼ਾ ਦੇ ਦਿੱਤਾ ਸੀ। ਅਸੀਂ ਆਪਣੇ ਸਾਰੇ ਪੈਸੇ ਦੇ ਸਰੋਤਾਂ ਨੂੰ ਖ਼ਤਮ ਕਰ ਲਿਆ ਸੀ ਅਤੇ ਆਪਣੇ ਕ੍ਰੈਡਿਟ ਕਾਰਡਾਂ ਦਾ ਵੀ ਪੂਰਾ ਇਸਤੇਮਾਲ ਕਰ ਲਿਆ ਸੀ। ਪਰ ਅਸੀਂ ਹਰ ਦਿਨ ਇਸੇ ਭਰੋਸੇ ਨਾਲ ਕੰਮ ਕੀਤਾ ਕਿ ਅੱਜ ਤਾਂ ਸਾਨੂੰ ਇੱਕ ਸਹੀ ਸਾਥੀ ਮਿਲੇਗਾ। ਅਸੀਂ ਆਪਣੇ ਅੱਪਲਾਈਨ ਨਾਲ ਹਰ ਰੋਜ਼ ਗੱਲਾਂ ਕਰਦੇ ਸੀ, ਕਿਤਾਬਾਂ ਪੜ੍ਹਦੇ ਸੀ, ਬਹੁਤ ਸਾਰੇ ਪਲਾਨ ਦਿਖਾਉਂਦੇ ਸੀ ਅਤੇ ਹਰ ਇਵੈਂਟ ਵਿੱਚ ਸ਼ਾਮਿਲ ਹੁੰਦੇ ਸੀ, ਇੱਥੇ ਤੱਕ ਕਿ ਉਸ ਪ੍ਰੋਗਰਾਮ ਵਿੱਚ ਵੀ ਜਿਸ ਵਿੱਚ ਸਾਡੇ ਨਾਲ ਕੋਈ ਵੀ ਜਾਣ ਵਾਲਾ ਨਹੀਂ ਸੀ। ਇਹ ਸਿਲਸਿਲਾ ਕਰੀਬ 9 ਮਹੀਨਿਆਂ ਤੱਕ ਚੱਲਿਆ ਪਰ ਅੱਜ ਮੈਂ ਜੋ ਵੀ ਕੁੱਝ ਹਾਂ ਉਹ ਇਸ ਲਈ ਕਿ ਮੈਂ ਉਨ੍ਹਾਂ 9 ਮਹੀਨਿਆਂ ਵਿੱਚ ਹਾਰ ਨਹੀਂ ਸੀ ਮੰਨੀ।

2. ਸਿਸਟਮ ਨੂੰ 100% ਸਮਰਪਨ

ਸਫਲਤਾ ਦਾ ਕੋਈ ਰਾਜ ਨਹੀਂ ਹੈ; ਪਰ ਸਫਲਤਾ ਦੇ ਪਿੱਛੇ ਹਮੇਸ਼ਾ ਇੱਕ ਸਿਸਟਮ ਜ਼ਰੂਰ ਹੁੰਦਾ ਹੈ।

– ਦੀਪਕ ਬਜਾਜ

ਬਿਜ਼ਨਿਸ ਡਿਕਸ਼ਨਰੀ.ਕਾੱਮ ਦੇ ਅਨੁਸਾਰ, "ਸਿਸਟਮ ਕਈ ਵਿਸਤਰਿਤ ਤਰੀਕਿਆਂ, ਪ੍ਰਕਿਰਿਆਵਾਂ ਅਤੇ ਰੂਟੀਨ ਦਾ ਇਕ ਸਮੂਹ ਹੈ ਜਿਸ ਨਾਲ ਤੁਸੀਂ ਕੋਈ ਖ਼ਾਸ ਕੰਮ ਕਰਦੇ ਹੋ।" ਸਾਡੇ ਬਿਜ਼ਨਿਸ ਵਿੱਚ ਸਿਸਟਮ ਪ੍ਰੋਗਰਾਮਾਂ, ਗਤੀਵਿਧੀਆਂ ਅਤੇ ਟੂਲਜ਼ ਦਾ ਇੱਕ ਸਮੂਹ ਹੈ ਜੋ ਤੁਹਾਨੂੰ ਕੀ ਅਤੇ ਕਿਵੇਂ ਕਰਨਾ ਹੈ, ਬਾਰੇ ਮਾਰਗਦਰਸ਼ਨ ਦੇਣ ਲਈ ਤਿਆਰ ਕੀਤਾ ਗਿਆ ਹੈ, ਤਾਂ ਜੋ ਤੁਸੀਂ ਆਪਣੇ ਬਿਜ਼ਨਿਸ ਵਿੱਚ ਨਿਵੇਸ਼ ਕੀਤੇ ਗਏ ਸਮੇਂ ਅਤੇ ਯਤਨਾਂ ਨਾਲ ਤੁਰੰਤ ਅਤੇ ਸ਼ਾਨਦਾਰ ਨਤੀਜੇ ਪ੍ਰਾਪਤ ਕਰ ਸਕੋ। ਇੱਕ ਚੰਗਾ ਸਿਸਟਮ, ਕਈ ਸਾਲਾਂ ਦੀ ਮਿਆਦ ਵਿੱਚ ਹਜ਼ਾਰਾਂ ਲੋਕਾਂ ਦੀ ਸਖ਼ਤ ਮਿਹਨਤ ਅਤੇ ਗੰਭੀਰ ਯਤਨਾਂ ਤੋਂ ਬਾਅਦ ਬਣਦਾ ਹੈ। ਪਰ ਜਦੋਂ ਇਹ ਬਣ ਕੇ ਤਿਆਰ ਹੋ ਜਾਂਦਾ ਹੈ ਤਾਂ ਉਸ ਬਿਜ਼ਨਿਸ ਵਿੱਚ ਕੰਮ ਕਰਦੇ ਸਾਰੇ ਡਿਸਟ੍ਰੀਬਿਊਟਰਾਂ/ਸਹਿਕਰਮੀਆਂ ਨੂੰ ਸਫਲ ਬਣਾਉਣ ਲਈ ਇੱਕ ਮਹੱਤਵਪੂਰਨ ਗਾਈਡ ਦੀ ਭੂਮਿਕਾ ਨਿਭਾਉਂਦਾ ਹੈ।

ਨੈੱਟਵਰਕ ਮਾਰਕੀਟਿੰਗ ਬਿਜ਼ਨਿਸ ਵਿੱਚ ਸਫਲਤਾ ਦੀਆਂ ਸੰਭਾਵਨਾਵਾਂ ਕਿਸੇ ਵੀ ਹੋਰ ਬਿਜ਼ਨਿਸ ਨਾਲੋਂ ਕਿਤੇ ਵੱਧ ਹਨ ਕਿਉਂ ਕਿ ਇੱਥੇ ਇੱਕ ਨਵੇਂ ਆਉਣ ਵਾਲੇ ਵਿਅਕਤੀ ਨੂੰ ਸਮਰਥਨ ਦੇਣ ਲਈ ਪੂਰੀ ਸਿਖਲਾਈ ਅਤੇ ਵਿਕਾਸ ਪ੍ਰਣਾਲੀ ਮੌਜੂਦ ਹੈ, ਜੋ ਕਿ ਕਿਸੇ ਹੋਰ ਖੇਤਰ ਵਿੱਚ ਨਹੀਂ ਹੁੰਦੀ। ਸਿਸਟਮ ਦੀ ਪਾਲਣਾ ਕਰਕੇ, ਨਵੇਂ ਸਹਿਕਰਮੀ ਆਪਣੇ ਸੁਫਨਿਆਂ ਨੂੰ ਬਹੁਤ ਘੱਟ ਸਮੇਂ ਵਿੱਚ ਪੂਰਾ ਕਰ ਸਕਦੇ ਹਨ ਅਤੇ ਉਹ ਵੀ ਘੱਟ ਮੁਸ਼ਕਿਲਾਂ ਅਤੇ ਅਸਫਲਤਾਵਾਂ ਦਾ ਸਾਹਮਣਾ ਕਰਦੇ ਹੋਏ। ਸਿਸਟਮ ਬਾਰੇ ਸਭ ਤੋਂ ਵਧੀਆ ਗੱਲ ਇਹ ਹੈ ਕਿ ਇਹ ਹਰ ਇੱਕ ਵਿਅਕਤੀ ਲਈ ਬਰਾਬਰ ਕੰਮ ਕਰਦਾ ਹੈ। ਤੁਹਾਡੀ ਸਿੱਖਿਆ, ਸਕੂਲੀ ਪੜ੍ਹਾਈ, ਵਿੱਤੀ ਪਿਛੋਕੜ, ਲਿੰਗ, ਸਥਾਨ, ਕੰਮ ਦਾ ਤਜ਼ਰਬਾ ਆਦਿ ਇਸ ਬਿਜ਼ਨਿਸ ਵਿੱਚ ਕੋਈ ਮਾਇਨੇ ਨਹੀਂ ਰੱਖਦੇ, ਦਰਅਸਲ ਮਹੱਤਵਪੂਰਨ ਗੱਲ ਇਹ ਹੈ ਕਿ ਤੁਸੀਂ ਇਸ ਸਿਸਟਮ ਨੂੰ ਕਿੰਨੀ ਛੇਤੀ ਆਪਣੇ-ਆਪ ਲਈ ਢਾਲ ਕੇ ਉਸ ਅਨੁਸਾਰ ਨੂੰ ਕਿੰਨੀ ਛੇਤੀ ਕੰਮ ਕਰਨਾ ਸ਼ੁਰੂ ਕਰ ਸਕਦੇ ਹੋ।

ਇੱਕ ਵਾਰ, ਇੱਕ ਮਸ਼ਹੂਰ ਸੰਗੀਤ ਅਧਿਆਪਕ ਸੀ ਜੋ ਨਾ ਸਿਰਫ਼ ਆਪਣੀ ਸੰਗੀਤਕ ਪ੍ਰਤਿਭਾ ਲਈ ਜਾਣੇ ਜਾਂਦੇ ਸੀ, ਸਗੋਂ ਆਪਣੇ ਵਿਵੇਕ ਲਈ ਵੀ ਜਾਣੇ ਜਾਂਦੇ ਸਨ। ਇੱਕ ਦਿਨ ਕੋਈ 40 ਸਾਲ ਦਾ ਵਿਅਕਤੀ ਉਸ ਨੂੰ ਮਿਲਣ ਲਈ ਆਇਆ ਅਤੇ ਉਨ੍ਹਾਂ ਕੋਲੋਂ ਸੰਗੀਤ ਸਿੱਖਣ ਦੀ ਇੱਛਾ ਪ੍ਰਗਟਾਈ। ਅਧਿਆਪਕ ਨੇ ਪੁੱਛਿਆ ਕਿ ਤੁਸੀਂ ਸੰਗੀਤ ਬਾਰੇ ਕੀ ਜਾਣਦੇ ਹੋ? ਉਸ ਨੇ ਜਵਾਬ ਦਿੱਤਾ ਕਿ ਉਸ ਨੇ 6 ਸਾਲ ਸੰਗੀਤ ਸਿੱਖਿਆ ਹੈ ਅਤੇ ਫਿਰ ਇੱਕ ਗਰੁੱਪ ਵਿੱਚ ਉਹ ਗਾਇਆ ਵੀ ਕਰਦਾ ਸੀ, ਪਰ ਪਿਛਲੇ ਕੁੱਝ ਸਾਲਾਂ ਤੋਂ ਗਾਣਾ ਗਾਉਣਾ ਅਤੇ ਸੰਗੀਤ ਦਾ ਅਭਿਆਸ ਬੰਦ ਕਰ ਦਿੱਤਾ ਹੈ। ਅਧਿਆਪਕ ਨੇ ਕਿਹਾ ਕਿ ਉਸ ਨੂੰ ਸੰਗੀਤ ਵਿੱਚ ਮੁਹਾਰਤ ਹਾਸਿਲ ਕਰਨ ਲਈ ਪੂਰੇ ਤਿੰਨ ਸਾਲ ਲੱਗਣਗੇ ਅਤੇ ਇਸ ਸਿਖਲਾਈ ਦੀ

ਕੀਮਤ 80,000 ਰੁਪਏ ਹੋਵੇਗੀ। ਉਸ ਵਿਅਕਤੀ ਨੂੰ ਇਹ ਬੜਾ ਮਹਿੰਗਾ ਲੱਗਿਆ ਅਤੇ ਉਹ ਉੱਥੇ ਹੀ ਬੈਠ ਕੇ ਵਿਚਾਰ ਕਰਨ ਲੱਗਾ। ਉਸੇ ਸਮੇਂ ਇੱਕ 12 ਸਾਲ ਦਾ ਲੜਕਾ ਉਨ੍ਹਾਂ ਨੂੰ ਮਿਲਣ ਆਇਆ ਅਤੇ ਉਸ ਨੇ ਵੀ ਉਨ੍ਹਾਂ ਕੋਲੋ ਸੰਗੀਤ ਸਿੱਖਣ ਦੀ ਇੱਛਾ ਜ਼ਾਹਿਰ ਕੀਤੀ। ਅਧਿਆਪਕ ਨੇ ਉਸ ਨੂੰ ਵੀ ਪੁੱਛਿਆਂ ਕਿ ਉਹ ਸੰਗੀਤ ਬਾਰੇ ਕੀ ਜਾਣਦਾ ਹੈ? ਉਸ ਨੇ ਕਿਹਾ ਕਿ ਉਹ ਸੰਗੀਤ ਬਾਰੇ ਕੁੱਝ ਨਹੀਂ ਜਾਣਦਾ। ਅਧਿਆਪਕ ਨੇ ਉਸ ਨੂੰ ਕਿਹਾ ਕਿ ਸੰਗੀਤ ਵਿੱਚ ਮੁਹਾਰਤ ਹਾਸਿਲ ਕਰਨ ਲਈ ਉਸ ਨੂੰ ਇੱਕ ਸਾਲ ਲੱਗੇਗਾ ਅਤੇ 20,000 ਰੁਪਏ ਦੇਣੇ ਹੋਣਗੇ। ਉਹ ਵਿਅਕਤੀ ਹਾਲੇ ਤੱਕ ਉੱਥੇ ਬੈਠਾ ਹੋਇਆ ਸੀ, ਇਹ ਸੁਣ ਕੇ ਗੁੱਸੇ ਵਿੱਚ ਭੜਕ ਕੇ ਅਧਿਆਪਕ ਨੂੰ ਪੁੱਛਣ ਲੱਗਾ, "ਮੈਂ ਸੰਗੀਤ ਬਾਰੇ ਬਹੁਤ ਕੁੱਝ ਜਾਣਦਾ ਹਾਂ ਅਤੇ ਮੇਰੇ ਕੋਲ ਇਸਦਾ ਚੰਗਾ ਖ਼ਾਸਾ ਅਨੁਭਵ ਵੀ ਹੈ, ਤਾਂ ਫਿਰ ਸੰਗੀਤ ਬਾਰੇ ਕੁੱਝ ਨਹੀਂ ਜਾਣਨ ਵਾਲਾ ਬੱਚਾ ਮੇਰੇ ਤੋਂ ਦੋ ਸਾਲ ਪਹਿਲਾਂ ਅਤੇ 60,000 ਰੁਪਏ ਘੱਟ ਵਿੱਚ ਕਿਵੇਂ ਮਾਹਿਰ ਹੋ ਜਾਵੇਗਾ?" ਅਧਿਆਪਕ ਨੇ ਜਵਾਬ ਦਿੱਤਾ ਕਿ ਮੁਹਾਰਤ ਹਾਸਿਲ ਕਰਨ ਵਿੱਚ ਤਾਂ ਕੇਵਲ ਇੱਕ ਸਾਲ ਅਤੇ ਵੀਹ ਹਜ਼ਾਰ ਰੁਪਏ ਹੀ ਲੱਗਣਗੇ, ਪਰ ਤੁਸੀਂ ਜੋ ਕੁੱਝ ਪਹਿਲਾਂ ਤੋਂ ਸਿੱਖਿਆ ਹੋਇਆ ਹੈ, ਉਸ ਨੂੰ ਭੁਲਾਉਣ ਲਈ ਦੋ ਸਾਲ ਅਤੇ ਸੱਠ ਹਜ਼ਾਰ ਰੁਪਏ ਲੱਗਣਗੇ।

> ***ਤੁਸੀਂ ਹੁਣ ਤੱਕ ਜੋ ਸਿੱਖਿਆ ਹੈ ਜੇ ਤੁਸੀਂ ਉਸ ਨੂੰ ਭੁਲਾਉਣ ਲਈ ਤਿਆਰ ਹੋ ਤਾਂ ਨਵੀਆਂ ਚੀਜ਼ਾਂ ਨੂੰ ਸਿੱਖਣਾ ਸੌਖਾ ਅਤੇ ਛੇਤੀ ਹੋ ਜਾਵੇਗਾ।***
>
> **– ਦੀਪਕ ਬਜਾਜ**

ਦਰਅਸਲ, ਹਰ ਪੇਸ਼ੇ ਜਾਂ ਬਿਜ਼ਨਿਸ ਵਿੱਚ ਸਫਲ ਹੋਣ ਲਈ ਇੱਕ ਵਿਲੱਖਣ ਪ੍ਰਣਾਲੀ ਹੈ। ਇੱਕ ਡਾੱਕਟਰ, ਇੱਕ ਵਕੀਲ, ਇੱਕ ਅਕਾਉਂਟੈਂਟ, ਇੱਕ ਦੁਕਾਨਦਾਰ, ਇੱਕ ਪੁਲਿਸ ਅਫਸਰ-ਸਾਰਿਆਂ ਦੇ ਕੰਮ ਕਰਨ ਦੇ ਵੱਖੋ-ਵੱਖਰੇ ਤਰੀਕੇ ਅਤੇ ਸਿਧਾਂਤ ਹੁੰਦੇ ਹਨ। ਜੇ ਤੁਸੀਂ ਕਿਸੇ ਪੇਸ਼ੇ ਵਿੱਚ ਸਫਲ ਹੋ ਤਾਂ ਇਹ ਇਸ ਲਈ ਹੈ ਕਿਉਂ ਕਿ ਤੁਸੀਂ ਉਸ ਖ਼ਾਸ ਪੇਸ਼ੇ ਦੀ ਪ੍ਰਣਾਲੀ ਦੀ ਪਾਲਣਾ ਕੀਤੀ ਹੈ ਨਾ ਕਿ ਕਿਸੇ ਹੋਰ ਪੇਸ਼ੇ ਦੀ। ਤੁਸੀਂ ਇੱਕ ਨਰਸ ਜਾਂ ਆਰਕੀਟੈਕਟ ਲਈ ਲੋੜੀਂਦੇ ਸਿਸਟਮ ਦੀ ਪਾਲਣਾ ਕਰਕੇ ਇੱਕ ਪੁਲਿਸ ਅਫਸਰ ਵਜੋਂ ਸਫਲ ਨਹੀਂ ਹੋ ਸਕਦੇ। ਇਸੇ ਤਰ੍ਹਾਂ, ਜੇ ਤੁਸੀਂ ਨੈੱਟਵਰਕ ਮਾਰਕੀਟਿੰਗ ਵਿੱਚ ਸਫਲ ਹੋਣਾ ਚਾਹੁੰਦੇ ਹੋ, ਤਾਂ ਤੁਹਾਨੂੰ ਆਪਣੇ ਮੌਜੂਦਾ ਸਿਸਟਮ ਨੂੰ ਇਸ ਪਾਸੇ ਰੱਖਣ ਦੀ ਲੋੜ ਹੈ ਅਤੇ ਇੱਕ ਨੌਸਿਖੀਏ ਵਾਂਗ ਨੈੱਟਵਰਕ ਮਾਰਕੀਟਿੰਗ ਲਈ ਸਭ ਤੋਂ ਵਧੀਆ ਸਿਸਟਮ ਨੂੰ ਸਿੱਖਣਾ ਹੋਵੇਗਾ। ਤੁਸੀਂ ਜਿੰਨੀ ਛੇਤੀ ਆਪਣੀ ਨਵੀਂ ਕਾਰਜਪ੍ਰਣਾਲੀ ਨੂੰ ਸਿੱਖੋਗੇ, ਉਨੀ ਹੀ ਛੇਤੀ ਤੁਸੀਂ ਬਿਜ਼ਨਿਸ ਅੰਦਰ ਕੁੱਝ ਵੱਡਾ ਕਰਨ ਦੇ ਯੋਗ ਹੋ ਜਾਵੋਗੇ।

ਅਸਲ ਵਿੱਚ ਬਿਜ਼ਨਿਸ ਵਿੱਚ ਜ਼ਿਆਦਾਤਰ ਲੋਕਾਂ ਦੇ ਅਸਫਲ ਹੋਣ ਦਾ ਇਹੀ ਮੁੱਖ ਕਾਰਨ ਹੈ ਕਿ ਇਸ ਬਿਜ਼ਨਿਸ ਵਿੱਚ ਲੋਕ ਵੱਖ-ਵੱਖ ਪਿਛੋਕੜਾਂ ਤੋਂ ਆਪਣੇ ਨਾਲ ਵੱਖ-ਵੱਖ ਅਨੁਭਵਾਂ, ਸਿਸਟਮ, ਸੋਚ ਅਤੇ ਕੰਮ ਕਰਨ ਦੇ ਤਰੀਕਿਆ ਨੂੰ ਲੈ ਕੇ ਆਉਂਦੇ ਹਨ, ਫਿਰ ਉਹ ਉਸੇ ਪੁਰਾਣੀ ਸੋਚ ਅਤੇ ਤਰੀਕਿਆ ਨਾਲ ਬਿਜ਼ਨਿਸ ਚਲਾਉਣਾ ਸ਼ੁਰੂ ਕਰ ਦਿੰਦੇ ਹਨ ਤੇ ਅਸਫਲਤਾ ਅਤੇ ਨਿਰਾਸ਼ਾ ਦੇ ਸ਼ਿਕਾਰ ਹੋ ਜਾਂਦੇ ਹਨ। ਕਿਉਂ ਕਿ ਇਸ ਬਿਜ਼ਨਿਸ ਨੂੰ ਕਰਨ ਜਾਂ ਛੱਡਣ ਲਈ ਕੋਈ ਜ਼ਿਆਦਾ ਪੈਸੇ ਨਹੀਂ ਲੱਗਦੇ, ਸ਼ੁਰੂਆਤ ਵਿੱਚ ਆਉਣ ਵਾਲੀਆਂ ਇਨ੍ਹਾਂ ਅਸਫਲਤਾਵਾਂ ਤੋਂ ਘਬਰਾ ਕੇ ਜ਼ਿਆਦਾਤਰ ਲੋਕ ਬਿਜ਼ਨਿਸ ਕਰਨਾ ਛੱਡ ਦਿੰਦੇ ਹਨ। ਜੇ ਲੋਕ ਬਿਜ਼ਨਿਸ ਦੇ ਨਿਯਮਾਂ ਨੂੰ ਸਿੱਖਣ ਅਤੇ ਉਸਦਾ ਅਭਿਆਸ ਕਰਨ ਵਿੱਚ ਕੁੱਝ ਸਮਾਂ ਬਤੀਤ ਕਰਨ, ਤਾਂ ਉਨ੍ਹਾਂ

ਨੂੰ ਇਸ ਗੱਲ ਦਾ ਅਹਿਸਾਸ ਹੋਵੇਗਾ ਕਿ ਨੈੱਟਵਰਕ ਮਾਰਕੀਟਿੰਗ ਦਾ ਬਿਜ਼ਨਿਸ ਸਭ ਤੋਂ ਸੌਖਾ ਅਤੇ ਦੁਨੀਆ ਵਿੱਚ ਸਭ ਤੋਂ ਜ਼ਿਆਦਾ ਫਾਇਦੇ ਦੇਣ ਵਾਲਾ ਬਿਜ਼ਨਿਸ ਹੈ।

ਇੱਕ ਬੀਜ ਅੰਦਰ ਇੱਕ ਦਰਖ਼ਤ ਛੁੱਪਿਆ ਹੁੰਦਾ ਹੈ, ਪਰ ਉਹ ਇੱਕ ਸਿਸਟਮ ਵਾਂਗ ਹੀ ਬਾਹਰ ਆਉਂਦਾ ਹੈ। ਪੱਥਰ ਵਿੱਚ ਇੱਕ ਮੂਰਤੀ ਛੁਪੀ ਹੋਈ ਹੁੰਦੀ ਹੈ ਪਰ ਉਹ ਵੀ ਇੱਕ ਸਿਸਟਮ ਦੇ ਜਰੀਏ ਹੀ ਲੋਕਾਂ ਸਾਹਮਣੇ ਆਉਂਦੀ ਹੈ। ਇੱਥੋ ਤੱਕ ਕਿ ਇੱਕ ਬੱਚੇ ਨੂੰ ਜਨਮ ਦੇਣ ਲਈ ਵੀ 9 ਮਹੀਨਿਆਂ ਦਾ ਇੱਕ ਸਿਸਟਮ ਬਣਿਆ ਹੋਇਆ ਹੈ।

ਮੈਂ ਹਮੇਸ਼ਾ ਇਸ ਗੱਲ ਤੇ ਜ਼ੋਰ ਦਿੰਦਾ ਹਾਂ ਕਿ ਤੁਸੀਂ ਜਿਸ ਵੀ ਟੀਮ ਨੂੰ ਚੁਣਦੇ ਹੋ ਜਾਂ ਜਿਸ ਵੀ ਕੰਪਨੀ ਨਾਲ ਕੰਮ ਕਰਦੇ ਹੋ, ਉਨ੍ਹਾਂ ਕੋਲ ਇੱਕ ਪਹਿਲਾਂ ਤੋਂ ਸਥਾਪਿਤ ਟ੍ਰੇਨਿੰਗ ਅਤੇ ਡਵੈਲਪਮੈਂਟ ਸਿਸਟਮ ਹੋਵੇ। ਹਜ਼ਾਰਾਂ ਲੋਕਾਂ ਨਾਲ ਕੰਮ ਕਰਨ ਤੋਂ ਬਾਅਦ, ਮੈਂ ਇੱਕ ਸਿਸਟਮ ਵਿਕਸਤ ਕੀਤਾ ਹੈ ਜਿਸ ਨਾਲ ਮੈਨੂੰ ਬਿਜ਼ਨਿਸ ਅੰਦਰ ਚੰਗੀ ਸਫਲਤਾ ਮਿਲੀ ਹੈ ਅਤੇ ਉਨ੍ਹਾਂ ਹਜ਼ਾਰਾਂ ਲੋਕਾਂ ਨੂੰ ਵੀ ਮਹਾਨ ਸਫਲਤਾ ਮਿਲੀ ਹੈ ਜਿਨ੍ਹਾਂ ਨੇ ਇਸ ਨੂੰ ਅਪਣਾਇਆ ਹੈ। ਇਹ ਸਿਸਟਮ ਹਰ ਨੈੱਟਵਰਕ ਮਾਰਕੀਟਿੰਗ ਕੰਪਨੀ ਨਾਲ ਬਰਾਬਰ ਦੀ ਕਾਮਯਾਬੀ ਨਾਲ ਕੰਮ ਕਰਦਾ ਹੈ ਭਾਵੇਂ ਉਨ੍ਹਾਂ ਦਾ ਕੋਈ ਵੀ ਪ੍ਰੋਡਕਟ ਲਾਈਨ ਜਾਂ ਇਨਕਮ ਪਲਾਨ ਹੋਵੇ।

ਇਹ ਕਿਤਾਬ ਤੁਹਾਨੂੰ ਸਫਲਤਾ ਦੇ ਸਿਸਟਮ ਦੇ ਸੰਬੰਧ ਵਿੱਚ ਸਾਰਾ ਕੁੱਝ ਦੇਵੇਗੀ। ਮੈਂ ਪੂਰੀ ਤਰ੍ਹਾਂ ਇਹ ਮੰਨਦਾ ਹਾਂ ਕਿ ਜੇ ਤੁਸੀਂ ਇਸ ਕਿਤਾਬ ਵਿੱਚ ਦਿੱਤੀ ਗਈ ਹਰ ਸਲਾਹ ਨੂੰ ਸਮਝ ਕਰ ਅਮਲ ਵਿੱਚ ਲਿਆਉਂਦੇ ਹੋ, ਤਾਂ ਤੁਸੀਂ ਜ਼ਰੂਰ ਆਪਣੇ ਸੁਫਨਿਆਂ ਨੂੰ ਪੂਰਾ ਕਰ ਪਾਓਗੇ ਅਤੇ ਆਪਣੀ ਕੰਪਨੀ ਦੇ ਟਾੱਪ ਪਰਫੌਰਮਰ ਬਣ ਜਾਓਗੇ। ਤੁਸੀਂ ਇਸ ਸਿਸਟਮ ਨੂੰ ਜਿਵੇਂ ਦਾ ਤਿਵੇਂ ਇਸਤੇਮਾਲ ਕਰ ਕੇ ਆਪਣੀ ਅੱਪਲਾਈਨ ਕੋਲੋਂ ਸਲਾਹ ਲੈ ਕੇ ਉਸ ਵਿੱਚ ਆਪਣੀ ਲੋੜ ਅਨੁਸਾਰ ਬਦਲਾਅ ਵੀ ਕਰ ਸਕਦੇ ਹੋ। ਹੇਠਾਂ ਦਿੱਤੇ ਗਏ ਚਿੱਤਰ ਨਾਲ ਇਸ ਪੂਰੇ ਸਿਸਟਮ ਬਾਰੇ ਸਮਝਿਆ ਜਾ ਸਕਦਾ ਹੈ।

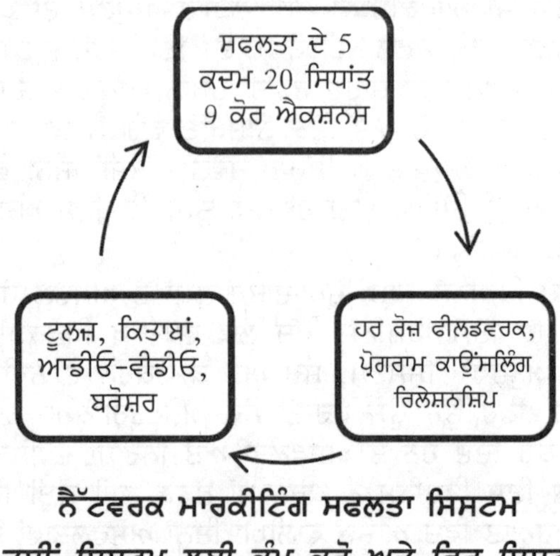

ਨੈੱਟਵਰਕ ਮਾਰਕੀਟਿੰਗ ਸਫਲਤਾ ਸਿਸਟਮ

ਪਹਿਲਾਂ ਤੁਸੀਂ ਸਿਸਟਮ ਲਈ ਕੰਮ ਕਰੋ ਅਤੇ ਫਿਰ ਸਿਸਟਮ ਤੁਹਾਡੇ ਲਈ ਕੰਮ ਕਰੇਗਾ।

– ਦੀਪਕ ਬਜਾਜ

ਇੱਕ ਵਧੀਆ ਸਿਸਟਮ ਤੁਹਾਡੀ ਕਈ ਤਰ੍ਹਾਂ ਨਾਲ ਮਦਦ ਕਰਦਾ ਹੈ:

- ✓ ਜਦੋਂ ਤੁਸੀਂ ਬਿਜ਼ਨਿਸ ਸ਼ੁਰੂ ਕਰਦੇ ਹਾਂ, ਤੁਸੀਂ ਲੋਕਾਂ ਨੂੰ ਬਿਜ਼ਨਿਸ ਵਿੱਚ ਲੈ ਕੇ ਤਾਂ ਜਾ ਸਕਦੇ ਹੋ ਪਰ ਉਨ੍ਹਾਂ ਨੂੰ ਟ੍ਰੇਨਿੰਗ ਨਹੀਂ ਦੇ ਸਕਦੇ। ਸਿਸਟਮ ਦੁਆਰਾ ਦਿੱਤੇ ਗਏ ਪ੍ਰੋਗਰਾਮ ਅਤੇ ਟੂਲਜ਼ ਤੁਹਾਡੀ ਟੀਮ ਦੇ ਮੈਂਬਰਾਂ ਨੂੰ ਵਿਕਸਤ ਅਤੇ ਸਿੱਖਿਅਤ ਕਰ ਕੇ ਤੁਹਾਡੀ ਟੀਮ ਨੂੰ ਸਥਾਪਿਤ ਕਰਨ ਵਿੱਚ ਮਦਦ ਕਰ ਸਕਦੇ ਹਨ।
- ✓ ਸਿਸਟਮ ਤੁਹਾਡੀ ਵੱਖ-ਵੱਖ ਸਥਾਨਾਂ 'ਤੇ ਟੀਮ ਨੂੰ ਵਿਕਸਤ ਕਰਨ ਲਈ ਮਦਦ ਕਰ ਸਕਦਾ ਹੈ।
- ✓ ਲੋਕ ਨੈੱਟਵਰਕ ਮਾਰਕੀਟਿੰਗ ਵਿੱਚ ਹੋਰ ਆਮਦਨੀ ਕਮਾਉਣ ਦੇ ਮਕਸਦ ਨਾਲ ਆਉਂਦੇ ਹਨ। ਜ਼ਿਆਦਾਤਰ ਕੰਪਨੀਆਂ ਨੌਮੀਨੇਸ਼ਨ ਦੀ ਸੁਵਿਧਾ ਦਿੰਦੀਆਂ ਹਨ ਜਿਸਦਾ ਅਰਥ ਹੈ ਤੁਹਾਡੀ ਸਖ਼ਤ ਮਿਹਨਤ ਤੁਹਾਡੇ ਬੱਚਿਆਂ ਅਤੇ ਪੋਤਰੇ-ਪੋਤਰੀਆਂ ਨੂੰ ਵੀ ਫਾਇਦਾ ਪਹੁੰਚਾਏਗੀ। ਹਮੇਸ਼ਾ ਆਉਣ ਵਾਲੀ ਇਹ ਇਨਕਮ ਉਦੋਂ ਹੀ ਸੰਭਵ ਹੈ ਜਦੋਂ ਤੁਸੀਂ ਇਸ ਸ਼ਕਤੀਸ਼ਾਲੀ ਸਿਸਟਮ ਦੇ ਤਹਿਤ ਕੰਮ ਕਰ ਰਹੇ ਹੋਵੋ।
- ✓ ਤੁਸੀਂ ਆਪਣੀ ਟੀਮ ਨੂੰ ਜੋ ਆਪ ਸਿਖਾ ਨਹੀਂ ਸਕਦੇ, ਉਹ ਕਿਸੇ ਟ੍ਰੇਨਿੰਗ ਵਿੱਚ ਕੋਈ ਟ੍ਰੇਨਰ ਜਾਂ ਕੋਈ ਵੀਡੀਓ ਬਿਹਤਰ ਤਰੀਕੇ ਨਾਲ ਸਿਖਾ ਦਿੰਦਾ ਹੈ।

ਇਸ ਲਈ ਸਿਸਟਮ ਪ੍ਰਤੀ 100% ਸਮਰਪਨ ਇੱਕ ਸਿਆਣਪ ਭਰਿਆ ਕਦਮ ਹੈ। ਬਿਜ਼ਨਿਸ ਦੇ ਵਿਦਿਆਰਥੀ ਬਣ ਇੱਕ ਸਥਾਈ ਅਤੇ ਵਿਕਾਸਸ਼ੀਲ ਬਿਜ਼ਨਿਸ ਸਥਾਪਿਤ ਕਰੋ।

ਤੁਹਾਡੀ ਅਗਿਆਨਤਾ ਦੇ ਵਿਰੁੱਧ ਸਿਸਟਮ ਤੁਹਾਡਾ ਬੀਮਾ ਹੈ।

– ਦੀਪਕ ਬਜਾਜ

ਜ਼ਿੰਦਗੀ ਨੇ ਕਿਵੇਂ ਮੈਨੂੰ ਸਿਸਟਮ ਦੀ ਤਾਕਤ ਸਿਖਾਈ

ਮੈਂ ਆਪਣੇ ਬਿਜ਼ਨਿਸ ਲਈ ਬਹੁਤ ਸਾਰਾ ਕੰਮ ਕੀਤਾ ਅਤੇ 14 ਹਫਤਿਆਂ ਦੇ ਅੰਦਰ ਉਸ ਇਨਕਮ ਲੇਵਲ ਤੱਕ ਪਹੁੰਚ ਗਿਆ ਜਿੱਥੇ ਵੱਡੇ-ਵੱਡੇ ਲੀਡਰਾਂ ਨੂੰ ਪਹੁੰਚਣ ਵਿੱਚ 2 ਤੋਂ 5 ਸਾਲ ਦਾ ਸਮਾਂ ਲੱਗਦਾ ਹੈ। ਪਰ 4 ਮਹੀਨਿਆਂ ਤੋਂ ਬਾਅਦ ਮੇਰਾ ਬਿਜ਼ਨਿਸ ਹੌਲੀ ਹੋਣ ਲੱਗ ਪਿਆ। ਮੇਰੀ ਲਿਸਟ ਖ਼ਤਮ ਹੋ ਗਈ, ਮੇਰੀ ਟੀਮ ਵਿੱਚ ਕੋਈ ਨਹੀਂ ਬਚਿਆ ਸੀ, ਮੇਰੀ ਆਮਦਨ ਲੱਗਭੱਗ ਜੀਰੋ 'ਤੇ ਆ ਗਈ ਸੀ ਅਤੇ ਮੈਨੂੰ ਕੁੱਝ ਸਮਝ ਨਹੀਂ ਸੀ ਆ ਰਿਹਾ ਕਿ ਇਹ ਸਾਰਾ ਕੁੱਝ ਕਿਉਂ ਹੋ ਰਿਹਾ ਹੈ। ਮੈਂ ਆਪਣੀ ਅੱਪਲਾਈਨ ਨਾਲ ਗੱਲ ਕੀਤੀ ਅਤੇ ਉਨ੍ਹਾਂ ਨੇ ਮੈਨੂੰ ਪੁੱਛਿਆ ਕਿ ਮੇਰੇ ਕੋਲ ਕਿੰਨੇ ਟ੍ਰੇਨਿੰਗ ਸੈਂਟਰ ਹਨ? ਮੈਂ ਹੈਰਾਨ ਸੀ ਕਿਉਂ ਕਿ ਮੈਂ ਸੋਚਦਾ ਸੀ ਕਿ ਸਾਡਾ ਕੰਮ ਸਿਰਫ਼ ਵੇਚਣਾ ਅਤੇ ਲੋਕਾਂ ਨੂੰ ਨਾਲ ਜੋੜਨਾ ਹੈ। ਅਸਲ ਵਿੱਚ ਨਵੇਂ ਸੇਲਜ਼ ਲਿਆਉਣ ਲਈ ਮੈਂ ਇੰਨਾ ਰੁੱਝਿਆਂ ਹੋਇਆ ਸੀ ਕਿ ਮੈਂ ਕਦੇ ਵੀ ਮੇਰੀ ਟੀਮ ਦੀ ਟ੍ਰੇਨਿੰਗ, ਕਾਉਂਸਲਿੰਗ ਅਤੇ ਰਿਸ਼ਤੇ ਬਣਾਉਣ ਬਾਰੇ ਨਹੀਂ ਸੀ ਸੋਚਿਆ। ਇੱਕ ਵੱਡੀ ਟੀਮ ਨੂੰ ਗੁਆਉਣਾ ਬੜਾ ਮੁਸ਼ਕਿਲ ਸੀ। ਮੈਂ ਸਰੀਰਕ, ਭਾਵਨਾਤਮਕ ਅਤੇ ਆਰਥਿਕ ਤੌਰ 'ਤੇ ਟੁੱਟ ਗਿਆ ਸੀ, ਪਰ ਮੈਂ ਫਿਰ ਤੋਂ ਸ਼ੁਰੂਆਤ ਕੀਤੀ। ਮੈਨੂੰ ਮੁੜ ਕੇ ਖੜ੍ਹੇ ਹੋਣ ਵਿੱਚ 9 ਮਹੀਨੇ ਲੱਗੇ, ਪਰ ਇਸ ਵਾਰ ਮੈਂ ਬਹੁਤ ਸਾਰੀਆਂ ਗਤੀਵਿਧੀਆਂ ਅਤੇ ਟ੍ਰੇਨਿੰਗ ਸੈਂਟਰ ਬਣਾਏ, ਜਿਨ੍ਹਾਂ ਵਿੱਚੋਂ ਬਹੁਤ ਸਾਰੇ ਸ਼ਾਨਦਾਰ ਲੋਕ ਮੇਰੇ ਨਾਲ ਹਨ।

3. ਇਹ ਬਿਜ਼ਨਿਸ ਹੈ ਇਸ ਵਿੱਚ ਸਮਾਂ ਲੱਗਦਾ ਹੈ

ਲੰਮੇ ਸਮੇਂ ਤੱਕ ਚੱਲਣ ਵਾਲੀ ਕੋਈ ਵੀ ਚੀਜ਼ ਜਾਂ ਕੋਈ ਵੀ ਚੰਗਾ ਕੰਮ ਸਮਾਂ ਲੈਂਦਾ ਹੈ ਅਤੇ ਉਸ ਨੂੰ ਪੂਰਾ ਕਰਨ ਲਈ ਪੂਰਨ ਸਮਰਪਨ ਦੀ ਲੋੜ ਹੈ।

– ਰਿਆਨ ਹਿਡਿੰਜਰ

ਨੈੱਟਵਰਕ ਮਾਰਕੀਟਿੰਗ ਕਿਸੇ ਹੋਰ ਬਿਜ਼ਨਿਸ ਵਾਂਗ ਹੀ ਹੈ ਅਤੇ ਇਸ ਵਿੱਚ ਵੀ ਹੋਰਾਂ ਬਿਜ਼ਨਿਸਾਂ ਵਾਂਗ ਹੀ ਹਰ ਰੋਜ਼ ਪਾਣੀ ਦੇਣ ਦੀ ਲੋੜ ਹੁੰਦੀ ਹੈ। ਇਸ ਬਿਜ਼ਨਿਸ ਵਿੱਚ ਬਹੁਤ ਸਾਰਾ ਨਿਵੇਸ਼, ਕਾਰਜਸ਼ੀਲ ਪੂੰਜੀ, ਇੱਕ ਨਜ਼ਰੀਆ, ਉਤਸ਼ਾਹ, ਸਮਰਪਨ, ਸਖ਼ਤ ਮਿਹਨਤ, ਉਸ ਇੰਡਸਟਰੀ ਦੇ ਬੁਨਿਆਦੀ ਨਿਯਮਾਂ ਦਾ ਪਾਲਨ ਕਰਨ ਦੀ ਇੱਛਾ, ਪੁਨਰ-ਨਿਵੇਸ਼, ਕਿਸੇ ਵੀ ਪ੍ਰਕਾਰ ਦੀਆਂ ਮੁਸੀਬਤਾਂ ਦਾ ਡੱਟ ਕੇ ਸਾਹਮਣਾ ਕਰ ਟਿਕੇ ਰਹਿਣ ਦਾ ਦ੍ਰਿੜ੍ਹ ਸੰਕਲਪ, ਲਗਾਤਾਰ ਸਿੱਖਣ ਦੀ ਬਿਰਤੀ, ਸੰਜਮ ਆਦਿ ਦੀ ਲੋੜ ਹੁੰਦੀ ਹੈ। ਨੈੱਟਵਰਕ ਮਾਰਕੀਟਿੰਗ ਵਿੱਚ ਵਿਅਕਤੀ ਨੂੰ ਬਹੁਤ ਸਾਰੇ ਸ਼ੁਰੂਆਤੀ ਨਿਵੇਸ਼ ਅਤੇ ਕਾਰਜਸ਼ੀਲ ਪੂੰਜੀ ਦੀ ਲੋੜ ਨਹੀਂ ਹੁੰਦੀ, ਪਰ ਉੱਤੇ ਦੱਸੇ ਗਏ ਸਾਰੇ ਗੁਣ ਉਸ ਦੀ ਸਫਲਤਾ ਲਈ ਜ਼ਰੂਰੀ ਹਨ।

ਕਿਸੇ ਵੀ ਕੰਮ ਵਿੱਚ ਸਫਲਤਾ ਅਚਾਨਕ ਨਹੀਂ ਮਿਲਦੀ। ਸਗੋਂ ਇਹ ਸੋਚ ਸਮਝ ਕੇ ਇੱਕ ਖ਼ਾਸ ਟੀਚੇ ਲਈ ਲਏ ਗਏ ਫੈਸਲਿਆਂ, ਸੁਚੇਤ ਯਤਨਾਂ ਅਤੇ ਅਥਾਹ ਲਗਨ ਦਾ ਨਤੀਜਾ ਹੈ...

– ਗੈਰੀ ਰਿਆਨ

ਨੈੱਟਵਰਕ ਮਾਰਕੀਟਿੰਗ ਬਿਜ਼ਨਿਸ ਆਪ ਇੱਕ ਲੀਡਰ ਬਣ ਕੇ ਅਤੇ ਆਪਣੀ ਟੀਮ ਅੰਦਰ ਲੀਡਰਾਂ ਨੂੰ ਵਿਕਸਤ ਕਰਕੇ ਹੀ ਬਣਾਇਆ ਜਾ ਸਕਦਾ ਹੈ। ਟੀਮ ਵਿੱਚ ਇੱਕ ਲੀਡਰ ਨੂੰ ਤਿਆਰ ਕਰਨ ਦਾ ਮਤਲਬ ਹੈ ਕਿ ਇੱਕ ਦਰਖ਼ਤ ਨੂੰ ਵੱਡਾ ਕਰਨਾ। ਇੱਕ ਦਰਖ਼ਤ ਨੂੰ ਸਹੀ ਤਰ੍ਹਾਂ ਨਾਲ ਵਿਕਸਤ ਕਰਨ ਲਈ ਰੋਜ਼ਾਨਾ ਦੇਖਭਾਲ ਅਤੇ ਸੰਜਮ ਦੀ ਲੋੜ ਹੁੰਦੀ ਹੈ। ਇੱਕ ਵੱਡੀ ਟੀਮ ਬਣਾਉਣ ਲਈ ਆਪਣੇ-ਆਪ ਦੇ ਵਿਕਾਸ ਤੋਂ ਇਲਾਵਾ ਟੀਮ ਵਿੱਚ ਇੱਕ-ਇੱਕ ਕਰਕੇ ਹੋਰ ਲੀਡਰਾਂ ਦਾ ਵੀ ਵਿਕਾਸ ਕਰਨਾ ਚਾਹੀਦਾ ਹੈ। ਜਿਵੇਂ ਇੱਕ ਡਾੱਕਟਰ, ਵਕੀਲ, ਇੰਜੀਨੀਅਰ ਜਾਂ ਚਾਰਟਰਡ ਅਕਾਉਂਟੈਂਟ ਬਣਨ ਲਈ 5 ਤੋਂ 10 ਸਾਲਾਂ ਦੀ ਸਖ਼ਤ ਟ੍ਰੇਨਿੰਗ ਅਤੇ ਸਿੱਖਿਆ ਦੀ ਲੋੜ ਹੁੰਦੀ ਹੈ, ਓਵੇਂ ਹੀ ਇੱਕ ਸਫਲ ਨੈੱਟਵਰਕ ਮਾਰਕੀਟਿੰਗ ਬਿਜ਼ਨਿਸਮੈਨ ਬਣਨ ਲਈ ਵੀ ਕੁੱਝ ਸਾਲਾਂ ਦੀ ਮਿਹਨਤ ਦੀ ਲੋੜ ਹੁੰਦੀ ਹੈ। ਤੁਸੀਂ ਇਹ ਬਿਜ਼ਨਿਸ ਸ਼ੁਰੂ ਕੀਤਾ ਹੈ, ਇਸ ਲਈ ਆਪਣੇ ਅੰਦਰ ਇਹ ਸੰਕਲਪ ਲਓ ਕਿ ਤੁਸੀਂ ਇਸ ਬਿਜ਼ਨਿਸ ਨੂੰ ਘੱਟ ਤੋਂ ਘੱਟ ਇੱਕ ਸਾਲ ਤੱਕ ਨਹੀਂ ਛੱਡੋਗੇ। ਇਹ ਸੰਕਲਪ ਕਰੋ ਕਿ ਉਸ ਨਾਲ ਸੰਬੰਧਿਤ ਹਰ ਪ੍ਰੋਗਰਾਮ ਨਾਲ ਤੁਸੀਂ ਜੁੜੇ ਰਹਿ ਕੇ ਸਫਲਤਾ ਤੱਕ ਪੁੱਜਣ ਲਈ ਆਪਣੀ 100%

ਭੂਮਿਕਾ ਨਿਭਾਉਗੇ। ਬਿਜ਼ਨਿਸ ਵਿੱਚ ਆਉਣ ਲਈ ਇੱਕ ਵਿਦਿਆਰਥੀ ਵਾਂਗ ਪਹਿਲਾਂ ਉਸ ਨੂੰ ਸਿੱਖੋ ਅਤੇ ਫਿਰ ਉਸ ਵਿੱਚ ਮਾਹਿਰ ਹੋ ਜਾਓ।

ਤੁਹਾਡੇ ਬਿਜ਼ਨਿਸ ਦਾ ਵਾਧਾ ਤੁਹਾਡੇ ਨਿੱਜੀ ਵਾਧੇ ਦੇ ਸਿੱਧੇ ਅਨੁਪਾਤ ਵਿੱਚ ਹੋਵੇਗਾ। ਕਦੇ-ਕਦੇ ਕੁੱਝ ਲੋਕਾਂ ਨੂੰ ਬਹੁਤ ਛੇਤੀ ਸਫਲਤਾ ਮਿਲ ਜਾਂਦੀ ਹੈ ਪਰ ਜੇ ਉਹ ਆਪਣੇ ਚਰਿੱਤਰ ਅਤੇ ਸਮਰੱਥਾਵਾਂ ਨੂੰ ਵਿਕਸਤ ਨਹੀਂ ਕਰਦੇ, ਤਾਂ ਉਨ੍ਹਾਂ ਦਾ ਬਿਜ਼ਨਿਸ ਬੰਦ ਹੋ ਜਾਂਦਾ ਹੈ। ਭਗਵਾਨ ਵੀ ਤੁਹਾਡੇ ਸੁਫਨਿਆਂ ਨੂੰ ਉਦੋਂ ਹੀ ਸਾਕਾਰ ਕਰਨਗੇ, ਜਦੋਂ ਤੁਸੀਂ ਇਹ ਸਾਬਿਤ ਕਰੋ ਕਿ ਤੁਸੀਂ ਉਸਦੇ ਯੋਗ ਹੋ। ਇਹ ਤੁਸੀਂ ਉਦੋਂ ਹੀ ਸਾਬਿਤ ਕਰ ਪਾਓਗੇ ਜਦੋਂ ਕੁੱਝ ਸਾਲਾਂ ਤੱਕ ਲਗਾਤਾਰ ਤੁਸੀਂ ਹਰ ਦਿਨ ਸਿਸਟਮ ਦੇ ਅਨੁਸਾਰ ਕੰਮ ਕਰੋਗੇ।

ਇਸ ਲਈ ਨੈੱਟਵਰਕ ਮਾਰਕੀਟਿੰਗ ਵੱਡੇ ਸੁਫਨਿਆਂ ਅਤੇ ਸਮਰਪਿਤ ਭਾਵਨਾ ਨਾਲ ਕਰੋ ਤੇ ਉਸ ਨੂੰ ਉਦੋਂ ਤੱਕ ਨਾ ਛੱਡੋ, ਜਦੋਂ ਤੱਕ ਤੁਹਾਡਾ ਨਜ਼ਰੀਆ ਸੱਚ ਬਣ ਕੇ ਸਾਰਿਆਂ ਦੇ ਸਾਹਮਣੇ ਨਾ ਆ ਜਾਵੇ।

ਚੈਂਪੀਅਨ, ਕਿਸੇ ਰਿੰਗ ਵਿੱਚ ਨਹੀਂ ਬਣਦੇ, ਉੱਥੇ ਉਨ੍ਹਾਂ ਨੂੰ ਸਿਰਫ਼ ਪਹਿਚਾਣ ਮਿਲਦੀ ਹੈ।

– ਜੋਨ ਸੀ. ਮੈਕਸਵੈਲ

ਇੱਕ ਰੁੱਖ਼ ਨੂੰ ਉਗਾਉਣ ਵਿੱਚ ਲੱਗਣ ਵਾਲਾ ਸਮਾਂ ਇੱਕ ਪੌਦੇ ਨੂੰ ਉਗਾਉਣ ਵਿੱਚ ਲੱਗਣ ਵਾਲੇ ਸਮੇਂ ਨਾਲੋਂ ਬਹੁਤ ਜ਼ਿਆਦਾ ਹੁੰਦਾ ਹੈ

ਸਾਲ 2008 ਵਿੱਚ ਮੈਂ ਹਰਿਆਣਾ (ਭਾਰਤ) ਦੇ ਇੱਕ ਨਵੇਂ ਸ਼ਹਿਰ ਤੋਂ ਆਪਣਾ ਬਿਜ਼ਨਿਸ ਸ਼ੁਰੂ ਕੀਤਾ ਸੀ, ਜਿੱਥੇ ਮੈਨੂੰ ਮੇਰੇ ਘਰ ਤੋਂ ਕੋਈ 5 ਘੰਟੇ ਗੱਡੀ ਚਲਾ ਕੇ ਪੁੱਜਣਾ ਹੁੰਦਾ ਸੀ। ਸਾਡੀ ਕੰਪਨੀ ਦਾ ਉੱਥੇ ਕੋਈ ਆਪਣਾ ਸਟੋਰ ਨਹੀਂ ਸੀ, ਇਸ ਲਈ ਉਨ੍ਹਾਂ ਉਤਪਾਦਾਂ ਨੂੰ ਮੈਨੂੰ ਹਰ ਹਫਤੇ ਆਪਣੀ ਕਾਰ ਵਿੱਚ ਲੈ ਕੇ ਜਾਣਾ ਪੈਂਦਾ ਸੀ। ਮੈਂ ਇੱਕ ਡਰਾਇਵਰ ਵੀ ਨਹੀਂ ਸੀ ਰੱਖ ਸਕਦਾ। ਆਪਣੇ ਮੂੰਹ ਧੋਂਦੇ-ਧੋਂਦੇ ਅਤੇ ਰਾਹ ਵਿੱਚ ਚਾਹ ਪੀਂਦੇ ਹੋਏ ਦੇਰ ਰਾਤ ਤੱਕ ਉੱਥੇ ਪੁੱਜਦਾ ਸੀ। ਪਹਿਲੇ 13 ਮਹੀਨਿਆਂ ਤੱਕ ਤਾਂ ਮੇਰੇ ਆਉਣ-ਜਾਣ ਅਤੇ ਰੁੱਕਣ ਦਾ ਖ਼ਰਚਾ ਉਸ ਟੀਮ ਤੋਂ ਮਿਲਣ ਵਾਲੀ ਕਮਾਈ ਤੋਂ ਕਿਤੇ ਜ਼ਿਆਦਾ ਸੀ। ਕਰੀਬ 2 ਸਾਲ ਤੱਕ ਮੈਂ ਉਸ ਸ਼ਹਿਰ ਅੰਦਰ ਕਰੀਬ 105 ਹਫਤੇ ਲਗਾਤਾਰ ਬਿਨਾਂ ਕਿਸੇ ਛੁੱਟੀ ਦੇ ਜਾਂਦਾ ਰਿਹਾ ਅਤੇ ਫਿਰ ਉਹ ਸ਼ਹਿਰ ਮੇਰੇ ਬਿਜ਼ਨਿਸ ਦੇ ਸਭ ਤੋਂ ਵੱਡੇ ਬਿਜ਼ਨਿਸ ਕੇਂਦਰਾਂ ਵਿੱਚੋਂ ਇੱਕ ਬਣ ਗਿਆ।

4. ਪ੍ਰੋਗਰਾਮ ਸਾਡੀ ਜੀਵਨਰੇਖਾ ਹਨ

ਪ੍ਰੋਗਰਾਮ ਨੰਬਰ ਸਾਡੇ ਖ਼ੂਨ ਦੀ ਜਾਂਚ ਰਿਪੋਰਟ ਵਾਂਗ ਹੁੰਦੇ ਹਨ। ਮੈਨੂੰ ਇਹ ਪੁੱਛਣ ਦੀ ਲੋੜ ਨਹੀਂ ਹੈ ਕਿ ਤੁਹਾਡਾ ਬਿਜ਼ਨਿਸ ਕਿਵੇਂ ਚੱਲ ਰਿਹਾ ਹੈ? ਤੁਸੀਂ ਮੈਨੂੰ ਆਪਣੇ ਪਿਛਲੇ ਤਿੰਨ ਮਹੀਨਿਆਂ ਦੇ ਪ੍ਰੋਗਰਾਮਾਂ ਦੇ ਨੰਬਰ ਦਿਖਾਓ ਅਤੇ ਮੈਂ ਤੁਹਾਨੂੰ ਤੁਹਾਡੇ ਬਿਜ਼ਨਿਸ ਦੀ ਮੌਜੂਦਾ ਸਥਿਤੀ ਅਤੇ ਇਸਦੇ ਭਵਿੱਖ ਵਿੱਚ ਹੋਣ ਵਾਲੀ ਸਥਿਤੀ ਬਾਰੇ ਦੱਸ ਦਿਆਂਗਾ।

– ਦੀਪਕ ਬਜਾਜ

ਭਾਵੇਂ ਕੋਈ ਸਿਆਸੀ ਪਾਰਟੀ ਹੋ, ਕੋਈ ਸਮਾਜਸੇਵੀ (NGO) ਜਾਂ ਫਿਰ ਕੋਈ ਨਿੱਜੀ ਕਾਰਪੋਰੇਸ਼ਨ, ਕਿਸੇ ਵੀ ਸੰਗਠਨ ਵਿੱਚ ਕੰਮ ਕਰਨ ਅਤੇ ਅੱਗੇ ਵਧਣ ਲਈ ਟੀਮ ਨੂੰ ਹਮੇਸ਼ਾ ਮਿਲਦੇ ਰਹਿਣਾ ਜ਼ਰੂਰੀ ਹੈ। ਨੌਕਰੀ ਲਈ ਕਿਸੇ ਵੀ ਆਫ਼ਿਸ ਵਿੱਚ ਲੋਕ ਹਫਤੇ ਵਿੱਚ 5-6 ਦਿਨ ਰੋਜ਼ 8 ਤੋਂ 12 ਘੰਟੇ ਕੰਮ ਕਰਦੇ ਹਨ। ਅਸੀਂ ਨੈੱਟਵਰਕ ਮਾਰਕੀਟਰ ਆਫਿਸ ਵਿੱਚ ਜਾ ਕੇ ਕੰਮ ਨਹੀਂ ਕਰਦੇ, ਇਸ ਲਈ ਸਾਨੂੰ ਪ੍ਰੋਗਰਾਮ/ਇਵੈਂਟਸ ਚਾਹੀਦੇ ਹੁੰਦੇ ਹਨ ਤਾਂ ਜੋ ਸਾਡੀ ਟੀਮ ਦੇ ਸਾਰੇ ਲੋਕ ਨਿਅਮਿਤ ਤੌਰ ’ਤੇ ਮਿਲਦੇ ਰਹਿਣ। ਇਸ ਨਾਲ ਸਾਰੀ ਟੀਮ ਨੂੰ ਇੱਕ ਸਾਂਝਾ ਉਦੇਸ਼ ਜਾਂ ਮਿਸ਼ਨ ਮਿਲਦਾ ਹੈ ਅਤੇ ਜੋ ਸਾਰਿਆਂ ਨੂੰ ਪ੍ਰੇਰਿਤ ਰੱਖਦਾ ਹੈ। ਪ੍ਰੋਗਰਾਮ ਇਸ ਬਿਜ਼ਨਿਸ ਦੀ ਜੀਵਨਰੇਖਾ ਹਨ। ਨੈੱਟਵਰਕ ਮਾਰਕੀਟਿੰਗ ਬਿਜ਼ਨਿਸ ਸਿਰਫ਼ ਪ੍ਰੋਗਰਾਮਾਂ ’ਤੇ ਚੱਲਦਾ ਹੈ। ਨੈੱਟਵਰਕ ਮਾਰਕੀਟਿੰਗ ਵਿੱਚ ਪ੍ਰੋਗਰਾਮ ਤਾਂ ਬਹੁਤ ਸਾਰੀਆਂ ਕਿਸਮਾਂ ਦੇ ਹੁੰਦੇ ਹਨ ਲੇਕਿਨ ਉਹ ਸਾਰੇ ਮੁੱਖ ਤੌਰ ’ਤੇ ਦੋ ਸ਼੍ਰੇਣੀਆਂ ਵਿੱਚ ਹੁੰਦੇ ਹਨ:

1. **ਵੱਡੇ ਇਵੈਂਟ** ਜਿਸ ਵਿੱਚ 500 ਤੋਂ ਜ਼ਿਆਦਾ ਲੋਕ ਆਉਂਦੇ ਹਨ: ਉਹ ਹੋਟਲਾਂ, ਆਡੀਟੋਰੀਅਮ ਜਾਂ ਸਟੇਡੀਅਮ ਵਿੱਚ ਆਯੋਜਿਤ ਕੀਤੇ ਜਾਂਦੇ ਹਨ। ਇਸ ਪ੍ਰੋਗਰਾਮ ਵਿੱਚ ਟ੍ਰੇਨਿੰਗ, ਆਪਣੇ ਅਨੁਭਵਾਂ ਨੂੰ ਵੰਡਣਾ, ਇਨਾਮ ਵੰਡ ਸਮਾਗਮਾਂ ਆਦਿ ਜਾਂ ਇਸ ਸੂਚੀ ਵਿੱਚ ਦੱਸੇ ਦੋ ਜਾਂ ਉਸ ਤੋਂ ਵੱਧ ਚੀਜ਼ਾਂ ਵਿੱਚੋਂ ਹੋ ਸਕਦੀਆਂ ਹਨ। ਆਮ ਤੌਰ ’ਤੇ ਇਹ ਵੱਡੇ ਇਵੈਂਟ ਹੁੰਦੇ ਹਨ ਜਿਸ ਵਿੱਚ ਬਹੁਤ ਸਾਰਾ ਉਤਸ਼ਾਹ ਅਤੇ ਊਰਜਾ ਸ਼ਾਮਿਲ ਹੁੰਦੀ ਹੈ।
2. **ਟ੍ਰੇਨਿੰਗ ਪ੍ਰੋਗਰਾਮ** ਜਾਂ **ਵਰਕਸ਼ਾਪਾਂ**: ਛੋਟੇ ਇਵੈਂਟ ਜੋ ਖ਼ਾਸ ਕਰਕੇ ਡਿਸਟ੍ਰੀਬਿਊਟਰਾਂ ਦੀ ਨਿਪੁੰਨਤਾ ਨਿਰਮਾਣ ’ਤੇ ਕੇਂਦਰਿਤ ਹੁੰਦੇ ਹਨ ਜਿਵੇਂ ਕਿ ਪ੍ਰੋਡਕਟ ਟ੍ਰੇਨਿੰਗ, ਵੇਚਣ ਦੀ ਕਲਾ, ਸਟੇਜ਼ ਪ੍ਰਦਰਸ਼ਨ ਆਦਿ।

ਜਦੋਂ ਮੈਂ ਇੱਥੇ ਇਸ ਕਿਤਾਬ ਵਿੱਚ ਪ੍ਰੋਗਰਾਮ ਸ਼ਬਦ ਦੀ ਵਰਤੋਂ ਕਰਦਾ ਹਾਂ, ਤਾਂ ਮੈਂ ਆਮ ਤੌਰ ’ਤੇ ਪਹਿਲੀ ਤਰ੍ਹਾਂ ਦੇ ਇਵੈਂਟ ਦੀ ਹੀ ਗੱਲ ਕਰ ਰਿਹਾ ਹੁੰਦਾ ਹਾਂ।

ਮੈਂ ਅਜਿਹਾ ਅਨੁਭਵ ਕੀਤਾ ਹੈ ਕਿ ਜਦੋਂ ਅਸੀਂ ਨੈੱਟਵਰਕ ਮਾਰਕੀਟਿੰਗ ਦੇ ਮੌਕਿਆਂ ਨੂੰ ਆਪਣੇ ਆਫਿਸ ਜਾਂ ਘਰ ਦੇ ਲੋਕਾਂ ਨਾਲ ਸਾਂਝਾ ਕਰਦੇ ਹੋ ਤਾਂ ਹਰ ਕੋਈ

ਸਾਡੇ ਨਾਲ ਕੰਮ ਕਰਨ ਦੀ ਇੱਛਾ ਰੱਖਦਾ ਹੈ, ਪਰ ਉਨ੍ਹਾਂ ਦੀਆਂ ਕੁੱਝ ਫਿਕਰਾਂ ਹੁੰਦੀਆਂ ਹਨ ਜਿਵੇਂ ਕਿ "ਕੀ ਇਹ ਬਿਜ਼ਨਿਸ ਸੱਚ ਵਿੱਚ ਕੰਮ ਕਰਦਾ ਹੈ?"; "ਕੀ ਸੱਚੀ ਲੋਕੀਂ ਪੈਸਾ ਕਮਾਕੇ ਆਪਣੇ ਸੁਫਨਿਆਂ ਨੂੰ ਪੂਰਾ ਕਰ ਰਹੇ ਹਨ?"; "ਕੀ ਕੁੱਝ ਤਰ੍ਹਾਂ ਦੇ ਹੀ ਲੋਕ ਇਸ ਵਿੱਚ ਸਫਲ ਹੋ ਰਹੇ ਹਨ ਜਾਂ ਹਰ ਕੋਈ ਸਫਲ ਹੋ ਰਿਹਾ ਹੈ?"; "ਕੀ ਮੈਂ ਵੀ ਇਸ ਬਿਜ਼ਨਿਸ ਵਿੱਚ ਸਫਲ ਹੋ ਪਾਵਾਂਗਾ?" ਆਦਿ-ਆਦਿ।

ਤੁਸੀਂ ਉਸੇ ਸਮੇਂ ਇੰਨਾਂ ਸਾਰੇ ਸਵਾਲਾਂ ਦੇ ਸਹੀ ਤਰੀਕੇ ਨਾਲ ਜਵਾਬ ਦੇ ਸਕਦੇ ਹੋ, ਪਰ ਉੱਥੇ ਮੌਜੂਦ ਲੋਕ ਤੁਹਾਡੇ 'ਤੇ ਪੂਰੀ ਤਰ੍ਹਾਂ ਭਰੋਸਾ ਨਹੀਂ ਕਰਨਗੇ। ਉਨ੍ਹਾਂ ਦੇ ਸਵਾਲਾਂ ਦੇ ਜਵਾਬ ਤੁਸੀਂ ਲੋਕਾਂ ਨੂੰ ਪ੍ਰੋਗਰਾਮ ਵਿੱਚ ਸ਼ਾਮਿਲ ਕਰਾ ਕੇ, ਖ਼ੁਦ ਦਿਖਾ ਕੇ ਵੀ ਦੇ ਸਕਦੇ ਹੋ। ਇਹ ਇਸੇ ਤਰ੍ਹਾਂ ਹੀ ਹੈ ਜਿਵੇਂ ਤੁਸੀਂ ਕਿਸੇ ਨੂੰ ਪਾਣੀ ਦੀ ਤਾਕਤ ਬਾਰੇ ਦੱਸਣਾ ਚਾਹੁੰਦੇ ਹੋ, ਤਾਂ ਤੁਹਾਨੂੰ ਉਸ ਨੂੰ ਸਮੁੰਦਰ ਦੇ ਕੰਡੇ ਲੈ ਜਾਣਾ ਪਵੇਗਾ। ਕਿਸੇ ਦੇ ਡ੍ਰਾਇੰਗ ਰੂਮ ਵਿੱਚ ਬੈਠ ਕੇ ਪਾਣੀ ਦੇ ਗਿਲਾਸ ਨੂੰ ਵਿਖਾ ਕੇ, ਪਾਣੀ ਦੀ ਅਸੀਮਤ ਸਮਰੱਥਾਂ ਬਾਰੇ ਦੱਸਣਾ ਅਸੰਭਵ ਹੈ। ਇੱਕ ਗਿਲਾਸ ਪਾਣੀ ਲੈ ਕੇ ਤੁਸੀਂ ਕਿਸੇ ਨੂੰ ਸੁਨਾਮੀ ਬਾਰੇ ਸਮਝਾ ਨਹੀਂ ਸਕਦੇ। ਜੋ ਕੰਮ ਕੁੱਝ ਘੰਟਿਆਂ ਦਾ ਪ੍ਰੋਗਰਾਮ ਕਰ ਸਕਦਾ ਹੈ, ਉਹ ਆਪਸੀ ਗੱਲ-ਬਾਤ ਜਾਂ ਕਿਸੇ ਛੋਟੇ ਜਿਹੇ ਗਰੁੱਪ ਦੀ ਮੀਟਿੰਗ ਵਿੱਚ ਹੋਣਾ ਸੰਭਵ ਨਹੀਂ। ਮੈਨੂੰ ਕੀਤੇ ਗਏ ਸਾਰੇ ਸਵਾਲਾਂ ਦਾ ਮੈਂ ਸਿਰਫ਼ ਇੱਕੋ ਹੀ ਜਵਾਬ ਦਿੰਦਾ ਹਾਂ, "ਤੁਸੀਂ ਪ੍ਰੋਗਰਾਮ ਵਿੱਚ ਸ਼ਾਮਿਲ ਕਿਉਂ ਨਹੀਂ ਹੁੰਦੇ? ਉੱਥੇ ਤੁਸੀਂ ਆਪਣੇ-ਆਪ ਜਾਣ ਲਵੋਗੇ।" ਉਨ੍ਹਾਂ ਦੇ ਜਵਾਬ ਨਾਲ ਮੈਨੂੰ ਸਵਾਲ ਦੀ ਪ੍ਰਮਾਣਿਕਤਾ ਦਾ ਪਤਾ ਚੱਲਦਾ ਹੈ ਅਤੇ ਇਸ ਨਾਲ ਸਵਾਲ ਕਰਨ ਵਾਲੇ ਦੇ ਮਨ ਵਿੱਚ ਉੱਠਣ ਵਾਲੀ ਰੁੱਚੀ ਵੀ ਜ਼ਾਹਿਰ ਹੁੰਦੀ ਹੈ। ਹਰ ਵਾਰ ਜਦੋਂ ਲੋਕ ਪ੍ਰੋਗਰਾਮ ਵਿੱਚ ਆਉਣ ਲਈ ਰਾਜ਼ੀ ਹੋ ਜਾਂਦੇ ਹਨ ਤਾਂ ਮੇਰਾ ਕਾਫ਼ੀ ਸਮਾਂ ਬੱਚ ਜਾਂਦਾ ਹੈ।

> ***ਜੇ ਤੁਸੀਂ ਕਿਸੇ ਵੀ ਮਾਰਕੀਟਿੰਗ ਲੀਡਰ ਨੂੰ ਪੁੱਛੋਗੇ ਕਿ ਤੁਸੀਂ ਕਦੋਂ ਇਸ ਬਿਜ਼ਨਿਸ ਨੂੰ ਕਰਨ ਬਾਰੇ ਗੰਭੀਰਤਾ ਨਾਲ ਸੋਚਿਆ, ਤਾਂ ਉਨ੍ਹਾਂ ਵਿੱਚੋਂ ਜ਼ਿਆਦਾਤਰ ਕਿਸੇ ਇੱਕ ਪ੍ਰੋਗਰਾਮ ਬਾਰੇ ਕਹਿਣਗੇ ਕਿ ਉਸ ਪ੍ਰੋਗਰਾਮ ਨੇ ਉਨ੍ਹਾਂ ਦੀ ਜਿੰਦਗੀ ਨੂੰ ਪੂਰੀ ਤਰ੍ਹਾਂ ਨਾਲ ਬਦਲ ਕੇ ਰੱਖ ਦਿੱਤਾ।***
>
> **– ਦੀਪਕ ਬਜਾਜ**

ਕਿਉਂ ਕਿ ਨੈੱਟਵਰਕ ਮਾਰਕੀਟਿੰਗ ਵਿੱਚ ਡਿਸਟ੍ਰੀਬਿਊਟਰ ਆਪਣੇ ਟਾਪ ਲੀਡਰ ਤੱਕ ਅਸਾਨੀ ਨਾਲ ਪੁੱਜ ਸਕਦੇ ਹਨ, ਇਸ ਲਈ ਉਹ ਕਦੇ-ਕਦੇ ਸਾਰੇ ਸਿਸਟਮ ਨੂੰ ਇੱਕ ਪਾਸੇ ਰੱਖ ਕੇ ਇਸੇ ਸੋਚ ਨਾਲ ਆਪਣੀ ਟੀਮ ਤੋਂ ਟਾਪ ਲੀਡਰਾਂ ਦੀ ਇੱਕ ਨਿੱਜੀ ਮੁਲਾਕਾਤ ਕਰਵਾ ਦਿੰਦੇ ਹਨ ਕਿ ਸ਼ਾਇਦ ਇਹ ਪ੍ਰੋਗਰਾਮ ਦੀ ਥਾਂ ਕੰਮ ਕਰੇਗੀ। ਇਹ ਇੱਕ ਗ਼ਲਤ ਸੋਚ ਹੈ। ਪ੍ਰੋਗਰਾਮ ਦਾ ਕੋਈ ਬਦਲ ਨਹੀਂ ਹੈ। ਵਧੀਆ ਤੋਂ ਵਧੀਆ ਲੀਡਰ ਨੂੰ ਵੀ ਆਪਣੀ ਪੂਰੀ ਸਮਰੱਥਾ ਦਿਖਾਉਣ ਲਈ ਇੱਕ ਪ੍ਰੋਗਰਾਮ ਦੀ ਸਟੇਜ਼ ਅਤੇ ਊਰਜਾ ਚਾਹੀਦੀ ਹੁੰਦੀ ਹੈ। ਇੱਕ ਪ੍ਰੋਗਰਾਮ ਸਟੇਜ਼ ਤੋਂ ਜਿਹੜਾ ਇੱਕ ਲੀਡਰ ਕਰ ਸਕਦਾ ਹੈ, ਉਹ ਕਿਸੇ ਹੋਮ ਮੀਟਿੰਗ ਜਾਂ ਮੁੜ 4 ਤੋਂ 10 ਲੋਕਾਂ ਦੀ ਮੀਟਿੰਗ ਨਾਲੋਂ ਕਿਤੇ ਜ਼ਿਆਦਾ ਹੈ।

ਇਸ ਨੂੰ ਥਰਮੋਮੀਟਰ ਬਨਾਮ ਥਰਮੋਸਟੇਟ ਦੇ ਸਿਧਾਂਤ ਨਾਲ ਸਮਝਿਆ ਜਾ ਸਕਦਾ ਹੈ। ਇਸ ਬਿਜ਼ਨਿਸ ਦੇ ਲੀਡਰ ਥਰਮਾਮੀਟਰ ਅਤੇ ਪ੍ਰੋਗਰਾਮ ਥਰਮੋਸਟੇਟ ਵਾਂਗ ਕੰਮ ਕਰਦੇ ਹਨ। ਜਿਵੇਂ ਥਰਮਾਮੀਟਰ ਤੁਹਾਨੂੰ ਸਿਰਫ਼ ਤਾਪਮਾਨ ਦੱਸ ਸਕਦਾ ਹੈ ਪਰ ਉਸ ਨੂੰ ਬਦਲ ਨਹੀਂ ਸਕਦਾ, ਉਸੇ ਤਰ੍ਹਾਂ ਇੱਕ ਲੀਡਰ ਵੀ ਸਿਰਫ਼ ਤੁਹਾਨੂੰ ਇਹ ਦੱਸ ਸਕਦਾ ਹੈ ਕਿ ਸਾਹਮਣੇ ਬੈਠੇ ਵਿਅਕਤੀ ਅੰਦਰ ਇੱਕ ਵੱਡੇ ਬਿਜ਼ਨਿਸ ਨੂੰ ਚਲਾਉਣ ਲਈ ਲੋੜੀਂਦੀ ਕੋਸ਼ਿਸ਼ ਅਤੇ ਵਚਨਬੱਧਤਾ ਹੈ ਜਾਂ ਨਹੀਂ। ਇੱਕ ਲੀਡਰ ਕਿੰਨਾ ਵੀ ਪ੍ਰਭਾਵੀ ਅਤੇ ਤਾਕਤਵਰ ਕਿਉਂ ਨਾ ਹੋਵੇ, ਉਹ ਇੱਕ ਛੋਟੀ ਜਿਹੀ ਮੀਟਿੰਗ ਦੌਰਾਨ ਕਿਸੇ ਵਿਅਕਤੀ ਦੀ ਅੰਦਰਲੀ ਅੱਗ ਅਤੇ ਜ਼ਨੂੰਨ ਨੂੰ ਬਦਲ ਨਹੀਂ ਸਕਦਾ। ਪਰ ਇੱਕ ਪ੍ਰੋਗਰਾਮ ਇੱਕ ਥਰਮੋਸਟੇਟ ਵਾਂਗ ਹੈ, ਇਹ ਅਸਲ ਵਿੱਚ ਵਿਅਕਤੀ ਦੀ ਅੰਦਰਲੀ ਇੱਛਾ, ਨਜ਼ਰੀਏ ਅਤੇ ਵਚਨਬੱਧਤਾ ਨੂੰ ਵਧਾ ਦਿੰਦਾ ਹੈ। ਮੇਰੀ ਟੀਮ ਵਿੱਚ ਜਿੰਨੇ ਵੀ ਵੱਡੇ ਲੀਡਰ ਹਨ, ਉਨ੍ਹਾਂ ਸਾਰਿਆਂ ਨੂੰ ਮੈਂ ਕਿਸੇ ਨਾ ਕਿਸੇ ਪ੍ਰੋਗਰਾਮ ਰਾਹੀਂ ਹੀ ਪ੍ਰਾਪਤ ਹੀ ਕੀਤਾ ਹੈ।

> ***ਇੱਕ ਪ੍ਰੋਗਰਾਮ ਤੁਹਾਨੂੰ ਅਤੇ ਤੁਹਾਡੇ ਡਿਸਟ੍ਰੀਬਿਊਟਰਾਂ ਦੀ ਜਿੰਦਗੀ ਨੂੰ ਹਮੇਸ਼ਾ ਲਈ ਬਦਲ ਦੇਵੇਗਾ, ਪਰ ਕਿਸੇ ਨੂੰ ਇਹ ਨਹੀਂ ਪਤਾ ਕਿ ਅਜਿਹਾ ਕਿਸ ਪ੍ਰੋਗਰਾਮ ਨਾਲ ਹੋਵੇਗਾ। ਇਸ ਲਈ ਹਰ ਪ੍ਰੋਗਰਾਮ ਵਿੱਚ ਜ਼ਿਆਦਾ ਤੋਂ ਜ਼ਿਆਦਾ ਐਸ਼ੋਸੀਏਟਸ ਨੂੰ ਨਾਲ ਲੈ ਕੇ ਜਾਓ।***
>
> **– ਦੀਪਕ ਬਜਾਜ**

ਪ੍ਰੋਗਰਾਮਾਂ ਵਿੱਚ ਧਾਰਨਾਵਾਂ ਨੂੰ ਬਦਲਣ ਦੀ ਸ਼ਕਤੀ ਹੁੰਦੀ ਹੈ:-

ਲੋਕ ਆਪਣੇ ਵਿਸ਼ਵਾਸ ਮੁਤਾਬਿਕ ਪਰਫੋਰਮ ਕਰਦੇ ਹਨ। ਪ੍ਰੋਗਰਾਮ ਗ਼ਲਤ ਧਾਰਨਾਵਾਂ ਨੂੰ ਖ਼ਤਮ ਕਰਨ ਵਿੱਚ ਸਮਾਂ ਨਹੀਂ ਲਗਾਉਂਦੇ ਅਤੇ ਨਾਲ ਹੀ ਇਹ ਨਵੀਆਂ ਪ੍ਰਭਾਵੀ ਧਾਰਨਾਵਾਂ ਬਣਾਉਂਦੇ ਹਨ। ਜਦੋਂ ਤੁਸੀਂ ਇੱਕ ਛੱਤ ਹੇਠਾਂ ਇੱਕੋ ਸਮੇਂ 1000 ਤੋਂ 2000 ਲੋਕਾਂ ਨੂੰ ਦੇਖਦੇ ਹੋ ਜਿਨ੍ਹਾਂ ਨੇ ਇਵੈਂਟ ਲਈ ਟਿਕਟ ਵੀ ਖਰੀਦੇ ਹਨ, ਜੋ ਪ੍ਰੋਫੈਸ਼ਨਲ ਢੰਗ ਨਾਲ ਤਿਆਰ ਹੋ ਕੇ ਆਏ ਹਨ, ਅਤੇ ਜਿਨ੍ਹਾਂ ਅੰਦਰ ਅਜਿਹੀ ਊਰਜਾ, ਉਤਸ਼ਾਹ ਅਤੇ ਸਕਾਰਾਤਮਕਤਾ ਹੈ ਜਿਸ ਨੂੰ ਅਸੀਂ ਪਹਿਲਾਂ ਕਦੇ ਨਹੀਂ ਸੀ ਦੇਖਿਆ ਤਾਂ ਸਾਡੀਆਂ ਸਾਰੀਆਂ ਪੁਰਾਣੀਆਂ ਧਾਰਨਵਾਂ ਟੁੱਟ ਜਾਂਦੀਆਂ ਹਨ ਅਤੇ ਤੁਸੀਂ ਇੱਕ ਨਵੇਂ ਉਤਸ਼ਾਹ ਅਤੇ ਧਾਰਨਾਵਾਂ ਨਾਲ ਨਜ਼ਰ ਆਉਂਦੇ ਹੋ। ਇੱਕ ਪ੍ਰੋਗਰਾਮ ਲੋਕਾਂ ਅੰਦਰ ਮੁੱਖ ਤੌਰ ’ਤੇ ਤਿੰਨ ਨਵੀਆਂ ਧਾਰਨਾਵਾਂ ਨੂੰ ਸਥਾਪਿਤ ਕਰ ਸਕਦਾ ਹੈ:

1. ਜਦੋਂ ਤੁਸੀਂ ਹਜ਼ਾਰਾਂ ਲੋਕਾਂ ਨੂੰ ਇੱਕ ਇਵੈਂਟ ਲਈ ਇੱਕਤਰ ਹੋਏ ਦੇਖਦੇ ਹੋ, ਤਾਂ ਇੰਨਾ ਤਾਂ ਵਿਸ਼ਵਾਸ ਹੋ ਹੀ ਜਾਂਦਾ ਹੈ ਕਿ ਸਿਰਫ਼ ਇੱਕ ਜਾਂ ਦੋ ਆਦਮੀ ਇਹ ਕੰਮ ਨਹੀਂ ਕਰ ਰਹੇ ਹਨ, ਸਾਰਾ ਸ਼ਹਿਰ ਇਸ ਬਿਜ਼ਨਿਸ ਨੂੰ ਕਰਨ ਲਈ ਜਮ੍ਹਾਂ ਹੈ। ਜਿਹੜੀ ਕੰਪਨੀ ਕੁੱਝ ਦਿਨ ਪਹਿਲੇ ਤੱਕ ਕਿਤੇ ਮੌਜੂਦ ਹੀ ਨਹੀਂ ਸੀ, ਹੁਣ ਅਚਾਨਕ ਤੋਂ ਸ਼ਹਿਰ ਦੀ ਇੱਕ ਪ੍ਰਸਿਧ ਕੰਪਨੀ ਵਰਗੀ ਨਜ਼ਰ ਆਉਣ ਲੱਗ ਪਈ ਹੈ। ਇੱਕ ਗੱਲ ਤਾਂ ਦਿਮਾਗ਼ ਅੰਦਰ ਬੈਠ ਹੀ ਜਾਂਦੀ ਹੈ ਕਿ, ਚਾਹੇ ਉਹ ਇਸ ਬਿਜ਼ਨਿਸ ਨੂੰ ਕਰਨ ਜਾਂ ਨਾ ਕਰਨ, ਇਹ ਬਿਜ਼ਨਿਸ ਤਾਂ ਹੁਣ ਵੱਧੇਗਾ ਹੀ ਅਤੇ ਆਪਣੇ ਸ਼ਹਿਰ ਵਿੱਚ ਜ਼ਰੂਰ ਵੱਧੇਗਾ-ਫੁੱਲੇਗਾ।

ਜਦੋਂ ਨਵੇਂ ਲੋਕ ਸਟੇਜ਼ 'ਤੇ ਬਹੁਤ ਸਾਰੇ ਲੋਕਾਂ ਦੇ ਜੀਵਨ ਦੇ ਸੱਚੇ ਅਨੁਭਵਾਂ ਨੂੰ ਸੁਣਦੇ ਹਨ, ਉਹ ਆਪਣੇ ਅੰਦਰ ਇਹ ਵਿਸ਼ਵਾਸ ਪੈਦਾ ਕਰਦੇ ਹਨ ਕਿ ਹਰ ਆਦਮੀ ਇੱਕ ਖ਼ਾਸ ਤਰ੍ਹਾਂ ਦੇ ਸੰਘਰਸ਼ ਅਤੇ ਨਿਰਾਸ਼ਾ ਤੋਂ ਹੋ ਕੇ ਲੰਘਿਆ ਹੈ। ਹਰ ਆਦਮੀ ਥੋੜ੍ਹੇ ਨਾਲ ਸ਼ੁਰੂਆਤ ਕਰਦਾ ਹੈ। ਹਰ ਕਿਸੇ ਨੂੰ ਸ਼ੰਕਾ ਹੁੰਦੀ ਹੈ, ਪਰ ਹਰ ਜੇਤੂ ਕਿਸੇ ਇੱਕ ਦਿਨ ਆਪਣੇ ਡਰ, ਸੰਘਰਸ਼ਾਂ, ਨਾਂਹ ਜਾਂ ਨਿਰਾਸ਼ਾ 'ਤੇ ਜਿੱਤ ਪ੍ਰਾਪਤ ਕਰ ਕੇ ਜੇਤੂ ਬਣ ਜਾਂਦਾ ਹੈ। ਉਨ੍ਹਾਂ ਨੂੰ ਇਹ ਵਿਸ਼ਵਾਸ ਹੁੰਦਾ ਹੈ ਕਿ ਜੇ ਉਹ ਹਾਰ ਨਹੀਂ ਮੰਨਣਗੇ, ਤਾਂ ਇੱਕ ਨਾ ਇੱਕ ਦਿਨ ਉਹ ਵੀ ਜੇਤੂ ਜ਼ਰੂਰ ਬਣ ਜਾਣਗੇ। ਉਹ ਅਜਿਹੇ ਕਈ ਪ੍ਰਮਾਣ ਦੇਖਦੇ ਹਨ ਜਿਸ ਵਿੱਚ ਹਰ ਇਨਸਾਨ ਆਪਣੀਆਂ ਕਮਜ਼ੋਰੀਆਂ ਨੂੰ ਜਿੱਤ ਕੇ ਹੀ ਲੀਡਰ ਬਣਦਾ ਹੈ। ਇਸ ਤੋਂ ਇਲਾਵਾ ਵਿਸ਼ਵਾਸ ਵਧਾਉਣ ਲਈ ਇੱਕ ਹੋਰ ਗੱਲ ਇਹ ਹੈ ਕਿ ਉਹ ਹੁਣ ਸਾਰੇ ਜੇਤੂਆਂ ਨੂੰ ਜਾਣਦੇ ਹਨ। ਸਟੇਜ਼ 'ਤੇ ਆਏ ਹੋਏ ਸਾਰੇ ਲੀਡਰ ਉਨ੍ਹਾਂ ਦੀ ਮਦਦ ਕਰਨ ਲਈ ਵੀ ਹਮੇਸ਼ਾ ਹੀ ਤਿਆਰ ਹਨ। ਇਹ ਜੇਤੂ ਉਨ੍ਹਾਂ ਨੂੰ ਉਹ ਸਾਰੀਆਂ ਗੱਲਾਂ ਦੱਸਣਗੇ ਜਿਸ ਕਰਕੇ ਉਹ ਲੋਕ ਵੀ ਜੇਤੂ ਬਣ ਕੇ ਸਟੇਜ਼ 'ਤੇ ਆ ਸਕਦੇ ਹਨ।

2. ਜਦੋਂ ਉਹ ਵੱਖ-ਵੱਖ ਉਮਰ, ਲਿੰਗ, ਵਿੱਤੀ ਪਿਛੋਕੜ, ਸਥਾਨ, ਵਿੱਦਿਅਕ ਯੋਗਤਾਵਾਂ, ਪ੍ਰੋਫੈਸ਼ਨਲ ਡਿਗਰੀ ਵਾਲੇ ਜੇਤੂਆਂ ਨੂੰ ਸਟੇਜ਼ 'ਤੇ ਖੜ੍ਹੇ ਹੋਏ ਦੇਖਦੇ ਹਨ ਤਾਂ ਉਨ੍ਹਾਂ ਨੂੰ ਇਹ ਭਰੋਸਾ ਹੋਣ ਲੱਗਦਾ ਹੈ ਕਿ ਹਰ ਸ਼੍ਰੇਣੀ ਦੇ ਲੋਕ ਇਸ ਬਿਜ਼ਨਿਸ ਵਿੱਚ ਬਰਾਬਰ ਕਾਮਯਾਬ ਹੋ ਰਹੇ ਹਨ। ਉਨ੍ਹਾਂ ਅੰਦਰ ਵੀ ਇਹ ਵਿਸ਼ਵਾਸ ਆਉਣ ਲੱਗਦਾ ਹੈ ਕਿ ਜੇ ਇੰਨੇ ਸਾਰੇ ਲੋਕ ਕਰ ਸਕਦੇ ਹਨ, ਤਾਂ ਮੈਂ ਵੀ ਇਹ ਕੰਮ ਕਰ ਸਕਦਾ ਹਾਂ।

ਇੱਕ ਵਾਰ ਜਦੋਂ ਪ੍ਰੋਗਰਾਮ ਖ਼ਤਮ ਹੋ ਜਾਏ, ਤਾਂ ਲੋਕਾਂ ਦੀ ਰਾਏ ਅਤੇ ਇਸ ਗੱਲ ਦੀ ਪਰਖ ਨਾ ਕਰੋ ਕਿ ਪ੍ਰੋਗਰਾਮ ਵਧੀਆ ਰਿਹਾ ਜਾਂ ਮਾੜਾ। ਲੋਕਾਂ ਦੀ ਰਾਏ ਲੈ ਕੇ ਅਗਲੀ ਵਾਰ ਦੇ ਪ੍ਰੋਗਰਾਮ ਨੂੰ ਹੋਰ ਬਿਹਤਰ ਕੀਤਾ ਜਾ ਸਕਦਾ ਹੈ, ਪਰ ਇਸ ਨਾਲ ਇਵੈਂਟ ਦੇ ਪ੍ਰਭਾਵ ਨੂੰ ਸਮਝਿਆ ਨਹੀਂ ਜਾ ਸਕਦਾ ਅਤੇ ਨਾ ਹੀ ਇਸ ਨਾਲ ਕੋਈ ਲੰਬੇ ਸਮੇਂ ਪ੍ਰਭਾਵ ਪੈਣ ਵਾਲਾ ਹੈ। ਮੇਰੇ ਅਨੁਸਾਰ, ਇੱਕ ਪ੍ਰੋਗਰਾਮ ਵਿਸ਼ਵਾਸ ਪੈਦਾ ਕਰਦਾ ਹੈ ਅਤੇ ਇਸ ਨਾਲ ਲੋਕ ਆਪਣੇ-ਆਪ ਅਤੇ ਬਿਜ਼ਨਿਸ ਦੇ ਪ੍ਰਤੀ ਪ੍ਰਭਾਵੀ ਬਣਦੇ ਹਨ। ਵੱਖੋਂ-ਵੱਖਰੇ ਵਿਅਕਤੀਆਂ ਲਈ ਪ੍ਰੋਗਰਾਮ ਵੀ ਵੱਖ-ਵੱਖ ਤਰੀਕਿਆਂ ਨਾਲ ਆਪਣਾ ਕੰਮ ਕਰਦਾ ਹੈ। ਸਾਨੂੰ ਇਹ ਤਾਂ ਪਤਾ ਨਹੀਂ ਹੈ ਕਿ ਇਹ ਪ੍ਰੋਗਰਾਮ ਕਿਸ ਨਾਲ ਕਿਵੇਂ ਕੰਮ ਕਰੇਗਾ, ਪਰ ਸਾਰੇ ਲੋਕਾਂ 'ਤੇ ਇਸ ਦਾ ਪ੍ਰਭਾਵ ਜ਼ਰੂਰ ਪੈਂਦਾ ਹੈ। ਇਸਦੇ ਨਤੀਜੇ ਕੁੱਝ ਹੀ ਹਫਤਿਆਂ ਜਾਂ ਮਹੀਨਿਆਂ ਅੰਦਰ ਨਜ਼ਰ ਆਉਣ ਲੱਗਦੇ ਹਨ।

ਜੇ ਤੁਹਾਡੇ ਇਸ ਪ੍ਰਸ਼ਨ ਦਾ ਉੱਤਰ 'ਹਾਂ' ਹੈ, ਤਾਂ ਤੁਸੀਂ ਦੁਨੀਆ ਵਿੱਚ ਕਿਤੇ ਵੀ ਹੋਵੋ, ਤੁਹਾਡੀ ਪ੍ਰੋਡਕਟ ਲਾਈਨ ਅਤੇ ਇਨਕਮ ਪਲਾਨ ਕੁੱਝ ਵੀ ਹੋਵੇ, ਤੁਸੀਂ ਇਸ ਬਿਜ਼ਨਿਸ ਵਿੱਚ ਬਹੁਤ ਜ਼ਿਆਦਾ ਸਫਲ ਹੋਵੋਗੇ- ***"ਕੀ ਤੁਹਾਡੇ ਨੰਬਰ ਪ੍ਰੋਗਰਾਮ ਦਰ ਪ੍ਰੋਗਰਾਮ ਵੱਧ ਰਹੇ ਹਨ? ਕੀ ਇਸ ਪ੍ਰੋਗਰਾਮ ਅੰਦਰ ਤੁਹਾਡੇ ਪਿਛਲੇ ਪ੍ਰੋਗਰਾਮ ਤੋਂ ਜ਼ਿਆਦਾ ਲੋਕ ਆਏ ਸਨ?"***

ਇਹ ਇੱਕ ਪੈਮਾਨਾ ਹੈ ਅਤੇ ਇੱਕ ਸਟੀਕ ਮਾਪਦੰਡ ਹੈ। ਇਸ ਬਿਜ਼ਨਿਸ ਵਿੱਚ ਇਸ ਚੀਜ਼ ਨੂੰ ਤੁਹਾਨੂੰ ਸਭ ਤੋਂ ਜ਼ਿਆਦਾ ਗੰਭੀਰਤਾ ਨਾਲ ਲੈਣਾ ਚਾਹੀਦਾ ਹੈ ਕਿ ਪ੍ਰੋਗਰਾਮ ਵਿੱਚ ਤੁਹਾਡੀ ਟੀਮ ਦਾ ਨੰਬਰ ਕਿੰਨਾ ਰਿਹਾ।

ਜਦੋਂ ਲੋਹਾ ਗਰਮ ਹੋਵੇ, ਉਦੋਂ ਹੀ ਸੱਟ ਮਾਰਨੀ ਚਾਹੀਦੀ ਹੈ: ਜਿਵੇਂ ਹੀ ਤੁਹਾਨੂੰ ਪਤਾ ਚੱਲੇ ਕਿ ਅਗਲੇ 4 ਤੋਂ 6 ਹਫਤਿਆਂ ਵਿੱਚ ਕੋਈ ਵੱਡਾ ਪ੍ਰੋਗਰਾਮ ਆਉਣ ਵਾਲਾ ਹੈ ਤਾਂ ਉਸੇ ਵੇਲੇ ਤੁਹਾਨੂੰ ਸਖ਼ਤ ਮਿਹਨਤ ਕਰਨੀ ਚਾਹੀਦੀ ਹੈ। ਅਜਿਹੇ ਕੰਮ ਕਰੋ ਜਿਵੇਂ ਇਹ ਤੁਹਾਡੇ ਨੈੱਟਵਰਕ ਮਾਰਕੀਟਿੰਗ ਬਿਜ਼ਨਿਸ ਦਾ ਪੀਕ ਸੀਜ਼ਨ ਹੈ। ਜ਼ਿਆਦਾ ਤੋਂ ਜ਼ਿਆਦਾ ਲੋਕਾਂ ਨੂੰ ਬਿਜ਼ਨਿਸ ਸ਼ੁਰੂ ਕਰਵਾਓ। ਇੱਕ ਭਰਤੀ ਅਭਿਆਨ ਜਾਂ ਰਿਕਰੂਟਮੈਂਟ ਡਰਾਈਵ ਤਿਆਰ ਕਰੋ ਅਤੇ ਇਹ ਸੁਨਿਸ਼ਚਿਤ ਕਰੋ ਕਿ ਤੁਹਾਡੀ ਟੀਮ ਵਿੱਚ ਸਾਰੇ ਆਪਣੀ-ਆਪਣੀ ਲਿਸਟ ਤਿਆਰ ਕਰ ਰਹੇ ਹੋਣ। ਨਾਲੋ-ਨਾਲ, ਇਸ ਪ੍ਰੋਗਰਾਮ ਦਾ ਪ੍ਰਚਾਰ ਕਰਨ ਲਈ ਆਪਣੀ ਟੀਮ ਅੰਦਰ ਛੋਟੇ-ਛੋਟੇ ਇਵੈਂਟ ਕਰੋ। ਤੁਹਾਡੀ ਪੂਰੀ ਟੀਮ ਇਸ ਪ੍ਰੋਗਰਾਮ ਦਾ ਪ੍ਰਚਾਰ ਕਰੇ। ਤੁਹਾਡੇ ਕੋਲ ਸਾਰੇ ਪ੍ਰੋਗਰਾਮ ਪ੍ਰਮੋਸ਼ਨ ਟੂਲ ਹਮੇਸ਼ਾ ਹੋਣੇ ਚਾਹੀਦੇ ਹਨ ਜਿਵੇਂ ਵੀਡੀਓਜ਼, ਬਰੋਸ਼ਰ ਆਦਿ। ਆਪਣੇ ਪ੍ਰੋਗਰਾਮ ਬਾਰੇ ਜਿੱਥੇ ਜਿੰਨਾ ਕਹਿ ਸਕਦੇ ਹੋ, ਕਹੋ। ਛੇਤੀ ਤੋ ਛੇਤੀ ਪ੍ਰੋਗਰਾਮ ਦੀਆਂ ਟਿਕਟਾਂ ਵੇਚਣੀਆਂ ਸ਼ੁਰੂ ਕਰ ਦਿਓ। ਸਿਰਫ਼ ਅਗਲੇ ਪ੍ਰੋਗਰਾਮ ਬਾਰੇ ਹੀ ਗੱਲਾਂ ਕਰੋ। ਤੁਹਾਨੂੰ ਇੱਕ ਸਮੇਂ ਅੰਦਰ ਸਿਰਫ਼ ਇੱਕੋ ਹੀ ਇਵੈਂਟ ਦਾ ਪ੍ਰਚਾਰ ਕਰਨਾ ਚਾਹੀਦਾ ਹੈ।

ਇਵੈਂਟ ਦੇ ਪ੍ਰਚਾਰ ਲਈ ਕਿਸੇ ਵਿਸ਼ੇਸ਼ ਤਕਨੀਕ ਦੀ ਲੋੜ ਨਹੀਂ ਹੈ। ਜੇ ਤੁਹਾਨੂੰ ਸੱਚ ਵਿੱਚ ਲੱਗਦਾ ਹੈ ਕਿ ਇਹ ਪ੍ਰੋਗਰਾਮ ਤੁਹਾਡੀ ਅਤੇ ਉਨ੍ਹਾਂ ਸਾਰੇ ਲੋਕਾਂ ਦੀ ਜਿੰਦਗੀ ਬਦਲ ਸਕਦਾ ਹੈ ਜੋ ਇਸ ਵਿੱਚ ਹਿੱਸਾ ਲੈਣਗੇ, ਤਾਂ ਤੁਹਾਡੀਆਂ ਗੱਲਾਂ ਵਿੱਚ ਉਹ ਉਤਸ਼ਾਹ ਅਤੇ ਦ੍ਰਿੜ੍ਹ ਵਿਸ਼ਵਾਸ ਆਪਣੇ-ਆਪ ਆ ਜਾਵੇਗਾ। ਇਹ ਤੁਹਾਡੇ ਹਾਵ-ਭਾਵ ਤੋਂ ਪਤਾ ਲੱਗ ਜਾਵੇਗਾ। ਤੁਸੀਂ ਹਮੇਸ਼ਾ ਝੂਠ ਨਹੀਂ ਬੋਲ ਸਕਦੇ। ਲੋਕ ਝੂਠ ਨੂੰ ਫੜ ਲੈਂਦੇ ਹਨ। ਜ਼ਿਆਦਾ ਤੋਂ ਜ਼ਿਆਦਾ ਲੋਕਾਂ ਵਿਚਕਾਰ ਪਹੁੰਚਣ ਦੀ ਕੋਸ਼ਿਸ਼ ਕਰੋ ਅਤੇ ਵੱਧ ਤੋ ਵੱਧ ਲੋਕਾਂ ਨੂੰ ਨਿੱਜੀ ਤੌਰ 'ਤੇ ਸੱਦਾ ਦਿਓ। ਇਹੀ ਉਹ ਸਮਾਂ ਹੈ ਜਦੋਂ ਪੁਰਾਣੇ ਡਿਸਟ੍ਰੀਬਿਊਟਰਾਂ ਨਾਲ ਮੁੜ ਤੋਂ ਸੰਬੰਧ ਬਣਾਏ ਜਾ ਸਕਦੇ ਹਨ। ਆਪਣੀ ਲਿਸਟ ਕੱਢੋ ਅਤੇ ਜਿੰਨੇ ਲੋਕਾਂ ਨੂੰ ਬੁਲਾ ਸਕਦੇ ਹੋ, ਬੁਲਾ ਲਓ। ਪ੍ਰੋਗਰਾਮ ਕਦੇ ਛੋਟਾ ਜਾਂ ਵੱਡਾ ਨਹੀਂ ਹੁੰਦਾ, ਸਪੈਸ਼ਲ ਜਾਂ ਰੇਗੂਲਰ ਨਹੀਂ ਹੁੰਦਾ, ਤੁਹਾਡਾ ਪ੍ਰਮੋਸ਼ਨ ਉਸ ਨੂੰ ਵੱਡਾ ਜਾਂ ਸਪੈਸ਼ਲ ਬਣਾਉਂਦਾ ਹੈ। ਤੁਸੀਂ ਕਿਵੇਂ ਉਸ ਨੂੰ ਦੇਖਦੇ ਹੋ, ਤੁਸੀਂ ਉਸ ਵਿਸ਼ਵਾਸ ਨੂੰ ਲੋਕਾਂ ਤੱਕ ਕਿਵੇਂ ਪਹੁੰਚਾਉਂਦੇ ਹੋ, ਤੁਸੀਂ ਕਿਵੇਂ ਲੋਕਾਂ ਤੱਕ ਇਸ ਪ੍ਰੋਗਰਾਮ ਦਾ ਪ੍ਰਚਾਰ ਕਰਦੇ ਹੋ ਉਸ ਨਾਲ ਇਹ ਪ੍ਰੋਗਰਾਮ ਵੱਡਾ ਜਾਂ ਛੋਟਾ ਬਣਦਾ ਹੈ। ਹਰ ਪ੍ਰੋਗਰਾਮ ਨੂੰ ਲਾਈਫ਼ ਚੈਂਜਿੰਗ ਇਵੈਂਟ ਵਾਂਗ ਲਓ। ਹਰ ਪ੍ਰੋਗਰਾਮ ਲਈ ਆਪਣੀ ਤਾਕਤ ਲੱਗਾ ਦਿਓ ਅਤੇ ਫਿਰ ਤੁਸੀਂ ਬਿਜ਼ਨਿਸ ਵਿੱਚ ਤੇਜੀ ਨਾਲ ਵੱਧ ਕੇ ਵੱਡੇ ਰੈਂਕਾਂ ਨੂੰ ਪ੍ਰਾਪਤ ਕਰ ਲਵੋਗੇ।

ਇਹ ਯਾਦ ਰੱਖੋ ਕਿ ਜਦੋਂ ਤੁਸੀਂ ਕਿਸੇ ਨੂੰ ਇੱਕ ਘੰਟੇ ਲਈ ਬੁਲਾਉਂਦੇ ਹੋ ਤਾਂ 20 ਹੋਰ ਲੋਕ/ਚੀਜ਼ਾਂ ਉਨਾਂ ਨੂੰ ਉਸੇ ਘੰਟੇ ਲਈ ਪੁੱਛ ਰਹੇ ਹੁੰਦੇ ਹਨ। ਤੁਹਾਡਾ ਸੱਦਾ ਇੰਨਾ ਮਜ਼ਬੂਤ ਹੋਣਾ ਚਾਹੀਦਾ ਹੈ ਕਿ ਉਹ ਬਾਕੀ ਸਾਰੇ 20 ਸੱਦਿਆਂ 'ਤੇ ਭਾਰੀ ਪਵੇ। ਯਾਦ ਰੱਖੋ ਸੂਚਨਾ ਦੇਣਾ ਅਤੇ ਸੱਦਾ ਦੇਣਾ ਦੋ ਵੱਖਰੀਆਂ ਚੀਜ਼ਾਂ ਹਨ। ਜ਼ਿਆਦਾਤਰ ਲੋਕ ਸੋਚਦੇ ਹਨ ਕਿ ਉਨ੍ਹਾਂ ਨੇ ਦੂਜਿਆਂ ਨੂੰ ਸੱਦਾ ਦਿੱਤਾ ਹੈ, ਪਰ ਉਹ ਆਮ ਕਰਕੇ ਲੋਕਾਂ ਨੂੰ ਸਿਰਫ਼ ਸੂਚਨਾ ਦੇ ਰਹੇ ਹੁੰਦੇ ਹਨ। ਵਾਟਸਐਪ, ਸੋਸ਼ਲ ਮੀਡੀਆ, ਐਸ.ਐਮ.ਐਸ. ਆਦਿ ਅਤੇ ਮੈਸੇਜ਼ ਫਾਰਵਰਡ ਕਰਨਾ ਕੇਵਲ ਸੁਨੇਹਾ ਭੇਜਣਾ ਹੈ। ਸੱਦਾ ਹਮੇਸ਼ਾ ਨਿੱਜੀ ਅਤੇ ਪ੍ਰੇਰਕ ਹੋਣਾ ਚਾਹੀਦਾ ਹੈ। ਤੁਹਾਨੂੰ ਆਪਣੇ ਖ਼ਾਸ ਇਵੈਂਟ ਲਈ ਲੋਕਾਂ ਨੂੰ ਸੱਦਾ ਦੇਣ ਲਈ ਉਨ੍ਹਾਂ ਕੋਲ ਲਗਾਤਾਰ ਜਾਣਾ ਵੀ ਪੈ ਸਕਦਾ ਹੈ।

ਆਪਣੀ ਕੰਪਨੀ ਵਿੱਚ ਸਭ ਤੋਂ ਉੱਪਰਲੇ ਰੈਂਕ 'ਤੇ ਪਹੁੰਚਣ ਲਈ ਸਭ ਤੋਂ ਜ਼ਰੂਰੀ ਨਿਪੁੰਨਤਾ ਹੈ ਲੋਕਾਂ ਨੂੰ ਪ੍ਰੋਗਰਾਮ ਅੰਦਰ ਲਿਆਉਣ ਦੀ ਤੁਹਾਡੀ ਯੋਗਤਾ।

– ਦੀਪਕ ਬਜਾਜ

ਆਪਣੀ ਟੀਮ ਲਈ ਬਿਹਤਰੀਨ ਪ੍ਰੋਗਰਾਮ ਬਣਾਉਣ ਅਤੇ ਆਪਣੇ ਵਿਕਾਸ ਦੀ ਰਫ਼ਤਾਰ ਵਧਾਉਣ ਬਾਰੇ ਪ੍ਰੋਗਰਾਮਾਂ ਬਾਰੇ ਜਾਣਨ ਲਈ ਤੁਸੀਂ ਸਾਡੀ ਵੈੱਬਸਾਈਟ 'ਤੇ ਵਿਜ਼ਿਟ ਕਰ ਸਕਦੇ ਹੋ – www.deepakbajaj.biz

ਇੱਕ ਪ੍ਰੋਗਰਾਮ ਤੁਹਾਡੇ ਮਹੀਨਿਆਂ ਦੀ ਸਖ਼ਤ ਮਿਹਨਤ ਨੂੰ ਬਚਾ ਸਕਦਾ ਹੈ।

ਮੈਨੂੰ ਇਹ ਬਿਜ਼ਨਿਸ ਮਈ 2006 ਵਿੱਚ ਸ਼ੁਰੂ ਕਰਨ ਲਈ ਕਿਹਾ ਗਿਆ ਸੀ ਪਰ ਮੈਂ ਇਸ ਨੂੰ ਜੂਨ 2007 ਵਿੱਚ ਸ਼ੁਰੂ ਕੀਤਾ। ਤੁਸੀਂ ਇਸ ਦੇਰੀ ਲਈ ਮੇਰੀ ਡਿਗਰੀ, ਸੈਲਰੀ, ਸਟੇਟਸ, ਈਗੋ ਜਾਂ ਨਾਦਾਨੀ ਨੂੰ ਜ਼ਿੰਮੇਵਾਰ ਮੰਨ ਸਕਦੇ ਹੋ। ਮੈਂ ਇਸ ਦੌਰਾਨ ਕਈ ਚੰਗੇ ਲੀਡਰਾਂ ਨੂੰ ਵੀ ਮਿਲਿਆ, ਪਰ ਮੈਂ ਇਸ ਬਿਜ਼ਨਿਸ ਦੀ ਸ਼ੁਰੂਆਤ ਜੂਨ 2007 ਵਿੱਚ ਹਿਮਾਚਲ ਪ੍ਰਦੇਸ਼ ਦੇ ਮੰਡੀ ਵਿੱਚ ਇੱਕ ਪ੍ਰੋਗਰਾਮ ਵਿੱਚ ਸ਼ਾਮਿਲ ਹੋਣ ਤੋਂ ਬਾਅਦ ਹੀ ਕੀਤੀ। ਮੈਂ ਤਾਂ ਉੱਥੇ ਏਵੇਂ ਹੀ ਪ੍ਰੋਗਰਾਮ ਦੇਖਣ ਲਈ ਗਿਆ ਸੀ ਪਰ ਉੱਥੇ ਲੋਕਾਂ ਦੀਆਂ ਪ੍ਰਾਪਤੀਆਂ ਦੇਖ ਕੇ ਮੈਂ ਹੈਰਾਨ ਰਹਿ ਗਿਆ। ਇਸ ਇਵੈਂਟ ਨੇ ਮੇਰੇ 'ਤੇ ਜਿਵੇਂ ਕੋਈ ਜਾਦੂ ਕਰ ਦਿੱਤਾ, ਮੈਂ ਉਸੇ ਦਿਨ ਉੱਥੇ ਦਸਤਖ਼ਤ ਕੀਤੇ ਅਤੇ ਉੱਤਰ ਭਾਰਤ ਵਿੱਚ ਆਪਣੀ ਕੰਪਨੀ ਦਾ ਸਭ ਤੋਂ ਤੇਜ਼ ਅਚੀਵਰ ਬਣ ਗਿਆ। ਮੈਂ ਅੱਜ ਵੀ ਉਨਾਂ ਬਰਬਾਦ ਕੀਤੇ ਹੋਏ 13 ਮਹੀਨਿਆਂ ਨੂੰ ਲੈ ਕੇ ਪਛਤਾਉਂਦਾ ਹਾਂ, ਇਹ ਸਮਾਂ ਵੀ ਨਸ਼ਟ ਨਹੀਂ ਹੁੰਦਾ ਜੇ ਮੈਂ ਪਹਿਲੇ ਕਿਸੇ ਪ੍ਰੋਗਰਾਮ ਵਿੱਚ ਸ਼ਾਮਿਲ ਹੋ ਜਾਂਦਾ। ਪਰ ਇਸੇ ਇਵੈਂਟ ਤੋਂ ਮੈਨੂੰ 4 ਚੰਗੇ ਦੋਸਤ ਵੀ ਮਿਲੇ – ਜੈਰੋ ਕੇ ਜੇਮਸ, ਆਸ਼ੀਸ਼ ਮੈਥਿਊ, ਡਾੱ. ਏ. ਆਰ. ਮੋਹੀਤੇ ਅਤੇ ਡਾੱ. ਸ਼ਿਵ ਗੌਤਮ।

5. ਬਿਜ਼ਨਿਸ ਦੀ ਨਬਜ਼: ਨੰਬਰ ਅਤੇ ਅਨੁਪਾਤ

ਜਿਸ ਚੀਜ ਦੀ ਮਾੱਨਿਟਰਿੰਗ ਕੀਤੀ ਜਾਂਦੀ ਹੈ ਉਹ ਸੁਧਰ ਜਾਂਦੀ ਹੈ।
– ਦੀਪਕ ਬਜਾਜ

ਆਮ ਤੌਰ 'ਤੇ ਨੈੱਟਵਰਕ ਮਾਰਕੀਟਿੰਗ ਇੱਕ ਨੰਬਰਾਂ ਦੀ ਖੇਡ ਹੈ। ਮੈਨੂੰ ਇਸ ਬਿਜ਼ਨਿਸ ਦੀ ਜੋ ਚੀਜ਼ ਸਭ ਤੋਂ ਜ਼ਿਆਦਾ ਪਸੰਦ ਹੈ ਉਹ ਹੈ ਇਸ ਦੀ ਭਵਿੱਖਬਾਣੀ। ਹਰ ਤਰ੍ਹਾਂ ਨਾਲ, ਇਹ ਧਰਤੀ ਦਾ ਸਭ ਤੋਂ ਸਰਲ ਬਿਜ਼ਨਿਸ ਹੈ ਕਿਉਂ ਕਿ ਕੁੱਝ ਨੰਬਰਾਂ ਦਾ ਧਿਆਨ ਰੱਖ ਕੇ, ਤੁਸੀਂ ਆਪਣੇ ਪੂਰੇ ਬਿਜ਼ਨਿਸ ਦੀ ਸੰਭਾਲ ਕਰ ਸਕਦੇ ਹੋ। ਇਸ ਦੇ ਨਿਯਮ ਬਹੁਤ ਸਧਾਰਨ ਹੈ:

ਆਪਣੇ ਨੰਬਰ ਜਾਣੋ। ਆਪਣੇ ਅਨੁਪਾਤ ਅਨੁਸਾਰ ਕੰਮ ਕਰੋ। ਆਪਣੇ ਅਨੁਪਾਤਾਂ ਵਿੱਚ ਸੁਧਾਰ ਕਰੋ।

ਤੁਹਾਡੇ ਬਿਜ਼ਨਿਸ ਦੇ ਮੁੱਖ ਨੰਬਰ ਕੀ ਹਨ?

✓ ਤੁਹਾਡੀ ਪ੍ਰਾਸਪੈਕਟ ਲਿਸਟ ਵਿੱਚ ਕਿੰਨੇ ਨਾਮ ਹਨ?
✓ ਤੁਸੀਂ ਹਰ ਹਫਤੇ ਆਪਣੀ ਪ੍ਰਾਸਪੈਕਟ ਲਿਸਟ 'ਚ ਕਿੰਨੇ ਨਵੇਂ ਨਾਮ ਜੋੜ ਰਹੇ ਹੋ?
✓ ਹਰ ਹਫਤੇ ਕਿੰਨੇ ਨਵੇਂ ਪ੍ਰਾਸਪੈਕਟ ਤੁਹਾਡੇ ਬਿਜ਼ਨਿਸ ਪੇਸ਼ਕਾਰੀ 'ਚ ਆਉਂਦੇ ਹਨ?
✓ ਤੁਹਾਡੀ ਟੀਮ 'ਚ ਹਰ ਹਫਤੇ ਕਿੰਨੀਆਂ ਹੋਮ ਮੀਟਿੰਗ ਹੋ ਰਹੀਆਂ ਹਨ?
✓ ਇਸ ਮਹੀਨੇ ਲਈ ਤੁਸੀਂ ਕਿੰਨੇ ਨਵੇਂ ਰੈਂਕ/ਪਿਨ ਅਚੀਵਰਸ ਪਲਾਨ ਕੀਤੇ ਹਨ?
✓ ਇਸ ਮਹੀਨੇ ਤੁਹਾਡੀ ਟੀਮ 'ਚ ਕਿੰਨੀਆਂ ਪ੍ਰੋਡਕਟ ਟ੍ਰੇਨਿੰਗ ਵਰਕਸ਼ਾਪਾਂ ਹੋ ਰਹੀਆਂ ਅਤੇ ਕਿੰਨੇ ਲੋਕ ਇਸ ਵਿੱਚ ਸ਼ਾਮਿਲ ਹੋ ਰਹੇ ਹਨ?
✓ ਤੁਹਾਡੀ ਟੀਮ ਵਿੱਚ ਕਿੰਨੇ ਲੋਕਾਂ ਨੂੰ ਨਿਅਮਿਤ ਹਫਤਾਵਾਰੀ/ਮਾਸਿਕ ਆਮਦਨ ਮਿਲ ਰਹੀ ਹੈ?
✓ ਤੁਹਾਡੀ ਟੀਮ 'ਚ ਕਿੰਨੇ ਲੋਕ ਫੁੱਲ ਟਾਈਮਰ ਹਨ ਅਤੇ ਤੁਸੀਂ ਕਿੰਨੇ ਲੋਕਾਂ ਨੂੰ ਇਸ ਮਹੀਨੇ ਫੁੱਲ ਟਾਈਮਰ ਬਣਾਉਣ ਬਾਰੇ ਸੋਚ ਰਹੇ ਹੋ?
✓ ਤੁਹਾਡੀ ਟੀਮ 'ਚ ਕਿੰਨੇ ਡਿਸਟ੍ਰੀਬਿਊਟਰ ਹਰ ਦਿਨ ਪਲਾਨ ਦਿਖਾਉਂਦੇ ਹਨ?

ਜੇ ਤੁਸੀਂ ਆਪਣੇ ਨੰਬਰ ਜਾਣਦੇ ਹੋ ਅਤੇ ਜੇ ਉਨ੍ਹਾਂ ਨੰਬਰਾਂ 'ਤੇ ਕੰਮ ਕਰ ਕੇ ਉਨ੍ਹਾਂ ਨੂੰ ਸੁਧਾਰਨ ਦੀ ਕੋਸ਼ਿਸ਼ ਕਰਦੇ ਹੋ, ਤਾਂ ਤੁਸੀਂ ਜ਼ਰੂਰ ਹੀ ਇੱਕ ਸਥਿਰ ਅਤੇ ਵਿਕਾਸਸ਼ੀਲ ਬਿਜ਼ਨਿਸ ਵੱਲ ਵੱਧ ਰਹੇ ਹੋ।

ਮੈਂ ਲੋਕਾਂ ਨੂੰ ਕਹਾਣੀਆਂ ਸੁਣਾਉਂਦਿਆਂ ਦੇਖਿਆ ਹੈ ਕਿ ਕਿਵੇਂ ਉਹ ਹਰ ਰੋਜ਼ ਸਖ਼ਤ ਮਿਹਨਤ ਅਤੇ ਤਿਆਗ ਕਰਦੇ ਹਨ, ਪਰ ਜਦੋਂ ਤੁਸੀਂ ਉਨ੍ਹਾਂ ਨੂੰ ਉਨਾਂ ਨੰਬਰਾਂ ਨੂੰ ਕਾਗਜ਼ 'ਤੇ ਲਿਖਣ ਨੂੰ ਕਹਿੰਦੇ ਹੋ ਤਾਂ ਇੱਕ ਵੱਖਰੀ ਹੀ ਸੱਚਾਈ ਸਾਹਮਣੇ ਆਉਂਦੀ ਹੈ। ਕਈ ਲੋਕ ਤੁਹਾਨੂੰ ਦੱਸਣਗੇ ਕਿ ਉਹ ਕਿੰਨੀ ਮਿਹਨਤ ਕਰ ਰਹੇ ਹਨ, ਪਰ ਉਨ੍ਹਾਂ ਨੂੰ ਸਹੀ ਨਤੀਜੇ ਨਹੀਂ ਮਿਲ ਰਹੇ। ਤੁਸੀਂ ਉਨ੍ਹਾਂ ਦੇ ਨੰਬਰਾਂ ਨੂੰ ਕਾਗਜ਼ 'ਤੇ ਲਿਖਣ ਲਈ ਕਹੋਗੇ ਤਾਂ ਇਹ ਪਤਾ ਚੱਲੇਗਾ ਕਿ ਸਮੱਸਿਆ ਨਤੀਜਿਆਂ ਦੀ ਨਹੀਂ ਹੈ, ਸਗੋਂ ਕੰਮ ਹੀ

ਘੱਟ ਹੋ ਰਿਹਾ ਹੈ। ਮੈਂ ਇਸ ਬਿਜ਼ਨਿਸ ਦੇ ਲੰਮੇ ਕਰੀਅਰ ਦੌਰਾਨ ਇਹ ਸਿੱਖਿਆ ਹੈ ਕਿ ਕਿਸੇ ਵੀ ਵਿਅਕਤੀ ਨੂੰ ਗੱਲਾਂ ਨਾਲ ਨਾ ਪਰਖੋ, ਉਸ ਦੇ ਨੰਬਰਾਂ ਨੂੰ ਪਰਖੋ। ਉਨ੍ਹਾਂ ਕੋਲੋਂ ਕਦੇ ਵੀ ਇਹ ਨਹੀਂ ਪੁੱਛਣਾ ਕਿ ਉਨ੍ਹਾਂ ਦਾ ਬਿਜ਼ਨਿਸ ਕਿਵੇਂ ਚੱਲ ਰਿਹਾ ਹੈ ਸਿਰਫ਼ ਉਨ੍ਹਾਂ ਕੋਲੋਂ ਨੰਬਰ ਪੁੱਛੋ। ਇਸ ਨਾਲ ਦੋ ਮੁੱਖ ਲਾਭ ਹੋਣਗੇ:-

1. ਜੋ ਚਰਚਾ ਹੋਵੇਗੀ ਉਹ ਵਿਕਾਸ 'ਤੇ ਹੋਵੇਗੀ ਨਾ ਕਿ ਵਿਅਕਤੀ ਕੇਂਦਰਿਤ।
2. ਕਿਸੇ ਪ੍ਰਕਾਰ ਦੀ ਕੋਈ ਆਲੋਚਨਾ ਜਾਂ ਦੋਸ਼ ਲਾਉਣ ਦੀ ਜਰੂਰਤ ਨਹੀਂ ਹੋਵੇਗੀ, ਨੰਬਰ ਆਪਣੇ-ਆਪ ਸ਼ੀਸ਼ਾ ਦਿਖਾਉਣਗੇ। ਨੰਬਰ ਇੱਕਦਮ ਸਹੀ ਤਸਵੀਰ ਦਿਖਾਉਂਦੇ ਹਨ।

ਨੰਬਰ ਨਾ ਸਿਰਫ਼ ਟੀਮ ਦੀ ਸਮੀਖਿਆ ਕਰਨ ਲਈ ਚੰਗੇ ਹੁੰਦੇ ਹਨ, ਸਗੋਂ ਇਸ ਨਾਲ ਅਸੀਂ ਆਪਣੀ ਸਮੀਖਿਆ ਕਰਕੇ ਆਪਣੇ ਆਪ ਨੂੰ ਸੁਧਾਰ ਵੀ ਸਕਦੇ ਹਾਂ।

ਅਨੁਪਾਤ

ਅਸੀਂ ਨੰਬਰ ਦੇ ਬਿਜ਼ਨਿਸ ਵਿੱਚ ਹਾਂ, ਵੱਖ-ਵੱਖ ਨੰਬਰਾਂ ਦੇ ਵਿਚਕਾਰਲੇ ਸੰਬੰਧਾਂ ਨੂੰ ਅਨੁਪਾਤ ਕਿਹਾ ਜਾਂਦਾ ਹੈ। ਅਨੁਪਾਤ ਦੋ ਭਿੰਨ ਨੰਬਰਾਂ ਦੇ ਵਿਚਕਾਰਲੇ ਸੰਬੰਧਾਂ ਨੂੰ ਇਸ ਤਰ੍ਹਾਂ ਪਰਿਭਾਸ਼ਤ ਕਰਦੇ ਹਨ ਕਿ ਜੇ ਤੁਸੀਂ ਅਨੁਪਾਤ ਵਿੱਚ ਇੱਕ ਨੰਬਰ ਨੂੰ ਬਦਲ ਦਿੰਦੇ ਹੋ, ਤਾਂ ਦੂਜਾ ਨੰਬਰ ਉਸੇ ਅਨੁਪਾਤ ਵਿੱਚ ਆਪਣੇ-ਆਪ ਬਦਲ ਜਾਂਦਾ ਹੈ। ਅਨੁਪਾਤ ਤੁਹਾਡੀ ਸਫਲਤਾ ਲਈ ਰੋਡਮੈਪ ਤਿਆਰ ਕਰਦੇ ਹਨ। ਸਾਨੂੰ ਅਨੁਪਾਤ ਦੇ ਤਿੰਨਾਂ ਪਹਿਲੂਆਂ ਨੂੰ ਸਮਝਣਾ ਪਵੇਗਾ।

ਆਪਣੇ ਅਨੁਪਾਤਾਂ ਨੂੰ ਸਮਝੋ, ਆਪਣੇ ਅਨੁਪਾਤਾਂ ਅਨੁਸਾਰ ਕੰਮ ਕਰੋ ਅਤੇ ਆਪਣੇ ਅਨੁਪਾਤਾਂ ਨੂੰ ਸੁਧਾਰੋ।

ਆਪਣੇ ਅਨੁਪਾਤ ਨੂੰ ਜਾਣੋ:

ਜੇ ਤੁਸੀਂ ਆਪਣੇ ਨੰਬਰ ਅਤੇ ਅਨੁਪਾਤ 'ਤੇ ਨਜ਼ਰ ਬਣਾ ਕੇ ਰੱਖਦੇ ਹੋ, ਤਾਂ ਤੁਸੀਂ ਇਹ ਮਹਿਸੂਸ ਕਰੋਗੇ ਕਿ ਇਸ ਬਿਜ਼ਨਿਸ ਵਿੱਚ ਤੁਹਾਡੀ ਸਫਲਤਾ ਅਤੇ ਅਸਫਲਤਾ ਨੰਬਰਾਂ ਦੇ ਇਲਾਵਾ ਕਿਸੇ ਹੋਰ ਚੀਜ਼ 'ਤੇ ਨਹੀਂ ਟਿਕੀ ਹੋਈ ਹੈ। ਅਸਲ ਵਿੱਚ ਤੁਹਾਡੀ ਸਫਲਤਾ ਬੜੀ ਹੱਦ ਤੱਕ ਤੁਹਾਡੇ ਵੇਚਣ ਦੀ ਸਮਰੱਥਾ 'ਤੇ ਟਿਕੀ ਹੋਈ ਨਹੀਂ ਹੈ, ਇਹ ਤੁਹਾਡੀ ਪ੍ਰਬੰਧ ਨਿਪੁੰਨਤਾ 'ਤੇ ਟਿਕੀ ਹੋਈ ਹੈ, ਜਿਸ ਨਾਲ ਤੁਸੀਂ ਜ਼ਿਆਦਾ ਤੋਂ ਜ਼ਿਆਦਾ ਪੇਸ਼ਕਾਰੀਆਂ ਦਿਖਾ ਸਕਦੇ ਹੋ।

ਸਫਲਤਾ ਇੱਕ ਖੇਡ ਹੈ - ਤੁਸੀਂ ਜਿੰਨੀ ਜ਼ਿਆਦਾ ਵਾਰ ਖੇਡੋਗੇ, ਓਨੀ ਜ਼ਿਆਦਾ ਵਾਰ ਜਿੱਤੋਗੇ ਅਤੇ ਜਿੰਨੀ ਜ਼ਿਆਦਾ ਵਾਰ ਤੁਸੀਂ ਜਿੱਤੋਗੇ, ਤੁਸੀਂ ਖੇਡ ਨੂੰ ਉੱਨੇ ਸਫਲ ਤਰੀਕਿਆਂ ਨਾਲ ਖੇਡੋਗੇ।

- ਐਲਨ ਪੀਜ਼

ਨੈੱਟਵਰਕ ਮਾਰਕੀਟਿੰਗ ਦੇ ਬਿਜ਼ਨਿਸ ਵਿੱਚ ਸਾਡੇ ਕੋਲ ਦੋ ਬੁਨਿਆਦੀ ਕੰਮ ਹਨ:

1. ਲੋਕਾਂ ਨੂੰ ਬਿਜ਼ਨਿਸ ਸ਼ੁਰੂ ਕਰਨਾ ਚਾਹੀਦਾ ਹੈ।
2. ਲੋਕਾਂ ਨੂੰ ਸਰਗਰਮੀ ਨਾਲ ਬਿਜ਼ਨਿਸ ਬਣਾਉਣਾ ਚਾਹੀਦਾ ਹੈ।

ਕਿਉਂ ਕਿ ਤੁਸੀਂ ਇਸ ਬਿਜ਼ਨਿਸ ਨੂੰ ਸ਼ੁਰੂ ਕਰਨ ਦਾ ਨਿਰਣਾ ਲਿਆ ਹੈ ਤਾਂ ਤੁਹਾਨੂੰ ਆਪਣੇ ਬਿਜ਼ਨਿਸ ਅੰਦਰ ਇੰਨਾਂ ਦੋ ਪ੍ਰਕਿਰਿਆਵਾਂ ਲਈ ਬੁਨਿਆਦੀ ਸੰਚਾਲਨ ਅਨੁਪਾਤਾਂ ਨੂੰ ਸਮਝਣਾ ਚਾਹੀਦਾ ਹੈ।

ਪਹਿਲੇ ਲਈ, ਮੈਂ ਆਮ ਤੌਰ 'ਤੇ **10:7:2 ਦਾ ਭਰਤੀ ਅਨੁਪਾਤ (Recruitment Ratio)** ਦੇਖਿਆ ਹੈ।

ਜੇ ਤੁਸੀਂ 10 ਲੋਕਾਂ ਨੂੰ ਫੋਨ ਕਰਕੇ ਮੀਟਿੰਗ ਰੱਖਦੇ ਹੋ ਤਾਂ ਤੁਸੀਂ ਅਸਲ ਵਿੱਚ 7 ਲੋਕਾਂ ਨਾਲ ਹੀ ਮੀਟਿੰਗ ਕਰ ਪਾਓਗੇ ਅਤੇ ਉਨ੍ਹਾਂ ਵਿੱਚੋਂ 2 ਲੋਕ ਹੀ ਤੁਹਾਡੇ ਬਿਜ਼ਨਿਸ ਨੂੰ ਸ਼ੁਰੂ ਕਰਨਗੇ ਜਾਂ ਤੁਹਾਡੇ ਉਤਪਾਦਾਂ ਨੂੰ ਖਰੀਦਣਗੇ।

ਦੂਜੀ ਪ੍ਰਤਿਕਿਰਿਆ ਲਈ **10:5:2:1 ਦਾ ਗਤਿਵਿਧੀ ਅਨੁਪਾਤ (Activity Ratio)** ਹੈ।

ਤੁਹਾਡੇ ਨਾਲ ਜਿਹੜੇ 10 ਡਿਸਟ੍ਰੀਬਿਊਟਰ ਕੰਮ ਕਰਨਾ ਸ਼ੁਰੂ ਕਰਦੇ ਹਨ, ਉਨ੍ਹਾਂ ਵਿੱਚੋਂ 5 ਕਿਸੇ ਟ੍ਰੇਨਿੰਗ ਪ੍ਰੋਗਰਾਮ 'ਚ ਆਉਣਗੇ, 2 ਉਤਪਾਦ ਗ੍ਰਾਹਕ ਬਣ ਜਾਣਗੇ ਅਤੇ 1 ਤੁਹਾਡੇ ਨਾਲ ਸਹੀ ਢੰਗ ਨਾਲ ਬਿਜ਼ਨਿਸ ਸ਼ੁਰੂ ਕਰੇਗਾ।

ਇਹ ਅਨੁਪਾਤ ਇੱਕ ਔਸਤ ਅਨੁਪਾਤ ਹਨ, ਜਿਨ੍ਹਾਂ ਨੂੰ ਪਿਛਲੇ 11 ਸਾਲਾਂ ਅੰਦਰ ਹਜ਼ਾਰਾਂ ਲੋਕਾਂ ਨਾਲ ਕੰਮ ਕਰਨ ਦੇ ਮੇਰੇ ਅਨੁਭਵਾਂ ਨਾਲ ਬਣਾਇਆ ਗਿਆ ਹੈ, ਪਰ ਇਹ ਪੂਰੀ ਤਰ੍ਹਾਂ ਵਿਅਕਤੀ 'ਤੇ ਨਿਰਭਰ ਕਰਦੇ ਹਨ।

ਅਨੁਪਾਤ ਅਨੁਸਾਰ ਕੰਮ ਕਰੋ

ਅਸੀਂ ਸਾਰੇ ਨੰਬਰ ਦੇ ਬਿਜ਼ਨਿਸ ਵਿੱਚ ਹਾਂ ਅਤੇ ਨੰਬਰ ਕਦੇ ਝੂਠ ਨਹੀਂ ਬੋਲਦੇ।

– ਦੀਪਕ ਬਜਾਜ

ਕਿਉਂ ਕਿ ਅਸੀਂ ਇਸ ਗੱਲ ਨੂੰ ਮੰਨਦੇ ਹਾਂ ਕਿ ਬਿਜ਼ਨਿਸ ਦੀ ਸਫਲਤਾ ਪੂਰੀ ਤਰ੍ਹਾਂ ਨਾਲ ਨੰਬਰਾਂ 'ਤੇ ਅਧਾਰਿਤ ਹੈ, ਇਸ ਲਈ ਸਾਡਾ ਸਭ ਤੋਂ ਵੱਡਾ ਕੰਮ ਹੈ ਕਿ ਅਸੀਂ ਨੰਬਰ ਅਨੁਸਾਰ ਕੰਮ ਕਰੀਏ। ਮੈਨੂੰ ਇਸ ਗੱਲ ਦਾ ਅਹਿਸਾਸ ਉਦੋਂ ਹੋਇਆ, ਜਦੋਂ ਮੇਰੇ ਇੱਕ ਸਾਥੀ ਨੇ ਮੈਨੂੰ ਇੱਕ ਸਵਾਲ ਪੁੱਛਿਆ, "ਮੈਂ 10 ਲੋਕਾਂ ਨੂੰ ਪਲਾਨ ਦਿਖਾਉਂਦਾ ਹਾਂ ਤਾਂ ਸਿਰਫ਼ ਇੱਕ ਹੀ ਮੇਰੇ ਨਾਲ ਬਿਜ਼ਨਿਸ ਸ਼ੁਰੂ ਕਰਦਾ ਹੈ। ਹੁਣ ਮੈਨੂੰ ਕੀ ਕਰਨਾ ਚਾਹੀਦਾ ਹੈ?" ਮੈਂ ਉਸ ਨੂੰ ਪੁੱਛਿਆ ਕਿ ਉਸ ਨੂੰ ਕੀ ਚਾਹੀਦਾ ਹੈ? ਉਸਨੇ ਕਿਹਾ ਕਿ ਉਹ ਚਾਹੁੰਦਾ ਹੈ ਕਿ 10 ਲੋਕ ਉਸ ਨਾਲ ਬਿਜ਼ਨਿਸ਼ ਸ਼ੁਰੂ ਕਰਨ। ਮੈਂ ਜਵਾਬ ਦਿੱਤਾ – "ਤਾਂ 100 ਲੋਕਾਂ ਨੂੰ ਪਲਾਨ ਦਿਖਾਓ, 10 ਤੁਹਾਡੇ ਨਾਲ ਬਿਜ਼ਨਿਸ ਸ਼ੁਰੂ ਕਰ ਲੈਣਗੇ।" ਅਨੁਪਾਤ ਬਹੁਤ ਸ਼ਕਤੀਸ਼ਾਲੀ ਹਨ ਅਤੇ ਨੰਬਰ ਝੂਠ ਨਹੀਂ ਬੋਲਦੇ।

ਅਨੁਪਾਤ ਤੋਂ ਮੈਂ ਸਿੱਖਿਆ ਕਿ ਅਨੁਪਾਤ ਵਿੱਚ ਹਰ ਗਤੀਵਿਧੀ ਜ਼ਰੂਰੀ ਜਾਂ ਮਹੱਤਵਪੂਰਨ ਹੈ ਅਤੇ ਉਹ ਮੈਨੂੰ ਭੁਗਤਾਨ ਕਰਦੀ ਹੈ।

ਜੇ ਤੁਹਾਨੂੰ ਹਰ ਇੱਕ ਸੇਲ ਕਰਨ ਨਾਲ 1000 ਰੁਪਏ ਮਿਲਦੇ ਹਨ ਅਤੇ ਤੁਹਾਡਾ ਅਨੁਪਤਾ 10:7:2 ਹੈ ਤਾਂ ਤੁਸੀਂ ਆਪਣੀ ਆਮਦਨ ਨੂੰ ਇਸ ਪ੍ਰਕਾਰ ਦੇਖ ਸਕਦੇ ਹੋ:

2 ਸੇਲ ਤੋਂ ਤੁਹਾਡੀ ਆਮਦਨ = 2000 ਰੁਪਏ

1 ਸੇਲ ਤੋਂ ਆਮਦਨ = 1000 ਰੁਪਏ

1 ਮੀਟਿੰਗ ਤੋਂ ਆਮਦਨ = 286 ਰੁਪਏ (2000/7)

1 ਫੋਨ ਕਾਲ ਤੋਂ ਆਮਦਨ = 200 ਰੁਪਏ (2000/10)

ਇਸ ਅਨੁਪਾਤ ਵਿੱਚ ਤੁਹਾਡੇ ਆਪਣੇ ਕੋਈ ਨੰਬਰ ਹੋ ਸਕਦੇ ਹਨ, ਪਰ ਜਦੋਂ ਤੁਸੀਂ ਇਸ ਅਨੁਪਾਤ ਅਨੁਸਾਰ ਕੰਮ ਕਰਦੇ ਹੋ ਤਾਂ ਤੁਹਾਨੂੰ ਇਹ ਵਿਸ਼ਵਾਸ ਹੈ ਕਿ ਹਰ ਫੋਨ ਕਾਲ ਅਤੇ ਹਰ ਮੀਟਿੰਗ ਤੋਂ ਤੁਹਾਨੂੰ ਇਨਕਮ ਹੁੰਦੀ ਹੈ, ਭਾਵੇਂ ਉਹ ਸੇਲ

ਵਿੱਚ ਤਬਦੀਲ ਹੋਵੇ ਜਾਂ ਨਹੀਂ। ਸੋਚ ਕੇ ਦੇਖੋ, ਜੇ ਤੁਸੀਂ ਇਸ ਸੋਚ ਨਾਲ ਕੰਮ ਕਰੋਗੇ ਤਾਂ ਤੁਹਾਡੇ ਚਿਹਰੇ 'ਤੇ ਹਮੇਸ਼ਾ ਮੁਸਕਰਾਹਟ ਰਹੇਗੀ। ਤੁਹਾਡੀ ਆਮਦਨ ਹਮੇਸ਼ਾ ਸੇਲ 'ਤੇ ਅਧਾਰਿਤ ਨਹੀਂ ਹੁੰਦੀ, ਪਰ ਮੀਟਿੰਗ ਅਤੇ ਫੋਨ ਕਰਨ 'ਤੇ ਵੀ ਅਧਾਰਿਤ ਹੁੰਦੀ ਹੀ ਹੈ। ਇਸ ਲਈ ਤੁਹਾਡਾ ਮੁੱਖ ਕੰਮ ਜ਼ਿਆਦਾ ਤੋਂ ਜ਼ਿਆਦਾ ਮੀਟਿੰਗਾਂ ਕਰਨਾ ਹੈ।

ਫੋਨ ਕਾਲ ਅਤੇ ਮੀਟਿੰਗਾਂ ਕਰਦੇ ਰਹੋ। ਤੁਸੀਂ ਇਸ ਦੁਨੀਆ ਦੇ ਸਭ ਤੋਂ ਵਧੀਆ ਬੁਲਾਰਾ ਜਾਂ ਪ੍ਰੈਜੇਂਟਰ ਹੋ ਸਕਦੇ ਹੋ, ਪਰ ਜੇ ਤੁਸੀਂ ਜ਼ਿਆਦਾ ਤੋਂ ਜ਼ਿਆਦਾ ਪੇਸ਼ਕਸ਼ਾਂ ਨਹੀਂ ਦੇਵੋਗੇ, ਤਾਂ ਤੁਸੀਂ ਬਿਜ਼ਨਿਸ ਤੋਂ ਬਾਹਰ ਹੋ ਜਾਵੋਗੇ।

– ਦੀਪਕ ਬਜਾਜ

ਆਪਣੇ ਅਨੁਪਾਤ ਨੂੰ ਸੁਧਾਰੋ

ਇੱਕ ਵਾਰ ਜਦੋਂ ਤੁਸੀਂ ਅਨੁਪਾਤਾਂ ਅਨੁਸਾਰ ਕੰਮ ਕਰਨਾ ਸ਼ੁਰੂ ਕਰ ਦਿੰਦੇ ਹੋ, ਉਸ ਤੋਂ ਬਾਅਦ ਸਭ ਤੋਂ ਬੁੱਧੀਮਾਨੀ ਵਾਲਾ ਕਦਮ ਹੈ ਆਪਣੇ-ਆਪ ਅਤੇ ਆਪਣੇ ਨੰਬਰਾਂ ਨੂੰ ਸੁਧਾਰਨਾ। ਆਪਣੇ-ਆਪ ਨੂੰ ਬਿਹਤਰ ਬਣਾਓ, ਅਜਿਹੀ ਨਿਪੁੰਨਤਾ ਵਿਕਸਤ ਕਰੋ ਤਾਂ ਜੋ ਜਦੋਂ ਤੁਸੀਂ 10 ਫੋਨ ਕਾਲ ਕਰੋ ਤਾਂ ਤੁਸੀਂ 10 ਮੀਟਿੰਗਾਂ ਕਰ ਪਾਓ ਨਾ ਕਿ 7, ਕਿਉਂ ਨਾ ਹਰ 7 ਮੀਟਿੰਗਾਂ 'ਚੋਂ 4 ਸੇਲ ਕਲੋਜ਼ ਕਰੋ ਨਾ ਕਿ 2; ਅਜਿਹੇ ਨਵੇਂ ਤਰੀਕੇ ਖੋਜੋ ਜਿਸ ਨਾਲ ਤੁਸੀਂ ਰੋਜ਼ ਆਪਣੀ ਲਿਸਟ ਵਿੱਚ ਹੋਰ ਜ਼ਿਆਦਾ ਲੋਕਾਂ ਨੂੰ ਜੋੜ ਸਕੋ ਅਤੇ ਹਰ ਦਿਨ ਹੋਰ ਜ਼ਿਆਦਾ ਕਾਲਾਂ ਕਰ ਸਕੋ।

ਦਰਅਸਲ ਇਸ ਬਿਜ਼ਨਿਸ ਵਿੱਚ ਸਾਨੂੰ ਵੇਚਣ ਦੀ ਕੋਈ ਦਿੱਕਤ ਨਹੀਂ ਹੁੰਦੀ, ਪਰ ਪਲਾਨਿੰਗ ਦੀ ਸਮੱਸਿਆ ਜ਼ਰੂਰ ਰਹਿੰਦੀ ਹੈ। ਨੈੱਟਵਰਕ ਮਾਰਕੀਟਿੰਗ ਦਾ ਬਿਜ਼ਨਿਸ ਆਉਣ ਵਾਲੇ ਦਹਾਕਿਆਂ ਤੱਕ ਤੇਜ਼ੀ ਨਾਲ ਵਧੇਗਾ ਅਤੇ ਉਹ ਲੋਕ ਇਸ ਵਿੱਚ ਸਿਖਰ 'ਤੇ ਪੁੱਜਣਗੇ ਜੋ ਵੱਧ ਤੋਂ ਵੱਧ ਲੋਕਾਂ ਤੱਕ ਪਹੁੰਚਣਗੇ।

ਇਸ ਪੂਰੀ ਕਿਤਾਬ ਦਾ ਉਦੇਸ਼ ਤੁਹਾਨੂੰ ਅਤੇ ਤੁਹਾਡੀ ਟੀਮ ਨੂੰ ਮਜ਼ਬੂਤ ਕਰਨਾ ਹੈ, ਜਿਸ ਨਾਲ ਤੁਸੀਂ ਆਪਣੇ ਨੰਬਰਾਂ ਨੂੰ ਸੁਧਾਰ ਸਕਦੇ ਹੋ ਅਤੇ ਘੱਟ ਸਮੇਂ ਵਿੱਚ ਤੁਹਾਨੂੰ ਅਪਾਰ ਸਫਲਤਾ ਮਿਲ ਸਕੇਗੀ। ਮੇਰੀ ਵੈੱਬਸਾਈਟ www.deepakbajaj.biz 'ਤੇ ਮੌਜੂਦ ਟੂਲਜ਼ ਦਾ ਵੱਧ ਤੋਂ ਵੱਧ ਇਸਤੇਮਾਲ ਕਰੋ ਅਤੇ ਮੇਰੇ ਲਾਈਵ ਟ੍ਰੇਨਿੰਗ ਇਵੈਂਟ-ਨੈੱਟਵਰਕ ਮਾਰਕੀਟਿੰਗ ਮਿਲੀਅਨੇਅਰਜ਼ ਅਕੈਡਮੀ ਵਿੱਚ ਹਿੱਸਾ ਲੈ ਕੇ ਨਵੇਂ ਟੂਲਜ਼ ਅਤੇ ਤਰੀਕਿਆਂ ਨੂੰ ਸਿੱਖ ਕੇ ਵੱਡੀਆਂ ਸਫਲਤਾਵਾਂ ਲਈ ਆਪਣੇ-ਆਪ ਨੂੰ ਤਿਆਰ ਕਰੋ।

ਨੈੱਟਵਰਕ ਮਾਰਕੀਟਿੰਗ ਬਿਜ਼ਨਿਸ ਵਿੱਚ, ਜੋ ਵਿਅਕਤੀ ਜਿੱਤਦਾ ਹੈ ਉਹ ਲਾਜ਼ਮੀ ਤੌਰ ਤੇ ਸਭ ਤੋਂ ਸਮਾਰਟ ਨਹੀਂ ਹੁੰਦਾ ਪਰ ਨਿਸ਼ਚਿਤ ਤੌਰ ਤੇ ਉਹ ਹੁੰਦਾ ਹੈ ਜੋ ਸਭ ਤੋਂ ਜ਼ਿਆਦਾ ਪੇਸ਼ਕਾਰੀਆਂ ਦਿਖਾਉਂਦਾ ਹੈ।

– ਦੀਪਕ ਬਜਾਜ

ਆਪਣੇ ਨੰਬਰ ਟ੍ਰੈਕ ਕਰੋ

ਨੈੱਟਵਰਕ ਮਾਰਕੀਟਿੰਗ ਵਿੱਚ ਸਫਲਤਾ ਦੇ ਸਿਧਾਂਤ ਲੱਭਦੇ ਹੋਏ, ਮੈਨੂੰ ਅਮਰੀਕਾ ਦੇ ਮਹਾਨ ਲੀਡਰਾਂ ਤੋਂ ਕਮਾਲ ਦਾ ਗਿਆਨ ਪ੍ਰਾਪਤ ਹੋਇਆ- "ਪਾੱਲ ਮਿਲਰ ਅਤੇ ਐਂਜਲੋ ਨਾਰਡੋਨੇ"। ਉਨ੍ਹਾਂ ਨੇ ਮੈਨੂੰ ਇਹ ਅਹਿਸਾਸ ਕਰਵਾਇਆ ਕਿ ਸਹੀ ਨੰਬਰ ਤੁਹਾਨੂੰ ਬਿਜ਼ਨਿਸ 'ਤੇ ਪੂਰਾ ਕੰਟਰੋਲ ਅਤੇ ਵੱਡਾ ਵਾਧਾ ਦੇ ਸਕਦੇ ਹਨ।

6. ਅੱਪਲਾਈਨ: ਤੁਹਾਡਾ ਸਭ ਤੋਂ ਵਧੀਆ ਦੋਸਤ

ਇਸ ਬਿਜ਼ਨਿਸ ਦਾ ਸਭ ਤੋਂ ਵੱਡਾ ਇਨਾਮ ਉਹ ਪੈਸਾ ਨਹੀਂ ਹੈ ਜੋ ਤੁਸੀਂ ਕਮਾਉਂਦੇ ਹੋ, ਬਲਕਿ ਉਹ ਦੋਸਤ ਹਨ ਜੋ ਹਮੇਸ਼ਾ ਤੁਹਾਡੇ ਨਾਲ ਖੜ੍ਹੇ ਹੋ ਕੇ ਹਮੇਸ਼ਾ ਤੁਹਾਨੂੰ ਉੱਚਾ ਚੁੱਕਣ ਦੀ ਕੋਸ਼ਿਸ਼ ਕਰਦੇ ਹਨ, ਜਦੋਂ ਕਿ ਤੁਸੀਂ ਡਿੱਗ ਰਹੇ ਹੋਵੋ।

– ਦੀਪਕ ਬਜਾਜ

ਤੁਹਾਡਾ ਅੱਪਲਾਈਨ ਅਜਿਹਾ ਇਨਸਾਨ ਹੈ ਜੋ ਹਮੇਸ਼ਾ ਤੁਹਾਡੀ ਭਲਾਈ ਬਾਰੇ ਸੋਚਦਾ ਹੈ। ਜੇ ਕੋਈ ਅਜਿਹਾ ਵਿਅਕਤੀ ਹੈ ਜੋ ਬਿਨਾਂ ਸ਼ਰਤ ਤੁਹਾਡੀ ਮਦਦ ਕਰਨ ਲਈ ਹਮੇਸ਼ਾ ਤਿਆਰ ਹੈ ਤਾਂ ਉਹ ਤੁਹਾਡਾ ਅੱਪਲਾਈਨ ਹੀ ਹੈ। ਉਹ ਅਜਿਹਾ ਵਿਅਕਤੀ ਹੈ ਜੋ ਤੁਹਾਡੀਆਂ ਗ਼ਲਤੀਆਂ ’ਤੇ ਤੁਹਾਨੂੰ ਮੁਆਫ਼ ਕਰਦਾ ਹੈ ਅਤੇ ਤੁਹਾਡੇ ਸੁਫਨਿਆਂ ਨੂੰ ਪੂਰਾ ਕਰਨ ਲਈ ਤੁਹਾਡੇ ਨਾਲ ਖੜ੍ਹਾ ਰਹਿੰਦਾ ਹੈ। ਅੱਪਲਾਈਨ ਤੁਹਾਡਾ ਦੋਸਤ, ਪਾਰਟਨਰ, ਸ਼ੁਭਚਿੰਤਕ ਅਤੇ ਬਿਜ਼ਨਿਸ ਵਿੱਚ ਤੁਹਾਡਾ ਕੋਚ ਹੈ। ਜੇ ਤੁਹਾਡੇ ਕੋਲ ਇੱਕ ਵਧੀਆ ਅੱਪਲਾਈਨ ਹੈ ਤਾਂ ਸਮਝੋ ਤੁਸੀਂ ਅੱਧੀ ਜੰਗ ਜਿੱਤ ਲਈ ਹੈ।

ਬਿਜ਼ਨਿਸ ਵਿੱਚ ਤੁਸੀਂ ਜਿਸ ਵਿਅਕਤੀ ਨੂੰ ਸਭ ਤੋਂ ਪਹਿਲਾਂ ਮਿਲਦੇ ਹੋ, ਉਹ ਤੁਹਾਡਾ ਅੱਪਲਾਈਨ ਹੈ। ਅਸਲ ਵਿੱਚ, ਤੁਸੀਂ ਉਸ ਨੂੰ ਆਪਣਾ ਬਿਜ਼ਨਿਸ ਸ਼ੁਰੂ ਕਰਨ ਤੋਂ ਪਹਿਲਾਂ ਮਿਲਦੇ ਹੋ। ਤੁਹਾਡਾ ਅੱਪਲਾਈਨ ਉਹ ਵਿਅਕਤੀ ਹੈ ਜਿਸਨੇ ਤੁਹਾਡੇ ਸੁਫਨਿਆਂ ਨੂੰ ਜਗਾਇਆ ਅਤੇ ਤੁਹਾਡੀ ਇਸ ਬਿਜ਼ਨਿਸ ਨੂੰ ਸ਼ੁਰੂ ਕਰਨ ਵਿੱਚ ਮਦਦ ਕੀਤੀ। ਮੈਂ ਕਈ ਵਾਰ ਸੋਚਦਾ ਹਾਂ ਕਿ ਮੇਰੇ ਅੱਪਲਾਈਨ ਨੇ ਮੇਰੇ ਲਈ ਜਿੰਨਾ ਕੀਤਾ ਹੈ ਉਸ ਲਈ ਮੈਂ ਕਦੇ ਆਪਣੀ ਅੱਪਲਾਈਨ ਦਾ ਧੰਨਵਾਦ ਨਹੀਂ ਕਰ ਸਕਦਾ। ਜਦੋਂ ਮੈਂ ਵੀ ਆਪਣੇ ਅੱਪਲਾਈਨ ਬਾਰੇ ਸੋਚਦਾ ਹਾਂ, ਤਾਂ ਮੇਰਾ ਮਨ ਹਮੇਸ਼ਾ ਉਨ੍ਹਾਂ ਦੇ ਪ੍ਰਤੀ ਹੋਰ ਵੀ ਸ਼ੁਕਰਗੁਜ਼ਾਰ ਹੋ ਜਾਂਦਾ ਹੈ।

ਨੈੱਟਵਰਕ ਮਾਰਕੀਟਿੰਗ ਦਾ ਬਿਜ਼ਨਿਸ ਇਸ ਤਰ੍ਹਾਂ ਬਣਾਇਆ ਗਿਆ ਹੈ ਕਿ ਲੋਕਾਂ ਨੂੰ ਅੱਗੇ ਵਧਣ ਵਿੱਚ ਮਦਦ ਕਰਨਾ ਇਸ ਬਿਜ਼ਨਿਸ ਦਾ ਬੁਨਿਆਦੀ ਅਸੂਲ ਹੈ। ਇਸੇ ਵਜ੍ਹਾ ਕਾਰਨ ਇੱਕ ਦੂਜੇ ਨਾਲ ਮਿਲ ਕੇ ਟੀਮਵਰਕ ਵਿੱਚ ਕੰਮ ਕਰਨਾ ਇਸ ਬਿਜ਼ਨਿਸ ਦੀ ਇੱਕ ਵੱਡੀ ਜ਼ਰੂਰਤ ਹੈ। ਅੱਪਲਾਈਨ ਅਤੇ ਡਾਊਨਲਾਈਨ ਹਮੇਸਾ ਨਾਲ ਮਿਲ ਕੇ ਕੰਮ ਕਰਦੇ ਹਨ। ਇਸ ਤਰ੍ਹਾਂ ਕੰਮ ਕਰਦਿਆਂ ਜੇ ਇਹ ਸੰਬੰਧ ਦੋਸਤੀ ਵਿੱਚ ਤਬਦੀਲ ਹੋ ਜਾਵੇ ਤਾਂ ਇਹ ਤੁਹਾਡੇ ਲਈ ਸਭ ਤੋਂ ਵਧੀਆ ਗੱਲ ਹੋਵੇਗੀ ਅਤੇ ਇਸ ਨਾਲ ਤੁਹਾਡਾ ਬਿਜ਼ਨਿਸ 10 ਗੁਣਾਂ ਵੱਧ ਸਕਦਾ ਹੈ।

ਆਪਣੀ ਐਕਟਿਵ ਅਤੇ ਵੱਧ ਰਹੀ ਅੱਪਲਾਈਨ ’ਤੇ ਭਰੋਸਾ ਕਰੋ। ਆਪਣੇ ਅੱਪਲਾਈਨ ਨਾਲ ਹਮੇਸ਼ਾ ਜੁੜੇ ਰਹੋ। ਉਨ੍ਹਾਂ ਨਾਲ ਹਮੇਸ਼ਾ ਗੱਲਾਂ ਕਰੋ। ਜਿੱਥੇ ਤੁਹਾਡੇ ਅੱਪਲਾਈਨ ਦੀ ਲੋੜ ਹੋਵੇ, ਉੱਥੇ ਉਨ੍ਹਾਂ ਦਾ ਇਸਤੇਮਾਲ ਕਰੋ, ਪਰ ਉਨ੍ਹਾਂ ਦੀ ਦੁਰਵਰਤੋਂ ਨਾ ਕਰੋ। ਉਨ੍ਹਾਂ ਨੂੰ ਉਹ ਸਾਰਾ ਸਨਮਾਨ ਦਿਓ ਜਿਸ ਦੇ ਉਹ ਹੱਕਦਾਰ ਹਨ ਅਤੇ ਹਰ ਪਲੇਟਫਾਰਮ ’ਤੇ ਆਪਣੇ ਅੱਪਲਾਈਨ ਕੋਲੋਂ ਸਿੱਖੋ ਵੀ। ਇਹ ਤੁਹਾਡੀ ਟੀਮ ਲਈ ਸਹੀ ਮਿਸਾਲ ਕਾਇਮ ਕਰੇਗਾ। ਜਦੋਂ ਤੁਹਾਡੀ ਟੀਮ ਦੇਖੇਗੀ ਕਿ ਤੁਸੀਂ ਆਪਣੇ ਅੱਪਲਾਈਨ ਦੀ ਪਾਲਣਾ ਕਰ ਰਹੇ ਹੋ, ਤਾਂ ਉਹ ਵੀ ਤੁਹਾਡੇ ਕੋਲੋਂ ਸਿੱਖਣ ਲੱਗੇਗੀ।

ਅੱਪਲਾਈਨ ਤੁਹਾਡੀ ਸੋਚ ਤੋਂ ਵੱਧ ਬਹੁਤ ਸਾਰੇ ਤਰੀਕਿਆਂ ਨਾਲ ਤੁਹਾਡੀ ਮਦਦ ਕਰ ਸਕਦੀ ਹੈ। ਆਪਣੀ ਅੱਪਲਾਈਨ ਨੂੰ ਕਿਵੇਂ ਵਰਤਣਾ ਹੈ ਇਹ ਵੀ ਇੱਕ ਕਲਾ ਹੈ, ਤੁਸੀਂ ਉਸ ਕਲਾ ਵਿੱਚ ਮਾਹਿਰ ਹੋ ਜਾਓ। ਤੁਹਾਡੀ ਅੱਪਲਾਈਨ ਤੁਹਾਡਾ ਸਭ ਤੋਂ ਵੱਡਾ ਸਰੋਤ ਹੈ। ਉਸਦਾ ਸਿਆਣਪ ਨਾਲ ਇਸਤੇਮਾਲ ਕਰੋ।

ਵਿਅੰਗਾਤਮਕ ਤੌਰ 'ਤੇ, ਕੁੱਝ ਲੋਕ ਜੋ ਇੱਕ ਖ਼ਾਸ ਰੈਂਕ ਜਾਂ ਆਮਦਨ ਪਾ ਲੈਣ ਤੋਂ ਬਾਅਦ, ਆਪਣੇ ਅੱਪਲਾਈਨ ਤੋਂ ਸਿੱਖਣਾ ਵੀ ਬੰਦ ਕਰ ਦਿੰਦੇ ਹਨ ਅਤੇ ਉਨ੍ਹਾਂ ਦੇ ਉਸ ਯੋਗਦਾਨ ਨੂੰ ਭੁੱਲ ਜਾਂਦੇ ਹਨ, ਜੋ ਉਨ੍ਹਾਂ ਨੇ ਇਸ ਵਿਅਕਤੀ ਨੂੰ ਇਸ ਰੈਂਕ ਅਤੇ ਆਮਦਨ 'ਤੇ ਪਹੁੰਚਾਉਣ ਲਈ ਦਿੱਤਾ ਸੀ। ਕੁੱਝ ਤਾਂ ਹੰਕਾਰੀ ਵੀ ਹੋ ਜਾਂਦੇ ਅਤੇ ਆਪਣੀ ਅੱਪਲਾਈਨ ਦੀ ਆਲੋਚਨਾ ਕਰਨ ਲੱਗਦੇ ਹਨ। ਤੁਸੀਂ ਆਪਣੀ ਅੱਪਲਾਈਨ ਦੀ ਨਿੰਦਾ ਕਰ ਸਕਦੇ ਹੋ, ਮਗਰ ਜਿਸ ਸਮੇਂ ਤੁਹਾਨੂੰ ਸਹਾਇਤਾ ਦੀ ਲੋੜ ਹੋਵੇਗੀ, ਤੁਸੀਂ ਆਪਣੀ ਟੀਮ ਨੂੰ ਪ੍ਰੇਰਿਤ ਕਰਨ ਲਈ ਉਸੇ ਵਿਅਕਤੀ ਨੂੰ ਕਿਵੇਂ ਲਿਆਓਗੇ, ਜਿਸ ਦੀ ਤੁਸੀਂ ਆਪ ਨਿੰਦਾ ਕੀਤੀ ਸੀ। ਇਸ ਬਿਜ਼ਨਿਸ ਅੰਦਰ ਮੇਰੇ ਕਈ ਸਾਲਾਂ ਦੇ ਅਨੁਭਵਾਂ ਨਾਲ ਮੈਂ ਦੱਸ ਸਕਦਾ ਹਾਂ ਕਿ ਅਕਸਰ ਅਜਿਹੀਆਂ ਸਥਿਤੀਆਂ ਹੁੰਦੀਆਂ ਹਨ ਜਿੱਥੇ ਤੁਹਾਨੂੰ ਆਪਣੀ ਟੀਮ ਦੀ ਸਥਿਤੀ ਨੂੰ ਠੀਕ ਕਰਨ ਲਈ ਅੱਪਲਾਈਨ ਦੀ ਲੋੜ ਪੈਂਦੀ ਹੈ। ਸਾਡਾ ਇਹ ਬਿਜ਼ਨਿਸ ਬਹੁਤ ਹੀ ਗਤੀਸ਼ੀਲ ਹੈ ਅਤੇ ਤੁਸੀਂ ਜਿੰਨੇ ਵੀ ਸਮਾਰਟ ਕਿਉਂ ਨਾ ਹੋਵੋ, ਕੁੱਝ ਚੀਜ਼ਾਂ ਕੇਵਲ ਤੁਹਾਡੀ ਅੱਪਲਾਈਨ ਦੀ ਮਦਦ ਨਾਲ ਬਹੁਤ ਹੀ ਅਸਾਨੀ ਅਤੇ ਬਹੁਤ ਤੇਜ਼ੀ ਨਾਲ ਸੰਭਾਲੀਆਂ ਜਾ ਸਕਦੀਆਂ ਹਨ।

ਜਦੋਂ ਤੱਕ ਤੁਹਾਨੂੰ ਆਪਣੇ-ਆਪ 'ਤੇ ਵਿਸ਼ਵਾਸ ਨਹੀਂ ਹੈ, ਉਦੋਂ ਤੱਕ ਤੁਸੀਂ ਆਪਣੀ ਅੱਪਲਾਈਨ ਦੇ ਵਿਸ਼ਵਾਸ ਨਾਲ ਅੱਗੇ ਵੱਧੋ।

ਤੁਸੀਂ ਅਤੇ ਤੁਹਾਡੀ ਅੱਪਲਾਈਨ ਮਿਲ ਕੇ ਇੱਕ ਜੇਤੂ ਟੀਮ ਬਣਾ ਸਕਦੇ ਹੋ, ਤੁਸੀਂ ਦੋਵੇਂ ਮਿਲ ਕੇ ਤੁਹਾਡੀ ਟੀਮ ਨੂੰ ਇੱਕ ਸਹੀ ਦਿਸ਼ਾ ਅਤੇ ਗਤੀ ਦੇ ਸਕਦੇ ਹੋ।

ਨਾ ਸਿਰਫ਼ ਇੱਕ ਚੰਗੀ ਅੱਪਲਾਈਨ ਦੀ ਤਲਾਸ਼ ਕਰੋ ਸਗੋਂ ਤੁਸੀਂ ਆਪਣੀ ਟੀਮ ਲਈ ਇੱਕ ਵਧੀਆ ਅੱਪਲਾਈਨ ਵੀ ਬਣੋ।

– ਦੀਪਕ ਬਜਾਜ

ਇੱਕ ਅੱਪਲਾਈਨ ਤੁਹਾਡੇ ਟੀਚਿਆਂ ਨੂੰ ਵਧਾਉਣ 'ਚ ਮਦਦ ਕਰ ਸਕਦਾ ਹੈ

ਮੇਰੇ ਇੱਕ ਸਹਿਕਰਮੀ ਚਿੰਤਨ ਅਰੋੜਾ ਨੇ ਇੱਕ ਹਫਤੇ ਵਿੱਚ 3.5 ਲੱਖ ਰੁਪਏ ਕਮਾਉਣ ਦੇ ਆਪਣੇ ਸੁਫ਼ਨੇ ਨੂੰ ਪੂਰਾ ਕੀਤਾ। ਮੇਰੇ ਸਮੇਤ ਸਾਰਿਆਂ ਨੇ ਉਸ ਨੂੰ ਵਧਾਈ ਦਿੱਤੀ। ਅਸਲ ਵਿੱਚ ਇਹ ਇੱਕ ਵੱਡੀ ਕਾਮਯਾਬੀ ਸੀ। ਜਦੋਂ ਚਿੰਤਨ ਨੇ ਸਾਡੇ ਨਾਲ ਬਿਜ਼ਨਿਸ ਸ਼ੁਰੂ ਕੀਤਾ ਸੀ ਤਾਂ ਇਹ ਉਸਦੇ ਲਈ ਸਾਰੇ ਸਾਲ ਦੀ ਕਮਾਈ ਸੀ। ਉਸਨੇ ਸਾਡੇ ਨਾਲ ਪਿਛਲੇ ਕੁੱਝ ਹੀ ਸਾਲਾਂ ਵਿੱਚ ਆਪਣੀ ਆਮਦਨੀ ਨੂੰ 50 ਗੁਣਾ ਵਧਾਇਆ ਹੈ। ਅਗਲੇ ਹਫਤੇ ਮੈਂ ਚਿੰਤਨ ਨੂੰ ਪੁੱਛਿਆ, 'ਤੂੰ ਹਰ ਹਫਤੇ 4 ਲੱਖ ਦੀ ਆਮਦਨ ਨੂੰ ਕਦੋਂ ਪਾਰ ਕਰਨ ਵਾਲਾ ਹੈ?' ਉਸਨੇ ਤੁਰੰਤ ਕਿਹਾ, "ਦੀਪਕ ਸਰ, ਮੈਂ ਤੁਹਾਡੇ ਨਾਲ ਬੜਾ ਪਿਆਰ ਕਰਦਾ ਹਾਂ। ਅਸੀਂ ਸਾਰੇ ਇਸ ਲਈ ਅੱਗੇ ਵੱਧ ਰਹੇ ਹਾਂ ਕਿਉਂ ਕਿ ਤੁਸੀਂ ਅੱਗੇ ਵਧਣ ਲਈ ਸਾਨੂੰ ਪ੍ਰੇਰਿਤ ਕਰਦੇ ਹੋ ਅਤੇ ਸਾਡੇ ਟੀਚਿਆਂ ਨੂੰ ਵੀ ਅੱਗੇ ਵਧਾਉਂਦੇ ਰਹਿੰਦੇ ਹੋ।" ਕਦੇ-ਕਦੇ ਤੁਹਾਨੂੰ ਸਿਰਫ਼ ਇੱਕ ਪ੍ਰੇਰਨਾ ਦੀ ਲੋੜ ਹੁੰਦੀ ਹੈ ਅਤੇ ਤੁਹਾਡੀ ਅੱਪਲਾਈਨ ਤੁਹਾਡੇ ਲਈ ਇਹ ਕੰਮ ਕਰ ਸਕਦੀ ਹੈ।

7. ਸਲਾਹਕਾਰ (ਕੋਚ) ਦੀ ਸ਼ਕਤੀ

ਸਲਾਹਕਾਰ ਅਸਧਾਰਨ ਸਫਲਤਾ ਦੀ ਕੁੰਜੀ ਹੈ।

– ਮਾਇਕ ਮਰਡੌਕ

ਭਾਵੇਂ ਉਹ ਕੋਈ ਖਿਡਾਰੀ ਹੋਵੇ, ਵਪਾਰੀ ਹੋਵੇ ਜਾਂ ਕੋਈ ਸਿਆਸਤਦਾਨ, ਕਿਸੇ ਵੀ ਖੇਤਰ ਵਿੱਚ ਉਸਦਾ ਕੋਈ ਇੱਕ ਕੋਚ ਜਾਂ ਸਲਾਹਕਾਰ ਜ਼ਰੂਰ ਹੁੰਦਾ ਹੈ। ਦਰਅਸਲ, ਹਰ ਸਫਲ ਵਿਅਕਤੀ ਇਹ ਸਲਾਹ ਜ਼ਰੂਰ ਦਿੰਦਾ ਹੈ ਕਿ 'ਇੱਕ ਕੋਚ ਨਾਲ ਕੰਮ ਕਰੋ' ਇਹ ਇਸ ਲਈ ਕਿ ਜੇ ਤੁਹਾਡੇ ਕੋਲ ਇੱਕ ਕੋਚ ਹੈ, ਜੋ ਤੁਹਾਨੂੰ ਸਲਾਹ ਦੇ ਰਿਹਾ ਹੈ ਅਤੇ ਤੁਹਾਡੀ ਨਿਗਰਾਨੀ ਕਰਦਾ ਹੈ ਤਾਂ ਤੁਹਾਡੇ ਆਪਣੇ ਟੀਚੇ ਤੱਕ ਪਹੁੰਚਣ ਦੀਆਂ ਸੰਭਾਵਨਾਵਾਂ ਕਈ ਗੁਣਾ ਵੱਧ ਜਾਂਦੀਆਂ ਹਨ। *ਮੈਰੀਅਮ ਵੈਬਸਟਰ ਡਿਕਸ਼ਨਰੀ* ਅਨੁਸਾਰ ਇੱਕ ਸਲਾਹਕਾਰ ਇੱਕ ਭਰੋਸੇਯੋਗ ਗਾਈਡ ਅਤੇ ਸਲਾਹਕਾਰ ਹੁੰਦਾ ਹੈ। ਇੱਕ ਸਲਾਹਕਾਰ ਤੁਹਾਡੀ ਕਈ ਤਰੀਕਿਆਂ ਨਾਲ ਮਦਦ ਕਰਦਾ ਹੈ, ਜਿਸ ਵਿੱਚ ਸ਼ਾਮਿਲ ਹਨ:

- ✓ ਤੁਹਾਡੇ ਸਵਾਲਾਂ ਅਤੇ ਸ਼ੰਕਿਆਂ ਦਾ ਜਵਾਬ ਦੇਣਾ।
- ✓ ਤੁਹਾਡੇ ਟੀਚੇ ਨਿਰਧਾਰਿਤ ਕਰਨ ਲਈ ਸ਼ਕਤੀ ਪ੍ਰਦਾਨ ਕਰਦਾ ਹੈ।
- ✓ ਇਸ ਬਾਰੇ ਸਲਾਹ ਦੇਣਾ ਕਿ ਕੰਮ ਕਿਵੇਂ ਕੀਤਾ ਜਾ ਸਕਦਾ ਅਤੇ ਮੁਸ਼ਕਿਲ ਹਾਲਾਤਾਂ ਨੂੰ ਕਿਵੇਂ ਸੰਭਾਲਣਾ ਹੈ।
- ✓ ਇੱਕ ਕਾਰਜ ਯੋਜਨਾ ਬਣਾਉਂਦਾ ਹੈ ਅਤੇ ਤੁਹਾਡੀ ਉੱਨਤੀ ਦੀ ਦੇਖਰੇਖ ਕਰਦਾ ਹੈ।
- ✓ ਉਹ ਤੁਹਾਨੂੰ ਭਾਵਨਾਤਮਕ ਸਹਿਯੋਗ ਅਤੇ ਸਲਾਹ ਦਿੰਦਾ ਹੈ।
- ✓ ਉਹ ਤੁਹਾਡੇ ਨਾਲ ਇੱਕ ਦੋਸਤ ਅਤੇ ਸ਼ੁਭਚਿੰਤਕ ਵਾਂਗ ਖੜ੍ਹਾ ਰਹਿੰਦਾ ਹੈ।
- ✓ ਉਹ ਤੁਹਾਨੂੰ ਹੋਰ ਪ੍ਰਾਪਤੀਆਂ ਕਰਨ ਲਈ ਪ੍ਰੇਰਿਤ ਕਰਦਾ ਹੈ।

ਆਮ ਤੌਰ 'ਤੇ ਇੱਕ ਕੋਚ ਨੂੰ ਨਿਯੁਕਤ ਕਰਨ ਦਾ ਮਤਲਬ ਹੈ ਲੱਖਾਂ ਰੁਪਏ ਦੀ ਫੀਸ, ਪਰ ਨੈੱਟਵਰਕ ਮਾਰਕੀਟਿੰਗ ਬਿਜ਼ਨਿਸ ਵਿੱਚ ਤੁਹਾਨੂੰ ਕਿਸੇ ਕੋਚ ਲਈ ਲੱਖਾਂ ਰੁਪਏ ਦਾ ਭੁਗਤਾਨ ਕਰਨ ਦੀ ਲੋੜ ਨਹੀਂ ਪੈਂਦੀ। ਤੁਹਾਡੇ ਕੋਲ ਹਮੇਸ਼ਾ ਤੁਹਾਡੀ ਅੱਪਲਾਈਨ ਦੇ ਤੌਰ 'ਤੇ ਸਭ ਤੋਂ ਵਧੀਆ ਕੋਚ ਹੁੰਦਾ ਹੈ ਜੋ ਤੁਹਾਨੂੰ ਤੁਹਾਡੀ ਮੰਜ਼ਿਲ ਤੱਕ ਪਹੁੰਚਾਉਣ ਲਈ ਤੁਹਾਡੇ ਮੋਢੇ ਨਾਲ ਮੋਢਾ ਜੋੜ ਕੇ ਕੰਮ ਕਰਦਾ ਹੈ ਅਤੇ ਇਸ ਵਾਸਤੇ ਤੁਹਾਡੇ ਕੋਲੋਂ ਇੱਕ ਵੀ ਰੁਪਏ ਦੀ ਫੀਸ ਨਹੀਂ ਲੈਂਦਾ।

ਇੱਕ ਸਲਾਹਕਾਰ ਉਹ ਹੁੰਦਾ ਹੈ ਜੋ ਤੁਹਾਡੇ ਅੰਦਰ ਤੁਹਾਡੇ ਨਾਲੋਂ ਵੱਧ ਪ੍ਰਤਿਭਾ ਅਤੇ ਯੋਗਤਾ ਨੂੰ ਵੇਖਦਾ ਹੈ ਅਤੇ ਇਸ ਨੂੰ ਤੁਹਾਡੇ ਵਿੱਚੋਂ ਬਾਹਰ ਲਿਆਉਣ ਵਿੱਚ ਸਹਾਈ ਹੁੰਦਾ ਹੈ।

– ਬੋਬ ਪ੍ਰਾਕਟਰ

ਨੈੱਟਵਰਕ ਮਾਰਕੀਟਿੰਗ ਵਿੱਚ ਇੱਕ ਸਲਾਹਕਾਰ ਦੇ ਨਾਲ ਕੰਮ ਕਰਨਾ ਦੋ ਕਾਰਨਾਂ ਕਰਕੇ ਬਹੁਤ ਜ਼ਰੂਰੀ ਹੈ:

1. ਨੈੱਟਵਰਕ ਮਾਰਕੀਟਿੰਗ ਵਿੱਚ ਨਾ ਕੋਈ ਬੋਸ ਨਹੀਂ ਹੁੰਦਾ ਅਤੇ ਨਾ ਹੀ ਕੋਈ ਵੱਡਾ ਸੈਟਅੱਪ ਜਾਂ ਨਿਵੇਸ਼। ਤੁਸੀਂ ਆਪ ਆਪਣੇ ਬੋਸ ਹੁੰਦੇ ਹੋ ਅਤੇ ਤੁਹਾਡੀ ਸਫਲਤਾ ਦੀ ਸਾਰੀ ਜ਼ਿੰਮੇਵਾਰੀ ਤੁਹਾਡੀ ਆਪਣੀ ਹੀ ਹੁੰਦੀ ਹੈ। ਲੱਗਭੱਗ ਹਰ ਕੋਈ ਆਪਣਾ ਬਿਜ਼ਨਿਸ ਪਾਰਟ-ਟਾਇਮ ਦੇ ਤੌਰ 'ਤੇ ਸ਼ੁਰੂ ਕਰਦਾ ਹੈ। ਤੁਹਾਡਾ ਪਰਿਵਾਰ ਅਤੇ ਤੁਹਾਡਾ ਮੌਜੂਦਾ ਵਪਾਰ ਜਾਂ ਨੌਕਰੀ ਤੁਹਾਨੂੰ ਵਿਅਸਤ ਰੱਖਦੀ ਹੈ। ਇੰਨਾਂ ਹਾਲਾਤਾਂ ਵਿੱਚ ਜੇ ਕੋਈ ਸਲਾਹਕਾਰ ਹੈ ਜੋ ਤੁਹਾਨੂੰ ਮੁਸ਼ਕਿਲ ਹਾਲਾਤਾਂ ਵਿੱਚ, ਸੰਘਰਸ਼ਾਂ ਵਿੱਚ, ਨਿਰਾਸ਼ਾ ਸਮੇਂ ਤੁਹਾਨੂੰ ਸਲਾਹ ਦੇਵੇ, ਸਹਾਇਤਾ ਅਤੇ ਪ੍ਰੇਰਿਤ ਕਰੇ ਤਾਂ ਤੁਸੀਂ ਬਹੁਤ ਛੇਤੀ ਸਫਲ ਹੋ ਸਕਦੇ ਹੋ।
2. ਨੈੱਟਵਰਕ ਮਾਰਕੀਟਿੰਗ ਕੋਈ ਭੌਤਿਕੀ ਜਾਂ ਗਣਿਤ ਵਰਗਾ ਵਿਸ਼ਾ ਨਹੀਂ ਹੈ, ਜਿੱਥੇ ਸਿਰਫ਼ ਕਿਤਾਬੀ ਗਿਆਨ ਦਾ ਹੋਣਾ ਜ਼ਰੂਰੀ ਹੈ, ਇਹ ਇੱਕ ਖੇਡ ਜਾਂ ਸਾਜ ਸਿੱਖਣ ਵਰਗਾ ਹੀ ਹੈ, ਜਿੱਥੇ ਤੁਹਾਨੂੰ ਕਿਸੇ ਦੇ ਸਾਹਮਣੇ ਨਿਅਮਿਤ ਅਭਿਆਸ ਕਰਦੇ ਰਹਿਣਾ ਚਾਹੀਦਾ ਹੈ। ਅਜਿਹੇ ਸਮੇਂ ਵਿੱਚ ਇੱਕ ਚੰਗਾ ਸਲਾਹਕਾਰ ਹੀ ਉਸ ਵਿਅਕਤੀ ਦੀ ਭੂਮਿਕਾ ਅਦਾ ਕਰ ਸਕਦੇ ਹੈ।

ਇਹ ਯਾਦ ਰੱਖਣਾ ਚਾਹੀਦਾ ਹੈ ਕਿ ਸਲਾਹ ਦੇਣਾ ਇੱਕ ਅਜਿਹਾ ਕੰਮ ਹੈ, ਜਿਸ ਨੂੰ ਹਮੇਸ਼ਾ ਨਜ਼ਰਅੰਦਾਜ਼ ਕੀਤਾ ਗਿਆ ਹੈ। ਕਿਉਂ ਕਿ ਨੈੱਟਵਰਕ ਮਾਰਕੀਟਿੰਗ ਵਿੱਚ ਸਲਾਹਾਂ ਮੁਫ਼ਤ ਵਿੱਚ ਮਿਲ ਜਾਂਦੀਆਂ ਹਨ, ਇਸ ਲਈ ਅਸੀਂ ਉਸ ਨੂੰ ਓਨੀ ਅਹਿਮੀਅਤ ਨਹੀਂ ਦਿੰਦੇ। ਫਿਰ ਵੀ, ਤੁਹਾਨੂੰ ਹਮੇਸ਼ਾ ਇੱਕ ਸਲਾਹਕਾਰ ਦੀ ਜ਼ਰੂਰਤ ਹੁੰਦੀ ਹੈ, ਖ਼ਾਸ ਕਰਕੇ ਉਦੋਂ ਜਦੋਂ ਤੁਹਾਡਾ ਬਿਜ਼ਨਿਸ ਚੰਗਾ ਨਹੀਂ ਚੱਲ ਰਿਹਾ ਹੋਵੇ, ਜਾਂ ਕੁੱਝ ਦਿਨਾਂ ਤੋਂ ਰੁੱਕਿਆ ਹੋਵੇ।

ਇਸ ਲਈ ਆਪਣੇ ਲਈ ਇੱਕ ਐਕਟਿਵ ਅਤੇ ਵੱਧ ਰਹੀ ਅੱਪਲਾਈਨ ਤਲਾਸ਼ ਕੇ ਉਸ ਨੂੰ ਆਪਣਾ ਸਲਾਹਕਾਰ ਬਣਾਓ। ਆਪਣੇ ਸਲਾਹਕਾਰ ਪ੍ਰਤੀ ਪੂਰੀ ਤਰ੍ਹਾਂ ਸਮਰਪਿਤ ਹੋ ਜਾਓ ਅਤੇ ਉਨ੍ਹਾਂ ਨਾਲ ਬਣਾਈ ਗਈ ਯੋਜਨਾ ਅਨੁਸਾਰ ਕੰਮ ਕਰੋ।

ਮੈਂ ਉੱਚੇ ਸੁਫ਼ਨੇ ਵੇਖਣ ਵਾਲੇ ਉਨ੍ਹਾਂ ਵਿਅਕਤੀਆਂ ਨੂੰ ਨਿੱਜੀ ਤੌਰ 'ਤੇ ਕੋਚਿੰਗ ਪ੍ਰਦਾਨ ਕਰਦਾ ਹਾਂ ਜੋ ਹਰ ਸਮੇਂ ਵੱਡੀਆਂ ਪ੍ਰਾਪਤੀਆਂ ਕਰਨਾ ਚਾਹੁੰਦੇ ਹਨ। ਤੁਸੀਂ ਮੇਰੀ ਵੈੱਬਸਾਈਟ **www.deepakbajaj.biz** ਤੋਂ ਹਾਈ ਪਰਫ਼ੋਰਮੈਂਸ ਕੋਚਿੰਗ ਬਾਰੇ ਹੋਰ ਜਾਣਕਾਰੀ ਪ੍ਰਾਪਤ ਕਰ ਸਕਦੇ ਹੋ।

ਹਰ ਮਹਾਨ ਅਚੀਵਰ ਇੱਕ ਮਹਾਨ ਗੁਰੂ ਤੋਂ ਪ੍ਰੇਰਿਤ ਹੁੰਦਾ ਹੈ।

– ਲੈਲਾ ਗਿਫ਼ਟੀ ਅਕੀਤਾ

ਸਲਾਹਕਾਰ (ਕੋਚ) ਜਾਦੂ ਕਰ ਸਕਦੇ ਹਨ

ਮੈਂ ਸਲਾਹਕਾਰਾਂ ਦੀ ਸ਼ਕਤੀ ਅਮਰੀਕਾ ਦੇ ਦੋ ਵੱਡੇ ਲੋਕਾਂ ਕੋਲੋਂ ਸਿੱਖੀ ਹੈ ਜਿਨ੍ਹਾਂ ਨੂੰ ਮੈਂ ਹਮੇਸ਼ਾ ਤੋਂ ਬਹੁਤ ਪਸੰਦ ਕਰਦਾ ਹਾਂ- "ਕਾਂਤੀ ਗਾਲਾ ਅਤੇ ਸ਼ਿਵਰਾਮ ਕੁਮਾਰ"। ਉਨ੍ਹਾਂ ਨੇ ਹਮੇਸ਼ਾ ਹੀ ਸਹੀ ਸਿਸਟਮ ਦੇ ਨਾਲ ਸਹੀ ਸਲਾਹਕਾਰਾਂ ਦੇ ਸਾਹਮਣੇ ਆਪਣੇ-ਆਪ ਨੂੰ ਪੂਰੀ ਤਰ੍ਹਾਂ ਸਮਰਪਿਤ ਕਰਨਾ ਸਿਖਾਇਆ ਹੈ।

8. ਮਾਲਕੀਅਤ ਅਤੇ ਮੁਹਾਰਤ

ਜੋ ਲੋਕ ਆਪਣੇ ਜੀਵਨ 'ਤੇ ਆਪਣੀ ਮਾਲਕੀਅਤ ਰੱਖਦੇ ਹਨ, ਉਨ੍ਹਾਂ ਦੇ ਸਫਲ ਹੋਣ ਦੀਆਂ ਸੰਭਾਵਨਾਵਾਂ ਵਧੇਰੀਆਂ ਹੁੰਦੀਆਂ ਹਨ।

– ਗਬੈਟਿਸਤ

ਆਪਣੇ ਬਿਜ਼ਨਿਸ ਦੀ ਮਾਲਕੀਅਤ ਰੱਖਣਾ ਤੁਹਾਡੀ ਸੰਪੂਰਨ ਅਤੇ ਸਭ ਤੋਂ ਅਹਿਮ ਜਿੰਮੇਵਾਰੀ ਹੈ। ਤੁਸੀਂ ਆਪਣੇ ਬਿਜ਼ਨਿਸ ਦੀ ਮਾਲਕੀਅਤ ਸਹੀ ਮਾਇਨੇ ਵਿੱਚ ਉਦੋਂ ਲੈਂਦੇ ਹੋ ਜਦੋਂ ਤੁਸੀਂ ਉਸਦੀ ਸਫਲਤਾ ਜਾਂ ਅਸਫਲਤਾ ਲਈ ਦੂਜਿਆਂ ਨੂੰ ਦੋਸ਼ ਦੇਣਾ ਬੰਦ ਕਰ ਦਿੰਦੇ ਹੋ। ਆਪਣੇ ਬਿਜ਼ਨਿਸ ਨੂੰ ਚਲਾਉਣ ਲਈ ਕਿਸੇ ਹੋਰ ਦਾ ਸਹਾਰਾ ਵੀ ਨਹੀਂ ਲੈਂਦੇ। ਇਹੀ ਤੁਹਾਡੇ ਬਿਜ਼ਨਿਸ ਦਾ ਪਹਿਲਾ ਦਿਨ ਹੈ। ਜ਼ਿਆਦਾਤਰ ਲੋਕ ਜੋ ਇੱਕ ਵੱਡਾ ਬਿਜ਼ਨਿਸ ਬਣਾਉਣ ਵਿੱਚ ਅਸਫਲ ਰਹਿੰਦੇ ਹਨ, ਉਹ ਉਸ ਨੂੰ ਕਰਮਚਾਰੀ ਦੀ ਸੋਚ ਨਾਲ ਕਰਦੇ ਹਨ, ਪਰ ਜੇ ਤੁਸੀਂ ਅਸਲ ਵਿੱਚ ਇੱਕ ਵੱਡਾ ਬਿਜ਼ਨਿਸ ਬਣਾਉਣਾ ਚਾਹੁੰਦੇ ਹੋ, ਤਾਂ ਤੁਹਾਨੂੰ ਮਾਲਕੀਅਤ ਦੀ ਸੋਚ ਨਾਲ ਕੰਮ ਕਰਨਾ ਹੋਵੇਗਾ ਅਤੇ ਇਹ ਸੋਚ ਤੁਹਾਡੇ ਬਿਜ਼ਨਿਸ ਨੂੰ ਕਾਫ਼ੀ ਅੱਗੇ ਤੱਕ ਲੈ ਜਾਵੇਗੀ।

ਜਿਨ੍ਹਾਂ ਲੋਕਾਂ ਨੇ ਆਪਣੇ ਨੈੱਟਵਰਕ ਮਾਰਕੀਟਿੰਗ ਬਿਜ਼ਨਿਸ ਵਿੱਚ ਪੂਰੀ ਤਰ੍ਹਾਂ ਨਾਲ ਮਾਲਕੀਅਤ ਸਥਾਪਿਤ ਕੀਤੀ, ਉਨ੍ਹਾਂ ਦੇ ਕੀ ਸੰਕੇਤ ਜਾਂ ਲੱਛਣ ਹਨ?

- ✓ ਤੁਸੀਂ ਆਪਣੀਆਂ ਪ੍ਰੇਜ਼ੈਂਟੇਸ਼ਨ ਜਾਂ ਪੇਸ਼ਕਾਰੀਆਂ ਆਪ ਦਿਖਾਉਂਦੇ ਹੋ।
- ✓ ਤੁਸੀਂ ਆਪਣੀਆਂ ਮੀਟਿੰਗਾਂ ਦਾ ਫ਼ਾਲੋ-ਅੱਪ ਆਪ ਕਰ ਸਕਦੇ ਹੋ ਅਤੇ ਬਿਨਾਂ ਕਿਸੇ ਦੀ ਮਦਦ ਨਾਲ ਆਪ ਆਪਣੀ ਸੇਲ ਨੂੰ ਕਲੋਜ਼ ਕਰ ਸਕਦੇ ਹੋ।
- ✓ ਤੁਹਾਡਾ ਕੈਲੰਡਰ ਅਪੋਆਇੰਟਮੈਂਟਾਂ ਨਾਲ ਭਰਿਆ ਹੋਇਆ ਹੈ।
- ✓ ਤੁਸੀਂ ਆਪਣੀ ਸਫਲਤਾ ਅਤੇ ਅਸਫਲਤਾ ਲਈ ਦੂਜਿਆਂ ਨੂੰ ਜ਼ਿੰਮੇਵਾਰ ਜਾਂ ਦੋਸ਼ੀ ਨਹੀਂ ਠਹਿਰਾਉਂਦੇ।
- ✓ ਤੁਸੀਂ ਉਹ ਸਾਰਾ ਕੁੱਝ ਕਰਦੇ ਹੋ ਜੋ ਬਿਜ਼ਨਿਸ ਲਈ ਜ਼ਰੂਰੀ ਹੈ ਅਤੇ ਕਦੇ-ਕਦੇ ਉਸ ਤੋਂ ਵੀ ਜ਼ਿਆਦਾ।
- ✓ ਤੁਸੀਂ ਆਪਣੀ ਟੀਮ ਦੇ ਸਾਥੀਆਂ ਅਤੇ ਮਹਿਮਾਨਾਂ ਨਾਲ ਸਮੇਂ ਤੋਂ ਪਹਿਲਾਂ ਪ੍ਰੋਗਰਾਮ ਵਿੱਚ ਪੁੱਜ ਜਾਂਦੇ ਹੋ।
- ✓ ਤੁਸੀਂ ਸਮੱਸਿਆਵਾਂ ਤੋਂ ਦੂਰ ਨਹੀਂ ਭੱਜਦੇ ਸਗੋਂ ਉਨ੍ਹਾਂ ਨਾਲ ਅੱਗੇ ਵੱਧਦੇ ਹੋ।
- ✓ ਨਿਰਾਸ਼ਾ ਜਾਂ ਨਾਂਹ ਦੇ ਸੰਕੇਤ ਦਿਖਣ 'ਤੇ ਭੱਜਦੇ ਨਹੀਂ ਹੋ।
- ✓ ਆਪਣੀ ਅੱਪਲਾਈਨ ਨੂੰ ਨਿਅਮਿਤ ਤੌਰ 'ਤੇ ਕਾਲ ਕਰਕੇ ਉਨ੍ਹਾਂ ਕੋਲੋਂ ਸਲਾਹਾਂ ਅਤੇ ਹੱਲ ਦੀ ਤਲਾਸ਼ ਕਰਦੇ ਹੋ।
- ✓ ਤੁਸੀਂ ਪ੍ਰੋਗਰਾਮਾਂ ਨੂੰ ਆਯੋਜਿਤ ਕਰਨ ਵਿੱਚ ਪਹਿਲਕਦਮੀ ਕਰਦੇ ਹੋ ਨਾ ਕਿ ਉਨ੍ਹਾਂ ਵਿੱਚ ਸਿਰਫ਼ ਬਤੌਰ ਭਾਗੀਦਾਰ ਹਿੱਸਾ ਲੈਂਦੇ ਹੋ।

✓ ਤੁਸੀਂ ਆਪਣੇ ਟੀਚਿਆਂ ਨੂੰ ਲਿਖਿਆ ਹੋਇਆ ਹੈ, ਉਨ੍ਹਾਂ ਟੀਚਿਆਂ ਨੂੰ ਪ੍ਰਾਪਤ ਕਰਨ ਲਈ ਜੋ ਕੁੱਝ ਵੀ ਕਰਿਆ ਜਾ ਸਕਦਾ ਹੈ, ਤੁਸੀਂ ਉਹ ਸਾਰਾ ਕੁੱਝ ਕਰਨ ਲਈ ਵਚਨਬੱਧ ਹੋ।

ਤੁਹਾਡਾ ਬਿਜ਼ਨਿਸ ਤੁਹਾਡਾ ਆਪਣਾ ਹੈ ਨਾ ਕਿ ਤੁਹਾਡੀ ਅੱਪਲਾਈਨ ਜਾਂ ਡਾਊਨਲਾਈਨ ਦਾ। ਇਹ ਤੁਹਾਡਾ ਸੁਫ਼ਨਾ ਹੈ ਅਤੇ ਇਹ ਉਸੇ ਦਿਨ ਤੋਂ ਸ਼ੁਰੂ ਹੋ ਜਾਂਦਾ ਹੈ, ਜਿਸ ਦਿਨ ਤੁਸੀਂ ਇਹ ਨਿਰਣਾ ਲੈਂਦੇ ਹੋ ਕਿ ਕੁੱਝ ਵੀ ਹੋ ਜਾਵੇ ਤੁਸੀਂ ਬਿਜ਼ਨਿਸ ਦੇ ਜ਼ਰੀਏ ਆਪਣੇ ਸੁਫਨਿਆਂ ਨੂੰ ਪੂਰਾ ਕਰੋਗੇ।

ਬਿਜ਼ਨਿਸ ਮਾਲਕੀਅਤ ਨਾਲ ਸ਼ੁਰੂ ਹੁੰਦਾ ਹੈ। ਮਾਲਕੀਅਤ ਨਹੀਂ ਤਾਂ ਬਿਜ਼ਨਿਸ ਨਹੀਂ। ਮਾਲਕੀਅਤ ਦਿੱਤੀ ਨਹੀਂ ਜਾਂਦੀ ਇਸ ਨੂੰ ਲਿਆ ਜਾਂਦਾ ਹੈ।

– ਦੀਪਕ ਬਜਾਜ

ਤੁਹਾਨੂੰ ਆਪਣੇ ਅੰਦਰ ਇਹ ਮਾਲਕੀਅਤ ਲੈਣੀ ਪਵੇਗੀ ਕਿ ਤੁਸੀਂ ਆਪਣੇ-ਆਪ ਨੂੰ ਲਗਾਤਾਰ ਸੁਧਾਰਦੇ ਜਾਓ ਅਤੇ ਜਿਵੇਂ ਦੇ ਵਿਅਕਤੀ ਤੁਸੀਂ ਬਣਨਾ ਚਾਹੁੰਦੇ ਹੋ, ਓਵੇਂ ਦੇ ਬਣ ਕੇ ਰਹੋਗੇ। ਇਸ ਲਈ ਤੁਹਾਨੂੰ ਪ੍ਰੋਗਰਾਮਾਂ ਵਿੱਚ ਸ਼ਾਮਿਲ ਹੋ ਕੇ ਦੱਸੀਆਂ ਗਈਆਂ ਕਿਤਾਬਾਂ ਨੂੰ ਖ਼ਰੀਦ ਕੇ ਪੜ੍ਹਨਾ ਪਵੇਗਾ। ਬਹੁਤ ਸਾਰੇ ਲੋਕ ਇਹ ਸੋਚਦੇ ਹਨ ਕਿ ਟ੍ਰੇਨਿੰਗ ਪ੍ਰੋਗਰਾਮ ਅਤੇ ਟੂਲਜ਼ ਇੱਕ ਤਰ੍ਹਾਂ ਨਾਲ ਖ਼ਰਚਾ ਹਨ, ਪਰ ਅਸਲੀਅਤ ਇਹ ਹੈ ਕਿ ਇਹ ਕਿਸੇ ਤਰ੍ਹਾਂ ਦੇ ਖ਼ਰਚੇ ਨਾ ਹੋ ਕੇ ਨਿਵੇਸ਼ ਹਨ, ਜੋ ਤੁਸੀਂ ਆਪਣੇ ਵਿਕਾਸ ਲਈ ਕਰਦੇ ਹੋ। ਆਪਣੀ ਟੀਮ ਨੂੰ ਕਿਤਾਬਾਂ, ਮੁਹਾਰਤਾਂ ਅਤੇ ਟ੍ਰੇਨਿੰਗ ਪ੍ਰੋਗਰਾਮਾਂ ਦੇ ਰਾਹੀਂ ਤਾਕਤਵਰ ਬਣਾਓ। ਬੜੀ ਵਾਰੀ ਤੁਸੀਂ ਆਪਣੀਆਂ ਕਿਤਾਬਾਂ ਜਾਂ ਟੂਲਜ਼ ਜਦੋਂ ਕਿਸੇ ਨੂੰ ਦਿੰਦੇ ਹੋ ਤਾਂ ਉਹ ਵਾਪਸ ਤੁਹਾਡੇ ਕੋਲ ਨਹੀਂ ਆਉਂਦੇ, ਇਹ ਵੀ ਬਿਜ਼ਨਿਸ ਦਾ ਇੱਕ ਹਿੱਸਾ ਹੈ। ਤੁਸੀਂ ਆਪਣੀ ਲੋੜ ਤੋਂ ਵੱਧ ਟੂਲਜ਼ ਖ਼ਰੀਦੋ, ਤੁਹਾਨੂੰ ਆਪਣੀ ਟੀਮ ਲਈ ਇਸ ਦੀ ਜ਼ਰੂਰਤ ਹੈ। ਜੇ ਤੁਹਾਨੂੰ ਇਸਦੇ ਜਰੀਏ ਹਰ ਮਹੀਨੇ ਇੱਕ ਵਧੀਆ ਡਿਸਟ੍ਰੀਬਿਊਟਰ ਮਿਲਦਾ ਹੈ, ਤਾਂ ਤੁਹਾਡੇ ਪੈਸੇ ਵਸੂਲ ਹੋ ਜਾਣਗੇ। ਇਸ ਲਈ ਆਪਣੇ-ਆਪ ਅਤੇ ਬਿਜ਼ਨਿਸ ਅੰਦਰ ਨਿਅਮਿਤ ਤੌਰ 'ਤੇ ਪੁਨਰ-ਨਿਵੇਸ਼ ਕਰਦੇ ਰਹੋ।

ਪਰਮਾਤਮਾ ਤੁਹਾਨੂੰ ਇੱਕ ਵੱਡੀ ਟੀਮ ਤਾਂ ਹੀ ਦੇਣਗੇ, ਜਦੋਂ ਤੁਸੀਂ ਉਸ ਲਈ ਤਿਆਰ ਹੋਵੋਗੇ।

– ਦੀਪਕ ਬਜਾਜ

ਤਿੰਨ ਤਰ੍ਹਾਂ ਦੀਆਂ ਅੱਪਲਾਈਨਾਂ ਕਦੇ ਨਾ ਬਣੋ:-

1. **ਪੋਸਟਮੈਨ ਅੱਪਲਾਈਨ** : ਇਹ ਗਰੁੱਪਾਂ ਵਿੱਚ ਸੁਨੇਹੇ ਫ਼ਾਰਵਰਡ ਕਰਦੇ ਰਹਿੰਦੇ ਹਨ ਜਾਂ ਸਿਰਫ਼ ਸੂਚਨਾਵਾਂ ਦਿੰਦੇ ਰਹਿੰਦੇ ਹਨ। ਇਨ੍ਹਾਂ ਦਾ ਮੁੱਖ ਤੌਰ 'ਤੇ ਕੰਮ ਹੈ ਵਾਟਸਐਪ ਜਾਂ ਮੈਸੇਂਜਰ 'ਤੇ ਪ੍ਰੋਗਰਾਮਾਂ ਲਈ ਸੁਨੇਹੇ ਭੇਜਣਾ।
2. **ਚੀਅਰਲੀਡਰ ਅੱਪਲਾਈਨ** : ਇਹ ਤਾੜੀਆਂ ਵਜਾਉਣ ਦੇ ਮਾਹਿਰ ਹਨ। ਇੰਨਾਂ ਦਾ ਕੰਮ ਹੈ ਸੋਸ਼ਲ ਮੀਡੀਆ 'ਤੇ ਮੋਟੀਵੇਸ਼ਨਲ ਮੈਸੇਜ਼ ਫਾਰਵਰਡ ਕਰਨਾ, ਵਾਟਸਐਪ 'ਤੇ ਲੋਕਾਂ ਲਈ ਤਾੜੀਆਂ ਵਜਾਉਣਾ ਜਾਂ ਲੋਕਾਂ ਨੂੰ ਉਤਸ਼ਾਹਿਤ ਕਰਨਾ, ਪਰ ਕਦੇ ਵੀ ਆਪਣਾ ਕੰਮ ਜਾਂ ਆਪਣੀ ਪ੍ਰਾਪਤੀ ਨਹੀਂ ਭੇਜਣਾ।
3. **ਰਿਸ਼ਤੇਦਾਰ ਅੱਪਲਾਈਨ** : ਇਹ ਰਿਸ਼ਤੇਦਾਰਾਂ ਵਾਂਗ ਸਿਰਫ਼ ਪ੍ਰੋਗਰਾਮਾਂ ਵਿੱਚ ਦਿਖਾਈ ਦਿੰਦੇ ਹਨ। ਉਹ ਆਪਣੀ ਟੀਮ ਨਾਲ ਕੰਮ ਕਦੇ ਨਹੀਂ ਕਰਦੇ। ਪੂਰੀ

ਮਾਲਕੀਅਤ ਨਾਲ ਆਪਣੀ ਟੀਮ ਨੂੰ ਦੱਸੋ ਕਿ ਤੁਸੀਂ ਉਨ੍ਹਾਂ ਨੂੰ ਕਿਵੇਂ ਦਾ ਬਣਾਉਣਾ ਚਾਹੁੰਦੇ ਹੋ। ਤੁਹਾਡੀ ਟੀਮ ਤੁਹਾਡੀ ਕਾਪੀ ਹੋਵੇਗੀ। ਆਪਣੇ-ਆਪ ਨੂੰ ਕਾਪੀ ਕਰਨ ਦੇ ਯੋਗ ਬਣਾਓ।

ਜਦੋਂ ਤੁਸੀਂ ਕਿਤੇ ਅਟਕ ਜਾਂਦੇ ਹੋ ਅਤੇ ਤੁਹਾਡਾ ਬਿਜ਼ਨਿਸ ਹੌਲੀ ਚੱਲਦਾ ਹੋਇਆ ਜਾਂ ਰੁੱਕਿਆ ਹੋਇਆ ਜਾਪਦਾ ਹੈ, ਤਾਂ ਤਿਆਰ ਹੋ ਕੇ ਬਿਜ਼ਨਿਸ ਪਲਾਨ ਦਿਖਾਓ। ਪੂਰੀ ਤਾਕਤ ਨਾਲ ਅੱਗੇ ਵੱਧ ਕੇ ਕਮਾਂਡ ਸੰਭਾਲੋ ਅਤੇ ਬਿਜ਼ਨਿਸ ਦੇ ਬੁਨਿਆਦੀ ਕੰਮਾਂ ਨੂੰ ਤੇਜੀ ਨਾਲ ਕਰੋ।

– ਦੀਪਕ ਬਜਾਜ

ਮਾਲਕੀਅਤ ਅਤੇ ਮੁਹਾਰਤ ਨਾਲ-ਨਾਲ ਚੱਲਦੀਆਂ ਹਨ। ਬਿਜ਼ਨਿਸ ਦੀ ਪੂਰਨ ਮਾਲਕੀ ਲੈਣ ਲਈ ਬਿਜ਼ਨਿਸ ਦੀ ਬੁਨਿਆਦੀ ਗੱਲਾਂ 'ਤੇ ਮੁਹਾਰਤ ਹਾਸਿਲ ਕਰਨੀ ਹੋਵੇਗੀ। ਨੈੱਟਵਰਕ ਮਾਰਕੀਟਿੰਗ ਬਿਜ਼ਨਿਸ ਦੀਆਂ ਬੁਨਿਆਦੀ ਗੱਲਾਂ ਬਹੁਤ ਸੌਖੀਆਂ ਹਨ ਇਸ ਲਈ ਸਾਰੇ ਇਸ ਬਿਜ਼ਨਿਸ ਨੂੰ ਸਫਲਤਾ ਨਾਲ ਕਰ ਸਕਦੇ ਹਨ। ਸਿਰਫ਼ ਲੋੜ ਹੈ, 'ਬੁਨਿਆਦੀ ਗਤੀਵਿਧੀਆਂ' ਨੂੰ ਲਗਾਤਾਰ ਕਰਨ ਦੀ - ਬਿਜ਼ਨਿਸ ਪਲਾਨ ਦਿਖਾਉਣਾ, ਸਵਾਲਾਂ ਅਤੇ ਇਤਰਾਜਾਂ ਨੂੰ ਸੰਭਾਲਣਾ, ਫ਼ਾਲੋਅੱਪ ਕਰਨਾ, ਰਜਿਸਟ੍ਰੇਸ਼ਨ, ਪ੍ਰੋਡਕਟ ਦਾ ਵੇਰਵਾ, ਬਿਜ਼ਨਿਸ ਟੂਲਜ਼ ਦਾ ਵੇਰਵਾ, ਬਿਜ਼ਨਿਸ ਸਿਸਟਮ ਅਤੇ ਬਿਜ਼ਨਿਸ ਆਚਾਰ ਸੰਹਿਤਾ ਆਦਿ ਨੂੰ ਸਿੱਖਣ ਦੀ ਇੱਛਾ ਅਤੇ ਨਿਰੰਤਰ ਅਭਿਆਸ। ਇੱਕ ਵਾਰ ਜਦੋਂ ਤੁਸੀਂ ਇੰਨਾਂ ਗਤੀਵਿਧੀਆਂ ਵਿੱਚ ਮਾਹਿਰ ਹੋ ਜਾਓਗੇ, ਤਾਂ ਤੁਹਾਡਾ ਬਿਜ਼ਨਿਸ ਇੱਕ ਵੱਡੇ ਪੱਧਰ 'ਤੇ ਸ਼ੁਰੂ ਹੋ ਜਾਵੇਗਾ।

ਮਾਹਿਰ ਬਣਨ ਦਾ ਇੱਕੋ ਹੀ ਤਰੀਕਾ ਹੈ - ਉਨ੍ਹਾਂ ਗਤੀਵਿਧੀਆਂ ਨੂੰ ਵਾਰ-ਵਾਰ ਕਰਨਾ। ਤੁਸੀਂ ਬਸ ਇੰਨਾਂ ਗਤੀਵਿਧੀਆਂ ਨੂੰ ਵਾਰ-ਵਾਰ ਦੁਹਰਾਉਂਦੇ ਰਹੋ ਅਤੇ ਕੁੱਝ ਹੀ ਦਿਨਾਂ ਅੰਦਰ ਤੁਸੀਂ ਇੰਨਾਂ ਵਿੱਚ ਮਾਹਿਰ ਹੋ ਜਾਓਗੇ।

ਦੁਹਰਾਉਣਾ ਸਾਰੇ ਹੁਨਰਾਂ ਦੀ ਮਾਂ ਹੈ।

– ਦੀਪਕ ਬਜਾਜ

ਟੂਲਜ਼ ਦੀ ਵਰਤੋਂ ਕਰਨ ਵਿੱਚ ਮੁਹਾਰਤ ਹਾਸਿਲ ਕਰੋ। ਸਭ ਤੋਂ ਵਧੀਆ ਨੈੱਟਵਰਕ ਮਾਰਕੀਟਰ ਆਪਣਾ ਗਿਆਨ ਜਾਂ ਹੁਨਰ ਦਿਖਾਉਣ ਦੀ ਬਜਾਇ ਚੰਗੇ ਟੂਲਜ਼ ਦਾ ਇਸਤੇਮਾਲ ਕਰਦੇ ਹਨ। ਉਹ ਆਪਣੀਆਂ ਪੇਸ਼ਕਾਰੀਆਂ ਨਾਲੋਂ ਪ੍ਰੋਗਰਾਮਾਂ ਨੂੰ ਤਰਜੀਹ ਦਿੰਦੇ ਹਨ। ਉਹ ਆਪਣਿਆਂ ਨਾਲੋਂ ਦੂਜੇ ਲੋਕਾਂ ਦੀਆਂ ਗਵਾਹੀਆਂ ਅਤੇ ਪੇਸ਼ਕਾਰੀਆਂ ਦੀ ਵਰਤੋਂ ਕਰਦੇ ਹਨ। ਸਭ ਤੋਂ ਵਧੀਆ ਲੀਡਰ ਕਦੇ ਵੀ ਆਪਣੇ-ਆਪ ਨੂੰ ਮਾਹਿਰ ਨਹੀਂ ਦੱਸਦੇ, ਉਹ ਲੋਕ ਦੂਜੇ ਪ੍ਰਸਿੱਧ ਲੋਕਾਂ ਦੀਆਂ ਕਿਤਾਬਾਂ, ਵੀਡੀਓਜ਼ ਜਾਂ ਹੋਰ ਟੂਲਜ਼ (ਥਰਡ ਪਾਰਟੀ ਟੂਲਜ਼) ਦੀ ਵਰਤੋਂ ਕਰਕੇ ਬਿਜ਼ਨਿਸ ਅਤੇ ਪ੍ਰੋਡਕਟ ਬਾਰੇ ਲੋਕਾਂ ਨੂੰ ਦੱਸਣ ਲਈ ਸੱਦਾ ਦਿੰਦੇ ਹਨ। ਸਭ ਤੋਂ ਵਧੀਆ ਨੈੱਟਵਰਕ ਮਾਰਕੀਟਰ ਉਤਸ਼ਾਹ, ਭਰੋਸਾ ਅਤੇ ਦ੍ਰਿੜ੍ਹ ਵਿਸ਼ਵਾਸ ਲਿਆਉਂਦਾ ਹੈ। ਉਨ੍ਹਾਂ ਦੀ ਊਰਜਾ ਅਤੇ ਵਚਨਬੱਧਤਾ ਛੂਤਕਾਰੀ ਹੈ, ਇਸ ਲਈ ਜਨੂੰਨ, ਵਿਸ਼ਵਾਸ਼ ਅਤੇ ਵਚਨਬੱਧਤਾ ਨੂੰ ਆਪਣੀ ਤਰਜੀਹ ਬਣਾਓ, ਵਿਸ਼ਵਾਸ ਨਾਲ ਲੋਕਾਂ ਨੂੰ ਸੱਦਾ ਦਿਓ ਅਤੇ ਥਰਡ ਪਾਰਟੀ ਟੂਲਜ਼ ਨੂੰ ਕੰਮ ਕਰਨ ਦਿਓ।

ਹਰ ਕੋਈ ਨੌਸਿਖੀਏ ਵਾਂਗ ਸ਼ੁਰੂ ਕਰਦਾ ਹੈ; ਨਿਪੁੰਨਤਾ ਨਿਰੰਤਰ ਅਭਿਆਸ ਨਾਲ ਆਉਂਦੀ ਹੈ। ਹਰ ਉਹ ਚੀਜ਼ ਜਿਸਦੀ ਤੁਹਾਨੂੰ ਨੈੱਟਵਰਕ ਮਾਰਕੀਟਿੰਗ ਵਿੱਚ

ਵੱਡਾ ਹੋਣ ਦੀ ਜ਼ਰੂਰਤ ਹੈ ਇੱਕ ਸਿਖਣਯੋਗ ਹੁਨਰ ਹੈ। ਬੱਸ ਆਪਣੇ ਬਿਜ਼ਨਿਸ ਦੀ ਮਾਲਕੀਅਤ ਲਓ ਅਤੇ ਬਿਜ਼ਨਿਸ ਦੇ ਬੁਨਿਆਦੀ ਸਿਧਾਂਤਾਂ 'ਤੇ ਮੁਹਾਰਤ ਹਾਸਿਲ ਕਰਨ ਲਈ ਕੰਮ ਕਰੋ।

ਮੈਨੂੰ ਉਸ ਆਦਮੀ ਕੋਲੋਂ ਡਰ ਨਹੀਂ ਲੱਗਦਾ ਜਿਸ ਨੇ 10,000 ਕਿੱਕਾਂ ਦਾ ਅਭਿਆਸ ਇੱਕੋ ਵਾਰੀ ਕੀਤਾ ਹੋਵੇ ਪਰ ਮੈਂ ਉਸ ਇਨਸਾਨ ਤੋਂ ਬਹੁਤ ਡਰਦਾ ਹਾਂ ਜਿਸਨੇ ਇੱਕ ਕਿੱਕ ਦਾ ਅਭਿਆਸ 10,000 ਵਾਰੀ ਕੀਤਾ ਹੈ।

– ਬਰੂਸ ਲੀ

ਆਪਣੇ ਲਈ ਸਹੀ ਰੋਲ ਮਾਡਲ ਚੁਣੋ ਅਤੇ ਉੱਚ-ਮਾਪਦੰਡ ਸੈਟ ਕਰੋ। ਤੁਹਾਡੇ ਅੱਪਲਾਈਨ ਜਾਂ ਕੋਈ ਵੀ ਹੋਰ ਲੀਡਰ, ਜਿਸ ਵੀ ਰੈਂਕ ਜਾਂ ਇਨਕਮ 'ਤੇ ਹੋਣ, ਉਹ ਆਪਣੇ ਨਿੱਜੀ ਟੀਚਿਆਂ ਅਤੇ ਕਾਰਵਾਈਆਂ ਕਾਰਨ ਹਨ। ਜੇ ਤੁਸੀਂ ਆਪਣੇ ਆਲੇ-ਦੁਆਲੇ ਕੁੱਝ ਅਜਿਹੇ ਲੋਕਾਂ ਨੂੰ ਦੇਖਦੇ ਹੋ ਜੋ ਬਹੁਤ ਹੌਲੀ-ਹੌਲੀ ਵੱਧ ਰਹੇ ਹਨ ਅਤੇ ਕਾਫ਼ੀ ਸਮੇਂ ਤੋਂ ਹੇਠਲੇ ਰੈਂਕਾਂ 'ਤੇ ਹੀ ਹਨ ਤਾਂ ਇਹ ਉਨ੍ਹਾਂ ਲੋਕਾਂ ਦੀ ਕਮੀ ਕਾਰਨ ਹੈ ਨਾ ਕਿ ਇਸ ਬਿਜ਼ਨਿਸ ਦੀ ਕਮੀ ਕਾਰਨ। ਤੁਹਾਨੂੰ ਇਸ ਮਾਮਲੇ ਵਿੱਚ ਇੰਨਾਂ ਲੋਕਾਂ ਨੂੰ ਫ਼ਾਲੋ ਕਰਨ ਦੀ ਕੋਈ ਲੋੜ ਨਹੀਂ। ਆਪਣੀ ਕੰਪਨੀ ਦੇ ਸਭ ਤੋਂ ਜ਼ਿਆਦਾ ਆਮਦਨ ਕਮਾਉਣ ਵਾਲੇ ਲੀਡਰਾਂ ਨੂੰ ਤਲਾਸ਼ੋ ਅਤੇ ਉਨ੍ਹਾਂ ਤੋਂ ਅੱਗੇ ਵਧਣ ਦਾ ਯਤਨ ਕਰੋ। ਤੁਹਾਡਾ ਬਿਜ਼ਨਿਸ ਤੁਹਾਡੇ ਨਾਲ ਸ਼ੁਰੂ ਹੁੰਦਾ ਹੈ।

ਖੜ੍ਹੇ ਹੋਵੋ, ਦਲੇਰ ਬਣੋ, ਮਜ਼ਬੂਤ ਬਣੋ। ਸਾਰੀਆਂ ਜਿੰਮੇਵਾਰੀਆਂ ਆਪਣੇ ਮੋਢਿਆਂ 'ਤੇ ਚੁਕੋ ਅਤੇ ਜਾਣ ਲਓ ਕਿ ਤੁਸੀਂ ਆਪਣੀ ਕਿਸਮਤ ਦੇ ਨਿਰਮਾਤਾ ਹੋ।

– ਸੁਆਮੀ ਵਿਵੇਕਾਨੰਦ

ਅਭਿਆਸ ਅਤੇ ਧੀਰਜ ਤੁਹਾਨੂੰ ਸਿਖਰ 'ਤੇ ਲੈ ਜਾਂਦਾ ਹੈ

ਗੌਰਵ ਬਜਾਜ ਇੱਕ ਸਿਖਰਲੀ ਅਮਰੀਕੀ ਕੰਪਨੀ ਵਿੱਚ ਕਿੱਤੇ ਵਜੋਂ ਸੌਫ਼ਟਵੇਅਰ ਕੰਸਲਟੈਂਟ ਸਨ, ਜਿਨ੍ਹਾਂ ਨੂੰ ਮੈਂ ਸਾਲ 2007 ਵਿੱਚ ਬਿਜ਼ਨਿਸ ਅੰਦਰ ਲੈ ਕੇ ਆਇਆ। ਉਹ ਇੱਕ ਬਹੁਤ ਸ਼ਾਂਤ ਵਿਅਕਤੀ ਹਨ ਅਤੇ ਕੇਵਲ ਕੰਪਿਊਟਰ 'ਤੇ ਕੰਮ ਕਰਨਾ ਜਾਣਦੇ ਸਨ। ਉਨ੍ਹਾਂ ਦਾ ਸਾਰਾ ਸ਼ਰੀਰ ਪੇਸ਼ਕਾਰੀ ਵੇਲੇ ਕੰਬਦਾ ਅਤੇ ਪਸੀਨੇ ਨਾਲ ਗੜੁੱਚ ਹੋ ਜਾਂਦਾ ਸੀ। ਉਹ ਮੇਰੇ ਕੋਲੋਂ 300 ਕਿਲੋਮੀਟਰ ਦੀ ਦੂਰੀ 'ਤੇ ਸਨ ਅਤੇ ਆਪਣੀ ਪੇਸ਼ਕਾਰੀ ਰਿਕਾਰਡ ਕਰਿਆ ਕਰਦੇ ਸਨ ਤਾਂ ਜੋ ਮੈਂ ਬਾਅਦ ਵਿੱਚ ਉਨ੍ਹਾਂ ਨੂੰ ਆਪਣਾ ਫੀਡਬੈੱਕ ਦੇ ਸਕਾਂ। ਉਹ ਹਰ ਹਫਤੇ ਦੇ ਅੰਤ ਵਿੱਚ ਪਬਲਿਕ ਬਸਾਂ ਰਾਹੀਂ 14 ਘੰਟੇ ਸਫਰ ਕਰਦਾ ਸੀ ਇਹ ਸਿੱਖਣ ਲਈ ਕਿ ਕਿਵੇਂ ਇਸ ਬਿਜ਼ਨਿਸ ਵਿੱਚ ਸਫਲ ਹੋਇਆ ਜਾਵੇ। ਉਸਦੇ ਨਿਰੰਤਰ ਅਤੇ ਅਣਥੱਕ ਅਭਿਆਸ ਨਾਲ ਗੌਰਵ ਬਜਾਜ ਤਿੰਨ ਸਾਲਾਂ ਅੰਦਰ ਕੰਪਨੀ ਦੇ ਸਭ ਤੋਂ ਨੌਜਵਾਨ ਅਚੀਵਰ ਬਣ ਗਏ ਅਤੇ ਅੱਜ ਉਹ ਸੰਪੂਰਨ ਭਾਰਤ ਵਿੱਚ ਸਭ ਤੋਂ ਜ਼ਿਆਦਾ ਸਤਿਕਾਰਤ ਨੈੱਟਵਰਕ ਮਾਰਕੀਟਰਾਂ ਵਿੱਚੋਂ ਇੱਕ ਹਨ।

9. ਸਮਾਂ ਪ੍ਰਬੰਧਨ-ਤੁਹਾਨੂੰ ਜਿਤਾਉਣ ਵਾਲੀ ਸ਼ਕਤੀ

ਸਮਾਂ ਮੁੱਖ ਚੀਜ਼ ਨਹੀਂ ਹੈ। ਇਹ ਇੱਕੋ ਹੀ ਚੀਜ਼ ਹੈ।

– ਸਮਾਈਲਸ ਡੇਵੀ

ਸਾਡੇ ਸਾਰਿਆਂ ਕੋਲ ਉਹੀ 24 ਘੰਟੇ ਹੁੰਦੇ ਹਨ, ਅਤੇ ਸਾਡੀ ਸਫਲਤਾ ਇਸ ਗੱਲ 'ਤੇ ਨਿਰਭਰ ਕਰਦੀ ਹੈ ਕਿ ਅਸੀਂ ਉਨਾਂ 24 ਘੰਟਿਆਂ ਦੀ ਵਰਤੋਂ ਕਿਵੇਂ ਕਰਦੇ ਹਾਂ। ਤਕਨੋਲੋਜੀ, ਸੋਸ਼ਲ ਮੀਡੀਆ 'ਤੇ ਸਮਾਂ ਵਿਅਰਥ ਕਰਨ ਵਾਲੀਆਂ ਹਜ਼ਾਰਾਂ ਚੀਜ਼ਾਂ ਦੇ ਇਸ ਯੁਗ ਵਿੱਚ ਸਫਲਤਾ ਦਾ ਸਭ ਤੋਂ ਵੱਡਾ ਮੂਲ ਮੰਤਰ ਹੈ: ਸਮਾਂ ਪ੍ਰਬੰਧਨ ਜਾਂ ਟਾਈਮ ਮੈਨੇਜਮੈਂਟ। ਸਾਡੇ ਬਿਜ਼ਨਿਸ ਵਿੱਚ ਜ਼ਿਆਦਾ ਸਫਲਤਾ ਉਨ੍ਹਾਂ ਨੂੰ ਨਹੀਂ ਮਿਲਦੀ ਜੋ ਵੇਚਣ ਵਿੱਚ ਮਾਹਿਰ ਹਨ ਸਗੋਂ ਉਨ੍ਹਾਂ ਨੂੰ ਮਿਲਦੀ ਹੈ ਜੋ ਸਮੇਂ ਦਾ ਪ੍ਰਬੰਧਨ ਕਰਨ ਵਿੱਚ ਮਾਹਿਰ ਹਨ। ਸਮਾਂ ਪ੍ਰਬੰਧਨ ਕੁੱਝ ਹੋਰ ਨਹੀਂ ਹੈ, ਸਿਰਫ਼ ਆਪਣੀਆਂ ਗਤੀਵਿਧੀਆਂ ਨੂੰ ਤਰਜ਼ੀਹ ਅਨੁਸਾਰ ਕਰਨਾ ਅਤੇ ਯਕੀਨੀ ਬਣਾਉਣਾ ਹੈ ਕਿ ਸਭ ਤੋਂ ਪਹਿਲੇ ਸਭ ਤੋਂ ਮਹੱਤਵਪੂਰਨ ਕੰਮ ਨੂੰ ਖ਼ਤਮ ਕਰਾਂਗੇ ਫਿਰ ਉਸ ਤੋਂ ਬਾਅਦ ਹੋਰ ਚੀਜ਼ਾਂ। ਮੈਂ ਇਸ ਬਿਜ਼ਨਿਸ ਵਿੱਚ ਸਫਲ ਹੋਏ ਲੋਕਾਂ ਅੰਦਰ ਇੱਕ ਖ਼ਾਸੀਅਤ ਦੇਖੀ ਹੈ ਕਿ ਉਹ ਆਪਣੇ ਸਮੇਂ ਦਾ ਬਹੁਤ ਖ਼ਿਆਲ ਰੱਖਦੇ ਹਨ।

ਆਪਣੇ ਕੰਮ ਨਾਲ ਕੰਮ ਰੱਖੋ

ਮੁੱਖ ਗੱਲ ਇਹ ਹੈ ਕਿ ਮੁੱਖ ਚੀਜ਼ ਨੂੰ ਹੀ ਮੁੱਖ ਰੱਖਣਾ ਹੈ।

– ਸਟੀਫ਼ਨ ਆਰ. ਕੋਵੇ

ਹਮੇਸ਼ਾ ਯਾਦ ਰੱਖੋ ਕਿ ਅਸੀਂ ਇਹ ਬਿਜ਼ਨਿਸ ਕਿਉਂ ਸ਼ੁਰੂ ਕੀਤਾ ਸੀ: ਆਪਣੇ ਸੁਫਨਿਆਂ ਨੂੰ ਪੂਰਾ ਕਰਨ ਲਈ, ਅਮੀਰ ਬਣਨ ਲਈ, ਇੱਕ ਪਛਾਣ ਬਣਾਉਣ ਅਤੇ ਇੱਕ ਵਿਰਾਸਤ ਛੱਡ ਜਾਣ ਲਈ। ਵਿਡੰਬਨਾ ਇਹ ਹੈ ਕਿ ਜਿਵੇਂ ਹੀ ਬਿਜ਼ਨਿਸ ਅੱਗੇ ਵਧਦਾ ਹੈ ਤੇ ਉਹ ਇੱਕ ਟੀਮ ਬਣਾਉਣ ਲੱਗਦੇ ਹਨ। ਉਹ ਲੋਕ ਆਪਣਾ ਸਮਾਂ ਉਨ੍ਹਾਂ ਗਤੀਵਿਧੀਆਂ ਵਿੱਚ ਲਗਾਉਣਾ ਸ਼ੁਰੂ ਕਰ ਦਿੰਦੇ ਹਨ ਜੋ ਉਨ੍ਹਾਂ ਨੂੰ ਉਨ੍ਹਾਂ ਦੀ ਮੰਜ਼ਿਲ ਤੱਕ ਪਹੁੰਚਾਉਣ ਲਈ ਕੋਈ ਮਦਦ ਨਹੀਂ ਕਰਦੀਆਂ।

ਤੁਹਾਨੂੰ ਪਤਾ ਹੈ ਕਿ ਕੀ ਕਰਨ ਨਾਲ ਤੁਹਾਨੂੰ ਸਫਲਤਾ ਮਿਲੇਗੀ? ਨਵੇਂ ਲੋਕਾਂ ਨਾਲ ਗੱਲ ਕਰਨਾ, ਪਲਾਨ ਦਿਖਾਉਣਾ, ਜ਼ਿਆਦਾ ਵਿੱਕਰੀ ਕਰਨਾ, ਅੱਪਲਾਈਨਾਂ ਤੋਂ ਸਿੱਖਣਾ ਅਤੇ ਆਪਣੀ ਟੀਮ ਦੇ ਲੋਕਾਂ ਨੂੰ ਸਲਾਹ ਦੇਣਾ, ਲੋਕਾਂ ਨੂੰ ਆਪਣੇ ਇਵੈਂਟ ਵਿੱਚ ਸੱਦਾ ਦੇਣਾ ਅਤੇ ਆਪਣੀ ਟੀਮ ਲਈ ਇਵੈਂਟ ਆਯੋਜਿਤ ਕਰਨਾ। ਇਸ ਤੋਂ ਇਲਾਵਾ ਸਾਰੀਆਂ ਚੀਜ਼ਾਂ ਤੁਹਾਡਾ ਧਿਆਨ ਭਟਕਾਉਂਦੀਆਂ ਹਨ ਅਤੇ ਜ਼ਿਆਦਾਤਰ ਆਪਣੇ ਬੁਨਿਆਦੀ ਕੰਮ ਤੋਂ ਜ਼ਿਆਦਾ ਮਨਭਾਉਂਦੀਆਂ ਅਤੇ ਸੌਖੀਆਂ ਲੱਗਦੀਆਂ ਹਨ। ਜਦੋਂ ਤੁਸੀਂ ਇਸ ਰਾਹ 'ਤੇ ਚੱਲਣ ਲੱਗਦੇ ਹੋ ਤਾਂ ਤੁਹਾਨੂੰ ਬਹੁਤ ਸਾਰੇ ਲੋਕਾਂ ਦਾ ਸਾਥ ਅਤੇ ਦੋਸਤੀ ਮਿਲਣ ਲੱਗਦਾ ਹੈ।

ਉਨ੍ਹਾਂ ਲੋਕਾਂ ਦੀ ਵਜ੍ਹਾ ਨਾਲ ਆਪਣਾ ਰਾਹ ਨਾ ਬਦਲੋ ਜੋ ਆਪ ਸਹੀ ਰਾਹ 'ਤੇ ਨਹੀਂ ਹਨ।

– ਦੀਪਕ ਬਜਾਜ

ਸਮਾਂ ਬਰਬਾਦ ਕਰਨ ਵਾਲੀਆਂ ਗਤੀਵਿਧੀਆਂ

- ✓ ਸੋਸ਼ਲ ਮੀਡੀਆ/ਵਾਟਸਐਪ ਵਿੱਚ ਹੀ ਰੁੱਝੇ ਰਹਿਣਾ। ਸੋਸ਼ਲ ਮੀਡੀਆ ਤੁਹਾਡੇ ਬਿਜ਼ਨਿਸ ਨੂੰ ਵਧਾਉਣ ਵਿੱਚ ਮਦਦ ਕਰ ਸਕਦਾ ਹੈ, ਪਰ ਆਮ ਤੌਰ 'ਤੇ ਅਸੀਂ ਫ਼ੇਸਬੁੱਕ ਜਾਂ ਇੰਸਟਾਗ੍ਰਾਮ 'ਤੇ ਜਾਂਦੇ ਤਾਂ ਕੁੱਝ ਮਿੰਟਾਂ ਲਈ, ਪਰ ਉਸੇ ਵਿੱਚ ਘੰਟਿਆਬੱਧੀ ਸਮਾਂ ਵਤੀਤ ਕਰਨ ਲੱਗ ਜਾਂਦੇ ਹਾਂ ਜੋ ਕਿ ਨਹੀਂ ਕਰਨਾ ਚਾਹੀਦਾ।
- ✓ ਵਾਰ-ਵਾਰ ਸ਼ਿਕਾਇਤ ਕਰਨ ਵਾਲਿਆਂ ਦੇ ਵਿਅਰਥ ਮੁੱਦਿਆਂ ਨੂੰ ਸੁਲਝਾਉਂਦੇ ਰਹਿਣਾ। ਇਹ ਉਹੀ ਲੋਕ ਹਨ, ਜਿਨ੍ਹਾਂ ਦੀ ਹਮੇਸ਼ਾ ਇੱਕੋ ਤਰ੍ਹਾਂ ਦੀਆਂ, ਕਦੇ ਨਾ ਖ਼ਤਮ ਹੋਣ ਵਾਲੀਆਂ ਸ਼ਿਕਾਇਤਾਂ ਹੁੰਦੀਆਂ ਹਨ।
- ✓ ਦੂਜਿਆ ਲਈ ਉਹ ਕੰਮ ਕਰਦੇ ਹਨ ਜੋ ਉਨਾਂ ਨੂੰ ਆਪਣੇ ਲਈ ਕਰਨਾ ਚਾਹੀਦਾ ਹੈ। ਉਨ੍ਹਾਂ ਲੋਕਾਂ ਨੂੰ ਆਪਣੇ ਪੈਰਾਂ 'ਤੇ ਖੜ੍ਹੇ ਕਰੋ ਅਤੇ ਉਨ੍ਹਾਂ ਨੂੰ ਦੂਜਿਆਂ 'ਤੇ ਨਿਰਭਰ ਨਾ ਬਣਨ ਦਿਓ।
- ✓ ਹੋਰ ਕੰਪਨੀਆਂ ਬਾਰੇ ਚਰਚਾ ਕਰਦੇ ਰਹਿਣਾ। ਇਹ ਚਰਚਾ ਸਾਰੀ ਜ਼ਿੰਦਗੀ ਚੱਲਦੀ ਰਹਿੰਦੀ ਹੈ।
- ✓ ਵੱਧ ਤੋਂ ਵੱਧ ਲੋਕਾਂ ਨੂੰ ਇਵੈਂਟ ਵਿੱਚ ਬੁਲਾਉਣ ਦਾ ਕੰਮ ਛੱਡ ਕੇ ਇਵੈਂਟ ਆਯੋਜਿਤ ਕਰਨ 'ਤੇ ਧਿਆਨ ਕੇਂਦਰਿਤ ਕਰਨਾ।
- ✓ ਕਰਾਸਲਾਈਨਾਂ ਨਾਲ ਬਹੁਤ ਜ਼ਿਆਦਾ ਮਿਲਣਾ।
- ✓ ਉਨ੍ਹਾਂ ਲੋਕਾਂ ਨੂੰ ਆਪਣੇ ਪਲਾਨ ਦਿਖਾਉਣਾ, ਜਿਨ੍ਹਾਂ ਨੂੰ ਤੁਸੀਂ ਪਹਿਲਾਂ ਵੀ 4 ਤੋਂ 6 ਵਾਰੀ ਪਲਾਨ ਦਿਖਾ ਚੁੱਕੇ ਹੋ।
- ✓ ਅਜਿਹੇ ਕਈ ਮੁੱਦਿਆਂ ਵਿੱਚ ਬਿਨਾਂ ਮਤਲਬ ਦੇ ਰੁੱਝੇ ਰਹਿਣਾ, ਜਿਸਦਾ ਬਿਜ਼ਨਿਸ ਨਾਲ ਕੋਈ ਸੰਬੰਧ ਹੀ ਨਹੀਂ ਹੈ।

ਇਸ ਬਿਜ਼ਨਿਸ ਦੀ ਸਭ ਤੋਂ ਔਖੀ ਗੱਲ ਹੈ ਕਿ ਤੁਸੀਂ ਜੋ ਕਰਨ ਲਈ ਆਏ ਹੋ, ਉਸੇ 'ਤੇ ਆਪਣਾ ਧਿਆਨ ਕੇਂਦਰਿਤ ਰੱਖਣਾ।

– ਦੀਪਕ ਬਜਾਜ

ਇਸ ਬਿਜ਼ਨਿਸ ਵਿੱਚ ਸਫਲਤਾ ਦਾ ਕਾਰਨ ਆਪਣੇ ਟੀਚਿਆਂ 'ਤੇ ਧਿਆਨ ਕੇਂਦਰਿਤ ਰੱਖਣਾ ਹੈ। ਮੇਰੇ ਸਲਾਹਕਾਰ ਟੋਨੀ ਰੋਬਿਨਸ ਦਾ ਕਹਿਣਾ ਹੈ, "ਤੁਸੀਂ ਜਿਸ ਚੀਜ਼ 'ਤੇ ਧਿਆਨ ਲਗਾਉਂਦੇ ਹੋ, ਉਹੀ ਊਰਜਾ ਪ੍ਰਵਾਹਿਤ ਹੁੰਦੀ ਹੈ।" ਜਿੱਥੇ ਤੁਹਾਡਾ ਧਿਆਨ ਹੋਵੇਗਾ, ਉੱਥੇ ਹੀ ਤੁਹਾਡਾ ਸਮਾਂ, ਊਰਜਾ ਲੱਗੇਗੀ ਅਤੇ ਤੁਹਾਨੂੰ ਉੱਥੋਂ ਨਤੀਜੇ ਮਿਲਣ ਲੱਗਣਗੇ। ਜੇ ਤੁਸੀਂ ਬਿਜ਼ਨਿਸ ਵਿੱਚ ਧਿਆਨ ਲਗਾਉਂਦੇ ਹੋ, ਤਾਂ ਤੁਹਾਨੂੰ ਬਿਜ਼ਨਿਸ ਤੋਂ ਸਫਲਤਾ ਮਿਲਣ ਲੱਗੇਗੀ। ਤੁਹਾਨੂੰ ਆਪਣਾ ਧਿਆਨ ਹਮੇਸ਼ਾ ਆਪਣੇ ਬਿਜ਼ਨਿਸ 'ਤੇ ਹੀ ਕੇਂਦਰਿਤ ਰੱਖਣਾ ਚਾਹੀਦਾ ਹੈ ਪਰ ਕਦੇ-ਕਦੇ ਅਜਿਹੀਆਂ ਪ੍ਰਸਥਿਤੀਆਂ ਆਉਂਦੀਆਂ ਹਨ ਜਦੋਂ ਸਾਰੇ ਡਿਸਟ੍ਰੀਬਿਊਟਰ ਬਿਜ਼ਨਿਸ ਤੋਂ ਆਪਣਾ ਧਿਆਨ ਹਟਾ ਲੈਂਦੇ ਹਨ ਜਿਸ ਕਾਰਨ ਉਨ੍ਹਾਂ ਦਾ ਬਿਜ਼ਨਿਸ ਖ਼ਤਮ ਹੋਣਾ ਸ਼ੁਰੂ ਹੋ ਜਾਂਦਾ ਹੈ।

1. **ਬਿਜ਼ਨਿਸ ਦੇ ਸ਼ੁਰੂਆਤੀ ਦੌਰ ਵਿੱਚ ਤੁਸੀਂ ਪਾਰਟ ਟਾਈਮਰ ਹੁੰਦੇ ਹੋ:** ਪਹਿਲਾਂ ਤੋਂ ਹੀ ਆਪਣੀ ਜੌਬ ਜਾਂ ਕਿਸੇ ਕੰਮ ਵਿੱਚ ਰਹਿੰਦੇ ਹੋਏ ਤੁਸੀਂ ਆਪਣਾ ਨਵਾਂ ਬਿਜ਼ਨਿਸ ਸ਼ੁਰੂ ਕਰਦੇ ਹੋ। ਇਸ ਤੋਂ ਇਲਾਵਾ ਤੁਹਾਡੇ ਪਰਿਵਾਰ ਦੀਆਂ ਜ਼ਿੰਮੇਵਾਰੀਆਂ ਤੁਹਾਡੇ 'ਤੇ ਹਨ ਅਤੇ ਕੁੱਝ ਹੋਰ ਚੀਜ਼ਾਂ ਵੀ ਹਨ ਜੋ ਤੁਸੀਂ ਪਹਿਲਾਂ ਤੋਂ ਕਰਦੇ ਆ ਰਹੇ ਹੋ। ਇਨ੍ਹਾਂ ਸਾਰਿਆਂ ਦੇ ਵਿਚਕਾਰ, ਤੁਹਾਡੀ ਜ਼ਿੰਦਗੀ ਵਿੱਚ ਇੱਕ ਨਵਾਂ ਬਿਜ਼ਨਿਸ ਆ ਗਿਆ ਹੈ ਅਤੇ ਉਹ ਤੁਹਾਡੇ ਕੋਲੋਂ ਨਵੀਆਂ ਚੀਜ਼ਾਂ ਸਿੱਖਣ ਲਈ ਨਵੀਆਂ ਚੀਜ਼ਾਂ ਦੀ ਮੰਗ ਕਰਦਾ ਹੈ। ਤੁਸੀਂ ਉਨ੍ਹਾਂ ਵਿੱਚੋਂ ਕੁੱਝ ਚੀਜ਼ਾਂ ਪਸੰਦ ਨਹੀਂ ਕਰ ਰਹੇ ਹੋਵੋਗੇ, ਤਾਂ ਉਸਦੇ ਨਤੀਜੇ ਵੀ ਸ਼ੁਰੂਆਤ ਵਿੱਚ ਥੋੜ੍ਹੇ ਹੀ ਮਿਲਣਗੇ। ਅਜਿਹੇ ਹਾਲਾਤਾਂ ਵਿੱਚ ਆਪਣੀ ਰੋਜ਼ਾਨਾ ਵਚਨਬੱਧਤਾ ਨਾਲ ਨਵੇਂ ਮਾਰਕੀਟਿੰਗ ਬਿਜ਼ਨਿਸ 'ਚ ਫ਼ੋਕਸ ਕਰਨਾ ਅਤੇ ਉਸ ਨੂੰ ਅੱਗੇ ਵਧਾਉਣਾ ਥੋੜ੍ਹਾ ਮੁਸ਼ਕਿਲ ਹੁੰਦਾ ਹੈ। ਸ਼ੁਰੂਆਤੀ ਦਿਨਾਂ ਅੰਦਰ ਬਿਜ਼ਨਿਸ ਵਿੱਚ ਸਹੀ ਢੰਗ ਨਾਲ ਧਿਆਨ ਨਹੀਂ ਦੇਣ ਕਾਰਨ ਹੀ ਜ਼ਿਆਦਾਤਰ ਲੋਕਾਂ ਨੂੰ ਬਿਜ਼ਨਿਸ ਛੱਡਣਾ ਪੈਂਦਾ ਹੈ। ਵੀਕਐਂਡ ਦੌਰਾਨ ਆਪਣੇ ਬਿਜ਼ਨਿਸ ਨੂੰ ਵਧਾਉਣਾ ਅਤੇ ਇਸ 'ਤੇ ਧਿਆਨ ਕੇਂਦਰਿਤ ਕਰਨ ਵਿੱਚ ਉਦੋਂ ਤੱਕ ਕੋਈ ਸਮੱਸਿਆ ਨਹੀਂ ਆਉਂਦੀ, ਜਦੋਂ ਤੱਕ ਤੁਸੀਂ ਹਫਤੇ ਦੇ ਅੰਤ 'ਚ ਇਸ 'ਤੇ ਪੂਰਾ ਧਿਆਨ ਲਗਾ ਦਿੰਦੇ ਹੋ।
2. **ਜਦੋਂ ਤੁਹਾਡਾ ਬਿਜ਼ਨਿਸ ਤੁਹਾਡੇ ਬਿਨਾਂ ਵੀ ਆਪੇ ਵੱਧ ਰਿਹਾ ਹੁੰਦਾ ਹੈ:** ਇੱਕ ਅਜਿਹਾ ਸਮਾਂ ਵੀ ਆਵੇਗਾ ਜਦੋਂ ਤੁਹਾਡੇ ਸਰਗਰਮ ਹੋਏ ਬਿਨਾਂ ਵੀ ਤੁਹਾਡਾ ਬਿਜ਼ਨਿਸ ਆਪਣੇ-ਆਪ ਚੱਲਣ ਲੱਗੇਗਾ। ਜੇ ਤੁਸੀਂ ਪਰਸਨਲ ਸਪੌਂਸਰਿੰਗ ਕਰ ਕੇ ਆਪਣੀ ਨਵੀਂ ਟੀਮ ਬਣਾ ਰਹੇ ਹੋ ਤਾਂ ਤੁਸੀਂ ਉਸ ਵਿੱਚ ਵਿਅਸਤ ਹੋਵੋਗੇ, ਨਹੀਂ ਤਾਂ ਤੁਸੀਂ ਵਿਹਲੇ ਰਹੋਂਗੇ, ਜਦੋਂ ਤੁਸੀਂ ਆਪਣੇ-ਆਪ ਨੂੰ ਇੱਕ ਲੀਡਰ ਦੇ ਤੌਰ 'ਤੇ ਸਥਾਪਿਤ ਕਰ ਲਿਆ ਹੋਵੇ ਅਤੇ ਤੁਹਾਡੇ ਕੋਲ ਖ਼ਾਲੀ ਸਮਾਂ ਹੋਵੇ ਤਾਂ ਤੁਸੀਂ ਕਰਾਸਲਾਈਨ ਜਾਂ ਦੂਜੀਆਂ ਕੰਪਨੀਆਂ ਦੇ ਲੋਕਾਂ ਨਾਲ ਜਾਂ ਅਖੌਤੀ ਬੁੱਧੀਮਾਨ ਲੋਕਾਂ ਜਾਂ ਸਲਾਹਕਾਰਾਂ ਨਾਲ ਗੱਲਾਂ ਕਰਨ ਲੱਗਦੇ ਹੋ ਜੋ ਤੁਹਾਨੂੰ ਘੱਟ ਸਮੇਂ ਵਿੱਚ ਬਹੁਤ ਜ਼ਿਆਦਾ ਲਾਭਕਾਰੀ ਪੈਸਾ ਬਣਾਉਣ ਵਾਲੇ ਕਈ ਤਰੀਕੇ ਦੱਸਣਗੇ। ਇਹ ਲੋਕ ਹੌਲੀ-ਹੌਲੀ ਤੁਹਾਡੇ ਬਿਜ਼ਨਿਸ ਅੰਦਰ ਤੁਹਾਨੂੰ ਘੱਟ ਸਮਾਂ ਲਗਾਉਣ ਦੇਣਗੇ ਜਿਸ ਦੇ ਕਾਰਨ ਤੁਹਾਡਾ ਬਿਜ਼ਨਿਸ ਹੌਲੀ ਹੌਲੀ ਘੱਟਦਾ ਚਲਾ ਜਾਵੇਗਾ।

ਹਮੇਸ਼ਾ ਯਾਦ ਰੱਖੋ ਕਿ ਬਿਜ਼ਨਿਸ ਡਵੈਲਪਮੈਂਟ ਦੀ ਕਿਸੇ ਵੀ ਸਟੇਜ਼ 'ਤੇ ਆਪਣਾ ਧਿਆਨ ਬਿਜ਼ਨਿਸ 'ਤੇ ਕੇਂਦਰਿਤ ਕਰਕੇ ਹੀ ਰੱਖੋ। ਤੁਹਾਡਾ ਬਿਜ਼ਨਿਸ ਤੁਹਾਡੀ ਸਭ ਤੋਂ ਵੱਡੀ ਸੰਪੱਤੀ ਹੈ। ਇਸ ਨੂੰ ਬਿਨਾਂ ਧਿਆਨ ਭੰਗ ਕੀਤੇ ਸੰਭਾਲ ਕੇ ਰੱਖਣਾ ਚਾਹੀਦਾ ਹੈ।

ਆਪਣੇ ਦਿਨ ਦਾ ਵੱਧ ਤੋਂ ਵੱਧ ਫਾਇਦਾ ਲੈਣ ਲਈ, ਕਿਰਪਾ ਕਰਕੇ ਹੇਠਾਂ ਦਿੱਤੀਆਂ ਗੱਲਾਂ ਨੂੰ ਧਿਆਨ ਵਿੱਚ ਰੱਖੋ :

✓ ਸੋਸ਼ਲ ਮੀਡੀਆ ਲਈ ਆਪਣਾ ਸਮਾਂ ਨਿਰਧਾਰਿਤ ਕਰਕੇ ਰੱਖੋ ਅਤੇ ਉਸਦੀ ਪਾਲਣਾ ਕਰੋ।

- ✓ ਆਪਣੇ ਕੈਲੰਡਰ ਨੂੰ ਉਤਪਾਦਾਂ ਜਾਂ ਬਿਜ਼ਨਿਸ ਪੇਸ਼ਕਾਰੀਆਂ ਨੂੰ ਸਾਂਝਾ ਕਰਨ ਲਈ ਅਪੋਆਇੰਟਮੈਂਟਾਂ ਨਾਲ ਭਰ ਦਿਓ।
- ✓ ਉਨ੍ਹਾਂ ਲੋਕਾਂ ਤੋਂ ਦੂਰ ਰਹੋ ਜੋ ਤੁਹਾਡਾ ਸਮਾਂ ਬਰਬਾਦ ਕਰਦੇ ਹਨ।
- ✓ ਆਪਣੇ ਬਿਜ਼ਨਿਸ ਨੂੰ ਗਤੀ ਦਿਓ ਅਤੇ ਇੰਨਾ ਕੰਮ ਤਿਆਰ ਕਰਕੇ ਰੱਖੋ ਕਿ ਤੁਹਾਨੂੰ ਇੱਕੋ ਹੀ ਸਮੇਂ ਅੰਦਰ ਦੋ ਲੋਕ ਮਦਦ ਮੰਗਣ ਲਈ ਜਾਂ ਇਵੈਂਟ ਵਿੱਚ ਸ਼ਾਮਿਲ ਹੋਣ ਲਈ ਕਾਲ ਕਰਨ। ਫਿਰ ਉਨ੍ਹਾਂ ਵਿੱਚੋਂ ਤੁਸੀਂ ਚੁਣੋ ਕਿ ਕਿਸ ਨੂੰ ਤੁਹਾਡੇ ਸਮੇਂ ਦੀ ਵੱਧ ਲੋੜ ਹੈ। **ਆਪਣੀ ਟੀਮ ਨੂੰ ਇਹ ਸਿੱਖਾਓ ਕਿ ਉਹ ਤੁਹਾਡਾ ਸਮਾਂ ਲੈਣ ਦੇ ਯੋਗ ਬਣੇ।**
- ✓ **ਸਾਰੇ ਦਿਨ ਲਈ ਆਪਣੇ ਦੋ ਮੁੱਖ ਕੰਮਾਂ ਨੂੰ ਯਾਦ ਰੱਖੋ – ਵੱਧ ਤੋਂ ਵੱਧ ਕਾਲ ਕਰੋ ਅਤੇ ਜ਼ਿਆਦਾ ਤੋਂ ਜ਼ਿਆਦਾ ਪੇਸ਼ਕਾਰੀਆਂ ਦਿਖਾਓ।**

ਸਾਡੀਆਂ ਨਵੀਨਤਮ ਸਮਾਂ ਪ੍ਰਬੰਧਨ ਤਕਨੀਕਾਂ ਨੂੰ www.deepakbajaj.biz ’ਤੇ ਦੇਖੋ।

ਪ੍ਰੋਡਕਟੀਵਿਟੀ ਅਚਨਚੇਤ ਤਾਂ ਨਹੀਂ ਆਉਂਦੀ। ਇਹ ਹਮੇਸ਼ਾ ਉੱਤਮਤਾ ਲਈ ਵਚਨਬੱਧਤਾ, ਬੁੱਧੀਮਤਾ ਨਾਲ ਕੀਤੀ ਗਈ ਪਲਾਨਿੰਗ ਅਤੇ ਧਿਆਨ ਕੇਂਦਰਿਤ ਯਤਨਾਂ ਦਾ ਹੀ ਨਤੀਜਾ ਹੁੰਦੀ ਹੈ।

– ਪਾੱਲ ਜੇ. ਮੇਅਰ

ਸਮਾਂ ਪ੍ਰਬੰਧਨ ਇੱਕ ਸਿੱਖਣ ਯੋਗ ਹੁਨਰ ਹੈ

ਮੇਰੇ ਇੱਕ ਜਿਗਰੀ ਦੋਸਤ ਹਨ ਸ਼੍ਰੀ ਵਿਕਾਸ ਗਰਗ ਅਤੇ ਉਹ ਪੰਜਾਬ, ਭਾਰਤ ਵਿੱਚ ਮੇਰੇ ਬਿਜ਼ਨਿਸ ਸਹਿਕਰਮੀ ਹਨ। ਜਦੋਂ ਉਹ ਮੈਨੂੰ ਸਾਲ 2007 ਅੰਦਰ ਮਿਲੇ ਸਨ, ਤਾਂ ਉਹ ਪਿਛਲੇ ਦੋ ਦਹਾਕਿਆਂ ਤੋਂ ਇੱਕ ਸਫਲ ਬਿਜ਼ਨਿਸਮੈਨ ਸਨ। ਉਨ੍ਹਾਂ ਨੂੰ ਆਪਣਾ ਪੁਰਾਣਾ ਬਿਜ਼ਨਿਸ ਬੰਦ ਕਰਨ ਵਿੱਚ ਤਕਰੀਬਨ ਤਿੰਨ ਸਾਲ ਲੱਗੇ ਅਤੇ ਹੁਣ ਉਹ ਮੇਰੇ ਨਾਲ ਨੈੱਟਵਰਕ ਮਾਰਕੀਟਿੰਗ ਬਿਜ਼ਨਿਸ ਵਿੱਚ ਫੁੱਲ-ਟਾਈਮਰ ਹਨ। ਆਪਣੇ ਇਸ ਨਿਰਣੇ ਦੇ ਤਿੰਨ ਸਾਲ ਦੇ ਅੰਦਰ ਉਨ੍ਹਾਂ ਨੇ ਆਪਣੀ ਫੈਕਟਰੀਆਂ ਦੇ ਮੁਕਾਬਲੇ ਨੈੱਟਵਰਕ ਮਾਰਕੀਟਿੰਗ ਬਿਜ਼ਨਿਸ ਕੋਲੋਂ 10 ਗੁਣਾ ਆਮਦਨ ਜ਼ਿਆਦਾ ਕਮਾਉਣ ਲੱਗੇ ਅਤੇ ਉਹ ਵੀ ਬਹੁਤ ਸ਼ਾਂਤੀ ਅਤੇ ਖ਼ੁਸ਼ੀ ਨਾਲ। ਉਹ ਇੱਕ ਸਰਗਰਮ ਸਿਆਸਤਦਾਨ ਵੀ ਹਨ। ਸਮਾਜਿਕ ਸੇਵਾ ਸੰਸਥਾਵਾਂ ਨਾਲ ਵੀ ਐਕਟਿਵ ਤੌਰ ’ਤੇ ਜੁੜੇ ਹੋਏ ਹਨ, ਉਨ੍ਹਾਂ ਦਾ ਇੱਕ ਵੱਡਾ ਸੰਯੁਕਤ ਪਰਿਵਾਰ ਹੈ ਅਤੇ ਉਹ ਸਮਾਜਿਕ ਖੇਤਰ ਅੰਦਰ ਬਹੁਤ ਐਕਟਿਵ ਹਨ। ਇਸ ਬਿਜ਼ਨਿਸ ਵਿੱਚ ਉਨ੍ਹਾਂ ਦੀ ਸਫਲਤਾ ਇੱਕ ਜਿਉਂਦੀ-ਜਾਗਦੀ ਮਿਸਾਲ ਹੈ ਕਿ ਅਸੀਂ ਆਪਣੇ ਸਮਾਂ ਪ੍ਰਬੰਧਨ ਦੇ ਹੁਨਰ ਨੂੰ ਸਹੀ ਤਰੀਕੇ ਨਾਲ ਵਿਕਸਤ ਕਰ ਕੇ ਜੋ ਕੁੱਝ ਕਰਨਾ ਚਾਹੁੰਦੇ ਹਾਂ ਉਹ ਸਾਰਾ ਕੁੱਝ ਕਰ ਸਕਦੇ ਹਾਂ।

10. ਰੋਜ਼ਾਨਾ ਦੀਆਂ ਚੋਣਾਂ: ਸਫਲਤਾਵਾਂ ਦੇ ਅਣਡਿੱਠੇ ਪਹਿਲੂ

ਤੁਹਾਡੀ ਜਿੰਦਗੀ ਵਿੱਚ ਹਰ ਚੀਜ਼ ਤੁਹਾਡੇ ਵੱਲੋਂ ਕੀਤੀਆਂ ਗਈਆਂ ਚੋਣਾਂ ਦਾ ਪ੍ਰਤਿਬਿੰਬ ਹਨ। ਜੇ ਤੁਸੀਂ ਵੱਖਰੇ ਨਤੀਜੇ ਚਾਹੁੰਦੇ ਹੋ, ਤਾਂ ਵੱਖਰੀਆਂ ਚੋਣਾਂ ਕਰੋ।

– ਦੀਪਕ ਬਜਾਜ

ਅਸੀਂ ਸਾਰੇ ਜੀਵਨ ਅੰਦਰ ਵੱਡੇ ਨਿਰਣੇ ਲੈਣ ਵਿੱਚ ਬਹੁਤ ਚੰਗੇ ਹੁੰਦੇ ਹਾਂ, ਪਰ ਸਾਡੇ ਵਿੱਚੋਂ ਜ਼ਿਆਦਾਤਰ ਲੋਕ ਹਰ ਦਿਨ ਸਾਹਮਣੇ ਆਉਣ ਵਾਲੀਆਂ, ਮਾਮੂਲੀ ਜਿਹੀਆਂ ਲੱਗਣ ਵਾਲੀਆਂ ਪ੍ਰਸਥਿਤੀਆਂ ਵਿੱਚ ਸਹੀ ਨਿਰਣਾ ਨਹੀਂ ਲੈ ਪਾਉਂਦੇ। ਦਰਅਸਲ, ਇਹੀ ਉਹ ਨਿਰਣੇ ਹੁੰਦੇ ਹਨ ਜੋ ਭਵਿੱਖ ਨੂੰ ਪਰਿਭਾਸ਼ਤ ਕਰਦੇ ਹਨ। ਇਹ ਅਧਿਆਇ ਤੁਹਾਨੂੰ ਰੋਜ਼ਾਨਾ ਸਹੀ ਚੋਣਾਂ ਕਰਨ ਲਈ ਸ਼ਕਤੀ ਪ੍ਰਦਾਨ ਕਰੇਗਾ, ਜਿਸ ਨਾਲ ਤੁਸੀਂ ਜੇਤੂ ਬਣ ਜਾਵੋਗੇ।

ਮੈਂ ਜੀਵਨ ਵਿੱਚ ਸਫਲਤਾ ਨੂੰ 3 ਕਦਮਾਂ ਦੀ ਪ੍ਰਕਿਰਿਆ ਵਿੱਚ ਸਰਲ ਬਣਾਇਆ ਹੈ:

ਜੋ ਵੀ ਚੀਜ਼ਾਂ ਤੁਹਾਡੇ ਦਿਲ ਦੇ ਬਹੁਤ ਨੇੜੇ ਹਨ ਅਤੇ ਜਿਨ੍ਹਾਂ ਨੂੰ ਤੁਸੀਂ ਕੁੱਝ ਮਹੀਨਿਆਂ ਤੋਂ ਲੈ ਕੇ ਕੁੱਝ ਸਾਲਾਂ ਅੰਦਰ ਪ੍ਰਾਪਤ ਕਰਨਾ ਚਾਹੁੰਦੇ ਹੋ, ਉਨ੍ਹਾਂ ਨੂੰ ਛੇਤੀ ਨਾਲ ਲਿਖ ਲਓ। ਤੁਸੀਂ ਜਿੰਨੀ ਵੀ ਵੱਡੀ ਸੂਚੀ ਬਣਾਉਣਾ ਚਾਹੁੰਦੇ ਹੋ, ਬਣਾਓ ਅਤੇ ਆਪਣੀਆਂ ਚੋਟੀ ਦੇ 3 ਮੁੱਖ ਟੀਚਿਆਂ ਦੀ ਚੋਣ ਕਰੋ ਜਿਨ੍ਹਾਂ ਬਾਰੇ ਤੁਸੀਂ ਸਭ ਤੋਂ ਜ਼ਿਆਦਾ ਗੰਭੀਰ ਹੋ, ਹੁਣ ਆਪਣੀਆਂ ਰੋਜ਼ਾਨਾ ਦੀਆਂ ਗਤੀਵਿਧੀਆਂ ਬਾਰੇ ਲਿਖ ਲਓ, ਜੋ ਤੁਹਾਨੂੰ ਆਪਣੇ ਟੀਚੇ ਨੂੰ ਪ੍ਰਾਪਤ ਕਰਨ ਵਿੱਚ ਮਦਦ ਕਰਨਗੀਆਂ, ਉਨ੍ਹਾਂ ਨੂੰ ਤੁਸੀਂ ਅੱਜ ਤੋਂ ਹੀ ਕਰਨਾ ਸ਼ੁਰੂ ਕਰ ਦਿਓ।

ਤੁਸੀਂ ਮੈਨੂੰ ਆਪਣਾ ਰੋਜ਼ਾਨਾ ਦਾ ਕਾਰਜਕ੍ਰਮ ਦਿਖਾਓ ਅਤੇ ਮੈਂ ਤੁਹਾਡੀਆਂ ਤਰਜੀਹਾਂ ਅਤੇ ਪ੍ਰਾਪਤੀਆਂ ਦਾ ਆਕਾਰ ਦੱਸ ਦਿਆਗਾਂ।

– ਦੀਪਕ ਬਜਾਜ

ਇੱਕ ਜੇਤੂ ਅਤੇ ਬਾਕੀ ਲੋਕਾਂ ਵਿਚਕਾਰ ਇੱਕੋ ਹੀ ਚੀਜ਼ ਦਾ ਫ਼ਰਕ ਹੈ - ਇਹ ਲੋਕ ਰੋਜ਼ ਕੀ ਕੰਮ ਕਰਦੇ ਹਨ। ਅਸਲ ਵਿੱਚ ਲੋਕ ਅਸਫਲ ਇਸ ਲਈ ਹੁੰਦੇ ਹਨ ਕਿਉਂ ਕਿ ਉਹ ਲੋਕ ਉਹ ਸਾਰੀਆਂ ਚੀਜ਼ਾਂ ਨਹੀਂ ਕਰਦੇ ਜੋ ਸਫਲਤਾ ਲਈ ਜ਼ਰੂਰੀ ਹਨ। ਅਸਫਲ ਹੋਣ ਵਾਲੇ ਇਹ ਸਾਰੀਆਂ ਚੀਜ਼ਾਂ ਇਸ ਲਈ ਨਹੀਂ ਕਰਦੇ, ਕਿਉਂ ਕਿ ਉਹ ਇੰਨਾਂ ਚੀਜ਼ਾਂ ਨੂੰ ਪਸੰਦ ਨਹੀਂ ਕਰਦੇ। ਉੱਥੇ ਦੂਜੇ ਪਾਸੇ, ਜੇਤੂ ਹਮੇਸ਼ਾ ਸਫਲ ਹੁੰਦੇ ਹਨ ਕਿਉਂ ਕਿ ਉਹ ਉਹੀ ਸਾਰੀਆਂ ਚੀਜ਼ਾਂ ਕਰਦੇ ਹਨ ਜੋ ਉਨ੍ਹਾਂ ਦੀ ਸਫਲਤਾ ਲਈ ਜ਼ਰੂਰੀ ਹਨ। ਜੇਤੂ ਵੀ ਉਹ ਸਾਰੀਆਂ ਚੀਜ਼ਾਂ ਨਹੀਂ ਕਰਨਾ ਚਾਹੁੰਦੇ, ਪਰ ਉਹ ਫਿਰ ਵੀ ਕਰਦੇ ਹਨ। ਜੇਤੂ ਸਫਲ ਹੋਣ ਲਈ ਸਾਰਾ ਕੁੱਝ ਕਰਨ ਲਈ ਵਚਨਬੱਧ ਹੁੰਦੇ ਹਨ, ਉਹ ਆਪਣੇ ਹਰ ਦਿਨ ਦਾ

ਸਹੀ ਇਸਤੇਮਾਲ ਕਰਦੇ ਹਨ ਅਤੇ ਇਸ ਨਾਲ ਫ਼ਰਕ ਪੈਂਦਾ ਹੈ।

ਦੋ ਸੜਕਾਂ ਜੰਗਲ ਵੱਲ ਜਾ ਰਹੀਆਂ ਸਨ ਅਤੇ ਮੈਂ ਉਹ ਸੜਕ ਚੁਣੀ ਜਿਸ 'ਤੇ ਘੱਟ ਲੋਕ ਗਏ ਸਨ ਅਤੇ ਉਸੇ ਦੀ ਵਜ੍ਹਾ ਨਾਲ ਸਾਰਾ ਫ਼ਰਕ ਪੈ ਗਿਆ।

– ਰੋਬਰਟ ਫਰਾਸਟ

ਤੁਸੀਂ ਹਰ ਦਿਨ ਸਹੀ ਵਿਕਲਪਾਂ ਦੀ ਚੋਣ ਕਰਕੇ ਆਪਣੇ ਸੁਫਨਿਆਂ ਨੂੰ ਪੂਰਾ ਕਰ ਸਕਦੇ ਹੋ। ਅਗਲੇ ਇੱਕ ਸਾਲ ਲਈ ਤੁਸੀਂ ਇਸ ਬਿਜ਼ਨਿਸ ਨੂੰ ਆਪਣੇ ਜੀਵਨ ਦੇ ਕੇਂਦਰ ਵਿੱਚ ਰੱਖੋ ਅਤੇ ਆਪਣੇ ਰੋਜ਼ਾਨਾ ਦੇ ਕਾਰਜਕ੍ਰਮ ਨੂੰ ਇਸ ਤਰ੍ਹਾਂ ਬਣਾਓ ਕਿ ਤੁਸੀਂ ਆਪਣੇ ਸੁਫਨਿਆਂ ਲਈ ਵੱਧ ਸਮਾਂ ਕੱਢ ਸਕੋ। ਮੈਂ ਵੀ ਬਿਲਕੁਲ ਇਹੀ ਕੀਤਾ ਸੀ ਜਦੋਂ ਮੈਂ 2007 ਅੰਦਰ ਮੇਰਾ ਨੈੱਟਵਰਕ ਮਾਰਕੀਟਿੰਗ ਬਿਜ਼ਨਿਸ ਸ਼ੁਰੂ ਕੀਤਾ ਸੀ। ਮੈਨੂੰ ਸਾਫ਼-ਸਾਫ਼ ਪਤਾ ਸੀ ਕਿ ਮੇਰਾ ਨੈੱਟਵਰਕ ਮਾਰਕੀਟਿੰਗ ਬਿਜ਼ਨਿਸ ਮੇਰੀ ਸਭ ਤੋਂ ਵੱਡੀ ਤਰਜੀਹ ਹੈ ਅਤੇ ਮੈਂ ਬਾਕੀ ਦੀਆਂ ਸਾਰੀਆਂ ਗਤੀਵਿਧੀਆਂ ਨੂੰ ਇਸ ਦੇ ਆਲੇ-ਦੁਆਲੇ ਹੀ ਬਣਾਇਆ ਸੀ। ਮੈਂ ਆਪਣੀਆਂ ਰੋਜ਼ਾਨਾ ਚੋਣਾਂ ਕਿਵੇਂ ਕੀਤੀਆਂ ਇਸ ਦੀਆਂ ਕੁੱਝ ਮਿਸਾਲਾਂ ਹੇਠਾਂ ਦਿੱਤੀਆ ਗਈਆਂ ਹਨ:

✓ ਕਿਉਂ ਕਿ ਮੇਰਾ ਜ਼ਿਆਦਾਤਰ ਬਿਜ਼ਨਿਸ ਵੀਕਐਂਡ 'ਤੇ ਹੁੰਦਾ ਸੀ, ਇਸ ਲਈ ਮੈਂ ਕਦੇ ਵੀਕਐਂਡ 'ਤੇ ਕਿਸੇ ਵੀ ਸਮਾਜਿਕ ਸਮਾਗਮ ਵਿੱਚ ਸ਼ਾਮਿਲ ਨਹੀਂ ਹੋਇਆ।

✓ ਮੈਂ ਵੀਕਐਂਡ 'ਤੇ ਆਪਣਾ ਕੋਈ ਪਰਿਵਾਰਕ ਸਮਾਗਮ ਨਹੀਂ ਰੱਖਿਆ।

✓ ਜੇ ਕਿਸੇ ਬਿਜ਼ਨਿਸ ਸੈਮੀਨਾਰ/ਮੀਟਿੰਗਾਂ ਜਾਂ ਕੋਈ ਜਨਮਦਿਨ ਦੀ ਪਾਰਟੀ/ ਵਿਆਹ ਦੇ ਰਿਸੈਪਸ਼ਨ 'ਤੇ ਜਾਣ ਲਈ ਮੈਨੂੰ ਕਿਸੇ ਇੱਕ ਨੂੰ ਚੁਣਨਾ ਸੀ, ਤਾਂ ਬੇਸ਼ੱਕ ਮੈਂ ਹਰ ਵਾਰ ਬਿਜ਼ਨਿਸ ਮੀਟਿੰਗ ਜਾਂ ਸੈਮੀਨਾਰ ਵਿੱਚ ਹੀ ਸ਼ਾਮਿਲ ਹੋਇਆ।

✓ ਕਿਉਂ ਕਿ ਮੈਨੂੰ ਪਤਾ ਸੀ ਕਿ ਮੇਰੇ ਬਿਜ਼ਨਿਸ ਵਿੱਚ ਸਫਲਤਾ ਇਸ ਗੱਲ 'ਤੇ ਨਿਰਭਰ ਕਰਦੀ ਹੈ ਕਿ ਮੈਂ ਹਰ ਰੋਜ਼ ਕਿੰਨੇ ਪਲਾਨ ਦਿਖਾ ਸਕਦਾ ਹਾਂ, ਇਸ ਲਈ ਵੱਧ ਤੋਂ ਵੱਧ ਪਲਾਨ ਦਿਖਾਉਣਾ ਮੇਰੇ ਸਾਰੇ ਦਿਨ ਦੀ ਸਭ ਤੋਂ ਪਹਿਲੀ ਜ਼ਿੰਮੇਵਾਰੀ ਹੁੰਦੀ ਸੀ।

✓ ਮੈਂ ਸਮਝ ਗਿਆ ਸੀ ਕਿ ਮੇਰੇ ਬਿਜ਼ਨਿਸ ਲਈ ਨਵੇਂ ਲੋਕਾਂ ਦੀ ਨਿਰੰਤਰ ਲੋੜ ਹੈ, ਅਤੇ ਮੇਰੀ ਲਿਸਟ ਅੰਦਰ ਕਈ ਲੋਕਾਂ ਦੇ ਨਾਮ ਜੋੜਨੇ ਹਨ, ਇਸ ਲਈ ਮੈਂ ਅਜਨਬੀਆਂ ਨਾਲ ਗੱਲਾਂ ਕਰਨ ਦੀ ਨਵੀਂ ਆਦਤ ਪਾ ਲਈ ਅਤੇ ਹਰ ਦਿਨ ਇੱਕ ਨਵਾਂ ਰਿਸ਼ਤਾ ਬਣਾਉਣਾ ਸ਼ੁਰੂ ਕੀਤਾ।

✓ ਮੈਂ ਕਿਸ ਤਰ੍ਹਾਂ ਦਿਖਦਾਂ ਹਾਂ, ਇਹ ਮੇਰੀ ਮੀਟਿੰਗ ਦਾ ਲੋੜੀਂਦਾ ਹਿੱਸਾ ਹੈ, ਤਾਂ ਮੈਂ ਫ਼ੋਰਮਲ ਕੱਪੜੇ ਪਾਉਣੇ ਸ਼ੁਰੂ ਕੀਤੇ। ਘਰ ਤੋਂ ਨਿਕਲਣ ਸਮੇਂ ਚੰਗਾ ਅਤੇ ਪ੍ਰਭਾਵੀ ਤੌਰ 'ਤੇ ਦਿਖਣਾ ਮੇਰੇ ਜੀਵਨ ਦਾ ਅਟੁੱਟ ਹਿੱਸਾ ਬਣ ਗਿਆ ਹੈ।

✓ ਮੈਨੂੰ ਜਦੋਂ ਕਿਤਾਬਾਂ ਪੜ੍ਹਨ ਦੀ ਮਹੱਤਤਾ ਦਾ ਪਤਾ ਚੱਲਿਆ ਤਾਂ ਮੈਂ ਸਫਲਤਾ ਪਾਉਣ ਲਈ ਆਪਣੇ ਦਿਮਾਗ ਨੂੰ ਤਿਆਰ ਕਰਨਾ ਸ਼ੁਰੂ ਕੀਤਾ ਅਤੇ ਹਰ ਰੋਜ਼ ਘੱਟੋ-ਘੱਟ 15 ਤੋਂ 30 ਮਿੰਟ ਪੜ੍ਹਨ ਦੀ ਆਦਤ ਪਾ ਲਈ ਹੈ।

✓ ਮੈਂ ਪ੍ਰੋਗਰਾਮਾਂ ਵਿੱਚ ਸਮੇਂ ਸਿਰ ਪਹੁੰਚਦਾ ਸੀ ਅਤੇ ਹਰ ਪ੍ਰੋਗਰਾਮ ਵਿੱਚ ਮੂਹਰਲੀ ਕਤਾਰ ਵਿੱਚ ਹੀ ਬੈਠਦਾ ਸੀ। ਮੈਂ ਹਰ ਪ੍ਰੋਗਰਾਮ ਵਿੱਚ ਮੇਰੀ ਟੀਮ ਦੇ ਸਾਥੀਆਂ ਨੂੰ ਲੈ ਕੇ ਜਾਂਦਾ ਸੀ।

✓ ਮੈਂ ਆਪਣੇ ਲਈ ਟੀਚੇ ਲਿਖੇ ਸਨ ਅਤੇ ਉਨ੍ਹਾਂ ਨੂੰ ਆਪਣੇ ਘਰ ਵਿੱਚ ਉਸ ਥਾਂ 'ਤੇ ਚਿਪਕਾਇਆ ਜਿੱਥੇ ਮੈਂ ਉਨ੍ਹਾਂ ਨੂੰ ਹਰ ਰੋਜ਼ ਕਈ-ਕਈ ਵਾਰ ਦੇਖ ਸਕਾਂ।

ਤੁਹਾਡਾ ਕੈਲੰਡਰ ਤੁਹਾਡੀਆਂ ਤਰਜੀਹਾਂ ਬਾਰੇ ਦੱਸਦਾ ਹੈ।

– ਦੀਪਕ ਬਜਾਜ

ਮੇਰਾ ਕੈਲੰਡਰ ਹਰ ਇੱਕ ਦਿਨ ਦੀਆਂ ਸਾਰੀਆਂ ਗਤੀਵਿਧੀਆਂ ਨਾਲ ਭਰਿਆ ਹੁੰਦਾ ਸੀ, ਇਸ ਨਾਲ ਮੈਨੂੰ ਬਹੁਤ ਸਫਲਤਾ ਮਿਲੀ। ਹੁਣ ਸਮਾਂ ਆ ਗਿਆ ਹੈ ਕਿ ਤੁਸੀਂ ਆਪਣੇ ਲਈ ਕੁੱਝ ਕਮਾਲ ਦਾ ਲੱਭੋ, ਇਸ ਨੂੰ ਮੈਂ **P.D.A.** (ਪੀ.ਡੀ.ਏ.) ਕਹਿੰਦਾ ਹਾਂ – **Primary Daily Actions** (ਰੋਜ਼ਾਨਾ ਦੀਆਂ ਮੁੱਢਲੀਆਂ ਕਾਰਵਾਈਆਂ)। ਤੁਸੀਂ ਇਸ ਬਿਜ਼ਨਿਸ ਦੇ ਆਪਣੇ ਟੀਚਿਆਂ ਨੂੰ ਜਾਣਦੇ ਹੋ। ਹੁਣ ਤੁਸੀਂ ਨਿਰਧਾਰਿਤ ਕਰੋ ਕਿ ਅੱਜ ਤੋਂ ਹਰ ਦਿਨ ਤੁਸੀਂ ਕਿਹੜੇ ਅਜਿਹੇ ਕੰਮ ਕਰਨੇ ਹਨ, ਜਿਸ ਨਾਲ ਤੁਸੀਂ ਆਪਣੇ ਟੀਚਿਆਂ ਨੂੰ ਹਾਸਿਲ ਕਰ ਸਕੋ। ਜੇ ਤੁਸੀਂ ਇਹ ਨਿਰਧਾਰਿਤ ਕਰ ਲਿਆ ਤਾਂ ਸਮਝ ਲਓ ਕਿ ਅੱਧੀ ਜੰਗ ਜਿੱਤ ਲਈ ਹੈ। ਇਨ੍ਹਾਂ ਰੋਜ਼ਾਨਾ ਦੀਆਂ ਕਾਰਵਾਈਆਂ ਦੀ ਸੂਚੀ ਵਿੱਚੋਂ ਤਿੰਨ ਕੰਮਾਂ ਨੂੰ ਚੁਣ ਲਓ ਜੋ ਸਭ ਤੋਂ ਜ਼ਿਆਦਾ ਜ਼ਰੂਰੀ ਹਨ, ਇਸ ਨਾਲ ਤੁਸੀਂ ਆਪਣੇ ਟੀਚੇ ਪਾ ਸਕਦੇ ਹੋ ਅਤੇ ਇਹੀ ਤੁਹਾਡੀ ਰੋਜ਼ਾਨਾ ਦੀਆਂ ਮੁੱਢਲੀਆਂ ਕਾਰਵਾਈਆਂ (ਪੀ.ਡੀ.ਏ.) ਹਨ। ਆਪਣੀਆਂ ਤਿੰਨ ਪੀ.ਡੀ.ਏ. ਲਿਖ ਲਓ ਅਤੇ ਇਨ੍ਹਾਂ ਨੂੰ ਹਰ ਦਿਨ ਕਰਨ ਲਈ ਜ਼ਿੱਦੀ ਅਤੇ ਜਨੂੰਨੀ ਹੋ ਜਾਓ।

ਦੇਖਣ ਵਿੱਚ ਇਹ ਰੋਜ਼ਾਨਾ ਦੀਆਂ ਕਾਰਵਾਈਆਂ ਛੋਟੀਆਂ, ਮਹੱਤਵਹੀਣ ਅਤੇ ਬੋਰਿੰਗ ਲੱਗ ਸਕਦੀਆਂ ਹਨ। ਕੁੱਝ ਦਿਨਾਂ ਤੱਕ ਨਿਰੰਤਰ ਸਾਡੇ ਹਰ ਦਿਨ ਦੇ ਇਹੀ ਕੰਮ ਇਹ ਨਿਰਧਾਰਿਤ ਕਰਦੇ ਹਨ ਕਿ ਅਸੀਂ ਕਿਸ ਤਰ੍ਹਾਂ ਦੀ ਜ਼ਿੰਦਗੀ ਅਤੇ ਜੀਵਨਸ਼ੈਲੀ ਪ੍ਰਾਪਤ ਕਰਾਂਗੇ। ਹਰ ਦਿਨ ਦੀ ਸਾਡੀ ਪਸੰਦ ਇੱਕ ਸਮੇਂ ਤੋਂ ਬਾਅਦ ਮਿਸ਼ਰਿਤ ਧਨ ਦੇ ਰੂਪ ਵਿੱਚ ਤਬਦੀਲ ਹੋ ਕੇ ਆਉਣ ਵਾਲੇ ਸਾਲਾਂ ਵਿੱਚ ਬੇਮਿਸਾਲ ਸਫਲਤਾ ਵੱਲ ਲੈ ਜਾਵੇਗੀ। ਅਸੀਂ ਲੋੜ ਤੋਂ ਵੱਧ ਇਸ ਗੱਲ ਦਾ ਅੰਦਾਜ਼ਾਂ ਲਗਾ ਲੈਂਦੇ ਹਾਂ ਕਿ ਅਸੀਂ ਇੱਕ ਸਾਲ ਅੰਦਰ ਕੀ ਕਰ ਪਾਵਾਂਗੇ ਪਰ ਇਸ ਗੱਲ ਨੂੰ ਘੱਟ ਕਰਕੇ ਅੰਦਾਜਾਂ ਲਾਉਂਦੇ ਹਾਂ ਕਿ ਅਸੀਂ ਇਸ ਦਿਨ ਵਿੱਚ ਕੀ ਪ੍ਰਾਪਤ ਕਰ ਸਕਦੇ ਹਾਂ।

ਕੁੱਝ ਦਿਨਾਂ ਜਾਂ ਹਫ਼ਤਿਆਂ ਲਈ ਇੰਨਾਂ ਵਿਕਲਪਾਂ 'ਤੇ ਕੰਮ ਕਰਨਾ ਔਖਾ ਹੋ ਸਕਦਾ ਹੈ, ਪਰ ਜੇ ਤੁਸੀਂ ਕੁੱਝ ਦਿਨ ਇਹੋ ਕੰਮ ਲਗਾਤਾਰ ਕਰਦੇ ਰਹੋਗੇ ਤਾਂ ਇਹ ਤੁਹਾਡੀ ਆਦਤ ਹੋ ਜਾਵੇਗੀ ਅਤੇ ਇੱਕ ਵਾਰ ਤੁਸੀਂ ਚੰਗੀਆਂ ਆਦਤਾਂ ਵਿਕਸਤ ਕਰ ਲਈਆਂ ਤਾਂ ਤੁਸੀਂ ਆਪੇ ਹੀ ਸਫਲਤਾ ਦੀ ਰਾਹ 'ਤੇ ਤੇਜ਼ੀ ਨਾਲ ਵਧਣ ਲੱਗ ਜਾਓਗੇ।

ਲੋਕ ਆਪਣੇ ਮਹੀਨਿਆਂ ਅਤੇ ਸਾਲਾਂ ਨੂੰ ਪਲਾਨ ਕਰਦੇ ਹਨ, ਪਰ ਜੇਤੂ ਆਪਣੇ ਦਿਨਾਂ ਲਈ ਵੀ ਪਲਾਨ ਬਣਾਉਂਦੇ ਹਨ।

– ਦੀਪਕ ਬਜਾਜ

ਆਪਣੀਆਂ ਰੋਜ਼ਾਨਾ ਦੀਆਂ ਕਾਰਵਾਈਆਂ 'ਤੇ ਕੇਂਦਰਿਤ ਰਹੋ

ਇੱਕ ਸਫਲ ਯੋਧਾ ਇੱਕ ਔਸਤ ਆਦਮੀ ਹੀ ਹੁੰਦਾ ਹੈ, ਜਿਸਦਾ ਫੋਕਸ ਲੇਜ਼ਰ ਵਰਗਾ ਹੁੰਦਾ ਹੈ।

– ਬਰੂਸ ਲੀ

ਇੱਕ ਵਾਰ ਜਦੋਂ ਤੁਹਾਡੇ ਟੀਚੇ ਨਿਰਧਾਰਿਤ ਹੋ ਗਏ ਅਤੇ ਤੁਹਾਡੀਆਂ ਰੋਜ਼ਾਨਾ ਦੀਆਂ ਕਾਰਵਾਈਆਂ ਸਪੱਸ਼ਟ ਹੋ ਗਈਆਂ, ਹੁਣ ਸਮਾਂ ਹੈ ਇੰਨਾਂ ਕੰਮਾਂ ਨੂੰ ਲੇਜ਼ਰ ਵਾਂਗ ਫੋਕਸ ਨਾਲ ਕਰਨ ਦਾ। ਯਾਦ ਰੱਖੋ ਫੋਕਸ ਦਾ ਅਰਥ ਸਿਰਫ਼ ਆਪਣੇ ਪੀ.ਡੀ.ਏ. ਨੂੰ 'ਹਾਂ' ਕਹਿਣਾ ਹੀ ਨਹੀਂ ਹੈ, ਸਗੋਂ ਉਨਾਂ ਬਾਕੀ ਸਾਰੇ ਕੰਮਾਂ ਨੂੰ 'ਨਾਂਹ' ਕਹਿਣਾ ਵੀ ਹੈ ਜਿਸ ਵਿੱਚ ਤੁਹਾਡੇ ਸਮੇਂ ਅਤੇ ਧਿਆਨ ਦੀ ਲੋੜ ਹੈ। ਤੁਹਾਨੂੰ ਪੀ.ਡੀ.ਏ. ਦੇ ਤਹਿਤ ਹਰ ਘੰਟੇ ਆਪਣੇ ਸਮੇਂ ਅਤੇ ਫੋਕਸ ਦੀ ਸੁਰੱਖਿਆ ਵੀ ਕਰਨੀ ਹੈ। ਹੋਰ ਗਤੀਵਿਧੀਆਂ ਜੋ ਲੋੜੀਂਦੀਆਂ ਹਨ, ਉਨ੍ਹਾਂ ਨੂੰ ਵੀ ਕਰਨਾ ਹੈ, ਪਰ ਉਨਾਂ ਨੂੰ ਉਦੋਂ ਹੀ ਕਰਨਾ ਹੈ, ਜਦੋਂ ਸਾਰੇ ਦਿਨ ਲਈ ਤੁਹਾਡੇ ਪੀ.ਡੀ.ਏ. ਸਫਲਤਾਪੂਰਵਕ ਅਮਲ ਵਿੱਚ ਲਿਆਏ ਗਏ ਹੋਣ।

ਫੋਕਸ ਤੁਹਾਨੂੰ ਉਤਪਾਦਕਤਾ ਅਤੇ ਨਿਵੇਸ਼ ਕੀਤੇ ਸਮੇਂ ਦੀ ਮਾਤਰਾ ਅਤੇ ਸਭ ਤੋਂ ਵੱਧ ਰਿਟਰਨ ਦੇਵੇਗਾ। ਇੱਕ ਔਸਤ ਵਿਦਿਆਰਥੀ ਅਸਲ ਵਿੱਚ ਹੋਮਵਰਕ ਕਰਨ ਲਈ ਸਿਰਫ਼ 20% ਸਮਾਂ ਲਗਾਉਂਦਾ ਹੈ ਅਤੇ ਬਾਕੀ ਦਾ 80% ਸਮਾਂ ਉਹ ਪੈਂਸਿਲਾਂ ਨੂੰ ਤਿੱਖਾ ਕਰਨ, ਖਿੜਕੀ ਤੋਂ ਬਾਹਰ ਦੇਖਣ, ਭੈਣ-ਭਰਾਂ ਦੇ ਵਿਰੋਧ ਕਰਨ, ਰੌਲਾ ਪਾਉਣ, ਇੰਟਰਨੈਟ ਅਤੇ ਚੀਜ਼ਾਂ ਦੀ ਤਲਾਸ਼ ਕਰਨ, ਕੁੱਝ ਖਾਣ ਲਈ ਮੰਗਣ ਆਦਿ ਵਿੱਚ ਲਗਾਉਂਦਾ ਹੈ। ਉਸੇ ਤਰ੍ਹਾਂ, ਇੱਕ ਔਸਤ ਕਰਮਚਾਰੀ ਰੋਜ਼ਾਨਾ ਦਫ਼ਤਰ ਵਿੱਚ ਰਹਿਣ ਵਾਲੇ 8 ਘੰਟਿਆਂ ਵਿੱਚੋਂ 2 ਤੋਂ 3 ਘੰਟੇ ਹੀ ਪ੍ਰਭਾਵਸ਼ਾਲੀ ਕੰਮ ਕਰਦਾ ਹੈ। ਲੱਗਭੱਗ ਸਾਰੇ ਖੇਤਰਾਂ ਵਿੱਚ ਬਹੁਤੇ ਲੋਕਾਂ ਦਾ ਇਹੋ ਹਾਲ ਹੈ। ਪਰ ਜੇ ਤੁਸੀਂ ਨੈੱਟਵਰਕ ਮਾਰਕੀਟਿੰਗ ਮਿਲੀਅਨੇਅਰ ਬਣਨਾ ਚਾਹੁੰਦੇ ਹੋ, ਤਾਂ ਆਪਣੀਆਂ ਤਰਜੀਹਾਂ ਨੂੰ ਸੈੱਟ ਕਰੋ ਅਤੇ ਉਨ੍ਹਾਂ 'ਤੇ ਆਪਣਾ ਧਿਆਨ ਕੇਂਦਰਿਤ ਰੱਖੋ। ਸਫਲਤਾ ਤੁਹਾਡੀ ਹੀ ਹੋਵੇਗੀ।

ਹਰ ਦਿਨ 1% ਦਾ ਸੁਧਾਰ, ਤਿੰਨ ਮਹੀਨਿਆਂ ਅੰਦਰ ਸਾਨੂੰ ਪੂਰੀ ਤਰ੍ਹਾਂ ਨਾਲ ਇੱਕ ਵੱਖਰਾ ਇਨਸਾਨ ਬਣਾ ਦੇਵੇਗਾ। ਇਸ ਨਾਲ ਸਾਢੇ ਤਿੰਨ ਮਹੀਨਆਂ ਵਿੱਚ 100% ਸੁਧਾਰ ਹੋਵੇਗਾ।

– ਦੀਪਕ ਬਜਾਜ

ਵੱਡੇ ਸੁਫ਼ਨੇ ਤਿਆਗ ਅਤੇ ਰੋਜ਼ਾਨਾ ਸਹੀ ਕੰਮਾਂ ਨੂੰ ਕਰਨ ਦੀ ਮੰਗ ਕਰਦੇ ਹਨ

ਮੈਂ ਇਸ ਬਿਜ਼ਨਿਸ ਦੀ ਤਾਕਤ ਦੇਖੀ ਸੀ ਅਤੇ ਮੈਨੂੰ ਇਹ ਪਤਾ ਸੀ ਇਹ ਬਿਜ਼ਨਿਸ ਸਾਡੇ ਸਾਰਿਆਂ ਦੇ ਸੁਫਨਿਆਂ ਨੂੰ ਪੂਰਾ ਕਰ ਸਕਦਾ ਹੈ। ਪਰ ਸਿਰਫ਼ ਜਾਨਣ ਨਾਲ ਤੁਸੀਂ ਅਮੀਰ ਨਹੀਂ ਬਣ ਜਾਓਗੇ, ਇਸ ਲਈ ਕੁੱਝ ਕਰਨਾ ਵੀ ਪੈਂਦਾ ਹੈ। ਮੈਂ ਆਪਣੀ ਪਤਨੀ ਕੋਲੋਂ 24 ਮਹੀਨੇ ਮੰਗੇ ਸਨ ਤਾਂ ਜੋ ਮੈਂ ਦਿਨ-ਰਾਤ ਇੱਕ ਕਰਕੇ ਇਸ ਬਿਜ਼ਨਿਸ ਨੂੰ ਸਥਾਪਿਤ ਕਰ ਸਕਾਂ। ਮੈਂ ਉਸ ਨਾਲ ਵਾਇਦਾ ਕੀਤਾ ਸੀ ਕਿ ਅਗਲੇ 24 ਮਹੀਨਿਆਂ ਤੋਂ ਬਾਅਦ ਹਰ ਮਹੀਨੇ ਮੈਂ ਉਸਦੇ ਸਾਹਮਣੇ ਗਲੋਬ ਰੱਖਾਂਗਾ ਅਤੇ ਉਹ ਜਿਸ ਜਗ੍ਹਾ 'ਤੇ ਆਪਣੀ ਉਂਗਲ ਰੱਖੇਗੀ ਮੈਂ ਉਸ ਨੂੰ ਉੱਥੇ ਅਗਲੇ 24 ਘੰਟਿਆਂ ਅੰਦਰ ਲੈ ਜਾਵਾਂਗਾ। ਅਸੀਂ ਰਲ-ਮਿਲ ਕੇ ਉਨਾਂ 24 ਮਹੀਨਿਆਂ ਅੰਦਰ ਕੰਮ ਕੀਤਾ ਅਤੇ ਸਾਰੀ ਜਿੰਦਗੀ ਲਈ ਆਪਣੇ-ਆਪ ਨੂੰ ਵਿੱਤੀ ਤੌਰ 'ਤੇ ਆਜ਼ਾਦ ਕਰ ਲਿਆ। ਮੈਂ ਹੁਣ ਤੱਕ ਉਸ ਨੂੰ ਅਤੇ ਸਾਡੇ ਬੱਚਿਆਂ ਨੂੰ ਲੈ ਕੇ ਕੁੱਲ ਮਿਲਾ ਕੇ 25 ਦੇਸ਼ਾਂ ਦਾ ਟੂਰ ਕਰ ਚੁੱਕੇ ਹਾਂ ਅਤੇ ਇਹ ਸਿਲਸਿਲਾ ਜਾਰੀ ਹੈ।

11. ਪ੍ਰਵਾਹ (SURGE) ਦੀ ਸ਼ਕਤੀ ਦੀ ਵਰਤੋਂ ਕਰੋਂ

ਨੈੱਟਵਰਕ ਮਾਰਕੀਟਿੰਗ ਦੇ ਨਾਲ ਇੰਨੇ ਸਾਲਾਂ ਦੀ ਮੇਰੀ ਜਿੰਦਗੀ ਵਿੱਚ, ਮੈਂ ਪੰਜ ਸ਼ਕਤੀਆਂ ਨੂੰ ਹਰ ਦਿਨ ਮਹਿਸੂਸ ਕੀਤਾ ਹੈ। ਇਹ ਪੰਜ ਸ਼ਕਤੀਆਂ ਹੀ ਨਿਰਧਾਰਿਤ ਕਰਦੀਆਂ ਹਨ ਕਿ ਤੁਸੀਂ ਆਪਣੇ ਬਿਜ਼ਨਿਸ ਵਿੱਚ ਕਿੰਨੇ ਅੱਗੇ ਜਾਓਗੇ। ਇਹ ਸ਼ਕਤੀਆਂ ਸੌਖੀਆਂ ਹਨ, ਕਰਨਯੋਗ ਹਨ, ਪ੍ਰਭਾਵੀ ਹਨ, ਪਰ ਜ਼ਿਆਦਾਤਰ ਲੋਕ ਉਨ੍ਹਾਂ ਵਿੱਚੋਂ ਇੱਕ ਜਾਂ ਜ਼ਿਆਦਾ ਨੂੰ ਭੁੱਲ ਜਾਂਦੇ ਹਨ। ਮੈਂ ਉਨ੍ਹਾਂ ਨਾਲ ਇੱਕ ਵਿਲੱਖਣ ਸੰਕਲਪ/ਕਾੱਨਸੈਪਟ ਲੈ ਕੇ ਆਇਆ ਹਾਂ ਅਤੇ ਇਸ ਦਾ ਨਾਂ ਹੈ- 'ਸਰਜ' (SURGE) *ਕੈਮਬ੍ਰਿਜ ਡਿਕਸ਼ਨਰੀ* ਅਨੁਸਾਰ ਸਰਜ ਦਾ ਅਰਥ ਹੈ, 'ਅਚਾਨਕ, ਮਜ਼ਬੂਤੀ ਨਾਲ ਵਧਣਾ ਜਾਂ ਫੁੱਟ ਜਾਣਾ' ਅਤੇ ਮੈਂ ਇਸ ਗੱਲ 'ਤੇ ਵਿਸ਼ਵਾਸ ਕਰਦਾ ਹਾਂ ਕਿ ਜਿਵੇਂ ਹੀ ਤੁਸੀਂ ਆਪਣੀ ਜਿੰਦਗੀ ਅੰਦਰ ਸਰਜ ਦੀ ਤਾਕਤ ਦੀ ਵਰਤੋਂ ਕਰਨ ਲੱਗਦੇ ਹੋ, ਤੁਹਾਡਾ ਬਿਜ਼ਨਿਸ ਥੋੜ੍ਹੇ ਹੀ ਸਮੇਂ ਅੰਦਰ ਅਸਮਾਨ ਨੂੰ ਛੂਹਣ ਲੱਗ ਪੈਂਦਾ ਹੈ।

ਸਰਜ (SURGE) ਦੀ ਤਾਕਤ ਇੰਨਾਂ ਪੰਜ ਸ਼ਕਤੀਆਂ ਤੋਂ ਮਿਲਦੀ ਹੈ ਜੋ ਇੱਕਤਰ ਹੋ ਕੇ ਕੰਮ ਕਰਦੀਆਂ ਹਨ:

1. S ਤੁਹਾਡੇ ਬੋਲੇ ਗਏ ਸ਼ਬਦਾਂ ਨਾਲ (**S**poken Words)
2. U ਏਕਤਾ (**U**nity)
3. R ਸਹੀ ਸੰਗਤ (**R**ight Association)
4. G ਟੀਚੇ - ਲਿਖਤੀ (**G**oals - Written)
5. E ਉਮੀਦਾਂ - ਵੱਡੀਆਂ (**E**xpectations - Big)

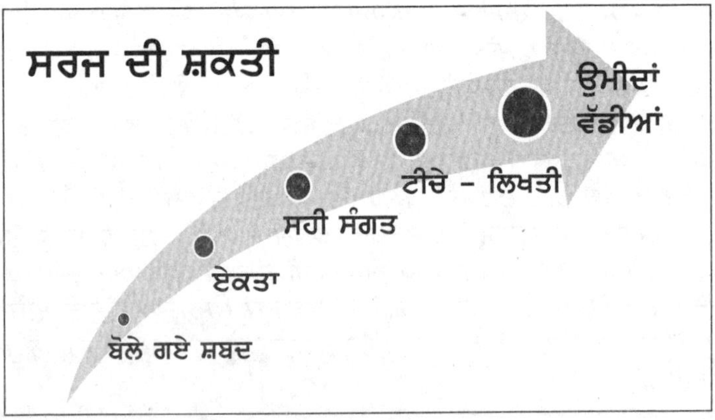

ਆਓ, ਸਰਜ ਦੀਆਂ ਸ਼ਕਤੀਆਂ ਦਾ ਇੱਕ-ਇੱਕ ਕਰਕੇ ਪੜਚੋਲ ਕਰਦੇ ਹਾਂ।

1. ਬੋਲੇ ਗਏ ਸ਼ਬਦਾਂ ਦੀ ਤਾਕਤ

ਤੁਸੀਂ ਆਪਣੀ ਦੁਨੀਆ ਆਪਣੇ ਸ਼ਬਦਾਂ ਨਾਲ ਬਦਲ ਸਕਦੇ ਹੋ। ਇਹ ਹਮੇਸ਼ਾ ਯਾਦ ਰੱਖੋ ਕਿ ਜ਼ਿੰਦਗੀ ਅਤੇ ਮੌਤ ਤੁਹਾਡੀ ਜ਼ੁਬਾਨ ਦੇ ਹਵਾਲੇ ਹੈ।

– ਜੋਏਲ ਔਸਟੀਨ

ਇਸ ਦੁਨੀਆ ਵਿੱਚ ਮਾਨਵਤਾ ਦਾ ਸਭ ਤੋਂ ਪ੍ਰਭਾਵੀ ਹਥਿਆਰ ਸ਼ਬਦ ਹੈ। ਕਿਸੇ ਖ਼ਾਸ ਸਥਿਤੀ ਵਿੱਚ ਖ਼ਾਸ ਲੋਕਾਂ ਦੁਆਰਾ ਕੁੱਝ ਖ਼ਾਸ ਸ਼ਬਦਾਂ ਦੀ ਚੋਣ ਨਾਲ ਵੱਡੀਆਂ ਕ੍ਰਾਂਤੀਆਂ, ਸੁਤੰਤਰਤਾ ਸੰਗਰਾਮ ਅਤੇ ਜੀਵਨ ਬਦਲ ਦੇਣ ਵਾਲੇ ਨਿਰਣੇ ਲਏ ਗਏ। ਭਾਸ਼ਣਾਂ ਨੇ ਜ਼ਿੰਦਗੀਆਂ ਬਣਾਈਆਂ ਅਤੇ ਜ਼ਿੰਦਗੀ ਨੇ ਭਾਸ਼ਣ ਬਣਾਏ। ਸ਼ਬਦ ਕਿਸੇ ਨੂੰ ਛੂਹੇ ਬਗ਼ੈਰ ਵੀ ਛੂਹ ਜਾਂਦੇ ਹਨ ਜਾਂ ਵਿਅਕਤੀ ਦੇ ਨਾਲ ਨਹੀਂ ਹੋਣ ਦੇ ਬਾਵਜੂਦ ਅਸਰ ਕਰ ਜਾਂਦੇ ਹਨ। ਅਸੀਂ ਉਨ੍ਹਾਂ ਲੇਖਕਾਂ ਦੀਆਂ ਕਿਤਾਬਾਂ ਪੜ੍ਹਦੇ ਹਾਂ ਜਿਨ੍ਹਾਂ ਨੂੰ ਅਸੀਂ ਕਦੇ ਮਿਲੇ ਵੀ ਨਹੀਂ, ਜਾਂ ਉਹ ਜ਼ਿੰਦਾ ਵੀ ਨਾ ਹੋਣ, ਪਰ ਉਨ੍ਹਾਂ ਦੇ ਲਿਖੇ ਸ਼ਬਦ ਸਾਡੇ 'ਤੇ ਬਹੁਤ ਪ੍ਰਭਾਵ ਪਾਉਂਦੇ ਹਨ। ਸ਼ਬਦਾਂ ਵਿੱਚ ਉਹ ਤਾਕਤ ਹੁੰਦੀ ਹੈ ਕਿ ਉਹ ਕਿਸੇ ਨੂੰ ਵੀ ਕਿੰਨਾ ਉਪਰ ਚੁੱਕ ਦੇਣ ਜਾਂ ਤਬਾਹ ਕਰ ਦੇਣ।

ਬੇਸ਼ੱਕ, ਸ਼ਬਦ ਮਨੁੱਖਤਾ ਦੁਆਰਾ ਇਸਤੇਮਾਲ ਕੀਤੇ ਜਾਣ ਵਾਲਾ ਇਸ ਦੁਨੀਆ ਦਾ ਸਭ ਤੋਂ ਪ੍ਰਭਾਵਸ਼ਾਲੀ ਡ੍ਰੱਗ ਹੈ।

– ਰੂਡਯਾਰਡ ਕਿਪਲਿੰਗ

ਮੈਂ ਜਦੋਂ ਬੋਲੇ ਜਾਣ ਵਾਲੇ ਸ਼ਬਦਾਂ ਬਾਰੇ ਗੱਲ ਕਰਦਾ ਹਾਂ, ਤਾਂ ਮੈਂ ਦੋ ਹਾਲਾਤਾਂ ਵਿੱਚ ਕਹੇ ਜਾਣ ਵਾਲੇ ਸ਼ਬਦਾਂ ਦੀ ਗੱਲ ਕਰਦਾ ਹਾਂ - ਇੱਕ ਤਾਂ ਉਹ ਸ਼ਬਦ ਜੋ ਤੁਸੀਂ ਦੂਜਿਆਂ ਨੂੰ ਕਹਿੰਦੇ ਹੋ, ਅਤੇ ਦੂਜੇ ਉਹ ਸ਼ਬਦ ਜਿਨ੍ਹਾਂ ਦੀ ਵਰਤੋਂ ਤੁਸੀਂ ਆਪਣੇ ਲਈ ਕਰਦੇ ਹੋ। ਜਦੋਂ ਕਿਸੇ ਨਾਲ ਗੱਲ ਕਰ ਰਹੇ ਹੋ ਤਾਂ ਕਿਸੇ ਨੂੰ ਕੀ ਕਹੀਏ ਅਤੇ ਕਿਵੇਂ ਇਸ 'ਤੇ ਅਣਗਿਣਤ ਕਿਤਾਬਾਂ ਲਿਖੀਆਂ ਜਾ ਚੁੱਕੀਆਂ ਹਨ, ਅਤੇ ਮੈਂ ਵੀ ਆਪਣੀ ਇਸ ਕਿਤਾਬ ਅੰਦਰ ਉਨਾਂ ਸਾਰੀਆਂ ਗੱਲਾਂ ਨੂੰ ਸ਼ਾਮਿਲ ਕੀਤਾ ਹੈ। ਪਰ ਜਦੋਂ ਅਸੀਂ ਆਪਣੇ-ਆਪ ਨਾਲ ਗੱਲ ਕਰਦੇ ਹਾਂ ਤਾਂ ਕਿਹੋ ਜਿਹੇ ਸ਼ਬਦਾਂ ਦੀ ਵਰਤੋਂ ਕਰਦੇ ਹਾਂ, ਇਸ ਨੂੰ ਅਸੀਂ ਨਜ਼ਰਅੰਦਾਜ਼ ਕਰ ਦਿੰਦੇ ਹਾਂ। ਇੱਥੇ ਅਸੀਂ ਦੋਵੇਂ ਗੱਲਾਂ 'ਤੇ ਵੱਖਰੇ ਤੌਰ 'ਤੇ ਚਰਚਾ ਕਰਾਂਗੇ।

ਦੂਜਿਆਂ ਨਾਲ ਗੱਲਾਂ ਕਰਨਾ

ਸਾਡਾ ਲੋਕਾਂ ਨੂੰ ਨਾਲ ਲੈ ਕੇ ਚੱਲਣਵਾਲਾ ਬਿਜ਼ਨਿਸ ਹੈ ਅਤੇ ਅਸੀਂ ਹਮੇਸ਼ਾ ਲੋਕਾਂ ਨਾਲ ਗੱਲਾਂ ਕਰਦੇ ਰਹਿੰਦੇ ਹਾਂ। ਅਸੀਂ ਲੋਕਾਂ ਨਾਲ ਵੱਖ-ਵੱਖ ਮਾਧਿਅਮਾਂ ਰਾਹੀਂ ਗੱਲਾਂ ਕਰਦੇ ਹਾਂ - ਸਟੇਜ਼ ਤੋਂ, ਸਲਾਹ-ਮਸ਼ਵਰੇ ਦੌਰਾਨ, ਕਿਸੇ ਨਾਲ ਨਿੱਜੀ ਮੀਟਿੰਗ ਅੰਦਰ, ਸੁਨੇਹੇ ਰਾਹੀਂ, ਫੋਨ 'ਤੇ ਗੱਲ ਕਰਕੇ ਅਤੇ ਇੱਥੋਂ ਤੱਕ ਕਿ ਉਨ੍ਹਾਂ ਥਾਂਵਾਂ 'ਤੇ ਜਿੱਥੇ ਗੱਲਾਂ ਵੀ ਨਹੀਂ ਹੋ ਪਾਉਂਦੀਆਂ: ਖਾਣਾ ਖਾਉਂਦੇ ਲੋਕਾਂ ਨਾਲ ਆਮ ਗੱਲਬਾਤ ਜਾਂ ਹਵਾਈ ਅੱਡੇ 'ਤੇ ਜਾਂ ਪ੍ਰੋਗਰਾਮ ਤੋਂ ਪਹਿਲਾਂ ਜਾਂ ਬਾਅਦ ਵਿੱਚ ਜਾਂ ਘਰ ਅੰਦਰ ਮੀਟਿੰਗ/ਮਿਲਣ ਵੇਲੇ, ਬੜੇ ਸਾਰਿਆਂ ਮੌਕਿਆਂ 'ਤੇ। ਹੋਰਾਂ ਨਾਲ ਗੱਲਬਾਤ ਦੌਰਾਨ ਇੱਕ ਚੰਗਾ ਪ੍ਰਭਾਵ ਬਣਾਉਣ ਲਈ ਇਨ੍ਹਾਂ ਸਿਧਾਂਤਾਂ ਨੂੰ ਅਪਣਾਓ।

- ✓ ਇੱਕੋ ਤਰ੍ਹਾਂ ਦੀਆਂ ਗੱਲਾਂ ਕਰੋ - ਸਟੇਜ਼ 'ਤੇ ਸਟੇਜ਼ ਤੋਂ ਬਾਹਰ ਇੱਕੋ ਜਿਹੀਆਂ ਗੱਲਾਂ ਕਰੋ, ਹਰ ਇੱਕ ਨਾਲ ਇੱਕੋ ਤਰ੍ਹਾਂ ਦੀਆਂ ਗੱਲਾਂ ਕਰੋ। ਰਸਮੀਂ ਜਾਂ ਗ਼ੈਰ-ਰਸਮੀਂ ਦੋਵੇਂ ਤਰ੍ਹਾਂ ਦੀਆਂ ਮੀਟਿੰਗਾਂ ਵਿੱਚ ਇੱਕੋ ਜਿਹੇ ਸ਼ਬਦਾਂ ਦੀ ਵਰਤੋਂ ਕਰੋ। ਉਸ ਸਥਿਤੀ ਦਾ ਬੜਾ ਖ਼ਿਆਲ ਰੱਖੋ ਜਦੋਂ ਤੁਸੀਂ ਕਿਸੇ ਰਸਮੀ ਮੀਟਿੰਗ ਵਿੱਚ ਨਾ ਹੋਵੇ। ਤੁਹਾਨੂੰ ਇਸ ਗੱਲ ਦਾ ਅਹਿਸਾਸ ਵੀ ਨਹੀਂ ਹੋਵੇਗਾ, ਪਰ ਲੋਕ ਤੁਹਾਨੂੰ ਬੜੇ ਧਿਆਨ ਨਾਲ ਦੇਖਣਗੇ। ਉਹ ਦੇਖਣਾ ਚਾਹੁਣਗੇ ਕਿ ਤੁਸੀਂ ਕਿੰਨੇ ਸੱਚੇ ਅਤੇ ਖਰੇ ਹੋ। ਉਨ੍ਹਾਂ ਲਈ ਅਜਿਹਾ ਕਰਨ ਦਾ ਸਭ ਤੋਂ ਸੌਖਾ ਤਰੀਕਾ ਇਹ ਹੈ ਕਿ ਤੁਸੀਂ ਸਟੇਜ਼ 'ਤੇ ਸਟੇਜ਼ ਤੋਂ ਬਾਹਰ ਕੀ ਕਹਿੰਦੇ ਹੋ।
- ✓ ਕਿਸੇ ਦੀ ਸ਼ਿਕਾਇਤ, ਅਲੋਚਨਾ ਜਾਂ ਨਿੰਦਾ ਨਾ ਕਰੋ, ਖ਼ਾਸ ਕਰਕੇ ਉਨ੍ਹਾਂ ਦੀ ਪਿੱਠ ਪਿੱਛੇ।
- ✓ ਤੁਹਾਡੇ ਸਰੀਰ ਦੇ ਹਾਵ-ਭਾਵ ਤੁਹਾਡੀ ਬੋਲਚਾਲ ਤੋਂ ਵੱਧ ਗੱਲਾਂ ਕਰਦੇ ਹਨ। ਤੁਹਾਡੀ ਸ਼ਰੀਰਕ ਭਾਸ਼ਾ (Body Language), ਤੁਹਾਡੇ ਕੱਪੜੇ, ਤੁਹਾਡੀ ਸਾਫ਼-ਸਫ਼ਾਈ ਅਤੇ ਜਿਵੇਂ ਤੁਸੀਂ ਆਪਣੇ-ਆਪ ਨੂੰ ਹੋਰਾਂ ਦੇ ਸਾਹਮਣੇ ਪੇਸ਼ ਕਰਦੇ ਹੋ, ਇਹ ਸਾਰਾ ਤੁਹਾਡੇ ਸ਼ਬਦਾਂ ਨਾਲੋਂ ਜ਼ਿਆਦਾ ਬੋਲਦਾ ਹੈ। ਇਨ੍ਹਾਂ ਸਾਰਿਆਂ ਦਾ ਧਿਆਨ ਰੱਖੋ।
- ✓ ਨਿਮਰ ਬਣੋ, ਦੂਜਿਆਂ ਦਾ ਸਤਿਕਾਰ ਕਰੋ ਅਤੇ ਦਿਆਲੂ ਬਣੋ।
- ✓ ਆਪਣੇ ਸ਼ਬਦਾਂ ਨੂੰ ਮੂੰਹ ਤੋਂ ਕਢੱਣ ਤੋਂ ਪਹਿਲਾਂ ਸੋਚ ਸਮਝ ਕੇ ਬੋਲੋ।
- ✓ ਆਪਣੇ ਸ਼ਬਦਾਂ ਦੀ ਚੋਣ ਧਿਆਨ ਨਾਲ ਕਰੋ। ਉਤਸ਼ਾਹ ਵਧਾਉਣ ਵਾਲੀ ਸ਼ਬਦਾਵਲੀ ਦੀ ਚੋਣ ਕਰੋ। ਸਿਰਫ਼ ਉਨ੍ਹਾਂ ਹੀ ਸ਼ਬਦਾਂ ਨੂੰ ਤੁਹਾਡੇ ਮੂੰਹੋ ਨਿਕਲਣ ਦੀ ਇਜਾਜ਼ਤ ਹੈ ਜਿਨ੍ਹਾਂ ਨਾਲ ਹੋਰਾਂ ਦਾ ਭਲਾ ਹੋਵੇ।
- ✓ 'ਬੋਲਣ ਤੋਂ ਪਹਿਲਾਂ ਸੋਚੋ' ਨਾਲ ਦਿੱਤੀ ਗਈ ਸਾਰਨੀ ਵਿੱਚ ਦਿੱਤੇ ਅਨੁਸਾਰ THINK ਸਿਧਾਂਤ ਦੀ ਵਰਤੋਂ ਕਰੋ

ਬੋਲਣ ਤੋਂ ਪਹਿਲਾਂ ਸੋਚੋ (THINK)	
T	ਕੀ ਇਹ ਸੱਚ ਹਨ?
H	ਕੀ ਇਹ ਉਪਯੋਗੀ ਹਨ?
I	ਕੀ ਇਹ ਪ੍ਰੇਰਨਾਦਾਇਕ ਹਨ?
N	ਕੀ ਇਹ ਜ਼ਰੂਰੀ ਹਨ?
K	ਕੀ ਇਹ ਦਿਆਲੂ ਜਾਂ ਉਦਾਰ ਹਨ?

ਆਪਣੇ ਸ਼ਬਦਾਂ ਬਾਰੇ ਬਹੁਤ ਸੁਚੇਤ ਰਹੋ। ਇੱਕ ਵਾਰ ਜਦੋਂ ਉਨ੍ਹਾਂ ਨੂੰ ਕਿਹਾ ਜਾਂਦਾ ਹੈ, ਤਾਂ ਉਨ੍ਹਾਂ ਨੂੰ ਮੁਆਫ਼ ਤਾਂ ਕੀਤਾ ਜਾ ਸਕਦਾ ਹੈ ਪਰ ਭੁੱਲਿਆ ਨਹੀਂ ਜਾ ਸਕਦਾ।

ਆਪਣੇ-ਆਪ ਨਾਲ ਗੱਲਾਂ ਕਰਨਾ

ਤੁਹਾਡੇ ਸ਼ਬਦ ਬ੍ਰਹਿਮੰਡ ਨਾਲ ਗੱਲਬਾਤ ਜਾਂ ਸੰਚਾਰ ਕਰਨ ਦਾ ਸਾਧਨ ਹਨ।

– ਦੀਪਕ ਬਜਾਜ

ਤੁਹਾਡਾ ਆਪਣੇ-ਆਪ ਨਾਲ ਗੱਲ ਕਰਨ ਦਾ ਮਤਲਬ ਹੈ ਤੁਹਾਡੇ ਪ੍ਰਭਾਵੀ ਵਿਚਾਰ ਜਿਨ੍ਹਾਂ ਨੂੰ ਤੁਸੀਂ ਵਾਰ-ਵਾਰ ਸੋਚਣ ਲਈ ਚੁਣਦੇ ਹੋ। ਇਸ ਨੂੰ ਸ੍ਵੈ-ਗੱਲਬਾਤ ਵੀ ਕਿਹਾ ਜਾਂਦਾ ਹੈ। ਇਹ ਉਹ ਪਹਿਲੀ ਪ੍ਰਤਿਕਿਰਿਆ ਹੁੰਦੀ ਹੈ ਜੋ ਤੁਹਾਡੇ ਕੋਲ ਉਸ ਸਮੇਂ ਆਉਂਦੀ ਹੈ ਜਦੋਂ ਤੁਸੀਂ ਕਿਸੇ ਮੁਸ਼ਕਿਲ ਹਾਲਾਤ ਦਾ ਸਾਹਮਣਾ ਕਰ ਰਹੇ ਹੁੰਦੇ ਹੋ। ਇਹ ਉਹ ਹਨ ਜੋ ਤੁਸੀਂ ਆਪਣੇ ਅਵਚੇਤਨ ਨੂੰ ਵਾਰ-ਵਾਰ ਕਹਿੰਦੇ ਆਏ ਹੋ। ਤੁਸੀਂ ਜ਼ਿੰਦਗੀ ਤੋਂ ਇਹੀ ਤਾਂ ਚਾਹੁੰਦੇ ਸੀ ਅਤੇ ਜ਼ਿੰਦਗੀ ਵੀ ਤੁਹਾਨੂੰ ਇਹੋ ਕੁੱਝ ਦੇਣ ਜਾ ਰਹੀ ਹੈ। ਤੁਸੀਂ ਆਪਣੇ ਦਿਮਾਗ਼ ਨੂੰ ਆਪਣੇ ਵਿਚਾਰਾਂ ਰਾਹੀਂ ਹੁਕਮ ਦਿੰਦੇ ਹੋ। ਹਮੇਸ਼ਾ ਪ੍ਰਭਾਵੀ ਅਤੇ ਆਸ਼ਾਵਾਦੀ ਵਿਚਾਰ ਰੱਖੋ। ਜਦੋਂ ਵੀ ਤੁਸੀਂ ਕੁੱਝ ਸੋਚ ਜਾਂ ਆਪਣੇ-ਆਪ ਨਾਲ ਗੱਲਾਂ ਕਰ ਰਹੇ ਹੋ ਤਾਂ ਹਮੇਸ਼ਾ ਉਤਸ਼ਾਹਜਨਕ ਸ਼ਬਦਾਂ ਦੀ ਹੀ ਵਰਤੋਂ ਕਰੋ।

2. ਸੰਗਠਨ (ਏਕਤਾ) ਵਿੱਚ ਤਾਕਤ ਹੈ

ਅਸੀਂ ਸਾਰੇ ਉਹ ਕਹਾਣੀਆਂ ਸੁਣ ਕੇ ਵੱਡੇ ਹੋਏ ਹਾਂ ਜਿਨਾਂ ਵਿੱਚ ਇਹ ਪਾਠ ਪੜ੍ਹਾਇਆ ਗਿਆ ਹੈ ਕਿ ਏਕਤਾ ਜਾਂ ਸੰਗਠਨ ਵਿੱਚ ਹੀ ਤਾਕਤ ਹੈ। ਹਾਲਾਂਕਿ ਇਹ ਪੜ੍ਹਨ ਅਤੇ ਉਪਦੇਸ਼ ਦੇਣ ਲਈ ਇੱਕ ਵਧੀਆ ਕਹਾਣੀ ਹੈ, ਪਰ ਅਸਲ ਵਿੱਚ ਕੁੱਝ ਲੋਕ ਹੀ ਇਸ ਨੂੰ ਕਰ ਪਾਉਂਦੇ ਹਨ। ਪਰ ਜੇ ਇਸ ਸਿਧਾਂਤ ਨੂੰ ਬਿਜ਼ਨਿਸ ਵਿੱਚ ਅਪਣਾਇਆ ਜਾਏ, ਤਾਂ ਇਸ ਨਾਲ ਬਿਜ਼ਨਿਸ ਵਿੱਚ ਕਈ ਗੁਣਾਂ ਵਾਧਾ ਹੁੰਦਾ ਹੈ। ਵੈਸੇ ਵੀ ਲੋਕਾਂ ਦੁਆਰਾ ਲੋਕਾਂ ਦੀ ਮਦਦ ਕਰਨਾ ਹੀ ਨੈੱਟਵਰਕ ਮਾਰਕੀਟਿੰਗ ਬਿਜ਼ਨਿਸ ਦਾ ਅਧਾਰ ਹੈ। ਇਸ ਬਿਜ਼ਨਿਸ ਮਾਡਲ ਕਾਰਨ ਲੋਕਾਂ ਦਾ ਗਰੁੱਪ ਵਿੱਚ ਰਲ-ਮਿਲ ਕੇ ਕੰਮ ਕਰਨਾ ਜ਼ਰੂਰੀ ਹੋ ਜਾਂਦਾ ਹੈ।

ਲੋਕਾਂ ਦਾ ਇੱਕਲਿਆਂ ਕੰਮ ਕਰਨ ਦੇ ਆਪਣੇ ਕਈ ਕਾਰਨ ਹੋ ਸਕਦੇ ਹਨ, ਪਰ ਉਹ ਲੋਕ ਜੋ ਮਿਲਜੁਲ ਕੇ ਇੱਕ ਟੀਮ 'ਚ ਏਕਤਾ ਬਣਾ ਕੇ ਇੱਕਠੇ ਕੰਮ ਕਰਦੇ ਹਨ, ਉਨ੍ਹਾਂ ਦਾ ਬਿਜ਼ਨਿਸ ਸਥਾਈ ਅਤੇ ਅੱਗੇ ਵਧਣ ਵਾਲਾ ਹੁੰਦਾ ਹੈ। ਜਦੋਂ ਅਸੀਂ ਇੱਕ ਟੀਮ ਬਣਾ ਕੇ ਕੰਮ ਕਰਦੇ ਹਾਂ ਤਾਂ ਚੀਜ਼ਾਂ ਬਹੁਤ ਸੌਖੀਆਂ ਹੋ ਜਾਂਦੀਆਂ ਹਨ। ਹਾਲਾਂਕਿ ਲੋਕ ਬਿਜ਼ਨਿਸ ਦੇ ਸ਼ੁਰੂਆਤੀ ਦਿਨਾਂ ਵਿੱਚ ਨਾਲ ਹੁੰਦੇ ਹਨ, ਫਿਰ ਲੋਕਾਂ ਵਿਚਕਾਰ ਵਿਵਾਦ ਉਦੋਂ ਉੱਠਣ ਲੱਗਦਾ ਹੈ ਜਦੋਂ ਲੋਕ ਆਪਣੀਆਂ ਪ੍ਰਾਪਤੀਆਂ ਅਤੇ ਰੈਂਕਾਂ ਵਿੱਚ ਅੱਗੇ ਵਧਣ ਲੱਗਦੇ ਹਨ। ਪਰ ਜੇ ਤੁਸੀਂ ਆਪਣੀ ਟੀਮ ਨੂੰ ਇੱਕ ਜੁਟ ਕਰਕੇ ਰੱਖ ਸਕਦੇ ਹੋ, ਤਾਂ ਇਹ ਸਾਰਿਆਂ ਲਈ ਵਧੀਆ ਹੁੰਦਾ ਹੈ। ਜੇ ਤੁਸੀਂ ਹਮੇਸ਼ਾ ਇਕੱਲਿਆਂ ਹੀ ਕੰਮ ਕੀਤਾ ਹੋਵੇ, ਤਾਂ ਕਿਉਂ ਨਾ ਆਪਣੀ ਇਹ ਆਦਤ ਬਦਲ ਲਈ ਜਾਏ। ਜੇ ਇੱਕਠੇ ਕੰਮ ਕਰਕੇ ਬਹੁਤ ਮਸਤੀ ਅਤੇ ਮੁਨਾਫ਼ਾ ਕਮਾਇਆ ਜਾ ਸਕਦਾ ਹੈ, ਤਾਂ ਕਿਉਂ ਨਾ ਪੁਰਾਣੀ ਆਦਤ ਨੂੰ ਬਦਲ ਲਿਆ ਜਾਵੇ।

ਮਹਾਨ ਲੇਖਕ ਡਾੱ. ਸਟੀਫ਼ਨ ਕੋਵੇ ਨੇ ਆਪਣੀ ਕਿਤਾਬ *ਅਤਿਅੰਤ ਪ੍ਰਭਾਵਸ਼ਾਲੀ ਲੋਕਾਂ ਦੀਆਂ ਸੱਤ ਆਦਤਾਂ: ਨਿਰਭਰਤਾ, ਸੁਤੰਤਰਤਾ ਅਤੇ ਪਰਸਪਰ ਨਿਰਭਰਤਾ* ਵਿੱਚ ਅਗਵਾਈ ਦੇ ਤਿੰਨ ਸਤਰਾਂ ਦਾ ਉੱਲੇਖ ਕੀਤਾ ਹੈ: ਨਿਰਭਰਤਾ, ਸੁਤੰਤਰਤਾ ਅਤੇ ਅੰਤਰ ਨਿਰਭਰਤਾ। ਡਾ. ਕੋਵੇ ਅਨੁਸਾਰ, ਜਦੋਂ ਸਾਰੇ ਸੁਤੰਤਰ ਲੀਡਰ ਇੱਕ ਦੂਜੇ ਨਾਲ ਅੰਤਰ-ਨਿਰਭਰਤਾ ਦੀ ਭਾਵਨਾ ਨਾਲ ਇਕੱਤਰ ਹੋ ਜਾਂਦੇ ਹਨ, ਤਾਂ ਉਹ ਮਹਾਨ ਸਫਲਤਾ ਪੈਦਾ ਕਰਨ ਦੇ ਯੋਗ ਹੋ ਜਾਂਦੇ ਹਨ। ਏਕਤਾ ਬਣਾਈ ਰੱਖਣ ਲਈ ਚੰਗੇ ਰਿਸ਼ਤੇ ਜ਼ਰੂਰੀ ਹਨ। ਮਜ਼ਬੂਤ ਸੰਬੰਧਾਂ ਨੂੰ ਵਿਕਸਤ ਕਰਨ ਲਈ ਸਾਬਿਤ ਕੀਤੇ ਸੁਝਾਵਾਂ ਲਈ ਇਸ ਕਿਤਾਬ ਵਿੱਚ ਸੰਬੰਧਾਂ ਅਤੇ ਸੰਚਾਰ ਬਾਰੇ ਅਧਿਆਇ ਨੂੰ ਪੜ੍ਹੋ।

ਨਾਲ ਹੀ, ਨੈੱਟਵਰਕ ਮਾਰਕੀਟਿੰਗ ਬਿਜ਼ਨਿਸ ਬਹੁਤ ਫ਼ਾਇਦੇਮੰਦ ਉਦੋਂ ਹੁੰਦਾ ਹੈ, ਜਦੋਂ ਸੰਗਠਨ ਵਿੱਚ ਗਤੀ ਹੁੰਦੀ ਹੈ ਅਤੇ ਗਤੀ ਕੇਵਲ ਉਦੋਂ ਹੀ ਸੰਭਵ ਹੈ ਜਦੋਂ ਸਾਰੇ ਲੀਡਰ ਮਿਲ ਕੇ ਕੰਮ ਕਰਨ ਵਾਸਤੇ ਆਪਣੀ ਪੂਰੀ ਕੋਸ਼ਿਸ਼ ਕਰਦੇ ਹਨ। ਜਦੋਂ ਏਕਤਾ ਫ਼ਾਇਦਾ, ਸਥਿਰਤਾ ਅਤੇ ਉਪਲੱਬਧੀ ਦੇ ਸਕਦੀ ਹੈ, ਤਾਂ ਇਕਸਾਰ ਕਿਉਂ ਨਾ ਰਿਹਾ ਜਾਏ। ਆਪਣੀ ਟੀਮ ਵਿੱਚ ਏਕਤਾ ਅਤੇ ਸਹਿਯੋਗ ਦਾ ਸੱਭਿਆਦਾਰ ਬਣਾ ਕੇ ਤੇਜ਼ੀ ਨਾਲ ਅੱਗੇ ਵੱਧੋ।

3. ਸਾਂਝੀਵਾਲਤਾ (Association) ਦਾ ਪ੍ਰਭਾਵ

ਉਨ੍ਹਾਂ ਲੋਕਾਂ ਨਾਲ ਆਪਣੇ-ਆਪ ਨੂੰ ਜੋੜ ਕੇ ਰੱਖੋ ਜਿਨ੍ਹਾਂ ਕੋਲੋਂ ਤੁਸੀਂ ਕੁੱਝ ਸਿੱਖ ਸਕਦੇ ਹੋ, ਜਿਨ੍ਹਾਂ ਨੂੰ ਜ਼ਿੰਦਗੀ ਨਾਲ ਹੋਰ ਵੀ ਉਮੀਦਾਂ ਹਨ, ਜੋ ਲੋਕ ਜ਼ਿੰਦਗੀ ਵਿੱਚ ਕੁੱਝ ਬਿਹਤਰ ਲੱਭ ਰਹੇ ਹਨ, ਜੋ ਆਪਣੇ ਵਿਕਾਸ ਲਈ ਵਚਨਬੱਧ ਹਨ ਅਤੇ ਜੋ ਸਿਖਰ 'ਤੇ ਪਹੁੰਚਣ ਲਈ ਅੱਗੇ ਵੱਧ ਰਹੇ ਹਨ।

– ਲੇਸ ਬ੍ਰਾਉਨ

ਸਾਂਝੀਵਾਲਤਾ ਹੀ ਸਭ ਕੁੱਝ ਹੈ। ਅੱਜ ਤੋਂ ਪੰਜ ਸਾਲ ਬਾਅਦ ਤੁਸੀਂ ਕਿੱਥੇ ਹੋਵੋਗੇ, ਇਹ ਸਿਰਫ਼ ਇਸ ਗੱਲ 'ਤੇ ਨਿਰਭਰ ਕਰਦਾ ਹੈ ਕਿ ਤੁਸੀਂ ਕਿਹੋ ਜਿਹੇ ਲੋਕਾਂ ਨੂੰ ਮਿਲ ਰਹੇ ਹੋ, ਕਿਹੋ ਜਿਹੀ ਕਿਤਾਬਾਂ ਪੜ੍ਹ ਰਹੇ ਹੋ, ਕਿਹੋ ਜਿਹੀ ਆਡੀਓ/ਵੀਡੀਓ ਦੇਖ-ਸੁਣ ਰਹੇ ਹੋ ਅਤੇ ਕਿਸ ਤਰ੍ਹਾਂ ਦੇ ਪ੍ਰੋਗਰਾਮਾਂ ਵਿੱਚ ਸ਼ਾਮਿਲ ਹੋ ਰਹੇ ਹੋ। ਇਸ ਲਈ ਤੁਸੀਂ ਕਿੰਨਾਂ ਲੋਕਾਂ ਨਾਲ ਆਪਣਾ ਸਮਾਂ ਬਤੀਤ ਕਰਨਾ ਚਾਹੁੰਦੇ ਹੋ, ਉਨ੍ਹਾਂ ਬਾਰੇ ਥੋੜ੍ਹਾ ਸੁਚੇਤ ਰਹੋ। ਰਵੱਈਆ, ਵਿਸ਼ਵਾਸ, ਸ੍ਵੈ-ਭਰੋਸਾ ਆਦਿ ਇੱਕ ਆਦਮੀ ਤੋਂ ਦੂਜੇ ਆਦਮੀ ਤੱਕ ਤਬਦੀਲ ਹੁੰਦਾ ਹੈ ਅਤੇ ਇਹ ਤਬਾਦਲਾ ਉਦੋਂ ਹੀ ਹੁੰਦਾ ਹੈ ਜਦੋਂ ਤੁਹਾਨੂੰ ਇਸ ਬਾਰੇ ਪਤਾ ਹੁੰਦਾ ਹੈ ਅਤੇ ਉਦੋਂ ਵੀ ਜਦੋਂ ਪਤਾ ਨਹੀਂ ਹੁੰਦਾ।

ਤੁਸੀਂ ਇਹ ਸੋਚਦੇ ਹੋਵੋਗੇ ਕਿ ਤੁਸੀਂ ਇੱਕ ਬਹੁਤ ਸਕਾਰਾਤਮਕ, ਆਸ਼ਾਵਾਦੀ ਅਤੇ ਦ੍ਰਿੜ੍ਹ ਸੰਕਲਪ ਕਰਨ ਵਾਲੇ ਵਿਅਕਤੀ ਹੋ ਅਤੇ ਤੁਹਾਡੇ 'ਤੇ ਕਿਸੇ ਚੀਜ਼ ਦਾ ਪ੍ਰਭਾਵ ਨਹੀਂ ਪੈਂਦਾ। ਪਰ ਕੋਈ ਵੀ ਸਹਿਕਰਮੀਆਂ ਦੀਆਂ ਗੱਲਬਾਤਾਂ ਤੋਂ ਪੈਣ ਵਾਲੇ ਪ੍ਰਭਾਵਾਂ ਤੋਂ ਮੁਕਤ ਨਹੀਂ ਹੁੰਦਾ। ਇਹ ਪ੍ਰਭਾਵ ਤੁਰੰਤ ਦਿਖਾਈ ਨਹੀਂ ਦੇ ਸਕਦੇ ਪਰ ਇਹ ਨਿਸ਼ਚਿਤ ਤੌਰ 'ਤੇ ਸਮੇਂ ਦੇ ਨਾਲ ਦਿਖਾਈ ਦੇਣ ਲੱਗਦੇ ਹਨ।

ਮਾੜੇ ਲੋਕਾਂ ਦੀ ਕੰਪਨੀ ਜਾਂ ਘੱਟ ਸੁਫ਼ਨੇ ਦੇਖਣ ਵਾਲਿਆਂ ਬਾਰੇ ਇੱਕ ਦਿਲਚਸਪ ਗੱਲ ਇਹ ਹੈ ਕਿ ਇਹ ਬਹੁਤਾਤ ਵਿੱਚ ਮੌਜੂਦ ਹੁੰਦੇ ਅਤੇ ਅਸਾਨੀ ਨਾਲ ਪਾਏ ਜਾਂਦੇ ਹਨ। ਤਾਂ ਇਸ ਗੱਲ ਦੀ ਕਾਫ਼ੀ ਸੰਭਾਵਨਾ ਹੈ ਕਿ ਜੇ ਤੁਸੀਂ ਸਭ ਤੋਂ ਵਧੀਆਂ ਲੋਕਾਂ ਨੂੰ ਖੋਜਣ ਲਈ ਗੰਭੀਰ ਤੌਰ 'ਤੇ ਕੋਸ਼ਿਸ਼ ਨਹੀਂ ਕਰੋਗੇ, ਤਾਂ ਤੁਸੀਂ ਉਨ੍ਹਾਂ ਲੋਕਾਂ ਦੇ ਆਲੇ-ਦੁਆਲੇ ਹੋਵੋਗੇ ਜੋ ਤੁਹਾਨੂੰ ਹੇਠਾਂ ਵੱਲ ਖਿੱਚਣਗੇ।

ਪਰ ਜੇ ਤੁਸੀਂ ਪਹਿਲਾਂ ਤੋਂ ਜ਼ਿਆਦਾ ਤੇਜ਼ੀ ਨਾਲ ਵਧਣਾ ਚਾਹੁੰਦੇ ਹੋ, ਤਾਂ ਵੱਡੇ ਸੁਫ਼ਨੇ ਦੇਖਣ ਵਾਲੇ ਅਤੇ ਅੱਗੇ ਵਧਣ ਵਾਲੇ ਲੋਕਾਂ ਦੀ ਸੰਗਤ ਵਿੱਚ ਰਹੋ: ਜਿਨ੍ਹਾਂ ਲੋਕਾਂ ਤੋਂ ਤੁਸੀਂ ਪ੍ਰਭਾਵਿਤ ਹੋ, ਜੋ ਤੁਹਾਡੇ ਰੋਲ ਮਾਡਲ ਹਨ, ਅਤੇ ਉਹ ਜਾਣਦੇ ਹਨ ਕਿ ਉਹ ਕਿੱਥੇ ਜਾ ਰਹੇ ਹਨ ਅਤੇ ਕਿਹੜੇ ਟੀਚੇ ਵੱਲ ਵੱਧ ਰਹੇ ਹਨ। ਅਜਿਹੇ ਲੋਕਾਂ ਦੀ ਤਲਾਸ਼ ਕਰੋ ਜੋ ਇੰਡਸਟਰੀ ਵਿੱਚ ਸਭ ਤੋਂ ਵਧੀਆਂ ਹਨ, ਅਤੇ ਉਹ ਉਸ ਥਾਂ 'ਤੇ ਪੁੱਜ ਗਏ ਹਨ, ਜਿੱਥੇ ਤੁਸੀਂ ਪੁੱਜਣਾ ਚਾਹੁੰਦੇ ਹੋ। ਕਈ ਵਾਰੀ ਸਹੀ ਲੋਕ ਤੁਹਾਨੂੰ ਅੱਗੇ ਵਧਣ ਲਈ

ਖਿੱਚਦੇ ਹਨ ਅਤੇ ਇਸ ਨਾਲ ਤਕਲੀਫ਼ ਵੀ ਹੁੰਦੀ ਹੈ, ਪਰ ਇਹ ਤੁਹਾਡੇ ਲਈ ਵਿਕਾਸ ਦੀ ਨਿਸ਼ਾਨੀ ਹੈ। ਅਜਿਹੇ ਸਮੇਂ ਅੰਦਰ ਧੀਰਜ ਰੱਖੋ ਅਤੇ ਨਵੀਆਂ ਉੱਚਾਈਆਂ ਦਾ ਅਨੰਦ ਮਾਣੋ। ਉਨ੍ਹਾਂ ਨਾਲ ਜੁੜੇ ਰਹੋ ਅਤੇ ਕਦੇ ਵੀ ਆਪਣੀ ਪੁਰਾਣੀ ਕੰਪਨੀ ਵਿੱਚ ਨਾ ਜਾਓ। ਉਨ੍ਹਾਂ ਨੂੰ ਡਿਨਰ ਲਈ ਸੱਦਾ ਦਿਓ, ਉਨ੍ਹਾਂ ਦੇ ਵਿਚਕਾਰ ਕੋਈ ਵੀ ਕੰਮ ਕਰਨ ਦਾ ਮੌਕਾ ਮਿਲੇ ਤਾਂ ਆਪਣੇ-ਆਪ ਨੂੰ ਅੱਗੇ ਕਰੋ, ਹਰ ਉਸ ਮੌਕੇ ਨੂੰ ਪਾਉਣ ਦੀ ਕੋਸ਼ਿਸ਼ ਕਰੋ ਜਿਸ ਕਰਕੇ ਉਨ੍ਹਾਂ ਨਾਲ ਸਮਾਂ ਬਤੀਤ ਕਰ ਸਕੋ। ਮੈਂ ਨਿੱਜੀ ਤੌਰ ’ਤੇ ਇਹ ਦੇਖਿਆ ਹੈ ਕਿ ਜੋ ਲੋਕ ਇੰਡਸਟਰੀ ਵਿੱਚ ਸਿਖਰਲੇ ਸਥਾਨ ’ਤੇ ਹੁੰਦੇ ਹਨ, ਉਹ ਲੋਕਾਂ ਨੂੰ ਸਲਾਹ ਦੇ ਕੇ ਉਨ੍ਹਾਂ ਦਾ ਮਾਰਗਦਰਸ਼ਨ ਕਰਨ ਲਈ ਤਿਆਰ ਰਹਿੰਦੇ ਹਨ। ਉਹ ਜ਼ਿਆਦਾਤਰ ਆਪਣੀ ਸਫਲਤਾ ਦਾ ਰਾਜ ਬਾਰੇ ਸਾਰਿਆਂ ਨੂੰ ਦੱਸਣਾ ਚਾਹੁੰਦੇ ਹਨ ਅਤੇ ਹੋਰਾਂ ਨੂੰ ਵੀ ਅੱਗੇ ਵਧਦੇ ਹੋਏ ਦੇਖਣਾ ਪਸੰਦ ਕਰਦੇ ਹਨ। ਪਰ ਉਹ ਤੁਹਾਨੂੰ ਉਦੋਂ ਸਿਖਾਉਣਗੇ ਜੇ ਉਹ ਤੁਹਾਨੂੰ ਪਸੰਦ ਕਰਨਗੇ। ਇਸ ਲਈ ਸੱਚੇ ਬਣੋ, ਸਖ਼ਤ ਮਿਹਨਤ ਕਰੋ, ਆਪਣੇ ਕੰਮ ਲਈ ਉਤਸ਼ਾਹੀ ਬਣੋ, ਫਿਰ ਸਹੀ ਲੋਕ ਤੁਹਾਨੂੰ ਆਪੇ ਹੀ ਪਹਿਚਾਣ ਲੈਣਗੇ। ਤੁਸੀਂ ਆਪਣੇ ਚੁਣੇ ਗਏ ਖੇਤਰ ਵਿੱਚ ਅਤੇ ਆਪਣੀ ਜ਼ਿੰਦਗੀ ਵਿੱਚ ਜਿੰਨੇ ਬਿਹਤਰ ਬਣਦੇ ਜਾਓਗੇ, ਉੱਨਾ ਹੀ ਕਾਮਯਾਬੀ ਤੱਕ ਪਹੁੰਚਣ ਦੀਆਂ ਤੁਹਾਡੀਆਂ ਸੰਭਾਵਨਾਵਾਂ ਵਧਦੀਆਂ ਜਾਣਗੀਆਂ।

ਨਾਲ ਹੀ ਹਰ ਖੇਤਰ ਵਿੱਚ ਸਫਲਤਾ ਪਾਉਣਾ ਉਨ੍ਹਾਂ ਬੁਨਿਆਦੀ ਸਿਧਾਂਤਾਂ ’ਤੇ ਅਧਾਰਿਤ ਹੈ। ਦੂਜੇ ਖੇਤਰਾਂ ਦੇ ਵੱਡੇ ਲੋਕ ਵੀ ਤੁਹਾਨੂੰ ਸਿਖਾ ਸਕਦੇ ਹਨ ਕਿ ਆਪਣੇ ਖੇਤਰ ਵਿੱਚ ਕਿਵੇਂ ਸਭ ਤੋਂ ਵਧੀਆ ਹੋਇਆ ਜਾਏ। ਹੋਰ ਖੇਤਰਾਂ ਦੇ ਸਭ ਤੋਂ ਉੱਤਮ ਲੋਕਾਂ ਤੋਂ ਵੀ ਸਿੱਖਣ ਲਈ ਤਿਆਰ ਰਹੋ। ਨੈੱਟਵਰਕ ਮਾਰਕੀਟਿੰਗ ਦੇ ਬਿਜ਼ਨਿਸ ਵਿੱਚ ਸਹੀ ਸ਼ਾਂਝੀਵਾਲਤਾ ਆਪਣੇ-ਆਪ ਆਉਂਦੀ ਹੈ: ਸਾਰੇ ਪ੍ਰੋਗਰਾਮਾਂ ਵਿੱਚ ਸ਼ਾਮਿਲ ਹੋ ਕੇ ਅਤੇ ਆਪਣੇ ਐਕਟਿਵ ਅੱਪਲਾਈਨਾਂ ਨਾਲ ਨਿਰੰਤਰ ਸੰਪਰਕ ਵਿੱਚ ਰਹਿ ਕੇ। ਇਸ ਲਈ ਜਦੋਂ ਵੀ ਤੁਹਾਨੂੰ ਸਹੀ ਲੋਕ ਮਿਲਣ, ਉਨ੍ਹਾਂ ਨਾਲ ਜੁੜੇ ਰਹੋ ਅਤੇ ਸਿਖਰ ’ਤੇ ਪੁੱਜਣ ਦਾ ਰਾਹ ਬਣਾਓ। ਇਹ ਯਾਦ ਰੱਖੋ ਕਿ ਤੁਹਾਡੀ ਸ਼ਾਂਝੀਵਾਲਤਾ ਤੁਹਾਡੀ ਕਿਸਮਤ ਨਿਰਧਾਰਿਤ ਕਰਦੀ ਹੈ।

ਗ਼ਲਤ ਕੰਪਨੀ ਦਾ ਸੰਗ ਘਾਤਕ ਹੈ

ਉਨ੍ਹਾਂ ਦਾ ਨਾਮ ਲਏ ਬਿਨਾਂ, ਮੈਂ ਆਪਣੀ ਟੀਮ ਦੇ ਕੁੱਝ ਹੋਣਹਾਰ ਸਾਥੀਆਂ ਬਾਰੇ ਦੱਸਣਾ ਚਾਹੁੰਦਾ ਹਾਂ ਜਿਨ੍ਹਾਂ ਨੇ ਅਸਲ ਵਿੱਚ ਬਹੁਤ ਤੇਜ਼ੀ ਨਾਲ ਵਿਕਾਸ ਕੀਤਾ ਅਤੇ ਥੋੜ੍ਹੇ ਹੀ ਸਮੇਂ ਅੰਦਰ ਵੱਡੀ ਕਮਾਈ ਕੀਤੀ, ਪਰ ਅਚਾਨਕ ਉਨ੍ਹਾਂ ਨੇ ਬਿਜ਼ਨਿਸ ਛੱਡ ਦਿੱਤਾ। ਅੱਜ ਕਈ ਸਾਲਾਂ ਬਾਅਦ ਵੀ ਉਹ ਜਿਉਂਦੇ ਰਹਿਣ ਲਈ ਸੰਘਰਸ਼ ਕਰ ਰਹੇ ਹਨ। ਜਦੋਂ ਮੈਂ ਇਸ ਗੱਲ ਦੀ ਖੋਜ ਕਰਦਾ ਹਾਂ ਕਿ ਇਹ ਲੋਕ ਆਪਣੇ ਕਰੀਅਰ ਦੇ ਸਿਖਰ ’ਤੇ ਕੰਮ ਕਿਉਂ ਛੱਡ ਦਿੰਦੇ ਹਨ, ਤਾਂ ਮੈਨੂੰ ਜ਼ਿਆਦਾਤਰ ਮਾਮਲਿਆਂ ਵਿੱਚ ਪਤਾ ਲਗਿਆ ਕਿ ਸਾਡੀ ਕੰਪਨੀ ਛੱਡਣ ਤੋਂ 3 ਤੋਂ 6 ਮਹੀਨੇ ਪਹਿਲਾਂ ਕੁੱਝ ਗ਼ਲਤ ਲੋਕਾਂ ਨਾਲ ਉਨ੍ਹਾਂ ਨੇ ਨਵੀਂ ਦੋਸਤੀ ਸ਼ੁਰੂ ਕੀਤੀ ਸੀ। ਉਨ੍ਹਾਂ ਲੋਕਾਂ ਦੇ ਪ੍ਰਭਾਵ ਨੇ ਹੌਲੀ-ਹੌਲੀ ਉਨ੍ਹਾਂ ਦੀ ਵਿਚਾਰ ਪ੍ਰਕਿਰਿਆ ਨੂੰ ਜ਼ਹਿਰੀਲਾ ਕਰ ਦਿੱਤਾ ਅਤੇ ਉਨ੍ਹਾਂ ਨੇ ਬਿਜ਼ਨਿਸ ਛੱਡਣ ਦੀ ਗ਼ਲਤੀ ਕਰ ਲਈ। ਮੈਂ ਆਪਣੀਆਂ ਸਾਰੀਆਂ ਟ੍ਰੇਨਿੰਗਾਂ ਵਿੱਚ ਵਾਰ-ਵਾਰ ਇਹੀ ਸਲਾਹ ਦਿੰਦਾ ਹਾਂ ਕਿ ਆਪਣੇ ਦੋਸਤਾਂ ਨੂੰ ਧਿਆਨ ਨਾਲ ਚੁਣੋ। ਇਸ ਵਿੱਚ ਤੁਹਾਡੇ ਫੇਸਬੁੱਕ ਦੋਸਤ ਵੀ ਸ਼ਾਮਿਲ ਹਨ।

ਤੁਸੀਂ ਉਹਨਾਂ ਪੰਜ ਲੋਕਾਂ ਦੇ ਔਸਤ ਹੋ ਜੋ ਤੁਹਾਡੇ ਸਭ ਤੋਂ ਜ਼ਿਆਦਾ ਨਜ਼ਦੀਕੀ ਹਨ।

– ਜਿਮ ਰੋਨ

4. ਲਿਖਤੀ ਟੀਚਿਆਂ ਦੀ ਸ਼ਕਤੀ

ਸਪੱਸ਼ਟ ਅਤੇ ਲਿਖਤੀ ਟੀਚਿਆਂ ਨਾਲ ਕੰਮ ਕਰਨ ਵਾਲੇ ਲੋਕ, ਥੋੜ੍ਹੇ ਸਮੇਂ ਅੰਦਰ ਇੰਨਾ ਜ਼ਿਆਦਾ ਪ੍ਰਾਪਤ ਕਰ ਲੈਂਦੇ ਹਨ ਜਿੰਨਾ ਬਿਨਾਂ ਟੀਚਿਆਂ ਨਾਲ ਕੰਮ ਕਰਨ ਵਾਲੇ ਲੋਕ ਸੋਚ ਵੀ ਨਹੀਂ ਸਕਦੇ।

– ਬ੍ਰਾਇਨ ਟ੍ਰੈਸੀ

ਸਿੱਧੇ ਸ਼ਬਦਾਂ ਵਿੱਚ, ਟੀਚੇ ਉਹ ਸੁਫ਼ਨੇ ਹਨ ਜਿਨਾਂ ਦੀ ਇੱਕ ਸਮਾਂ ਸੀਮਾ ਹੈ। ਜਿੱਥੇ ਸੁਫ਼ਨੇ ਤੁਹਾਡੇ ਨਜ਼ਰੀਏ ਅਤੇ ਜੀਵਨ ਵਿੱਚ ਤੁਹਾਡੇ ਟੀਚਿਆਂ ਤੋਂ ਪੁੰਗਰਦੇ ਹਨ, ਟੀਚੇ ਉਨਾਂ ਸੁਫਨਿਆਂ ਨੂੰ ਬਗ਼ੈਰ ਦੇਰ ਕੀਤੇ ਪੂਰਾ ਕਰਦੇ ਹਨ। ਟੀਚੇ ਸਾਡੇ ਸੁਫਨਿਆਂ ਵੱਲ ਸਾਡੀ ਯਾਤਰਾ ਵਿੱਚ ਮੀਲ ਪੱਥਰ ਵਾਂਗ ਹੁੰਦੇ ਹਨ। ਤੁਸੀਂ ਆਪਣੀ ਮੰਜ਼ਿਲ ਤੱਕ ਪਹੁੰਚਣ ਲਈ ਟੀਚਿਆਂ ਨੂੰ ਸਿਸਟਮ ਵਾਂਗ ਵਰਤ ਸਕਦੇ ਹੋ। ਟੀਚੇ ਹਮੇਸ਼ਾ ਸ਼ਾਰਟ ਟਰਮ, ਮੀਡੀਅਮ ਟਰਮ ਅਤੇ ਲੌਂਗ ਟਰਮ ਹੋਣੇ ਚਾਹੀਦੇ ਹਨ।

ਸਮੇਂ ਸੀਮਾ ਅੰਦਰ ਪੂਰੇ ਕੀਤੇ ਜਾਣ ਵਾਲੇ ਟੀਚਿਆਂ ਦੀ ਕਿਸਮ

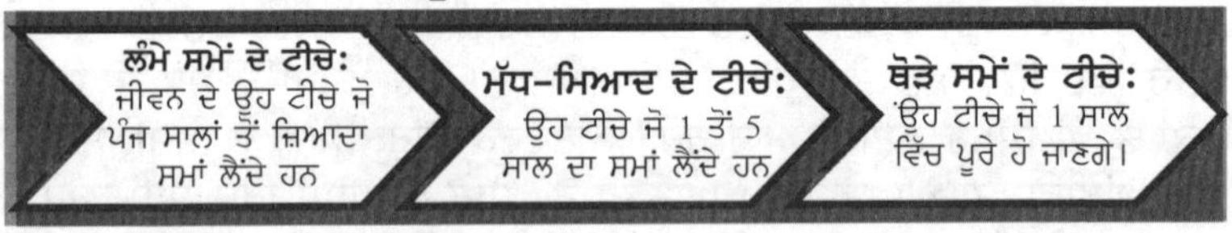

ਪਹਿਲਾਂ ਤੁਸੀਂ ਆਪਣੇ ਲੰਬੇ ਸਮੇਂ ਦੇ ਟੀਚੇ ਬਣਾ ਲਓ। ਇਹ ਟੀਚੇ ਤੁਹਾਡੇ ਸੁਫਨਿਆਂ, ਨਜ਼ਰੀਏ ਅਤੇ ਜੀਵਨ ਦੇ ਨਿਸ਼ਾਨਿਆਂ ਨਾਲ ਪ੍ਰੇਰਿਤ ਹੁੰਦੇ ਹਨ। ਇੱਕ ਵਾਰ ਜੇ ਤੁਸੀਂ ਆਪਣੇ ਲੰਬੇ ਸਮੇਂ ਦੇ ਟੀਚੇ ਨਿਰਧਾਰਿਤ ਕਰ ਲਏ ਤਾਂ ਤੁਹਾਡੀ ਦਿਸ਼ਾ ਅਤੇ ਮੰਜ਼ਿਲ ਨਿਸ਼ਚਿਤ ਹੋ ਗਈ। ਹੁਣ ਤੁਹਾਨੂੰ ਆਪਣੇ ਲਈ ਮੀਲ ਪੱਥਰ ਤਿਆਰ ਕਰਨੇ ਹੋਣਗੇ ਜਿਨਾਂ ਨਾਲ ਤੁਸੀਂ ਆਪਣੇ ਲੰਬੇ ਸਮੇਂ ਦੇ ਟੀਚਿਆਂ ਨੂੰ ਪੂਰਾ ਕਰ ਸਕੋ। ਇਹ ਤੁਹਾਡੀ ਮੱਧਕਾਲੀ ਟੀਚੇ ਹਨ। ਹੁਣ ਅਗਲਾ ਕਦਮ ਹੈ ਕਿ ਤੁਸੀਂ ਆਪਣੇ ਅਗਲੇ 12 ਮਹੀਨਿਆਂ ਦੇ ਟੀਚਿਆਂ ਨੂੰ ਪਹਿਚਾਣ ਲਓ। ਆਪਣੇ ਲੰਬੇ ਸਮੇਂ, ਮੱਧਕਾਲੀ ਅਤੇ ਥੋੜੇ ਸਮੇਂ ਦੇ ਟੀਚਿਆਂ ਨੂੰ ਇੱਕ ਡਾਇਰੀ ਜਾਂ ਲੈਪਟਾੱਪ ਅੰਦਰ ਜਾਂ ਆਪਣੇ ਮੋਬਾਈਲ ਵਿੱਚ ਹੁਣੇ ਹੀ ਲਿਖ ਲਓ ਅਤੇ ਫਿਰ ਤੁਸੀਂ ਅੱਗੇ ਵਧਣ ਲਈ ਤਿਆਰ ਹੋ।

ਸਮਾਰਟ (SMART) ਟੀਚੇ

ਜੇ ਤੁਹਾਡੇ ਟੀਚੇ ਸਮਾਰਟ ਹਨ, ਤਾਂ ਉਨ੍ਹਾਂ ਦੇ ਪੂਰੇ ਹੋਣ ਦੀ ਸੰਭਾਵਨਾ ਵੱਧ ਜਾਂਦੀ ਹੈ। ਤੁਸੀਂ ਅੱਗੇ ਲਿਖੇ ਹੋਏ ਦਿਸ਼ਾ-ਨਿਰਦੇਸ਼ਾਂ ਦੀ ਵਰਤੋਂ ਕਰਕੇ ਆਪਣੇ ਟੀਚੇ ਨੂੰ ਸਮਾਰਟ ਟੀਚਿਆਂ ਵਿੱਚ ਬਦਲ ਸਕਦੇ ਹੋ। ਬਹੁਤ ਸਾਰੇ ਲੋਕ ਆਪਣੇ ਟੀਚਿਆਂ ਨੂੰ ਪੂਰਾ ਨਹੀਂ ਕਰ ਪਾਉਂਦੇ ਕਿਉਂ ਕਿ ਉਹ ਸਿਰਫ਼ ਦਿਖਾਵੇ ਲਈ ਉਪਰੋਂ-ਉਪਰੀ ਆਪਣੇ ਟੀਚਿਆਂ 'ਤੇ ਕੰਮ ਕਰਦੇ ਹਨ, ਪਰ ਜੇ ਤੁਸੀਂ ਇੱਕ ਕਿਤਾਬ ਵਿੱਚ ਲਿਖੇ ਅਨੁਸਾਰ ਕੰਮ ਕਰੋਗੇ, ਤਾਂ ਤੁਸੀਂ ਨਿਸ਼ਚਿਤ ਤੌਰ 'ਤੇ ਆਪਣੇ ਟੀਚਿਆਂ ਨੂੰ ਪ੍ਰਾਪਤ ਕਰੋਗੇ ਅਤੇ ਇਹ ਪਹਿਲਾਂ ਨਾਲੋਂ ਵੀ ਤੇਜ਼ ਹੋ ਜਾਵੇਗਾ।

ਨਿਸ਼ਚਿਤ (Specific)	ਜਿੰਨਾ ਸੰਭਵ ਹੋ ਸਕੇ ਆਪਣੇ ਟੀਚਿਆਂ ਨੂੰ ਪਰਿਭਾਸ਼ਿਤ ਕਰੋ। ਕੌਣ, ਕੀ, ਕਿੱਥੇ, ਕਦੋਂ, ਕਿਉਂ, ਕਿਹੜਾ ਆਦਿ।
ਮਾਪਣਯੋਗ (Measurable)	ਤੁਹਾਨੂੰ ਕਿਵੇਂ ਪਤਾ ਚੱਲੇਗਾ ਕਿ ਤੁਸੀਂ ਟੀਚਿਆਂ ਨੂੰ ਪਾ ਲਿਆ ਹੈ? ਕੀ ਤੁਸੀਂ ਟ੍ਰੈਕ ਕਰ ਸਕਦੇ ਹੋ - ਮਾਤਰਾ, ਪੈਸੇ, ਸਮਾਂ ਆਦਿ।
ਪ੍ਰਾਪਤੀਯੋਗ (Attainable)	ਚੁਣੌਤੀਪੂਰਨ ਪਰ ਅਸੰਭਵ ਨਹੀਂ। ਪ੍ਰਾਪਤੀ ਲਈ ਸਮੇਂ ਸੀਮਾ ਵੀ ਸਹੀ ਹੋਣੀ ਚਾਹੀਦੀ ਹੈ।
ਸੰਬੰਧਤ (Relevant)	ਕੀ ਇਹ ਟੀਚੇ ਹਾਸਿਲ ਕਰਕੇ ਤੁਸੀਂ ਆਪਣੇ ਲੰਬੇ ਸਮੇਂ ਦੇ ਟੀਚੇ ਅਤੇ ਜ਼ਿੰਦਗੀ ਦੇ ਮਕਸਦਾਂ ਨੂੰ ਪੂਰਾ ਕਰ ਪਾਓਗੇ?
ਸਮਾਂ ਸੀਮਾ (Time bound)	ਤੁਸੀਂ ਕਦੋਂ ਤੱਕ ਆਪਣੇ ਮਨਚਾਹੇ ਨਤੀਜੇ ਪ੍ਰਾਪਤ ਕਰਨ ਦੀ ਯੋਜਨਾ ਬਣਾਉਂਦੇ ਹੋ? - ਨਿਯਤ ਤਾਰੀਖ, ਮਹੀਨਾ, ਸਾਲ

ਤੁਹਾਡੇ ਕੋਲ ਜੋ ਵੀ ਟੀਚੇ ਹਨ, ਉਨਾਂ ਨੂੰ ਉੱਪਰ ਲਿਖੇ ਗਏ ਦਿਸ਼ਾ-ਨਿਰਦੇਸ਼ਾਂ ਅਨੁਸਾਰ ਸਮਾਰਟ ਟੀਚਿਆਂ ਵਿੱਚ ਬਦਲੋ। ਤੁਸੀਂ ਜ਼ਿੰਦਗੀ ਵਿੱਚ ਜੋ ਕੁੱਝ ਵੀ ਪਾਉਂਣਾ ਚਾਹੁੰਦੇ ਹੋ ਉਸ ਲਈ ਸਮਾਰਟ ਟੀਚੇ ਜ਼ਰੂਰ ਬਣਾਓ।

ਲਿਖਤੀ ਟੀਚੇ

ਉਸ ਨੂੰ ਲਿਖ ਲਓ। ਲਿਖਤੀ ਟੀਚੇ ਆਪਣੀਆਂ ਇੱਛਾਵਾਂ ਨੂੰ ਆਪਣੀਆਂ ਲੋੜਾਂ ਵਿੱਚ ਬਦਲਣ ਦਾ ਇੱਕ ਜ਼ਰੀਆ ਹਨ, ਇਸ ਨਾਲ 'ਨਾਂਹ', 'ਹਾਂ' ਵਿੱਚ ਬਦਲ ਸਕਦੀ ਹੈ, ਸੁਫ਼ਨੇ, ਯੋਜਨਾ ਵਿੱਚ ਬਦਲ ਅਤੇ ਯੋਜਨਾਵਾਂ ਸੱਚਾਈ ਵਿੱਚ ਬਦਲ ਸਕਦੀਆਂ ਹਨ। ਇਸ ਨੂੰ ਸਿਰਫ਼ ਸੋਚੋ ਨਹੀਂ, ਲਿਖ ਵੀ ਲਓ।

– ਮਾਈਕਲ ਕੋਰੜਾ

ਆਪਣੇ ਟੀਚਿਆਂ ਨੂੰ ਪਰਿਭਾਸ਼ਿਤ ਕਰਨ ਤੋਂ ਬਾਅਦ, ਤੁਹਾਨੂੰ ਆਪਣੇ ਟੀਚਿਆਂ ਨੂੰ ਹੁਣ ਲਿਖਤੀ ਰੂਪ ਵਿੱਚ ਰੱਖਣਾ ਚਾਹੀਦਾ ਹੈ। ਆਪਣੇ ਟੀਚਿਆਂ ਨੂੰ ਇੱਕ ਨੋਟ ਬੁਕ, ਡਾਇਰੀ, ਖੁਲ੍ਹੇ ਵਰਕਿਆ, ਲੈਪਟਾੱਪ ਜਾਂ ਸਮਾਰਟ ਫੋਨ ਜਾਂ ਆਪਣੀ ਪਸੰਦੀਦਾ ਐਪ 'ਤੇ ਲਿਖੋ। ਸਿੱਧੀ ਜਿਹੀ ਗੱਲ ਇਹ ਹੈ ਕਿ ਤੁਹਾਡੇ ਕੋਲ ਟੀਚੇ ਲਿਖੇ ਹੋਣੇ ਚਾਹੀਦੇ ਹਨ।

ਮਾਰਕ ਮੈਕਕਾੱਰਮੈਕ ਦੁਆਰਾ ਲਿਖੀ ਇੱਕ ਕਿਤਾਬ ਹੈ, '*ਵਾਟ ਦੇ ਡੋਂਟ ਟੀਚ ਯੂ ਏਟ ਹਾੱਰਵਰਡ ਬਿਜ਼ਨਿਸ ਸਕੂਲ*', ਉਸ ਵਿੱਚ ਇਸ ਗੱਲ ਦਾ ਜ਼ਿਕਰ ਕੀਤਾ ਗਿਆ ਹੈ ਕਿ 1979 ਵਿੱਚ ਇੱਕ ਅਧਿਐਨ ਕੀਤਾ ਗਿਆ ਸੀ, ਜਿਸ ਵਿੱਚ ਪਾਸ ਹੋਏ ਵਿਦਿਆਰਥੀਆਂ ਨੂੰ ਪੁੱਛਿਆ ਗਿਆ ਸੀ, 'ਕੀ ਤੁਸੀਂ ਆਪਣੇ ਭਵਿੱਖ ਲਈ ਸਪੱਸ਼ਟ, ਲਿਖਤੀ ਟੀਚੇ ਨਿਰਧਾਰਿਤ ਕਰ ਕੇ ਉਨ੍ਹਾਂ ਨੂੰ ਪੂਰਾ ਕਰਨ ਦਾ ਪਲਾਨ ਬਣਾ ਲਿਆ ਹੈ?' ਉਨ੍ਹਾਂ ਦੇ ਜਵਾਬ ਕੁੱਝ ਇਸ ਤਰ੍ਹਾਂ ਸਨ :

- ✓ 3% ਲੋਕਾਂ ਕੋਲ ਟੀਚੇ ਅਤੇ ਪਲਾਨ ਸਨ।
- ✓ 13% ਲੋਕਾਂ ਦੇ ਆਪਣੇ ਟੀਚੇ ਸਨ, ਪਰ ਉਹ ਲਿਖਤੀ ਰੂਪ ਵਿੱਚ ਨਹੀਂ ਸਨ।
- ✓ 84% ਲੋਕਾਂ ਕੋਈ ਨਿਸ਼ਚਿਤ ਟੀਚੇ ਹੀ ਨਹੀਂ ਸਨ।

ਦਸ ਸਾਲਾਂ ਬਾਅਦ, ਜਿਨ੍ਹਾਂ 3% ਲੋਕਾਂ ਕੋਲ ਲਿਖਤੀ ਟੀਚੇ ਅਤੇ ਪਲਾਨ ਸਨ ਉਹ ਔਸਤਨ, ਬਾਕੀ 97% ਦੀ ਕੁੱਲ ਆਮਦਨ ਤੋਂ ਦਸ ਗੁਣਾ ਜ਼ਿਆਦਾ ਕਮਾਈ ਕਰ ਰਹੇ ਸਨ।

ਸਿਰਫ਼ ਆਪਣੇ ਟੀਚਿਆਂ ਨੂੰ ਲਿਖਣ ਨਾਲ ਹੀ ਉਨ੍ਹਾਂ ਨੂੰ ਨਿਸ਼ਚਿਤ ਤੌਰ ’ਤੇ ਪਾਉਣ ਦੀਆਂ ਸੰਭਾਵਨਾਵਾਂ ਵਿੱਚ ਕਈ ਗੁਣਾ ਵੱਧ ਸੁਧਾਰ ਲਿਆਇਆ ਜਾ ਸਕਦਾ ਹੈ। ਆਪਣੇ ਟੀਚਿਆਂ ਨੂੰ ਹਮੇਸ਼ਾ ਲਿਖਿਆ ਕਰੋ। ਆਪਣੇ ਪਰਿਵਾਰ ਨੂੰ ਆਪਣੇ ਟੀਚਿਆਂ ਦੀ ਪ੍ਰਾਪਤੀ ਲਈ ਸ਼ਾਮਿਲ ਕਰੋ। ਤੁਹਾਡੇ ਪਤੀ/ਪਤਨੀ ਅਤੇ ਬੱਚੇ ਤੁਹਾਡੀ ਟੀਮ ਦਾ ਹਿੱਸਾ ਹਨ ਅਤੇ ਆਪਣੇ ਟੀਚਿਆਂ ਨੂੰ ਪੂਰਾ ਕਰਨ ਲਈ ਉਨ੍ਹਾਂ ਦਾ ਸਹਿਯੋਗ ਜ਼ਰੂਰੀ ਹੈ। ਆਪਣੇ ਟੀਚੇ ਬਣਾਉਣ ਵੇਲੇ ਉਨ੍ਹਾਂ ਨੂੰ ਸ਼ਾਮਿਲ ਕਰੋ। ਉਨ੍ਹਾਂ ਕੋਲੋਂ ਜਿੰਨਾ ਹੋ ਸਕਦਾ ਹੈ ਉਹ ਤੁਹਾਡੀ ਮਦਦ ਕਰਨਗੇ ਅਤੇ ਜਿਸ ਵੇਲੇ ਤੁਸੀਂ ਘਰ ਤੋਂ ਬਾਹਰ ਜਾ ਕੇ ਆਪਣੇ ਟੀਚਿਆਂ ਲਈ ਕੰਮ ਕਰ ਰਹੇ ਹੋਵੋਗੇ, ਤਾਂ ਉਹ ਸਮਝਣਗੇ ਕਿ ਤੁਸੀਂ ਸਿਰਫ਼ ਆਪਣੇ ਲਈ ਕੰਮ ਨਹੀਂ ਸਗੋਂ ਸਾਰੇ ਪਰਿਵਾਰ ਲਈ ਕੰਮ ਕਰ ਰਹੇ ਹੋ। ਇਸ ਨਾਲ ਤੁਹਾਨੂੰ ਆਪਣੀ ਜਿੰਦਗੀ ਅੰਦਰ ਸੰਤੁਲਨ ਬਣਾਉਣ ਵਿੱਚ ਮਦਦ ਮਿਲੇਗੀ।

ਇੱਕ ਵਾਰ ਜਦੋਂ ਤੁਸੀਂ ਆਪਣੇ ਟੀਚੇ ਲਿਖ ਲਏ, ਉਨ੍ਹਾਂ ਵਿੱਚ ਥੋੜ੍ਹੀ ਜਾਨ ਜਾਂ ਸਪਾਰਕ (SPARK) ਲੈ ਕੇ ਆਓ। ਇਹ ਸਪਾਰਕ ਤੁਹਾਨੂੰ ਉਨ੍ਹਾਂ ਨੂੰ ਹੋਰ ਤੇਜੀ ਨਾਲ ਪੂਰਾ ਕਰਨ ਵਿੱਚ ਮਦਦ ਕਰੇਗਾ।

ਸਪਾਰਕ (SPARK) ਬਹੁਤ ਸੌਖਾ ਹੈ।

1. ਆਪਣੇ ਟੀਚਿਆਂ ਬਾਰੇ ਗੱਲਾਂ ਕਰੋ।(Speak your goals out) ਭਾਵੇਂ ਤੁਸੀਂ ਇਕੱਲੇ ਹੋ ਜਾਂ ਸਾਰਿਆਂ ਵਿਚਕਾਰ, ਆਪਣੇ ਟੀਚਿਆਂ ਬਾਰੇ ਹਮੇਸ਼ਾਂ ਗੱਲਾਂ ਕਰੋ।
2. ਆਪਣੇ ਟੀਚਿਆਂ ਨੂੰ 2x4 ਜਾਂ 3x5 ਦੇ ਜੇਬ ਵਾਲੇ ਕਾਰਡਾਂ (Pocket Cards) ’ਤੇ ਲਿਖ ਲਓ ਅਤੇ ਜਦੋਂ ਤੁਸੀਂ ਕਿਤੇ ਘੁੰਮਣ ਜਾ ਰਹੇ ਹੋ ਜਾਂ ਕੰਮ ਕਰਨ ਸਮੇਂ ਕਾਰਡਾਂ ਨੂੰ ਹਮੇਸ਼ਾ ਆਪਣੇ ਕੋਲ ਰੱਖੋ।
3. ਹਰ ਵਾਰ ਜਦੋਂ ਵੀ ਲੋਕਾਂ ਨਾਲ ਗੱਲਾਂ ਕਰਨ ਦਾ ਮੌਕਾ ਮਿਲਦਾ ਹੈ, ਉਨ੍ਹਾਂ ਨੂੰ ਹਰ ਪ੍ਰੋਗਰਾਮ ਵਿੱਚ ਆਪਣੇ ਟੀਚਿਆਂ ਦਾ ਐਲਾਨ (Announce your Goals) ਕਰੋ।ਭਾਵੇਂ ਉਹ ਕੋਈ ਵੱਡਾ ਪ੍ਰੋਗਰਾਮ ਹੋਵੇ ਜਾਂ ਘਰ ਦੀ ਕੋਈ ਮੀਟਿੰਗ ਜਾਂ ਤੁਸੀਂ ਕਿਸੇ ਨਾਲ ਆਹਮੋ-ਸਾਹਮਣੇ ਬੈਠ ਕੇ ਗੱਲਬਾਤ ਕਰ ਰਹੇ ਹੋ, ਹਰ ਥਾਂ ਆਪਣੇ ਟੀਚਿਆਂ ਬਾਰੇ ਦੱਸੋ। ਅਜਿਹੇ ਲੋਕਾਂ ਨਾਲ ਹਰ ਕੋਈ ਰਹਿਣਾ ਪਸੰਦ ਕਰਦਾ ਹੈ ਜਿਨ੍ਹਾਂ ਨੂੰ ਪਤਾ ਹੈ ਕਿ ਉਹ ਜਿੰਦਗੀ ਵਿੱਚ ਕਿਹੜੇ ਪਾਸੇ ਜਾ ਰਹੇ ਹਨ। ਤੁਸੀਂ ਜਦੋਂ ਆਪਣੇ ਟੀਚਿਆਂ ਬਾਰੇ ਦੱਸਦੇ ਹੋ। ਤਾਂ ਇਸ ਨਾਲ ਤੁਹਾਡਾ ਆਪਣੇ ਪ੍ਰਤੀ ਭਰੋਸਾ ਅਤੇ ਦ੍ਰਿੜ੍ਹ ਵਿਸ਼ਵਾਸ ਦਿਖਦਾ ਹੈ।
4. ਆਪਣੇ ਟੀਚਿਆਂ ਨੂੰ ਰੋਜ਼ਾਨਾ ਪੜ੍ਹੋ (Read your Goals daily) ਆਪਣੇ ਦਿਨ ਦੀ ਸ਼ੁਰੂਆਤ ਅਤੇ ਅੰਤ ਵੇਲੇ ਆਪਣੇ ਟੀਚਿਆਂ ਨੂੰ ਪੜ੍ਹ ਕਰ ਕਰੋ। ਇਸ ਨਾਲ

ਤੁਹਾਡੇ ਸੁਚੇਤ ਮਨ ਤੋਂ ਤੁਹਾਡੇ ਅਵਚੇਤਨ ਮਨ ਵਿੱਚ ਤੁਹਾਡੇ ਟੀਚੇ ਜਾਂਦੇ ਰਹਿਣਗੇ ਅਤੇ ਤੁਹਾਡਾ ਅਵਚੇਤਨ ਮਨ, ਜੋ ਤੁਹਾਡੇ ਚੇਤਨ ਮਨ ਤੋਂ ਜ਼ਿਆਦਾ ਪ੍ਰਭਾਵੀ ਹੈ, ਆਪਣੇ ਟੀਚਿਆਂ ਨੂੰ ਪੂਰਾ ਕਰਨ ਲਈ ਹੋਰ ਕੰਮ ਕਰੇਗਾ।

5. ਆਪਣੇ ਟੀਚਿਆਂ ਨੂੰ ਆਪਣੇ ਆਲੇ-ਦੁਆਲੇ ਰੱਖੋ (Keep your Goals around you)। ਪੋਸਟਰ ਬਣਾਓ ਅਤੇ ਉਨਾਂ ਨੂੰ ਜਿੱਥੇ-ਜਿੱਥੇ ਹੋ ਸਕਦਾ ਹੈ ਚਿਪਕਾਓ ਭਾਵੇਂ ਆਪਣੇ ਘਰ, ਆਪਣੇ ਸਟੱਡੀ ਰੂਮ ਜਾਂ ਕੰਮ ਕਰਨ ਵਾਲੀਆਂ ਥਾਂਵਾਂ 'ਤੇ। ਉਸ ਨੂੰ ਆਪਣੀ ਕੰਪਿਊਟਰ ਸਕਰੀਨ ਜਾਂ ਮੋਬਾਇਲ ਦੀ ਹੋਮ ਸਕਰੀਨ ਜਾਂ ਵਾੱਟਸਐਪ ਦੀ ਡੀਪੀ ਜਾਂ ਭਾਵੇਂ ਫੇਸਬੁੱਕ ਪ੍ਰੋਫ਼ਾਈਲ ਬਣਾਓ। ਉਨਾਂ ਨੂੰ ਹਰ ਪਾਸੇ ਦੇਖ ਕੇ ਤੁਹਾਨੂੰ ਆਪਣੇ ਟੀਚਿਆਂ ਪ੍ਰਤੀ ਵਿਸ਼ਵਾਸ ਅਤੇ ਮਜ਼ਬੂਤੀ ਮਿਲੇਗੀ। ਇਸ ਨਾਲ ਤੁਹਾਡੇ ਅਵਚੇਤਨ ਮਨ ਵਿੱਚ ਵੀ ਥਾਂ ਬਣਾ ਲੈਣਗੇ।

ਨਿਰਣਾਇਕ ਟੀਚੇ (Breakthrough Goals):

ਹੁਣ ਮੈਂ ਤੁਹਾਨੂੰ ਟੀਚਿਆਂ ਦੀ ਪ੍ਰਾਪਤੀ ਦੇ ਅਗਲੇ ਪੱਧਰ 'ਤੇ ਲੈ ਜਾਵਾਂਗਾ ਜਿਸ ਨੂੰ ਬ੍ਰੇਕਥਰੂ ਟੀਚੇ ਕਿਹਾ ਜਾਂਦਾ ਹੈ। ਜਦੋਂ ਤੁਸੀਂ ਆਪਣੇ ਟੀਚੇ ਤੈਅ ਕਰ ਹੀ ਰਹੇ ਹੋ, ਤਾਂ ਕਿਉਂ ਨਾ ਨਿਰਣਾਇਕ ਟੀਚੇ ਤੈਅ ਕੀਤੇ ਜਾਣ। ਉਹ ਟੀਚੇ ਜਿਸ ਨਾਲ ਤੁਸੀਂ ਬਿਹਤਰ ਬਣ ਕੇ ਉਨ੍ਹਾਂ ਨੂੰ ਪੂਰਾ ਕਰਨ ਦੌਰਾਨ ਤੁਸੀਂ ਇੱਕ ਵੱਖਰੇ ਅਤੇ ਕਮਾਲ ਦੇ ਇਨਸਾਨ ਬਣ ਜਾਓਗੇ। ਅਜਿਹੇ ਟੀਚੇ ਤੁਹਾਨੂੰ ਹਮੇਸ਼ਾ ਲਈ ਆਜ਼ਾਦ ਕਰ ਦੇਣਗੇ, ਉਹ ਟੀਚੇ ਜਿਨ੍ਹਾਂ ਨੂੰ ਇੱਕ ਵਾਰ ਪ੍ਰਾਪਤ ਕਰ ਲਿਆ ਜਾਏ ਤਾਂ ਤੁਸੀਂ ਦੁਨੀਆ ਨੂੰ ਜਿਸ ਨਜ਼ਰੀਏ ਨਾਲ ਦੇਖ ਰਹੇ ਹੋ, ਉਹ ਨਜ਼ਰੀਆ ਬਦਲ ਜਾਵੇਗਾ, ਇਹ ਟੀਚੇ ਇੰਨੇ ਵੱਡੇ ਹਨ ਕਿ ਇੱਕ ਵਾਰੀ ਉਨ੍ਹਾਂ ਨੂੰ ਪ੍ਰਾਪਤ ਕਰ ਲਿਆ ਜਾਵੇ, ਤਾਂ ਤਹਾਡੀ ਜਿੰਦਗੀ ਦੁਬਾਰਾ ਕਦੇ ਵੀ ਪਹਿਲਾਂ ਵਰਗੀ ਨਹੀਂ ਰਹੇਗੀ।

ਇੱਕ ਡਿਕਸ਼ਨਰੀ ਅਨੁਸਾਰ, ਨਿਰਣਾਇਕ ਟੀਚੇ ਉਹ ਟੀਚੇ ਹਨ, ਜਿਨ੍ਹਾਂ ਨੂੰ ਇੱਕ ਵਾਰ ਜੇ ਪ੍ਰਾਪਤ ਕਰ ਲਿਆ ਜਾਏ, ਤਾਂ ਉਹ ਤੁਹਾਡੀ ਜਿੰਦਗੀ ਜਾਂ ਤੁਹਾਡੀ ਕੰਪਨੀ ਦੀ ਹਾਲਤ ਨੂੰ ਹਮੇਸ਼ਾ ਲਈ ਬਦਲ ਕੇ ਰੱਖ ਦਿੰਦੇ ਹਨ। ਉਹ ਤੁਹਾਨੂੰ ਗੁਮਨਾਮੀ ਤੋਂ ਪ੍ਰਸਿੱਧੀ ਵੱਲ ਲੈਂ ਜਾਂਦੇ ਹਨ, ਇਹ ਤੁਹਾਡੇ ਲਈ ਉਹਨਾਂ ਦਰਵਾਜ਼ਿਆਂ ਨੂੰ ਖੋਲ੍ਹ ਦਿੰਦੇ ਹਨ ਜੋ ਪਹਿਲਾਂ ਬੰਦ ਸੀ, ਇਹ ਤੁਹਾਨੂੰ ਸਿਖਰਲੇ 1% ਅਚੀਵਰਸ ਦੀ ਸ਼੍ਰੇਣੀ ਵਿੱਚ ਲੈ ਆਉਂਦਾ ਹਨ ਅਤੇ ਅਚਾਨਕ ਤੁਸੀਂ ਉਹ ਵਿਅਕਤੀ ਬਣ ਜਾਂਦੇ ਹੋ, ਜਿਸਦੀ ਹਰ ਥਾਂ 'ਤੇ ਚਰਚਾ ਹੋ ਰਹੀ ਹੁੰਦੀ ਹੈ। ਨਿਰਣਾਇਕ ਟੀਚੇ ਪ੍ਰਾਪਤੀ ਦੀ ਸਭ ਤੋਂ ਵਧੀਆ ਗੱਲ ਜੋ ਮੈਨੂੰ ਲੱਗਦੀ ਹੈ ਉਹ ਇਹ ਨਹੀਂ ਹੈ ਜੋ ਟੀਚੇ ਪ੍ਰਾਪਤੀ ਤੋਂ ਤੁਹਾਨੂੰ ਮਿਲਦਾ ਹੈ ਪਰ ਤੁਸੀਂ ਇਸ ਸਫਰ ਦੌਰਾਨ ਜੋ ਬਣ ਜਾਂਦੇ ਹੋ ਉਹ ਬੇਮਿਸਾਲ ਹੈ।ਜਦੋਂ ਤੁਸੀਂ ਇੱਕ ਸਫਲ ਟੀਚੇ ਨੂੰ ਪ੍ਰਾਪਤ ਕਰਨ ਦੀ ਦਿਸ਼ਾ ਵਿੱਚ ਕੰਮ ਕਰਦੇ ਹੋ, ਤਾਂ ਤੁਹਾਨੂੰ ਆਪਣੀ ਜਿੰਦਗੀ ਦੇ ਸਾਰੇ ਖੇਤਰਾਂ ਵਿੱਚ ਆਪਣੇ-ਆਪ ਨੂੰ ਪੂਰੀ ਤਰ੍ਹਾਂ ਬਦਲਣਾ ਹੋਵੇਗਾ। ਤੁਹਾਨੂੰ ਉਨ੍ਹਾਂ ਟੀਚਿਆਂ ਨੂੰ ਪ੍ਰਾਪਤ ਕਰਨ ਲਈ ਇੱਕ ਸੰਪੂਰਨ ਪਰਿਵਰਤਨ ਵਿੱਚੋਂ ਲੰਘਣ ਦੀ ਲੋੜ ਹੈ ਅਤੇ ਇਹ ਬਹੁਤ ਸ਼ਾਨਦਾਰ ਹੈ।

ਜਦੋਂ ਤੁਸੀਂ ਨੈੱਟਵਰਕ ਮਾਰਕੀਟਿੰਗ ਦੇ ਬਿਜ਼ਨਿਸ ਵਿੱਚ ਹੋ, ਤਾਂ ਮੈਂ ਤੁਹਾਨੂੰ ਗਰੰਟੀ ਦੇ ਸਕਦਾ ਹਾਂ ਕਿ ਤੁਸੀਂ ਜਿਸ ਵੀ ਚੀਜ਼ 'ਤੇ ਨਜ਼ਰ ਪਾਉਂਦੇ ਹੋ, ਉਹਨਾਂ ਸਾਰੀਆਂ ਚੀਜ਼ਾਂ ਨੂੰ ਤੁਸੀਂ ਹਾਸਿਲ ਵੀ ਕਰ ਸਕਦੇ ਹੋ। ਨੈੱਟਵਰਕ ਮਾਰਕੀਟਿੰਗ ਇੰਡਸਟਰੀ ਕੋਲ ਲੋਕਾਂ ਨੂੰ ਸਫਲਤਾ ਅਤੇ ਨਿਰਣਾਇਕ ਸਫਲਤਾ ਦਿਵਾਉਣ ਦਾ ਕਈ ਦਹਾਕਿਆਂ ਦਾ ਸਬੂਤ ਹੈ। ਨੈੱਟਵਰਕ ਮਾਰਕੀਟਿੰਗ ਵਿੱਚ ਇਸ ਗੱਲ ਨਾਲ ਕੋਈ ਅਸਰ ਨਹੀਂ ਪੈਂਦਾ ਕਿ ਤੁਸੀਂ ਕੌਣ ਹੋ, ਤੁਸੀਂ ਹੁਣ ਤੱਕ ਕੀ ਹਾਸਿਲ ਕੀਤਾ ਹੈ ਆਦਿ। ਫ਼ਰਕ ਸਿਰਫ਼ ਇਸ ਗੱਲ ਨਾਲ ਪੈਂਦਾ

ਹੈ ਕਿ ਕੀ ਤੁਹਾਡੇ ਕੋਲ ਕੋਈ ਸੁਫ਼ਨਾ ਹੈ ਅਤੇ ਕੀ ਤੁਸੀਂ ਆਪਣੇ ਸੁਫਨਿਆਂ ਲਈ ਸਿਸਟਮ ਦੇ ਤਹਿਤ ਕੰਮ ਕਰਨ ਨੂੰ ਤਿਆਰ ਹੋ। ਹੁਣ ਅੱਗੇ ਵਧਣ ਦਾ ਸਮਾਂ ਆ ਗਿਆ ਹੈ। ਹੁਣ ਵੱਡਾ ਸੋਚਣ ਦਾ ਸਮਾਂ ਆ ਗਿਆ ਹੈ। ਹੁਣ ਤੁਸੀਂ ਕੁੱਝ ਵੱਡੇ, ਬੋਲਡ ਅਤੇ ਜਿੰਦਗੀ ਬਦਲਣ ਵਾਲੇ ਟੀਚੇ ਬਣਾ ਕੇ ਉਨ੍ਹਾਂ ਲਈ ਕੰਮ ਕਰਨਾ ਸ਼ੁਰੂ ਕਰ ਦਿਓ। ਤੁਸੀਂ ਕਿਉਂ ਨਹੀਂ ਸ਼ੁਰੂ ਕਰਦੇ, ਅਤੇ ਹੁਣੇ ਹੀ ਕਿਉਂ ਨਹੀਂ। ਜਦੋਂ ਤੁਸੀਂ ਆਪਣੇ ਟੀਚੇ ਪ੍ਰਾਪਤ ਕਰ ਲਓ ਤਾਂ ਮੈਨੂੰ ਜ਼ਰੂਰ ਕੁੱਝ ਲਿਖ ਭੇਜਣਾ। ਮੈਂ ਤੁਹਾਡੀ ਕਹਾਣੀ ਸੁਣਨਾ ਪਸੰਦ ਕਰਾਂਗਾ।

ਬਰੇਕਥਰੂ ਟੀਚੇ ਤੁਹਾਡੀਆਂ ਲੁਕੀਆਂ ਹੋਈਆਂ ਸ਼ਕਤੀਆਂ ਨੂੰ ਸਾਹਮਣੇ ਲਿਆਉਂਦੇ ਹਨ

ਮੈਨੂੰ ਮਈ 2006 ਵਿੱਚ ਇੱਕ ਬਿਜ਼ਨਿਸ ਨੂੰ ਕਰਨ ਲਈ ਸੱਦਾ ਦਿੱਤਾ ਗਿਆ ਸੀ ਪਰ ਮੈਂ ਇਸ ਨੂੰ ਜੂਨ 2007 ਵਿੱਚ ਸ਼ੁਰੂ ਕੀਤਾ। ਮੈਨੂੰ ਇਸ ਗੱਲ ਦਾ ਹਮੇਸ਼ਾ ਅਫਸੋਸ ਰਹਿੰਦਾ ਸੀ ਕਿ ਮੈਂ 13 ਮਹੀਨੇ ਪਿੱਛੇ ਰਹਿ ਗਿਆ। ਇਸਦੀ ਭਰਪਾਈ ਕਰਨ ਲਈ ਮੈਂ ਇੱਕ ਜ਼ਬਰਦਸਤ, ਅਸੰਭਵ ਪ੍ਰਤੀਤ ਹੋਣ ਵਾਲਾ ਟੀਚਾ ਬਣਾਇਆ ਕਿ ਮੈਂ ਤਿੰਨ ਮਹੀਨਿਆਂ ਦੇ ਅੰਦਰ ਇੱਕ ਖ਼ਾਸ ਲੇਵਲ ਹਾਸਿਲ ਕਰਾਂਗਾ। ਅਜਿਹੇ ਲੇਵਲ ਜਿਸ ਨੂੰ ਕੰਪਨੀ ਦੇ 99% ਲੋਕ ਕਦੇ ਵੀ ਛੂਹ ਨਹੀਂ ਪਾਉਂਦੇ ਅਤੇ ਜੋ ਉੱਥੇ ਪਹੁੰਚਦੇ ਹਨ ਉਨ੍ਹਾਂ ਨੂੰ ਇਸ ਲਈ 3 ਤੋਂ 5 ਸਾਲ ਦਾ ਸਮਾਂ ਲੱਗਦਾ ਹੈ। ਮੈਂ ਹੰਗਾਮੀ ਤਰੀਕਿਆਂ ਨਾਲ ਹਰ ਦਿਨ 16 ਤੋਂ 18 ਘੰਟੇ ਪੇਸ਼ਕਾਰੀਆਂ ਦਿਖਾਈਆਂ। ਮੈਂ ਨੌਕਰੀ 'ਤੇ ਵੀ ਜਾਂਦਾ ਸੀ ਅਤੇ ਹਾਲੇ ਹੀ ਮੈਨੂੰ ਪਹਿਲੀ ਸੰਤਾਨ ਦੀ ਪ੍ਰਾਪਤੀ ਹੋਈ ਸੀ। ਪਰ ਉਨਾਂ 3 ਮਹੀਨਿਆਂ ਦੌਰਾਨ ਮੈਂ ਆਪ ਹੀ ਇਹ ਪਤਾ ਨਹੀਂ ਸੀ ਕਿ ਮੈਂ ਕਦੋਂ ਅਤੇ ਕੀ ਖਾਇਆ ਸੀ। ਮੈਂ ਕਾਰ ਅੰਦਰ ਹੀ ਸੌਂਦਾ ਅਤੇ ਕਦੇ ਆਫਿਸ ਦੀ ਕਾਨਫ਼ਰੈਂਸ ਟੇਬਲ 'ਤੇ। ਮੈਂ ਆਪਣੇ ਆੱਫਿਸ ਦੀ ਮੀਟਿੰਗ ਵਿੱਚ ਸੌਂਦੇ ਹੋਏ ਫੜਿਆ ਗਿਆ ਕਿਉਂ ਕਿ ਮੈਂ ਸਾਰੀ ਰਾਤ ਕੰਮ ਕਰ ਰਿਹਾ ਸੀ। ਮੈਂ 500 ਕਿਲੋਮੀਟਰ ਦੀ ਦੂਰੀ ਤੈਅ ਕਰਕੇ ਸਿਰਫ਼ ਇੱਕ ਪੇਸ਼ਕਾਰੀ ਦੇਣ ਲਈ ਜਾਂਦਾ ਸੀ। ਉਹ ਇੱਕ ਪਾਗਲਪਨ ਅਤੇ ਜਨੂੰਨ ਸੀ। ਮੈਨੂੰ ਇਹ ਨਹੀਂ ਪਤਾ ਕਿ ਇਹ ਕਿਵੇਂ ਹੋਇਆ ਅਤੇ ਮੇਰੇ ਅੰਦਰ ਉਹ ਸ਼ਕਤੀ ਕਿੱਥੋਂ ਆਈ, ਪਰ 14 ਹਫਤਿਆਂ ਦੇ ਅੰਦਰ ਮੈਂ ਉੱਤਰੀ ਭਾਰਤ ਵਿੱਚ ਇਹ ਰਿਕਾਰਡ ਕਾਇਮ ਕੀਤਾ। ਜਦੋਂ ਮੈਂ ਪਿੱਛੇ ਮੁੜ ਕੇ ਦੇਖਦਾ ਹਾਂ ਤਾਂ ਮੈਨੂੰ ਜਾਪਦਾ ਹੈ ਕਿ ਇਹ ਮੇਰੇ ਟੀਚਿਆਂ ਦੀ ਹੀ ਸ਼ਕਤੀ ਸੀ। ਬਰੇਕਥਰੂ ਟੀਚੇ ਸਾਡੇ ਅੰਦਰ ਲੁਕੀ ਹੋਈ ਸਭ ਤੋਂ ਉੱਤਮ ਸਮਰੱਥਾਂ ਨੂੰ ਬਾਹਰ ਕੱਢਦੇ ਹਨ ਜੋ ਸ਼ਾਇਦ ਕਦੇ ਵੀ ਬਾਹਰ ਨਹੀਂ ਆਉਂਦੀ।

ਸਾਡੇ ਲਾਈਵ ਇਵੈਂਟ-ਨੈੱਟਵਰਕ ਮਾਰਕੀਟਿੰਗ ਮਿਲੀਅਨੇਰਅਜ਼ ਅਕੈਡਮੀ ਦੌਰਾਨ, ਅਸੀਂ ਤੁਹਾਡੇ ਟੀਚਿਆ ਨੂੰ ਪਰਿਭਾਸ਼ਿਤ ਕਰਨ ਲਈ ਬਹੁਤ ਸਾਰੇ ਅਭਿਆਸ ਕਰਦੇ ਹਾਂ ਅਤੇ ਹਰੇਕ ਭਾਗੀਦਾਰ ਲਈ ਇੱਕ ਅਨੁਕੂਲਿਤ ਕਾਰਜ ਯੋਜਨਾ ਨਾਲ ਵਾਪਸ ਜਾਂਦੇ ਹੈ।

ਸਾਡੇ ਵਿੱਚੋਂ ਜ਼ਿਆਦਾਤਰ ਲੋਕਾਂ ਲਈ ਸਭ ਤੋਂ ਵੱਡਾ ਖ਼ਤਰਾ, ਵੱਡੇ ਖ਼ੁਆਬ ਦੇਖਣਾ ਅਤੇ ਉਨ੍ਹਾਂ ਨੂੰ ਨਾ ਕਰ ਪਾਉਣਾ ਨਹੀਂ ਹੈ, ਖ਼ਤਰਾ ਹੈ ਬਹੁਤ ਛੋਟੇ ਸੁਫ਼ਨੇ ਦੇਖਣਾ ਅਤੇ ਉਨ੍ਹਾਂ ਨੂੰ ਪਾ ਲੈਣਾ।

– ਮਾਈਕਲ ਐਂਜਲੋ

5. ਵੱਡੀਆਂ ਉਮੀਦਾਂ ਦੀ ਸ਼ਕਤੀ

ਲੋਕਾਂ ਤੋਂ ਵੱਡੀਆਂ ਉਮੀਦਾਂ ਰੱਖੋ ਅਤੇ ਸੱਚੇ ਦਿਲੋਂ ਉਮੀਦ ਰੱਖੋ। ਉਹ ਤੁਹਾਡੀਆਂ ਉਮੀਦਾਂ 'ਤੇ ਖ਼ਰਾ ਉਤਰਣ ਲਈ ਸਾਰਾ ਕੁੱਝ ਕਰਨਗੇ।

– ਦੀਪਕ ਬਜਾਜ

ਜੀਵਨ ਵਿੱਚ ਸਾਰਾ ਕੁੱਝ ਉਮੀਦਾਂ ਨਾਲ ਸ਼ੁਰੂ ਹੁੰਦਾ ਹੈ। ਤੁਸੀਂ ਇਸ ਬਿਜ਼ਨਿਸ ਵਿੱਚ ਇਸ ਲਈ ਆਏ ਕਿਉਂ ਕਿ ਤੁਸੀਂ ਆਪਣੀ ਜ਼ਿੰਦਗੀ ਤੋਂ ਕੁੱਝ ਵੱਡਾ ਕਰਨ ਦੀਆਂ ਉਮੀਦਾਂ ਰੱਖਦੇ ਹੋ। ਤੁਸੀਂ ਇਸ ਬਿਜ਼ਨਿਸ ਨੂੰ ਕਰਦੇ ਰਹੋਗੇ ਜਦੋਂ ਕਿ ਕਾਫ਼ੀ ਲੋਕ ਇਸ ਨੂੰ ਛੱਡ ਦੇਣਗੇ। ਕਿਉਂ ਕਿ ਤੁਹਾਨੂੰ ਲੱਗਦਾ ਹੈ ਕਿ ਇਹ ਬਿਜ਼ਨਿਸ ਤੁਹਾਡੀਆਂ ਵੱਡੀਆਂ ਉਮੀਦਾਂ ਅਤੇ ਸੁਫਨਿਆਂ ਨੂੰ ਪੂਰਾ ਕਰੇਗਾ, ਇਸ ਲਈ ਆਪਣੇ-ਆਪ ਤੋਂ ਵੱਡੀਆਂ ਉਮੀਦਾਂ ਕਰੋ, ਜ਼ਿੰਦਗੀ ਤੋਂ ਵੱਡੀਆਂ ਉਮੀਦਾਂ ਕਰੋ, ਪਰਮਾਤਮਾ ਤੋਂ ਵੀ ਵੱਡੀਆਂ ਉਮੀਦਾਂ ਕਰੋ ਅਤੇ ਦੁਨੀਆ ਤੋਂ ਵੀ। ਹਰ ਮੀਟਿੰਗ ਵਿੱਚ ਵੱਡੀਆਂ ਉਮੀਦਾਂ ਰੱਖੋ। ਹਰ ਸਾਥੀ ਤੋਂ ਵੀ ਵੱਡੀਆਂ ਉਮੀਦਾਂ ਕਰੋ। ਹਰ ਪ੍ਰੋਗਰਾਮ ਤੋਂ ਵੀ ਵੱਡੀ ਉਮੀਦ ਕਰੋ। ਜਦੋਂ ਪਰਮਾਤਮਾ ਨੇ ਵੀ ਤੁਹਾਨੂੰ ਚੁਣਨ ਦੀ ਸ਼ਕਤੀ ਦਿੱਤੀ ਹੋਈ ਹੈ, ਤਾਂ ਕਿਉਂ ਨਾ ਵੱਡੇ ਦੀ ਹੀ ਉਮੀਦ ਕੀਤੀ ਜਾਵੇ।

ਮੈਂ ਵਾਰ-ਵਾਰ ਇਹ ਦੇਖਿਆ ਹੈ ਕਿ ਲੋਕੀਂ ਉਨ੍ਹਾਂ ਕੋਲੋਂ ਕੀਤੀਆਂ ਗਈਆਂ ਉਮੀਦਾਂ 'ਤੇ ਖ਼ਰਾ ਉਤਰਣ ਦੀ ਪੂਰੀ ਕੋਸ਼ਿਸ਼ ਕਰਦੇ ਹਨ। ਜਦੋਂ ਤੁਸੀਂ ਲੋਕਾਂ ਨੂੰ ਵਾਰ-ਵਾਰ ਇਹ ਕਹਿੰਦੇ ਹੋ ਕਿ ਉਹ ਇਹ ਕਰ ਸਕਦੇ ਅਤੇ ਜੋ ਚਾਹੁਣ ਹਾਸਿਲ ਕਰ ਸਕਦੇ ਹਨ, ਹੌਲੀ-ਹੌਲੀ ਉਹ ਇਸ 'ਤੇ ਵਿਸ਼ਵਾਸ ਕਰਨ ਲੱਗਦੇ ਹਨ ਅਤੇ ਉਨ੍ਹਾਂ 'ਤੇ ਖ਼ਰਾ ਉਤਰਣ ਲਈ ਆਪਣਾ ਸਭ ਤੋਂ ਉੱਤਮ ਦਿੰਦੇ ਹਨ। ਇਸ ਲਈ ਇਹ ਹਮੇਸ਼ਾ ਹੀ ਲਾਹੇਵੰਦ ਹੁੰਦਾ ਹੈ ਕਿ ਵੱਡੀਆਂ ਉਮੀਦਾਂ ਕਰੋ।

ਵੱਡੀਆਂ ਉਮੀਦਾਂ ਤੁਹਾਡੇ ਸਾਰੇ ਸ਼ਰੀਰ ਵਿੱਚ ਦਿਖਣੀਆਂ ਚਾਹੀਦੀਆਂ ਹਨ, ਤੁਹਾਡੇ ਚਿਹਰੇ ਤੋਂ, ਤੁਹਾਡੀ ਊਰਜਾ ਤੋਂ, ਤੁਹਾਡੇ ਵੱਲੋਂ ਚੁਣੇ ਗਏ ਸ਼ਬਦਾਂ ਵਿੱਚ, ਇੱਥੋਂ ਤੱਕ ਕਿ ਤੁਹਾਡੇ ਆਲੇ-ਦੁਆਲੇ ਦੀਆਂ ਸਾਰੀਆਂ ਚੀਜ਼ਾਂ ਤੋਂ। ਤੁਹਾਡੇ ਵਿੱਚੋਂ ਦਿਨ-ਰਾਤ, ਹਰ ਸਮੇਂ, ਵੱਡੀਆਂ ਉਮੀਦਾਂ ਦੀ ਚਮਕ ਹੋਣੀ ਚਾਹੀਦੀ ਹੈ। ਹਰ ਕੋਈ ਜੋ ਵੀ ਤੁਹਾਡੇ ਕੋਲੋਂ ਲੰਘੇ ਉਮੀਦਾਂ ਨਾਲ ਭਰੇ ਹੋਏ ਤੁਹਾਡੀ ਚਮਕ ਤੋਂ ਪ੍ਰਭਾਵਿਤ ਹੋਏ ਬਿਨਾਂ ਨਹੀਂ ਜਾਣਾ ਚਾਹੀਦਾ। ਹੌਲੀ-ਹੌਲੀ ਤੁਸੀਂ ਆਪਣੇ ਕੋਲ ਚੀਜ਼ਾਂ ਨੂੰ ਬਦਲਦਾ ਹੋਇਆ ਪਾਓਗੇ ਅਤੇ ਇਸ ਰਵੱਈਏ ਤੋਂ ਆਏ ਹੋਏ ਬਦਲਾਵਾਂ ਨਾਲ ਤੁਹਾਡੀ ਜ਼ਿੰਦਗੀ ਪੂਰੀ ਤਰ੍ਹਾਂ ਬਦਲ ਜਾਏਗੀ। ਜ਼ਿੰਦਗੀ ਕੋਲੋਂ, ਬਿਜ਼ਨਿਸ ਵਿੱਚੋਂ ਜਾਂ ਲੋਕਾਂ ਤੋਂ ਵੱਡੀਆਂ ਉਮੀਦਾਂ, ਸਕਾਰਾਤਮਕਤਾ ਅਤੇ ਆਸਾਵਾਦੀ ਸੋਚ ਨੂੰ ਦਰਸਾਉਂਦੀਆਂ ਹਨ ਅਤੇ ਇਹੀ ਸਾਰੇ ਗੁਣ ਤੁਹਾਡੇ ਬਹੁਤ ਸਾਰੇ ਪ੍ਰਸ਼ੰਸਕ ਬਣਾਉਂਦੇ ਹਨ ਅਤੇ ਇਸੇ ਕਾਰਨ ਲੋਕ ਤੁਹਾਡੇ ਨਾਲ ਜੁੜਦੇ ਹਨ।

ਉਦੋਂ ਕੀ ਕੀਤਾ ਜਾਵੇ, ਜਦੋਂ ਲੋਕ ਤੁਹਾਡੀਆਂ ਉਮੀਦਾਂ ਮੁਤਾਬਿਕ ਕੰਮ ਨਹੀਂ ਕਰਦੇ? ਕਿਰਪਾ ਕਰਕੇ ਇਹ ਨੋਟ ਕਰੋ ਕਿ ਤੁਹਾਡੀ ਟੀਮ ਦੇ ਹਰ ਵਿਅਕਤੀ ਦੀ ਪੇਸ਼ਕਾਰੀ ਅਤੇ ਉਸਦਾ ਕੰਮ, ਤੁਹਾਡੇ ਦੋਨਾਂ ਦੀਆਂ ਉਮੀਦਾਂ ਅਤੇ ਸਖ਼ਤ ਮਿਹਨਤ ਦਾ ਹੀ ਨਤੀਜਾ ਹੁੰਦਾ ਹੈ। ਜੇ ਤੁਹਾਡੇ ਦੋਨਾਂ ਵਿੱਚੋਂ ਕੋਈ ਇੱਕ ਵੀ ਪਿੱਛੇ ਰਹਿ ਜਾਂਦਾ ਹੈ, ਤਾਂ ਨਤੀਜੇ ਲੋੜੀਂਦੀਆਂ ਉਮੀਦਾਂ ਮੁਤਾਬਿਕ ਨਹੀਂ ਆਉਣਗੇ। ਤੁਸੀਂ ਲੋਕਾਂ ਦੇ ਸਲਾਹਕਾਰ ਹੋ ਸਕਦੇ ਹੋ, ਉਨ੍ਹਾਂ ਨੂੰ ਆਪਣੀ ਸੀਮਾ ਤੋਂ ਬਾਹਰ ਜਾ ਕੇ ਵਧੀਆ ਸੰਭਵ ਸਹਾਇਤਾ ਦੀ ਪੇਸ਼ਕਸ਼ ਵੀ ਕਰ ਸਕਦੇ ਹੋ ਪਰ ਦੂਜੇ ਲੋਕਾਂ ਦੇ ਸੁਫ਼ਨੇ, ਵਚਨਬੱਧਤਾ, ਸਮਰਪਨ, ਸਖ਼ਤ

ਮਿਹਨਤ ਕਰਨ ਜਾਂ ਆਪਣੇ-ਆਪ ਤੋਂ ਕਿਸੇ ਪ੍ਰਕਾਰ ਦੀ ਕੋਈ ਵੱਡੀ ਉਮੀਦ ਹੀ ਨਹੀਂ ਹੈ, ਤਾਂ ਸਿਰਫ਼ ਤੁਹਾਡੀਆਂ ਉਮੀਦਾਂ ਨਾਲ ਸਫਲਤਾ ਨਹੀਂ ਮਿਲੇਗੀ। ਹਰ ਕਿਸੇ ਤੋਂ ਚੰਗੇ ਦੀ ਉਮੀਦ ਰੱਖੋ, ਪਰ ਸਮਾਂ ਅਤੇ ਤਾਕਤ ਉਨ੍ਹਾਂ ਲੋਕਾਂ 'ਤੇ ਕੇਂਦਰਿਤ ਕਰੋ ਜੋ ਆਪਣੇ-ਆਪ ਕੋਲੋਂ ਜ਼ਿਆਦਾ ਉਮੀਦਾਂ ਰੱਖਦੇ ਹਨ।

ਕੁੱਝ ਲੋਕ ਤੁਹਾਡੀਆਂ ਉਮੀਦਾਂ ਮੁਤਾਬਿਕ ਅੱਜ ਕੰਮ ਨਹੀਂ ਕਰ ਰਹੇ ਹਨ, ਪਰ ਯਾਦ ਰੱਖੋ ਕਿ ਤੁਸੀਂ ਬਿਜ਼ਨਿਸ ਵਿੱਚ ਖ਼ੁਸ਼ਹਾਲੀ ਜਾਂ ਸੰਪੰਨਤਾ ਤੁਹਾਡੇ ਕੋਲੋਂ ਇੱਕ ਕਦਮ ਦੂਰ ਹੈ ਅਤੇ ਸਾਨੂੰ ਨਹੀਂ ਪਤਾ ਹੁੰਦਾ ਕਿ ਕਦੋਂ ਕਿਸਦਾ ਬਿਜ਼ਨਿਸ ਅਤੇ ਜੀਵਨ ਪਲਟ ਸਕਦਾ ਹੈ। ਇਸ ਲਈ ਹਮੇਸ਼ਾ ਵਧੀਆ ਹੋਣ ਦੀਆਂ ਉਮੀਦਾਂ ਰੱਖੋ।

E^2R ਦਾ ਸਿਧਾਂਤ

ਤੁਹਾਡੇ ਯਤਨਾਂ (Efforts) ਦੀ ਗੁਣਵੱਤਾ ਅਤੇ ਮਾਤਰਾ α **ਤੁਹਾਡੀਆਂ ਉਮੀਦਾਂ ਦਾ ਆਕਾਰ**

ਉਮੀਦਾਂ → **ਯਤਨ** → **ਨਤੀਜੇ**

ਹਜਾਰਾਂ ਲੋਕਾਂ ਨਾਲ ਕੰਮ ਕਰਨ ਦੇ ਮੇਰੇ ਤਜ਼ਰਬੇ ਨਾਲ, ਮੈਂ ਸ਼ਾਨਦਾਰ ਨਤੀਜਿਆਂ ਨੂੰ ਪਾਉਣ ਲਈ ਇੱਕ ਪ੍ਰਭਾਵੀ ਤਰੀਕਾ ਬਣਾਇਆ ਹੈ, ਜਿਸ ਨੂੰ ਮੈਂ E^2R ਦਾ ਨਿਯਮ ਕਹਿੰਦਾ ਹਾਂ। *ਕਿਸੇ ਵੀ ਵਿਅਕਤੀ ਦੁਆਰਾ ਕੀਤੇ ਗਏ ਯਤਨਾਂ ਦੀ ਗੁਣਵੱਤਾ ਅਤੇ ਆਕਾਰ ਉਸਦੀਆਂ ਉਮੀਦਾਂ ਦੇ ਸਿੱਧੇ ਅਨੁਪਾਤੀ ਹੁੰਦੇ ਹਨ ਜੋ ਬਦਲੇ ਵਿੱਚ ਪੈਦਾ ਹੋਏ ਨਤੀਜਿਆ ਨੂੰ ਨਿਰਧਾਰਿਤ ਕਰਨਗੇ।*

ਆਮ ਤੌਰ 'ਤੇ ਕਿਸੇ ਕੰਮ ਲਈ ਸਾਡੀ ਵਚਨਬੱਧਤਾ ਅਤੇ ਸਾਡੇ ਯਤਨਾਂ ਦੀ ਤੀਬਰਤਾ ਇਸ ਗੱਲ 'ਤੇ ਨਿਰਭਰ ਕਰਦੀ ਹੈ ਕਿ ਅਸੀਂ ਉਨ੍ਹਾਂ ਯਤਨਾਂ ਨੂੰ ਲਾ ਕੇ ਕਿਹੋ ਜਿਹੇ ਨਤੀਜਿਆਂ ਦੀ ਉਮੀਦ ਕਰ ਰਹੇ ਹਾਂ। ਜੇ ਕਿਸੇ ਕੰਮ 'ਤੇ ਜ਼ੀਰੋ ਨਤੀਜੇ ਦੀ ਉਮੀਦ ਹੈ ਤਾਂ ਤੁਸੀਂ ਉਸ ਲਈ ਜ਼ੀਰੋ ਯਤਨ ਕਰੋਗੇ, ਆਮ ਨਤੀਜਿਆ ਲਈ ਆਮ ਜਿਹੇ ਯਤਨ ਹੋਣਗੇ ਅਤੇ ਵੱਡੇ ਨਤੀਜਿਆ ਦੀਆਂ ਉਮੀਦਾਂ ਹੋਣ ਤਾਂ ਤੁਹਾਨੂੰ ਅਥਾਹ ਕੋਸ਼ਿਸ਼ਾਂ ਵੀ ਕਰਨੀ ਪੈਣਗੀਆਂ, ਜਿਸ ਨਾਲ ਤੁਹਾਨੂੰ ਅਪਾਰ ਸਫਲਤਾ ਮਿਲਣਗੀਆਂ। ਤੁਹਾਡੀਆਂ ਉਮੀਦਾਂ ਦਾ ਆਕਾਰ ਅਤੇ ਤੁਹਾਡਾ ਵਿਸ਼ਵਾਸ ਇਹ ਨਿਰਧਾਰਿਤ ਕਰੇਗਾ ਕਿ ਤੁਸੀਂ ਆਪਣੇ ਟੀਚੇ ਤੱਕ ਪਹੁੰਚਣ ਲਈ ਕਿੰਨੇ ਯਤਨ ਕਰੋਗੇ। ਫਿਰ ਤੁਹਾਡੀਆਂ ਕੋਸ਼ਿਸ਼ਾਂ ਦੀ ਗੁਣਵੱਤਾ ਅਤੇ ਮਾਤਰਾ ਤੁਹਾਡੀਆਂ ਪ੍ਰਾਪਤੀਆਂ ਦੇ ਆਕਾਰ ਨੂੰ ਨਿਰਧਾਰਿਤ ਕਰੇਗੀ। ਵੱਡੀਆਂ ਉਮੀਦਾਂ ਨਾਲ ਸ਼ੁਰੂ ਕਰੋ, ਇਸ ਨਾਲ ਹਮੇਸ਼ਾ ਲਈ ਚੀਜ਼ਾਂ ਬਦਲ ਜਾਣਗੀਆਂ। ਵੱਡੀਆਂ ਉਮੀਦਾਂ ਮਹਾਨ ਯਤਨਾਂ ਨੂੰ ਅੱਗੇ ਵਧਾਉਣਗੀਆਂ ਅਤੇ ਫਿਰ ਮਹਾਨ ਯਤਨ ਸ਼ਾਨਦਾਰ ਨਤੀਜੇ ਪੈਦਾ ਕਰਨਗੇ।

ਆਪਣੇ ਨਤੀਜਿਆ ਨੂੰ ਹੋਰ ਬਿਹਤਰ ਬਣਾਉਣ ਲਈ ਨਵੀਨਤਮ ਸਾਧਨਾਂ ਅਤੇ ਖੋਜਾਂ ਲਈ @www.deepakbajaj.biz ਅਤੇ ਮੇਰੇ ਵੱਖ-ਵੱਖ ਸੋਸ਼ਲ ਮੀਡੀਆ ਚੈਨਲਾਂ ਨਾਲ ਜੁੜੇ ਰਹੋ।

12. ਸੰਪਰਕ ਅਤੇ ਰਿਸ਼ਤੇ

ਕਿਸੇ ਰਿਸ਼ਤੇ ਵਿੱਚ ਸੰਚਾਰ, ਜਿੰਦਗੀ ਲਈ ਆਕਸੀਜਨ ਵਾਂਗ ਹੁੰਦਾ ਹੈ, ਇਸ ਤੋਂ ਬਿਨਾਂ ਰਿਸ਼ਤੇ ਮਰ ਜਾਣਗੇ।

– ਟੋਨੀ ਗਾਸਕਿੰਸ

ਅੱਪਲਾਈਨ ਅਤੇ ਡਾਊਨਲਾਈਨ ਵਿਚਕਾਰ ਨਿਅਮਿਤ ਸੰਚਾਰ ਸਾਡੇ ਬਿਜ਼ਨਿਸ ਦਾ ਮੁੱਢਲਾ ਤੱਤ ਹੈ। ਇਹ ਆਕਸੀਜਨ ਵਰਗਾ ਹੈ। ਸਾਡਾ ਬਿਜ਼ਨਿਸ ਗਤੀਸ਼ੀਲ ਹੈ। ਹਰ ਵਿਅਕਤੀ ਵੱਖਰਾ ਹੈ, ਹਰ ਮੀਟਿੰਗ ਵੀ ਵੱਖਰੀ ਅਤੇ ਸਾਡੇ ਬਿਜ਼ਨਿਸ ਅੰਦਰ ਚੀਜ਼ਾਂ ਬਹੁਤ ਤੇਜੀ ਨਾਲ ਬਦਲਦੀਆਂ ਹਨ। ਅੱਪਲਾਈਨ ਅਤੇ ਡਾਊਨਲਾਈਨ ਨੂੰ ਹਰ ਸਮੇਂ ਪਤਾ ਰਹਿਣਾ ਚਾਹੀਦਾ ਹੈ ਕਿ ਟੀਮ ਵਿੱਚ ਅਤੇ ਟੀਮ ਦੇ ਲੋਕਾਂ ਨਾਲ ਕੀ ਹੋ ਰਿਹਾ ਹੈ। ਉਹੀ ਟੀਮ ਬਹੁਤ ਵਧੀਆ ਢੰਗ ਨਾਲ ਬਣਦੀ ਹੈ ਜਿੱਥੇ ਅੱਪਲਾਈਨ ਅਤੇ ਡਾਊਨਲਾਈਨ ਆਪਸ ਵਿੱਚ ਹਰ ਰੋਜ਼ ਇੱਕ-ਦੂਜੇ ਨਾਲ ਗੱਲਾਂ ਕਰਦੇ ਹਨ ਖ਼ਾਸ ਕਰਕੇ ਬਿਜ਼ਨਿਸ ਦੇ ਪਹਿਲੇ ਕੁੱਝ ਮਹੀਨਿਆਂ ਵਿੱਚ। ਸੰਪਰਕ ਕਿਸੇ ਵੀ ਰਿਸ਼ਤੇ ਦਾ ਅਧਾਰ ਹੈ। ਇਸ ਨਾਲ ਰਿਸ਼ਤੇ ਅਤੇ ਬਿਜ਼ਨਿਸ ਦੋਵੇਂ ਜਿੰਦੇ ਰਹਿੰਦੇ ਹਨ। ਅਸੀਂ ਕਿਸੇ ਵੇਲੇ ਵੀ ਰਿਸ਼ਤਿਆਂ ਨੂੰ ਸ਼ੁਰੂ ਕਰ ਉਨ੍ਹਾਂ ਨੂੰ ਅੱਗੇ ਵਧਾ ਸਕਦੇ ਹਾਂ। ਪਰ ਉਹ ਉਦੋਂ ਇੱਕਦਮ ਜ਼ਰੂਰੀ ਬਣ ਜਾਂਦੇ ਹਨ ਜਦੋਂ ਚੀਜ਼ਾਂ ਸਹੀਂ ਨਹੀਂ ਚੱਲ ਰਹੀਆ ਹੁੰਦੀਆ। ਮੈਂ ਇਹ ਅਨੁਭਵ ਕੀਤਾ ਹੈ ਕਿ ਜਦੋਂ ਸਮਾਂ ਮੁਸ਼ਕਿਲ ਹੁੰਦਾ ਹੈ, ਸਭ ਤੋਂ ਪਹਿਲਾਂ ਉਹ ਲੋਕ ਛੱਡ ਕੇ ਚੱਲੇ ਜਾਂਦੇ ਹਨ, ਜਿਨ੍ਹਾਂ ਨਾਲ ਰਿਸ਼ਤੇ ਸਹੀ ਨਹੀਂ ਚੱਲ ਰਹੇ ਹੁੰਦੇ ਅਤੇ ਜਿਨ੍ਹਾਂ ਨਾਲ ਗੱਲਬਾਤ ਘੱਟ ਹੁੰਦੀ ਹੈ। ਸੰਚਾਰ ਬਿਜ਼ਨਿਸ ਨੂੰ ਮਜ਼ਬੂਤ ਅਤੇ ਸਥਾਈ ਬਣਾਉਂਦਾ ਹੈ।

ਸੁਰੱਖਿਆ ਪੈਸਿਆਂ ਨਾਲ ਨਹੀਂ ਰਿਸ਼ਤਿਆਂ ਨਾਲ ਆਉਂਦੀ ਹੈ।

– ਟਿਮ ਹੈਮਿਲਟਨ

ਜੇ ਤੁਸੀਂ ਨੈੱਟਵਰਕ ਮਾਰਕੀਟਿੰਗ ਵਿੱਚੋਂ ਰਿਸ਼ਤਿਆਂ ਨੂੰ ਕੱਢ ਦਿਓ, ਤਾਂ ਇਹ ਸਿਰਫ਼ ਸੇਲ ਜਾਂ ਵੇਚਣ ਦਾ ਕੰਮ ਰਹਿ ਜਾਵੇਗਾ। ਇਸ ਬਿਜ਼ਨਿਸ ਨੂੰ ਰਿਸ਼ਤੇ ਹੀ ਇੰਨਾ ਖ਼ੂਬਸੂਰਤ ਬਣਾਉਂਦੇ ਹਨ। ਆਪਸੀ ਸੰਬੰਧ ਹੀ ਤੁਹਾਡੀ ਟੀਮ ਨੂੰ ਆਪਸ ਵਿੱਚ ਜੋੜ ਕੇ ਰੱਖਦੇ ਹਨ। ਇਹ ਗੁਣ ਵਿਕਸਤ ਕਰੋ ਅਤੇ ਤੁਸੀਂ ਦੇਖੋਗੇ ਕਿ ਤੁਹਾਡਾ ਬਿਜ਼ਨਿਸ ਅਕਾਸ਼ ਛੂਹ ਰਿਹਾ ਹੈ।

ਆਪਣੀ ਟੀਮ ਦੇ ਲੋਕਾਂ ਨਾਲ ਅਸਲੀ ਰਿਸ਼ਤੇ ਬਣਾਓ। ਮੈਂ ਬਹੁਤ ਸਾਰੇ ਮਾਮਲਿਆਂ ਵਿੱਚ ਦੇਖਿਆ ਹੈ ਕਿ ਪਹਿਲੇ ਰਿਸ਼ਤੇ ਬਣਦੇ ਹਨ, ਅਤੇ ਫਿਰ ਉਹ ਵਿਅਕਤੀ ਤੁਹਾਡੀ ਟੀਮ ਦਾ ਮੈਂਬਰ ਬਣ ਜਾਂਦਾ ਹੈ। ਹਰ ਵਿਅਕਤੀ ਵੱਖਰਾ ਹੈ, ਵਿਲੱਖਣ ਹੈ। ਉਨ੍ਹਾਂ ਸਾਰਿਆਂ ਦੀਆਂ ਆਪੋ-ਆਪਣੀਆਂ ਕਦਰਾਂ-ਕੀਮਤਾਂ, ਅਨੁਭਵ ਅਤੇ ਚੁਣੌਤੀਆਂ ਹਨ। ਉਹ ਉਦੋਂ ਤੱਕ ਆਪਣਾ ਉੱਤਮ ਪ੍ਰਦਰਸ਼ਨ ਨਹੀਂ ਕਰਨਗੇ ਜਦੋਂ ਤੱਕ ਉਹ ਤੁਹਾਡੇ 'ਤੇ ਭਰੋਸਾ ਅਤੇ ਤੁਹਾਡੇ ਨਾਲ ਚੰਗੇ ਰਿਸ਼ਤੇ ਨੂੰ ਸਾਂਝਾ ਨਹੀਂ ਕਰਦੇ।

ਰਿਸ਼ਤੇ ਬਣਾਉਣ ਵਿੱਚ ਸਮਾਂ ਅਤੇ ਮਿਹਨਤ ਦੋਵੇਂ ਲੱਗਦੇ ਹਨ। ਇਸ ਲਈ ਸੰਚਾਰ, ਵਿਸ਼ਵਾਸ, ਸਤਿਕਾਰ, ਤਿਆਗ ਅਤੇ ਉਹ ਸਾਰੇ ਗੁਣ ਚਾਹੀਦੇ ਹਨ ਜੋ ਇਸ ਕਿਤਾਬ ਵਿੱਚ ਲਿਖੇ ਗਏ ਹਨ। ਲੋਕਾਂ ਨੂੰ ਪਹਿਲ ਦਿਓ, ਇਹ ਯਾਦ ਰੱਖੋ ਕਿ ਵਿਅਕਤੀ ਹੀ ਉਤਪਾਦਾਂ ਨੂੰ ਅੱਗੇ ਵਧਾਉਂਦੇ ਹਨ ਨਾ ਕਿ ਉਤਪਾਦ ਵਿਅਕਤੀ ਨੂੰ।

ਜਦੋਂ ਤੱਕ ਕੋਈ ਇਹ ਨਹੀਂ ਜਾਣਦਾ ਕਿ ਤੁਸੀਂ ਉਸਦੀ ਕਿੰਨੀ ਪਰਵਾਹ ਕਰਦੇ ਹੋ, ਉਦੋਂ ਤੱਕ ਉਨ੍ਹਾਂ ਨੂੰ ਇਸ ਗੱਲ ਦੀ ਪਰਵਾਹ ਨਹੀਂ ਹੁੰਦੀ ਕਿ ਤੁਸੀਂ ਕਿੰਨਾ ਜਾਣਦੇ ਹੋ।

– ਥੀਓਡੋਰ ਰੂਜ਼ਵੈਲਟ

ਆਪਣੇ ਲੋਕਾਂ ਦੀ ਫ਼ਿਕਰ ਕਰੋ ਅਤੇ ਆਪਣੇ ਰਿਸ਼ਤਿਆਂ ਨੂੰ ਸੰਵਾਰੋ। ਲੋਕਾਂ ਨਾਲ ਬਰਾਬਰ ਸੰਪਰਕ ਬਣਾਕੇ ਰੱਖੋ। ਉਨ੍ਹਾਂ ਦੇ ਘਰ ਜਾਓ। ਤਿਉਹਾਰ ਰਲ-ਮਿਲ ਕੇ ਮਨਾਓ। ਉਨ੍ਹਾਂ ਦੇ ਚੰਗੇ ਅਤੇ ਮਾੜੇ ਸਮੇਂ ਵਿੱਚ ਉਨ੍ਹਾਂ ਨਾਲ ਖੜ੍ਹੇ ਰਹੋ। ਟੀਮ ਦੇ ਹਰੇਕ ਸਾਥੀ ਨੂੰ ਸੰਭਾਲਣਾ, ਉਸੇ ਤਰ੍ਹਾਂ ਹੈ ਜਿਵੇਂ ਮਾਂ ਪਿਓ ਆਪਣੇ ਬੱਚਿਆ ਨੂੰ ਸੰਭਾਲਦੇ ਹਨ। ਟੀਮ ਦੇ ਇੱਕ ਮੈਂਬਰ ਨੂੰ ਬਣਾਉਣਾ ਇੱਕ ਬੱਚੇ ਨੂੰ ਉਸ ਦੇ ਸ਼ੁਰੂਆਤੀ ਦਿਨਾਂ ਵਿੱਚ ਵਧਣ ਵਾਂਗ ਹੁੰਦਾ ਹੈ ਅਤੇ ਛੇਤੀ ਹੀ ਇਹ ਰਿਸ਼ਤਾ ਇੱਕ ਪਿਤਾ ਅਤੇ ਜਵਾਨ ਪੁੱਤਰ ਵਾਂਗ ਵਿਕਸਤ ਹੁੰਦਾ ਹੈ। ਇਹ ਫੈਸਲਾ ਕਰਨ ਦੀ ਯੋਗਤਾ ਵਿਕਸਤ ਕਰੋ ਕਿ ਕਦੋਂ ਦਖ਼ਲ ਦੇਣਾ ਹੈ ਅਤੇ ਕਦੋਂ ਹਾਲਾਤਾਂ ਨੂੰ ਅਜਿਹੇ ਹੀ ਚੱਲਣ ਦੇਣਾ ਹੈ। ਕਿਸੇ ਦੇ ਸਨਮਾਨ ਨੂੰ ਠੇਸ ਨਾ ਪਹੁੰਚਾਓ।

ਹਮੇਸ਼ਾ ਇੱਕ ਸਕਾਰਾਤਮਕ ਜਜ਼ਬਾਤੀ ਬੈਂਕ ਖਾਤਾ (Emotional Bank Account) ਬਣਾਈ ਰੱਖੋ - ਹਰ ਵਾਰ ਜਦੋਂ ਵੀ ਅਸੀਂ ਕੋਈ ਚੰਗਾ ਕੰਮ ਕਰਦੇ ਹਾਂ ਤਾਂ ਇੱਕ ਅੰਕ ਦੇ ਤੌਰ 'ਤੇ ਸਾਡੇ ਜਜ਼ਬਾਤੀ ਬੈਂਕ ਵਿੱਚ ਜਮ੍ਹਾ ਹੋ ਜਾਂਦਾ ਹੈ ਅਤੇ ਜਦੋਂ ਤੁਸੀਂ ਕੁੱਝ ਮਾੜਾ ਕਰਦੇ ਹੋ ਤਾਂ ਤੁਹਾਡੇ ਇਸੇ ਖਾਤੇ ਵਿੱਚੋਂ 10 ਅੰਕ ਕੱਟੇ ਜਾਂ ਘੱਟ ਹੋ ਜਾਂਦੇ ਹਨ। ਤੁਹਾਨੂੰ ਇਹ ਯਕੀਨੀ ਬਣਾਉਣਾ ਚਾਹੀਦਾ ਹੈ ਕਿ ਤੁਹਾਡਾ ਬੈਂਕ ਖਾਤਾ ਤੁਹਾਡੇ ਸਾਰੇ ਪ੍ਰਮੁੱਖ ਸਹਿਕਰਮੀਆਂ ਨਾਲ ਹਮੇਸ਼ਾ ਸਕਾਰਾਤਮਕ ਕੰਮਾਂ ਨਾਲ ਭਰਿਆ ਰਹੇ।

ਲੋਕਾਂ ਨੂੰ ਉਪਰ ਚੁੱਕੋ: ਇੱਕ ਊਰਜਾ ਦੇ ਸਰੋਤ ਬਣੋ। ਉਮੀਦ ਅਤੇ ਸਕਾਰਾਤਮਕਤਾ ਦੇ ਪ੍ਰਚਾਰਕ ਬਣੋ। ਤੁਸੀਂ ਲੋਕਾਂ ਨੂੰ ਪਹਿਲਾਂ ਤੋਂ ਬਿਹਤਰ ਬਣਾ ਕੇ ਭੇਜੋ। ਨੈੱਟਵਰਕ ਮਾਰਕੀਟਿੰਗ ਦੇ ਬਿਜ਼ਨਿਸ ਵਿੱਚ ਸਾਡਾ ਇੱਕੋ-ਇੱਕ ਸਰੋਤ ਲੋਕ ਹਨ ਅਤੇ ਅਸੀਂ ਜੋ ਕੁੱਝ ਵੀ ਕਰਦੇ ਹਾਂ, ਉਨ੍ਹਾਂ ਦੇ ਨਾਲ ਹੀ ਕਰਦੇ ਹਾਂ। ਉਨ੍ਹਾਂ ਨਾਲ ਕੀਤੀ ਹਰ ਗੱਲਬਾਤ ਸਾਡੇ 'ਤੇ ਉਨ੍ਹਾਂ ਦਾ ਭਰੋਸਾ, ਆਸ, ਸਕਾਰਾਤਮਕਤਾ ਅਤੇ ਵਿਸ਼ਵਾਸ ਵਧਾਉਂਦੀ ਹੈ। ਹਰ ਗੱਲਬਾਤ ਨਾਲ ਤੁਹਾਨੂੰ ਆਪਣੇ ਸੁਫਨਿਆਂ ਨੂੰ ਮਜ਼ਬੂਤ ਕਰਨ, ਮੁਸੀਬਤ ਅਤੇ ਨਾਂਹ ਵਿੱਚੋਂ ਲੰਘਣ ਅੰਦਰ ਸਹਾਇਤਾ ਮਿਲਦੀ ਹੈ। ਭਾਵੇਂ ਇਹ ਨਿੱਜੀ ਮੁਲਾਕਾਤ ਹੋਵੇਂ ਜਾਂ ਕੋਈ ਫ਼ੋਨ ਕਾਲ, ਜਿਨਾਂ ਵੀ ਲੋਕਾਂ ਨਾਲ ਤੁਸੀਂ ਗੱਲ ਕਰਦੇ ਹੋ ਉਨ੍ਹਾਂ 'ਤੇ ਆਪਣੀ ਸਕਾਰਾਤਮਕਤਾ ਦਾ ਪ੍ਰਭਾਵ ਛੱਡੋ। ਲੋਕਾਂ ਦੀ ਤਾਰੀਫ਼ ਕਰਨ ਦੀ ਹਰ ਸੰਭਵ ਕੋਸ਼ਿਸ਼ ਕਰੋ। ਜਦੋਂ ਵੀ ਲੋਕਾਂ ਨਾਲ ਗੱਲ ਕਰ ਰਹੇ ਹੋ, ਉਨ੍ਹਾਂ ਦਾ ਆਂਕਲਨ ਜਾਂ ਪਰਖ ਨਾ ਕਰੋ, ਸਗੋਂ ਉਨ੍ਹਾਂ ਨੂੰ ਸਮਝਣ ਦੀ ਕੋਸ਼ਿਸ਼ ਕਰੋ।

ਇਹ ਯਾਦ ਰੱਖੋ ਕਿ ਕਿਸੇ ਰਿਸ਼ਤੇ ਨੂੰ ਬਣਾਉਣਾ ਅਤੇ ਉਸਦੀ ਪਾਲਣਾ ਕਰਨਾ ਇੱਕ ਹੁਨਰ ਹੈ ਅਤੇ ਇਸ ਨਾਲ ਤੁਹਾਨੂੰ ਆਪਣੀ ਜਿੰਦਗੀ ਵਿੱਚ ਸਾਰਾ ਕੁੱਝ ਮਿਲੇਗਾ। ਤੁਸੀਂ ਇਸ ਹੁਨਰ ਵਿੱਚ ਜਿੰਨੇ ਵੀ ਚੰਗੇ ਹੋਵੋ, ਪਰ ਇਸ ਵਿੱਚ ਹੋਰ ਵਧੀਆ ਬਣਨ ਦੀਆਂ ਸੰਭਾਵਨਾਵਾਂ ਹਮੇਸ਼ਾ ਹੀ ਬਣੀਆਂ ਰਹਿੰਦੀਆਂ ਹਨ। ਇੱਕ-ਇੱਕ ਰਿਸ਼ਤਾ ਜੋੜਦਿਆਂ ਆਪਣਾ ਵਿਕਾਸ ਕਰੋ।

ਜੇ ਤੁਸੀਂ ਲੋਕਾਂ ਦੀ ਪਰਖ ਜਾਂ ਆਂਕਲਨ ਕਰਦੇ ਰਹੋਗੇ, ਤਾਂ ਤੁਹਾਡੇ ਕੋਲ ਉਨ੍ਹਾਂ ਨੂੰ ਪਿਆਰ ਕਰਨ ਲਈ ਸਮਾਂ ਨਹੀਂ ਹੋਵੇਗਾ।

– ਮਦਰ ਟੈਰੇਸਾ

ਕੋਈ ਵੀ ਸੰਪੂਰਨ ਨਹੀਂ ਹੈ, ਨਾ ਤੁਸੀਂ ਅਤੇ ਨਾ ਮੈਂ। ਆਓ ਲੋਕਾਂ ਨੂੰ ਪਿਆਰ ਕਰੀਏ। ਹਰ ਕਿਸੇ ਵਿੱਚ ਕੁੱਝ ਚੰਗਾ ਲਭੋ ਅਤੇ ਉਸ ਦੀ ਪ੍ਰਸ਼ੰਸਾ ਕਰੋ। ਤੁਹਾਡੀ ਜਿੰਦਗੀ ਪੈਸੇ ਅਤੇ ਰਿਸ਼ਤਿਆਂ ਨਾਲ ਭਰਪੂਰ ਹੋਵੇਗੀ। ਇਹ ਦੋਵੇਂ ਸਾਰੀ ਜਿੰਦਗੀ ਨਾਲੋ-ਨਾਲ ਚੱਲਦੇ ਰਹਿਣਗੇ।

ਰਿਸ਼ਤਾ = ਲਾਭ ਅਤੇ ਸਥਿਰਤਾ

ਮੈਂ ਆਪਣੇ ਬਿਜ਼ਨਿਸ ਦੇ ਪਹਿਲੇ ਹੀ ਦਿਨ ਦੋ ਲੋਕਾਂ ਨੂੰ ਸਪੌਂਸਰ ਕੀਤਾ ਅਤੇ ਉਨ੍ਹਾਂ ਵਿੱਚੋਂ ਇੱਕ ਸੀ ਗੌਰਵ ਮਹਿਰਾ - ਗੌਰਵ ਇੱਕ ਸ਼ਾਨਦਾਰ ਇਨਸਾਨ ਹੈ ਅਤੇ ਉਸਨੇ ਇੱਕ ਪ੍ਰਮੁੱਖ ਇੰਸਟੀਚਿਊਟ ਤੋਂ ਐਮ.ਬੀ.ਏ. ਕੀਤਾ ਹੈ। ਗੌਰਵ ਮੇਰੀ ਕੰਪਨੀ ਵਿੱਚ ਕਰੀਬ ਇੱਕ ਸਾਲ ਤੋਂ ਕੰਮ ਕਰ ਰਿਹਾ ਸੀ। ਸਾਡੇ ਬਿਜ਼ਨਿਸ ਅੰਦਰ ਉਹ ਸਾਰਾ ਕੁੱਝ ਸਹੀ ਕਰ ਰਿਹਾ ਸੀ, ਪਰ ਨਾ ਜਾਣੇ ਕਿਉਂ ਉਸਦਾ ਬਿਜ਼ਨਿਸ ਤਕਰੀਬਨ ਦੋ ਸਾਲ ਤੱਕ ਠੀਕ ਨਹੀਂ ਚਲਿਆ। ਉਸਦੀ ਜਿੰਦਗੀ ਵਿੱਚ ਟਰਨਿੰਗ ਪੁਆਇੰਟ ਉਦੋਂ ਆਇਆ ਜਦੋਂ ਉਸ ਨੂੰ ਆਪਣੀ ਟੀਮ ਦੇ ਨਵੇਂ ਲੀਡਰਾਂ ਨਾਲ ਸੰਵਾਦ ਕਰਨ ਦੀ ਸ਼ਕਤੀ ਬਾਰੇ ਮਹਿਸੂਸ ਹੋਇਆ। ਉਸ ਨੇ ਟੀਮ ਵਿੱਚ ਮੌਜੂਦ ਸਾਰਿਆਂ ਲੋਕਾਂ ਨਾਲ ਗੱਲਬਾਤ ਕਰਨੀ ਸ਼ੁਰੂ ਕੀਤੀ, ਭਾਵੇਂ ਉਸਦਾ ਕੋਈ ਵੀ ਰੈਂਕ, ਥਾਂ ਜਾਂ ਟੀਮ ਹੋਵੇ ਆਦਿ। ਫਿਰ ਅਗਲੇ 6 ਮਹੀਨਿਆਂ ਵਿੱਚ ਉਸਦਾ ਬਿਜ਼ਨਿਸ ਇਸ ਤਰ੍ਹਾਂ ਅੱਗੇ ਵਧਿਆ ਕਿ ਉਸ ਨੇ ਫਿਰ ਕਦੇ ਮੁੜ ਕੇ ਨਹੀਂ ਦੇਖਿਆ। ਸੰਬੰਧ ਜਾਂ ਰਿਸ਼ਤੇ ਕਿਸੇ ਵੀ ਬਿਜ਼ਨਿਸ ਦੀ ਮੁੱਖ ਕੁੰਜੀ ਹਨ।

13. ਪਰਸਨਲ ਸਪੌਂਸਰਿੰਗ ਇੱਕ ਗੇਮ ਚੇਂਜਰ ਹੈ

ਹਰ ਕੋਈ ਆਪਣਾ ਨੈੱਟਵਰਕ ਮਾਰਕੀਟਿੰਗ ਕਰੀਅਰ ਪਰਸਨਲ ਸਪੌਂਸਰਿੰਗ ਨਾਲ ਸ਼ੁਰੂ ਕਰਦਾ ਹੈ। ਉਹ 1% ਲੋਕ, ਜੋ ਇੰਡਸਟਰੀ ਦੇ ਸਿਖ਼ਰ ਤੱਕ ਪੁੱਜਦੇ ਹਨ, ਪਰਸਨਲ ਸਪੌਂਸਰਿੰਗ ਦਾ ਕੰਮ ਸ਼ੁਰੂ ਕਰਨ ਤੋਂ ਸਾਲਾਂ ਬਾਅਦ ਵੀ ਇਸ ਨੂੰ ਜਾਰੀ ਰੱਖਦੇ ਹਨ।

– ਦੀਪਕ ਬਜਾਜ

ਆਪਣੀ ਨਿੱਜੀ ਸੂਚੀ ਵਿੱਚੋਂ ਨਵੇਂ ਲੋਕਾਂ ਨੂੰ ਬਿਜ਼ਨਿਸ ਵਿੱਚ ਸ਼ਾਮਿਲ ਕਰਨਾ ਪਰਸਨਲ *ਸਪੌਂਸਰਿੰਗ* ਹੈ। ਪਰਸਨਲ ਸਪੌਂਸਰਿੰਗ ਇਸ ਬਿਜ਼ਨਿਸ ਦੀ ਸ਼ੁਰੂਆਤ ਅਤੇ ਸਾਰੇ ਹੀ ਇਸ ਬਿਜ਼ਨਿਸ ਨੂੰ ਨਿੱਜੀ/ਪਰਸਨਲ ਸਪੌਂਸਰਿੰਗ ਨਾਲ ਸ਼ੁਰੂ ਕਰਦੇ ਹਨ। ਨਿੱਜੀ ਸਪੌਂਸਰਿੰਗ ਲਈ ਤੁਹਾਨੂੰ ਲੋਕਾਂ ਨੂੰ ਮਿਲਣਾ ਹੁੰਦਾ ਹੈ। ਉਨ੍ਹਾਂ ਨੂੰ ਪਲਾਨ ਦਿਖਾ ਕੇ ਪੈਸਿਆਂ ਦੀ ਗੱਲ ਕਰਨੀ ਹੁੰਦੀ ਹੈ। ਕਿਉਂ ਕਿ ਇਸ ਬਿਜ਼ਨਿਸ ਅੰਦਰ ਨਾਂਹ ਅਤੇ ਮਖ਼ੌਲ ਦੀ ਵੀ ਸੰਭਾਵਨਾ ਹੁੰਦੀ ਹੈ, ਇਸ ਲਈ ਲੋਕ ਪਹਿਲੀ ਥਾਂ 'ਤੇ ਨਿੱਜੀ ਸਪੌਂਸਰਿੰਗ ਕਰਨ ਤੋਂ ਝਿਜਕਦੇ ਹਨ, ਅਤੇ ਜਿਨ੍ਹਾਂ ਲੋਕਾਂ ਨੇ ਪਹਿਲੇ ਇਹ ਕਰ ਰੱਖਿਆ ਹੈ, ਉਹ ਦੂਜੀ ਵਾਰੀ ਫਿਰ ਤੋਂ ਇਹ ਨਹੀਂ ਕਰਨਾ ਚਾਹੁੰਦੇ। ਇਸ ਲਈ, ਜਿਵੇਂ ਹੀ ਟੀਮ ਵਿੱਚ 2 ਤੋਂ 6 ਲੋਕ ਹੋ ਜਾਂਦੇ ਹਨ, ਜ਼ਿਆਦਾਤਰ ਡਿਸਟ੍ਰੀਬਿਊਟਰ ਆਪਣੀ ਟੀਮ ਸੰਭਾਲਣ ਲੱਗਦੇ ਅਤੇ ਉਨ੍ਹਾਂ 'ਤੇ ਪੂਰੀ ਤਰ੍ਹਾਂ ਨਿਰਭਰ ਹੋ ਜਾਂਦੇ ਹਨ। ਇਹ ਨਿਰਭਰਤਾ ਬੜੀ ਹੀ ਖ਼ਤਰਨਾਕ ਹੁੰਦੀ ਹੈ ਕਿਉਂ ਕਿ ਤੁਹਾਡਾ ਬਿਜ਼ਨਿਸ 2 ਤੋਂ 6 ਲੋਕਾਂ ਦੀ ਮਨੋਦਸ਼ਾ 'ਤੇ ਨਿਰਭਰ ਹੋ ਜਾਂਦਾ ਹੈ। ਇਸ ਕਾਰਨ ਤੁਸੀਂ ਬਿਜ਼ਨਿਸ ਵਿੱਚ ਆਪਣਾ ਕੰਟਰੋਲ ਗੁਆ ਬੈਠਦੇ ਹੋ ਅਤੇ ਇਸ ਨਾਲ ਟੀਮ ਵਿੱਚ ਗ਼ਲਤ ਸੁਨੇਹਾ ਜਾਂਦਾ ਹੈ।

ਜਦੋਂ ਲੋਕ ਨੈੱਟਵਰਕ ਮਾਰਕੀਟਿੰਗ ਬਿਜ਼ਨਿਸ ਸ਼ੁਰੂ ਕਰਦੇ ਹਨ, ਤਾਂ ਪੂਰੀ ਦੁਨੀਆ ਹੀ ਉਨ੍ਹਾਂ ਦੀ ਟੀਮ ਹੁੰਦੀ ਹੈ। ਜਦੋਂ ਉਨ੍ਹਾਂ ਕੋਲ 4 ਤੋਂ 5 ਲੋਕ ਹੋ ਜਾਂਦੇ ਹਨ ਤਾਂ ਇਹੀ ਟੀਮ ਉਨ੍ਹਾਂ ਦੀ ਦੁਨੀਆ ਬਣ ਜਾਂਦੀ ਹੈ।

– ਦੀਪਕ ਬਜਾਜ

ਜੇ ਤੁਸੀਂ ਇੱਕ ਮਜ਼ਬੂਤ ਤੇ ਹਮੇਸ਼ਾ ਵਧਣ ਬਿਜ਼ਨਿਸ ਬਣਾਉਣਾ ਚਾਹੁੰਦੇ ਹੋ ਜੋ ਤੁਹਾਨੂੰ ਪੀੜ੍ਹੀ ਦਰ ਪੀੜ੍ਹੀ ਚੰਗੀ ਆਮਦਨੀ ਦਿੰਦਾ ਰਹੇ, ਤਾਂ ਤੁਹਾਨੂੰ ਪਰਸਨਲ ਸਪੌਂਸਰਿੰਗ ਦੀ ਆਦਤ ਬਣਾਉਣੀ ਚਾਹੀਦੀ ਹੈ। 1% ਤੋਂ ਵੀ ਘੱਟ ਲੋਕ ਇਸ ਹੁਨਰ ਨੂੰ ਵਿਕਸਤ ਕਰ ਆਪਣੀ ਕੰਪਨੀ ਦੇ ਸਿਖਰਲੇ ਸਥਾਨ 'ਤੇ ਪੁੱਜ ਕੇ ਬੇਸ਼ੁਮਾਰ ਇੱਜ਼ਤ, ਆਮਦਨੀ, ਰੁਤਬਾ, ਮਾਨ-ਸਨਮਾਨ ਅਤੇ ਸ਼ਾਨਦਾਰ ਜੀਵਨਸ਼ੈਲੀ ਦਾ ਆਨੰਦ ਲੈਂਦੇ ਹਨ। ਜ਼ਰਾ ਕਲਪਨਾ ਕਰੋ ਕਿ ਜੇ ਤੁਸੀਂ ਇਸ ਹੁਨਰ ਨੂੰ ਵਿਕਸਤ ਕਰ ਲਿਆ ਤਾਂ ਸਾਰੀ ਜ਼ਿੰਦਗੀ ਤੁਸੀਂ ਇਸ ਬਿਜ਼ਨਿਸ ਦੇ ਸਿਖਰ 'ਤੇ ਰਹੋਗੇ।

ਪਰਸਨਲ ਸਪੌਂਸਰਿੰਗ ਦੇ 8 ਮੁੱਖ ਫਾਇਦੇ ਇਸ ਤਰ੍ਹਾਂ ਹਨ:

1. ਇਹ ਬਹੁਤ ਹੀ ਫ਼ਾਇਦੇਮੰਦ ਹੈ। ਦੁਨੀਆ ਭਰ ਦੇ ਸਾਰੇ ਨੈੱਟਵਰਕ ਮਾਰਕੀਟਿੰਗ ਯੋਜਨਾਵਾਂ ਵਿੱਚ, ਆਪਣੀ ਪਰਸਨਲ ਸਪੌਂਸਰਿੰਗ ਨਾਲ ਵਾਧੂ ਲਾਭ ਹੁੰਦਾ ਹੈ। ਤੁਹਾਡੇ ਵੱਲੋਂ ਸਪੌਂਸਰ ਕੀਤੇ ਗਏ ਸਾਰੇ ਨਵੇਂ ਲੋਕਾਂ ਨੂੰ ਇੱਕ ਯੋਜਨਾਬੱਧ ਤਰੀਕੇ ਨਾਲ ਆਪਣੀ ਟੀਮ ਵਿੱਚ ਸਹੀ ਪਸਾਰੇ ਅਤੇ ਡੂੰਘਾਈ ਅੰਦਰ ਲਗਾਉਣ ਨਾਲ ਤੁਹਾਨੂੰ ਵੱਧ ਆਮਦਨ ਮਿਲਦੀ ਹੈ ਅਤੇ ਤੁਹਾਡੀ ਰੈਂਕ ਵਿੱਚ ਵੀ ਵਾਧਾ ਹੁੰਦਾ ਹੈ।
2. ਇਸ ਨਾਲ ਟੀਮ ਵਿੱਚ ਕੰਮ ਕਰਨ ਦਾ ਸਹੀ ਵਾਤਾਵਰਣ ਬਣਦਾ ਹੈ। ਇਸ ਬਿਜ਼ਨਿਸ ਵਿੱਚ ਅਸੀਂ ਆਪਣੇ ਪੈਰੋਕਾਰ ਨਹੀਂ ਲੀਡਰ ਬਣਾਉਂਦੇ ਹਾਂ। ਜਦੋਂ ਤੁਸੀਂ ਕਿਸੇ ਨੂੰ ਲੀਡਰ ਬਣਾਉਂਦੇ ਹੋ, ਤਾਂ ਤੁਹਾਨੂੰ ਆਪਣੇ-ਆਪ ਨੂੰ ਥੋੜ੍ਹਾ ਜਿਹਾ ਦੂਰ ਕਰ ਇਨ੍ਹਾਂ ਲੀਡਰਾਂ ਨੂੰ ਵੀ ਆਪਣੀ ਟੀਮ ਸੰਭਾਲਣ ਦਾ ਮੌਕਾ ਦਿਓ। ਜਦੋਂ ਤੁਸੀਂ ਪਰਸਨਲ ਸਪੌਂਸਰਿੰਗ ਕਰ ਰਹੇ ਹੁੰਦੇ ਹੋ, ਤਾਂ ਤੁਹਾਡੇ ਕੋਲ ਕਰਨ ਲਈ ਜ਼ਿਆਦਾ ਕੰਮ ਨਹੀਂ ਹੁੰਦਾ ਅਤੇ ਤੁਸੀਂ ਆਪ ਆਪਣੇ ਹੀ ਲੋਕਾਂ ਦੇ ਪਿੱਛੇ ਪਏ ਰਹਿੰਦੇ ਹੋ। ਜਦੋਂ ਤੁਸੀਂ ਪਰਸਨਲ ਸਪੌਂਸਰਿੰਗ ਕਰ ਰਹੇ ਹੁੰਦੇ ਹੋ ਤਾਂ ਤੁਸੀਂ ਨਵੀਂ ਟੀਮ ਬਣਾਉਂਦੇ ਹੋ ਅਤੇ ਆਪਣੇ ਪੁਰਾਣੇ ਸਹਿਕਰਮੀਆਂ ਨੂੰ ਥੋੜ੍ਹੀ ਆਜ਼ਾਦੀ ਦੇ ਕੇ ਉਨ੍ਹਾਂ ਨੂੰ ਇੱਕ ਬਿਹਤਰ ਲੀਡਰ ਦੇ ਤੌਰ 'ਤੇ ਵਿਕਸਤ ਹੋਣ ਦਿੰਦੇ ਹੋ। ਇਸ ਲਈ ਪਰਸਨਲ ਸਪੌਂਸਰਿੰਗ ਨਾਲ ਕੰਮ ਕਰਨ ਦਾ ਸਹੀ ਵਾਤਾਵਰਣ ਬਣਦਾ ਹੈ ਅਤੇ ਇਹ ਵਿਅਕਤੀ ਨੂੰ ਸਹੀ ਕੰਮ ਕਰਨ ਵਿੱਚ ਵਿਅਸਤ ਰੱਖਦੀ ਹੈ।
3. ਤੁਹਾਨੂੰ ਆਪਣੇ ਬਿਜ਼ਨਿਸ ਅੰਦਰ ਸਥਿਰਤਾ ਉਦੋਂ ਮਿਲਦੀ ਹੈ, ਜਦੋਂ ਵੱਖ-ਵੱਖ ਸਥਾਨਾਂ 'ਤੇ, ਇੱਕੋ ਵੇਲੇ ਤੁਹਾਡੀਆਂ ਕਈ ਟੀਮਾਂ ਮਿਲਕੇ ਕੰਮ ਕਰ ਰਹੀਆਂ ਹੁੰਦੀਆਂ ਹਨ। ਤੁਹਾਡੀ ਪਰਸਨਲ ਸਪੌਂਸਰਿੰਗ ਇੱਕ ਨਵੀਂ ਪਰਸਨਲ ਟੀਮ ਬਣਾਉਣ ਲਈ ਸਭ ਤੋਂ ਸੌਖਾ ਅਤੇ ਪੱਕਾ ਤਰੀਕਾ ਹੈ ਜਿਸ ਨਾਲ ਤੁਹਾਡੇ ਬਿਜ਼ਨਿਸ ਨੂੰ ਸਥਿਰ ਬਣਾਇਆ ਜਾ ਸਕਦਾ ਹੈ।
4. ਇਹ ਗਤੀ ਦਿੰਦਾ ਹੈ। ਜਦੋਂ ਤੁਹਾਡੀ ਪਰਸਨਲ ਸਪੌਂਸਰ ਕੀਤੀ ਹੋਈ ਟੀਮ ਪ੍ਰਦਰਸ਼ਨ ਕਰਨਾ ਸ਼ੁਰੂ ਕਰਦੀ ਹੈ, ਤਾਂ ਇਹ ਤੁਹਾਡੀ ਪੂਰੀ ਟੀਮ ਵਿੱਚ ਗਤੀ ਲਿਆਉਂਦੀ ਹੈ।
5. ਮੈਨੂੰ ਪੂਰਾ ਯਕੀਨ ਹੈ ਕਿ ਤੁਸੀਂ ਆਪਣੀ ਟੀਮ ਦੇ ਸਭ ਤੋਂ ਵਧੀਆ ਵਿਅਕਤੀ ਹੋ। ਜੇ ਤੁਸੀਂ ਕਿਸੇ ਨੂੰ ਨਿੱਜੀ ਤੌਰ 'ਤੇ ਸਪੌਂਸਰ ਕਰ ਰਹੇ ਹੋ, ਤਾਂ ਤੁਸੀਂ ਉਸ ਵਿਅਕਤੀ ਨੂੰ ਇੱਕ ਹੁਨਰਮੰਦ ਲੀਡਰ ਦੇ ਤੌਰ 'ਤੇ ਵਿਕਸਤ ਕਰੋਗੇ, ਕਿਉਂ ਕਿ ਤੁਸੀਂ ਉੱਥੇ ਉਨ੍ਹਾਂ ਦੇ ਰੋਲ ਮਾਡਲ ਹੋਵੋਗੇ ਅਤੇ ਉਹ ਸਿਧੇ ਤੌਰ 'ਤੇ ਤੁਹਾਡੀ ਕਾਪੀ ਬਣਨਾ ਚਾਹੁਣਗਾ। ਜੇ ਤੁਹਾਡੇ ਨਿੱਜੀ ਵਿਅਕਤੀਤੱਵ ਦਾ ਪ੍ਰਭਾਵ ਤੁਹਾਡੇ ਬਹੁਤ ਸਾਰੇ ਡਿਸਟ੍ਰੀਬਿਊਟਰਾਂ 'ਤੇ ਪਵੇਗਾ, ਤਾਂ ਇਸ ਨਾਲ ਤੁਹਾਡੀ ਟੀਮ ਇੱਕ ਉੱਚ ਲਾਭਕਾਰੀ ਅਤੇ ਕੁਸ਼ਲ ਸੰਗਠਨ ਦੇ ਤੌਰ 'ਤੇ ਵਿਕਸਤ ਹੋ ਜਾਵੇਗੀ।
6. ਹਰ ਵਾਰ ਜਦੋਂ ਤੁਸੀਂ ਕੋਈ ਪਰਸਨਲ ਸਪੌਂਸਰਿੰਗ ਕਰਦੇ ਹੋ ਤਾਂ ਤੁਸੀਂ ਇੱਕ ਵਾਰ ਫਿਰ ਤੋਂ ਇੱਕ ਨਵੇਂ ਡਿਸਟ੍ਰੀਬਿਊਟਰ ਦੀ ਜ਼ਿੰਦਗੀ ਨੂੰ ਜਿਉਂਦੇ ਹੋ। ਇਹ ਤੁਹਾਨੂੰ ਬਿਜ਼ਨਿਸ ਦੀਆਂ ਜ਼ਮੀਨੀ ਹਕੀਕਤ ਨਾਲ ਜੋੜ ਕੇ ਰੱਖਦੀ ਹੈ। ਇਸ ਨਾਲ ਤੁਹਾਡੇ ਬਿਜ਼ਨਿਸ ਨੂੰ ਨਵਾਂ ਜੀਵਨ ਮਿਲੇਗਾ। ਹਰ ਵਾਰ ਜਦੋਂ ਤੁਸੀਂ ਸਟੇਜ਼

'ਤੇ ਖੜ੍ਹੇ ਹੋ ਕੇ ਫ਼ੀਲਡਵਰਕ ਨਾਲ ਸੰਬੰਧਿਤ ਗੱਲਾਂ ਕਰੋਗੇ, ਤਾਂ ਤੁਹਾਡੀਆਂ ਗੱਲਾਂ ਦਾ ਲੋਕਾਂ 'ਤੇ ਜਾਦੂਈ ਪ੍ਰਭਾਵ ਪਵੇਗਾ। ਤੁਸੀਂ ਇਸ ਬਿਜ਼ਨਿਸ ਅੰਦਰ ਕਿਸੇ ਵੀ ਚੀਜ਼ ਤੋਂ ਨਹੀਂ ਡਰੋਗੇ ਅਤੇ ਇਹ ਤੁਹਾਨੂੰ ਆਤਮਵਿਸ਼ਵਾਸ ਅਤੇ ਆਸ਼ਾਵਾਦ ਦਾ ਇੱਕ ਵੱਖਰਾ ਪੱਧਰ ਦੇਵੇਗਾ।

7. ਕਿਸੇ ਵੀ ਵਿਅਕਤੀ ਨੂੰ ਕੋਈ ਚੀਜ਼ ਸਿਖਾਉਣ ਦਾ ਸਭ ਤੋਂ ਵਧੀਆ ਤਰੀਕਾ ਹੈ ਕਿ ਉਸ ਸਥਿਤੀ ਨੂੰ ਆਪ ਜਿਉਣਾ। ਜਦੋਂ ਤੁਸੀਂ ਆਪਣੇ-ਆਪ ਨੂੰ ਪਰਸਨਲ ਸਪੌਂਸਰਿੰਗ ਕਰਦੇ ਹੋ, ਤਾਂ ਇਸਦਾ ਵਿਆਪਕ ਪ੍ਰਭਾਵ ਪੈਂਦਾ ਹੈ ਜਿਸ ਨਾਲ ਤੁਹਾਡੀ ਟੀਮ ਦੇ ਸਾਰੇ ਲੋਕ ਪਰਸਨਲ ਸਪੌਂਸਰਿੰਗ ਸ਼ੁਰੂ ਕਰ ਦਿੰਦੇ ਹਨ। ਇਹ ਤੁਹਾਡੀ ਟੀਮ ਅੰਦਰ ਸਹੀ ਵਾਤਾਵਰਣ ਤਿਆਰ ਕਰਦਾ ਹੈ ਅਤੇ ਕੁੱਝ ਹਫਤਿਆਂ ਜਾਂ ਮਹੀਨਿਆਂ ਵਿੱਚ ਤੁਸੀਂ ਪੂਰੀ ਟੀਮ ਨੂੰ ਹੈਰਾਨੀਜਨਕ ਉੱਨਤੀ ਕਰਦੇ ਹੋਏ ਦੇਖੋਗੇ।

8. ਹਰ ਨਵਾਂ ਵਿਅਕਤੀ ਆਪਣੇ ਨਾਲ ਇੱਕ ਨਵੀਂ ਊਰਜਾ ਅਤੇ ਨਵੀਆਂ ਉਮੀਦਾਂ ਲੈ ਕੇ ਆਉਂਦਾ ਹੈ, ਇਸ ਲਈ ਸਾਡੇ ਕੋਲ ਜਿੰਨੇ ਨਵੇਂ ਲੋਕ ਹੋਣਗੇ, ਓਨੀ ਜ਼ਿਆਦਾ ਊਰਜ਼ਾ ਅਤੇ ਉਮੀਦਾਂ ਦਾ ਪੱਧਰ ਉੱਚਾ ਹੋਵੇਗਾ। ਤੁਸੀਂ ਉਦੋਂ ਸਿਖਲਾਈ ਦੇ ਸਕਦੇ ਹੋ, ਜਦੋਂ ਤੁਹਾਡੇ ਕੋਲ ਲੋਕ ਹੋਣ ਅਤੇ ਪਰਸਨਲ ਸਪੌਂਸਰਿੰਗ ਰਾਹੀ ਵਧੇਰੇ ਲੋਕਾਂ ਨੂੰ ਪ੍ਰਾਪਤ ਕਰਨ ਦਾ ਇਹ ਇੱਕੋ ਹੀ ਤਰੀਕਾ ਹੈ।

ਪਰਸਨਲ ਸਪੌਂਸਰਿੰਗ ਦਾ ਸੰਬੰਧ ਸਾਡੇ ਰਵੱਈਏ ਅਤੇ ਵਿਸ਼ਵਾਸ ਨਾਲ ਹੈ। ਜੇ ਤੁਸੀਂ ਹੌਲੀ-ਹੌਲੀ ਆਪਣੇ ਵਿਸ਼ਵਾਸ ਨੂੰ ਵੇਚਣ ਤੋਂ ਵੰਡਣ ਵਿੱਚ ਅਤੇ ਫਿਰ ਵੰਡਣ ਤੋਂ ਸੇਵਾ ਵਿੱਚ ਬਦਲਦੇ ਹੋ, ਤਾਂ ਤੁਸੀਂ ਆਪ ਹੀ ਹੈਰਾਨ ਰਹਿ ਜਾਓਗੇ ਕਿ ਤੁਸੀਂ ਕੀ-ਕੀ ਕਰ ਸਕਦੇ ਹੋ।

– ਦੀਪਕ ਬਜਾਜ

ਜੇ ਤੁਹਾਨੂੰ ਪਰਸਨਲ ਸਪੌਂਸਰਿੰਗ ਔਖੀ ਲੱਗਦੀ ਹੈ, ਤਾਂ ਯਕੀਨ ਮੰਨੋ ਕਿ ਸਾਰਿਆਂ ਨੂੰ ਇਹ ਔਖੀ ਹੀ ਲੱਗਦੀ ਹੈ। ਇਹੀ ਕਾਰਨ ਹੈ ਕਿ ਜ਼ਿਆਦਾਤਰ ਲੋਕ ਇਸ ਤੋਂ ਦੂਰ ਹੀ ਰਹਿਣਾ ਚਾਹੁੰਦੇ ਹਨ ਪਰ ਚੋਟੀ ਦੀਆਂ ਪ੍ਰਾਪਤੀਆਂ ਕਰਨ ਵਾਲੇ ਭਾਵ ਅਚੀਵਰਸ ਇਸ ਨੂੰ ਫਿਰ ਵੀ ਕਰਦੇ ਹਨ। ਇਹ ਅਸਲ ਵਿੱਚ ਆਪਣੇ ਡਰ 'ਤੇ ਜਿਤ ਪ੍ਰਾਪਤ ਕਰਨਾ ਹੈ ਅਤੇ ਹੌਲੀ-ਹੌਲੀ ਇਹ ਆਦਤ ਬਣ ਜਾਂਦੀ ਹੈ। ਹੋਰ ਆਦਤਾਂ ਵਾਂਗ ਪਰਸਨਲ ਸਪੌਂਸਰਿੰਗ ਵੀ ਇੱਕ ਸਿਖਣ ਵਾਲਾ ਹੁਨਰ ਹੈ ਅਤੇ ਜੇ ਤੁਸੀਂ ਕੁੱਝ ਹਫਤਿਆਂ ਤੱਕ ਇਸ ਨੂੰ ਕਰ ਲਿਆ, ਤਾਂ ਇਹ ਇੱਕ ਆਦਤ ਬਣ ਜਾਵੇਗੀ। ਜੇ ਤੁਸੀਂ ਹਰ ਹਫਤੇ ਜਾਂ ਪੰਦਰਵਾੜੇ ਵਿੱਚ ਘੱਟੋ-ਘੱਟ ਇੱਕ ਨਵੇਂ ਵਿਅਕਤੀ ਨੂੰ ਨਿੱਜੀ ਤੌਰ 'ਤੇ ਸਪੌਂਸਰ ਕਰ ਰਹੇ ਹੋ ਤਾਂ ਇਸ ਬਿਜ਼ਨਿਸ ਵਿੱਚ ਹੋਰ ਅੱਗੇ ਵਧਣ ਲਈ ਅਸੀਮਤ ਸੰਭਾਵਨਾਵਾਂ ਉਪਲਬਧ ਹਨ।

ਉਹੀ ਲੋਕ ਇਸ ਬਿਜ਼ਨਿਸ ਨੂੰ ਸਭ ਤੋਂ ਪਹਿਲਾਂ ਛੱਡ ਦਿੰਦੇ ਹਨ ਜੋ ਪਰਸਨਲ ਸਪੌਂਸਰਿੰਗ ਨਹੀਂ ਕਰ ਸਕਦੇ।

– ਦੀਪਕ ਬਜਾਜ

ਜਦੋਂ ਵੀ ਤੁਸੀਂ ਜਾਂ ਤੁਹਾਡੀ ਟੀਮ ਦਾ ਕੋਈ ਵਿਅਕਤੀ ਇਸ ਬਿਜ਼ਨਿਸ ਵਿੱਚ ਆਪਣੇ-ਆਪ ਨੂੰ ਰੁੱਕਿਆ ਹੋਇਆ ਮਹਿਸੂਸ ਕਰਦਾ ਹੈ, ਜਾਂ ਬਿਜ਼ਨਿਸ ਹੌਲੀ ਹੌਲੀ

ਚੱਲ ਰਿਹਾ ਹੈ ਤਾਂ ਨਿੱਜੀ ਸਪੌਂਸਰਿੰਗ ਨੂੰ ਵਧਾ ਦਿਓ, ਤੁਹਾਡਾ ਬਿਜ਼ਨਿਸ ਬੜੀ ਤੇਜ਼ੀ ਨਾਲ ਮੁੜ ਉੱਪਰ ਵੱਲ ਚੱਲਣਾ ਸ਼ੁਰੂ ਕਰ ਦੇਵੇਗਾ। ਇਹ ਇੱਕ ਨਸ਼ੇ ਵਾਂਗ ਹੈ, ਇੱਕ ਵਾਰ ਜਦੋਂ ਤੁਸੀਂ ਇਹ ਕਰਨਾ ਸ਼ੁਰੂ ਕਰ ਦਿੰਦੇ ਹੋ ਤਾਂ ਫਿਰ ਇਸ ਨੂੰ ਰੋਕਿਆ ਨਹੀਂ ਜਾ ਸਕਦਾ। ਹਮੇਸ਼ਾ ਚੰਗੇ ਲੋਕਾਂ ਦੀ ਤਲਾਸ਼ ਵਿੱਚ ਰਹੋ।

ਅਗਵਾਈ ਕਰਨ ਦਾ ਮਤਲਬ ਹੈ ਆਪਣੇ ਲੋਕਾਂ ਤੋਂ ਅੱਗੇ ਰਹਿਣ ਲਈ ਕਾਫ਼ੀ ਤੇਜ਼ ਦੌੜਨਾ।

– ਐਮ ਐਸ ਸਟਰਲਿੰਗ

ਪਰਸਨਲ ਸਪੌਂਸਰਿੰਗ ਕਰਕੇ ਆਪਣੇ ਬਿਜ਼ਨਿਸ ਨੂੰ ਅਗਲੇ ਪੱਧਰ ’ਤੇ ਲੇ ਜਾਓ। ਹਰ ਛੇ ਮਹੀਨਿਆਂ ਵਿੱਚ ਇੱਕ ਮਹੀਨਾ ਪਰਸਨਲ ਸਪੌਂਸਰਿੰਗ ਕਰੋ ਜਿੱਥੇ ਤੁਸੀਂ ਇੱਕ ਮਹੀਨੇ ਦੌਰਾਨ 20 ਤੋਂ 30 ਲੋਕਾਂ ਨੂੰ ਸਪੌਂਸਰ ਕਰਦੇ ਹੋ। ਬਾਕੀ ਪੰਜ ਮਹੀਨੇ ਤੁਸੀਂ ਇਨ੍ਹਾਂ ਲੋਕਾਂ ਨੂੰ ਅਚੀਵਰਸ ਬਣਾ ਸਕਦੇ ਹੋ ਅਤੇ ਉਨ੍ਹਾਂ ਨੂੰ ਆਪਣੀ ਨਕਲ ਕਰਨਾ ਵੀ ਸਿਖਾ ਸਕਦੇ ਹੋ। ਮੇਰੇ ’ਤੇ ਭਰੋਸਾ ਕਰੋ ਪਰਸਨਲ ਸਪੌਂਸਰਿੰਗ ਇਸ ਬਿਜ਼ਨਿਸ ਵਿੱਚ ਹੋਣ ਵਾਲੀ ਸਭ ਤੋਂ ਸ਼ਕਤੀਸ਼ਾਲੀ ਅਤੇ ਬਹੁਤ ਲਾਭਦਾਇਕ ਆਦਤ ਜਾਂ ਪ੍ਰਕਿਰਿਆ ਹੈ। ਇਸ ਨੂੰ ਪਹਿਲੇ 3 ਸਾਲਾਂ ਲਈ ਘੱਟੋ-ਘੱਟ ਕਰਦੇ ਰਹੋ ਅਤੇ ਜਿੰਨਾ ਚਿਰ ਤੱਕ ਤੁਸੀਂ ਕਰ ਸਕਦੇ ਹੋ ਇਸ ਨੂੰ ਕਰਨਾ ਜਾਰੀ ਰੱਖੋ, ਇਸ ਨਾਲ ਤੁਸੀਂ ਇਸ ਬਿਜ਼ਨਿਸ ਦੇ ਨਿਰਵਿਵਾਦ ਬਾਦਸ਼ਾਹ ਬਣ ਜਾਓਗੇ।

ਪਰਸਨਲ ਸਪੌਂਸਰਿੰਗ ਇੱਕ ਮਾਨਸਿਕ ਖੇਡ ਹੈ।

ਇੱਕ ਸਮੇਂ ਮੇਰਾ ਬਿਜ਼ਨਿਸ ਸਥਿਰ ਸੀ ਪਰ ਮੇਰੀ ਆਮਦਨ ਪਰਸਨਲ ਸਪੌਂਸਰਿੰਗ ਦੀ ਕਮੀ ਕਾਰਨ ਵੱਧ ਨਹੀਂ ਰਹੀ ਸੀ। ਮੈਂ ਇੱਕ ਕਾਨਫਰੰਸ ਲਈ ਮੁੰਬਈ ਗਿਆ ਅਤੇ ਇੱਕ ਲੀਡਰ ਨਾਲ ਮੇਰੀ ਗੱਲ-ਬਾਤ ਹੋਈ ਜਿਸਦੀ ਮੈਂ ਹਮੇਸ਼ਾ ਪ੍ਰਸ਼ੰਸਾ ਕਰਦਾ ਹਾਂ, ਉਹ ਹਨ ਸੰਕੇਸ਼ ਬਿਆਲ। ਉਸ ਵੇਲੇ ਮੈਨੂੰ ਇਸ ਗੱਲ ਦਾ ਅਹਿਸਾਸ ਹੋਇਆ ਕਿ ਮੇਰੀ ਆਮਦਨ ਕਿਉਂ ਨਹੀਂ ਵੱਧ ਰਹੀ ਸੀ, ਇਸ ਲਈ ਮੈਂ ਹੁਣ ਤੱਕ ਪਰਸਨਲ ਸਪੌਂਸਰਿੰਗ ਨੂੰ ਇੱਕ ਸਜ਼ਾ ਦੇ ਤੌਰ ’ਤੇ ਲੈਂਦਾ ਸੀ। ਪਰ ਸੱਚਾਈ ਇਹ ਹੈ ਕਿ ਜੇ ਮੈਂ ਸਭ ਤੋਂ ਵਧੀਆ ਹਾਂ ਅਤੇ ਮੈਂ ਲੋਕਾਂ ਨੂੰ ਆਪਣੇ ਨਾਲ ਕੰਮ ਕਰਨ ਦਾ ਮੌਕਾ ਨਹੀਂ ਦੇ ਰਿਹਾ, ਤਾਂ ਉਹ ਕਿਸੇ ਹੋਰ ਨਾਲ ਜਾਣ ਲਈ ਮਜ਼ਬੂਰ ਹੋ ਜਾਣਗੇ, ਜੋ ਉਨ੍ਹਾਂ ਦੀ ਸ਼ਾਇਦ ਮੇਰੇ ਵਾਂਗ ਮਦਦ ਨਹੀਂ ਕਰ ਸਕਣਗੇ, ਇਸ ਲਈ ਇਹ ਮੇਰਾ ਫ਼ਰਜ਼ ਹੈ ਕਿ ਮੈਂ ਉਨਾਂ ਲੋਕਾਂ ਨੂੰ ਸਪੋਰਟ ਕਰਾਂ। ਮੈਂ ਇਹ ਮਹਿਸੂਸ ਕੀਤਾ ਕਿ ਪਰਸਨਲ ਸਪੌਂਸਰਿੰਗ ਕੋਈ ਸਜ਼ਾ ਨਹੀਂ ਹੈ, ਇਹ ਲੋਕਾਂ ਦੀ ਜਿੰਦਗੀ ਵਿਚ ਖੁਸ਼ਹਾਲੀ ਅਤੇ ਸੰਪੰਨਤਾ ਲਿਆਉਣ ਦਾ ਤਰੀਕਾ ਹੈ। ਅੱਜ ਮੈਂ ਪਰਸਨਲ ਸਪੌਂਸਰਿੰਗ ਦਾ ਮਾਸਟਰ ਹਾਂ ਅਤੇ ਮੈਂ ਨਿਰੰਤਰ ਨਿੱਜੀ ਤੌਰ ’ਤੇ ਲੋਕਾਂ ਨੂੰ ਸਪੌਂਸਰ ਕਰਦਾ ਹਾਂ ਅਤੇ ਹਰ ਹਫਤੇ ਘੱਟ ਤੋਂ ਘੱਟ ਇੱਕ ਨਵੇਂ ਸਹਿਭਾਗੀ ਨੂੰ ਸਪੌਂਸਰ ਕਰ ਉਨ੍ਹਾਂ ਨਾਲ ਕੰਮ ਕਰਦਾ ਹਾਂ। ਮੈਨੂੰ ਇਸ ਨਾਲ ਪਿਆਰ ਹੈ ਅਤੇ ਇਸ ਵਿੱਚ ਮੈਨੂੰ ਬਹੁਤ ਮਜ਼ਾ ਆਉਂਦਾ ਹੈ।

14. ਡੂੰਘੀ ਬੁਨਿਆਦ (DEPTH BUILDING)

ਕਿਸੇ ਵੀ ਇਮਾਰਤ ਦੀ ਉੱਚਾਈ ਉਸ ਇਮਾਰਤ ਦੀ ਨੀਂਹ ਅਤੇ ਮਜ਼ਬੂਤੀ ਦੇ ਸਿੱਧੇ ਅਨੁਪਾਤ ਵਿੱਚ ਹੁੰਦੀ ਹੈ।

ਜੇ ਤੁਸੀਂ ਇੱਕ ਉੱਚੀ ਅਤੇ ਸੁੰਦਰ ਇਮਾਰਤ ਬਣਾਉਣਾ ਚਾਹੁੰਦੇ ਹੋ, ਤਾਂ ਇਸਦੇ ਲਈ ਤੁਹਾਨੂੰ ਇੱਕ ਮਜ਼ਬੂਤ ਅਤੇ ਡੂੰਘੀ ਨੀਂਹ ਰੱਖਣੀ ਪਵੇਗੀ। ਉਸੇ ਤਰ੍ਹਾਂ, ਜਦੋਂ ਤੁਸੀਂ ਇੱਕ ਵੱਡਾ ਬਿਜ਼ਨਿਸ ਬਣਾਉਣਾ ਚਾਹੁੰਦੇ ਹੋ, ਜੋ ਤੁਹਾਡੇ ਪਰਿਵਾਰ ਅਤੇ ਤੁਹਾਡੀਆਂ ਆਉਣ ਵਾਲੀਆਂ ਪੀੜ੍ਹੀਆਂ ਲਈ ਇੱਕ ਸਥਾਈ ਅਤੇ ਹਮੇਸ਼ਾ ਵਧਣ ਵਾਲੀ ਆਮਦਨ ਦਾ ਸਰੋਤ ਹੋਵੇ, ਤਾਂ ਤੁਹਾਨੂੰ ਮਜ਼ਬੂਤੀ ਅਤੇ ਡੂੰਘਾਈ ਦੀ ਇੱਕ ਸਹੀ ਨੀਂਹ ਨਾਲ ਇਸ ਨੂੰ ਬਣਾਉਣ ਦੀ ਜ਼ਰੂਰਤ ਹੈ।

ਡੂੰਘਾਈ-ਨਿਰਮਾਣ ਯੋਜਨਾਬੱਧ ਬਿਜ਼ਨਿਸ ਵਿਕਾਸ ਦੀ ਇੱਕ ਪ੍ਰਕਿਰਿਆ ਹੈ ਜਿਸ ਵਿੱਚ ਅਸੀਂ ਸੰਗਠਨ ਅੰਦਰ ਇੱਕ-ਦੂਜੇ ਦੇ ਹੇਠਾਂ ਲੀਡਰਾਂ ਦਾ ਇੱਕ ਸਮੂਹ ਬਣਾਉਂਦੇ ਹਾਂ ਜਿਸ ਨਾਲ ਸਪੌਂਸਰਸ਼ਿਪ ਦੀ ਇੱਕ ਮਜ਼ਬੂਤ ਲਾਈਨ ਨੂੰ ਇਸ ਤਰੀਕੇ ਨਾਲ ਵਿਕਸਤ ਕੀਤਾ ਜਾਂਦਾ ਹੈ ਕਿ ਇਹ ਸਾਰੇ ਇੱਕ ਦੂਜੇ ਨਾਲ ਜੁੜੇ ਰਹਿਣ ਦੇ ਨਾਲ-ਨਾਲ ਸੁਤੰਤਰ ਤੌਰ ’ਤੇ ਕੰਮ ਕਰਦੇ ਰਹਿਣ। ਇਹ ਸਾਰੇ ਲੀਡਰ ਆਪਣੀਆਂ ਵੱਖ-ਵੱਖ ਟੀਮਾਂ ਨੂੰ ਸੰਭਾਲਣ ਦੇ ਨਾਲ ਹੀ ਇੱਕ-ਦੂਜੇ ਨਾਲ ਜੁੜੇ ਰਹਿ ਕੇ ਇੱਕ ਮਜ਼ਬੂਤ, ਸਥਾਈ ਅਤੇ ਨਿਰੰਤਰ ਵੱਧ ਰਹੀ ਸੰਸਥਾ ਨੂੰ ਬਣਾਉਣ ਲਈ ਇੱਕ-ਦੂਜੇ ਦਾ ਸਮਰਥਨ ਕਰਦੇ ਹਨ। ਡੂੰਘੀ ਬੁਨਿਆਦ ਦਾ ਉਦੇਸ਼ ਵੱਖ-ਵੱਖ ਟੀਮਾਂ ਨੂੰ ਇੱਕ ਦੂਜੇ ਦੇ ਅਧੀਨ ਕੰਮ ਇਸ ਤਰ੍ਹਾਂ ਕਰਾਉਣਾ ਹੈ ਕਿ ਸਾਰੇ ਟੀਮ ਲੀਡਰ ਇੱਕ-ਦੂਜੇ ਦੇ ਨਾਲ-ਨਾਲ ਤੁਹਾਡੇ ਨਾਲ ਵੀ ਜੁੜੇ ਰਹਿਣ।

ਡੂੰਘੀ ਬੁਨਿਆਦ ਦੇ 4 ਮੁੱਖ ਫਾਇਦੇ ਹਨ: ਸਥਿਰਤਾ, ਗਤੀ, ਸੁਰੱਖਿਆ ਅਤੇ ਸਹੀ ਨਕਲ (DUPLICATION)

ਸਥਿਰਤਾ ਅਤੇ ਤੇਜ਼ ਗਤੀ: ਤੁਹਾਡੇ ਕੰਮ ਵਿੱਚ ਸਥਿਰਤਾ ਦਾ ਸਭ ਤੋਂ ਉੱਚ ਪੱਧਰ ਉਦੋਂ ਆਵੇਗਾ ਜਦੋਂ ਤੁਹਾਡੇ ਕੋਲ ਬਹੁਤ ਸਾਰੀਆਂ ਟੀਮਾਂ ਇੱਕ-ਦੂਜੇ ਦੇ ਹੇਠਾਂ ਕੰਮ ਕਰਦੀਆਂ ਹੋਣ। ਇਹ ਟੀਮਾਂ ਸੁਤੰਤਰ ਤੌਰ ’ਤੇ ਕੰਮ ਕਰਦੇ ਹੋਏ ਇੱਕ-ਦੂਜੇ ਨਾਲ ਜੁੜੇ ਹੋਏ ਸੰਗਠਨ ਦੇ ਤੌਰ ’ਤੇ ਕੰਮ ਕਰਨਗੀਆਂ। ਜਦੋਂ ਇਹ ਸਾਰੀਆਂ ਟੀਮਾਂ ਇੱਕੋ ਵੇਲੇ ਕੰਮ ਕਰਨਾ ਸ਼ੁਰੂ ਕਰਦੀਆਂ ਹਨ, ਤਾਂ ਤੁਹਾਡੀ ਟੀਮ ਰਫ਼ਤਾਰ ਫੜ ਲੈਂਦੀ ਹੈ। ਕਿਉਂ ਕਿ ਇਹ ਸਾਰੀਆਂ ਟੀਮਾਂ ਸਪੌਂਸਰਸ਼ਿਪ ਦੀ ਇੱਕ ਲਾਈਨ ਵਿੱਚ ਕੰਮ ਕਰਦੀਆਂ ਇੱਕ-ਦੂਜੇ ਨਾਲ ਜੁੜੀਆਂ ਰਹਿੰਦੀਆਂ ਹਨ, ਜੇ ਕੁੱਝ ਟੀਮਾਂ ਤੇਜ਼ੀ ਨਾਲ ਕੰਮ ਨਹੀਂ ਕਰਦੀਆਂ ਹਨ, ਤਾਂ ਉਹ ਹੋਰਾਂ ਟੀਮਾਂ ਨੂੰ ਕੰਮ ਕਰਦਿਆਂ ਦੇਖ ਕੇ ਆਪਣਾ ਸਭ ਤੋਂ ਉੱਤਮ ਦੇਣ ਲੱਗਦੀਆਂ ਹਨ। ਮੈਂ ਦੇਖਿਆ ਹੈ ਕਿ ਹਰ ਟੀਮ ਦਾ ਆਪਣਾ ਵਧੀਆ ਅਤੇ ਮਾੜਾ ਸਮਾਂ ਦੋਵੇਂ ਹੀ ਹੁੰਦੇ ਹਨ। ਜੇ ਕੋਈ ਇੱਕ ਟੀਮ ਘੱਟ ਕੰਮ ਕਰ ਰਹੀ ਹੈ, ਤਾਂ ਤੁਸੀਂ ਉਨ੍ਹਾਂ ਨੂੰ ਹੋਰ ਗਰੁੱਪ ਦੀ ਤੀਬਰਤਾ ਨਾਲ ਮਿਲਾ ਕੇ ਉਨ੍ਹਾਂ ਨੂੰ ਫਿਰ ਤੋਂ ਉੱਪਰ ਲਿਆ ਸਕਦੇ ਹੋ। ਜੇ ਤੁਸੀਂ ਕਿਤਾਬ ਵਿੱਚ ਦਿੱਤੀ ਗਈ ਸਲਾਹ ਅਨੁਸਾਰ ਸਹੀ ਤਰੀਕੇ ਨਾਲ ਨੀਂਹ ਰੱਖਦੇ ਹੋ, ਤਾਂ ਤੁਹਾਡੇ ਬਿਜ਼ਨਿਸ ਵਿੱਚ ਸਾਰਾ ਸਾਲ ਵਾਧਾ ਹੁੰਦਾ ਰਹੇਗਾ।

ਸੁਰੱਖਿਆ ਅਤੇ ਸਹੀ ਨਕਲ: ਕਿਉਂ ਕਿ ਤੁਹਾਡਾ ਹਰ ਇੱਕ ਟੀਮ ਨਾਲ ਨਿੱਜੀ ਸੰਬੰਧ ਹੈ ਅਤੇ ਤੁਸੀਂ ਰੋਜ਼ਾਨਾ ਦੇ ਅਧਾਰ ’ਤੇ ਉਨ੍ਹਾਂ ਦੀ ਜ਼ਮੀਨੀ ਹਕੀਕਤਾਂ ਨਾਲ ਵੀ ਜਾਣੂ

ਹੋ, ਇਸ ਲਈ ਤੁਸੀਂ ਹਰ ਟੀਮ ਦੇ ਨਿੱਜੀ ਵਿਕਾਸ ਲਈ ਸਮੇਂ ਸਿਰ ਕਾਰਵਾਈ ਕਰ ਸਕਦੇ ਹੋ, ਜਿਸ ਨਾਲ ਟੀਮ 'ਤੇ ਤੁਹਾਡੀ ਪਕੜ ਮਜ਼ਬੂਤ ਬਣੀ ਰਹਿੰਦੀ ਅਤੇ ਬਿਜ਼ਨਿਸ ਸੁਰੱਖਿਅਤ ਰਹਿੰਦਾ ਹੈ। ਕਿਉਂ ਕਿ ਤੁਸੀਂ ਆਪਣੀ ਸਾਰੀ ਟੀਮ ਅਤੇ ਉਸਦੇ ਸਾਰੇ ਵੱਡੇ ਲੀਡਰਾਂ ਨੂੰ ਆਪ ਦੇਖ ਰਹੇ ਹੋ, ਤੁਸੀਂ ਉਨ੍ਹਾਂ ਸਾਰਿਆਂ ਨੂੰ ਇੱਕ ਕੁਆਲਿਟੀ ਲੀਡਰ ਵਜੋਂ ਵਿਕਸਤ ਕਰ ਸਕਦੇ ਹੋ। ਉਨ੍ਹਾਂ ਕੋਲ ਕੰਮ ਕਰਨ ਦਾ ਇੱਕ ਵਧੀਆ ਵਾਤਾਵਰਣ ਹੋਵੇਗਾ ਕਿਉਂ ਕਿ ਉਨ੍ਹਾਂ ਸਾਰਿਆਂ ਕੋਲ ਸਿੱਧੇ ਤੌਰ 'ਤੇ ਨਕਲ ਕਰਨ ਲਈ ਤੁਹਾਡੀ ਕੰਮ ਕਰਨ ਦੀ ਨੈਤਿਕਤਾ ਹੈ। ਜਦੋਂ ਇਹੀ ਲੀਡਰ ਆਪਣੀਆਂ ਨਿੱਜੀ ਟੀਮਾਂ ਵਿੱਚ ਹੋਰ ਲੀਡਰਾਂ ਦਾ ਵਿਕਾਸ ਕਰਦੇ ਹਨ, ਤਾਂ ਇਹ ਤੁਹਾਨੂੰ ਸੁਰੱਖਿਆ, ਗੁਣਵੱਤਾ ਦੀ ਅਗਵਾਈ ਅਤੇ ਗਤੀ ਪ੍ਰਦਾਨ ਕਰਨ ਵਾਲਾ ਇੱਕ ਤੇਜ਼ ਪ੍ਰਭਾਵ ਦੇਵੇਗਾ।

ਸਹੀ ਤਰੀਕੇ ਨਾਲ ਤੁਸੀਂ ਡੂੰਘਾਈ ਕਿਵੇਂ ਬਣਾਓਗੇ?

ਜਿਵੇਂ ਹੀ ਤੁਹਾਡੀ ਟੀਮ ਵਿੱਚ ਇੱਕ ਨਵਾਂ ਸਾਥੀ ਜੁੜਦਾ ਹੈ, ਸਫਲਤਾ ਦੀ ਪ੍ਰਕਿਰਿਆ ਵਿੱਚ ਦੱਸੇ ਗਏ ਨਿਯਮਾਂ ਅਨੁਸਾਰ, ਉਨ੍ਹਾਂ ਨਾਲ ਉਨ੍ਹਾਂ ਦੀ ਲਿਸਟ 'ਤੇ ਕੰਮ ਕਰ ਕੇ ਉਨ੍ਹਾਂ ਨੂੰ ਹੋਰ ਲੋਕਾਂ ਨੂੰ ਸਪੌਂਸਰ ਕਰਨ ਲਈ ਮਦਦ ਕਰੋ। ਜਦੋਂ ਤੁਹਾਨੂੰ ਉਸ ਵਿਅਕਤੀ ਦੇ ਜ਼ਰੀਏ ਕੁੱਝ ਲੋਕ ਸਪੌਂਸਰ ਕੀਤੇ ਹੋਏ ਮਿਲਦੇ ਹਨ, ਤਾਂ ਤੁਸੀਂ ਉਨ੍ਹਾਂ ਨਵੇਂ ਲੋਕਾਂ ਨੂੰ ਸਫਲਤਾ ਦੀ ਪ੍ਰਕਿਰਿਆ ਸਮਝਾਓ ਅਤੇ ਫਿਰ ਉਨ੍ਹਾਂ ਨੂੰ, ਉਹਨਾਂ ਦੇ ਕੁੱਝ ਅਪੋਆਇੰਟਮੈਂਟ ਲੈਣ ਵਿੱਚ ਮਦਦ ਕਰੋ। ਇਸ ਸਟੇਜ਼ 'ਤੇ ਤੁਹਾਡੇ ਕੋਲ ਢੇਰ ਸਾਰਾ ਕੰਮ ਹੋਵੇਗਾ ਕਿਉਂ ਕਿ ਤੁਹਾਡੇ ਪਹਿਲੇ ਡਿਸਟ੍ਰੀਬਿਊਟਰ ਅਤੇ ਉਨ੍ਹਾਂ ਦੀ ਟੀਮ ਦੇ ਲੋਕ ਇੱਕ ਤੋਂ ਬਾਅਦ ਇੱਕ ਅਪੋਆਇੰਟਮੈਂਟ ਲੈਂਦੇ ਰਹਿਣਗੇ। ਜੇ ਤੁਸੀਂ ਸਾਰਿਆਂ ਨੂੰ ਬਰਾਬਰ ਦਾ ਸਹਿਯੋਗ ਦਿੰਦੇ ਰਹੋਗੇ, ਉਨ੍ਹਾਂ ਵਿੱਚੋਂ ਕੁੱਝ ਆਪਣੇ-ਆਪ ਲੀਡਰ ਬਣ ਕੇ ਨਿਕਲਣਗੇ ਜਿਨ੍ਹਾਂ ਦੇ ਸੁਫ਼ਨੇ ਵੱਡੇ ਹੋਣਗੇ, ਵੱਖਰਾ ਰਵੱਈਆ ਹੋਵੇਗਾ ਅਤੇ ਨਾਲ ਹੀ ਇੱਕ ਵੱਖਰੇ ਸਤਰ ਦੀ ਵਚਨਬੱਧਤਾ ਵੀ ਹੋਵੇਗੀ। ਇੰਨਾਂ ਸਾਰੇ ਗੁਣਾਂ ਨੂੰ ਪਹਿਚਾਣ ਕੇ ਤੁਸੀਂ ਆਪਣੇ ਪਹਿਲੇ ਡਿਸਟ੍ਰੀਬਿਊਟਰ ਦੀ ਟੀਮ ਵਿੱਚੋਂ 2 ਤੋਂ 4 ਚੰਗ ਲੀਡਰ ਚੁਣੋਗੇ ਅਤੇ ਫਿਰ ਉਨ੍ਹਾਂ ਨਾਲ ਵੀ ਉਹੀ ਪ੍ਰਕਿਰਿਆ ਦੁਹਰਾਓਗੇ, ਜੋ ਤੁਸੀਂ ਪਹਿਲੇ ਵਿਅਕਤੀ ਨਾਲ ਕੀਤੀ ਸੀ। ਉਦੋਂ ਤੱਕ ਤੁਹਾਡੇ ਪਹਿਲੇ ਡਿਸਟ੍ਰੀਬਿਊਟਰ ਨਾਲ 10 ਤੋਂ 15 ਮੀਟਿੰਗਾਂ ਲਈ ਹੋਣਗੀਆਂ ਅਤੇ ਉਹ ਸੁਤੰਤਰ ਤੌਰ 'ਤੇ ਆਪਣੇ ਪਲਾਨ ਦਿਖਾਉਣ ਵਿੱਚ ਲੱਗ ਜਾਣਗੇ। ਜਦੋਂ ਉਹ ਆਪਣੀ ਟੀਮ ਦੀ ਮਦਦ ਕਰਕੇ ਉਨ੍ਹਾਂ ਵਿੱਚੋਂ ਲੀਡਰ ਬਣਾ ਰਿਹਾ ਹੋਵੇਗਾ, ਉਦੋਂ ਤੁਸੀਂ ਉਸਦੀ ਡੂੰਘਾਈ ਵਿੱਚ ਹੋਰ ਲੀਡਰਾਂ ਨੂੰ ਵਿਕਸਤ ਕਰਨਾ ਸ਼ੁਰੂ ਕਰ ਦਿਉ।

> ***ਆਗੂ ਜਾਂ ਲੀਡਰ ਬਾਜ਼ਾਂ ਵਾਂਗ ਹੁੰਦੇ ਹਨ। ਤੁਸੀਂ ਉਨ੍ਹਾਂ ਨੂੰ ਝੁੰਡ ਵਿੱਚ ਨਹੀਂ, ਇੱਕ ਵਾਰ ਵਿੱਚ ਇੱਕ ਨੂੰ ਹੀ ਪਾਓਗੇ।***
>
> **– ਨਿਊਟ ਰਾੱਕਨੇ**

ਦਰਅਸਲ ਤੁਸੀਂ ਕੀ ਕਰ ਰਹੇ ਹੋ, ਤੁਸੀਂ ਇੱਕ ਵਿਅਕਤੀ ਨਾਲ ਕੰਮ ਕਰਦੇ ਹੋਏ ਉਸ ਨੂੰ ਸੁਤੰਤਰ ਤੌਰ 'ਤੇ ਕੰਮ ਕਰਨ ਲਈ ਸਿਖਲਾਈ ਦਿੰਦੇ ਹੋ। ਤੁਸੀਂ ਉਸ ਵਿਅਕਤੀ ਨੂੰ ਸਿਖਾਉਂਦੇ ਅਤੇ ਦੇਖਦੇ ਰਹੋ ਕਿ ਉਹ ਵਿਅਕਤੀ ਉਹੀ ਸਾਰੀਆਂ ਚੀਜ਼ਾਂ ਕਰ ਰਿਹਾ ਹੈ ਜਿਸਦੀ ਤੁਸੀਂ ਉਸ ਨੂੰ ਸਿਖਲਾਈ ਦਿੱਤੀ ਹੈ, ਨਾਲੋ-ਨਾਲ ਤੁਸੀਂ ਉਹੀ ਕੰਮ ਫਿਰ ਉਸੇ ਦੀ ਟੀਮ ਦੇ ਹੋਰ ਵਿਅਕਤੀਆਂ ਨਾਲ ਸ਼ੁਰੂ ਕਰ ਦਿਓ ਅਤੇ ਚੁਣੇ ਗਏ ਡਿਸਟ੍ਰੀਬਿਊਟਰ ਨੂੰ ਸਿਖਲਾਈ ਦੇ ਕੇ ਉਸ ਨੂੰ ਇਸ ਸੁਤੰਤਰ ਲੀਡਰ ਬਣਾ ਦਿਓ। ਤੁਸੀਂ ਇਹ ਪ੍ਰਕਿਰਿਆ ਦੁਹਰਾਉਂਦੇ ਰਹੋ ਜਦੋਂ ਤੱਕ ਇੱਕ ਸਪੌਂਸਰਸ਼ਿਪ ਦੀ ਲਾਈਨ ਵਿੱਚ 8 ਤੋਂ 10 ਸੁਤੰਤਰ ਲੀਡਰ ਨਾ ਬਣ ਜਾਣ। ਸਪੌਂਸਰਸ਼ਿਪ ਦੀ ਲਾਈਨ ਵਿੱਚ ਇੱਕ-ਦੂਜੇ ਦੇ ਹੇਠਾਂ ਬਹੁਤ ਸਾਰੇ ਡਿਸਟ੍ਰੀਬਿਊਟਰ ਹੋਣਗੇ ਪਰ ਤੁਸੀਂ ਆਪਣਾ ਸਮਾਂ,

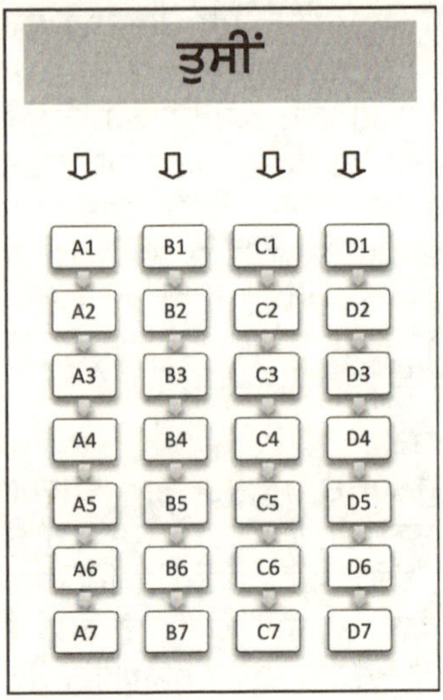

ਆਪਣੀ ਊਰਜਾ ਅਤੇ ਵਚਨਬੱਧਤਾ ਉਨ੍ਹਾਂ ਨਾਲ ਰੱਖੋ ਜਿਨ੍ਹਾਂ ਨੂੰ ਤੁਸੀਂ ਉਨ੍ਹਾਂ ਦੇ ਸੁਫਨਿਆਂ, ਵਚਨਬੱਧਤਾ ਅਤੇ ਤੁਹਾਡੇ ਸਿਸਟਮ ਪ੍ਰਤੀ ਸਮਰਪਨ ਦੇ ਅਧਾਰ 'ਤੇ ਚੁਣਿਆ ਹੈ।

ਤੁਹਾਨੂੰ ਆਪਣੀਆਂ ਹੋਰ ਸ਼ਾਖਾਵਾਂ ਲਈ ਵੀ ਇਹ ਪ੍ਰਕਿਰਿਆ ਨਾਲ ਨਾਲ ਦੁਹਰਾਉਣੀ ਪਵੇਗੀ। ਤੁਸੀਂ ਜਿਵੇਂ-ਜਿਵੇਂ ਇਸ ਬਿਜ਼ਨਿਸ ਨੂੰ ਵਿਕਸਤ ਕਰੋਗੇ, ਉਵੇ-ਉਵੇ ਤੁਹਾਡੇ ਅੰਦਰ ਇਨ੍ਹਾਂ ਲੀਡਰਾਂ ਨੂੰ ਚੁਣਨ ਦੀ ਯੋਗਤਾ ਆਪਣੇ-ਆਪ ਵਿਕਸਤ ਹੁੰਦੀ ਜਾਵੇਗੀ ਅਤੇ ਤੁਸੀਂ ਉਨਾਂ ਸੰਕੇਤਾਂ ਨੂੰ ਸਮਝਣ ਲੱਗ ਜਾਵੋਗੇ ਕਿ ਕਦੋਂ ਉਹ ਤਿਆਰ ਅਤੇ ਪੂਰੀ ਤਰ੍ਹਾਂ ਸੁਤੰਤਰ ਲੀਡਰ ਬਣ ਚੁੱਕੇ ਹਨ। ਹਾਲਾਂਕਿ ਇਹ ਤੁਹਾਡਾ ਨਿਰਣਾ ਹੋਵੇਗਾ ਕਿ ਤੁਸੀਂ ਉਨ੍ਹਾਂ ਨੂੰ ਕਦੋਂ ਸੁਤੰਤਰ ਲੀਡਰ ਵਜੋਂ ਬੁਲਾਉਂਦੇ ਹੋ, ਪਰ ਤੁਸੀਂ ਕੁੱਝ ਪੈਮਾਨਿਆਂ ਦੇ ਜ਼ਰੀਏ ਇਹ ਜਾਂਚ ਤਾਂ ਕਰ ਸਕਦੇ ਹੋ ਕਿ ਉਹ ਇੱਕ ਮਾਹਿਰ ਅਤੇ ਸੁਤੰਤਰ ਲੀਡਰ ਬਣ ਚੁੱਕੇ ਹਨ।

ਕੁੱਝ ਖ਼ਾਸ ਰੈਂਕ, ਘੱਟੋ-ਘੱਟ ਹਫਤਾਵਾਰੀ/ਮਾਸਿਕ ਆਮਦਨ, ਬਿਜ਼ਨਿਸ ਵਿੱਚ ਫੁੱਲ ਟਾਈਮਰ, ਵੱਖ-ਵੱਖ ਥਾਵਾਂ 'ਤੇ ਬਿਜ਼ਨਿਸ, ਸਹੀ ਰਵੱਈਆ, ਆਪਣਾ ਪ੍ਰੋਜੈਕਟਰ ਅਤੇ ਲੈਪਟਾੱਪ, ਕਾਰ, ਟ੍ਰੇਨਿੰਗ ਦੇਣ ਦੀ ਯੋਗਤਾ, ਸਿਸਟਮ ਪ੍ਰਤੀ 100% ਸਮਰਪਨ, ਸੁਭਾਅ, ਇਮਾਨਦਾਰੀ, ਆਪਣੀ ਟੀਮ ਅਤੇ ਕਰਾਸ ਲਾਇਨਾਂ ਨਾਲ ਇੱਜ਼ਤ, ਸਾਰੀਆਂ ਕਿਸਮਾਂ ਦੇ ਪ੍ਰਾਸਪੈਕਟਾਂ ਅਤੇ ਆਪਣੀ ਟੀਮ ਦੇ ਸਾਰੇ ਮੁੱਦਿਆਂ ਨੂੰ ਆਪਣੇ ਪੱਧਰ 'ਤੇ ਹੱਲ ਕਰਨ ਦੀ ਯੋਗਤਾ, ਆਪਣੇ ਟੀਮ ਲਈ ਸਹੀ ਪ੍ਰੋਗਰਾਮ ਪਲਾਨ ਕਰਨ ਦੀ ਸਮਰੱਥਾ, ਉਨ੍ਹਾਂ ਨਾਲ ਤੁਹਾਡਾ, ਉਨ੍ਹਾਂ ਦਾ ਤੁਹਾਡੇ ਨਾਲ ਅਤੇ ਟੀਮ ਦੇ ਮੁੱਖ ਲੀਡਰਾਂ ਨਾਲ ਇੱਕ ਵਧੀਆ ਰਿਸ਼ਤਾ ਜਾਂ ਸੰਬੰਧ।

ਇੱਕ ਔਂਸ ਸੋਨਾ ਪ੍ਰਾਪਤ ਕਰਨ ਲਈ, ਤੁਹਾਨੂੰ ਕਈ ਟਨ ਮਿੱਟੀ, ਘੱਟਾ ਅਤੇ ਗੰਦਗੀ ਨੂੰ ਹਟਾਉਣ ਦੀ ਲੋੜ ਹੈ। – ਦੀਪਕ ਬਜਾਜ

ਸਹੀ ਲੀਡਰਾਂ ਨੂੰ ਪ੍ਰਾਪਤ ਕਰਨ ਲਈ ਬਹੁਤ ਡੂੰਘਾਈ ਤੱਕ ਖੁਦਾਈ ਕਰਨ ਦੇ ਪਿੱਛੇ ਇੱਕ ਹੋਰ ਕਾਰਨ ਹੈ – ਸਹੀ ਲੀਡਰਾਂ ਤੱਕ ਪੁੱਜਣਾ। ਨੈੱਟਵਰਕ ਮਾਰਕੀਟਿੰਗ ਇੱਕ ਅਜਿਹਾ ਬਿਜ਼ਨਿਸ ਹੈ ਜਿਸ ਵਿੱਚ ਸਾਰਿਆਂ ਦਾ ਸੁਆਗਤ ਹੈ। ਮੇਰੀ ਜਾਣਕਾਰੀ ਅਨੁਸਾਰ, ਇੱਥੇ ਸਾਡੇ ਬਿਜ਼ਨਿਸ ਨੂੰ ਸ਼ੁਰੂ ਅਤੇ ਬੰਦ ਕਰਨ ਦੀ ਕੋਈ ਖ਼ਾਸ ਲਾਗਤ ਨਹੀਂ ਹੈ। ਨੈੱਟਵਰਕ ਮਾਰਕੀਟਿੰਗ ਨੂੰ ਸ਼ੁਰੂ ਕਰਨ ਲਈ ਆਮ ਤੌਰ 'ਤੇ ਕਿਸੇ ਨਿਵੇਸ਼ ਦੀ ਲੋੜ ਵੀ ਨਹੀਂ ਹੁੰਦੀ। ਕੋਈ ਬਾਇਓਡਾਟਾ ਨਹੀਂ, ਕੋਈ ਪਿਛੋਕੜ ਦੀ ਜਾਂਚ ਨਹੀਂ, ਕੋਈ ਇੰਟਰਵਿਊ ਨਹੀਂ, ਕੋਈ ਸਰਟੀਫਿਕਟ ਨਹੀਂ, ਜੋ ਕੋਈ ਵੀ ਡਿਸਟ੍ਰੀਬਿਊਟਰ ਬਣਨਾ ਚਾਹੇ ਉਸਦਾ ਸੁਆਗਤ ਹੈ। ਇਹ ਇਸ ਇੰਡਸਟਰੀ ਦਾ ਮੁੱਖ ਪਹਿਲੂ ਹੈ ਅਤੇ ਮੈਂ ਆਪ ਇਸ ਨੂੰ ਬਹੁਤ ਪਸੰਦ ਕਰਦਾ ਹਾਂ। ਪਰ ਇਹੀ ਪਹਿਲੂ ਕਦੇ-ਕਦਾਈਂ ਬਿਜ਼ਨਿਸ ਵਿੱਚ ਇੱਕ ਕਮੀ ਵੀ ਬਣ ਜਾਂਦਾ ਹੈ।

ਆਮ ਤੌਰ 'ਤੇ ਲੋਕਾਂ ਨੂੰ ਜਦੋਂ ਆਪਣੇ ਪਹਿਲੇ 2 ਤੋਂ 6 ਲੋਕ ਮਿਲ ਜਾਂਦੇ ਹਨ, ਤਾਂ ਉਹ ਇਹ ਸੋਚਕੇ ਨਵੇਂ ਲੋਕਾਂ ਦੀ ਭਰਤੀ ਬੰਦ ਕਰ ਦਿੰਦੇ ਹਨ ਕਿ ਹੁਣ ਉਨ੍ਹਾਂ ਦੇ ਸਹਿਕਰਮੀ ਹੀ ਕੰਮ ਕਰਨਗੇ। ਉਨ੍ਹਾਂ ਵਿੱਚੋਂ ਕੁੱਝ ਕੰਮ ਕਰਨਗੇ ਅਤੇ ਕੁੱਝ ਨਹੀਂ। ਕਦੇ-ਕਦੇ ਉਹ ਸਾਰੇ 2 ਤੋਂ 6 ਲੋਕ ਵੀ ਉਸੇ ਤਰ੍ਹਾਂ ਕੰਮ ਨਹੀਂ ਕਰਦੇ ਜਿਸ ਤਰ੍ਹਾਂ ਤੁਸੀਂ ਸ਼ੁਰੂਆਤ

ਦੇ ਕੁੱਝ ਹਫਤਿਆਂ ਵਿੱਚ ਉਮੀਦ ਕਰਦੇ ਹੋ। ਆਪਣੇ ਪਹਿਲੇ ਕੁੱਝ ਸਹਿਕਰਮੀਆਂ ਦੇ ਅਧਾਰ 'ਤੇ ਲੋਕ ਬਿਜ਼ਨਿਸ ਲਈ ਆਪਣੀ ਰਾਏ ਬਣਾਉਣ ਲੱਗਦੇ ਹਨ।

ਸਾਨੂੰ ਯਾਦ ਰੱਖਣਾ ਚਾਹੀਦਾ ਹੈ ਕਿ ਹਰ ਕੋਈ ਬਿਜ਼ਨਿਸ ਵਿੱਚ ਆ ਤਾਂ ਸਕਦਾ ਹੈ ਪਰ ਹਰ ਕੋਈ ਸਫਲ ਨਹੀਂ ਹੋ ਸਕਦਾ। ਇਸ ਬਿਜ਼ਨਿਸ ਵਿੱਚ ਕਿਸੇ ਵਿੱਤੀ ਨਿਵੇਸ਼ ਦੀ ਲੋੜ ਨਹੀਂ ਪੈਂਦੀ, ਪਰ ਇਸ ਲਈ ਨਿਅਮਿਤ ਗਤੀਵਿਧੀਆਂ, ਸਖ਼ਤ ਮਿਹਨਤ, ਵਚਨਬੱਧਤਾ, ਸਮਰਪਨ, ਤਿਆਗ ਆਦਿ ਚਾਹੀਦੇ ਹੁੰਦੇ ਹਨ। ਜਦੋਂ ਤੁਸੀਂ ਆਪਣੀ ਟੀਮ ਦੀ ਡੂੰਘਾਈ ਵਿੱਚ ਜਾ ਕੇ ਕੰਮ ਕਰਦੇ ਹੋ, ਤਾਂ ਤੁਸੀਂ ਉਨ੍ਹਾਂ ਚੰਗੇ ਲੋਕਾਂ ਨੂੰ ਖੋਜ ਲਓਗੇ, ਜਿਨ੍ਹਾਂ ਕੋਲ ਸਹੀ ਗੁਣ ਹੋਣ। ਕਦੇ-ਕਦਾਂਈ ਅਜਿਹੇ ਚੰਗੇ ਲੋਕ ਉੱਚ ਸਥਾਨਾਂ 'ਤੇ ਬੈਠੇ ਲੋਕਾਂ ਦੀ ਖਿੱਚ ਵਿੱਚ ਕਮੀ ਹੋਣ ਦੇ ਕਾਰਨ ਬਿਜ਼ਨਿਸ ਛੱਡ ਦਿੰਦੇ ਹਨ। ਇੱਕ ਵਾਰ ਜਦੋਂ ਡੂੰਘਾਈ ਵਿੱਚ ਜਾ ਕੇ ਤੁਸੀਂ ਅਜਿਹੇ ਲੋਕਾਂ ਦੀ ਪਛਾਣ ਕਰ ਲੈਂਦੇ ਹੋ, ਤਾਂ ਤੁਸੀਂ ਅਜਿਹੇ ਲੋਕਾਂ ਲਈ ਆਪਣਾ 100% ਸਮਾਂ, ਊਰਜਾ, ਧਿਆਨ ਅਤੇ ਉਨ੍ਹਾਂ ਨੂੰ ਸੁਤੰਤਰ ਲੀਡਰ ਦੇ ਤੌਰ 'ਤੇ ਵਿਕਸਤ ਵੀ ਕਰ ਸਕਦੇ ਹੋ।

ਤੁਸੀਂ ਇੱਕ ਸਵਾਲ ਪੁੱਛ ਕੇ ਟੀਮ ਦੀ ਡੂੰਘੀ ਨੀਂਹ ਦੀ ਸਥਿਤੀ ਦਾ ਜਾਇਜ਼ਾ ਲੈ ਸਕਦੇ ਹੋ, "ਇੱਕੋ ਹੀ ਬ੍ਰਾਂਚ ਦੀ ਵੱਖ-ਵੱਖ ਟੀਮ (A1 ਤੋਂ A7) ਤੋਂ ਕਿੰਨੇ ਲੋਕ ਇਸ ਇਵੈਂਟ ਵਿੱਚ ਸ਼ਾਮਿਲ ਹੋ ਰਹੇ ਹਨ?" ਆਪਣੀ ਹਰ ਬ੍ਰਾਂਚ ਲਈ ਲਗਾਤਾਰ ਡੂੰਘਾਈ ਬਣਾਂਦੇ ਰਹੋ। ਤੁਸੀਂ ਜ਼ਿਆਦਾ ਸਮਾਂ ਖ਼ਰਾਬ ਕੀਤੇ ਬਿਨਾਂ ਆਪਣੀ ਕੰਪਨੀ ਦੇ ਟਾੱਪ ਪਰਫੌਰਮਰ ਬਣ ਸਕਦੇ ਹੋ।

ਕੁੱਝ ਲੋਕ ਤੁਹਾਡੇ ਨਾਲ ਬਿਜ਼ਨਿਸ ਕਰਨਗੇ ਅਤੇ ਕੁੱਝ ਤੁਹਾਡੇ ਨਾਲ ਬਿਜ਼ਨਿਸ ਵਿੱਚ ਇਸ ਲਈ ਆਉਣਗੇ ਤਾਂ ਕਿ ਉਹ ਤੁਹਾਨੂੰ ਉਨ੍ਹਾਂ ਨਾਲ ਮਿਲਾ ਦੇਣ, ਜਿਨ੍ਹਾਂ ਨਾਲ ਮਿਲ ਕੇ ਤੁਸੀਂ ਬਿਜ਼ਨਿਸ ਕਰੋਗੇ।

- ਦੀਪਕ ਬਜਾਜ

ਡੂੰਘੀ ਬੁਨਿਆਦ = ਸਥਿਰਤਾ

ਡੂੰਘੀ ਬੁਨਿਆਦ ਲਈ ਸਾਡੀ ਟੀਮ ਵਿੱਚ ਸਭ ਤੋਂ ਵੱਡਾ ਮਾਹਿਰ ਗੌਰਵ ਬਜਾਜ ਹੈ। ਉਨ੍ਹਾਂ ਦੇ ਅੰਦਰ ਸਹੀ ਆਦਮੀ ਨੂੰ ਪਛਾਣਨ ਦਾ ਗੁਣ ਹੈ ਅਤੇ ਜਿਵੇਂ ਹੀ ਉਨ੍ਹਾਂ ਨੂੰ ਇਹ ਯੋਗ ਵਿਅਕਤੀ ਮਿਲਦਾ ਹੈ, ਉਹ ਉਸ ਵਿਅਕਤੀ ਨੂੰ ਇੱਕ ਵੱਡਾ ਲੀਡਰ ਬਣਾਉਣ ਦੇ ਮਿਸ਼ਨ ਵਿੱਚ ਰੁੱਝ ਜਾਂਦੇ ਹਨ। ਉਨ੍ਹਾਂ ਦਾ ਮੰਨਣਾ ਹੈ ਕਿ ਇਹ ਬਿਜ਼ਨਿਸ ਡੂੰਘੀ ਬੁਨਿਆਦ ਤੋਂ ਹੀ ਚੱਲਦਾ ਹੈ। ਡੂੰਘੀ ਬੁਨਿਆਦ ਲਈ ਅਸੀਂ ਵਾਰ-ਵਾਰ ਉਹੀ ਕਰਦੇ ਹਾਂ ਜੋ ਅਸੀਂ ਆਪਣੇ ਪਹਿਲੇ ਭਾਗੀਦਾਰ ਲਈ ਕੀਤਾ ਸੀ। ਉਹ ਕਹਿੰਦੇ ਹਨ ਕਿ ਜੇ ਅਸੀਂ ਕਿਤਾਬ ਵਿੱਚ ਦਿੱਤੀ ਗਈ ਸਫਲਤਾ ਦੀ ਪ੍ਰਕਿਰਿਆ ਦੀ ਪਾਲਣਾ ਕਰਦੇ ਰਹਾਂਗੇ ਤਾਂ ਅਸੀਂ ਆਪਣੀ ਟੀਮ ਅੰਦਰ ਡੂੰਘਾਈ ਦਾ ਨਿਰਮਾਣ ਕਰ ਸਕਦੇ ਹਾਂ। ਇਹ ਬਹੁਤ ਸੌਖਾ ਹੈ-ਇੱਕ ਵਿਅਕਤੀ ਨੂੰ ਕੰਮ ਕਰਨ ਲਈ ਚੁਣੋ ਅਤੇ ਫਿਰ ਉਸ ਨੂੰ ਜਿੰਨਾ ਛੇਤੀ ਹੋ ਸਕੇ ਇੱਕ ਸੁਤੰਤਰ ਲੀਡਰ ਬਣਾ ਦਿਓ। ਇਹ ਇੱਕ ਕੋਰ ਪ੍ਰਕਿਰਿਆ ਹੈ ਅਤੇ ਜੋ ਡਿਸਟ੍ਰੀਬਿਊਟਰ ਇਸ ਨਾਲੋਂ ਆਪਣੀਆਂ ਵੱਖਰੀਆਂ ਗਤੀਵਿਧੀਆਂ ਕਰਦੇ ਹਨ, ਉਹ ਆਪਣੀ ਘੱਟ ਆਮਦਨ ਜਾਂ ਕੰਮ ਨਾ ਕਰਨ ਵਾਲੀ ਟੀਮ ਦੀ ਸ਼ਿਕਾਇਤ ਹੀ ਕਰਦੇ ਰਹਿੰਦੇ ਹਨ।

ਮੈਂ ਡੂੰਘੀ ਬੁਨਿਆਦ ਦੀ ਸ਼ਕਤੀ ਨੂੰ ਆਪਣੇ ਕੁੱਝ ਦੋਸਤਾਂ ਵਿੱਚ ਬਖ਼ੂਬੀ ਦੇਖਿਆ ਹੈ, ਉਹ ਹਨ ਦਿਆਲਨ ਟੀ. ਐਚ. ਅਤੇ ਰਾਜੇਸ਼ ਯਾਦਵ। ਉਨ੍ਹਾਂ ਨੂੰ ਇੱਕ ਪੱਕੀ ਆਮਦਨ ਮਿਲ ਰਹੀ ਹੈ ਅਤੇ ਸੰਪੂਰਨ ਭਾਰਤ ਵਿੱਚ ਉਨ੍ਹਾਂ ਦੀਆ ਕਈ ਟੀਮਾਂ ਹਨ ਜੋ ਇੱਕ-ਦੂਜੇ ਦੇ ਹੇਠਾਂ ਕੰਮ ਕਰ ਰਹੀਆਂ ਹਨ।

15. ਡੁਪਲੀਕੇਸ਼ਨ (DUPLICATION): ਬਿਜ਼ਨਿਸ ਦੀ ਰੀੜ੍ਹ ਦੀ ਹੱਡੀ

ਲੋਕ ਉਹ ਕਦੇ ਨਹੀਂ ਕਰਨਗੇ ਜੋ ਤੁਸੀਂ ਉਨ੍ਹਾਂ ਨੂੰ ਕਰਨ ਲਈ ਕਹਿੰਦੇ ਹੋ;
ਲੋਕ ਉਹੀ ਕਰਨਗੇ ਜੋ ਤੁਸੀਂ ਆਪ ਕਰਦੇ ਹੋ। **– ਦੀਪਕ ਬਜਾਜ**

ਡੁਪਲੀਕੇਸ਼ਨ ਜਾਂ ਨਕਲ ਇੱਕ ਪ੍ਰਕਿਰਿਆ ਹੈ ਜਿਸ ਵਿੱਚ ਅਸੀਂ ਕਿਸੇ ਚੀਜ਼ ਜਾਂ ਕਿਸੇ ਵਿਅਕਤੀ ਵਰਗੀਆਂ ਕਾਪੀਆਂ ਬਣਾਉਂਦੇ ਹਾਂ। ਇਹ ਨੈੱਟਵਰਕ ਮਾਰਕੀਟਿੰਗ ਸਿਸਟਮ ਦੇ ਬੁਨਿਆਦੀ ਸਿਧਾਂਤਾਂ ਵਿੱਚੋਂ ਇੱਕ ਹੈ। ਨੈੱਟਵਰਕ ਮਾਰਕੀਟਿੰਗ ਬਿਜ਼ਨਿਸ ਦੀ ਇੱਕ ਚੀਜ਼ ਜੋ ਮੈਨੂੰ ਸਭ ਤੋਂ ਜ਼ਿਆਦਾ ਪਸੰਦ ਹੈ ਉਹ ਇਹ ਹੈ ਕਿ ਇਹ ਲੀਡਰ ਤੋਂ ਫ਼ਾਲੋ ਨੂੰ ਕਰਨ ਦੇ ਸਿਧਾਂਤ 'ਤੇ ਕੰਮ ਨਹੀਂ ਕਰਦਾ ਪਰ ਲੀਡਰ-ਟੂ-ਲੀਡਰ ਦੇ ਸਿਧਾਂਤ 'ਤੇ ਕੰਮ ਕਰਦਾ ਹੈ। ਚਾਹੇ ਕੋਈ ਵੀ ਤੁਹਾਨੂੰ ਇਸ ਬਿਜ਼ਨਿਸ ਵਿੱਚ ਲੈ ਕੇ ਆਇਆ ਹੋਵੇ, ਉਹ ਤੁਹਾਨੂੰ ਆਪਣੀ ਜਾਣਕਾਰੀ ਤੋਂ ਥੋੜ੍ਹਾ ਵੱਧ ਹੀ ਸਿਖਾਏਗਾ। ਲੀਡਰ ਤਿਆਰ ਕਰਨ ਦੇ ਇਸ ਬਿਜ਼ਨਿਸ ਦਾ ਕੋਈ ਵਿਕਲਪ ਨਹੀਂ ਹੈ, ਇਹ ਇਸ ਬਿਜ਼ਨਿਸ ਦੀ ਲੋੜ ਹੈ। ਸੱਚ ਤਾਂ ਇਹੋ ਹੈ ਕਿ ਡੁਪਲੀਕੇਸ਼ਨ ਤੋਂ ਬਿਨਾਂ ਨੈੱਟਵਰਕ ਮਾਰਕੀਟਿੰਗ ਸਿਰਫ਼ ਇੱਕ ਨੌਕਰੀ ਵਰਗੀ ਹੀ ਹੈ।

ਪਰ ਇਹ ਸੰਕਲਪ ਅਸੀਂ ਨਹੀਂ ਬਣਾਇਆ, ਰੱਬ ਨੇ ਬਣਾਇਆ ਹੈ। ਚੀਜ਼ਾਂ ਨੂੰ ਦੇਖ ਕੇ ਦੁਹਰਾਉਣਾ ਮਨੁੱਖੀ ਡੀ.ਐਨ.ਏ. ਦਾ ਇੱਕ ਹਿੱਸਾ ਹੈ ਅਤੇ ਅਸੀਂ ਸਾਰੇ ਇਸੇ ਹੁਨਰ ਦੇ ਨਾਲ ਪੈਦਾ ਹੋਏ ਹਾਂ ਅਤੇ ਇਸੇ ਨੂੰ ਹੀ ਡੁਪਲੀਕੇਸ਼ਨ ਜਾਂ ਨਕਲ ਕਿਹਾ ਜਾਂਦਾ ਹੈ। ਕੀ ਤੁਸੀਂ ਕਿਸੇ ਬੱਚੇ ਨੂੰ ਤੁਰਨਾ/ਬੋਲਣਾ/ਖੜ੍ਹੇ ਹੁੰਦੇ ਹੋਏ ਆਦਿ ਸਿੱਖਦੇ ਹੋਏ ਦੇਖਿਆ ਹੈ। ਇਸ ਲਈ ਨਾ ਕੋਈ ਸਕੂਲ, ਨਾ ਕੋਈ ਭਾਸ਼ਾ ਅਤੇ ਨਾ ਹੀ ਕੋਈ ਕਿਤਾਬਾਂ ਹੁੰਦੀਆਂ ਹਨ, ਪਰ ਬੱਚੇ ਬੜੀ ਹੀ ਅਸਾਨੀ ਨਾਲ ਡੁਪਲੀਕੇਸ਼ਨ ਦੇ ਸਿਧਾਂਤ ਨਾਲ ਸਾਰਾ ਕੁੱਝ ਆਪ ਹੀ ਸਿੱਖ ਜਾਂਦੇ ਹਨ। ਬੱਚੇ ਜਦੋਂ ਵੀ ਕਿਸੇ ਨੂੰ ਕੁੱਝ ਵੀ ਕਰਦਿਆਂ ਹੋਇਆ ਦੇਖਦੇ ਹਨ ਤਾਂ ਉਹ ਉਦੋਂ ਹੀ ਉਨ੍ਹਾਂ ਦੀ ਕਾਪੀ ਕਰਨ ਲੱਗਦੇ ਹਨ। ਬੱਚੇ ਜਗਿਆਸੂ ਹੁੰਦੇ ਹਨ ਅਤੇ ਉਹ ਹਰ ਨਵੀਆਂ ਚੀਜ਼ਾਂ ਨੂੰ ਅਜ਼ਮਾਉਣ ਦੀ ਕੋਸ਼ਿਸ਼ ਕਰਦੇ ਹਨ ਅਤੇ ਜਿਸ ਸਮੇਂ ਕਿਸੇ ਨੂੰ ਕੁੱਝ ਨਵਾਂ ਕਰਦਿਆਂ ਦੇਖਦੇ ਹਨ, ਤਾਂ ਬੱਚੇ ਦਾ ਮਨ ਜਾਂ ਪ੍ਰਵਿਰਤੀ ਉਸ ਨੂੰ ਕਹਿੰਦੀ ਹੈ, "ਓਏ, ਇਸ ਨੂੰ ਕਰਨ ਵਿੱਚ ਮਜ਼ਾ ਆਵੇਗਾ, ਚੱਲੋ ਇਸ ਨੂੰ ਕਰੀਏ।" ਇਹ ਸਿੱਖਣ ਦਾ ਇੱਕ ਬਹੁਤ ਹੀ ਸੌਖਾ ਤਰੀਕਾ ਹੈ-ਤੁਸੀਂ ਜੋ ਕੁੱਝ ਵੀ ਸਿੱਖਣਾ ਚਾਹੁੰਦੇ ਹੋ, ਸਿਰਫ਼ ਉਸ ਵਿਅਕਤੀ ਦੀ, ਜੋ ਇਸ ਨੂੰ ਸਹੀ ਢੰਗ ਨਾਲ ਕਰ ਰਿਹਾ ਹੈ, ਬੱਸ ਕਾਪੀ ਕਰ ਲਓ ਅਤੇ ਤੁਸੀਂ ਕੁੱਝ ਸਮੇਂ ਬਾਅਦ ਇਸ ਵਿੱਚ ਮੁਹਾਰਤ ਹਾਸਿਲ ਕਰ ਲਵੋਗੇ। ਬਸ ਇਹੀ ਡੁਪਲੀਕੇਸ਼ਨ ਜਾਂ ਨਕਲ ਹੈ।

ਤੁਸੀਂ ਲੰਮੇ ਸਮੇਂ ਲਈ ਉਹੀ ਵਿਵਹਾਰ ਪ੍ਰਦਰਸ਼ਿਤ ਕਰਕੇ ਲੋਕਾਂ ਕੋਲੋਂ ਕੋਈ ਵੀ ਲੋੜੀਂਦਾ ਵਿਵਹਾਰ ਪ੍ਰਾਪਤ ਕਰ ਸਕਦੇ ਹੋ।

– ਦੀਪਕ ਬਜਾਜ

ਇੱਕ ਨੈੱਟਵਰਕ ਮਾਰਕੀਟਿੰਗ ਲੀਡਰ ਕੋਲ ਸਭ ਤੋਂ ਮਜ਼ਬੂਤ ਟੂਲ ਡੁਪਲੀਕੇਸ਼ਨ ਹੈ। ਇੱਥੋਂ ਤੱਕ ਕਿ ਇਕੱਲੇ ਇਸ ਸ਼ਕਤੀਸ਼ਾਲੀ ਟੂਲ ਦੀ ਵਰਤੋਂ ਨਾਲ ਤੁਸੀਂ ਸਹੀ ਵਾਤਾਵਰਣ ਅਤੇ ਮਨਪਸੰਦ ਗਤੀ ਵਾਲੀ ਸ਼ਕਤੀਸ਼ਾਲੀ ਟੀਮ ਬਣਾ ਸਕਦੇ ਹੋ। ਕੋਈ ਵੀ ਦੇਸ਼, ਸੰਸਥਾ ਜਾਂ ਕੋਈ ਵੀ ਰਾਜਨੀਤਕ ਪਾਰਟੀ, ਹਰ ਥਾਂ ਦੇ ਲੋਕ ਇੱਕ ਖ਼ਾਸ ਤਰੀਕੇ ਨਾਲ ਵਿਵਹਾਰ ਕਰਦੇ ਹਨ- ਇਸ ਨੂੰ ਉੱਥੇ ਦਾ ਸਭਿਆਚਾਰ ਜਾਂ ਸੰਸਕ੍ਰਿਤੀ ਕਿਹਾ ਜਾ ਸਕਦਾ ਹੈ। ਜੇ ਕੋਈ ਵਿਅਕਤੀ

ਇੱਕੋ ਹੀ ਤਰ੍ਹਾਂ ਦਾ ਵਰਤਾਓ ਕਰਦਾ ਹੈ, ਤਾਂ ਉਸ ਨੂੰ ਸੁਭਾਅ ਅਤੇ ਜਦੋਂ ਪੂਰੀ ਸੰਸਥਾ ਇੱਕ ਵਿਸ਼ੇਸ਼ ਤਰੀਕੇ ਨਾਲ ਵਿਵਹਾਰ ਕਰਦੀ ਹੈ ਤਾਂ ਇਸ ਨੂੰ ਸਭਿਆਚਾਰ ਕਿਹਾ ਜਾਂਦਾ ਹੈ। ਤੁਸੀਂ ਜੇ ਸਮਾਰਟ ਹੋ, ਇਕਸਾਰ ਹੋ ਕੇ ਕੰਮ ਕਰਦੇ ਹੋ, ਹੁਨਰਮੰਦ ਹੋ ਅਤੇ ਬੜੀ ਮਿਹਨਤ ਕਰਦੇ ਹੋ ਤਾਂ ਤੁਸੀਂ ਇੱਕ ਨਿਸ਼ਚਿਤ ਪੱਧਰ ਤੱਕ ਪਹੁੰਚ ਸਕਦੇ ਹੋ ਪਰ ਜੇ ਤੁਹਾਡੀ ਸੰਸਥਾਂ ਦੇ ਜ਼ਿਆਦਾਤਰ ਲੋਕ ਸਮਾਰਟ ਬਣ ਜਾਂਦੇ ਹਨ, ਕੰਮ ਵਿੱਚ ਲੱਗੇ ਰਹਿੰਦੇ ਹਨ, ਹੁਨਰਮੰਦ ਬਣ ਜਾਂਦੇ ਹਨ ਅਤੇ ਸਖ਼ਤ ਮਿਹਨਤ ਨਾਲ ਕੰਮ ਕਰਨਾ ਸ਼ੁਰੂ ਕਰ ਦਿੰਦੇ ਹਨ, ਤਾਂ ਉਹ ਇੱਕ ਬਹੁਤ ਵੱਡੇ ਬਿਜ਼ਨਿਸ ਦੇ ਤੌਰ ’ਤੇ ਆਕਾਰ ਲੈ ਲਵੇਗਾ। ਹਰ ਸੰਸਥਾਂ ਦੇ ਆਗੂ ਅਜਿਹੇ ਸੰਗਠਨਾਤਮਕ ਸਭਿਆਚਾਰ ਦਾ ਸੁਫ਼ਨਾ ਦੇਖਦੇ ਹਨ ਪਰ ਨੈੱਟਵਰਕ ਮਾਰਕੀਟਰਾਂ ਕੋਲ ਇਸ ਤਾਲੇ ਦੀਆਂ ਚਾਬੀਆਂ ਹੁੰਦੀਆਂ ਹਨ ਅਤੇ ਉਨ੍ਹਾਂ ਨੂੰ ਪਤਾ ਹੁੰਦਾ ਹੈ ਕਿ ਕਿਹੋ ਜਿਹੇ ਕੰਮ ਦਾ ਸਹੀ ਸੱਭਿਆਚਾਰ ਕਿਵੇਂ ਬਣਾਉਣਾ ਹੈ। ਇਸੇ ਕੁੰਜੀ ਦਾ ਨਾਂ ਨਕਲ ਜਾਂ ਡੁਪਲੀਕੇਸ਼ਨ ਹੈ।

ਨਕਲ/ਡੁਪਲੀਕੇਸ਼ਨ ਕਿਵੇਂ ਵਾਪਰਦਾ ਹੈ ਇਹ ਬਹੁਤ ਅਸਾਨ ਜਾਂ ਸਧਾਰਨ ਹੈ: ਤੁਸੀਂ ਜੋ ਕੁੱਝ ਵੀ ਕਰੋਗੇ, ਤੁਹਾਡੀ ਟੀਮ ਵੀ ਉਸ ਦੀ ਨਕਲ/ਕਾਪੀ ਕਰੇਗੀ। ਦਿਲਚਸਪ ਗੱਲ ਇਹ ਹੈ ਕਿ ਤੁਸੀਂ ਉਨ੍ਹਾਂ ਨੂੰ ਜੋ ਕੁੱਝ ਵੀ ਸਿਖਾਓ, ਪਰ ਆਖ਼ਿਰਕਾਰ ਉਹ ਉਹੀ ਕਰਨਗੇ ਜੋ ਤੁਸੀਂ ਕਰਦੇ ਹੋ। ਇਸ ਲਈ ਤੁਸੀਂ ਆਪਣੇ ਸਾਥੀਆਂ ਤੋਂ ਜੋ ਕੁੱਝ ਵੀ ਕਰਾਉਣਾ ਚਾਹੁੰਦੇ ਹੋ, ਉਸ ਨੂੰ ਆਪ ਕਰਨਾ ਸ਼ੁਰੂ ਕਰ ਦਿਓ ਅਤੇ ਜਦੋਂ ਤੁਸੀਂ ਉਸ ਨੂੰ ਨਿਰੰਤਰ ਲਮੇਂ ਸਮੇਂ ਤੱਕ ਇੱਕਸਾਰ ਹੋ ਕੇ ਕਰੋਗੇ। ਤੁਸੀਂ ਦੇਖੋਗੇ ਕਿ ਤੁਹਾਡਾ ਪੂਰਾ ਸੰਗਠਨ ਓਹੀ ਸਾਰੀਆਂ ਜੀਜਾਂ ਕਰੇਗਾ ਜੋ ਤੁਸੀਂ ਕਰ ਰਹੇ ਹੋ। ਤੁਹਾਡੇ ਸਹਿਕਰਮੀ ਤੁਹਾਡੀ ਹਰ ਚੀਜ਼ ਦੀ ਕਾਪੀ ਕਰਨਗੇ। ਜਿਸ ਤਰ੍ਹਾਂ ਤੁਸੀਂ ਚੱਲਦੇ ਹੋ, ਤੁਹਾਡੇ ਸ਼ਬਦਾਂ ਦੀ ਚੋਣ ਅਤੇ ਉਨ੍ਹਾਂ ਦੀ ਵਰਤੋਂ, ਕੰਮ ਕਰਨ ਦੀਆਂ ਆਦਤਾਂ, ਘੁੰਮਣ-ਫਿਰਣ ਦੇ ਤਰੀਕੇ, ਖ਼ਰਚਣ ਦਾ ਪੈਟਰਨ, ਕਾਰਾਂ ਦੀ ਚੋਣ ਵਿੱਚ ਤੁਹਾਡੀ ਪਸੰਦ ਆਦਿ।

ਇਸ ਲਈ, ਚੰਗੇ ਵਿਵਹਾਰ ਦੀ ਜ਼ਿੰਮੇਵਾਰੀ ਸਿਰਫ਼ ਲੀਡਰ ’ਤੇ ਹੁੰਦੀ ਹੈ ਕਿਉਂ ਕਿ ਹਰ ਟੀਮ ਆਪਣੇ ਲੀਡਰ ਦੀ ਕਾਪੀ ਹੁੰਦੀ ਹੈ। ਇਸ ਲਈ ਜੇ ਤੁਸੀਂ ਕੁੱਝ ਬਦਲਣਾ ਚਾਹੁੰਦੇ ਹੋ, ਤਾਂ ਆਪਣੀ ਟੀਮ ਨੂੰ ਬਦਲਣ ਦੀ ਚਿੰਤਾ ਨਾ ਕਰੋ, ਬਸ ਆਪਣੇ-ਆਪ ਨੂੰ ਬਦਲ ਲਓ ਅਤੇ ਫਿਰ ਤੁਸੀਂ ਦੇਖੋਗੇ ਕਿ ਹਰ ਕੋਈ ਤੁਹਾਡੇ ਇਸ ਬਦਲਾਅ ਨੂੰ ਅਪਣਾ ਰਿਹਾ ਹੈ।

ਇੱਕ ਵਾਰ ਦੀ ਗੱਲ ਹੈ ਕਿ ਇੱਕ ਅਰਬ ਡਾਲਰ ਦੀ ਕੰਪਨੀ ਦਾ ਪ੍ਰਧਾਨ ਸੀ, ਜੋ ਕਿਸੇ ਐਤਵਾਰ ਦੀ ਦੁਪਹਿਰ ਨੂੰ ਕੋਈ ਬਿਜ਼ਨਿਸ ਨਾਲ ਸੰਬੰਧਿਤ ਅਖ਼ਬਾਰ ਪੜ੍ਹ ਰਿਹਾ ਸੀ। ਉਸ ਦਾ 8 ਸਾਲ ਦਾ ਪੁੱਤਰ ਪਿਛਲੇ ਦੋ ਹਫਤਿਆਂ ਤੋਂ ਉਸਦਾ ਇੰਤਜ਼ਾਰ ਕਰ ਰਿਹਾ ਸੀ। ਹੁਣ ਜਦੋਂ ਪਾਪਾ ਘਰ ਆ ਗਏ, ਤਾਂ ਪੁੱਤਰ ਆਪਣੇ ਪਾਪਾ ਨਾਲ ਖੇਡਣਾ ਚਾਹੁੰਦਾ ਸੀ ਅਤੇ ਆਪਣੇ ਪਾਪਾ ਨੂੰ ਉਹ ਲਗਾਤਾਰ ਆਪਣੇ ਨਾਲ ਖੇਡਣ ਲਈ ਕਹਿ ਰਿਹਾ ਸੀ। ਪਾਪਾ ਦਾ ਅਖ਼ਬਾਰ ਪੜ੍ਹਨ ਵਿੱਚ ਜ਼ਿਆਦਾ ਮਨ ਲੱਗ ਰਿਹਾ ਸੀ। ਉਹ ਚਾਹੁੰਦੇ ਸਨ ਬੇਟਾ ਕਿਸੇ ਹੋਰ ਚੀਜ਼ ਵਿੱਚ ਆਪਣਾ ਧਿਆਨ ਲਾਵੇ ਤਾਂ ਜੁ ਅਗਲੇ ਦੋ ਘੰਟੇ ਤੱਕ ਉਹ ਤਸੱਲੀ ਨਾਲ ਅਖ਼ਬਾਰ ਪੜ੍ਹ ਸਕਣ। ਅਖ਼ਬਾਰ ਦੇ ਇੱਕ ਪੰਨੇ ’ਤੇ ਦੁਨੀਆ ਦਾ ਨਕਸ਼ਾ ਸੀ, ਉਨ੍ਹਾਂ ਨੇ ਉਸ ਨਕਸ਼ੇ ਨੂੰ ਕਈ ਟੁਕੜਿਆਂ ਵਿੱਚ ਪਾੜ ਦਿੱਤਾ ਅਤੇ ਆਪਣੇ ਬੇਟੇ ਨੂੰ ਉਸ ਨਕਸ਼ੇ ਨੂੰ ਇੱਕਸਾਰ ਜੋੜਨ ਲਈ ਕਿਹਾ ਅਤੇ ਇਹ ਵਾਇਦਾ ਕੀਤਾ ਕਿ ਜੇ ਉਸ ਨੇ ਨਕਸ਼ਾ ਜੋੜ ਦਿੱਤਾ ਤਾਂ ਉਹ ਉਸਦੇ ਨਾਲ ਖੇਡਣਗੇ। ਉਨ੍ਹਾਂ ਨੂੰ ਪੂਰਾ ਵਿਸ਼ਵਾਸ ਸੀ ਕਿ ਸਾਰਾ ਦਿਨ ਲਾ ਕੇ ਵੀ ਇਸ ਦੁਨੀਆ ਅੰਦਰ ਕੋਈ ਵੀ ਇਸ ਨਕਸ਼ੇ ਨੂੰ ਜੋੜ ਨਹੀਂ ਸਕਦਾ। ਉਹ ਮੁੜ ਕੇ ਪੜ੍ਹਨ ਲੱਗ ਪਏ। ਉਹ ਉਦੋਂ ਹੈਰਾਨ ਰਹਿ

ਗਏ ਜਦੋਂ ਉਨ੍ਹਾਂ ਨੇ ਦੇਖਿਆ ਕਿ ਉਨ੍ਹਾਂ ਦਾ ਬੇਟਾ 5 ਮਿੰਟਾਂ ਵਿੱਚ ਵਾਪਿਸ ਆ ਗਿਆ। ਉਹ ਹੈਰਾਨ ਸਨ। ਉਨ੍ਹਾਂ ਨੇ ਉਸ ਨਕਸ਼ੇ ਨੂੰ ਕਈ ਬਾਰ ਜਾਂਚਿਆਂ ਅਤੇ ਉਨ੍ਹਾਂ ਨੇ ਸਾਰੇ ਟੁਕੜਿਆਂ ਨੂੰ ਸਹੀ ਜਗ੍ਹਾ 'ਤੇ ਲਗਿਆ ਹੋਇਆ ਪਾਇਆ। ਉਨ੍ਹਾਂ ਨੇ ਆਪਣੇ ਬੇਟੇ ਨੂੰ ਪੁੱਛਿਆ ਕਿ ਉਸਨੇ ਇਸ ਗੁੰਝਲਦਾਰ ਜਿਹੇ ਨਕਸ਼ੇ ਨੂੰ ਕੁਝ ਹੀ ਮਿੰਟਾਂ ਅੰਦਰ ਕਿਵੇਂ ਜੋੜ ਲਿਆ। ਉਨ੍ਹਾਂ ਦੇ ਬੇਟੇ ਦਾ ਜੁਆਬ ਸੀ, "ਇਸ ਨਕਸ਼ੇ ਦੇ ਪਿਛਲੇ ਪਾਸੇ ਇੱਕ ਆਦਮੀ ਦਾ ਚਿਹਰਾ ਸੀ। ਮੈਂ ਉਸ ਆਦਮੀ ਦੇ ਚਿਹਰੇ ਨੂੰ ਠੀਕ ਕਰ ਦਿੱਤਾ, ਦੁਨੀਆ ਆਪਣੇ-ਆਪ ਹੀ ਠੀਕ ਹੋ ਗਈ।" ਮੈਂ ਆਪਣੇ ਕਈ ਸੈਮੀਨਾਰਾਂ ਵਿੱਚ ਸੈਂਕੜੇ ਵਾਰੀ ਇਹ ਕਹਾਣੀ ਸੁਣਾਈ ਹੈ ਅਤੇ ਹਰ ਵਾਰ ਮੈਂ ਇਸ ਤੋਂ ਇੱਕ ਵੱਖਰੇ ਹੀ ਢੰਗ ਨਾਲ ਪ੍ਰੇਰਿਤ ਹੁੰਦਾ ਹਾਂ। ਇੱਕ ਵਾਰ ਤੁਸੀਂ ਜਦੋਂ ਆਪਣੇ ਆਪ ਵਿੱਚ ਸੁਧਾਰ ਲਿਆਉਣਾ ਸ਼ੁਰੂ ਕਰਦੇ ਹੋ, ਤਾਂ ਤੁਹਾਡੀ ਟੀਮ ਆਪਣੇ-ਆਪ ਸੁਧਰਣ ਲੱਗ ਜਾਂਦੀ ਹੈ।

ਜੇ ਕੁੱਝ ਲੋਕ ਹੋਰ ਲੋਕਾਂ ਦੇ ਮੁਕਾਬਲੇ ਤੁਹਾਡੇ ਵਿਵਹਾਰ ਦੀ ਨਕਲ ਕਰਨ ਵਿੱਚ ਥੋੜ੍ਹਾ ਜ਼ਿਆਦਾ ਸਮਾਂ ਲੈਂਦੇ ਹਨ, ਤਾਂ ਚਿੰਤਾ ਨਾ ਕਰੋ। ਦੁਹਰਾਉਣਾ, ਕਾਪੀ ਕਰਨ ਦਾ ਹੀ ਇੱਕ ਹੋਰ ਸਮਾਨਾਰਥੀ ਸ਼ਬਦ ਹੈ ਅਤੇ ਸਾਡੇ ਸਕੂਲੀ ਸਿਸਟਮ ਦੀ ਪ੍ਰਕਿਰਿਆ ਵਿੱਚ ਸਾਨੂੰ ਇਹ ਸਿਖਾਇਆ ਜਾਂਦਾ ਹੈ ਕਿ ਕਾਪੀ/ਨਕਲ ਕਰਨਾ ਮਾੜੀ ਗੱਲ ਹੈ। ਸਕੂਲ ਵਿੱਚ ਜਿਸ ਨੂੰ ਅਨੈਤਿਕ ਮੰਨਿਆ ਜਾਂਦਾ ਹੈ ਉਸ ਨੂੰ ਅਸਲ ਦੁਨੀਆ ਵਿੱਚ ਸਹਿਯੋਗ ਕਿਹਾ ਜਾਂਦਾ ਹੈ। ਕਦੇ-ਕਦਾਂਈ ਇਸ ਨੂੰ ਟੀਮ-ਵਰਕ ਵੀ ਕਿਹਾ ਜਾਂਦਾ ਹੈ। ਪਰ ਦਹਾਕਿਆਂ ਤੋਂ ਮਿਲੀ ਸਿੱਖਿਆ ਕਾਰਨ, ਕੁੱਝ ਲੋਕਾਂ ਨੂੰ ਕਾਪੀ ਕਰਨਾ ਔਖਾ ਲੱਗਦਾ ਹੈ ਪਰ ਜਿਵੇਂ-ਜਿਵੇਂ ਉਹ ਇਸ ਦੇ ਫਾਇਦੇ ਦੇਖਦੇ ਹਨ, ਉਹ ਅਜਿਹਾ ਕਰਨਾ ਸ਼ੁਰੂ ਕਰ ਦਿੰਦੇ ਹਨ। ਪਰ ਅਜਿਹੇ ਲੋਕਾਂ ਲਈ ਕਿਸੇ ਵਿਅਕਤੀ ਦੀ ਬਜਾਇ ਕਿਸੇ ਸੰਸਥਾ ਵੱਲੋਂ ਮਿਲੀਆਂ ਹਦਾਇਤਾਂ ਦੀ ਪਾਲਣਾ ਕਰਨਾ ਅਸਾਨ ਹੁੰਦਾ ਹੈ। ਤੁਸੀਂ ਇਨ੍ਹਾਂ ਲੋਕਾਂ ਨੂੰ ਆਪਣੇ ਸੀਨੀਅਰਾਂ ਦੁਆਰਾ ਆਯੋਜਿਤ ਟ੍ਰੇਨਿੰਗ ਪ੍ਰੋਗਰਾਮ ਵਿੱਚ ਸ਼ਾਮਿਲ ਕਰਨ ਲਈ ਤਿਆਰ ਕਰ ਸਕਦੇ ਹੋ, ਅਤੇ ਜਦੋਂ ਉਹ ਲੋਕ ਪੂਰੀ ਸੰਸਥਾਂ ਦੇ ਲੋਕਾਂ ਨੂੰ ਟ੍ਰੇਨਿੰਗ ਪ੍ਰੋਗਰਾਮ ਵਿੱਚ ਆਇਆ ਅਤੇ ਸਾਰੇ ਸੀਨੀਅਰਾਂ ਨੂੰ ਇੱਕੋ ਤਰ੍ਹਾਂ ਦੇ ਦਿਸ਼ਾ-ਨਿਰਦੇਸ਼ਾਂ ਦੀ ਪਾਲਣਾ ਕਰਦੇ ਦੇਖਦੇ ਹਨ, ਉਦੋਂ ਉਹ ਵੀ ਤੁਰੰਤ ਹੀ ਪਾਲਣਾ ਕਰਨਾ ਸ਼ੁਰੂ ਕਰ ਦਿੰਦੇ ਹਨ। ਇਸ ਲਈ ਇੱਕ ਚੰਗੀ ਅੱਪਲਾਈਨ, ਤੁਹਾਡੀ ਟੀਮ ਦਾ ਇੱਕ ਮਜ਼ਬੂਤ ਅਤੇ ਉੱਚ ਸਮਰੱਥਾ ਵਾਲਾ ਸਫਲਤਾ ਸਿਸਟਮ ਤੇ ਸਹੀ ਕੰਮ ਕਰਨ ਦਾ ਸੱਭਿਆਚਾਰ ਨੂੰ ਵਿਕਸਤ ਕਰਨ ਲਈ ਕੰਮ ਕਰੇਗਾ।

ਕੁੱਝ ਚੰਗੇ ਲੋਕ ਇਸ ਬਿਜ਼ਨਿਸ ਵਿੱਚ ਇਸ ਲਈ ਅਸਫਲ ਹੋ ਜਾਂਦੇ ਹਨ ਕਿਉਂ ਕਿ ਉਹ ਇਸ ਵਿੱਚ ਆਪਣੇ ਜ਼ਬਰਦਸਤ ਵਿਚਾਰਾਂ ਨੂੰ ਲਾਉਣਾ ਸ਼ੁਰੂ ਕਰ ਦਿੰਦੇ ਹਨ। ਇੰਨਾਂ ਵਿਚਾਰਾਂ ਨੂੰ ਕਾਮਯਾਬ ਕਰਨ ਲਈ ਇੱਕ ਨਿਸ਼ਚਿਤ ਪੱਧਰ ਦੀ ਯੋਗਤਾ ਦੀ ਲੋੜ ਹੁੰਦੀ ਹੈ, ਜੋ ਹਰ ਕਿਸੇ ਕੋਲ ਨਹੀਂ ਹੋ ਸਕਦੀ। ਅਜਿਹੇ ਲੋਕਾਂ ਲਈ ਇਹ ਵਿਚਾਰ ਕੰਮ ਕਰ ਸਕਦੇ ਹਨ ਪਰ ਜੇ ਉਨ੍ਹਾਂ ਦੀ ਟੀਮ ਉਨਾਂ ਵਿਚਾਰਾਂ 'ਤੇ ਕੰਮ ਕਰਦੀ ਹਾਂ, ਤਾਂ ਉਨ੍ਹਾਂ ਨੂੰ ਉਹ ਨਤੀਜੇ ਨਹੀਂ ਮਿਲਣਗੇ। ਇਸ ਨਾਲ ਲੋਕ ਉਲਝ ਕੇ ਕੰਮ ਕਰਨਾ ਛੱਡ ਦਿੰਦੇ ਹਨ। ਇਸ ਲਈ ਅਸੀਂ ਇਸ ਬਿਜ਼ਨਿਸ ਵਿੱਚ ਜ਼ਿਆਦਾ ਵੱਖਰਾ ਕੰਮ ਨਹੀਂ ਕਰਦੇ, ਅਸੀਂ ਆਮ ਤੌਰ 'ਤੇ ਸਿਰਫ਼ ਉਹੀ ਕੰਮ ਕਰਦੇ ਹਾਂ ਜਿਨਾਂ ਦੀ ਨਕਲ ਕੀਤੀ ਜਾ ਸਕੇ।

ਸਭ ਕੁੱਝ ਸਹੀ ਕਰਨ ਦੇ ਬਾਵਜੂਦ ਵੀ, ਕੁੱਝ ਤਾਂ ਅਜਿਹੇ ਲੋਕ ਹੋਣਗੇ ਜਿਨ੍ਹਾਂ ਦਾ ਵਿਵਹਾਰ ਬੜਾ ਅਜੀਬ ਹੁੰਦਾ ਹੈ। ਇਸ ਸਮੇਂ, ਸਿਧਾਂਤਾਂ 'ਤੇ ਸ਼ੱਕ ਨਾ ਕਰੋ ਕਿਉਂ ਕਿ ਕੁੱਝ ਲੋਕ ਕੁੱਝ ਸਮੇਂ ਤੱਕ ਅਜੀਬ ਜਿਹਾ ਵਿਵਹਾਰ ਕਰਦੇ ਹਨ। ਅਸੀਂ ਲੋਕਾਂ

ਦੇ ਵਿਚਕਾਰ ਬਿਜ਼ਨਿਸ ਕਰਦੇ ਹਾਂ ਅਤੇ ਉਨ੍ਹਾਂ ਦਾ ਸੁਭਾਅ, ਰਵੱਈਆ ਅਤੇ ਹਾਲਾਤ ਬਦਲਦੇ ਰਹਿੰਦੇ ਹਨ। ਵੱਖ-ਵੱਖ ਤਰ੍ਹਾਂ ਦੇ ਲੋਕਾਂ ਨੂੰ ਸੰਭਾਲਣ ਦਾ ਹੁਨਰ ਸਿੱਖੋ ਅਤੇ ਅੱਗੇ ਵਧਦੇ ਰਹਿਣ ਦੇ ਨਾਲੋ-ਨਾਲ ਇਹ ਵੀ ਸਿੱਖੋ ਕਿ ਤੁਹਾਡੇ ਬਿਜ਼ਨਿਸ ਲਈ ਸਹੀ ਕੀ ਹੈ। ਵੱਡੀ ਸਫਲਤਾ ਲਈ ਤੁਹਾਡੀ ਟੀਮ ਵਿੱਚ ਨਕਲ ਕਰਨ ਲਈ ਕੁੱਝ ਚੰਗੇ ਵਿਚਾਰ:

1. ਮੈਂ ਆਪਣੀ ਟੀਮ ਦਾ ਸਭ ਤੋਂ ਮਿਹਨਤੀ ਵਿਅਕਤੀ ਹਾਂ।
2. ਮੈਂ ਆਪਣਾ ਪੂਰਾ ਕੰਮ ਆਪਣੀ ਸੰਸਥਾਂ ਦੇ ਸਿਸਟਮ ਅਨੁਸਾਰ ਕਰਦਾ ਹਾਂ।
3. ਮੈਨੂੰ ਜੋ ਕਰਨਾ ਚਾਹੀਦਾ ਹੈ, ਮੈਂ ਉਸ ਨਾਲੋਂ ਥੋੜ੍ਹਾ ਜ਼ਿਆਦਾ ਕਰਦਾ ਹਾਂ।
4. ਮੈਂ ਉਹ ਨਹੀਂ ਕਰਦਾ ਜੋ ਚੰਗਾ ਹੈ, ਮੈਂ ਉਹ ਕਰਦਾ ਹੈ ਜੋ ਦੁਹਰਾਇਆ ਜਾ ਸਕਦਾ ਹੈ।

ਹਮੇਸ਼ਾ ਯਾਦ ਰੱਖੋ ਕਿ ਡੁਪਲੀਕੇਸ਼ਨ ਇੱਕ ਦੋ ਧਾਰੀ ਤਲਵਾਰ ਹੈ। ਜੇ ਤੁਹਾਡੀਆਂ ਚੰਗੀਆਂ ਗਤੀਵਿਧੀਆਂ ਦੁਹਰਾਈਆਂ ਜਾਂਦੀਆਂ ਹਨ, ਤਾਂ ਗ਼ਲਤ ਗਤੀਵਿਧੀਆਂ ਵੀ ਦੁਹਰਾਈਆਂ ਜਾਣਗੀਆਂ। ਇੱਥੋਂ ਤੱਕ ਕਿ ਤੁਹਾਡੇ ਚੰਗੇ ਕੰਮ ਨੂੰ 25 ਤੋਂ 30% ਲੋਕ ਹੀ ਦੁਹਰਾਉਣਗੇ, ਜਦੋਂ ਕਿ ਤੁਸੀਂ ਜੋ ਮਾੜੇ ਕੰਮ ਕੀਤੇ ਹੋਣਗੇ ਉਸ ਨੂੰ ਜ਼ਿਆਦਾ ਲੋਕ ਜ਼ਿਆਦਾ ਮਾਤਰਾ ਵਿੱਚ ਦੁਹਰਾਣਗੇ। ਤੁਹਾਡੀ ਜਾਣਕਾਰੀ ਵਿੱਚ ਹੋਵੇ ਜਾਂ ਜਦੋਂ ਤੁਹਾਨੂੰ ਇਹ ਪਤਾ ਨਹੀਂ ਹੁੰਦਾ, ਉਦੋਂ ਵੀ ਲੋਕਾਂ ਦੀਆਂ ਨਜ਼ਰਾਂ ਤੁਹਾਡੇ 'ਤੇ ਹਮੇਸ਼ਾ ਹੁੰਦੀਆਂ ਹਨ। ਤੁਸੀਂ ਸਟੇਜ਼ ਤੋਂ ਜੋ ਵੀ ਕਹਿੰਦੇ ਹੋ ਲੋਕ ਉਸ ਨੂੰ ਸੁਣਦੇ ਹਨ, ਪਰ ਉਨ੍ਹਾਂ ਨੂੰ ਸ਼ੁਰੂ ਕਰਨ ਅਤੇ ਅਪਨਾਉਣ ਤੋਂ ਪਹਿਲਾਂ, ਉਹ ਤੁਹਾਨੂੰ ਉਹੋ ਜਿਹਾ ਕਰਦੇ ਦੇਖਣਾ ਚਾਹੁਣਗੇ। ਤੁਹਾਡੇ ਉਸ ਵਿਵਹਾਰ ਨੂੰ ਲੋਕ ਛੇਤੀ ਕਾਪੀ ਕਰਨ ਦੀ ਕੋਸ਼ਿਸ਼ ਕਰਦੇ ਹਨ ਜੋ ਤੁਸੀਂ ਉਦੋਂ ਕਰਦੇ ਹੋ ਜਦੋਂ ਤੁਸੀਂ ਸਟੇਜ਼ 'ਤੇ ਨਹੀਂ ਹੁੰਦੇ।

ਕਦੇ-ਕਦੇ ਲੋਕ ਫੋਟੋਕਾਪੀ ਮਸ਼ੀਨ ਦੀ ਖ਼ਰਾਬ ਕੁਆਲਿਟੀ ਦੀ ਸ਼ਿਕਾਇਤ ਕਰਦੇ ਹਨ, ਯਾਦ ਰੱਖੋ ਕਿ ਜੇ ਫੋਟੋਕਾਪੀ ਖ਼ਰਾਬ ਹੈ, ਤਾਂ ਅਸਲੀ ਦੇ ਵੀ ਖ਼ਰਾਬ ਹੋਣ ਦੀ ਸੰਭਾਵਨਾ ਹੋ ਸਕਦੀ ਹੈ। ਤੁਸੀਂ ਕਦੇ ਵੀ ਇੱਕ ਖ਼ਰਾਬ ਅਸਲੀ ਤੋਂ ਚੰਗੀ ਫੋਟੋਕਾਪੀ ਤਿਆਰ ਨਹੀਂ ਕਰ ਸਕਦੇ ਅਤੇ ਸਭ ਤੋਂ ਵਧੀਆ ਗੱਲ ਇਹ ਹੈ ਕਿ ਤੁਹਾਡੇ ਕੋਲ ਹਮੇਸ਼ਾ ਅਸਲੀ 'ਤੇ ਪੂਰਾ ਕੰਟਰੋਲ ਹੈ।

ਲੋਕਾਂ ਦੀ ਅਗਵਾਈ ਕਰਨ ਦੇ ਤਿੰਨ ਸਭ ਤੋਂ ਮਹੱਤਵਪੂਰਨ ਤਰੀਕੇ ਹਨ: ਉਦਾਹਰਣ ਦੁਆਰਾ, ਉਦਾਹਰਣ ਦੁਆਰਾ ਅਤੇ ਉਦਾਹਰਣ ਦੁਆਰਾ।

– ਐਲਬਰਟ ਸਵੀਟਜ਼ਰ

ਇੰਜਣ ਦੀ ਗਤੀ = ਰੇਲਗੱਡੀ ਦੀ ਗਤੀ

ਕਈ ਲੋਕ ਮੈਨੂੰ ਪੁੱਛਦੇ ਹਨ ਕਿ ਮੇਰੀ ਟੀਮ ਇੰਨੀ ਤੇਜ਼ ਕਿਵੇਂ ਕੰਮ ਕਰਦੀ ਹੈ? ਇਸਦਾ ਜਵਾਬ ਬਹੁਤ ਅਸਾਨ ਹੈ, ਕਿਉਂ ਕਿ ਮੈਂ ਵੀ ਬੜੀ ਤੇਜ਼ੀ ਨਾਲ ਕੰਮ ਕਰਦਾ ਹਾਂ। ਮੈਂ ਇੱਕ ਤੋਂ ਬਾਅਦ ਇੱਕ ਨਵੇਂ ਰਿਕਾਰਡ ਬਣਾਉਂਦਾ ਰਹਿੰਦਾ ਹਾਂ ਅਤੇ ਮੇਰੀ ਟੀਮ ਮੇਰੀ ਨਕਲ ਕਰਦੀ ਰਹਿੰਦੀ ਹੈ। ਇਸਦਾ ਨਤੀਜਾ ਇਹ ਹੈ ਕਿ ਇੱਕ ਤੇਜ਼ ਆਦਮੀ ਤੋਂ ਮੈਂ ਇੱਕ ਤੇਜ਼ ਟੀਮ ਬਣ ਗਿਆ। ਹੁਣ ਵੀ, ਮੇਰੇ ਕੋਲ ਕਈ ਨਵੇਂ ਲੋਕ ਇੱਕੋ ਕਾਰਨ ਕਰ ਕੇ ਹਰ ਹਫਤੇ ਆਉਂਦੇ ਰਹਿੰਦੇ ਹਨ – ਉਹ ਤੇਜ਼ ਅਚੀਵਰ ਬਣਨਾ ਚਾਹੁੰਦੇ ਹਨ ਅਤੇ ਰਿਕਾਰਡ ਸਮੇਂ ਅੰਦਰ ਆਪਣੇ ਸੁਫਨਿਆਂ ਨੂੰ ਪੂਰਾ ਕਰਨਾ ਚਾਹੁੰਦੇ ਹਨ।

16.

ਨਸੀਹਤ – ਟੀਮ ਨੂੰ ਹਮੇਸ਼ਾ ਆਪਸ ਵਿੱਚ ਜੋੜ ਕੇ ਰੱਖਣ ਵਾਲੀ ਗੂੰਦ

ਦੂਜਿਆਂ ਨੂੰ ਚੁੱਕ ਕੇ ਹੀ ਆਪਣੇ-ਆਪ ਨੂੰ ਉਠਾਇਆ ਜਾ ਸਕਦਾ ਹੈ।

– ਰੱਾਬਰਟ ਇੰਗਰਸੋਲ

ਨੈੱਟਵਰਕ ਮਾਰਕੀਟਿੰਗ ਵਿੱਚ ਆਉਣ ਤੋਂ ਪਹਿਲਾਂ 'ਨਸੀਹਤ' ਸ਼ਬਦ ਬਾਰੇ ਮੈਂ ਵੀ ਜਾਣਦਾ ਸੀ ਪਰ ਹੁਣ ਮੈਂ ਇਹ ਸਮਝਦਾ ਹਾਂ ਕਿ ਜੇ ਤੁਸੀਂ ਆਪਣੇ ਨਸੀਹਤ ਦੇ ਵਿਚਾਰਾਂ ਨੂੰ ਨਹੀਂ ਅਪਣਾਓਗੇ, ਤਾਂ ਤੁਸੀਂ ਨੈੱਟਵਰਕ ਮਾਰਕੀਟਿੰਗ ਦੇ ਬਿਜ਼ਨਿਸ ਵਿੱਚ ਨਹੀਂ ਰਹਿ ਪਾਓਗੇ। ਨਸੀਹਤ ਸਿਰਫ਼ ਇੱਕ ਸਿਧਾਂਤ ਨਹੀਂ ਹੈ, ਇਹ ਜੀਵਨ ਜਿਊਣ ਦਾ ਇੱਕ ਤਰੀਕਾ ਹੈ ਅਤੇ ਤੁਹਾਨੂੰ ਆਪਣੇ ਜੀਵਨ ਦੇ ਹਰ ਘੰਟੇ ਪਾਲਨ ਕਰਨਾ ਚਾਹੀਦਾ ਹੈ। ਮੈਂ ਆਪਣੇ ਬਿਜ਼ਨਿਸ ਨੂੰ ਹੋਰ ਬਿਹਤਰ ਬਣਾਉਣ ਲਈ ਨਸੀਹਤਾਂ ਦੇ ਸਿਧਾਂਤ ਨੂੰ ਸਿੱਖਿਆ ਅਤੇ ਇਸ ਨਾਲ ਨੈੱਟਵਰਕ ਮਾਰਕੀਟਿੰਗ ਖੇਤਰ ਤੋਂ ਇਲਾਵਾ ਵੀ ਮੇਰੀ ਸਾਰੀ ਜ਼ਿੰਦਗੀ ਬਦਲ ਗਈ। ਮੈਂ ਤਾਂ ਕਹਾਂਗਾ ਕਿ ਤੁਸੀਂ ਆਪਣੀ ਜ਼ਿੰਦਗੀ ਵਿੱਚ ਨਸੀਹਤ ਨੂੰ ਇੱਕ ਮਾਰਗਦਰਸ਼ਨ ਦੀ ਤਰ੍ਹਾਂ ਅਪਣਾਓ। ਇਸ ਨਾਲ ਜ਼ਿੰਦਗੀ ਵਿੱਚ ਨਵੇਂ ਦਰਵਾਜ਼ੇ ਖੁੱਲ੍ਹਦੇ ਹਨ, ਨਵੇਂ ਦੋਸਤ ਬਣਦੇ ਹਨ, ਬਹੁਤ ਸਾਰਾ ਸੁੱਖ ਅਤੇ ਖ਼ੁਸ਼ੀ ਮਿਲਦੀ ਹੈ ਅਤੇ ਇਸ ਨਾਲ ਤੁਹਾਡਾ ਬਿਜ਼ਨਿਸ ਤੁਹਾਡੇ ਸੁਫਨਿਆਂ ਤੋਂ ਵੀ ਵੱਡਾ ਬਣਦਾ ਹੈ।

ਨਸੀਹਤ ਦੇਣਾ= ਉੱਚਾ ਚੁਕਣਾ, ਗਿਆਨ ਦੇਣਾ ਅਤੇ ਉਤਸ਼ਾਹਿਤ ਕਰਨਾ।

ਨਸੀਹਤ ਦੇਣ ਨਾਲ ਅਸੀਂ ਲੋਕਾਂ ਨੂੰ ਉੱਪਰ ਚੁੱਕਦੇ ਹਾਂ। ਨਸੀਹਤ ਦੇ ਜਰੀਏ ਅਸੀਂ ਆਪਣੇ ਆਲੇ-ਦੁਆਲੇ ਦੇ ਲੋਕਾਂ ਨੂੰ ਸਤਿਕਾਰ, ਉਤਸ਼ਾਹ, ਪਿਆਰ ਅਤੇ ਸਨੇਹ ਦਿੰਦੇ ਹਾਂ। ਅਸੀਂ ਅਜਿਹਾ ਕਦੇਂ ਵੀ ਕਰ ਸਕਦੇ ਹਾਂ, ਭਾਵੇਂ ਉਨ੍ਹਾਂ ਨੇ ਕੋਈ ਚੰਗਾ ਕੰਮ ਕੀਤਾ ਹੋਵੇ ਜਾਂ ਬਿਨਾਂ ਕਿਸੇ ਕੰਮ ਦੇ ਵੀ। ਅਸੀਂ ਲੋਕਾਂ ਨਾਲ ਬਿਜ਼ਨਿਸ ਕਰਦੇ ਹਾਂ ਅਤੇ ਲੋਕ ਹੀ ਸਾਡੇ ਸਰੋਤ ਹਨ। ਅਸੀਂ ਹਮੇਸ਼ਾ ਲੋਕਾਂ ਨਾਲ ਹੀ ਮਿਲਦੇ ਹਾਂ, ਨਿੱਜੀ ਤੌਰ 'ਤੇ, ਸਟੇਜ਼ 'ਤੇ, ਫੋਨ 'ਤੇ, ਵੱਟਸਐਪ 'ਤੇ, ਸੋਸ਼ਲ ਮੀਡੀਆ ਆਦਿ ਰਾਹੀਂ। ਮੈਂ ਤੁਹਾਨੂੰ ਬੇਨਤੀ ਕਰਾਂਗਾ ਕਿ ਹਰ ਵਾਰ ਤੁਹਾਡੇ ਕੋਲੋਂ ਜਿੰਨਾ ਵੀ ਹੋ ਸਕੇ ਲੋਕਾਂ ਨਾਲ ਹਰ ਸੰਭਵ ਗੱਲਬਾਤ ਕਰਕੇ ਉਨ੍ਹਾਂ ਨੂੰ ਉੱਚਾ ਚੁੱਕਣ ਦੀ ਕੋਸ਼ਿਸ਼ ਕਰੋ। ਜ਼ਿੰਦਗੀ ਵਿੱਚ ਇਹ ਸਿਧਾਂਤ ਅਪਣਾਓ - *ਲੋਕ ਕਿਸੇ ਵੀ ਦਸ਼ਾ ਵਿੱਚ ਤੁਹਾਡੇ ਕੋਲ ਆਉਣ, ਪਰ ਤੁਹਾਨੂੰ ਮਿਲਣ ਤੋਂ ਬਾਅਦ ਉਹ ਬਿਹਤਰ ਹੋ ਕੇ ਹੀ ਜਾਣੇ ਚਾਹੀਦੇ ਹਨ।*

ਤਕੜੇ ਲੋਕ ਦੂਜਿਆਂ ਨੂੰ ਨੀਵਾਂ ਨਹੀਂ ਰੱਖਦੇ; ਉਹ ਉਨ੍ਹਾਂ ਨੂੰ ਉੱਚਾ ਚੁੱਕਦੇ ਹਨ।

– ਮਾਈਕਲ ਪੀ ਵਾਟਸਨ

ਜੇ ਤੁਸੀਂ ਹਰ ਕਿਸੇ ਵਿੱਚ ਅਤੇ ਹਰ ਸਥਿਤੀ ਵਿੱਚ ਕੁੱਝ ਚੰਗਾ ਲਭਦੇ ਹੋ। ਚੰਗੇ ਦੀ ਤਲਾਸ਼ ਕਰਨਾ ਵੀ ਇੱਕ ਤਰ੍ਹਾਂ ਦਾ ਰਵੱਈਆ ਹੈ ਅਤੇ ਮੈਂ ਤੁਹਾਨੂੰ ਗਾਰੰਟੀ ਨਾਲ ਕਹਿ ਸਕਦਾ ਹਾਂ ਕਿ ਡੂੰਘਾਈ ਨਾਲ ਦੇਖੋ, ਤੁਹਾਨੂੰ ਬਹੁਤ ਕੁੱਝ ਚੰਗਾ ਮਿਲ ਜਾਏਗਾ। ਜਦੋਂ ਤੁਹਾਨੂੰ ਕੁੱਝ ਚੰਗਾ ਮਿਲ ਜਾਏ, ਤਾਂ ਇਹ ਯਕੀਨੀ ਬਣਾਓ ਕਿ ਤੁਸੀਂ ਇਸ ਨੂੰ ਹੋਰ ਵਿਅਕਤੀਆਂ ਨਾਲ ਵੀ ਸਾਂਝਾ ਕਰੋਗੇ। ਲੋਕਾਂ ਨੂੰ ਚੰਗੇ ਕੰਮਾਂ ਲਈ ਸਿਹਰਾ ਦਿਓ ਅਤੇ ਕੁੱਝ ਗ਼ਲਤ ਹੋ ਜਾਏ, ਤਾਂ ਉਸਦਾ ਜ਼ਿੰਮਾ ਆਪਣੇ ਸਿਰ 'ਤੇ ਲੈ ਲਓ। ਉਹ ਜਿਸ ਯੋਗ ਹਨ ਉਨ੍ਹਾਂ ਨੂੰ ਉਸ ਤੋਂ ਵੀ ਜ਼ਿਆਦਾ ਸਿਹਰਾ ਦਿਓ। ਹਮੇਸ਼ਾ ਉੱਪਰ ਚੁੱਕਣ ਵਾਲੇ ਅਤੇ ਉਤਸ਼ਾਹਜਨਕ ਸ਼ਬਦਾਂ ਦਾ ਇਸਤੇਮਾਲ ਕਰੋ। 'ਹੇਲੋ' ਤੋਂ ਸ਼ੁਰੂ ਹੋਈ ਗੱਲ ਤੋਂ 'ਅਲਵਿਦਾ' ਕਹਿਣ ਤੱਕ, ਉਨ੍ਹਾਂ ਸ਼ਬਦਾਂ ਦਾ ਇਸਤੇਮਾਲ ਕਰੋ ਜਿਸ ਨਾਲ ਉਨ੍ਹਾਂ ਦੀ ਆਤਮਾ ਨੂੰ ਉੱਚਾ ਚੁੱਕਿਆ ਜਾ ਸਕਦਾ ਹੈ। ਇੱਕ ਨਵੀਂ ਉਤਸ਼ਾਹੀ ਸ਼ਬਦਾਵਲੀ ਬਣਾਓ।

ਥੋੜ੍ਹੇ ਜਿਹੇ ਸੁਧਾਰ ਦੀ ਪ੍ਰਸ਼ੰਸਾ ਕਰੋ ਅਤੇ ਹਰ ਸੁਧਾਰ ਦੀ ਪ੍ਰਸ਼ੰਸਾ ਕਰੋ, ਕਿਸੇ ਦੀ ਵੀ ਪ੍ਰਸ਼ੰਸਾ ਦਿਲੋਂ ਕਰੋ ਅਤੇ ਖੁੱਲ੍ਹ ਕੇ ਕਰੋ।

– ਡੇਲ ਕਾਰਨੇਗੀ

ਆਪਣੀ ਅੱਪਲਾਈਨ ਦਾ ਆਦਰ ਕਰੋ, ਉਨ੍ਹਾਂ ਨੂੰ ਉੱਪਰਲੇ ਪੱਧਰ 'ਤੇ ਲੈ ਜਾਓ। ਹੋ ਸਕਦਾ ਹੈ ਕਿ ਤੁਹਾਡੀ ਅੱਪਲਾਈਨ ਕੁੱਲ ਮਾਮਲਿਆ ਵਿੱਚ ਤੁਹਾਡੇ ਕੋਲੋਂ ਜ਼ਿਆਦਾ ਸਮਾਰਟ ਨਾ ਹੋਵੇ, ਉਨ੍ਹਾਂ ਦੀ ਉਮਰ ਤੁਹਾਡੇ ਕੋਲੋਂ ਘੱਟ ਹੋਵੇ, ਤੁਹਾਡੇ ਮੁਕਾਬਲਾ ਇੰਨਾ ਪੜ੍ਹਿਆ-ਲਿਖਿਆ ਜਾਂ ਜ਼ਿਆਦਾ ਪੈਸਿਆਂ ਵਾਲੇ ਨਾ ਹੋਣ, ਪਰ ਤੁਹਾਡੀ ਅੱਪਲਾਈਨ ਨੇ ਤੁਹਾਡਾ ਬਿਜ਼ਨਿਸ ਤੁਹਾਡੇ ਨਾਲੋਂ ਥੋੜ੍ਹਾ ਪਹਿਲਾਂ ਤੋਂ ਦੇਖਿਆ ਹੈ, ਤੁਸੀਂ ਜੋ ਦਿਓਗੇ ਤੁਹਾਨੂੰ ਉਹੀ ਵਾਪਿਸ ਮਿਲੇਗਾ। ਤੁਹਾਨੂੰ ਆਪਣੀ ਡਾਊਨਲਾਈਨ ਤੋਂ ਕਦੇ ਇੱਜ਼ਤ ਨਹੀਂ ਮਿਲੇਗੀ ਜੇ ਤੁਸੀਂ ਆਪਣੇ ਅੱਪਲਾਈਨ ਨੂੰ ਇੱਜ਼ਤ ਨਹੀਂ ਦੇਓਗੇ। ਦਿਲਚਸਪ ਗੱਲ ਇਹ ਹੈ ਕਿ ਤੁਸੀਂ ਇੱਕ ਵਿਅਕਤੀ ਨੂੰ ਇੱਜ਼ਤ ਦੇਓਗੇ ਅਤੇ ਤੁਹਾਨੂੰ ਅਨੇਕਾਂ ਤੋਂ ਇੱਜ਼ਤ ਮਿਲੇਗੀ। ਨਾਲ ਹੀ ਆਪਣੀ ਅੱਪਲਾਈਨ ਦੀ ਨਸੀਹਤਾਂ 'ਤੇ ਉਨ੍ਹਾਂ ਲਈ ਸੱਚੀ ਸ਼ੁਕਰਗੁਜ਼ਾਰੀ ਉਦੋਂ ਵੀ ਜਾਰੀ ਰਹਿਣੀ ਚਾਹੀਦੀ ਹੈ ਜਦੋਂ ਤੁਸੀਂ ਆਪਣੀ ਅੱਪਲਾਈਨ ਨਾਲੋਂ ਉੱਚੇ ਰੈਂਕ ਜਾਂ ਪੱਧਰ ਨੂੰ ਪ੍ਰਾਪਤ ਕਰ ਲੈਂਦੇ ਹੋ।

ਆਪਣੇ ਅੱਪਲਾਈਨ ਲਈ ਇੱਕ ਸੰਪੱਤੀ ਬਣੋ। ਅਜਿਹੀ ਸੰਪੱਤੀ ਬਣੋ ਜਿਸ 'ਤੇ ਹਰ ਅੱਪਲਾਈਨ ਨੂੰ ਮਾਣ ਹੋਵੇ। ਮੈਂ ਤਾਂ ਇਹ ਵੀ ਸਿਫ਼ਾਰਸ਼ ਕਰਦਾ ਹੈ ਕਿ ਤੁਹਾਨੂੰ ਕੋਈ ਅਜਿਹਾ ਵਿਅਕਤੀ ਹੋਣਾ ਚਾਹੀਦਾ ਹੈ ਜੋ ਉਸਦੀ ਅੱਪਲਾਈਨ ਨੂੰ ਪ੍ਰੇਰਿਤ ਕਰੇ।

ਹਮੇਸ਼ਾ ਹੌਂਸਲਾ ਵਧਾਉਣ ਵਾਲੇ ਬਣੋ, ਦੁਨੀਆ ਵਿੱਚ ਪਹਿਲਾਂ ਤੋਂ ਹੀ ਕਾਫ਼ੀ ਆਲੋਚਕ ਬੈਠੇ ਹੋਏ ਹਨ।

ਨਸੀਹਤ ਦੇ ਕੇ ਤੁਸੀਂ ਲੋਕਾਂ ਨਾਲ ਆਪਣੇ ਰਿਸ਼ਤੇ ਬਣਾ ਅਤੇ ਆਦਰ ਪਾ ਸਕਦੇ ਹੋ। ਨਸੀਹਤ ਦੇਣਾ ਅਤੇ ਚੰਗੀਆਂ ਗੱਲਾਂ ਕਹਿਣਾ ਆਪਣੀ ਜ਼ਿੰਦਗੀ ਦਾ ਅਹਿਮ ਹਿੱਸਾ ਬਣਾ ਲਓ, ਇਸ ਨਾਲ ਤੁਸੀਂ ਲੋਕਾਂ ਦੇ ਪਸੰਦੀਦਾ ਬਣ ਜਾਓਗੇ। ਲੋਕ ਤੁਹਾਡੇ ਸੁਝਾਵਾਂ ਦੀ ਪਾਲਣਾ ਕਰਨਗੇ, ਤੁਸੀਂ ਇੱਜ਼ਤ ਕਮਾਉਗੇ, ਤੁਹਾਡੇ ਬਹੁਤ ਸਾਰੇ ਦੋਸਤ ਬਣਨਗੇ ਅਤੇ ਤੁਸੀਂ ਆਪਣੇ ਬਿਜ਼ਨਿਸ ਲਈ ਸਹੀ ਲੋਕਾਂ ਨੂੰ ਆਕਰਸ਼ਿਤ ਕਰੋਗੇ। ਨਸੀਹਤ ਦਿੰਦੇ ਰਹੋ ਅਤੇ ਜ਼ਿੰਦਗੀ ਵਿੱਚ ਉੱਚੀ ਉਡਾਣ ਭਰਦੇ ਰਹੋ।

ਖ਼ੁਸ਼ੀ ਇੱਕ ਇੱਤਰ ਹੈ ਜੋ ਤੁਸੀਂ ਆਪਣੇ-ਆਪ 'ਤੇ ਕੁੱਝ ਬੂੰਦਾਂ ਪਾਏ ਬਿਨਾਂ ਦੂਜਿਆਂ 'ਤੇ ਛਿੜਕ ਨਹੀਂ ਸਕਦੇ।

– ਰਾਲਫ਼ ਵਾਲਡੋ ਐਮਰਸਨ

ਪਿਆਰ ਤੇ ਸਨਮਾਨ ਦਿਓ, ਪਿਆਰ ਤੇ ਸਨਮਾਨ ਪ੍ਰਾਪਤ ਕਰੋ

ਮੇਰੀ ਟੀਮ ਵਿੱਚ ਇਸਦੇ ਲਈ ਚਿੰਤਨ ਅਰੋੜਾ ਇੱਕ ਮਾਹਿਰ ਹੈ। ਉਸਦੇ ਪਿਛਲੇ ਜਨਮ ਦਿਨ 'ਤੇ ਕਈ ਹੋਰ ਲੀਡਰਾਂ ਦੇ ਮੁਕਾਬਲੇ ਜ਼ਿਆਦਾ ਲੋਕਾਂ ਵੱਲੋਂ ਸ਼ੁਭਕਾਮਨਾਵਾਂ ਮਿਲੀਆਂ। ਲੋਕ ਫੇਸਬੁੱਕ 'ਤੇ ਵਧਾਈਆਂ ਪੋਸਟ ਕਰ ਅਤੇ ਕੇਕ ਕੱਟ ਰਹੇ ਸਨ। ਮੈਂ ਹੈਰਾਨ ਸੀ ਕਿ ਅਜਿਹਾ ਕਿਉਂ ਹੋਇਆ। ਥੋੜ੍ਹਾ ਸੋਚਣ ਨਾਲ ਮੈਨੂੰ ਅਹਿਸਾਸ ਹੋਇਆ ਕਿ ਚਿੰਤਨ ਇਹੀ ਸਾਰਾ ਕੁੱਝ ਆਪਣੀਆਂ ਅੱਪਲਾਈਨਾਂ ਨਾਲ ਹਮੇਸ਼ਾ ਕਰਦਾ ਹੈ। ਉਹ ਆਪਣੇ ਅੱਪਲਾਈਨਾਂ ਨੂੰ ਸਭ ਤੋਂ ਜ਼ਿਆਦਾ ਸਨਮਾਨ ਅਤੇ ਆਦਰ ਦਿੰਦਾ ਹੈ, ਇਸ ਲਈ ਉਸ ਨੂੰ ਵੀ ਆਪਣੀ ਟੀਮ ਕੋਲੋਂ ਉਹੀ ਇੱਜ਼ਤ ਕਈ ਗੁਣਾ ਵਾਪਸ ਵੀ ਮਿਲਦੀ ਹੈ। ਮੈਂ ਵੀ ਲੋਕਾਂ ਨੂੰ ਉੱਪਰ ਚੁੱਕਣ ਲਈ ਅਮਰੀਕਾ ਦੇ ਇੱਕ ਵੱਡੇ ਲੀਡਰ ਜਿਮ ਡਾੱਰਨੇਨ ਕੋਲੋਂ ਬਹੁਤ ਕੁੱਝ ਸਿੱਖਿਆ ਹੈ।

17. ਉਧਾਰ ਨਾ ਕਰਨ ਦੀ ਨੀਤੀ

ਕਿਸੇ ਦੁਸ਼ਮਨ ਨੂੰ ਪੈਸਾ ਉਧਾਰ ਦੇ ਦਿਓ, ਤੁਹਾਨੂੰ ਉਸ ਨਾਲ ਫ਼ਾਇਦਾ ਹੀ ਹੋਵੇਗਾ, ਕਿਸੇ ਦੋਸਤ ਨੂੰ ਦਿਓਗੇ, ਤਾਂ ਉਸ ਨੂੰ ਗੁਆ ਲਓਗੇ।

– ਬੈਂਜਾਮਿਨ ਫ੍ਰੈਂਕਲਿਨ

ਇਸ ਬਿਜ਼ਨਿਸ ਦੀ ਇੱਕ ਵਿਲੱਖਣ ਵਿਸ਼ੇਸ਼ਤਾ ਇਹ ਹੈ ਕਿ ਇਸ ਵਿੱਚ ਕੋਈ ਉਧਾਰ ਜਾਂ ਖ਼ਾਤਾ ਨਹੀਂ ਹੁੰਦਾ। ਨੈੱਟਵਰਕ ਮਾਰਕੀਟਿੰਗ ਦੇ ਬਿਜ਼ਨਿਸ ਵਿੱਚ ਕਿਸੇ ਵੀ ਤਰ੍ਹਾਂ ਦਾ ਕੋਈ ਅਕਾਊਂਟ ਪ੍ਰਾਪਤ ਕਰਨ ਅਤੇ ਭੁਗਤਾਨਯੋਗ ਨਹੀਂ ਹਨ। ਤੁਸੀਂ ਕੁੱਝ ਲੈਂਦੇ ਹੋ ਅਤੇ ਤੁਸੀਂ ਮੌਕੇ 'ਤੇ ਇਸ ਲਈ ਭੁਗਤਾਨ ਕਰਦੇ ਹੋ; ਤੁਹਾਨੂੰ ਖਾਤਾ ਰੱਖਣ ਦੀ ਲੋੜ ਨਹੀਂ ਹੈ। ਪਰ ਕੁੱਝ ਲੋਕ ਕੋਈ ਨਾ ਕੋਈ ਬਹਾਨਾ ਬਣਾ ਕੇ ਇਸ ਨਿਯਮ ਨੂੰ ਤੋੜਦੇ ਹਨ। ਪਿਛਲੇ ਇੱਕ ਦਹਾਕੇ ਤੋਂ ਵੱਧ ਸਮੇਂ ਤੋਂ ਇਸ ਬਿਜ਼ਨਿਸ ਨੂੰ ਨੇੜਿਓ ਦੇਖਦੇ ਹੋਏ, ਮੈਂ ਦੇਖਿਆ ਕਿ ਜਿੱਥੇ ਕਿਤੇ ਵੀ ਅੱਪਲਾਈਨ ਅਤੇ ਡਾਊਨਲਾਈਨ ਵਿੱਚ ਪੈਸੇ ਦੇ ਲੈਣ-ਦੇਣ ਅਤੇ ਖ਼ਾਤਿਆਂ ਦੇ ਮਾਮਲਿਆਂ ਵਿੱਚ ਕੁੱਝ ਗੜਬੜ ਹੋਈ ਹੈ ਤਾਂ ਇਹ ਬਿਜ਼ਨਿਸ ਛੇਤੀ ਹੀ ਖ਼ਤਮ ਹੋ ਗਿਆ। ਮੈਂ ਬਹੁਤ ਸਾਰੇ ਹੋਣਹਾਰ ਬਿਜ਼ਨਿਸ ਲੀਡਰਾਂ ਦੇ ਹੱਥਾਂ ਤੋਂ ਉਨ੍ਹਾਂ ਦੇ ਬਿਜ਼ਨਿਸ ਨੂੰ ਜਾਂਦੇ ਹੋਏ ਦੇਖਿਆ ਹੈ, ਇਸ ਦਾ ਕਾਰਨ ਹੈ ਟੂਲਜ਼, ਪ੍ਰੋਡਕਟ, ਪ੍ਰੋਗਰਾਮ ਦੀ ਟਿਕਟ ਅਤੇ ਹੋਰ ਚੀਜ਼ਾਂ ਲਈ ਪੈਸਾ ਉਧਾਰ ਲੈਣਾ ਜਾਂ ਦੇਣਾ।

ਅਜਿਹਾ ਕਰਨ ਲਈ ਤੁਹਾਡੇ ਕੋਲ ਕਈ ਕਾਰਨ ਹੋ ਸਕਦੇ ਹਨ ਅਤੇ ਉਹ ਸਾਰੇ ਕਾਰਨ ਉਸ ਸਮੇਂ ਤੁਹਾਨੂੰ ਠੀਕ ਵੀ ਲੱਗ ਸਕਦੇ ਹਨ। ਪਰ ਮੈਂ ਦ੍ਰਿੜ੍ਹਤਾ ਨਾਲ ਤੁਹਾਨੂੰ ਦੱਸਣਾ ਚਾਹਵਾਂਗਾ ਕਿ ਕਿਸੇ ਵੀ ਸਥਿਤੀ ਵਿੱਚ ਅੱਪਲਾਈਨ ਅਤੇ ਡਾਊਨਲਾਈਨ ਨੂੰ ਕਿਸੇ ਪ੍ਰਕਾਰ ਦਾ ਕੋਈ ਲੋਨ ਜਾਂ ਕ੍ਰੈਡਿਟ ਲੈਣ-ਦੇਣ ਨਹੀਂ ਕਰਣਾ ਚਾਹੀਦਾ ਹੈ। ਇਸ ਬਿਜ਼ਨਿਸ ਵਿੱਚ ਕਿਸੇ ਕੋਲ ਵੀ ਲੇਖਾ-ਜੋਖਾ ਨਹੀਂ ਹੋਣਾ ਚਾਹੀਦਾ। ਸਾਰਾ ਕੁੱਝ ਉਦੋਂ ਅਤੇ ਉੱਥੇ ਹੀ ਨਿਬੇੜ ਦੇਣਾ ਚਾਹੀਦਾ ਹੈ।

ਕੋਈ ਵੀ ਕੰਪਨੀ ਡਿਸਟ੍ਰੀਬਿਊਟਰ ਨੂੰ ਆਪਣੇ ਉਤਪਾਦ ਕ੍ਰੈਡਿਟ 'ਤੇ ਨਹੀਂ ਦਿੰਦੀ, ਤਾਂ ਤੁਹਾਡਾ ਅੱਪਲਾਈਨ ਟੀਮ ਦੇ ਮੈਂਬਰਾਂ ਨੂੰ ਕਿਸੇ ਪ੍ਰਕਾਰ ਦਾ ਕ੍ਰੈਡਿਟ ਕਿਉਂ ਦੇਵੇ। ਸਾਰੇ ਟੂਲਜ਼ ਅਤੇ ਪ੍ਰੋਗਰਾਮ ਟਿਕਟਾਂ ਦੀ ਇੱਕ ਕੀਮਤ ਹੁੰਦੀ ਹੈ ਜਿਸਦੀ ਐਡਵਾਂਸ ਵਿੱਚ ਕੀਮਤ ਅਦਾ ਕੀਤੀ ਜਾਂਦੀ ਹੈ, ਤਾਂ ਕਿਉਂ ਕੋਈ ਇੱਕ ਡਿਸਟ੍ਰੀਬਿਊਟਰ ਪ੍ਰੋਗਰਾਮ ਦੇ ਟਿਕਟ ਅਤੇ ਟੂਲ ਕਿਸੇ ਨੂੰ ਕ੍ਰੈਡਿਟ ਤੇ ਦੇਵੇ ਇਸਦੀ ਲੋੜ ਕਿਉਂ ਹੈ? ਸਭ ਤੋਂ ਮਾੜੀ ਗੱਲ ਇਹ ਹੈ ਕਿ ਜਦੋਂ ਇਹ ਹੁੰਦਾ ਹੈ ਤਾਂ ਲੱਗਦਾ ਹੈ ਕਿ ਇਹ ਛੋਟਾ ਜਿਹਾ, ਨਾ-ਦੱਸਣਯੋਗ, ਜਾਂ ਕੋਈ ਨੁਕਸਾਨ ਨਹੀਂ ਕਰਨ ਵਾਲਾ ਕੰਮ ਹੈ ਪਰ ਥੋੜ੍ਹੇ ਹੀ ਸਮੇਂ ਵਿੱਚ ਇਹੀ ਕੰਮ ਲੋਕਾਂ ਅੰਦਰ ਗ਼ਲਤ ਉਮੀਦਾਂ ਪੈਦਾ ਕਰ ਦਿੰਦਾ ਹੈ ਅਤੇ ਇਸ ਨਾਲ ਟੀਮਾਂ ਵਿੱਚ ਗ਼ਲਤ ਸੱਭਿਆਚਾਰ ਪੈਦਾ ਹੋ ਜਾਂਦਾ ਹੈ। ਅਸੀਂ ਡੁਪਲੀਕੇਸ਼ਨ ਦੇ

ਬਿਜ਼ਨਿਸ ਵਿੱਚ ਹਾਂ, ਅਤੇ ਗ਼ਲਤ ਆਦਤਾਂ ਨੂੰ ਦੁਹਰਾਉਣ ਦੀ ਗੰਦੀ ਆਦਤ, ਚੰਗੀਆਂ ਆਦਤਾਂ ਨੂੰ ਅਪਨਾਉਣ ਨਾਲੋਂ ਦਸ ਗੁਣਾ ਜ਼ਿਆਦਾ ਛੇਤੀ ਲੱਗਦੀ ਹੈ। ਇੱਕ ਵਾਰ ਜਦੋਂ ਇਹ ਅਭਿਆਸ ਤੁਹਾਡੀ ਸੰਸਥਾ ਵਿੱਚ ਡੁਪਲੀਕੇਟ ਹੋ ਜਾਂਦਾ ਹੈ, ਤਾਂ ਤੁਹਾਡੀ ਪੂਰੀ ਸੰਸਥਾ ਨੂੰ ਤਬਾਹ ਕਰ ਦੇਵੇਗਾ ਜੋ ਤੁਸੀਂ ਸਾਲਾਂ ਅੰਦਰ ਬਣਾਈ ਹੈ।

ਮੈਂ ਤੁਹਾਨੂੰ ਇੱਕ ਜ਼ੋਰਦਾਰ ਸਿਫ਼ਾਰਸ਼ ਕਰਦਾ ਹਾਂ, ਉਧਾਰ 'ਤੇ ਆਪਣੇ ਕਿਸੇ ਵੀ ਡਿਸਟ੍ਰੀਬਿਊਟਰ ਨੂੰ ਪ੍ਰੋਗਰਾਮ ਦੀਆਂ ਟਿਕਟਾਂ/ਉਤਪਾਦ/ਟੂਲਜ਼ ਨਾ ਦਿਓ। ਸਭ ਤੋਂ ਵੱਡਾ ਨੁਕਸਾਨ ਉਹ ਬਿਜ਼ਨਿਸ 'ਚ ਹੋਵੇਗਾ ਜੋ ਇਸ ਵਿਅਕਤੀ ਅਤੇ ਉਸਦੀ ਟੀਮ ਨੇ ਤੁਹਾਡੇ ਲਈ ਲਿਆਇਆ ਜਾਵੇਗਾ। ਇਸ ਲਈ ਸਿਰਫ਼ ਇੱਕ ਵਿੱਤੀ ਸਿਧਾਂਤ ਨਾਲ ਕੰਮ ਕਰੋ - ਅੱਪਲਾਈਨ ਅਤੇ ਡਾਊਨਲਾਈਨ ਵਿਚਕਾਰ ਕੋਈ ਖ਼ਾਤਾ ਨਹੀਂ ਹੋਣਾ ਚਾਹੀਦਾ। ਕਿਸੇ ਤਰ੍ਹਾਂ ਦਾ ਉਧਾਰ ਜਾਂ ਕ੍ਰੈਡਿਟ ਨਾ ਲਓ ਅਤੇ ਨਾ ਹੀ ਦਿਓ। ਸਾਰੇ ਪ੍ਰੋਡਕਟ ਜਾਂ ਟੂਲਜ਼ ਜਾਂ ਇਵੈਂਟ ਦੀਆਂ ਟਿਕਟਾਂ ਦੀ ਡਿਲੀਵਰੀ ਸਿਰਫ਼ ਪਹਿਲਾਂ ਪੈਸੇ ਪ੍ਰਾਪਤ ਕਰਕੇ ਕੀਤੀਆਂ ਜਾਣੀਆਂ ਚਾਹੀਦੀਆਂ ਹਨ।

ਜਦੋਂ ਤੁਸੀਂ ਆਪਣੇ ਸਹਿਕਰਮੀ ਨੂੰ ਪੈਸੇ ਉਧਾਰ ਦਿੰਦੇ ਹੋ, ਤਾਂ ਤੁਸੀਂ ਆਪਣੇ ਪੈਸੇ ਅਤੇ ਸਹਿਕਰਮੀ ਦੋਹਾਂ ਨੂੰ ਗੁਆ ਦਿੰਦੇ ਹੋ।

- ਦੀਪਕ ਬਜਾਜ

ਜੇ ਪੈਸਾ ਉਧਾਰ ਦਿੱਤਾ ਤਾਂ ਪੈਸੇ, ਲੀਡਰ, ਟੀਮ ਅਤੇ ਭਵਿੱਖ ਦਾ ਸਾਰਾ ਬਿਜ਼ਨਿਸ ਗੁਆ ਦੇਵੋਗੇ।

ਲੋਕ ਮੈਨੂੰ ਸਭ ਤੋਂ ਤੇਜ਼ ਲੀਡਰ ਕਹਿੰਦੇ ਹਨ। ਮੈਂ ਲੋਕਾਂ 'ਤੇ ਭਰੋਸਾ ਕਰਨ ਵਿੱਚ ਬਹੁਤ ਤੇਜ਼ ਹਾਂ ਅਤੇ ਇਹੀ ਕਾਰਨ ਹੈ ਕਿ ਮੈਂ ਆਪਣੇ ਬਹੁਤ ਸਾਰੇ ਸਾਥੀਆਂ ਨੂੰ ਖੁੱਲ੍ਹੇ ਦਿਲ ਨਾਲ ਕਰਜ਼ੇ ਦਿੱਤੇ ਸਨ, ਖ਼ਾਸ ਤੌਰ 'ਤੇ ਆਪਣੇ ਬਿਜ਼ਨਿਸ ਦੇ ਸ਼ੁਰੂਆਤੀ ਸਾਲਾਂ ਵਿੱਚ, ਹਰ ਵਾਰ, ਮੇਰਾ ਇਰਾਦਾ ਵਿਅਕਤੀ ਦੀ ਮਦਦ ਕਰਨਾ ਅਤੇ ਉਸ ਵਿਅਕਤੀ ਨੂੰ ਬਰਕਰਾਰ ਰੱਖਣਾ ਸੀ। ਦਿਲਚਸਪ ਗੱਲ ਇਹ ਹੈ ਕਿ ਉਨ੍ਹਾਂ ਵਿੱਚੋਂ ਜ਼ਿਆਦਾਤਰ ਲੋਕਾਂ ਨੇ ਬਿਜ਼ਨਿਸ ਛੱਡ ਦਿੱਤਾ ਅਤੇ ਮੇਰਾ ਨੁਕਸਾਨ ਕਈ ਗੁਣਾ ਵੱਧ ਹੋਇਆ। ਮੈਂ ਆਪਣਾ ਪੈਸਾ, ਮੇਰੀ ਟੀਮ ਅਤੇ ਭਵਿੱਖ ਦੇ ਸਾਰੇ ਬਿਜ਼ਨਿਸ ਜੋ ਟੀਮ ਕਰ ਸਕਦੀ ਸੀ, ਗੁਆ ਦਿੱਤੇ। ਮੈਂ ਇਹ ਸਬਕ ਮੁਸ਼ਕਿਲ ਤਰੀਕੇ ਨਾਲ ਸਿੱਖਿਆ ਹੈ ਕਿ ਕਦੇ ਵੀ ਆਪਣੇ ਅੱਪਲਾਈਨਾਂ ਕੋਲੋਂ ਪੈਸੇ ਨਾ ਲਓ ਅਤੇ ਨਾ ਹੀ ਕਦੇ ਆਪਣੀਆਂ ਡਾਊਨਲਾਈਨਾਂ ਨੂੰ ਪੈਸੇ ਉਧਾਰ ਦਿਓ।

18. ਸਪੌਂਸਰ ਕਰੋ ਬਹੁਤਿਆਂ ਨੂੰ, ਪਰ ਚੁਣੋ ਥੋੜਿਆਂ ਨੂੰ

ਜੇ ਤੁਸੀਂ ਸਹੀ ਲੋਕਾਂ ਨੂੰ ਚੁਣਦੇ ਅਤੇ ਉਨ੍ਹਾਂ ਨੂੰ ਉੱਡਣ ਲਈ ਆਪਣੇ ਖੰਭ ਫੈਲਾਉਣ ਦਾ ਮੌਕਾ ਦਿੰਦੇ ਹੋ, ਤਾਂ ਤੁਹਾਨੂੰ ਉਨ੍ਹਾਂ ਨੂੰ ਸੰਭਾਲਣ ਦੀ ਲੋੜ ਨਹੀਂ ਹੈ।

– ਜੈਕ ਵੈਲਚ

ਜੇ ਤੁਸੀਂ ਮੈਨੂੰ ਪੁੱਛੋ ਕਿ ਮੈਂ ਆਪਣੇ ਬਿਜ਼ਨਿਸ ਵਿੱਚ ਸਭ ਤੋਂ ਵੱਡੀ ਗ਼ਲਤੀ ਕੀਤੀ ਹੈ, ਜਿਸ ਕਰਕੇ ਮੈਨੂੰ ਕਈ ਕਰੋੜਾਂ ਦਾ ਨੁਕਸਾਨ ਹੋਇਆ ਅਤੇ ਕਈ ਮਹੀਨੇ/ਸਾਲ ਬਰਬਾਦ ਹੋਏ, ਤਾਂ ਮੇਰਾ ਸਧਾਰਨ-ਜਿਹਾ ਜਵਾਬ ਹੋਵੇਗਾ-ਗ਼ਲਤ ਲੋਕਾਂ ਨਾਲ ਲੰਮੇ ਸਮੇਂ ਤੱਕ ਕੰਮ ਕਰਦਿਆਂ ਰਹਿਣਾ। ਯਾਦ ਰੱਖੋ, ਕਿ ਮੈਂ ਲੋਕਾਂ ਨੂੰ ਮਾੜਾ ਨਹੀਂ ਕਹਿ ਰਿਹਾ ਹਾਂ। ਮੈਂ ਇੱਕੋਦਮ ਵੀ ਕਿਸੇ ਲਈ ਇਹ ਨਿਰਣਾ ਨਹੀਂ ਕਰ ਰਿਹਾ ਕਿ ਕੌਣ ਸਹੀ ਹੈ ਅਤੇ ਕੌਣ ਗ਼ਲਤ, ਮੈਂ ਸਿਰਫ਼ ਇਹ ਚੁਣ ਰਿਹਾ ਹਾਂ ਕਿ ਮੈਨੂੰ ਕਿਸਦੇ ਨਾਲ ਜ਼ਿੰਦਗੀ ਦਾ ਇੱਕ ਹਿੱਸਾ ਵੰਡਣਾ ਚਾਹੀਦਾ ਹੈ ਅਤੇ ਬਿਜ਼ਨਿਸ ਵਿੱਚ ਕਿਸਦੇ ਨਾਲ ਆਪਣਾ ਕੀਮਤੀ ਸਮਾਂ ਵਤੀਤ ਕਰਨਾ ਚਾਹੀਦਾ ਹੈ। ਮੈਂ ਇਸ ਤਰ੍ਹਾਂ ਕਹਿੰਦਿਆਂ ਕੁੱਝ ਕਠੋਰ ਲੱਗ ਸਕਦਾ ਹਾਂ, ਪਰ ਇਹੀ ਸੱਚ ਹੈ। ਕੁੱਝ ਲੋਕਾਂ ਦੇ ਸੁਫ਼ਨੇ ਜਾਂ ਵਚਨਬੱਧਤਾ ਵੱਡੀਆ ਨਹੀਂ ਹੁੰਦੀਆਂ ਜਾਂ ਉਨ੍ਹਾਂ ਦਾ ਰਵੱਈਆ ਸਹੀ ਨਹੀਂ ਹੁੰਦਾ। ਕੁੱਝ ਹੋਰ ਹਉਮੇ ਨਾਲ ਭਰੇ ਹੁੰਦੇ ਹਨ, ਜੋ ਟੀਮ ਭਾਵਨਾ ਅਤੇ ਸਮਰਪਨ ਨਾਲ ਕੰਮ ਕਰਨਾ ਹੀ ਨਹੀਂ ਚਾਹੁੰਦੇ। ਇਸ ਤੋਂ ਪਹਿਲਾਂ ਕਿ ਮੈਂ ਇਹ ਨਿਰਣਾ ਲਵਾਂ ਕਿ ਮੈਂ ਆਪਣੀ ਜ਼ਿੰਦਗੀ ਦਾ ਇੱਕ ਭਾਗ ਕਿਸੇ ਨੂੰ ਦੇਣਾ ਚਾਹੁੰਦਾ ਹਾਂ, ਮੈਨੂੰ ਇਹ ਪੱਕਾ ਕਰ ਲੈਣਾ ਚਾਹੀਦਾ ਹੈ ਕਿ ਉਹ ਇਸ ਦੇ ਯੋਗ ਹੈ ਵੀ ਜਾਂ ਨਹੀਂ।

ਹਾਲਾਂਕਿ ਤੁਸੀਂ ਬੇਅੰਤ ਲੋਕਾਂ ਨੂੰ ਸਪੌਂਸਰ ਕਰ ਸਕਦੇ ਹੋ, ਪਰ ਤੁਸੀਂ ਮੁੱਠੀ ਭਰ ਲੋਕਾਂ ਨਾਲ ਹੀ ਕੰਮ ਕਰ ਸਕਦੇ ਹੋ। ਉਨ੍ਹਾਂ ਨੂੰ ਸਿਆਣਪ ਨਾਲ ਚੁਣੋ।

– ਦੀਪਕ ਬਜਾਜ

ਇਹ ਬਹੁਤ ਹੀ ਦਿਲਚਸਪ ਗੱਲ ਹੈ ਕਿ ਇਸ ਤੋਂ ਪਹਿਲੇਂ ਕਿ ਤੁਸੀਂ ਲੋਕਾਂ ਨੂੰ ਚੁਣੋ, ਲੋਕ ਆਪ ਹੀ ਕੰਪਨੀ ਛੱਡ ਦਿੰਦੇ ਹਨ ਜਾਂ ਆਪ ਹੀ ਇਹ ਇਸ਼ਾਰਾ ਦੇ ਦਿੰਦੇ ਹਨ ਕਿ ਉਹ ਇਸਦੇ ਲਈ ਠੀਕ ਨਹੀਂ ਹਨ। ਉਨਾਂ ਦੋ ਲੋਕਾਂ ਵਿਚਕਾਰ ਇੱਕ ਖ਼ਾਸਾ ਅੰਤਰ ਹੁੰਦਾ ਹੈ, ਪਹਿਲੇ ਉਹ ਜੋ ਬਿਜ਼ਨਿਸ ਨੂੰ ਸ਼ੌਕੀਆਂ ਤੌਰ 'ਤੇ ਕਰਦੇ ਹਨ। ਦੂਜੇ ਉਹ ਜੋ ਇਸ ਬਿਜ਼ਨਿਸ ਨੂੰ ਪੂਰੇ ਸਮਰਪਨ ਜਾਂ ਸਿਰਫ਼ ਸਮਰਪਨ ਦੇ ਦਿਖਾਵੇਂ ਨਾਲ ਕਰਦੇ ਹਨ। ਜੇ ਤੁਸੀਂ ਆਪਣੀਆਂ ਅੱਖਾਂ ਅਤੇ ਕੰਨ ਖੁੱਲ੍ਹੇ ਰੱਖਦੇ ਹੋ ਤਾਂ ਇਹ ਅੰਤਰ ਸਾਫ਼ ਦਿਖਾਈ ਦਿੰਦਾ ਹੈ। ਜੋ ਲੋਕ ਤੁਹਾਡੇ ਨਾਲ ਕੰਮ ਕਰਨਾ ਸ਼ੁਰੂ ਕਰਦੇ ਹਨ, ਉਨ੍ਹਾਂ ਸਾਰਿਆਂ ਨੂੰ ਤੁਹਾਨੂੰ ਆਪਣਾ ਪੂਰਾ ਸਹਿਯੋਗ ਦੇਣਾ ਚਾਹੀਦਾ ਹੈ, ਪਰ ਹੌਲੀ-ਹੌਲੀ ਤੁਸੀਂ ਇਸ ਗੱਲ 'ਤੇ ਗੌਰ ਕਰੋ ਕਿ ਤੁਹਾਨੂੰ ਉਨਾਂ ਲੋਕਾਂ 'ਤੇ ਆਪਣਾ ਸਮਾਂ ਲਗਾਉਣਾ ਚਾਹੀਦਾ ਹੈ ਜੋ ਇਸਦੇ ਸਭ ਤੋਂ ਵੱਧ ਹੱਕਦਾਰ ਹਨ। ਇੱਥੇ ਉਹ ਸੰਕੇਤ ਦਿੱਤੇ ਗਏ ਹਨ ਜਿਨ੍ਹਾਂ ਨੂੰ ਅਸੀਂ ਤਲਾਸ਼ ਰਹੇ ਹਾਂ:

✓ ਉਨ੍ਹਾਂ ਦੇ ਕੁੱਝ ਸੁਫ਼ਨੇ ਹੁੰਦੇ ਹਨ ਅਤੇ ਉਨ੍ਹਾਂ ਸੁਫਨਿਆਂ ਨੂੰ ਪੂਰਾ ਕਰਨ ਲਈ ਉਹ ਵਚਨਬੱਧ ਹੁੰਦੇ ਹਨ।

- ✓ ਉਹ ਸਿੱਖਣ ਲਈ ਤਿਆਰ ਰਹਿੰਦੇ ਹਨ ਅਤੇ ਤੁਹਾਡੀ ਟੀਮ ਦੇ ਹਰ ਸਿਸਟਮ ਦੀ ਪਾਲਣਾ ਕਰਦੇ ਹਨ।
- ✓ ਉਹ ਆਪਣੀ ਟੀਮ ਨਾਲ ਸਾਰੀਆਂ ਇਵੈਂਟਾਂ ਵਿੱਚ ਸ਼ਾਮਿਲ ਹੁੰਦੇ ਹਨ।
- ✓ ਉਹ ਸਾਰੀਆਂ 9 ਮੁੱਖ ਕਾਰਵਾਈਆਂ ਲਈ ਸੁਤੰਤਰ ਤੌਰ 'ਤੇ ਕੰਮ ਕਰਦੇ ਹਨ।
- ✓ ਉਹ ਆਪਣੇ ਸ਼ਬਦਾਂ ਦਾ ਸਤਿਕਾਰ ਕਰਦੇ ਅਤੇ ਉਨ੍ਹਾਂ ਨੂੰ ਪੂਰਾ ਕਰਨ ਲਈ ਵਚਨਬੱਧ ਹੁੰਦੇ ਹਨ।
- ✓ ਉਨ੍ਹਾਂ ਨੇ ਇਸ ਬਿਜ਼ਨਿਸ ਨੂੰ ਤਰਜੀਹ ਦਿੱਤੀ ਹੈ ਅਤੇ ਇਸ ਬਿਜ਼ਨਿਸ ਲਈ ਸਮਾਂ ਕੱਢਣ ਲਈ ਜਾਂ ਸਮੇਂ ਦੇ ਪ੍ਰਬੰਧਨ ਕਰਨ ਲਈ ਤਿਆਰ ਹਨ।
- ✓ ਉਹ ਲੋਕਾਂ ਵੱਲੋਂ ਮਿਲਣ ਵਾਲੀ ਨਾਂਹ ਅਤੇ ਹਾਸੇ-ਮਖੌਲ ਦੇ ਬਾਵਜੂਦ ਆਪਣੇ ਸੁਫਨਿਆਂ ਲਈ ਕੰਮ ਜਾਰੀ ਰੱਖਣ ਲਈ ਵਚਨਬੱਧ ਹਨ।
- ✓ ਆਪਣੇ ਸਿਸਟਮ ਅਤੇ ਆਪਣੀ ਅੱਪਲਾਈਨ ਲਈ ਉਨ੍ਹਾਂ ਦਾ 100% ਸਮਰਪਨ।
- ✓ ਆਪਣੀ ਟੀਮ ਅਤੇ ਅੱਪਲਾਈਨ ਨਾਲ ਚੰਗੇ ਸੰਬੰਧ।
- ✓ ਚੰਗੇ ਸੁਭਾਅ ਵਾਲੇ ਹਨ ਅਤੇ ਕਿਸੇ ਨਾਲ ਕੋਈ ਖ਼ਾਤਾ ਬਕਾਇਆ ਨਹੀਂ ਰੱਖਦੇ।

ਗ਼ਲਤ ਵਿਆਕਤੀ ਨਾਲ ਕੰਮ ਕਰਨਾ ਸਮਾਂ ਖ਼ਰਚਣਾ ਹੈ ਅਤੇ ਸਹੀ ਲੋਕਾਂ ਨਾਲ ਕੰਮ ਕਰਨਾ ਉਸ ਸਮੇਂ ਦਾ ਨਿਵੇਸ਼ ਕਰਨਾ ਹੈ ਜਿੱਥੋਂ ਆਉਣ ਵਾਲੇ ਸਾਲਾਂ ਅਤੇ ਦਹਾਕਿਆਂ ਤੱਕ ਸਭ ਤੋਂ ਵਧੀਆ ਰਿਟਰਨ ਮਿਲਣਗੇ।

– ਦੀਪਕ ਬਜਾਜ

ਹੁਣ ਤੁਹਾਡੇ ਹੱਥਾਂ ਵਿੱਚ ਨੈੱਟਵਰਕ ਮਾਰਕੀਟਿੰਗ 'ਤੇ ਦੁਨੀਆ ਦੀ ਸਭ ਤੋਂ ਵਧੀਆ ਕਿਤਾਬ ਆ ਜਾਣ ਤੋਂ ਬਾਅਦ, ਤੁਸੀਂ ਸਭ ਤੋਂ ਵਧੀਆ ਲੋਕਾਂ ਦੀ ਚੋਣ ਕਰ ਸਕਦੇ ਹੋ, ਜੋ ਤੇਜ਼ੀ ਨਾਲ ਬਿਜ਼ਨਿਸ ਕਰਨਗੇ। ਲੋੜ ਹੈ ਤੁਸੀਂ ਉਨ੍ਹਾਂ ਲੋਕਾਂ ਦੇ ਸੰਕੇਤਾਂ ਨੂੰ ਪੜ੍ਹ ਸਕੋ ਅਤੇ ਇਸ ਹੁਨਰ ਨੂੰ ਵਿਕਸਤ ਕਰਨਾ ਸਹੀ ਵੀ ਹੈ, ਕਿਉਂ ਕਿ ਇਸ ਨਾਲ ਤੁਹਾਡੀ ਕਈ ਮਹੀਨਿਆਂ-ਸਾਲਾਂ ਦੀ ਸਖ਼ਤ ਮਿਹਨਤ ਅਤੇ ਬਹੁਤ ਸਾਰੇ ਪੈਸੇ ਵੀ ਬਚਣਗੇ।

ਮੈਂ ਕਈ ਲੋਕਾਂ ਨੂੰ ਬਿਜ਼ਨਿਸ ਛੱਡਦੇ ਹੋਏ ਦੇਖਿਆ ਹੈ, ਪਰ ਉਨ੍ਹਾਂ ਵਿੱਚੋਂ ਜ਼ਿਆਦਾਤਰ ਮਾਮਲਿਆਂ ਅੰਦਰ ਕਈ ਹਫ਼ਤੇ ਪਹਿਲਾਂ ਹੀ ਇਸਦੇ ਸੰਕੇਤ ਮਿਲਣ ਲੱਗਦੇ ਹਨ। ਲੋਕ ਕੁੱਝ ਹੋਰ ਕਹਿਣ, ਪਰ ਉਨ੍ਹਾਂ ਦੀਆਂ ਕਾਰਵਾਈਆਂ ਉਨ੍ਹਾਂ ਦੇ ਅਸਲ ਇਰਾਦਿਆਂ ਨੂੰ ਦਰਸਾਉਂਦੀ ਹਨ। ਤੁਹਾਡੇ ਨਾਲ ਉਨ੍ਹਾਂ ਦੀ ਗੱਲਬਾਤ ਅਤੇ ਹੋਰ ਲੋਕ ਵੀ ਉਨ੍ਹਾਂ ਬਾਰੇ ਤੁਹਾਨੂੰ ਦੱਸ ਦੇਣਗੇ। ਤੁਹਾਨੂੰ ਉਨ੍ਹਾਂ ਦੇ ਸੰਕੇਤਾਂ ਨੂੰ ਸਮਝਕੇ ਉਨ੍ਹਾਂ ਨੂੰ ਸਹੀ ਸਲਾਹ ਅਤੇ ਸਹੀ ਇਵੈਂਟ ਵਿੱਚ ਲੈ ਕੇ ਜਾਣਾ ਚਾਹੀਦਾ ਹੈ।

ਜੇ ਤੁਸੀਂ ਆਪ ਆਪਣੇ ਸਮੇਂ ਦਾ ਸਤਿਕਾਰ ਨਹੀਂ ਕਰੋਗੇ ਤਾਂ ਕੋਈ ਹੋਰ ਵੀ ਨਹੀਂ ਕਰੇਗਾ। ਦੂਜਿਆਂ ਨੂੰ ਆਪਣਾ ਸਮਾਂ ਅਤੇ ਯੋਗਤਾ ਮੁਫ਼ਤ ਵਿੱਚ ਦੇਣਾ ਬੰਦ ਕਰੋ।

– ਕਿਮ ਗਾਰਸਟ

ਆਪਣੀ ਟੀਮ ਦੇ ਸਾਥੀਆਂ ਦੀ ਤਰੱਕੀ ਦੀ ਸਮੀਖਿਆ ਕਰਦੇ ਹੋਏ ਉਨ੍ਹਾਂ ਦੀ ਮਦਦ ਕਰਨ ਦੀ ਹਰ ਸੰਭਵ ਕੋਸ਼ਿਸ਼ ਕਰੋ, ਪਰ ਯਾਦ ਰੱਖੋ ਕਿ ਤਬਦੀਲੀ ਸਿਰਫ਼ ਇਵੈਂਟਾਂ 'ਚੋਂ ਹੀ ਹੁੰਦੀ ਹੈ। ਇਹ ਯਕੀਨੀ ਬਣਾਓ ਕਿ ਹਰ ਕੋਈ ਪ੍ਰੋਗਰਾਮ ਵਿੱਚ

ਸ਼ਾਮਿਲ ਹੋਵੇ। ਨੈੱਟਵਰਕ ਮਾਰਕੀਟਿੰਗ ਇਵੈਂਟਾਂ ਬਹੁਤ ਹੀ ਪ੍ਰਭਾਵੀ ਹੁੰਦੀਆਂ ਹਨ, ਉਹ ਵਿਸ਼ਵਾਸ ਅਤੇ ਆਤਮਵਿਸ਼ਵਾਸ ਦੋਨਾਂ ਨੂੰ ਹੀ ਵਧਾਉਂਦੀਆਂ ਹਨ। ਹਰ ਸਫਲ ਲੀਡਰ ਦੀ ਜ਼ਿੰਦਗੀ ਵਿੱਚ ਇੱਕ ਅਜਿਹਾ ਪ੍ਰੋਗਰਾਮ ਹੁੰਦਾ ਹੈ ਜਿਸ ਨਾਲ ਉਸ ਲਈ ਹਮੇਸ਼ਾ ਵਾਸਤੇ ਚੀਜ਼ਾਂ ਬਦਲ ਜਾਂਦੀਆ ਹਨ। ਇਵੈਂਟ ਵਿੱਚ ਸਾਰਿਆਂ ਨੂੰ ਮਿਲ ਕੇ ਉਨ੍ਹਾਂ ਲੋਕਾਂ ਦੀ ਮਦਦ ਕਰੋ ਜੋ ਆਪਣਾ ਕੰਮ ਸਹੀ ਕਰ ਰਹੇ ਹਨ। ਸਾਰਿਆਂ ਨੂੰ ਉਤਸ਼ਾਹਿਤ ਕਰੋ ਪਰ ਆਪਣਾ ਧਿਆਨ ਉਨ੍ਹਾਂ ਲੋਕਾਂ ਵੱਲ ਦਿਓ ਜੋ ਵਾਰ-ਵਾਰ ਤੁਹਾਡੀ ਤਵੱਜੋ ਆਪਣੇ ਵੱਲ ਚਾਹੁੰਦੇ ਹਨ।

ਜਦੋਂ ਤੁਸੀਂ ਕੁੱਝ ਚੁਣੇ ਹੋਏ ਲੀਡਰਾਂ ਨਾਲ ਕੰਮ ਕਰਦੇ ਹੋ ਤਾਂ ਨਵੇਂ ਲੀਡਰਾਂ ਦੀ ਤਲਾਸ਼ ਵਿੱਚ ਆਪਣੇ ਕੰਨਾਂ ਅਤੇ ਅੱਖਾਂ ਖੁੱਲ੍ਹਿਆ ਰੱਖੋ। ਤੁਸੀਂ ਜਿੰਨਾ ਜ਼ਿਆਦਾ ਲੀਡਰਾਂ ਨੂੰ ਆਪ ਸਿਖਾਓਗੇ, ਤੁਹਾਡੀ ਸੰਸਥਾਂ ਲਈ ਉਨਾਂ ਹੀ ਬਿਹਤਰ ਹੋਵੇਗਾ। ਇੱਕੋ ਸਮੇਂ ਕਈ ਲੀਡਰਾਂ ਨਾਲ ਕੰਮ ਕਰੋ, ਪਰ ਆਪਣਾ ਸਮਾਂ ਸਿਆਣਪ ਨਾਲ ਵੰਡੋ।

ਆਪਣੀ ਟੀਮ ਨੂੰ ਸਮੇਂ ਦਾ ਮੁੱਲ ਪਹਿਚਾਨਣਾ ਸਿਖਾਓ। ਉਨ੍ਹਾਂ ਨੂੰ ਇਹ ਸਾਬਿਤ ਕਰਨ ਲਈ ਸਿਖਲਾਈ ਦਿਓ ਕਿ ਉਹ ਤੁਹਾਡੇ ਕੋਲੋਂ ਸਮਾਂ ਲੈਣ ਦੇ ਯੋਗ ਹਨ।

– ਦੀਪਕ ਬਜਾਜ

ਜਦੋਂ ਤੁਸੀਂ ਸਹੀ ਲੋਕਾਂ ਦੀ ਤਲਾਸ਼ ਕਰ ਰਹੇ ਹੋ, ਤਾਂ ਯਾਦ ਰੱਖੋ ਕਿ ਤੁਸੀਂ ਇੱਕ ਚੁੰਬਕ ਹੋ। ਚੰਗੇ ਲੋਕ ਸਿਰਫ਼ ਚੰਗੇ ਲੋਕਾਂ ਵੱਲ ਹੀ ਆਕਰਸ਼ਿਤ ਹੁੰਦੇ ਹਨ। ਇਸ ਲਈ ਆਪਣੇ ਨਿੱਜੀ ਵਿਕਾਸ ਲਈ ਨਿਰੰਤਰ ਕੰਮ ਕਰਦੇ ਰਹੋ ਅਤੇ ਚੰਗੇ ਤੋਂ ਸਭ ਤੋਂ ਵਧੀਆ ਬਣ ਜਾਓ। ਚੰਗੇ ਲੀਡਰ ਤੁਹਾਡੇ ਵੱਲ ਖਿੱਚੇ ਚਲੇ ਆਉਣਗੇ। ਇੱਕ ਖਾਜ਼ ਦੀ ਅੱਖ ਵਿਕਸਤ ਕਰ ਆਪਣੇ ਲਈ ਹੀਰਿਆਂ ਨੂੰ ਤਲਾਸ਼ੋ। ਇਸ ਯਾਤਰਾ ਨੂੰ ਤੁਸੀਂ ਆਪਣੀ ਸਾਰੀ ਜ਼ਿੰਦਗੀ ਯਾਦ ਰੱਖੋਗੇ।

ਅਸੀਂ ਇਸ ਬਿਜ਼ਨਿਸ ਵਿੱਚ ਜੋ ਕੁੱਝ ਵੀ ਕਰਦੇ ਹਾਂ, ਉਹ ਉਨ੍ਹਾਂ ਗਿਣੇ-ਚੁਣੇ ਲੋਕਾਂ ਤੱਕ ਪਹੁੰਚਣ ਲਈ ਕਰਦੇ ਹਾਂ, ਜੋ ਉਨ੍ਹਾਂ ਦੇ ਜੀਵਨ ਅਤੇ ਇਸ ਬਿਜ਼ਨਿਸ ਦੀ ਜ਼ਿੰਮੇਵਾਰੀ ਚੰਗੀ ਤਰੀਕੇ ਨਾਲ ਚੁੱਕ ਸਕਣ।

– ਦੀਪਕ ਬਜਾਜ

ਇੱਕ ਮਹਾਨ ਟੀਮ ਬਣਾਉਣ ਲਈ ਸਭ ਤੋਂ ਉੱਤਮ ਵਿਚਾਰ ਪਾਉਣ ਲਈ ਮੇਰੇ ਸੋਸ਼ਲ ਮੀਡੀਆ ਚੈਨਲਾਂ ਨਾਲ ਜੁੜੇ ਰਹੋ-ਫ਼ੇਸਬੁੱਕ, ਇੰਸਟਾਗ੍ਰਾਮ, ਯੂ-ਟਿਊਬ ਆਦਿ।

ਸੋਚ ਸਮਝ ਕੇ ਸਹੀ ਵਿਅਕਤੀ ਦੀ ਚੋਣ ਸਫਲਤਾ ਦੀ ਕੁੰਜੀ ਹੈ

ਮੇਰੇ ਅੱਪਲਾਈਨ ਮੁਬੀਨ ਮੁਹੰਮਦ ਦਾ ਕਹਿਣਾ ਹੈ ਕਿ ਕਿਸੇ ਵਿਅਕਤੀ ਨੂੰ ਚੁਣਨ ਤੋਂ ਪਹਿਲਾਂ 1000 ਵਾਰ ਸੋਚੋ, ਪਰ ਇੱਕ ਵਾਰ ਜਦੋਂ ਤੁਸੀਂ ਉਸ ਵਿਅਕਤੀ ਨੂੰ ਚੁਣ ਲਿਆ ਫਿਰ ਉਸ ਨੂੰ ਸਫਲ ਬਣਾਉਣ ਲਈ ਸਾਰਾ ਕੁੱਝ ਕਰੋ। ਉਨ੍ਹਾਂ ਨੇ ਇਸੇ ਅਸੂਲ ਨਾਲ ਇੰਨਾ ਵੱਡਾ ਵਿਜ਼ਨਿਸ ਖੜ੍ਹਾ ਕੀਤਾ। ਉਨ੍ਹਾਂ ਦਾ ਧੰਨਵਾਦ! ਉਨ੍ਹਾਂ ਕੋਲੋਂ ਸਿੱਖ ਕੇ, ਮੈਂ ਵੀ ਇਸੇ ਗੁਣ ਨੂੰ ਵਿਕਸਤ ਕੀਤਾ ਅਤੇ ਜਦੋਂ ਵੀ ਕੋਈ ਵੱਡੇ ਸੁਫ਼ਨੇ ਦੇਖਣ ਵਾਲਾ ਵਿਅਕਤੀ ਮੇਰੇ ਕੋਲ ਆਇਆ ਅਤੇ ਉਹ ਮੇਰੇ ਸਿਸਟਮ ਨੂੰ 100% ਸਮਰਪਨ ਨਾਲ ਮੰਨਦਾ ਹੈ ਤਾਂ ਮੈਂ ਹਰ ਉਸ ਵਿਅਕਤੀ ਨੂੰ ਕੁੱਝ ਹੀ ਮਹੀਨਿਆਂ ਅੰਦਰ ਮਿਲੀਅਨੇਅਰ ਬਣਾਇਆ ਹੈ।

19.

ਸਕਾਰਾਤਮਕ ਅਤੇ ਸ਼ਕਤੀਸ਼ਾਲੀ ਸ੍ਵੈ-ਚਿੱਤਰ

ਸਾਡੀ ਦ੍ਰਿੜ੍ਹਤਾ ਨਾਲ ਬਣਿਆ ਸ੍ਵੈ-ਚਿੱਤਰ ਹੀ ਦਰਅਸਲ ਨਿਰਧਾਰਿਤ ਕਰਦਾ ਹੈ ਕਿ ਅਸੀਂ ਕੀ ਬਣਾਂਗੇ।

– ਮੈਕਸਵੇਲ ਮਾਲੇਜ਼

ਇੱਕ ਕੰਸਟ੍ਰਕਸ਼ਨ ਸਾਇਟ 'ਤੇ ਤਿੰਨ ਮਜ਼ਦੂਰ ਕੰਮ ਕਰ ਰਹੇ ਸਨ ਅਤੇ ਕਿਸੇ ਨੇ ਉਨ੍ਹਾਂ ਨੂੰ ਪੁੱਛਿਆ, "ਤੁਸੀਂ ਕੀ ਕਰ ਰਹੇ ਹੋ?" ਪਹਿਲੇ ਮਜ਼ਦੂਰ ਨੇ ਜਵਾਬ ਦਿੱਤਾ, "ਮੈਂ ਬੇਰੁਜ਼ਗਾਰ ਹਾਂ ਅਤੇ ਇਹ ਮੇਰੀ ਪਹਿਲੀ ਨੌਕਰੀ ਹੈ ਜੋ ਮੈਨੂੰ ਮਿਲੀ ਅਤੇ ਮੈਂ ਇਹ ਕਰਨ ਲੱਗ ਪਿਆ।" ਦੂਜੇ ਨੇ ਕਿਹਾ, "ਮੈਂ ਇੱਕ ਕੰਸਟ੍ਰਕਸ਼ਨ ਕੰਪਨੀ ਵਿੱਚ ਕੰਮ ਕਰਦਾ ਹਾਂ ਤੇ ਮੈਂ ਆਪਣੀ ਨੌਕਰੀ ਅਤੇ ਕੰਪਨੀ ਪ੍ਰਤੀ ਆਪਣਾ ਫ਼ਰਜ਼ ਨਿਭਾ ਰਿਹਾ ਹਾਂ।" ਤੀਜੇ ਨੇ ਜਵਾਬ ਦਿੱਤਾ, "ਮੈਂ ਇੱਕ ਰਾਸ਼ਟਰੀ ਸਮਾਰਕ ਬਣਾ ਰਿਹਾ ਹਾਂ।" ਉਹ ਤਿੰਨੇ ਉਹੀ ਕੰਮ ਕਰ ਰਹੇ ਸਨ ਪਰ ਫ਼ਰਕ ਇਸ ਗੱਲ ਵਿੱਚ ਹੈ ਕਿ ਉਹ ਆਪਣੇ ਕੰਮ ਨੂੰ ਕਿਵੇਂ ਦੇਖਦੇ ਹਨ। ਕੀ ਤੁਹਾਨੂੰ ਪਤਾ ਹੈ ਕਿ ਉਨ੍ਹਾਂ ਤਿੰਨਾਂ ਵਿੱਚੋਂ ਕੌਣ ਸਭ ਤੋਂ ਵਧੀਆ ਕੰਮ ਕਰ ਰਿਹਾ ਹੋਵੇਗਾ ਅਤੇ ਕਿਸ ਨੇ ਉਸ ਕੰਮ ਕਰਨ ਵਿੱਚ ਸਭ ਤੋਂ ਵੱਧ ਖ਼ੁਸ਼ੀ, ਇਨਾਮ ਅਤੇ ਸੰਤੁਸ਼ਟੀ ਪ੍ਰਾਪਤ ਕੀਤੀ ਹੋਵੇਗੀ।

ਅਸਲ ਵਿੱਚ ਇਹ ਤੁਹਾਡਾ ਕੰਮ ਨਹੀਂ ਸਗੋਂ ਕੰਮ ਦੇ ਪ੍ਰਤੀ ਤੁਹਾਡਾ ਰਵੱਈਆ ਹੀ ਹੈ ਜੋ ਤੁਹਾਨੂੰ ਖ਼ੁਸ਼ੀ, ਸੰਤੁਸ਼ਟੀ ਅਤੇ ਉੱਤਮਤਾ ਪ੍ਰਦਾਨ ਕਰਦਾ ਹੈ। ਤੁਸੀਂ ਆਪਣੇ ਕੰਮ ਨੂੰ ਕਿਵੇਂ ਦੇਖਦੇ ਹੋ, ਉਸੇ ਤੋਂ ਤੁਹਾਡੀ ਪ੍ਰੇਰਨਾ ਦਾ ਪੱਧਰ, ਤੁਹਾਡੇ ਕੰਮ ਕਰਨ ਦੀ ਗੁਣਵੱਤਾ ਅਤੇ ਮਾਤਰਾ ਨਿਰਧਾਰਿਤ ਹੁੰਦੀ ਹੈ। ਫਿਰ ਇਸੇ ਨਾਲ ਤੁਹਾਡੇ ਨਤੀਜੇ ਅਤੇ ਇਨਾਮ ਨਿਰਧਾਰਿਤ ਹੁੰਦੇ ਹਨ।

ਜੇ ਤੁਹਾਨੂੰ ਆਪਣੇ-ਆਪ 'ਤੇ ਭਰੋਸਾ ਨਹੀਂ ਹੈ ਤਾਂ ਤੁਸੀਂ ਜ਼ਿੰਦਗੀ ਦੀ ਦੌੜ ਵਿੱਚ ਦੋ ਵਾਰੀ ਹਾਰ ਜਾਓਗੇ।

– ਮਾਰਕਸ ਗਾਰਵੇ

ਤੁਸੀਂ ਆਪਣੇ ਬਾਰੇ ਕੀ ਸੋਚਦੇ ਹੋ, ਤੁਹਾਡਾ ਕੰਮ, ਕਿਸੇ ਕੰਮ ਦੇ ਪ੍ਰਤੀ ਤੁਹਾਡੀ ਭੂਮਿਕਾ ਅਤੇ ਤੁਸੀਂ ਉਸ ਵਿੱਚ ਕੀ ਖ਼ਾਸ ਕਰ ਰਹੇ ਹੋ, ਇਹ ਸਾਰੀਆਂ ਚੀਜ਼ਾਂ ਮਿਲ ਕੇ 'ਸ੍ਵੈ-ਚਿੱਤਰ' ਬਣਾਉਂਦੀਆਂ ਹਨ। ਲੋਕ ਤੁਹਾਡੇ ਅਤੇ ਤੁਹਾਡੇ ਬਿਜ਼ਨਿਸ ਬਾਰੇ ਕੀ ਸੋਚਦੇ ਹਨ, ਇਹ ਜ਼ਰੂਰੀ ਨਹੀਂ ਹੈ, ਜ਼ਰੂਰੀ ਇਹ ਹੈ ਕਿ ਤੁਸੀਂ ਆਪਣੇ ਬਿਜ਼ਨਿਸ ਬਾਰੇ ਕੀ ਸੋਚਦੇ ਹੋ। ਵੱਖ-ਵੱਖ ਤਰ੍ਹਾਂ ਦੇ ਲੋਕ ਹੁੰਦੇ ਹਨ। ਉਨ੍ਹਾਂ ਦੇ ਅਨੁਭਵ ਅਤੇ ਵਿਚਾਰ ਵੀ ਵੱਖਰੇ-ਵੱਖਰੇ ਹੁੰਦੇ ਹਨ। ਜਦੋਂ ਤੁਸੀਂ ਇਸ ਨੈੱਟਵਰਕ ਮਾਰਕੀਟਿੰਗ ਬਿਜ਼ਨਿਸ ਲਈ ਲੋਕਾਂ ਨੂੰ ਮਿਲਦੇ ਹੋ ਤਾਂ ਤੁਸੀਂ ਉਨ੍ਹਾਂ ਦੇ ਵੱਖੋ-ਵੱਖਰੇ ਵਿਚਾਰ ਸੁਣਦੇ ਹੋ। ਤੁਸੀਂ ਉਨ੍ਹਾਂ ਲੋਕਾਂ ਦੇ ਵੀ ਸੰਪਰਕ ਵਿੱਚ ਵੀ ਆਉਂਦੇ ਹੋ ਜੋ ਨੈੱਟਵਰਕ ਮਾਰਕੀਟਿੰਗ ਨੂੰ ਇੱਕ ਬਿਜ਼ਨਿਸ ਹੀ ਨਹੀਂ ਮੰਨਦੇ। ਜਦੋਂ ਤੁਸੀਂ ਇਹੋ ਕੁੱਝ ਸੁਣਦੇ ਹੋ ਕਿ ਖ਼ਾਸ ਤੌਰ

'ਤੇ ਤੁਹਾਡੇ ਬਿਜ਼ਨਿਸ ਦੇ ਸ਼ੁਰੂਆਤੀ ਪੜਾਵਾਂ ਵਿੱਚ ਅਜਿਹੀਆਂ ਚੀਜ਼ਾਂ ਹਨ, ਤਾਂ ਤੁਸੀਂ ਆਪਣੇ ਬਿਜ਼ਨਿਸ 'ਤੇ ਸ਼ੱਕ ਕਰ ਸਕਦੇ ਹੋ। ਕੋਈ ਵੀ ਅਣਸੁਲਝੇ ਹੋਏ ਸ਼ੱਕ ਤੁਹਾਨੂੰ ਨਕਾਰਾਤਮਕ ਸ੍ਵੈ-ਚਿਤਰ ਵੱਲ ਲੈ ਜਾਣਗੇ ਅਤੇ ਤੁਸੀਂ ਕਦੇ ਵੀ ਨਕਾਰਾਤਮਕਤਾ ਨਾਲ ਇੱਕ ਵੱਡਾ ਬਿਜ਼ਨਿਸ ਨਹੀਂ ਬਣਾ ਸਕਦੇ।

ਮੈਂ ਇਸ ਬਿਜ਼ਨਿਸ ਅੰਦਰ ਕਈ ਲੋਕਾਂ ਨੂੰ, ਇੱਕ ਤੋਂ ਬਾਅਦ ਇੱਕ, ਕਈ ਮੀਟਿੰਗਾਂ ਹੋ ਜਾਣ ਤੋਂ ਬਾਅਦ ਵੀ ਬਿਨਾਂ ਕਿਸੇ ਨਤੀਜੇ ਦੇ ਸੰਘਰਸ਼ ਕਰਦੇ ਹੋਏ ਦੇਖਿਆ ਹੈ। ਇਨ੍ਹਾਂ 'ਚੋਂ ਜ਼ਿਆਦਾਤਰ ਮਾਮਲਿਆਂ ਅੰਦਰ ਸਮੱਸਿਆ ਕਿਸੇ ਉਤਪਾਦ, ਵਪਾਰਕ ਗਿਆਨ ਨਾਲ ਸੰਬੰਧਤ ਜਾਣਕਾਰੀ ਜਾਂ ਤਕਨੀਕ ਨਾਲ ਨਹੀਂ ਸਗੋਂ ਤੁਹਾਡੇ ਆਪਣੇ ਸ੍ਵੈ-ਚਿੱਤਰ ਵਿੱਚ ਹੁੰਦੀ ਹੈ। ਕਿਰਪਾ ਕਰਕੇ ਇਸ ਗੱਲ ਨੂੰ ਸਮਝੋ ਤੁਹਾਡਾ ਬਿਜ਼ਨਿਸ ਤੁਹਾਡੇ ਗਿਆਨ, ਹੁਨਰ ਤੋਂ ਇਲਾਵਾ ਤੁਹਾਡੇ ਸ੍ਵੈ-ਚਿੱਤਰ ਅਤੇ ਰਵੱਈਏ 'ਤੇ ਵੀ ਨਿਰਭਰ ਕਰਦਾ ਹੈ।

ਤੁਸੀਂ ਆਪਣੇ ਆਪ ਨੂੰ ਕਿਸੇ ਦਾਇਰੇ ਵਿੱਚ ਨਾ ਬੰਨੋ, ਤੁਹਾਡੀ ਜਿੰਦਗੀ ਤੁਹਾਡੇ ਹੱਥਾਂ ਵਿੱਚ ਹੈ। ਇਸ ਲਈ ਜਿਵੇਂ ਦਾ ਤੁਸੀਂ ਚਾਹੋ ਉਸੇ ਤਰ੍ਹਾਂ ਦਾ ਆਕਾਰ ਆਪਣੀ ਜਿੰਦਗੀ ਨੂੰ ਦਿਉ।

– ਅਗਿਆਤ

ਮੈਂ ਸਾਰਿਆਂ ਨੂੰ ਇਹੀ ਗੁਜ਼ਾਰਿਸ਼ ਕਰਾਂਗਾ ਕਿ ਇਸ ਬਿਜ਼ਨਿਸ ਵਿੱਚ ਕੰਮ ਕਰਨ ਵਾਲੇ ਸਾਰੇ ਲੋਕ ਇੱਕ ਸਕਾਰਾਤਮਕ ਅਤੇ ਸ਼ਕਤੀਸ਼ਾਲੀ ਸ੍ਵੈ-ਜਿੱਤਰ ਨਾਲ ਕੰਮ ਕਰਨ। ਤੁਸੀਂ ਜੋ ਕੁੱਝ ਵੀ ਕਰ ਰਹੇ ਹੋ ਆਪਣੇ ਬਾਰੇ ਚੰਗਾ ਸੋਚੋ। ਇਹ ਇੱਕ ਅਜਿਹਾ ਬਿਜ਼ਨਿਸ ਹੈ ਜੋ ਹਰ ਕਿਸੇ ਨੂੰ ਅੱਗੇ ਵਧਣ ਦਾ ਇੱਕ ਮੌਕਾ ਜ਼ਰੂਰ ਦਿੰਦਾ ਹੈ। ਇਸ ਬਿਜ਼ਨਿਸ ਅੰਦਰ ਅਜਿਹੀਆਂ ਕਰੋੜਾਂ ਸਫਲਤਾਵਾਂ ਦੀਆਂ ਕਹਾਣੀਆ ਹਨ, ਜਿਨ੍ਹਾਂ ਨੇ ਇਸ ਬਿਜ਼ਨਿਸ ਰਾਹੀਂ ਲੋਕਾਂ ਦੀ ਦੁਨੀਆ ਹੀ ਬਦਲ ਦਿੱਤੀ। ਇਸ ਨਾਲ ਸੰਬੰਧਤ ਚੰਗੀਆਂ ਕਿਤਾਬਾਂ ਪੜ੍ਹੋ, ਪ੍ਰੋਗਰਾਮਾਂ ਵਿੱਚ ਸ਼ਾਮਿਲ ਹੋਵੋ, ਆਪਣੇ ਸੀਨੀਅਰ/ ਅੱਪਲਾਈਨ ਨਾਲ ਮਿਲੋ ਅਤੇ ਆਪਣੇ ਆਪ 'ਤੇ ਆਪਣਾ ਭਰੋਸਾ ਅਤੇ ਨਿਸ਼ਚਾ ਵਧਾਉਣ ਲਈ ਸਫਲ ਲੋਕਾਂ ਦੇ ਵੀਡੀਓ ਦੇਖੋ। ਜੇ ਇੰਨੇ ਸਾਰੇ ਦੇਸ਼ਾਂ ਵਿੱਚ ਵੱਖ-ਵੱਖ ਉਮਰ, ਲਿੰਗ, ਪੇਸ਼ਾ, ਵਿਦਿਅਕ ਯੋਗਤਾ ਅਤੇ ਆਰਥਿਕ ਪਿਛੋਕੜ ਵਾਲੇ ਲੋਕ ਦਹਾਕਿਆਂ ਤੋਂ ਇਸ ਬਿਜ਼ਨਿਸ ਵਿੱਚ ਸਫਲ ਹੁੰਦੇ ਆ ਰਹੇ ਹਨ, ਤਾਂ ਤੁਸੀਂ ਕਿਉਂ ਨਹੀਂ? ਆਪਣੇ ਬਿਜ਼ਨਿਸ 'ਤੇ ਭਰੋਸਾ ਰੱਖੋ, ਉਸ ਵਿੱਚ ਆਤਮਵਿਸ਼ਵਾਸ ਨਾਲ ਅੱਗੇ ਵੱਧੋ ਤੇ ਆਪਣੇ ਸੁਫਨਿਆਂ ਦਾ ਜੀਵਨ ਬਣਾਓ।

ਤੁਸੀਂ ਨਿਸ਼ਚਿਤ ਤੌਰ 'ਤੇ ਉਨ੍ਹਾਂ ਲੋਕਾਂ ਨੂੰ ਜ਼ਰੂਰ ਮਿਲੋਗੇ, ਜਿਨ੍ਹਾਂ ਦੇ ਵੱਖੋ-ਵੱਖਰੇ ਵਿਚਾਰ ਅਤੇ ਨਜ਼ਰੀਏ ਹਨ। ਮੈਂ ਆਪਣੇ ਬਿਜ਼ਨਿਸ ਦੇ ਪਹਿਲੇ ਹੀ ਦਿਨ ਤੋਂ ਵਿਚਾਰ ਅਤੇ ਤੱਥ ਵਿਚਕਾਰ ਅੰਤਰ ਸਮਝਣ ਦੀ ਕੋਸ਼ਿਸ ਕੀਤੀ ਹੈ। ਤੱਥ ਉਹ ਆਮ ਸੱਚ ਹੈ ਜਿਸ ਲਈ ਪ੍ਰਮਾਣਿਤ ਡਾਟਾ ਅਤੇ ਭਰੋਸੇਮੰਦ ਸੂਚਨਾਵਾਂ ਉਪਲਬਧ ਹਨ, ਪਰ ਵਿਚਾਰ ਕਿਸੇ ਦਾ ਆਪਣਾ ਨਜ਼ਰੀਆ ਹੁੰਦਾ ਹੈ ਜੋ ਕੋਈ ਕਿਸੇ ਵਿਅਕਤੀ ਜਾਂ ਬਿਜ਼ਨਿਸ ਬਾਰੇ ਬਿਨਾਂ ਕਿਸੇ ਡਾਟਾ, ਜਾਣਕਾਰੀ ਜਾਂ ਸਬੂਤਾਂ ਤੋਂ ਬਿਨਾ ਦਿੰਦਾ ਹੈ। ਮੈਂ ਇਸ ਗੱਲ 'ਤੇ ਪੱਕਾ ਯਕੀਨ ਕਰਦਾ ਹਾਂ ਕਿ ਸਾਨੂੰ ਆਪਣੇ ਨਿਰਣੇ ਤੱਥਾਂ ਨੂੰ ਸਾਹਮਣੇ ਰੱਖ ਕੇ ਲੈਣੇ ਚਾਹੀਦੇ ਹਨ ਨਾ ਕਿ ਕਿਸੇ ਦੇ ਵਿਚਾਰਾਂ ਨੂੰ ਜਾਣਕੇ। ਇਸ ਬਿਜ਼ਨਿਸ ਬਾਰੇ

ਜ਼ਿਆਦਾਤਰ ਲੋਕ ਜੋ ਵੀ ਵਿਚਾਰ ਰੱਖਦੇ ਹਨ ਉਹ ਸੱਚ ਤੋਂ ਪਰੇ ਹੁੰਦੇ ਹਨ। ਸਾਰਿਆਂ ਨੂੰ ਸੁਣੋ ਪਰ ਤੱਥਾਂ ਦੀ ਸਹੀ ਜਾਣਕਾਰੀ ਲੈ ਕੇ ਹੀ ਕਿਸੇ ਨਤੀਜੇ 'ਤੇ ਪਹੁੰਚੋ।

ਤੁਸੀਂ ਅਜਿਹੇ ਕਈ ਲੋਕਾਂ ਨੂੰ ਮਿਲੋਗੇ ਜੋ ਤੁਹਾਨੂੰ ਕਹਿਣਗੇ ਕਿ ਉਨ੍ਹਾਂ ਨੇ ਇਹ ਬਿਜ਼ਨਿਸ ਕੀਤਾ ਅਤੇ ਇਸ ਵਿੱਚ ਅਸਫਲ ਰਹੇ ਜਾਂ ਉਨ੍ਹਾਂ ਦਾ ਬਿਜ਼ਨਿਸ ਨਹੀਂ ਚੱਲਿਆ ਆਦਿ। ਕਿਰਪਾ ਕਰਕੇ ਇਹ ਸਮਝੋ ਕਿ ਇੱਕ ਕਲਾਸ ਵਿੱਚ ਜੇ 100 ਵਿਦਿਆਰਥੀ ਹੁੰਦੇ ਹਨ, ਪਰ ਇੱਕੋ ਹੀ ਟੀਚਰ, ਇੱਕੋ ਜਿਹੀਆਂ ਕਿਤਾਬਾਂ, ਇੱਕੋ ਸਕੂਲ, ਇੱਕੋ ਸਿਲੇਬਸ ਅਤੇ ਇੱਥੋਂ ਤੱਕ ਕਿ ਪ੍ਰਸ਼ਨ ਪੱਤਰ ਵੀ ਇੱਕੋ ਜਿਹਾ ਹੁੰਦਾ ਹੈ, ਪਰ ਹਰ ਕਿਸੇ ਨੂੰ ਨੰਬਰ ਵੱਖ-ਵੱਖ ਮਿਲਦੇ ਹਨ। ਸਾਰੇ ਇਸ ਗੱਲ ਨੂੰ ਸਮਝਦੇ ਹਨ ਕਿ ਇਨਾਂ ਸਾਰੀਆਂ ਚੀਜ਼ਾਂ ਨਾਲ ਇੱਕ ਵਿਅਕਤੀ ਦੇ ਨੰਬਰ ਉਸਦੀ ਆਪਣੀ ਵਚਨਬੱਧਤਾ, ਸਖ਼ਤ ਮਿਹਨਤ ਅਤੇ ਤਿਆਰੀ 'ਤੇ ਨਿਰਭਰ ਕਰਦੀ ਹੈ। ਉਸੇ ਤਰ੍ਹਾਂ ਨੈੱਟਵਰਕ ਮਾਰਕੀਟਿੰਗ ਜਾਂ ਕਿਸੇ ਹੋਰ ਬਿਜ਼ਨਿਸ ਵਿੱਚ ਸਫਲਤਾ ਦੀ ਡਿਗਰੀ ਉਸ ਵਿਅਕਤੀ ਦੀ ਸਮਰੱਥਾ, ਤਿਆਰੀ, ਕਾਰਜਸ਼ੀਲਤਾ, ਸਮਰਪਨ ਅਤੇ ਸਿਸਟਮ ਅਨੁਸਾਰ ਕੰਮ ਕਰਨ ਦੀ ਇੱਛਾ 'ਤੇ ਨਿਰਭਰ ਕਰਦੀ ਹੈ।

ਤੁਹਾਨੂੰ ਬਿਜ਼ਨਿਸ ਨੂੰ ਸਮਝਣਾ ਚਾਹੀਦਾ ਹੈ, ਉਸਦੇ ਸਿਧਾਂਤਾਂ 'ਤੇ ਬਿਜ਼ਨਿਸ ਨੂੰ ਖੜ੍ਹਾ ਕਰਨ ਦੀਆਂ ਤਕਨੀਕਾਂ 'ਤੇ ਮੁਹਾਰਤ ਹਾਸਿਲ ਕਰ ਆਪਣੇ ਸਿਸਟਮ ਅਨੁਸਾਰ ਪੂਰੀ ਇਮਾਨਦਾਰੀ ਨਾਲ ਕੰਮ ਕਰਨ ਦੇ ਨਾਲੋ-ਨਾਲ ਆਪਣੀ ਅੱਪਲਾਈਨ 'ਤੇ ਵੀ ਪੂਰਾ ਭਰੋਸਾ ਕਰਨਾ ਚਾਹੀਦਾ ਹੈ। ਇਹ ਯਾਦ ਰੱਖੋ ਕਿ ਤੁਸੀਂ ਉਨ੍ਹਾਂ ਚੀਜ਼ਾਂ ਦਾ ਪ੍ਰਚਾਰ ਨਹੀਂ ਕਰ ਸਕਦੇ, ਜਿਸ ਨੂੰ ਤੁਸੀਂ ਆਪ ਚੰਗਾ ਨਹੀਂ ਸਮਝਦੇ। ਉੱਤਮਤਾ ਉਦੋਂ ਹੀ ਸੰਭਵ ਹੈ ਜਦੋਂ ਤੁਸੀਂ ਆਪਣੇ ਅਤੇ ਆਪਣੇ ਕੰਮ ਬਾਰੇ ਬਹੁਤ ਚੰਗਾ ਸੋਚਦੇ ਹੋ। ਆਪਣੇ ਬਿਜ਼ਨਿਸ ਨੂੰ ਆਪਣੀ ਸਕਾਰਾਤਮਕ ਸ੍ਵੈ-ਚਿਤਰ ਨਾਲ ਵਿਕਸਤ ਕਰੋ ਅਤੇ ਜਾਦੂ ਦੇਖੋ।

ਤੁਸੀਂ ਜਾਂ ਤਾਂ ਆਪਣੇ ਵਿਸ਼ਵਾਸ ਤੋਂ ਹੇਠਲਾ ਪ੍ਰਦਰਸ਼ਨ ਕਰੋਗੇ ਜਾਂ ਉਸਦੇ ਬਰਾਬਰ ਲੇਕਿਨ ਕਦੇ ਆਪਣੇ ਵਿਸ਼ਵਾਸ ਤੋਂ ਉੱਪਰ ਨਹੀਂ ਕਰ ਪਾਓਗੇ।

– ਟੀ. ਟੀ. ਰੰਗਰਾਜਨ

ਆਪਣੇ ਬਿਜ਼ਨਿਸ ਬਾਰੇ ਉੱਚਾ ਸੋਚੋ

ਅਸੀਂ ਸਾਰੇ ਸਭ ਤੋਂ ਉੱਚੇ ਨੈੱਟਵਰਕ ਮਾਰਕੀਟਰਾਂ ਬਹੁਤ ਹੀ ਉੱਚੇ ਸ੍ਵੈ-ਚਿਤਰਨ ਨਾਲ ਕੰਮ ਕਰਦੇ ਹਾਂ, ਪਰ ਮੈਂ ਆਪਣੇ ਤਿੰਨ ਦੋਸਤਾਂ ਤੋਂ ਬਹੁਤ ਪ੍ਰਭਾਵਿਤ ਹਾਂ ਜੋ ਇਸ ਕੰਮ ਨੂੰ ਇੱਕ ਵੱਖਰੇ ਹੀ ਮੁਕਾਮ 'ਤੇ ਲੈ ਕੇ ਗਏ, ਉਨ੍ਹਾਂ ਦੇ ਨਾਮ ਹਨ: ਚੰਚਲ ਰਸਤੋਗੀ, ਦੁਰਗੇਸ਼ ਤ੍ਰਿਪਾਠੀ ਅਤੇ ਮੋਹਿਤ ਟੰਡਨ। ਇੰਨ੍ਹਾਂ ਤਿੰਨਾਂ ਦੀ ਸਫਲਤਾ ਦੇ ਪਿੱਛੇ ਇਨ੍ਹਾਂ ਦੀ ਆਪਣੇ ਪ੍ਰਤੀ ਅਤੇ ਆਪਣੇ ਬਿਜ਼ਨਿਸ ਪ੍ਰਤੀ ਇਨ੍ਹਾਂ ਦੇ ਸ੍ਵੈ-ਚਿੱਤਰ ਦਾ ਬਹੁਤ ਵੱਡਾ ਹੱਥ ਹੈ। ਮੈਨੂੰ ਇਹ ਪਤਾ ਲੱਗ ਚੁੱਕਿਆ ਹੈ ਕਿ ਤੁਸੀਂ ਆਪਣੇ ਬਿਜ਼ਨਿਸ ਬਾਰੇ ਜੋ ਵੀ ਸੋਚਦੇ ਹੋ ਉਹ ਤੁਹਾਡੇ ਅੰਦਰ ਲੁੱਕਿਆ ਨਹੀਂ ਰਹਿੰਦਾ, ਉਹ ਹਰ ਮੀਟਿੰਗ ਵਿੱਚ ਤੁਹਾਡੇ ਬੋਲਾਂ ਅਤੇ ਵਿਵਹਾਰ ਰਾਹੀਂ ਝਲਕਦਾ ਹੈ।

20. ਕਸਟਮਰ ਬੇਸ ਵਧਾਉਣਾ

ਡਿਸਟ੍ਰੀਬਿਊਟਰ ਕੰਮ ਨੂੰ ਕਈ ਗੁਣਾ ਵਧਾ ਦਿੰਦੇ ਹਨ। ਗਾਹਕ ਕੰਮ ਵਿੱਚ ਸਥਿਰਤਾ ਅਤੇ ਗੁਣੀ ਡਿਸਟ੍ਰੀਬਿਊਟਰਾਂ ਦੀ ਇੱਕ ਲੰਮੀ ਪਾਈਪ ਲਾਈਨ ਦਿੰਦੇ ਹਨ।

– ਦੀਪਕ ਬਜਾਜ

ਵਿਕੀਪੀਡੀਆ ਦੇ ਅਨੁਸਾਰ, "ਕਸਟਮਰ ਬੇਸ ਗਾਹਕਾਂ ਦਾ ਇੱਕ ਸਮੂਹ ਹੈ ਜੋ ਵਾਰ-ਵਾਰ ਕਿਸੇ ਉਤਪਾਦ ਜਾਂ ਸੇਵਾਵਾਂ ਨੂੰ ਖਰੀਦਦੇ ਰਹਿੰਦੇ ਹਨ।" ਜਿੰਨਾ ਵੱਡਾ ਕਸਮਟਰ ਬੇਸ ਹੋਵੇਗਾ, ਉਨੀ ਹੀ ਜ਼ਿਆਦਾ ਆਮਦਨ ਹੋਵੇਗੀ। ਹੋ ਸਕਦਾ ਹੈ ਡਿਸਟ੍ਰੀਬਿਊਟਰ ਕੁੱਝ ਹਫਤਿਆਂ/ਮਹੀਨਿਆਂ ਲਈ ਨਵੀਆਂ ਭਰਤੀਆਂ ਨਹੀਂ ਕਰ ਪਾਉਣ, ਪਰ ਜੇ ਤੁਹਾਡੇ ਕੋਲ ਇੱਕ ਵੱਡਾ ਕਸਟਮਰ ਬੇਸ ਹੈ ਤਾਂ ਉਹ ਤੁਹਾਡੇ ਉਤਪਾਦ ਦੀ ਵਰਤੋਂ ਨਿਰੰਤਰ ਕਰਦੇ ਰਹਿਣਗੇ ਅਤੇ ਤੁਹਾਡੇ ਬਿਜ਼ਨਿਸ ਅੰਦਰ ਵਿੱਕਰੀ ਦੀ ਸਥਾਈ ਬਣੀ ਰਹੇਗੀ।

ਹਰ ਚੰਗੀ ਅਤੇ ਕਾਨੂੰਨੀ ਨੈੱਟਵਰਕ ਮਾਰਕੀਟਿੰਗ ਕੰਪਨੀ ਕੋਲ ਚੰਗੇ ਉਤਪਾਦ ਅਤੇ ਸੇਵਾਵਾਂ ਹੁੰਦੀਆਂ ਹਨ ਜਿਸ ਨੂੰ ਵਾਰ-ਵਾਰ ਖਰੀਦਿਆ ਜਾ ਸਕਦਾ ਹੈ। ਅਜਿਹੀਆਂ ਕੰਪਨੀਆਂ ਜੋ ਆਪਣੇ ਗਾਹਕਾਂ ਤੋਂ ਪੈਸੇ ਲੈ ਕੇ ਉਨ੍ਹਾਂ ਨੂੰ ਚੰਗੀਆਂ ਸੇਵਾਵਾਂ ਜਾਂ ਉਤਪਾਦ ਨਹੀਂ ਦਿੰਦੀਆਂ, ਉਨਾਂ ਕੰਪਨੀਆਂ ਤੋਂ ਦੂਰ ਹੀ ਰਹੋ। ਜੋ ਬਿਜ਼ਨਿਸ ਆਪਣੇ ਗਾਹਕਾਂ ਦੀ ਇੱਜ਼ਤ ਨਹੀਂ ਕਰਦਾ, ਉਹ ਲੰਮਾ ਨਹੀਂ ਚੱਲ ਸਕਦਾ। ਜੇ ਤੁਹਾਡੇ ਬਿਜ਼ਨਿਸ ਦਾ ਇੱਕ ਖ਼ਾਸਾ ਹਿੱਸਾ ਤੁਹਾਡੇ ਪੁਰਾਣੇ ਡਿਸਟ੍ਰੀਬਿਊਟਰਾਂ ਅਤੇ ਗਾਹਕਾਂ ਦਾ ਫਿਰ ਤੋਂ ਉਤਪਾਦ ਜਾਂ ਸੇਵਾਵਾਂ ਨੂੰ ਖਰੀਦਣ ਲਈ ਆਉਂਦਾ ਹੈ ਤਾਂ ਤੁਹਾਡਾ ਬਿਜ਼ਨਿਸ ਸਥਾਈ ਹੈ।

ਹੇਠਾਂ ਕੁੱਝ ਤਰੀਕੇ ਦਿੱਤੇ ਗਏ ਹਨ, ਜਿਨ੍ਹਾਂ ਨਾਲ ਤੁਸੀਂ ਆਪਣੇ ਕਸਟਮਰ ਬੇਸ ਨੂੰ ਵਿਕਸਤ ਕਰ ਸਕਦੇ ਹੋ:

1. ਆਪਣੇ ਸਾਰੇ ਉਤਪਾਦ ਖ਼ੁਦ ਵਰਤੋਂ। ਤੁਹਾਡੀ ਕੰਪਨੀ ਜੋ ਵੀ ਬਣਾਉਂਦੀ ਹੈ, ਉਸਦੀ ਵਰਤੋਂ ਆਪਣੇ ਘਰ ਵਿੱਚ ਜ਼ਰੂਰ ਕਰਨੀ ਚਾਹੀਦੀ ਹੈ।
2. ਆਪਣੇ ਉਤਪਾਦਾਂ ਬਾਰੇ ਵੱਧ ਤੋਂ ਵੱਧ ਜਾਣਕਾਰੀ ਰੱਖੋ। ਆਪਣੇ ਉਤਪਾਦ ਲਈ ਜਿੰਨੀ ਜ਼ਿਆਦਾ ਜਾਣਕਾਰੀ ਹੋਵੇਗੀ, ਉਨਾਂ ਹੀ ਜ਼ਿਆਦਾ ਆਤਮਵਿਸ਼ਵਾਸ ਹੋਵੇਗਾ।
3. ਉਤਪਾਦ ਬਾਰੇ ਹਰ ਸੰਭਵ ਮੌਕੇ 'ਤੇ ਗੱਲਬਾਤ ਕਰੋ ਲੇਕਿਨ ਇੱਕ ਲਾਚਾਰ ਸੇਲਜ਼ ਪਰਸਨ ਬਣਕੇ ਨਹੀਂ ਸਗੋਂ ਇੱਕ ਸੰਤੁਸ਼ਟ ਗਾਹਕ ਵਾਂਗ ਵਿਵਹਾਰ ਕਰੋ।
4. ਜਦੋਂ ਵੀ ਤੁਸੀਂ ਆਪਣੇ ਗਾਹਕ ਨੂੰ ਕੋਈ ਨਵਾਂ ਉਤਪਾਦ ਦੇ ਰਹੇ ਹੋ, ਤਾਂ ਉਸ ਨੂੰ ਉਸ ਸੰਬੰਧੀ ਸਾਰੀ ਲੋੜੀਂਦੀ ਜਾਣਕਾਰੀ ਵੀ ਦਿਓ ਅਤੇ ਇਸ ਸੰਬੰਧੀ ਬਰੋਸ਼ਰ/

ਵੀਡੀਓ/ਸੰਤੁਸ਼ਟ ਗਾਹਕਾਂ ਦੇ ਨਾਂ ਵੀ ਦਿਓ। ਉਤਪਾਦ ਬਾਰੇ ਜਾਣਕਾਰੀ ਦੇਣ ਨਾਲ ਉਨ੍ਹਾਂ ਦਾ ਉਤਪਾਦ ਵਿੱਚ ਵਿਸ਼ਵਾਸ ਵਧੇਗਾ ਅਤੇ ਉਹ ਜਦੋਂ ਵੀ ਉਸ ਉਤਪਾਦ ਨੂੰ ਵਰਤਣਗੇ ਤਾਂ ਉਨ੍ਹਾਂ ਨੂੰ ਜਾਦੂਈ ਨਤੀਜੇ ਮਿਲਣਗੇ।

5. ਕੁੱਝ ਉਤਪਾਦਾਂ ਨੂੰ ਕੁੱਝ ਹਫਤਿਆਂ ਜਾਂ ਮਹੀਨਿਆਂ ਤੱਕ ਇੱਕ ਕੋਰਸ ਵਜੋਂ ਲੈਣਾ ਚਾਹੀਦਾ ਹੈ, ਪੂਰਾ ਕੋਰਸ ਹੀ ਦੇ ਦਿਓ। ਜੇ ਗਾਹਕਾਂ ਨੇ ਕੋਰਸ ਪੂਰਾ ਨਹੀਂ ਕੀਤਾ ਤਾਂ ਉਨ੍ਹਾਂ ਨੂੰ ਇਸਦੇ ਨਤੀਜੇ ਨਹੀਂ ਮਿਲਣਗੇ ਅਤੇ ਉਹ ਇਸ ਲਈ ਤੁਹਾਨੂੰ ਜਾਂ ਤੁਹਾਡੇ ਉਤਪਾਦਾਂ ਨੂੰ ਜ਼ਿੰਮੇਵਾਰ ਜਾਂ ਦੋਸ਼ੀ ਮੰਨਣਗੇ।

6. ਕਦੇ ਵੀ ਓਵਰਕਮਿਟ ਜਾਂ ਗਾਰੰਟੀ ਨਾ ਦਿਓ ਜਿਸ ਨੂੰ ਤੁਸੀਂ ਬਾਅਦ ਵਿੱਚ ਪੂਰਾ ਨਹੀਂ ਕਰ ਸਕਦੇ। ਗਾਹਕ ਸਭ ਕੁੱਝ ਜਾਣਦੇ ਹਨ ਉਹ ਸਿਰਫ਼ ਤੁਹਾਡੀ ਪਰੀਖਿਆ ਲੈਂਦੇ ਹਨ।

7. ਆਪਣੇ ਗਾਹਕਾਂ ਨੂੰ ਸ਼ਾਨਦਾਰ ਸੇਵਾਵਾਂ ਦਿਓ। ਉਨ੍ਹਾਂ ਨੂੰ ਅਗਲੇ ਆਰਡਰਾਂ ਲਈ ਯਾਦ ਦਿਵਾਓ, ਉਨ੍ਹਾਂ ਕੋਲੋ ਫੀਡ ਬੈਕ ਮੰਗੋ, ਸਮੇਂ 'ਤੇ ਡਲਿਵਰੀ ਯਕੀਨੀ ਬਣਾਓ, ਆਦਿ।

8. ਜੇ ਤੁਹਾਨੂੰ ਤੁਹਾਡੇ ਉਤਪਾਦ ਬਾਰੇ ਕੋਈ ਸਕਾਰਾਤਮਕ ਫੀਡ ਬੈਕ ਨਹੀਂ ਮਿਲਦਾ. ਤਾਂ ਆਪਣੇ ਉਨਾਂ ਗਾਹਕਾਂ ਨੂੰ ਨਿੱਜੀ ਤੌਰ 'ਤੇ ਮਿਲੋ। ਇਹੀ ਉਹ ਸਮਾਂ ਹੈ ਜਦੋਂ ਤੁਸੀਂ ਹਮੇਸ਼ਾ ਲਈ ਆਪਣੇ ਗਾਹਕਾਂ ਦਾ ਦਿਲ ਜਿੱਤ ਸਕਦੇ ਹੋ। ਜੇ ਉਹ ਕਿਸੇ ਦੂਜੇ ਸ਼ਹਿਰ ਵਿੱਚ ਹਨ, ਤਾਂ ਕਿਸੇ ਨੂੰ ਉਨ੍ਹਾਂ ਕੋਲ ਭੇਜਣ ਦਾ ਇੰਤਜ਼ਾਮ ਜਾਂ ਵੀਡੀਓ ਕਾਲ ਕਰੋ।

9. ਹਮੇਸ਼ਾ ਆਪਣੇ ਗਾਹਕਾਂ ਨਾਲ ਸੰਪਰਕ ਬਣਾਈ ਰੱਖੋ ਭਾਵੇਂ ਉਹ ਵਰਤਮਾਨ ਵਿੱਚ ਉਤਪਾਦ ਦੀ ਵਰਤੋਂ ਕਰ ਰਹੇ ਹਨ ਜਾਂ ਨਹੀਂ।

10. ਜਦੋਂ ਵੀ ਤੁਹਾਨੂੰ ਕਿਸੇ ਉਤਪਾਦ ਲਈ ਚੰਗੀ ਪ੍ਰਤਿਕ੍ਰਿਆ ਜਾਂ ਗਵਾਹੀ(Testimony) ਮਿਲਦੀ ਹੈ, ਤਾਂ ਇਸਨੂੰ ਸਾਰੇ ਸੰਭਵ ਸਮੂਹਾਂ ਅਤੇ ਪ੍ਰੋਗਰਾਮਾਂ ਵਿੱਚ ਸਾਂਝਾ ਕਰੋ। ਇਹ ਇੱਕ ਸ਼ਾਨਦਾਰ ਅਭਿਆਸ ਹੈ। ਤੁਹਾਨੂੰ ਸੰਤੁਸ਼ਟ ਗਾਹਕਾਂ ਦੀਆਂ ਗੱਲਾਂ ਕਰਦੇ ਰਹਿਣਾ ਚਾਹੀਦਾ ਹੈ।

11. ਆਪਣੇ ਮੌਜੂਦਾ ਗਾਹਕਾਂ ਤੋਂ ਹੋਰ ਲੋਕਾਂ ਦਾ ਹਵਾਲਾ ਮੰਗੋ। ਤੁਸੀਂ ਇਹ ਦੇਖ ਕੇ ਹੈਰਾਨ ਹੋਵੋਗੇ ਕਿ ਆਪਣੇ ਮੌਜੂਦਾ ਗਾਹਕਾਂ ਦੇ ਹਵਾਲਿਆਂ ਨਾਲ ਤੁਹਾਡੀ ਵਿੱਕਰੀ ਵਿੱਚ ਕਿੰਨਾ ਵਾਧਾ ਹੋ ਸਕਦਾ ਹੈ।

12. ਜੋ ਮੌਜੂਦਾ ਗਾਹਕ ਤੁਹਾਨੂੰ ਹਵਾਲਾ ਦਿੰਦੇ ਹਨ ਉਸਦੇ ਬਦਲੇ ਉਨ੍ਹਾਂ ਨੂੰ ਕੁੱਝ ਛੂਟ, ਮੁਫ਼ਤ ਤੋਹਫੇ ਜਾਂ ਕੁੱਝ ਉਤਪਾਦ ਮੁਫ਼ਤ ਵਿੱਚ ਦਿਓ।

13. ਜਦੋਂ ਵੀ ਤੁਹਾਡੇ ਕੋਲ ਕੋਈ ਨਵਾਂ ਉਤਪਾਦ ਆਉਂਦਾ ਜਾਂ ਪ੍ਰਾਪਤ ਹੁੰਦਾ ਹੈ, ਉਸ ਨੂੰ ਆਪਣੇ ਗਰੁੱਪ ਜਾਂ ਸਰਕਲ ਵਿੱਚ ਹਰ ਕਿਸੇ ਨਾਲ ਸਾਂਝਾ ਕਰੋ।

14. ਆਪਣੇ ਉਤਪਾਦਾਂ ਦਾ ਪ੍ਰਚਾਰ ਕਰਨ ਲਈ ਸੋਸ਼ਲ ਮੀਡੀਆ ਦੀ ਵਰਤੋਂ ਕਰੋ।

ਆਪਣੇ ਉਤਪਾਦਾਂ/ਸੇਵਾਵਾਂ ਦੇ ਨੰਬਰ 1 ਪ੍ਰਸ਼ੰਸਕ ਬਣੋ ਅਤੇ ਆਪਣੀ ਵੱਧ ਤੋਂ ਵੱਧ ਸਮਰੱਥਾ ਨਾਲ ਉਨ੍ਹਾਂ ਦਾ ਪ੍ਰਚਾਰ ਕਰੋ। ਤੁਹਾਡਾ ਗਾਹਕ ਬੇਸ ਉਤਪਾਦ ਦੀ ਸ੍ਵੈ-ਵਰਤੋਂ

ਅਤੇ ਹੋਰ ਬਹੁਤ ਸਾਰੇ ਲੋਕਾਂ ਨੂੰ ਤੁਹਾਡੇ ਉਤਪਾਦਾਂ ਦੀ ਸਿਫ਼ਾਰਿਸ਼ ਕਰਕੇ ਇਕਸਾਰ ਮਾਤਰਾ ਪ੍ਰਦਾਨ ਕਰ ਸਥਾਈ ਬਿਜ਼ਨਿਸ ਦੇਵੇਗਾ। ਤੁਹਾਡੇ ਸੰਤੁਸ਼ਟ ਗਾਹਕ ਹੌਲੀ-ਹੌਲੀ ਤੁਹਾਡੇ ਸਹਿਕਰਮੀ ਬਣ ਜਾਣਗੇ। ਡਿਸਟ੍ਰੀਬਿਊਟਰਾਂ ਦੀ ਟੀਮ ਬਣਾਉਂਦੇ ਹੋਏ ਆਪਣੇ ਗਾਹਕ ਅਧਾਰ ਦੀ ਪਾਲਣ-ਪੋਸ਼ਣਾ ਕਰਕੇ ਆਪਣੇ ਬਿਜ਼ਨਿਸ ਨੂੰ ਇੱਕ ਸਥਿਰ ਅਤੇ ਅੱਗੇ ਵਧਦਾ ਰਹਿਣ ਵਾਲਾ ਬਿਜ਼ਨਿਸ ਬਣਾ ਸਕਦੇ ਹਾਂ।

ਜੇ ਤੁਸੀਂ ਆਪਣੇ ਗਾਹਕਾਂ ਦਾ ਖ਼ਿਆਲ ਨਹੀਂ ਰੱਖੋਗੇ, ਤਾਂ ਤੁਹਾਡਾ ਪ੍ਰਤਿਯੋਗੀ ਇਹ ਕੰਮ ਕਰੇਗਾ।

- ਬੌਬ ਹੂਏ

ਆਪਣੀ ਮੁੜ-ਖ਼ਰੀਦ (Repurchase) ਦੀ ਮਾਤਰਾ ਨਾ ਗੁਆਓ

ਮੈਂ ਇਹ ਦੇਖਿਆ ਹੈ ਕਿ ਬਹੁਤ ਸਾਰੇ ਲੀਡਰ ਸਿਰਫ਼ ਨਵੇਂ ਸਾਥੀਆਂ ਦੀ ਭਰਤੀ 'ਤੇ ਹੀ ਧਿਆਨ ਕੇਂਦਰਿਤ ਕਰਦੇ ਹਨ। ਉਹ ਆਪਣੀਆਂ ਸਿਖਲਾਈਆਂ ਵਿੱਚ ਵੀ ਸਿਰਫ਼ ਭਰਤੀ ਬਾਰੇ ਹੀ ਪੜ੍ਹਾਉਂਦੇ ਹਨ। ਇਹ ਮਾੜਾ ਨਹੀਂ ਹੈ ਅਤੇ ਸਾਡੇ ਬਿਜ਼ਨਿਸ ਦਾ ਮੁੱਢਲਾ ਸਿਧਾਂਤ ਵੀ ਹੈ। ਪਰ ਜੇ ਅਸੀਂ ਸਿਰਫ਼ ਭਰਤੀ ਹੀ ਕਰਦੇ ਰਹਾਂਗੇ ਤਾਂ ਅਸੀਂ ਤਿੰਨ ਥਾਵਾਂ ਤੋਂ ਮੁੜ-ਖ਼ਰੀਦ ਦੀਆਂ ਵੱਡੀ ਮਾਤਰਾਵਾਂ ਗੁਆ ਦਿੰਦੇ ਹਾਂ:

1. *ਸਾਰੇ ਭਰਤੀ ਕਰਨ ਲਈ ਤਿਆਰ ਨਹੀਂ ਹੁੰਦੇ ਅਤੇ ਜਦੋਂ ਉਨ੍ਹਾਂ ਨੂੰ ਪਤਾ ਚੱਲਦਾ ਹੈ ਕਿ ਇਹ ਬਿਜ਼ਨਿਸ ਸਿਰਫ਼ ਇਸੇ ਬਾਰੇ ਹੈ, ਤਾਂ ਉਹ ਲੋਕ ਇਸ ਨੂੰ ਛੱਡ ਕੇ ਚੱਲੇ ਜਾਂਦੇ ਹਨ।*
2. *ਸਾਨੂੰ ਬਹੁਤ ਸਾਰਾ ਵਾਧੂ ਬਿਜ਼ਨਿਸ ਮਿਲ ਸਕਦਾ ਹੈ ਜੇ ਸਾਡੀ ਟੀਮ ਦੇ ਮੈਂਬਰ ਆਪਣੀ ਹੀ ਕੰਪਨੀ ਦੇ ਉਤਪਾਦਾਂ ਨੂੰ ਆਪਣੇ ਖ਼ੁਦ ਦੀ ਖਪਤ ਲਈ ਲਗਾਤਾਰ ਖਰੀਦਣਗੇ।*
3. *ਨਿਅਮਿਤ ਉਤਪਾਦ ਦੀ ਵਰਤੋਂ ਸਾਡੇ ਸਹਿਕਰਮੀਆਂ ਅਤੇ ਉਨ੍ਹਾਂ ਦੇ ਪਰਿਵਾਰਾਂ ਦਾ ਸਾਡੇ 'ਤੇ ਵਿਸ਼ਵਾਸ ਵਧਾ ਦੇਵੇਗੀ। ਜਦੋਂ ਲੋਕ ਵਿਸ਼ਵਾਸ ਨਾਲ ਕੰਮ ਕਰਦੇ ਹਨ, ਤਾਂ ਨਤੀਜੇ ਬਹੁਤ ਵਧੀਆ ਹੁੰਦੇ ਹਨ।*

   ਮੈਂ ਆਪਣੇ ਪਿਆਰੇ ਦੋਸਤਾਂ ਵਿਨੋਦ ਸੋਲੋਮਨ ਅਤੇ ਮੋਹਨਨ ਦਾ ਧੰਨਵਾਦੀ ਹਾਂ, ਜਿਨ੍ਹਾਂ ਨੇ ਮੁੜ-ਖਰੀਦੀ ਦੀ ਸ਼ਕਤੀ ਵਿੱਚ ਮੇਰੇ ਵਿਸ਼ਵਾਸ ਨੂੰ ਬਾਲੀ, ਇੰਡੋਨੇਸ਼ੀਆ ਵਿੱਖੇ ਹੋਈ ਚਰਚਾ ਦੌਰਾਨ ਹੋਰ ਮਜ਼ਬੂਤ ਕੀਤਾ।

ਭਾਗ - III

ਸਫਲਤਾ ਦੀ ਪ੍ਰਕਿਰਿਆ

ਸਫਲਤਾ ਦੀ ਪ੍ਰਕਿਰਿਆ

ਕੋਈ ਤਿਤਲੀ ਕਿਵੇਂ ਬਣ ਜਾਂਦਾ ਹੈ? ਤੁਹਾਡੀ ਉਡਣ ਦੀ ਇੱਛਾ ਇੰਨੀ ਪ੍ਰਬਲ ਹੋਵੇ ਕਿ ਤੁਸੀਂ ਕੈਟਰਪਿਲਰ ਦੀ ਜਿੰਦਗੀ ਛੱਡਣ ਲਈ ਤਿਆਰ ਹੋਵੋ।

– ਟ੍ਰਿਨਾ ਪਾੱਲਸ

ਸਫਲਤਾ ਇੱਕ ਯਾਤਰਾ ਹੈ। ਇਹ ਅੱਗੇ ਵਧਣ ਦੀ ਯਾਤਰਾ ਹੈ, ਜਿਸ ਵਿੱਚ ਅਸੀ ਸਕਾਰਾਤਮਕ ਉਦੇਸ਼ਾਂ ਲਈ ਅੱਗੇ ਵਧਦੇ ਹਾਂ। ਤੁਹਾਡੀਆਂ ਕੁੱਝ ਇੱਛਾਵਾਂ ਹੁੰਦੀਆਂ ਹਨ ਅਤੇ ਤੁਸੀਂ ਆਪਣੀਆਂ ਇੱਛਾਵਾਂ ਨੂੰ ਪੂਰਾ ਕਰਨਾ ਲਈ ਇੱਕ ਨਿਰਣਾ ਲੈਂਦੇ ਹੋ। ਤੁਸੀਂ ਜਿੰਨੀਆਂ ਵੀ ਇੱਛਾਵਾਂ ਰੱਖੋਗੇ, ਤੁਸੀਂ ਉਨੀਆਂ ਹੀ ਜ਼ਿਆਦਾ ਚੀਜ਼ਾਂ ਨੂੰ ਪ੍ਰਾਪਤ ਕਰੋਗੇ। ਇੱਕ ਵਾਰ ਤੁਸੀਂ ਜਦੋਂ ਕੰਮ ਕਰਨਾ ਸ਼ੁਰੂ ਕਰ ਦਿੰਦੇ ਹੋ ਤਾਂ ਤੁਸੀਂ ਬੜਾ ਕੁੱਝ ਸਿੱਖਦੇ ਹੋ ਅਤੇ ਆਪਣੇ-ਆਪ ਨੂੰ ਇੱਕ ਬਿਹਤਰ ਵਿਅਕਤੀ ਬਣਾਉਣ ਦੀ ਪ੍ਰਕਿਰਿਆ ਵਿੱਚ ਲੱਗੇ ਰਹਿੰਦੇ ਹੋ। ਹਰ ਦੂਜੇ ਖੇਤਰ ਵਿੱਚ, ਇੱਥੋਂ ਤੱਕ ਕਿ ਨੈੱਟਵਰਕ ਮਾਰਕੀਟਿੰਗ ਦੇ ਖੇਤਰ ਵਿੱਚ ਵੀ, ਤੁਸੀਂ ਆਪਣੇ ਟੀਚਿਆਂ ਨੂੰ ਤੈਅ ਕਰ ਕੇ ਉਨ੍ਹਾਂ ਨੂੰ ਪੂਰਾ ਕਰਨ ਲਈ ਇੱਕ ਕਾਰਜ ਪ੍ਰਣਾਲੀ ਤਿਆਰ ਕਰਦੇ ਹੋ। ਇਸ ਨੂੰ 'ਸਫਲਤਾ ਦੀ ਪ੍ਰਕਿਰਿਆ' ਕਿਹਾ ਜਾਂਦਾ ਹੈ ਅਤੇ ਇਸੇ ਪ੍ਰਕਿਰਿਆ ਨੂੰ ਅਪਣਾਅ ਕੇ ਬਿਜ਼ਨਿਸ ਅੰਦਰ ਬਹੁਤ ਸਾਰੇ ਲੋਕਾਂ ਨੂੰ ਉੱਚਾਈ ਨੂੰ ਪ੍ਰਾਪਤ ਕਰ ਲਿਆ ਹੈ। ਇਸ ਪ੍ਰਕਿਰਿਆ ਵਿੱਚ ਮੁਹਾਰਤਾਂ ਪਾਉਣਾ ਇੱਕ ਯਾਤਰਾ ਵਰਗਾ ਹੈ। ਇਸ ਪ੍ਰਕਿਰਿਆ ਵਿੱਚ ਹੋਣ ਵਾਲੇ ਕੰਮਾਂ ਲਈ ਵਚਨਬੱਧ ਹੋ ਕੇ ਤੁਸੀਂ ਹਰ ਬਤੀਤ ਹੁੰਦੇ ਦਿਨ ਨਾਲ ਇੱਕ ਬਿਹਤਰ ਨੈੱਟਵਰਕ ਮਾਰਕੀਟਰ ਬਣਦੇ ਜਾਓਗੇ, ਜਿਸ ਨਾਲ ਤੁਸੀਂ ਖ਼ੂਬ ਉੱਚਾਈਆਂ ਪਾ ਕੇ ਬਹੁਤ ਸਾਰਾ ਪੈਸਾ ਵੀ ਕਮਾਓਗੇ।

ਜੋ ਪ੍ਰਕਿਰਿਆ ਇਸ ਕਿਤਾਬ ਵਿੱਚ ਦੱਸੀ ਗਈ ਹੈ ਉਹ ਨੈੱਟਵਰਕ ਮਾਰਕੀਟਿੰਗ ਬਿਜ਼ਨਿਸ ਦਾ ਮੁੱਢ ਹੈ। ਦੁਨੀਆ ਦੇ ਸਭ ਤੋਂ ਵਧੀਆ ਮਾਰਕੀਟਿੰਗ ਲੀਡਰਾਂ ਦੀ ਸਫਲਤਾ ਦਾ ਡੂੰਘਾਈ ਨਾਲ ਅਧਿਐਨ ਕਰਨ ਤੋਂ ਬਾਅਦ ਇਸ ਪ੍ਰਕਿਰਿਆ ਨੂੰ ਤਿਆਰ ਕੀਤਾ ਗਿਆ ਹੈ। ਲੋਕਾਂ ਨੇ 11 ਸਾਲਾਂ ਤੋਂ ਜ਼ਿਆਦਾ ਇਨ੍ਹਾਂ ਸਿਧਾਂਤਾਂ ਨੂੰ ਅਪਣਾਅ ਕੇ ਅਸੀਮਤ ਸਫਲਤਾ ਨੂੰ ਪ੍ਰਾਪਤ ਕੀਤਾ ਹੈ।

ਬਿਜ਼ਨਿਸ ਵਿੱਚ ਸਫਲਤਾ ਲਈ ਟ੍ਰੇਨਿੰਗ, ਅਨੁਸ਼ਾਸਨ ਅਤੇ ਸਖ਼ਤ ਮਿਹਨਤ ਦੀ ਲੋੜ ਹੁੰਦੀ ਹੈ। ਪਰ ਜੇ ਤੁਹਾਨੂੰ ਇਹਨਾਂ ਚੀਜ਼ਾਂ ਤੋਂ ਡਰ ਨਹੀਂ ਲੱਗਦਾ, ਤਾਂ ਪਹਿਲਾਂ ਵਰਗੇ ਮੌਕੇ ਅੱਜ ਵੀ ਮੌਜੂਦ ਹਨ।

– ਡੇਵਿੱਡ ਰਾੱਕ ਫ਼ੈਲਰ

ਮੈਂ ਹਮੇਸ਼ਾ ਇਸੇ ਸਿਧਾਂਤ 'ਤੇ ਕੰਮ ਕੀਤਾ ਹੈ ਕਿ ਸਫਲਤਾ ਦਾ ਕੋਈ ਰਹੱਸ ਨਹੀਂ ਹੁੰਦਾ; ਸਫਲਤਾ ਪਾਉਣ ਲਈ ਸਿਰਫ਼ ਇੱਕ ਸਿਸਟਮ ਹੁੰਦਾ ਹੈ। ਮੈਨੂੰ ਇਹ ਦੇਖ ਕੇ ਬੜਾ ਦੁਖ ਹੁੰਦਾ ਹੈ ਕਿ ਅੱਜ ਦੇ ਸਮੇਂ ਹਜ਼ਾਰਾਂ ਲੋਕਾਂ ਨੇ ਇਸ ਬਿਜ਼ਨਿਸ ਵਿੱਚ ਸਫਲਤਾ ਪਾਉਣ ਲਈ ਆਪਣੇ ਦਿਨ-ਰਾਤਾਂ ਨੂੰ ਇੱਕ ਕੀਤਾ ਹੋਇਆ ਹੈ, ਪਰ ਫਿਰ ਵੀ ਉਨ੍ਹਾਂ ਨੂੰ ਉਹ ਸਫਲਤਾ ਨਹੀਂ ਮਿਲ ਰਹੀ ਜਿਸਦੇ ਉਹ ਹੱਕਦਾਰ ਹਨ। ਉਹ ਸਾਰੀਆਂ ਚੀਜ਼ਾਂ ਤੋਂ ਪ੍ਰੇਰਿਤ, ਮਿਹਨਤ ਕਰਨ ਵਾਲੇ, ਉਨ੍ਹਾਂ ਦੇ ਸੁਫ਼ਨੇ ਵੀ ਹਨ ਅਤੇ ਉਹ ਲਗਾਤਾਰ ਕੰਮ ਕਰਦੇ ਰਹਿੰਦੇ ਹਨ। ਪਰ ਸਹੀ ਸਿਸਟਮ ਦੀ ਘਾਟ ਕਾਰਨ ਉਨ੍ਹਾਂ ਨੂੰ ਉਹ ਕੁੱਝ ਨਹੀਂ ਮਿਲਦਾ ਜੋ ਉਹ

ਚਾਹੁੰਦੇ ਹਨ। ਮੈਂ ਇੱਥੇ ਇਸੇ ਕਿਤਾਬ ਅੰਦਰ ਠੀਕ ਉਹੀ ਸਫਲਤਾ ਦੀ ਪ੍ਰਕਿਰਿਆ ਦੱਸਣ ਜਾ ਰਿਹਾ ਹਾਂ, ਜਿਸ ਨਾਲ ਮੈਨੂੰ ਅਤੇ ਹਜ਼ਾਰਾਂ ਹੋਰ ਨੈੱਟਵਰਕ ਮਾਰਕੀਟਰਾਂ ਨੂੰ ਪਿਛਲੇ 11 ਸਾਲਾਂ ਵਿੱਚ ਅਸੀਮਤ ਸਫਲਤਾ ਪ੍ਰਾਪਤ ਹੋਈ ਹੈ। ਨੈੱਟਵਰਕ ਮਾਰਕੀਟਿੰਗ ਵਿੱਚ ਆਪਣੇ ਸੁਫਨਿਆਂ ਨੂੰ ਪੂਰਾ ਕਰਨ ਲਈ ਇਹ ਇੱਕ ਪੱਕਾ ਸ਼ਾਰਟਕਟ ਤਰੀਕਾ ਹੈ। ਜ਼ਿਆਦਾਤਰ ਲੋਕ ਜੋ 10 ਸਾਲਾਂ ਵਿੱਚ ਨਹੀਂ ਕਰ ਪਾਉਂਦੇ, ਤੁਸੀਂ ਇਸ ਪ੍ਰਕਿਰਿਆ ਦੀ ਵਰਤੋਂ ਕਰ ਉਸ ਨੂੰ 2 ਤੋਂ 5 ਸਾਲ ਅੰਦਰ ਪ੍ਰਾਪਤ ਕਰ ਸਕਦੇ ਹੋ।

ਤੁਸੀਂ ਇਨ੍ਹਾਂ ਵਿੱਚੋਂ ਕੁੱਝ ਪ੍ਰਕਿਰਿਆਵਾਂ ਨੂੰ ਪਹਿਲਾਂ ਤੋਂ ਹੀ ਜਾਣਦੇ ਹੋਣ ਕਰਕੇ ਸ਼ਾਇਦ ਉਨ੍ਹਾਂ 'ਚੋਂ ਕੁੱਝ ਹਿਸਿਆਂ ਦੀ ਪਾਲਣਾ ਵੀ ਕੀਤੀ ਹੋਵੇਗੀ, ਕਿਉਂ ਕਿ ਤੁਸੀਂ ਇਹ ਕਿਤਾਬ ਪੜ੍ਹ ਰਹੇ ਹੋ, ਤਾਂ ਅਸਲ ਗੱਲ ਇਹ ਹੈ ਕਿ ਤੁਹਾਡੇ ਅੰਦਰ ਬਿਜ਼ਨਿਸ ਵਿੱਚ ਅੱਗੇ ਵਧਣ ਦੀ ਪ੍ਰਬਲ ਇੱਛਾ ਹੈ। ਕਿਤਾਬ ਦੇ ਇਸ ਭਾਗ ਵਿੱਚ ਜੋ ਸਿਧਾਂਤ ਅਤੇ ਤਰੀਕੇ ਦੱਸੇ ਗਏ ਹਨ ਉਨ੍ਹਾਂ ਨਾਲ ਨੈੱਟਵਰਕ ਮਾਰਕੀਟਿੰਗ ਬਿਜ਼ਨਿਸ ਦੀ ਕੋਰ ਐਕਟੀਵਿਟੀ ਵਿੱਚ ਤੁਸੀਂ ਆਪਣੇ ਹੁਨਰ ਨੂੰ ਵਧਾ ਸਕਦੇ ਹੋ। ਇਸ ਨਾਲ ਤੁਸੀਂ ਆਪਣੇ ਬਿਜ਼ਨਿਸ ਅਤੇ ਉਸ ਨਾਲ ਹੋਣ ਵਾਲੀ ਆਮਦਨ ਨੂੰ ਨਵੀਆਂ ਉੱਚਾਈਆਂ ਤੱਕ ਲੈ ਜਾਓਗੇ।

'ਤੁਸੀਂ ਜੋ ਕਰਦੇ ਆ ਰਹੇ ਹੋ, ਉਸ ਨੂੰ ਜੇ ਤੁਸੀਂ ਕਰਦੇ ਜਾਓਗੇ ਤਾਂ ਤੁਹਾਨੂੰ ਉਹੀ ਕੁੱਝ ਮਿਲਦਾ ਰਹੇਗਾ, ਜੋ ਤੁਹਾਨੂੰ ਹਮੇਸ਼ਾ ਤੋਂ ਮਿਲ ਰਿਹਾ ਸੀ।'

– ਦੀਪਕ ਬਜਾਜ

ਮੈਂ ਇੱਥੇ ਤੁਹਾਨੂੰ ਪੂਰੇ ਤਰੀਕੇ ਨਾਲ ਬਦਲਣ ਵਿੱਚ ਮਦਦ ਕਰਨਾ ਚਾਹੁੰਦਾ ਹਾਂ। ਇੱਥੇ ਦੱਸੀ ਗਈਆਂ ਕੁੱਝ ਚੀਜ਼ਾਂ ਸ਼ਾਇਦ ਤੁਹਾਨੂੰ ਮੁਸ਼ਕਿਲ ਦਿਖ ਸਕਦੀਆਂ ਹਨ ਅਤੇ ਕੁੱਝ ਗੱਲਾਂ ਸ਼ਾਇਦ ਤੁਹਾਨੂੰ ਪਸੰਦ ਵੀ ਨਾ ਆਉਣ। ਤੁਸੀਂ ਸ਼ਾਇਦ ਉਨ੍ਹਾਂ ਵਿੱਚੋਂ ਕੁੱਝ ਕੰਮਾਂ ਨੂੰ ਨਹੀਂ ਕਰਨਾ ਚਾਹੋਗੇ, ਪਰ ਜੇ ਤੁਸੀਂ ਆਪਣੇ ਸੁਫਨਿਆਂ ਨੂੰ ਸੱਚੀ ਪੂਰਾ ਕਰਨਾ ਚਾਹੁੰਦੇ ਹੋ, ਤਾਂ ਅੱਗੇ ਵੱਧੋ ਅਤੇ ਮੈਂ ਜਿਵੇਂ ਦੱਸਣ ਜਾ ਰਿਹਾ ਹਾਂ ਉਵੇਂ ਹੀ ਕਰੋ। ਤੁਸੀਂ ਜੋ ਪਾਉਗੇ, ਉਸ ਨੂੰ ਪ੍ਰਾਪਤ ਕਰਕੇ ਤੁਸੀਂ ਆਪ ਹੀ ਹੈਰਾਨ ਹੋ ਜਾਓਗੇ। ਇਹ ਯਾਦ ਰੱਖੋ ਕਿ ਹਰ ਤਿਤਲੀ ਇੱਕ ਕੀੜਾ ਸੀ ਅਤੇ ਕੀੜੇ ਨੂੰ ਦੇਖ ਕੇ ਕੋਈ ਇਹ ਵਿਸ਼ਵਾਸ ਨਹੀਂ ਸੀ ਕਰ ਸਕਦਾ ਕਿ ਇੱਕ ਦਿਨ ਇਹ ਤਿਤਲੀ ਬਣ ਜਾਏਗਾ। ਪਰ ਉਸਨੇ ਚੁੱਪ-ਚੁੱਪੀਤੇ ਵਧਣ ਦੀ ਉਸ ਪ੍ਰਕਿਰਿਆ ਦੀ ਪਾਲਣਾ ਕੀਤੀ ਅਤੇ ਉਹ ਬਦਲਾਅ ਆਪਣੇ-ਆਪ ਹੀ ਹੋ ਗਿਆ।

ਜਦੋਂ ਇੱਕ ਕੀੜੇ ਨੇ ਇਹ ਸੋਚਿਆ ਕਿ ਦੁਨੀਆ ਖ਼ਤਮ ਹੋ ਗਈ, ਉਦੋਂ ਉਹ ਤਿਤਲੀ ਬਣ ਗਿਆ।

– ਦੀਪਕ ਬਜਾਜ

ਇਸ ਲਈ ਤੁਸੀਂ ਜੋ ਬਣਨ ਜਾ ਰਹੇ ਹੋ, ਉਸ ਬਾਰੇ ਖ਼ੁਸ਼ ਹੋ ਜਾਓ ਅਤੇ ਸੋਚੋ ਕਿ ਇੱਕ ਵਾਰ ਤੁਸੀਂ ਬਿਜ਼ਨਿਸ ਵਿੱਚ ਸਫਲ ਹੋ ਗਏ ਤਾਂ ਕੀ-ਕੀ ਸੁਫ਼ਨੇ ਪੂਰੇ ਕਰੋਗੇ।

1. ਆਓ ਸੈਲਿੰਗ (ਵੇਚਣਾ) ਨਾਮ ਦੀ ਬੁਝਾਰਤ ਨੂੰ ਹੱਲ ਕਰੀਏ

ਵੇਚਣਾ ਉਹ ਨਹੀਂ ਹੈ, ਜੋ ਤੁਸੀਂ ਕਿਸੇ ਨੂੰ ਕਰਦੇ ਹੋ, ਇਹ ਉਹ ਕੰਮ ਹੈ ਜੋ ਤੁਸੀਂ ਕਿਸੇ ਲਈ ਕਰਦੇ ਹੋ।

– ਜਿਗ ਜਿਗਲਰ

ਰੱਬ ਨੇ ਸਾਨੂੰ ਸਾਰਿਆਂ ਨੂੰ ਵਿਕਰੇਤਾ ਬਣਾਇਆ ਹੈ। ਹਰ ਵਿਅਕਤੀ ਪੈਦਾਇਸ਼ੀ ਵਿਕਰੇਤਾ ਹੁੰਦਾ ਹੈ ਅਤੇ ਵੇਚਣਾ ਕੁਦਰਤੀ ਤੌਰ 'ਤੇ ਸਾਰਿਆਂ ਨੂੰ ਆਉਂਦਾ ਹੈ। ਇਹ ਰੱਬ ਵੱਲੋਂ ਦਿੱਤਾ ਗਿਆ ਇੱਕ ਹੁਨਰ ਹੈ, ਜਿਸ ਨੂੰ ਸਿਰਫ਼ ਪਾਲਿਸ਼ ਕਰਨ ਦੀ ਲੋੜ ਹੈ ਅਤੇ ਅੱਜ ਵੀ ਉਸ ਨੂੰ ਜਿੱਥੇ ਵੀ ਇਸਤੇਮਾਲ ਕੀਤਾ ਜਾ ਰਿਹਾ ਹਾਂ ਇਸ ਤੋਂ ਵੱਧ ਪ੍ਰਸਥਿਤੀਆਂ ਵਿੱਚ ਵਰਤਣ ਦੀ ਜ਼ਰੂਰਤ ਹੈ। ਹਰ ਕੋਈ ਹਰ ਸਮੇਂ ਕੁੱਝ ਨਾ ਕੁੱਝ ਵੇਚ ਹੀ ਰਿਹਾ ਹੈ।

✓ ਇੱਕ ਮੁੰਡਾ ਇੱਕ ਕੁੜੀ ਨੂੰ ਪ੍ਰਪੋਜ਼ ਕਰਦਾ ਹੋਇਆ।

✓ ਨੌਕਰੀ ਲਈ ਕਿਸੇ ਉਮੀਦਵਾਰ ਵੱਲੋਂ ਇੰਟਰਵਿਊ ਦੇਣਾ।

✓ ਇੱਕ ਸਿਆਸਤਦਾਨ ਵੋਟਾਂ ਹਾਸਿਲ ਕਰਨ ਲਈ ਭਾਸ਼ਣ ਦਿੰਦਾ ਹੋਇਆ।

✓ ਇੱਕ ਵਕੀਲ ਆਪਣੇ ਮੁਵੱਕਿਲ ਦੇ ਕੇਸ ਦੀ ਬਹਿਸ ਕਰਦਾ ਹੋਇਆ।

✓ ਤੁਸੀਂ ਆਪਣੀ ਪਤਨੀ ਨੂੰ ਥੋੜ੍ਹੀ ਘੱਟ ਕੀਮਤ ਵਾਲੇ ਕੱਪੜੇ ਜਾਂ ਹੀਰੇ ਲੈਣ ਲਈ ਮਨਾ ਰਹੇ ਹੋ।

✓ ਤੁਹਾਡੇ ਬੇਟੇ ਦਾ ਤੁਹਾਨੂੰ ਪਾਰਟੀ ਵਿੱਚ ਲੈ ਜਾਣ ਲਈ ਤੁਹਾਨੂੰ ਮਨਾਉਣਾ।

✓ ਕਿਸੇ ਧਾਰਮਿਕ ਕਾਰਜ ਲਈ ਫ਼ੰਡ ਇਕੱਠਾ ਕਰਨਾ।

✓ ਤੁਹਾਡਾ ਆਪਣੇ ਬੱਚੇ ਨੂੰ ਕੂੜੇਦਾਨ ਵਿੱਚ ਚੀਜ਼ਾਂ ਪਾਉਣ ਜਾਂ ਉਸਦੇ ਕਮਰੇ ਨੂੰ ਸਾਫ਼ ਰੱਖਣ ਲਈ ਕਹਿਣਾ।

ਇਹ ਸਾਰਾ ਕੁੱਝ ਵੇਚਣਾ ਹੀ ਤੇ ਹੈ। ਸਾਡੀ ਕਿਸੇ ਨਾਲ ਗੱਲਬਾਤ ਅਤੇ ਕੋਈ ਵੀ ਹੋਰ ਗਤੀਵਿਧੀ ਜੋ ਵੀ ਅਸੀਂ ਕਰ ਰਹੇ ਹਾਂ, ਸਾਰਿਆਂ ਵਿੱਚ ਵੇਚਣਾ ਜਾਰੀ ਹੈ। ਮੈਂ ਇਸ ਗੱਲ 'ਤੇ ਪੂਰਾ ਭਰੋਸਾ ਕਰਦਾ ਹਾਂ ਕਿ ਇਹ ਦੁਨੀਆ ਦਾ ਸਭ ਤੋਂ ਵਧੀਆ ਪੇਸ਼ਾ ਹੈ। ਵਿੱਕਰੀ ਕਰਨ ਵਾਲੇ ਲੋਕ ਮਾਲੀਆ ਪੈਦਾ ਕਰਦੇ ਹਨ। ਹਰ ਵਿਭਾਗ ਪੈਸਾ ਲੈਂਦਾ ਹੈ, ਪਰ ਸੇਲਜ਼ ਵਿਭਾਗ ਪੈਸਾ ਲਿਆਉਂਦਾ ਹੈ। ਸਾਰੇ ਸੇਲਜ਼ ਪ੍ਰੋਫ਼ੈਸ਼ਨਲਾਂ ਵਿੱਚ, ਮੈਂ ਕਮੀਸ਼ਨ ਵਾਲੇ ਸੇਲਸਮੈਨ ਦੀ ਸਭ ਤੋਂ ਵੱਧ ਪ੍ਰਸ਼ੰਸਾ ਕਰਦਾ ਹਾਂ ਕਿਉਂ ਕਿ ਉਨ੍ਹਾਂ ਕੋਲ ਆਤਮਵਿਸ਼ਵਾਸ ਹੁੰਦਾ ਹੈ ਅਤੇ ਕੰਮ ਕਰਨ ਦੀ ਇੱਕ ਫਲਸਫਾ ਹੁੰਦਾ ਹੈ, "ਜੇ ਮੈਂ ਸੇਲ ਨਾ ਲੈ ਕੇ ਆਵਾਂ, ਤਾਂ ਮੈਨੂੰ ਕੁੱਝ ਵੀ ਪੈਸਾ ਨਾ ਦੇਣਾ।" ਇਸ ਕਾਰਨ, ਵਿੱਕਰੀ ਦੇ ਲੋਕ ਬਿਜ਼ਨਿਸ ਦੀ ਦੁਨੀਆ ਵਿੱਚ ਸਭ ਤੋਂ ਜ਼ਿਆਦਾ ਕਮਾਉਣ ਵਾਲੇ ਵਿਅਕਤੀ ਹੁੰਦੇ ਹਨ ਅਤੇ ਸੈਲਿੰਗ ਨੂੰ ਦੁਨੀਆ ਵਿੱਚ #1 ਪੇਸ਼ਾ ਮੰਨਿਆ ਜਾਂਦਾ ਹੈ।

ਸਿਰਫ਼ ਸਮੱਸਿਆ ਉਹ ਧਾਰਨਾ ਹੈ ਜੋ ਅਸੀਂ ਸੇਲਜ਼ ਦੇ ਲੋਕਾਂ ਬਾਰੇ ਬਣਾਈ ਹੈ। ਹੁਣੇ ਜਦੋਂ ਤੁਸੀਂ ਸੈਲਿੰਗ ਬਾਰੇ ਸੋਚਦੇ ਹੋ ਤਾਂ ਤੁਹਾਡੇ ਦਿਮਾਗ਼ ਵਿੱਚ ਜੋ ਤਸਵੀਰਾਂ ਉੱਭਰ ਕੇ ਆਉਂਦੀਆਂ ਹਨ ਉਹ ਹੈ ਦਰਵਾਜ਼ੇ ਖੜਕਾਉਣਾ, ਕਾਰ ਦੀਆਂ ਖਿੜਕੀਆਂ 'ਤੇ ਹੱਥ ਮਾਰਨਾ ਜਾਂ ਸਟੋਰ ਕਾਉਂਟਰਾਂ 'ਤੇ ਜ਼ਬਰਦਸਤੀ ਵੇਚਣ ਵਾਲਾ ਸੇਲਜ਼ਮੈਨ। ਇਹਨਾਂ ਤਸਵੀਰਾਂ ਨੂੰ ਕੁਝ ਹੋਰ ਸੇਲਜ਼ਮੈਨਾਂ ਵਿੱਚ ਬਦਲਣ ਦੀ ਲੋੜ ਹੈ, ਜਿਵੇਂ ਮਹਾਤਮਾ ਗਾਂਧੀ, ਨਰਿੰਦਰ ਮੋਦੀ, ਸਟੀਵ ਜਾੱਬਜ਼ ਜਾਂ ਜੈਕ ਮਾ। ਅਸਲ ਵਿੱਚ, ਇਹ ਸਾਰੇ ਦੁਨੀਆ ਦੇ ਸਭ ਤੋਂ ਵਧੀਆ ਸੇਲਜ਼ਮੈਨ ਹਨ।

ਤੁਸੀਂ ਕਦੇ ਕਿਸੇ ਜੰਗ ਵਿੱਚ ਅਗਵਾਈ ਨਹੀਂ ਕਰ ਸਕਦੇ ਜੇ ਤੁਸੀਂ ਸੋਚਦੇ ਹੋ ਕਿ ਤੁਸੀਂ ਘੋੜੇ 'ਤੇ ਬੈਠੇ ਹੋਏ ਅਜੀਬ ਜਾਂ ਮੂਰਖ ਲੱਗਦੇ ਹੋ।

– ਨੈਪੋਲੀਅਨ ਬੋਨਾਪਾਰਟ

ਜਦੋਂ ਵੇਚਣਾ ਇੰਨਾ ਵਧੀਆ ਹੈ, ਫਿਰ ਕੁੱਝ ਲੋਕ ਇਸ ਤੋਂ ਕਿਉਂ ਡਰਦੇ ਹਨ? ਇਹ ਕੁੱਝ ਨਹੀਂ ਹੈ, ਬਸ ਲੋਕਾਂ ਨੇ ਸੇਲਾਂ ਬਾਰੇ ਆਪਣੇ ਮਨ ਵਿੱਚ ਗ਼ਲਤ ਧਾਰਨਾਵਾਂ ਬਣਾ ਕੇ ਰੱਖੀਆਂ ਹੋਈਆ ਹਨ:

1. ਮੈਂ ਵਿੱਕਰੀ/ਸੇਲਜ਼ ਵਿੱਚ ਚੰਗਾ ਨਹੀਂ ਹਾਂ। ਮੈਂ ਇਹ ਕਦੇ ਨਹੀਂ ਕੀਤੀ ਹੈ।

ਹਾਂ, ਹੋ ਸਕਦਾ ਹੈ ਤੁਸੀਂ ਸੇਲਜ਼ 'ਚ ਚੰਗੇ ਨਾ ਹੋਵੋ, ਪਰ ਸੇਲਜ਼ ਇੱਕ ਸਿਖਣਯੋਗ ਹੁਨਰ ਹੈ। ਕੀ ਤੁਸੀਂ ਕਿਸੇ ਅਜਿਹੇ ਵਿਅਕਤੀ ਨੂੰ ਜਾਣਦੇ ਹੋ ਜੋ ਸੇਲਜ਼ਪਰਸਨ ਵਜੋਂ ਪੈਦਾ ਹੋਇਆ ਹੋਵੇ। ਤੁਸੀਂ ਇਸ ਵਿੱਚ ਜਦੋਂ ਚਾਹੋ ਵਧੀਆ ਕੰਮ ਕਰ ਸਕਦੇ ਹੋ। ਇਸ ਲਈ ਬਹੁਤ ਸਾਰੀਆਂ ਕਿਤਾਬਾਂ, ਟ੍ਰੇਨਿੰਗ ਪ੍ਰੋਗ੍ਰਾਮ ਅਤੇ ਵੀਡੀਓਜ਼ ਮੌਜੂਦ ਹਨ। ਅਸਲ ਵਿੱਚ ਇਹ ਨਹੀਂ ਹੈ ਕਿ ਤੁਹਾਡੇ ਅੰਦਰ ਵੇਚਣ ਦੀ ਯੋਗਤਾ ਨਾ ਹੋਵੇ, ਗੱਲ ਇਹ ਹੈ ਕਿ ਤੁਸੀਂ ਵੇਚਣਾ ਸਿੱਖਣਾ ਹੀ ਨਹੀਂ ਚਾਹੁੰਦੇ। ਸਿੱਖਣ ਲਈ ਵਚਨਬੱਧ ਹੋ ਜਾਓ ਅਤੇ ਫਿਰ ਸੇਲਜ਼ ਕਰੋ। ਨਿਰੰਤਰ ਅਭਿਆਸ ਅਤੇ ਜਿੱਦ ਤੁਹਾਨੂੰ ਨਿਪੁੰਨ ਬਣਾ ਦੇਵਗੀ।

2. ਮੈਂ ਕਿਸੇ ਨੂੰ ਸਮਝਾ/ਮਨਾ ਨਹੀਂ ਸਕਦਾ

ਇਹ ਇੱਕ ਮਿੱਥ ਹੈ ਕਿ ਤੁਹਾਨੂੰ ਲੋਕਾਂ ਨੂੰ ਸਮਝਾਉਣਾ ਜਾਂ ਯਕੀਨ ਦਿਵਾਉਣਾ ਹੈ। ਸਮਝਾਉਣ ਵਰਗੀ ਕੋਈ ਚੀਜ਼ ਹੁੰਦੀ ਹੀ ਨਹੀਂ। ਤੁਹਾਡਾ ਕੰਮ ਹੈ ਆਪਣੇ ਉਤਪਾਦਾਂ/ਸੇਵਾਵਾਂ ਬਾਰੇ ਦੂਜਿਆਂ ਨੂੰ ਚੰਗੀ ਤਰ੍ਹਾਂ ਦੱਸਣਾ। ਤੁਸੀਂ ਕੇਵਲ ਇਸ ਉਦੇਸ਼ ਨਾਲ ਜਾਓ ਕਿ ਤੁਸੀਂ ਉਨ੍ਹਾਂ ਦੀਆਂ ਸਮੱਸਿਆਵਾਂ ਨੂੰ ਹੱਲ ਕਰਨ ਵਿੱਚ ਉਨ੍ਹਾਂ ਦੀ ਮਦਦ ਕਰਦੇ ਹੋ, ਬਾਕੀ ਸਾਹਮਣੇ ਵਾਲੇ ਵਿਅਕਤੀ ਅਤੇ ਉਸਦੀਆਂ ਲੋੜਾਂ 'ਤੇ ਨਿਰਭਰ ਕਰਦਾ ਹੈ।

3. ਲੋਕ ਨਕਾਰਾਤਮਕ ਹੁੰਦੇ ਹਨ

ਮੇਰੇ 15 ਸਾਲਾਂ ਦੇ ਵੇਚਣ ਦੇ ਅਨੁਭਵਾਂ ਨੇ ਮੈਨੂੰ ਇਹ ਸਿਖਾਇਆ ਹੈ ਕਿ ਕਿਸੇ ਚੀਜ਼ ਨੂੰ ਵੇਚਣ ਲਈ ਗਾਹਕ ਦੇ ਰਵੱਈਏ ਤੋਂ ਜ਼ਿਆਦਾ ਸੇਲਸਪਰਸਨ ਦਾ ਰਵੱਈਆ ਜ਼ਰੂਰੀ ਹੈ। ਇੱਕ ਚੰਗਾ ਸੇਲਸ ਪ੍ਰੋਫ਼ੈਸ਼ਨਲ ਕਦੇ ਵੀ ਆਪਣੇ ਪੇਸ਼ੇ ਨੂੰ ਲੈ ਕੇ ਸ਼ਰਮਿੰਦਾ ਨਹੀਂ ਹੁੰਦਾ। ਤੁਹਾਡੀ ਭੂਮਿਕਾ ਇੱਕ ਹੱਲ ਦੇਣ ਵਾਲੇ ਦੀ ਹੈ ਅਤੇ ਛੇਤੀ ਹੀ ਦੂਜੇ ਲੋਕ ਧੰਨਵਾਦੀ ਹੋ ਜਾਣਗੇ ਕਿ ਤੁਸੀਂ ਉਨ੍ਹਾਂ ਨੂੰ ਆਪਣੇ ਉਤਪਾਦ ਬਾਰੇ ਦੱਸਿਆ/ਪ੍ਰਸਤਾਵਿਤ ਕੀਤਾ।

4. ਮੈਂ ਵੇਚਣ ਦੀ ਰਣਨੀਤੀ ਨਹੀਂ ਜਾਣਦਾ

ਅਸਲ ਵਿੱਚ ਵਿੱਕਰੀ ਅੰਦਰ ਕੋਈ ਟ੍ਰਿਕਸ ਜਾਂ ਚਾਲਾਂ ਨਹੀਂ ਹੁੰਦੀਆਂ। ਬਿਜਨਿਸ ਬਾਰੇ

ਸਿੱਖੋ, ਟ੍ਰਿਕਸ ਬਾਰੇ ਨਹੀਂ। ਟ੍ਰਿਕਸ ਥੋੜ੍ਹੇ ਸਮੇਂ ਲਈ ਧੋਖੇਬਾਜਾਂ ਲਈ ਹਨ, ਜਦੋਂ ਕਿ ਇਸ ਬਿਜ਼ਨਿਸ 'ਚ ਲੰਮੇ ਸਮੇਂ ਤੱਕ ਚੱਲਣ ਵਾਲਿਆਂ ਦੇ ਆਪਣੇ ਮਜ਼ਬੂਤ ਅਧਾਰ ਹੁੰਦੇ ਹਨ। ਵੇਚਣ ਵਾਲਿਆ ਤੋਂ ਖ਼ਰੀਦਦਾਰ ਤੱਕ ਸਿਰਫ਼ ਆਪਣੇ ਵਿਸ਼ਵਾਸ ਅਤੇ ਉਤਸ਼ਾਹ ਨੂੰ ਤਬਦੀਲ ਕਰਨਾ ਹੈ। ਤੁਹਾਨੂੰ ਸਿਰਫ਼ ਇਹ ਪਤਾ ਹੋਣਾ ਚਾਹੀਦਾ ਹੈ ਕਿ ਤੁਸੀਂ ਕੀ ਵੇਚ ਰਹੇ ਹੋ। ਜੇ ਤੁਹਾਡੇ ਕੋਲ ਬੁਨਿਆਦੀ ਸਲੀਕਾ, ਆਮ ਸਮਝ ਅਤੇ ਸੁਣਨ ਦੀ ਯੋਗਤਾ ਹੈ, ਤਾਂ ਤੁਸੀਂ ਚਮਤਕਾਰ ਕਰ ਸਕਦੇ ਹੋ।

5. ਮੈਨੂੰ ਵੇਚਣਾ ਪਸੰਦ ਨਹੀਂ ਹੈ

ਜਦੋਂ ਲੋਕ ਮੈਨੂੰ ਕਹਿੰਦੇ ਹਨ, "ਮੈਨੂੰ ਵੇਚਣਾ ਪਸੰਦ ਨਹੀਂ ਹੈ" ਤਾਂ ਮੈਂ ਉਨ੍ਹਾਂ ਨੂੰ ਇੱਕੋ ਹੀ ਸਵਾਲ ਕਰਦਾ ਹਾਂ, "ਕੀ ਤੁਸੀਂ ਸਿਰਫ਼ ਉਹੀ ਕੰਮ ਕਰਦੇ ਹੋ, ਜੋ ਤੁਹਾਨੂੰ ਪਸੰਦ ਹੈ? ਕੀ ਤੁਸੀਂ ਆਪਣੀ ਨੌਕਰੀ ਨਾਲ ਪਿਆਰ ਕਰਦੇ ਹੋ? ਕੀ ਤੁਸੀਂ ਸਾਰੀ ਜਿੰਦਗੀ ਹਰ ਸਵੇਰ ਦਫ਼ਤਰ ਲਈ ਤਿਆਰ ਹੋ ਕੇ ਜਾਣਾ ਪਸੰਦ ਕਰਦੇ ਹੋ? ਕੀ ਤੁਹਾਨੂੰ ਆਪਣੀ ਜੀਵਨ ਸ਼ੈਲੀ ਪਸੰਦ ਹੈ? ਜੋ ਕਾਰ ਤੁਸੀਂ ਡਰਾਈਵ ਕਰਦੇ ਹੋ, ਕੀ ਤੁਹਾਨੂੰ ਉਹ ਪਸੰਦ ਹੈ? ਕੀ ਤੁਹਾਨੂੰ ਉਹ ਘਰ ਪਸੰਦ ਹੈ ਜਿਸ ਵਿੱਚ ਤੁਸੀਂ ਰਹਿੰਦੇ ਹੋ? ਕੀ ਤੁਹਾਨੂੰ ਇਹ ਗੱਲ ਚੰਗੀ ਲੱਗਦੀ ਹੈ ਕਿ ਤੁਹਾਡੇ ਕੋਲ ਕੋਈ ਫ਼ਾਇਨੈਂਸ਼ੀਅਲ ਸੁਰੱਖਿਆ ਨਹੀਂ ਹੈ? ਕੀ ਤੁਸੀਂ ਹਰ ਰੋਜ਼ ਸਮਝੌਤਾ ਅਤੇ ਤਿਆਗ ਕਰਨਾ ਪਸੰਦ ਕਰਦੇ ਹੋ?" ਸਾਡੇ ਵਿੱਚੋਂ ਜ਼ਿਆਦਾਤਰ ਲੋਕ ਆਪਣੀ ਜਿੰਦਗੀ ਅੰਦਰ ਉਹੀ ਕਰਦੇ ਹਨ, ਜੋ ਉਨ੍ਹਾਂ ਨੂੰ ਪਸੰਦ ਨਹੀਂ ਹੈ। ਗੱਲ ਇਹ ਨਹੀਂ ਕਿ ਕੀ ਕੀਤਾ ਜਾਵੇ, ਗੱਲ ਤਾਂ ਇਹ ਹੈ ਕਿ ਕਿਉਂ ਉਹ ਕੀਤਾ ਅਤੇ ਫਿਰ ਕਿਵੇਂ ਕੀਤਾ ਜਾਏ। ਜੇ ਇੱਕ ਨਵਾਂ ਹੁਨਰ, ਜਿਸ ਦਾ ਨਾਂ "ਵੇਚਣਾ" ਹੈ, ਨੂੰ ਸਿੱਖ ਕੇ ਤੁਸੀਂ ਆਪਣੇ ਸੁਫਨਿਆਂ ਨੂੰ ਤੇਜੀ ਨਾਲ ਪੂਰਾ ਕਰ ਸਕਦੇ ਹੋ ਅਤੇ ਉਸ ਨਾਲ ਤੁਹਾਨੂੰ ਤੁਹਾਡੇ ਕੰਮ ਦੇ ਘੰਟਿਆ ਲਈ ਬਿਹਤਰ ਰਿਟਰਨ ਮਿਲ ਸਕਦਾ ਹੈ ਤਾਂ ਫਿਰ ਕਿਉਂ ਨਾ ਇਸ ਨੂੰ ਸਿੱਖਿਆ ਜਾਏ। ਕੀ ਇਹ ਕਮਾਲ ਨਹੀਂ ਹੋਵੇਗਾ ਕਿ ਇਹ ਨਵਾਂ ਹੁਨਰ ਤੁਹਾਨੂੰ ਇੰਨੀ ਵਿੱਤੀ ਭਰਪੂਰਤਾ ਦੇ ਸਕਦਾ ਹੈ ਕਿ ਇਸ ਨੂੰ ਕਰਨ ਦੇ ਕੁੱਝ ਸਾਲਾਂ ਬਾਅਦ, ਤੁਸੀਂ ਆਪਣੀ ਬਾਕੀ ਦੀ ਸਾਰੀ ਜਿੰਦਗੀ ਸਿਰਫ਼ ਉਹੀ ਕਰਨ ਲਈ ਸੁਤੰਤਰ ਹੋਵੋਗੇ ਜੋ ਤੁਸੀਂ ਕਰਨਾ ਚਾਹੁੰਦੇ ਹੋ।

6. ਮੈਨੂੰ ਸੇਲ ਕਾਲ ਕਰਨ ਤੋਂ ਡਰ ਲੱਗਦਾ ਹੈ

ਹਰ ਵਾਰ ਕੋਈ ਨਵਾਂ ਕੰਮ ਸ਼ੁਰੂ ਕਰਨ ਵੇਲੇ ਸਾਰਿਆਂ ਨੂੰ ਪਹਿਲਾਂ-ਪਹਿਲਾਂ ਡਰ ਤਾਂ ਲੱਗਦਾ ਹੈ ਜਾਂ ਘਬਰਾਹਟ ਹੁੰਦੀ ਹੈ-ਜਿਵੇਂ ਬਾਈਕ ਜਾਂ ਕਾਰ ਡਰਾਈਵ ਕਰਨਾ, ਪਹਿਲੀ ਪੇਸ਼ਕਾਰੀ, ਪੇਂਟਿੰਗ, ਕੋਈ ਖੇਡ ਖੇਡਣਾ, ਕੋਈ ਨਵਾਂ ਸਾਜ਼ ਬਜਾਉਣਾ ਆਦਿ। ਇਸ ਲਈ, ਇਹ ਬਹੁਤ ਹੀ ਸਧਾਰਨ ਜਿਹੀ ਗੱਲ ਹੈ ਕਿ ਕੁੱਝ ਲੋਕ ਆਪਣੀ ਪਹਿਲੀ ਸੇਲ ਕਾਲ ਤੋਂ ਡਰ ਜਾਂਦੇ ਹਨ ਅਤੇ ਕੁੱਝ ਲੋਕ ਬਾਅਦ ਵਿੱਚ ਵੀ ਡਰਦੇ ਹਨ। ਤਿਆਰੀ, ਆਤਮਵਿਸ਼ਵਾਸ ਅਤੇ ਇਨਾਮ ਹੀ ਡਰ ਦਾ ਇਲਾਜ ਹੈ। ਚੰਗੀ ਤਰ੍ਹਾਂ ਤਿਆਰੀ ਕਰੋ, ਆਪਣੇ ਟੂਲ ਆਪਣੇ ਕੋਲ ਰੱਖ ਕੇ ਅੱਗੇ ਵੱਧੋ। ਹਰ ਕੋਈ ਜਿਸ ਦੀ ਤੁਸੀਂ ਪ੍ਰਸ਼ੰਸਾ ਜਾਂ ਉਸ ਨੂੰ ਪਸੰਦ ਕਰਦੇ ਹੋ, ਉਨ੍ਹਾਂ ਸਾਰਿਆਂ ਨੇ ਵੀ ਇਸੇ ਤਰ੍ਹਾਂ ਹੀ ਸ਼ੁਰੂ ਕੀਤਾ ਸੀ।

ਨੈੱਟਵਰਕ ਮਾਰਕੀਟਿੰਗ ਬਿਜ਼ਨਿਸ ਬਾਰੇ ਸਭ ਤੋਂ ਵਧੀਆ ਗੱਲ ਇਹ ਹੈ ਕਿ ਤੁਹਾਨੂੰ ਸੈਲਿੰਗ ਲਈ ਪ੍ਰੋਗਰਾਮਾਂ ਦੇ ਜ਼ਰੀਏ ਲੋੜੀਂਦੀ ਸਿਖਲਾਈ ਮਿਲਦੀ ਹੈ। ਇਸ ਖੇਤਰ ਵਿੱਚ ਤੁਹਾਡੇ ਅੱਪਲਾਈਨ ਅਤੇ ਤੁਹਾਡੇ ਸਾਰੇ ਸੀਨੀਅਰ ਤੁਹਾਡਾ ਨਿੱਜੀ ਤੌਰ

'ਤੇ ਸਹਿਯੋਗ ਕਰਦੇ ਹਨ ਅਤੇ ਤੁਹਾਡੇ ਇਸ ਖੇਤਰ ਵਿੱਚ ਮਾਹਿਰ ਬਣਨ ਤੱਕ ਤੁਹਾਡਾ ਹੱਥ ਫੜ ਕੇ ਰੱਖਣਗੇ। ਸਿਖਲਾਈ ਅਤੇ ਜ਼ਮੀਨੀ ਕੰਮ ਦਾ ਇਹ ਦੋਹਰਾ ਸਮਰਥਨ ਕਿਸੇ ਵੀ ਵਿਅਕਤੀ ਨੂੰ ਸੈਲਿੰਗ/ਵੇਚਣ ਦਾ ਮਾਸਟਰ ਬਣਾ ਸਕਦਾ ਹੈ।

ਕਿਉਂ ਕਿ, ਤੁਹਾਨੂੰ ਵਿੱਕਰੀ ਕਰਨਾ ਪਸੰਦ ਆਉਣ ਕਰ ਕੇ ਤੁਹਾਡੀ ਬੁਨਿਆਦੀ ਚਿੰਤਾਵਾਂ ਦੂਰ ਹੋ ਚੁੱਕੀਆਂ ਹਨ, ਤਾਂ ਹੁਣ ਅਸੀਂ ਆਪਣੀ ਅਸਾਨ, ਹਮੇਸ਼ਾ ਤੋਂ ਪਰਖੀ ਹੋਈ, ਪਹਿਲਾਂ ਤੋਂ ਹੀ ਸਾਬਿਤ, ਉੱਚ ਰਿਵਾਰਡ ਦੇਣ ਵਾਲੀ ਸਫਲਤਾ ਦੀ ਪ੍ਰਕਿਰਿਆ ਨੂੰ ਸਮਝਦੇ ਹਾਂ।

ਇਸ ਦੇ ਤਹਿਤ 5 ਗਤੀਵਿਧੀਆਂ ਸ਼ਾਮਿਲ ਹਨ ਜਿਨ੍ਹਾਂ ਨੂੰ ਵਾਰ-ਵਾਰ ਕੀਤਾ ਜਾਣਾ ਚਾਹੀਦਾ ਹੈ:

1. ਲਿਸਟ ਬਣਾਉਣਾ ਅਤੇ ਸਹੀ ਲੋਕਾਂ ਦੀ ਚੋਣ ਕਰਨਾ
2. ਸੰਪਰਕ ਕਰਨਾ ਅਤੇ ਅਪੋਆਇੰਟਮੈਂਟਸ ਲੈਣਾ
3. ਆਪਣੇ ਬਿਜ਼ਨਿਸ ਪਲਾਨ ਨੂੰ ਸ਼ੇਅਰ ਕਰਨਾ
4. ਫਾੱਲੋ-ਅਪ ਅਤੇ ਸੇਲਸ ਕਲੋਜ਼ਿੰਗ
5. ਨਵੇਂ ਸਹਿਕਰਮੀਆਂ ਦੀ ਸਹੀ ਟੇਕਆੱਫ (ਉਡਾਣ)

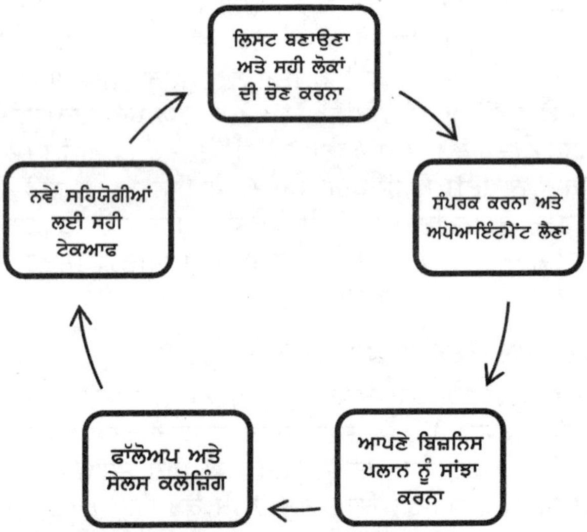

ਸਿਖਣ ਦਾ ਇੱਕੋ ਤਰੀਕਾ ਹੈ - ਕਰਦੇ ਰਹੋ, ਅਤੇ ਉਸ 'ਤੇ ਮੁਹਾਰਤ ਕਰਨ ਦਾ ਇੱਕੋ ਤਰੀਕਾ ਹੈ ਕਿ ਉਸ ਨੂੰ ਵਾਰ-ਵਾਰ ਕਰੋ।

– ਦੀਪਕ ਬਜਾਜ

2. ਲਿਸਟ ਬਣਾਉਣਾ ਅਤੇ ਸਹੀ ਲੋਕਾਂ ਨੂੰ ਚੁਣਨਾ

ਇੱਕ ਮਜ਼ਬੂਤ ਮਾਰਕੀਟਿੰਗ ਬਿਜ਼ਨਿਸ ਬਣਾਉਣ ਲਈ ਪਹਿਲਾ ਕਦਮ ਹੈ ਸੰਭਾਵੀ ਸਹਿਕਰਮੀਆਂ ਦੀ ਇੱਕ ਵੱਡੀ ਜਿਹੀ ਲਿਸਟ ਤਿਆਰ ਕਰਨਾ। ਤੁਹਾਡੀ ਲਿਸਟ ਇਸ ਬਿਜ਼ਨਿਸ ਵਿੱਚ ਤੁਹਾਡਾ ਸਭ ਤੋਂ ਵੱਡਾ ਸਰੋਤ ਹੈ।

ਲਿਸਟ = ਉਮੀਦ

ਸਾਡੇ ਬਿਜ਼ਨਿਸ ਵਿੱਚ ਲਿਸਟ ਬਣਾਉਣਾ ਸਭ ਤੋਂ ਅਸਾਨ ਪ੍ਰਕਿਰਿਆ ਹੈ ਅਤੇ ਇਸ ਨੂੰ ਬਣਾਉਣ ਵਿੱਚ ਤਕਰੀਬਨ 30 ਤੋਂ 60 ਮਿੰਟ ਲੱਗਦੇ ਹਨ। ਪਰ ਇਹ ਵਿਡੰਬਨਾ ਹੀ ਹੈ ਕਿ ਜੋ ਲੋਕ ਇਹ ਬਿਜ਼ਨਿਸ ਸ਼ੁਰੂ ਕਰਦੇ ਹਨ ਉਨ੍ਹਾਂ ਵਿੱਚੋਂ 80% ਲੋਕ ਆਪਣੀ ਲਿਸਟ ਨਹੀਂ ਬਣਾਉਂਦੇ। ਇਸ ਲਈ ਜੇ ਤੁਸੀਂ ਲਿਸਟ ਬਣਾਉਂਦੇ ਹੋ ਤਾਂ ਨੈੱਟਵਰਕ ਮਾਰਕੀਟਿੰਗ ਦੇ ਟਾੱਪ 20% ਲੋਕਾਂ ਵਿੱਚ ਤੁਹਾਡੀ ਸ਼ਮੂਲੀਅਤ ਹੋ ਜਾਂਦੀ ਹੈ ਅਤੇ ਸਭ ਤੋਂ ਚੰਗੀ ਗੱਲ ਇਹ ਹੈ ਕਿ ਤੁਹਾਨੂੰ ਲਿਸਟ ਬਣਾਉਣ ਲਈ ਘਰ ਤੋਂ ਨਿਕਲਣ ਜਾਂ ਕਿਸੇ ਹੋਰ ਨਾਲ ਗੱਲ ਕਰਨ ਦੀ ਲੋੜ ਨਹੀਂ ਹੁੰਦੀ। ਤੁਹਾਡੀ ਮੀਟਿੰਗ ਦਾ ਨਤੀਜਾ ਕੁੱਝ ਵੀ ਹੋਵੇ, ਕੋਈ ਤੁਹਾਡੇ ਜਾਂ ਤੁਹਾਡੇ ਬਿਜ਼ਨਿਸ ਬਾਰੇ ਕੁੱਝ ਵੀ ਕਹੇ, ਜਦੋਂ ਤੱਕ ਤੁਹਾਡੀ ਲਿਸਟ ਵਿੱਚ ਲੋਕ ਹਨ ਅਤੇ ਤੁਹਾਨੂੰ ਇਹ ਪਤਾ ਹੈ ਕਿ ਤੁਸੀਂ ਹਾਲੇ ਤੱਕ ਕਈ ਲੋਕਾਂ ਨੂੰ ਬਿਜ਼ਨਿਸ ਲਈ ਸੰਪਰਕ ਨਹੀਂ ਕੀਤਾ ਹੈ, ਤਾਂ ਤੁਸੀਂ ਆਪਣਾ ਬਿਜ਼ਨਿਸ ਨਹੀਂ ਛੱਡੋਗੇ।

ਇਸ ਲਈ, ਛੇਤੀ ਹੀ ਆਪਣੀ ਲਿਸਟ ਬਣਾਉਣੀ ਸ਼ੁਰੂ ਕਰ ਦਿਓ। ਤੁਸੀਂ ਥੋੜ੍ਹੀ ਦੇਰ ਲਈ ਇਸ ਕਿਤਾਬ ਨੂੰ ਰੱਖ ਕੇ ਆਪਣੀ ਲਿਸਟ ਹੁਣੇ ਹੀ ਬਣਾ ਲਓ, ਤਾਂ ਮੈਨੂੰ ਬਹੁਤ ਖੁਸ਼ੀ ਹੋਵੇਗੀ।

ਲਿਸਟ ਬਣਾਉਣ ਦੇ ਫ਼ਾਇਦੇ

✓ ਤੁਹਾਡੇ ਪ੍ਰਾਸਪੈਕਟਸ/ਸਹਿਭਾਗੀ ਤੁਹਾਡੇ ਨਾਲ ਬਿਜ਼ਨਿਸ ਸ਼ੁਰੂ ਕਰਨਗੇ। ਜੇ ਤੁਸੀਂ ਆਪਣੀ ਲਿਸਟ ਵਿੱਚ ਆਪਣੇ ਲੋਕਾਂ ਦੇ ਨਾਮ ਨਹੀਂ ਲਿਖੋਗੇ, ਤਾਂ ਹੋ ਸਕਦਾ ਹੈ ਕਿ ਤੁਹਾਡੇ ਚੰਗੇ ਸੰਭਾਵੀ ਸਹਿਭਾਗੀ ਛੱਡ ਜਾਣਗੇ। ਆਂਕੜਿਆਂ ਅਨੁਸਾਰ ਆਉਣ ਵਾਲੇ ਸਾਲਾਂ ਵਿੱਚ ਇਹ ਬਿਜ਼ਨਿਸ ਬਹੁਤ ਤੇਜੀ ਨਾਲ ਵਧੇਗਾ, ਅਜਿਹੇ ਸਮੇਂ ਕੋਈ ਹੋਰ ਵਿਅਕਤੀ ਤੁਹਾਡੇ ਸਹਿਭਾਗੀਆਂ ਤੱਕ ਕਦੇ ਨਾ ਕਦੇ ਪਹੁੰਚ ਹੀ ਜਾਏਗਾ ਅਤੇ ਤੁਹਾਨੂੰ ਉਦੋਂ ਹੋਰ ਜ਼ਿਆਦਾ ਮਾੜਾ ਲੱਗੇਗਾ, ਜਦੋਂ ਤੁਸੀਂ ਆਪਣੇ ਦੋਸਤਾਂ ਨੂੰ ਦੂਜੀ ਕੰਪਨੀ ਜਾਂ ਇਸੇ ਕੰਪਨੀ ਦੀ ਵੱਖਰੀ ਟੀਮ ਵਿੱਚ ਕੰਮ ਕਰਦਿਆਂ ਦੇਖੋਗੇ।

✓ ਇੱਕ ਵੱਡੀ ਲਿਸਟ ਹੋਣ ਦਾ ਸਭ ਤੋਂ ਵੱਡਾ ਫਾਇਦਾ ਹੈ ਕਿ ਤੁਸੀਂ ਲੋਕਾਂ ਦੀ ਨਕਾਰਾਤਮਕ ਪ੍ਰਤਿਕਿਰਿਆਵਾਂ ਤੋਂ ਨਿਰਾਸ਼ ਨਹੀਂ ਹੁੰਦੇ। ਕਲਪਨਾ ਕਰੋ ਕਿ ਤੁਸੀਂ 10 ਲੋਕਾਂ ਦੇ ਪਹਿਲੇ ਸਮੂਹ ਨੂੰ ਸੰਪਰਕ ਕੀਤਾ ਅਤੇ ਉਨ੍ਹਾਂ ਸਾਰਿਆਂ ਨੇ ਨਕਾਰਾਤਮਕ ਪ੍ਰਤਿਕਿਰਿਆਵਾਂ ਦਰਸਾਈਆਂ। ਕੁੱਝ ਨੇ ਤਾਂ ਤੁਹਾਨੂੰ ਬਿਜ਼ਨਿਸ ਛੱਡਣ ਦੀ ਵੀ ਸਲਾਹ ਦੇ ਦਿੱਤੀ। ਅਜਿਹੇ ਨਕਾਰਾਤਮਕ ਵਿਚਾਰਾਂ ਨੂੰ ਸੁਣ ਕੇ ਤੁਹਾਨੂੰ ਕਿਵੇਂ ਲੱਗੇਗਾ ਇਹ ਇਸ ਗੱਲ ’ਤੇ ਨਿਰਭਰ ਕਰਦਾ ਹੈ ਕਿ ਤੁਹਾਡੀ ਲਿਸਟ ਵਿੱਚ ਕਿੰਨੇ ਲੋਕ ਹਨ। ਜੇ ਤੁਹਾਡੀ 10 ਤੋਂ 20 ਲੋਕਾਂ ਦੀ ਲਿਸਟ ਹੈ, ਤਾਂ ਇਹ ਪ੍ਰਤਿਕ੍ਰਿਆ ਕੋਈ ਸੁਨਾਮੀ ਤੋਂ ਘੱਟ ਨਹੀਂ ਹੈ, ਜੋ ਤੁਹਾਡੇ ਬਿਜ਼ਨਿਸ ਨੂੰ ਤਬਾਹ ਕਰ ਦੇਵੇਗੀ ਪਰ ਇਸੇ ਪ੍ਰਸਥਿਤੀ ਵਿੱਚ ਜੇ ਤੁਹਾਡੀ ਲਿਸਟ ਵਿੱਚ 300 ਜਾਂ ਜ਼ਿਆਦਾ ਲੋਕਾਂ ਦੀ ਹੈ, ਤਾਂ ਤੁਹਾਨੂੰ ਫ਼ਰਕ

ਵੀ ਨਹੀਂ ਪੈਂਦਾ ਕਿਉਂ ਕਿ ਤੁਸੀਂ ਤਾਂ ਹੁਣੇ ਤਿਆਰੀ ਮਾਤਰ ਹੀ ਕੀਤੀ ਹੈ, ਲਿਸਟ ਦੇ ਜ਼ਿਆਦਾਤਰ ਲੋਕਾਂ ਨੂੰ ਸੰਪਰਕ ਕਰਨਾ ਤਾਂ ਅਜੇ ਬਾਕੀ ਹੈ।

ਲੋਕ ਦੂਜਿਆਂ ਤੋਂ ਨਾਂਹ-ਪੱਖੀ ਜਵਾਬ ਕਾਰਨ ਇਹ ਬਿਜ਼ਨਿਸ ਨਹੀਂ ਛੱਡਦੇ, ਉਹ ਬਿਜ਼ਨਿਸ ਇਸ ਲਈ ਛੱਡ ਦਿੰਦੇ ਹਨ ਕਿਉਂ ਕਿ ਉਨ੍ਹਾਂ ਦੀ ਲਿਸਟ ਬਹੁਤ ਛੋਟੀ ਹੁੰਦੀ ਹੈ।

✓ ਤੁਹਾਨੂੰ ਸਭ ਤੋਂ ਵਧੀਆ ਲੋਕਾਂ ਨੂੰ ਚੁਣਨ ਦੀ ਆਜ਼ਾਦੀ ਮਿਲ ਜਾਂਦੀ ਹੈ। ਜਦੋਂ ਤੁਹਾਡੇ ਕੋਲ ਵੱਡੀ ਲਿਸਟ ਹੁੰਦੀ ਹੈ, ਤਾਂ ਤੁਸੀਂ ਆਪਣੀ ਪਹਿਲੀ ਕੁੱਝ ਮੀਟਿੰਗਾਂ ਲਈ ਸਭ ਤੋਂ ਚੰਗੇ ਪ੍ਰਾਸਪੈਕਟ ਚੁਣ ਸਕਦੇ ਹੋ। ਕਿਉਂ ਕਿ ਤੁਸੀਂ ਆਪਣੇ ਬੈਸਟ ਪ੍ਰਾਸਪੈਕਟ ਨੂੰ ਚੁਣ ਰਹੇ ਹੋ, ਤਾਂ ਤੁਹਾਡੀ ਸੇਲ ਨੂੰ ਕਲੋਜ਼ ਕਰਨ ਦੀਆਂ ਸੰਭਾਵਨਾਵਾਂ ਜ਼ਿਆਦਾ ਹਨ। ਜੇ ਤੁਹਾਡੇ ਕੋਲ ਬਿਜ਼ਨਿਸ ਦੀ ਸ਼ੁਰੂਆਤ ਵਿੱਚ ਹੀ ਕੁੱਝ ਕਾਬਿਲ ਲੋਕ ਆ ਜਾਣ, ਤਾਂ ਤੁਹਾਡੇ ਬਿਜ਼ਨਿਸ ਦੀ ਸ਼ੁਰੂਆਤ ਕਾਫ਼ੀ ਵਧੀਆ ਹੋਵੇਗੀ। ਇਸ ਬਿਜ਼ਨਿਸ ਵਿੱਚ ਕੰਮ ਕਰਨ ਦਾ ਅਰਥ ਆਪਣੀ ਜਿੰਦਗੀ ਦਾ ਇੱਕ ਹਿੱਸਾ ਕਿਸੇ ਹੋਰ ਨੂੰ ਦੇ ਦੇਣਾ ਹੈ। ਆਪਣੀ ਜਿੰਦਗੀ ਨੂੰ ਕਿਸੇ ਦੇ ਨਾਮ ਕਰਨ ਲਈ ਤੁਸੀਂ ਸਹੀ ਲੋਕਾਂ ਦੀ ਚੋਣ ਕਿਉਂ ਨਹੀਂ ਕਰਦੇ?

✓ ਇੱਕ ਵੱਡੀ ਲਿਸਟ ਤੁਹਾਡੀ ਗੰਭੀਰਤਾ ਨੂੰ ਦਰਸਾਉਂਦੀ ਹੈ ਅਤੇ ਇਹ ਫ਼ਾਲੋਅੱਪ ਕਰਨ ਸਮੇਂ ਬਹੁਤ ਵਧੀਆ ਸਾਧਨ ਹੈ। ਤੁਸੀਂ ਲੋਕਾਂ ਨੂੰ ਸਬੂਤ ਵਜੋਂ ਇਸ ਨੂੰ ਦਿਖਾ ਸਕਦੇ ਹੋ ਕਿ ਇਸ ਬਿਜ਼ਨਿਸ ਦੇ ਜ਼ਰੀਏ ਤੁਸੀਂ ਆਪਣੇ ਸੁਫਨਿਆਂ ਨੂੰ ਪੂਰਾ ਕਰਨ ਲਈ ਕਿੰਨੇ ਜ਼ਿਆਦਾ ਗੰਭੀਰ ਹੋ।

✓ ਵੱਡੀ ਲਿਸਟ ਤੁਹਾਡੇ ਆਤਮਵਿਸ਼ਵਾਸ ਨੂੰ ਬਹੁਤ ਉੱਚਾ ਰੱਖਦੀ ਹੈ ਅਤੇ ਤੁਹਾਨੂੰ ਅੱਗੇ ਵਧਾਉਂਦੀ ਰਹਿੰਦੀ ਹੈ ਕਿਉਂ ਕਿ ਤੁਹਾਡੇ ਕੋਲ ਇੱਕ ਬਹੁਤ ਵੱਡਾ ਸਰੋਤ ਹੈ।

ਜਦੋਂ ਇਸਦੇ ਇੰਨੇ ਫ਼ਾਇਦੇ ਹਨ ਤਾਂ ਲੋਕ ਲਿਸਟ ਬਣਾਉਣ ਲਈ ਇੰਨਾ ਝਿਜਕਦੇ ਕਿਉਂ ਹਨ? ਇਸਦਾ ਕਾਰਨ ਸੌਖਾ ਹੈ ਕਿਉਂ ਕਿ ਉਨ੍ਹਾਂ ਨੂੰ ਆਪਣੇ ਬਿਜ਼ਨਿਸ 'ਤੇ ਭਰੋਸਾ ਨਹੀਂ ਹੈ। ਦਰਅਸਲ ਉਨ੍ਹਾਂ ਨੂੰ ਇਹ ਭਰੋਸਾ ਹੀ ਨਹੀਂ ਹੈ ਕਿ ਇਸ ਬਿਜ਼ਨਿਸ ਤੋਂ ਉਨ੍ਹਾਂ ਜਾਂ ਉਨ੍ਹਾਂ ਦੇ ਲੋਕਾਂ ਦਾ ਕੁੱਝ ਫਾਇਦਾ ਹੋ ਸਕਦਾ ਹੈ। ਕੁੱਝ ਲੋਕਾਂ ਦਾ ਰਵੱਈਆ ਅਜਿਹਾ ਹੁੰਦਾ ਹੈ ਕਿ ਉਨ੍ਹਾਂ ਨੂੰ ਅਜਿਹਾ ਭਰਮ ਹੁੰਦਾ ਹੈ ਕਿ ਉਨ੍ਹਾਂ ਨੂੰ ਪਤਾ ਹੈ ਕਿ ਇਸ ਬਿਜ਼ਨਿਸ ਨੂੰ ਕਿਵੇਂ ਕੀਤਾ ਜਾਏ। ਉਹ ਕੋਈ ਸਿਸਟਮ ਫ਼ਾਲੋ ਨਹੀਂ ਕਰਨਾ ਚਾਹੁੰਦੇ। ਅਜਿਹੇ ਮਾਮਲਿਆਂ ਵਿੱਚ ਇੰਨਾਂ ਲੋਕਾਂ ਨੂੰ 1 ਤੋਂ 3 ਇਵੈਂਟ ਵਿੱਚ ਸ਼ਾਮਿਲ ਹੋਣ ਲਈ ਕਹਿ ਕੇ ਫਿਰ ਲਿਸਟ ਬਣਾਉਣ ਦੀ ਪ੍ਰਕਿਰਿਆ ਸ਼ੁਰੂ ਕਰੋ। ਤੁਸੀਂ ਉਨ੍ਹਾਂ ਵਿੱਚ ਹੋਏ ਬਦਲਾਵਾਂ ਨੂੰ ਦੇਖ ਕੇ ਹੈਰਾਨ ਰਹਿ ਜਾਓਗੇ।

ਵੱਡੀ ਸਫਲਤਾ ਲਈ ਲਿਸਟ ਬਣਾਉਣ ਦੀ ਪ੍ਰਕਿਰਿਆ

ਹੁਣ ਮੈਂ ਤੁਹਾਨੂੰ ਸਧਾਰਨ, ਸ਼ਕਤੀਸ਼ਾਲੀ ਅਤੇ ਪਹਿਲਾਂ ਤੋਂ ਪ੍ਰਮਾਣਿਤ ਹੋਈ ਲਿਸਟ ਬਣਾਉਣ ਦੀ ਪ੍ਰਕਿਰਿਆ ਦੱਸਣ ਜਾ ਰਿਹਾ ਹਾਂ ਜੋ ਮੈਂ ਸਾਲਾਂ ਦੇ ਅਨੁਭਵਾਂ ਨਾਲ ਵਿਕਸਤ ਕੀਤੀ ਹੈ। ਤੁਸੀਂ ਜਿਵੇਂ ਹੀ ਲਿਸਟ ਬਣਾਉਣ ਦਾ ਕੰਮ ਸ਼ੁਰੂ ਕਰੋ ਤਾਂ ਲਿਸਟ ਨੂੰ ਵਿਕਸਤ ਕਰਨ ਲਈ ਗੋਲਡਨ ਫ਼ਾਰਮੂਲਾ : (BEST) **ਸਭ ਤੋਂ ਵਧੀਆ ਲਿਸਟ**

BEST ਲਿਸਟ

B-Build - ਲਿਸਟ ਬਣਾਓ

E-Expand - ਉਸ ਨੂੰ ਵੱਡਾ ਕਰੋ

S-Select - ਆਪਣੀ ਲਿਸਟ ਵਿੱਚੋਂ ਲੋਕਾਂ ਨੂੰ ਚੁਣੋ

T-Train - ਹਰ ਰੋਜ਼ ਆਪਣੀ ਲਿਸਟ ਵਿੱਚ ਹੋਰ ਲੋਕਾਂ ਨੂੰ ਜੋੜਨ ਲਈ ਆਪਣੇ-ਆਪ ਨੂੰ ਤਿਆਰ ਰੱਖੋ।

ਲਿਸਟ ਬਣਾਓ, ਫਿਰ ਆਪਣੀ ਲਿਸਟ ਦਾ ਵਿਸਤਾਰ ਕਰੋ, ਆਪਣੀ ਲਿਸਟ ਵਿੱਚੋਂ ਸਭ ਤੋਂ ਵਧੀਆ ਲੋਕਾਂ ਨੂੰ ਚੁਣੋ ਅਤੇ ਇਸ ਲਿਸਟ ਵਿੱਚ ਰੋਜ਼ਾਨਾ ਹੋਰ ਲੋਕਾਂ ਨੂੰ ਸ਼ਾਮਿਲ ਕਰਨ ਲਈ ਆਪਣੇ-ਆਪ ਨੂੰ ਸਿਖਲਾਈ ਦਿਓ। ਆਓ, ਇੰਨਾਂ ਚਾਰਾਂ ਨੂੰ ਵਿਸਤਾਰ ਨਾਲ ਸਮਝਦੇ ਹਾਂ:-

1. ਲਿਸਟ ਬਣਾਓ

ਅੱਜ ਜਿਨ੍ਹਾਂ ਲੋਕਾਂ ਨਾਲ ਮਿਲਣ ਤੋਂ ਤੁਸੀਂ ਝਿਜਕ ਰਹੇ ਹੋ, ਉਹ ਤੁਹਾਨੂੰ ਕੁੱਝ ਮਹੀਨਿਆਂ ਵਿੱਚ ਧੰਨਵਾਦ ਜ਼ਰੂਰ ਦੇਣਗੇ ਕਿਉਂ ਕਿ ਤੁਸੀਂ ਉਨ੍ਹਾਂ ਦਾ ਨਾਮ ਆਪਣੀ ਲਿਸਟ ਵਿੱਚ ਰੱਖਿਆ ਸੀ।

– ਦੀਪਕ ਬਜਾਜ

✓ ਆਪਣੀ ਲਿਸਟ ਨੂੰ ਜਿੰਨਾ ਹੋ ਸਕੇ ਓਨੀ ਵੱਡੀ ਬਣਾਓ ਅਤੇ ਸਾਰਿਆਂ ਨੂੰ ਇਸ ਵਿੱਚ ਸ਼ਾਮਿਲ ਕਰੋ। ਇਸ ਨਾਲ ਕੁੱਝ ਫ਼ਰਕ ਨਹੀਂ ਪੈਂਦਾ ਕਿ ਉਹ ਤੁਹਾਡੇ ਨਾਲ ਬਿਜ਼ਨਿਸ ਸ਼ੁਰੂ ਕਰਨਗੇ ਜਾਂ ਨਹੀਂ, ਜਾਂ ਉਹ ਤੁਹਾਨੂੰ ਮਿਲਣਗੇ ਵੀ ਜਾਂ ਨਹੀਂ। ਬੱਸ ਆਪਣੀ ਲਿਸਟ ਵਿੱਚ ਲੋਕਾਂ ਦੇ ਨਾਮ ਲਿਖਦੇ ਜਾਓ। ਅਸੀਂ ਲਿਸਟ ਵਿੱਚੋਂ ਸ਼ਾਇਦ ਸਾਰਿਆਂ ਨੂੰ ਸੰਪਰਕ ਨਹੀਂ ਕਰ ਪਾਵਾਂਗੇ ਪਰ ਸਾਡੀ ਲਿਸਟ ਵਿੱਚ ਸਾਰੇ ਲੋਕਾਂ ਦੀ ਜ਼ਰੂਰਤ ਹੈ। ਸਾਡੇ ਬਿਜ਼ਨਿਸ ਵਿੱਚ ਇੱਕ ਸੰਪਰਕ ਨਾਲ ਕਈ ਅਣਗਿਣਤ ਸੰਪਰਕ ਬਣ ਸਕਦੇ ਹਨ। ਸਾਨੂੰ ਇਹ ਨਹੀਂ ਪਤਾ ਕਿ ਸਾਡਾ ਸਟਾਰ ਪਰਫ਼ਾਰਮਰ ਕਿੱਥੋਂ ਆਵੇਗਾ ਪਰ ਯਾਦ ਰੱਖੋ ਕਿ ਉਹ ਬਹੁਤ ਛੇਤੀ ਤੁਹਾਨੂੰ ਧੰਨਵਾਦ ਦੇਣਗੇ ਕਿ ਉਨ੍ਹਾਂ ਦਾ ਨਾਮ ਤੁਹਾਡੀ ਲਿਸਟ ਵਿੱਚ ਹੈ।

✓ ਆਪਣਾ ਨਜ਼ਰੀਆ ਬਦਲੋ: ਜਦੋਂ ਮੈਂ ਬਿਜ਼ਨਿਸ ਸ਼ੁਰੂ ਕੀਤਾ ਸੀ, ਤਾਂ ਮੈਂ ਲਿਸਟ ਬਣਾਉਣ ਵਿੱਚ ਝਿਜਕਦਾ ਸੀ, ਪਰ ਜਦੋਂ ਮੈਂ ਆਪਣਾ ਨਜ਼ਰੀਆ ਵੇਚਣ ਦੀ ਬਜਾਇ ਸਾਂਝਾ/ਸ਼ੇਅਰ ਕਰਨ ਅਤੇ ਸੇਵਾ/ਮਦਦ ਕਰਨ ਲਈ ਬਦਲਿਆ ਤਾਂ, ਮੈਨੂੰ ਅਚਾਨਕ ਇਸ ਬਿਜ਼ਨਿਸ ਵਿੱਚੋਂ ਕਈ ਸੈਂਕੜੇ ਲੋਕ ਯਾਦ ਆਉਣ ਲੱਗੇ। ਉਦੋਂ ਤੋਂ ਲੈ ਕੇ ਅੱਜ ਤੱਕ, ਮੇਰੀ ਲਿਸਟ ਕਦੇ ਖ਼ਤਮ ਨਹੀਂ ਹੋਈ। ਇੱਥੋਂ ਤੱਕ ਕਿ ਹੁਣ ਤਾਂ ਮੈਨੂੰ ਇੰਵ ਲੱਗਦਾ ਹੈ ਕਿ ਹਰ ਕੋਈ ਮੇਰਾ ਗਾਹਕ/ਸਹਿਕਰਮੀ ਬਣ ਸਕਦਾ ਹੈ।

✓ ਕੁੱਝ ਲੋਕ ਜੋ ਖ਼ੁਦ ਨੂੰ ਬਹੁਤ ਸਮਾਰਟ ਸਮਝਦੇ ਹਨ ਉਹ ਤੁਹਾਡੇ ਨਾਲ ਹਮੇਸ਼ਾ ਬਹਿਸ ਕਰਨਗੇ ਕਿ ਉਨ੍ਹਾਂ ਦੇ ਦਿਮਾਗ਼ ਵਿੱਚ ਹਮੇਸ਼ਾ ਲਿਸਟ ਰਹਿੰਦੀ ਹੈ ਅਤੇ ਉਨ੍ਹਾਂ ਨੂੰ ਇਸ ਨੂੰ ਪੇਪਰ 'ਤੇ ਲਿਖਣ ਦੀ ਕੋਈ ਲੋੜ ਨਹੀਂ ਹੈ। ਮੈਂ ਤੁਹਾਨੂੰ ਡਾਇਰੀ ਵਿੱਚ ਲਿਸਟ ਬਣਾਉਣ ਦੀ ਸਲਾਹ ਕਿਉਂ ਦਿੰਦਾ ਹਾਂ ਕਿਉਂ ਕਿ ਜਦੋਂ ਤੁਹਾਡਾ ਦਿਮਾਗ਼ ਖ਼ਾਲੀ ਹੋ ਜਾਏਗਾ ਤਾਂ ਉਹ ਆਪਣੇ-ਆਪ ਲਿਸਟ ਵਿੱਚ ਲਿਖਣ ਲਈ ਨਵੇਂ ਨਾਮਾਂ ਨੂੰ ਲੱਭਣ ਲੱਗੇਗਾ। ਤੁਹਾਨੂੰ ਹੈਰਾਨੀ ਹੋਵੇਗੀ ਕਿ ਕਿਵੇਂ ਇੱਕ ਤੋਂ ਬਾਅਦ ਇੱਕ ਨਾਮ ਤੁਹਾਡੇ ਦਿਮਾਗ਼ ਵਿੱਚ ਆਉਂਦੇ ਜਾ ਰਹੇ ਹਨ। ਲਿਸਟ ਬਣਾ ਕੇ ਅਸੀਂ ਇਹ ਚਾਹੁੰਦੇ ਹਾਂ ਕਿ ਆਪਣੇ ਦਿਮਾਗ਼ ਨੂੰ ਐਕਟੀਵੇਟ ਕਰਕੇ ਨਵੇਂ ਨਾਮਾਂ ਨੂੰ ਇੱਕ ਤੋਂ ਬਾਅਦ ਇੱਕ ਜੋੜਦੇ ਚੱਲੇ ਜਾਈਏ। ਹਾਲਾਂਕਿ ਡਾਇਰੀ ਵਿੱਚ ਨਾਮ ਲਿਖਣਾ ਮੇਰੇ ਵਾਸਤੇ ਜਾਦੂ ਦਾ ਕੰਮ ਕਰਦਾ ਹੈ, ਪਰ ਜੇ ਤੁਸੀਂ ਚਾਹੋ ਤਾਂ ਆਪਣੀ ਲਿਸਟ ਆਪਣੇ ਟੇਬਲੇਟ ਜਾਂ ਕਿਸੇ ਮੋਬਾਈਲ ਐਪ ਵਿੱਚ ਵੀ ਬਣਾ ਸਕਦੇ ਹੋ। ਯਾਦ ਰੱਖੋ ਕਿ ਤੁਹਾਡਾ ਉਦੇਸ਼, ਇੱਕ ਵੱਡੀ ਲਿਸਟ ਬਣਾਉਣਾ ਹੈ।

✓ ਕਿੰਨਾ ਲੋਕਾਂ ਨੂੰ ਲਿਸਟ ਵਿੱਚ ਹੋਣਾ ਚਾਹੀਦਾ ਹੈ: ਕੋਈ ਵੀ ਜਿੰਦਾ ਵਿਅਕਤੀ ਜੋ ਇੱਕ ਬਿਜ਼ਨਿਸ ਮੀਟਿੰਗ ਲਈ 45 ਤੋਂ 60 ਮਿੰਟ ਦੇ ਸਕਦਾ ਹੈ, ਉਸਦਾ ਸੁਆਗਤ ਹੈ। ਦੋਸਤ, ਰਿਸ਼ਤੇਦਾਰ, ਸਹਿਕਰਮੀ, ਗੁਆਂਢੀ, ਕਾਲਜ ਦੇ ਸਾਥੀ, ਸਕੂਲ ਦੇ ਸਾਥੀ, ਤੁਹਾਡੇ ਕਲੱਬ ਦੇ ਦੋਸਤ, ਵੱਖ-ਵੱਖ ਮੌਕਿਆਂ 'ਤੇ ਮਿਲਣ ਵਾਲੇ ਲੋਕ ਆਦਿ ਤੁਹਾਡੀ ਸ਼ੁਰੂਆਤੀ ਲਿਸਟ ਵਿੱਚ ਹੋ ਸਕਦੇ ਹਨ।

✓ ਉਨ੍ਹਾਂ ਲੋਕਾਂ ਦੀ ਤਲਾਸ਼ ਕਰੋ ਜਿਨ੍ਹਾਂ ਦੇ ਸੁਫ਼ਨੇ ਤੁਹਾਡੇ ਨਾਲੋਂ ਵੱਡੇ ਹਨ। ਜਦੋਂ ਉਹ ਲੋਕ ਤੁਹਾਡੇ ਨਾਲ ਬਿਜ਼ਨਿਸ ਕਰਨਾ ਸ਼ੁਰੂ ਕਰਨਗੇ ਤਾਂ ਉਹ ਤੁਹਾਡੀ ਸੋਚ ਤੋਂ ਕਿਤੇ ਦੂਰ ਤੁਹਾਡੇ ਬਿਜ਼ਨਿਸ ਨੂੰ ਲੈ ਜਾਣਗੇ।

✓ ਜੇ ਤੁਸੀਂ ਸ਼ਾਦੀਸ਼ੁਦਾ ਹੋ ਤਾਂ ਪਤੀ ਜਾਂ ਪਤਨੀ ਇੱਕੱਠੇ ਬੈਠ ਕੇ ਲਿਸਟ ਬਣਾਓ। ਜੇ ਤੁਸੀਂ ਇਕੱਲੇ ਹੋ ਤਾਂ ਆਪਣੇ ਭਰਾਂ-ਭੈਣਾਂ ਜਾਂ ਮਾਤਾ-ਪਿਤਾ ਨੂੰ ਸ਼ਾਮਿਲ ਕਰੋ। ਉਹ ਤੁਹਾਨੂੰ ਕੁੱਝ ਸੰਕੇਤ ਦੇ ਸਕਦੇ ਹਨ ਜੋ ਤੁਹਾਨੂੰ ਨਾਮ ਯਾਦ ਰੱਖਣ ਵਿੱਚ ਮਦਦ ਕਰਨਗੇ ਅਤੇ ਉਨ੍ਹਾਂ ਦੀਆਂ ਆਪਣੀਆਂ ਵੱਖਰੀਆਂ ਲਿਸਟਾਂ ਵੀ ਹੋਣਗੀਆਂ ਜੋ ਤੁਹਾਡੀ ਲਿਸਟ ਵਿੱਚ ਸ਼ਾਮਿਲ ਕੀਤੀਆਂ ਜਾ ਸਕਦੀਆ ਹਨ। ਹੁਣ ਤੁਹਾਡੇ ਕੋਲ ਇੱਕ ਵੱਡੀ ਫੈਮਲੀ ਲਿਸਟ ਹੋਵੇਗੀ।

✓ ਲਿਸਟ ਬਣਾਉਣ ਸਮੇਂ ਲੋਕਾਂ ਨਾਲ ਪੱਖਪਾਤ ਨਾ ਕਰੋ। ਅਸੀਂ ਉਨ੍ਹਾਂ ਲੋਕਾਂ ਦੀ ਤਲਾਸ਼ ਵਿੱਚ ਹਾਂ, ਜੋ ਖ਼ੁਦ ਕਿਸੇ ਚੀਜ਼ ਦੀ ਤਲਾਸ਼ ਵਿੱਚ ਹਨ, ਸਾਨੂੰ ਪਤਾ ਨਹੀਂ ਕੌਣ ਕਿਸ ਚੀਜ਼ ਦੀ ਤਲਾਸ਼ ਵਿੱਚ ਹੈ। ਇਸ ਬਿਜ਼ਨਿਸ ਵਿੱਚ ਅਮਲੀ ਤੌਰ ਤੇ ਸਾਰਿਆਂ ਲਈ ਕੁੱਝ ਨਾ ਕੁੱਝ ਹੈ।

✓ ਪਾਵਰ ਦਾ ਇੱਕ ਘੰਟਾ (An Hour of Power): ਹੁਣ ਮੈਂ ਤੁਹਾਨੂੰ ਆਪਣਾ ਸੀਕ੍ਰੇਟ ਫ਼ਾਰਮੂਲਾ ਦੱਸਦਾ ਹਾਂ, ਜਿਸ ਨੂੰ ਪਾਵਰ ਦਾ ਇੱਕ ਘੰਟਾ ਕਿਹਾ ਜਾਂਦਾ ਹੈ। ਆਪਣੀ ਸ਼ੁਰੂਆਤੀ ਲਿਸਟ ਬਣਾਉਣ ਲਈ ਇੱਕ ਘੰਟਾ ਵਿਸ਼ੇਸ਼ ਤੌਰ 'ਤੇ ਅਲੱਗ ਰੱਖੋ। ਆਪਣੇ ਪਤੀ/ਪਤਨੀ ਜਾਂ ਪਰਿਵਾਰ ਦੇ ਕਿਸੇ ਇੱਕ ਮੈਂਬਰ ਨਾਲ ਸੁਖਦਾਈ ਜਗ੍ਹਾ 'ਤੇ ਬੈਠੋ। ਆਪਣੇ ਮੋਬਾਈਲ ਨੂੰ ਏਅਰਪਲੇਨ ਮੋਡ ਤੇ ਪਾ ਦਿਓ, ਸਾਰੀਆਂ ਪਰੇਸ਼ਾਨੀਆਂ ਨੂੰ ਦੂਰ ਰੱਖੋ ਅਤੇ ਛੇਤੀ ਨਾਂ ਲਿਖਣੇ ਸ਼ੁਰੂ ਕਰ ਦਿਓ। ਸਾਡਾ ਮਨ ਚੀਜ਼ਾਂ ਅਤੇ ਲੋਕਾਂ ਨੂੰ ਸੰਗਤ ਵਿੱਚ ਯਾਦ ਕਰਦਾ ਹੈ। ਇਸ ਲਈ, ਇੱਕ ਆਰਡਰ ਦੀ ਪਾਲਣਾ ਕਰੋ ਜਿਵੇਂ ਕਿ ਤੁਹਾਡੇ ਜਨਮ ਤੋਂ ਲੈ ਕੇ ਮੌਜੂਦਾ ਦਿਨ ਤੱਕ, ਜਾਂ ਉਲਟਾ। ਤੁਸੀਂ ਜਿੰਨੀਆਂ ਵੀ ਕੰਪਨੀਆਂ ਵਿੱਚ ਕੰਮ ਕੀਤਾ ਹੈ ਉਸ ਵਿੱਚ ਤੁਹਾਡੇ ਨਾਲ ਕੰਮ ਕਰਨ ਵਾਲੇ ਲੋਕਾਂ ਦੇ ਨਾਮ ਇੱਕ-ਇੱਕ ਕਰ ਲਿਖੋ, ਤੁਸੀਂ ਜਿੰਨੇ ਵੀ ਸਕੂਲ ਅਤੇ ਕਾਲਿਜਾਂ ਵਿੱਚ ਗਏ ਹੋ ਉਨ੍ਹਾਂ ਦੇ ਨਾਮ ਵੀ ਇੱਕ-ਇੱਕ ਕਰ ਲਿਖੋ। ਆਪਣੇ ਦਿਮਾਗ਼ ਨੂੰ ਕੁੱਝ ਸਕਿੰਟਾਂ ਦਾ ਵਕਤ ਦਿਓ ਤੇ ਉਹ ਤੁਹਾਨੂੰ ਨਾਵਾਂ ਦੀ ਇੱਕ ਲੜੀ/ਲਿਸਟ ਦੇ ਦੇਵੇਗਾ। ਕੁੱਝ ਵੀ ਵਿਸ਼ਲੇਸ਼ਣ ਜਾਂ ਬਹਿਸ ਨਾ ਕਰੋ। ਉਦੇਸ਼ ਇਹ ਹੈ ਕਿ ਜਿੰਨੇ ਜ਼ਿਆਦਾ ਹੋ ਸਕਦਾ ਹੈ ਓਨੇ ਨਾਮ ਲਿਖੋ। ਇਸ ਕੰਮ ਨੂੰ ਚੰਗੀ ਤਰ੍ਹਾਂ ਕਰੋ ਅਤੇ ਇਸ ਕੰਮ ਦੇ ਖ਼ਤਮ ਹੁੰਦੇ ਹੀ ਇਸ ਵੱਡੀ ਲਿਸਟ ਦੇ ਨਾਲ ਤੁਸੀਂ ਆਪ ਹੈਰਾਨ ਰਹਿ ਜਾਓਗੇ। ਘੜੀ ਨਾ ਦੇਖੋ। ਤੁਹਾਡੇ ਦਿਮਾਗ਼ ਵਿੱਚ ਜਿੰਨੇ ਜ਼ਿਆਦਾ ਨਾਮ ਆ ਸਕਦੇ ਹਨ, ਓਨੇ ਲਿਖਦੇ ਜਾਓ। ਲਿਸਟ ਬਣਾਉਣ ਲਈ ਬਤੀਤ ਹੋਇਆ ਸਮਾਂ ਤੁਹਾਨੂੰ ਨਿਰਾਸ਼ਾਪੂਰਨ ਸਮੇਂ ਦੀ ਬਚਤ ਹੋਵੇਗੀ।

✓ ਸਮੇਂ ਦੇ ਨਿਵੇਸ਼ ਨੂੰ ਕਰਨ ਤੋਂ ਬਾਅਦ ਮੈਂ ਦੇਖਿਆ ਹੈ ਕਿ ਲੋਕਾਂ ਨੂੰ ਇਸ

ਅਭਿਆਸ ਤੋਂ ਬਾਅਦ ਹਜ਼ਾਰਾਂ ਨਾਮ ਹੋਰ ਯਾਦ ਆ ਜਾਂਦੇ ਹਨ, ਪਰ ਮੈਂ ਤੁਹਾਨੂੰ ਇਹ ਸਲਾਹ ਦਿਆਂਗਾ ਕਿ ਤੁਸੀਂ ਉਦੋਂ ਤੱਕ ਨਾ ਰੁਕੋ ਜਦੋਂ ਤੱਕ ਕਿ ਤੁਹਾਡੀ ਲਿਸਟ ਵਿੱਚ 300 ਤੋਂ 500 ਨਾਮ ਨਾ ਹੋ ਜਾਣਗੇ। ਇੱਕ ਸਰਵੇ ਅਨੁਸਾਰ ਇੱਕ ਔਸਤ 20 ਸਾਲ ਦਾ ਵਿਅਕਤੀ ਤਕਰੀਬਨ 2000 ਲੋਕਾਂ ਨੂੰ ਉਨ੍ਹਾਂ ਦੇ ਅਸਲ ਨਾਵਾਂ ਨਾਲ ਜਾਣਦਾ ਹੈ, ਇਸ ਲਈ 2000 ਨਾਮ ਲਿਖਣ ਦਾ ਟੀਚਾ ਲਓ।

2. ਆਪਣੀ ਲਿਸਟ ਦਾ ਵਿਸਤਾਰ ਕਰੋ

ਖ਼ੁਸ਼ਹਾਲੀ ਤੁਹਾਡੇ ਕੋਲੋਂ ਸਿਰਫ਼ ਇੱਕ ਸੰਪਰਕ ਦੂਰ ਹੈ।

– ਦੀਪਕ ਬਜਾਜ

✓ ਸ਼ੁਰੂਆਤੀ ਲਿਸਟ ਬਣਾਉਣ ਤੋਂ ਬਾਅਦ ਆਪਣੀ ਲਿਸਟ ਨੂੰ ਅੱਗੇ ਵਧਾਉਣ ਵਿੱਚ ਲੱਗ ਜਾਓ। ਮੇਰਾ ਪੱਕਾ ਮੰਨਣਾ ਹੈ ਅਤੇ ਇਹੋ ਜਿਹੇ ਹਜ਼ਾਰਾਂ ਹੀ ਸਬੂਤ ਹਨ ਕਿ ਅਸਲੀ ਖ਼ਜ਼ਾਨਾ ਇੱਥੇ ਲੁੱਕਿਆ ਹੋਇਆ ਹੈ। ਤੁਸੀਂ ਇਹ ਕਿਵੇਂ ਕਰਦੇ ਹੋ?

✓ ਇਹ ਰਵੱਈਆ ਅਤੇ ਵਿਸ਼ਵਾਸ ਰੱਖੋ ਕਿ ਸਾਰੀ ਦੁਨੀਆ ਤੁਹਾਡੀ ਟੀਮ ਹੋ ਸਕਦੀ ਹੈ। ਤੁਸੀਂ ਲੋਕਾਂ ਨੂੰ ਆਪਣੀ ਲਿਸਟ ਵਿੱਚ ਸ਼ਾਮਿਲ ਕਰਕੇ ਉਨ੍ਹਾਂ ਦੀ ਮਦਦ ਕਰੋਗੇ।

✓ ਅਸੀਂ ਇਸ ਸਹਿਯੋਗ ਲਈ ਆਪਣੇ ਦਿਮਾਗ਼ ਦੀ ਅਦਭੁੱਤ ਸ਼ਕਤੀ ਨੂੰ ਵਰਤਣਾ ਚਾਹੁੰਦੇ ਹਾਂ। ਤੁਸੀਂ ਜਦੋਂ ਆਪਣੀ ਲਿਸਟ ਵਿੱਚ ਹਰੇਕ ਨੂੰ ਇੱਕ-ਇੱਕ ਕਰਕੇ ਦੇਖਦੇ ਹੋ ਤਾਂ ਤੁਹਾਨੂੰ ਲੋਕਾਂ ਦੇ ਚਿਹਰੇ ਦਿਖਾਈ ਦੇਣਗੇ, ਜਦੋਂ ਉਨ੍ਹਾਂ ਦੇ ਚਿਹਰੇ ਦੇਖੋਗੇ ਤਾਂ ਕਈ ਹੋਰ ਲੋਕਾਂ ਨੂੰ ਦੇਖੋਗੇ ਜਿਨ੍ਹਾਂ ਨੂੰ ਤੁਸੀਂ ਜਾਣਦੇ ਹੋ। ਇਹ ਉਹ ਲੋਕ ਹਨ ਜਿਨ੍ਹਾਂ ਨੂੰ ਸਾਡੇ ਲੋਕ ਜਾਣਦੇ ਹਨ। ਹੁਣ ਅਸੀਂ ਉਨ੍ਹਾਂ ਲੋਕਾਂ ਦੇ ਨਾਮ ਲਿਖਣਾ ਚਾਹੁੰਦੇ ਹਾਂ ਜੋ ਸਾਡੀ ਲਿਸਟ ਦੇ ਨਾਮ ਵਾਲੇ ਲੋਕਾਂ ਨਾਲ ਦਿਖਦੇ ਹਨ ਜਾਂ ਉਨ੍ਹਾਂ ਦੇ ਆਲੇ-ਦੁਆਲੇ ਹੁੰਦੇ ਹਨ। ਉਨ੍ਹਾਂ ਨੂੰ ਕਾਲ ਕਰਨ ਬਾਰੇ ਸੋਚ ਕੇ ਪਰੇਸ਼ਾਨ ਨਾ ਹੋਣਾ ਅਤੇ ਨਾ ਹੀ ਹੁਣੇ ਉਨ੍ਹਾਂ ਨਾਲ ਮੀਟਿੰਗ ਬਾਰੇ ਸੋਚਣਾ। ਹੋ ਸਕਦਾ ਹੈ ਸਾਨੂੰ ਇਸ ਦੀ ਲੋੜ ਹੀ ਨਾ ਪਵੇ, ਪਰ ਆਪਣੀ ਲਿਸਟ ਵਿੱਚ ਉਨਾਂ ਦੇ ਨਾਮ ਸ਼ਾਮਿਲ ਕਰ ਲਓ। ਜੇ ਤੁਹਾਡੀ ਸ਼ੁਰੂਆਤੀ ਲਿਸਟ ਵਿੱਚ 500 ਲੋਕ ਹਨ ਅਤੇ ਤੁਸੀਂ ਹਰੇਕ ਜਾਣ-ਪਛਾਣ ਦੇ 10 ਹੋਰ ਨਾਮ ਸ਼ਾਮਿਲ ਕਰ ਲਏ, ਤਾਂ ਤੁਹਾਡੀ ਲਿਸਟ 5000 ਤੱਕ ਵੱਧ ਜਾਵੇਗੀ।

✓ ਜਿਵੇਂ ਤੁਸੀਂ ਆਪਣੀ ਸ਼ੁਰੂਆਤੀ ਲਿਸਟ ਬਣਾਈ ਸੀ, ਠੀਕ ਉਸੇ ਤਰ੍ਹਾਂ ਫਿਰ ਕੁੱਝ ਸਮਾਂ ਕਢੋ ਅਤੇ ਬਿਨਾਂ ਕਿਸੇ ਵਿਸ਼ਲੇਸ਼ਣ ਦੇ ਆਪਣੇ ਪਤੀ/ਪਤਨੀ, ਭਰਾ-ਭੈਣ, ਮਾਤਾ-ਪਿਤਾ ਦੇ ਨਾਲ ਬੈਠ ਕੇ ਲਿਸਟ ਨੂੰ ਵਧਾਉਣ ਲਈ ਕੰਮ ਕਰੋ।

✓ ਤੁਸੀਂ ਨਾਵਾਂ ਨੂੰ ਜੋੜਨ ਲਈ ਬਹੁਤ ਸਾਰੇ ਸਰੋਤਾਂ ਦੀ ਮਦਦ ਲੈ ਸਕਦੇ ਹੋ, ਜਿਵੇਂ ਕਿ ਫੇਸਬੁੱਕ, ਲਿੰਕਡਇਨ, ਇੰਸਟਾਗ੍ਰਾਮ, ਵਾਟਸਐਪ ਗਰੁੱਪ, ਫ਼ੋਨ ਬੁੱਕ, ਪੁਰਾਣੀਆਂ ਫੋਟੋਆਂ ਅਤੇ ਐਲਬਮਾਂ ਆਦਿ ਦੀ ਵਰਤੋਂ ਕਰ ਸਕਦੇ ਹੋ।

✓ ਆਪਣੇ ਸਾਰੇ ਨਵੇਂ ਸਹਿਕਰਮੀਆਂ ਨੂੰ ਉਨ੍ਹਾਂ ਦੀਆਂ ਲਿਸਟ ਬਣਾਉਣ ਵਿੱਚ ਮਦਦ ਕਰੋ। ਜੋ ਕੋਈ ਵੀ ਤੁਹਾਡੇ ਨਾਲ ਕੰਮ ਸ਼ੁਰੂ ਕਰ ਰਿਹਾ ਹੈ ਉਸ ਨੂੰ ਬਿਜ਼ਨਿਸ ਸ਼ੁਰੂ ਕਰਨ ਦੇ ਇੱਕ ਹਫਤੇ ਅੰਦਰ ਹੀ ਆਪਣੀ ਲਿਸਟ ਬਣਾਉਣੀ ਚਾਹੀਦੀ ਹੈ। ਤੁਸੀਂ ਹੁਣੇ ਜੋ ਬੈਸਟ ਲਿਸਟ ਫ਼ਾਰਮੂਲਾ ਸਿੱਖਿਆ ਹੈ, ਉਨ੍ਹਾਂ ਨੂੰ ਵੀ ਸਿੱਖਾ ਦਿਓ।

✓ ਲੋਕ ਬਹੁਤ ਸਾਰੇ ਗ਼ੈਰਜ਼ਰੂਰੀ ਕਾਰਨਾਂ ਕਰਕੇ ਲਿਸਟ ਨਹੀਂ ਬਣਾਉਂਦੇ, ਪਰ

ਇਸ ਨੂੰ ਅਸਾਨੀ ਨਾਲ ਸੰਭਾਲਿਆ ਜਾ ਸਕਦਾ ਹੈ। ਲਿਸਟ ਨਹੀਂ ਬਣਾਉਣ ਦਾ ਇੱਕੋ ਕਾਰਨ ਇਹ ਵੀ ਹੋ ਸਕਦਾ ਹੈ ਕਿ ਉਹ ਲਿਸਟ ਬਣਾਉਣ ਜਾਂ ਸਿਸਟਮ ਨੂੰ ਫ਼ਾਲੋ ਕਰਨ ਦੀ ਸ਼ਕਤੀ ਨੂੰ ਨਹੀਂ ਸਮਝਦੇ ਹੋਣ। ਉਨ੍ਹਾਂ ਨੂੰ ਹੋਰ ਚੰਗੀ ਤਰ੍ਹਾਂ ਸਮਝਾਉਣ ਲਈ ਆਪਣੇ ਅੱਪਲਾਈਨ ਜਾਂ ਆਉਣ ਵਾਲੇ ਟ੍ਰੇਨਿੰਗ ਪ੍ਰੋਗਰਾਮ ਦੀ ਵਰਤੋਂ ਕਰੋ। ਯਾਦ ਰੱਖੋ: ਕੋਈ ਪਲਾਨ ਉਦੋਂ ਹੀ ਕੰਮ ਕਰੇਗਾ ਜਦੋਂ ਤੁਸੀਂ ਉਸ ਪਲਾਨ ਅਨੁਸਾਰ ਕੰਮ ਕਰੋਗੇ।

3. ਚੋਣ

ਇਸ ਗੱਲ ਨਾਲ ਫ਼ਰਕ ਨਹੀਂ ਪੈਂਦਾ ਕਿ ਕੌਣ ਪਲਾਨ ਦੇ ਰਿਹਾ ਹੈ, ਫ਼ਰਕ ਇਸ ਗੱਲ ਨਾਲ ਪੈਂਦਾ ਹੈ ਕਿ ਪਲਾਨ ਦਿੱਤਾ ਕਿਸ ਨੂੰ ਜਾ ਰਿਹਾ ਹੈ।

– ਦੀਪਕ ਬਜਾਜ

ਚੰਗੀ ਚੋਣ ਓਨੀ ਹੀ ਜ਼ਰੂਰੀ ਹੈ ਜਿੰਨੀ ਕਿ ਇੱਕ ਵੱਡੀ ਲਿਸਟ ਬਣਾਉਣਾ। ਸਹੀ ਚੋਣ ਕਰਨ ਨਾਲ ਅੱਧਾ ਕੰਮ ਖ਼ਤਮ ਹੋ ਜਾਂਦਾ ਹੈ। ਸਾਡੀ ਸਫਲਤਾ ਦੀ ਪ੍ਰਕਿਰਿਆ ਅੰਦਰ ਚੋਣ ਇੱਕ ਬੜਾ ਮਹੱਤਵਪੂਰਨ ਹਿੱਸਾ ਹੈ। ਤੁਹਾਡੇ ਬਿਜ਼ਨਿਸ ਦੇ ਸ਼ੁਰੂਆਤੀ ਕੁੱਝ ਹਫਤੇ ਬਹੁਤ ਹੀ ਚੁਣੌਤੀਪੂਰਨ ਅਤੇ ਦਿਲਚਸਪ ਹੋਣਗੇ। ਇਹ ਨਿਰਣਾ ਲੈਣਾ ਬਹੁਤ ਜ਼ਰੂਰੀ ਹੈ ਕਿ ਆਪਣੇ ਸੁਫਨਿਆਂ ਦੀ ਯਾਤਰਾ ਅਰੰਭ ਕਰਨ ਸਮੇਂ ਤੁਸੀਂ ਕਿਸਦੇ ਨਾਲ ਰਹਿਣਾ ਚਾਹੁੰਦੇ ਹੋ। ਆਪਣੇ ਬਿਜ਼ਨਿਸ ਲਈ ਸਭ ਤੋਂ ਵਧੀਆ ਲੋਕਾਂ ਦੀ ਚੋਣ ਕਰੋ। ਜਿਵੇਂ ਹੀ ਤੁਹਾਡੀ ਲਿਸਟ ਪੂਰੀ ਹੋ ਜਾਵੇਗੀ ਆਪਣੇ ਅੱਪਲਾਈਨ ਨਾਲ ਸਲਾਹ ਲਓ ਅਤੇ ਤੁਸੀਂ ਦੋਵੇ ਮਿਲ ਕੇ ਇਸ ਸੰਬੰਧੀ ਉਨ੍ਹਾਂ ਲੋਕਾਂ ਦੀ ਪਹਿਲੀ ਲਿਸਟ ਬਣਾਓ ਜਿਨ੍ਹਾਂ ਨੂੰ ਮਿਲ ਕੇ ਆਪਣੇ ਬਿਜ਼ਨਿਸ ਦਾ ਪਲਾਨ ਸਾਂਝਾ ਕੀਤਾ ਜਾ ਸਕਦਾ ਹੈ। ਇਸ ਸੰਬੰਧੀ ਮੇਰੇ ਦੁਆਰਾ ਨਿਰਮਿਤ ਗਾਈਡ ਲਾਈਨਾਂ ਹੇਠਾਂ ਲਿਖੀਆਂ ਗਈਆ ਹਨ – ਆਪਣੀ ਲਿਸਟ ਨੂੰ ਤਿੰਨ ਸ਼੍ਰੇਣੀਆਂ ਵਿੱਚ ਵੰਡ ਲਓ: ਗਰਮ (Hot), ਨਿਘਾ (Warm) ਅਤੇ ਠੰਡਾ (Cold)।

✓ **ਗਰਮ (Hot)**: ਇਹ ਉਹ ਲੋਕ ਹਨ ਜਿਨ੍ਹਾਂ ਨਾਲ ਤੁਸੀਂ ਨਿਯਮਿਤ ਤੌਰ ’ਤੇ ਸੰਪਰਕ ਵਿੱਚ ਹੁੰਦੇ ਹੋ। ਤੁਸੀਂ ਉਨ੍ਹਾਂ ਨੂੰ ਆਮ ਕਰਕੇ ਮਿਲਦੇ ਅਤੇ ਉਨ੍ਹਾਂ ਨਾਲ ਚੰਗਾ ਤਾਲਮੇਲ ਸਾਂਝਾ ਕਰਦੇ ਹੋ। ਤੁਹਾਡਾ ਉਨ੍ਹਾਂ ਨਾਲ ਸੰਬੰਧ ਬਹੁਤ ਵਧੀਆ ਹੁੰਦਾ ਹੈ। ਕਿਉਂ ਕਿ ਇਹ ਪ੍ਰਸਤਾਵ ਤੁਹਾਡੇ ਵੱਲੋਂ ਆ ਰਿਹਾ ਹੈ ਤਾਂ ਉਹ ਇਸ ਨੂੰ ਗੰਭੀਰਤਾ ਨਾਲ ਲੈਣਗੇ। ਇਸ ਸ਼੍ਰੇਣੀ ਵਿੱਚ ਹਰੇਕ ਕੋਲ 20 ਤੋਂ 30 ਲੋਕ ਹੁੰਦੇ ਹਨ।

✓ ਉਨ੍ਹਾਂ ਨੂੰ ਤੁਹਾਡੀ ਗਰਮ ਲਿਸਟ ਵਿੱਚ ਰੱਖਣ ਦੇ ਦੋ ਕਾਰਨ ਹਨ- ਪਹਿਲਾ, ਉਹ ਲੋਕ ਤੁਹਾਡੇ ਨਜ਼ਦੀਕੀ ਹਨ, ਇਸ ਲਈ ਤੁਹਾਡੀਆਂ ਪਸੰਦ ਅਤੇ ਸੋਚਣ ਦੀ ਪ੍ਰਕਿਰਿਆ ਵੀ ਇੱਕੋ ਜਿਹੀਆ ਹੋਣਗੀਆਂ। ਜੇ ਤੁਹਾਨੂੰ ਕੁੱਝ ਪਸੰਦ ਆਇਆ ਹੈ ਤਾਂ ਸੰਭਾਵਨਾ ਹੈ ਕਿ ਉਨ੍ਹਾਂ ਨੂੰ ਉਹ ਵਿਚਾਰ ਪਸੰਦ ਆਵੇਗਾ। ਦੂਜਾ, ਨੈੱਟਵਰਕ ਮਾਰਕੀਟਿੰਗ ਬਿਜ਼ਨਿਸ ਲੋਕਾਂ ਲਈ ਨਵਾਂ ਨਹੀਂ ਹੈ। ਪਹਿਲਾਂ ਵੀ ਕੁੱਝ ਲੋਕਾਂ ਨੇ ਉਨ੍ਹਾਂ ਨਾਲ ਇਸ ਸੰਬੰਧੀ ਗੱਲਾਂ ਕੀਤੀਆਂ ਹੋਣਗੀਆਂ, ਜਿਸ ਬਾਰੇ ਉਨ੍ਹਾਂ ਦੇ ਆਪਣੇ ਵਿਚਾਰ ਹੋ ਸਕਦੇ ਹਨ। ਕਿਉਂ ਕਿ ਇਹ ਪ੍ਰਸਤਾਵ ਤੁਹਾਡੇ ਵੱਲੋਂ ਆ ਰਿਹਾ ਹੈ, ਉਹ ਇਸ ਨੂੰ ਧਿਆਨ ਨਾਲ ਸੁਣ ਕੇ ਬੜੀ ਗੰਭੀਰਤਾ ਨਾਲ ਇਸ ’ਤੇ ਵਿਚਾਰ ਕਰਨਗੇ। ਅਸੀਂ ਸਿਰਫ਼ ਇਹੋ ਚਾਹੁੰਦੇ ਹਾਂ ਕਿ ਲੋਕ ਖੁੱਲ੍ਹੇ ਦਿਮਾਗ਼ ਨਾਲ ਸਾਡਾ

ਪ੍ਰਸਤਾਵ ਸੁਣਨ ਅਤੇ ਗਰਮ ਸ਼੍ਰੇਣੀ ਦੇ ਲੋਕ ਇਸ ਲਈ ਸਭ ਤੋਂ ਵਧੀਆ ਹਨ।

✓ **ਨਿੱਘਾ (Warm)**: ਕੁੱਝ ਲੋਕ ਅਜਿਹੇ ਹੁੰਦੇ ਹਨ ਜਿਨ੍ਹਾਂ ਨੂੰ ਤੁਸੀਂ ਜਾਣਦੇ ਹੋ ਅਤੇ ਉਹ ਤੁਹਾਡੇ ਬਿਜ਼ਨਿਸ ਲਈ ਸਹੀ ਵੀ ਹੁੰਦੇ ਹਨ। ਅਕਸਰ ਅਜਿਹੇ ਲੋਕ ਸਕਾਰਾਤਮਕ, ਉੱਚੇ ਸੁਫ਼ਨੇ ਦੇਖਣ ਵਾਲੇ, ਊਰਜਾਵਾਨ ਵਿਅਕਤੀ ਹੁੰਦੇ ਹਨ। ਉਨ੍ਹਾਂ ਦੀ ਸ਼ਖ਼ਸੀਅਤ ਕਾਫੀ ਚੰਗੀ ਹੁੰਦੀ ਹੈ ਅਤੇ ਉਨ੍ਹਾਂ ਦੀ ਸਮਾਜਿਕ ਤਸਵੀਰ ਵੀ ਚੰਗੀ ਹੁੰਦੀ ਹੈ ਪਰ ਉਨ੍ਹਾਂ ਨਾਲ ਤੁਹਾਡਾ ਰਿਸ਼ਤਾ ਜਾਂ ਤਾਲਮੇਲ ਦਰਅਸਲ ਮਜ਼ਬੂਤ ਨਹੀਂ ਹੁੰਦਾ। ਤੁਸੀਂ ਉਨ੍ਹਾਂ ਨਾਲ ਪਰਿਵਾਰਕ ਸਮਾਗਮਾਂ ਜਾਂ ਆਪਣੇ ਬੱਚਿਆਂ ਦੇ ਸਕੂਲ ਜਾਂ ਆਪਣੇ ਗੁਆਂਢੀਆਂ ਨਾਲ ਮਿਲਦੇ ਹੋ, ਜਿਨ੍ਹਾਂ ਨੂੰ ਤੁਸੀਂ ਚਿਹਰੇ ਤੋਂ ਪਛਾਣਦੇ ਹੋ ਪਰ ਅਸਲ ਵਿੱਚ ਨਹੀਂ ਜਾਣਦੇ ਜਾਂ ਬਹੁਤ ਸਾਰੀਆਂ ਸੰਸਥਾਵਾਂ ਦੇ ਹੋਰ ਬਹੁਤ ਸਾਰੇ ਲੋਕ ਜੋ ਤੁਹਾਡੇ ਸੰਪਰਕ ਵਿੱਚ ਆਉਂਦੇ ਹਨ ਪਰ ਜਿਨ੍ਹਾਂ ਨਾਲ ਤੁਸੀਂ ਕੰਮ ਤੋਂ ਇਲਾਵਾ ਕਦੇ ਗੱਲਬਾਤ ਨਹੀਂ ਕੀਤੀ ਹੁੰਦੀ। ਤੁਹਾਡੇ ਕੁੱਝ ਸੋਸ਼ਲ ਮੀਡੀਆ ਦੋਸਤ ਵੀ ਇਸੇ ਸ਼੍ਰੇਣੀ ਵਿੱਚ ਆਉਂਦੇ ਹਨ।

✓ **ਠੰਡਾ (Cold)**: ਬਾਕੀ ਬਚੇ ਹੋਏ ਲੋਕ ਇਸ ਕੋਲਡ ਸ਼੍ਰੇਣੀ ਵਿੱਚ ਆਉਂਦੇ ਹਨ। ਜਿਨਾਂ ਲੋਕਾਂ ਨੂੰ ਤੁਸੀਂ ਉੱਪਰ ਲਿੱਖੀਆਂ ਗਈਆਂ ਦੋਵੇਂ ਸ਼੍ਰੇਣੀਆਂ ਵਿੱਚ ਨਹੀਂ ਪਾਉਂਦੇ, ਉਨ੍ਹਾਂ ਨੂੰ ਤੁਸੀਂ ਠੰਡੀ ਸ਼੍ਰੇਣੀ ਵਿੱਚ ਪਾ ਦਿੰਦੇ ਹੋ। ਕੁੱਝ ਲੋਕ ਜੋ ਰਿਸ਼ਤੇਦਾਰ ਹੁੰਦੇ ਹਨ ਜਾਂ ਰਿਸ਼ਤੇਦਾਰਾਂ ਦੇ ਦੋਸਤ ਜਾਂ ਫਿਰ ਦੋਸਤਾਂ ਦੇ ਦੋਸਤ ਹੋਣ ਜਾਂ ਉਹ ਲੋਕ ਜਿਨ੍ਹਾਂ ਨਾਲ ਅਸੀਂ ਕਦੇ ਕੋਈ ਗੱਲ ਨਹੀਂ ਕੀਤੀ ਹੈ ਜਾਂ ਸਾਡੇ ਜ਼ਿਆਦਾਤਰ ਸੋਸ਼ਲ ਮੀਡੀਆ ਦੋਸਤ ਇਸੇ ਸ਼੍ਰੇਣੀ ਵਿੱਚ ਫਿੱਟ ਬੈਠਦੇ ਹਨ।

ਉਪਰੋਕਤ ਲਿਸਟ ਉਨ੍ਹਾਂ ਲੋਕਾਂ ਲਈ ਬਣਾਈ ਗਈ ਹੈ, ਜਿਨ੍ਹਾਂ ਨਾਲ ਅਸੀਂ ਆਪਣੇ ਬਿਜ਼ਨਿਸ ਬਾਰੇ ਗੱਲਾਂ ਕਰਾਂਗੇ। ਪਰ ਕੁੱਝ ਲੋਕਾਂ ਨਾਲ ਅਸੀਂ ਸਿਰਫ਼ ਉਤਪਾਦਾਂ ਬਾਰੇ ਗੱਲਾਂ ਕਰਨਾ ਚਾਹਾਂਗੇ, ਅਜਿਹੇ ਲੋਕਾਂ ਨੂੰ ਅਸੀ ਇੱਕ ਵੱਖਰੀ ਲਿਸਟ ਵਿੱਚ ਰੱਖਦੇ ਹਾਂ ਜਿਸ ਨੂੰ ਪ੍ਰੋਡਕਟ ਗਾਹਕ ਕਹਿੰਦੇ ਹਾਂ। ਉਹ ਤੁਹਾਡੇ ਪ੍ਰੋਡਕਟ ਦੀ ਵਰਤੋਂ ਕਰ ਉਸਦੀਆਂ ਸਿਫ਼ਾਰਿਸ਼ਾਂ ਕਰਦੇ ਹਨ। ਤਾਂ ਤੁਸੀਂ ਆਪਣੇ ਗਾਹਕਾਂ ਨੂੰ ਵੀ ਤਿੰਨ ਸ਼੍ਰੇਣੀਆਂ ਵਿੱਚ ਵੰਡ ਸਕਦੇ ਹੋ - ਗਰਮ, ਨਿੱਘੇ ਅਤੇ ਠੰਡੇ।

4. ਆਪਣੀ ਲਿਸਟ ਵਿੱਚ ਰੋਜ਼ ਨਵੇਂ ਲੋਕਾਂ ਨੂੰ ਜੋੜਨ ਲਈ ਖ਼ੁਦ ਨੂੰ ਤਿਆਰ ਕਰੋ

ਯਾਦ ਰੱਖੋ ਕਿ ਹੋਰ ਸਾਰੇ ਹੁਨਰਾਂ ਵਾਂਗ ਲਿਸਟ ਬਣਾਉਣਾ ਵੀ ਇੱਕ ਸਿਖਣ ਵਾਲਾ ਹੁਨਰ ਹੈ, ਜਿਸ ਨੂੰ ਵਿਕਸਤ ਕੀਤਾ ਜਾ ਸਕਦਾ ਹੈ। ਕਿਉਂ ਕਿ ਅਸੀਂ ਨੈੱਟਵਰਕ ਮਾਰਕੀਟਿੰਗ ਨੂੰ ਆਪਣੇ ਪੇਸ਼ੇ ਵਜੋਂ ਚੁਣਿਆ ਹੈ ਅਤੇ ਇਸ ਬਿਜ਼ਨਿਸ ਦੇ ਜ਼ਰੀਏ ਅਸੀਂ ਆਪਣੇ ਸੁਫਨਿਆਂ ਨੂੰ ਪੂਰਾ ਕਰਨਾ ਚਾਹੁੰਦੇ ਹਾਂ ਇਸ ਲਈ ਸਾਨੂੰ ਆਪਣੀ ਲਿਸਟ ਵਿੱਚ ਨਿਅਮਿਤ ਤੌਰ 'ਤੇ ਨਵੇਂ ਨਾਮ ਸ਼ਾਮਿਲ ਕਰਨ ਦੇ ਹੁਨਰ ਵਿੱਚ ਮੁਹਾਰਤ ਹਾਸਿਲ ਕਰਨੀ ਚਾਹੀਦੀ ਹੈ।

✓ ਤੁਹਾਡੀ ਸ਼ੁਰੂਆਤੀ ਲਿਸਟ ਵਿੱਚ ਜੋੜੇ ਗਏ ਨਾਵਾਂ ਤੋਂ ਬਾਅਦ ਹੁਣ ਸਮਾਂ ਹੈ ਲਿਸਟ ਵਿੱਚ ਅਜਨਬੀਆਂ ਨੂੰ ਜੋੜਨ ਦਾ। ਤੁਹਾਡੇ ਬਿਜ਼ਨਿਸ ਵਿੱਚ ਇੱਕ ਵੱਡੀ ਛਾਲ ਅਜਨਬੀਆਂ ਤੋਂ ਆਵੇਗੀ ਅਤੇ ਉਹ ਤੁਹਾਡੇ ਲਈ ਇੱਕ ਬਹੁਤ ਵੱਡਾ ਮੌਕਾ ਹੈ। ਅਜਨਬੀ ਲੋਕ ਸੋਨੇ ਦੀ ਖਦਾਨ ਵਾਂਗ ਹੁੰਦੇ ਹਨ ਅਤੇ ਜ਼ਿਆਦਾਤਰ ਲੋਕਾਂ ਲਈ ਸਭ ਤੋਂ ਮਜ਼ਬੂਤ ਟੀਮ ਅਜਨਬੀਆਂ ਨਾਲ ਹੀ ਬਣਦੀ ਹੈ। ਮੈਨੂੰ ਵੀ ਇਸ ਬਿਜ਼ਨਿਸ ਵਿੱਚ ਇੱਕ ਅਜਨਬੀ ਵਿਅਕਤੀ ਹੀ ਲੈ ਕੇ ਆਇਆ ਸੀ। ਇਸ

ਲਈ ਪੂਰੀ ਦੁਨੀਆ ਤੁਹਾਡੇ ਲਈ ਇੱਕ ਬਜ਼ਾਰ ਹੈ। ਹੁਣ ਬਾਹਰ ਨਿਕਲੋ ਅਤੇ ਸਾਰਿਆਂ ਨੂੰ ਦੱਸੋ ਕਿ ਸਾਡੇ ਕੋਲ ਆਪਣੇ ਸੁਫਨਿਆਂ ਨੂੰ ਪੂਰਾ ਕਰਨ ਦਾ ਇੱਕ ਬਿਹਤਰ ਅਤੇ ਤੇਜ਼ ਤਰੀਕਾ ਹੈ।

✓ ਆਪਣੀ ਸ਼ਖ਼ਸੀਅਤ, ਅਨੁਭਵ, ਪੇਸ਼ੇ ਜਾਂ ਪਿਛੋਕੜ ਦੀ ਪਰਵਾਹ ਕੀਤੇ ਬਿਨਾਂ, ਮੈਂ ਤੁਹਾਨੂੰ ਨਵੇਂ ਦੋਸਤ ਬਣਾਉਣ ਦਾ ਹੁਨਰ ਵਿਕਸਤ ਕਰਨ ਦੀ ਸਿਫ਼ਾਰਸ਼ ਕਰਦਾ ਹਾਂ। ਗੱਲਬਾਤ ਸ਼ੁਰੂ ਕਰਨ ਅਤੇ ਰਿਸ਼ਤੇ ਬਣਾਉਣ ਦੀ ਕਲਾ ਨੂੰ ਵਧਾਓ। ਕੀ ਇਹ ਰੁਮਾਂਚਕ ਨਹੀਂ ਹੈ? ਕਲਪਨਾ ਕਰੋ, ਕੋਈ ਤੁਹਾਨੂੰ ਪੁੱਛ ਰਿਹਾ ਹੈ ਕਿ ਤੁਹਾਡੇ ਬਿਜ਼ਨਿਸ ਵਿੱਚ ਤੁਹਾਡਾ ਕੀ ਕੰਮ ਹੈ? ਤਾਂ ਤੁਸੀਂ ਕਹੋਗੇ ਨਵੇਂ ਦੋਸਤ ਬਣਾਉਣਾ। ਥੋੜ੍ਹੇ ਬਾਹਰ ਜਾਣ ਵਾਲੇ ਬਣੋ। ਜਦੋਂ ਤੁਸੀਂ ਸਮਾਗਮਾਂ (ਪਾਰਟੀ, ਬਰਥਡੇ, ਵਰ੍ਹੇਗੰਢ, ਕਲਬ ਮੀਟਿੰਗ, ਕਾਲੇਜ ਰੀ-ਯੂਨੀਅਨ, ਸਥਾਨੀ ਕਮਿਊਨਿਟੀ ਇਵੈਂਟ ਆਦਿ) ਸਕੂਲ ਵਿੱਚ ਪੇਰੈਂਟਸ ਟੀਚਰ ਮੀਟਿੰਗ, ਸਪੋਰਟਸ ਇਵੈਂਟ, ਕੋਈ ਤਿਓਹਾਰ ਜਾਂ ਜਦੋਂ ਕਿਤੇ ਬਾਹਰ ਯਾਤਰਾ ਕਰ ਰਹੇ ਹੁੰਦੇ ਹੋ ਤਾਂ ਇਹੋ ਜਿਹੇ ਹੋਰ ਮੌਕਿਆਂ ਵਿੱਚ ਸ਼ਾਮਿਲ ਹੋ ਕੇ ਲੋਕਾਂ ਨਾਲ ਗੱਲਬਾਤ ਕਰੋ।

✓ ਮੇਰਾ ਵਿਸ਼ਵਾਸ ਕਰੋ ਗੱਲ ਸਿਰਫ਼ ਇੰਨੀ ਹੀ ਹੁੰਦੀ ਹੈ ਕਿ ਪਹਿਲੀਂ ਮੁਸਕਰਾਹਟ ਕੌਣ ਦਿੰਦਾ ਹੈ। ਮਨੁੱਖ ਇੱਕ ਸਮਾਜਿਕ ਜੀਵ ਹੈ। ਸਾਡੇ ਡੀ.ਐਨ.ਏ. ਵਿੱਚ ਇਹ ਤਾਂ ਪਹਿਲਾਂ ਤੋਂ ਹੀ ਹੈ ਕਿ ਅਸੀਂ ਆਪਸ ਵਿੱਚ ਮਿਲ-ਜੁਲ ਕੇ ਇੱਕ-ਦੂਜੇ ਦੇ ਸਹਿਯੋਗ ਨਾਲ ਕੰਮ ਕਰੀਏ। ਹਰ ਕੋਈ ਆਪਸ ਵਿੱਚ ਹਰ ਵਿਅਕਤੀ ਨਾਲ ਸੰਪਰਕ ਕਰਨਾ ਚਾਹੁੰਦਾ ਹੈ। ਕੋਈ ਵੀ ਇਹ ਨਹੀਂ ਕਹਿੰਦਾ ਕਿ ਮੈਨੂੰ ਹੁਣ ਇੱਕ ਨਵਾਂ ਦੋਸਤ ਨਹੀਂ ਚਾਹੀਦਾ। ਲੋਕ ਇਸ ਲਈ ਬਸ ਸ਼ੁਰੂਆਤ ਨਹੀਂ ਕਰਨਾ ਚਾਹੁੰਦੇ ਕਿਉਂ ਕਿ ਉਨ੍ਹਾਂ ਅੰਦਰ ਹੰਕਾਰ, ਸ਼ਰਮ ਜਾਂ ਗ਼ਲਤ ਧਾਰਨਾਵਾਂ ਹੁੰਦੀਆਂ ਹਨ। ਤੁਸੀਂ ਆਪ ਨਿਸ਼ਚਿਤ ਕਰ ਲਓ ਕਿ ਤੁਸੀਂ ਪਹਿਲਾਂ ਮੁਸਕਰਾਓਗੇ ਅਤੇ ਫਿਰ ਗੱਲਬਾਤ ਸ਼ੁਰੂ ਕਰੋਗੇ। ਫਿਰ ਸਾਰਾ ਕੁੱਝ ਆਪਣੇ-ਆਪ ਚੱਲਣ ਲੱਗੇਗਾ। ਜੇ ਕੁੱਝ ਮਾਮਲਿਆਂ ਵਿੱਚ ਗੱਲ ਅੱਗੇ ਨਹੀਂ ਵੱਧਦੀ ਤਾਂ ਸੋਚ ਲਓ ਕਿ ਇੱਥੇ ਇੰਨਾਂ ਹੀ ਹੋਣਾ ਸੀ ਅਤੇ ਅੱਗੇ ਵੱਧ ਜਾਓ।

✓ ਮੈਂ ਦ੍ਰਿੜ੍ਹਤਾ ਨਾਲ ਤੁਹਾਨੂੰ ਇਹ ਕਹਿਣਾ ਚਾਹੁੰਦਾ ਹਾਂ ਕਿ ਜਦੋਂ ਤੁਸੀਂ ਲੋਕਾਂ ਨੂੰ ਮਿਲਣ ਲਈ ਅੱਗੇ ਵੱਧੋ ਤਾਂ ਅਸਲ ਵਿੱਚ ਉਨ੍ਹਾਂ ਨੂੰ ਸਮਝਣ ਅਤੇ ਦੋਸਤੀ ਕਰਨ ਲਈ ਹੀ ਮਿਲੋ; ਉਨ੍ਹਾਂ ਨੂੰ ਬਿਜ਼ਨਿਸ ਵਿੱਚ ਜੋੜਨ ਦੇ ਏਜੰਡਾ ਨਾਲ ਨਾ ਮਿਲੋ। ਇਸ ਬਾਰੇ ਪਰੇਸ਼ਾਨ ਨਾ ਹੋਵੋ ਕਿ ਅਗਲੀ ਮੀਟਿੰਗ ਵਿੱਚ ਕੀ ਹੋਵੇਗਾ ਜਾਂ ਸਾਡੇ ਰਿਸ਼ਤਿਆਂ ਦਾ ਕੀ ਹੋਵੇਗਾ। ਏਜੰਡਾ ਸਿਰਫ਼ ਇੰਨਾ ਜਿਹਾ ਹੈ ਕਿ ਇਹ ਜਾਣੋ ਕਿ ਸਾਹਮਣੇ ਵਾਲਾ ਵਿਅਕਤੀ ਕਿੰਨਾ ਚੰਗਾ ਹੈ। ਇਸਦਾ ਸਧਾਰਨ ਜਿਹਾ ਨਿਯਮ ਹੈ ਨਵੇਂ ਦੋਸਤ ਬਣਾਓ ਅਤੇ ਉਨ੍ਹਾਂ ਨਾਲ ਸੰਪਰਕ ਵਿੱਚ ਰਹਿਣ ਦੇ ਤਰੀਕੇ ਲੱਭੋ। ਹੁਣ ਸ਼ੋਸ਼ਲ ਮੀਡੀਆ ਅਤੇ ਨਵੀਨਤਮ ਤਕਨੀਕਾਂ, ਜੋ ਤੁਹਾਡੀਆਂ ਉਂਗਲਾਂ ਵਿੱਚ ਹਨ, ਨੇ ਇਨ੍ਹਾਂ ਨੂੰ ਹੋਰ ਸੌਖਾ ਬਣਾ ਦਿੱਤਾ ਹੈ। ਲੋਕਾਂ 'ਤੇ ਅਚਾਨਕ ਟੁੱਟ ਕੇ ਨਾ ਪਓ ਅਤੇ ਆਪਣੀ ਪਹਿਲੀ ਮੀਟਿੰਗ ਵਿੱਚ ਕਿਸੇ ਨਾਲ ਆਪਣੇ ਬਿਜ਼ਨਿਸ ਪਲਾਨ ਨੂੰ ਸਾਂਝਾ ਨਾ ਕਰੋ। ਅਸੀਂ ਪਲਾਨ ਉਦੋਂ ਦਿਖਾਵਾਂਗੇ ਜਦੋਂ ਸਹੀ ਸਮਾਂ ਅਤੇ ਪਲਾਨ ਦਿਖਾਉਣ ਦੀ ਲੋੜ ਹੋਵੇ।

✓ ਇਹ ਯਕੀਨੀ ਕਰੋ ਕਿ ਤੁਸੀਂ ਲਿਸਟ ਵਿੱਚ ਹਰ ਦਿਨ ਘੱਟੋਘੱਟ ਇੱਕ ਨਾਮ ਜ਼ਰੂਰ ਜੋੜੋ। ਵੈਸੇ ਤਾਂ ਜ਼ਿਆਦਾ ਨਾਮ ਵੀ ਜੋੜ ਸਕਦੇ ਹੋ ਪਰ ਘੱਟੋ-ਘੱਟ ਆਪਣੇ ਮਿਆਰ

ਵਜੋਂ ਹਰ ਦਿਨ ਇੱਕ ਨਾਮ ਤਾਂ ਜ਼ਰੂਰ ਸ਼ਾਮਿਲ ਕਰੋ । ਇਸ ਲਿਸਟ ਵਿੱਚ ਕਦੋਂ ਤੱਕ ਨਾਮ ਜੋੜਨੇ ਹੋਣਗੇ? ਇਮਾਨਦਾਰੀ ਨਾਲ ਕਹਾਂ ਤਾਂ ਜਦੋਂ ਤੱਕ ਤੁਸੀਂ ਵਧਣਾ ਚਾਹੁੰਦੇ ਹੋ ਜਾਂ ਉਦੋਂ ਤੱਕ, ਜਦੋਂ ਤੱਕ ਤੁਹਾਡੀ ਟੀਮ ਵਿੱਚ 20 ਲੋਕ ਅਜਿਹੇ ਨਾ ਹੋਣ ਜੋ ਘੱਟ ਤੋਂ ਘੱਟ ਤੁਹਾਡੀ ਆਮਦਨ ਦਾ ਅੱਧਾ ਨਾ ਕਮਾ ਰਹੇ ਹੋਣ, ਉਹ ਵੀ ਸਹੀ ਢਾਂਚੇ ਅੰਦਰ।

✓ ਨੈੱਟਵਰਕ ਮਾਰਕੀਟਿੰਗ ਬਿਜ਼ਨਿਸ ਵਿੱਚ ਆਪਣੀ ਲਿਸਟ ਨੂੰ ਵਧਾਉਣਾ ਤੁਹਾਡੀ ਸਭ ਤੋਂ ਵੱਡੀ ਤਰਜੀਹ ਹੈ। ਮੈਂ ਹੁਣੇ ਵੀ ਅਜਿਹੀ ਨੈੱਟਵਰਕ ਮਾਰਕੀਟਿੰਗ ਕੰਪਨੀ ਦੇਖਣਾ ਚਾਹੁੰਦਾ ਹਾਂ ਜਿੱਥੇ ਤੁਹਾਡੀ ਆਮਦਨ ਡੂੰਘਾਈ ਅਤੇ ਚੌੜਾਈ ਨਾਲ ਨਹੀਂ ਵਧੇਗੀ। ਵੱਧਦੀ ਲਿਸਟ ਦਾ ਅਰਥ ਹੈ ਆਮਦਨ ਅਤੇ ਸਥਿਰਤਾ ਵਿੱਚ ਵਾਧਾ। ਸਾਡੇ ਕੋਲ ਆਪਣੀ ਲਿਸਟ ਵਧਾਉਣ ਦੇ ਬਹੁਤ ਸਾਰੇ ਕਾਰਨ ਹਨ ਇਸ ਲਈ ਬਾਹਰ ਜਾਓ ਅਤੇ ਲੋਕਾਂ ਤੱਕ ਪਹੁੰਚਣ ਦੇ ਰਾਹ ਲੱਭੋ। ਐਸੋਸ਼ੀਏਸ਼ਨ, ਕਲੱਬ, ਕਮਿਊਨਿਟੀ ਸਰਵਿਸ, ਸੋਸ਼ਲ ਵਰਕ ਸੰਸਥਾਵਾਂ ਆਦਿ ਨਾਲ ਜੁੜੋ ਜਾਂ ਇਵੈਂਟ ਵਿੱਚ ਵਲੰਟੀਅਰ ਬਣੋ। ਇਹ ਤਰਜੀਹ ਨਿਸ਼ਚਿਤ ਕਰ ਲਓ ਕਿ ਤੁਸੀਂ ਹਰ ਇੱਕ ਦਿਨ ਇੱਕ ਨਵੇਂ ਵਿਅਕਤੀ ਨੂੰ ਮਿਲ ਕੇ ਨਵੇਂ ਰਿਸ਼ਤੇ ਬਣਾਓਗੇ।

✓ ਆਪਣੀ ਜੇਬ ਵਿੱਚ ਇੱਕ ਛੋਟਾ ਜਿਹਾ ਨੋਟ ਪੈਡ ਰੱਖਣ ਦੀ ਆਦਤ ਪਾ ਲਓ ਅਤੇ ਜਦੋਂ ਵੀ ਤੁਹਾਨੂੰ ਕੋਈ ਨਾਮ ਸੁੱਝੇ, ਤਾਂ ਉਸ ਨੂੰ ਲਿਖ ਲਓ। ਅੱਜ-ਕੱਲ੍ਹ ਮੈਂ ਇਹੀ ਕੰਮ ਆਪਣੇ ਮੋਬਾਈਲ ਐਪ 'ਤੇ ਕਰਦਾ ਹਾਂ।

ਇਹ ਯਾਦ ਰਹੇ ਕਿ ਨੈੱਟਵਰਕ ਮਾਰਕੀਟਿੰਗ ਬਿਜ਼ਨਿਸ ਵਿੱਚ ਉਹ ਵਿਅਕਤੀ ਨਹੀਂ ਜਿੱਤਦਾ, ਜਿਸ ਦੇ ਕੋਲ ਬਹੁਤ ਵਧੀਆ ਵੇਚਣ ਦਾ ਹੁਨਰ ਜਾਂ ਸਟੇਜ਼ ਪਰਫ਼ਾੱਰਮੈਂਸ ਵਿੱਚ ਨਿਪੁੰਨ ਹੋਵੇ। ਇੱਥੇ ਉਹ ਵਿਅਕਤੀ ਸਫਲ ਹੁੰਦਾ ਹੈ ਜਿਸਦੇ ਕੋਲ ਇੱਕ ਵੱਡੀ ਅਤੇ ਵਧਦੀ ਹੋਈ ਲਿਸਟ ਹੋਵੇ ਅਤੇ ਜੋ ਬਿਜ਼ਨਿਸ ਲਈ ਜ਼ਿਆਦਾ ਲੋਕਾਂ ਤੱਕ ਪਹੁੰਚ ਸਕੇ।

– ਦੀਪਕ ਬਜਾਜ

ਲਿਸਟ = ਆਤਮ ਵਿਸ਼ਵਾਸ ਅਤੇ ਉਤਸ਼ਾਹ

ਮੈਂ ਦੋ ਸ਼੍ਰੇਣੀਆਂ ਦੇ ਲੋਕਾਂ ਨੂੰ ਇਸ ਬਿਜ਼ਨਿਸ ਵਿੱਚ ਬਹੁਤ ਉਤਸ਼ਾਹਿਤ ਅਤੇ ਖ਼ੁੱਸ਼ ਦੇਖਿਆ ਹੈ – ਜੋ ਲੋਕ ਬਹੁਤ ਪੈਸਾ ਕਮਾ ਰਹੇ ਹਨ ਅਤੇ ਜਿਨ੍ਹਾਂ ਲੋਕਾਂ ਦੀ ਲਿਸਟ ਬਹੁਤ ਵੱਡੀ ਹੈ। ਮੈਂ ਆਪਣੀ ਟੀਮ ਦੇ ਦੋ ਬੰਦਿਆਂ ਨੂੰ ਜਾਣਦਾ ਹਾਂ, ਉਹ ਹਨ - ਦੇਵਾਸ਼ੀਸ਼ ਖੁੰਟੀਆ ਅਤੇ ਨਿਸ਼ਾਂਤ ਚੌਧਰੀ। ਉਹ ਹਮੇਸ਼ਾ ਹੀ ਮੁਸਕਰਾਉਂਦੇ ਰਹਿੰਦੇ ਹਨ। ਉਨ੍ਹਾਂ ਨੂੰ ਮੈਂ ਦੋ ਸਭ ਤੋਂ ਜ਼ਿਆਦਾ ਆਸ਼ਾਵਾਦੀ ਇਨਸਾਨਾਂ ਦੇ ਤੌਰ 'ਤੇ ਜਾਣਦਾ ਹਾਂ। ਇਸਦਾ ਕਾਰਨ ਵੱਡੀ ਲਿਸਟ ਅਤੇ ਵੱਡੀ ਇਨਕਮ ਹੈ। ਦੇਵਾਸ਼ੀਸ਼ ਓਡੀਸਾ ਵਿੱਚ ਇੱਕ ਇੰਜੀਨੀਅਰ ਹੈ ਅਤੇ ਨਿਸ਼ਾਂਤ ਨੇ ਜਦੋਂ ਸਾਡੇ ਨਾਲ 3-4 ਸਾਲ ਪਹਿਲਾਂ ਬਿਜ਼ਨਿਸ ਸ਼ੁਰੂ ਕੀਤਾ ਸੀ, ਉਦੋਂ ਉਹ ਕਰਨਾਲ ਦੇ ਇੱਕ ਟੈਲੀਕਾਮ ਸਟੋਰ ਅੰਦਰ 11,000 ਰੁਪਏ ਪ੍ਰਤੀ ਮਹੀਨਾ ਕਮਾਉਂਦਾ ਸੀ। ਹੁਣ ਉਹ ਇੱਕ ਪ੍ਰੀਮੀਅਮ ਕਾਰ ਡਰਾਇਵ ਕਰ ਆਪਣੀ ਨੌਕਰੀ ਤੋਂ 30 ਗੁਣਾ ਜ਼ਿਆਦਾ ਕਮਾ ਰਿਹਾ ਹੈ।

3. ਸੰਪਰਕ ਕਰਨਾ ਅਤੇ ਅਪੋਆਇੰਟਮੈਂਟ ਲੈਣਾ

ਜੇ ਤੁਸੀਂ ਲਿਸਟ ਤਿਆਰ ਕਰ ਚੋਣ ਕਰ ਲਈ ਹੈ, ਤਾਂ ਹੁਣ ਤੁਹਾਡਾ ਅਗਲਾ ਕਦਮ ਆਪਣੀ ਲਿਸਟ ਵਿੱਚ ਸ਼ਾਮਿਲ ਲੋਕਾਂ ਨਾਲ ਤੁਰੰਤ ਸੰਪਰਕ ਕਰਨਾ ਹੋਵੇਗਾ। ਅਸੀਂ ਲੋਕਾਂ ਨੂੰ ਦੋ ਉਦੇਸ਼ਾਂ ਲਈ ਸੰਪਰਕ ਕਰਦੇ ਹਾਂ: ਆਪਣੇ ਬਿਜ਼ਨਿਸ ਪਲਾਨ ਨੂੰ ਸਾਂਝਾ ਕਰਨ ਲਈ ਅਪੋਆਇੰਟਮੈਂਟ ਲੈਣ ਜਾਂ ਭਵਿੱਖ ਵਿੱਚ ਉਨ੍ਹਾਂ ਨੂੰ ਪਲਾਨ ਦੱਸਣ ਜਾਂ ਪ੍ਰੌਸਪੈਕਟਿੰਗ ਕਰਨ ਲਈ।

ਇਹ ਯਾਦ ਰੱਖੋ ਕਿ ਲਿਸਟ ਬਣਾਉਣ ਦਾ ਅਤੇ ਲੋਕਾਂ ਨੂੰ ਚੁਨਣ ਦਾ ਕੋਈ ਫ਼ਾਇਦਾ ਨਹੀਂ ਹੈ, ਜੇ ਤੁਸੀਂ ਤੁਰੰਤ ਉਨ੍ਹਾਂ ਨਾਲ ਸੰਪਰਕ ਨਹੀਂ ਕਰਦੇ। ਮੈਂ ਜਦੋਂ ਇਹ ਬਿਜ਼ਨਿਸ 11 ਸਾਲ ਪਹਿਲਾਂ ਸ਼ੁਰੂ ਕੀਤਾ ਸੀ, ਤਾਂ ਮੈਨੂੰ ਲੋਕਾਂ ਨਾਲ ਸੰਪਰਕ ਕਰਨ ਵਿੱਚ ਬੜੀ ਦਿੱਕਤ ਹੁੰਦੀ ਸੀ। ਮੈਂ ਸੱਚੀ ਹੀ ਆਪਣੀ ਇੱਕ ਵੱਡੀ ਬਿਜ਼ਨਿਸ ਟੀਮ ਬਣਾਉਣਾ ਚਾਹੁੰਦਾ ਸੀ, ਪਰ ਮੈਂ ਕਿਤੇ ਰੁੱਕ ਗਿਆ ਸੀ ਅਤੇ ਆਪਣੀ ਲਿਸਟ ਨਾਲ ਅੱਗੇ ਨਹੀਂ ਸੀ ਵਧਾ ਪਾ ਰਿਹਾ। ਮੈਨੂੰ ਸੱਚੀ ਹੀ ਇਹ ਨਹੀਂ ਪਤਾ ਕਿ ਕੀ ਉਹ ਕਿਸੇ ਤੋਂ ਨਾਂਹ ਸੁਣਨ ਦਾ ਡਰ ਸੀ, ਜਾਂ ਮੇਰਾ ਅਕਸ/ਮਾਣ ਗੁਆਉਣ ਦਾ ਜਾਂ ਖ਼ੁਦ ਜਾਂ ਬਿਜ਼ਨਿਸ ਵਿੱਚ ਆਤਮਵਿਸ਼ਵਾਸ ਦੀ ਕਮੀ ਸੀ। ਹੋ ਸਕਦਾ ਹੈ ਇਹ ਮੇਰੀ ਹਉਮੈ/ਸਟੇਟਸ/ਡਿਗਰੀ ਦੇ ਕਾਰਨ ਸੀ ਕਿਉਂ ਕਿ ਮੈ ਇੱਕ ਉੱਚ ਤਨਖ਼ਾਹ ਵਾਲਾ ਖੇਤਰੀ ਮੈਨੇਜ਼ਰ ਸੀ ਜਿਸਦੀ ਇੱਕ ਮਲਟੀਨੈਸ਼ਨਲ ਕੰਪਨੀ ਅੰਦਰ ਚੰਗੀ-ਖ਼ਾਸੀ ਸਾਖ ਸੀ। ਪਰ ਕਾਰਨ ਕੁੱਝ ਵੀ ਹੋਵੇ, ਇਹ ਮੇਰੇ ਸੁਫ਼ਨੇ ਪੂਰੇ ਹੋਣ ਦੀ ਰਾਹ ਵਿੱਚ ਅੜੀਕਾ ਬਣ ਗਿਆ ਸੀ।

ਫਿਰ ਇੱਕ ਦਿਨ, ਇੱਕ ਟ੍ਰੇਨਿੰਗ ਪ੍ਰੋਗਰਾਮ ਦੌਰਾਨ, ਇੱਕ ਬਿਆਨ ਨੇ ਮੈਨੂੰ ਬਹੁਤ ਪ੍ਰਭਾਵਿਤ ਕੀਤਾ ਜਿਸ ਨਾਲ ਮੇਰੀ ਜ਼ਿੰਦਗੀ ਹੀ ਬਦਲ ਗਈ। "ਜੇ ਪਰਮਾਤਮਾ ਨੇ ਤੁਹਾਨੂੰ ਇੱਕ ਬਹੁਤ ਸ਼ਾਨਦਾਰ ਮੌਕਾ ਦੇਣ ਲਈ ਚੁਣਿਆ ਹੈ, ਤਾਂ ਤੁਹਾਨੂੰ ਉਸ ਮੌਕੇ ਨੂੰ ਸਿਰਫ਼ ਆਪਣੇ ਤੱਕ ਸੀਮਤ ਰੱਖਣ ਦਾ ਕੋਈ ਹੱਕ ਨਹੀਂ ਹੈ।" ਉਸ ਟ੍ਰੇਨਰ ਨੇ ਇਸ ਗੱਲ 'ਤੇ ਹੋਰ ਜ਼ੋਰ ਦੇ ਕੇ ਦੱਸਿਆ ਕਿ ਜੇ ਮੈਂ ਇਸ ਸੁਨਹਿਰੇ ਮੌਕੇ ਨੂੰ ਹੋਰ ਲੋਕਾਂ ਨਾਲ ਸਾਂਝਾ ਨਹੀਂ ਕਰਾਂਗਾ ਤਾਂ ਮੈਂ ਸੁਆਰਥੀ ਹੋਵਾਂਗਾ। ਹੌਲੀ-ਹੌਲੀ ਇਹ ਅਹਿਸਾਸ ਮੇਰੇ ਅੰਦਰ ਇੰਨਾ ਪੱਕਾ ਹੋ ਗਿਆ ਕਿ ਜਦੋਂ ਵੀ ਮੈਂ ਇਹ ਮੌਕਾ ਕਿਸੇ ਨਾਲ ਸਾਂਝਾ ਕਰਦਾ, ਤਾਂ ਇੰਵ ਲੱਗਦਾ ਜਿਵੇਂ ਮੈਂ ਰੱਬ ਦਾ ਹੀ ਕੋਈ ਕੰਮ ਕਰ ਰਿਹਾ ਹਾਂ। ਹਰ ਪਲਾਨ ਪੇਸ਼ਕਾਰੀ ਦੌਰਾਨ, ਮੈਨੂੰ ਅਜਿਹਾ ਅਹਿਸਾਸ ਹੋਇਆ ਕਿ ਮੈਂ ਆਪਣੇ ਮੌਕਿਆਂ ਨੂੰ ਹੋਰਾਂ ਨਾਲ ਸਾਂਝਾ ਕਰ ਕੇ ਸਮਾਜ ਭਲਾਈ ਦਾ ਕੋਈ ਕੰਮ ਕਰ ਰਿਹਾ ਹਾਂ।

ਜਦੋਂ ਤੁਸੀਂ ਆਪਣੀ ਲਿਸਟ ਦੇ ਲੋਕਾਂ ਨਾਲ ਸੰਪਰਕ ਕਰਨ ਲੱਗਦੇ ਹੋ, ਤਾਂ ਮੇਰੀ ਇਹ ਸੇਧ ਜ਼ਰੂਰ ਧਿਆਨ ਵਿੱਚ ਰੱਖਣਾ। ਮੇਰੀ ਟੀਮ ਦੇ ਹਜ਼ਾਰਾਂ ਸਾਥੀਆਂ ਅਤੇ ਮੈਂ ਹਰ ਤਰ੍ਹਾਂ ਦੇ ਲੋਕਾਂ ਨਾਲ ਵੱਖ-ਵੱਖ ਤਰ੍ਹਾਂ ਦੀਆਂ ਯੁਕਤੀਆਂ ਅਪਨਾਉਣ ਦੀਆਂ ਕੋਸ਼ਿਸ਼ਾਂ ਕੀਤੀਆਂ, ਹਰ ਵਾਰ ਮੈਂ ਇਹ ਪਾਇਆ ਕਿ ਸਭ ਤੋਂ ਪਹਿਲਾਂ ਹਾੱਟ ਸ਼੍ਰੇਣੀ ਦੇ ਲੋਕਾਂ ਨਾਲ ਮਿਲਣਾ ਚਾਹੀਦਾ ਹੈ ਅਤੇ ਫਿਰ ਵਾਰਮ। ਕੋਲਡ ਸ਼੍ਰੇਣੀ ਦੇ ਲੋਕਾਂ ਨੂੰ ਪਹਿਲਾਂ ਵਾਰਮ ਸ਼੍ਰੇਣੀ ਵਿੱਚ ਲਿਆਓ ਅਤੇ ਫਿਰ ਉਨ੍ਹਾਂ ਨਾਲ ਆਪਣੇ ਮੌਕਿਆਂ ਦੀ ਸਾਂਝ ਕਰੋ।

ਆਪਣੀ ਲਿਸਟ ਦੇ ਲੋਕਾਂ ਨੂੰ ਅਪਰੋਚ ਕਰਨ ਲਈ ਦਿਸ਼ਾ-ਨਿਰਦੇਸ਼:

ਸ਼੍ਰੇਣੀ	ਕਾਰਵਾਈ
ਗਰਮ (Hot)	ਇਸ ਅਧਿਆਇ ਵਿੱਚ ਦਿੱਤੇ ਗਏ 6 ਤਰੀਕਿਆਂ ਵਿੱਚੋਂ ਕਿਸੇ ਇੱਕ ਦਾ ਪ੍ਰਯੋਗ ਕਰ ਲੋਕਾਂ ਨੂੰ ਤੁਰੰਤ ਕਾਲ ਕਰ ਕੇ ਉਨ੍ਹਾਂ ਕੋਲੋਂ ਅਪੋਆਇੰਟਮੈਂਟ ਲਓ।
ਨਿੱਘਾ (Warm)	ਉਨ੍ਹਾਂ ਨਾਲ ਤੁਰੰਤ ਮੀਟਿੰਗ ਜਾਂ ਫ਼ੋਨ ਕਾਲ ਕਰਨ ਤੋਂ ਪਹਿਲਾਂ ਉਨ੍ਹਾਂ ਨਾਲ ਆਪਣੇ ਰਿਸ਼ਤਿਆਂ ਨੂੰ ਬਿਹਤਰ ਬਣਾਓ। ਇਸ ਮੀਟਿੰਗ/ਕਾਲ ਦੌਰਾਨ ਬਿਜ਼ਨਿਸ ਦੀ ਕੋਈ ਗੱਲ ਨਾ ਕਰੋ। ਜਦੋਂ ਉੱਪਰ ਲਿਖੀਆਂ ਹੋਈਆਂ ਗੱਲਾਂ ਹੋ ਜਾਣ ਤਾਂ ਉਨ੍ਹਾਂ ਨੂੰ ਕਾਲ ਕਰ ਕੇ 6 ਤਰ੍ਹਾਂ ਦੇ ਸੰਪਰਕ ਦੇ ਤਰੀਕਿਆਂ ਵਿੱਚੋਂ ਕਿਸੇ ਇੱਕ ਦੀ ਵਰਤੋਂ ਕਰ ਅਪੋਆਇੰਟਮੈਂਟ ਲਓ।
ਠੰਡਾ (Cold)	ਉਨ੍ਹਾਂ ਨਾਲ ਗੱਲਬਾਤ ਸ਼ੁਰੂ ਕਰ ਕੇ ਆਪਣੇ ਰਿਸ਼ਤਿਆਂ ਨੂੰ ਸੁਧਾਰੋ। ਜਦੋਂ ਲੋਕਾਂ ਨਾਲ ਰਿਸ਼ਤਾ ਅੱਗੇ ਵਧਣ ਲੱਗੇ ਅਤੇ ਉਹ ਨਿੱਘੀ ਸ੍ਰੇਣੀ ਵਿੱਚ ਚੱਲੇ ਜਾਂਦੇ ਹਨ ਤਾਂ ਫਿਰ ਉੱਪਰ ਸੁਝਾਏ ਗਏ 6 ਤਰੀਕਿਆਂ ਵਿੱਚੋਂ ਕਿਸੇ ਦੀ ਵਰਤੋਂ ਕਰ ਆਪਣੇ ਪਲਾਨ ਨੂੰ ਸਾਂਝਾ ਕਰਨ ਲਈ ਅਪੋਆਇੰਟਮੈਂਟ ਲਓ। ਉਨ੍ਹਾਂ ਲੋਕਾਂ ਲਈ ਜਿੱਥੇ ਰਿਸ਼ਤਿਆਂ ਨੂੰ ਅੱਗੇ ਵਧਾਉਣ ਦੀ ਕੋਈ ਗੁੰਜਾਇਸ਼ ਨਜ਼ਰ ਨਹੀਂ ਆਉਂਦੀ, ਉਨ੍ਹਾਂ ਨੂੰ ਆਪਣੀ ਲਿਸਟ ਵਿੱਚ ਅਗਲੇ ਸਾਲ ਲਈ ਰੱਖ ਲਓ।

ਜਿਨ੍ਹਾਂ ਲੋਕਾਂ ਨਾਲ ਤੁਸੀਂ ਸਿਰਫ਼ ਆਪਣੇ ਉਤਪਾਦਾਂ ਨੂੰ ਸਾਂਝਾ ਕਰਨ ਲਈ ਚੁਣਿਆ ਹੈ, ਉਨ੍ਹਾਂ ਨੂੰ ਗਰਮ, ਨਿੱਘਾ ਜਾਂ ਠੰਡੇ ਦੀ ਸ਼੍ਰੇਣੀ ਵਿੱਚ ਵੀ ਪਾ ਸਕਦੇ ਹੋ। ਗਰਮ ਅਤੇ ਨਿੱਘੇ ਸ੍ਰੇਣੀ ਦੇ ਲੋਕਾਂ ਨਾਲ ਤੁਰੰਤ ਆਪਣੇ ਉਤਪਾਦਾਂ ਨੂੰ ਸਾਂਝਾ ਕਰਨਾ ਸ਼ੁਰੂ ਕਰ ਦਿਓ।

ਤੁਸੀਂ ਹੱਟ ਅਤੇ ਵਾਰਮ ਸ਼੍ਰੇਣੀ ਲਈ ਕਿਸੇ ਵੀ ਸੁਝਾਈ ਗਈ ਪਹੁੰਚ ਦੀ ਵਰਤੋਂ ਕਰ ਉਨ੍ਹਾਂ ਕੋਲੋਂ ਅਪੋਆਇੰਟਮੈਂਟ ਲੈ ਸਕਦੇ ਹੋ। ਜੇ ਤੁਹਾਡੀ ਅੱਪਲਾਈਨ ਕਿਸੇ ਹੋਰ ਸੰਪਰਕ/ਅਪਰੋਚ ਦਾ ਸੁਝਾਅ ਦਿੰਦੀ ਹੈ, ਤਾਂ ਕਿਰਪਾ ਕਰਕੇ ਉਸ ਨੂੰ ਵੀ ਵਰਤੋਂ। ਅਨੁਭਵ ਸਭ ਤੋਂ ਵੱਡਾ ਟੀਚਰ ਹੈ। ਹਰ ਅਪਰੋਚ ਦੀ ਵਰਤੋਂ ਕਰਕੇ ਦੇਖੋ ਕਿ ਤੁਹਾਡੇ ਲਈ ਸਭ ਤੋਂ ਵਧੀਆ ਕੀ ਕੰਮ ਕਰਦਾ ਹੈ। ਤੁਹਾਡਾ ਅੰਤਮ ਉਦੇਸ਼ ਹੋਣਾ ਚਾਹੀਦਾ ਹੈ ਕਿ ਅਪੋਆਇੰਟਮੈਂਟ ਮਿਲੇ ਅਤੇ ਉਹ ਵੀ ਇਸ ਤਰ੍ਹਾਂ ਕਿ ਸਾਡੇ ਪ੍ਰੱਸਪੈਕਟ ਦੀ ਸਾਡਾ ਪਾਰਟਨਰ ਬਣਨ ਦੀਆਂ ਸੰਭਾਵਨਾਵਾਂ ਵੱਧ ਜਾਣ।

ਅਪੋਆਇੰਟਮੈਂਟ ਲੈਣ ਲਈ ਸੁਝਾਏ ਗਏ ਤਰੀਕੇ

1. ਸਿੱਧੀ ਪਹੁੰਚ (The Direct Approach)

ਇਸ ਅਪਰੋਚ ਦੀ ਵਰਤੋਂ ਉਦੋਂ ਹੁੰਦੀ ਹੈ ਜਦੋਂ ਤੁਸੀਂ ਲੋਕਾਂ ਨੂੰ ਬਿਜ਼ਨਿਸ ਵਿੱਚ ਕੰਮ ਸ਼ੁਰੂ ਕਰਨ ਲਈ ਸੱਦਾ ਦਿੰਦੇ ਹੋ। ਇਸਦਾ ਸੁਨੇਹਾ ਬਹੁਤ ਸਪੱਸ਼ਟ ਹੈ ਕਿ ਇਹ ਬਿਜ਼ਨਿਸ ਸ਼ੁਰੂ ਕਰਨ ਦਾ ਸੱਦਾ ਹੈ। ਇਸ ਲਈ ਸੰਭਾਵਿਤ ਸਕਿਰਪਟ ਇਸ ਤਰ੍ਹਾਂ ਦੀਆਂ ਹੋ ਸਕਦੀਆਂ ਹਨ, ਕੀ ਤੁਸੀਂ ਕੁੱਝ ਬਣਾਉਣ ਦੇ ਮੌਕੇ ਵਿੱਚ ਦਿਲਚਸਪੀ ਰੱਖਦੇ ਹੋ?

- ✓ *ਤੁਹਾਡੇ ਮੌਜੂਦਾ ਜਾੱਬ/ਪੇਸ਼ਾ ਵਿੱਚ ਵਿਘਨ ਪਾਏ ਬਿਨਾਂ/ਛੇੜਖਾਨੀ ਕੀਤੇ, ਕੀ ਤੁਸੀਂ ਕਿਸੇ ਵਾਧੂ ਪੈਸਾ ਕਮਾਉਣ ਵਾਲੇ ਇੱਕ ਬਿਜ਼ਨਿਸ ਪ੍ਰਸਤਾਵ ਨੂੰ ਦੇਖਣਾ ਚਾਹੋਗੇ?*
- ✓ *ਮੈਨੂੰ ਲੱਗਦਾ ਹੈ ਕਿ ਮੈਂ ਆਪਣੀਆਂ ਵਿੱਤੀ ਚੁਣੌਤੀਆਂ ਦਾ ਹੱਲ ਕਰਨ ਲਈ ਇੱਕ ਤਰੀਕਾ ਲੱਭ ਲਿਆ ਹੈ। ਕੀ ਤੁਸੀਂ ਉਹ ਦੇਖਣਾ ਚਾਹੋਗੇ ਜਿਸ ਨਾਲ ਸ਼ਾਇਦ ਤੁਸੀਂ ਵੀ ਆਪਣੀਆਂ ਚੁਣੌਤੀਆਂ ਨੂੰ ਹੱਲ ਕਰ ਸਕਦੇ ਹੋ?*
- ✓ *"ਜਦੋਂ ਤੁਸੀਂ ਮੈਨੂੰ ਕਿਹਾ ਸੀ (ਕਿਸੇ ਇੱਕ ਨੂੰ ਚੁਣੋ-ਤੁਹਾਨੂੰ ਜ਼ਿਆਦਾ ਪੈਸੇ ਚਾਹੀਦੇ ਹਨ, ਆਪਣੇ ਪਰਿਵਾਰ ਨੂੰ ਸੁਰੱਖਿਅਤ ਰੱਖਣਾ ਚਾਹੁੰਦੇ ਹੋ, ਇੱਕ ਬਿਹਤਰ ਜੀਵਨ ਸ਼ੈਲੀ ਚਾਹੁੰਦੇ ਹੋ, ਜ਼ਿਆਦਾ ਬਚਾਉਣਾ ਚਾਹੁੰਦੇ ਹੋ, ਆਪਣੇ ਜਾੱਬ ਤੋਂ ਘਿਰਣਾ ਕਰਦੇ ਹੋ, ਨਵਾਂ ਘਰ ਚਾਹੁੰਦੇ ਹੋ) ਕੀ ਤੁਸੀਂ ਉਸ ਸਮੇਂ ਗੰਭੀਰ ਸੀ ਜਾਂ ਸਿਰਫ਼ ਹਾਸਾ-ਮਖੌਲ ਕਰ ਰਹੇ ਸੀ? (ਸਾਰੇ ਇਸ ਸਵਾਲ ਦਾ ਜਵਾਬ 'ਹਾਂ' ਵਿੱਚ ਹੀ ਦਿੰਦੇ ਹਨ। ਮੈਨੂੰ ਲੱਗਦਾ ਹੈ ਕਿ ਮੈਂ ਕੁੱਝ ਅਜਿਹਾ ਤਲਾਸ਼ ਲਿਆ ਹੈ ਜੋ ਤੁਹਾਨੂੰ (ਉਸ ਗੱਲ ਨੂੰ ਦੁਹਰਾਓ ਜਿਸ ਨੂੰ ਉਨ੍ਹਾਂ ਨੇ ਹੁਣੇ ਹੀ ਤੁਹਾਨੂੰ ਕਿਹਾ ਹੈ) ਪਾਉਣ ਵਿੱਚ ਮਦਦ ਕਰ ਸਕਦਾ ਹੈ।"*
- ✓ *"ਕੀ ਤੁਹਾਨੂੰ ਇੱਕ ਬਿਹਤਰ ਨੌਕਰੀ ਮਿਲ ਗਈ ਹੈ? ਮੈਨੂੰ ਲੱਗਦਾ ਹੈ ਕਿ ਮੈਨੂੰ ਤੁਹਾਡੇ ਲਈ ਕੁੱਝ ਇੰਨਾ ਵਧੀਆ ਲੱਭਿਆ ਹੈ ਕਿ ਤੁਹਾਨੂੰ ਦੁਬਾਰਾ ਨੌਕਰੀ ਤਲਾਸ਼ਣੀ ਨਹੀਂ ਪਵੇਗੀ।"*
- ✓ *"ਆਖ਼ਿਰਕਾਰ, ਮੈਨੂੰ ਕੁੱਝ ਅਜਿਹਾ ਮਿਲਿਆ ਹੈ ਜਿਸ ਨਾਲ ਅਸੀਂ ਦੋਵੇਂ ਸਾਂਝੀਦਾਰੀ ਕਰ ਆਪਣੇ ਸੁਫਨਿਆ ਦੀ ਜ਼ਿੰਦਗੀ ਨੂੰ ਜੀ ਸਕਦੇ ਹਾਂ।"*
- ✓ *"ਸਾਰਿਆਂ ਨੂੰ ਪਤਾ ਹੈ ਕਿ ਸਾਡੇ ਕੋਲ ਘੱਟ ਤੋਂ ਘੱਟ 2 ਇਨਕਮ ਦੇ ਸਰੋਤ ਹੋਣੇ ਚਾਹੀਦੇ ਹਨ। ਕੀ ਤੁਸੀਂ ਕਰਨਯੋਗ, ਜਾਂਚਿਆਂ-ਪਰਖਿਆ ਅਤੇ ਪ੍ਰਮਾਣਿਤ ਇਨਕਮ ਦਾ ਦੂਜਾ ਸਰੋਤ ਆਪਣੇ ਲਈ ਦੇਖਣਾ ਚਾਹੋਗੇ?"*
- ✓ *"ਕਈ ਸਾਲਾਂ ਦੀ ਰਿਸਰਚ ਤੋਂ ਬਾਅਦ, ਮੈਂ ਇੱਕ ਬਿਜ਼ਨਿਸ ਲੱਭਿਆ ਹੈ। ਜਿਸ ਨੂੰ ਤੁਸੀਂ ਆਪਣੇ ਘਰੋਂ ਪਾਰਟ-ਟਾਈਮ ਕਰ ਸਕਦੇ ਹੋ ਅਤੇ ਆਪਣੀ ਫੁੱਲ - ਟਾਈਮ ਜਾੱਬ/ਪੇਸ਼ੇ ਤੋਂ ਜ਼ਿਆਦਾ ਕਮਾ ਸਕਦੇ ਹੋ।"*

2. ਸਲਾਹ (Opinion)

ਇਹ ਇੱਕ ਬਹੁਤ ਸ਼ਕਤੀਸ਼ਾਲੀ ਅਪਰੋਚ ਹੈ, ਜਿਸ ਵਿੱਚ ਤੁਸੀਂ ਆਪਣੇ ਪ੍ਰਾਸਪੈਕਟ ਦੀ ਹਉਮੈ ਨੂੰ ਵਧਾਉਂਦੇ ਹੋ। ਕਿਉਂ ਕਿ ਤੁਸੀਂ ਉਨ੍ਹਾਂ ਕੋਲੋ ਓਪੀਨਿਅਨ, ਸਲਾਹ ਜਾਂ ਮਸ਼ਵਰਾ ਲੈਣਾ ਚਾਹੁੰਦੇ ਹੋ, ਤਾਂ ਉਹ ਵੀ ਇੱਕ ਵੱਡੇ ਆਦਮੀ ਵਾਂਗ ਮੀਟਿੰਗ ਲਈ ਆ ਕੇ ਆਪਣੀ ਸਲਾਹ ਦੇਣਗੇ। ਇਹ ਤਰੀਕਾ ਜ਼ਿਆਦਾਤਰ ਨੌਜਵਾਨਾਂ ਲਈ ਲਾਭਦਾਈ ਹੁੰਦਾ ਹੈ, ਜਦੋਂ ਉਹ ਆਪਣੇ ਤੋਂ ਜ਼ਿਆਦਾ ਉਮਰ ਦੇ ਲੋਕਾਂ ਨਾਲ ਅਪੋਆਇੰਟਮੈਂਟ ਲੈਣਾ ਚਾਹੁੰਦੇ ਹਨ ਜਾਂ ਫਿਰ ਜਦੋਂ ਕਿਸੇ ਅਜਿਹੇ ਵਿਅਕਤੀ ਤੋਂ ਅਪੋਆਇੰਟਮੈਂਟ ਲੈਣਾ ਚਾਹੁੰਦੇ ਹਨ ਜਿਨ੍ਹਾਂ ਨੂੰ ਉਹ ਆਪਣਾ ਸੀਨੀਅਰ ਮੰਨਦੇ ਜਾਂ ਆਪਣੇ ਤੋਂ ਕਿਸੇ ਮਾਮਲੇ ਵਿੱਚ ਬਿਹਤਰ ਸਮਝਦੇ ਹਨ।

- ✓ *"ਮੈਂ ਇੱਕ ਅਜਿਹੇ ਪ੍ਰੋਜੈਕਟ ਵਿੱਚ ਕੰਮ ਕਰਨਾ ਸ਼ੁਰੂ ਕੀਤਾ ਹੈ, ਜਿਸ ਨਾਲ ਮੇਰੀ ਸਾਰੀਆਂ ਵਿੱਤੀ ਚੁਣੌਤੀਆਂ ਜਾਂ ਚਿੰਤਾਵਾਂ ਦੂਰ ਹੋਣ ਵਾਲੀਆਂ ਹਨ। ਮੈਨੂੰ ਇਸ ਵਿੱਚ ਤੁਹਾਡੀ ਸਲਾਹ ਚਾਹੀਦੀ ਹੈ। ਕੀ ਤੁਸੀਂ ਇੱਥੇ ਆ ਕੇ ਮੈਨੂੰ ਇਸ ਬਾਰੇ ਸਲਾਹ ਦੇ ਸਕਦੇ ਹੋ?"*

- ✓ *"ਮੈਂ ਅਜਿਹਾ ਤਰੀਕਾ ਤਲਾਸ਼ ਲਿਆ ਹੈ ਜਿਸ ਰਾਹੀਂ ਮੈਂ ਆਪਣੇ ਸਾਰੇ ਸੁਫਨਿਆ ਨੂੰ ਤੇਜੀ ਨਾਲ ਪੂਰਾ ਕਰ ਸਕਦਾ ਹਾਂ, ਪਰ ਮੈਂ ਇਸ ਵਿੱਚ ਪੂਰੀ ਤਰ੍ਹਾਂ ਸ਼ਾਮਿਲ ਹੋਣ ਤੋਂ ਪਹਿਲਾਂ ਚਾਹੁੰਦਾ ਹਾਂ ਕਿ ਤੁਸੀਂ ਇਸ ਨੂੰ ਇੱਕ ਵਾਰ ਵੇਖ ਲਓ ਅਤੇ ਮੈਨੂੰ ਆਪਣੀ ਮਾਹਿਰ ਸਲਾਹ ਦਿਓ।"*
- ✓ *"ਮੇਰੇ ਪਿਤਾ ਜੀ ਹਮੇਸ਼ਾ ਕਿਹਾ ਕਰਦੇ ਸਨ ਕਿ ਕੋਈ ਵੀ ਬਿਜ਼ਨਿਸ ਸ਼ੁਰੂ ਕਰਨ ਤੋਂ ਪਹਿਲਾਂ ਤੁਸੀਂ ਉਨ੍ਹਾਂ ਵਿਅਕਤੀਆਂ ਦੀ ਸਲਾਹ ਲਓ, ਜਿਨ੍ਹਾਂ ਨੂੰ ਤੁਸੀਂ ਇੱਜ਼ਤ ਦਿੰਦੇ ਹੋ ਅਤੇ ਪ੍ਰਸ਼ੰਸਾ ਕਰਦੇ ਹੋ। ਜੇ ਮੈਂ ਤੁਹਾਨੂੰ ਆਪਣੇ ਨਵੇਂ ਬਿਜ਼ਨਿਸ ਬਾਰੇ ਦੱਸਾਂ ਤਾਂ ਕੀ ਤੁਸੀਂ ਮੈਨੂੰ ਇਸ ਲਈ ਆਪਣੀ ਕੀਮਤੀ ਸਲਾਹ ਦੇਣਾ ਚਾਹੋਗੇ?"*
- ✓ *"ਮੇਰੀ ਕੰਪਨੀ ਤੁਹਾਡੇ ਸ਼ਹਿਰ ਵਿੱਚ ਵੀ ਕੰਮ ਸ਼ੁਰੂ ਕਰਨ ਜਾ ਰਹੀ ਹੈ। ਕੀ ਤੁਸੀਂ ਮੇਰੇ 'ਤੇ ਇੱਕ ਅਹਿਸਾਨ ਕਰੋਗੇ? ਕੀ ਤੁਸੀਂ ਮੇਰੇ ਕੰਮ ਦੀ ਸਮੀਖਿਆ ਕਰ ਮੈਨੂੰ ਦੱਸ ਸਕਦੇ ਹੋ ਕਿ ਕੀ ਇਹ ਤੁਹਾਡੇ ਇਲਾਕੇ ਵਿੱਚ ਕੰਮ ਕਰੇਗਾ?"*
- ✓ *"ਮੈਂ ਇੱਕ ਸਾਬਿਤ ਹੋਇਆ, ਜਾਂਚਿਆਂ-ਪਰਖਿਆ ਅਤੇ ਕਰਨਯੋਗ ਬਿਜ਼ਨਿਸ ਪਾ ਲਿਆ ਹੈ ਜਿਸ ਨਾਲ ਮੈਂ ਅਮੀਰ ਅਤੇ ਮਸ਼ਹੂਰ ਹੋ ਜਾਵਾਂਗਾ। ਕੀ ਤੁਸੀਂ ਮੈਨੂੰ ਦੱਸ ਸਕਦੇ ਹੋ ਕਿ ਕੀ ਇਹ ਮੇਰੇ ਲਈ ਸਹੀ ਹੈ?"*

3. ਦੁਵਿਧਾ/ਭਰਮ (Suspense)

ਜਿਵੇਂ ਕਿ ਨਾਮ ਤੋਂ ਸਮਝ ਆ ਰਿਹਾ ਹੈ, ਕਿ ਇਸ ਅਪਰੋਚ ਵਿੱਚ ਅਸੀਂ ਆਪਣੇ ਪ੍ਰਾਸਪੈਕਟ ਨੂੰ ਮੀਟਿੰਗ ਲਈ ਸੱਦਾ ਦਿੰਦੇ ਹਾਂ ਜਿਸ ਵਿੱਚ ਅਸੀਂ ਉਨ੍ਹਾਂ ਨੂੰ ਇਹ ਨਹੀਂ ਦੱਸਦੇ ਕਿ ਹਕੀਕੀ ਤੌਰ 'ਤੇ ਅਸੀਂ ਕਰਦੇ ਕੀ ਹਾਂ। ਅਸੀਂ ਉਨ੍ਹਾਂ ਨੂੰ ਆਪਣੇ ਬਿਜ਼ਨਿਸ ਦਾ ਨਾਮ ਨਹੀਂ ਦੱਸਦੇ, ਪਰ ਉਨ੍ਹਾਂ ਨੂੰ ਬਿਜ਼ਨਿਸ ਦੀਆਂ ਸਾਰੀਆਂ ਵਿਸ਼ੇਸਤਾਵਾਂ ਅਤੇ ਫ਼ਾਇਦਿਆ ਬਾਰੇ ਦੱਸ ਦਿੰਦੇ ਹਾਂ। ਦਰਅਸਲ ਜਿਵੇਂ ਜ਼ਿਆਦਾਤਰ ਰਵਾਇਤੀ ਵਿਗਿਆਪਨਾਂ ਵਿੱਚ ਆਮ ਤੌਰ 'ਤੇ ਸਾਰੀ ਦੁਨੀਆ ਅੰਦਰ ਹੋ ਰਿਹਾ ਹੈ। ਯਾਦ ਰਹੇ ਭਾਵੇਂ ਜੋ ਕੁੱਝ ਵੀ ਹੋ ਜਾਏ ਅਸੀਂ ਕਿਸੇ ਨੂੰ ਝੂਠ ਨਹੀਂ ਬੋਲਾਂਗੇ ਅਤੇ ਕਿਸੇ ਤਰ੍ਹਾਂ ਦਾ ਕੋਈ ਝੂਠਾ ਦਾਅਵਾ ਪੇਸ਼ ਨਹੀਂ ਕਰਾਂਗੇ। ਲੋਕਾਂ ਨੂੰ ਸਿਰਫ਼ ਪਾਰਟੀ ਜਾਂ ਦੋਸਤਾਂ ਦੀ ਪਾਰਟੀ ਦੇ ਨਾਮ 'ਤੇ ਸੱਦਾ ਨਾ ਦਿਓ। ਇਹ ਅਪਰੋਚ ਉਨ੍ਹਾਂ ਲੋਕਾਂ ਨਾਲ ਚੰਗੀ ਰਹੇਗੀ, ਜੋ ਤੁਹਾਡੇ ਹਮ-ਉਮਰ ਜਾਂ ਤੁਹਾਡੇ ਨਾਲੋ ਘੱਟ ਉਮਰ ਦੇ ਜਾਂ ਤੁਹਾਡੇ ਸਹਿਕਰਮੀ ਹੋਣ ਜਾਂ ਤੁਹਾਡੇ ਜੂਨੀਅਰ।

- ✓ *"ਮੇਰੇ ਇੱਕ ਮਿਤਰ ਨੇ ਮੇਰੇ ਲਈ ਇੱਕ ਵਿੱਤੀ ਜਾਂ ਫ਼ਾਈਨੈਂਸੀਅਲ ਪ੍ਰੋਗਰਾਮ ਬਣਾਇਆ ਹੈ ਜਿਸ ਨਾਲ ਮੈਂ ਅਗਲੇ 5 ਸਾਲਾਂ ਵਿੱਚ ਇੱਕ ਵੱਡੀ ਮਾਸਿਕ ਆਮਦਨ ਨਾਲ ਰਿਟਾਇਰ ਹੋ ਸਕਦਾ ਹੈ। ਜੇ ਤੁਸੀਂ ਵੀ ਇਸ ਨੂੰ ਵੇਖਣਾ ਚਾਹੁੰਦੇ ਹੋ ਤਾਂ ਮੈਂ ਤੁਹਾਡੇ ਨਾਲ ਸਾਂਝਾ ਕਰ ਸਕਦਾ ਹਾਂ।"*
- ✓ *"ਮੈਂ ਹਮੇਸ਼ਾ ਇਹੀ ਸੋਚਿਆ ਕਿ ਬਿਜ਼ਨਿਸ ਕਰਨਾ ਜੋਖ਼ਮ ਭਰਿਆ ਕੰਮ ਹੈ ਅਤੇ ਇਸ ਲਈ ਬਹੁਤ ਸਾਰੇ ਪੈਸਿਆਂ ਦੀ ਜ਼ਰੂਰਤ ਹੁੰਦੀ ਹੈ। ਪਰ ਮੈਂ ਗ਼ਲਤ ਸੀ। ਮੈਂ ਇੱਕ ਹੈਰਾਨਕੁੰਨ, ਘੱਟ ਨਿਵੇਸ਼ ਅਤੇ ਜ਼ੀਰੋ ਰਿਸਕ ਵਾਲਾ ਬਿਜ਼ਨਿਸ ਦੇਖਿਆ ਹੈ ਜਿਸ ਵਿੱਚ ਨਾ-ਭਰੋਸੇਯੋਗ ਰਿਟਰਨ ਮਿਲ ਸਕਦੀ ਹੈ। ਮੈਂ ਇਸ ਬਾਰੇ ਬਹੁਤ ਉਤਸ਼ਾਹਿਤ ਹਾਂ। ਚੱਲੋਂ ਮਿਲਦੇ ਹਾਂ ਅਤੇ ਮੈਂ ਤੁਹਾਨੂੰ ਇਹ ਦਿਖਾਉਂਦਾ ਹਾਂ।"*
- ✓ *"ਕੀ ਤੁਸੀਂ ਆਪਣੇ ਕਰੀਅਰ ਦੇ ਵਿਕਲਪਾਂ ਨੂੰ ਖੁੱਲ੍ਹਾ ਰੱਖਿਆ ਹੋਇਆ ਹੈ?*

(ਜਵਾਬ ਦਾ ਇੰਤਜ਼ਾਰ ਕਰੋ, ਸਾਰਿਆਂ ਦਾ ਜਵਾਬ 'ਹਾਂ' ਹੋਵੇਗਾ ਅਤੇ ਜਿਵੇਂ ਹੀ ਉਹ ਹਾਂ ਕਹਿਣ...) ਮੇਰੇ ਇੱਕ ਬਹੁਤ ਚੰਗੇ ਮਿੱਤਰ ਨੇ ਇੱਕ ਬਹੁਤ ਵਧੀਆ ਕਰੀਅਰ ਵਿਕਲਪ ਬਾਰੇ ਮੈਨੂੰ ਦੱਸਿਆ ਹੈ ਉਹ ਵੀ ਇੱਕ ਤੇਜ਼ੀ ਨਾਲ ਵਧਦੀ ਹੋਈ ਇੰਡਸਟਰੀ ਅੰਦਰ। ਤੁਸੀਂ ਇਸ ਨੂੰ ਇੱਕ ਵਾਰ ਕਿਉਂ ਨਹੀਂ ਦੇਖਦੇ ਸ਼ਾਇਦ ਕੋਈ ਗੱਲ ਬਣ ਜਾਏ?"

- ✓ *"ਤੁਸੀਂ ਜੋ ਹੁਣੇ ਕਰ ਰਹੇ ਹੋ, ਕੀ ਸਾਰੀ ਜਿੰਦਗੀ ਤੁਸੀਂ ਉਹੀ ਕਰਨਾ ਚਾਹੋਗੇ?" (ਇਸ ਅਰਥ ਵਿਵਸਥਾ ਵਿੱਚ ਹਰ ਕੋਈ ਚੰਗੇ ਅਵਸਰ ਤਲਾਸ਼ਦਾ ਹੈ।) ਇੱਕ ਤੇਜੀ ਨਾਲ ਵਧਦੀ ਹੋਈ ਇੰਡਸਟਰੀ ਬਾਰੇ ਮੇਰਾ ਇੱਕ ਦੋਸਤ ਇੱਕ ਬਿਹਤਰੀਨ ਮੌਕੇ ਦੀ ਗੱਲ ਕਰ ਰਿਹਾ ਸੀ। ਅਸੀਂ ਤਾਂ ਅਗਲੇ ਵੀਕਐਂਡ ਮਿਲ ਰਹੇ ਹਾਂ, ਮੈਂ ਉਸ ਨੂੰ ਪੁੱਛਦਾ ਹਾਂ ਕਿ ਕੀ ਤੁਸੀਂ ਵੀ ਮੀਟਿੰਗ ਵਿੱਚ ਸ਼ਾਮਿਲ ਹੋ ਸਕਦੇ ਹੋ?"*
- ✓ *"ਮੌਜੂਦਾ ਅਰਥ ਵਿਵਸਥਾ ਵਿੱਚ ਸਿਰਫ਼ ਇੱਕ ਆਮਦਨ ਦੇ ਸਰੋਤ 'ਤੇ ਨਿਰਭਰ ਰਹਿਣਾ ਕਿੰਨਾ ਸੁਰੱਖਿਅਤ ਹੈ? ਤੁਸੀਂ ਆਪਣੀ ਆਮਦਨ ਦੇ ਸਰੋਤ ਨੂੰ ਵਧਾਉਣ ਬਾਰੇ ਕਦੇ ਨਹੀਂ ਸੋਚਿਆ? (ਆਮ ਕਰਕੇ ਉੱਤਰ ਹੁੰਦਾ ਹੈ, 'ਹਾਂ' ਮੈਂ ਸੋਚ ਰਿਹਾ ਹਾਂ ਆਦਿ।) ਮੇਰਾ ਇੱਕ ਚੰਗਾ ਦੋਸਤ ਜੋ ਤੁਹਾਡੇ ਵਾਂਗ ਹੀ ਨੌਕਰੀ ਕਰਦਾ ਹੈ, ਨੇ ਇੱਕ ਕਰਨਯੋਗ, ਸਮਾਂ-ਪਰਖ ਅਤੇ ਪਹਿਲਾਂ ਤੋਂ ਸਾਬਿਤ ਹੋਏ ਬਿਜ਼ਨਿਸ ਨੂੰ ਆਮਦਨ ਦਾ ਦੂਜਾ ਸਰੋਤ ਬਣਾਉਣ ਦੀ ਗੱਲ ਕੀਤੀ ਹੈ। ਮੈਂ ਅਗਲੇ ਵੀਕਐਂਡ ਉਸ ਨੂੰ ਮਿਲ ਰਿਹਾ ਹਾਂ। ਕੀ ਤੁਸੀਂ ਉਸ ਨੂੰ ਮੇਰੇ ਨਾਲ ਦੇਖਣ ਚੱਲੋਗੇ?"*
- ✓ *"ਤੁਸੀਂ ਸੰਗਠਿਤ ਰਿਟੇਲਿੰਗ, ਪ੍ਰਾਈਵੇਟ ਫ੍ਰੈਚਾਈਜ਼ਿੰਗ, ਰਿਟੇਲਿੰਗ, ਈ-ਕਾੱਮਰਸ, ਹੈਲਥ ਕੇਅਰ ਜਾਂ ਜਿਸ ਇੰਡਸਟਰੀ ਦੇ ਉਹ ਉਤਪਾਦ ਜਾਂ ਸੇਵਾਵਾਂ ਹਨ, ਉਹਨਾਂ ਸ਼ਬਦਾਂ ਦੀ ਵਰਤੋਂ ਕਰ ਸਕਦੇ ਹੋ। ਮੈਂ ਆਪਣੇ ਦੋਸਤ ਨਾਲ ਇੱਕ ਈ-ਕਾੱਮਰਸ ਬਿਜ਼ਨਿਸ ਸ਼ੁਰੂ ਕੀਤਾ ਹੈ। ਇਸ ਵਿੱਚ ਅੱਗੇ ਵਧਣ ਦੇ ਢੇਰ ਸਾਰੇ ਮੌਕੇ ਹਨ ਅਤੇ ਅਸੀਂ ਮਿਲ ਕੇ ਇਹ ਕੰਮ ਕਰ ਰਹੇ ਹਾਂ। ਸਾਨੂੰ ਇੱਕ ਪਾਰਟਨਰ ਦੀ ਲੋੜ ਹੈ। ਕੀ ਤੁਸੀਂ ਇੱਕ ਵਾਰ ਵੇਖਣਾ ਚਾਹੋਗੇ ਕਿ ਤੁਹਾਨੂੰ ਇਹ ਕਿਹੋ ਜਿਹਾ ਲੱਗਦਾ ਹੈ ਅਤੇ ਕੀ ਇਹ ਤੁਹਾਨੂੰ ਸੂਟ ਕਰਦਾ ਹੈ?"*

ਇਸ ਅਪਰੋਚ ਵਿੱਚ ਅਸੀਂ ਆਪਣੇ ਡਿਸਟ੍ਰੀਬਿਊਸ਼ਨ ਮਾਡਲ ਦਾ ਨਾਮ ਨਹੀਂ ਲੈ ਰਹੇ ਹਾਂ, ਸਗੋਂ ਜਿਸ ਇੰਡਸਟਰੀ ਵਿੱਚ ਸਾਡੇ ਉਤਪਾਦ ਜਾਂ ਸੇਵਾਵਾਂ ਦਾ ਇਸਤੇਮਾਲ ਹੋ ਰਿਹਾ ਹੈ ਉਸਦਾ ਨਾਮ ਲੈਂਦੇ ਹਾਂ। ਜਦੋਂ ਤੱਕ ਤੁਸੀਂ ਝੂਠ ਨਹੀਂ ਬੋਲਦੇ ਉਦੋਂ ਤੱਕ ਇਹ ਇੱਕਦਮ ਸਹੀ ਅਪਰੋਚ ਹੈ।

ਬੁਨਿਆਦੀ ਤੌਰ 'ਤੇ ਨੈੱਟਵਰਕ ਮਾਰਕੀਟਿੰਗ ਕੀ ਹੈ? ਇਹ ਡਿਸਟ੍ਰੀਬਿਊਸ਼ਨ ਦਾ ਇੱਕ ਸਾਧਨ ਹੈ। ਨੈੱਟਵਰਕ ਮਾਰਕੀਟਿੰਗ ਅਤੇ ਹੋਰ ਕਾਰਜ-ਪ੍ਰਣਾਲੀਆਂ ਵਿੱਚ ਅੰਤਰ ਸਿਰਫ਼ ਉਤਪਾਦਾਂ ਦੇ ਡਿਸਟ੍ਰੀਬਿਊਸ਼ਨ ਕਾਰਨ ਆਉਂਦਾ ਹੈ। ਇੱਕ ਆਮ ਜਿਹੇ ਉਤਪਾਦ ਜਿਵੇਂ ਟੂਥਪੇਸਟ ਨੂੰ ਲੈਂਦੇ ਹਾਂ।

- ✓ ਜੇ ਉਹ ਤੁਹਾਡੇ ਘਰ ਦੇ ਕੋਲ ਕਿਸੇ ਛੋਟੇ ਜਿਹੇ ਸਟੋਰ ਵਿੱਚ ਵੇਚਿਆ ਜਾ ਰਿਹਾ ਹੈ, ਤਾਂ ਉਹ ਕਿਰਾਨਾ/ਰਿਟੇਲ ਸਟੋਰ ਸੇਲ ਹੈ।
- ✓ ਜੇ ਵੱਡੇ ਰਿਟੇਲ ਸਟੋਰ ਜਿਵੇਂ ਬਿਗ ਬਾਜ਼ਾਰ ਵਿੱਚ ਵੇਚਿਆ ਜਾਏ ਤਾਂ ਅਸੀਂ ਇਸ ਨੂੰ ਸੰਗਠਿਤ ਰਿਟੇਲਿੰਗ ਕਹਿੰਦੇ ਹਾਂ।

- ✓ ਜੇ ਇਹ ਇੱਕ ਵੱਡੇ ਡਿਸਟ੍ਰੀਬਿਊਟਰ ਰਾਹੀਂ ਵੇਚੀ ਜਾਏ ਤਾਂ ਇਸ ਨੂੰ ਹੋਲਸੈਲਿੰਗ ਕਹਿੰਦੇ ਹਾਂ।
- ✓ ਜੇ ਇਸ ਨੂੰ ਐਮਾਜ਼ੋਨ ਜਾਂ ਫ਼ਲਿੱਪਕਾਰਟ ਰਾਹੀਂ ਵੇਚਿਆ ਜਾਏ ਤਾਂ ਈ-ਕੱਮਰਸ ਕਿਹਾ ਜਾਂਦਾ ਹੈ।
- ✓ ਜੇ ਇਸ ਨੂੰ ਸਾਡੇ ਵੱਲੋਂ ਵੇਚਿਆ ਜਾਏ ਤਾਂ ਇਸ ਨੂੰ ਡਾਇਰੈਕਟ ਸੈਲਿੰਗ ਕਿਹਾ ਜਾਂਦਾ ਹੈ।

ਇੱਕ ਰਿਟੇਲ ਦੁਕਾਨ ਵਾਲਾ ਜੋ ਇੱਕ ਟੂਥਪੇਸਟ ਅਤੇ ਪਰਸਨਲ ਕੇਅਰ ਦੀਆਂ ਚੀਜ਼ਾਂ ਵੇਚਦਾ ਹੈ, ਉਹ ਆਪਣੇ ਬਿਜ਼ਨਿਸ ਨੂੰ ਇੰਨਾਂ ਤਰੀਕਿਆਂ ਨਾਲ ਵੇਚ ਸਕਦਾ ਹੈ - ਮੈਂ ਰਿਟੇਲ ਸਟੋਰ ਦਾ ਮਾਲਿਕ ਹਾਂ ਜਾਂ ਪਰਸਨਲ ਕੇਅਰ ਦੇ ਬਿਜ਼ਨਿਸ ਵਿੱਚ ਹਾਂ ਜਾਂ ਡਿਸਟ੍ਰੀਬਿਊਸ਼ਨ ਬਿਜ਼ਨਿਸ ਵਿੱਹ ਹਾਂ। ਇਹ ਸਾਹੀਆਂ ਗੱਲਾਂ ਸਹੀ ਹਨ।

4. ਵਿਸਥਾਰ (Expansion)

ਇਹ ਅਪਰੋਚ ਬਹੁਤ ਅਸਾਨ ਹੈ ਜਾਂ ਇਹ ਪਹੁੰਚ ਕਾਫ਼ੀ ਸਧਾਰਨ ਹੈ।

- ✓ *"ਜਿਸ ਕੰਪਨੀ ਨਾਲ ਮੈਂ ਕੰਮ ਕਰ ਰਿਹਾ ਹਾਂ ਉਹ ਤੁਹਾਡੇ ਇਲਾਕੇ ਵਿੱਚ ਆਪਣਾ ਬਿਜ਼ਨਿਸ ਸ਼ੁਰੂ ਕਰਨ ਵਾਲੀ ਹੈ। ਉਹ ਕੁੱਝ ਅਜਿਹੇ ਲੋਕਾਂ ਦੇ ਸਹਿਯੋਗ ਦੀ ਤਲਾਸ਼ ਵਿੱਚ ਹਨ ਜੋ ਕੁੱਝ ਅਭਿਲਾਸ਼ੀ ਅਤੇ ਉੱਚ ਸੁਫਨਿਆ ਨਾਲ ਸ਼ਾਝੇਦਾਰੀ ਦੀ ਤਲਾਸ਼ ਕਰ ਰਹੇ ਹੋਣ। ਜੇ ਤੁਸੀਂ ਸੋਚਦੇ ਹੋ ਕਿ ਤੁਸੀਂ ਅਭਿਲਾਸ਼ੀ ਅਤੇ ਕੁੱਝ ਦਿਲਚਸਪ ਮੌਕਿਆਂ ਦੀ ਪੜਚੋਲ ਕਰਨ ਲਈ ਤਿਆਰ ਹੋ, ਤਾਂ ਮੈਂ ਉਨ੍ਹਾਂ ਨਾਲ ਤੁਹਾਡੀ ਇੱਕ ਮੀਟਿੰਗ ਦਾ ਪ੍ਰਬੰਧ ਕਰ ਸਕਦਾ ਹਾਂ। ਦੇਖਦੇ ਹਾਂ, ਸ਼ਾਇਦ ਕੋਈ ਗੱਲ ਬਣ ਜਾਏ।"*
- ✓ *"ਜਿਵੇਂ ਕਿ ਤੁਸੀਂ ਜਾਣਦੇ ਹੋ ਕਿ ਮੈਂ ਸਫਲਤਾਪੂਰਵਕ ਇੱਕ ਸ਼ਾਨਦਾਰ ਬਿਜ਼ਨਿਸ ਚਲਾ ਰਿਹਾ ਹਾਂ। ਮੇਰੇ ਕੋਲ ਇਸ ਸਾਲ ਲਈ ਕੁੱਝ ਵੱਡੇ ਪਲਾਨ ਹਨ ਅਤੇ ਮੈਂ ਕਿਸੇ ਚੰਗੇ ਆਦਮੀ ਨੂੰ ਇਸ ਵਿੱਚ ਆਪਣਾ ਪਾਰਟਨਰ ਬਣਾਉਣ ਦੀ ਉਮੀਦ ਕਰ ਰਿਹਾ ਹਾਂ। ਜੇ ਤੁਸੀਂ ਵੱਡੇ ਸੁਫ਼ਨੇ ਦੇਖ ਕੇ ਕੁੱਝ ਵੱਡਾ ਕਰਨਾ ਚਾਹੁੰਦੇ ਹੋ ਤਾਂ ਅਸੀਂ ਇੱਕ ਮੀਟਿੰਗ ਰੱਖ ਸਕਦੇ ਹਾਂ। ਚੱਲੋਂ, ਮਿਲ ਕੇ ਕੁੱਝ ਸੰਭਾਵਨਾਵਾਂ ਦੀ ਪੜਚੋਲ ਕਰੀਏ।"*

5. ਅਭਿਆਸ (Practice)

ਇਹ ਤਰੀਕਾ ਹਮੇਸ਼ਾ ਨਜ਼ਦੀਕੀ ਦੋਸਤਾਂ ਅਤੇ ਰਿਸ਼ਤੇਦਾਰਾਂ 'ਤੇ ਕੰਮ ਕਰਦੀ ਹੈ।

- ✓ *"ਮੈਂ ਹੁਣੇ ਹੀ ਇੱਕ ਨਵਾਂ ਬਿਜ਼ਨਿਸ ਸ਼ੁਰੂ ਕੀਤਾ ਹੈ ਅਤੇ ਥੋੜ੍ਹਾ ਜਿਹਾ ਘਬਰਾ ਗਿਆ ਹਾਂ। ਕਿਸੇ ਹੋਰ ਨਾਲ ਗੱਲ ਕਰਨ ਤੋਂ ਪਹਿਲਾਂ ਮੈਂ ਆਪਣੇ ਕਿਸੇ ਨਜ਼ਦੀਕੀ/ਦੋਸਤ ਨਾਲ ਇਸਦਾ ਅਭਿਆਸ ਕਰਨਾ ਚਾਹੁੰਦਾ ਹਾਂ। ਤੁਹਾਨੂੰ ਕੋਈ ਇਤਰਾਜ਼ ਤੇ ਨਹੀਂ ਹੋਵੇਗਾ ਜੇ ਮੈਂ ਤੁਹਾਡੇ ਨਾਲ ਇਸ ਦਾ ਅਭਿਆਸ ਕਰਾਂ?"*

6. ਹਵਾਲੇ ਅਤੇ ਸਿਫ਼ਾਰਸ਼ਾਂ (Reference and Recommendation)

ਇਹ ਅਪਰੋਚ ਕਮਾਲ ਦੀ ਹੈ ਅਤੇ ਜ਼ਿਆਦਾਤਰ ਲੋਕਾਂ ਲਈ ਕੰਮ ਕਰਦੀ ਹੈ। ਇਹ ਬਹੁਤ ਪ੍ਰਭਾਵਸ਼ਾਲੀ ਵੀ ਹੈ ਕਿਉਂ ਕਿ ਇਹ ਬਹੁਤ ਸਾਰੇ ਮਨੋਵਿਗਿਆਨਕ ਪੱਧਰਾਂ 'ਤੇ ਕੰਮ ਕਰਦੀ ਹੈ। ਇਸ ਅਪਰੋਚ ਵਿੱਚ ਤੁਸੀਂ ਆਪਣੇ ਪ੍ਰਾਸਪੈਕਟ ਨੂੰ ਇਹ ਦੱਸਦੇ ਹੋ ਕਿ ਉਹ ਪ੍ਰਾਸਪੈਕਟ ਹੀ ਨਹੀਂ ਹਨ ਅਤੇ ਤੁਸੀਂ ਅਜਿਹੇ ਲੋਕਾਂ ਦੀ ਤਲਾਸ਼ ਕਰ ਰਹੇ ਹੋ ਜਿਨ੍ਹਾਂ ਨੂੰ ਉਹ ਜਾਣਦੇ ਹਨ ਅਤੇ ਉਹ ਇਸ ਬਿਜ਼ਨਿਸ ਨੂੰ ਕਰਨ ਲਈ ਸਹੀ ਵਿਅਕਤੀ ਹੋ ਸਕਦੇ ਹਨ।

- ✓ *"ਜੋ ਬਿਜ਼ਨਿਸ ਮੈਂ ਹੁਣੇ ਕਰ ਰਿਹਾ ਹਾਂ, ਹੋ ਸਕਦਾ ਹੈ ਉਹ ਤੁਹਾਡੇ ਲਈ ਨਾ ਹੋਵੇ। ਮੈਂ ਕੁੱਝ ਅਜਿਹੇ ਲੋਕਾਂ ਦੀ ਤਲਾਸ਼ ਵਿੱਚ ਹਾਂ ਜੋ ਅਭਿਲਾਸ਼ੀ, ਉੱਚੇ ਸੁਫ਼ਨੇ ਦੇਖਣ ਵਾਲੇ ਅਤੇ ਕੁੱਝ ਜ਼ਿਆਦਾ ਪੈਸਾ ਕਮਾਉਣਾ ਚਾਹੁੰਦੇ ਹੋਣ। ਪਰ ਇਸ ਤੋਂ ਪਹਿਲਾਂ ਕਿ ਤੁਸੀਂ ਉਨ੍ਹਾਂ ਨੂੰ ਮੇਰੇ ਕੋਲ ਭੇਜੋ, ਤੁਹਾਨੂੰ ਪਤਾ ਹੋਣਾ ਚਾਹੀਦਾ ਹੈ ਕਿ ਮੈਂ ਕੀ ਕਰ ਰਿਹਾ ਹਾਂ। ਮੈਂ ਜੋ ਕਰਦਾ ਹਾਂ ਕੀ ਮੈਂ ਉਸ ਨੂੰ ਤੁਹਾਡੇ ਨਾਲ ਸਾਂਝਾ ਕਰ ਸਕਦਾ ਹਾਂ, ਤਾਂ ਜੋ ਤੁਸੀਂ ਸਹੀ ਲੋਕਾਂ ਨੂੰ ਮੇਰੇ ਕੋਲ ਭੇਜ ਸਕੋ?"*
- ✓ *"ਹੋ ਸਕਦਾ ਹੈ ਤੁਹਾਨੂੰ ਹੁਣੇ ਮੇਰੇ ਬਿਜ਼ਨਿਸ ਦੀ ਲੋੜ ਨਹੀਂ ਹੋਵੇ, ਪਰ ਜਿਵੇਂ ਇੰਡਸਟਰੀ ਦੇ ਅਨੁਮਾਨ ਅਨੁਸਾਰ, ਮੇਰਾ ਬਿਜ਼ਨਿਸ ਦੇਸ਼ ਦਾ ਸਭ ਤੋਂ ਤੇਜ਼ੀ ਨਾਲ ਵਧਣ ਵਾਲੇ ਬਿਜ਼ਨਿਸਾਂ ਵਿੱਚੋਂ ਇੱਕ ਹੈ। ਮੈਨੂੰ ਪਤਾ ਹੈ ਕਿ ਤੁਹਾਡੇ ਕੋਲ ਇਸੇ ਤਰ੍ਹਾਂ ਦੇ ਬਿਜ਼ਨਿਸ ਪਲਾਨ ਦਾ ਪ੍ਰਸਤਾਵ ਲੈ ਕੇ ਕੋਈ ਹੋਰ ਵਿਅਕਤੀ ਭਵਿੱਖ ਵਿੱਚ ਜ਼ਰੂਰ ਆਵੇਗਾ ਜਾਂ ਤੁਸੀਂ ਉਸ ਨੂੰ ਸ਼ੁਰੂ ਕਰਨ ਵਿੱਚ ਦਿਲਚਸਪੀ ਦਿਖਾਓਗੇ। ਹੁਣੇ ਮੈਂ ਤੁਹਾਨੂੰ ਸਿਰਫ਼ ਆਪਣੇ ਬਿਜ਼ਨਿਸ ਮਾਡਲ ਬਾਰੇ ਦੱਸਾਂਗਾ ਤਾਂ ਜੋ ਤੁਸੀਂ ਜਦੋਂ ਚਾਹੋ, ਇਸਦਾ ਵਿਸ਼ਲੇਸ਼ਣ ਅਤੇ ਤੁਲਨਾ ਕਰ ਉਸ ਸਮੇਂ ਸਹੀ ਫੈਸਲਾ ਲੈ ਸਕੋ।"*
- ✓ *"ਤੁਸੀਂ ਕਿਸ ਨੂੰ ਜਾਣਦੇ ਹੋ ਜੋ ਆਪਣੀ ਨੌਕਰੀ ਤੋਂ ਖ਼ੁਸ਼ ਨਹੀਂ ਹੈ ਅਤੇ ਨੌਕਰੀ ਬਦਲਣਾ ਚਾਹੁੰਦਾ ਹੈ?"*
- ✓ *"ਕੀ ਤੁਸੀਂ ਕਿਸੇ ਇੱਕ ਅਜਿਹੇ ਵਿਅਕਤੀ ਨੂੰ ਜਾਣਦੇ ਹੋ ਜੋ ਕਿਸੇ ਬਿਜ਼ਨਿਸ ਦੇ ਮੌਕੇ ਦੀ ਤਲਾਸ਼ ਵਿੱਚ ਹੋਵੇ ਜਿਸ ਵਿੱਚ ਘੱਟ ਤੋਂ ਘੱਟ ਰਿਸਕ, ਘੱਟ ਨਿਵੇਸ਼ ਅਤੇ ਉਹ ਆਪਣੀ ਨੌਕਰੀ ਜਾਂ ਪੇਸ਼ੇ ਵਿੱਚ ਰਹਿੰਦੇ ਹੋਏ ਵੀ ਕੰਮ ਕਰ ਸਕਦਾ ਹੋਵੇ?"*
- ✓ *"ਤੁਸੀਂ ਕੀ ਕੁੱਝ ਅਜਿਹੇ ਲੋਕਾਂ ਨੂੰ ਜਾਣਦੇ ਹੋ ਜੋ ਆਪਣੇ ਮੌਜੂਦਾ ਬਿਜ਼ਨਿਸ ਵਿੱਚ ਪਰੇਸ਼ਾਨ ਅਤੇ ਆਪਣੀ ਆਮਦਨ ਲਈ ਹੋਰ ਸਰੋਤਾਂ ਦੀ ਤਲਾਸ਼ ਕਰਦੇ ਹੋਣ?"*
- ✓ *"ਉਹ ਕਿਹੜੇ ਲੋਕ ਹਨ ਜੋ ਆਪਣੇ ਮੌਜੂਦਾ ਪੇਸ਼ੇ ਦੇ ਨਾਲ ਇਨਕਮ ਦਾ ਦੂਜਾ ਸਰੋਤ ਬਣਾਉਣਾ ਚਾਹੁੰਦੇ ਹਨ?"*
- ✓ *"ਮੈਂ ਅਜਿਹੀ ਕੰਪਨੀ ਨਾਲ ਕੰਮ ਕਰ ਰਿਹਾ ਹਾਂ ਜੋ ਤੁਹਾਡੇ ਇਲਾਕੇ ਵਿੱਚ ਵਿਸਤਾਰ ਕਰ ਰਹੀ ਹੈ ਅਤੇ ਮੈਂ ਕੁੱਝ ਉੱਚੇ ਸੁਫ਼ਨੇ ਦੇਖਣ ਵਾਲੇ, ਭਵਿੱਖਮੁਖੀ ਲੋਕਾਂ ਦੀ ਤਲਾਸ਼ ਕਰ ਰਿਹਾ ਹਾਂ, ਜੋ ਆਪਣੀ ਆਮਦਨ ਨੂੰ ਕਈ ਗੁਣਾ ਵਧਾਉਣਾ ਅਤੇ ਇਸ ਖੇਤਰ ਦੇ ਫਸਟ ਮੂਵਰ ਬਣਨਾ ਚਾਹੁੰਦੇ ਹਨ। ਕੀ ਤੁਸੀਂ ਕਿਸੇ ਅਜਿਹੇ ਵਿਅਕਤੀ ਨੂੰ ਜਾਣਦੇ ਹੋ ਜੋ ਇਸ ਵਰਨਣ ਦੇ ਅਨੁਕੂਲ ਹੋਵੇ?"*

ਉੱਪਰ ਦਿੱਤੇ ਗਏ 5 ਸਵਾਲਾਂ ਵਿੱਚੋਂ ਬਿਨਾ ਕਿਸੇ ਜਵਾਬ ਦੀ ਆਸ ਲਾਏ ਬਿਨਾਂ ਤੁਸੀਂ ਕਹੋ, "ਕਿਸੇ ਹੋਰ ਨੂੰ ਮਿਲਣ ਤੋਂ ਪਹਿਲਾਂ (ਜਾਂ ਉਨ੍ਹਾਂ ਦਾ ਨਾਮ ਜਾਣਨ ਤੋਂ ਪਹਿਲਾਂ) ਮੈਂ ਚੰਗੀ ਤਰ੍ਹਾਂ ਤੁਹਾਨੂੰ ਆਪਣੇ ਬਿਜ਼ਨਿਸ ਮਾਡਲ ਦੇ ਬਾਰੇ ਦੱਸਣਾ ਚਾਹੁੰਦਾ ਹਾਂ। ਕੀ ਅਸੀਂ ਸ਼ਨੀਵਾਰ ਦੀ ਸ਼ਾਮ ਨੂੰ ਕਰੀਬ 6 ਵਜੇ ਮਿਲ ਸਕਦੇ ਹਾਂ?" (ਕੋਈ ਅਜਿਹਾ ਦਿਨ ਜਾਂ ਸਮਾਂ ਸੁਝਾਓ ਜੋ ਆਮ ਕਰਕੇ ਉਨ੍ਹਾਂ ਲਈ ਵੀ ਫ੍ਰੀ ਹੋਵੇ।)

ਇਹ ਦੋ ਤਰੀਕੇ ਹਨ ਜਿਨ੍ਹਾਂ ਨੂੰ ਮੈਂ ਜ਼ਿਆਦਾਤਰ ਲੋਕਾਂ 'ਤੇ ਕੰਮ ਕਰਦੇ ਹੋਏ ਦੇਖਿਆ ਹੈ। ਤੁਸੀਂ ਕਿਸੇ ਦੂਜੀ ਅਪਰੋਚ ਦਾ ਵੀ ਇਸਤੇਮਾਲ ਕਰ ਸਕਦੇ ਹੋ ਜੇ ਉਹ ਤੁਹਾਡੇ ਕੰਮ ਆਏ। ਜੇ ਤੁਸੀਂ ਝੂਠ ਨਹੀਂ ਬੋਲਦੇ ਅਤੇ ਆਪਣੀ ਅੱਪਲਾਈਨ ਦੀ ਸਲਾਹ ਨਾਲ ਕੰਮ ਕਰਦੇ ਹੋ ਤਾਂ ਮੈਂ ਕਿਸੇ ਵੀ ਰਚਨਾਤਮਕ ਅਪਰੋਚ ਨੂੰ ਸਹੀ ਮੰਨਦਾ ਹਾਂ।

ਇਹ ਯਾਦ ਰੱਖੋ ਕਿ ਤੁਸੀਂ ਉੱਤੇ ਲਿਖੇ ਗਏ ਕਿਸੇ ਵੀ ਤਰੀਕੇ ਨਾਲ ਉਨ੍ਹਾਂ ਨੂੰ ਬੁਲਾਓ, ਜੇ ਉਹ ਤੁਹਾਡੇ ਕੋਲ ਆ ਗਏ ਅਤੇ ਤੁਹਾਡੀ ਮੀਟਿੰਗ ਸ਼ੁਰੂ ਹੋ ਗਈ ਤਾਂ ਉਹ ਇਹ ਭੁੱਲ ਜਾਣਗੇ ਕਿ ਤੁਸੀਂ ਉਨ੍ਹਾਂ ਨੂੰ ਕੀ ਕਹਿ ਕੇ ਬੁਲਾਇਆ ਸੀ ਅਤੇ ਇਹ ਮੀਟਿੰਗ ਫਿਰ ਇਕ ਆਮ ਜਿਹੀ ਮੀਟਿੰਗ ਵਰਗੀ ਹੋਵੇਗੀ।

ਹਾਲਾਂਕਿ ਕੁੱਝ ਲੋਕ ਤੁਹਾਨੂੰ ਅਪੋਆਇੰਟਮੈਂਟ ਦੇਣਗੇ, ਕੁੱਝ ਹੋਰ ਜਾਣਕਾਰੀ ਤੁਹਾਡੇ ਕੋਲੋਂ ਮੰਗਣਗੇ। ਜੇ ਤੁਸੀਂ ਫੋਨ ਜਾਂ ਈ-ਮੇਲ ਜਾਂ ਵਾਟਸਐਪ 'ਤੇ ਉਨ੍ਹਾਂ ਨੂੰ ਸਾਰੀਆਂ ਸੂਚਨਾਵਾਂ ਦੇ ਦਿਓਗੇ, ਤਾਂ ਮੀਟਿੰਗ ਵਿੱਚ ਆਉਣ ਦਾ ਨਾ ਤਾਂ ਕੋਈ ਮਤਲਬ ਰਹੇਗਾ ਅਤੇ ਨਾ ਹੀ ਤੁਹਾਡੇ ਨਾਲ ਨਿੱਜੀ ਤੌਰ 'ਤੇ ਮਿਲਣ ਦਾ ਵੀ ਕੋਈ ਅਰਥ। ਸਾਡਾ ਟੀਚਾ ਹੈ ਕਿ ਅਸੀਂ ਮੀਟਿੰਗ ਲਈ ਅਪੋਆਇੰਟਮੈਂਟ ਲਈਏ, ਇਸ ਲਈ ਅਸੀਂ ਸਿਰਫ਼ ਉਹੀ ਸੂਚਨਾਵਾਂ ਦੇਵਾਂਗੇ ਜਿਸ ਨਾਲ ਹੋਰ ਜਾਣਨ ਦੀ ਇੱਛਾ ਪੈਦਾ ਹੋਵੇ ਅਤੇ ਤੁਹਾਨੂੰ ਅਪੋਆਇੰਟਮੈਂਟ ਮਿਲਣ ਲਈ ਮਦਦ ਮਿਲੇ।

ਤੁਹਾਡੇ ਸੱਦੇ ਇੰਨੇ ਪੂਰਨ ਸ੍ਵੈ-ਭਰੋਸੇ ਨਾਲ ਅਤੇ ਪ੍ਰੇਰਕ ਹੋਣ ਕਿ ਤੁਹਾਡਾ ਪ੍ਰਾਸਪੈਕਟ ਮੀਟਿੰਗ ਲਈ ਜ਼ਰੂਰ ਆਏ। ਜੇ ਕੋਈ ਆਦਮੀ ਮੀਟਿੰਗ ਵਿੱਚ ਆਉਣ ਤੋਂ ਪਹਿਲਾਂ ਤੁਹਾਡੇ ਕੋਲੋਂ ਕੋਈ ਹੋਰ ਸੂਚਨਾ ਮੰਗਦਾ ਹੈ ਤਾਂ ਆਪਣੇ ਅੱਪਲਾਈਨ ਤੋਂ ਕੋਈ ਵੀਡੀਓ ਲਿੰਕ ਮੰਗੋ ਜਾਂ ਕੋਈ ਅਜਿਹਾ ਟੂਲ ਜੋ ਤੁਸੀਂ ਆਪਣੇ ਪ੍ਰਾਸਪੈਕਟ ਨੂੰ ਇਸ ਸਟੇਜ਼ 'ਤੇ ਭੇਜ ਸਕਦੇ ਹੋ।

ਅਪੋਆਇੰਟਮੈਂਟ ਲੈਣ ਦੀ ਸਹੀ ਪ੍ਰਕਿਰਿਆ

ਮੈਂ ਅਪੋਆਇੰਟਮੈਂਟ ਲੈਣ ਦੇ ਕਈ ਸੰਭਾਵੀ ਤਰੀਕੇ ਦੱਸ ਦਿੱਤੇ ਹਨ। ਹੁਣ ਤੁਸੀਂ ਵੱਖ-ਵੱਖ ਪਰਿਪੇਖਾਂ ਅਤੇ ਹਾਲਾਤਾਂ ਅਨੁਸਾਰ ਸਭ ਤੋਂ ਵਧੀਆ ਤਰੀਕੇ ਦੀ ਵਰਤੋਂ ਕਰ ਸਭ ਤੋਂ ਉੱਤਮ ਨਤੀਜੇ ਲੈ ਸਕਦੇ ਹੋ। ਤੁਸੀਂ ਕਾਲ ਕਰਨ ਲਈ ਹੁਣੇ ਤਿਆਰ ਹੋ ਜਾਓ ਪਰ ਅਪੋਆਇੰਟਮੈਂਟ ਮਿਲ ਜਾਏ ਇਸ ਲਈ ਯਕੀਨੀ ਕਰੋ ਕਿ ਤੁਸੀਂ ਇਸਦੇ ਲਈ ਸਹੀ ਤਰੀਕੇ ਦੀ ਵਰਤੋਂ ਕਰ ਰਹੇ ਹੋ। ਹੇਠਾਂ ਦਿੱਤੀ ਗਈ ਪ੍ਰਕਿਰਿਆ ਨਾਲ ਤੁਸੀਂ ਵਧੀਆ ਸੱਦਾ ਦੇ ਪਾਓਗੇ ਜਿਸ ਨਾਲ ਤੁਹਾਨੂੰ ਅਪੋਆਇੰਟਮੈਂਟ ਮਿਲਣ ਦੀਆਂ ਉਮੀਦਾਂ ਕਈ ਗੁਣਾਂ ਵੱਧ ਜਾਣਗੀਆ ਅਤੇ ਇਹ ਵੀ ਯਕੀਨੀ ਹੋ ਜਾਵੇਗਾ ਕਿ ਤੁਹਾਡਾ ਪ੍ਰਾਸਪੈਕਟ ਸਹੀ ਸੋਚ ਨਾਲ ਹੀ ਆਏਗਾ।

ਕੁਆਲਿਟੀ ਅਪੋਆਇੰਟਮੈਂਟ ਲੈਣ ਦੇ 9 ਸਧਾਰਨ ਕਦਮ:

1	ਇੱਕ ਸਕਾਰਾਤਮਕ ਅਤੇ ਆਨੰਦਮਈ ਮਨੋਦਸ਼ਾ ਵਿੱਚ ਆਓ
2	ਉਸੇ ਮਨੋਦਸ਼ਾ ਨੂੰ ਬਣਾਏ ਰੱਖਦੇ ਹੋਏ, ਮੁਸਕਰਾਉਂਦੇ ਹੋਏ ਕਾਲ ਕਰੋ
3	ਸ਼ੁਭਕਾਮਨਾਵਾਂ ਅਤੇ ਹਾਲਚਾਲ
4	ਪ੍ਰਾਸਪੈਕਟ ਦੀ ਪ੍ਰਸ਼ੰਸਾ ਕਰਨਾ
5	6 ਤਰੀਕਿਆਂ ਵਿੱਚੋਂ ਕੋਈ ਵੀ ਵਰਤ ਕੇ ਸੱਦਾ ਦਿਓ
6	ਪ੍ਰਾਸਪੈਕਟ ਦੀ ਪੁਸ਼ਟੀ
7	ਵਚਨਬੱਧਤਾ
8	ਮੁਸਕਰਾਉਂਦੇ ਹੋਏ ਕਾਲ ਸਮਾਪਤ ਕਰੋ
9	ਜੇ ਕੋਈ ਜਾਣਕਾਰੀ ਭੇਜਣੀ ਹੈ ਤਾਂ ਭੇਜ ਦਿਓ

1. ਇੱਕ ਆਸ਼ਾਵਾਦੀ ਅਤੇ ਆਨੰਦਮਈ ਵਿੱਚ ਆਓ: ਮੇਰੇ ਅੰਤਰ ਰਾਸ਼ਟਰੀ ਮਾਸਟਰ ਏਨ.ਐਲ.ਪੀ. ਸਰਟੀਫਿਕੇਸ਼ਨ ਦੌਰਾਨ, ਮੈਂ ਸਿੱਖਿਆ ਕਿ ਮਨੋਦਸ਼ਾ ਸਮੱਗਰੀ ਨਾਲੋਂ ਵਧੇਰੇ ਮਹੱਤਵਪੂਰਨ ਹੈ। ਇਸ ਲਈ ਹਰ ਕਾਲ ਜਾਂ ਮੀਟਿੰਗ ਤੋਂ ਪਹਿਲਾਂ, ਇਹ ਯਕੀਨੀ ਬਣਾਓ ਕਿ ਤੁਸੀਂ ਸਭ ਤੋਂ ਵਧੀਆ ਮਨੋਦਸ਼ਾ ਵਿੱਚ ਹੋਵੋ। ਜਦੋਂ ਮੈਂ ਇਹ ਕਹਿੰਦਾ ਹਾਂ, ਤਾਂ ਇਸ ਤੋਂ ਮੇਰਾ ਮਤਲਬ ਉਸ ਮੌਕੇ 'ਤੇ ਮੇਰੀ ਮਾਨਸਿਕ ਸਥਿਤੀ ਨਾਲ ਹੈ। ਤੁਹਾਡੀ ਮਾਨਸਿਕ ਸਥਿਤੀ ਤੁਹਾਡੇ ਵਿਚਾਰਾਂ, ਆਪਣੇ-ਆਪ ਨਾਲ ਗੱਲਬਾਤ ਅਤੇ ਉਸ ਖ਼ਾਸ ਸਮੇਂ 'ਤੇ ਤੁਹਾਡੀਆਂ ਉਨ੍ਹਾਂ ਭਾਵਨਾਵਾਂ ਨਾਲ ਹੈ, ਜਿਨਾਂ ਤੋਂ ਤੁਸੀਂ ਉਸ ਸਮੇਂ ਗੁਜ਼ਰ ਰਹੇ ਹੋ। ਮਨੋਦਸ਼ਾ ਪਹਿਲੇ ਅਤੇ ਫਿਰ ਜਾਣਕਾਰੀ ਹੁੰਦੀ ਹੈ।

ਕਿਸੇ ਵੀ ਪ੍ਰਕਾਰ ਦੀਆਂ ਨਕਾਰਾਤਮਕ ਭਾਵਨਾਵਾਂ ਜਿਵੇਂ ਆਤਮਵਿਸ਼ਵਾਸ ਦੀ ਕਮੀ, ਸ਼ੱਕ, ਪਰੇਸ਼ਾਨੀ, ਚਿੰਤਾ ਆਦਿ ਨੂੰ ਛੱਡ ਦਿਓ। ਇਹ ਕੋਈ ਜੀਵਨ ਜਾਂ ਮੌਤ ਦਾ ਸਵਾਲ ਨਹੀਂ ਹੈ। ਇਹ ਪਾਰਟਨਰਸ਼ਿਪ ਲਈ ਇੱਕ ਸੱਦਾ ਹੈ ਜਿਸ ਨਾਲ ਉਸ ਵਿਅਕਤੀ ਦੀ ਜਿੰਦਗੀ ਹਮੇਸ਼ਾ ਲਈ ਬਦਲ ਸਕਦੀ ਹੈ। ਇਹ ਕਾਲ ਕੁੱਝ ਦੇਣ ਲਈ ਹੈ, ਕੁੱਝ ਲੈਣ ਲਈ ਨਹੀਂ। ਆਪਣੇ ਸ਼ਰੀਰ ਨੂੰ ਹਿਲਾਓ, ਕੁੱਝ ਵਧੀਆ ਸੰਗੀਤ ਸੁਣੋ, ਇੱਕ ਉਤਸ਼ਾਹਜਨਕ ਵੀਡੀਓ ਦੇਖੋ ਅਤੇ ਆਪਣੇ-ਆਪ ਨੂੰ ਇੱਕ ਸਕਾਰਾਤਮਕ, ਆਸ਼ਾਵਾਦੀ ਅਤੇ ਮਨ ਦੀ ਖ਼ੁਸ਼ਹਾਲ ਸਥਿਤੀ ਵਿੱਚ ਲਿਆਓ।

ਹੋ ਸਕਦਾ ਹੈ ਕਿ ਤੁਸੀਂ ਪਹਿਲੀ ਵਾਰ ਕਿਸੇ ਤੋਂ ਅਜਿਹੀਆਂ ਗੱਲਾਂ ਸੁਣ ਰਹੇ ਹੋਵੋ ਪਰ ਇਹ ਸਾਲਾਂ ਦੀ ਟ੍ਰੇਨਿੰਗ ਅਤੇ ਕਈ ਸਾਲਾਂ ਤੋਂ ਲੋਕਾਂ ਵਿਚਕਾਰ ਕੰਮ ਕਰਨ ਨਾਲ ਆਈਆਂ ਹਨ। ਤੁਸੀਂ ਵੀ ਇੰਨ੍ਹਾਂ ਦੀ ਵਰਤੋ ਕਰੋ ਅਤੇ ਤੁਹਾਨੂੰ ਪਹਿਲੇ ਕਾਲ ਤੋਂ ਹੀ ਸੁਧਾਰ ਦਿਖਣ ਲੱਗ ਜਾਵੇਗਾ।

2. ਉਸੇ ਮਨੋਦਸ਼ਾ ਨੂੰ ਬਣਾਏ ਰੱਖਦਿਆਂ ਮੁਸਕਰਾ ਕੇ ਕਾਲ ਕਰੋ: ਹੁਣ ਆਪਣਾ ਫੋਨ ਚੁੱਕੋ ਅਤੇ ਕਾਲ ਕਰੋ। ਆਪਣੀ ਸਭ ਤੋਂ ਵਧੀਆ ਮੁਸਕਰਾਹਟ ਰੱਖੋ ਅਤੇ ਉਹੀ ਸੰਸਾਧਨ ਸਥਿਤੀ ਬਣਾਈ ਰੱਖੋ ਜਿਸ ਵਿੱਚ ਤੁਸੀਂ ਹੁਣੇ ਆਏ ਹੋ। ਮੇਰੇ 'ਤੇ ਭਰੋਸਾ ਕਰੋ, ਤੁਹਾਡੀ ਮੁਸਕਰਾਹਟ ਫੋਨ 'ਤੇ ਵੀ ਵੇਖੀ ਜਾ ਸਕਦੀ ਹੈ।

3. ਸ਼ੁਭਕਾਮਨਾਵਾਂ ਅਤੇ ਹਾਲ-ਚਾਲ: ਆਪਣੀ ਕਾਲ ਨਿਅਮਿਤ ਸ਼ੁਭਕਾਮਨਾਵਾਂ ਨਾਲ ਸ਼ੁਰੂ ਕਰੋ ਅਤੇ ਪੁੱਛੋ ਕਿ ਉਨ੍ਹਾਂ ਦੇ ਪਾਸੇ ਕੀ ਸਾਰਾ ਕੁੱਝ ਠੀਕ ਚੱਲ ਰਿਹਾ ਹੈ। ਉਨ੍ਹਾਂ ਦੇ ਪਰਿਵਾਰ ਅਤੇ ਕੰਮਕਾਜ ਬਾਰੇ ਪੁੱਛ ਕੇ ਉਨ੍ਹਾਂ ਦੇ ਜਵਾਬ ਦਾ ਇੰਤਜ਼ਾਰ ਕਰੋ। ਜੇ ਉਹ ਵਿਅਕਤੀ ਕਿਸੇ ਗੰਭੀਰ ਮੁੱਦੇ ਜਾਂ ਕੰਮਾਂ ਵਿੱਚ ਫਸਿਆ ਹੋਇਆ ਹੈ ਤਾਂ ਨਵੇਂ ਬਿਜ਼ਨਿਸ ਬਾਰੇ ਗੱਲਾਂ ਕਰਨ ਦਾ ਇਹ ਠੀਕ ਸਮਾਂ ਨਹੀਂ ਹੈ। ਬਿਜਨਿਸ ਸੱਦੇ ਨੂੰ ਅਗਲੀ ਵਾਰ ਲਈ ਰੱਖੋ ਅਤੇ ਉਸ ਵਿਅਕਤੀ ਨਾਲ ਆਪਣੀ ਕਾਲ ਪਹਿਲਾਂ ਵਾਂਗ ਹੀ ਜਾਰੀ ਰੱਖੋ।

4. ਪ੍ਰਾਸਪੈਕਟ ਦੀ ਪ੍ਰਸ਼ੰਸਾ ਕਰੋ: ਹਰ ਵਿਅਕਤੀ ਦਿਲੋਂ ਤਾਰੀਫ਼ ਪਸੰਦ ਕਰਦਾ ਹੈ। ਉਹ ਸਾਹਮਣੇ ਵਾਲੇ ਵਿਅਕਤੀ ਦਾ ਮਨੋਬਲ ਨੂੰ ਉੱਚਾ ਕਰਦੀ ਅਤੇ ਮੀਟਿੰਗ ਦੇ ਵਾਤਾਵਰਣ ਵਿੱਚ ਊਰਜਾ ਦਿੰਦੀ ਹੈ। ਪ੍ਰਾਸਪੈਕਟਾਂ ਦੀ ਘੱਟ ਸ਼ਬਦਾਂ ਵਿੱਚ ਚੰਗੀ ਤਰ੍ਹਾਂ ਤਾਰੀਫ਼ ਕਰੋ।

5. ਇਹਨਾਂ ਛੇ ਵਿੱਚੋਂ ਕਿਸੇ ਵੀ ਤਰੀਕੇ ਦੀ ਵਰਤੋਂ ਕਰਕੇ ਸੱਦਾ ਦਿਓ: ਕਿਸੇ ਵੀ ਸੱਦੇ ਦੀ ਵਰਤੋਂ ਕਰ ਆਪਣੇ ਪ੍ਰਾਸਪੈਕਟ ਨੂੰ ਮੀਟਿੰਗ ਲਈ ਬੁਲਾਓ। ਜਦੋਂ ਉੱਪਰ ਦਿੱਤੇ ਗਏ 4 ਪੜਾਅ ਪੂਰੇ ਹੋਣ ਤੋਂ ਬਾਅਦ ਸਿਰਫ਼ ਇਹੀ ਕਹੋ- "ਮੈਂ ਤੁਹਾਨੂੰ ਅੱਜ

ਇੱਕ ਖ਼ਾਸ ਕੰਮ ਲਈ ਫੋਨ ਕੀਤਾ ਹੈ।" ਫਿਰ ਉਸ ਤੋਂ ਬਾਅਦ ਉਸ ਵਿਅਕਤੀ ਨੂੰ ਮੀਟਿੰਗ ਲਈ ਸੱਦਾ ਦਿਓ। ਇਸ ਤੋਂ ਬਾਅਦ ਅਸੀਂ ਅਗਲੇ 2 ਮਿੰਟਾਂ ਵਿੱਚ ਕਾਲ ਸਮਾਪਤ ਕਰ ਦੇਣਾ ਚਾਹਾਂਗੇ। ਇਸ ਲਈ ਹੇਠਾਂ ਦਿੱਤੇ ਗਏ ਕ੍ਰਮ ਦੀ ਪਾਲਣਾ ਕਰੋ।

ਜੇ ਪਹਿਲੇ 4 ਪੜਾਅ ਜ਼ਿਆਦਾ ਸਮਾਂ ਲੈ ਰਹੇ ਹਨ ਤਾਂ ਕੋਈ ਗੱਲ ਨਹੀਂ ਲੇਕਨ ਸੱਦਾ ਤੁਸੀਂ ਕਾਲ ਦੇ ਅੰਤਿਮ 3 ਤੋਂ 5 ਮਿੰਟਾਂ ਵਿੱਚ ਹੀ ਦੇ ਦਿਓ। ਉਸੇ ਆਨੰਦਮਈ ਮਨੋਦਸ਼ਾ ਵਿੱਚ ਰਹੋ ਜਿਵੇਂ ਸ਼ੁਰੂਆਤ ਵੇਲੇ ਸੀ ਅਤੇ ਇੱਕ ਸਹੀ ਭਾਵ ਨਾਲ ਗੁਣਵੱਤਾ ਭਰਪੂਰ ਸੱਦਾ ਦਿਓ।

ਇਹ ਸਿਸਟਮ ਆਹਮੋ-ਸਾਹਮਣੇ ਦੀ ਮੀਟਿੰਗ ਜਾਂ ਗਰੁੱਪ ਮੀਟਿੰਗ ਲਈ ਜਾਂ ਹਾੱਲ ਮੀਟਿੰਗ ਲਈ ਵੀ ਹੋ ਸਕਦਾ ਹੈ। ਇਹ ਦੇਖਣਾ ਹੋਵੇਗਾ ਕਿ ਕਿਹੜੀ ਮੀਟਿੰਗ ਉਪਲੱਬਧ ਹੈ ਅਤੇ ਸਾਹਮਣੇ ਵਾਲੇ ਵਿਅਕਤੀ ਲਈ ਕਿਹੜੀ ਸਹੀ ਹੈ।

ਇਸ ਸਥਿਤੀ ਵਿੱਚ ਪ੍ਰਾਸਪੈਕਟ ਕੁੱਝ ਹੋਰ ਸੂਚਨਾਵਾਂ ਬਾਰੇ ਪੁੱਛ ਸਕਦਾ ਹੈ। ਆਪਣੇ-ਆਪ 'ਤੇ ਕਾਬੂ ਰੱਖ ਕੇ ਫੋਨ ਉੱਪਰ ਜ਼ਿਆਦਾ ਜਾਣਕਾਰੀ ਨਾ ਦਿਓ। ਗੱਲਬਾਤ ਨੂੰ ਨਿੱਜੀ ਮੀਟਿੰਗ ਵੱਲ ਵਾਪਸ ਮੋੜ ਲਓ। ਜੇ ਤੁਹਾਨੂੰ ਕੁੱਝ ਸੂਚਨਾਵਾਂ ਦੇਣੀਆਂ ਵੀ ਹਨ ਤਾਂ ਉਹ ਸੂਚਨਾ ਦੇ ਦਿਓ ਜਿਸ ਨਾਲ ਤੁਹਾਡਾ ਇੱਕ ਜਾਂ ਦੋ ਉਦੇਸ਼ ਪੂਰੇ ਹੋ ਜਾਣ: ੳ) ਇਸ ਨਾਲ ਤੁਹਾਨੂੰ ਛੇਤੀ ਅਪੋਆਇੰਟਮੈਂਟ ਮਿਲਣ ਵਿੱਚ ਮਦਦ ਮਿਲੇਗੀ। ਅ) ਮੀਟਿੰਗ ਵਿੱਚ ਆਉਣ ਤੋਂ ਪਹਿਲਾਂ ਇਹ ਪ੍ਰਾਸਪੈਕਟ ਦੇ ਦਿਮਾਗ਼ ਵਿੱਚ ਸਹੀ ਸੋਚ ਬਣਾਵੇਗੀ।

6. ਪ੍ਰਾਸਪੈਕਟ ਤੋਂ ਪੁਸ਼ਟੀ: ਹੁਣ ਸਮਾਂ ਹੈ ਕਿ ਉਸ ਵਿਅਕਤੀ ਤੋ ਸਮੇਂ ਦੀ ਵਚਨਬੱਧਤਾ ਪ੍ਰਾਪਤ ਕਰਨ ਦਾ। ਭਾਵੇਂ ਉਹ ਗਰੁੱਪ ਮੀਟਿੰਗ ਹੋਵੇ ਜਾਂ ਹਾੱਲ, ਤੁਹਾਨੂੰ ਸਮਾਂ ਦੇਣਾ ਪਵੇਗਾ ਅਤੇ ਉਸ ਤੋਂ ਪੁਸ਼ਟੀ ਪ੍ਰਾਪਤ ਕਰਨ ਦੀ ਲੋੜ ਹੈ। ਜੇ ਇਹ ਆਹਮੋ-ਸਾਹਮਣੇ ਦੀ ਮੀਟਿੰਗ ਵੀ ਹੈ ਤਾਂ ਵੀ ਮੈਂ ਚਾਹਵਾਂਗਾ ਕਿ ਤੁਸੀਂ ਆਪਣਾ ਇੱਕ ਦਿਨ ਅਤੇ ਸਮਾਂ ਉਨ੍ਹਾਂ ਨੂੰ ਦਿਓ। ਬੱਸ ਥੋੜ੍ਹੇ ਲਚੀਲੇ ਬਣ ਕੁੱਝ ਵਿਕਲਪ ਦਿਓ, ਪਰ ਪੁਸ਼ਟੀ ਪ੍ਰਾਪਤ ਕਰਨੀ ਸਭ ਤੋਂ ਮਹੱਤਵਪੂਰਨ ਹੈ।

7. ਵਚਨਬੱਧਤਾ: ਵਚਨਬੱਧਤਾ ਆਪਣੇ ਅਪੋਆਇੰਟਮੈਂਟ ਦੀ ਵਿਆਖਿਆ ਨੂੰ ਸੰਖੇਪ ਵਿੱਚ ਵਿਅਕਤ ਕਰਕੇ ਉਸ ਨੂੰ ਆਪਣੇ ਪ੍ਰਾਸਪੈਕਟਾਂ ਦੇ ਧਿਆਨ ਵਿੱਚ ਹਾਂ-ਪੱਖੀ ਢੰਗ ਨਾਲ ਪੱਕਾ ਕਰ ਲਓ। ਸੰਭਾਵਿਤ ਸਕਰਿਪਟ ਹੇਠਾਂ ਦਿੱਤੀ ਗਈ ਹੈ:

"ਫਿਰ ਤਾਂ ਕਮਾਲ ਹੈ। ਅਸੀਂ ਸ਼ਨੀਵਾਰ ਨੂੰ ਸ਼ਾਮ 7 ਵਜੇ ਮੇਰੇ ਘਰ (ਜਾਂ ਜੋ ਵੀ ਜਗ੍ਹਾ ਤੁਸੀਂ ਤੈਅ ਕੀਤੀ ਸੀ) ਮਿਲ ਰਹੇ ਹਾਂ। ਜੇ ਸੰਭਵ ਹੋਵੇ ਤਾਂ 10 ਤੋਂ 15 ਮਿੰਟਾਂ ਪਹਿਲਾਂ ਪੁੱਜ ਕੇ ਇਹ ਸੁਨਿਸ਼ਚਿਤ ਕਰ ਲਓ ਕਿ ਅਗਲੇ ਇੱਕ ਘੰਟੇ ਲਈ ਕੋਈ ਹੋਰ ਰੁਝੇਵੇਂ ਤਾਂ ਨਹੀਂ ਹਨ।"

8. ਫ਼ੋਨ ਕੱਟੋ: ਹੁਣ ਸਮਾਂ ਆ ਗਿਆ ਹੈ ਫੋਨ ਡਿਸਕਨੈਕਟ ਜਾਂ ਕੱਟਣ ਦਾ। ਬਹੁਤ ਉਤਸ਼ਾਹ ਨਾਲ ਅਲਵਿਦਾ ਕਹੋ।

9. ਜੇ ਕੋਈ ਜਾਣਕਾਰੀ ਭੇਜਣੀ ਹੈ ਤਾਂ ਭੇਜ ਦਿਓ: ਜੇ ਤੁਸੀਂ ਆਪਣੀ ਕਾਲ ਦੌਰਾਨ ਕੋਈ ਸੂਚਨਾ ਦੇਣ ਦਾ ਵਾਇਦਾ ਕੀਤਾ ਹੈ, ਤਾਂ ਉਹ ਸੂਚਨਾ ਫੋਨ ਕੱਟਣ ਦੇ ਤੁਰੰਤ ਬਾਅਦ ਜਾਂ ਕੁੱਝ ਘੰਟਿਆਂ ਦੇ ਅੰਦਰ ਭੇਜ ਦਿਓ। ਆਪਣੀ ਅੱਪਲਾਈਨ ਨਾਲ ਗੱਲ ਕਰ ਲਓ ਕਿ ਤੁਸੀਂ ਆਪਣੇ ਪ੍ਰਾਸਪੈਕਟ ਨੂੰ ਇਸ ਸਟੇਜ਼ 'ਤੇ ਕੀ-ਕੀ ਭੇਜ ਸਕਦੇ ਹੋ। ਕਦੇ ਵੀ ਕਿਸੇ ਨੂੰ ਵੀ ਬਿਜ਼ਨਿਸ ਦੀ ਪੂਰੀ ਪੇਸ਼ਕਾਰੀ ਨੂੰ ਮੇਲ ਨਾ ਕਰੋ।

ਕਿਸੇ ਤੋਂ ਅਪੋਆਇੰਟਮੈਂਟ ਲੈਣ ਤੋਂ ਪਹਿਲਾਂ ਹੇਠਾਂ ਦਿੱਤੇ ਦਿਸ਼ਾ-ਨਿਰਦੇਸ਼ਾਂ ਨੂੰ ਫਾੱਲੋ ਕਰੋ:

1. ਹਮੇਸ਼ਾ ਫ਼ੋਨ 'ਤੇ ਅਪੋਆਇੰਟਮੈਂਟ ਲਓ। ਇਹ ਸੌਖਾ ਵੀ ਹੈ ਅਤੇ ਤੇਜ਼ ਵੀ।
2. ਸਿਰਫ਼ ਅਪੋਆਇੰਟਮੈਂਟ ਲਓ, ਆਪਣਾ ਪਲਾਨ ਨਾ ਸਮਝਾਓ। 'ਕਿਸ (KISS)' ਸਿਧਾਂਤ ਨੂੰ ਅਪਣਾਓ - Keep It Short and Simple. ਫ਼ੋਨ 'ਤੇ ਜ਼ਿਆਦਾ ਜਾਣਕਾਰੀ ਨਾ ਦਿਓ, ਜਿੰਨਾ ਜ਼ਿਆਦਾ ਤੁਸੀਂ ਫ਼ੋਨ 'ਤੇ ਦੱਸੋਗੇ, ਮੀਟਿੰਗ ਲਈ ਅਪੋਆਇੰਟਮੈਂਟ ਮਿਲਣ ਦੇ ਮੌਕੇ ਓਨੇ ਘੱਟਦੇ ਜਾਣਗੇ। ਮੈਨੂੰ ਪਤਾ ਹੈ ਕਿ ਸਮਾਂ ਬਦਲ ਰਿਹਾ ਹੈ ਅਤੇ ਲੋਕਾਂ ਨੇ ਅਸਲੀ ਮੀਟਿੰਗ ਦੇ ਬਦਲੇ ਵੀਡੀਓ ਕਾਨਫ੍ਰੈਂਸਿੰਗ ਜਾਂ ਸਕਾਈਪ ਦਾ ਪ੍ਰਯੋਗ ਕਰਨਾ ਸ਼ੁਰੂ ਕਰ ਦਿੱਤਾ ਹੈ। ਮੇਰੇ ਵਿਚਾਰ ਨਾਲ ਤੁਸੀਂ ਪਹਿਲੇ ਆਹਮੋ-ਸਾਹਮਣੇ ਦੀ ਮੀਟਿੰਗ ਵਿੱਚ ਮੁਹਾਰਤ ਹਾਸਿਲ ਕਰੋ ਫਿਰ ਦੂਜੀ ਤਕਨੀਕ 'ਤੇ ਜਾਓ। ਉਂਞ ਵੀ ਇਹ ਬਿਜ਼ਨਿਸ ਦੁਹਰਾਓ ਦਾ ਹੈ, ਇਸ ਲਈ ਅਜਿਹੇ ਕੰਮ ਕਰੋ ਜੋ ਅਸਾਨੀ ਨਾਲ ਡੁਪਲੀਕੇਟ ਕੀਤੇ ਜਾ ਸਕਣ।
3. ਤੁਸੀਂ ਆਪਣੇ-ਆਪ ਨੂੰ ਭਾਵਨਾਤਮਕ ਤੌਰ 'ਤੇ ਇਸ ਫ਼ੋਨ ਕਾਲ ਦੇ ਨਤੀਜੇ ਤੋਂ ਵੱਖ ਕਰ ਲਓ। ਮੈਨੂੰ ਪਤਾ ਹੈ ਇਹ ਕਹਿਣਾ ਸੌਖਾ ਹੈ ਪਰ ਕਰਨਾ ਔਖਾ। ਪਰ ਯਾਦ ਰੱਖੋ ਅਸੀਂ ਸਿਰਫ਼ ਸੇਲ ਨਹੀਂ ਕਰਦੇ, ਅਸੀਂ ਸਲਾਹਕਾਰ ਹਾਂ ਜੋ ਲੋਕਾਂ ਨੂੰ ਤਾਕਤਵਰ ਬਣਾ ਸਕਦੇ ਹਾਂ, ਇੱਕ ਬਿਹਤਰ ਜ਼ਿੰਦਗੀ ਜਿਉਣ ਲਈ। ਉਂਞ ਵੀ ਸ਼ੁਰੂਆਤੀ ਮੀਟਿੰਗ ਵਿੱਚ ਅਸੀਂ ਸਿਆਣਪ ਅਤੇ ਜਾਣਕਾਰੀ ਦੇਣਾ ਚਾਹੁੰਦੇ ਹਾਂ, ਤਾਂ ਜਿਵੇਂ ਦੇ ਨਤੀਜੇ ਹੋਣ ਖੁਸ਼ੀ ਨਾਲ ਇਸ ਅਨੁਭਵ ਦਾ ਆਨੰਦ ਲਓ ਅਤੇ ਅੱਗੇ ਵਧਦੇ ਜਾਓ।
4. ਇਹ ਇੱਕ ਨੰਬਰ ਗੇਮ ਹੈ। ਸ਼ੁਰੂਆਤੀ ਕੁੱਝ ਕਾਲਾਂ ਦਾ ਬਹੁਤ ਜ਼ਿਆਦਾ ਵਿਸ਼ਲੇਸ਼ਣ ਨਾ ਕਰਕੇ ਛੇਤੀ ਵਿੱਚ ਕੋਈ ਗ਼ਲਤ ਧਾਰਨਾ ਨਾ ਬਣਾਓ। ਜੇ ਤੁਸੀਂ ਬਹੁਤ ਸਾਰੇ ਕਾਲ ਕਰੋਗੇ ਤਾਂ ਤੁਹਾਨੂੰ ਯਕੀਨੀ ਤੌਰ 'ਤੇ ਲੋੜੀਂਦੀ ਗਿਣਤੀ ਵਿੱਚ ਅਪੋਆਇੰਟਮੈਂਟਾਂ ਮਿਲਣਗੀਆਂ।
5. ਝੂਠ ਨਾ ਬੋਲੋ। ਅਜਿਹਾ ਕਦੇ ਨਾ ਕਰੋ ਕਿ ਤੁਸੀਂ ਲੋਕਾਂ ਨੂੰ ਜਨਮਦਿਨ ਦੀ ਪਾਰਟੀ ਜਾਂ ਕਿਸੇ ਹੋਰ ਪਾਰਟੀ ਦਾ ਕਹਿ ਕਰ ਸੱਦਾ ਦੇ ਕੇ ਉੱਥੇ ਤੁਸੀਂ ਆਪਣਾ ਬਿਜ਼ਨਿਸ ਪਲਾਨ ਦਿਖਾਉਣਾ ਸ਼ੁਰੂ ਕਰ ਦਿਓ। ਇਹ ਕਰਨਾ ਸਭ ਤੋਂ ਮਾੜੀ ਗੱਲ ਹੈ। ਉਹ ਤੁਹਾਨੂੰ ਧੋਖੇਬਾਜ਼ ਸਮਝਣਗੇ ਅਤੇ ਕੋਈ ਵੀ ਕਿਸੇ ਧੋਖੇਬਾਜ਼ ਨਾਲ ਆਪਣਾ ਭਵਿੱਖ ਨਹੀਂ ਬਣਾਉਣਾ ਚਾਹੁੰਦਾ।
6. ਜਿਵੇਂ ਦੇ ਆਪ ਹੋ, ਉਵੇ ਦੇ ਹੀ ਬਣੇ ਰਹੋ। ਕਿਸੇ ਹੋਰ ਵਾਂਗ ਬਣਨ ਦੀ ਕੋਸ਼ਿਸ਼ ਨਾ ਕਰੋ। ਤੁਸੀਂ ਜਿਵੇ ਦੇ ਵੀ ਹੋ, ਤੁਹਾਡੇ ਪ੍ਰਾਸਪੈਕਟ ਤੁਹਾਨੂੰ ਉਵੇ ਦਾ ਹੀ ਜਾਣਦੇ ਅਤੇ ਪਿਆਰ ਕਰਦੇ ਹਨ। ਲੋਕਾਂ ਕੋਲੋਂ ਸਿੱਖੋ, ਲੋਕਾਂ ਦੀ ਸ਼ਲਾਘਾ ਕਰੋ, ਪਰ ਕਿਸੇ ਹੋਰ ਵਾਂਗ ਨਾ ਬਣੋ। ਤੁਸੀਂ ਜਿਹੋ ਜਿਹੇ ਹੋ ਸਭ ਤੋਂ ਵਧੀਆ ਹੋ।
7. ਇੱਕ ਸਕਾਰਾਤਮਕ ਸ੍ਵੈ-ਚਿਤਰ ਨਾਲ ਕੰਮ ਕਰੋ। ਮਜ਼ਬੂਤ ਅਤੇ ਵਿਸ਼ਵਾਸੀ ਬਣੋ। ਇਸ ਬਿਜ਼ਨਿਸ ਮੌਕੇ ਨਾਲ ਤੁਸੀਂ ਸਾਰਿਆਂ ਨੂੰ ਇੱਕ ਵਧੀਆ ਜਿਹਾ ਤੋਹਫ਼ਾ ਦੇ ਸਕਦੇ ਹੋ ਜਿਸ ਨਾਲ ਉਨ੍ਹਾਂ ਦੀ ਜ਼ਿੰਦਗੀ ਹਮੇਸ਼ਾ ਲਈ ਬਦਲ ਜਾਵੇਗੀ। ਤੁਹਾਡੇ ਕੋਲ ਇੱਕ ਬਿਹਤਰ ਤਰੀਕਾ ਹੈ ਅਤੇ ਤੁਹਾਨੂੰ ਇਸ ਨੂੰ ਵਿਸ਼ਵਾਸ ਅਤੇ ਭਰੋਸੇ ਨਾਲ ਸਾਂਝਾ ਕਰਨਾ ਚਾਹੀਦਾ ਹੈ।
8. ਕਾਹਲੀ ਵਿੱਚ ਰਹੋ। ਉਹ ਲੋਕ, ਜੋ ਰੁੱਝੇ ਹੋਏ ਅਤੇ ਆਪਣੇ ਟੀਚਿਆਂ ਵੱਲ ਤੇਜ਼ੀ ਨਾਲ ਵਧ ਰਹੇ ਹਨ, ਨੂੰ ਸਫਲ ਮੰਨਿਆ ਜਾਂਦਾ ਹੈ। ਜੇ ਤੁਸੀਂ ਆਪਣੀਆਂ ਕਾਲਾਂ

ਨੂੰ ਇਹ ਪ੍ਰਭਾਵ ਦਿੰਦੇ ਹੋਏ ਸ਼ੁਰੂ ਕਰਦੇ ਹੋ ਕਿ ਤੁਸੀਂ ਕਾਹਲੀ ਵਿੱਚ ਹੋ, ਤਾਂ ਤੁਹਾਡੀਆਂ ਕਾਲਾਂ ਬਿਹਤਰ ਨਤੀਜਿਆਂ ਦੇ ਨਾਲ ਪੂਰੀਆਂ ਹੋ ਜਾਣਗੀਆਂ। ਤੁਸੀਂ ਘੱਟ ਸਵਾਲਾਂ ਨਾਲ ਛੇਤੀ ਅਪੋਆਇੰਟਮੈਂਟ ਪਾ ਸਕਦੇ ਹੋ। ਇੱਥੋਂ ਤੱਕ ਕਿ ਲੋਕ ਤੁਹਾਨੂੰ ਮਿਲਣ ਲਈ ਉਡੀਕ ਵੀ ਕਰਨਗੇ।

ਪ੍ਰਾਸਪੈਕਟਿੰਗ (ਭਾਵੀ ਸਹਿਭਾਗੀ ਤਿਆਰ ਕਰਨਾ)

ਅਸੀਂ ਹੁਣ ਤੱਕ ਜਿਸ ਨੂੰ ਵੀ ਅਪਰੋਚ ਕੀਤਾ ਹੈ ਉਹ ਗਰਮ ਅਤੇ ਨਿੱਘੇ ਸ਼੍ਰੇਣੀ ਵਿੱਚ ਆਉਂਦੇ ਹਨ, ਜਿਨ੍ਹਾਂ ਨਾਲ ਅਸੀਂ ਹੁਣ ਅਪੋਆਇੰਟਮੈਂਟ ਲੈਣਾ ਚਾਹੁੰਦੇ ਹਾਂ। ਪਰ ਹੁਣ ਸਾਡੀ ਲਿਸਟ ਦੀ ਠੰਡੀ ਸ਼੍ਰੇਣੀ ਵਿੱਚ ਕਈ ਲੋਕ ਅਤੇ ਅਣਗਿਣਤ ਅਜਨਬੀ ਲੋਕ ਹਨ, ਜਿਨ੍ਹਾਂ ਨੂੰ ਅਸੀਂ ਭਵਿੱਖ ਵਿੱਚ ਆਪਣੀ ਲਿਸਟ ਵਿੱਚ ਸ਼ਾਮਿਲ ਕਰਨਾ ਹੈ। ਇੰਨਾਂ ਲੋਕਾਂ ਨਾਲ ਵਧੀਆ ਰਿਸ਼ਤੇ ਬਣਾਉਣਾ ਅਤੇ ਉਸ ਤੋਂ ਬਾਅਦ ਉਨ੍ਹਾਂ ਨੂੰ ਪੇਸ਼ਕਾਰੀ ਦਿਖਾਉਣਾ, ਨੈੱਟਵਰਕ ਮਾਰਕੀਟਿੰਗ ਬਿਜ਼ਨਿਸ ਦੀ ਲਾਈਫ ਲਾਈਨ ਹੈ। ਇਹ ਸਾਨੂੰ ਕਦੇ ਨਾ ਖ਼ਤਮ ਹੋਣ ਵਾਲੇ ਪ੍ਰਾਸਪੈਕਟਸ ਦੀ ਪਾਈਪ ਲਾਈਨ ਦੇ ਸਕਦੀ ਹੈ। ਇਸ ਨੂੰ ਕਹਿੰਦੇ ਹਨ ਪ੍ਰਾਸਪੈਕਟਿੰਗ ਅਤੇ ਇਹ ਸਾਨੂੰ ਨੈੱਟਵਰਕ ਮਾਰਕੀਟਿੰਗ ਬਿਜ਼ਨਿਸ ਵਿੱਚ ਇੱਕ ਉੱਚਾ ਮੁਕਾਮ ਹਾਸਿਲ ਕਰਾ ਸਕਦੀ ਹੈ।

ਡਿਕਸ਼ਨਰੀ ਵਿੱਚ ਦਿੱਤੀ ਗਈ ਪਰਿਭਾਸ਼ਾ ਅਨੁਸਾਰ, ਪ੍ਰਾਸਪੈਕਟਿੰਗ ਦਾ ਅਰਥ ਹੈ, 'ਕਿਸੇ ਕੰਮ ਲਈ ਕੀਤੀਆਂ ਜਾਣ ਵਾਲੀਆਂ ਗਤੀਵਿਧੀਆਂ ਹਨ ਜਿਸ ਨਾਲ ਸੰਭਾਵਿਤ ਗਾਹਕਾਂ ਨਾਲ ਆਹਮੋ-ਸਾਹਮਣੇ ਦੀਆਂ ਮੀਟਿੰਗਾਂ ਹੋ ਸਕਣ।' ਇਸਦੇ ਤਹਿਤ ਉਹ ਸਾਰੀਆਂ ਗਤੀਵਿਧੀਆਂ ਆਉਂਦੀਆ ਹਨ ਜੋ ਇੱਕ ਅਪੋਆਇੰਟਮੈਂਟ ਲੈਣ ਲਈ ਕੀਤੀ ਜਾਂਦੀ ਹੈ। ਬੁਨਿਆਦੀ ਤੌਰ 'ਤੇ, ਇਸਦਾ ਮਤਲਬ ਕਿਸੇ ਅਜਨਬੀ ਜਾਂ ਦੂਰ ਦੀ ਪਛਾਣ ਵਾਲੇ ਨੂੰ ਇੱਕ ਭਾਵੀ ਸਹਿਭਾਗੀ ਵਿੱਚ ਬਦਲਣਾ ਹੁੰਦਾ ਹੈ। ਆਓ, ਉਮੀਦ ਕਰਨ ਦੇ ਸਭ ਤੋਂ ਵਧੀਆ ਤਰੀਕੇ ਸਿੱਖੀਏ:

1. ਹੌਲੀ-ਹੌਲੀ ਕੋਲਡ ਸ਼੍ਰੇਣੀ ਦੇ ਲੋਕਾਂ ਨਾਲ ਆਪਣੀ ਗੱਲਬਾਤ ਵਧਾਓ। ਉਨ੍ਹਾਂ ਨਾਲ ਨਿੱਜੀ ਤੌਰ 'ਤੇ ਮਿਲਕੇ, ਇੱਕ ਗ਼ੈਰ-ਰਸਮੀ ਫ਼ੋਨ ਕਾਲ ਕਰਕੇ, ਤਿਉਹਾਰਾਂ ਦੀਆਂ ਸ਼ੁਭਕਾਮਨਾਵਾਂ, ਵਾਟਸਐਪ 'ਤੇ, ਸੁਨੇਹੇ ਰਾਹੀਂ, ਉਨ੍ਹਾਂ ਦੇ ਸੋਸ਼ਲ ਮੀਡੀਆ ਪੋਸਟ ਨੂੰ ਲਾਈਕ ਕਰਕੇ ਇਸ ਲਈ ਚੰਗੀ ਸ਼ੁਰੂਆਤ ਕੀਤੀ ਜਾ ਸਕਦੀ ਹੈ। ਇਸ ਨੂੰ ਲਗਾਤਾਰ ਜਾਰੀ ਰੱਖੋ ਅਤੇ ਆਪਣੇ ਰਿਸ਼ਤਿਆਂ ਨੂੰ ਮਜ਼ਬੂਤ ਬਣਾਉਣ ਲਈ ਕੰਮ ਕਰਦੇ ਰਹੋ।
2. ਲੋਕਾਂ ਦੀ ਸੱਚੀ ਪ੍ਰਸ਼ੰਸਾ ਅਤੇ ਤਾਰੀਫ਼ ਕਰਨ ਦੇ ਮੌਕਿਆਂ ਦੀ ਤਲਾਸ਼ ਵਿੱਚ ਰਹੋ।
3. ਲੋਕਾਂ ਨੂੰ ਸੁਣੋ। ਹਮਦਰਦੀ ਨਾਲ ਕਿਸੇ ਦੀ ਗੱਲ ਨੂੰ ਸੁਣਕੇ ਉਨ੍ਹਾਂ ਨਾਲ ਅਸਾਨੀ ਨਾਲ ਤਾਲਮੇਲ ਕਾਇਮ ਕਰਨ ਦਾ ਸਭ ਤੋਂ ਵਧੀਆ ਤਰੀਕਾ ਹੈ।
4. ਹਮੇਸ਼ਾ ਇਸ ਇਰਾਦੇ ਨਾਲ ਕੰਮ ਕਰੋ ਕਿ ਦੂਜਿਆਂ ਦੀ ਮਦਦ ਹੋ ਸਕੇ। ਜਿੱਥੋਂ ਤੱਕ ਹੋ ਸਕਦਾ ਹੈ ਲੋਕਾਂ ਦੀ ਮਦਦ ਕਰਨ ਦੀ ਆਦਤ ਬਣਾਓ। ਲੋਕਾਂ ਨੂੰ ਹਵਾਲੇ ਦੇਣ ਨਾਲ ਉਨ੍ਹਾਂ ਦੇ ਬਿਜ਼ਨਿਸ ਵਿੱਚ ਸਹਾਇਤਾ ਮਿਲਦੀ ਹੈ। ਲੋਕਾਂ ਨੂੰ ਆਪਸ ਵਿੱਚ ਜੋੜ ਕੇ ਫਿਰ ਇੱਕ ਹੱਲ ਦੇਣ ਵਾਲੇ ਵਿਅਕਤੀ ਵਜੋਂ ਆਪਣਾ ਨਾਮ ਕਮਾਓ ਜੋ ਹਰ ਕਿਸੇ ਦੀ ਸਮੱਸਿਆ ਨੂੰ ਹੱਲ ਕਰਦਾ ਹੈ। ਇਸ ਨਾਲ ਲੋਕ ਤੁਹਾਡੇ ਵੱਲ ਆਪਣੇ-ਆਪ ਖਿੱਚੇ ਚੱਲੇ ਆਉਣਗੇ ਅਤੇ ਤੁਸੀਂ ਭਰੋਸੇਯੋਗ ਵੀ ਹੋ ਜਾਓਗੇ।

5. ਹਰ ਰਿਸ਼ਤਾ ਵੱਖਰਾ ਹੁੰਦਾ ਹੈ ਤੇ ਇਹ ਸਮੇਂ ਦੇ ਹਿਸਾਬ ਨਾਲ ਆਕਾਰ ਲੈਂਦਾ ਹੈ। ਦਰਅਸਲ ਸਾਡਾ ਉਦੇਸ਼ ਤੁਹਾਡੇ ਰਿਸ਼ਤਿਆਂ ਨੂੰ ਇੱਕ ਅਜਿਹੇ ਮੁਕਾਮ 'ਤੇ ਲੈ ਕੇ ਜਾਣਾ ਹੈ, ਜਿੱਥੇ ਉਹ ਵਿਅਕਤੀ ਆਪ ਹੀ ਬਿਜ਼ਨਿਸ ਵਿੱਚ ਆਉਣ ਲਈ ਕਹਿੰਦਾ ਹੈ। ਇਸ ਤਰ੍ਹਾਂ ਹਮੇਸ਼ਾ ਕਰਦੇ ਰਹੋ। ਇਸ ਤੋਂ ਤੁਹਾਡੀ ਆਪਣੀ ਜ਼ਿੰਦਗੀ ਵਿੱਚ ਹਮੇਸ਼ਾ ਲਈ ਸ਼ਾਨਦਾਰ ਸਾਥੀ ਅਤੇ ਸਾਰੀ ਜ਼ਿੰਦਗੀ ਦੇ ਦੋਸਤ ਬਣ ਜਾਣਗੇ।
6. ਕੀ ਤੁਸੀਂ ਹਰ ਆਦਮੀ ਨਾਲ ਰਿਸ਼ਤੇ ਨਿਭਾ ਪਾਓਗੇ? ਸਪੱਸ਼ਟ ਤੌਰ 'ਤੇ ਨਹੀਂ। ਕੁੱਝ ਲੋਕਾਂ ਨਾਲ ਜੇ ਚੀਜ਼ਾਂ ਅੱਗੇ ਨਹੀਂ ਵੱਧ ਰਹੀਆਂ ਤਾਂ ਪਰੇਸ਼ਾਨ ਨਾ ਹੋਵੋ। ਤੁਹਾਡਾ ਉਦੇਸ਼ ਹੈ ਅਜਿਹੇ ਸਹੀ ਲੋਕਾਂ ਨੂੰ ਚੁਨਣਾ ਜੋ ਤੁਹਾਡੇ ਬਿਜ਼ਨਿਸ ਨੂੰ ਸਾਂਝਾ ਕਰ ਸਕਣ ਅਤੇ ਯਾਦ ਰੱਖੋ ਕਿ ਰਿਸ਼ਤੇ ਵੀ ਉਦੋਂ ਅੱਗੇ ਵਧਦੇ ਹਨ, ਜਦੋਂ ਦੋਵੇਂ ਪਾਸਿਆਂ ਦੇ ਲੋਕ ਇਸ ਲਈ ਕੋਸ਼ਿਸ਼ ਕਰਦੇ ਹੋਏ ਆਪਣੀ ਦਿਲਚਸਪੀ ਦਿਖਾਉਣ।
7. ਜਿਨ੍ਹਾਂ ਲੋਕਾਂ ਨਾਲ ਰਿਸ਼ਤੇ ਅੱਗੇ ਵਧਦੇ ਹਨ, ਉਹ ਵਾਰਮ ਸ਼੍ਰੇਣੀ ਵਿੱਚ ਆ ਜਾਂਦੇ ਹਨ। ਸੁਝਾਏ ਗਏ 6 ਤਰੀਕਿਆਂ ਵਿੱਚੋਂ ਕਿਸੇ ਇੱਕ ਦੀ ਵਰਤੋਂ ਕਰ ਆਪਣੇ ਪਲਾਨ ਨੂੰ ਸਾਂਝਾ ਕਰਨ ਲਈ ਉਨ੍ਹਾਂ ਕੋਲੋਂ ਅਪੋਆਇੰਟਮੈਂਟ ਲੈ ਲਓ।
8. ਜਿਨ੍ਹਾਂ ਲੋਕਾਂ ਨਾਲ ਤੁਹਾਡੇ ਰਿਸ਼ਤੇ ਰੁੱਕੇ ਜਿਹੇ ਗਏ ਹੋਣ ਜਿਸ ਕਰਕੇ ਅੱਗੇ ਨਹੀਂ ਵੱਧ ਰਹੇ ਹਨ, ਉਨ੍ਹਾਂ ਨੂੰ ਅਗਲੇ ਸਾਲ ਤੱਕ ਇੱਕ ਕਿਨਾਰੇ 'ਤੇ ਰੱਖ ਦਿਓ। ਕਿਸੇ ਨੂੰ ਆਪਣੀ ਪਹਿਲੀ ਮੀਟਿੰਗ ਵਿੱਚ ਹੀ ਪਲਾਨ ਨਾ ਦਿਖਾਓ। ਆਪਣੇ ਰਿਸ਼ਤਿਆਂ ਲਈ ਕੰਮ ਕਰੋ ਅਤੇ ਜਦੋਂ ਸਹੀ ਸਮਾਂ ਹੋਵੇਗਾ, ਤਾਂ ਤੁਸੀਂ ਆਪਣੇ ਬਿਜ਼ਨਿਸ ਦਾ ਪਲਾਨ ਉਨ੍ਹਾਂ ਨਾਲ ਸਾਂਝਾ ਕਰ ਸਕਦੇ ਹੋ।
9. ਆਪਣੇ ਬਿਜ਼ਨਿਸ ਦੇ ਪਹਿਲੇ 6 ਤੋਂ 9 ਮਹੀਨਿਆਂ ਵਿੱਚ ਨਕਾਰਾਤਮਕ ਪ੍ਰਵਿਰਤੀ ਦੇ ਲੋਕਾਂ ਕੋਲੋਂ ਦੂਰ ਰਹੋ। ਹਰ ਥਾਂ ਤੁਹਾਨੂੰ ਅਜਿਹੇ ਲੋਕ ਮਿਲਣਗੇ ਜਿਨ੍ਹਾਂ ਨਾਲ ਕੁੱਝ ਨਾ ਕੁੱਝ ਗ਼ਲਤ ਹੁੰਦਾ ਹੀ ਰਹਿੰਦਾ ਹੈ ਅਤੇ ਦੂਜਿਆਂ ਵਿੱਚ ਗ਼ਲਤੀਆਂ ਲੱਭਣ ਤੋਂ ਇਲਾਵਾ ਉਹ ਹੋਰ ਕੁੱਝ ਚੰਗਾ ਕੰਮ ਨਹੀਂ ਕਰ ਸਕਦੇ। ਉਹ ਰੱਬ ਵਿੱਚੋਂ ਵੀ ਗ਼ਲਤੀ ਲੱਭ ਲੈਣਗੇ। ਬਿਹਤਰ ਹੈ ਕਿ ਅਜਿਹੇ ਲੋਕਾਂ ਤੋਂ ਦੂਰ ਹੀ ਰਿਹਾ ਜਾਏ।
10. ਹਮੇਸ਼ਾ ਇੱਕ ਖ਼ੋਜੀ ਦਾ ਰਵੱਈਆ ਅਖ਼ਤਿਆਰ ਕਰੋ। ਆਪਣੇ ਬਿਜ਼ਨਿਸ ਲਈ ਸਹੀ ਲੋਕਾਂ ਦੀ ਖੋਜ ਵਿੱਚ ਰਹੋ। ਗੱਲਬਾਤ ਕਰਨ ਦੇ ਹੁਨਰ ਨੂੰ ਵਿਕਸਤ ਕਰ ਅਜਿਹੇ ਲੋਕਾਂ ਦੀ ਖੋਜ ਵਿੱਚ ਰਹੋ ਜੋ ਇੰਨਾਂ ਮੌਕਿਆਂ ਨੂੰ ਭਾਲ ਰਹੇ ਹਨ। ਹਮੇਸ਼ਾ ਤਲਾਸ਼ਣ ਦੀ ਕਿਰਿਆ ਨੂੰ ਆਪਣੀ ਜ਼ਿੰਦਗੀ ਦਾ ਹਿੱਸਾ ਬਣਾਓ। ਲਗਾਤਾਰ ਤਲਾਸ਼ਦੇ ਰਹਿਣ ਨਾਲ ਕਦੇ ਨਾ ਖ਼ਤਮ ਹੋਣ ਵਾਲੀ ਭਾਵੀ ਸਹਿਭਾਗੀਆਂ ਦੀ ਇੱਕ ਵੱਡੀ ਕਤਾਰ ਤੁਹਾਡੇ ਕੋਲ ਹੋਵੇਗੀ।

4. ਕਾਰੋਬਾਰੀ ਯੋਜਨਾ (ਬਿਜ਼ਨਿਸ ਪਲਾਨ) ਨੂੰ ਸਾਂਝਾ ਕਰਨਾ

ਅਪੌਆਇੰਟਮੈਂਟ ਮਿਲ ਜਾਣ ਤੋਂ ਬਾਅਦ ਹੁਣ ਸਮਾਂ ਹੈ ਤਿਆਰ ਹੋਣ ਅਤੇ ਆਪਣੇ ਸ਼ਾਨਦਾਰ ਕਾਰੋਬਾਰੀ ਯੋਜਨਾ (ਬਿਜ਼ਨਿਸ ਪਲਾਨ) ਨੂੰ ਸਾਂਝਾ ਕਰਨ ਦਾ। ਤੁਸੀਂ ਤਿੰਨ ਤਰੀਕਿਆਂ ਨਾਲ ਬਿਜ਼ਨਿਸ ਪਲਾਨ ਨੂੰ ਸਾਂਝਾ ਕਰ ਸਕਦੇ ਹੋ:-

1. ਆਹਮੋ-ਸਾਹਮਣੇ ਦੀ ਮੀਟਿੰਗ
2. ਗਰੁੱਪ ਮੀਟਿੰਗ
3. ਹਾਲ ਮੀਟਿੰਗ

ਇਹ ਸਾਰੇ ਤਰੀਕੇ ਚੰਗੇ ਹਨ। ਤੁਸੀਂ ਆਪਣੇ ਪ੍ਰਾਸਪੈਕਟ ਅਤੇ ਆਪਣੀ ਸਥਿਤੀ ਨੂੰ ਧਿਆਨ ਵਿੱਚ ਰੱਖਦੇ ਹੋਏ ਕਿਸੇ ਇੱਕ ਦੀ ਵਰਤੋਂ ਕਰ ਸਕਦੇ ਹੋ। ਜਦੋਂ ਵੀ ਤੁਸੀਂ ਆਪਣਾ ਮੌਕਾ ਸਾਂਝਾ ਕਰਨ ਲਈ ਜਾ ਰਹੇ ਹੋਵੋ ਤਾਂ ਆਪਣੇ-ਆਪ ਨੂੰ ਆਪਣੀ ਸਿਖਰ ਦੀ ਕਾਰਗੁਜ਼ਾਰੀ ਵਾਲੀ ਸਥਿਤੀ ਵਿੱਚ ਲਿਆਉਣਾ ਯਾਦ ਰੱਖੋ। ਆਓ, ਛੇਤੀ ਦੇ ਕੇ ਖੋਜੀਏ ਕਿ ਇਨ੍ਹਾਂ ਵਿੱਚੋਂ ਕੀ ਚੰਗਾ ਹੈ ਅਤੇ ਕੀ ਕੀ ਚੰਗਾ ਹੈ।

1. ਆਹਮੋ-ਸਾਹਮਣੇ ਦੀ ਮੀਟਿੰਗ

ਜਿਵੇਂ ਨਾਮ ਤੋਂ ਪਤਾ ਚੱਲਦਾ ਹੈ, ਇੱਕ ਵਿਅਕਤੀ ਇਕੱਲਾ ਜਾਂ ਆਪਣੇ ਅੱਪਲਾਈਨ ਨਾਲ ਇਸ ਪਲਾਨ ਨੂੰ ਪ੍ਰਾਸਪੈਕਟ ਨਾਲ ਸਾਂਝਾ ਕਰਦਾ ਹੈ। ਇਹ ਘਰ, ਆਫਿਸ, ਕੈਫ਼ੇ ਜਾਂ ਕਿਸੇ ਸੁਵਿਧਾਜਨਕ ਸਥਾਨਾਂ 'ਤੇ ਜਲਦੀ ਅਤੇ ਨਿੱਜੀ ਤੌਰ 'ਤੇ ਕੀਤੀ ਜਾ ਸਕਦੀ ਹੈ। ਹਾਲ ਮੀਟਿੰਗਾਂ ਅਤੇ ਗਰੁੱਪ ਮੀਟਿੰਗਾਂ ਪਹਿਲਾਂ ਤੋਂ ਨਿਰਧਾਰਿਤ ਸਮੇਂ 'ਤੇ ਹੀ ਹੋ ਸਕਦੀਆਂ ਹਨ ਪਰ ਆਹਮੋ-ਸਾਹਮਣੇ ਦੀ ਮੀਟਿੰਗ ਤੁਸੀਂ ਪੂਰੇ ਹਫਤੇ ਦੌਰਾਨ ਜਿੰਨੀਆਂ ਚਾਹੋ ਓਨੀਆਂ ਕਰ ਸਕਦੇ ਹੋ। ਇਸ ਮੀਟਿੰਗ ਨੂੰ ਕਰਨ ਲਈ ਕੁੱਝ ਗੱਲਾਂ ਦਾ ਧਿਆਨ ਰੱਖਣਾ ਜ਼ਰੂਰੀ ਹੈ:

1. **ਪ੍ਰਾਸਪੈਕਟ ਨੂੰ ਆਪਣੇ ਘਰ ਜਾਂ ਆਪਸੀ ਸੁਵਿਧਾਜਨਕ ਸਥਾਨ ਜਿਵੇਂ ਕਿ ਕੈਫੇ/ਰੈਸਟੋਰੈਂਟ ਆਦਿ 'ਤੇ ਬੁਲਾਉ:**
   ਕਦੇ ਵੀ ਆਪਣੇ ਪ੍ਰਾਸਪੈਕਟ ਦੇ ਆਫਿਸ ਜਾਂ ਘਰ ਜਾ ਕੇ ਆਪਣਾ ਬਿਜ਼ਨਿਸ ਪਲਾਨ ਸਾਂਝਾ ਨਾ ਕਰੋ। ਜਦੋਂ ਪ੍ਰਾਸਪੈਕਟ ਤੁਹਾਡੇ ਸਥਾਨ 'ਤੇ ਜਾਂ ਆਪਸ ਵਿੱਚ ਤੈਅ ਕੀਤੇ ਗਏ ਸਥਾਨ 'ਤੇ ਆਉਂਦਾ ਹੈ ਤਾਂ ਇਸ ਨਾਲ ਇੱਕ ਸੰਕੇਤ ਮਿਲਦਾ ਹੈ ਕਿ ਉਹ ਤੁਹਾਡੇ ਕੰਮਕਾਜ ਵਿੱਚ ਕਿੰਨੀ ਦਿਲਚਸਪੀ ਰੱਖਦਾ ਹੈ, ਸਪੌਂਸਰ ਵੱਲੋਂ ਦਿੱਤੇ ਗਏ ਸੱਦੇ ਦੀ ਕੁਆਲਿਟੀ ਕਿਹੋ ਜਿਹੀ ਹੈ। ਸਪੌਂਸਰ ਅਤੇ ਪ੍ਰਾਸਪੈਕਟ ਦੇ ਰਿਸ਼ਤੇ ਕਿਹੋ ਜਿਹੇ ਹਨ। ਅਸਲ ਵਿੱਚ ਪ੍ਰਾਸਪੈਕਟ ਨੂੰ ਆਪਣੇ ਘਰ ਜਾਂ ਆਫਿਸ ਬੁਲਾ ਕੇ ਮੀਟਿੰਗ ਕਰਨ ਨਾਲ ਹੀ ਅੱਧੀ ਜਿਤ ਪੱਕੀ ਹੋ ਜਾਂਦੀ ਹੈ। ਪਰ ਜਦੋਂ ਤੁਸੀਂ ਪ੍ਰਾਸਪੈਕਟ ਦੇ ਘਰ ਜਾਂਦੇ ਹੋ ਤਾਂ ਮੀਟਿੰਗ ਦੀ ਪ੍ਰਸਥਿਤੀ 'ਤੇ ਤੁਹਾਡਾ ਕੋਈ ਕੰਟਰੋਲ ਨਹੀਂ ਹੁੰਦਾ ਜਿਵੇਂ ਕਿ ਟੀ.ਵੀ. ਦੀਆਂ ਅਵਾਜ਼ਾਂ, ਫ਼ਾਲਤੂ ਜਾਨਵਰ, ਆਲੇ-ਦੁਆਲੇ ਖੇਡਦੇ ਹੋਏ ਬੱਚੇ, ਹੋਰ ਧਿਆਨ ਭਟਕਣਾਵਾਂ ਅਤੇ ਨਾਲ ਹੀ ਮੀਟਿੰਗ ਵਿੱਚ ਹੋਰ ਕੌਣ ਲੋਕ ਬੈਠੇ ਹਨ, ਪ੍ਰਾਸਪੈਕਟ ਦੀ ਮਾਨਸਿਕ ਸਥਿਤੀ।

2. **ਆਪਣੀ ਪੇਸ਼ਕਾਰੀ ਖ਼ੁਦ ਹੀ ਦਿਖਾਉਣੀ ਸ਼ੁਰੂ ਕਰੋ:**
ਆਹਮੋ-ਸਾਹਮਣੇ ਤੋਂ ਪਹਿਲਾਂ ਕੁੱਝ ਪੇਸ਼ਕਾਰੀਆ ਲਈ ਆਪਣੇ ਅੱਪਲਾਈਨ ਨੂੰ ਨਾਲ ਲੈ ਕੇ ਜਾਓ, ਪਰ ਜਲਦੀ ਤੋਂ ਜਲਦੀ ਆਪਣੀ ਪੇਸ਼ਕਾਰੀ ਖ਼ੁਦ ਦਿਖਾਉਣ ਲੱਗ ਜਾਓ। 5-5 ਦੇ ਪਲਾਨ ਦੀ ਪਾਲਣਾ ਕਰੋ। ਪਹਿਲੀਆਂ ਪੰਜ ਮੀਟਿੰਗਾਂ ਵਿੱਚ ਤੁਹਾਡੀ ਅੱਪਲਾਈਨ ਮੌਕਾ ਸਾਂਝਾ ਕਰਨਗੇ, ਤੁਸੀਂ ਦੇਖੋਗੇ ਅਤੇ ਉਸ ਤੋਂ ਬਾਅਦ ਦੀਆਂ ਅਗਲੀਆ 5 ਮੀਟਿੰਗਾਂ ਵਿੱਚ ਤੁਸੀਂ ਮੌਕਾ ਸਾਂਝਾ ਕਰੋਗੇ ਅਤੇ ਤੁਹਾਡੀ ਅੱਪਲਾਈਨ ਦੇਖੇਗੀ। ਤੁਸੀਂ ਪਹਿਲੀਆਂ ਪੰਜ ਮੀਟਿੰਗਾਂ ਖ਼ਤਮ ਹੋਣ ਤੋਂ ਪਹਿਲਾਂ ਵੀ ਆਪਣੀ ਪੇਸ਼ਕਾਰੀ ਨੂੰ ਦਿਖਾਉਣਾ ਸ਼ੁਰੂ ਕਰ ਸਕਦੇ ਹੋ। ਇਨ੍ਹਾਂ 5-5 ਮੀਟਿੰਗਾਂ ਤੋਂ ਬਾਅਦ ਤੁਸੀਂ ਆਪਣੇ ਸਾਰੇ ਪਲਾਨਸ ਆਪ ਦਿਖਾਓ। ਵਿਸ਼ੇਸ ਪ੍ਰਸਥਿਤੀਆਂ ਵਿੱਚ ਆਪਣੀ ਅੱਪਲਾਈਨ ਨਾਲ ਸਲਾਹ-ਮਸ਼ਵਰਾ ਕਰ ਲਓ। ਯਾਦ ਰੱਖੋ ਤੁਹਾਡਾ ਬਿਜ਼ਨਿਸ ਤੁਹਾਡਾ ਉਦੋਂ ਬਣੇਗਾ ਜਦੋਂ ਤੁਸੀਂ ਆਪ ਪੇਸ਼ਕਾਰੀ ਦਿਖਾਓਗੇ।

3. **ਵਾਤਾਵਰਣ 'ਤੇ ਕੰਟਰੋਲ:**
ਇਹ ਸੁਨਿਸ਼ਚਿਤ ਕਰੋ ਕਿ ਤੁਹਾਡੀ ਮੀਟਿੰਗ ਦੀ ਜਗ੍ਹਾ 'ਤੇ ਕੋਈ ਟੀਵੀ, ਮਿਊਜ਼ਿਕ, ਬੱਚੇ, ਮੋਬਾਈਲ ਫ਼ੋਨ, ਆਲੇ-ਦੁਆਲੇ ਦੇ ਲੋਕ ਅਤੇ ਬਿਨਾਂ ਕਿਸੇ ਗੱਲ ਦੇ ਆਵਾਜ਼ਾਂ ਨਾ ਹੋਣ। ਸਪੌਂਸਰ ਦੀ ਇਹ ਮੁੱਢਲੀ ਜ਼ਿੰਮੇਵਾਰੀ ਹੈ ਕਿ ਉਹ ਵਾਤਾਵਰਣ ਨੂੰ ਸਹੀ ਰੱਖੇ, ਪਰ ਜੇ ਤੁਸੀਂ ਬਤੌਰ ਇੱਕ ਅੱਪਲਾਈਨ ਦੇ ਗਏ ਹੋ ਤਾਂ ਹੋਰ ਤੁਹਾਡੇ ਸਹਿਕਰਮੀ ਨੇ ਇੰਨਾਂ ਗੱਲਾਂ ਦਾ ਧਿਆਨ ਨਹੀਂ ਰੱਖਿਆ ਹੈ ਤਾਂ ਪੇਸ਼ਕਾਰੀ ਸ਼ੁਰੂ ਕਰਨ ਤੋਂ ਪਹਿਲਾਂ ਤੁਸੀਂ ਵਾਤਾਵਰਣ ਨੂੰ ਉਸ ਯੋਗ ਬਣਾਓ।

4. **ਅੱਪਲਾਈਨ ਅਤੇ ਪ੍ਰਾਸਪੈਕਟ ਦੀ ਸਹੀ ਜਾਣ-ਪਛਾਣ:**
ਇੱਕ ਸਕਾਰਾਤਮਕ ਜਾਣ-ਪਛਾਣ ਨਾਲ ਦੋਵੇਂ ਸਹੀ ਵਿੱਚ ਆ ਜਾਂਦੇ ਹਨ। ਜੇ ਅੱਪਲਾਈਨ ਤੁਹਾਡੀ ਮੀਟਿੰਗ ਵਿੱਚ ਹਾਜ਼ਰ ਹਨ ਤਾਂ ਇਹ ਸਪੌਂਸਰ ਦਾ ਕੰਮ ਹੈ ਕਿ ਦੋਨਾਂ ਅੱਪਲਾਈਨ ਅਤੇ ਪ੍ਰਾਸਪੈਕਟ ਦੀ ਜਾਣ-ਪਛਾਣ ਬਿਜ਼ਨਿਸ ਦੀ ਪ੍ਰਸਤੁਤੀ ਹੋਣ ਤੋਂ ਪਹਿਲਾਂ ਕਰਵਾ ਦਿੱਤੀ ਜਾਏ।

5. **ਉਤਸ਼ਾਹ ਤੁਹਾਡੀ ਜਾਣਕਾਰੀ ਤੋਂ ਜ਼ਿਆਦਾ ਜ਼ਰੂਰੀ ਹੈ:**
ਬਹੁਤ ਸਾਰੇ ਲੋਕ ਬਿਜ਼ਨਿਸ ਪਲਾਨ ਦਿਖਾਉਣ ਤੋਂ ਝਿਝਕਦੇ ਹਨ ਕਿਉਂ ਕਿ ਉਨ੍ਹਾਂ ਨੂੰ ਲੱਗਦਾ ਹੈ ਕਿ ਉਨ੍ਹਾਂ ਨੂੰ ਉਤਪਾਦ ਜਾਂ ਇਨਕਮ ਪਲਾਨ ਦੀ ਚੰਗੀ ਤਰ੍ਹਾਂ ਜਾਣਕਾਰੀ ਨਹੀਂ ਹੈ। ਮੇਰਾ ਵਿਸ਼ਵਾਸ ਕਰੋ ਤੁਹਾਡਾ ਉਤਸ਼ਾਹ ਤੁਹਾਡੇ ਇਨਕਮ ਪਲਾਨ ਅਤੇ ਉਤਪਾਦ ਦੀ ਜਾਣਕਾਰੀ ਤੋਂ ਕਿਤੇ ਜ਼ਿਆਦਾ ਜ਼ਰੂਰੀ ਹੈ। ਜੇ ਗੱਲ ਸਿਰਫ਼ ਉਤਪਾਦ ਅਤੇ ਪਲਾਨ ਦੀ ਜਾਣਕਾਰੀ ਦੀ ਹੁੰਦੀ ਹੈ ਤਾਂ ਵੀਡੀਓ ਰਾਹੀਂ ਪੇਸ਼ਕਾਰੀ ਦੇ ਕੇ ਜਾਂ ਇੱਕ ਈ-ਮੇਲ ਤੋਂ ਵੀ ਇਹ ਕੀਤਾ ਜਾ ਸਕਦਾ ਸੀ। ਅਸੀਂ ਇਹ ਪਰਸਨਲ ਮੀਟਿੰਗ ਆਪਣਾ ਵਿਸ਼ਵਾਸ ਅਤੇ ਉਤਸ਼ਾਹ ਦਿਖਾਉਣ ਲਈ ਕਰ ਰਹੇ ਹਾਂ। ਇਹ ਯਾਦ ਰੱਖੋ ਕਿ ਇਹ ਮੌਕਾ ਉਨ੍ਹਾਂ ਦੀ ਜਿੰਦਗੀ ਨੂੰ ਬਦਲਣ ਵਾਲਾ ਹੈ, ਇਸ ਲਈ ਅੱਗੇ ਵੱਧ ਕੇ ਇਸ ਮੌਕੇ ਨੂੰ ਪੂਰੇ ਵਿਸ਼ਵਾਸ ਨਾਲ ਸਾਂਝਾ ਕਰੋ।

6. **ਬਿਨਾਂ ਅਪੋਆਇੰਟਮੈਂਟ ਦੇ ਕਿਤੇ ਵੀ ਨਾ ਜਾਓ:**
ਇਹ ਬਹੁਤ ਖ਼ਤਰਨਾਕ ਹੈ ਅਤੇ ਕਦੇ ਕੰਮ ਨਹੀਂ ਕਰਦਾ। ਇੱਥੋਂ ਤੱਕ ਕਿ ਅਪੋਆਇੰਟਮੈਂਟ ਲੈਣ ਸਮੇਂ ਤੁਸੀਂ ਜੋ ਕਿਹਾ ਸੀ ਉਹ ਮੀਟਿੰਗ ਵਿੱਚ ਕਹੀਆਂ

ਗਈਆਂ ਗੱਲਾਂ ਤੋਂ ਜ਼ਿਆਦਾ ਜ਼ਰੂਰੀ ਹੈ। ਤੁਸੀਂ ਹਮੇਸ਼ਾ ਮੀਟਿੰਗ ਲਈ 45 ਤੋਂ 60 ਮਿੰਟਾਂ ਦਾ ਅਪੋਆਇੰਟਮੈਂਟ ਲੈ ਕੇ ਜਾਓ।

7. **ਸਮੇਂ ਸਿਰ ਪਹੁੰਚੋ ਅਤੇ ਚੰਗੀ ਤਰ੍ਹਾਂ ਕਪੜੇ ਪਾਓ:**
   ਕਿਉਂ ਕਿ ਇਹ ਆਹਮੋ-ਸਾਹਮਣੇ ਦੀ ਮੀਟਿੰਗ ਹੈ, ਇਸ ਲਈ ਸਾਰਾ ਧਿਆਨ ਤੁਹਾਡੇ 'ਤੇ ਹੋਵੇਗਾ। ਤੁਸੀਂ ਆਪਣੀ ਕੰਪਨੀ ਦੀ ਨੁਮਾਇੰਦਗੀ ਕਰ ਰਹੇ ਹੋ ਕਿਉਂ ਕਿ ਇਹ ਬਿਜ਼ਨਿਸ ਤੁਹਾਡਾ ਹੀ ਹੈ। ਮੀਟਿੰਗ ਲਈ ਨਿਸ਼ਚਿਤ ਸਮੇਂ ਤੋਂ 5 ਮਿੰਟ ਪਹਿਲਾਂ ਪਹੁੰਚੋ। ਸਿਆਣਪ ਨਾਲ ਕਪੜੇ ਪਾਓ, ਤੁਹਾਡਾ ਪਹਿਰਾਵਾ ਸਾਹਮਣੇ ਵਾਲੇ ਵਿਅਕਤੀ ਨੂੰ ਤੁਹਾਡੇ ਨਾਲ ਜੋੜਨ ਦੀ ਸ਼ੁਰੂਆਤ ਕਰਦਾ ਹੈ। ਜਦੋਂ ਤੁਸੀਂ ਆਪਣੇ ਚਾਚਾ ਜੀ ਨੂੰ ਮਿਲਣ ਲਈ ਉਨ੍ਹਾਂ ਦੇ ਘਰ ਜਾਂਦੇ ਹੋ ਤਾਂ ਤੁਹਾਡੇ ਕਪੜੇ ਕੁੱਝ ਹੋਰ ਹੁੰਦੇ ਹਨ ਅਤੇ ਜਦੋਂ ਤੁਸੀਂ ਇੱਕ ਨਵੇਂ ਗਿਟਾਰਿਸਟ ਦੋਸਤ ਨੂੰ ਮਿਲਣ ਲਈ ਕਿਸੇ ਕੈਫ਼ੇ ਵਿੱਚ ਜਾਂਦੇ ਹੋ ਤਾਂ ਕੁੱਝ ਹੋਰ ਪਾ ਕੇ। ਇਸ ਗੱਲ ਦਾ ਸਧਾਰਨ ਜਿਹਾ ਨਿਯਮ ਇਹ ਹੈ ਕਿ ਜਦੋਂ ਤੁਸੀਂ ਕਿਸੇ ਕੋਲ ਵੱਡਾ ਬਿਜ਼ਨਿਸ ਮੌਕੇ ਦੀ ਸਾਂਝ ਕਰਨ ਲਈ ਜਾਂਦੇ ਹੋ ਤਾਂ ਜਿਸ ਤਰੀਕੇ ਤੋਂ ਤਿਆਰ ਹੋਣ ਦੀ ਲੋਕ ਉਮੀਦ ਕਰਦੇ ਹਨ, ਤੁਸੀਂ ਉਵੇਂ ਹੀ ਤਿਆਰ ਹੋਵੋ।

8. **ਮੀਟਿੰਗ ਵਾਸਤੇ ਚੰਗੀ ਤਰ੍ਹਾਂ ਤਿਆਰੀ ਕਰੋ:**
   ਆਪਣੀ ਪੇਸ਼ਕਾਰੀ ਦਾ ਅਭਿਆਸ ਕਰੋ। ਸਾਰੇ ਟੂਲਜ਼ ਆਪਣੇ ਕੋਲ ਰੱਖੋ - ਫਾਰਮ, ਬਰੋਸ਼ਰ, ਮੈਗਜ਼ੀਨ, ਪ੍ਰੋਡਕਟ ਨਾਲ ਸੰਬੰਧਤ ਜਾਣਕਾਰੀ, ਵੱਖ-ਵੱਖ ਕਿਸਮਾਂ ਦੇ ਵੀਡੀਓ, ਕੰਪਨੀ ਪ੍ਰੋਫਾਈਲ, ਇੱਕ ਵੱਡੇ ਇਵੈਂਟ ਦਾ ਵੀਡੀਓ, ਸਫਲਤਾ ਦੀਆਂ ਕਹਾਣੀਆਂ ਆਦਿ। ਆਪਣੇ ਜਨੂਨ, ਊਰਜਾ ਅਤੇ ਵਿਸ਼ਵਾਸ ਨੂੰ ਹਮੇਸ਼ਾ ਸਿਖ਼ਰ ਉੱਤੇ ਰੱਖੋ।

ਮੀਟਿੰਗ ਦੌਰਾਨ ਸਹੀ ਰਵੱਈਆ

ਦੋ ਪ੍ਰਕਾਰ ਦੀਆ ਮੀਟਿੰਗਾਂ ਹੁੰਦੀਆਂ ਹਨ, ਪਹਿਲੀ ਜਿਸ ਵਿੱਚ ਤੁਸੀਂ ਖ਼ੁਦ ਆਪਣੇ ਪ੍ਰਾਸਪੈਕਟ ਨਾਲ ਆਪਣਾ ਪਲਾਨ ਸਾਂਝਾ ਕਰਦੇ ਹੋ ਅਤੇ ਦੂਜੀ ਜਿਸ ਵਿੱਚ ਤੁਸੀਂ ਆਪਣੇ ਅੱਪਲਾਈਨ ਨਾਲ ਜਾਂਦੇ ਹੋ। ਹਾਲਾਂਕਿ ਹੇਠਾਂ ਲਿਖੇ ਗਏ ਕਦਮ ਉਦੋਂ ਲਈ ਹਨ ਜਦੋਂ ਸਪੌਂਸਰ ਅਤੇ ਅੱਪਲਾਈਨ ਇਕੱਠੇ ਚੱਲ ਰਹੇ ਹੁੰਦੇ ਹਨ। ਪਰ ਦੋਵੇਂ ਮਾਮਲਿਆਂ ਵਿੱਚ ਇਹਨਾਂ ਕਦਮਾਂ ਦੀ ਪਾਲਣਾਵਾਂ ਕੀਤੀਆਂ ਜਾ ਸਕਦੀਆਂ ਹਨ। ਜੇ ਤੁਸੀਂ ਆਪਣੇ ਨਵੇਂ ਸਾਥੀਆਂ ਨਾਲ ਜਾ ਰਹੇ ਹੋ ਤਾਂ ਮੀਟਿੰਗ ਵਿੱਚ ਜਾਣ ਤੋਂ ਪਹਿਲਾਂ ਉਨ੍ਹਾਂ ਨੂੰ ਇਨਾਂ ਕਦਮਾਂ ਦੀ ਜਾਣਕਾਰੀ ਦੇ ਦਿਓ।

1. **ਇੱਕ ਸਕਾਰਾਤਮਕ ਅਤੇ ਆਨੰਦਮਈ ਮਨੋਦਸ਼ਾ ਵਿੱਚ ਆਓ:**
   ਇਸ ਮੀਟਿੰਗ ਨਾਲ ਤੁਹਾਨੂੰ ਸਹੀ ਵਿਅਕਤੀ ਮਿਲੇਗਾ ਜਿਸਦੀ ਤੁਹਾਨੂੰ ਹਮੇਸ਼ਾ ਤੋਂ ਤਲਾਸ਼ ਸੀ, ਆਪਣਾ ਸਭ ਤੋਂ ਵਧੀਆ ਦੇਣ ਲਈ ਤਿਆਰ ਰਹੋ। ਜੇ ਕੁੱਝ ਛੁੱਟ ਵੀ ਜਾਂਦਾ ਹੈ ਤਾਂ ਘਬਰਾਓ ਨਹੀਂ। ਆਪਣੇ ਆਤਮਵਿਸ਼ਵਾਸ ਅਤੇ ਆਸਥਾ ਨੂੰ ਬਣਾਈ ਰੱਖੋ। ਇਹ ਪਹਿਲੀ ਮੀਟਿੰਗ ਹੈ ਅਖੀਰਲੀ ਨਹੀਂ।

2. **ਇੱਕ ਦ੍ਰਿੜ੍ਹ ਅਤੇ ਮਿੱਤਰਤਾਪੂਰਨ ਢੰਗ ਨਾਲ ਹੱਥ ਮਿਲਾਓ:**
   ਹੱਥ ਮਿਲਾਉਣਾ ਕਿਸੇ ਰਿਸ਼ਤੇ ਦੀ ਸ਼ੁਰੂਆਤ ਕਰਨਾ ਹੈ। ਚੰਗੀ ਤਰ੍ਹਾਂ ਹੱਥ ਮਿਲਾਓ।

ਹੱਥ ਮਿਲਾਉਂਦੇ ਸਮੇਂ ਕਿਸੇ ਦੇ ਉੱਪਰ ਹਾਵੀ ਨਾ ਹੋਣਾ, ਡਰੋ ਨਹੀਂ, ਦਬਾਅ ਦੀ ਸਹੀ ਮਾਤਰਾ ਨੂੰ ਲਾਗੂ ਕਰੋ। ਸਮਾਨ ਲਿੰਗ ਵਿੱਚ ਹੱਥ ਮਿਲਾਉਣਾ ਚੰਗਾ ਹੈ, ਪਰ ਕੁੱਝ ਭਾਈਚਾਰਿਆਂ ਵਿੱਚ ਵਿਪਰੀਤ ਲਿੰਗ ਦੇ ਲੋਕਾਂ ਵਿਚਕਾਰ ਹੱਥ ਮਿਲਾਉਣ ਨੂੰ ਉਤਸ਼ਾਹਿਤ ਨਹੀਂ ਕੀਤਾ ਜਾਂਦਾ। ਉੱਥੇ ਇਸ ਤਰ੍ਹਾਂ ਕਰਨ ਤੋਂ ਬਚੋਂ।

3. ਮੁਸਕਰਾਓ:

ਹਮੇਸ਼ਾ ਮੁਸਰਕਾਉਂਦੇ ਰਹੋ; ਇਸ ਨਾਲ ਤੁਹਾਨੂੰ ਮਦਦ ਮਿਲੇਗੀ।

4. ਆਪਣੇ ਪ੍ਰਾਸਪੈਕਟ ਦੀ ਤਾਰੀਫ਼ ਕਰੋ:

ਹਰ ਕੋਈ ਦਿਲੋਂ ਤਾਰੀਫ਼ ਸੁਣਨਾ ਚਾਹੁੰਦਾ ਹੈ। ਦੂਜੇ ਲੋਕਾਂ, ਸਥਾਨਾਂ ਅਤੇ ਸਥਿਤੀਆਂ ਵਿੱਚ ਹਮੇਸ਼ਾ ਚੰਗਾ ਤਲਾਸ਼ਣ ਦੀ ਕਲਾ ਨੂੰ ਵਿਕਸਤ ਕਰੋ। ਜੇ ਤੁਸੀਂ ਉਨਾਂ ਸਥਿਤੀਆਂ ਨੂੰ ਕਾਫ਼ੀ ਡੂੰਘਾਈ ਨਾਲ ਦੇਖਦੇ ਹੋ ਤਾਂ ਤੁਹਾਨੂੰ ਤਾਰੀਫ਼ ਲਈ ਬਹੁਤ ਕੁੱਝ ਮਿਲੇਗਾ। ਇਮਾਨਦਾਰੀ ਨਾਲ ਆਪਣੇ ਪ੍ਰਾਸਪੈਕਟ ਦੀ ਦਿਲੋਂ ਤਾਰੀਫ਼ ਕਰੋ।

5. ਮੀਟਿੰਗ ਲਈ ਸਹੀ ਮਾਹੌਲ ਬਣਾਓ:

ਕੈਫ਼ੇ ਵਿੱਚ ਅਜਿਹੀ ਟੇਬਲ ਚੁਣੋ ਜਿੱਥੇ ਘੱਟ ਆਵਾਜ਼ਾਂ ਆ ਰਹੀਆਂ ਹੋਣ ਅਤੇ ਧਿਆਨ ਘੱਟ ਭਟਕਦਾ ਹੋਵੇ। ਜਦੋਂ ਟੇਬਲ ਦੁਆਲੇ ਬੈਠੋ ਤਾਂ ਇੰਞ ਬੈਠੋ ਕਿ ਪ੍ਰਾਸਪੈਕਟ ਤੁਹਾਡੇ ਅਤੇ ਕੰਧ ਵੱਲ ਹੋਵੇ। ਜੇ ਮੀਟਿੰਗ ਘਰ ਵਿੱਚ ਚੱਲ ਰਹੀ ਹੋਵੇ ਤਾਂ ਟੀਵੀ ਬੰਦ ਰੱਖੋ ਅਤੇ ਬੱਚਿਆਂ ਨੂੰ ਵੀ ਸੰਭਾਲੋ। ਇਹ ਯਕੀਨੀ ਬਣਾਓ ਕਿ ਮੋਬਾਈਲ ਸਵਿੱਚ ਆੱਫ਼ ਜਾਂ ਸਾਇਲੈਂਟ ਮੋਡ 'ਤੇ ਰੱਖਿਆ ਹੋਵੇ। ਬੱਸ ਅਜਿਹਾ ਕੁੱਝ ਕਹੋ, "ਅਸੀਂ ਇੱਕ-ਦੂਜੇ ਦਾ ਸਤਿਕਾਰ ਕਰਦੇ ਹੋਏ ਇੱਕ-ਦੂਜੇ ਦੇ ਸਮੇਂ ਦੀ ਵੀ ਕਦਰ ਕਰਦੇ ਹਾਂ। ਆਪਣੇ ਮੋਬਾਈਲ ਨੂੰ ਅਗਲੇ ਕੁੱਝ ਮਿੰਟਾਂ ਲਈ, ਮੀਟਿੰਗ ਖ਼ਤਮ ਹੋਣ ਤੱਕ ਸਾਇਲੈਂਟ ਮੋਡ ਵਿੱਚ ਕਰ ਦਿੰਦੇ ਹਾਂ।" ਫਿਰ ਅਪਾਣੇ ਮੋਬਾਈਲ ਨੂੰ ਸਭ ਤੋਂ ਪਹਿਲੇ ਸਵਿੱਚ ਆੱਫ਼ ਕਰ ਦਿਓ। ਮੀਟਿੰਗ ਲਈ ਇੱਕ ਸਕਾਰਾਤਮਕ ਊਰਜਾ ਅਤੇ ਇੱਕ ਵਧੀਆ ਜਿਹਾ ਮਾਹੌਲ ਬਣਾਓ।

6. ਅੱਪਲਾਈਨ ਦੀ ਜਾਣ-ਪਛਾਣ:

ਸਪੌਂਸਰ ਨੂੰ ਅੱਪਲਾਈਨ ਦਾ ਇੱਕ ਛੋਟਾ ਜਿਹਾ ਜਾਣ-ਪਛਾਣ ਦੇਣ ਤੋਂ ਬਾਅਦ ਸਹੀ ਨਸੀਹਤ ਦੇਣੀ ਚਾਹੀਦੀ ਹੈ। ਇਸਦੇ ਲਈ ਸਹੀ ਸਮਾਂ ਦਰਅਸਲ ਮੀਟਿੰਗ ਤੋਂ ਪਹਿਲੇ ਹੀ ਹੁੰਦਾ ਹੈ ਜਦੋਂ ਤੁਹਾਡੀ ਅੱਪਲਾਈਨ ਉੱਥੇ ਮੌਜੂਦ ਨਾ ਹੋਵੇ। ਫਿਰ ਵੀ ਮੀਟਿੰਗ ਸ਼ੁਰੂ ਕਰਨ ਤੋਂ ਪਹਿਲਾਂ ਇੱਕ ਵਾਰ ਆਪਣੀ ਅੱਪਲਾਈਨ ਬਾਰੇ ਕੁੱਝ ਚੰਗੀਆਂ ਗੱਲਾਂ ਕਹਿੰਦੇ ਹੋਏ ਉਨ੍ਹਾਂ ਦੇ ਅਕਸ ਨੂੰ ਉੱਪਰ ਚੁੱਕੋ। ਜੇ ਤੁਹਾਨੂੰ ਆਪਣੇ ਅੱਪਲਾਈਨ ਅਤੇ ਪ੍ਰਾਸਪੈਕਟ ਵਿਚਕਾਰ ਕਿਸੇ ਤਰ੍ਹਾਂ ਦੀਆਂ ਸਮਾਨਤਾਵਾਂ ਦਿਖਦੀਆਂ ਹਨ, ਤਾਂ ਤੁਸੀਂ ਉਸ ਬਾਰੇ ਜ਼ਰੂਰ ਕਹੋ।

7. ਪ੍ਰਾਸਪੈਕਟ ਦੀ ਜਾਣ-ਪਛਾਣ:

ਹੁਣ ਸਮਾਂ ਹੈ ਆਪਣੇ ਪ੍ਰਾਸਪੈਕਟ ਦੀ ਜਾਣ-ਪਛਾਣ ਦਾ, ਖ਼ਾਸ ਕਰ ਕੇ ਆਪਣੇ ਅਤੇ ਪ੍ਰਾਸਪੈਕਟ ਦੇ ਰਿਸ਼ਤਿਆਂ ਨੂੰ ਉਜਾਗਰ ਕਰਨ ਅਤੇ ਉਹਨਾਂ ਗੁਣਾਂ ਬਾਰੇ ਫਿਰ ਤੋਂ ਦੱਸਣ ਦਾ ਜਿਸ ਨਾਲ ਬਿਜ਼ਨਿਸ ਨੂੰ ਸ਼ੁਰੂ ਕਰਨ ਵਿੱਚ ਸਹਾਇਤਾ ਮਿਲੇ। ਉਨ੍ਹਾਂ ਲਈ ਇਸ ਤਰ੍ਹਾਂ ਦੇ ਸ਼ਬਦਾਂ ਦਾ ਪ੍ਰਯੋਗ ਕਰੋ ਜਿਵੇਂ ਉਹ ਕਾਫ਼ੀ ਖੁੱਲ੍ਹੇ ਵਿਚਾਰਾਂ ਦੇ ਹਨ, ਨਵੇਂ ਵਿਚਾਰਾਂ ਨਾਲ ਪ੍ਰਯੋਗ ਕਰਨ ਵਾਲਿਆਂ ਵਿੱਚੋਂ ਹਨ, ਮੇਰੇ

'ਤੇ ਭਰੋਸਾ ਕਰਦੇ ਹਨ, ਆਪਣੇ ਫੈਸਲੇ ਆਪ ਲੈਂਦੇ ਹਨ, ਵਿੱਤੀ ਤੌਰ 'ਤੇ ਹੁਣੇ ਹੀ ਆਪਣਾ ਕੰਮ ਸ਼ੁਰੂ ਕਰ ਸਕਦੇ ਹਨ, ਪਹਿਲਾਂ ਵੀ ਮੈਨੂੰ ਇੰਨ੍ਹਾਂ ਕੋਲੋਂ ਸਹਿਯੋਗ ਮਿਲਿਆ ਹੈ, ਵੱਡੇ ਸੁਫ਼ਨੇ ਦੇਖਦੇ ਹਨ, ਮੇਰੀ ਸਲਾਹ ਨੂੰ ਗੰਭੀਰਤਾ ਨਾਲ ਲੈਂਦੇ ਹਨ, ਆਦਿ।

8. ਪ੍ਰਾਸਪੈਕਟ ਨੂੰ ਪਲਾਨ ਸੁਣਨ ਲਈ ਤਿਆਰ ਕਰੋ:

ਇਸ ਨੂੰ ਇਸ ਤਰ੍ਹਾਂ ਸ਼ੁਰੂ ਕਰੋ, "ਇਸ ਤੋਂ ਪਹਿਲਾਂ ਕਿ ਅਸੀਂ ਤੁਹਾਨੂੰ ਕਹੀਏ ਕਿ ਅਸੀਂ ਕੀ ਕਰਦੇ ਹਾਂ, ਮੈਂ ਤੁਹਾਨੂੰ ਛੇਤੀ ਨਾਲ ਦੱਸ ਦੇਣਾ ਚਾਹੁੰਦਾ ਹਾਂ ਕਿ ਅਸੀਂ ਇਹ ਕਿਉਂ ਕਰਦੇ ਹਾਂ? ਇੱਥੇ ਇੱਕ ਲਿਸਟ ਦਿੱਤੀ ਹੋਈ ਹੈ ਜਿਸ ਵਿੱਚ ਦੱਸਿਆ ਗਿਆ ਹੈ ਕਿ ਲੋਕ ਨੈੱਟਵਰਕ ਮਾਰਕੀਟਿੰਗ ਕਿਉਂ ਕਰਦੇ ਹਨ।" ਆਪਣੇ ਵਿਜੀਟਿੰਗ ਕਾਰਡ ਜਾਂ ਮੋਬਾਈਲ ਵਿੱਚ ਜਾਂ ਲੈਪਟਾੱਪ ਜਾਂ ਪ੍ਰਿੰਟੀਡ ਟੀ.ਐਸ.ਡੀ. ਕਾਰਡ ਦੇ ਜਰੀਏ **ਟਾੱਪ ਸਕਸੈਸ ਡਰਾਈਵਰਸ** ਦੀ ਲਿਸਟ ਦਿਖਾਓ। ਇਸ ਕਿਤਾਬ ਦੇ ਟੂਲ ਸੈਕਸ਼ਨ ਅੰਦਰ ਟੀ.ਐਸ.ਡੀ. ਕਾਰਡ ਮੌਜੂਦ ਹੈ ਅਤੇ ਤੁਸੀਂ ਇਸ ਨੂੰ ਮੇਰੀ ਵੈੱਬਸਾਈਟ www.deepakbajaj.biz ਤੋਂ ਵੀ ਡਾਊਨਲੋਡ ਕਰ ਸਕਦੇ ਹੋ।

- ਫਿਰ ਕਹੋ, "ਮੈਂ ਇਹ ਜਾਣਨ ਦੀ ਆਸ ਰੱਖਦਾ ਹਾਂ ਕਿ ਤੁਸੀਂ ਇਸ ਲਿਸਟ ਵਿੱਚੋਂ ਕਿਹੜੇ ਤਿੰਨ ਸਕਸੈਸ ਡ੍ਰਾਈਵਰਸ ਦੱਸਣ ਵਾਲੇ ਹੋ। ਤੁਹਾਡੇ ਲਈ ਜਿੰਦਗੀ ਵਿੱਚ ਕੀ ਪਾਉਣਾ ਜ਼ਿਆਦਾ ਜ਼ਰੂਰੀ ਹੈ?" ਫਿਰ ਪ੍ਰਾਸਪੈਕਟ ਨੂੰ ਬੋਲਣ ਦਿਓ।
- ਫਿਰ ਪੁੱਛੋ, "ਤੁਹਾਡੇ ਲਈ ਇਹ ਤਿੰਨੇ ਜ਼ਰੂਰੀ ਕਿਉਂ ਹਨ?" ਫਿਰ ਤੋਂ ਪ੍ਰਾਸਪੈਕਟ ਨੂੰ ਜਵਾਬ ਦੇਣ ਦਿਓ।
- ਇਸ ਤਰ੍ਹਾਂ ਗੱਲ ਸਮਾਪਤ ਕਰੋ, "ਇਸ ਬਿਜ਼ਨਿਸ ਵਿੱਚ ਕਾਫ਼ੀ ਲੋਕਾਂ ਨਾਲ ਕੰਮ ਕਰਨ ਤੋਂ ਬਾਅਦ ਮੈਂ ਇਹ ਕਹਿ ਸਕਦਾ ਹਾਂ ਕਿ ਜੇ ਤੁਸੀਂ ਖੁੱਲ੍ਹੇ ਦਿਮਾਗ਼ ਅਤੇ ਡੂੰਘਾਈ ਨਾਲ ਇਸ ਪਲਾਨ ਨੂੰ ਸਮਝੋਗੇ ਤਾਂ ਮੈਨੂੰ ਪੱਕਾ ਵਿਸ਼ਵਾਸ ਹੈ ਕਿ ਤੁਸੀਂ ਇਹ ਪਾਓਗੇ ਕਿ ਇਸ ਬਿਜ਼ਨਿਸ ਨਾਲ ਤੁਸੀਂ ਇੰਨਾਂ ਤਿੰਨਾਂ ਚੀਜ਼ਾਂ ਨੂੰ ਕਿਵੇਂ ਇੱਕ ਬਿਹਤਰ ਤੌਰ 'ਤੇ ਛੇਤੀ ਦੇ ਕੇ ਪ੍ਰਾਪਤ ਕਰ ਸਕਦੇ ਹੋ।"

9. ਬਿਜ਼ਨਿਸ ਪਲਾਨ ਦਿਖਾਓ

ਹੁਣ ਆਪਣੇ ਬਿਜ਼ਨਿਸ ਪਲਾਨ ਨੂੰ ਆਪ ਪੂਰੇ ਉਤਸ਼ਾਹ ਨਾਲ ਸਾਂਝਾ ਕਰੋ ਜਾਂ ਆਪਣੇ ਅੱਪਲਾਈਨ ਨੂੰ ਨਿਮਰਤਾ ਨਾਲ ਕਹੋ ਕਿ ਉਹ ਇਸ ਬਿਜ਼ਨਿਸ ਪਲਾਨ ਨੂੰ ਲੋਕਾਂ ਨਾਲ ਸਾਂਝਾ ਕਰਨ। ਜੇ ਤੁਹਾਡੇ ਕੋਲ ਕੰਪਨੀ ਜਾਂ ਉਤਪਾਦ ਜਾਂ ਕਿਸੇ ਪਲਾਨ ਦੀ ਜਾਣ-ਪਛਾਣ ਦੇਣ ਵਾਲੇ ਛੋਟੇ ਵੀਡੀਓ ਜਾਂ ਮੈਗਜ਼ੀਨ ਜਾਂ ਕੋਈ ਹੋਰ ਟੂਲ ਹਨ ਜਿਸ ਨਾਲ ਤੁਹਾਡੀ ਟੀਮ ਜਾਂ ਕੰਪਨੀ ਸਭ ਤੋਂ ਜੁਦਾ ਅਤੇ ਹੋਰ ਲੋਕਾਂ ਤੋਂ ਵੱਖ ਲੱਗੇ ਤਾਂ ਉਸ ਨੂੰ ਹੁਣੇ ਸਾਂਝਾ ਕਰੋ।

10. ਆਪਣੀ ਕਹਾਣੀ ਸਾਂਝੀ ਕਰੋ

ਬਿਜ਼ਨਿਸ ਪਲਾਨ ਪੂਰਾ ਹੋ ਜਾਣ ਤੋਂ ਬਾਅਦ, ਆਪਣੀ ਕਹਾਣੀ ਸਾਂਝੀ ਕਰੋ। ਇਹ ਮੀਟਿੰਗ ਦਾ ਸਭ ਤੋਂ ਮਹੱਤਵਪੂਰਨ ਹਿੱਸਾ ਹੈ ਅਤੇ ਇਸੇ 'ਤੇ ਨਿਰਣਾ ਵੀ ਲਿਆ ਜਾਣਾ ਹੈ। ਅਸੀਂ ਮੀਟਿੰਗ ਵਿੱਚ ਹੁਣ ਤੀਕ ਜੋ ਵੀ ਕੀਤਾ ਹੈ ਉਸ ਨੂੰ ਕਾਪੀ ਕੀਤਾ ਜਾ ਸਕਦਾ ਹੈ ਪਰ ਤੁਹਾਡੀ ਕਹਾਣੀ ਕਮਾਲ ਕਰ ਸਕਦੀ ਹੈ। ਇਹ ਯਾਦ ਰੱਖੋ

ਕਿ ਲੋਕ ਕਿਸੇ ਕੰਪਨੀ ਜਾਂ ਉਤਪਾਦ ਨਾਲ ਨਹੀਂ ਜੁੜਦੇ, ਉਹ ਲੋਕਾਂ ਨਾਲ ਜੁੜਦੇ ਹਨ। ਕਹਾਣੀ ਕਹਿਣ ਜਾਂ ਸੁਣਾਉਣ ਦਾ ਹੁਨਰ ਸਿੱਖੋ।

ਸਾਰੇ ਮਹਾਨ ਨੈੱਟਵਰਕ ਮਾਰਕੀਟਰ ਮਹਾਨ ਕਹਾਣੀਕਾਰ ਹੁੰਦੇ ਹਨ।

– ਦੀਪਕ ਬਜਾਜ

ਕਿਸੇ ਚੰਗੀ ਕਹਾਣੀ ਦੇ 7 ਮੁੱਖ ਤੱਤ ਹੁੰਦੇ ਹਨ ਅਤੇ ਉਨ੍ਹਾਂ ਨੂੰ ਇਸੇ ਕ੍ਰਮ ਵਿੱਚ ਰੱਖੋ -

- ✓ ਇਸ ਬਿਜ਼ਨਿਸ ਨੂੰ ਸ਼ੁਰੂ ਕਰਨ ਤੋਂ ਪਹਿਲਾਂ ਤੁਸੀਂ ਕੀ ਕਰ ਰਹੇ ਸੀ?
- ✓ ਤੁਹਾਡੀ ਸਥਿਤੀ ਉਸ ਸਮੇਂ ਕਿਵੇਂ ਦੀ ਸੀ? ਉਸ ਸਮੇਂ ਕੀ ਚੰਗਾ ਅਤੇ ਤੁਹਾਨੂੰ ਕੀ ਪਰੇਸ਼ਾਨ ਕਰ ਰਿਹਾ ਸੀ?
- ✓ ਇਸ ਬਿਜ਼ਨਿਸ ਪੇਸ਼ਕਾਰੀ ਨੂੰ ਪਹਿਲੀ ਵਾਰ ਦੇਖਣ 'ਤੇ ਤੁਹਾਡੀ ਕੀ ਪ੍ਰਤਿਕ੍ਰਿਆ ਸੀ?
- ✓ ਤੁਸੀਂ ਕੀ ਦੇਖ ਕੇ ਇਸ ਬਿਜ਼ਨਿਸ ਨੂੰ ਕਰਨ ਦਾ ਨਿਰਣਾ ਲਿਆ ਅਤੇ ਤੁਸੀਂ ਕਿਹੜੀਆਂ ਮਾਨਸਿਕ ਰੁਕਾਵਟਾਂ ਨੂੰ ਆਪਣੇ ਦਿਮਾਗ ਤੋਂ ਕੱਢਿਆ?
- ✓ ਤੁਹਾਡੀ ਹੁਣ ਤੱਕ ਦੀ ਯਾਤਰਾ ਕਿਵੇਂ ਰਹੀ?
- ✓ ਇਸ ਬਿਜ਼ਨਿਸ ਨਾਲ ਤੁਹਾਡੇ ਲੰਬੇ ਸਮੇਂ ਅਤੇ ਥੋੜੇ ਸਮੇਂ ਦੇ ਟੀਚੇ ਕੀ ਹਨ?
- ✓ ਤੁਹਾਡੇ ਵੱਲੋਂ ਸੰਭਾਵੀ ਸਹਿਭਾਗੀ ਨੂੰ ਕਾਮਯਾਬ ਕਰਨ ਦੀ ਨਿੱਜੀ ਜ਼ੁੰਮੇਵਾਰੀ ਚੁੱਕੀ ਜਾਵੇ!

ਤੁਸੀਂ ਇਸ ਕਿਤਾਬ ਦੇ ਟੂਲਜ਼ ਫਾਰ ਐਕਸੀਲੈਂਸ ਸੈਕਸ਼ਨ ਅੰਦਰ ਆਪਣੀ ਕਹਾਣੀ ਵਿੱਚ ਮੁਹਾਰਤ ਹਾਸਿਲ ਕਰਨ ਦੀ ਪ੍ਰਕਿਰਿਆ ਨੂੰ ਵਿਸਤਾਰ ਨਾਲ ਸਿੱਖ ਸਕਦੇ ਹੋ। ਇਹ ਮੇਰੀ ਵੈੱਬਸਾਈਟ www.deepakbajaj.biz 'ਤੇ ਵੀ ਮੌਜੂਦ ਹੋ।

11. ਅਲਵਿਦਾ ਕਹਿਣ ਦਾ ਸਮਾਂ:

ਜ਼ਿਆਦਾਤਰ ਲੋਕ ਇਹ ਜਾਣਦੇ ਹਨ ਕਿ ਮੀਟਿੰਗ ਕਦੋਂ ਸ਼ੁਰੂ ਕਰਨੀ ਹੈ, ਪਰ ਬਹੁਤੇ ਲੋਕ ਇਹ ਨਹੀਂ ਸਮਝਦੇ ਕਿ ਮੀਟਿੰਗ ਨੂੰ ਕਦੋ ਖ਼ਤਮ ਕਰਨਾ ਹੈ। ਮੀਟਿੰਗ ਲਈ 60 ਮਿੰਟ ਦਾ ਸਮਾਂ ਕਾਫ਼ੀ ਹੈ। ਜੇ ਲੋੜੀਂਦਾ ਹੋਵੇ ਤਾਂ ਆਪਣੇ ਲਈ ਇੱਕ ਰਿਮਾਈਂਡਰ ਸੈੱਟ ਕਰੋ, ਪਰ ਇਸ ਤੋਂ ਪਹਿਲਾਂ ਕਿ ਪ੍ਰਾਸਪੈਕਟ ਚਾਹੇ ਕਿ ਮੀਟਿੰਗ ਖ਼ਤਮ ਹੋਵੇ, ਉਸ ਤੋਂ 5 ਮਿੰਟ ਪਹਿਲਾਂ ਤੁਸੀਂ ਮੀਟਿੰਗ ਸਮਾਪਤ ਕਰ ਦਿਓ। ਇਸ ਤੋਂ ਇਹ ਪ੍ਰਭਾਵ ਪੈਂਦਾ ਹੈ ਕਿ ਤੁਹਾਨੂੰ ਸਮੇਂ ਦੀ ਪਰਵਾਹ ਹੈ ਅਤੇ ਇਹ ਇੱਕ ਵਧੀਆ ਅਭਿਆਸ ਹੈ ਜਿਸ ਨੂੰ ਤੁਹਾਡੀ ਟੀਮ ਵੀ ਸਿੱਖੇਗੀ।

ਆਪਣੀ ਮੀਟਿੰਗ ਤੋਂ ਬਿਹਤਰ ਨਤੀਜੇ ਪਾਉਣ ਲਈ ਇਸ ਕਿਤਾਬ ਵਿੱਚ ਦਿੱਤੇ ਗਏ ਪਾਠ ਪਾਵਰ ਕਨੈਕਟਰਸ ਨੂੰ ਜ਼ਰੂਰ ਪੜ੍ਹੋ।

ਇਸ ਮੀਟਿੰਗ ਦਾ ਸਭ ਤੋਂ ਮੁੱਖ ਉਦੇਸ਼ ਇਹ ਹੈ ਕਿ ਉਸ ਵਿਅਕਤੀ ਨੂੰ ਆਪਣੀ ਟੀਮ ਵਿੱਚ ਹੁਣੇ ਹੀ ਸ਼ਾਮਿਲ ਕਰੋ। ਪਰ ਕੁੱਝ ਲੋਕ ਉਦੋਂ ਹੀ ਸ਼ੁਰੂ ਕਰ ਲੈਂਦੇ ਹਨ ਅਤੇ ਕੁੱਝ ਬਾਅਦ ਵਿੱਚ। 15 ਸਾਲ ਵਿੱਕਰੀ ਦੇ ਪੇਸ਼ੇ ਨੂੰ ਜਿਉਣ ਦੇ ਇਸ ਸ਼ਾਨਦਾਰ ਸਫਰ ਦੇ ਹਰ ਪੱਧਰ 'ਤੇ ਲੱਖਾਂ ਲੋਕਾਂ ਨਾਲ ਕੰਮ ਕਰਕੇ ਮੈਂ ਇੱਕ ਸ਼ਕਤੀਸ਼ਾਲੀ ਅਤੇ ਜੀਵਨ ਨੂੰ ਬਦਲਣ ਵਾਲੀਆਂ ਬੇਸ਼ਕੀਮਤੀ ਚੀਜ਼ਾਂ ਸਿੱਖੀਆਂ ਹਨ ਜਿਹੜੀਆਂ ਤੁਹਾਡੇ ਨਾਲ ਸਾਂਝੀਆਂ ਕਰ ਰਿਹਾ ਹਾਂ:

"ਆਪਣੀ ਮੀਟਿੰਗ ਇਸ ਤਰ੍ਹਾਂ ਕਰੋ ਕਿ ਇਹ ਲੋਕਾਂ ਦੇ ਦਿਮਾਗ਼ ਵਿੱਚ ਇੱਕ ਅਜਿਹੀ ਸਕਾਰਾਤਮਕ ਅਤੇ ਸ਼ਕਤੀਸ਼ਾਲੀ ਅਕਸ ਛੱਡ ਦੇਵੋ ਕਿ ਜਦੋਂ ਵੀ ਕੋਈ ਵਿਅਕਤੀ ਉਨ੍ਹਾਂ ਦੇ ਕੋਲ ਉਂਞ ਹੀ ਕਿਸੇ ਬਿਜ਼ਨਿਸ ਜਾਂ ਉਤਪਾਦ ਦੀ ਜਾਣਕਾਰੀ ਲਈ ਜਾਣ, ਤਾਂ ਲੋਕ ਸਭ ਤੋਂ ਪਹਿਲਾਂ ਇਸ ਬਿਜ਼ਨਿਸ ਨਾਲ ਸੰਬੰਧਿਤ ਸਲਾਹ ਲੈਣ ਲਈ ਤੁਹਾਨੂੰ ਕਾਲ ਕਰਨ। ਤੁਹਾਡੇ ਵੱਲੋਂ ਦਿੱਤੀ ਗਈ ਹਰ ਬਿਜ਼ਨਿਸ ਪੇਸ਼ਕਾਰੀ ਨਾਲ ਲੋਕਾਂ ਦੇ ਦਿਮਾਗ਼ ਵਿੱਚ ਅਜਿਹੇ ਬੀਜ਼ ਬੋ ਦਿਓ ਕਿ ਉਹ ਭਵਿੱਖ ਵਿੱਚ ਇੱਕ ਵਧੀਆ ਫਸਲ ਬਣ ਕੇ ਨਿਕਲਣ।"

2. ਗਰੁੱਪ ਮੀਟਿੰਗ

ਇਹ ਮੈਨੂੰ ਸਭ ਤੋਂ ਜ਼ਿਆਦਾ ਪਸੰਦ ਹਨ। ਜਿਵੇਂ ਕਿ ਨਾਮ ਹੈ ਉਸ ਅਨੁਸਾਰ ਗਰੁੱਪ ਮੀਟਿੰਗ ਦਾ ਅਰਥ ਹੈ, ਉਹੀ ਜਿਹੀ ਮੀਟਿੰਗ ਜਿਸ ਵਿੱਚ ਅਸੀਂ ਦੋ ਜਾਂ ਦੋ ਤੋਂ ਜ਼ਿਆਦਾ ਪ੍ਰਾਸਪੈਕਟਾਂ ਨਾਲ ਇਕੱਠੇ ਮਿਲਦੇ ਹਾਂ। ਆਮ ਕਰਕੇ ਅਸੀਂ ਇੱਕ ਗਰੁੱਪ ਮੀਟਿੰਗ ਵਿੱਚ 3 ਤੋਂ 30 ਲੋਕਾਂ ਨਾਲ ਮਿਲਦੇ ਹਾਂ ਅਤੇ ਇਹ ਘਰ, ਰੈਸਟੋਰੈਂਟ, ਕਿਸੇ ਸੰਸਥਾ ਜਾਂ ਕਿਸੇ ਅਸਾਨੀ ਨਾਲ ਮੌਜੂਦ ਜਗ੍ਹਾ 'ਤੇ ਹੁੰਦੀ ਹੈ, ਜਿੱਥੇ ਜ਼ਿਆਦਾਤਰ ਡਿਸਟ੍ਰੀਬਿਊਟਰ ਆਪਣੇ ਪ੍ਰਾਸਪੈਕਟਾਂ ਨੂੰ ਬਿਜ਼ਨਿਸ ਪੇਸ਼ਕਾਰੀ ਲਈ ਲੈ ਕੇ ਆਉਂਦੇ ਹਨ। ਗਰੁੱਪ ਮੀਟਿੰਗ ਦੇ ਹੇਠ ਲਿਖੇ ਫ਼ਾਇਦੇ ਹਨ:

✓ ਤੁਸੀਂ ਇੱਕੋ ਵਾਰੀ ਵਿੱਚ ਹੀ ਕਈ ਪ੍ਰਾਸਪੈਕਟਾਂ ਨਾਲ ਮੀਟਿੰਗ ਕਰ ਸਕਦੇ ਹੋ, ਜਿਸ ਨਾਲ ਤੁਹਾਡਾ ਬਹੁਤ ਸਾਰਾ ਸਮਾਂ ਬੱਚਦਾ ਹੈ।

✓ ਕਦੇ-ਕਦੇ ਆਹਮੋ-ਸਾਹਮਣੇ ਦੀ ਮੀਟਿੰਗ ਅੰਤਲੇ ਸਮੇਂ 'ਤੇ ਰੱਦ ਹੋ ਜਾਂਦੀ ਹੈ, ਜਿਸ ਕਾਰਨ ਬਹੁਤ ਸਾਰਾ ਸਮਾਂ ਬਰਬਾਦ ਹੁੰਦਾ ਹੈ। ਜਦੋਂ ਤੁਸੀਂ ਕਈ ਲੋਕਾਂ ਨੂੰ ਇੱਕੋ ਵਾਰੀ ਸੱਦਾ ਦਿੰਦੇ ਹੋ, ਤਾਂ ਉਸ ਵਿੱਚੋਂ ਕੁੱਝ ਤਾਂ ਆ ਹੀ ਜਾਂਦੇ ਹਨ ਅਤੇ ਤੁਹਾਡੀ ਮੀਟਿੰਗ ਜ਼ਰੂਰ ਹੁੰਦੀ ਹੈ।

✓ ਕਿਉਂ ਕਿ ਇਹ ਕੋਈ ਵੱਡਾ ਹਾਲ ਜਾਂ ਹੋਟਲ ਮੀਟਿੰਗ ਨਹੀਂ ਹੈ ਇਸ ਲਈ ਇੱਥੇ ਘੱਟ ਸਮੇਂ ਅੰਦਰ ਪਹੁੰਚਿਆ ਜਾ ਸਕਦਾ ਹੈ ਅਤੇ ਇਸਦਾ ਵਾਤਾਵਰਣ ਪਰਿਵਾਰਕ ਹੁੰਦਾ ਹੈ ਅਤੇ ਇੱਥੇ ਲੋਕਾਂ ਨੂੰ ਸੱਦਾ ਦੇਣਾ ਸੌਖਾ ਵੀ ਹੈ।

✓ ਇਹ ਲੀਡਰਾਂ ਨੂੰ ਤਿਆਰ ਕਰਨ ਦਾ ਸਭ ਤੋਂ ਵਧੀਆ ਪਲੇਟਫਾਰਮ ਹੈ। ਤੁਸੀਂ ਉਨ੍ਹਾਂ ਨਵੇਂ ਸਹਿਕਰਮੀਆਂ ਨੂੰ ਪੇਸ਼ਕਾਰੀ ਦੇਣ ਜਾਂ ਉਨ੍ਹਾਂ ਦੇ ਅਨੁਭਵਾਂ ਨੂੰ ਸਾਂਝਾ ਕਰਨ ਲਈ ਮੌਕਾ ਦੇ ਸਕਦੇ ਹੋ ਜੋ ਸਟੇਜ਼ ਤੇ ਜਾਣ ਵਿੱਚ ਥੋੜ੍ਹੇ ਸੰਕੋਚੀ ਜਿਹੇ ਹਨ ਜਾਂ ਜਿਨ੍ਹਾਂ ਨੂੰ ਵੱਡੀਆਂ ਮੀਟਿੰਗਾਂ ਵਿੱਚ ਉਨ੍ਹਾਂ ਦੇ ਨਵੇਂ ਰੈਂਕ ਤੇ ਬੋਲਣ ਦਾ ਕਦੇ ਮੌਕਾ ਨਹੀਂ ਮਿਲਿਆ।

✓ ਨਿਰੰਤਰ ਕੀਤੀ ਗਈਆਂ ਗਰੁੱਪ ਮੀਟਿੰਗਾਂ ਨਾਲ ਬਿਜ਼ਨਿਸ ਵਿੱਚ ਸਥਿਰਤਾ ਆਉਂਦੀ ਹੈ। ਹੌਲੀ-ਹੌਲੀ ਲੋਕ ਇੰਨਾਂ ਮੀਟਿੰਗ ਦੇ ਆਦੀ ਹੋ ਜਾਂਦੇ ਹਨ।

✓ ਜੇ ਤੁਸੀਂ ਇੱਕ ਨਵੇਂ ਡਿਸਟ੍ਰੀਬਿਊਟਰ ਹੋ ਤਾਂ ਤੁਹਾਨੂੰ ਹਰ ਹਫਤੇ 2 ਤੋਂ 3 ਗਰੁੱਪ ਮੀਟਿੰਗ ਹੀ ਰੱਖਣੀਆਂ ਚਾਹੀਦੀਆਂ ਹਨ। ਇਸ ਨਾਲ ਤੁਹਾਡੇ ਬਿਜ਼ਨਿਸ ਨੂੰ ਜ਼ਬਰਦਸਤ ਰਫ਼ਤਾਰ ਮਿਲਦੀ ਹੈ।

ਉਹ ਟੀਮ ਜੋ ਜ਼ਿਆਦਾਤਰ ਘਰਾਂ ਵਿੱਚ ਮੀਟਿੰਗ ਕਰਦੀ ਹੈ ਉਨ੍ਹਾਂ ਦਾ ਬਿਜ਼ਨਿਸ ਵੱਡਾ, ਤੇਜ਼ ਅਤੇ ਸਥਾਈ ਹੁੰਦਾ ਹੈ। ਜੇ ਤੁਸੀਂ ਇਹ ਮੀਟਿੰਗ ਘਰ ਜਾਂ ਰੈਸਟੋਰੈਂਟ ਵਿੱਚ ਕਰ ਰਹੇ ਹੋ ਤਾਂ ਜ਼ਿਆਦਾ ਮਹਿਮਾਨ ਨਿਵਾਜੀ ਵਿੱਚ ਨਾ ਪਓ। ਮੀਟਿੰਗ ਨੂੰ 90 ਮਿੰਟ ਜਾਂ ਉਸ ਤੋਂ ਘੱਟ ਸਮੇਂ ਵਿੱਚ ਸਮਾਪਤ ਕਰੋ। ਤੁਸੀਂ ਇਸ ਮੀਟਿੰਗ ਵਿੱਚ ਚਾਹ/ਕੌਫ਼ੀ/ਪਾਣੀ ਆਦਿ ਬਿਸਕਿਟ ਨਾਲ ਖੁਆ ਸਕਦੇ ਹੋ, ਪਰ ਸਨੈਕਸ ਜਾਂ ਖਾਣ ਦੇ ਚੱਕਰਾਂ ਵਿੱਚ ਨਾ ਪੈਣਾ।

3. ਹਾਲ ਮੀਟਿੰਗ

ਇਹ ਗਰੁੱਪ ਮੀਟਿੰਗ ਦਾ ਵੱਡਾ ਰੂਪ ਹੁੰਦਾ ਹੈ ਜੋ ਹੋਟਲ, ਆਡੀਟੋਰੀਅਮ ਜਾਂ ਸੈਮੀਨਾਰ ਹਾਲ ਵਿੱਚ ਵੱਡੀ ਗਿਣਤੀ ਵਿੱਚ ਪ੍ਰਾਸਪੈਕਟ ਅਤੇ ਡਿਸਟ੍ਰੀਬਿਊਟਰਾਂ ਨਾਲ ਹੁੰਦੀ ਹੈ। ਇਸ ਵਿੱਚ ਕਈ ਸੀਨੀਅਰ ਲੀਡਰ ਆਪਣੇ ਬਿਜ਼ਨਿਸ ਦੇ ਅਨੁਭਵਾਂ ਨੂੰ ਸਾਂਝਾ ਕਰਦੇ ਹਨ। ਇਹ ਮੀਟਿੰਗ ਬਹੁਤ ਪ੍ਰਭਾਵੀ ਹੁੰਦੀ ਹੈ ਅਤੇ ਇਸ ਦੇ ਬਹੁਤ ਸਾਰੇ ਫ਼ਾਇਦੇ ਹਨ:

✓ ਇਹ ਸਿਸਟਮ 'ਤੇ ਅਧਾਰਿਤ ਮੀਟਿੰਗ ਹੈ। ਹਾਲ ਮੀਟਿੰਗ ਦੀ ਖ਼ਾਸ ਗੱਲ ਇਹ ਹੈ ਕਿ ਇਹ ਨਿਅਮਿਤ ਤੌਰ 'ਤੇ ਹੁੰਦੀ ਹੈ ਅਤੇ ਤੁਹਾਡੇ ਬਿਨਾਂ ਵੀ ਚੱਲ ਸਕਦੀ ਹੈ। ਇੱਥੋਂ ਅਸਲ ਵਿੱਚ ਬਿਜ਼ਨਿਸ ਸ਼ੁਰੂ ਹੁੰਦਾ ਹੈ। ਇਸ ਜਗ੍ਹਾ ਤੋਂ ਬਿਜ਼ਨਿਸ ਵਿੱਚ ਡੁਪਲੀਕੇਸ਼ਨ ਰਾਹੀਂ ਕਈ ਗੁਣਾ ਦਾ ਵਾਧਾ ਹੋ ਸਕਦਾ ਹੈ। ਇੱਕ ਵਾਰ ਜਦੋਂ ਤੁਹਾਡੀ ਟੀਮ ਹਾਲ ਮੀਟਿੰਗ ਵਿੱਚ ਨਿਅਮਿਤ ਤੌਰ 'ਤੇ ਆਉਣਾ ਸ਼ੁਰੂ ਕਰ ਦਿੰਦੀ ਹੈ, ਤਾਂ ਤੁਹਾਡਾ ਬਿਜ਼ਨਿਸ ਤੇਜ਼ੀ ਨਾਲ ਵੱਡਾ ਹੋਣ ਲੱਗਦਾ ਹੈ।

✓ ਹਾਲ ਦੀ ਊਰਜਾ ਅਤੇ ਮਾਹੌਲ ਸੇਲਸ ਕਲੋਜ਼ ਕਰਨ ਵਿੱਚ ਮਦਦ ਕਰਦੇ ਹਨ। ਕਈ ਲੋਕ ਕੰਮ ਕਰਨ ਦਾ ਨਿਰਣਾ ਉੱਥੇ ਹੀ ਲੈ ਲੈਂਦੇ ਹਨ।

✓ ਪ੍ਰਾਸਪੈਕਟ, ਜਦੋਂ ਵੱਖ-ਵੱਖ ਪ੍ਰੋਫਾਈਲਾਂ, ਪੇਸ਼ਿਆਂ, ਲਿੰਗ, ਉਮਰ ਆਦਿ ਦੇ ਲੋਕਾਂ ਨੂੰ ਉੱਥੇ ਇਕੱਠਾ ਸਫਲਤਾਪੂਰਵਕ ਕੰਮ ਕਰਦਿਆਂ ਦੇਖਦਾ ਹੈ ਤਾਂ ਉਨ੍ਹਾਂ ਦਾ ਵਿਸ਼ਵਾਸ ਹੋਰ ਵੱਧ ਜਾਂਦਾ ਹੈ।

✓ ਹਾਲ ਮੀਟਿੰਗ ਵਿੱਚ ਬਹੁਤ ਸਾਰੇ ਅਚੀਵਰਸ ਸਟੇਜ਼ 'ਤੇ ਆਪਣੀ ਸਫਲਤਾ ਦੀਆਂ ਕਹਾਣੀਆਂ ਸੁਣਾਉਂਦੇ ਹਨ। ਇਸ ਨਾਲ ਇਹ ਸੰਭਾਵਨਾ ਬਹੁਤ ਵੱਧ ਜਾਂਦੀ ਹੈ ਕਿ ਤੁਹਾਡੇ ਪ੍ਰਾਸਪੈਕਟ ਨੂੰ ਕਿਸੇ ਨਾ ਕਿਸੇ ਦੀ ਗੱਲ ਜ਼ਰੂਰ ਸਮਝ ਆ ਜਾਵੇਗੀ ਅਤੇ ਉਹ ਤੁਹਾਡੇ ਬਿਜ਼ਨਿਸ ਪ੍ਰਤੀ ਸਕਾਰਾਤਮਕ ਰੁੱਖ ਲੈ ਕੇ ਜਾਣਗੇ।

✓ ਤੁਸੀਂ ਉਨ੍ਹਾਂ ਸਾਰੇ ਲੋਕਾਂ ਨੂੰ ਉੱਥੇ ਸੱਦ ਸਕਦੇ ਹੋ ਜਿਨ੍ਹਾਂ ਨਾਲ ਗਰੁੱਪ ਮੀਟਿੰਗ ਜਾਂ ਆਹਮੋ-ਸਾਹਮਣੇ ਦੀ ਮੀਟਿੰਗਾਂ ਹੋ ਚੁੱਕੀਆਂ ਹਨ ਜਾਂ ਉਨ੍ਹਾਂ ਲੋਕਾਂ ਨਾਲ ਹੁਣ ਤੱਕ ਬਿਜ਼ਨਿਸ ਸ਼ੁਰੂ ਨਹੀਂ ਕੀਤਾ ਹੈ। ਇਹ ਮੀਟਿੰਗ ਉਨ੍ਹਾਂ ਸਾਰਿਆਂ ਲਈ ਇੱਕ ਫਾੱਲੋ-ਅਪ ਮੀਟਿੰਗ ਵਾਂਗ ਹੋਵੇਗੀ।

✓ ਬਹੁਤ ਸਾਰੇ ਸੀਨੀਅਰ ਲੀਡਰ ਅਤੇ ਤੁਹਾਡੇ ਅੱਪਲਾਈਨ ਤੁਹਾਡੇ ਪ੍ਰਾਸਪੈਕਟ ਨੂੰ ਮਿਲ ਕੇ ਉਨ੍ਹਾਂ ਦੇ ਸਵਾਲਾਂ ਦੇ ਜਵਾਬ ਦੇਣ ਲਈ ਉੱਥੇ ਹੋਣਗੇ।

ਹਾਲ ਮੀਟਿੰਗ ਨੂੰ ਸਫਲ ਬਣਾਉਣ ਲਈ ਹੇਠ ਲਿਖੀਆਂ ਗੱਲਾਂ ਦਾ ਖ਼ਿਆਲ ਰੱਖੋ:

✓ ਪੁਸ਼ਟੀ ਅਤੇ ਵਚਨਬੱਧਤਾ ਦੇ ਨਾਲ ਪ੍ਰਭਾਵੀ ਸੱਦਾ ਦਿਓ।

✓ ਆਪਣੇ ਪ੍ਰਾਸਪੈਕਟ ਨੂੰ ਇੱਕ ਦਿਨ ਪਹਿਲਾਂ ਮੀਟਿੰਗ ਦੀ ਯਾਦ ਦਿਵਾਓ।

- ✓ ਜੇ ਤੁਹਾਡੇ ਕੋਲ ਕੁੱਝ ਲੋਕਾਂ ਦੀ ਟੀਮ ਹੈ, ਤਾਂ ਇੱਕ ਦਿਨ ਪਹਿਲਾਂ ਹੀ ਉਨ੍ਹਾਂ ਕੋਲੋਂ ਮਹਿਮਾਨਾਂ ਦੀ ਲਿਸਟ ਲੈ ਲਓ।
- ✓ ਹਾਲ ਵਿੱਚ ਹੀ ਮੀਟਿੰਗ ਦੇ ਤੁਰੰਤ ਬਾਅਦ ਫ਼ਾੱਲੋ-ਅਪ ਕਰਨਾ ਨਾ ਭੁੱਲਿਓ। ਇਹ ਯਕੀਨੀ ਬਣਾਓ ਕਿ ਤੁਹਾਡੇ ਮਹਿਮਾਨਾਂ ਦੇ ਸਾਰੇ ਸਵਾਲਾਂ ਦੇ ਜਵਾਬ ਦਿੱਤੇ ਗਏ ਹੋਣ। ਮੀਟਿੰਗ ਨੂੰ ਐਡਵਾਂਸ ਰਕਮ ਲੈ ਕੇ ਜਾਂ ਅਗਲੇ 4 ਦਿਨਾਂ ਵਿੱਚ ਫ਼ਾੱਲੋ ਅਪ ਮੀਟਿੰਗ ਲੈ ਕੇ ਖ਼ਤਮ ਕਰੋ।
- ✓ ਸ਼ਾਨਦਾਰ ਨਤੀਜਿਆਂ ਲਈ ਹਰ ਹਫ਼ਤੇ ਹਾਲ ਮੀਟਿੰਗ ਕੀਤੀ ਜਾਣੀ ਚਾਹੀਦੀ ਹੈ ਅਤੇ ਉਸ ਮੀਟਿੰਗ ਨਾਲ ਜੁੜੇ ਸਾਰੇ ਲੀਡਰਾਂ ਨੂੰ ਨਿੱਜੀ ਤੌਰ 'ਤੇ ਮੀਟਿੰਗ ਨੂੰ ਹਮਲਾਵਰ ਢੰਗ ਨਾਲ ਅੱਗੇ ਵਧਾਉਣਾ ਚਾਹੀਦਾ ਹੈ।
- ✓ ਇਕ ਖ਼ਾਸ ਹਾਲ ਮੀਟਿੰਗ ਦੇ ਸਮੂਹ ਲੀਡਰਾਂ ਨੂੰ ਇਹ ਯਕੀਨੀ ਬਣਾਉਣਾ ਚਾਹੀਦਾ ਹੈ ਕਿ ਮੀਟਿੰਗ ਵਿੱਚ ਹਾਜ਼ਰੀ ਹਫਤੇ ਦਰ ਹਫ਼ਤੇ ਵੱਧ ਰਹੀ ਹੈ।

ਜਦੋਂ ਵੀ ਤੁਸੀਂ ਇੱਕ ਅਜਿਹੀ ਜਗ੍ਹਾ 'ਤੇ ਕੰਮ ਸ਼ੁਰੂ ਕਰੋ ਜਿੱਥੇਂ ਪਹਿਲਾਂ ਵੀ ਹਾਲ ਮੀਟਿੰਗ ਹੋਈ ਹੋਵੇ, ਤਾਂ ਉੱਥੇ ਆਪਣੇ ਨਵੇਂ ਸਹਿਕਰਮੀਆਂ ਅਤੇ ਨਵੇਂ ਪ੍ਰਾਸਪੈਕਟਾਂ ਨਾਲ ਛੇਤੀ ਤੋਂ ਛੇਤੀ ਜਾਣਾ ਸ਼ੁਰੂ ਕਰੋ। ਪੂਰੇ ਹਫਤੇ ਕੰਮ ਕਰ ਕੇ ਇਹ ਸੁਨਿਸ਼ਚਿਤ ਕਰੋ ਕਿ ਤੁਹਾਡੇ ਸਹਿਕਰਮੀ ਆਪਣੇ ਜ਼ਿਆਦਾਤਰ ਪ੍ਰਾਸਪੈਕਟਾਂ ਨਾਲ ਉੱਥੇ ਆ ਰਹੇ ਹਨ। ਜੇ ਕੋਈ ਆਪਣੇ ਨਾਲ ਮਹਿਮਾਨ ਨਹੀਂ ਲਿਆ ਪਾ ਰਿਹਾ ਹੈ, ਤਾਂ ਉਸ ਨੂੰ ਇਕੱਲਾ ਹੀ ਆਉਣਾ ਦਿਓ।

ਜਦੋਂ ਵੀ ਤੁਸੀਂ ਕਿਸੇ ਨਵੀਂ ਜਗ੍ਹਾ 'ਤੇ ਇੱਕ ਨਵੀਂ ਟੀਮ ਸ਼ੁਰੂ ਕਰਦੇ ਹੋ ਜਿੱਥੇ ਕੋਈ ਹਾਲ ਮੀਟਿੰਗ ਨਹੀਂ ਹੁੰਦੀ ਹੈ, ਉੱਥੇ ਆਹਮੋ-ਸਾਹਮਣੇ ਦੀ ਮੀਟਿੰਗ ਤੋਂ ਸ਼ੁਰੂ ਕਰਕੇ ਅਗਲੇ 2 ਤੋਂ 4 ਹਫਤਿਆਂ ਵਿੱਚ ਗਰੁੱਪ ਮੀਟਿੰਗ ਲਈ ਆ ਜਾਓ, ਅਤੇ ਇੱਕ ਵਾਰ ਜਦੋਂ ਤੁਹਾਡੀ ਟੀਮ 20 ਤੋਂ ਜ਼ਿਆਦਾ ਸਹਿਕਰਮੀਆਂ ਦੀ ਹੋ ਜਾਵੇ, ਤਾਂ ਇੱਕ ਛੋਟੇ ਹਾਲ ਵਿੱਚ ਹੀ ਹਾਲ ਮੀਟਿੰਗ ਕਰਨੀ ਸ਼ੁਰੂ ਕਰ ਦਿਓ।

ਗੁਣਾਤਮਕ ਨਤੀਜਿਆਂ ਲਈ ਹਾਲ ਮੀਟਿੰਗ ਸਭ ਤੋਂ ਵਧੀਆ ਹਨ।

ਮੈਂ ਨਿੱਜੀ ਤੌਰ 'ਤੇ ਹਾਲ ਮੀਟਿੰਗਾਂ ਨਾਲ ਬਿਜ਼ਨਿਸ ਦੇ ਕਈ ਗੁਣਾਂ ਵਧਣ ਦੇ ਸੁਆਦ ਨੂੰ ਚੱਖਿਆ ਹੈ। ਹਾਲ ਮੀਟਿੰਗ ਵਿੱਚ ਮੇਰਾ ਦ੍ਰਿੜ੍ਹ ਵਿਸ਼ਵਾਸ ਹੈ ਕਿ ਜਦੋਂ ਮੈਂ ਸੀਨੀਅਰ ਲੀਡਰਾਂ ਦੀ ਕੋਚਿੰਗ ਕਰਦਾ ਹਾਂ ਤਾਂ ਉਨ੍ਹਾਂ ਨੂੰ ਸਿਰਫ਼ ਦੋ ਸਵਾਲ ਪੁੱਛਦਾ ਹਾਂ - ਤੁਸੀਂ ਆਪਣੀ ਟੀਮ ਨਾਲ ਕਿੰਨੀਆਂ ਹਫਤਾਵਾਰੀ ਹਾਲ ਮੀਟਿੰਗ ਕਰਦੇ ਹੋ ਅਤੇ ਕੀ ਤੁਹਾਨੂੰ ਪਤਾ ਹੈ ਕਿ ਪਿਛਲੇ ਤਿੰਨ ਮਹੀਨਿਆਂ ਵਿੱਚ ਤੁਹਾਡੀ ਹਫਤਾਵਾਰੀ ਹਾਲ ਮੀਟਿੰਗ ਵਿੱਚ ਕਿੰਨੇ ਲੋਕ ਆਏ ਸਨ? ਮੇਰੇ ਮੁੰਬਈ ਵਿੱਚ ਕਈ ਦੋਸਤ ਹਨ ਅਤੇ ਮੈਂ ਜਦੋਂ ਵੀ ਉਨ੍ਹਾਂ ਦੋਸਤਾਂ ਨਾਲ ਮਿਲਦਾ ਹਾਂ ਜਿਵੇਂ - ਮੁਣਾਲ ਫ਼ਾਲੋਸ਼ੰਕਰ, ਹਰੀਸ਼ ਸ਼ੈੱਟੀਗਾੱਰ, ਬਾਬੂ ਥਾੱਮਸ, ਸੁਨੀਲ ਸਾਗਵੇਕਰ, ਬ੍ਰਦੇਸ਼ ਚੌਹਾਨ, ਡੀ.ਐਚ. ਕਦਮ, ਕਿਸ਼ੋਰ ਅਹੀਰ ਅਤੇ ਹੋਰ ਬਹੁਤ ਸਾਰੇ ਲੋਕ, ਉਹ ਹਾਲ ਮੀਟਿੰਗਾਂ ਵਿੱਚ ਮੇਰੇ ਵਿਸ਼ਵਾਸ ਨੂੰ ਹੋਰ ਮਜ਼ਬੂਤੀ ਪ੍ਰਦਾਨ ਕਰਦੇ ਹਨ।

5. ਫ਼ਾਲੋ-ਅੱਪ ਅਤੇ ਸੇਲਜ਼ ਕਲੋਜ਼ਿੰਗ

ਵੇਚਣਾ ਬਹੁਤ ਆਸਾਨ ਹੈ। ਇਹ ਤੁਹਾਡੀ ਆਸਥਾ ਅਤੇ ਭਾਵਨਾਵਾਂ ਦਾਂ ਦੂਜੇ ਵਿਅਕਤੀ ਅੰਦਰ ਤਬਾਦਲਾ ਹੈ।

– ਦੀਪਕ ਬਜਾਜ

ਹੁਣ ਸਮਾਂ ਆ ਗਿਆ ਹੈ ਕਿ ਅਸੀਂ ਆਪਣੀ ਕੋਸ਼ਿਸ਼ਾਂ ਨੂੰ ਨਕਦੀ ਵਿੱਚ ਬਦਲੀਏ। ਹੁਣ ਸਮਾਂ ਆ ਗਿਆ ਹੈ ਕਿ ਅਸੀਂ ਆਪਣੇ ਪਰਿਵਾਰ ਵਿੱਚ ਨਵੇਂ ਪਾਰਟਨਰ ਨੂੰ ਲੈ ਕੇ ਆਈਏ। ਬਿਜ਼ਨਿਸ ਅਵਸਰਾਂ ਦੀ ਪੇਸ਼ਕਾਰੀ ਤੋਂ ਬਾਅਦ ਸੇਲਜ਼ ਕਲੋਜ਼ਿੰਗ ਤੋਂ ਪਹਿਲਾਂ ਕੀਤੇ ਜਾਣ ਵਾਲੇ ਕੰਮਾਂ ਨੂੰ ਫ਼ਾਲੋਅੱਪ ਕਹਿੰਦੇ ਹਨ। *ਸਾਡੇ ਬਿਜ਼ਨਿਸ ਵਿੱਚ ਲਿਸਟ ਬਣਾਉਣ ਵਾਲੇ ਜਾਂ ਪਲਾਨ ਦਿਖਾਉਣ ਵਾਲੇ ਨੂੰ ਕੁਝ ਨਹੀਂ ਮਿਲਦਾ; ਸਾਡੇ ਹੱਥਾਂ ਵਿੱਚ ਸੇਲਜ਼ ਕਲੋਜ਼ ਹੋਣ ਤੋਂ ਬਾਅਦ ਹੀ ਕੁਝ ਆਉਂਦਾ ਹੈ।* ਲਿਸਟ ਬਣਾਉਣ ਤੋਂ ਲੈ ਕੇ ਪਲਾਨ ਸਾਂਝਾ ਕਰਨ ਦੀ ਯਾਤਰਾ ਸੇਲਜ਼ ਕਲੋਜ਼ਿੰਗ ਲਈ ਇੱਕ ਮੀਲ ਪੱਥਰ ਹੈ। ਹੇਠਾਂ ਉਹ ਤਰੀਕੇ ਦਿੱਤੇ ਗਏ ਹਨ, ਜਿਸ ਨਾਲ ਤੁਸੀਂ ਸ਼ਾਨਦਾਰ ਫ਼ਾਲੋਅੱਪ ਕਰ ਸਕਦੇ ਹੋ:

✓ ਸੇਲਜ਼ ਦੀ ਪ੍ਰਕਿਰਿਆ ਵਿੱਚ ਫ਼ਾਲੋਅੱਪ ਮੀਟਿੰਗ ਇੱਕ ਮਹੱਤਵਪੂਰਨ ਹਿੱਸਾ ਹੈ। ਸੇਲਜ਼ ਕਲੋਜ਼ਿੰਗ ਫ਼ਾਲੋਅੱਪ ਮੀਟਿੰਗ ਤੋਂ ਬਾਅਦ ਹੀ ਹੁੰਦੀ ਹੈ। ਇਹ ਉਹ ਜਗ੍ਹਾ ਹੈ ਜਿੱਥੇ ਤੁਸੀਂ ਪੈਸਿਆਂ ਲਈ ਗੱਲ ਕਰਦੇ ਹੋ ਅਤੇ ਆਪਣੇ ਪ੍ਰਾਸਪੈਕਟ ਨੂੰ ਆਪਣਾ ਪਾਰਟਨਰ ਬਣਾਉਣ ਲਈ ਸੱਦਾ ਦਿੰਦੇ ਹੋ। ਇਹ ਯਾਦ ਰੱਖੋ ਕਿ ਜੇ ਤੁਸੀਂ ਨਹੀਂ ਮੰਗੋਗੇ ਤਾਂ ਤੁਹਾਨੂੰ ਕੁੱਝ ਨਹੀਂ ਮਿਲੇਗਾ। ਇਹ ਕਦੇ ਵੀ ਨਾ ਸੋਚੋ ਕਿ ਤੁਹਾਡਾ ਪ੍ਰਾਸਪੈਕਟ ਤੁਹਾਨੂੰ ਕਹੇਗਾ, "ਮੈਂ ਤਿਆਰ ਹਾਂ।" ਸਾਨੂੰ ਪੈਸੇ ਮੰਗਣੇ ਪੈਣਗੇ। ਪਲਾਨ ਸਾਂਝਾ ਕਰਨ ਦੇ ਇੱਕ ਹਫਤੇ ਦੇ ਅੰਦਰ ਜੇ ਅਸੀਂ ਫ਼ਾਲੋਅੱਪ ਮੀਟਿੰਗ ਨਹੀਂ ਕਰਦੇ ਤਾਂ ਪਲਾਨ ਦਿਖਾਉਣ ਦਾ ਕੋਈ ਫ਼ਾਇਦਾ ਨਹੀਂ।

✓ ਫ਼ਾਲੋਅੱਪ ਮੀਟਿੰਗ ਕੋਈ ਛੋਟੀ-ਜਿਹੀ ਰਸਮੀ ਮੀਟਿੰਗ ਨਹੀਂ ਹੈ ਜਿਸ ਵਿੱਚ ਅਸੀਂ ਆਪਣੇ ਪ੍ਰਾਸਪੈਕਟ ਨੂੰ ਸਿਰਫ਼ 'ਹਾਂ' ਜਾਂ 'ਨਾ' ਪੁੱਛਣਾ ਹੈ। ਇਹ ਬਿਜ਼ਨਿਸ ਮੌਕੇ ਦੀ ਪੇਸ਼ਕਾਰੀ ਤੋਂ ਵੀ ਜ਼ਿਆਦਾ ਜ਼ਰੂਰੀ ਹੈ, ਕਿਉਂ ਕਿ ਇੱਥੇ ਤੁਹਾਡਾ ਪ੍ਰਾਸਪੈਕਟ ਤੁਹਾਡੇ ਕੋਲੋਂ ਸਵਾਲ ਪੁੱਛ ਕੇ ਤੁਹਾਡੇ ਨਾਲ ਬਿਜ਼ਨਿਸ ਸ਼ੁਰੂ ਕਰਨ ਦਾ ਨਿਰਣਾ ਲੈਣਗੇ। ਇਸ ਲਈ ਇਸ ਮੀਟਿੰਗ ਨੂੰ ਗੰਭੀਰਤਾ ਨਾਲ ਲਓ।

✓ ਪਹਿਲਾਂ ਫ਼ਾਲੋਅੱਪ ਪਲਾਨ ਸਾਂਝਾ ਕਰਨ ਤੋਂ ਤੁਰੰਤ ਬਾਅਦ ਕਰ ਲੈਣਾ ਚਾਹੀਦਾ ਹੈ। ਪਲਾਨ ਦਿਖਾਉਣ ਤੋਂ ਬਾਅਦ, ਉਨ੍ਹਾਂ ਨੂੰ ਕੋਈ ਵੀ ਸਵਾਲ ਜਾਂ ਸ਼ੰਕਾ ਪੁੱਛਣ ਲਈ ਕਹੋ। ਇੱਕ ਵਾਰ ਜਦੋਂ ਸਾਰੇ ਨੁਕਤਿਆਂ 'ਤੇ ਚਰਚਾ ਹੋ ਜਾਏ, ਤੁਹਾਨੂੰ ਉਨ੍ਹਾਂ ਨੂੰ ਤੁਰੰਤ ਬਿਜ਼ਨਿਸ ਸ਼ੁਰੂ ਕਰਨ ਲਈ ਕਹਿਣਾ ਚਾਹੀਦਾ ਹੈ। ਉਨ੍ਹਾਂ ਤੋਂ ਪੈਸਾ ਮੰਗੋ।

✓ ਦੂਜਾ ਫ਼ਾਲੋ-ਅੱਪ ਅਗਲੇ 2 ਤੋਂ 4 ਦਿਨਾਂ ਵਿੱਚ ਹੋਣਾ ਚਾਹੀਦਾ ਹੈ। ਜੇ ਤੁਹਾਡੇ ਕੋਲ ਸਿਰਫ਼ ਵੀਕਐਂਡ 'ਤੇ ਹੀ ਸਮਾਂ ਹੈ, ਉਦੋਂ ਵੀ ਮੈਂ ਤੁਹਾਨੂੰ ਸਲਾਹ ਦਿਆਂਗਾ ਕਿ ਫ਼ਾਲੋਅੱਪ ਮੀਟਿੰਗ ਅਗਲੇ 4 ਦਿਨਾਂ ਅੰਦਰ ਹੀ ਰੱਖ ਲਓ। ਜੇ ਤੁਸੀਂ ਉਸ ਨੂੰ ਨਹੀਂ ਕਰ ਸਕਦੇ ਤਾਂ ਯਾਦ ਰੱਖੋ ਕਿ ਤੁਹਾਨੂੰ ਆਉਣ ਵਾਲੇ ਵੀਕਐਂਡ ਵਿੱਚ ਇੱਕ ਫ਼ਾਲੋਅੱਪ ਮੀਟਿੰਗ ਜ਼ਰੂਰ ਕਰਨੀ ਹੈ। ਜੇ ਹੋਰ ਮੀਟਿੰਗਾਂ ਦੀ ਲੋੜ ਲੱਗੇ ਤਾਂ ਉਸ ਨੂੰ ਅਗਲੇ 4 ਤੋਂ 7 ਦਿਨਾਂ ਅੰਦਰ ਕਰ ਲਓ।

- ✓ ਵਾਰ-ਵਾਰ ਫਾੱਲੋ ਕਰਨ ਦਾ ਮੁੱਖ ਨਿਯਮ ਇਹ ਹੈ ਕਿ ਹਰ ਮੀਟਿੰਗ ਜਾਂ ਤਾਂ ਪੈਸੇ ਲੈ ਕੇ ਖ਼ਤਮ ਹੁੰਦੀ ਹੈ ਜਾਂ ਅਗਲੀ ਮੀਟਿੰਗ ਲਈ ਨਿਸ਼ਚਿਤ ਅਪੋਆਇੰਟਮੈਂਟ ਦੇ ਨਾਲ।
- ✓ ਸੰਜਮ ਰੱਖੋ। ਕਿਸੇ ਨੂੰ ਵੀ ਬਿਜ਼ਨਿਸ ਸ਼ੁਰੂ ਕਰਨ ਲਈ ਕਰੀਬ 2 ਤੋਂ 5 ਮੀਟਿੰਗਾਂ ਕਰਨੀਆ ਪੈਂਦੀਆ ਹਨ। ਇਹ ਇੱਕ ਪ੍ਰਕਿਰਿਆ ਹੈ। ਹਰ ਮੀਟਿੰਗ ਨਾਲ ਤੁਹਾਡੇ ਪ੍ਰਾਸਪੈਕਟ ਦੇ ਵਿਸ਼ਵਾਸ ਅਤੇ ਜਾਣਕਾਰੀ ਵਿੱਚ ਵੱਧਦੀ ਹੈ। ਤੁਸੀਂ ਇਸ ਨਾਲ ਸੇਲਸ ਕਲੋਜ਼ ਕਰਨ ਦੇ ਕਰੀਬ ਆ ਜਾਂਦੇ ਹੋ। ਜਦੋਂ ਤੁਸੀਂ ਇਸ ਨੂੰ ਕਈ ਵਾਰ ਕਰ ਲਓਗੇ, ਤਾਂ ਤੁਹਾਨੂੰ ਆਪ ਹੀ ਇਹ ਸਮਝ ਆਉਣ ਲੱਗੇਗਾ ਕਿ ਕਿਸ ਵਿਅਕਤੀ ਨਾਲ ਫ਼ਾਲੋਅੱਪ ਨੂੰ ਕਿੰਨੀ ਦੇਰ ਜਾਰੀ ਰੱਖੀਆ ਜਾਏ, ਪਰ ਮੈਂ ਚਾਹਵਾਂਗਾ ਕਿ ਤੁਸੀਂ ਇਸ ਨੂੰ ਅਗਲੀਆਂ 5 ਮੀਟਿੰਗਾਂ ਤੱਕ ਤਾਂ ਜ਼ਰੂਰ ਰੱਖੋ।
- ✓ ਤਿਆਰੀ ਸਫਲਤਾ ਦੀ ਕੁੰਜੀ ਹੈ। ਆਪਣੀ ਬਿਜ਼ਨਿਸ ਕਿਟ ਹਮੇਸ਼ਾ ਆਪਣੇ ਨਾਲ ਲੈ ਜਾਓ। ਜੋ ਕੁੱਝ ਵੀ ਪ੍ਰਾਸਪੈਕਟ ਮੰਗ ਸਕਦਾ ਅਤੇ ਜੋ ਚੀਜ਼ ਉਨ੍ਹਾਂ ਦਾ ਭਰੋਸਾ ਜਿੱਤਣ ਲਈ ਜ਼ਰੂਰੀ ਹੈ, ਉਹ ਤੁਹਾਡੇ ਕੋਲ ਤਿਆਰ ਰਹਿਣੀ ਚਾਹੀਦੀ ਹੈ ਅਤੇ ਤੁਹਾਡੇ ਕਿੱਟ ਵਿੱਚ ਹੋਣੀ ਚਾਹੀਦੀ ਹੈ। ਇੱਥੋ ਤੱਕ ਕਿ ਤੁਹਾਡੇ ਮੋਬਾਈਲ/ਲੈਪਟਾੱਪ/ਟੇਬਲੇਟ ਵਿੱਚ ਵੀ ਹੋਣੀ ਚਾਹੀਦੀ ਹੈ।
- ✓ ਫ਼ਾਲੋਅੱਪ ਦੀ ਪ੍ਰਕਿਰਿਆ ਦੌਰਾਨ ਟੂਲਜ਼ ਦੀ ਵਰਤੋਂ ਕਰੋ। ਉਨ੍ਹਾਂ ਨੂੰ ਇਸ ਨਾਲ ਸੰਬੰਧਿਤ ਕੁੱਝ ਕਿਤਾਬਾਂ, ਮੈਗਜ਼ੀਨ ਜਾਂ ਹੋਰ ਸਾਧਨ ਹਰ ਮੀਟਿੰਗ ਅੰਦਰ ਸਮੀਖਿਆ ਕਰਨ ਲਈ ਦਿਓ। ਤੁਸੀਂ ਉਨ੍ਹਾਂ ਨੂੰ ਵੀਡੀਓਜ਼, ਅਖ਼ਬਾਰ ਦੀ ਕਲਿੱਪਿੰਗਜ਼, ਆਰਟੀਕਲ, ਟੈਸਟੀਮਨੀ ਜਾਂ ਕੁੱਝ ਹੋਰ ਮਹੱਤਵਪੂਰਨ ਜਾਣਕਾਰੀਆਂ ਵੀ ਦੇ ਸਕਦੇ ਹੋ ਜਿਸ ਨਾਲ ਉਹ ਆਪਣਾ ਨਿਰਣਾ ਛੇਤੀ ਲੈ ਸਕਣ। ਜਦੋਂ ਤੁਸੀਂ ਆਪਣੇ ਪ੍ਰਾਸਪੈਕਟ ਕੋਲ ਨਹੀਂ ਹੋ, ਉਦੋਂ ਟੂਲਜ਼ ਨੂੰ ਇਹ ਕੰਮ ਕਰਨ ਦਿਓ।
- ✓ ਫ਼ਾਲੋਅੱਪ ਮੀਟਿੰਗਾਂ ਮਿਲ ਕੇ ਕਰੋ ਨਾ ਕਿ ਫ਼ੋਨ 'ਤੇ। ਫ਼ੋਨ ਜਾਂ ਚੈਟ ਉਦੋਂ ਹੀ ਕਰੋ, ਜਦੋਂ ਤੁਹਾਨੂੰ ਮੀਟਿੰਗ ਲਈ ਅਪੋਆਇੰਟਮੈਂਟ ਲੈਣੇ ਹੋਣ। ਜੇ ਤੁਹਾਡਾ ਪ੍ਰਾਸਪੈਕਟ ਕਿਸੇ ਦੂਜੇ ਸ਼ਹਿਰ ਵਿੱਚ ਹੈ, ਤਾਂ ਤੁਹਾਨੂੰ ਵੀਡੀਓ ਕਾਲਿੰਗ ਰਾਹੀਂ ਫ਼ਾਲੋਅੱਪ ਕਰ ਲੈਣਾ ਚਾਹੀਦਾ ਹੈ।
- ✓ ਇਹ ਯਾਦ ਰੱਖੋ ਕਿ ਲੋਕ ਕਿਸੇ ਕੰਪਨੀ ਜਾਂ ਕਿਸੇ ਪਲਾਨ ਨਾਲ ਨਹੀਂ ਜੁੜਦੇ, ਉਹ ਲੋਕਾਂ ਨਾਲ ਜੁੜਦੇ ਹਨ। ਉਹ ਤੁਹਾਡੇ ਨਾਲ ਕੰਮ ਕਰਨ ਦਾ ਨਿਰਣਾ ਤੁਹਾਡੇ ਕਾਰਨ ਹੀ ਲੈਣਗੇ। ਇਸ ਲਈ ਤੁਹਾਨੂੰ ਹਮੇਸ਼ਾ ਵਧੀਆ ਹੋਣਾ ਪਵੇਗਾ ਅਤੇ ਤੁਹਾਨੂੰ ਆਪਣੇ ਵੱਲੋਂ ਪੂਰਾ ਭਰੋਸਾ ਦੇਣਾ ਪਵੇਗਾ ਕਿ ਤੁਸੀਂ ਇਸ ਬਿਜ਼ਨਿਸ ਨੂੰ ਵਧਾਉਣ ਲਈ ਜਿੰਨੀ ਸੰਭਵ ਹੋ ਸਕੇ, ਉਨਾਂ ਦੀ ਸਪੋਰਟ ਕਰੋਗੇ।
- ✓ ਤੁਹਾਡਾ ਉਤਸ਼ਾਹ ਅਤੇ ਵਿਸ਼ਵਾਸ ਕਿਸੇ ਉਤਪਾਦ ਜਾਂ ਪਲਾਨ ਦੀ ਜਾਣਕਾਰੀ ਤੋਂ ਜ਼ਿਆਦਾ ਜ਼ਰੂਰੀ ਹੈ। ਸਾਡੇ ਮੁੱਖ ਪ੍ਰੋਡਕਟ ਸਾਡੀ ਕੋਈ ਸੇਵਾ ਜਾਂ ਉਤਪਾਦ ਨਹੀਂ ਹੈ, ਸਾਡਾ ਮੁੱਖ ਬਿਜ਼ਨਿਸ ਹੈ ਜੋ ਅਸੀਂ ਵੇਚਦੇ ਹਾਂ, ਜੋ ਆਪਣੇ ਸੁਫਨਿਆਂ ਨੂੰ ਪੂਰਾ ਕਰਨ ਲਈ ਪਹਿਲਾਂ ਤੋਂ ਹੀ ਪ੍ਰਮਾਣਿਤ ਹੈ।
- ✓ ਤੁਸੀਂ ਜੋ ਨਹੀਂ ਕਰ ਸਕਦੇ ਉਸ ਲਈ ਕੋਈ ਵਾਇਦਾ ਨਾ ਕਰੋ। ਅਜਿਹਾ ਕੁੱਝ ਵੀ ਨਾ ਕਹੋ ਜਿਸਦਾ ਤੁਹਾਡੇ ਨਾਲ ਕੋਈ ਸਰੋਕਾਰ ਨਹੀ ਹੈ, ਜਾਂ ਤੁਸੀਂ ਉਸ ਨੂੰ ਪੂਰਾ ਨਹੀਂ ਕਰ ਸਕਦੇ। ਬਿਜ਼ਨਿਸ 'ਚ ਉਨ੍ਹਾਂ ਨੂੰ ਕੀ ਕਰਨਾ ਹੋਵੇਗਾ ਇਹ ਸਾਰੀਆਂ ਜ਼ਰੂਰੀ ਗੱਲਾਂ ਉਨ੍ਹਾਂ ਸਾਹਮਣੇ ਇਮਾਨਦਾਰੀ ਨਾਲ ਰੱਖੋ। ਸੱਚ ਹਮੇਸ਼ਾ ਜਿੱਤਦਾ ਹੈ।

- ✓ ਵਿਅਰਥ ਦੇ ਸਵਾਲ ਨਾ ਪੁੱਛੋ, ਜਿਵੇਂ: *ਤੁਹਾਨੂੰ ਇਹ ਕਿਹੋ ਜਿਹਾ ਲੱਗਿਆ, ਤੁਸੀਂ ਇਸ ਬਾਰੇ ਕੀ ਸੋਚਦੇ ਹੋ, ਆਦਿ।* ਸਹੀ ਸਵਾਲ ਪੁੱਛੋ। ਅਜਿਹੇ ਸਵਾਲ ਪੁੱਛੋ ਜਿਸ ਨਾਲ ਗੱਲਬਾਤ ਸੇਲਜ਼ ਕਲੋਜ਼ਿੰਗ ਵੱਲ ਜਾਏ। ਆਪਣੇ ਪ੍ਰਾਸਪੈਕਟ ਨੂੰ ਨਿਰਣਾ ਲੈਣ ਲਈ ਮਦਦ ਕਰੋ।
- ✓ ਇਨ੍ਹਾਂ ਸਾਰੀਆਂ ਪ੍ਰਕਿਰਿਆਵਾਂ ਦੌਰਾਨ ਆਪਣੇ ਪ੍ਰਾਸਪੈਕਟ ਨਾਲ ਸਹੀ ਰਿਸ਼ਤਾ ਬਣਾ ਕੇ ਰੱਖੋ। ਸਾਡਾ ਉਦੇਸ਼ ਸਾਡੀ ਸਿਆਣਪ ਅਤੇ ਜਾਣਕਾਰੀ ਨੂੰ ਟ੍ਰਾਂਸਫ਼ਰ ਕਰਨਾ ਹੈ ਨਾ ਕਿ ਕਿਸੇ ਬਹਿਸ ਵਿੱਚ ਜਿੱਤਣਾ। ਜਦੋਂ ਤੁਸੀਂ ਦਿਲ ਨਾਲ ਗੱਲਾਂ ਕਰਦੇ ਹੋ ਅਤੇ ਤੁਹਾਡੀ ਇੱਛਾ ਦੂਜਿਆਂ ਦੀ ਮਦਦ ਕਰਨਾ ਅਤੇ ਉਨ੍ਹਾਂ ਨੂੰ ਪ੍ਰਭਾਵੀ ਬਣਾਉਣਾ ਹੈ ਤਾਂ ਤੁਹਾਡੀਆਂ ਗੱਲਾਂ ਸਿੱਧਿਆਂ ਉਨ੍ਹਾਂ ਦੇ ਦਿਲ ਤੱਕ ਪੁੱਜਣਗੀਆਂ।
- ✓ ਇੱਕ ਵਧੀਆ ਸਰੋਤੇ ਬਣੋ ਅਤੇ ਧੀਰਜ ਰੱਖੋ। ਸਿਰਫ਼ ਜਵਾਬ ਦੇਣ ਲਈ ਨਾ ਸੁਣੋ, ਦੂਜੇ ਵਿਅਕਤੀ ਦੇ ਵਿਸ਼ਵਾਸ ਅਤੇ ਮਨੋਦਸ਼ਾ ਨੂੰ ਸਮਝਣ ਲਈ ਸੁਣੋ। ਜੇ ਤੁਸੀਂ ਪ੍ਰਾਸਪੈਕਟ ਨੂੰ ਸੁਣੋਗੇ ਅਤੇ ਉਨ੍ਹਾਂ ਨੂੰ ਸਹੀ ਜਵਾਬ ਕਰੋਗੇ ਤਾਂ ਪ੍ਰਾਸਪੈਕਟ ਆਪ ਹੀ ਸੇਲਜ਼ ਕਲੋਜ਼ ਕਰ ਦਿੰਦੇ ਹਨ।
- ✓ ਕੁੱਝ ਲੋਕ ਨਹੀਂ ਕਹਿਣਗੇ। ਉਸ ਨੂੰ ਦਿਲ 'ਤੇ ਨਾ ਲੈਣਾ। ਉਹ ਤੁਹਾਨੂੰ 'ਨਾਂਹ' ਨਹੀਂ ਕਹਿ ਰਹੇ ਹਨ ਪਰ ਤੁਹਾਡੇ ਪ੍ਰਸਤਾਵ ਨੂੰ ਨਾਂਹ ਕਰ ਰਹੇ ਹਨ ਜੇ ਉਹ ਅੱਜ ਨਾ ਕਹਿ ਰਹੇ ਹਨ ਤਾਂ ਇਸ ਦਾ ਅਰਥ ਇਹ ਨਹੀਂ ਹੈ ਕਿ ਉਹ ਭਵਿੱਖ ਵਿੱਚ ਤੁਹਾਡੇ ਨਾਲ ਬਿਜ਼ਨਿਸ ਨਹੀਂ ਕਰਨਗੇ। ਹੁਣੇ ਉਨ੍ਹਾਂ ਲਈ ਸਮਾਂ ਨਹੀਂ ਹੈ। ਇਸ ਮਾਮਲੇ ਨੂੰ ਹੁਣ ਕਿਨਾਰੇ ਕਰ ਦਿਓ ਅਤੇ ਅਗਲੇ 6 ਮਹੀਨਿਆਂ ਬਾਅਦ ਫ਼ਾੱਲੋ ਕਰੋ। ਨਾ ਦਾ ਅਰਥ ਅਗਲੇ ਮੌਕੇ ਜਾਂ ਅਵਸਰ ਨਾਲ ਹੈ।
- ✓ ਕਿਸੇ ਵੀ ਨਤੀਜੇ ਤੋਂ ਭਾਵਨਾਤਮਕ ਤੌਰ 'ਤੇ ਦੂਰ ਰਹੋ। ਅਸੀਂ ਉਨ੍ਹਾਂ ਲੋਕਾਂ ਨੂੰ ਤਲਾਸ਼ ਰਹੇ ਹਾਂ ਜੋ ਜਿੰਦਗੀ ਵਿੱਚ ਕੁੱਝ ਬਿਹਤਰ ਤਲਾਸ਼ ਰਹੇ ਹਨ। ਜੇ ਉਹ ਬਿਜ਼ਨਿਸ ਵਿੱਚ ਆਉਣਾ ਚਾਹੁੰਦੇ ਹਨ, ਤਾਂ ਇਹ ਸਭ ਤੋਂ ਵਧੀਆ ਹੈ, ਨਹੀਂ ਤਾਂ ਅੱਗੇ ਵਧੋ।

ਫ਼ਾਲੋ-ਅੱਪ ਅਤੇ ਸੇਲਜ਼ ਕਲੋਜ਼ਿੰਗ ਇੱਕ ਬਹੁਤ ਹੀ ਗਤੀਸ਼ੀਲ ਖੇਤਰ ਹੈ। ਇਸ ਦੀਆਂ ਤਕਨੀਕਾਂ ਅਤੇ ਟੂਲਜ਼ ਲਗਾਤਾਰ ਬਦਲਦੇ ਰਹਿੰਦੇ ਹਨ। ਆਪਣੇ ਅਤੇ ਆਪਣੀ ਟੀਮ ਦੇ ਸੇਲਜ਼ ਹੁਨਰ ਨੂੰ ਵਧਾਉਣ ਲਈ ਨਵੀਨਤਮ ਅਤੇ ਆਧੁਨਿਕਤਮ ਟੂਲ ਅਤੇ ਰਣਨੀਤੀਆਂ ਨੂੰ ਪ੍ਰਾਪਤ ਕਰਨ ਲਈ ਤੁਸੀਂ ਮੇਰੇ ਸੋਸ਼ਲ ਮੀਡੀਆ ਚੈਨਲਾਂ ਅਤੇ ਮੇਰੀ ਵੈੱਬਸਾਈਟ *www.deepakbajaj.biz* 'ਤੇ ਮੇਰੇ ਨਾਲ ਜੁੜੇ ਰਹੋ।

ਅਕਸਰ ਪੁੱਛੇ ਜਾਣ ਵਾਲੇ ਸਵਾਲਾਂ (FAQs) ਨੂੰ ਸੰਭਾਲਣਾ

ਸੇਲਜ਼ ਦੀ ਹਰ ਮੀਟਿੰਗ ਵਿੱਚ, ਜਦੋਂ ਵੀ ਤੁਸੀਂ ਬਿਜ਼ਨਿਸ ਪੇਸ਼ਕਾਰੀ ਪੂਰੀ ਕਰਦੇ ਹੋ, ਤਾਂ ਪ੍ਰਾਸਪੈਕਟ ਤੁਹਾਡੇ ਕੋਲੋ ਬਹੁਤ ਸਾਰੇ ਸਵਾਲ ਪੁੱਛਦੇ ਹਨ। ਮੇਰੀ ਮੰਨੋ ਤਾਂ ਉਦੋਂ ਹੀ ਅਸਲੀ ਕੰਮ ਸ਼ੁਰੂ ਹੁੰਦਾ ਹੈ। ਹਰ ਮੀਟਿੰਗ ਵਿੱਚ ਬਿਜ਼ਨਿਸ ਪੇਸ਼ਕਾਰੀ ਇੱਕੋ ਜਿਹੀ ਹੀ ਹੁੰਦੀ ਹੈ। ਸਵਾਲ ਅਤੇ ਗੱਲਬਾਤ ਹੀ ਇਸ ਨੂੰ ਉਤਸ਼ਾਹੀ ਬਣਾਉਂਦੇ ਹਨ। ਇਹ ਯਾਦ ਰੱਖੋ ਕਿ ਸਵਾਲ ਪੁੱਛਣਾ ਇੱਕ ਚੰਗਾ ਸੰਕੇਤ ਹੈ। ਸਵਾਲ ਪੁੱਛਣ ਨਾਲ ਪ੍ਰਾਸਪੈਕਟ ਦੀ ਇੱਛਾ ਦਾ ਪਤਾ ਚੱਲਦਾ ਹੈ। ਪ੍ਰਾਸਪੈਕਟ ਆਪਣੇ ਸਵਾਲਾਂ ਤੋਂ ਆਪਣੇ ਦਿਲ ਦੀਆਂ ਗੱਲਾਂ ਪੁੱਛ ਕੇ ਤੁਹਾਡੇ ਨਾਲ ਹੀ ਖੁੱਲ੍ਹਣਗੇ।

ਤੁਹਾਨੂੰ ਉਨਾਂ ਵਿੱਚੋਂ ਕੁੱਝ ਸਵਾਲ ਚੰਗੇ ਨਹੀਂ ਲੱਗਣਗੇ ਅਤੇ ਜਿਸ ਤਰ੍ਹਾਂ ਉਹ ਪੁੱਛੇ ਗਏ ਹਨ, ਉਹ ਵੀ ਸ਼ਾਇਦ ਕਦੇ-ਕਦਾਂਈ ਵਧੀਆ ਨਹੀਂ ਲੱਗੇਗਾ। ਕਿਸੇ ਵੀ ਸਵਾਲ ਨਾਲ ਪਰੇਸ਼ਾਨ ਨਾ ਹੋ ਕੇ ਇਸ ਦਾ ਕਦੇ ਬੁਰਾ ਨਾ ਮਨਾਉਣਾ ਕਿ ਸਵਾਲ ਕੌਣ ਪੁੱਛ ਰਿਹਾ ਹੈ। ਇਹ ਸਵਾਲ ਤੁਹਾਡੇ ਅਤੇ ਤੁਹਾਡੇ ਬਿਜ਼ਨਿਸ ਲਈ ਨਹੀਂ ਹਨ ਸਗੋਂ ਇਹ ਪੁੱਛਣ ਵਾਲੇ ਦੇ ਰਵੱਈਏ ਅਤੇ ਮਾਨਸਿਕ ਸਥਿਤੀ ਨੂੰ ਦਰਸਾਉਂਦੇ ਹਨ। ਪ੍ਰਾਸਪੈਕਟ ਨਾਲ ਕਦੀ ਵੀ ਬਹਿਸ ਨਾ ਕਰੋ। ਤੁਸੀਂ ਇੱਥੇ ਬਹਿਸ ਜਿੱਤਣ ਲਈ ਨਹੀਂ ਹੋ, ਤੁਸੀਂ ਇੱਥੇ ਹੋ ਉਸ ਵਿਅਕਤੀ ਦਾ ਦਿਲ ਜਿੱਤਣ ਵਾਸਤੇ। ਸਵਾਲ ਦੀ ਸ਼ਬਦਾਵਲੀ ਵੱਖਰੀ ਹੋ ਸਕਦੀ ਹੈ ਪਰ ਬੁਨਿਆਦੀ ਸਵਾਲ ਇਸ ਲਈ ਹੁੰਦੇ ਹਨ ਕਿਉਂ ਕਿ ਪ੍ਰਾਸਪੈਕਟ ਇੰਨਾ ਦੋ ਗੱਲਾਂ 'ਤੇ ਵਿਸ਼ਵਾਸ ਨਹੀਂ ਕਰ ਪਾਉਂਦਾ: 1. ਨੈੱਟਵਰਕ ਮਾਰਕੀਟਿੰਗ ਇੱਕ ਹੈਰਾਨ ਕਰ ਦੇਣ ਵਾਲਾ ਬਿਜ਼ਨਿਸ ਹੈ ਜਿਸ ਵਿੱਚ ਅਸੀਂ ਆਪਣੇ ਸੁਫਨਿਆਂ ਨੂੰ ਚੰਗੇ ਤਰੀਕੇ ਨਾਲ ਪੂਰਾ ਕਰਦੇ ਹਾਂ 2. ਪ੍ਰਾਸਪੈਕਟ ਨੂੰ ਆਪ ਹੀ ਇਹ ਪਤਾ ਨਹੀਂ ਹੁੰਦਾ ਕਿ ਇਸ ਬਿਜ਼ਨਿਸ ਵਿੱਚ ਸਫਲ ਹੋਣ ਲਈ ਉਹ ਜ਼ਰੂਰਤ ਅਨੁਸਾਰ ਕੰਮ ਕਰ ਪਾਵੇਗਾ ਜਾਂ ਨਹੀਂ।

ਇਸ ਦੌਰਾਨ ਦੋ ਪ੍ਰਕਾਰ ਦੇ ਸਵਾਲ ਪੁੱਛੇ ਜਾਂਦੇ ਹਨ:

1. ਅੰਕੜਿਆਂ ਨਾਲ ਸੰਬੰਧਿਤ ਸਵਾਲ : ਉਂਞ ਤਾਂ ਸਵਾਲ ਪੁੱਛੇ ਜਾਂਦੇ ਹਨ ਜਿਨ੍ਹਾਂ ਤੋਂ ਕੋਈ ਅਹਿਮ ਜਾਣਕਾਰੀ ਮਿਲੇ, ਜਿਵੇਂ ਇਹ ਕੰਪਨੀ ਦੀ ਸਥਾਪਨਾ ਕਦੋਂ ਹੋਈ? ਇਸ ਬਿਜ਼ਨਿਸ ਵਿੱਚ ਤੁਸੀਂ ਕਿੰਨੇ ਸਾਲਾਂ ਤੋਂ ਹੋ? ਆਦਿ, ਆਦਿ।

2. ਭਾਵਨਾਤਮਕ ਪ੍ਰਸ਼ਨ: ਹੋਰ ਬਾਕੀ ਦੇ ਸਾਰੇ ਸਵਾਲ ਇਸੇ ਸ਼੍ਰੇਣੀ 'ਚ ਆਉਂਦੇ ਹਨ।

ਹਰ ਵਿਅਕਤੀ ਅਤੇ ਪ੍ਰਸਥਿਤੀ ਲਈ ਹਾਲਾਂਕਿ ਤੁਹਾਡੇ ਜਵਾਬ ਦੀ ਭਾਸ਼ਾ ਵੱਖਰੀ ਹੋ ਸਕਦੀ ਹੈ। ਮੈਂ ਤੁਹਾਨੂੰ ਕੁੱਝ ਬੁਨਿਆਦੀ ਸਿਧਾਂਤ ਦੇ ਰਿਹਾ ਹਾਂ ਜਿਸ ਨਾਲ ਅਸੀਂ ਬਹੁਤ ਸਾਰੇ ਸਵਾਲਾਂ ਦੇ ਜਵਾਬ ਅਸਾਨੀ ਨਾਲ ਦੇ ਸਕਦੇ ਹਾਂ।

✓ ਆਪਣੇ ਜਵਾਬ ਮੁਸਕਰਾਹਟ ਨਾਲ ਵਡਿਆਈ ਕਰਦਿਆਂ ਦਿਓ। "ਇਹ ਇੱਕ ਸਿਆਣਪ ਭਰਿਆ ਸਵਾਲ ਹੈ, ਮੈਂ ਤੁਹਾਡੇ ਨਾਲ ਸਹਿਮਤ ਹਾਂ ਜਾਂ ਤੁਸੀਂ ਇੱਕਦਮ ਸਹੀ ਹੋ ਜਾਂ ਮੈਂ ਇਸ ਸਵਾਲ ਦਾ ਇੰਤਜ਼ਾਰ ਹੀ ਸੀ ਜਾਂ ਇਹ ਸਵਾਲ ਪੁੱਛਣ ਲਈ ਧੰਨਵਾਦ, ਮੈਂ ਇਸ ਬਾਰੇ ਦੱਸਣ ਵਾਲਾ ਹੀ ਸੀ, ਆਦਿ।" ਪ੍ਰਾਸਪੈਕਟ ਤੁਹਾਡੇ ਜਵਾਬੀ ਹਮਲੇ ਦੀ ਉਮੀਦ ਕਰ ਰਿਹਾ ਹੈ, ਪਰ ਤੁਹਾਡੀ ਮੁਸਕਰਾਹਟ ਅਤੇ ਸਹਿਮਤੀ ਉਸ ਨੂੰ ਅਸੰਤੁਲਿਤ ਕਰ ਦਿੰਦੀ ਹੈ। ਇੱਥੇ ਤੁਸੀਂ ਸਭ ਤੋਂ ਚੰਗੀ ਗੱਲ ਇਹ ਕੀਤੀ ਹੈ ਕਿ ਉਨ੍ਹਾਂ ਵੱਲ ਹੋ ਕੇ ਤੁਸੀਂ ਉਨ੍ਹਾਂ ਦੀ ਕਹੀ ਹੋਈ ਗੱਲ ਨੂੰ ਸਵੀਕਾਰ ਕੀਤਾ ਹੈ। ਹੁਣ ਤੁਸੀਂ ਜੋ ਵੀ ਕਹੋਗੇ ਉਸ ਨੂੰ ਸਵੀਕਾਰ ਕਰਨ ਦੇ ਜ਼ਿਆਦਾ ਮੌਕੇ ਹਨ। ਇਹ ਅਪਰੋਚ ਅੰਕੜਿਆਂ ਵਾਲੇ ਸਵਾਲਾਂ 'ਤੇ ਵੀ ਕੰਮ ਕਰੇਗੀ ਅਤੇ ਭਾਵਨਾਤਮਕ ਸਵਾਲਾਂ 'ਤੇ ਵੀ।

✓ *ਫੀਲ ਫੈਲਟ ਫਾਉਂਡ* ਦੀ ਤਕਨੀਕ: ਇਹ ਇੱਕ ਕਮਾਲ ਦੀ ਤਕਨੀਕ ਹੈ ਜਿਸਦਾ ਇਸਤੇਮਾਲ ਦੁਨੀਆ ਦਾ ਹਰ ਸੇਲਸ ਪਰਸਨ ਕਰਦਾ ਹੈ। ਜਦੋਂ ਮੈਂ ਬੈਂਕਾਕ ਵਿੱਚ ਆਪਣਾ ਅੰਤਰਰਾਸ਼ਟਰੀ ਏਨ. ਐਲ. ਪੀ. ਮਾਸਟਰ ਸਰਟੀਫ਼ੀਕੇਸ਼ਨ ਪ੍ਰੋਗਰਾਮ ਕਰ ਰਿਹਾ ਸੀ ਤਾਂ ਮੈਨੂੰ ਅਹਿਸਾਸ ਹੋਇਆ ਕਿ ਇਹ ਕਮਾਲ ਦੀ ਤਕਨੀਕ ਸਿਰਫ਼ 10% ਲੋਕਾਂ ਲਈ ਕੰਮ ਕਰਦੀ ਹੈ ਅਤੇ ਸਿਰਫ਼ ਉਦੋਂ ਕੰਮ ਕਰਦੀ ਹੈ ਜਦੋਂ ਤੁਹਾਡੇ ਪ੍ਰਾਸਪੈਕਟ ਨਾਲ ਚੰਗੇ ਸੰਬੰਧ ਹੋਣ। ਇਹ ਸਾਰੇ ਭਾਵਨਾਤਮਕ ਸਵਾਲਾਂ ਲਈ ਵੀ ਕੰਮ ਕਰਦੀ ਹੈ। ਇਸ ਤਕਨੀਕ ਅਨੁਸਾਰ ਕੋਈ ਵੀ ਤੁਹਾਡੇ ਕੋਲੋਂ ਜਦੋਂ ਵੀ ਸਵਾਲ ਪੁੱਛੇ ਤਾਂ ਉਸਦਾ ਜਵਾਬ ਫੀਲ ਫੈਲਟ ਫਾਉਂਡ ਨਾਲ ਦਿਓ। ਜਿਵੇਂ- *ਜੇ ਪ੍ਰਾਸਪੈਕਟ ਸਵਾਲ*

ਪੁੱਛਦੇ ਹਨ ਕਿ "ਮੈਂ ਇਸ ਬਿਜ਼ਨਿਸ ਵਿੱਚ ਕਿਸੇ ਨੂੰ ਸਫਲ ਹੁੰਦੇ ਹੋਏ ਨਹੀਂ ਦੇਖਿਆ ਹੈ," ਤਾਂ ਤੁਹਾਡਾ ਜਵਾਬ ਇਸ ਤਰ੍ਹਾਂ ਹੋ ਸਕਦਾ ਹੈ – "ਮੈਂ ਸਮਝ ਸਕਦਾ ਹਾਂ ਤੁਸੀਂ ਕੀ ਮਹਿਸੂਸ (ਫੀਲ) ਕਰ ਰਹੇ ਹੋ, ਜਦੋਂ ਮੈਨੂੰ ਇਸ ਬਿਜ਼ਨਿਸ ਲਈ ਅਪਰੋਚ ਕੀਤਾ ਗਿਆ ਸੀ। ਮੈਂ ਵੀ ਅਜਿਹਾ ਮਹਿਸੂਸ (ਫੈਲਟ) ਕੀਤਾ ਸੀ ਕਿ ਕਿਸੇ ਨੂੰ ਵੀ ਅਜਿਹੇ ਬਿਜ਼ਨਿਸ ਵਿੱਚ ਸਫਲਤਾ ਨਹੀਂ ਮਿਲਦੀ, ਪਰ ਜਦੋਂ ਮੈਂ ਕਈ ਇਵੈਂਟਾਂ ਵਿੱਚ ਹਿੱਸਾ ਲਿਆ, ਰਿਸਰਚ ਕੀਤੀ, ਬਿਜ਼ਨਿਸ ਮਾਡਲ ਦੀ ਡੂੰਘਾਈ ਵਿੱਚ ਗਿਆ ਅਤੇ ਇਸ ਬਿਜ਼ਨਿਸ ਦੇ ਲੀਡਰਾਂ ਨੂੰ ਮਿਲਿਆ, ਤਾਂ ਮੈਂ ਪਾਇਆ (ਫਾਊਂਡ) ਕਿ ਇਸ ਬਿਜ਼ਨਿਸ ਬਾਰੇ ਮੇਰੀ ਰਾਏ ਠੀਕ ਨਹੀਂ ਸੀ। ਜਦੋਂ ਮੈਨੂੰ ਸੱਚਾਈ ਦਾ ਪਤਾ ਚੱਲਿਆ ਤਾਂ ਮੈਂ ਇਹ ਬਿਜ਼ਨਿਸ ਕਰਨ ਬਾਰੇ ਸੋਚਿਆ ਅਤੇ ਹੁਣ ਮੈਂ ਆਪਣੇ ਸੁਫ਼ਨੇ ਇਸ ਬਿਜ਼ਨਿਸ ਦੇ ਜ਼ਰੀਏ ਪੂਰੇ ਕਰਨ ਲਈ ਵਚਨਬੱਧ ਹਾਂ।" ਤੁਸੀਂ ਇਸ ਫ਼ਾਰਮੇਟ ਦੀ ਵਰਤੋਂ ਲੱਗਭਗ ਸਾਰੇ ਸਵਾਲਾਂ ਲਈ ਕਰ ਸਕਦੇ ਹੋ।

✓ ਸਵਾਲਾਂ ਦਾ ਜਵਾਬ ਸਵਾਲਾਂ ਨਾਲ ਦਿਓ। ਇਹ ਵੀ *ਇੱਕ ਚੰਗਾ ਤਰੀਕਾ ਹੈ ਜਿੱਥੇ ਅਸੀਂ ਆਪਣੇ ਪ੍ਰਾਸਪੈਕਟ ਦੇ ਸਵਾਲਾਂ ਦਾ ਸਹੀ ਜਵਾਬ ਆਪਣੇ ਸਵਾਲਾਂ ਦੇ ਜਰੀਏ ਦਿੰਦੇ ਹਾਂ। ਕਦੇ-ਕਦਾਂਈ ਦੂਜਾ ਵਿਅਕਤੀ ਜੋ ਸਵਾਲ ਪੁੱਛ ਰਿਹਾ ਹੈ ਉਹ ਅਸਲੀ ਸਵਾਲ ਨਹੀਂ ਹਨ, ਅਤੇ ਅਸੀਂ ਅਸਲੀ ਸਵਾਲ ਤੱਕ ਇੰਨਾ ਸਵਾਲਾਂ ਰਾਹੀਂ ਪੁੱਜ ਸਕਦੇ ਹਾਂ।*

✓ ਕਦੇ ਤੁਸੀਂ ਇਹ ਵੀ ਕਹਿ ਸਕਦੇ ਹੋ, *"ਬਹੁਤ ਵਧੀਆ ਸਵਾਲ! ਕੀ ਤੁਸੀਂ ਸਹੀ ਵਿੱਚ ਇੰਨਾ ਸਵਾਲਾਂ ਦਾ ਜਵਾਬ ਚਾਹੁੰਦੇ ਹੋ? (ਇਸਦਾ ਤੁਰੰਤ ਜਵਾਬ 'ਹਾਂ' ਵਿੱਚ ਮਿਲੇਗਾ)। ਉਦੋਂ ਮੈਂ ਇਹ ਕਰਦਾ ਹਾਂ ਕਿ ਤੁਸੀਂ ਅਗਲੇ ਹਫਤੇ ਦੇ ਮੇਰੇ ਇਵੈਂਟ ਵਿੱਚ ਸ਼ਾਮਿਲ ਹੋ ਤੇ ਉੱਥੇ ਤੁਹਾਡੇ ਸਾਰੇ ਸਵਾਲਾਂ ਦਾ ਹੱਲ ਮਿਲੇਗਾ। ਅਗਲੇ ਵੀਕਐਂਡ ਹੋਣ ਵਾਲੇ ਇਵੈਂਟ ਵਿੱਚ ਅਸੀਂ ਇਸ ਸਵਾਲ ਨੂੰ ਲੈ ਕੇ ਇੱਕ ਵਿਸ਼ੇਸ਼ ਸੈਸ਼ਨ ਕਰਨ ਵਾਲੇ ਹਾਂ, ਤੁਸੀਂ ਕਿਉਂ ਨਹੀਂ ਉਸ ਵਿੱਚ ਸ਼ਾਮਿਲ ਹੁੰਦੇ ਤੇ ਫਿਰ ਤੁਹਾਨੂੰ ਉਨਾਂ ਸਵਾਲਾਂ ਦਾ ਜਵਾਬ ਉੱਥੇ ਮਿਲ ਜਾਏਗਾ।"*

ਸਿਰਫ਼ ਸਵਾਲਾਂ ਦਾ ਜਵਾਬ ਨਾ ਦਿਓ, ਆਪਣੇ ਪ੍ਰਾਸਪੈਕਟ ਨਾਲ ਜੁੜ ਕੇ ਉਨ੍ਹਾਂ ਦੀ ਮਾਨਸਿਕਤਾ ਨੂੰ ਸਮਝਣ ਦੀ ਕੋਸ਼ਿਸ਼ ਕਰੋ। ਉਨ੍ਹਾਂ ਨੂੰ ਹੋਰ ਗੱਲਾਂ ਕਰਨ ਦਿਓ। ਸਵਾਲਾਂ ਦਾ ਜਵਾਬ ਸਵਾਲਾਂ ਨਾਲ ਦਿਓ। ਸਾਡਾ ਉਦੇਸ਼ ਅੱਜ ਪੈਸਾ ਲੈਣਾ ਨਹੀਂ ਹੈ, ਸਾਡਾ ਉਦੇਸ਼ ਹੈ ਉਨ੍ਹਾਂ ਨੂੰ ਜਾਣਕਾਰੀ ਦੇਣਾ ਅਤੇ ਉਨ੍ਹਾਂ ਵਿੱਚ ਸਿਆਣਪ ਲਿਆਉਣਾ। ਉਨ੍ਹਾਂ ਨੂੰ ਫ਼ਾਲੋ ਕਰਨ ਲਈ ਟੂਲਜ਼ ਅਤੇ ਇਵੈਂਟਸ ਦਾ ਇਸਤੇਮਾਲ ਕਰੋ। ਇਸਦੇ ਲਈ 2 ਤੋਂ 5 ਮੀਟਿੰਗਾਂ ਕਰਨੀਆਂ ਪੈ ਸਕਦੀਆਂ ਹਨ। ਹੌਲੀ-ਹੌਲੀ ਕਾਫ਼ੀ ਲੋਕ ਮੰਨਣ ਲੱਗ ਜਾਣਗੇ ਕਿ ਇਹ ਇੱਕ ਵਧੀਆ ਬਿਜ਼ਨਿਸ ਮਾਡਲ ਹੈ ਅਤੇ ਇਸ ਨਾਲ ਆਪਣੇ ਉਦੇਸ਼ਾਂ ਨੂੰ ਪਾਉਣ ਜਾਂ ਆਪਣੀਆਂ ਕੁੱਝ ਸਮੱਸਿਆਵਾਂ ਨੂੰ ਹੱਲ ਕਰਨ ਵਿੱਚ ਮਦਦ ਮਿਲੇਗੀ, ਉਦੋਂ ਉਹ ਤੁਹਾਡੇ ਨਾਲ ਬਿਜ਼ਨਿਸ ਸ਼ੁਰੂ ਕਰਨਗੇ। ਅਜਿਹੀਆਂ ਫ਼ਾਲੋ-ਅੱਪ ਮੀਟਿੰਗਾਂ ਨਾਲ ਤੁਹਾਡੇ ਉਨ੍ਹਾਂ ਨਾਲ ਰਿਸ਼ਤੇ ਸੁਧਰਣਗੇ ਅਤੇ ਉਨ੍ਹਾਂ ਵਿੱਚੋਂ ਕਈ ਤੁਹਾਡੇ ਪੂਰੇ ਜੀਵਨ ਲਈ ਪਾਰਟਨਰ ਹੋ ਜਾਣਗੇ।

ਸੇਲਸ ਕਲੋਜ਼ਿੰਗ

ਹੁਣ ਸਮਾਂ ਆ ਚੁੱਕਿਆ ਹੈ ਕਿ ਅਸੀਂ ਸੇਲ ਕਲੋਜ ਕਰੀਏ। ਸਾਨੂੰ ਹੁਣ ਪੈਸੇ ਲੈਣੇ ਹਨ ਅਤੇ ਰਜਿਸਟ੍ਰੇਸ਼ਨ ਪੂਰਾ ਕਰਨਾ ਹੈ। ਇੱਕ ਵਾਰ ਜਦੋਂ ਅਸੀਂ ਸਾਰੇ ਸਵਾਲਾਂ ਦਾ ਜਵਾਬ ਦੇ ਦਿੰਦੇ ਹਾਂ, ਤਾਂ ਤੁਸੀਂ ਹੇਠਾਂ ਦਿੱਤੀ ਪ੍ਰਕਿਰਿਆ ਦੀ ਵਰਤੋਂ ਕਰਕੇ ਵਿੱਕਰੀ ਨੂੰ ਕਲੋਜ ਕਰਨ ਵੱਲ ਲੈ ਜਾ ਸਕਦੇ ਹੋ।

- ਮੈਨੂੰ ਪਤਾ ਹੈ ਕਿ ਤੁਸੀਂ ਇਸ ਸਮੇਂ ਕੀ ਮਹਿਸੂਸ ਕਰ ਰਹੇ ਹੋ ਅਤੇ ਤੁਹਾਡੇ

ਦਿਮਾਗ਼ ਵਿੱਚ ਕੀ-ਕੀ ਚੱਲ ਰਿਹਾ ਹੈ। ਮੈਨੂੰ ਵੀ ਅਜਿਹਾ ਹੀ ਲੱਗਿਆ ਸੀ ਅਤੇ ਮੇਰੇ ਮਨ ਵਿੱਚ ਵੀ ਅਜਿਹੀਆਂ ਸ਼ੰਕਾਵਾਂ ਸਨ। ਪਰ ਜਦੋਂ ਮੈਂ ਕੁੱਝ ਲੋਕਾਂ ਨਾਲ ਮਿਲ ਕੇ ਇਸ ਮੌਕੇ ਨੂੰ ਲੈ ਕੇ ਰਿਸਰਚ ਕੀਤਾ ਤਾਂ ਮੈਂ ਪਾਇਆ ਕਿ ਤੱਥ ਮੇਰੀ ਸੋਚ ਅਤੇ ਭਾਵਨਾਵਾਂ ਨਾਲੋਂ ਕਾਫ਼ੀ ਵੱਖਰੇ ਸਨ। ਮੈਂ ਕੁੱਝ ਮੀਟਿੰਗਾਂ ਵਿੱਚ ਸ਼ਾਮਿਲ ਹੋ ਕੇ ਆਪਣੇ ਕੁੱਝ ਸੀਨੀਅਰਾਂ ਨੂੰ ਵੀ ਮਿਲਿਆ ਹਾਂ। ਮੇਰੀ ਪੂਰੀ ਰਿਸਰਚ ਤੋਂ ਬਾਅਦ, ਮੈਂ ਤੁਹਾਨੂੰ ਯਕੀਨ ਦਿਵਾ ਸਕਦਾ ਹਾਂ:

1. *ਇਹ ਇੱਕ ਸ਼ਾਨਦਾਰ ਬਿਜ਼ਨਿਸ ਮੌਕਾ ਹੈ ਅਤੇ ਹੁਣ ਭਾਰਤ ਵਿੱਚ ਇਸ ਬਿਜ਼ਨਿਸ ਨੂੰ ਸ਼ੁਰੂ ਕਰਨ ਦਾ ਸਭ ਤੋਂ ਵਧੀਆਂ ਸਮਾਂ ਹੈ। ਇਹ ਇੱਕ ਜ਼ਬਰਦਸਤ ਕੰਪਨੀ ਹੈ ਅਤੇ ਇਸਦੇ ਪੁਰਾਣੇ ਟ੍ਰੈਕ ਰਿਕਾਰਡਸ ਕਾਫ਼ੀ ਚੰਗੇ ਹਨ, ਬਹੁਤ ਵਧੀਆ ਇਨਕਮ ਪਲਾਨ, ਜ਼ਬਰਦਸਤ ਉਤਪਾਦ ਅਤੇ ਜ਼ਬਰਦਸਤ ਸਪੋਰਟ ਸਿਸਟਮ ਹੈ। ਨੈੱਟਵਰਕ ਮਾਰਕੀਟਿੰਗ ਬਿਜ਼ਨਿਸ ਵਿੱਚ ਇਹ ਸਭ ਤੋਂ ਵਧੀਆ ਵਿਕੱਲਪ ਹੈ।* (ਤੁਹਾਨੂੰ ਹੁਣ ਇਸ ਕੰਪਨੀ ਨੂੰ ਚੁਣਨ ਲਈ ਕਾਰਨ ਦੇਣੇ ਹੋਣਗੇ।)
2. *ਮੈਂ ਕਾਫ਼ੀ ਲਮੇਂ ਸਮੇਂ ਤੋਂ ਅਜਿਹੇ ਬਿਜ਼ਨਿਸ ਨੂੰ ਦੇਖ ਰਿਹਾ ਹਾਂ/ਕੁੱਝ ਸਮੇਂ ਤੋਂ ਅਜਿਹੇ ਬਿਜ਼ਨਿਸ ਮੌਕਿਆਂ ਦੀ ਤਲਾਸ਼ ਵਿੱਚ ਸੀ/ਮੈਂ ਪਹਿਲਾਂ ਵੀ ਕਰੀਬ 2 ਤੋਂ 3 ਅਜਿਹੇ ਮੌਕਿਆਂ 'ਤੇ ਪੈਸਿਆਂ ਦਾ ਨਿਵੇਸ਼ ਕੀਤਾ ਹੈ (ਨੈੱਟਵਰਕ ਮਾਰਕੀਟਿੰਗ ਦੇ ਆਪਣੇ ਅਨੁਭਵਾਂ ਦੇ ਅਧਾਰ 'ਤੇ ਆਪਣਾ ਸੱਚ ਦੱਸੋ), ਪਰ ਮੈਂ ਇਸ ਨੂੰ ਗੰਭੀਰਤਾ ਨਾਲ ਨਹੀਂ ਲਿਆ। ਪਰ ਹੁਣ ਮੈਂ ਇਹ ਨਿਰਣਾ ਕਰ ਲਿਆ ਹੈ ਕਿ ਮੈਂ ਇਸ ਬਿਜ਼ਨਿਸ ਨੂੰ ਗੰਭੀਰਤਾ ਨਾਲ ਕਰਕੇ ਬਹੁਤ ਜ਼ਿਆਦਾ ਸਫਲ ਹੋਵਾਂਗਾ। ਮੈਂ ਇਸਦੇ ਲਈ ਸਹੀ ਢੰਗ ਨਾਲ ਕੰਮ ਕਰਨਾ ਸ਼ੁਰੂ ਕਰ ਦਿੱਤਾ ਹੈ ਅਤੇ ਮੇਰੀ ਮਾਸਿਕ ਆਮਦਨ ਅਗਲੇ......ਮਹੀਨਿਆਂ ਵਿੱਚ......ਹੋ ਜਾਏਗੀ।* (ਆਪਣਾ ਅਸਲ ਟੀਚਾ ਇੱਥੇ ਦੱਸੋ।)
3. ਦੇਖਣਾ ਮਤਲਬ ਵਿਸ਼ਵਾਸ ਕਰਨਾ ਹੈ। ਆਪਣੇ ਪ੍ਰਾਸਪੈਕਟ ਨੂੰ ਆਪਣੇ ਨਾਵਾਂ ਦੀ ਵਰਕ ਬੁੱਕ ਦਿਖਾਓ। ਉਨ੍ਹਾਂ ਨੂੰ ਦਿਖਾਓ ਕਿ ਆਪਣੇ ਬਿਜ਼ਨਿਸ ਲਈ ਤੁਸੀਂ ਕਿੰਨੇ ਤਿਆਰ ਅਤੇ ਗੰਭੀਰ ਹੋ। ਆਪਣੇ ਪ੍ਰਾਸਪੈਕਟ ਨੂੰ ਪੂਰੇ ਆਤਮਵਿਸ਼ਵਾਸ ਨਾਲ ਦੱਸੋ, *"ਮੈਂ ਜਿੰਦਗੀ ਨੂੰ ਲੈ ਕੇ ਬਹੁਤ ਗੰਭੀਰ ਹਾਂ ਤੇ ਚਾਹੇ ਕੁੱਝ ਵੀ ਹੋ ਜਾਏ, ਮੈਂ ਇਸ ਬਿਜ਼ਨਿਸ ਦੇ ਜ਼ਰੀਏ ਉਹ ਆਮਦਨ/ਜੀਵਨ ਸ਼ੈਲੀ/ਕਾਰ ਆਦਿ...ਦਿਨੋ/ਹਫਤੋ/ਮਹੀਨਿਆਂ ਵਿੱਚ ਪਾ ਲਵਾਂਗਾ। ਮੈਂ ਬਿਜ਼ਨਿਸ ਨੂੰ ਕਰਨ ਦਾ ਸਹੀ ਤਰੀਕਾ ਤੇ ਸਿਧਾਂਤ ਸਮਝ ਲਏ ਹਨ ਤੇ ਮੈਂ ਵਾਇਦਾ ਕਰਦਾ ਹਾਂ ਕਿ ਮੈਂ ਤੁਹਾਨੂੰ ਇਸ ਬਿਜ਼ਨਿਸ ਲਈ ਜਿੰਨਾ ਸੰਭਵ ਹੋ ਸਕੇ, ਉਨਾਂ ਸਹਿਯੋਗ ਦਿਆਂਗਾ। ਅਸੀਂ ਦੋਵੇਂ ਮਿਲ ਕੇ ਇੱਕ ਵੱਡਾ ਬਿਜ਼ਨਿਸ ਬਣਾਵਾਂਗੇ।"*

ਉੱਪਰ ਲਿਖੀਆਂ ਗੱਲਾਂ ਕਹਿਣਾ ਬੜਾ ਜ਼ਰੂਰੀ ਹੈ, ਪਰ ਉਸ ਤੋਂ ਵੀ ਜ਼ਿਆਦਾ ਜ਼ਰੂਰੀ ਹੈ ਕਿ ਇੰਨਾਂ ਲਾਈਨਾਂ ਨੂੰ ਪੂਰੀ ਆਸਥਾ ਅਤੇ ਆਤਮਵਿਸ਼ਵਾਸ ਨਾਲ ਕਿਹਾ ਜਾਏ। ਯਾਦ ਰਹੇ ਕਿ ਅਸੀਂ ਜੋ ਵੀ ਕਹਿ ਰਹੇ ਹਾਂ ਉਸਦੇ ਸ਼ਬਦ ਹੀ ਨਹੀਂ ਸਗੋਂ ਉਹ ਕਿਸ ਮਨੋਦਸ਼ਾ ਅਤੇ ਇਮਾਨਦਾਰੀ ਨਾਲ ਕਹੇ ਜਾ ਰਹੇ ਹਨ ਉਨ੍ਹਾਂ ਨਾਲ ਸਾਡਾ ਨਤੀਜਾ ਤੈਅ ਹੋਵੇਗਾ।

✓ ਇਸ ਧਾਰਨਾ ਨਾਲ ਗੱਲ ਕਰਨਾ ਸ਼ੁਰੂ ਕਰੋ ਕਿ ਉਨ੍ਹਾਂ ਨੇ ਪਹਿਲਾਂ ਤੋਂ ਹੀ ਸੋਚ ਲਿਆ ਹੈ ਕਿ ਉਹ ਬਿਜ਼ਨਿਸ ਸ਼ੁਰੂ ਕਰਨਗੇ। ਉਨ੍ਹਾਂ ਲੋਕਾਂ ਨਾਲ ਆਤਮਵਿਸ਼ਵਾਸ ਨਾਲ ਡਾਕੂਮੈਂਟਸ ਜਾਂ ਪੈਸਾ ਮੰਗੋ। ਪੈਸਿਆਂ ਤੋਂ ਬਿਨਾਂ ਕਿਸੇ ਵੀ ਤਰ੍ਹਾਂ ਦੀ ਪੁਸ਼ਟੀ ਕੋਈ ਮਤਲਬ ਨਹੀ ਰੱਖਦੀ।

- ✓ ਜੇ ਤੁਹਾਡੀ ਟੀਮ ਕੋਈ ਫ਼ਾਰਮ ਇਸਤੇਮਾਲ ਕਰਦੀ ਹੈ, ਤਾਂ ਫ਼ਾਰਮ 'ਤੇ ਉਨ੍ਹਾਂ ਦੇ ਦਸਤਖ਼ਤ ਜ਼ਰੂਰ ਲਓ।
- ✓ ਜੇ ਉਹ ਪੂਰੇ ਪੈਸੇ ਦਾ ਭੁਗਤਾਨ ਹੁਣੇ ਨਹੀਂ ਕਰ ਸਕਦੇ ਤਾਂ ਕੁੱਝ ਐਡਵਾਂਸ ਲੈ ਲਓ।
- ✓ **ਧੀਰਜ ਰੱਖੋ:** ਹਰ ਮੀਟਿੰਗ ਵਿਚ ਸੇਲ ਕਲੋਜ਼ ਦੀ ਕੋਸ਼ਿਸ਼ ਕਰੋ, ਪਰ ਧੀਰਜ਼ ਰੱਖੋ। ਥੋੜ੍ਹਾ ਸਮਾਂ ਤਾਂ ਲੱਗਦਾ ਹੀ ਹੈ। ਲੋਕਾਂ ਨੇ ਨੈੱਟਵਰਕ ਮਾਰਕੀਟਿੰਗ ਬਿਜ਼ਨਿਸ ਬਾਰੇ ਬਹੁਤ ਕੁੱਝ ਦੇਖਿਆ ਅਤੇ ਸੁਣਿਆ ਹੈ। ਬਿਜ਼ਨਿਸ ਬਾਰੇ ਉਨ੍ਹਾਂ ਦੀ ਆਪਣੀ ਰਾਏ ਹੈ। ਧੀਰਜ ਅਤੇ ਹਮਦਰਦੀ ਨਾਲ ਫ਼ਾਲੋ-ਅੱਪ ਕਰਦੇ ਰਹੋ। ਉਨ੍ਹਾਂ ਨੂੰ ਆਪਣੀ ਰਾਏ ਅਤੇ ਧਾਰਣਾ ਨੂੰ ਬਦਲਣ ਲਈ ਥੋੜ੍ਹਾ ਸਮਾਂ ਦਿਓ। ਸਾਡਾ ਕੰਮ ਹੈ ਉਨ੍ਹਾਂ ਨੂੰ ਸੰਪੂਰਨ ਜਾਣਕਾਰੀ ਪੇਸ਼ ਕਰਨਾ ਜਿਸ ਨਾਲ ਉਹ ਬਿਜ਼ਨਿਸ ਨੂੰ ਸਹੀ ਤਰ੍ਹਾਂ ਸਮਝ ਸਕਣ।
- ✓ **ਪੰਜ ਦੀ ਸ਼ਕਤੀ:** ਇੱਕ ਚੰਗਾ ਸੰਬੰਧ ਬਣਾਉਣ ਅਤੇ ਇੱਕ ਡੀਲ ਨੂੰ ਕਲੋਜ ਕਰਨ ਲਈ ਘੱਟ ਤੋਂ ਘੱਟ ਪੰਜ ਮੀਟਿੰਗਾਂ ਦਾ ਹੋਣਾ ਜ਼ਰੂਰੀ ਹੈ। ਜ਼ਿਆਦਾਤਰ ਲੋਕ ਦੋ ਤੋਂ ਜ਼ਿਆਦਾ ਮੀਟਿੰਗ ਨਹੀਂ ਕਰਦੇ। ਜੇ ਡੀਲ ਪੰਜਵੀਂ ਮੀਟਿੰਗ ਵਿੱਚ ਕਲੋਜ ਹੁੰਦੀ ਹੈ, ਤਾਂ ਕੀ ਪਹਿਲੀਆਂ ਚਾਰ ਮੀਟਿੰਗਾਂ ਬਰਬਾਦ ਹੋ ਗਈਆਂ? ਨਹੀਂ, ਇਸ ਤੋਂ ਕੰਮ ਉੱਨਤੀ 'ਤੇ ਚੱਲਦਾ ਦਿਖਦਾ ਹੈ। ਕਿਸੇ ਵੀ ਆਦਮੀ ਨੂੰ ਤੁਹਾਨੂੰ ਅਤੇ ਤੁਹਾਡੇ ਬਿਜ਼ਨਿਸ ਨੂੰ ਸਮਝਣ ਵਿੱਚ ਸਮਾਂ ਲੱਗੇਗਾ। ਹਰ ਮੀਟਿੰਗ ਜ਼ਰੂਰੀ ਹੈ। ਜੇ ਤੁਸੀਂ ਅੱਜ ਤੋਂ ਪੰਜ ਦੀ ਸ਼ਕਤੀ ਦੇ ਮਨੋਵਿਗਿਆਨ 'ਤੇ ਚੱਲਦੇ ਹਾਂ, ਤਾਂ ਤੁਸੀਂ ਆਪਣੀ ਸੰਸਥਾ ਵਿੱਚ ਸਭ ਤੋਂ ਅੱਗੇ ਨਿਕਲ ਜਾਓਗੇ। ਇਹ ਜਿੰਦਗੀ ਵਿੱਚ ਹਰ ਜਗ੍ਹਾ ਕੰਮ ਆਉਂਦੀ ਹੈ।

ਇਸ ਸ਼ਬਦ-ਸੰਖੇਪ ਨੂੰ ਹਮੇਸ਼ਾ ਹਰ ਜਗ੍ਹਾ ਸਿਖਾਇਆ ਜਾਂਦਾ ਹੈ -SWSWSWSW- (Some Will, Some Want, So What Some One, Some Wants) ਕੋਈ ਕਰੇਗਾ, ਕੋਈ ਨਹੀਂ ਕਰੇਗਾ, ਤਾਂ ਕੀ? ਕੋਈ ਇੰਤਜ਼ਾਰ ਕਰ ਰਿਹਾ ਹੈ।

ਆਪਣੀ ਸੇਲਜ਼ ਪ੍ਰਸਤੁਤੀ ਅਤੇ ਗੱਲਬਾਤ ਵਿੱਚ ਦਿਲ ਤੋਂ ਗੱਲਾਂ ਕਰੋ। ਇਹ ਜਾਦੂ ਵਾਂਗ ਕੰਮ ਕਰਦੀਆਂ ਹਨ। ਉਨ੍ਹਾਂ ਦੀ ਮਦਦ ਦਿਲੋਂ ਕਰੋਗੇ ਤਾਂ ਉਹ ਤੁਹਾਡੀਆ ਭਾਵਨਾਵਾਂ ਨੂੰ ਸਮਝਣਗੇ। ਸੇਲਜ਼ ਕਲੋਜਿੰਗ ਅਤੇ ਫ਼ਾਲੋਅੱਪ ਦੇ ਨਵੇਂ ਤਰੀਕੇ ਲਗਾਤਾਰ ਆਉਂਦੇ ਰਹਿੰਦੇ ਹਨ। ਤੁਸੀਂ ਮੁਫ਼ਤ ਵਿੱਚ ਨਵੀਂ ਜਾਣਕਾਰੀ ਅਤੇ ਟੂਲਜ਼ ਮੇਰੀ ਵੈੱਬਸਾਈਟ www.deepakbajaj.biz ਤੋਂ ਪ੍ਰਾਪਤ ਕਰ ਸਕਦੇ ਹੋ।

'ਹਾਂ' ਜਾਂ 'ਨਾਂਹ' ਪ੍ਰਕਿਰਿਆ ਦਾ ਹਿੱਸਾ ਹਨ

2007 ਵਿੱਚ, ਜਦੋਂ ਮੈਂ ਬਿਜ਼ਨਿਸ ਸ਼ੁਰੂ ਕੀਤਾ, ਮੈਂ ਆਪਣੀ ਨੌਕਰੀ ਵਿੱਚ ਆਪਣੇ ਸਭ ਤੋਂ ਵਿਅਸਤ ਦਿਨਾਂ ਦੇ ਬਾਵਜੂਦ ਇੱਕ ਦਿਨ ਵਿੱਚ ਘੱਟੋ-ਘੱਟ 4 ਮੀਟਿੰਗਾਂ ਕਰਦਾ ਸੀ। ਲਗਾਤਾਰ ਪੰਜ ਦਿਨਾਂ ਲਈ ਰੋਜ਼ਾਨਾ ਚਾਰ ਮੀਟਿੰਗਾਂ ਦੀ ਕਲਪਨਾ ਕਰੋ ਪਰ ਜਦੋਂ 20ਵਾਂ ਵਿਅਕਤੀ ਤੁਹਾਨੂੰ ਨਾਂਹ ਕਹਿੰਦਾ ਹੈ ਤਾਂ ਕਈ ਵਾਰ ਤੁਸੀਂ ਆਪਣੇ-ਆਪ, ਆਪਣੀ ਕੰਪਨੀ, ਅੱਪਲਾਈਨ ਜਾਂ ਬਿਜ਼ਨਿਸ 'ਤੇ ਸ਼ੱਕ ਕਰਨ ਲੱਗਦੇ ਹੋ। ਇਹ ਉਹ ਜਾਲ ਹੈ ਜਿਸ ਵਿੱਚ ਜ਼ਿਆਦਾਤਰ ਹਾਰਨ ਵਾਲੇ ਫੱਸ ਜਾਂਦੇ ਹਨ। ਇਹ ਛੱਡਣ ਦਾ ਸਮਾਂ ਨਹੀਂ ਹੈ, ਇਹ ਹੋਰ ਪਲਾਨ ਦਿਖਾਉਣ ਦਾ ਸਮਾਂ ਹੈ। ਇਹ ਵਾਧੂ ਜਨੂੰਨ ਨਾਲ ਹੋਰ ਫ਼ਾਲੋਅੱਪ ਮੀਟਿੰਗਾਂ ਕਰਨ ਦਾ ਸਮਾਂ ਹੈ। ਔਸਤ ਦੇ ਕਾਨੂੰਨ ਅਨੁਸਾਰ, ਹਰ 'ਨਾਂਹ' ਸੁਣਨ ਤੋਂ ਬਾਅਦ 'ਹਾਂ' ਪ੍ਰਾਪਤ ਕਰਨ ਦੀਆਂ ਤੁਹਾਡੀਆਂ ਸੰਭਾਵਨਾਵਾਂ ਹੋਰ ਵੱਧ ਜਾਂਦੀਆਂ ਹਨ।

6. ਨਵੇਂ ਡਿਸਟ੍ਰੀਬਿਊਟਰ ਲਈ ਸਹੀ ਟੇਕਆੱਫ਼

ਬਿਜ਼ਨਿਸ ਵਿੱਚ ਇੱਕ ਨਵੇਂ ਡਿਸਟ੍ਰੀਬਿਊਟਰ ਨੂੰ ਲੈ ਕੇ ਆਉਣ ਵਿੱਚ ਬਹੁਤ ਸਮਾਂ ਅਤੇ ਮਿਹਨਤ ਲੱਗਦੀ ਹੈ। ਪਰ ਜ਼ਿਆਦਾਤਰ 60 ਤੋਂ 80% ਨਵੇਂ ਡਿਸਟ੍ਰੀਬਿਊਟਰ ਕੰਮ ਸ਼ੁਰੂ ਕਰਨ ਦੇ 4 ਹਫਤਿਆਂ ਦੇ ਅੰਦਰ ਹੀ ਕੰਮ ਛੱਡ ਦਿੰਦੇ ਹਨ। ਜ਼ਿਆਦਾਤਰ ਮਾਮਲਿਆਂ ਵਿੱਚ, ਇਸਦਾ ਕਾਰਨ ਸਪੌਂਸਰ ਦੀ ਲਾਪਰਵਾਹੀ ਹੈ। ਸੇਲ ਕਲੋਜ ਹੋਣ ਤੱਕ ਜ਼ਿਆਦਾਤਰ ਡਿਸਟ੍ਰੀਬਿਊਟਰ ਬਹੁਤ ਉਤਸ਼ਾਹਿਤ ਰਹਿੰਦੇ ਹਨ, ਪਰ ਜਿਵੇਂ ਹੀ ਵਿਅਕਤੀ ਫ਼ਾੱਰਮ ’ਤੇ ਦਸਤਖ਼ਤ ਕਰ ਦਿੰਦਾ ਹੈ, ਉਹ ਢਿੱਲੇ ਪੈ ਜਾਂਦੇ ਹਨ। ਪਰ ਨੈੱਟਵਰਕ ਮਾਰਕੀਟਿੰਗ ਵਿੱਚ ਟਾੱਪ ਇਨਕਮ ਕਮਾਉਣ ਵਾਲੇ ਲੋਕਾਂ ਨੇ ਨਵੇਂ ਸਹਿਕਰਮੀਆਂ ਦੀ ਸਹੀ ਟੇਕਆੱਫ਼ ਕਰਾਉਣ ਵਿੱਚ ਮੁਹਾਰਤ ਹਾਸਿਲ ਕਰ ਲਈ ਹੈ।

ਨੈੱਟਵਰਕ ਮਾਰਕੀਟਿੰਗ ਵਿੱਚ ਤੁਹਾਡਾ ਕੰਮ ਸੇਲ ਹੋ ਜਾਣ ’ਤੇ ਖ਼ਤਮ ਨਹੀਂ ਹੁੰਦਾ ਸਗੋਂ ਤੁਹਾਡਾ ਅਸਲੀ ਕੰਮ ਤਾਂ ਸੇਲ ਆਉਣ ਤੋਂ ਬਾਅਦ ਹੀ ਸ਼ੁਰੂ ਹੁੰਦਾ ਹੈ। ਅਸਲ ਵਿੱਚ ਇਹੀ ਨੈੱਟਵਰਕ ਮਾਰਕੀਟਿੰਗ ਨੂੰ ਸੈਲਿੰਗ ਨਾਲੋਂ ਵੱਖਰਾ ਕਰਦੀ ਹੈ।

– ਦੀਪਕ ਬਜਾਜ

ਜੇ ਅਸੀਂ ਨਵੇਂ ਸਹਿਕਰਮੀਆਂ ਨੂੰ ਸਹੀ ਟੇਕਆੱਫ਼ ਦੇਣ ਦੇ ਵਿਗਿਆਨ ’ਤੇ ਮੁਹਾਰਤ ਹਾਸਿਲ ਕਰ ਲੈਂਦੇ ਹਾਂ, ਤਾਂ ਅਸੀਂ ਰਿਕਾਰਡ ਸਮੇਂ ਵਿੱਚ ਲੋੜੀਂਦੇ ਆਮਦਨੀ ਪੱਧਰ ਤੱਕ ਪਹੁੰਚ ਸਕਦੇ ਹਾਂ। ਨਵੇਂ ਸਹਿਕਰਮੀਆਂ ਨੂੰ ਉਨ੍ਹਾਂ ਦੀ ਸ਼ੁਰੂਆਤ ਵਿੱਚ ਮਦਦ ਕਰਨ ਲਈ ਸਾਨੂੰ 3 ਮੁੱਖ ਗਤੀਵਿਧੀਆਂ ਕਰਨੀਆਂ ਚਾਹੀਦੀਆਂ ਹਨ।

ਸਾਨੂੰ ਬਿਜ਼ਨਿਸ ਕਰਨ ਦੇ ਇੱਕ ਹਫਤੇ ਦੇ ਅੰਦਰ ਉਨ੍ਹਾਂ ਦੇ ਘਰ ਵਿੱਚ ਹੀ ਇੱਕ ਸੁਆਗਤ ਮੀਟਿੰਗ ਰੱਖਦੇ ਹੋਏ ਇਹ 3 ਗਤੀਵਿਧੀਆਂ ਕਰਨੀਆਂ ਚਾਹੀਦੀਆਂ ਹਨ:-

1. ਟੂਲਜ਼ ਅਤੇ ਜਾਣਕਾਰੀ ਪ੍ਰਦਾਨ ਕਰੋ

ੳ. ਉਨ੍ਹਾਂ ਨੂੰ ਆਪਣੀ ਬੇਸ਼ਕੀਮਤੀ ਕਹਾਣੀ ਪੂਰੇ ਵਿਸ਼ਵਾਸ ਅਤੇ ਉਤਸ਼ਾਹ ਨਾਲ ਸੁਣਾਓ। ਉਨ੍ਹਾਂ ਨੂੰ ਆਪਣੀ ਡਾਇਰੀ/ਮੈਨੂਅਲ/ਵੈੱਬਸਾਈਟ/ਵੀਡੀਓ ਜਾਂ ਹੋਰ ਟੂਲਜ਼ ਰਾਹੀਂ ਆਪਣੀ ਇੰਡਸਟਰੀ, ਕੰਪਨੀ, ਟੀਮ, ਅੱਪਲਾਈਨ ਨਾਲ ਮਿਲਵਾਓ।

ਅ. ਜੇ ਰਜਿਸਟ੍ਰੇਸ਼ਨ ਲਈ ਕੋਈ ਜ਼ਰੂਰੀ ਦਸਤਾਵੇਜ਼ ਬਾਕੀ ਰਹਿ ਗਿਆ ਹੋਵੇ ਤਾਂ ਲੈ ਲਓ।

ੲ. ਇਹ ਯਕੀਨੀ ਕਰੋ ਕਿ ਉਨ੍ਹਾਂ ਨੂੰ ਸਾਰੇ ਉਤਪਾਦ/ਸੇਵਾਵਾਂ ਮਿਲ ਚੁੱਕੀਆਂ ਹੋਣ। ਉਨ੍ਹਾਂ ਨੂੰ ਉਤਪਾਦਾਂ ਅਤੇ ਸੇਵਾਵਾਂ ਬਾਰੇ ਦੱਸਕੇ ਉਨ੍ਹਾਂ ਦੀ ਵਰਤੋਂ ਸ਼ੁਰੂ ਕਰਾ ਦਿਓ।

ਸ. ਉਨ੍ਹਾਂ ਲਈ ਟੂਲਜ਼ ਦਾ ਪ੍ਰਬੰਧ ਕਰਾ ਦਿਓ। ਕੋਈ ਵੈਲਕਮ ਕਿੱਟ ਜਾਂ ਟੂਲ ਜੋ ਬਿਜ਼ਨਿਸ ਦੇ ਸ਼ੁਰੂਆਤ ਨਾਲ ਆਉਂਦੇ ਹਨ ਤਾਂ ਉਨ੍ਹਾਂ ਲਈ ਪ੍ਰਾਪਤ ਕਰੋ ਜਾਂ ਜੇ ਇਹ ਖਰੀਦਣੇ ਹਨ ਤਾਂ ਖਰੀਦ ਕਰਾ ਕੇ ਦਿਓ।

ਹ. ਇਨਕਮ ਪਲਾਨ ਦੀ ਵਿਆਪਕ ਤੌਰ ’ਤੇ ਚਰਚਾ ਕਰ ਕੇ ਜੇ ਇਸ ਸੰਬੰਧੀ ਕਿਸੇ ਤਰ੍ਹਾਂ ਦਾ ਕੋਈ ਸਪੱਸ਼ਟੀਕਰਨ ਚਾਹੀਦਾ ਹੈ ਤਾਂ ਉਨ੍ਹਾਂ ਨੂੰ ਦੇ ਦਿਓ।

ਕ. ਉਨ੍ਹਾਂ ਨੂੰ ਆਪਣੇ ਵਾਟਸਐਪ ਗਰੁੱਪ ਜਾਂ ਹੋਰ ਔਨਲਾਈਨ ਗਰੁੱਪਾਂ ਵਿੱਚ ਸ਼ਾਮਿਲ ਕਰੋ ਜਿਸ ਨਾਲ ਉਨ੍ਹਾਂ ਨੂੰ ਸਾਰੀਆਂ ਸੂਚਨਾਵਾਂ ਮਿਲਦੀਆਂ ਰਹਿਣ।

ਖ. ਉਨ੍ਹਾਂ ਨੂੰ ਕਿਤਾਬਾਂ, ਆਡੀਓ ਅਤੇ ਵੀਡੀਓ ਦੇਖਣ ਲਈ ਸਿਫ਼ਾਰਸ਼ ਕਰੋ, ਤਾਂ ਜੋ ਉਹ ਛੇਤੀ ਤੋਂ ਕੰਮ ਸ਼ੁਰੂ ਕਰ ਸਕਣ। ਇਹ ਲਿਸਟ ਮੇਰੀ ਵੈੱਬਸਾਈਟ 'ਤੇ ਇਸ ਕਿਤਾਬ ਦੇ ਟੂਲ ਸੈਕਸ਼ਨ ਵਿੱਚ ਮੌਜੂਦ ਹੈ।

ਗ. ਮੀਟਿੰਗ ਵਿੱਚ ਕਦੇ ਵੀ ਧਰਮ ਅਤੇ ਰਾਜਨੀਤੀ ਦੀ ਚਰਚਾ ਨਾ ਕਰੋ।

ਘ. ਜੇ ਤੁਹਾਨੂੰ ਲੱਗਦਾ ਹੈ ਇਸ ਕਿਤਾਬ ਨਾਲ ਤੁਹਾਡੇ ਨਵੇਂ ਸਹਿਕਰਮੀਆਂ ਨੂੰ ਫ਼ਾਇਦਾ ਹੋ ਸਕਦਾ ਹੈ ਤਾਂ ਉਨ੍ਹਾਂ ਨੂੰ ਇਹ ਕਿਤਾਬ ਭੇਂਟ ਕਰ ਦਿਓ ਜਾਂ ਪੜ੍ਹਨ ਲਈ ਦੇ ਦਿਓ ਜਾਂ ਫਿਰ ਉਨ੍ਹਾਂ ਨੂੰ ਤੁਰੰਤ ਖ਼ਰੀਦਣ ਲਈ ਕਹੋ। ਨੈੱਟਵਰਕ ਮਾਰਕੀਟਿੰਗ ਬਿਜ਼ਨਿਸ ਨੂੰ ਵਧਾਉਣ ਲਈ ਕਮਾਲ ਦੀ ਜਾਣਕਾਰੀ ਅਤੇ ਟੂਲਜ਼ ਮੇਰੀ ਵੈੱਬਸਾਈਟ www.deepakbajaj.biz ਅਤੇ ਮੇਰੇ ਫੇਸਬੁੱਕ, ਇੰਸਟਾਗ੍ਰਾਮ, ਯੂ-ਟਿਊਬ 'ਤੇ ਮੌਜੂਦ ਹਨ।

2. ਉਨ੍ਹਾਂ ਦੇ ਸੁਫਨਿਆਂ ਨੂੰ ਪਰਿਭਾਸ਼ਿਤ ਕਰ ਕੇ ਟੀਚੇ ਨਿਰਧਾਰਿਤ ਕਰੋ:

ੳ. ਉਨ੍ਹਾਂ ਦੇ ਸੁਫਨਿਆਂ ਨੂੰ ਲਿਖੋ। ਇਹ ਸਭ ਤੋਂ ਜ਼ਰੂਰੀ ਕੰਮ ਹੈ। ਟੌਪ ਸਕਸੈਸ ਡਰਾਈਵਰਜ਼ (ਟੀ.ਐੱਸ.ਡੀ.) ਚਾਰਟ ਲਓ ਅਤੇ ਬਿਜ਼ਨਿਸ ਸ਼ੁਰੂ ਕਰਨ ਲਈ ਉਨ੍ਹਾਂ ਦੇ ਤਿੰਨ ਮੁੱਖ ਕਾਰਨਾਂ 'ਤੇ ਜਾਓ।

ਅ. ਇਸ ਬਿਜ਼ਨਿਸ ਤੋਂ ਉਨ੍ਹਾਂ ਦੇ ਟੀਚੇ ਤੈਅ ਕਰਨ ਲਈ ਦੋ ਮੁੱਖ ਸਵਾਲਾਂ ਦੇ ਜਵਾਬ ਲਿਖਵਾਓ:

i. ਅਗਲੇ ਇੱਕ ਮਹੀਨਾ/3 ਮਹੀਨੇ/6 ਮਹੀਨੇ/1 ਸਾਲ/5 ਸਾਲਾਂ ਵਿੱਚ ਤੁਸੀਂ ਇਸ ਬਿਜ਼ਨਿਸ ਤੋਂ ਕਿੰਨੀ ਆਮਦਨੀ ਦੀ ਉਮੀਦ ਰੱਖਦੇ ਹੋ?

ii. ਇਸ ਬਿਜ਼ਨਿਸ ਤੋਂ ਅਗਲੇ 3 ਮਹੀਨੇ/6 ਮਹੀਨੇ/1 ਸਾਲ/5 ਸਾਲਾਂ ਵਿੱਚ ਤੁਸੀਂ ਆਪਣੇ ਕਿਹੜੇ ਸੁਫਨਿਆਂ ਨੂੰ ਪੂਰਾ ਕਰਨਾ ਚਾਹੁੰਦੇ ਹੋ?

ੲ. ਉਨ੍ਹਾਂ ਨੂੰ ਵਰਤਮਾਨ ਵਿੱਚ ਚੱਲ ਰਹੇ ਕਿਸੇ ਉਤਪਾਦ ਪ੍ਰਮੋਸ਼ਨ ਜਾਂ ਪ੍ਰਤਿਯੋਗਤਾਵਾਂ ਬਾਰੇ ਦੱਸੋ।

ਸ. ਉਨ੍ਹਾਂ ਨੂੰ ਅਗਲੀਆਂ ਰੈਂਕਾਂ 'ਤੇ ਅੱਪਡੇਟ ਕਰ ਅਗਲੇ ਪੱਧਰ ਲਈ ਇੱਕ ਟੀਚਾ ਨਿਰਧਾਰਿਤ ਕਰੋ।

3. ਬਿਜ਼ਨਿਸ ਦੇ ਵਿਕਾਸ ਲਈ ਕਾਰਵਾਈਆਂ:

ੳ. ਅਗਲੇ ਇੱਕ ਹਫਤੇ ਦੇ ਅੰਦਰ ਉਨ੍ਹਾਂ ਦੇ ਘਰ ਵਿੱਚ ਬਿਜ਼ਨਿਸ ਦਾ ਉਦਘਾਟਨ ਕਰੋ ਜਿਸ ਵਿੱਚ ਉਨ੍ਹਾਂ ਦੇ ਕਰੀਬੀ ਪਰਿਵਾਰਕ ਮੈਂਬਰਾਂ, ਦੋਸਤਾਂ ਅਤੇ ਗੁਆਂਢੀਆਂ ਨੂੰ ਸ਼ਾਮਿਲ ਹੋਣ। ਇਸ ਇਵੈਂਟ ਨੂੰ ਕਰਨ ਦਾ ਉਦੇਸ਼ ਆਪਣੇ ਉਤਪਾਦਾਂ ਬਾਰੇ ਦੱਸਣਾ ਅਤੇ ਉਨ੍ਹਾਂ ਦੇ ਪਰਿਵਾਰ ਅਤੇ ਦੋਸਤਾਂ ਵਿਚਕਾਰ ਇਹ ਐਲਾਨ ਕਰਨਾ ਹੈ ਕਿ ਉਨ੍ਹਾਂ ਨੇ ਇੱਕ ਬਿਜ਼ਨਿਸ ਸ਼ੁਰੂ ਕੀਤਾ ਹੈ। ਇੱਕ ਸਧਾਰਨ ਜਿਹਾ ਸੱਦਾ ਦਿਓ ਜਿਸ ਵਿੱਚ ਕੋਈ ਵੀ ਆ ਸਕਦਾ ਹੈ ਅਤੇ ਸਾਨੂੰ ਉਸ ਵਿੱਚ ਰਸਮੀ ਤੌਰ 'ਤੇ ਬਿਜ਼ਨਿਸ ਪਲਾਨ ਨਹੀਂ ਦਿਖਾਉਣਾ ਹੈ। ਅਸੀਂ ਲੋਕਾਂ ਦੀ ਦਿਲਚਸਪੀ ਨੂੰ ਦੇਖ ਸਕਦੇ ਹਾਂ ਅਤੇ ਬਾਅਦ ਵਿੱਚ ਕੁੱਝ ਚੁਣੇ ਹੋਏ ਲੋਕਾਂ ਨਾਲ ਮੌਕੇ ਦੀ ਸਾਂਝ ਕਰ ਸਕਦੇ ਹਾਂ। ਜੀਵਨ ਨੂੰ ਬਦਲ ਦੇਣ ਵਾਲੇ ਇਸ ਬਿਜ਼ਨਿਸ ਨੂੰ ਸ਼ੁਰੂ ਕਰਨ ਦਾ ਉਤਸ਼ਾਹ ਪੈਦਾ ਕਰੋ।

ਅ. ਉਨ੍ਹਾਂ ਦੇ ਪ੍ਰਾਸਪੈਕਟਾਂ ਦੀ ਲਿਸਟ ਬਣਾਓ।

ੲ. ਤੁਰੰਤ ਮੀਟਿੰਗ ਲਈ ਪ੍ਰਾਸਪੈਕਟ ਦੇ ਪਹਿਲੇ ਸਮੂਹ ਦੀ ਚੋਣ ਕਰੋ।

ਸ. ਉਨ੍ਹਾਂ ਨੂੰ ਪਹਿਲੀ ਵਾਰ ਲੋਕਾਂ ਨੂੰ ਕਾਲ ਕਰਨ ਲਈ ਪ੍ਰੇਰਿਤ ਕਰ ਕੇ ਉਨ੍ਹਾਂ ਦੇ ਪਹਿਲੇ ਅਪੋਆਇੰਟਮੈਂਟ ਪੱਕੇ ਕਰ ਦਿਓ। ਤਹਾਨੂੰ ਉਨ੍ਹਾਂ ਨੂੰ ਆਪਣੀ ਮੌਜੂਦਗੀ ਵਿੱਚ ਹੀ ਕਾਲ ਕਰਨ ਲਈ ਉਤਸ਼ਾਹਿਤ ਕਰਨਾ ਚਾਹੀਦਾ ਹੈ।

ਹ. ਅਗਲੀ ਇਵੈਂਟ ਲਈ ਉਨ੍ਹਾਂ ਨੂੰ ਸੁਨਿਸ਼ਚਿਤ ਕਰੋ। (ਸਾਨੂੰ ਘੱਟ ਤੋਂ ਘੱਟ 3 ਇਵੈਂਟਾਂ ਲਈ ਜਿੰਨਾ ਛੇਤੀ ਹੋ ਸਕੇ ਨਵੇਂ ਸਹਿਕਰਮੀਆਂ ਨੂੰ ਲੈ ਕੇ ਜਾਣਾ ਚਾਹੀਦਾ ਹੈ।) ਇਹ ਯਕੀਨੀ ਕਰੋ ਕਿ ਉਨ੍ਹਾਂ ਵਿੱਚੋਂ ਇੱਕ ਵੱਡਾ ਇਵੈਂਟ ਹੋਵੇ।

ਬਿਜ਼ਨਿਸ ਵਿੱਚ ਇੱਕ ਨਵਾਂ ਡਿਸਟ੍ਰੀਬਿਊਟਰ ਬਣਾਉਣਾ ਰੁੱਖ ਲਗਾਉਣ ਅਤੇ ਉਮਦੀ ਪਾਲਣ-ਪੋਸ਼ਣ ਵਰਗਾ ਹੈ। ਸ਼ੁਰੂਆਤ ਦੇ ਕੁੱਝ ਹਫਤੇ/ਮਹੀਨਿਆਂ ਦੀ ਦੇਖਭਾਲ ਤੋਂ ਬਾਅਦ, ਉਹੀ ਰੁੱਖ ਤੁਹਾਡੀ ਅਤੇ ਤੁਹਾਡੀਆਂ ਪੀੜ੍ਹੀਆਂ ਦੀ ਦੇਖਭਾਲ ਕਰੇਗਾ।

ਪੰਜਾਂ ਦੀ ਸ਼ਕਤੀ ਨੂੰ ਯਾਦ ਰੱਖੋ। ਇੱਕ ਨਵੇਂ ਡਿਸਟ੍ਰੀਬਿਊਟਰ ਨੂੰ ਬਿਜ਼ਨਿਸ ਅਤੇ ਆਪਣੇ-ਆਪ 'ਤੇ ਵਿਸ਼ਵਾਸ ਦਿਵਾਉਣ ਲਈ ਪੰਜ ਇਵੈਂਟਸ ਅਤੇ ਪੰਜ ਮੀਟਿੰਗਾਂ ਦੀ ਲੋੜ ਹੈ। ਇਸ ਤੋਂ ਬਾਅਦ ਨਵਾਂ ਡਿਸਟ੍ਰੀਬਿਊਟਰ ਇਸ ਬਿਜ਼ਨਿਸ ਨੂੰ ਗੰਭੀਰਤਾ ਨਾਲ ਲੈਣ ਲੱਗੇਗਾ। ਇਸ ਲਈ ਤੁਸੀਂ ਆਪਣੇ ਹਰ ਨਵੇਂ ਸਹਿਕਰਮੀ ਨਾਲ ਇਹ 5+5 ਯਕੀਨੀ ਬਣਾ ਕੇ ਆਪਣੇ ਨਵੇਂ ਸਹਿਕਰਮੀਆਂ ਨਾਲ ਨਿਅਮਿਤ ਸੰਪਰਕ ਵਿੱਚ ਰਹੋ।

ਤੁਹਾਨੂੰ ਉਦੋਂ ਤੱਕ ਇੱਕ ਸਹਿਕਰਮੀ ਨਹੀਂ ਮਿਲਦਾ ਜਦੋਂ ਤੱਕ ਤੁਸੀਂ ਉਨ੍ਹਾਂ ਨਾਲ ਕੋਈ ਸਪੌਂਸਰਿੰਗ ਨਹੀਂ ਕਰਾਂ ਲੈਂਦੇ।

– ਅਗਿਆਤ

ਪਹਿਲੇ 2 ਤੋਂ 4 ਹਫਤਿਆਂ ਦੇ ਸਹੀ ਦਿਸ਼ਾ-ਨਿਰਦੇਸ਼ ਕਮਾਲ ਕਰਦੇ ਹਨ

ਸਾਡੀ ਟੀਮ ਵਿੱਚ ਸਾਰਿਆਂ ਨੇ ਇਹ ਸੱਭਿਆਚਾਰ ਅਪਣਾ ਰੱਖਿਆ ਹੈ ਕਿ ਨਵੇਂ ਸਹਿਕਰਮੀਆਂ ਦੇ ਬਿਜ਼ਨਿਸ ਸ਼ੁਰੂ ਕਰਨ ਦੇ 2 ਤੋਂ 4 ਹਫਤਿਆਂ ਅੰਦਰ ਸਾਨੂੰ ਇੱਕ ਵੈਲਕਮ ਮੀਟਿੰਗ ਰੱਖਣੀ ਹੈ। ਕਿਸੇ ਵੀ ਨਵੇਂ ਕੰਮ ਨੂੰ ਸ਼ੁਰੂ ਕਰਨ ਦੇ ਪਹਿਲੇ 2 ਤੋਂ 4 ਹਫਤਿਆਂ ਵਿੱਚ ਕਾਫ਼ੀ ਉਤਸ਼ਾਹ ਹੁੰਦਾ ਹੈ। ਜਦੋਂ ਅਸੀਂ ਸਹਿਕਰਮੀ ਦੇ ਘਰ ਪਹਿਲਾਂ 4 ਹਫਤਿਆਂ ਅੰਦਰ ਵੈਲਕਮ ਮੀਟਿੰਗ ਰੱਖਦੇ ਹਾਂ ਤਾਂ ਬਿਜ਼ਨਿਸ ਵਿੱਚ ਉਨ੍ਹਾਂ ਦੇ ਬਣੇ ਰਹਿਣ ਦੀ ਸੰਭਾਵਨਾ 20 ਗੁਣਾ ਜ਼ਿਆਦਾ ਵੱਧ ਜਾਂਦੀ ਹੈ। ਮੇਰੇ ਇੱਕ ਟੀਮ ਮੈਂਬਰ ਸੌਰਭ ਮਹਿਰਾ ਨੇ ਉਨ੍ਹਾਂ ਨੇ ਇਸ ਤੋਂ ਇੱਕ ਵੱਡਾ ਅਤੇ ਹਮੇਸ਼ਾ ਵਧਣ ਵਾਲਾ ਬਿਜ਼ਨਿਸ ਬਣਾਇਆ। ਸੌਰਭ ਨੇ ਆਸਟ੍ਰੇਲੀਆ ਵਿੱਚ ਹੋਟਲ ਮੈਨੇਜਮੈਂਟ ਕਰਨ ਦੇ ਨਾਲ-ਨਾਲ ਇੱਕ ਜਗ੍ਹਾਂ ਕੰਮ ਵੀ ਕੀਤਾ। ਭਾਰਤ ਵਿੱਚ ਛੁੱਟੀਆਂ ਅੰਦਰ ਆਪਣੀ ਯਾਤਰਾ ਦੌਰਾਨ ਉਸਨੇ ਸਾਡੇ ਨਾਲ ਬਿਜ਼ਨਿਸ ਸ਼ੁਰੂ ਕੀਤਾ ਅਤੇ ਫਿਰ ਆਪਣਾ ਆਸਟ੍ਰੇਲੀਆ ਦਾ ਕਰੀਅਰ ਛੱਡ ਦਿੱਤਾ। ਅੱਜ ਉਹ ਸਾਡੀ ਕੰਪਨੀ ਵਿੱਚ ਆਮਦਨੀ ਦੇ ਸਿਖਰਲੇ ਪੱਧਰ ਨੂੰ ਛੂਹ ਰਿਹਾ ਹੈ ਅਤੇ ਆਪਣੀ ਸਫਲਤਾ ਦਾ ਆਨੰਦ ਮਾਣ ਰਿਹਾ ਹੈ।

7. ਅਪਾਰ ਸਫਲਤਾ ਦਾ ਤਿਕੋਣ

ਸਿਰਫ ਸਿਸਟਮ ਨਹੀਂ, ਪਰ ਸਿਸਟਮ ਦੇ ਪ੍ਰਤੀ ਤੁਹਾਡਾ ਭਰੋਸਾ ਸਹੀ ਪਰਿਣਾਮ ਦੇਵੇਗਾ ਜੋ ਬੇਮਿਸਾਲ ਨਤੀਜੇ ਲਿਆਉਂਦਾ ਹੈ।

- ਦੀਪਕ ਬਜਾਜ

ਸਫਲਤਾ ਪਾਉਣ ਲਈ ਇਹ ਸਾਰੇ ਸਿਧਾਂਤ ਉਦੋਂ ਹੀ ਕੰਮ ਕਰਦੇ ਹਨ ਜਦੋਂ ਤੁਸੀਂ ਇਨ੍ਹਾਂ 'ਤੇ ਪੂਰਨ ਵਿਸ਼ਵਾਸ ਅਤੇ ਸਹੀ ਮਨੋਦਸ਼ਾ ਨਾਲ ਕੰਮ ਕਰਦੇ ਹੋ।

ਵਿਸ਼ਵਾਸ ਵਿੱਚ ਜਾਦੂ ਹੁੰਦਾ ਹੈ। ਇਹ ਹਰ ਉਸ ਚੀਜ਼ ਨੂੰ ਸ਼ਕਤੀ ਦਿੰਦਾ ਹੈ ਜੋ ਤੁਸੀਂ ਕਹਿੰਦੇ ਅਤੇ ਕਰਦੇ ਵੀ ਹੋ। ਇਹ ਬਿਜ਼ਨਿਸ ਤੁਹਾਡੇ ਅਤੇ ਤੁਹਾਡੇ ਪ੍ਰਾਸਪੈਕਟ ਲਈ ਕੀ ਕਰ ਸਕਦਾ ਹੈ, ਇਹੀ ਵਿਸ਼ਵਾਸ ਤੁਹਾਡੀਆਂ ਮੀਟਿੰਗਾਂ ਵਿੱਚ ਜਾਦੂ ਕਰ ਸਕਦਾ ਹੈ। ਵਿਸ਼ਵਾਸ ਨਾਲ ਦਿਲ ਬਦਲਦਾ ਹੈ ਅਤੇ ਦਿਲ ਨਾਲ ਸਾਡੇ ਫੈਸਲੇ ਵੀ ਬਦਲ ਜਾਂਦੇ ਹਨ।

ਤੁਸੀਂ ਆਪਣੇ ਸ਼ਬਦਾਂ ਨਾਲੋਂ ਜ਼ਿਆਦਾ ਆਪਣੀ ਮਾਨਸਿਕ ਸਥਿਤੀ ਅਤੇ ਸਰੀਰਕ ਭਾਸ਼ਾ ਨਾਲ ਗੱਲਾਂ ਕਹਿ ਸਕਦੇ ਹੋ। ਤੁਸੀਂ ਜਦੋਂ ਵੀ ਕਿਸੇ ਮੀਟਿੰਗ/ਫ਼ੋਨ ਕਾਲ/ਵੀਡੀਓ ਕਾੱਨਫ੍ਰਾਂਸਿੰਗ ਲਈ ਜਾਓ ਤਾਂ ਇੱਕ ਖ਼ੁਸ਼ਹਾਲ ਅਤੇ ਸਕਾਰਾਤਮਕ ਮਨੋਦਸ਼ਾ ਨਾਲ ਜਾਓ। ਇਹ ਮਨੋਦਸ਼ਾ ਜੇ ਸਾਹਮਣੇ ਵਾਲੇ ਵਿਅਕਤੀ ਵਿੱਚ ਟ੍ਰਾਂਸਫਰ ਹੋ ਗਈ ਤਾਂ ਚਮਤਕਾਰ ਕਰ ਸਕਦੀ ਹੈ।

ਹਰ ਬਿਜ਼ਨਿਸ ਦੇ ਆਪਣੇ ਕੁੱਝ ਸਿਧਾਂਤ ਹੁੰਦੇ ਹਨ। ਇਸ ਬਿਜ਼ਨਿਸ ਦੇ ਸੰਦਰਭ ਵਿੱਚ ਵੀ ਕੁੱਝ ਅਜਿਹਾ ਹੀ ਹੁੰਦਾ ਹੈ। ਇਨ੍ਹਾਂ ਸਿਧਾਂਤਾਂ ਨੂੰ ਇੱਕ ਦਹਾਕੇ ਤੋਂ ਵੱਧ ਸਮੇਂ ਤੋਂ ਲੱਖਾਂ ਲੋਕਾਂ ਨਾਲ ਹਜ਼ਾਰਾਂ ਡਿਸਟ੍ਰੀਬਿਊਟਰਾਂ ਦੁਆਰਾ ਅਜ਼ਮਾਇਆ ਅਤੇ ਪਰਖਿਆ ਗਿਆ ਹੈ। ਇਨ੍ਹਾਂ ਦੀ ਪਾਲਣਾ ਕਰ ਤੁਸੀਂ ਆਪਣੇ ਉਦੇਸ਼ਾਂ ਵੱਲ ਬੜੀ ਤੇਜ਼ੀ ਨਾਲ ਪੁੱਜ ਜਾਵੋਗੇ ਤੇ ਆਪਣੀ ਬਹੁਤ ਸਾਲਾਂ ਦੀ ਮਿਹਨਤ ਅਤੇ ਪੈਸਿਆਂ ਦੀ ਬੱਚਤ ਕਰੋਗੇ।

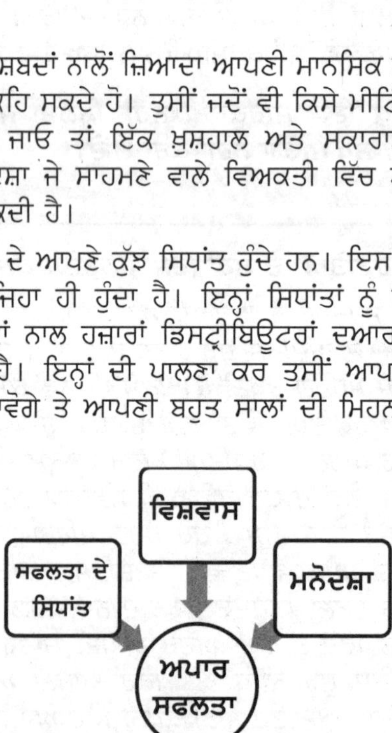

ਸਫਲਤਾ ਦੇ ਸਿਧਾਂਤ+ਵਿਸ਼ਵਾਸ+ਮਨੋਦਸ਼ਾ=ਅਪਾਰ ਸਫਲਤਾ

ਮੈਂ ਅਜਿਹੇ ਕਈ ਹਜ਼ਾਰਾਂ ਲੋਕਾਂ ਨੂੰ ਮਿਲਿਆ ਹਾਂ ਜੋ ਬਿਨਾਂ ਕਿਸੇ ਨੂੰ ਦੱਸੇ ਆਪਣਾ ਬਿਜ਼ਨਿਸ ਵਧਾਉਣਾ ਚਾਹੁੰਦੇ ਹਨ। ਅਜਿਹੇ ਲੋਕ ਤੁਹਾਨੂੰ ਦੱਸਣਗੇ ਕਿ ਉਨ੍ਹਾਂ ਦੇ ਵੀ ਸੁਫ਼ਨੇ ਹਨ ਅਤੇ ਉਹ ਸੁਫਨਿਆਂ ਨੂੰ ਪੂਰਾ ਕਰਨ ਲਈ ਉਹ ਕੁੱਝ ਵੀ ਕਰ ਸਕਦੇ ਹਨ, ਆਦਿ। ਪਰ ਆਪਣੇ ਕੁੱਝ ਫ਼ਾਲਤੂ ਕਾਰਨਾਂ ਕਰਕੇ ਉਹ ਜਿੰਦਗੀ ਨੂੰ ਬਦਲ ਦੇਣ ਵਾਲੇ ਇਸ ਬਿਜ਼ਨਿਸ ਬਾਰੇ ਕਿਸੇ ਨੂੰ ਦੱਸਦੇ ਨਹੀਂ ਹਨ। ਅਜਿਹੇ ਲੋਕ ਹਰ ਕੰਮ ਅਨ-ਮਨੇ ਮਨ ਨਾਲ ਕਰਦੇ ਹਨ। ਨਾਲ ਹੀ ਉਨ੍ਹਾਂ ਦੇ ਮਨਾਂ ਅੰਦਰ ਵੱਖਰੇ ਵਿਚਾਰ ਅਤੇ ਬਹੁਤ ਸਾਰੀਆਂ ਸ਼ੰਕਾਵਾਂ ਵੀ ਹੁੰਦੀਆਂ ਹਨ, ਪਰ ਅਖੀਰ ਉਹ ਇਸ ਬਿਜ਼ਨਿਸ ਤੋਂ ਪਰੇਸ਼ਾਨ ਹੋ ਕੇ ਇਸ ਨੂੰ ਛੱਡ ਦਿੰਦੇ ਹਨ ਅਤੇ ਇਸ ਲਈ ਉਹ ਕੰਪਨੀ, ਇੰਡਸਟ੍ਰੀ, ਅੱਪਲਾਈਨ ਆਦਿ 'ਤੇ ਆਪਣੀ ਅਸਫਲਤਾਵਾਂ ਦਾ ਦੋਸ਼ ਦੇਣ ਲੱਗ ਜਾਂਦੇ ਹਨ।

ਕਿਸੇ ਕੰਪਨੀ ਦਾ ਬਹੁਤ ਸਾਰਾ ਪੈਸਾ ਵਿਗਿਆਪਨਾਂ ਲਈ ਜਾਂਦਾ ਹੈ, ਜਿੱਥੇ ਉਹ ਚੀਕ-ਚੀਕ ਕੇ ਲੋਕਾਂ ਨੂੰ ਦੱਸਦੀ ਹੈ ਕਿ ਉਹ ਕੰਪਨੀ ਕੀ ਕਰ ਰਹੀ ਹੈ। ਜੇ ਕਿਸੇ ਬਿਜ਼ਨਿਸ ਵਿੱਚ ਕਿਸੇ ਸ਼ੋਰੂਮ ਜਾਂ ਕਿਸੇ ਹੋਰ ਥਾਂ ਦੀ ਜ਼ਰੂਰਤ ਹੁੰਦੀ ਹੈ, ਤਾਂ ਉਹ ਉਸ ਥਾਂ ਲਈ ਜ਼ਿਆਦਾ ਕਿਰਾਇਆ ਦਿੰਦੇ ਹਨ, ਜਿੱਥੇ ਵੱਧ ਤੋਂ ਵੱਧ ਲੋਕ ਉਸ ਨੂੰ ਦੇਖ ਸਕਣ। ਕੋਈ ਵੀ ਬਿਜ਼ਨਿਸ ਛੁਪਾ ਕੇ ਨਹੀਂ ਚਲਾਇਆ ਜਾ ਸਕਦਾ। ਇਹ ਬੜੀ ਆਮ ਜਿਹੀ ਗੱਲ ਹੈ ਕਿ ਅਸੀਂ ਉਹੀ ਚੀਜ਼ਾਂ ਨੂੰ ਲੁਕਾਉਂਦੇ ਹਾਂ ਜੋ ਗ਼ਲਤ, ਅਨੈਤਿਕ ਜਾਂ ਗ਼ੈਰ-ਕਾਨੂੰਨੀ ਹੋਣ ਅਤੇ ਹਰ ਉਸ ਚੀਜ਼ ਦਾ ਵਿਗਿਆਪਨ/ਪ੍ਰਚਾਰ ਕਰਦੇ ਹਾਂ ਜਿਸ 'ਤੇ ਸਾਨੂੰ ਮਾਣ ਹੁੰਦਾ ਹੈ ਅਤੇ ਉਹ ਸਾਡੇ ਲਈ ਬੇਸ਼ਕੀਮਤੀ ਹੁੰਦੀ ਹੈ।

ਇਸ ਬਿਜ਼ਨਿਸ ਲਈ ਤੁਹਾਡਾ ਰਵੱਈਆ ਤੁਹਾਡੇ ਬਿਜ਼ਨਿਸ ਵਾਸਤੇ ਤੁਹਾਡੇ ਵਿਸ਼ਵਾਸ ਨੂੰ ਦਰਸਾਉਂਦਾ ਹੈ। ਜੋ ਤੁਹਾਡੇ ਕੋਲ ਨਹੀਂ ਹੈ, ਉਹ ਤੁਸੀਂ ਨਹੀਂ ਦੇ ਸਕਦੇ। ਇਸ ਲਈ ਪਹਿਲਾਂ ਆਪਣੀ ਤਰਜੀਹਾਂ ਨੂੰ ਨਿਸ਼ਚਿਤ ਕਰ ਲਓ। ਪਹਿਲਾਂ ਆਪਣੇ-ਆਪ 'ਤੇ ਕੰਮ ਕਰੋ ਅਤੇ ਫਿਰ ਦੂਜਿਆਂ ਨਾਲ ਕੰਮ ਕਰਨਾ ਸ਼ੁਰੂ ਕਰੋ।

ਜੇ ਤੁਹਾਨੂੰ ਲੱਗਦਾ ਹੈ ਕਿ ਇਹ ਕਰਨਯੋਗ ਹੈ ਤਾਂ ਇਸ ਨੂੰ ਸਹੀ ਤਰੀਕੇ ਨਾਲ ਕਰਨਾ ਚਾਹੀਦਾ ਹੈ। ਜੇ ਤੁਹਾਨੂੰ ਲੱਗਦਾ ਹੈ ਕਿ ਬਿਜ਼ਨਿਸ ਸਹੀ ਨਹੀਂ ਹੈ ਤਾਂ ਇਸ ਨੂੰ ਛੱਡ ਦਿਓ। ਪਰ ਜੇ ਤੁਸੀਂ ਇਸ ਨੂੰ ਜਾਰੀ ਰੱਖਣ ਦਾ ਫ਼ੈਸਲਾ ਕਰ ਲਿਆ ਹੈ, ਤਾਂ ਇਸ ਨੂੰ ਸਹੀ ਤਰੀਕਿਆਂ ਨਾਲ ਕਰੋ। ਤੁਸੀਂ ਇਸ ਨੂੰ ਜਿੰਨਾ ਕਰੋਗੇ, ਤੁਹਾਨੂੰ ਇਸ ਤੋਂ ਉੱਨੇ ਹੀ ਵਧੀਆ ਨਤੀਜੇ ਮਿਲਣਗੇ। ਤੁਸੀਂ ਦਰਿਆ ਦੇ ਕੰਢੇ ਬੈਠ ਕੇ ਤੈਰਾਕੀ ਨਹੀਂ ਸਿੱਖ ਸਕਦੇ, ਤੁਹਾਨੂੰ ਗਿੱਲੇ ਹੋਣ ਲਈ ਤਿਆਰ ਰਹਿਣ ਦੀ ਲੋੜ ਹੈ।

ਇਸ ਲਈ ਪੂਰਨ ਵਿਸ਼ਵਾਸ ਰੱਖੋ, ਆਪਣੀ ਮਾਨਸਿਕ ਸਥਿਤੀ ਵਿੱਚ ਸਭ ਤੋਂ ਉੱਤਮ ਰਹੋ ਅਤੇ ਇਨ੍ਹਾਂ ਸਿਧਾਂਤਾਂ ਦੀ ਵਰਤੋਂ ਕਰ ਕੇ ਸਿਖਰ 'ਤੇ ਪਹੁੰਚੋ।

ਭਾਗ - IV

ਸਫਲਤਾ ਦੇ ਗਤੀਵਰਧਕ

ਸਫਲਤਾ ਦੇ ਗਤੀਵਰਧਕ

ਬਿਜ਼ਨਿਸ ਨੂੰ ਫ਼ਾਸਟ ਟ੍ਰੈਕ 'ਤੇ ਲਿਆਉਣ ਦੇ ਸਿਧਾਂਤ ਅਤੇ ਤਕਨੀਕਾਂ

ਦੁਨੀਆ ਦੇ 1% ਲੋਕ ਜਿਨ੍ਹਾਂ ਚੀਜ਼ਾਂ ਦਾ ਆਨੰਦ ਮਾਣ ਰਹੇ ਹਨ, ਉਨ੍ਹਾਂ ਨੂੰ ਪਾਉਣ ਲਈ ਓਹੀ ਕੋਸ਼ਿਸ਼ ਕਰੋ ਜੋ 1% ਲੋਕ ਕਰ ਰਹੇ ਹਨ।

– ਦੀਪਕ ਬਜਾਜ

ਇਸ ਬਿਜ਼ਨਿਸ ਵਿੱਚ ਲੋਕਾਂ ਦੇ ਆਉਣ ਦਾ ਸਿਰਫ਼ ਇੱਕੋ ਮੁੱਖ ਕਾਰਨ ਹੈ ਅਤੇ ਸਿਰਫ਼ ਇੱਕ ਸ਼੍ਰੇਣੀ ਦੇ ਲੋਕ ਹੀ ਇਸ ਬਿਜ਼ਨਿਸ ਵਿੱਚ ਵੱਡਾ ਕੰਮ ਕਰ ਸਕਦੇ ਹਨ। ਇਸਦਾ ਕਾਰਨ ਇਹ ਹੈ ਕਿ ਉਨ੍ਹਾਂ ਦੇ ਸੁਫ਼ਨੇ ਵੱਡੇ ਹਨ ਤੇ ਉਹ ਆਪਣੇ ਸੁਫਨਿਆਂ ਨਾਲ ਕੋਈ ਸਮਝੌਤਾ ਨਹੀਂ ਕਰਦੇ ਅਤੇ ਮੌਜੂਦਾ ਕੰਮ ਤੋਂ ਆਪਣੇ ਸੁਫ਼ਨੇ ਪੂਰੇ ਨਹੀਂ ਕਰ ਪਾਉਂਦੇ। ਜੋ ਲੋਕ ਇਸ ਬਿਜ਼ਨਿਸ ਵਿੱਚ ਕੁੱਝ ਵੱਡਾ ਕਰਦੇ ਹਨ, ਉਹ ਆਪਣੇ ਸੁਫਨਿਆਂ ਲਈ ਭੁੱਖੇ, ਭਾਵੁਕ ਅਤੇ ਆਪਣੇ ਕੰਮਾਂ ਪ੍ਰਤੀ ਵਚਨਬੱਧ ਹੁੰਦੇ ਹਨ। ਜਦੋਂ ਤੱਕ ਉਹ ਕੰਮ ਨੂੰ ਆਪਣੇ ਮੁਤਾਬਿਕ ਪੂਰਾ ਨਾ ਕਰ ਲੈਣ, ਉਹ ਉਸ ਨੂੰ ਕਰਦੇ ਰਹਿੰਦੇ ਹਨ। ਲੋਕ ਇਸ ਬਿਜ਼ਨਿਸ ਨੂੰ ਇਸ ਲਈ ਚੁਣਦੇ ਹਨ ਹੋਰ ਬਿਜ਼ਨਿਸਾਂ ਦੇ ਮੁਕਾਬਲੇ ਇਸ ਬਿਜ਼ਨਿਸ ਵਿੱਚ ਉਨ੍ਹਾਂ ਨੂੰ ਚੀਜ਼ਾਂ ਛੇਤੀ ਮਿਲਣ ਲੱਗਦੀਆਂ ਹਨ। ਜਿੰਦਗੀ ਵਿੱਚ ਉਨ੍ਹਾਂ ਨੂੰ ਚਾਹੀਦਾ ਹੈ, ਉਹ ਉਸ ਨੂੰ ਪ੍ਰਾਪਤ ਕਰ ਸਕਦੇ ਹਨ।

ਕਿਤਾਬ ਦਾ ਇਹ ਹਿੱਸਾ ਖ਼ਾਸ ਕਰ ਕੇ ਉਨ੍ਹਾਂ ਲੋਕਾਂ ਲਈ ਲਿੱਖਿਆ ਗਿਆ ਹੈ ਜੋ ਆਪਣੇ ਸੁਫਨਿਆਂ ਨੂੰ ਪੂਰਾ ਕਰਨ ਲਈ ਜੋ ਕੁੱਝ ਵੀ ਕਰਨਾ ਪਵੇ, ਕਰਨ ਲਈ ਤਿਆਰ ਹਨ। ਕਿਤਾਬ ਦੇ ਅਗਲੇ ਕੁੱਝ ਵਰਕਿਆਂ ਵਿੱਚ 11 ਸਾਲਾਂ ਦੇ ਗਿਆਨ ਦਾ ਸਾਰ ਹੈ, ਜਿਸ ਤੋਂ ਇਸ ਬਿਜ਼ਨਿਸ ਵਿੱਚ ਹਜ਼ਾਰਾਂ ਲੋਕ ਤੀਬਰ ਗਤੀ ਨਾਲ ਅਚੀਵਰਸ ਬਣੇ ਹਨ। ਤੁਸੀਂ ਜਦੋਂ ਇੰਨਾਂ ਸਿਧਾਂਤਾਂ ਅਤੇ ਤਕਨੀਕਾਂ ਨੂੰ ਫ਼ਾੱਲੋ ਕਰਨ ਦੀ ਸੋਚ ਲੈਂਦੇ ਹੋ ਤਾਂ ਕੁੱਝ ਹੀ ਮਹੀਨਿਆਂ ਵਿੱਚ ਤੁਸੀਂ ਆਪ ਆਪਣੇ ਬਿਜ਼ਨਿਸ ਨੂੰ ਅਸਮਾਨ ਨਾਲ ਗੱਲਾਂ ਕਰਦੇ ਹੋਏ ਦੇਖੋਗੇ, ਜਦ ਕਿ ਹੋਰ ਲੋਕਾਂ ਨੂੰ ਆਪਣੇ ਸੁਫ਼ਨੇ ਪੂਰੇ ਕਰਨ ਵਿੱਚ ਕਈ ਸਾਲ ਜਾਂ ਦਹਾਕੇ ਲੱਗ ਜਾਂਦੇ ਹਨ।

ਇਸ ਗੱਲ ਨਾਲ ਬਹੁਤ ਫ਼ਰਕ ਪੈਂਦਾ ਹੈ ਕਿ ਤੁਸੀਂ ਕਿੰਨੇ ਵੱਡੇ ਸੁਫ਼ਨੇ ਦੇਖਦੇ ਹੋ, ਪਰ ਉਸ ਤੋਂ ਵੀ ਜ਼ਰੂਰੀ ਗੱਲ ਇਹ ਹੈ ਕਿ ਤੁਸੀਂ ਆਪਣੇ ਸੁਫਨਿਆਂ ਨੂੰ ਕਿੰਨੇ ਲੰਮੇ ਸਮੇਂ ਤੱਕ ਜ਼ਿੰਦਾ ਰੱਖ ਪਾਉਂਦੇ ਹੋ।

– ਦੀਪਕ ਬਜਾਜ

ਇਹ ਗੱਲ ਹਮੇਸ਼ਾ ਯਾਦ ਰੱਖੋ ਕਿ ਇਸ ਭਾਗ ਦੀ ਸਮੱਗਰੀ ਸਾਰਿਆਂ ਲਈ ਨਹੀਂ ਹੈ, ਕਿਉਂ ਕਿ ਹਰ ਕੋਈ ਆਪਣੇ ਕੰਮ ਵਿੱਚ ਅਪਾਰ ਸਫਲਤਾ ਪਾਉਣ ਲਈ ਇਸ ਤਰ੍ਹਾਂ ਦੀ ਵਚਨਬੱਧਤਾ ਨਹੀਂ ਦਿਖਾਉਣ ਵਾਲਾ। ਇਹ ਬਹੁਤ ਸੌਖੀ ਜਿਹੀ ਗੱਲ ਹੈ ਕਿ ਬਿਨਾਂ ਤਕਲੀਫ ਦੇ ਸਫਲਤਾ ਨਹੀਂ ਮਿਲਦੀ।ਤੁਸੀਂ ਆਪਣੇ ਬਿਜ਼ਨਿਸ ਦੇ

ਮਾਲਿਕ ਹੋ ਅਤੇ ਤੁਸੀਂ ਆਪ ਇਹ ਨਿਰਣਾ ਲਓਗੇ ਕਿ ਤੁਹਾਨੂੰ ਆਪਣਾ ਬਿਜ਼ਨਿਸ ਕਿਵੇਂ ਚਲਾਉਣਾ ਹੈ। ਤੁਹਾਡਾ ਪੂਰਾ ਹੱਕ ਹੈ ਕਿ ਤੁਸੀਂ ਆਪਣੇ-ਆਪ ਲਈ ਟੀਚੇ ਨਿਰਧਾਰਿਤ ਕਰੋ। ਉਸਦੀ ਗਤੀ 'ਤੇ ਉਸ ਨੂੰ ਕਿਵੇਂ ਪੂਰਾ ਕਰਨਾ ਹੈ। ਪਰ ਫਿਰ ਵੀ ਮੈਂ ਤੁਹਾਨੂੰ ਸਲਾਹ ਦਿਆਂਗਾ ਕਿ ਕਿਉਂ ਕਿ ਤੁਸੀਂ ਇਸ ਬਿਜ਼ਨਿਸ ਨੂੰ ਕਰਨ ਦਾ ਮਨ ਬਣਾ ਲਿਆ ਹੈ, ਤਾਂ ਕਿਉਂ ਨਾ ਇਸ ਨੂੰ ਸਭ ਤੋਂ ਉੱਤਮ ਢੰਗ ਨਾਲ ਕੀਤਾ ਜਾਏ। ਜੋ ਇੱਕ ਆਮ ਨੈੱਟਵਰਕ ਮਾਰਕੀਟਰ 10 ਤੋਂ 20 ਸਾਲ ਵਿੱਚ ਪੂਰਾ ਕਰਦਾ ਹੈ, ਕਿਉਂ ਨਾ ਉਸ ਨੂੰ ਅਗਲੇ 2 ਤੋਂ 3 ਸਾਲਾਂ ਵਿੱਚ ਹੀ ਪੂਰਾ ਕਰ ਲਿਆ ਜਾਏ।

ਸਫਲਤਾ ਨੂੰ ਵਧਾਉਣ ਵਾਲੇ ਇੰਨਾ ਗਤੀਵਰਧਕਾਂ ਦਾ ਆਪਣੀ ਪੂਰੀ ਜਿੰਦਗੀ ਵਿੱਚ ਨਹੀਂ ਤਾਂ ਪਹਿਲੇ ਕੁੱਝ ਮਹੀਨਿਆਂ ਅੰਦਰ ਪ੍ਰਯੋਗ ਕਰ ਕੇ ਦੇਖੋ। ਫਿਰ ਉਸ ਤੋਂ ਬਾਅਦ ਜਦੋਂ-ਜਦੋਂ ਤੁਸੀਂ ਆਪਣੇ ਬਿਜ਼ਨਿਸ ਨੂੰ ਅਕਾਸ਼ ਦੀਆਂ ਉੱਚਾਈਆਂ ਤੱਕ ਪਹੁੰਚਾਉਣਾ ਚਾਹੋ ਇਨਾਂ ਸਾਰਿਆਂ ਦਾ ਜਾਂ ਕੁੱਝ ਦਾ ਫਿਰ ਤੋਂ ਇਸਤੇਮਾਲ ਕਰੋ।

> ***ਜੋ ਚੀਜ਼ ਹੁਣੇ ਕੰਮ ਕਰਕੇ ਪ੍ਰਾਪਤ ਕੀਤੀ ਜਾ ਸਕਦੀ ਹੈ, ਉਸ ਦੇ ਲਈ ਪੂਰੀ ਜਿੰਦਗੀ ਤੱਕ ਇੰਤਜ਼ਾਰ ਕਿਉਂ ਕਰਨਾ?***
>
> **– ਦੀਪਕ ਬਜਾਜ**

ਇਸ ਲਈ ਆਪਣੀ ਸੀਟ ਬੈਲਟ ਨੂੰ ਬੰਨ੍ਹ ਲਓ ਅਤੇ ਉੱਡਣ ਲਈ ਤਿਆਰ ਹੋ ਜਾਓ। ਹੇਠਾਂ ਸਫਲਤਾ ਨੂੰ ਵਧਾਉਣ ਵਾਲੇ ਕੁੱਝ ਗਤੀਵਰਧਕ ਦਿੱਤੇ ਗਏ ਹਨ। ਇੰਨਾਂ 11 ਗਤੀਵਰਧਕਾਂ 'ਤੇ ਇੱਕੋ ਹੀ ਸਿਧਾਂਤ ਲਗਾ ਕੇ ਕੰਮ ਕਰੋ - ਜਦੋਂ ਤੱਕ ਸਭ ਤੋਂ ਉੱਤਮ ਨਹੀਂ ਬਣ ਜਾਵਾਂਗੇ, ਉਦੋਂ ਤੱਕ ਅਰਾਮ ਨਹੀਂ ਕਰਾਂਗੇ।

ਇਹ ਹਨ ਸਫਲਤਾ ਨੂੰ ਵਧਾਉਣ ਵਾਲੇ 11 ਗਤੀਵਰਧਕ

1. ਵੱਡੇ ਸੁਫਨਿਆਂ ਨਾਲ ਕੰਮ ਕਰੋ
2. ਮੈਸਿਵ ਐਕਸ਼ਨ ਡੇਲੀ (MAD) ਬਣੋ, ਹਰ ਦਿਨ ਬਹੁਤ ਸਾਰਾ ਕੰਮ ਕਰੋ
3. ਵਿਅਕਤੀਆਂ ਨੂੰ ਛੇਤੀ ਤੋਂ ਛੇਤੀ ਟੀਮ ਵਿੱਚ ਸ਼ਾਮਿਲ ਕਰੋ
4. ਪਾਵਰ ਸ਼ਾੱਟਸ
5. ਆਪਣੀ ਟੀਮ ਨੂੰ ਲੀਡਰ ਬਣਾਉਣ ਦੀ ਫੈਕਟਰੀ ਬਣਾਓ
6. ਆਪਣੀ ਟੀਮ ਵਿੱਚ ਗਤੀ ਲਿਆਓ
7. ਵੱਖ-ਵੱਖ ਸਥਾਨਾਂ 'ਤੇ ਆਪਣਾ ਬਿਜ਼ਨਿਸ ਵਿਕਸਤ ਕਰੋ
8. ਪੁਨਰ-ਨਿਵੇਸ਼
9. ਆਪਣਾ ਬ੍ਰਾਂਡ ਬਣਾਓ
10. ਮੁਕਾਬਲੇ ਜਾਂ ਪ੍ਰਤਿਯੋਗਤਾਵਾਂ - ਜੇਤੂ ਬਣੋ, ਜੇਤੂ ਬਣਾਓ
11. ਸੋਸ਼ਲ ਮੀਡੀਆ - ਤੁਹਾਡੇ ਬਿਜ਼ਨਿਸ ਦਾ ਟਰਬੋ-ਚਾਰਜ਼ਰ

ਆਓ, ਹੁਣ ਇੰਨਾਂ ਸਾਰੇ ਗਤੀਵਰਧਕਾਂ ਵਿੱਚ ਮੁਹਾਰਤ ਹਾਸਿਲ ਕਰਦੇ ਹਾਂ।

1. ਵੱਡੇ ਸੁਫਨਿਆਂ ਨਾਲ ਕੰਮ ਕਰੋ

ਸੁਫ਼ਨੇ ਉਹ ਨਹੀਂ ਹੁੰਦੇ ਜੋ ਅਸੀਂ ਸੌਂਦੇ ਹੋਇਆਂ ਦੇਖਦੇ ਹਾਂ, ਸੁਫ਼ਨੇ ਉਹ ਹੁੰਦੇ ਹਨ ਜੋ ਸਾਨੂੰ ਸੌਣ ਨਹੀਂ ਦਿੰਦੇ।

– ਡਾੱ. ਏ ਪੀ ਜੇ ਅਬਦੁਲ ਕਲਾਮ

ਬਡੇ ਸੁਫਨਿਆਂ ਨਾਲ ਕੰਮ ਕਰਨ ਵਿੱਚ ਇੱਕ ਸ਼ਕਤੀ ਹੁੰਦੀ ਹੈ। ਮੈਂ ਇਸ ਤਰ੍ਹਾਂ ਮੰਨਦਾ ਹਾਂ ਕਿ ਹਰੇਕ ਵਿਅਕਤੀ ਵਿੱਚ ਅਸੀਮਤ ਸ਼ਕਤੀਆਂ ਲੁੱਕੀਆਂ ਹੁੰਦੀਆਂ ਹਨ ਅਤੇ ਉਹ ਉਦੋਂ ਬਾਹਰ ਨਿਕਲਦੀਆਂ ਹਨ, ਜਦੋਂ ਅਸੀਂ ਵੱਡੇ ਸੁਫ਼ਨੇ ਜਾਂ ਇੱਕ ਵੱਡੇ ਮਿਸ਼ਨ ਨਾਲ ਕੰਮ ਕਰਦੇ ਹਾਂ। ਜਦੋਂ ਤੁਸੀਂ ਇੱਕ ਵੱਡੇ ਸੁਫ਼ਨੇ ਨਾਲ ਕੰਮ ਕਰਦੇ ਹੋ, ਤਾਂ ਤੁਸੀਂ ਇੱਕ ਵੱਖਰੇ ਵਿਅਕਤੀ ਬਣ ਜਾਂਦੇ ਹੋ-ਜੋ ਕਦੇ ਨਹੀਂ ਥੱਕਦਾ ਅਤੇ ਨਾ ਹੀ ਕਦੇ ਹਰਾਇਆ ਜਾ ਸਕਦਾ ਹੈ - ਜਾਦੂਈ ਤਾਕਤਾਂ ਵਾਲਾ ਇੱਕ ਸੁਪਰ ਹੀਰੋ।

ਆਉਣ ਵਾਲਾ ਸਮਾਂ ਉਨ੍ਹਾਂ ਦਾ ਹੈ, ਜੋ ਆਪਣੇ ਸੁਫਨਿਆਂ ਦੀ ਖ਼ੂਬਸੂਰਤੀ 'ਤੇ ਭਰੋਸਾ ਰੱਖਦੇ ਹਨ।

– ਏਲੀਨੋਰ ਰੂਜ਼ਵੈਲਟ

ਸਿਰਫ਼ ਸੁਫ਼ਨੇ ਨਾ ਦੇਖੋ, ਵੱਡੇ ਸੁਫ਼ਨੇ ਦੇਖੋ। ਜਿੰਦਗੀ ਵਿੱਚ ਸਭ ਤੋਂ ਉੱਤਮ ਚੀਜ਼ਾਂ ਮੰਗੋ। ਜੀਵਨ ਵਿੱਚ ਜਦੋਂ ਤੁਸੀਂ ਵੱਡੇ ਸੁਫਨਿਆਂ ਨੂੰ ਹਾਸਿਲ ਕਰਦੇ ਹੋ ਤਾਂ ਜ਼ਰੂਰੀ ਨਹੀਂ ਜੋ ਤੁਹਾਨੂੰ ਮਿਲਿਆ ਹੈ ਸਗੋਂ ਉਨ੍ਹਾਂ ਸੁਫਨਿਆਂ ਨੂੰ ਪਾਉਣ ਦੇ ਸਫਰ ਵਿੱਚ ਤੁਸੀਂ ਜਿਵੇਂ ਦੇ ਬਣ ਜਾਂਦੇ ਹੋ। ਤੁਸੀਂ ਆਪਣੀਆਂ ਸੀਮਾਵਾਂ ਤੋਂ ਅੱਗੇ ਜਾ ਕੇ ਆਪਣੇ-ਆਪ ਨੂੰ ਇੱਕ ਨਵਾਂ ਰੂਪ ਦਿੰਦੇ ਹੋ।

ਨਾਲ ਹੀ ਵੱਡੇ ਸੁਫਨਿਆਂ ਦਾ ਅਰਥ ਵੱਡੀ ਆਮਦਨ ਹੈ ਅਤੇ ਵੱਡੀ ਆਮਦਨ ਮਿਲਣੀ ਉਦੋਂ ਹੀ ਸੰਭਵ ਹੈ ਜਦੋਂ ਤੁਹਾਡੀ ਟੀਮ ਅੰਦਰ ਵੱਡੀ ਗਿਣਤੀ ਵਿੱਚ ਲੋਕ ਢੇਰ ਸਾਰਾ ਪੈਸਾ ਕਮਾਉਣ। ਨੈੱਟਵਰਕ ਮਾਰਕੀਟਿੰਗ ਵਿੱਚ ਲੰਮੇ ਸਮੇਂ ਦੀ ਸਥਿਰਤਾ ਅਤੇ ਵਿਕਾਸ ਉਦੋਂ ਸੰਭਵ ਹੈ ਜਦੋਂ ਤੁਹਾਡੇ ਕੋਲ ਚੰਗੇ ਲੀਡਰ ਹੋਣ ਜੋ ਹਰ ਦਿਨ ਆਪਣਾ 100% ਕੰਮ ਕਰ ਰਹੇ ਹੋਣ। ਤੁਹਾਡੀ ਟੀਮ ਦੇ ਮੈਂਬਰ ਵੀ ਇਸ ਬਿਜ਼ਨਿਸ ਲਈ ਉਦੋਂ ਵਚਨਬੱਧ ਰਹਿਣਗੇ ਜਦੋਂ ਉਨ੍ਹਾਂ ਦੇ ਉਦੇਸ਼ ਪੂਰੇ ਹੋਣਗੇ। ਤੁਹਾਡੇ ਵੱਡੇ ਨਿਸ਼ਾਨਿਆਂ ਦੀ ਪ੍ਰਾਪਤੀਆਂ, ਤੁਹਾਡੇ ਸਹਿਕਰਮੀਆਂ ਦੇ ਅਗਲੇ ਸਤਰ ਦੀਆਂ ਪ੍ਰਾਪਤੀਆਂ ਤੋਂ ਬਾਅਦ ਆਉਂਦੀਆਂ ਹਨ। ਇਸ ਲਈ ਜਦੋਂ ਵੀ ਤੁਸੀਂ ਵੱਡੇ ਬਿਜ਼ਨਿਸ ਬਾਰੇ ਸੋਚਦੇ ਹੋ, ਤਾਂ ਤੁਹਾਡੀ ਟੀਮ ਵੀ ਨਵੇਂ ਅਹੁਦਿਆਂ ਅਤੇ ਸੁਫਨਿਆਂ ਵਾਲੀ ਆਮਦਨ ਪਾਵੇਗੀ। ਤੁਹਾਡੇ ਵੱਡੇ ਸੁਫਨਿਆਂ ਨਾਲ ਤੁਹਾਡੀ ਟੀਮ ਵਿੱਚ ਇੱਕ ਲਹਿਰ-ਜਿਹੀ ਦੌੜ ਜਾਂਦੀ ਹੈ ਜਿਸ ਨਾਲ ਤੁਹਾਡੀ ਟੀਮ ਨੂੰ ਕੰਮ ਕਰਨ ਲਈ ਗਤੀ ਮਿਲਦੀ ਹੈ।

ਇੱਕੋ ਜਿਹੀਆਂ ਚੀਜ਼ਾਂ ਆਪਸ ਵਿੱਚ ਆਕਰਸ਼ਿਤ ਹੁੰਦੀਆਂ ਹਨ। ਜਦੋਂ ਤੁਸੀਂ ਵੱਡੇ ਸੁਫਨੇ ਦੇਖਦੇ ਹੋ, ਤਾਂ ਤੁਸੀਂ ਆਪਣੀ ਟੀਮ ਵਿੱਚ ਅਜਿਹੇ ਵੱਡੇ ਸੁਫ਼ਨੇ ਦੇਖਣ ਵਾਲੇ

ਲੋਕਾਂ ਨੂੰ ਆਕਰਸ਼ਿਤ ਕਰਦੇ ਹੋ। ਤੁਸੀਂ ਉਨ੍ਹਾਂ ਲੋਕਾਂ ਲਈ ਚੁੰਬਕ ਦਾ ਕੰਮ ਕਰਦੇ ਹੋ, ਜੋ ਤੁਹਾਡੇ ਨਾਲ ਬਿਜ਼ਨਿਸ ਦਾ ਇੱਕ ਮਹਾਨ ਸਾਮਰਾਜ ਖੜ੍ਹਾ ਕਰਨਗੇ।

ਹਰ ਬਿਜ਼ਨਿਸ ਹਰ ਦਿਨ ਕੁੱਝ ਚੁਣੌਤੀਆਂ ਤੋਂ ਹੋ ਕੇ ਗੁਜ਼ਰਦਾ ਹੈ। ਜੇ ਤੁਹਾਡੇ ਸੁਫ਼ਨੇ ਵੱਡੇ ਹਨ, ਤਾਂ ਤੁਸੀਂ ਹਰ ਛੋਟੀ ਚੀਜ਼ ਲਈ, ਕੰਮ ਨਾ ਕਰਨ ਵਾਲੇ, ਸ਼ਿਕਾਇਤੀ ਲੋਕਾਂ ਜਾਂ ਵਾਰ-ਵਾਰ ਸਾਹਮਣੇ ਆਉਣ ਵਾਲੀਆਂ ਚੁਣੌਤੀਆਂ ਤੋਂ ਨਿਰਾਸ਼ ਨਹੀਂ ਹੁੰਦੇ।

ਇਸ ਬਿਜ਼ਨਿਸ ਵਿੱਚ ਸਾਡਾ ਕੋਈ ਬੌਸ ਨਹੀਂ ਹੈ। ਅਸੀਂ ਸਿਰਫ਼ ਆਪਣੇ ਲਈ ਜ਼ਿੰਮੇਵਾਰ ਹਾਂ। ਬਹੁਤ ਸਾਰੇ ਲੋਕ ਜਿਨ੍ਹਾਂ ਨੂੰ ਬੌਸ ਦੇ ਹੇਠਾਂ ਕੰਮ ਕਰਨ ਦੀ ਆਦਤ ਹੁੰਦੀ ਹੈ, ਉਹ ਤਾਂ ਬਰਬਾਦ ਹੀ ਹੋ ਜਾਣਗੇ ਜੇ ਉਨ੍ਹਾਂ ਦੇ ਕੋਈ ਸੁਫ਼ਨੇ ਨਾ ਹੋਣ। ਸੁਫ਼ਨੇ ਸਾਨੂੰ ਅੱਗੇ ਵਧਾਉਂਦੇ ਹਨ।

ਆਪਣੀ ਟੀਮ ਵਿੱਚ ਸੁਫ਼ਨੇ ਲਿਖਣ ਦੀ ਆਦਤ ਪਾਓ। ਸਾਰੇ ਲੋਕਾਂ ਨੂੰ ਉਨ੍ਹਾਂ ਦੇ ਸੁਫਨਿਆਂ 'ਤੇ ਕੰਮ ਕਰਨ ਲਈ ਪ੍ਰੇਰਿਤ ਕਰੋ ਅਤੇ ਮਹੀਨੇ ਵਿੱਚ ਘੱਟ ਤੋ ਘੱਟ ਇੱਕ ਵਾਰ ਉਨ੍ਹਾਂ ਦੇ ਸੁਫਨਿਆਂ ਦੀ ਸਮੀਖਿਆ ਕਰਦੇ ਰਹੋ। ਵੱਡੇ ਸੁਫ਼ਨੇ ਦੇਖਣ ਵਾਲਿਆਂ ਦੀ ਫੌਜ ਬਣਾਓ।

ਜੇ ਤੁਸੀਂ ਸੁਫ਼ਨੇ ਦੇਖ ਸਕਦੇ ਹੋ, ਤਾਂ ਪੂਰੇ ਵੀ ਕਰ ਵੀ ਸਕਦੇ ਹੋ।

– ਵਾੱਲਟ ਡਿਜ਼ਨੀ

ਦੁਨੀਆ ਨੂੰ ਹੈਰਾਨੀ ਵਿੱਚ ਪਾਉਂਦੇ ਰਹੋ

ਜਦੋਂ ਮੈਂ ਲੋਕਾਂ ਨੂੰ ਕਿਹਾ ਕਿ ਮੈਂ ਦੋ ਹਫਤਿਆਂ ਵਿੱਚ ਥਾਈਲੈਂਡ ਦਾ ਟੂਰ ਜਿੱਤ ਜਾਵਾਂਗਾ, ਉਦੋਂ ਲੋਕ ਮੇਰੇ 'ਤੇ ਹੱਸਣ ਲੱਗੇ। ਮੈਂ ਉਹ ਕਰ ਦਿਖਾਇਆ ਅਤੇ ਇੱਕ ਨਵਾਂ ਟੀਚਾ ਸਥਾਪਿਤ ਕੀਤਾ ਕਿ ਅਗਲੇ ਤਿੰਨ ਮਹੀਨਿਆਂ ਵਿੱਚ ਮੈਂ ਸਭ ਤੋਂ ਉੱਚੇ ਇਨਕਮ ਲੇਵਲ 'ਤੇ ਪੁੱਜ ਜਾਵਾਂਗਾ। ਲੋਕ ਫਿਰ ਤੋਂ ਹੱਸੇ ਅਤੇ ਮੈਂ ਫਿਰ ਕਰ ਦਿਖਾਇਆ। ਫਿਰ ਮੈਂ ਇਹ ਤੈਅ ਕੀਤਾ ਕਿ ਮੈਂ ਉੱਤਰ ਭਾਰਤ ਵਿੱਚ ਪਹਿਲੀ ਮਰਸੀਡੀਜ਼ ਬੈਂਜ ਕਾਰ ਹਾਸਿਲ ਕਰਕੇ ਰਹਾਂਗਾ, ਅਤੇ ਮੈਂ ਉਸ ਨੂੰ ਵੀ ਹਾਸਿਲ ਕਰ ਲਿਆ। ਫਿਰ ਲੋਕਾਂ ਵਾਸਤੇ ਇੱਕ ਕਰੂਜ਼/ਸਮੁੰਦਰੀ ਜਹਾਜ 'ਤੇ ਪਹਿਲਾ ਅੰਤਰਰਾਸ਼ਟਰੀ ਸੰਮੇਲਨ ਸਿੰਗਾਪੁਰ ਵਿੱਚ ਆਯੋਜਿਤ ਕੀਤਾ। ਮੈਂ ਆਪਣੀ ਟੀਮ ਨਾਲ ਦੁਨੀਆ ਦੇ ਸ਼ਾਨਦਾਰ ਹੋਟਲਾਂ ਵਿੱਚੋਂ ਇੱਕ ਬੁਰਜ਼-ਅਲ-ਅਰਬ, ਦੁਬਈ ਵਿੱਚ ਵੀ ਇੱਕ ਕਾਨਫਰੰਸ ਆਯੋਜਿਤ ਕੀਤੀ ਜੋ ਇਸ ਬਿਜ਼ਨਿਸ ਦੇ ਇਤਿਹਾਸ ਵਿੱਚ ਅੱਜ ਤੱਕ ਨਹੀਂ ਹੋਇਆ ਸੀ। ਮੈਨੂੰ 44ਵੀ ਮੰਜ਼ਿਲ 'ਤੇ ਸਥਿਤ ਆਪਣੇ ਡਿਪਲੋਮੈਟਿਕ ਸੂਟ (ROOM) ਤੋਂ ਫੇਸਬੁੱਕ ਲਾਈਵ ਕਰਨਾ ਪਿਆ ਤਾਂ ਕਿ ਲੋਕ ਇਸ 'ਤੇ ਵਿਸ਼ਵਾਸ ਕਰ ਸਕਣ। ਉਹ ਵੀਡੀਓ ਸੋਸ਼ਲ ਮੀਡੀਆ 'ਤੇ ਵਾਇਰਲ ਹੋਇਆ ਅਤੇ ਲੋਕ ਫਿਰ ਹੈਰਾਨ ਰਹਿ ਗਏ। ਮੈਨੂੰ ਸਖ਼ਤ ਮਿਹਨਤ ਕਰਨ ਅਤੇ ਆਪਣੇ ਟੀਚੇ ਵੱਲ ਵਧਣ ਵਿੱਚ ਮਜ਼ਾ ਆਉਂਦਾ ਹੈ। ਆਪਣੇ ਟੀਚੇ ਲਈ ਕੰਮ ਕਰਨਾ ਮੇਰੀ ਜਿੰਦਗੀ ਦਾ ਸਭ ਤੋਂ ਆਨੰਦਮਈ ਪਲ ਹੈ। ਹੁਣ ਮੈਂ ਇਸ ਨੂੰ ਆਪਣੀ ਜਿੰਦਗੀ ਦੀ ਫਲਸਫਾ ਬਣਾ ਲਿਆ ਹੈ। ਮੈਨੂੰ ਆਪਣੇ-ਆਪ ਨੂੰ ਅਤੇ ਦੁਨੀਆ ਨੂੰ ਵਾਰ-ਵਾਰ ਹੈਰਾਨ ਕਰਨ ਵਿੱਚ ਮਜ਼ਾ ਆਉਂਦਾ ਹੈ। ਸਾਡੇ ਸਾਰਿਆਂ ਅੰਦਰ ਲੁੱਕੀਆਂ ਹੋਈਆਂ ਸ਼ਕਤੀਆਂ ਭਰੀਆਂ ਪਈਆਂ ਹਨ, ਕਿਉਂ ਨਾ ਵੱਡੇ ਸੁਫਨਿਆਂ ਨਾਲ ਉਨ੍ਹਾਂ ਨੂੰ ਬਾਹਰ ਲੈ ਕੇ ਆਈਏ।

2. MAD (ਮੈਸਿਵ ਐਕਸ਼ਨ ਡੇਲੀ) ਹਰ ਦਿਨ ਬਹੁਤ ਸਾਰਾ ਕੰਮ

ਵੱਡੇ ਅਤੇ ਦ੍ਰਿੜ੍ਹ ਨਿਰਣੇ ਲੈਣ ਨਾਲ ਸਫਲਤਾ ਦੀ ਰਾਹ ਬਣਦੀ ਹੈ।

– ਟੋਨੀ ਰੱਬਿਨਸ

ਕੰਮ ਕਰਨ ਵਾਲੇ ਆਦਮੀ/ਔਰਤ ਬਣੋ। ਬਹੁਤ ਸਾਰੇ ਕੰਮ ਦੇ ਬਿਨਾਂ ਗਤੀ ਸੰਭਵ ਨਹੀਂ ਹੈ। ਔਸਤ ਗਤੀ ਤੁਹਾਨੂੰ ਔਸਤ ਇਨਕਮ ਦੇਵੇਗੀ। ਵੱਡੇ ਕੰਮਾਂ ਤੋਂ ਵੱਡੀ ਇਨਕਮ ਅਤੇ ਵੱਡੀ ਸਫਲਤਾ ਮਿਲਦੀ ਹੈ। ਇਹ ਬੜਾ ਸੌਖਾ ਹੈ: ਜੇ ਤੁਹਾਨੂੰ ਬਹੁਤ ਜ਼ਿਆਦਾ ਇਨਕਮ, ਜੀਵਨ ਸ਼ੈਲੀ, ਕਾਰ, ਛੁੱਟੀਆਂ ਜਾਂ ਨਾਮ ਚਾਹੀਦਾ ਹੈ, ਤਾਂ ਤੁਹਾਨੂੰ ਲੋੜ ਤੋਂ ਵੱਧ ਕੋਸ਼ਿਸ਼ਾਂ ਕਰਨੀਆਂ ਪੈਣਗੀਆਂ। ਜ਼ਿੰਦਗੀ ਕਾਰਨ ਅਤੇ ਪ੍ਰਭਾਵ ਦੇ ਸਿਧਾਂਤ ’ਤੇ ਕੰਮ ਕਰਦੀ ਹੈ। ਸਾਰੀਆਂ ਸਫਲਤਾਵਾਂ ਅਤੇ ਪ੍ਰਾਪਤੀਆਂ ਤੁਹਾਡੇ ਲਈ ਪ੍ਰਭਾਵੀ ਹਨ, ਅਤੇ ਹਰ ਦਿਨ ਦੀ ਸਖ਼ਤ ਮਿਹਨਤ ਇਸਦਾ ਮੂਲ ਕਾਰਨ ਹੈ। ਹਰ ਕੋਈ ਪ੍ਰਭਾਵ/ਇਨਾਮ ਚਾਹੁੰਦਾ ਹੈ, ਪਰ ਕੋਈ ਵੀ ਇਸ ਯਾਤਰਾ ਲਈ ਉਹ ਮਿਹਨਤ ਨਹੀਂ ਕਰਨਾ ਚਾਹੁੰਦਾ। *ਤੁਹਾਨੂੰ ਆਪਣੀ ਟੀਮ ਦਾ ਸਭ ਤੋਂ ਸਖ਼ਤ ਮਿਹਨਤ ਕਰਨ ਵਾਲਾ ਵਿਅਕਤੀ ਬਣਨ ਲਈ ਵਚਨਬੱਧ ਹੋਣਾ ਚਾਹੀਦਾ ਹੈ।*

ਨੈਰਵਰਕ ਮਾਰਕੀਟਿੰਗ ਦੇ ਵੱਡੇ 6 ਨਿਯਮ

ਸਭ ਤੋਂ ਤੇਜ਼ ਬਣਨ ਦਾ ਫ਼ਾਰਮੂਲਾ

1. *ਜ਼ਿਆਦਾ ਪਲਾਨ ਦਿਖਾਓ*
2. *ਜ਼ਿਆਦਾ ਸੇਲਸ ਕਲੋਜ ਕਰੋ*
3. *ਛੇਤੀ ਅਤੇ ਜ਼ਿਆਦਾ ਸਿੱਖੋ*
4. *ਇਵੈਂਟਾਂ ਵਿੱਚ ਹੋਰ ਲੋਕਾਂ ਨੂੰ ਲਿਆਓ*
5. *ਜ਼ਿਆਦਾ ਲੀਡਰ ਬਣਾਓ*
6. *ਜ਼ਿਆਦਾ ਲੋਕਾਂ ਨੂੰ ਪ੍ਰਾਸਪੈਕਟ ਬਣਾਓ*

ਨੈੱਟਵਰਕ ਮਾਰਕੀਟਿੰਗ ਇੱਕ ਆਮ ਆਦਮੀ ਲਈ ਉਪਲਬਧ ਉਨਾਂ ਕੁੱਝ ਚੋਣਵੇਂ ਪੇਸ਼ਿਆਂ ਵਿੱਚੋਂ ਇੱਕ ਹੈ, ਜਿੱਥੇ ਤੁਸੀਂ ਇੱਕ ਵਾਰ ਪੈਸੇ ਲੱਗਾਉਂਦੇ ਹੋ, ਅਤੇ ਜੇ ਤੁਸੀਂ ਆਪਣੇ ਸਹੀ ਤਰੀਕੇ ਨਾਲ ਕੰਮ ਨੂੰ ਕੀਤਾ ਹੈ ਤਾਂ ਸਾਰੀ ਜ਼ਿੰਦਗੀ ਲਈ ਇਨਾਮ ਪਾਉਂਦੇ ਰਹੋਗੇ। ਮੈਡ (MAD) ਲਈ ਵਚਨਬੱਧ ਰਹੋ ਤੇ ਹਰ ਦਿਨ ਅਤੇ ਇੱਕ ਤੋਂ ਬਾਅਦ ਇੱਕ ਦਿਨ ਆਪਣੇ ਸੁਫਨਿਆਂ ਲਈ ਬਹੁਤ ਸਾਰਾ ਕੰਮ ਕਰੋ।

ਸਹੀ ਚੀਜ਼ਾਂ ਕਰੋ ਅਤੇ ਜਲਦੀ ਕਰੋ।

– ਦੀਪਕ ਬਜਾਜ

ਸਖ਼ਤ ਮਿਹਨਤ ਕਰਨਾ ਜ਼ਰੂਰੀ ਹੈ, ਪਰ ਨਾਲ ਹੀ ਇਹ ਵੀ ਉਨਾਂ ਹੀ ਜ਼ਰੂਰੀ ਹੈ ਕਿ ਤੁਸੀਂ ਸਹੀ ਚੀਜ਼ਾਂ ਕਰ ਰਹੇ ਹੋ। ਇੱਕ ਰਿਕਾਰਡ ਸਮੇਂ ਵਿੱਚ ਲੱਖਾਂ ਲੋਕਾਂ ਦੀ ਇੱਕ ਟੀਮ ਬਣਾਉਣ ਦੇ ਆਪਣੇ ਅਨੁਭਵ ਤੋਂ ਮੈਂ ਤੁਹਾਨੂੰ 6 ਗਤੀਵਿਧੀਆਂ ਦੱਸਾਗਾਂ, ਜਿਸ ਨੂੰ ਤੁਸੀਂ ਹਰ ਦਿਨ ਕਰੋਗੇ ਤਾਂ ਤੁਸੀਂ ਬਿਜ਼ਨਿਸ ਵਿੱਚ ਇੱਕ ਵੱਡੇ ਆਦਮੀ ਬਣ ਜਾਓਗੇ:

ਜ਼ਿਆਦਾ ਪਲਾਨ ਦਿਖਾਓ, ਜ਼ਿਆਦਾ ਸੇਲ ਕਲੋਜ਼ ਕਰੋ, ਛੇਤੀ ਅਤੇ ਜ਼ਿਆਦਾ ਸਿੱਖੋ, ਇਵੈਂਟਾਂ ਵਿੱਚ ਹੋਰ ਜ਼ਿਆਦਾ ਲੋਕਾਂ ਨੂੰ ਲਿਆਓ, ਜ਼ਿਆਦਾ ਲੀਡਰ ਅਤੇ ਪ੍ਰਾਸਪੈਕਟ ਬਣਾਓ। ਇਹ ਸੁਨਿਸ਼ਚਿਤ ਕਰੋ ਕਿ ਤੁਹਾਡਾ 80% ਸਮਾਂ ਇਹਨਾਂ ਗਤੀਵਿਧੀਆਂ ਨੂੰ ਕਰਨ ਵਿੱਚ ਲੱਗ ਰਿਹਾ ਹੈ। ਜਿਨ੍ਹਾਂ ਨੂੰ ਮੈਂ ਨੈੱਟਵਰਕ ਮਾਰਕੀਟਿੰਗ ਦੇ ਵੱਡੇ 6 ਨਿਯਮ ਕਹਿੰਦਾ ਹਾਂ। ਲੇਜਰ ਦੀ ਤਰ੍ਹਾਂ ਫੋਕਸ ਰੱਖੋ ਅਤੇ ਆਪਣਾ ਸਮਾਂ ਬਰਬਾਦ ਨਾ ਕਰੋ। ਕੁੱਝ ਮਹੀਨਿਆਂ ਲਈ ਜੇ ਇਨਾਂ 6 ਚੀਜ਼ਾਂ ’ਤੇ ਧਿਆਨ ਕੇਂਦਰਿਤ ਰੱਖਿਆ ਤਾਂ ਤੁਸੀਂ ਆਪਣੀ ਟੀਮ ਵਿੱਚ ਇੱਕ ਤੇਜ਼ ਗਤੀ ਲਿਆ ਸਕਦੇ ਹੋ।

ਜੋ ਵੀ ਕਰਨ ਦੀ ਜ਼ਰੂਰਤ ਹੈ, ਉਹ ਸਾਰਾ ਕੁੱਝ ਕਰੋ ਅਤੇ ਫਿਰ ਉਸ ਤੋਂ ਵੀ ਥੋੜ੍ਹਾ ਜ਼ਿਆਦਾ ਕਰੋ।

– ਦੀਪਕ ਬਜਾਜ

ਜਿੰਨਾ ਜ਼ਰੂਰੀ ਹੋਵੇ, ਉਸ ਤੋਂ ਥੋੜ੍ਹਾ ਹੋਰ ਜ਼ਿਆਦਾ ਕਰਨ ਦਾ ਜਜ਼ਬਾ ਤੇ ਰਵੱਈਆ ਰੱਖੋ। ਸਿਰਫ਼ ਗੁਜ਼ਾਰਾ ਚਲਾਉਣ ਲਈ ਕੰਮ ਨਾ ਕਰੋ, ਅੱਗੇ ਵਧਣ ਲਈ ਕੰਮ ਕਰੋ। ਮੇਰੇ ਸ਼ੁਰੂਆਤੀ ਦਿਨਾਂ ਵਿੱਚ ਜਦੋਂ ਮੈਂ ਇੱਕ ਕੰਪਨੀ ਦਾ ਕਰਮਚਾਰੀ ਸੀ, ਉਦੋ ਮੈਂ ਇਹ ਮਹਿਸੂਸ ਕੀਤਾ ਕਿ ਨੌਕਰੀ ਆਦਮੀ ਨੂੰ ਇਹ ਸਿਖਾਉਂਦੀ ਹੈ ਕਿ ਸਖ਼ਤ ਮਿਹਨਤ ਕਰਨਾ ਜਿੰਨਾ ਜ਼ਰੂਰੀ ਹੈ ਉਨਾਂ ਹੀ ਕੰਮ ਚਾਲਾਕੀ ਨਾਲ ਕਰ ਦਿਓ। ਰੱਾਬਰਟ ਕਿਓਸਾਕੀ ਦੀ ਇੱਕ ਕਿਤਾਬ ਵਿੱਚ ਮੈਂ ਪੜ੍ਹਿਆ ਕਿ ਇੱਕ ਕਰਮਚਾਰੀ ਉਨਾਂ ਹੀ ਕੰਮ ਕਰਨਾ ਚਾਹੁੰਦਾ ਹੈ ਜਿੰਨਾ ਕਰਨ ’ਤੇ ਉਸ ਨੂੰ ਕੱਢਿਆ ਨਾ ਜਾਏ। ਜੇ ਤੁਸੀਂ ਇੱਕ ਨਵੇਂ ਉਦਯੋਗਪਤੀ ਹੋ, ਤਾਂ ਮੈਂ ਤੁਹਾਨੂੰ ਗੁਜ਼ਾਰਿਸ਼ ਕਰਾਂਗਾ ਕਿ ਛੇਤੀ ਨਾਲ ਲੋੜ ਤੋਂ ਜ਼ਿਆਦਾ ਕੰਮ ਕਰਨ ਦੀ ਆਦਤ ਪਾ ਲਓ। ਜਦੋਂ ਤੁਸੀਂ ਜ਼ਿਆਦਾ ਕੰਮ ਕਰਦੇ ਹੋ, ਤਾਂ ਤੁਸੀਂ ਜ਼ਿਆਦਾ ਸਿੱਖਦੇ ਹੋ ਅਤੇ ਜਦੋਂ ਤੁਸੀਂ ਜ਼ਿਆਦਾ ਸਿੱਖਦੇ ਹੋ ਤਾਂ ਤੁਸੀਂ ਹੋਰ ਵੀ ਬਿਹਤਰ ਹੋ ਜਾਂਦੇ ਹੋ, ਤਾਂ ਤੁਸੀਂ ਵੀ ਹੋਰ ਜ਼ਿਆਦਾ ਬਿਹਤਰ ਹੋ ਜਾਂਦੇ ਹੋ। ਅੰਤ ਵਿੱਚ ਇਹੀ ਮਾਇਨੇ ਰੱਖਦਾ ਹੈ।

ਮੈਨੂੰ ਇਹ ਕਿਵੇਂ ਜਾਣਿਆ ਕਿ ਮੈਂ ਮੈਡ ’ਤੇ ਕੰਮ ਕਰ ਰਹੇ ਹੋ? ਇਹ ਬਹੁਤ ਸੌਖਾ ਹੈ – ਕੀ ਤੁਹਾਡਾ ਕੈਲੰਡਰ ਅਪੋਆਇੰਟਮੈਂਟ ਨਾਲ ਭਰਿਆ ਹੋਇਆ ਹੈ?

ਉਸ ਸਮੇਂ ਦਾ ਇੰਤਜ਼ਾਰ ਨਾ ਕਰੋ, ਜਦੋਂ ਤੁਸੀਂ ਐਕਸ਼ਨ ਲਈ ਤਿਆਰ ਹੋ। ਸਗੋਂ ਤਿਆਰ ਹੋਣ ਲਈ ਐਕਸ਼ਨ ਲਓ।

– ਜੇਨਸਨ ਸਿਆਓ

ਦਰਦ ਥੋੜ੍ਹੇ ਸਮੇਂ ਲਈ ਅਤੇ ਅਸਥਾਈ ਹਨ, ਪਰ ਮਾਣ ਹਮੇਸ਼ਾ ਲਈ।

ਅੱਜ ਜਦੋਂ ਲੋਕ ਮੈਨੂੰ ਡਰਾਈਵਰ ਨਾਲ ਮੇਰੀ ਮਰਸੀਡੀਜ਼ ਬੈਂਜ ਕਾਰ ਤੇ ਜਾਂਦੇ ਹੋਏ ਦੇਖਦੇ ਹਨ ਅਤੇ ਇਹ ਦੇਖਦੇ ਹਨ ਕਿ ਮੇਰੇ ਚਾਰੇ ਪਾਸੇ ਬਹੁਤ ਸਾਰੇ ਚਾਹੁਣ ਵਾਲੇ ਲੋਕ ਹਨ, ਤਾਂ ਉਹ ਇਹ ਸੋਚਦੇ ਹਨ ਕਿ ਇਹ ਮੇਰੀ ਵੈਲਕਮ ਕਿੱਟ ਵਿੱਚ ਆਇਆ ਸੀ, ਜਦੋਂ ਮੈਂ 2007 ਵਿੱਚ ਇਹ ਬਿਜ਼ਨਿਸ ਸ਼ੁਰੂ ਕੀਤਾ। ਨਹੀਂ, ਇਹ ਸਚ ਨਹੀਂ ਜੇ ਤੁਸੀਂ ਇਹ ਲਾਈਫ਼ਸਟਾਈਲ ਚਾਹੁੰਦੇ ਹੋ ਤਾਂ ਤੁਹਾਨੂੰ ਕੰਮ ਕਰਨ ਦਾ ਸਟਾਇਲ ਅਪਨਾਉਣਾ ਹੋਵੇਗਾ ਜਿਸ ਤੋਂ ਤੁਸੀਂ ਇਹ ਲਾਈਫ਼ ਸਟਾਈਲ ਪਾ ਸਕੋ। ਮੈਂ ਆਪਣਾ ਬਿਜ਼ਨਿਸ ਟਾਟਾ ਇੰਡੀਕਾ ਕਾਰ ਤੋਂ ਸ਼ੁਰੂ ਕੀਤਾ ਸੀ। ਮੈਂ ਆਪਣੀ ਕਾਰ ਵਿੱਚ ਆਪਣਾ ਕੰਬਲ ਅਤੇ ਸਿਰਹਾਣਾ ਪੱਕਾ ਰੱਖ ਲਿਆ ਸੀ। ਮੇਰੀ ਕਾਰ ਵਿੱਚ ਭੁੰਨੇ ਹੋਏ ਛੋਲੇ ਅਤੇ ਮੁੰਗਫਲੀ ਖਾਣ ਲਈ ਹਮੇਸ਼ਾ ਮੌਜੂਦ ਰਹਿੰਦੇ ਸਨ। ਲੋਕ ਆਪਣੀ ਕਾਰ ਵਿੱਚ ਪਾਣੀ ਦੀਆਂ ਬੋਤਲਾਂ ਰੱਖਦੇ ਹਨ, ਮੇਰੀ ਕਾਰ ਵਿੱਚ 10 ਲੀਟਰ ਵਾਲਾ ਪਾਣੀ ਦੀ ਗੇਲਨ ਰਹਿੰਦਾ ਸੀ। ਮੈਂ ਬਿਜ਼ਨਿਸ ਦੇ ਪਹਿਲੇ ਕਈ ਮਹੀਨਿਆਂ ਤੱਕ ਸੜਕ ਕਿਨਾਰੇ ਢਾਬਿਆਂ ਦੇ ਅਣਗਿਣਤ ਪਰਾਂਠਿਆਂ ਅਤੇ ਕਈ ਲੀਟਰ ਚਾਹ ਦੇ ਸਹਾਰੇ ਰਿਹਾ ਹਾਂ। ਮੈਂ ਕਈ ਰਾਤਾਂ ਸੜਕ ਕਿਨਾਰਿਆਂ ਦੇ ਢਾਬਿਆਂ 'ਤੇ ਆਪਣੀ ਕਾਰ ਖੜੀ ਕਰ ਕੇ ਕੱਟੀਆਂ ਹਨ, ਕਿਉਂ ਕਿ ਥੱਕ ਕੇ ਮੈਂ ਗੱਡੀ ਚਲਾਉਣ ਵਿੱਚ ਅਸਮਰੱਥ ਹੋ ਜਾਂਦਾ ਸੀ। ਮੈਂ ਹਰ ਤਰ੍ਹਾਂ ਦਾ ਮਖੌਲ ਅਤੇ ਹਾਸਾ ਵੀ ਸੁਣਿਆ ਹੈ। ਮੈਂ ਆਪਣੇ ਦੋਸਤਾਂ ਨੂੰ ਆਪਣਾ ਸਭ ਤੋਂ ਵੱਡਾ ਆਲੋਚਕ ਬਣਦਿਆਂ ਦੇਖਿਆ ਹੈ। ਪਰ ਮੈਨੂੰ ਇਹ ਪਤਾ ਸੀ ਕਿ ਇਹ ਸਥਾਈ ਨਹੀਂ ਹੈ, ਇਹ ਥੋੜ੍ਹੇ ਸਮੇਂ ਲਈ ਹੈ। ਮੈਨੂੰ ਇਹ ਪੂਰਨ ਭਰੋਸਾ ਸੀ ਕਿ ਛੇਤੀ ਹੀ ਮੈਨੂੰ ਉਹ ਮਿਲ ਜਾਵੇਗਾ, ਜਿਸ ਲਈ ਮੈਂ ਇੱਥੇ ਆਇਆ ਹਾਂ ਪਰ ਮੈਨੂੰ ਉਸ ਤੋਂ ਵੀ ਜ਼ਿਆਦਾ ਮਿਲਿਆ। ਜਿੰਨਾ ਵੱਡਾ ਸੁਫ਼ਨਾ ਹੋਵੇਗਾ, ਉਸ ਦੇ ਲਈ ਪਾਗਲਪਨ ਉਨਾਂ ਹੀ ਜ਼ਿਆਦਾ ਹੋਣਾ ਜ਼ਰੂਰੀ ਹੈ।

3.
ਵਿਅਕਤੀਆਂ ਨੂੰ ਛੇਤੀ ਤੋਂ ਛੇਤੀ ਟੀਮ ਵਿੱਚ ਬਦਲੋ

ਤੁਹਾਡਾ ਕੰਮ ਸਿਰਫ਼ ਲੋਕਾਂ ਨੂੰ ਸਪੌਂਸਰ ਕਰਨਾ ਨਹੀਂ ਹੈ। ਤੁਹਾਡਾ ਕੰਮ ਇੱਕ ਵਿਅਕਤੀ ਨੂੰ ਟੀਮ ਵਿੱਚ ਤਬਦੀਲ ਕਰਨਾ ਹੈ।

– ਦੀਪਕ ਬਜਾਜ

ਜਦੋਂ ਤੁਸੀਂ ਕਿਸੇ ਨੂੰ ਸਪੌਂਸਰ ਕਰਦੇ ਹੋ, ਬਿਜ਼ਨਿਸ ਸ਼ੁਰੂ ਕਰਵਾਉਂਦੇ ਹੋ, ਤਾਂ ਉਹ ਵਿਅਕਤੀ ਤੁਹਾਡੀ ਟੀਮ ਦੇ ਨਕਸ਼ੇ ਵਿੱਚ ਇੱਕ ਗੋਲੇ ਦੇ ਤੌਰ 'ਤੇ ਦਿਖਾਈ ਦਿੰਦਾ ਹੈ। ਇਹ ਗੋਲਾ ਇੱਕ ਵਿਅਕਤੀ ਉਦੋਂ ਬਣਦਾ ਹੈ, ਜਦੋਂ ਉਹ ਅੱਗੇ ਕਿਸੇ ਹੋਰ ਨੂੰ ਸਪੌਂਸਰ ਕਰਦਾ ਹੈ। ਤੁਸੀਂ ਉਦੋਂ ਤੱਕ ਕਿਸੇ ਵਿਅਕਤੀ ਨੂੰ ਸਪੌਂਸਰ ਨਹੀਂ ਕੀਤਾ ਹੁੰਦਾ, ਜਦੋਂ ਤੱਕ ਉਹ ਆਪਣੇ-ਆਪ ਘੱਟ ਤੋਂ ਘੱਟ ਇੱਕ ਵਿਅਕਤੀ ਨੂੰ ਸਪੌਂਸਰ ਨਹੀਂ ਕਰਦਾ। ਉਸ ਤੋਂ ਬਾਅਦ, ਤੁਹਾਡਾ ਕੰਮ ਉਸ ਵਿਅਕਤੀ ਨੂੰ ਇੱਕ ਐਕਟਿਵ ਡਿਸਟ੍ਰੀਬਿਊਟਰ ਬਣਾਉਣਾ ਹੈ ਜੋ ਆਪਣੇ ਲਈ ਇੱਕ ਟੀਮ ਬਣਾਵੇ।

ਕਿਸੇ ਵਿਅਕਤੀ ਨੂੰ ਸਪੌਂਸਰ ਕਰਨਾ ਇਸ ਬਿਜ਼ਨਿਸ ਦਾ ਪਹਿਲਾ ਕਦਮ ਹੈ। ਇਸ ਤੋਂ ਬਾਅਦ ਤੁਸੀਂ ਜੋ ਕੁੱਝ ਕਰਦੇ ਹੋ ਉਹ ਨਿਰਧਾਰਿਤ ਕਰੇਗਾ ਕਿ ਤੁਸੀਂ ਇਸ ਬਿਜ਼ਨਿਸ ਵਿੱਚ ਕਿੰਨੀ ਦੂਰ ਤੱਕ ਜਾਓਗੇ।

– ਦੀਪਕ ਬਜਾਜ

ਯੂਜਰ ਆਈ ਡੀ/ਨੰਬਰ ⇨ **ਡਿਸਟ੍ਰੀਬਿਊਟਰ** ⇨ **ਐਕਟਿਵ ਡਿਸਟ੍ਰੀਬਿਊਟਰ** ⇨ **ਟੀਮ**

ਜਿਵੇਂ ਹੀ ਤੁਸੀਂ ਆਪਣੀ ਟੀਮ ਵਿੱਚ ਇੱਕ ਨਵੇਂ ਵਿਅਕਤੀ ਨੂੰ ਸਪੌਂਸਰ ਕਰਦੇ ਹੋ, ਤਾਂ ਉਨ੍ਹਾਂ ਦੇ ਨਾਲ ਇੱਕ ਸੁਆਗਤ ਮੀਟਿੰਗ ਰੱਖ ਕੇ ਉਨ੍ਹਾਂ ਨੂੰ ਇੱਕ ਹਫਤੇ ਦੇ ਅੰਦਰ ਕਿਸੇ ਪ੍ਰੋਗਰਾਮ ਵਿੱਚ ਆਪਣੇ ਨਾਲ ਲੈ ਕੇ ਜਾਓ। ਉਸ ਨੂੰ ਸ਼ੁਰੂਆਤ ਦੇ ਇੱਕ-ਦੋ ਹਫਤੇ ਵਿੱਚ 8 ਤੋਂ 10 ਅਪੋਆਇੰਟਮੈਂਟ ਦਿਵਾਉਣ ਅਤੇ ਪਹਿਲੀ ਦੋ-ਤਿੰਨ ਸੇਲਾਂ ਨੂੰ ਕਲੋਜ਼ ਕਰਨ ਵਿੱਚ ਮਦਦ ਕਰੋ। ਇੱਕ ਨਵੇਂ ਡਿਸਟ੍ਰੀਬਿਊਟਰ ਨੂੰ ਕਿਵੇਂ ਬਿਜ਼ਨਿਸ ਦੀ ਸ਼ੁਰੂਆਤ ਕਰਾਈਏ, ਇਹ ਤੁਸੀਂ ਇਸ ਕਿਤਾਬ ਦੇ ਸਫਲਤਾ ਦੇ ਤਰੀਕੇ ਨਾਂ ਦੇ ਅਧਿਆਇ ਵਿੱਚੋਂ ਵਿਸਤਾਰ ਨਾਲ ਪੜ੍ਹ ਕੇ ਸਿੱਖ ਸਕਦੇ ਹੋ।

ਇਸਦੇ ਨਾਲ ਹੀ ਟੀਮ ਦੀ ਸ਼ੁਰੂਆਤ ਹੁੰਦੀ ਹੈ। ਇੱਕ ਵਿਅਕਤੀ ਦੇ ਮੁਕਾਬਲੇ ਅੰਦਰ ਟੀਮ ਦੇ ਟਿਕੇ ਰਹਿਣ ਦੀਆਂ ਉਮੀਦਾਂ ਜ਼ਿਆਦਾ ਹੁੰਦੀਆਂ ਹਨ। ਹੁਣ ਆਪਣੀ ਟੀਮ ਨੂੰ ਸਹੀ ਅਭਿਆਸ ਕਰਾਓ, ਉਨ੍ਹਾਂ ਜਿੰਨਾ ਚੰਗਾ ਸਹਿਯੋਗ ਦੇ ਸਕਦੇ ਹੋ ਦਿਓ,

ਅਤੇ ਇਹ ਸੁਨਿਸ਼ਚਿਤ ਕਰੋ ਕਿ ਉਹ ਸਾਰੇ ਇਵੈਂਟਾਂ ਵਿੱਚ ਹਿੱਸਾ ਲੈਣ। ਇੱਕ ਟੀਮ ਜੋ ਇਵੈਂਟਾਂ ਨਾਲ ਜੁੜੀ ਰਹਿੰਦੀ ਹੈ, ਉਹ ਲੰਮੀ ਟਿਕੀ ਰਹਿੰਦੀ ਅਤੇ ਬਹੁਤ ਚੰਗਾ ਕੰਮ ਕਰਦੀ ਹੈ।

ਇਹ ਇੱਕ ਸ਼ੁਰੂਆਤੀ ਪ੍ਰਕਿਰਿਆ ਹੈ ਅਤੇ ਜੋ ਵੀ ਵਿਅਕਤੀ ਸਾਡੇ ਨਾਲ ਕੰਮ ਸ਼ੁਰੂ ਕਰਦਾ ਹੈ, ਸਾਨੂੰ ਉਸਨੂੰ ਇਸੇ ਤਰੀਕੇ ਨਾਲ ਅੱਗੇ ਵਧਾਉਣਾ ਚਾਹੀਦਾ ਹੈ। ਇਸ ਕੰਮ ਨੂੰ ਤੁਸੀਂ ਜਿੰਨਾ ਛੇਤੀ ਅਤੇ ਜਿੰਨੇ ਵੱਧ ਤੋਂ ਵੱਧ ਲੋਕਾਂ ਨਾਲ ਕਰੋਗੇ, ਤੁਹਾਨੂੰ ਜ਼ਬਰਦਸਤ ਗਤੀ ਮਿਲੇਗੀ। ਇਸ ਪ੍ਰਕਿਰਿਆ ਨੂੰ ਜ਼ਿਆਦਾ ਤੋਂ ਜ਼ਿਆਦਾ ਲੋਕਾਂ ਨਾਲ ਦੁਹਰਾਓ ਅਤੇ ਉਨ੍ਹਾਂ ਨੂੰ ਵੀ ਆਪਣੇ ਲੋਕਾਂ ਨਾਲ ਅਜਿਹਾ ਕਰਨ ਲਈ ਪ੍ਰੇਰਿਤ ਕਰੋ। ਅਸਲ ਵਿੱਚ ਸਾਡਾ ਨਿਸ਼ਾਨਾ ਹੈ ਕਿ ਜ਼ਿਆਦਾ ਤੋਂ ਜ਼ਿਆਦਾ ਸੁਤੰਤਰ ਟੀਮਾਂ ਬਣਾਈਏ ਜੋ ਇਕੱਠੇ ਹੋ ਕੇ ਕੰਮ ਕਰਨ। ਇਸ ਨਾਲ ਚੰਗੀ ਗਤੀ ਅਤੇ ਸਥਿਰਤਾ ਸੁਨਿਸ਼ਚਿਤ ਹੋਵੇਗੀ।

ਹਰ ਕੋਈ ਉਤਸ਼ਾਹ ਦੇ ਨਾਲ ਕੰਮ ਸ਼ੁਰੂ ਕਰਦਾ ਹੈ। ਇਸ ਤੋਂ ਪਹਿਲਾਂ ਕਿ ਉਨ੍ਹਾਂ ਦਾ ਉਤਸ਼ਾਹ ਥੋੜ੍ਹਾ ਠੰਡਾ ਹੋਵੇ, ਉਨ੍ਹਾਂ ਨੂੰ ਕੁੱਝ ਉਪਲਬਧੀਆਂ ਪ੍ਰਾਪਤ ਕਰਨ ਵਿੱਚ ਸਹਾਈ ਹੋ ਜਾਓ।

– ਦੀਪਕ ਬਜਾਜ

ਹਰ ਇਵੈਂਟ ਵਿੱਚ ਆਪਣੇ-ਆਪ ਨੂੰ ਪੁੱਛੋ, "ਤੁਹਾਡੀ ਕਿੰਨੀ ਵੱਖ-ਵੱਖ ਟੀਮਾਂ ਇਸ ਇਵੈਂਟ ਵਿੱਚ ਸ਼ਾਮਿਲ ਹੋ ਰਹੀਆਂ ਹਨ?" ਫਿਰ ਆਪਣੀਆਂ ਵੱਖ-ਵੱਖ ਟੀਮਾਂ ਦੀ ਗਿਣਤੀ ਵਧਾਉਂਦੇ ਜਾਓ ਅਤੇ ਬਿਜ਼ਨਿਸ ਆਪਣੇ-ਆਪ ਹੀ ਵਧਦਾ ਚਲਾ ਜਾਏਗਾ।

ਟੀਮ = ਸਭ ਮਿਲ ਕੇ ਇੱਕਠੇ ਹੋ ਕੇ ਬਹੁਤ ਕੁੱਝ ਪ੍ਰਾਪਤ ਕਰ ਸਕਦੇ ਹਾਂ

TEAM = Together Everyone Achieves More

ਮੈਂ ਅਤੇ ਗੌਰਵ ਆਪਣੇ ਖ਼ਾਨਦਾਨ ਦੇ ਪਹਿਲੇ ਬਿਜ਼ਨਿਸਮੈਨ ਹਾਂ। ਅਸੀਂ ਦੋਵੇਂ ਕਿਸੇ ਨਾਲ ਗੱਲ ਕਰਨ ਵਿੱਚ ਬਹੁਤ ਸ਼ਰਮਾਉਂਦੇ ਅਤੇ ਸਿਰਫ਼ ਇਕੱਲੇ ਕੰਮ ਕਰਕੇ ਖ਼ੁਸ਼ ਸੀ। ਪਰ ਇਸ ਬਿਜ਼ਨਿਸ ਵਿੱਚ ਕੁੱਝ ਸਮਾਂ ਰਹਿਣ ਤੋਂ ਬਾਅਦ, ਸਾਡੀ ਆਮਦਨ ਇੱਕ ਲੇਵਲ ਤੋਂ ਬਾਅਦ ਵੱਧ ਹੀ ਨਹੀਂ ਰਹੀ ਸੀ। ਇਕੱਲੇ ਦੌੜ-ਦੌੜ ਕੇ ਅਸੀਂ ਥੱਕਣ ਲੱਗੇ ਸੀ। ਸਾਡਾ ਟਰਨਿੰਗ ਪੁਆਇੰਟ ਉਦੋਂ ਆਇਆ ਜਦੋਂ ਅਸੀਂ ਇਹ ਮਹਿਸੂਸ ਕੀਤਾ ਕਿ ਨੈੱਟਵਰਕ ਮਾਰਕੀਟਿੰਗ ਇੱਕ ਟੀਮ ਸਪੋਰਟ ਹੈ। ਫਿਰ ਅਸੀਂ ਹਰ ਐਕਟਿਵ ਡਿਸਟ੍ਰੀਬਿਊਟਰ ਲਈ ਇੱਕ ਟੀਮ ਬਣਾਉਣੀ ਸ਼ੁਰੂ ਕੀਤੀ। ਹੌਲੀ-ਹੌਲੀ ਸਾਡੀ ਟੀਮ ਵਿੱਚ ਸੈਂਕੜਿਆਂ ਛੋਟੀਆਂ ਟੀਮਾਂ ਇਕੱਠੀਆਂ ਹੋ ਕੰਮ ਕਰਨ ਲੱਗੀਆਂ ਜਿਸ ਨਾਲ ਸਾਨੂੰ ਵੱਡੀ ਅਤੇ ਸਥਿਰ ਸਫਲਤਾ ਮਿਲਣ ਲੱਗੀ। ਮੇਰੇ ਕੁੱਝ ਅਜਿਹੇ ਚੰਗੇ ਮਿੱਤਰ ਹਨ ਜੋ ਟੀਮ ਬਣਾਉਣ ਵਿੱਚ ਬਹੁਤ ਮਾਹਿਰ ਹਨ ਅਤੇ ਉਹ ਲੋਕ - ਸ਼ੀਜਨ ਨਾਯਰ, ਉੱਤਮ ਚੇਤਿਆ ਅਤੇ ਵਿਜੇ ਤੇਤਰਵਾਲ ਹਨ।

4. ਪਾਵਰ ਸ਼ਾਟਸ

ਸਾਡਾ ਬਿਜ਼ਨਿਸ ਉਤਸ਼ਾਹ ਅਤੇ ਪ੍ਰਾਪਤੀਆਂ ਦਾ ਬਿਜ਼ਨਿਸ ਹੈ। ਕਦੇ-ਕਦੇ ਅਜਿਹਾ ਹੁੰਦਾ ਹੈ ਕਿ ਸਾਰੀਆਂ ਗਤੀਵਿਧੀਆਂ ਦੇ ਸਹੀ ਹੋਣ ਦੇ ਬਾਵਜੂਦ ਵੀ ਇਹ ਉਤਸ਼ਾਹ ਦੀ ਚੰਗਿਆੜੀ ਕਿਤੇ ਗਾਇਬ ਹੋ ਜਾਂਦੀ ਹੈ। ਇੱਕ ਸਮੇਂ, ਤੁਹਾਡੀ ਸਾਰੀਆਂ ਮੌਜੂਦਾ ਟੀਮਾਂ ਸਹੀ ਕਰ ਰਹੀਆਂ ਹੋਣਗੀਆਂ, ਪਰ ਤੁਹਾਡੀ ਇਨਕਮ ਵਧਾਉਣ ਜਾਂ ਇੱਕ ਨਵੀਂ ਰੈਂਕ ਪਾਉਣ ਲਈ ਤੁਹਾਨੂੰ ਸਿੱਧੇ ਆਪਣੇ ਲਈ ਇੱਕ ਨਿੱਜੀ ਟੀਮ ਦੀ ਵੀ ਲੋੜ ਹੋਵੇਗੀ। ਕਦੇ ਤੁਹਾਨੂੰ ਆਪਣੀ ਟੀਮ ਵਿੱਚ ਗਤੀ ਲਿਆਉਣ ਲਈ ਉਨ੍ਹਾਂ ਦੇ ਸਭ ਤੋਂ ਹੇਠਲੇ ਭਾਗ ਵਿੱਚ ਨਿੱਜੀ ਤੌਰ 'ਤੇ ਕੰਮ ਕਰਨਾ ਹੋਵੇਗਾ, ਜਾਂ ਕਦੇ ਕਿਸੇ ਵਿਦੇਸ਼ ਯਾਤਰਾ 'ਤੇ ਜਾਂ ਰਿਕਾਰਡ ਸਮੇਂ ਵਿੱਚ ਕੋਈ ਪ੍ਰਤਿਯੋਗਤਾ ਜਿੱਤਣੀ ਹੋਵੇਗੀ। ਇੰਨਾ ਸਾਰੀਆਂ ਪ੍ਰਸਥਿਤੀਆਂ ਵਿੱਚ ਤੁਹਾਨੂੰ ਇੱਕ ਪਾਵਰ ਸ਼ਾਟਸ ਦੀ ਲੋੜ ਹੁੰਦੀ ਹੈ।

ਪਾਵਰ ਸ਼ਾੱਟਸ ਟੀਚੇ 'ਤੇ ਕੇਂਦਰਿਤ ਅਤੇ ਨਤੀਜਾ ਅਧਾਰਤ ਗਤੀਵਿਧੀਆਂ ਦੀ ਇੱਕ ਲੜੀ ਵਜੋਂ ਪਰਿਭਾਸ਼ਿਤ ਕਰਦਾ ਹੈ, ਜੋ ਥੋੜ੍ਹੇ ਸਮੇਂ ਅੰਦਰ ਵੱਡੇ ਨਤੀਜੇ ਦਿੰਦੇ ਹਨ। ਅਸੀਂ 60 ਤੋਂ 90 ਦਿਨਾਂ ਦੇ ਪਾਵਰ ਸ਼ਾੱਟਸ ਲਈ ਆਪਣੇ-ਆਪ ਨੂੰ ਵਚਨਬੱਧ ਕਰਦੇ ਹਾਂ ਤਾਂ ਕਿ ਉਸ ਸਮੇਂ ਅੰਦਰ ਸਾਡੀ ਪੂਰੀ ਟੀਮ ਨੂੰ ਰੀਚਾਰਜ ਕਰ ਸਕੀਏ ਅਤੇ ਉਨ੍ਹਾਂ ਦੀ ਬਿਹਤਰ ਆਮਦਨ, ਰੈਂਕ, ਇਨਾਮ, ਮੁਫ਼ਤ ਯਾਤਰਾਵਾਂ ਆਦਿ ਤੋਂ ਇਲਾਵਾ ਉਨ੍ਹਾਂ ਦੇ ਅੰਦਰ ਉਤਸ਼ਾਹ, ਜਨੂੰਨ ਅਤੇ ਜਜ਼ਬਾ ਜਾਗੇ।

ਇਸ 90 ਦਿਨਾਂ ਦੀ ਮਿਆਦ ਵਿੱਚ, ਤੁਸੀਂ ਪਹਿਲੇ 30 ਦਿਨ ਵੱਡੇ ਪੱਧਰ 'ਤੇ ਭਰਤੀ ਕਰਨ ਲਈ ਸਮਰਪਿਤ ਕਰਦੇ ਹੋ - ਲੋਕਾਂ ਨੂੰ ਵੱਡੇ ਪੱਧਰ ਤੇ ਭਰਤੀ ਕਰੋ। ਪਹਿਲੇ 30 ਦਿਨਾਂ ਵਿੱਚ 20 ਤੋਂ 30 ਨਵੇਂ ਸਹਿਕਰਮੀਆਂ ਦੀ ਭਰਤੀ ਕਰੋ। ਯਕੀਨੀ ਬਣਾਓ ਕਿ ਉਹ ਜਿਵੇਂ ਹੀ ਬਿਜ਼ਨਿਸ ਵਿੱਚ ਆਉਣ, ਉਵੇਂ ਹੀ ਇਵੈਂਟਾਂ ਵਿੱਚ ਸ਼ਾਮਿਲ ਹੋ ਜਾਣ। ਫਿਰ ਅਗਲੇ 15 ਦਿਨ, ਉਨ੍ਹਾਂ ਨੂੰ ਉਹੀ ਗਤੀਵਿਧੀਆਂ ਦੁਹਰਾ ਕੇ ਕੁਸ਼ਲ ਅਤੇ ਪ੍ਰਭਾਵੀ ਬਣਾਉਂਦੇ ਹੋਏ ਫਿਰ ਅਗਲੇ 45 ਦਿਨਾਂ ਵਿੱਚ, ਉਹ ਨਵੀਂ ਟੀਮ ਇੱਕ ਨਵੀਂ ਰੈਂਕ ਪਾਉਣ 'ਤੇ ਜ਼ਿਆਦਾ ਆਮਦਨ ਕਮਾਉਣ ਦੇ ਮਿਸ਼ਨ ਵਿੱਚ ਲੱਗ ਜਾਂਦੀ ਹੈ। ਸਾਨੂੰ 90 ਦਿਨਾਂ ਦੀ ਸਮਾਪਤੀ 'ਤੇ ਇੱਕ ਵੱਡਾ ਇਵੈਂਟ ਆਯੋਜਿਤ ਕਰਨਾ ਚਾਹੀਦਾ ਹੈ, ਜਿਸ ਨਾਲ ਉਨ੍ਹਾਂ ਨੂੰ ਹੋਰ ਗਤੀ ਦੇਣ ਦੀ ਊਰਜ਼ਾ ਮਿਲੇ।

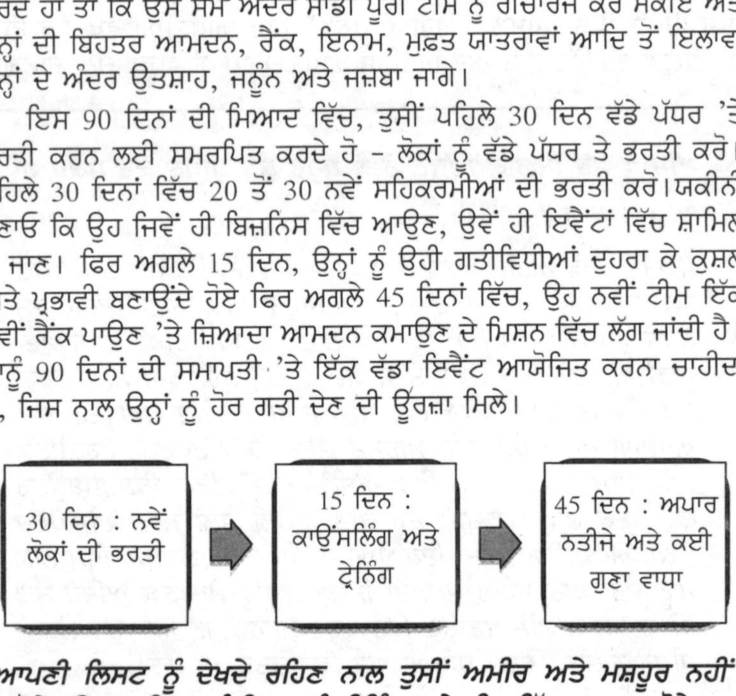

ਆਪਣੀ ਲਿਸਟ ਨੂੰ ਦੇਖਦੇ ਰਹਿਣ ਨਾਲ ਤੁਸੀਂ ਅਮੀਰ ਅਤੇ ਮਸ਼ਹੂਰ ਨਹੀਂ ਬਣੋਗੇ, ਉਸ ਲਈ ਤੁਹਾਨੂੰ ਲਿਸਟ ਨੂੰ ਮੀਟਿੰਗ ਅਤੇ ਟੀਮ ਵਿੱਚ ਬਦਲਣਾ ਹੋਵੇਗਾ।

- ਦੀਪਕ ਬਜਾਜ

ਜ਼ਬਰਦਸਤ ਸਪੌਂਸਰਿੰਗ ਡਰਾਈਵ

ਪਾਵਰ ਸ਼ਾਟਸ ਲਈ ਪਹਿਲਾ ਕਦਮ ਹੈ, ਜ਼ਬਰਦਸਤ ਪਰਸਨਲ ਸਪੌਂਸਰਿੰਗ। ਨੈੱਟਵਰਕ ਮਾਰਕੀਟਿੰਗ ਵਿੱਚ ਹਰ ਕੋਈ ਲੋਕਾਂ ਨੂੰ ਸਪੌਂਸਰ ਕਰਦਾ ਹੈ ਪਰ ਜੇ ਤੁਸੀਂ ਇਸ ਬਿਜ਼ਨਿਸ ਨੂੰ ਵੱਡਾ ਅਤੇ ਛੇਤੀ ਅੱਗੇ ਵਧਾਉਣਾ ਚਾਹੁੰਦੇ ਹੋ ਤਾਂ ਤੁਹਾਨੂੰ ਵੱਡੀ ਮਾਤਰਾ ਵਿੱਚ ਪਰਸਨਲ ਸਪੌਂਸਰਿੰਗ ਕਰਨੀ ਪਵੇਗੀ। ਲੋਕਾਂ ਨੂੰ ਸਪੌਂਸਰ ਕਰਨ ਦੀ ਫੈਕਟਰੀ ਬਣਾਉਣੀ ਪਵੇਗੀ। ਆਪਣੀ ਪੁਰਾਣੀ ਲਿਸਟ ਨੂੰ ਖ਼ਤਮ ਕਰਕੇ ਨਵੀਂ ਲਿਸਟ ਬਣਾਉਣੀ ਹੋਵੇਗੀ। ਸਾਰਿਆਂ ਨਾਲ ਗੱਲਾਂ ਕਰੋ। ਅੱਗੇ ਵੱਧਦੇ ਰਹੋ। ਜ਼ਿਆਦਾ ਤੋਂ ਜ਼ਿਆਦਾ ਅਪੋਆਇੰਟਮੈਂਟ ਲਓ। ਤੁਹਾਨੂੰ ਆਪਣੀ ਲਿਸਟ ਵਧਾਉਣ ਲਈ ਬਹੁਤ ਸਾਰੀਆਂ ਰਣਨੀਤੀਆਂ ਇਸ ਕਿਤਾਬ ਵਿਚ, ਮੇਰੀ ਵੈੱਬਸਾਈਟ www.deepakbajaj.biz ਅਤੇ ਮੇਰੀ ਬਹੁਤ ਸਾਰੀਆਂ ਆੱਨਲਾਈਨ ਫ੍ਰੀ ਵੀਡੀਓ ਵਿੱਚ ਦੇਖਣ ਨੂੰ ਮਿਲਣਗੀਆਂ।

ਜਿਵੇਂ ਕਿ ਐਲਨ ਪੀਜ਼ ਨੇ ਕਿਹਾ ਸੀ, "ਅਪਾਰ ਨਤੀਜੇ ਪਾਉਣ ਲਈ, ਅਗਲੇ ਹਫਤੇ ਦੇ ਪ੍ਰਾਸਪੈਕਟ ਨੂੰ ਇਸੇ ਹਫਤੇ ਮਿਲ ਲਓ। ਅਗਲੇ ਮਹੀਨੇ ਦੇ ਪ੍ਰਾਸਪੈਕਟਾਂ ਨੂੰ ਇਸੇ ਮਹੀਨੇ ਮਿਲ ਲਓ। ਇੱਕ ਔਸਤ ਆਦਮੀ ਜਿਸ ਕੰਮ ਨੂੰ ਪੂਰਾ ਕਰਨ ਵਿੱਚ 5 ਤੋਂ 6 ਮਹੀਨੇ ਲੈਂਦਾ ਹੈ, ਤੁਹਾਨੂੰ ਉਸ ਨੂੰ 3 ਤੋਂ 4 ਹਫਤਿਆਂ ਵਿੱਚ ਪੂਰਾ ਕਰਨਾ ਹੈ।"

ਇਸ ਲਈ, ਪਾਵਰ ਸ਼ਾਟਸ ਬਹੁਤ ਹੀ ਆਸਾਨ ਹਨ ਛੇਤੀ ਨਾਲ ਬਹੁਤ ਸਾਰੇ ਲੋਕਾਂ ਨੂੰ ਬਿਜ਼ਨਿਸ ਵਿੱਚ ਲੈ ਕੇ ਆਓ, ਉਨ੍ਹਾਂ ਨੂੰ ਸ਼ਕਤੀ ਪ੍ਰਦਾਨ ਕਰ ਅਚੀਵਰਜ਼ ਬਣਾਓ। ਆਪਣੀ ਸਫਲਤਾ ਨੂੰ ਕਈ ਗੁਣਾ ਵਧਾਓ ਅਤੇ 90 ਦਿਨਾਂ ਦੇ ਬਾਅਦ ਇੱਕ ਸ਼ਾਨਦਾਰ ਜਸ਼ਨ ਦਾ ਆਯੋਜਨ ਕਰੋ।

ਉੱਚਾਈ 'ਤੇ ਜਾਣ ਲਈ ਪਾਵਰ ਸ਼ਾਟਸ ਨਾਲ ਕੰਮ ਕਰੋ

ਸਿਰਫ਼ ਪਾਵਰ ਸ਼ਾਟਸ ਦੇ ਕਾਰਨ ਹੀ ਮੈਂ ਆਪਣੀ ਉੱਚ ਆਮਦਨ ਵਾਲੀ ਨੌਕਰੀ ਨੂੰ ਛੱਡ ਸਕਿਆ। ਬਿਜ਼ਨਿਸ ਸ਼ੁਰੂ ਕਰਨ ਦੇ 90 ਦਿਨਾਂ ਦੇ ਅੰਦਰ ਮੈਂ ਇੱਕ ਫੁੱਲ ਟਾਈਮਰ ਬਣ ਗਿਆ ਅਤੇ 98 ਦਿਨਾਂ ਦੇ ਅੰਦਰ ਮੈਂ ਉੱਚ ਆਮਦਨ ਦੇ ਸਤਰ ਨੂੰ ਛੂਹ ਲਿਆ ਸੀ। ਉਨਾਂ 90 ਦਿਨਾਂ ਤੱਕ ਮੈਂ ਗੌਰਵ ਮਹਿਰਾ ਅਤੇ ਗੌਰਵ ਬਜਾਜ ਦੇ ਨਾਲ ਉਸੇ ਪਲਾਨ 'ਤੇ ਕੰਮ ਕਰਦਾ ਰਿਹਾ ਜੋ ਮੈਂ ਇਸ ਕਿਤਾਬ ਵਿੱਚ ਦੱਸਿਆ ਹੈ। ਬਾਅਦ ਵਿੱਚ ਮੇਰੀ ਟੀਮ ਦੇ ਕਈ ਲੀਡਰਾਂ ਨੇ ਉਸ ਨੂੰ ਅਪਣਾਇਆ ਜਿਵੇਂ ਵਿਕਾਸ ਸਿੰਗਲਾ ਅਤੇ ਮਾਨਿਕ ਕੌੜਾ; ਬਾਅਦ ਵਿੱਚ ਅਸੀਂ ਇਸ ਨੂੰ ਇੱਕ ਤੇਜ਼ੀ ਨਾਲ ਵੱਧ ਰਹੀ ਸੰਸਥਾ ਵਿੱਚ ਬਦਲ ਦਿੱਤਾ।

5.

ਆਪਣੀ ਟੀਮ ਨੂੰ ਲੀਡਰ ਬਣਾਉਣ ਦੀ ਫੈਕਟਰੀ ਬਣਾਓ

ਲੀਡਰਸ਼ਿਪ ਦਾ ਅਰਥ ਹੈ ਦੂਜਿਆਂ ਨੂੰ ਆਪਣੀ ਹਾਜ਼ਰੀ ਨਾਲ ਬਿਹਤਰ ਬਣਾਉਣਾ ਹੈ ਅਤੇ ਇਹ ਸੁਨਿਸ਼ਚਿਤ ਕਰਨਾ ਵੀ ਤੁਹਾਡੀ ਗ਼ੈਰਹਾਜ਼ਰੀ ਵਿੱਚ ਵੀ ਇਹ ਪ੍ਰਭਾਵ ਬਣਿਆ ਰਹੇ।

– ਸ਼ੇਰਿਲ ਸੇਂਡਬਰਗ

ਕੀ ਤੁਸੀਂ ਕਦੇ ਸੋਚਿਆ ਹੈ ਕਿ ਕੁੱਝ ਲੋਕ ਜੋ ਆਪਣੇ ਪ੍ਰੋਫ਼ੈਸ਼ਨ ਜਾਂ ਪੇਸ਼ੇ ਵਿੱਚ ਬੜੇ ਸਫਲ ਹੁੰਦੇ ਹਨ ਪਰ ਉਹ ਨੈੱਟਵਰਕ ਮਾਰਕੀਟਿੰਗ ਬਿਜ਼ਨਿਸ ਵਿੱਚ ਸਫਲ ਕਿਉਂ ਨਹੀਂ ਹੋ ਪਾਉਂਦੇ? ਇੱਕ ਬਹੁਤ ਸਫਲ ਸੇਲਸ ਪਰਸਨ ਜਿਸਨੇ ਇੰਡਸਟਰੀ ਵਿੱਚ ਬਹੁਤ ਸਾਰੇ ਰਿਕਾਰਡ ਬਣਾਏ ਹੋਣ, ਉਹ ਨੈੱਟਵਰਕ ਮਾਰਕੀਟਿੰਗ ਵਿੱਚ ਕਮਾਲ ਨਹੀਂ ਕਰ ਪਾਉਂਦਾ, ਉੱਥੇ ਉਸ ਸਮੇਂ ਇੱਕ ਦੂਜਾ ਵਿਅਕਤੀ, ਜੋ ਬਹੁਤ ਹੀ ਸਧਾਰਨ-ਜਿਹੀ ਸ਼ੁਰੂਆਤ ਤੋਂ ਵਧਦਾ ਹੈ ਅਤੇ ਜਿਸਦੇ ਕੋਲ ਵਿੱਕਰੀ ਦਾ ਕੋਈ ਅਨੁਭਵ ਨਹੀਂ ਹੁੰਦਾ, ਉਹ ਹਰ ਕਿਸੇ ਦੀ ਆਸ ਤੋਂ ਵੱਧ ਬਹੁਤ ਵਧੀਆ ਪ੍ਰਦਰਸ਼ਨ ਕਰਦਾ ਹੈ। ਇਹ ਇਸ ਲਈ ਵੀ ਹੈ ਕਿਉਂ ਕਿ ਨੈੱਟਵਰਕ ਮਾਰਕੀਟਿੰਗ ਕਿਸੇ ਨਿੱਜੀ ਖੇਡ ਤੋਂ ਜ਼ਿਆਦਾ ਇੱਕ ਟੀਮ ਭਾਵਨਾ ਨਾਲ ਖੇਡਿਆ ਜਾਣ ਵਾਲਾ ਖੇਡ ਹੈ।

ਪਿੱਛੇ ਤੋਂ ਅਗਵਾਈ ਕਰੋ ਅਤੇ ਦੂਜਿਆਂ ਨੂੰ ਇਹ ਸੋਚਣ ਦਿਓ ਕਿ ਉਹ ਅੱਗੇ ਹਨ।

– ਨੈਲਸਨ ਮੰਡੇਲਾ

ਇੱਕ ਸਫਲ ਅਤੇ ਅੱਗੇ ਵਧਣ ਵਾਲੀ ਨੈੱਟਵਰਕ ਮਾਰਕੀਟਿੰਗ ਟੀਮ ਮੁੱਢਲੇ ਤੌਰ 'ਤੇ ਲੀਡਰਾਂ ਨੂੰ ਬਣਾਉਣ ਦੀ ਫੈਕਟਰੀ ਹੁੰਦੀ ਹੈ। ਜਦੋਂ ਤੁਸੀਂ ਨੈੱਟਵਰਕ ਮਾਰਕੀਟਿੰਗ ਬਿਜ਼ਨਿਸ ਸ਼ੁਰੂ ਕਰਦੇ ਹੋ, ਤਾਂ ਤੁਸੀਂ ਸਾਰਾ ਕੁੱਝ ਆਪ ਕਰਦੇ ਹੋ ਅਤੇ ਤੁਹਾਡਾ ਮੁੱਖ ਕੰਮ ਇੱਕ ਟੀਮ ਤਿਆਰ ਕਰਨਾ ਅਤੇ ਉਤਪਾਦ ਨੂੰ ਵੇਚਣਾ ਹੁੰਦਾ ਹੈ। ਜਦੋਂ ਤੁਸੀਂ ਬਿਜ਼ਨਿਸ ਵਿੱਚ ਅੱਗੇ ਵਧਦੇ ਹੋ, ਤਾਂ ਵੀ ਇਹ ਦੋ ਮੁੱਢਲੇ ਕੰਮ ਉਵੇਂ ਹੀ ਰਹਿੰਦੇ ਹਨ ਪਰ ਤੁਹਾਡੇ ਬਿਜ਼ਨਿਸ ਵਿੱਚ ਵਾਧਾ ਉਦੋਂ ਆਏਗਾ ਜਦੋਂ ਤੁਸੀਂ ਆਪਣੀ ਟੀਮ ਵਿੱਚ ਅਜਿਹੇ ਲੋਕਾਂ ਦੀ ਗਿਣਤੀ ਵਧਾਓਗੇ ਜੋ ਲੋਕ ਇਹੀ ਦੋ ਮੁੱਖ ਕੰਮ ਕਰ ਰਹੇ ਹੋਣਗੇ - ਪਹਿਲਾ ਟੀਮ ਬਣਾਉਣਾ ਅਤੇ ਦੂਜਾ ਉਤਪਾਦ ਵੇਚਣਾ। ਜੇ ਤੁਸੀਂ ਆਪਣੇ ਬਿਜ਼ਨਿਸ ਵਿੱਚ ਆਮਦਨ ਨੂੰ ਵਧਾਉਣਾ ਅਤੇ ਸਥਿਰ ਕਰਨਾ ਚਾਹੁੰਦੇ ਹੋ, ਤਾਂ ਤੁਹਾਡਾ ਕੰਮ ਅਜਿਹੇ ਲੋਕਾਂ ਨੂੰ ਤਿਆਰ ਕਰਨਾ ਹੋਵੇਗਾ, ਜੋ ਤੁਹਾਡੇ ਨਾਲ ਤੁਹਾਡੇ ਵਾਂਗ ਹੀ ਸਾਰਿਆਂ ਕੰਮਾਂ ਨੂੰ ਸਫਲਤਾ ਪੂਰਵਕ ਕਰ ਰਹੇ ਹੋਣ। ਸੈਂਕੜੇ ਪਿੰਡਾਂ, ਸ਼ਹਿਰਾਂ ਅਤੇ ਮਹਾਨਗਰਾਂ ਅਤੇ ਮੈਟਰੋ ਵਿੱਚ ਕੰਮ ਕਰਦੇ ਲੱਖਾਂ ਲੋਕਾਂ ਨਾਲ ਵੱਡੀਆ ਅਤੇ ਸੰਪੰਨ ਨੈੱਟਵਰਕ

ਮਾਰਕੀਟਿੰਗ ਟੀਮਾਂ ਬਣਾਉਣ ਦੌਰਾਨ ਮੈਂ ਕੁੱਝ ਇਹੋ ਜਹੀਆਂ ਤਰਕੀਬਾਂ ਕੱਢੀਆਂ ਜਿਸ ਨਾਲ ਛੇਤੀ ਅਤੇ ਸਫਲਤਾ ਪੂਰਵਕ ਆਪਣੀ ਟੀਮ ਨੂੰ ਇੱਕ ਲੀਡਰ ਬਣਾਉਣ ਵਾਲੀ ਫੈਕਟਰੀ ਬਣਾਇਆ ਜਾ ਸਕਦਾ ਹੈ, ਇਹ ਇਸ ਪ੍ਰਕਾਰ ਹਨ:

1. ਸਭ ਤੋਂ ਪਹਿਲਾਂ ਤਾਂ ਤੁਸੀਂ ਆਪਣੀ ਟੀਮ ਦੇ ਲੋਕਾਂ ਨੂੰ ਆਪਣੇ ਪੈਰਾਂ 'ਤੇ ਖੜ੍ਹੇ ਹੋਣ ਦਿਓ। ਆਪਣੀ ਟੀਮ ਦੀ ਸਭ ਤੋਂ ਜ਼ਿਆਦਾ ਮਦਦ ਤੁਸੀਂ ਉਨ੍ਹਾਂ ਨੂੰ ਹਰ ਤਰ੍ਹਾਂ ਦੇ ਹੁਨਰ ਵਿੱਚ ਨਿਪੁੰਨ ਬਣਾਕੇ ਕਰ ਸਕਦੇ ਹੋ, ਜਿਸ ਨਾਲ ਉਹ ਇਹ ਬਿਜ਼ਨਿਸ ਆਪਣੇ-ਆਪ ਚਲਾ ਸਕਣ। ਜਿਵੇਂ ਕੋਈ ਵੀ ਬੂਟਾ ਇੱਕ ਵੱਡੇ ਰੁੱਖ ਦੇ ਸਾਏ ਅੰਦਰ ਵੱਡਾ ਨਹੀਂ ਹੋ ਸਕਦਾ, ਉਸੇ ਤਰ੍ਹਾਂ ਕੋਈ ਵੀ ਸਫਲ ਲੀਡਰ ਆਪਣੇ ਅੱਪਲਾਈਨ ਦੇ 24 ਘੰਟੇ ਸਾਏ ਵਿੱਚ ਰਹਿ ਕੇ ਵੱਡਾ ਨਹੀਂ ਹੋ ਸਕਦਾ ਕਿਉਂ ਜੋ ਉਹ ਹਮੇਸ਼ਾ ਹੀ ਉਸ ਨੂੰ ਆਪਣੀ ਛਾਇਆ ਵਿੱਚ ਹੀ ਤੱਕੇਗਾ। ਤੁਹਾਨੂੰ ਇਹ ਸਿੱਖਣਾ ਹੋਵੇਗਾ ਕਿ ਕਦੋਂ ਦਖ਼ਲ ਦੇਣੀ ਅਤੇ ਕਦੋਂ ਜਾਣ ਦੇਣਾ ਹੈ, ਇਸ ਬਿਜ਼ਨਿਸ ਵਿੱਚ ਸਾਰੇ ਲੀਡਰ ਇਸ ਹੁਨਰ ਵਿੱਚ ਮੁਹਾਰਤ ਹਾਸਿਲ ਕਰ ਚੁੱਕੇ ਹੁੰਦੇ ਹਨ। ਲੋਕਾਂ ਨੂੰ ਆਪਣੇ ਪੈਰਾਂ 'ਤੇ ਖੜ੍ਹੇ ਕਰਨ ਤੋਂ ਇਲਾਵਾ ਕੋਈ ਵਿਕਲਪ ਨਹੀਂ ਹੈ, ਸਗੋਂ ਇਹ ਇੱਕ ਮੁੱਖ ਸਿਧਾਂਤ ਹੈ ਜਿਸਦੀ ਬਿਜ਼ਨਿਸ ਦੀ ਸਫਲਤਾ ਲਈ ਬਹੁਤੀ ਲੋੜ ਹੁੰਦੀ ਹੈ।

   ਇਹ ਉੱਨਾ ਹੀ ਸੌਖਾ ਹੈ ਜਿੰਨਾ ਕਿਸੇ ਬੱਚੇ ਨੂੰ ਵੱਡਾ ਕਰਨਾ। ਜੇ ਤੁਸੀਂ ਆਪਣੇ ਬੱਚੇ ਨੂੰ ਇੱਕ ਖ਼ਾਸ ਸਮੇਂ ਤੋਂ ਬਾਅਦ ਵੀ ਚਮਚੇ ਨਾਲ ਖੁਆਉਂਦੇ ਰਹਾਂਗੇ ਤਾਂ ਤੁਸੀਂ ਉਸਦੀ ਮਦਦ ਕਰਨ ਦੀ ਬਜਾਇ ਉਸ ਨੂੰ ਵਿਗਾੜ ਰਹੇ ਹਾਂ। ਇਸ ਲਈ ਆਪਣੀ ਟੀਮ ਦੇ ਮੈਂਬਰਾਂ 'ਤੇ ਭਰੋਸਾ ਰੱਖਕੇ ਉਨ੍ਹਾਂ ਨੂੰ ਸਿੱਖਣ ਦਿਓ ਕਿ ਕਿਵੇਂ ਆਪਣੀ ਟੀਮ ਦੇ ਸਿਸਟਮ ਨੂੰ ਲਾਗੂ ਕਰਨਾ ਚਾਹੀਦਾ ਹੈ। ਟੀਮ ਦੇ ਕੁੱਝ ਲੋਕ ਆਪਣੇ-ਆਪ ਮੌਕਾ ਲੱਭ ਲੈਣਗੇ ਜਦੋਂ ਕਿ ਤੁਹਾਨੂੰ ਕੁੱਝ ਲੋਕਾਂ ਨੂੰ ਤੁਹਾਨੂੰ ਅੱਗੇ ਧੱਕਾ ਦੇਣਾ ਹੋਵੇਗਾ, ਪਰ ਕੁੱਝ ਵੀ ਹੋਵੇ, ਆਪਣੇ ਡਿਸਟ੍ਰੀਬਿਊਟਰ ਨੂੰ ਸਹੀ ਸਮੇਂ ਪ੍ਰੇਰਿਤ ਕਰ ਕੇ ਤੁਸੀਂ ਆਪਣਾ ਫ਼ਰਜ ਪੂਰਾ ਕਰੋ।

2. ਧੀਰਜ ਰੱਖੋ ਅਤੇ ਗ਼ਲਤੀਆਂ ਨੂੰ ਮਾਫ ਕਰਦੇ ਰਹੋ। ਜਦੋਂ ਤੁਸੀਂ ਕੰਮ ਸ਼ੁਰੂ ਕੀਤਾ ਸੀ ਤਾਂ ਤੁਹਾਨੂੰ ਸਾਰਾ ਕੁੱਝ ਨਹੀਂ ਸੀ ਆਉਂਦਾ। ਸਹੀ ਅੱਪਲਾਈਨ ਨਾਲ ਬੜੀ ਵਾਰ ਆਪਣੇ ਕੰਮ ਨੂੰ ਦੁਹਰਾਉਣ ਨਾਲ ਤੁਹਾਡੇ ਡਿਸਟ੍ਰੀਬਿਊਟਰ ਸਮੇਂ ਦੇ ਨਾਲ ਬਿਹਤਰ ਹੁੰਦੇ ਜਾਣਗੇ। ਇਹ ਵੀ ਯਾਦ ਰੱਖੋ ਕਿ ਪ੍ਰਸਤੁਤੀ ਜਾਂ ਪ੍ਰੋਗਰਾਮਾਂ ਦੌਰਾਨ ਇਹ ਜ਼ਰੂਰੀ ਨਹੀਂ ਕਿ ਸ਼ਬਦ ਦਰ ਸ਼ਬਦ ਦੁਹਰਾਈਆਂ ਜਾਣ ਵਾਲੀਆਂ ਗੱਲਾਂ ਹੀ ਪ੍ਰਭਾਵ ਪਾਉਂਦੀਆ ਹਨ ਸਗੋਂ ਤੁਹਾਡਾ ਉਤਸ਼ਾਹ, ਅੱਖਾਂ ਦੀ ਚਮਕ, ਆਤਮਵਿਸ਼ਵਾਸ ਦਾ ਉੱਚਾ ਸਤਰ ਅਤੇ ਪੂਰਨ ਭਰੋਸਾ ਜ਼ਿਆਦਾ ਜ਼ਰੂਰੀ ਹੁੰਦਾ ਹੈ। ਤੁਹਾਡੇ ਸਹਿਕਰਮੀਆਂ ਨੂੰ ਆਪਣੇ ਅਨੁਭਵਾਂ ਨਾਲ ਸਿੱਖਣ ਦਿਓ।

3. ਆਪਣੇ ਨਵੇਂ ਡਿਸਟ੍ਰੀਬਿਊਟਰਾਂ ਨੂੰ ਪਹਿਲਾਂ ਤੋਂ ਹੀ ਇਹ ਦੱਸ ਦੇਣਾ ਚਾਹੀਦਾ ਹੈ ਕਿ ਉਨ੍ਹਾਂ ਨੇ ਬਹੁਤ ਛੇਤੀ ਆਪਣੇ ਬਿਜ਼ਨਿਸ ਦੀ ਕਮਾਂਡ ਸੰਭਾਲਣ ਤੋਂ ਬਾਅਦ ਆਪਣੇ ਪਲਾਨ ਦਿਖਾਉਣੇ ਹੋਣਗੇ। ਸ਼ੁਰੂਆਤ ਵਿੱਚ ਹੀ ਪਹਿਲਾਂ ਤੋਂ ਹੀ ਸੈੱਟ ਕੀਤੀਆਂ ਗਈਆਂ ਸਹੀ ਉਮੀਦਾਂ ਨਾਲ ਤੁਹਾਡਾ ਕੰਮ ਸੌਖਾ ਹੋ ਜਾਂਦਾ ਹੈ। ਇੰਨਾ ਕੁੱਝ ਕਰਨ ਦੇ ਬਾਵਜੂਦ ਜੇ ਕੋਈ ਤੁਹਾਡੇ ਕੋਲੋ ਇਹ ਉਮੀਦ ਰੱਖਦਾ ਹੈ

ਕਿ ਅੱਪਲਾਈਨ ਹੀ ਸਾਰੀ ਜਿੰਦਗੀ ਲਈ ਪਲਾਨ ਦਿਖਾਉਂਦੇ ਰਹਿਣ ਤਾਂ ਉਨ੍ਹਾਂ ਨੂੰ ਟ੍ਰੇਨਿੰਗ ਪ੍ਰੋਗਰਾਮ ਵਿੱਚ ਲੈ ਜਾਓ ਜਾਂ ਆਪਣੀ ਅੱਪਲਾਈਨ ਨਾਲ ਉਨ੍ਹਾਂ ਦੀ ਕਾਉਂਸਲਿੰਗ ਕਰਾਓ। ਜਦੋਂ ਉਹ ਸੰਸਥਾਂ ਵਿੱਚ ਸਾਰਿਆਂ ਨੂੰ ਉਸੇ ਭਾਸ਼ਾ ਵਿੱਚ ਗੱਲਾਂ ਕਰਦਿਆਂ ਦੇਖਣਗੇ, ਤਾਂ ਉਹ ਵੀ ਉਸ ਨੂੰ ਸਵੀਕਾਰ ਕਰ ਸਿਸਟਮ ਨੂੰ ਫ਼ਾੱਲੋ ਕਰਨ ਲੱਗ ਜਾਣਗੇ।

4. ਆਪਣੇ ਨਵੇਂ ਸਹਿਕਰਮੀਆਂ ਨੂੰ ਪ੍ਰਭਾਵੀ ਅਤੇ ਸੁਤੰਤਰ ਲੀਡਰ ਬਣਾਉਣ ਵਿੱਚ ਤੁਹਾਡੇ ਸ਼ਬਦ ਬਹੁਤ ਵੱਡੀ ਭੂਮਿਕਾ ਨਿਭਾਉਂਦੇ ਹਨ। ਸ਼ਬਦਾਂ ਵਿੱਚ ਬੜੀ ਤਾਕਤ ਹੁੰਦੀ ਹੈ ਅਤੇ ਇਹ ਕਿਸੇ ਵਿਅਕਤੀ ਨੂੰ ਬਣਾ ਵੀ ਸਕਦੇ ਹਨ ਅਤੇ ਵਿਗਾੜ ਵੀ। ਆਪਣੀ ਸ਼ਬਦਾਵਲੀ ਵਿੱਚ ਪ੍ਰਭਾਵੀ ਬਣਾਉਣ ਵਾਲੇ ਅਤੇ ਜੀਵਨ ਨੂੰ ਉੱਪਰ ਉੱਠਣ ਵਾਲੇ ਸ਼ਬਦਾਂ ਦੀ ਵਰਤੋਂ ਕਰੋ। ਇਨਾਂ ਸ਼ਬਦਾਂ ਨੂੰ ਵਾਰ-ਵਾਰ ਵਰਤੋਂ ਅਤੇ ਇਸ ਨੂੰ ਆਪਣੀ ਜਿੰਦਗੀ ਦਾ ਇੱਕ ਹਿੱਸਾ ਬਣਾ ਲਓ। ਇਸਦਾ ਇੰਨਾ ਅਭਿਆਸ ਕਰੋ ਕਿ ਇਹ ਤੁਹਾਡੀ ਜਿੰਦਗੀ ਦਾ ਹਿੱਸਾ ਹੋ ਜਾਣ। ਆਪਣੇ ਨਵੇਂ ਡਿਸਟ੍ਰੀਬਿਊਟਰਾਂ ਨਾਲ ਗੱਲਬਾਤ ਕਰਕੇ ਉਨ੍ਹਾਂ ਨੂੰ ਆਤਮਵਿਸ਼ਵਾਸ ਨਾਲ ਲਬਰੇਜ਼ ਕਰ ਦਿਓ ਜਿਸ ਨਾਲ ਉਹ ਪਹਿਲ ਕਰਨ ਲਈ ਉਤਸੁਕ ਹੋਣ। ਆਪਣੇ ਅਨੁਭਵਾਂ ਦੇ ਕਿੱਸੇ ਅਤੇ ਕਹਾਣੀਆਂ ਸੁਣਾਓ, ਜਦੋਂ ਲੋਕਾਂ ਨੇ ਕੰਮ ਲਈ ਪਹਿਲ ਕੀਤੀ, ਕੰਮ ਦੇ ਬੁਨਿਆਦੀ ਅਸੂਲਾਂ ਨੂੰ ਸਿੱਖ ਅਤੇ ਬਿਜ਼ਨਿਸ ਦਾ ਚਾਰਜ਼ ਲੈ ਕੇ ਉੱਚਾਈਆਂ ਨੂੰ ਛੂਹ ਲਿਆ। ਜੇ ਤੁਹਾਡੇ ਕੋਲ ਨਵੇਂ ਸਹਿਕਰਮੀ ਆ ਕੇ ਆਪਣੇ ਲਈ ਮੌਕਿਆਂ ਦੀ ਮੰਗ ਕਰਦੇ ਹਨ ਤਾਂ ਇਹੀ ਅਸਲੀ ਸਸ਼ਕਤੀਕਰਨ ਹੈ ਅਤੇ ਇਹੀ ਬਿਜ਼ਨਿਸ ਨੂੰ ਵਧਾਉਣ ਦੀ ਸਹੀ ਗੁਣਾਤਮਕ ਪ੍ਰਣਾਲੀ ਹੈ।

5. ਆਪਣੇ ਟੀਮ ਦੇ ਮੈਂਬਰਾਂ ਲਈ ਬਿਜ਼ਨਿਸ ਪ੍ਰਸਤੁਤੀ ਦੇਣ ਸਮੇਂ ਉਨ੍ਹਾਂ ਨੂੰ ਇਹ ਸਪੱਸ਼ਟ ਤੌਰ ’ਤੇ ਦੱਸ ਦਿਓ ਕਿ ਉਹ ਇਸ ਪ੍ਰਸਤੁਤੀ ਨੂੰ ਦਿਖਾਉਣ ਅਤੇ ਉਸ ਵਿੱਚ ਨਿਪੁੰਨਤਾ ਹਾਸਿਲ ਕਰਨ ਦੇ ਉਦੇਸ਼ ਨਾਲ ਦੇਖਣ ਅਤੇ ਸਮਝਣ, ਕਿਉਂ ਕਿ 2 ਤੋਂ 3 ਪ੍ਰਸਤੁਤੀਆਂ ਤੋਂ ਬਾਅਦ ਉਨ੍ਹਾਂ ਨੂੰ ਆਪ ਵੀ ਇਹ ਪ੍ਰਸਤੁਤੀ ਦੇਣੀ ਹੋਵੇਗੀ। ਇਸ ਕਿਤਾਬ ਵਿੱਚ ਦਿੱਤੇ ਗਏ ਸਫਲਤਾ ਦੀ ਪ੍ਰਕਿਰਿਆ ਨਾਂ ਦੇ ਪਾਠ ਦੇ 5+5 ਮਾਡਲ ਨੂੰ ਸਮਝੋ।

6. ਇੱਕ ਅੱਪਲਾਈਨ ਹੋਣ ਦੇ ਨਾਤੇ, ਇਹ ਤੁਹਾਡੀ ਜ਼ਿੰਮੇਵਾਰੀ ਹੈ ਕਿ ਤੁਸੀਂ ਆਪਣੀ ਟੀਮ ਦੇ ਮੈਂਬਰਾਂ ਨੂੰ ਸਹੀ ਪਹਿਲ ਲੈਣ ਲਈ ਉਤਸ਼ਾਹਿਤ ਕਰੋ। ਉਨ੍ਹਾਂ ਨੂੰ ਸ਼ੁਰੂਆਤ ਵਿੱਚ ਕੁੱਝ ਨਵੀਆਂ ਚੁਣੌਤੀਆਂ ਲੈਣ ਸਮੇਂ ਉਨ੍ਹਾਂ ਨਾਲ ਰਹਿ ਕੇ ਹਰ ਸੰਭਵ ਮਦਦ ਕਰੋ। ਇਵੈਂਟਾਂ ਅਤੇ ਮੀਟਿੰਗਾਂ ਆਯੋਜਿਤ ਕਰਨ ਸਮੇਂ ਉਨ੍ਹਾਂ ਨੂੰ ਕਮੇਟੀਆਂ ਦਾ ਮੈਂਬਰ ਬਣਾਓ ਅਤੇ ਨਵੇਂ ਲੋਕਾਂ ਨੂੰ ਪੁਰਾਣੇ ਡਿਸਟ੍ਰੀਬਿਊਟਰਾਂ ਨਾਲ ਰੱਖੋ।

7. ਉਨ੍ਹਾਂ ਦਾ ਫ਼ੀਲਡ ਅੰਦਰ ਵਿਸ਼ਵਾਸ ਨਾਲ ਕੰਮ ਕਰਨ ਲਈ ਆਪਣੇ ਟੀਮ ਦੇ ਮੈਂਬਰਾਂ ਨੂੰ ਹਰ ਸੰਭਵ ਟੂਲ ਦਿਓ, ਜਿਵੇਂ ਪ੍ਰਸਤੁਤੀਆਂ, ਵੀਡੀਓ, ਬਰੋਸ਼ਰ, ਟੈਸਟੀਮਨੀ, ਡੈਮੋ ਕਿਟਸ, ਸਹੀ ਕਿਤਾਬਾਂ ਆਦਿ। ਟੂਲਜ਼ ਨਾਲ ਨਵੇਂ ਡਿਸਟ੍ਰੀਬਿਊਟਰਾਂ ਨੂੰ ਵਿਸ਼ਵਾਸ ਮਿਲਦਾ ਹੈ। ਇਹ ਯਕੀਨੀ ਕਰੋ ਕਿ ਸਾਰੀ ਜ਼ਰੂਰੀ ਸੂਚਨਾਵਾਂ ਪ੍ਰਾਸਪੈਕਟ ਤੱਕ ਜਾ ਰਹੀਆਂ ਹਨ।

8. ਆਪਣੇ ਟੀਮ ਦੇ ਮੈਂਬਰਾਂ ਨੂੰ ਸਿਖਾਓ ਕਿ ਉਹ ਸਾਰੇ ਪ੍ਰੋਗਰਾਮਾਂ ਵਿੱਚ ਸ਼ਾਮਿਲ ਹੋ ਕੇ ਸਿਸਟਮ ਨੂੰ 100% ਅਪਨਾਉਣ। ਪ੍ਰੋਗਰਾਮ ਨਾਲ ਲੋਕਾਂ ਵਿੱਚ ਇਸ ਤਰ੍ਹਾਂ

ਦਾ ਆਤਮਵਿਸ਼ਵਾਸ ਅਤੇ ਹਿੰਮਤ ਆਉਂਦੀ ਹੈ, ਜੋ ਕਿਸੇ ਆਹਮੋ-ਸਾਹਮਣੇ ਦੀ ਕਾਉਂਸਲਿੰਗ ਅਤੇ ਪ੍ਰਸਤੁਤੀ ਨਾਲ ਨਹੀਂ ਬਣ ਪਾਉਂਦੀ। ਜਦੋਂ ਤੁਹਾਡੀ ਟੀਮ ਦੇ ਮੈਂਬਰ ਪ੍ਰੋਗਰਾਮ ਵਿੱਚ ਸ਼ਾਮਿਲ ਹੋ ਕੇ ਨਿਯਤ ਸਿਸਟਮ ਦੇ ਤਹਿਤ ਕੰਮ ਕਰਦੇ ਹਨ, ਤਾਂ ਉਹ ਗ਼ਲਤੀਆਂ ਨਹੀਂ ਕਰਦੇ ਪਰ ਜੇ ਗ਼ਲਤੀ ਹੋ ਵੀ ਜਾਏ, ਤਾਂ ਸਿਸਟਮ ਉਸ ਨੂੰ ਸੰਭਾਲ ਲੈਂਦਾ ਹੈ। ਪੂਰੀ ਟੀਮ ਵਿੱਚ ਸਾਰੇ ਮੈਂਬਰਾਂ ਨੂੰ ਇੱਕੋ ਜਿਹੀ ਪ੍ਰਸਤੁਤੀ ਦੀ ਵਰਤੋਂ ਕਰਨੀ ਚਾਹੀਦੀ ਹੈ ਭਾਵੇਂ ਉਹ ਕਿਸੇ ਵੀ ਲੇਵਲ, ਯੋਗਤਾ ਜਾਂ ਅਨੁਭਵ ਵਾਲੇ ਵਿਅਕਤੀ ਹੋਣ। ਤੁਹਾਨੂੰ ਇਸ ਬਾਰੇ ਪੱਕਾ ਰਹਿਣਾ ਚਾਹੀਦਾ ਹੈ। ਕਿਸੇ ਨੂੰ ਕਿਸੇ ਵੀ ਸਥਿਤੀ ਵਿੱਚ ਬਿਜ਼ਨਿਸ ਪ੍ਰਸਤੁਤੀ ਬਦਲਣ ਦੀ ਆਗਿਆ ਨਹੀਂ ਹੈ।

9. ਹੋਮ ਮੀਟਿੰਗਾਂ ਹੀ ਅਸਲ ਵਿੱਚ ਲੀਡਰ ਬਣਾਉਣ ਵਾਲੀ ਫੈਕਟਰੀ ਹੈ ਅਤੇ ਇਹ ਭਵਿੱਖ ਦੇ ਲੀਡਰਾਂ ਲਈ ਇੱਕ ਜ਼ਬਰਦਸਤ ਟ੍ਰੇਨਿੰਗ ਗਰਾਊਂਡ ਹੈ। ਨਵੇਂ ਡਿਸਟ੍ਰੀਬਿਊਟਰ ਲਈ ਹੋਮ ਮੀਟਿੰਗ ਡਰ ਤੋਂ ਬਿਨਾਂ ਇੱਕ ਸੌਖਾ-ਜਿਹਾ ਪਲੇਟਫ਼ਾਰਮ ਹੈ। ਇਹ ਘਰ ਬੈਠ ਕੇ ਅਸਾਨੀ ਨਾਲ ਕੀਤੀ ਜਾ ਸਕਦੀ ਹੈ ਇਹ ਪ੍ਰਸਤੁਤਕਰਤਾ ਅਤੇ ਸਰੋਤਿਆਂ ਲਈ ਬਹੁਤ ਆਰਾਮਦਾਈ ਹੁੰਦੀ ਹੈ। ਇਹ ਇੱਕ ਛੋਟੀ ਜਿਹੀ ਬੈਠਕ ਹੁੰਦੀ ਹੈ ਅਤੇ ਵੱਡੇ ਇਵੈਂਟ ਲਈ ਅਰੰਭਕ ਪੌੜੀ ਬਣ ਜਾਂਦੀ ਹੈ। ਇਹ ਇੱਕ ਸਹੀ ਚੀਜ਼ ਸਿੱਖਣ ਦਾ ਅਵਸਰ ਹੈ ਨਾਲ ਹੀ ਆਪਣੇ ਲੀਡਰਾਂ ਨੂੰ ਬਣਾਉਣ ਲਈ ਇੱਕ ਬਿਹਤਰ ਸਟੇਜ਼ ਵੀ। ਆਪਣੇ ਟੀਮ ਦੇ ਮੈਂਬਰਾਂ ਨੂੰ ਹੋਮ ਮੀਟਿੰਗ ਸੰਚਾਲਿਤ ਕਰਨ ਅਤੇ ਉਸ ਵਿੱਚ ਸ਼ਾਮਿਲ ਹੋਣ ਲਈ ਉਤਸ਼ਾਹਿਤ ਕਰੋ। ਫਿਰ ਉਨ੍ਹਾਂ ਨੂੰ ਵੱਖ-ਵੱਖ ਅਹੁਦੇ ਅਤੇ ਜ਼ਿੰਮੇਵਾਰੀਆਂ ਵੀ ਦਿਓ।

ਲੀਡਰ ਪੈਦਾ ਨਹੀਂ ਹੁੰਦੇ, ਬਣਾਏ ਜਾਂਦੇ ਹਨ। ਉਹ ਕਿਸੇ ਹੋਰ ਤਰੀਕੇ ਨਹੀਂ ਸਗੋਂ ਸਖ਼ਤ ਮਿਹਨਤ ਨਾਲ ਬਣਦੇ ਹਨ।

– ਵਿੰਸ ਲੋਮਬਾਰਡੀ

ਲੀਡਰ ਬਣਾਓ ਪੈਰੋਕਾਰ ਨਹੀਂ। ਆਪਣੇ ਲੋਕਾਂ ਨੂੰ ਸਮਝਾਓ ਕਿ ਉਹ ਤੁਹਾਡੇ ਸਮੇਂ ਦੇ ਯੋਗ ਬਣਨ। ਆਪਣਾ ਸਮਾਂ ਉਨ੍ਹਾਂ ਨੂੰ ਹੀ ਦਿਓ ਜੋ ਯੋਗ ਹੋਣ, ਉਨ੍ਹਾਂ ਨੂੰ ਨਹੀਂ ਜਿਨ੍ਹਾਂ ਨੂੰ ਇਸਦੀ ਲੋੜ ਹੈ। ਜਿੰਨਾ ਵੱਡਾ ਸੁਫ਼ਨਾ ਹੋਵੇਗਾ, ਉੱਨੀ ਹੀ ਜ਼ਰੂਰੀ ਟੀਮ ਹੁੰਦੀ ਹੈ। ਚੰਗੇ ਲੀਡਰ ਤੁਹਾਡੇ ਬਿਜ਼ਨਿਸ ਨੂੰ ਇੱਕ ਨਵੀਂ ਉੱਚਾਈ 'ਤੇ ਲੈ ਜਾ ਸਕਦੇ ਹਨ। ਕਿਉਂ ਜੋ ਉਹ ਤੁਹਾਡੀ ਟੀਮ ਵਿੱਚ ਹਨ ਇਸ ਲਈ ਹੁਣ ਉਨ੍ਹਾਂ ਦੇ ਸੁਫ਼ਨੇ, ਉਨ੍ਹਾਂ ਦਾ ਭਰੋਸਾ ਅਤੇ ਉਨ੍ਹਾਂ ਦਾ ਆਤਮਵਿਸ਼ਵਾਸ ਵੀ ਤੁਹਾਡੇ ਨਾਲ ਜੁੜ ਜਾਂਦਾ ਹੈ।

ਕੁੱਝ ਲੋਕ ਮੈਨੂੰ ਪੁੱਛਦੇ ਹਨ ਕਿ ਕੀ ਲੀਡਰ ਬਣਾਏ ਜਾਂ ਤਲਾਸ਼ੇ ਜਾਂਦੇ ਹਨ।

ਮੇਰਾ ਜਵਾਬ ਹੈ ਕਿ ਲੀਡਰ ਹਮੇਸ਼ਾ ਤੋਂ ਹੀ ਬਣਾਏ ਜਾਂਦੇ ਹਨ। ਅਸੀਂ ਪੜ੍ਹਾਈ, ਪ੍ਰੋਫ਼ੈਸ਼ਨ ਜਾਂ ਉਨ੍ਹਾਂ ਦੀ ਮੌਜੂਦਾ ਨੌਕਰੀ ਵਿੱਚ ਚੰਗਾ ਕਰ ਰਹੇ ਲੋਕਾਂ ਨੂੰ ਤਲਾਸ਼ ਤਾਂ ਸਕਦੇ ਹਾਂ ਪਰ ਇਨ੍ਹਾਂ ਲੋਕਾਂ ਨੂੰ ਵੀ ਅਜਿਹੇ ਵਿਅਕਤੀਆਂ ਦੀ ਜ਼ਰੂਰਤ ਹੁੰਦੀ ਹੈ ਜੋ ਇਨ੍ਹਾਂ ਨੂੰ ਪ੍ਰਭਾਵਿਤ ਕਰ ਸਕਣ ਅਤੇ ਕੋਈ ਸਿਸਟਮ/ਸੰਸਥਾ ਜੋ ਇਨ੍ਹਾਂ ਦੀ ਮਾਨਸਿਕਤਾ ਅਤੇ ਰਵੱਈਏ ਨੂੰ ਪ੍ਰਭਾਵਿਤ ਕਰ ਸਕੇ। ਉਨ੍ਹਾਂ ਨੂੰ ਵਿਕਸਤ, ਹੋਰ ਬਿਹਤਰ ਕਰ ਕੇ ਉਨ੍ਹਾਂ

ਨੂੰ ਵੱਡੇ ਲੀਡਰਾਂ ਵਿੱਚ ਤਬਦੀਲ ਕਰਨ ਲਈ ਸਹੀ ਪ੍ਰਭਾਵ ਅਤੇ ਪ੍ਰਭਾਵੀ ਸਿਸਟਮ ਦੀ ਲੋੜ ਹੁੰਦੀ ਹੈ।

ਜਦੋਂ ਲੋਕ ਤਿਆਰ ਹੋ ਜਾਂਦੇ ਹਨ, ਉਨ੍ਹਾਂ ਨੂੰ ਬਿਜ਼ਨਿਸ ਫੁੱਲ ਟਾਈਮਰ ਵਾਂਗ ਕਰਨਾ ਚਾਹੀਦਾ ਹੈ। ਜੋ ਲੋਕ ਇੱਕ ਚੰਗੀ ਇਨਕਮ, ਉਪਲੱਬਧੀ ਅਤੇ ਸਹੀ ਢਾਂਚੇ ਤੱਕ ਪਹੁੰਚ ਜਾਂਦੇ ਹਨ ਉਨ੍ਹਾਂ ਨੂੰ ਬਿਜ਼ਨਿਸ ਵਿੱਚ ਫੁੱਲ ਟਾਈਮਰ ਬਣ ਜਾਣਾ ਚਾਹੀਦਾ ਹੈ। ਤੁਹਾਨੂੰ ਬਿਜ਼ਨਿਸ ਨੂੰ ਗਤੀ ਦੇਣ ਲਈ ਉਸ ਨੂੰ ਪੂਰਾ ਸਮਾਂ ਦੇਣਾ ਚਾਹੀਦਾ ਹੈ ਅਤੇ ਫਿਰ ਅਗਲੇ ਲੈਵਲ ਲਈ ਵਧ ਜਾਣਾ ਚਾਹੀਦਾ ਹੈ। ਜਦੋਂ ਤੁਸੀਂ ਬਿਜ਼ਨਿਸ ਵਿੱਚ ਫੁੱਲ ਟਾਈਮਰ ਬਣ ਜਾਂਦੇ ਹੋ, ਇਸ ਨਾਲ ਤੁਹਾਡੀ ਟੀਮ ਅਤੇ ਬਾਹਰਲੇ ਲੋਕਾਂ ਦਾ ਤੁਹਾਡੇ ਉੱਤੇ ਅਤੇ ਤੁਹਾਡੇ ਬਿਜ਼ਨਿਸ ਉੱਪਰ ਵਿਸ਼ਵਾਸ ਵਧੇਗਾ। ਇੱਕ ਫੁੱਲ ਟਾਈਮਰ ਬਣਨ ਲਈ ਆਪਣੀ ਅੱਪਲਾਈਨ ਨਾਲ ਸਲਾਹ ਜ਼ਰੂਰ ਕਰੋ।

ਇਸ ਬਿਜ਼ਨਿਸ ਵਿੱਚ ਅਸੀਂ ਜੋ ਵੀ ਕਰਦੇ ਹਾਂ ਉਸਦਾ ਉਦੇਸ਼ ਅਜਿਹੇ ਲੋਕਾਂ ਤੱਕ ਪੁੱਜਣਾ ਹੈ ਜੋ ਇਸ ਬਿਜ਼ਨਿਸ ਅਤੇ ਆਪਣੀ ਜਿੰਦਗੀ ਦੀ ਪੂਰੀ ਜ਼ਿੰਮੇਵਾਰੀ ਚੁੱਕਣਗੇ।

– ਦੀਪਕ ਬਜਾਜ

ਲੀਡਰ ਬਣਾਉਣਾ ਇੱਕ ਰਵੱਈਆ ਹੈ

ਮੇਰੀ ਟੀਮ ਵਿੱਚ ਗੌਰਵ ਬਜਾਜ ਇੱਕ ਅਜਿਹੇ ਮਾਹਿਰ ਹਨ ਜੋ ਸਧਾਰਨ ਵਿਅਕਤੀਆਂ ਨੂੰ ਵੀ ਲੀਡਰ ਬਣਾ ਲੈਂਦੇ ਹਨ। ਉਨ੍ਹਾਂ ਨੇ ਮੈਨੂੰ ਕਿਹਾ, "ਲੀਡਰ ਬਣਾਉਣਾ ਇੱਕ ਰਵੱਈਆ ਹੈ ਅਤੇ ਜਦੋਂ ਅਸੀਂ ਇਸ ਭਾਵਨਾ ਨਾਲ ਲੋਕਾਂ ਨਾਲ ਕੰਮ ਕਰਕੇ ਉਨ੍ਹਾਂ ਨੂੰ ਸਸ਼ੱਕਤ ਕਰਦੇ ਹਾਂ, ਤਾਂ ਉਹ ਬਹੁਤ ਵੱਡੀ ਜ਼ਿੰਮੇਵਾਰੀਆਂ ਲੈਣੀ ਸੁਰੂ ਕਰਕੇ ਲੀਡਰ ਬਣ ਜਾਂਦੇ ਹਨ।" ਸਾਨੂੰ ਉਨ੍ਹਾਂ ਨੂੰ ਬਹੁਤ ਦ੍ਰਿੜ੍ਹ ਵਿਸ਼ਵਾਸ ਦੇਣਾ ਪਵੇਗਾ ਅਤੇ ਸਾਨੂੰ ਹਮੇਸ਼ਾ ਉਨ੍ਹਾਂ ਦੇ ਨਾਲ ਹੋਣਾ ਚਾਹੀਦਾ ਹੈ। ਮੈਂ ਇਹ ਸਾਰਾ ਕੁੱਝ ਇੱਕ ਅਮਰੀਕੀ ਲੀਡਰ ਤੋਂ ਸਿੱਖਿਆ ਹੈ ਜਿਨ੍ਹਾਂ ਦਾ ਮੈਂ ਫ਼ੈਨ ਹਾਂ - ਬਿਲ ਬ੍ਰਿਟ।

6.
ਆਪਣੀ ਟੀਮ ਵਿੱਚ ਗਤੀ ਲਿਆਉਣਾ ਅਤੇ ਉਸ ਨੂੰ ਕਾਇਮ ਰੱਖਣਾ

ਇੱਕ ਸ਼ੇਰ ਦੀ ਅਗਵਾਈ ਵਿੱਚ ਭੇਡਾਂ ਦੀ ਫੌਜ, ਸ਼ੇਰਾਂ ਦੀ ਉਸ ਫੌਜ ਨੂੰ ਹਰਾ ਸਕਦੀ ਹੈ ਜਿਸਦੀ ਅਗਵਾਈ ਇੱਕ ਭੇਡ ਕਰ ਰਹੀ ਹੈ।

ਅਫ਼ਰੀਕੀ ਮੁਹਾਵਰਾ

ਤੁਸੀਂ ਕਦੇ-ਕਦੇ ਚੰਗੀ ਗਤੀ ਬਣਾ ਸਕਦੇ ਹੋ, ਪਰ ਜੇ ਤੁਸੀਂ ਉਸ ਗਤੀ ਨੂੰ ਜਾਰੀ ਰੱਖਕੇ ਉਸ ਨੂੰ ਆਪਣੀ ਸੋਚ ਤੋਂ ਦੂਰ ਅੱਗੇ ਤੱਕ ਵਧਾਉਣਾ ਚਾਹੁੰਦੇ ਹੋ, ਤਾਂ ਇਹ ਗਤੀ ਤੁਹਾਡੀ ਪੂਰੀ ਟੀਮ ਵਿੱਚ ਫੈਲਣੀ ਚਾਹੀਦੀ ਹੈ। ਨੈੱਟਵਰਕ ਮਾਰਕੀਟਿੰਗ ਬਿਜ਼ਨਿਸ ਵਿੱਚ ਜ਼ਿਆਦਾਤਰ ਲੋਕ ਗਤੀ ਬਣਾ ਹੀ ਨਹੀਂ ਪਾਉਂਦੇ, ਅਤੇ ਉਨ੍ਹਾਂ ਵਿੱਚੋਂ ਵੀ ਜ਼ਿਆਦਾਤਰ ਲੋਕ ਜੋ ਗਤੀ ਫੜ ਵੀ ਲੈਂਦੇ ਹਨ, ਉਹ ਆਪਣੀ ਟੀਮ ਵਿੱਚ ਉਹੀ ਗਤੀ ਸਫਲਤਾਪੂਰਕ ਨਹੀਂ ਫੈਲਾ ਪਾਉਂਦੇ। ਤੁਹਾਨੂੰ ਉਨ੍ਹਾਂ ਦੁਰਲੱਭ ਲੋਕਾਂ ਦਾ ਰੈਂਕ ਪ੍ਰਾਪਤ ਕਰਨ ਦਾ ਟੀਚਾ ਰੱਖਣਾ ਚਾਹੀਦਾ ਹੈ ਜੋ ਗਤੀ ਪ੍ਰਾਪਤ ਕਰਦੇ ਹਨ ਅਤੇ ਫਿਰ ਸਫਲਤਾਪੂਰਵਕ ਆਪਣੀ ਟੀਮ ਵਿੱਚ ਵੀ ਉਹੀ ਗਤੀ ਫੈਲਾਉਂਦੇ ਹਨ। ਇਹ ਉਹ ਥਾਂ ਹੈ ਜਿੱਥੇ ਲੰਮੇ ਸਮੇਂ ਲਈ ਤੁਹਾਨੂੰ ਸਭ ਤੋਂ ਵੱਡੀ ਆਮਦਨ ਅਤੇ ਮਾਨਤਾ ਵੀ ਮਿਲਦੀ ਹੈ।

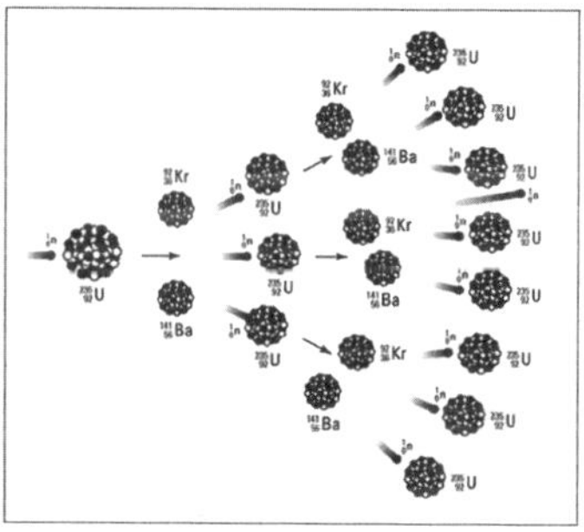

ਮੈਂ ਤੁਹਾਨੂੰ ਇਹਨਾਂ ਸ਼ਕਤੀਸ਼ਾਲੀ ਬਣਾਉਣਾ ਚਾਹੁੰਦਾ ਹਾਂ ਕਿ ਤੁਸੀਂ ਆਪਣੀ ਟੀਮ ਵਿੱਚ ਜਿੱਤ ਦੀ ਇੱਕ ਨਿਊਕਲੀਅਰ ਰੀਐਕਸ਼ਨ (ਪਰਮਾਣੂ ਪ੍ਰਤਿਕਿਰਿਆ) ਸ਼ੁਰੂ ਕਰੋ ਜੋ ਦਿਨੋ-ਦਿਨ ਵੱਧਦੀ ਜਾਏ। ਮੈਂ ਚਾਹੁੰਦਾ ਹਾਂ ਕਿ ਤੁਹਾਡੀ ਸਫਲਤਾ ਖ਼ੁਦ-ਬ-ਖ਼ੁਦ ਵਧਣ ਵਾਲੀ ਇੱਕ ਅਜਿਹੀ ਲੜੀ ਬਣ ਜਾਏ ਜਿਸ ਨਾਲ ਤੁਹਾਡੀ ਟੀਮ ਹਮੇਸ਼ਾ ਜਿੱਤਦੀ ਰਹੇ।

ਤੁਹਾਡੀ ਸਾਰੀ ਟੀਮ ਵਿੱਚ ਗਤੀ ਲਿਆਉਣ ਅਤੇ ਉਸ ਨੂੰ ਬਰਕਰਾਰ ਰੱਖਣ ਦੇ ਤਰੀਕੇ:

1. ਗਤੀ ਪ੍ਰਾਪਤ ਕਰਨ ਦਾ ਇੱਕੋ ਹੀ ਤਰੀਕਾ ਹੈ: ਬਹੁਤ ਸਾਰਾ ਕੰਮ ਥੋੜ੍ਹੇ ਸਮੇਂ ਵਿੱਚ ਪੂਰਾ ਕਰਨਾ। ਇੱਕ ਮਹੀਨੇ ਵਿੱਚ ਦਿਖਾਏ ਗਏ 100 ਪਲਾਨ ਜਾਂ ਛੇ ਮਹੀਨਿਆਂ ਵਿੱਚ ਦਿਖਾਏ ਗਏ 100 ਪਲਾਨ ਦੇ ਨਤੀਜਿਆ ਅੰਦਰ ਬਹੁਤ ਚੌਂਕਾਉਣ ਵਾਲੇ ਅੰਤਰ ਹੁੰਦੇ ਹਨ। ਇਸ ਲਈ 45 ਤੋਂ 60 ਦਿਨਾਂ ਦਾ ਇੱਕ ਸਮਾਂ ਚੁਣ ਲਓ ਅਤੇ ਆਪਣੀ ਟੀਮ ਦੇ ਸਾਰੇ ਮੈਂਬਰਾਂ ਨੂੰ ਇਸ ਵਿੱਚ ਆਪਣਾ ਸਭ ਤੋਂ ਵਧੀਆ ਕਰਨ ਲਈ ਪ੍ਰੇਰਿਤ ਕਰੋ। ਇਸ ਨਾਲ ਤੁਹਾਡੀ ਟੀਮ ਦੀ ਗਤੀ ਵਧਣੀ ਸ਼ੁਰੂ ਹੋ ਜਾਵੇਗੀ।
2. ਇਸ ਦੌਰਾਨ ਬਹੁਤ ਸਾਰੇ ਕੰਮ ਕਰੋ, ਜਿਵੇਂ - ਘਰਾਂ ਵਿੱਚ ਮੀਟਿੰਗ, ਸੈਲੀਬ੍ਰੇਸ਼ਨ, ਸਨਮਾਨ ਪ੍ਰੋਗਰਾਮ, ਗਰੁੱਪ ਮੀਟਿੰਗ, ਪ੍ਰਮੋਸ਼ਨਲ ਇਵੈਂਟ। ਵੱਧ ਤੋਂ ਵੱਧ ਲੋਕਾਂ ਨੂੰ ਇਸ ਵਿੱਚ ਸ਼ਾਮਿਲ ਕਰੋ।

3. ਤੁਹਾਡੀ ਆਪਣੀ ਗਤੀ: ਇੰਜਨ ਦੀ ਗਤੀ ਹੀ ਟ੍ਰੇਨ ਦੀ ਗਤੀ ਹੁੰਦੀ ਹੈ। ਤੁਸੀਂ ਹਰ ਦਿਨ ਆਪਣਾ ਸਭ ਤੋਂ ਵਧੀਆ ਪ੍ਰਦਰਸ਼ਨ ਕਰਕੇ ਉਸ ਦੌਰਾਨ ਜਨੂੰਨ ਅਤੇ ਤੀਬਰਤਾ ਨਾਲ ਕੰਮ ਕਰੋ। ਕਿਸੇ ਕੰਮ ਦੀ ਗਤੀ ਵਧਾਉਣ ਵਿੱਚ ਸਮਾਂ ਲੱਗਦਾ ਹੈ ਲੇਕਿਨ ਜੇ ਹਰ ਰੋਜ਼ ਕੱਲ੍ਹ ਦੇ ਮੁਕਾਬਲੇ ਜ਼ਿਆਦਾ ਕੰਮ ਕਰਨ ਲਈ ਵਚਨਬੱਧ ਹੋ ਤਾਂ ਗੱਲ ਬਣ ਜਾਂਦੀ ਹੈ।
4. ਆਪਣੀ ਪੂਰੀ ਟੀਮ ਲਈ ਮਿਸ਼ਨ ਬਣਾ ਕੇ ਸਾਰਿਆਂ ਨੂੰ ਉਸ ਵਿੱਚ ਸ਼ਾਮਿਲ ਕਰੋ: ਲੋਕ ਪਹਿਲੇ ਮਿਸ਼ਨ ਨਾਲ ਜੁੜਦੇ ਹਨ ਬਾਅਦ ਵਿੱਚ ਵਿਅਕਤੀ ਨਾਲ। ਇਹ ਆਉਣ ਵਾਲੇ 45 ਤੋਂ 60 ਦਿਨਾਂ ਵਿੱਚ ਹੋਣ ਵਾਲਾ ਕੋਈ ਪ੍ਰੋਗਰਾਮ ਹੋ ਸਕਦਾ ਹੈ, ਕੋਈ ਨਵਾਂ ਰੈਂਕ, ਨਵਾਂ ਬੈਂਚਮਾਰਕ, ਨਵਾਂ ਪ੍ਰੋਡਕਟ, ਕੰਪਨੀ ਦਾ ਅੰਤਰ ਰਾਸ਼ਟਰੀ ਸਮਾਗਮ ਆਦਿ ਕੁੱਝ ਵੀ ਹੋ ਸਕਦਾ ਹੈ। ਇਹਨਾਂ ਪ੍ਰੋਗਰਾਮਾਂ ਦਾ ਬੁਨਿਆਦੀ ਵਿਚਾਰ ਇਹ ਹੈ ਕਿ ਹਰ ਕੋਈ ਇਸ ਵਿੱਚ ਸ਼ਾਮਿਲ ਹੋ ਸਕਦਾ ਹੈ ਅਤੇ ਆਪਣਾ ਸਭ ਤੋਂ ਵਧੀਆ ਦੇਣ ਦੀ ਕੋਸ਼ਿਸ਼ ਕਰਦਾ ਹੈ। ਇਨ੍ਹਾਂ ਪ੍ਰੋਗਰਾਮਾਂ ਵਿੱਚ ਸਾਰੀ ਟੀਮ ਦਾ ਇੱਕੋ ਨਿਸ਼ਾਨਾ, ਭਾਸ਼ਾ ਅਤੇ ਕਾਰਜਸ਼ੈਲੀ ਇੱਕੋ ਜਿਹੀ ਹੋਣੀ ਚਾਹੀਦੀ ਹੈ।
5. ਇਸ ਮਿਸ਼ਨ ਲਈ ਇੱਕ ਖ਼ਾਸ ਕੋਰ ਟੀਮ ਹੋਣੀ ਚਾਹੀਦੀ ਹੈ: ਜਦੋਂ ਲੋਕ ਕਿਸੇ ਮਿਸ਼ਨ ਲਈ ਕੋਰ ਟੀਮ ਦਾ ਮੈਂਬਰ ਬਣਦੇ ਹਨ, ਤਾਂ ਉਹ ਖ਼ੁਦ ਨੂੰ ਬਹੁਤ ਖ਼ਾਸ ਅਤੇ ਲੋੜ ਨੂੰ ਪੂਰਾ ਕਰਨ ਵਾਲਾ ਮੰਨਦੇ ਹਨ। ਉਹ ਤੁਹਾਨੂੰ ਅਤੇ ਆਪਣੇ-ਆਪ ਨੂੰ ਕਮਾਲ ਦੇ ਟੀਚੇ ਪ੍ਰਾਪਤ ਕਰਕੇ ਹੈਰਾਨ ਕਰ ਦਿੰਦੇ ਹਨ। ਤੁਸੀਂ ਆਪਣੇ ਵੱਲੋਂ ਇੱਕ ਕੋਰ ਟੀਮ ਬਣਾਉਂਦੇ ਹੋ। ਤੁਹਾਡੀ ਟੀਮ ਦੇ ਸਾਰੇ ਮੈਂਬਰ ਵੀ ਆਪਣੀਆਂ ਟੀਮਾਂ ਬਣਾਉਂਦੇ ਹਨ। ਇਨ੍ਹਾਂ ਟੀਮਾਂ ਵਿਚਕਾਰ ਸਕਾਰਾਤਮਕ ਮੁਕਾਬਲੇ ਹੋਣਾ ਵੀ ਚੰਗਾ ਹੁੰਦਾ ਹੈ।
6. ਪ੍ਰਤਿਯੋਗਤਾ ਆਯੋਜਿਤ ਕਰੋ: ਮੈਂ ਦੇਖਿਆ ਹੈ ਕਿ ਪ੍ਰਤਿਯੋਗਤਾਵਾਂ ਨਵੀਆਂ ਆਸਾਂ ਦਿੰਦੀਆਂ ਅਤੇ ਸਾਰਿਆਂ ਨੂੰ ਥੋੜ੍ਹੇ ਸਮੇਂ ਲਈ ਰੁਮਾਂਚ ਨਾਲ ਭਰ ਦਿੰਦੀਆਂ ਹਨ। ਸਾਰੀਆਂ ਕੰਪਨੀਆਂ ਆਪਣੇ ਕਰਮਚਾਰੀਆਂ ਨੂੰ ਸਮੇਂ-ਸਮੇਂ 'ਤੇ ਅੰਤਰ ਰਾਸ਼ਟਰੀ ਟ੍ਰਿਪ ਜਾਂ ਕੋਈ ਵਿਸ਼ੇਸ਼ ਪ੍ਰਮੋਸ਼ਨ ਦਿੰਦੀਆ ਹਨ। ਤੁਸੀਂ ਆਪਣੀ ਟੀਮ ਵਿੱਚ ਛੋਟੀਆਂ-ਛੋਟੀਆਂ ਪ੍ਰਤਿਯੋਗਤਾਵਾਂ ਆਯੋਜਿਤ ਕਰ ਸਕਦੇ ਹੋ। ਇਸਦਾ ਅਰਥ ਇਹ ਨਹੀਂ ਹੈ ਕਿ ਹਰ ਸਮੇਂ ਕੋਈ ਟ੍ਰਿਪ ਜਾਂ ਕੋਈ ਵਿੱਤੀ ਲਾਭ ਹੀ ਮਿਲੇਗਾ। ਕਿਸੇ ਵੱਡੇ ਪ੍ਰੋਗਰਾਮ ਵਿੱਚ ਸਨਮਾਨਿਤ ਹੋਣ ਦਾ ਮੌਕਾ ਵੀ ਚੰਗਾ ਕੰਮ ਕਰਦਾ ਹੈ। ਪ੍ਰਤਿਯੋਗਤਾ ਵਿੱਚ ਮਹੱਤਵਪੂਰਨ ਇਨਾਮ ਨਹੀਂ ਹੈ, ਪਰ ਇਹ ਹੈ ਕਿ ਤੁਸੀਂ ਕਿੰਨੀ ਲਗਨ ਨਾਲ ਇਸ ਨੂੰ ਪ੍ਰਮੋਟ ਕਰ ਰਹੇ ਹੋ ਅਤੇ ਕਿੰਨੇ ਵਾਧੂ ਲੋਕਾਂ ਨੂੰ ਇਸ ਨਾਲ ਜੋੜ ਪਾ ਰਹੇ ਹੋ।
7. ਆਪਣੀ ਟੀਮ ਦੇ ਭਿੰਨ-ਭਿੰਨ ਭਾਗਾਂ ਵਿੱਚ ਗਤੀ ਦਾ ਟਰਾਂਸਫ਼ਰ ਕਰਨ ਲਈ ਨਿਰੰਤਰ ਸੰਪਰਕ ਇੱਕ ਬਹੁਤ ਮਹੱਤਵਪੂਰਨ ਮਾਧਿਅਮ ਹੈ। ਹਰ ਚੰਗੀ ਖ਼ਬਰ, ਹਰ ਪ੍ਰਾਪਤੀ ਅਤੇ ਹਰ ਵਿਕਾਸ ਦੀ ਖ਼ਬਰ ਪੂਰੀ ਟੀਮ ਵਿੱਚ ਪ੍ਰਸਾਰਿਤ ਹੋਣੀ ਚਾਹੀਦੀ ਹੈ। ਕੁੱਝ ਹੀ ਲੋਕ ਇਸ ਦੌੜ ਨੂੰ ਸ਼ੁਰੂ ਕਰਨ ਦਾ ਜਜ਼ਬਾ ਰੱਖਦੇ ਹਨ, ਪਰ ਹਰ ਕੋਈ ਦੌੜ ਵਿੱਚ ਸ਼ਾਮਿਲ ਹੋਣਾ ਪਸੰਦ ਕਰਦਾ ਹੈ। ਸੰਪਰਕ ਨਾਲ ਮੁੱਖ ਤੌਰ 'ਤੇ ਸਾਰੀ ਟੀਮ ਵਿੱਚ ਗਤੀ ਨੂੰ ਫੈਲਾਇਆ ਜਾ ਸਕਦਾ ਹੈ। ਵਾਟਸਐਪ ਅਤੇ ਹੋਰ ਸੋਸ਼ਲ ਮੀਡੀਆ ਟੂਲ ਦੇ ਜਰੀਏ ਤੁਸੀਂ ਆਪਣੇ ਮਿਸ਼ਨ ਦੀ ਸਫਲਤਾ ਬਾਰੇ ਜਾਗਰੁਕਤਾ ਫੈਲਾ ਸਕਦੇ ਹੋ।
8. ਸਧਾਰਨ ਡੁਪਲੀਕੇਬਲ ਕਾਰਵਾਈਆਂ: ਲੋਕਾਂ ਨੂੰ ਸਿਖਾਓ ਕਿ ਉਹ ਬਹੁਤ ਸਾਰਾ ਕੰਮ ਨਾ ਫੜਨ, ਉਨ੍ਹਾਂ ਨੂੰ ਹਰ ਦਿਨ ਇੱਕ ਜਾਂ ਦੋ ਕੰਮ ਕਰਨ ਲਈ ਦਿਓ। ਸਰਲ ਅਤੇ ਅਸਾਨ ਜਿਹੀ ਕਾਰਜਸ਼ੈਲੀ ਨੂੰ ਹੀ ਟੀਮ ਵਿੱਚ ਦੁਹਰਾਇਆ ਜਾ ਸਕਦਾ ਹੈ।

ਸਾਰੀ ਟੀਮ ਨੂੰ ਆਮ ਤੌਰ 'ਤੇ 2-3 ਨਿਸ਼ਚਿਤ ਕੰਮ ਹਰ ਦਿਨ/ਹਫਤੇਵਾਰੀ ਕਰਨੇ ਚਾਹੀਦੇ ਹਨ, ਜਿਵੇਂ ਕਿ ਦੋ ਨਵੇਂ ਪਲਾਨ ਹਰ ਰੋਜ਼, ਐਤਵਾਰ ਨੂੰ ਹਾਲ ਮੀਟਿੰਗ ਵਿੱਚ 4 ਨਵੇਂ ਮਹਿਮਾਨ ਆਦਿ। ਕਿਸ (KISS) ਸਿਧਾਂਤ ਨੂੰ ਹਮੇਸ਼ਾ ਅਪਣਾਓ: Keep It Short and Simple (ਇਸ ਨੂੰ ਛੋਟਾ ਅਤੇ ਸਰਲ ਰੱਖੋ)।

9. ਆਪਣੇ ਇਵੈਂਟ ਦੇ ਨੰਬਰਾਂ 'ਤੇ ਵੀ ਧਿਆਨ ਦਿਓ: ਆਪਣੀ ਕੋਰ ਟੀਮ ਅਤੇ ਦੂਜੇ ਵਸੀਲਿਆਂ ਰਾਹੀਂ ਇਹ ਧਿਆਨ ਰੱਖੋ ਕਿ ਕਿੰਨੇ ਡਿਸਟ੍ਰੀਬਿਊਟਰ ਵੱਖ-ਵੱਖ ਇਵੈਂਟਾਂ ਵਿੱਚ ਸ਼ਾਮਿਲ ਹੋ ਰਹੇ ਹਨ। ਜੇ ਇਵੈਂਟ ਦੇ ਨੰਬਰ ਵੱਧ ਰਹੇ ਹਨ ਤਾਂ ਇਸਦਾ ਅਰਥ ਇਹ ਹੈ ਕਿ ਗਤੀ ਵੀ ਜ਼ਰੂਰ ਵੱਧ ਰਹੀ ਹੈ। ਸਾਰੀਆਂ ਇਵੈਂਟਾਂ ਦਾ ਪ੍ਰਚਾਰ-ਪ੍ਰਸਾਰ ਪੂਰੇ ਉਤਸ਼ਾਹ ਨਾਲ ਕਰੋ। ਇਹ ਯਕੀਨੀ ਬਣਾਇਆ ਜਾਵੇ ਕਿ ਵੱਧ ਤੋਂ ਵੱਧ ਪ੍ਰੋਗਰਾਮ ਕਰਵਾਏ ਜਾਣ ਅਤੇ ਹਰ ਪ੍ਰੋਗਰਾਮ ਵਿੱਚ ਜ਼ਿਆਦਾ ਤੋਂ ਜ਼ਿਆਦਾ ਲੋਕਾਂ ਦੀ ਸ਼ਮੂਲੀਅਤ ਹੋਵੇ।

10. ਇੱਕ ਗਾਰੰਟੀਸ਼ੁਦਾ ਸਫਲਤਾ ਨੂੰ ਯਕੀਨੀ ਬਣਾਉਣ ਲਈ, ਸਾਨੂੰ ਪਹਿਲਾਂ ਤੋਂ ਹੀ ਚੰਗੀ ਤਰ੍ਹਾਂ ਤਿਆਰੀ ਕਰਨੀ ਚਾਹੀਦੀ ਹੈ ਅਤੇ ਕੁੱਝ ਅਜਿਹੇ ਸਹਿਕਰਮੀਆਂ ਦੀ ਚੋਣ ਕਰਨੀ ਚਾਹੀਦੀ ਹੈ ਜੋ ਨਿੱਜੀ ਤੌਰ 'ਤੇ ਸਫਲਤਾ ਪੂਰਵਕ ਨਤੀਜੇ ਪੈਦਾ ਕਰਨ ਲਈ ਯਕੀਨੀ ਬਣਾਉਣਗੇ। ਟੀਮ ਵਿੱਚ ਹਰ ਕੋਈ ਉਗਰਤਾ (FIRE) ਨਾਲ ਕੰਮ ਕਰੇ।

FIRE - Focused Ignited Right actions done with Excitement

ਉਗਰਤਾ - ਜੋਸ਼ ਨਾਲ ਕੀਤੇ ਗਏ ਸਹੀ ਕੰਮਾ ਨੂੰ ਫੋਕਸ ਕੀਤਾ ਗਿਆ।

ਇਸ ਦੌਰਾਨ ਵਿੱਕਰੀ ਦੁਗਣੀ ਜਾਂ ਤਿਗੁਣੀ ਹੋ ਜਾਂਦੀ ਹੈ ਅਤੇ ਜਿਨ੍ਹਾਂ ਲੋਕਾਂ ਨੂੰ ਅਸੀਂ ਹੌਲੀ ਸਮਝਦੇ ਹਾਂ ਉਹ ਵੀ ਵਿਲੱਖਣ ਨਤੀਜੇ ਦਿੰਦੇ ਹਨ। ਇਸਦੇ ਫ਼ਾਇਦੇ ਬਹੁਤ ਅਸਧਾਰਨ ਹਨ - ਵੱਡੀ ਇਨਕਮ, ਛੇਤੀ ਰੈਂਕ ਪ੍ਰਮੋਸ਼ਨ ਅਤੇ ਵਾਧੂ ਪ੍ਰਾਪਤੀਆਂ। ਸਭ ਤੋਂ ਜ਼ਿਆਦਾ ਫ਼ਾਇਦਾ ਲੋਕਾਂ ਦੀਆਂ ਭਰਤੀਆਂ ਨਾਲ ਹੁੰਦਾ ਹੈ। ਜੋ ਛੇ ਮਹੀਨੇ ਬਾਅਦ ਸਾਡੇ ਨਾਲ ਕੰਮ ਕਰਨ ਲਈ ਆਉਣ ਵਾਲੇ ਸਨ, ਉਹ 6 ਹਫਤਿਆਂ ਵਿੱਚ ਆ ਜਾਣਗੇ। ਇਸ ਨਾਲ ਪ੍ਰਭਾਵੀ ਲੀਡਰਾਂ ਨੂੰ ਬਣਾਉਣ ਵਿੱਚ ਮਦਦ ਮਿਲਦੀ ਹੈ।

ਇਹ ਸਾਰਾ ਕੁੱਝ ਕਰਨ ਵਿੱਚ ਸਮਾਂ ਲੱਗਦਾ ਹੈ, ਪਰ ਜਦੋਂ ਇਸ ਨੂੰ ਚੰਗੀ ਤਰ੍ਹਾਂ ਅਮਲ ਵਿੱਚ ਲਿਆਇਆ ਜਾਂਦਾ ਹੈ, ਤਾਂ ਇਹ ਜੰਗਲ ਵਿੱਚ ਲੱਗੀ ਅੱਗ ਵਾਂਗ ਫੈਲ ਜਾਂਦਾ ਹੈ ਅਤੇ ਸਾਰਿਆਂ ਨੰ ਵੱਡੇ ਇਨਾਮ ਦਿੰਦਾ ਹੈ।

ਰਫ਼ਤਾਰ ਹੀ ਚਾਬੀ ਹੈ

ਅਸੀਂ ਇਸ ਬਿਜ਼ਨਿਸ ਵਿੱਚ ਸਿਰਫ਼ ਇੱਕੋ ਕਾਰਨ ਕਰਕੇ ਆਏ ਹਾਂ - ਆਪਣੇ ਸੁਫਨਿਆਂ ਨੂੰ ਤੇਜੀ ਨਾਲ ਪੂਰਾ ਕਰਨ ਲਈ। ਇਸ ਲਈ ਰਫ਼ਤਾਰ ਹੀ ਚਾਬੀ ਹੈ। ਮੇਰੇ ਅੱਪਲਾਈਨ ਮੈਨੂੰ ਹਮੇਸ਼ਾ ਕਹਿੰਦੇ ਸਨ ਕਿ ਇੱਕ ਹਵਾਈ ਜਹਾਜ ਵੀ ਉਦੋਂ ਹੀ ਉੱਡੇਗਾ ਜਦੋਂ ਉਹ ਇੱਕ ਨਿਊਨਤਮ ਰਫ਼ਤਾਰ ਤੱਕ ਪੁੱਜੇਗਾ। ਮੈਂ ਇਸ ਤੱਥ ਨੂੰ ਸਮਝ ਲਿਆ ਅਤੇ ਮੈਂ ਇਸ ਨੂੰ ਆਪਣੀ ਟੀਮ ਵਿੱਚ ਸਾਰਿਆਂ ਨੂੰ ਦੱਸਣਾ ਸ਼ੁਰੂ ਕੀਤਾ। ਮੈਂ ਇਸ ਅਧਿਆਇ ਅੰਦਰ ਜੋ ਕੁੱਝ ਵੀ ਲਿਖਿਆ ਹੈ ਉਸਦੀ ਵਰਤੋਂ ਕੀਤੀ ਅਤੇ ਫਿਰ ਅਸੀਂ ਇੱਕ ਤੇਜ਼ੀ ਨਾਲ ਵਧਣ ਵਾਲਾ ਸੰਗਠਨ ਬਣਾਇਆ। ਕੋਲਕਾਤਾ ਤੋਂ ਮੇਰੇ ਦੋ ਦੋਸਤ ਪ੍ਰਸੰਨਜੀਤ ਮੰਡਲ ਅਤੇ ਤਰੁਣ ਕੁਮਾਰ ਪ੍ਰਧਾਨ ਕੋਲੋਂ ਮੈਂ ਸਿਖਿਆ ਕਿ ਤੁਹਾਨੂੰ ਰਫ਼ਤਾਰ ਬਣਾਉਣ ਲਈ ਕਿਸੇ ਵਿਸ਼ੇਸ਼ ਪ੍ਰਤਿਭਾ ਦੀ ਲੋੜ ਨਹੀਂ ਹੈ। ਇਸ ਨੂੰ ਕਰਨ ਲਈ ਸੁਫ਼ਨੇ, ਦ੍ਰਿੜ੍ਹ ਵਿਸ਼ਵਾਸ ਅਤੇ ਵਚਨਬੱਧਤਾ ਦੀ ਲੋੜ ਹੁੰਦੀ ਹੈ।

7.

ਵੱਖ-ਵੱਖ ਸਥਾਨਾਂ 'ਤੇ ਬਿਜ਼ਨਿਸ ਦਾ ਵਿਕਾਸ ਕਰਨਾ

ਤੁਹਾਡੀ ਟੀਮ ਵਿੱਚ ਤਿਆਰ ਕੀਤੀ ਗਈ ਮਾਤਰਾ ਵਿੱਚ ਇਕਸਾਰਤਾ ਉਨ੍ਹਾਂ ਸਥਾਨਾਂ ਦੀ ਸੰਖਿਆ ਦੇ ਸਿੱਧੇ ਅਨੁਪਾਤੀ ਹੈ ਜਿੱਥੇ ਤੁਸੀਂ ਬਿਜ਼ਨਿਸ ਕਰਦੇ ਹੋ।

– ਦੀਪਕ ਬਜਾਜ

ਮੈਂ ਇਸ ਫ਼ਾਰਮੂਲੇ ਨੂੰ ਹਮੇਸ਼ਾ ਕੰਮ ਕਰਦੇ ਹੋਏ ਦੇਖਿਆ ਹੈ। ਜਿੰਨੀ ਜ਼ਿਆਦਾ ਥਾਂਵਾਂ 'ਤੇ ਤੁਹਾਡਾ ਕੰਮ ਚੱਲਦਾ ਹੈ, ਉੱਨੀ ਹੀ ਜ਼ਿਆਦਾ ਮਾਤਰਾ ਵਿੱਚ ਤੁਹਾਡੀ ਟੀਮ ਦਾ ਬਿਜ਼ਨਿਸ ਹੁੰਦਾ ਹੈ। ਇਸ ਲਈ ਮੈਂ ਤੁਹਾਨੂੰ ਇਹ ਸਲਾਹ ਦਿਆਂਗਾ ਕਿ ਜਿਵੇਂ-ਜਿਵੇਂ ਬਿਜ਼ਨਿਸ ਵਧੇ, ਤਿਵੇਂ-ਤਿਵੇਂ ਯਾਤਰਾ ਸ਼ੁਰੂ ਕਰ ਵੱਖ-ਵੱਖ ਸ਼ਹਿਰਾਂ ਵਿੱਚ ਇੱਕ ਤੋਂ ਬਾਅਦ ਇੱਕ ਸ਼ਹਿਰ ਵਿੱਚ ਆਪਣਾ ਬਿਜ਼ਨਿਸ ਵਧਾਉਣਾ ਸ਼ੁਰੂ ਕਰੋ। ਤੁਸੀਂ ਚਾਹੋ ਤਾਂ ਵੱਖ-ਵੱਖ ਥਾਂਵਾਂ 'ਤੇ ਆਪਣੀ ਪਰਸਨਲ ਸਪੌਂਸਰਿੰਗ ਕਰ ਸਕਦੇ ਹੋ ਜਾਂ ਹੋਰ ਥਾਂਵਾਂ ਵਿੱਚ ਆਪਣੇ ਸਹਿਕਰਮੀਆਂ ਦੇ ਪ੍ਰਾਸਪੈਕਟਾਂ ਨਾਲ ਕੰਮ ਕਰ ਸਕਦੇ ਹੋ।

ਜਦੋਂ ਤੁਸੀਂ ਬਿਜ਼ਨਿਸ ਸ਼ੁਰੂ ਕਰਦੇ ਹੋ, ਤਾਂ ਉਸ ਨੂੰ ਆਪਣੀ ਥਾਂ ਤੋਂ ਸ਼ੁਰੂ ਕਰੋ। ਪਹਿਲਾਂ ਉਸ ਨੂੰ ਆਪਣੇ 50 ਕਿਲੋਮੀਟਰ ਦੇ ਦਾਇਰੇ ਵਿੱਚ ਫੈਲਾਓ। ਜਿਵੇਂ ਹੀ ਤੁਹਾਡਾ ਮੌਜੂਦਾ ਬਿਜ਼ਨਿਸ ਸਥਾਪਿਤ ਹੋਣ ਲੱਗੇ, ਉਦੋਂ ਉਸ ਥਾਂ 'ਤੇ ਲੀਡਰ ਬਣਾਉਣਾ ਸ਼ੁਰੂ ਕਰੋ, ਫਿਰ ਆਪਣੇ ਬਿਜ਼ਨਿਸ ਨੂੰ ਆਲੇ-ਦੁਆਲੇ ਦੇ ਕਸਬਿਆਂ ਅਤੇ ਸ਼ਹਿਰਾਂ ਵਿੱਚ ਫੈਲਾਉਣਾ ਸ਼ੁਰੂ ਕਰੋ।

ਇੱਕ ਨਵੀਂ ਥਾਂ ਵਿੱਚ ਕੰਮ ਸ਼ੁਰੂ ਕਰਦੇ ਸਾਰ ਹੀ ਨਿਅਮਿਤ ਤੌਰ 'ਤੇ ਸੇਵਾ ਦੇਣ ਦੀ ਜ਼ਿੰਮੇਵਾਰੀ ਆ ਜਾਂਦੀ ਹੈ। ਇਸ ਲਈ ਉਨਾਂ ਥਾਂਵਾਂ 'ਤੇ ਕੰਮ ਸ਼ੁਰੂ ਕਰੋ ਜੋ ਤੁਹਾਡੀ ਥਾਂ ਦੇ ਆਲੇ-ਦੁਆਲੇ ਹਨ, ਇਸ ਨਾਲ ਤੁਸੀਂ ਉਨਾਂ ਥਾਵਾਂ 'ਤੇ ਅਸਾਨੀ ਨਾਲ ਵਾਰ-ਵਾਰ ਆ-ਜਾ ਸਕਦੇ ਹੋ। ਜੇ ਤੁਸੀਂ ਬਿਜ਼ਨਿਸ ਵਿੱਚ ਫੁੱਲ ਟਾਈਮਰ ਹੋ, ਤਾਂ ਬਹੁਤ ਸਾਰੀਆਂ ਥਾਵਾਂ 'ਤੇ ਬਿਜ਼ਨਿਸ ਬਣਾਉਣਾ ਦਾ ਇੱਕ ਵਿਕਲਪ ਨਹੀਂ ਇੱਕ ਜ਼ਰੂਰਤ ਹੈ। ਤੁਹਾਨੂੰ ਲਗਾਤਾਰ ਯਾਤਰਾ ਕਰ ਨਵੀਆਂ ਥਾਂਵਾਂ ਵਿੱਚ ਬਿਜ਼ਨਿਸ ਸਥਾਪਿਤ ਕਰਨਾ ਚਾਹੀਦਾ ਹੈ। ਸਭ ਤੋਂ ਪਹਿਲਾਂ ਉਨਾਂ ਥਾਂਵਾਂ ਨੂੰ ਚੁਣੋ ਜਿੱਥੇ ਕੰਪਨੀ/ਟੀਮ ਹਮੇਸ਼ਾ ਨਿਅਮਿਤ ਤੌਰ 'ਤੇ ਇਵੈਂਟ ਕਰਦੀ ਹੈ। ਤੁਹਾਡੀ ਨਵੀਂ ਟੀਮ ਲਈ ਉੱਥੇ ਬੇਸਿਕ ਸਪੋਰਟ ਪਹਿਲੇ ਤੋਂ ਹੀ ਮੌਜੂਦ ਹੈ।

ਜਿਵੇਂ ਕਿ ਅਸੀਂ ਇਸ ਕਿਤਾਬ ਵਿੱਚ ਵਾਰ-ਵਾਰ ਦੁਹਰਾਇਆ ਹੈ ਕਿ ਸਾਡਾ ਬਿਜ਼ਨਿਸ ਲੀਡਰ ਬਣਾਉਣ ਦਾ ਹੈ ਅਤੇ ਜ਼ਿਆਦਾ ਲੀਡਰ ਬਣਾਉਣ ਵਾਲਾ ਵਿਅਕਤੀ ਹੀ ਅਖ਼ੀਰਕਾਰ ਜਿੱਤ ਦਾ ਹੈ। ਜਦੋਂ ਤੁਸੀਂ ਇੱਕ ਨਵੇਂ ਥਾਂ 'ਤੇ ਬਿਜ਼ਨਿਸ ਸ਼ੁਰੂ ਕਰਦੇ ਹੋ, ਤਾਂ ਤੁਸੀਂ ਆਪਣੇ ਨਵੇਂ ਸਹਿਕਰਮੀਆਂ ਨਾਲ ਹਫਤੇ ਵਿੱਚ ਇੱਕ ਜਾਂ ਦੋ ਦਿਨ ਕੰਮ ਕਰਦੇ ਹੋ, ਹੋਰ ਦਿਨਾਂ 'ਚ ਤਾਂ ਉਨ੍ਹਾਂ ਨੂੰ ਆਪ ਹੀ ਕੰਮ ਕਰਨਾ ਹੁੰਦਾ ਹੈ। ਉਹ ਤੁਹਾਨੂੰ

ਹਰ ਦਿਨ ਹਰ ਛੋਟੇ ਕੰਮ ਲਈ ਨਹੀਂ ਬੁਲਾ ਸਕਦੇ ਅਤੇ ਤੁਸੀਂ ਵੀ ਆਪ ਉੱਥੋਂ ਤੋਂ ਚਲੇ ਜਾਣ ਤੋਂ ਬਾਅਦ ਉਨ੍ਹਾਂ ਨੂੰ ਕੁੱਝ ਕੰਮ ਆਪ ਕਰਨ ਦੀ ਉਮੀਦ ਰੱਖਦੇ ਹੋ। ਇਸਦੇ ਨਾਲੋ-ਨਾਲ ਵੱਖੋ-ਵੱਖ ਥਾਂਵਾਂ ਅੰਦਰ ਕੰਮ ਕਰਨ ਨਾਲ ਇੱਕ ਵਧੀਆ ਤਰੀਕੇ ਨਾਲ ਲੋਕਾਂ ਦੀ ਛਾਂਟ ਹੋ ਜਾਂਦੀ ਹੈ ਕਿਉਂ ਕਿ ਉਹੀ ਲੋਕ ਬਿਜ਼ਨਿਸ ਵਿੱਚ ਟਿਕਣਗੇ ਜੋ ਆਪਣੇ ਹਿੱਸੇ ਦਾ ਕੰਮ ਕਰਨ ਲਈ ਤਿਆਰ ਹੋਣਗੇ। ਕਮਜ਼ੋਰ ਲੀਡਰ ਖ਼ੁਦ ਛੱਡ ਦੇਣਗੇ ਅਤੇ ਤੁਹਾਡੇ ਕੋਲ ਚੰਗੀ ਗੁਣਵੱਤਾ ਵਾਲੇ ਲੀਡਰ ਹੀ ਰਹਿ ਜਾਣਗੇ।

ਜਦੋਂ ਤੁਸੀਂ ਇੱਕ ਹਫ਼ਤੇ ਵਿੱਚ ਆਪਣੇ ਸ਼ਹਿਰ ਅੰਦਰ 2-3 ਦਿਨਾਂ ਤੋਂ ਜ਼ਿਆਦਾ ਮੌਜੂਦ ਨਹੀਂ ਹੋਵੋਗੇ ਤਾਂ ਤੁਹਾਡੇ ਸ਼ਹਿਰ ਦੇ ਸਹਿਕਰਮੀਆਂ ਨੂੰ, ਜੋ ਹਮੇਸ਼ਾ ਤੁਹਾਡੇ ਇਰਦ-ਗਿਰਦ ਹੀ ਹੁੰਦੇ ਹਨ, ਹੁਣ ਆਪਣੇ-ਆਪ ਹੀ ਕੰਮ ਕਰਨਾ ਪਵੇਗਾ ਤਾਂ ਜੋ ਜਦੋਂ ਤੁਸੀਂ ਉਨ੍ਹਾਂ ਕੋਲੋ ਦੂਰ ਹੋਵੇ ਤਾਂ ਉਨ੍ਹਾਂ ਦਾ ਕੰਮ ਚੱਲਦਾ ਰਹੇ। ਇਹ ਕਰਨ ਨਾਲ ਉਹ ਆਪਣੇ ਪੈਰਾਂ 'ਤੇ ਖੜ੍ਹੇ ਹੋ ਪਾਉਣਗੇ। ਲੋਕ ਉਸੇ ਚੀਜ਼ ਦੀ ਇੱਜ਼ਤ ਕਰਕੇ ਉਸਦਾ ਮਹੱਤਵ ਸਮਝਦੇ ਹਨ, ਜੋ ਅਸਾਨੀ ਨਾਲ ਪ੍ਰਾਪਤ ਨਹੀਂ ਹੁੰਦਾ। ਇਸ ਲਈ ਜਦੋਂ ਤੁਸੀਂ ਸੀਮਤ ਸਮੇਂ ਲਈ ਹੀ ਮੌਜੂਦ ਹੋਵੋਗੇ, ਤਾਂ ਤੁਹਾਨੂੰ ਆਪਣੇ ਸਹਿਕਰਮੀਆਂ ਕੋਲੋਂ ਬਹੁਤ ਇੱਜ਼ਤ ਮਿਲੇਗੀ।

ਇਸ ਲਈ, ਤੁਹਾਡੇ ਘੁੰਮਣ ਨਾਲ ਤੁਹਾਡੇ ਸਹਿਕਰਮੀਆਂ ਨੂੰ ਸੁਤੰਤਰ ਲੀਡਰ ਬਣਨ ਵਿੱਚ ਬੜੀ ਮਦਦ ਮਿਲੇਗੀ। ਦੋਵੇਂ ਥਾਂਵਾਂ ਭਾਵ ਤੁਹਾਡੇ ਸ਼ਹਿਰ ਵਿੱਚ ਵੀ ਅਤੇ ਨਵੀਂ ਜਗ੍ਹਾ 'ਤੇ ਵੀ। ਬਹੁਤ ਛੇਤੀ ਨਾਲ ਇਹ ਲੋਕ ਆਪਣੀ-ਆਪਣੀ ਟੀਮ ਦੀ ਅਗਵਾਈ ਕਰਨ ਲੱਗ ਜਾਣਗੇ, ਭਾਰੀ ਮਾਤਰਾ ਵਿੱਚ ਕੰਮ ਲਿਆ ਕੇ ਤੁਹਾਨੂੰ ਕੰਮ ਵਿੱਚ ਚਾਹੀ ਗਈ ਗਤੀ ਪ੍ਰਾਪਤ ਕਰਾਉਣ ਵਿੱਚ ਵੀ ਮਦਦ ਕਰਨਗੇ।

ਇਸ ਤੋਂ ਇਲਾਵਾ ਯਾਤਰਾ ਕਰਨਾ ਤੁਹਾਡੇ ਬੌਧਿਕ ਅਤੇ ਬਿਜ਼ਨਿਸ ਦੇ ਵਿਕਾਸ ਲਈ ਵੀ ਚੰਗਾ ਹੈ। ਵਾਧੂ ਅਤੇ ਛੇਤੀ ਵਿਕਸਤ ਹੋਣ ਲਈ ਨਵੀਆਂ ਥਾਵਾਂ 'ਤੇ ਆਪਣਾ ਬਿਜ਼ਨਿਸ ਵਧਾਉਣਾ ਤੁਹਾਡੀ ਸਿਖਰਲੀ ਪਹਿਲ ਹੋਣੀ ਚਾਹੀਦੀ ਹੈ।

ਯਾਤਰਾ ਤੋਂ ਜੀਵਨ ਵਿੱਚ ਸ਼ਕਤੀ ਅਤੇ ਪਿਆਰ ਵਾਪਿਸ ਆਉਂਦਾ ਹੈ।

– ਰੂਮੀ

ਜਿੰਨੀਆਂ ਜ਼ਿਆਦਾ ਥਾਂਵਾਂ ਉਨਾਂ ਹੀ ਜ਼ਿਆਦਾ ਮੁਨਾਫ਼ਾ

ਮੈਂ ਗੌਰਵ ਬਜਾਜ ਨੂੰ ਇਹ ਕਰਦਿਆਂ ਦੇਖਿਆ ਹੈ। ਉਹ ਨਵੀਆਂ ਥਾਂਵਾਂ 'ਤੇ ਕੰਮ ਕਰਨ ਲਈ ਭੁੱਖੇ ਰਹਿੰਦੇ ਹਨ ਅਤੇ ਹਰ ਨਵੀਂ ਥਾਂ ਤੋਂ ਲੀਡਰ ਬਣਾਉਣ ਵਿੱਚ ਮਾਹਿਰ ਹਨ। ਉਨ੍ਹਾਂ ਦਾ ਜ਼ਿਆਦਾਤਰ ਵਿਕਾਸ ਉਹਨਾਂ ਨਵੀਆਂ ਥਾਂਵਾਂ ਤੋਂ ਕੰਮ ਕਰਕੇ ਆਇਆ ਹੈ, ਜਿਨ੍ਹਾਂ ਥਾਂਵਾਂ 'ਤੇ ਉਨ੍ਹਾਂ ਤੋਂ ਪਹਿਲਾਂ ਜ਼ੀਰੋ ਬਿਜ਼ਨਿਸ ਸੀ। ਉਨ੍ਹਾਂ ਨੇ ਇਸ ਕਲਾ ਵਿੱਚ ਮੁਹਾਰਿਤ ਹਾਸਿਲ ਕਰ ਲਈ ਹੈ ਅਤੇ ਹਰ ਵਾਰ ਜਦੋਂ ਮੈਂ ਉਨ੍ਹਾਂ ਨਾਲ ਗੱਲ ਕਰਦਾ ਹਾਂ, ਉਨ੍ਹਾਂ ਦੇ ਕੋਲ ਇੱਕ ਨਵੀਂ ਥਾਂ ਹੁੰਦੀ ਹੈ ਜਿੱਥੇ ਉਹ ਨਵਾਂ ਬਿਜ਼ਨਿਸ ਸਥਾਪਿਤ ਕਰਨ ਲਈ ਜਾ ਰਹੇ ਹੁੰਦੇ ਹਨ।

8. ਪੁਨਰ - ਨਿਵੇਸ਼

ਜੇ ਤੁਸੀਂ ਇੱਕ ਬਿਜ਼ਨਿਸ ਦੇ ਮਾਲਕ ਹੋ, ਤਾਂ ਆਪਣੇ ਬਿਜ਼ਨਿਸ ਤੋਂ ਹੋਏ ਮੁਨਾਫ਼ੇ ਨੂੰ ਖ਼ਰਚ ਕਰਨ ਤੋਂ ਚੰਗਾ, ਉਸ ਨੂੰ ਆਪਣੇ ਬਿਜ਼ਨਿਸ ਵਿੱਚ ਹੀ ਲੱਗਾ ਦੇਣਾ ਚਾਹੀਦਾ ਹੈ ਜਿਸ ਤੋਂ ਬਿਜ਼ਨਿਸ ਦੀ ਗੁਣਵੱਤਾ ਵਿੱਚ ਸੁਧਾਰ ਹੋ ਸਕੇ। ਜੇ ਤੁਸੀਂ ਆਪਣੇ ਮੁਨਾਫ਼ੇ ਦਾ ਮੁੜ ਨਿਵੇਸ਼ ਕਰਦੇ ਹੋ, ਤਾਂ ਇਸ ਨਾਲ ਤੁਸੀਂ ਆਪਣੇ ਬਿਜ਼ਨਿਸ ਦਾ ਵਿਕਾਸ ਕਰਨ ਵਿੱਚ ਸਮਰੱਥ ਹੋਵੋਗੇ।

– **ਵਾਰੇਨ ਬਫ਼ੇਟ** (ਪੁਨਰਨਿਵੇਸ਼ ਦੇ ਸੰਬੰਧ ਵਿੱਚ ਬਫ਼ੇ ਦੇ ਵਿਚਾਰ, warrenbuffet.com ਤੇ 14 ਜਨਵਰੀ 2017 ਦੇ ਇੱਕ ਲੇਖ ਵਿੱਚੋਂ।)

ਮੁੜਨਿਵੇਸ਼ ਨੂੰ ਸਮਝਣਾ ਬਹੁਤ ਸੌਖਾ ਹੈ: ਇਸ ਬਿਜ਼ਨਿਸ ਤੋਂ ਤੁਸੀਂ ਜੋ ਵੀ ਕਮਾਓ, ਉਸਦਾ ਸਾਰਾ ਜਾਂ ਕੁੱਝ ਹਿੱਸਾ ਬਿਜ਼ਨਿਸ ਦੇ ਵਿਕਾਸ ਵਿੱਚ ਨਿਵੇਸ਼ ਕਰੋ। ਸ਼ੁਰੂਆਤੀ ਦਿਨਾਂ ਵਿੱਚ, ਹੋ ਸਕਦਾ ਹੈ ਤੁਹਾਡੀ ਸਾਰੀ ਕਮਾਈ ਲੱਗ ਜਾਏ, ਪਰ ਜਿਵੇਂ-ਜਿਵੇਂ ਤੁਸੀਂ ਬਿਜ਼ਨਿਸ ਅੰਦਰ ਵਾਧਾ ਹਾਸਿਲ ਕਰਦੇ ਹੋ, ਫਿਰ ਤੁਹਾਡੀ ਕਮਾਈ ਦਾ ਸਿਰਫ਼ ਇੱਕ ਹੀ ਭਾਗ ਵਿਕਾਸ ਵਿੱਚ ਲੱਗੇਗਾ। ਨੈੱਟਵਰਕ ਮਾਰਕੀਟਿੰਗ ਆਪਣੇ-ਆਪ ਵਿੱਚ ਹੀ ਬਿਜ਼ਨਿਸ ਹੈ। ਜੇ ਤੁਹਾਡਾ ਕੋਈ ਆਫਿਸ ਨਹੀਂ ਹੈ, ਸਟਾਫ਼ ਜਾਂ ਕੋਈ ਨਿਸ਼ਚਿਤ ਖ਼ਰਚੇ ਨਹੀਂ ਹਨ, ਤਾਂ ਸਾਰਾ ਮੁੜ ਨਿਵੇਸ਼ ਤੁਹਾਡੇ ਅਪਣੇ ਵਿਕਾਸ ਵਿੱਚ ਲੱਗੇਗਾ। ਹਰ ਬਿਜ਼ਨਿਸ ਵਿੱਚ ਹਮੇਸ਼ਾ ਹੀ ਮੁੜ ਨਿਵੇਸ਼ ਦੀ ਜ਼ਰੂਰਤ ਹੁੰਦੀ ਹੈ। ਸਾਡੇ ਬਿਜ਼ਨਿਸ ਵਿੱਚ ਮੁੜ ਨਿਵੇਸ਼ ਦਾ ਅਰਥ ਹੈ:

- ✓ ਆਪਣੇ ਆਤਮਵਿਸ਼ਵਾਸ ਨੂੰ ਵਧਾਉਣ ਲਈ ਟ੍ਰੇਨਿੰਗ ਪ੍ਰੋਗਰਾਮ ਵਿੱਚ ਸ਼ਾਮਿਲ ਹੋਣਾ
- ✓ ਆਪਣੇ ਨਿੱਜੀ ਵਿਕਾਸ ਲਈ ਕਿਤਾਬਾਂ ਅਤੇ ਹੋਰ ਟੂਲਜ਼ ਖਰੀਦਣਾ
- ✓ ਆਪਣੇ ਟੀਮ ਦੇ ਮੈਂਬਰਾਂ ਲਈ ਕਿਤਾਬਾਂ ਅਤੇ ਟੂਲਜ਼ ਦਾ ਸਟਾਕ ਰੱਖਣਾ
- ✓ ਕਦੇ-ਕਦੇ ਆਪਣੀ ਟੀਮ ਲਈ ਇਵੈਂਟ ਆਯੋਜਿਤ ਕਰਨਾ ਜਾਂ ਇਵੈਂਟ ਆਯੋਜਿਤ ਕਰਨ ਵਿੱਚ ਆਪਣਾ ਯੋਗਦਾਨ ਦੇਣਾ
- ✓ ਆਪਣੇ ਬਿਜ਼ਨਿਸ ਨੂੰ ਕਈ ਗੁਣਾ ਵਧਾਉਣ ਲਈ ਕੁੱਝ ਪ੍ਰਤਿਯੋਗਤਾਵਾਂ ਆਯੋਜਤ ਕਰਨਾ ਜਾਂ ਪ੍ਰੇਰਨਾਦਾਈ ਰਕਮ ਦੇਣਾ
- ✓ ਟੀਮ ਦੇ ਨਵੇਂ ਮੈਂਬਰਾਂ ਨੂੰ ਕਦੇ-ਕਦਾਈ ਇਵੈਂਟ 'ਚ ਲੈ ਜਾਣ ਲਈ ਯਾਤਰਾ ਪ੍ਰਬੰਧ
- ✓ ਉਤਪਾਦ ਗਾਹਕਾਂ ਨੂੰ ਤੁਰੰਤ ਡਿਲੀਵਰੀ ਕਰਨ ਲਈ ਕੁੱਝ ਸਟਾੱਕ ਹਮੇਸ਼ਾ ਤਿਆਰ ਰੱਖਣਾ
- ✓ ਇੱਕ ਨਵੇਂ ਸ਼ਹਿਰ ਵਿੱਚ ਬਿਜ਼ਨਿਸ ਵਧਾਉਣ ਲਈ ਖ਼ਰਚੇ ਕਰਨਾ
- ✓ ਟੀਮ ਨੂੰ ਬਣਾਉਣ ਅਤੇ ਪ੍ਰੇਰਿਤ ਕਰਨ ਲਈ ਯਾਤਰਾ 'ਤੇ ਕਈ ਹੋਰ ਖ਼ਰਚੇ ਕਰਨੇ

ਇਹ ਯਾਦ ਰੱਖੋ ਕਿ ਪ੍ਰੋਗਰਾਮ ਦਾ ਟਿਕਟ ਕੋਈ ਖ਼ਰਚਾ ਨਹੀਂ ਹੈ, ਸਗੋਂ ਇਹ

ਬਿਜ਼ਨਿਸ ਲਈ ਇੱਕ ਨਿਵੇਸ਼ ਹੈ। ਆਪਣੇ ਖ਼ੁਦ ਦੇ ਵਿਕਾਸ ਲਈ ਤੁਸੀਂ ਜੋ ਵੀ ਪੈਸਾ ਖ਼ਰਚ ਕਰਦੇ ਹੋ, ਉਹ ਕੋਈ ਖ਼ਰਚਾ ਨਹੀਂ ਹੈ, ਇਹ ਉਹ ਨਿਵੇਸ਼ ਹੈ ਜਿਸ 'ਤੇ ਤੁਹਾਨੂੰ ਵੱਡੇ ਰਿਟਰਨ ਮਿਲਦੇ ਹਨ ਅਤੇ ਇਹ ਹਮੇਸ਼ਾ ਲਈ ਤੁਹਾਡੇ ਨਾਲ ਰਹਿੰਦਾ ਹੈ। ਕੁੱਝ ਲੋਕਾਂ ਦਾ ਇਹ ਰਵੱਈਆ ਹੁੰਦਾ ਹੈ ਕਿ ਉਹ ਪਹਿਲੇ ਕਮਾਉਣਗੇ ਅਤੇ ਫਿਰ ਟ੍ਰੇਨਿੰਗ ਵਿੱਚ ਸ਼ਾਮਿਲ ਹੋਣਗੇ, ਪਰ ਸੱਚਾਈ ਇਹ ਹੈ ਕਿ ਪਹਿਲਾਂ ਤੁਸੀਂ ਟ੍ਰੇਨਿੰਗ ਵਿੱਚ ਸ਼ਾਮਿਲ ਹੋਵੋ, ਤਾਂ ਹੀ ਤੁਸੀਂ ਛੇਤੀ ਅਤੇ ਜ਼ਿਆਦਾ ਕਮਾਉਣ ਦੇ ਯੋਗ ਬਣੋਗੇ। ਇਸ ਲਈ ਆਪਣੇ ਵਿੱਚ ਨਿਵੇਸ਼ ਦੇ ਨਾਲੋ-ਨਾਲ ਆਪਣੇ ਟੀਮ ਦੇ ਮੈਂਬਰਾਂ ਦੇ ਵਿਕਾਸ ਵਿੱਚ ਨਿਵੇਸ਼ ਕਰੋ, ਇਸ ਨਾਲ ਤੁਹਾਡਾ ਬਿਜ਼ਨਿਸ ਗੁਣਾਤਮਕ ਤੌਰ 'ਤੇ ਵਧਦਾ ਜਾਏਗਾ ਅਤੇ ਤੁਸੀਂ ਆਪਣੇ ਨਿਵੇਸ਼ ਤੋਂ ਸਭ ਤੋਂ ਵੱਧ ਰਿਟਰਨ ਪ੍ਰਾਪਤ ਕਰੋਗੇ।

ਮੁੜ ਨਿਵੇਸ਼ ਨਾਲ ਤੁਹਾਡੇ ਬਿਜ਼ਨਿਸ ਵਿੱਚ ਬਹੁਤ ਵਾਧਾ ਹੁੰਦਾ ਹੈ। ਆਪਣੀ ਸੰਪੱਤੀ ਵਧਾਉਣ ਲਈ ਪੁਨਰਨਿਵੇਸ਼ ਬਹੁਤ ਵਧੀਆਂ ਤਰੀਕਾ ਹੈ। ਆਪਣੇ ਬਿਜ਼ਨਿਸ ਦੇ ਲਗਾਤਾਰ ਵਾਧੇ ਅਤੇ ਸਫਲਤਾ ਲਈ ਪੁਨਰਨਿਵੇਸ਼ ਬਹੁਤ ਮਹੱਤਵਪੂਰਨ ਹੈ।

– entrepreneur.com ਵਿੱਚ
ਬ੍ਰੈਂਟਨ ਹੇਡਨ ਵੱਲੋਂ ਲਿਖਤ ਲੇਖ 'Warren Buffet knows IT' *ਤੋਂ*

ਬਾਹਰਲੀ ਸਫਲਤਾ ਅੰਦਰੂਨੀ ਵਿਕਾਸ ਦਾ ਪ੍ਰਤੀਬਿੰਬ ਹੈ

ਮੈਨੂੰ ਲੱਗਦਾ ਹੈ ਕਿ ਸਾਡਾ ਮੁੱਖ ਕੰਮ ਆਪਣੇ-ਆਪ ਅਤੇ ਆਪਣੇ ਬਿਜ਼ਨਿਸ ਨੂੰ ਵਿਕਸਤ ਕਰਨਾ ਹੈ। ਸਾਨੂੰ ਇਸ ਨੂੰ ਕਿਤਾਬਾਂ, ਆਡੀਓ-ਵੀਡੀਓ ਪ੍ਰੋਗਰਾਮ, ਟ੍ਰੇਨਿੰਗ ਪ੍ਰੋਗਰਾਮ, ਸਹੀ ਲੋਕਾਂ ਦੀ ਸੰਗਤ ਅਤੇ ਜੋ ਅਸੀਂ ਸਿੱਖਦੇ ਹਾਂ, ਉਸ ਨੂੰ ਲਾਗੂ ਕਰਕੇ ਕਰ ਸਕਦੇ ਹਾਂ। ਮੈਨੂੰ ਇਸ ਗੱਲ ਦਾ ਅਨੁਭਵ ਉਦੋਂ ਹੋਇਆ, ਜਦੋਂ ਮੈਂ ਇਸ ਬਿਜ਼ਨਿਸ ਵਿੱਚ ਆਇਆ। ਅੱਜ ਮੇਰੇ ਕੋਲ 1800 ਕਿਤਾਬਾਂ ਅਤੇ ਆਡੀਓ-ਵੀਡੀਓ ਦੀ ਆਪਣੀ ਇੱਕ ਨਿੱਜੀ ਲਾਇਬ੍ਰੇਰੀ ਹੈ। ਮੈਂ ਪਿਛਲੇ ਕੁੱਝ ਸਾਲਾਂ ਵਿੱਚ ਦੁਨੀਆ ਦੇ ਬੈਸਟ ਟ੍ਰੇਨਰ ਟਾੱਨੀ ਰਾੱਬਿਨਸ, ਐਂਟਾਨੋ ਸੋਲਰ ਜਾੱਨ, ਰਾੱਬਰਟ ਕਿਓਸਾਕੀ, ਲੇਸ ਬ੍ਰਾਉਨ, ਸ਼ਿਵ ਖੇੜਾ, ਜੈਕ ਕੈਨਫ਼ੀਲਡ, ਬ੍ਰਾਇਨ ਟ੍ਰੇਸੀ ਅਤੇ ਬਹੁਤ ਸਾਰੇ ਮਹਾਨ ਲੋਕਾਂ ਤੋਂ ਦੁਨੀਆ ਦੀ ਸਭ ਤੋਂ ਵੱਧੀਆ ਟ੍ਰੇਨਿੰਗ ਕਰੀਬ ਪੰਜ ਮਿਲੀਅਨ ਤੋਂ ਜ਼ਿਆਦਾ ਰੁਪਏ ਖ਼ਰਚ ਕਰਕੇ ਪ੍ਰਾਪਤ ਕੀਤੀ ਹੈ। ਇੰਨਾ ਕਰਕੇ ਮੈਂ ਹੁਣ ਤੱਕ ਆਪਣੇ ਖੇਤਰ ਵਿੱਚ ਸਭ ਤੋਂ ਵਧੀਆ ਕਰ ਪਾਇਆ ਹਾਂ ਅਤੇ ਇਹ ਮੈਨੂੰ ਬੜੀ ਛੇਤੀ ਦੁਨੀਆ ਦੀ ਸਟੇਜ਼ 'ਤੇ ਲੈ ਜਾਏਗਾ। ਮੈਂ ਇਸ ਤਰ੍ਹਾਂ ਸੋਚਦਾ ਹਾਂ ਕਿ ਟ੍ਰੇਨਿੰਗ ਕਦੇ ਵੀ ਨਹੀਂ ਰੁਕਦੀ। ਮੈਨੂੰ ਮਾਣ ਹੈ ਕਿ ਮੈਂ ਦੁਨੀਆ ਦੇ ਬਿਹਤਰੀਨ ਲੋਕਾਂ ਕੋਲੋਂ ਸਿੱਖਿਆ ਹੈ। ਮੈਂ ਆਪਣੇ ਪਾਠਕਾਂ ਅਤੇ ਆਪਣੇ ਟ੍ਰੇਨਿੰਗ ਪ੍ਰੋਗਰਾਮ ਵਿੱਚ ਸ਼ਾਮਿਲ ਹੋਣ ਵਾਲੇ ਲੋਕਾਂ ਨੂੰ ਵੀ ਇਹ ਸਾਰੀ ਸਿਖਲਾਈ ਖੁੱਲ੍ਹ ਕੇ ਦੇ ਰਿਹਾ ਹਾਂ।

9.
ਆਪਣਾ ਬ੍ਰਾਂਡ ਬਣਾਓ: ਤੁਹਾਡੀ ਸਭ ਤੋਂ ਕੀਮਤੀ ਸੰਪੱਤੀ

ਆਪਣੇ ਬਿਜ਼ਨਿਸ ਲਈ ਤੁਹਾਡਾ ਬ੍ਰਾਂਡ ਇੱਕ ਮਹੱਤਵਪੂਰਨ ਨਿਵੇਸ਼ ਹੈ।

– ਸਟੀਵ ਫ਼ੋਬਰਸ

ਆਪਣਾ ਬ੍ਰਾਂਡ ਬਣਾਓ। ਜਿਵੇਂ ਮੈਂ ਸਮਝਿਆ ਹੈ, *'ਬ੍ਰਾਂਡ ਤੁਹਾਡੇ ਉਹ ਗੁਣ ਅਤੇ ਸਿਧਾਂਤ ਹਨ ਜੋ ਤੁਹਾਡੇ ਵਾਰ-ਵਾਰ ਦੁਹਰਾਏ ਜਾਣ ਵਾਲੇ ਸ਼ਬਦਾਂ, ਕਾਰਜਾਂ ਅਤੇ ਵਿਵਹਾਰ ਨੂੰ ਦੇਖ ਕੇ ਲੋਕ ਤੁਹਾਡੇ ਨਾਮ ਨਾਲ ਜੋੜ ਦਿੰਦੇ ਹਨ।'* ਸਭ ਤੋਂ ਪਹਿਲਾਂ ਤੁਸੀਂ ਆਪਣਾ ਬ੍ਰਾਂਡ ਬਣਾਉਂਦੇ ਹੋ, ਫਿਰ ਤੁਹਾਡਾ ਬ੍ਰਾਂਡ ਤੁਹਾਨੂੰ ਬਣਾਉਂਦਾ ਹੈ। ਲੀਡਰ ਹੋਣ ਦੇ ਨਾਤੇ, ਲੋਕ ਹਮੇਸ਼ਾ ਤੁਹਾਡੇ 'ਤੇ ਨਜ਼ਰ ਰੱਖਦੇ ਹਨ। ਇਸ ਬਿਜ਼ਨਿਸ ਵਿੱਚ ਤੁਸੀਂ ਕਿੰਨੀ ਦੂਰ, ਕਿੰਨੀ ਛੇਤੀ ਜਾਓਗੇ ਇਹ ਤੁਹਾਡੇ ਮਾਣ ਅਤੇ ਬ੍ਰਾਂਡ ਤੋਂ ਪਤਾ ਚੱਲਦਾ ਹੈ। ਬ੍ਰਾਂਡ ਚੰਗੇ ਅਤੇ ਮਾੜੇ ਦੋਵੇਂ ਹੀ ਹੁੰਦੇ ਹਨ। ਬ੍ਰਾਂਡ ਇੱਕ ਅਜਿਹਾ ਲੇਬਲ ਹੈ ਜੋ ਇੱਕ ਵਾਰ ਜੁੜ ਜਾਏ, ਤਾਂ ਲੰਮੇ ਸਮੇਂ ਤੱਕ ਜੁੜਿਆ ਹੀ ਰਹਿੰਦਾ ਹੈ। ਇਸ ਲਈ ਅਪਣੇ ਲਈ ਇੱਕ ਚੰਗਾ, ਸਕਾਰਾਤਮਕ ਬ੍ਰਾਂਡ ਬਣਾਕੇ ਉਸ ਦੇ ਫਾਇਦੇ ਚੁੱਕੋ। ਇੱਕ ਚੰਗਾ ਬ੍ਰਾਂਡ ਬਣਾਉਣ ਦੇ ਕੁੱਝ ਫ਼ਾਇਦੇ ਇਸ ਪ੍ਰਕਾਰ ਹਨ:

- ✓ ਲੋਕਾਂ ਨੂੰ ਬਿਜ਼ਨਿਸ ਵਿੱਚ ਰੋਕਣਾ ਅਸਾਨ ਹੁੰਦਾ ਹੈ। ਕਿਉਂ ਕਿ ਲੋਕ ਜਾਣਦੇ ਹਨ ਕਿ ਤੁਸੀਂ ਇੱਕ ਚੰਗੇ ਲੀਡਰ ਹੋ, ਇਸ ਲਈ ਉਹ ਆਪਣੇ-ਆਪ ਨੂੰ ਸੁਰੱਖਿਅਤ ਮਹਿਸੂਸ ਕਰਦੇ ਹੋਏ ਵਫ਼ਾਦਾਰ ਰਹਿੰਦੇ ਹਨ ਅਤੇ ਆਪਣੀ ਟੀਮ ਨੂੰ ਨਹੀਂ ਛੱਡਦੇ।
- ✓ ਜਦੋਂ ਤੁਹਾਡੀ ਅਗਵਾਈ ਸਥਾਪਿਤ ਹੋ ਜਾਂਦੀ ਹੈ, ਤਾਂ ਲੋਕ ਤੁਹਾਡੇ ਕਹੇ ਨੂੰ ਸੁਣਦੇ ਵੀ ਹਨ। ਜਦੋਂ ਲੋਕ ਤੁਹਾਡਾ ਸਤਿਕਾਰ ਕਰਦੇ ਹੋਏ ਤੁਹਾਡੇ ਪਲਾਨ 'ਤੇ ਅਮਲ ਕਰਦੇ ਹਨ, ਤਾਂ ਤੁਹਾਡੀ ਸਾਰੀ ਟੀਮ ਤੁਹਾਡੇ ਪਲਾਨ ਅਨੁਸਾਰ ਕੰਮ ਕਰਨ ਲੱਗ ਜਾਂਦੀ ਹੈ ਅਤੇ ਨਤੀਜਾ ਕਈ ਗੁਣਾ ਵਧ ਜਾਂਦੇ ਹਨ।
- ✓ ਤੁਸੀਂ ਚੰਗੀ ਗੁਣਵੱਤਾ ਵਾਲੇ ਪ੍ਰਾਸਪੈਕਟਾਂ ਨੂੰ ਆਕਰਸ਼ਿਤ ਕਰਕੇ ਬਿਜ਼ਨਿਸ ਨੂੰ ਛੇਤੀ ਵੱਡਾ ਕਰ ਸਕਦੇ ਹੋ।
- ✓ ਤੁਹਾਡੀ ਸੇਲ ਕੰਵਰਜ਼ਨ ਦਰ ਬਿਹਤਰ ਹੋ ਜਾਂਦੀ ਹੈ, ਇਸ ਤੋਂ ਬਿਹਤਰ ਨਤੀਜੇ ਮਿਲਦੇ ਹਨ।
- ✓ ਤੁਹਾਨੂੰ ਵੱਡੀ ਮਸ਼ਹੂਰੀ ਅਤੇ ਮਾਨਤਾ ਮਿਲਦੀ ਹੈ। ਚੰਗਿਆਈ ਹਮੇਸ਼ਾ ਹੀ ਨਿਵਾਜ਼ੀ ਜਾਂਦੀ ਹੈ।
- ✓ ਪਰਸਨਲ ਸਪੌਂਸਰਿੰਗ ਦੇ ਜ਼ਰੀਏ ਤੁਸੀਂ ਆਪਣੀ ਇਨਕਮ ਨੂੰ ਹਰ ਪਾਸਿਓ ਕਈ ਗੁਣਾ ਵਧਾ ਸਕਦੇ ਹੋ।

✓ ਇਸ ਨਾਲ ਤੁਹਾਡੇ ਭਾਸ਼ਣ ਅਤੇ ਟ੍ਰੇਨਿੰਗ ਦਾ ਕਈ ਗੁਣਾ ਜ਼ਿਆਦਾ ਅਸਰ ਪੈਂਦਾ ਹੈ। ਤੁਹਾਡੇ ਕਹੇ ਗਏ ਸ਼ਬਦ ਬਹੁਤ ਜ਼ਿਆਦਾ ਪ੍ਰਭਾਵ ਪਾਉਂਦੇ ਹਨ।

ਜੇ ਸਾਰੀਆਂ ਚੀਜ਼ਾਂ ਬਰਾਬਰ ਹੁੰਦੀਆਂ ਹਨ, ਤਾਂ ਲੋਕ ਉਨ੍ਹਾਂ ਹੀ ਲੋਕਾਂ ਨਾਲ ਬਿਜ਼ਨਿਸ ਕਰਦੇ ਜਾਂ ਉਨ੍ਹਾਂ ਨੂੰ ਹੀ ਬਿਜ਼ਨਿਸ ਲਈ ਸਿਫ਼ਾਰਿਸ਼ ਕਰਦੇ ਹਨ ਜਿਨ੍ਹਾਂ ਨੂੰ ਉਹ ਜਾਣਦੇ ਹਨ, ਜਿਨ੍ਹਾਂ 'ਤੇ ਉਹ ਭਰੋਸਾ ਕਰਦੇ ਅਤੇ ਜਿਨ੍ਹਾਂ ਨੂੰ ਪਸੰਦ ਕਰਦੇ ਹਨ।

– ਬੌਬ ਬਰ.ਗ

ਤੁਹਾਡਾ ਬ੍ਰਾਂਡ ਮੁੱਲ ਦੋ ਮੁੱਖ ਚੀਜ਼ਾਂ ਨਾਲ ਹੁੰਦੀ ਹੈ:

1. ਤੁਹਾਡਾ ਚਰਿੱਤਰ ਅਤੇ ਸ਼ਖਸੀਅਤ
2. ਬਿਜ਼ਨਿਸ ਵਿੱਚ ਤੁਹਾਡੀ ਗਤੀ ਅਤੇ ਪ੍ਰਾਪਤੀਆਂ

ਤੁਹਾਡਾ ਚਰਿੱਤਰ ਅਤੇ ਸ਼ਖਸੀਅਤ

ਤੁਹਾਡਾ ਚਰਿੱਤਰ ਤੁਹਾਡੇ ਨੈਤਿਕ ਕਦਰਾਂ-ਕੀਮਤਾਂ ਅਤੇ ਸੁਭਾਅ ਨਾਲ ਬਣਦਾ ਹੈ। ਜੇ ਤੁਹਾਡੇ ਕੋਲ ਆਦਰ, ਸੱਚਾਈ, ਇਮਾਨਦਾਰੀ, ਸਮੇਂ ਦੀ ਪਾਬੰਦੀ, ਵਫ਼ਾਦਾਰੀ ਆਦਿ ਵਰਗੇ ਬੁਨਿਆਦੀ ਨੈਤਿਕ ਮੁੱਲ ਹਨ, ਤਾਂ ਲੋਕ ਤੁਹਾਡੀ ਅੰਦਰਲੀ ਚੰਗਿਆਈ ਨੂੰ ਵੇਖਣਗੇ ਅਤੇ ਉਸ ਨੂੰ ਅਨੁਭਵ ਵੀ ਕਰਨਗੇ। ਲੋਕ ਤੁਹਾਡੇ ਆਲੇ-ਦੁਆਲੇ ਰਹਿਣਗੇ ਅਤੇ ਤੁਹਾਡੇ ਨਾਲ ਜੁੜਿਆ ਰਹਿਣਾ ਵੀ ਚਾਹੁਣਗੇ।

ਤੁਹਾਡੀ ਸ਼ਖਸੀਅਤ ਕਈ ਗੁਣਾਂ ਤੋਂ ਬਣੀ ਹੋਈ ਹੁੰਦੀ ਹੈ, ਜਿਵੇਂ ਕਿ ਲੋਕਾਂ ਨਾਲ ਗੱਲ ਕਰਨ ਵੇਲੇ ਤੁਹਾਡੀ ਭਾਸ਼ਾ, ਤੁਹਾਡਾ ਵਿਹਾਰ, ਨਿੱਜੀ ਸਫ਼ਾਈ, ਵਪਾਰਕ ਧਾਰਨਾਵਾਂ ਦੀ ਮੁਹਾਰਤ, ਦੂਜੇ ਲੋਕਾਂ ਨਾਲ ਪੇਸ਼ ਆਉਣ ਵੇਲੇ ਆਤਮ-ਵਿਸ਼ਵਾਸ, ਤੁਹਾਡੀ ਮੁਸਕਰਾਹਟ, ਤੁਹਾਡੀ ਸਟੇਜ਼ 'ਤੇ ਕਾਰਗੁਜ਼ਾਰੀ ਆਦਿ।

ਹੌਲੀ-ਹੌਲੀ ਲੋਕ ਤੁਹਾਡੇ ਅੰਦਰ ਇੰਨਾਂ ਚੀਜ਼ਾਂ ਨੂੰ ਸਟੇਜ਼ 'ਤੇ ਅਤੇ ਸਟੇਜ਼ ਤੋਂ ਥੱਲੇ ਇਹ ਸਾਰੀਆਂ ਖ਼ੂਬੀਆਂ ਦੇਖਣਾ ਸ਼ੁਰੂ ਕਰ ਦੇਣਗੇ ਅਤੇ ਤੁਹਾਡੇ ਬਾਰੇ ਇੱਕ ਰਾਏ ਬਣਾਉਣ ਲੱਗਣਗੇ। ਇਸੇ ਨਾਲ ਤੁਹਾਡਾ ਬ੍ਰਾਂਡ ਬਣਦਾ ਹੈ। ਮੇਰੇ 'ਤੇ ਭਰੋਸਾ ਕਰੋ, ਇੱਥੇ ਲੱਖਾਂ ਹੀ ਲੋਕ ਹਨ ਜੋ ਬਿਜ਼ਨਿਸ ਸ਼ੁਰੂ ਕਰਨ ਲਈ ਚੰਗੇ ਸਪੌਂਸਰ/ਅੱਪਲਾਈਨ ਦੀ ਤਲਾਸ਼ ਵਿੱਚ ਹਨ। ਕਿਸੇ ਵੀ ਹੋਰ ਇੰਡਸਟਰੀ ਵਾਂਗ ਇੱਥੇ ਵੀ ਕਈ ਲੋਕ ਹਨ, ਪਰ ਉਨ੍ਹਾ ਵਿੱਚੋਂ ਕੁੱਝ ਹੀ ਹਨ ਜਿਨ੍ਹਾਂ ਕੋਲ ਕਦਰਾਂ-ਕੀਮਤਾਂ ਹੈ, ਚਰਿੱਤਰ ਹੈ ਅਤੇ ਸ਼ਖ਼ਸੀਅਤ ਦੀ ਚੰਗੀ ਸਾਖ ਵੀ ਹੈ। ਆਪਣੇ ਲਈ ਸਕਾਰਾਤਮਕ ਬ੍ਰਾਂਡ ਬਣਾਓ ਅਤੇ ਥੋੜ੍ਹਾ ਛੇਤੀ ਜਾਂ ਥੋੜ੍ਹੀ ਦੇਰ ਨਾਲ ਹੀ ਸਹੀ ਲੋਕ ਤੁਹਾਡੇ ਕੋਲ ਆਉਣਗੇ ਜ਼ਰੂਰ।

ਮੈਂ ਇਸ ਕਿਤਾਬ ਦਾ ਇੱਕ ਹਿੱਸਾ ਇੱਕ ਸਫਲ ਨੈੱਟਵਰਕ ਮਾਰਕੀਟਰ ਬਣਨ ਲਈ ਲੋੜੀਂਦੇ ਗੁਣਾਂ ਨੂੰ ਸਮਰਪਿਤ ਕੀਤਾ ਹੈ। ਤੁਸੀਂ ਉਨ੍ਹਾਂ ਗੁਣਾਂ 'ਤੇ ਆਪਣੇ-ਆਪ ਦਾ ਮੁਲਾਂਕਣ ਕਰ ਆਪਣੇ ਆਪ ਨੂੰ ਬਿਹਤਰ ਨੈੱਟਵਰਕ ਮਾਰਕੀਟਰ ਬਣਾਉਣ ਦੀ ਦਿਸ਼ਾ ਵਿੱਚ ਕੰਮ ਕਰਦੇ ਰਹੋ। ਹੌਲੀ-ਹੌਲੀ ਤੁਸੀਂ ਆਪਣੇ ਆਪ ਲਈ ਇੱਕ ਸ਼ਾਨਦਾਰ ਬ੍ਰਾਂਡ ਬਣਾਓਗੇ।

ਤੁਹਾਡੀ ਗਤੀ ਅਤੇ ਬਿਜ਼ਨਿਸ ਵਿੱਚ ਤੁਹਾਡੀ ਪ੍ਰਾਪਤੀਆਂ

ਗਤੀ ਇੱਕ ਨੈੱਟਵਰਕ ਮਾਰਕੀਟਰ ਦਾ ਸਭ ਤੋਂ ਵਧੀਆ ਦੋਸਤ ਹੈ। ਆਪਣੇ ਗੁਣਾਂ ਅਤੇ ਲੀਡਰਸ਼ਿਪ ਨੂੰ ਸਥਾਪਤ ਕਰਨ ਲਈ ਇਸ ਦੀ ਵਰਤੋਂ ਕਰੋ।

– ਦੀਪਕ ਬਜਾਜ

ਲੱਖਾਂ ਹੀ ਲੋਕ ਇਸ ਬਿਜ਼ਨਿਸ ਨੂੰ ਕਰ ਰਹੇ ਹਨ, ਪਰ ਕੁੱਝ ਫ਼ੀਸਦੀ ਲੋਕ ਹੀ ਇਸ ਨੂੰ ਤੇਜ਼ੀ ਨਾਲ ਕਰਦੇ ਹਨ ਅਤੇ ਉਨ੍ਹਾਂ ਹੀ ਕੁੱਝ ਲੋਕਾਂ ਨੂੰ ਵੱਡੀ ਇਨਕਮ ਅਤੇ ਮਸ਼ਹੂਰੀ ਮਿਲਦੀ ਹੈ, ਫਿਰ ਉਹ ਇੱਕ ਬ੍ਰਾਂਡ ਬਣ ਜਾਂਦੇ ਹਨ। ਤੁਸੀਂ ਕਿਉਂ ਨਾ ਉਸੇ ਗਤੀ ਨਾਲ ਬਿਜ਼ਨਿਸ ਕਰਨ ਦੀ ਸੋਚਦੇ ਹੋ ਜੋ ਅੱਗੇ ਚੱਲ ਕੇ ਇੱਕ ਬ੍ਰਾਂਡ ਬਣੇ? ਜਦੋਂ ਤੁਸੀਂ ਗਤੀ ਵਧਾਉਗੇ, ਤਾਂ ਤੁਹਾਨੂੰ ਕੁੱਝ ਹੀ ਹਫਤਿਆਂ ਵਿੱਚ ਉਹੀ ਨਤੀਜੇ ਮਿਲਣਗੇ ਜੋ ਲੋਕਾਂ ਨੂੰ ਮਹੀਨਿਆਂ ਜਾਂ ਸਾਲਾਂ ਬਾਅਦ ਮਿਲਦੇ ਹਨ। ਤੁਹਾਡੇ ਆਲੇ-ਦੁਆਲੇ ਹਰ ਕੋਈ ਇਸ ਬਾਰੇ ਤੁਹਾਨੂੰ ਪੁੱਛ ਕੇ ਹਰ ਇਵੈਂਟ ਵਿੱਚ ਸ਼ਾਮਿਲ ਹੋਵੇਗਾ ਜਿਸ ਨਾਲ ਤੁਹਾਨੂੰ ਮਸ਼ਹੂਰੀ ਅਤੇ ਮੁਬਾਰਕਾਂ ਮਿਲੇਗੀ। ਲੋਕ ਤੁਹਾਨੂੰ ਪੁੱਛਣ ਲੱਗਣਗੇ ਕਿ ਤੁਸੀਂ ਇਹ ਕਿਵੇਂ ਕੀਤਾ ਅਤੇ ਫਿਰ ਤੁਹਾਡੀ ਫ਼ੈਨ ਫ਼ੋਲੋਇੰਗ ਬਣਨ ਲੱਗੇਗੀ। ਇਸ ਬ੍ਰਾਂਡ ਦੀ ਬੁਨਿਆਦ ਤੋਂ ਤੁਸੀਂ ਆਪਣੀ ਗਤੀ ਨੂੰ ਹੋਰ ਵਧਾਉਂਦੇ ਹੋਏ ਬਹੁਤ ਛੇਤੀ ਅਤੇ ਬਹੁਤ ਵੱਡਾ ਮੁਕਾਮ ਹਾਸਿਲ ਕਰ ਲਓਗੇ।

ਜਦੋਂ ਤੁਸੀਂ ਸਫਲ ਹੋ ਜਾਂਦੇ ਹੋ ਤਾਂ ਤੁਹਾਨੂੰ ਉਹ ਸਾਰੇ ਕੰਮ ਕਰਨਾ ਚਾਹੀਦੇ ਹਨ ਜਿਨ੍ਹਾਂ ਨੂੰ ਕਰਕੇ ਤੁਸੀਂ ਇੱਥੇ ਤੱਕ ਪਹੁੰਚ ਗਏ ਹੋ ਅਤੇ ਹੁਣ ਤੁਸੀਂ ਇੱਕ ਪ੍ਰਸਿਧ ਅਤੇ ਆਦਰਸ਼ ਵਿਅਕਤੀ ਜਾਂ ਕਹੋ ਕਿ ਇੱਕ ਦੰਦ ਕਥਾ ਬਣ ਗਏ ਹੋ।

– ਦੀਪਕ ਬਜਾਜ

ਤੁਹਾਡੀ ਤੇਜ਼ ਪ੍ਰਾਪਤੀਆਂ ਬਿਜ਼ਨਿਸ ਵਿੱਚ ਤੁਹਾਡੇ ਲਈ ਦੋ ਮਹਾਨ ਕੰਮ ਕਰਦੀਆਂ ਹਨ :

✓ **ਤੁਹਾਡੀ ਟੀਮ ਵਿੱਚ ਹੋਰ ਆਗੂ ਹੋਣਗੇ।** ਜ਼ਿਆਦਾਤਰ ਲੋਕ ਜੋ ਨੈੱਟਵਰਕ ਮਾਰਕੀਟਿੰਗ ਦਾ ਬਿਜ਼ਨਿਸ ਸ਼ੁਰੂ ਕਰਦੇ ਹਨ ਉਹ ਸਫਲਤਾ ਬਾਰੇ ਨਿਸ਼ਚਿਤ ਨਹੀਂ ਹੁੰਦੇ। ਉਨ੍ਹਾਂ ਨੂੰ ਆਪਣੇ-ਆਪ ਜਾਂ ਆਪਣੇ ਬਿਜ਼ਨਿਸ 'ਤੇ ਜ਼ਿਆਦਾ ਭਰੋਸਾ ਨਹੀਂ ਹੁੰਦਾ। ਜੇ 20 ਲੋਕਾਂ ਨੇ ਇਹ ਬਿਜ਼ਨਿਸ ਸ਼ੁਰੂ ਕੀਤਾ, ਉਨ੍ਹਾਂ ਵਿੱਚੋਂ 4 ਲੋਕ ਤੁਰੰਤ ਕੰਮ ਸ਼ੁਰੂ ਕਰਦੇ ਹਨ (ਹੁਣੇ), 4 ਲੋਕ ਕਹਿ ਦਿੰਦੇ ਹਨ ਕਿ ਉਹ ਕਦੇ ਵੀ ਇਸ ਕੰਮ ਨੂੰ ਨਹੀਂ ਕਰਨਗੇ (ਕਦੇ ਨਹੀਂ) ਅਤੇ ਉਨ੍ਹਾਂ ਵਿੱਚੋਂ 12 ਲੋਕ ਇਹ ਨਹੀਂ ਜਾਣਦੇ ਕਿ ਉਨ੍ਹਾਂ ਨੂੰ ਕੀ ਚਾਹੀਦਾ ਹੈ (ਤੈਅ ਨਹੀਂ) ਪਰ ਇਨ੍ਹਾਂ 20 ਲੋਕਾਂ ਦੇ ਕੋਲ ਇੱਕ ਸੁਫ਼ਨਾ ਹੈ, ਇਸ ਲਈ ਉਨ੍ਹਾਂ ਨੇ ਤੁਹਾਡੇ ਨਾਲ ਕੰਮ ਦੀ ਸ਼ੁਰੂਆਤ ਕੀਤੀ, ਪਰ ਆਪਣੀ ਸਫਲਤਾ ਦੀ ਕਲਪਨਾ ਕਰਨ ਤੋਂ ਪਹਿਲਾਂ ਉਹ ਤੁਹਾਡੀ ਸਫਲਤਾ ਦੇਖਣਾ ਚਾਹੁੰਦੇ ਹਨ। ਜਦੋਂ ਤੁਸੀਂ ਗਤੀ ਅਤੇ ਚੁਸਤੀ ਨਾਲ ਕੰਮ ਕਰਦੇ ਹੋ, ਤਾਂ ਤੁਹਾਨੂੰ ਚੰਗੇ ਨਤੀਜੇ ਮਿਲਦੇ ਹਨ ਅਤੇ ਤੁਸੀਂ ਘੱਟ ਸਮੇਂ ਵਿੱਚ ਇੱਕ ਟੀਮ ਬਣਾਉਣ ਲੱਗਦੇ ਹੋ। ਇਸ ਨਾਲ ਤੁਹਾਡੀ ਟੀਮ ਦੇ ਲੋਕਾਂ ਵਿੱਚ ਵੀ ਵਿਸ਼ਵਾਸ

20 ਲੋਕ ਜੋ ਸਾਡੇ ਨਾਲ ਸ਼ੁਰੂਆਤ ਕਰਨ ਵਾਲੇ ਹੋਣ, ਉਹ ਤਿੰਨ ਸ਼੍ਰੇਣੀਆਂ ਵਿੱਚ ਆਉਂਦੇ ਹਨ

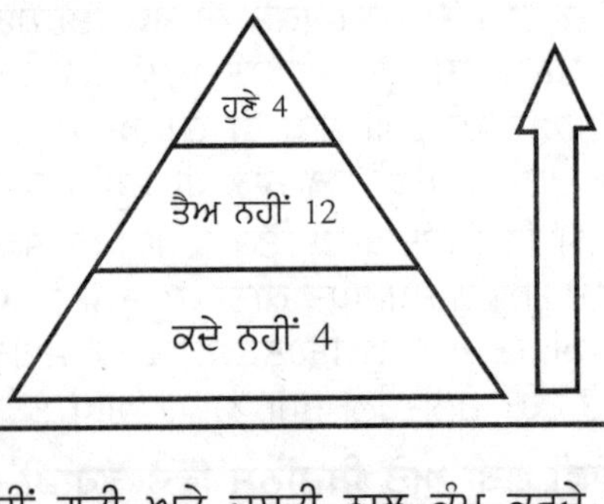

ਅਤੇ ਆਸਥਾ ਵੱਧਦੀ ਹੈ। ਤੁਹਾਡਾ ਵਿਕਾਸ ਦੇਖਦਿਆਂ, 'ਤੈਅ ਨਹੀਂ' ਅਤੇ 'ਕਦੇ ਨਹੀਂ' ਸ਼੍ਰੇਣੀ ਦੇ ਇਹ 16 ਲੋਕ ਹੁਣ 'ਹੁਣੇ' ਵਾਲੀ ਸ਼੍ਰੇਣੀ ਵਿੱਚ ਆ ਜਾਣਗੇ ਅਤੇ ਤੁਹਾਡੇ ਨਾਲ ਬਹੁਤ ਸਰਗਰਮੀ ਨਾਲ ਕੰਮ ਕਰਨ ਲੱਗਣਗੇ। ਇਸੇ ਦੀ ਤਾਂ ਸਾਨੂੰ ਸਭ ਤੋਂ ਜ਼ਿਆਦਾ ਜ਼ਰੂਰਤ ਹੈ: ਜ਼ਿਆਦਾਤਰ ਲੋਕ ਜੋ ਸਾਡੇ ਨਾਲ ਕੰਮ ਸ਼ੁਰੂ ਕਰਦੇ ਹਨ, ਉਨ੍ਹਾਂ ਨੂੰ ਸਰਗਰਮੀ ਨਾਲ ਕੰਮ ਕਰਨਾ ਚਾਹੀਦਾ ਹੈ ਅਤੇ ਆਪਣੇ ਸੁਫ਼ਨੇ ਪੂਰੇ ਕਰਨਾ ਚਾਹੀਦੇ ਹਨ। ਇਹ ਯਾਦ ਰੱਖੋ ਕਿ ਜੇ ਤੁਸੀਂ ਸੁਸਤ ਗਤੀ ਵਾਲੇ ਹੋ, ਤਾਂ 'ਹੁਣੇ' ਅਤੇ 'ਤੈਅ ਨਹੀਂ' ਸ਼੍ਰੇਣੀ ਵਾਲੇ ਲੋਕ ਵੀ 'ਕਦੇ ਨਹੀਂ' ਸ਼੍ਰੇਣੀ ਵਿੱਚ ਚੱਲੇ ਜਾਣਗੇ।

✓ **ਲੋਕ ਤੁਹਾਡੀ ਸਲਾਹ ਮੰਨਣਗੇ:** ਕਈ ਵਾਰੀ ਲੋਕ ਮੇਰੇ ਕੋਲ ਆ ਕੇ ਇਹ ਪ੍ਰਸ਼ਨ ਕਰਦੇ ਹਨ, "ਮੇਰੀ ਟੀਮ ਮੇਰੀ ਗੱਲ ਨਹੀਂ ਮੰਨਦੀ, ਮੈਂ ਇਸ ਬਾਰੇ ਕੀ ਕਰ ਸਕਦਾ ਹਾਂ?" ਮੈਂ ਹਰ ਵਾਰ ਇੱਕੋ ਹੀ ਜਵਾਬ ਦਿੰਦਾ ਹਾਂ, "ਤੁਸੀਂ ਅਜਿਹਾ ਕੀ ਕਰ ਕੇ ਦਿਖਾਇਆ ਹੈ ਕਿ ਲੋਕ ਤੁਹਾਡੀ ਗੱਲ ਸੁਣਨ?" ਲੋਕ ਲੀਡਰਾਂ ਨੂੰ ਸੁਣਦੇ ਹਨ ਅਤੇ ਅਗਵਾਈ ਦਿੱਤੀ ਨਹੀਂ, ਕਮਾਈ ਜਾਂਦੀ ਹੈ। ਜਦੋਂ ਤੁਸੀਂ ਬਿਜ਼ਨਿਸ ਸਪੀਡ ਅਤੇ ਸਰਗਰਮੀ ਨਾਲ ਕਰਦੇ ਹੋ, ਤਾਂ ਤੁਸੀਂ ਇਹ ਸਾਬਿਤ ਕਰ ਦਿੰਦੇ ਹੋ ਕਿ ਤੁਸੀਂ ਇੱਕ ਚੈਂਪੀਅਨ ਹੋ। ਉਦੋਂ ਲੋਕ ਤੁਹਾਡੀ ਸਲਾਹ ਸੁਣਨਗੇਂ ਕਿਉਂ ਕਿ ਇੱਕ ਚੈਂਪੀਅਨ ਹੀ ਦੂਜਾ ਚੈਂਪੀਅਨ ਬਣਾ ਸਕਦਾ ਹੈ। ਜੇ ਤੁਸੀਂ ਇੱਕ ਫ਼ਾਸਟ ਅਚੀਵਰ ਹੋ, ਤਾਂ ਤੁਹਾਨੂੰ ਲੋਕਾਂ ਦਾ ਪਿੱਛਾ ਕਰਨ ਦੀ ਲੋੜ ਨਹੀਂ। ਲੋਕ ਤੁਹਾਡੇ ਕੋਲੋਂ ਮਦਦ ਲੈਣ ਲਈ ਤੁਹਾਡਾ ਪਿੱਛਾ ਕਰਨਗੇ ਅਤੇ ਤਹਾਡੇ ਵਾਂਗ ਸਫਲ ਹੋਣਾ ਚਾਹੁਣਗੇ।

ਜੇ ਕਿਸੇ ਕੰਮ ਨੂੰ ਕਰਨਾ ਹੀ ਹੈ ਤਾਂ ਉਸ ਨੂੰ ਬਹੁਤ ਚੰਗੀ ਤਰ੍ਹਾਂ ਨਾਲ ਕਰਨਾ ਚਾਹੀਦਾ ਹੈ। ਇਸ ਲਈ ਜੇ ਤੁਸੀਂ ਨੈੱਟਵਰਕ ਮਾਰਕੀਟਿੰਗ ਦਾ ਬਿਜ਼ਨਿਸ ਕਰਨ ਦਾ ਨਿਰਣਾ ਲਿਆ ਹੈ, ਤਾਂ ਤੁਹਾਨੂੰ ਇਹ ਬਿਜ਼ਨਿਸ ਗਤੀ ਅਤੇ ਸਰਗਰਮੀ ਨਾਲ ਕਰਨਾ ਚਾਹੀਦਾ ਹੈ। ਆਪਣੇ ਲਈ ਇੱਕ ਬ੍ਰਾਂਡ ਬਣਾਕੇ ਉਸ ਨੂੰ ਜ਼ਬਰਦਸਤ ਇਨਾਮ ਦਿਓ।

ਜਦੋਂ ਤੁਸੀਂ ਕਮਰੇ ਵਿੱਚ ਨਹੀਂ ਹੁੰਦੇ ਹੋ, ਤਾਂ ਲੋਕ ਤੁਹਾਡੇ ਬਾਰੇ ਕੀ ਗੱਲਾਂ ਕਰਦੇ ਹਨ, ਇਹੀ ਤੁਹਾਡਾ ਬ੍ਰਾਂਡ ਹੈ।

– ਜੇਫ਼ ਬੇਜ਼ੋਸ਼

ਆਪਣਾ ਬ੍ਰਾਂਡ ਬਣਾਓ, ਇਹ ਕਮਾਲ ਕਰਦਾ ਹੈ

ਜਿਵੇਂ ਹੀ ਮੈਂ ਇਹ ਬਿਜ਼ਨਿਸ ਸ਼ੁਰੂ ਕੀਤਾ, ਮੈਂ ਦੋ ਹਫਤਿਆਂ ਅੰਦਰ ਉਸ ਸਮੇਂ ਚੱਲਦੀ ਹੋਈ ਥਾਈਲੈਂਡ ਪ੍ਰਤਿਯੋਗਤਾ ਜਿੱਤ ਕੇ ਸਭ ਤੋਂ ਤੇਜ਼ ਅਚੀਵਰ ਬਣ ਗਿਆ। ਅਗਲੇ 12 ਹਫਤਿਆਂ ਵਿੱਚ ਮੈਂ ਆਪਣੀ ਕੰਪਨੀ ਅੰਦਰ ਸਭ ਤੋਂ ਉੱਚੀ ਇਨਕਮ ਦਾ ਪੱਧਰ ਛੂਹ ਲਿਆ। 9 ਹਫਤਿਆਂ ਤੋਂ ਬਾਅਦ ਮੈਂ ਉੱਤਰ ਭਾਰਤ ਦਾ ਸਭ ਤੋਂ ਪਹਿਲਾਂ ਸਿੰਗਾਪੁਰ ਅਚੀਵਰ ਬਣ ਗਿਆ। ਇੱਕ ਤੋਂ ਬਾਅਦ ਇੱਕ ਪ੍ਰਾਪਤੀਆਂ ਦੇ ਕਾਰਨ ਮੈਨੂੰ "ਸਪੀਡ ਮਸ਼ੀਨ, ਰਿਕਾਰਡ ਬ੍ਰੇਕਿੰਗ ਮਸ਼ੀਨ, ਇਤਿਹਾਸ ਬਣਾਉਣ ਵਾਲਾ ਆਦਿ" ਕਿਹਾ ਜਾਣ ਲੱਗਾ। ਇਸਦੇ ਨਾਲ ਹੀ ਮੈਂ ਅਗਲੇ 29 ਮਹੀਨਿਆਂ ਵਿੱਚ ਇੱਕ ਸਨਮਾਨਿਤ ਰੈਂਕ ਹਾਸਿਲ ਕਰ ਪਹਿਲਾ ਮਰਸੀਡੀਜ਼ ਬੈਂਜ਼ ਅਚੀਵਰ ਬਣ ਗਿਆ। ਇਸ ਬ੍ਰਾਂਡਿੰਗ ਕਾਰਨ ਮੈਨੂੰ ਆਪਣੀ ਪੂਰੀ ਨੈੱਟਵਰਕ ਮਾਰਕੀਟਿੰਗ ਯਾਤਰਾ ਦੌਰਾਨ ਇੱਕ ਤੇਜ਼ ਧਾਰ ਜਿਹੀ ਮਿਲੀ।

10. ਪ੍ਰਤਿਯੋਗਤਾਵਾਂ : ਜੇਤੂ ਬਣੋ, ਜੇਤੂ ਬਣਾਓ

ਇੱਕ ਪ੍ਰਤਿਯੋਗਤਾ ਪ੍ਰੇਰਨਾ ਦੀ ਤਿੰਨ ਗੁਣਾ ਖ਼ੁਰਾਕ ਦੀ ਤਰ੍ਹਾਂ ਕੰਮ ਕਰਦੀ ਹੈ। ਇਹ ਬਿਜ਼ਨਿਸ ਵਿੱਚ ਕੋਸ਼ਿਸ਼ ਅਤੇ ਸਮੇਂ ਦੇ ਨਿਵੇਸ਼ 'ਤੇ ਜ਼ਿਆਦਾ ਤੋਂ ਜ਼ਿਆਦਾ ਮੁਨਾਫ਼ਾ ਦਿੰਦੀ ਹੈ।

– ਅਗਿਆਤ

ਪ੍ਰਤਿਯੋਗਤਾਵਾਂ ਮੇਰੀ ਆਪਣੀਆਂ ਪਸੰਦੀਦਾ ਹਨ। ਹਰ ਪ੍ਰਤਿਯੋਗਤਾ ਨੂੰ ਜਿੱਤ ਕੇ ਹੀ ਮੈਂ ਆਪਣਾ ਬ੍ਰਾਂਡ ਬਣਾਇਆ ਅਤੇ ਫਿਰ ਇਸ ਬਿਜ਼ਨਿਸ ਤੋਂ ਬਹੁਤ ਸੰਪੱਤੀ ਬਣਾਈ। ਸ਼ੁਰੂਆਤ ਵਿੱਚ, ਮੇਰਾ ਨਿਸ਼ਾਨਾ ਆਪ ਇੱਕ ਜੇਤੂ ਬਣਨਾ ਹੁੰਦਾ ਸੀ ਅਤੇ ਮੈਂ ਹਮੇਸ਼ਾ ਹੋਰ ਲੋਕਾਂ ਤੋਂ ਪਹਿਲਾਂ ਜੇਤੂ ਬਣ ਜਾਇਆ ਕਰਦਾ ਸੀ। ਜ਼ਿਆਦਾਤਰ ਸਮੇਂ ਮੈਂ ਕੰਪਨੀ ਦੇ ਪਹਿਲੇ ਕੁੱਝ ਜੇਤੂਆਂ ਵਿੱਚੋਂ ਇੱਕ ਹੋਇਆ ਕਰਦਾ ਸੀ। ਮੇਰੀਆਂ ਪ੍ਰਾਪਤੀਆਂ ਨਾਲ ਮੇਰੀ ਟੀਮ ਦਾ ਆਕਾਰ ਵੀ ਵਧਣ ਲੱਗਾ ਅਤੇ ਮੈਂ ਹਰ ਪ੍ਰਤਿਯੋਗਤਾ ਵਿੱਚ ਆਪਣੀ ਟੀਮ ਅੰਦਰ ਸਭ ਤੋਂ ਜ਼ਿਆਦਾ ਅਚੀਵਰਸ ਬਣਾਉਣ 'ਤੇ ਕੰਮ ਕੀਤਾ।

ਪ੍ਰਤਿਯੋਗਤਾ ਇੱਕ ਵਾਧੂ ਇਨਕਮ ਜਾਂ ਇਨਾਮ ਹੈ ਜੋ ਇੱਕ ਬਹੁਤ ਖ਼ਾਸ ਟਾਰਗੇਟ ਨੂੰ ਪਹਿਲਾਂ ਤੋਂ ਨਿਰਧਾਰਿਤ ਸਮੇਂ ਅੰਦਰ ਪੂਰਾ ਕਰਨ 'ਤੇ ਮਿਲਦਾ ਹੈ। ਕੋਈ ਵੀ ਕੰਪਨੀ ਜਾਂ ਟੀਮ ਪ੍ਰਤਿਯੋਗਤਾ ਕਰਾ ਸਕਦੀ ਹੈ। ਬਹੁਤੀ ਵਾਰੀ, ਇਹ ਪ੍ਰਤਿਯੋਗਤਾਵਾਂ ਅੰਤਰ ਰਾਸ਼ਟਰੀ ਟ੍ਰਿਪ 'ਤੇ ਭੇਜਣ ਲਈ ਵੀ ਕੀਤੀਆਂ ਜਾਂਦੀਆਂ ਹਨ। ਜੇ ਚੰਗੀ ਤਰ੍ਹਾਂ ਪ੍ਰਮੋਟ ਕੀਤਾ ਜਾਏ ਤਾਂ ਇਹ ਪ੍ਰਤਿਯੋਗਤਾਵਾਂ ਤੁਹਾਡੇ ਬਿਜ਼ਨਿਸ ਦੀ ਰਫ਼ਤਾਰ ਵੀ ਵਧਾਉਂਦੀਆਂ ਹਨ। ਪ੍ਰਤਿਯੋਗਤਾਵਾਂ ਦੇ ਬਹੁਤ ਸਾਰੇ ਫ਼ਾਇਦੇ ਹੁੰਦੇ ਹਨ – ਇਸ ਨਾਲ ਤੁਹਾਡੀ ਇਨਕਮ ਵਧਦੀ ਹੈ, ਤੁਹਾਡੇ ਟੀਮ ਦੇ ਮੈਂਬਰਾਂ ਦੀ ਇਨਕਮ ਵੀ ਵਧਦੀ ਹੈ, ਟੀਮ ਦੇ ਮੈਂਬਰ ਟੀਮ ਨਾਲ ਜੁੜੇ ਰਹਿੰਦੇ ਹਨ, ਤੁਸੀਂ ਇੱਕ ਜੇਤੂ/ਲੀਡਰ ਦੇ ਤੌਰ 'ਤੇ ਪਹਿਚਾਣੇ ਜਾਂਦੇ ਹੋ, ਤੁਹਾਨੂੰ ਪ੍ਰਤਿਯੋਗਤਾ ਜੇਤੂ ਦੇ ਤੌਰ 'ਤੇ ਇੱਕ ਵਿਸ਼ੇਸ਼ ਪਹਿਚਾਣ ਮਿਲਦੀ ਹੈ, ਇਸ ਦੇ ਕਾਰਨ ਸਾਰੀ ਟੀਮ ਕੰਮ ਕਰਨ ਦੀ ਸਹੀ ਮਾਨਸਿਕ ਸਥਿਤੀ ਵਿੱਚ ਆ ਜਾਂਦੀ ਹੈ, ਇਸ ਨਾਲ ਮੁਫ਼ਤ ਦੇ ਇਨਾਮ ਜਾਂ ਟ੍ਰਿਪ ਮਿਲਦੇ ਹਨ, ਨਵੇਂ ਲੀਡਰ, ਨਵੇਂ ਸੈਂਟਰ ਬਣਦੇ ਹਨ ਨਾਲ ਹੀ ਟੀਮ ਵਿੱਚ ਵੀ ਗਤੀ ਵੀ ਆਉਂਦੀ ਹੈ, ਆਦਿ।

ਜੇ ਤੁਹਾਨੂੰ ਪ੍ਰਤਿਯੋਗਤਾਵਾਂ ਪਸੰਦ ਹਨ, ਤਾਂ ਹੇਠਾਂ ਕੁੱਝ ਮਹੱਤਵਪੂਰਨ ਰਣਨੀਤੀਆਂ ਲਿੱਖੀਆਂ ਗਈਆਂ ਹਨ, ਜਿਨ੍ਹਾਂ ਨਾਲ ਤੁਹਾਨੂੰ ਪ੍ਰਤਿਯੋਗਤਾਵਾਂ ਅੰਦਰ ਚੰਗੇ ਨਤੀਜੇ ਲਿਆਉਣ ਵਿੱਚ ਮਦਦ ਮਿਲੇਗੀ:

✓ ਪ੍ਰਮੋਸ਼ਨ ਨਾਲ ਬਹੁਤ ਫ਼ਰਕ ਪੈਂਦਾ ਹੈ: ਇਹ ਕਦੇ ਨਾ ਸੋਚੋ ਕਿ ਪ੍ਰਤਿਯੋਗਤਾਵਾਂ ਆਪਣੇ ਆਪ ਕੰਮ ਕਰਨ ਲੱਗ ਜਾਣਗੀਆਂ। ਤੁਸੀਂ ਇਨ੍ਹਾਂ ਨੂੰ ਇਸ ਤਰ੍ਹਾਂ ਪ੍ਰਮੋਟ ਕਰੋ ਕਿ ਤੁਹਾਡੀ ਜਿੰਦਗੀ ਇਸ 'ਤੇ ਹੀ ਨਿਰਭਰ ਹੋਣ ਵਾਂਗ ਮਹਿਸੂਸ ਹੋਵੇ। ਸਾਰੇ ਸੰਭਾਵੀ ਫੋਰਮਾਂ ਵਿੱਚ ਵੀਡੀਓ, ਬਰੋਸ਼ਰਸ, ਸਟਿੱਕਰਸ ਆਦਿ ਵਰਗੇ ਹਰ ਟੂਲ ਦੀ ਵਰਤੋਂ ਕਰ ਵਾਟਸਐਪ, ਫ਼ੇਸਬੁੱਕ ਆਦਿ ਲਈ ਵਿਸ਼ੇਸ਼ ਮੁਹਿੰਮ ਚਲਾਓ।

- ✓ ਛੇਤੀ ਸ਼ੁਰੂਆਤ ਕਰੋ। ਕੰਮ ਵਿੱਚ ਗਤੀ ਲਿਆਉਣ ਵਿੱਚ ਸਮਾਂ ਲੱਗਦਾ ਹੈ। ਜਿਵੇਂ ਹੀ ਪ੍ਰਤਿਯੋਗਤਾ ਦਾ ਐਲਾਨ ਹੁੰਦਾ ਹੈ, ਕੰਮ ਦੀ ਸ਼ੁਰੂਆਤ ਜਲਦੀ ਕਰ ਦਿਓ।
- ✓ ਪ੍ਰਤਿਯੋਗਤਾ ਦੇ ਦੌਰਾਨ ਸਫਲਤਾ ਪਾਉਣ ਲਈ ਸਾਰੇ ਹੀ ਕੰਮ ਕਰਨੇ ਜ਼ਰੂਰੀ ਹੋ ਜਾਂਦੇ ਹਨ। ਵਿਸ਼ੇਸ਼ ਮਾਨਤਾਵਾਂ, ਇਵੈਂਟ, ਪ੍ਰਮੋਸ਼ਨ ਮੀਟਿੰਗ ਆਦਿ ਕਰਨ ਲਈ ਖ਼ਾਸ ਤਰ੍ਹਾਂ ਦੀਆਂ ਯੋਜਨਾਵਾਂ ਬਣਾਓ।
- ✓ ਪ੍ਰਤਿਯੋਗਤਾ ਦੇ ਐਲਾਨ ਤੋਂ ਤੁਰੰਤ ਬਾਅਦ 'ਮੁੱਖ ਲੀਡਰਾਂ ਦੀ ਇੱਕ ਮੀਟਿੰਗ' ਰੱਖੋ ਅਤੇ ਤੁਹਾਡੀ ਪੂਰੀ ਟੀਮ ਨੂੰ ਇੱਕੋ ਹੀ ਭਾਸ਼ਾ ਵਿੱਚ ਗੱਲ ਕਰਨੀ ਚਾਹੀਦੀ ਹੈ - ਅਚੀਵਰ ਬਣੋ ਅਤੇ ਅਚੀਵਰ ਬਣਾਓ।
- ✓ ਬੜੀ ਛੇਤੀ ਇੱਕ ਅਚੀਵਰ ਬਣੋ। ਇੱਕ ਜੇਤੂ ਹੀ ਹੋਰ ਜੇਤੂਆਂ ਨੂੰ ਤਿਆਰ ਕਰ ਸਕਦਾ ਹੈ। ਸਭ ਤੋਂ ਪਹਿਲਾਂ ਆਪਣੀ ਪ੍ਰਤਿਯੋਗਤਾ ਜਿੱਤੋ। ਫਿਰ ਆਪਣੀ ਟੀਮ ਨੂੰ ਅਚੀਵਰ ਬਣਾਉਣ ਲਈ ਉਤਸ਼ਾਹਿਤ ਕਰਨਾ ਸੌਖਾ ਹੋਵੇਗਾ।
- ✓ ਗ਼ਲਤ ਤਰੀਕਿਆਂ ਨੂੰ ਅਮਲ ਵਿੱਚ ਲਿਆਉਣ ਤੋਂ ਬਚੋ। ਮੈਂ ਦੇਖਿਆ ਹੈ ਕਿ ਕੁੱਝ ਲੋਕ ਪ੍ਰਤਿਯੋਗਤਾ ਨੂੰ ਜਿੱਤਣ ਵਾਸਤੇ ਗ਼ਲਤ ਤਰੀਕਿਆਂ ਦੀ ਵਰਤੋਂ ਕਰਦੇ ਹਨ ਜਿਵੇਂ ਵੱਡੀ ਗਿਣਤੀ ਵਿੱਚ ਜਾਂ ਗ਼ਲਤ ਤਰੀਕਿਆਂ ਨਾਲ ਪ੍ਰਾੱਡਕਟਸ ਵੇਚਦੇ ਹਨ ਆਦਿ। ਅਜਿਹਾ ਕੋਈ ਕੰਮ ਅੱਜ ਨਾ ਕਰੋ, ਜਿਸ ਨਾਲ ਆਉਣ ਵਾਲੇ ਕੱਲ੍ਹ ਵਿੱਚ ਮਾੜੇ ਨਤੀਜੇ ਮਿਲਣ। ਸਾਡਾ ਬਿਜ਼ਨਿਸ ਡੁਪਲੀਕੇਸ਼ਨ ਦਾ ਬਿਜ਼ਨਿਸ ਹੈ ਅਤੇ ਤੁਸੀਂ ਨਹੀਂ ਚਾਹੋਗੇ ਕਿ ਤੁਹਾਡੀ ਟੀਮ ਕਿਸੇ ਗ਼ਲਤ ਗਤੀਵਿਧੀ ਜਾਂ ਅਭਿਆਸ ਵਿੱਚ ਸ਼ਾਮਿਲ ਹੋਵੇ। ਇਸ ਦੇ ਲਈ ਆਪਣੀ ਟੀਮ 'ਤੇ ਵੀ ਨਜ਼ਰ ਰੱਖੋ।

ਜੇ ਸਹੀ ਤਰੀਕਿਆਂ ਨੂੰ ਅਮਲ ਵਿੱਚ ਲਿਆਇਆ ਜਾਏ, ਤਾਂ ਨੈੱਟਵਰਕ ਮਾਰਕੀਟਿੰਗ ਬਿਜ਼ਨਿਸ ਵਿੱਚ ਤੁਹਾਡੀ ਯਾਤਰਾ ਬਹੁਤ ਤੇਜ਼ੀ ਨਾਲ ਵੱਧਦੀ ਹੈ। ਆਮ ਤੌਰ 'ਤੇ ਤੁਸੀਂ ਇੱਕ ਸਾਲ ਵਿੱਚ ਜੋ ਹਾਸਿਲ ਕਰਦੇ ਹੋ ਉਹ ਇੱਕ ਪ੍ਰਤਿਯੋਗਤਾ ਕਾਰਨ ਤੁਸੀਂ 2 ਤੋਂ 3 ਮਹੀਨਿਆਂ ਵਿੱਚ ਹਾਸਿਲ ਕਰ ਸਕਦੇ ਹੋ।

ਪ੍ਰਤਿਯੋਗਤਾਵਾਂ ਜਾਦੂ ਕਰਦੀਆਂ ਹਨ

ਮੇਰੇ ਬਿਜ਼ਨਿਸ ਵਿੱਚ ਜ਼ਿਆਦਾਤਰ ਲੀਡਰਾਂ ਨੇ ਆਪਣਾ ਟਾੱਪ ਇਨਕਮ ਲੈਵਲ ਪ੍ਰਤਿਯੋਗਤਾਵਾਂ ਦੌਰਾਨ ਹੀ ਜਿੱਤੇ ਹਨ। ਮੇਰੀ ਟੀਮ ਦੇ ਦੋ ਲੀਡਰਾਂ ਨੇ ਹਰ ਪ੍ਰਤਿਯੋਗਤਾ ਦਾ ਪੂਰਾ ਉਪਯੋਗ ਕੀਤਾ। ਉਹ ਹਨ - ਅਮਿਤ ਬੱਤਾਨ ਅਤੇ ਚੰਚਲ ਵਤਸ। ਉਹ ਆਪ ਆਪਣੀ ਪ੍ਰਤਿਯੋਗਤਾਵਾਂ ਨੂੰ ਡਿਜ਼ਾਇਨ ਕਰ ਆਪਣੀ ਟੀਮ ਨੂੰ ਸਰਗਰਮ ਰੱਖਦੇ ਹਨ। ਤੁਸੀਂ ਪ੍ਰਤਿਯੋਗਤਾਵਾਂ ਰਾਹੀਂ ਆਪਣੀ ਨਿਅਮਿਤ ਆਮਦਨ ਨਾਲੋਂ 3 ਤੋਂ 10 ਗੁਣਾ ਜ਼ਿਆਦਾ ਕਮਾ ਸਕਦੇ ਹੋ। ਸਮਾਰਟ ਬਣੋ ਅਤੇ ਪ੍ਰਤਿਯੋਗਤਾਵਾਂ ਨੂੰ ਆਪਣਾ ਬਿਜ਼ਨਿਸ ਵਧਾਉਣ ਲਈ ਵਰਤੋਂ। ਮੈਂ ਪ੍ਰਤਿਯੋਗਤਾਵਾਂ ਬਾਰੇ ਆਪਣੇ ਚੰਗੇ ਦੋਸਤਾਂ ਕੋਲੋ ਸਿੱਖਦਾ ਰਹਿੰਦਾ ਹਾਂ। ਮੇਰੇ ਉਹ ਦੋਸਤ ਇੱਕ ਗਤੀਸ਼ੀਲ ਜੋੜੀ ਹੈ - ਸੰਜੇ ਅਗ੍ਰਵਾਲ ਅਤੇ ਇੰਦੂ ਅਗਰਵਾਲ।

11.
ਸੋਸ਼ਲ ਮੀਡੀਆ : ਤੁਹਾਡੇ ਬਿਜ਼ਨਿਸ ਦਾ ਟਰਬੋ-ਚਾਰਜ਼ਰ

ਪ੍ਰਸ਼ਨ ਇਹ ਨਹੀਂ ਹੈ ਕਿ ਅਸੀਂ ਸੋਸ਼ਲ ਮੀਡੀਆ ਅਪਣਾਈਏ ਜਾਂ ਨਹੀਂ ਸਗੋਂ ਪ੍ਰਸ਼ਨ ਇਹ ਹੈ ਕਿ ਅਸ਼ੀਂ ਇਸ ਨੂੰ ਕਿੰਨੀ ਚੰਗੀ ਤਰ੍ਹਾਂ ਕਰ ਸਕਦੇ ਹਾਂ।

- ਏਰਿਕ ਕੁਆਲਮੈਨ

ਜਦੋਂ ਮੈਂ ਸਾਲ 2007 ਵਿੱਚ ਇਹ ਬਿਜ਼ਨਿਸ ਸ਼ੁਰੂ ਕੀਤਾ ਸੀ, ਉਦੋਂ ਕੋਈ ਸਮਾਰਟ ਫ਼ੋਨ ਨਹੀਂ ਸੀ, ਕੋਈ ਵਾਟਸਐਪ ਨਹੀਂ ਸੀ ਅਤੇ ਨਾ ਹੀ ਫੇਸਬੁੱਕ ਸੀ, ਉਦੋਂ ਸੰਚਾਰ ਦਾ ਸਾਧਨ ਸੀ ਸਿਰਫ਼ ਫ਼ੋਨ ਅਤੇ ਮੈਸੇਜ਼। ਯੂ-ਟਿਊਬ, ਫ਼ੇਸਟਾਈਮ, ਸਕਾਈਪ, ਇੰਸਟਾਗ੍ਰਾਮ, ਟਵਿੱਟਰ, ਵੀਡੀਓ ਕਾਂਨਫ਼ਰੈਂਸ ਅਤੇ ਹੋਰ ਬਹੁਤ ਸਾਰੀਆਂ ਨਵੀਆਂ ਤਕਨੀਕਾਂ ਉਸ ਸਮੇਂ ਮੌਜੂਦ ਨਹੀਂ ਸਨ। ਉਸ ਵੇਲੇ ਸੋਸ਼ਲ ਮੀਡੀਆ ਨਾਮ ਦੀ ਕੋਈ ਚੀਜ਼ ਵੀ ਨਹੀਂ ਸੀ। ਸਾਡੇ ਕੋਲ ਸਿਰਫ਼ ਐਸ.ਐਮ.ਐਸ. ਨਾਮ ਦਾ ਇੱਕ ਵਿਕਲਪ ਸੀ ਅਤੇ ਇਸ ’ਤੇ ਸਾਨੂੰ ਮਾਣ ਸੀ। ਉਦੋਂ ਜੋ ਵੀ ਸੰਭਵ ਹੋ ਸਕਦਾ ਸੀ ਉਹ ਜਾਂ ਤਾਂ ਫ਼ੋਨ ’ਤੇ ਕੀਤਾ ਜਾ ਸਕਦਾ ਸੀ ਜਾਂ ਲੋਕਾਂ ਨੂੰ ਇੱਕ-ਇੱਕ ਕਰਕੇ ਮਿਲਕੇ। ਅਨਜਾਣ ਜਾਂ ਅਜਨਬੀਆਂ ਨੂੰ ਮਿਲਣ ਲਈ ਉਨ੍ਹਾਂ ਨਾਲ ਮੀਟਿੰਗ ਕਰਨੀ ਪੈਂਦੀ ਸੀ ਜਾਂ ਸਿਰਫ਼ ਫ਼ੋਨ ’ਤੇ ਗੱਲ ਹੋ ਪਾਉਂਦੀ ਸੀ। ਜਦੋਂ ਮੈਂ ਆਪਣੀ ਕੰਪਨੀ ਦਾ ਸਟਾਰ ਪਰਫੌਰਮਰ ਸੀ ਅਤੇ ਮੈਂ ਦੁਨੀਆ ਨੂੰ ਇਹ ਦੱਸਣਾ ਚਾਹੁੰਦਾ ਸੀ ਕਿ ਇਹ ਬਿਜ਼ਨਿਸ ਮੇਰੇ ਲਈ ਕਿੰਨਾ ਵਧੀਆ ਚੱਲ ਰਿਹਾ ਹੈ, ਮੈਂ ਇਹ ਕੰਮ ਵੀ ਲੋਕਾਂ ਨਾਲ ਨਿੱਜੀ ਤੌਰ ’ਤੇ ਮਿਲ ਕੇ ਕਰਦਾ ਸੀ ਅਤੇ ਉਸ ਵੇਲੇ ਸਾਡੀ ਪਹੁੰਚ ਵੀ ਬਹੁਤ ਸੀਮਤ ਸੀ। ਕਿਸੇ ਨਵੇਂ ਸ਼ਹਿਰ ਵਿੱਚ ਬਿਜ਼ਨਿਸ ਸ਼ੁਰੂ ਕਰਨਾ ਬੜਾ ਔਖਾ ਕੰਮ ਸੀ।

ਇਸ ਨਵੀਂ ਤਕਨੀਕ ਨੇ ਪਹਿਲੇ ਦੀਆ ਸਾਰੀਆਂ ਰੁਕਾਵਟਾਂ ਨੂੰ ਨਸ਼ਟ ਕਰਕੇ ਨਵੀਆਂ ਉਮੀਦਾਂ ਨੂੰ ਜਨਮ ਦਿੱਤਾ ਹੈ ਅਤੇ ਜੇ ਇਸ ਦੀ ਸਹੀ ਢੰਗ ਨਾਲ ਵਰਤੋਂ ਕੀਤੀ ਜਾਏ, ਤਾਂ ਇਸ ਤੋਂ ਬਿਜ਼ਨਿਸ ਵਿੱਚ ਅਸੰਭਵ ਜਿਹੀ ਗਤੀ ਅਤੇ ਵਾਧਾ ਹਾਸਿਲ ਕੀਤਾ ਜਾ ਸਕਦਾ ਹੈ। ਸੋਸ਼ਲ ਮੀਡੀਆ ਨਾਲ ਬਿਜ਼ਨਿਸ ਦੇ ਦੋ ਪ੍ਰਮੁੱਖ ਖੇਤਰਾਂ ਵਿੱਚ ਸਾਡਾ ਸੰਚਾਰ ਅਤੇ ਪਹੁੰਚ ਪਹਿਲੇ ਦੇ ਮੁਕਾਬਲੇ ਬਹੁਤ ਅੱਗੇ ਪਹੁੰਚ ਚੁੱਕੀਆਂ ਹਨ।

1. ਆਪਣੀ ਟੀਮ ਨਾਲ ਗੱਲਬਾਤ ਕਰਨਾ। ਉਨ੍ਹਾਂ ਨੂੰ ਟੀਮ ਵਿੱਚ ਹੋਣ ਵਾਲੀ ਹਰ ਪ੍ਰਾਪਤੀ ਅਤੇ ਵਧੀਆ ਕੰਮਾਂ ਨਾਲ ਅੱਪਡੇਟ ਰੱਖਣਾ।
2. ਉਨ੍ਹਾਂ ਲੋਕਾਂ ਨਾਲ ਸੰਪਰਕ ਰੱਖਣਾ ਜੋ ਸਾਡੀ ਟੀਮ ਵਿੱਚ ਨਹੀਂ ਹਨ: ਅਜਨਬੀਆਂ ਅਤੇ ਹੋਰ ਲੋਕਾਂ ਨਾਲ ਸੰਪਰਕ ਰੱਖਣਾ ਜਿਨ੍ਹਾਂ ਨੇ ਸਾਡੇ ਨਾਲ ਹੁਣ ਤੱਕ ਬਿਜ਼ਨਿਸ ਸ਼ੁਰੂ ਨਹੀਂ ਕੀਤਾ ਹੈ।

ਆਓ, ਇਹ ਸਮਝੀਏ ਕਿ ਇਨਾਂ ਦੋਨਾਂ ਖੇਤਰਾਂ ਵਿੱਚ ਕਿਵੇਂ ਸੋਸ਼ਲ ਮੀਡੀਆ ਤੋਂ ਫ਼ਾਇਦਾ ਲਿਆ ਜਾ ਸਕਦਾ ਹੈ।

ਆਪਣੀ ਟੀਮ ਨਾਲ ਗੱਲਬਾਤ

ਨੈੱਟਵਰਕ ਮਾਰਕੀਟਿੰਗ ਲੋਕਾਂ ਦਾ ਬਿਜ਼ਨਿਸ ਹੈ ਅਤੇ ਇਸ ਵਿੱਚ ਲੋਕ ਪ੍ਰੇਰਿਤ ਰਹਿ ਕੇ ਲਗਾਤਾਰ ਪਰਫ਼ਾਰਮ ਕਰਦੇ ਰਹਿਣ ਉਸ ਲਈ ਉਨ੍ਹਾਂ ਨੂੰ ਹਮੇਸ਼ਾ ਇਹ ਮਹਿਸੂਸ ਹੋਣਾ ਜ਼ਰੂਰੀ ਹੈ ਕਿ ਉਹ ਇੱਕ ਵਧਦੇ ਅਤੇ ਵਿਕਸਤ ਹੋ ਰਹੀ ਸੰਸਥਾ ਦਾ ਹਿੱਸਾ ਹਨ। ਉਨ੍ਹਾਂ ਨੂੰ ਵੀ ਸੰਸਥਾ ਅਤੇ ਉਸ ਦੇ ਹੋਰ ਲੋਕਾਂ ਨਾਲ ਜੁੜਿਆ ਮਹਿਸੂਸ ਕਰਨਾ ਚਾਹੀਦਾ ਹੈ ਅਤੇ ਇਹ ਜੁੜਾਉ ਸੁਰੱਖਿਆ ਕੰਮ ਕਰਨ ਲਈ ਵਚਨਬੱਧਤਾ ਨੂੰ ਵਧਾਉਂਦੀ ਹੈ। ਨੈੱਟਵਰਕ ਮਾਰਕੀਟਿੰਗ ਬਿਜ਼ਨਿਸ ਵਿੱਚ ਸਾਡੇ ਕੋਲ ਕੋਈ ਆਫਿਸ, ਕੋਈ ਰਸਮੀ ਅਹੁਦਾ ਜਾਂ ਕੋਈ ਅਧਿਕਾਰਤ ਸਬੰਧ ਨਹੀਂ ਹੁੰਦੇ। ਇੱਥੇ, ਲੋਕ ਇੱਕ-ਦੂਜੇ ਨਾਲ ਗ਼ੈਰ-ਰਸਮੀ ਸੰਬੰਧਾਂ ਨਾਲ ਹੀ ਜੁੜੇ ਹੋਏ ਹੁੰਦੇ ਹਨ। ਉਨ੍ਹਾਂ ਨੂੰ ਹੋਰ ਲੋਕਾਂ ਅਤੇ ਟੀਮ ਨਾਲ ਲਗਾਤਾਰ ਜੋੜ ਕੇ ਰੱਖਣਾ ਕਦੇ-ਕਦੇ ਇੱਕ ਚੁਣੌਤੀ ਬਣ ਜਾਂਦਾ ਹੈ।

ਲੋਕਾਂ ਦੇ ਵਿਚਕਾਰਲੇ ਇਹ ਸੰਬੰਧ ਹੁਣ ਤੱਕ ਪ੍ਰੋਗਰਾਮ ਦੁਆਰਾ ਚਲਾਏ ਜਾ ਰਹੇ ਸਨ, ਪਰ ਜੇ ਸੋਸ਼ਲ ਮੀਡੀਆ ਦੀ ਸਹੀ ਵਰਤੋਂ ਕੀਤੀ ਜਾਏ, ਤਾਂ ਉਹ ਇਸ ਸੰਬੰਧ ਅਤੇ ਸੰਪਰਕ ਨੂੰ ਇੱਕ ਵੱਖਰੇ ਮੁਕਾਮ 'ਤੇ ਲਿਜਾਇਆ ਜਾ ਸਕਦਾ ਹੈ। ਫੇਸਬੁੱਕ, ਵਾਟਸਐਪ ਜਾਂ ਹੋਰ ਸੋਸ਼ਲ ਮੀਡੀਆ ਟੂਲ ਰਾਹੀਂ ਸੰਸਥਾ ਵਿੱਚ ਹਰ ਸਮੇਂ ਇਹ ਪਤਾ ਚੱਲਦਾ ਰਹਿੰਦਾ ਹੈ ਕਿ ਸੰਸਥਾ ਵਿੱਚ ਕੀ ਚੱਲ ਰਿਹਾ ਹੈ। ਲੋਕ ਗਤੀਵਿਧੀਆਂ, ਪ੍ਰਾਪਤੀਆਂ, ਪ੍ਰੋਗਰਾਮ ਅਤੇ ਬਹੁਤ ਸਾਰੇ ਸੰਵਾਦਾਂ ਦੇ ਜ਼ਰੀਏ ਸੰਸਥਾ ਵਿੱਚ ਸੁਰੱਖਿਅਤ ਅਤੇ ਜੁੜਿਆ ਹੋਇਆ ਮਹਿਸੂਸ ਕਰਦੇ ਹਨ।

ਜਦੋਂ ਲੋਕ ਫ਼ੀਲਡ ਵਿੱਚ ਕੰਮ ਕਰਦੇ ਹਨ ਤਾਂ ਉਨ੍ਹਾਂ ਨੂੰ ਸਫਲਤਾ ਵੀ ਮਿਲਦੀ ਹੈ, ਨਾਲੋ-ਨਾਲ ਥੋੜ੍ਹੀ ਨਾਂਹ ਅਤੇ ਨਿਰਾਸ਼ਾ ਵੀ। ਤੁਸੀਂ ਅਤੇ ਤੁਹਾਡੇ ਸਹਿਕਰਮੀ ਉਨ੍ਹਾਂ ਲੋਕਾਂ ਨੂੰ ਵੀ ਮਿਲਣਗੇ ਜੋ ਤੁਹਾਨੂੰ ਉਤਸ਼ਾਹਿਤ ਅਤੇ ਅਜਿਹੇ ਵੀ ਲੋਕ ਮਿਲਣਗੇ ਜੋ ਤੁਹਾਨੂੰ ਹੇਠਾਂ ਖਿੱਚਣ ਦੀ ਕੋਸ਼ਿਸ਼ ਕਰਦੇ ਹਨ। ਕਦੇ-ਕਦੇ ਤੁਹਾਨੂੰ ਇੱਕ ਉਮੀਦ ਦੀ ਕਿਰਨ ਚਾਹੀਦੀ ਹੁੰਦੀ ਹੈ ਕਿ ਚੀਜ਼ਾਂ ਛੇਤੀ ਨਾਲ ਸਹੀ ਹੋ ਜਾਣ ਅਤੇ ਸਭ ਤੋਂ ਚੰਗੀ ਉਮੀਦ ਉਨ੍ਹਾਂ ਲੋਕਾਂ ਦੀ ਸਫਲਤਾ ਦੀਆਂ ਕਹਾਣੀਆਂ ਤੋਂ ਮਿਲਦੀ ਹੈ, ਜੋ ਤੁਹਾਡੇ ਵਰਗੀ ਯਾਤਰਾ ਤੋਂ ਗੁਜ਼ਰ ਰਹੇ ਹੁੰਦੇ ਹਨ। ਜੇ ਕੁੱਝ ਹੋਰ ਲੋਕਾਂ ਨੂੰ ਕਾਮਯਾਬੀ ਮਿਲ ਰਹੀ ਹੈ ਜੋ ਤੁਹਾਡੇ ਵਰਗੇ ਕੰਮ ਕਰ ਰਹੇ ਹਨ ਤਾਂ ਤੁਹਾਨੂੰ ਵੀ ਜ਼ਰੂਰ ਮਿਲੇਗੀ।

ਸੋਸ਼ਲ ਮੀਡੀਆ ਚੰਗੀਆਂ ਖਬਰਾਂ ਫੈਲਾਉਣ ਵਿੱਚ ਮੁੱਖ ਭੂਮਿਕਾ ਨਿਭਾ ਸਕਦਾ ਹੈ। ਜਦੋਂ ਤੁਸੀਂ ਸਫਲਤਾ ਦੀਆਂ ਕਹਾਣੀਆਂ ਜਾਂ ਉਤਪਾਦਾਂ ਦੇ ਪ੍ਰਸ਼ੰਸਾ ਪੱਤਰਾਂ ਨੂੰ ਸਾਂਝੇ ਕਰਦੇ ਹੋ, ਤਾਂ ਤੁਸੀਂ ਇੱਕ ਟੀਮ ਤੋਂ ਦੂਜੀ ਟੀਮ ਵਿੱਚ, ਇੱਕ ਸ਼ਹਿਰ ਤੋਂ ਦੂਜੇ ਅਤੇ ਇੱਕ ਡਿਸਟ੍ਰੀਬਿਊਟਰ ਤੋਂ ਦੂਜੇ ਵਿੱਚ ਚੰਗੀਆਂ ਵਾਇਬਸ ਅਤੇ ਗਤੀ ਨੂੰ ਟ੍ਰਾਂਸਫਰ ਕਰ ਸਕਦੇ ਹੋ। ਮੈਂ ਇਹ ਵੀ ਦੇਖਿਆ ਹੈ ਕਿ ਕਈ ਵਾਰ ਲੋਕ ਆਪਣੀ ਅੱਪਲਾਈਨ ਤੋਂ ਉੱਨੇ ਪ੍ਰੇਰਿਤ ਨਹੀਂ ਹੁੰਦੇ ਜਿੰਨਾ ਉਹ ਆਪਣੀਆਂ ਕਰਾਸ ਲਾਈਨਾਂ ਜਾਂ ਹੋਰ ਲਾਈਨਾਂ ਵਿੱਚ ਸਹਿਕਰਮੀਆਂ ਦੀ ਸਫਲਤਾ ਦੁਆਰਾ ਹੁੰਦੇ ਹਨ। ਤੁਹਾਡੇ ਪੂਰੇ ਸਮੂਹ ਲਈ ਚੰਗੇ ਨਤੀਜੇ ਪ੍ਰਾਪਤ ਕਰਨ ਦੀ ਗਤੀ ਨੂੰ ਵਧਾਉਣ ਲਈ ਸੋਸ਼ਲ ਮੀਡੀਆ ਅਸਲ ਵਿੱਚ ਇੱਕ ਮੁਫ਼ਤ ਸਾਧਨ ਹੈ।

ਜੋ ਲੋਕ ਸਾਡੀ ਟੀਮ ਵਿੱਚ ਨਹੀਂ ਹਨ, ਉਨ੍ਹਾਂ ਨਾਲ ਗੱਲਬਾਤ ਕਰਨਾ

ਨੈੱਟਵਰਕ ਮਾਰਕੀਟਿੰਗ ਬਿਜਨਿਸ ਵਿੱਚ ਅਸੀਂ ਲੋਕ ਹਮੇਸ਼ਾ ਹੀ ਨਵੇਂ ਲੋਕਾਂ ਦੀ

ਤਲਾਸ਼ ਵਿੱਚ ਰਹਿੰਦੇ ਹਾਂ। ਸਾਡਾ ਢਾਂਚਾ ਕਿੰਨਾ ਹੀ ਵੱਡਾ ਕਿਉਂ ਨਾ ਹੋਵੇ, ਸਾਡੇ ਕੋਲ ਇੱਕ ਨਵੇਂ ਵਿਅਕਤੀ ਲਈ ਜਗਾਂ ਹੁੰਦੀ ਹੀ ਹੈ। ਸੋਸ਼ਲ ਮੀਡੀਆ ਦੇ ਜ਼ਰੀਏ ਨਵੇਂ ਲੋਕਾਂ ਤੱਕ ਛੇਤੀ ਪਹੁੰਚਿਆ ਜਾ ਸਕਦਾ ਹੈ। ਸੋਸ਼ਲ ਮੀਡੀਆ ਦਾ ਪ੍ਰਯੋਗ ਨਵੇਂ ਲੋਕਾਂ ਤੱਕ ਪਹੁੰਚਣ ਲਈ ਕੀਤਾ ਜਾ ਸਕਦਾ ਹੈ ਜਿਸ ਨਾਲ ਉਹ ਤੁਹਾਡੇ ਬਿਜ਼ਨਿਸ ਵਿੱਚ ਦਿਲਚਸਪੀ ਲੈਣ। ਤੁਸੀਂ ਆਪਣੀਆਂ ਗਤੀਵਿਧੀਆਂ, ਪ੍ਰਾਪਤੀਆਂ, ਜੀਵਨ ਸ਼ੈਲੀ ਨੂੰ ਸੋਸ਼ਲ ਮੀਡੀਆ ਵਿੱਚ ਪੋਸਟ ਕਰਕੇ ਆਪਣੇ ਲਈ ਆਦਰ ਅਤੇ ਭਰੋਸੇਯੋਗਤਾ ਬਣਾ ਸਕਦੇ ਹੋ। ਇਸ ਮਾਧਿਅਮ ਰਾਹੀਂ ਹੁਣ ਸਥਾਨ ਅਤੇ ਦੂਰੀ ਦਾ ਕੋਈ ਪੈਮਾਨਾ ਨਹੀਂ ਹੈ, ਵਾਟਸਐਪ, ਫ਼ੇਸਬੁੱਕ, ਲਿੰਕਡਇਨ, ਟਵਿੱਟਰ ਆਦਿ ਦੀ ਇੱਕ ਪੋਸਟ ਨਾਲ ਤੁਸੀਂ ਸਾਰੀ ਦੁਨੀਆ ਨਾਲ ਗੱਲਬਾਤ ਕਰ ਸਕਦੇ ਹੋ।

ਤੁਸੀਂ ਅਜਿਹੇ ਲੋਕਾਂ ਦੀ ਤਲਾਸ਼ ਲਈ ਪੋਸਟਾਂ ਵੀ ਪਾ ਸਕਦੇ ਹੋ ਜੋ ਤੁਹਾਨੂੰ ਬਿਜ਼ਨਿਸ ਲਈ ਪੇਸ਼ਕਸ਼ ਕਰਨ ਦੀ ਤਲਾਸ਼ ਕਰ ਰਹੇ ਹਨ। ਸਭ ਤੋਂ ਵਧੀਆ ਗੱਲ ਇਹ ਹੈ ਕਿ ਸੋਸ਼ਲ ਮੀਡੀਆ ਸਾਰਿਆਂ ਲਈ ਮੌਜੂਦ ਹੈ ਅਤੇ ਇਸਦਾ ਖ਼ਰਚਾ ਵੀ ਬਹੁਤ ਘੱਟ ਹੈ। ਇਹ ਗੱਲ ਜ਼ਰੂਰ ਹੈ ਕਿ ਅਸੀਂ ਇੱਥੇ ਕਿਸੇ ਵੱਡੀ ਮੁਹਿੰਮ ਦੀ ਗੱਲ ਨਹੀਂ ਕਰ ਰਹੇ ਹਾਂ ਜਿਸ ਵਿੱਚ ਪੈਸੇ ਦੇ ਕੇ ਪ੍ਰਮੋਸ਼ਨ ਜਾਂ ਵਿਗਿਆਪਨ ਜਾਰੀ ਕੀਤੇ ਜਾਂਦੇ ਹਨ। ਸੋਸ਼ਲ ਮੀਡੀਆ ਦੇ ਮਾਧਿਅਮ ਤੋਂ ਨਾ ਸਿਰਫ਼ ਤੁਸੀਂ ਸਹੀ ਲੋਕਾਂ ਨਾਲ ਜੁੜਦੇ ਹਨ, ਪਰ ਜਦੋਂ ਲੋਕ ਤੁਹਾਨੂੰ ਮਿਲਣ ਲਈ ਵੀ ਆਉਂਦੇ ਹਨ, ਤਾਂ ਉਹ ਚੰਗੀ ਤਰ੍ਹਾਂ ਜਾਣਦੇ ਹਨ ਕਿ ਤੁਸੀਂ ਕੀ ਕਰ ਰਹੇ ਹੋ। ਕਿਉਂ ਕਿ ਤੁਸੀਂ ਆਪਣੀ ਭਰੋਸੇਯੋਗਤਾ ਸਥਾਪਿਤ ਕਰ ਲਈ ਹੈ, ਤਾਂ ਜੋ ਲੋਕ ਤੁਹਾਨੂੰ ਮਿਲਣ ਆਉਣਗੇ ਉਹ ਤੁਹਾਡੇ ਲਈ ਚੰਗੇ ਪ੍ਰਾਸਪੈਕਟ ਹੀ ਹੋਣਗੇ। ਇਸਦਾ ਅਰਥ ਇਹ ਹੈ ਕਿ ਲੱਗਭਗ ਉਹ ਤੁਹਾਡੇ ਨਾਲ ਜੁੜਨ ਲਈ ਹੀ ਆ ਰਹੇ ਹਨ।

ਇਸ ਲਈ ਮੈਂ ਹਮੇਸ਼ਾ ਸੁਝਾਅ ਦਿਆਂਗਾ ਕਿ ਤੁਸੀਂ ਜੋ ਵੀ ਚੰਗਾ ਕੰਮ ਕਰ ਰਹੇ ਹੋ, ਉਸ ਨੂੰ ਸੋਸ਼ਲ ਮੀਡੀਆ 'ਤੇ ਜ਼ਰੂਰ ਪਾਓ ਜਿਸ ਨਾਲ ਤੁਹਾਡੇ ਲਈ ਪ੍ਰਾਸਪੈਕਟ ਦੀ ਕਦੇ ਨਾ ਖ਼ਤਮ ਹੋਣ ਵਾਲੀ ਪਾਈਪ ਲਾਈਨ ਬਣੇ।

ਤੁਸੀਂ ਜੋ ਵੀ ਸੋਸ਼ਲ ਮੀਡੀਆ 'ਤੇ ਪੋਸਟ ਕਰਦੇ ਹੋ, ਉਸ ਨਾਲ ਤੁਹਾਡੇ ਨਿੱਜੀ ਬ੍ਰਾਂਡ 'ਤੇ ਅਸਰ ਪੈਂਦਾ ਹੈ। ਸੋਸ਼ਲ ਮੀਡੀਆ ਵਿੱਚ ਤੁਸੀਂ ਕਿਵੇਂ ਪਛਾਣੇ ਜਾਣਾ ਚਾਹੋਗੇ।

– ਲੀਜ਼ਾ ਹਾੱਰਨ

ਤੁਸੀਂ ਜਦੋਂ ਵੀ ਸੋਸ਼ਲ ਮੀਡੀਆ 'ਤੇ ਜਾ ਰਹੇ ਹੋ, ਤਾਂ ਕਿਰਪਾ ਕਰਕੇ ਇਨਾਂ ਦਿਸ਼ਾ-ਨਿਰਦੇਸ਼ਾਂ ਅਤੇ ਸਲੀਕਿਆਂ ਦਾ ਪਾਲਣ ਕਰੋ:

✓ ਸੋਸ਼ਲ ਮੀਡੀਆ ਵਿੱਚ ਤੁਸੀਂ ਜੋ ਵੀ ਪਾ ਰਹੇ ਹੋ, ਉਸਦੇ ਪ੍ਰਤੀ ਸਚੇਤ ਰਹੋ ਕਿਉਂ ਕਿ ਜੋ ਵੀ ਚੀਜ਼ ਸੋਸ਼ਲ ਮੀਡੀਆ ਵਿੱਚ ਜਾਂਦੀ ਹੈ, ਉਸ ਨੂੰ ਕਦੇ ਵੀ ਵਾਪਿਸ ਨਹੀਂ ਲਿਆ ਜਾ ਸਕਦਾ।

✓ ਜੇ ਤੁਸੀਂ ਸੋਸ਼ਲ ਮੀਡੀਆ ਵਿੱਚ ਬਸ ਇਵੇਂ ਹੀ ਆਉਂਦੇ-ਜਾਂਦੇ ਹੋ ਤਾਂ ਠੀਕ ਹੈ, ਪਰ ਜੇ ਤੁਸੀਂ ਖ਼ੁਦ ਲਈ ਇੱਕ ਚੰਗੀ ਮਾਨਤਾ ਬਣਾਉਣਾ ਚਾਹੁੰਦੇ ਹੋ ਅਤੇ ਤੁਸੀਂ ਸੋਸ਼ਲ ਮੀਡੀਆ ਨਾਲ ਚੰਗਾ ਬਿਜ਼ਨਿਸ ਪਾਉਣਾ ਚਾਹੁੰਦੇ ਹੋ, ਤਾਂ ਤੁਹਾਨੂੰ ਇਸ ਨੂੰ ਰੋਜ਼ ਸਮਾਂ ਦੇਣਾ ਹੋਵੇਗਾ। ਇਹ ਯਕੀਨੀ ਕਰੋ ਕਿ ਤੁਸੀਂ ਨਿਅਮਿਤ ਤੌਰ 'ਤੇ ਸਹੀ ਸਮੱਗਰੀ ਪਾ ਰਹੇ ਹੋ ਅਤੇ ਢੁੱਕਵੀਂ ਟਿੱਪਣੀ ਵੀ ਕਰਦੇ ਹੋ।

- ✓ ਜੇ ਤੁਸੀਂ ਸੋਸ਼ਲ ਮੀਡੀਆ ਦਾ ਵਰਤੋਂ ਇੱਕ ਕਾਰਜਨੀਤੀ ਦੀ ਤਰ੍ਹਾਂ ਕਰਨਾ ਚਾਹੁੰਦੇ ਹਾਂ, ਅਤੇ ਆਪਣੇ ਬਿਜ਼ਨਿਸ ਨੂੰ ਬਣਾਉਣ ਵਿੱਚ ਇਸਦਾ ਉਪਯੋਗ ਕਰਨਾ ਚਾਹੁੰਦੇ ਹੋ, ਤਾਂ ਪੂਰੀ ਤਿਆਰੀ ਦੇ ਨਾਲ ਇਸ ਵਿੱਚ ਪ੍ਰਵੇਸ਼ ਕਰੋ। ਕਿਸੀ ਸੋਸ਼ਲ ਮੀਡੀਆ ਏਜੰਸੀ ਜਾਂ ਕਿਸੇ ਮਾਹਿਰ ਦੀ ਸਲਾਹ ਲੈ ਕੇ ਇਸ ਯਾਤਰਾ ਵਿੱਚ ਅੱਗੇ ਵੱਧੋ। ਇੱਕ ਵਾਰ ਜਦੋਂ ਤੁਸੀਂ ਇਸ ਵਿੱਚ ਵੜਨ ਦਾ ਨਿਸ਼ਚਾ ਕਰ ਹੀ ਲਿਆ ਹੈ ਤਾਂ ਹੱਥ ਵਿੱਚ ਕੁੱਝ ਸਮਾਂ ਅਤੇ ਰਕਮ ਦੋਨਾਂ ਨੂੰ ਲੈ ਕੇ ਹੀ ਵੜੋ।
- ✓ ਜੇ ਤੁਹਾਡਾ ਉਦੇਸ਼ ਸੋਸ਼ਲ ਮੀਡੀਆ ਤੋਂ ਕੋਈ ਪ੍ਰੋਫ਼ੈਸ਼ਨਲ ਮੁਨਾਫ਼ਾ ਕਮਾਉਣਾ ਨਹੀਂ ਹੈ, ਤਾਂ ਮੈਂ ਤੁਹਾਨੂੰ ਇਹ ਸਲਾਹ ਦਿਆਂਗਾ ਕਿ ਇਸ ਵਿੱਚ ਘੱਟ ਤੋਂ ਘੱਟ ਸਮਾਂ ਲਾਓ। ਆਪਣੇ ਸਮੇਂ ਲਈ ਨਿਅਮਿਤ ਰਹੋ। ਸੋਸ਼ਲ ਮੀਡੀਆ ਦੇ ਸੰਸਾਰ ਵਿੱਚ ਖੋ ਜਾਣਾ ਸੌਖਾ ਹੈ।
- ✓ ਸਾਵਧਾਨੀ ਭਰੀਆਂ ਗੱਲਾਂ: ਕਿੰਨਾਂ ਲੋਕਾਂ ਨੂੰ ਤੁਸੀਂ ਫ਼ਾਲੋ ਕਰਦੇ ਹੋ ਅਤੇ ਕਿੰਨਾ ਨੂੰ ਤੁਸੀਂ ਆਪਣਾ ਦੋਸਤ ਬਣਾਉਂਦੇ ਹੋ, ਉਨ੍ਹਾਂ ਦੇ ਪ੍ਰਤੀ ਸੁਚੇਤ ਹੋ ਜਾਓ। ਕੋਈ ਵੀ ਸੋਸ਼ਲ ਮੀਡੀਆ ’ਤੇ ਕੁੱਝ ਵੀ ਪਾਇਆ ਜਾ ਸਕਦਾ ਹੈ। ਜੇ ਤੁਸੀਂ ਸੋਸ਼ਲ ਮੀਡੀਆ ਵਿੱਚ ਉਨ੍ਹਾਂ ਲੋਕਾਂ ਨਾਲ ਗੱਲਬਾਤ ਕਰਦੇ ਜਾਂ ਸਲਾਹ ਲੈਂਦੇ ਹੋ ਜਿੰਨ੍ਹਾਂ ਨੂੰ ਤੁਹਾਡੇ ਵਿਕਾਸ ਵਿੱਚ ਕੋਈ ਰੁਚੀ ਹੀ ਨਹੀਂ ਹੈ ਜਾਂ ਤੁਸੀਂ ਕਿਸੇ ਨੂੰ ਵੀ ਅੱਖਾਂ ਬੰਦ ਕਰ ਫ਼ਾਲੋ ਕਰਦੇ ਹੋ ਜਾਂ ਕ੍ਰਾਸਲਾਈਨਾਂ ਨਾਲ ਸੰਪਰਕ ਬਣਾਏ ਰੱਖਦੇ ਹੋ ਜਾਂ ਜੇ ਤੁਸੀਂ ਇਸ ਵਿੱਚ ਸਧਾਰਨ ਜਾਣਕਾਰੀ ਹਾਸਿਲ ਕਰਨ ਲਈ ਹੀ ਹੋ, ਤਾਂ ਵੀ ਕਿਰਪਾ ਕਰਕੇ ਸਚੇਤ ਰਹੋ। ਸੋਸ਼ਲ ਮੀਡੀਆ ਵਿੱਚ ਮੌਜੂਦ ਕਿਸੇ ਵੀ ਚੀਜ਼ ਨੂੰ ਕਰਨ ਤੋਂ ਪਹਿਲਾਂ ਚੰਗੀ ਤਰ੍ਹਾਂ ਨਾਲ ਸੋਚੋ। ਵਿਅਰਥ ਦੀਆਂ ਚੀਜ਼ਾਂ ਨੂੰ ਨਾ ਦੇਖੋ, ਭਰੋਸੇਯੋਗ ਸਰੋਤਾਂ ਦੁਆਰਾ ਭਰੋਸੇਮੰਦ ਅਤੇ ਸਾਬਿਤ ਹੋਈਆਂ ਸੂਚਨਾਵਾਂ ’ਤੇ ਧਿਆਨ ਲਗਾਓ। ਉਨ੍ਹਾਂ ਲੋਕਾਂ ਦੀ ਸਲਾਹ ਮੰਨੋ ਜੋ ਉਸ ਨੂੰ ਪਹਿਲੇ ਕਰ ਚੁੱਕੇ ਅਤੇ ਜਿਨ੍ਹਾਂ ਦਾ ਟ੍ਰੈਕ ਰਿਕਾਰਡ ਚੰਗਾ ਹੈ। ਜੇ ਤੁਹਾਨੂੰ ਕੋਈ ਨਵਾਂ ਵਿਚਾਰ ਮਿਲੇ ਤਾਂ ਪਹਿਲਾਂ ਤੁਸੀਂ ਆਪ ਖ਼ੁਦ ਇਸ ਦੀ ਵਰਤੋਂ ਕਰਨ ਨਾਲ ਵਧੀਆ ਨਤੀਜੇ ਮਿਲਣ ਤਾਂ ਹੌਲੀ-ਹੌਲੀ ਆਪਣੀ ਟੀਮ ਨੂੰ ਇਸ ਵਿੱਚ ਸ਼ਾਮਿਲ ਕਰੋ। ਬਹੁਤ ਸਾਰੇ ਲੋਕ, ਹਰ ਨਵੀਂ ਆਈ ਚੀਜ਼ ਨੂੰ ਅਮਲ ਵਿੱਚ ਲਿਆਉਣ ਸਮੇਂ ਆਪਣਾ ਧਿਆਨ ਅਤੇ ਆਪਣੀ ਗਤੀ ਨੂੰ ਗੁਆ ਬੈਠਦੇ ਹਨ।
- ✓ ਨਕਾਰਾਤਮਕ ਕਮੈਂਟਾਂ ਨੂੰ ਸਾਵਧਾਨੀ ਨਾਲ ਹੈਂਡਲ ਕਰੋ। ਸੋਸ਼ਲ ਮੀਡੀਆ ਵਿੱਚ ਕਿਸੇ ਪ੍ਰਕਾਰ ਦਾ ਝਗੜਾ ਨਾ ਕਰੋ। ਜੇ ਤੁਹਾਡੇ ਕੋਲ ਕੋਈ ਨਕਾਰਾਤਮਕ ਸੁਨੇਹਾ ਆਉਂਦਾ ਹੈ, ਤਾਂ ਉਸ ਨੂੰ ਪੜ੍ਹੋ। ਜੇ ਕੋਈ ਗ਼ਲਤੀ ਹੈ ਤਾਂ ਉਸਦੇ ਲਈ ਮੁਆਫ਼ੀ ਮੰਗ ਲਓ। ਉਸ ਵਿਅਕਤੀ ਨੂੰ ਦੱਸੋ ਕਿ ਤੁਸੀਂ ਇਸ ਸੰਬੰਧੀ ਹੋਰ ਵਧੀਆ ਕਰਨ ਦੀ ਕੋਸ਼ਿਸ਼ ਕਰ ਰਹੇ ਹੋ। ਉਸ ਵਿਅਕਤੀ ਨੂੰ ਇਹ ਕਹੋ ਕਿ ਉਹ ਤੁਹਾਨੂੰ ਨਿੱਜੀ ਸੁਨੇਹੇ ਭੇਜੇ।

ਹੁਣ ਪ੍ਰਸ਼ਨ ਇਹ ਉਠਦਾ ਹੈ ਕਿ ਤੁਹਾਡੇ ਬਿਜ਼ਨਿਸ ਵਿੱਚ ਤੁਹਾਨੂੰ ਸੋਸ਼ਲ ਮੀਡੀਆ ਦੀ ਵਰਤੋਂ ਕਿਵੇਂ ਕਰਨੀ ਹੈ। ਮੈਨੂੰ ਪਤਾ ਹੈ ਕਿ ਜੋ ਕੋਈ ਵੀ ਇਸ ਕਿਤਾਬ ਨੂੰ ਪੜ੍ਹ ਰਿਹਾ ਹੈ, ਉਹ ਵੱਖ-ਵੱਖ ਸੋਸ਼ਲ ਮੀਡੀਆ ਪਲੇਟਫ਼ਾਰਮ ’ਤੇ ਪਹਿਲਾਂ ਤੋਂ ਹੀ ਮੌਜੂਦ ਹੈ, ਤਾਂ ਜਦੋਂ ਮੈਂ ਇੱਥੇ ਸੋਸ਼ਲ ਮੀਡੀਆ ਬਾਰੇ ਗੱਲਾਂ ਕਰ ਰਿਹਾ ਹਾਂ, ਤਾਂ ਇਸਦਾ ਸੌਖਾ ਜਿਹਾ ਅਰਥ ਇਹ ਹੈ ਕਿ ਸੋਸ਼ਲ ਮੀਡੀਆ ਵਿੱਚ ਗੰਭੀਰਤਾ ਨਾਲ ਕੰਮ ਕਰਨਾ

ਅਤੇ ਤੁਹਾਡੇ ਨੈੱਟਵਰਕ ਮਾਰਕੀਟਿੰਗ ਬਿਜ਼ਨਿਸ ਨੂੰ ਵਿਕਸਤ ਕਰਨ ਲਈ ਇਸ ਦੀ ਵਰਤੋਂ ਕਰਨੀ। ਮੈਂ ਕੁੱਝ ਜੁਗਤੀਆਂ ਅਜ਼ਮਾਈਆਂ ਹਨ ਅਤੇ ਹੋਰ ਲੋਕਾਂ ਨੂੰ ਵੱਖ-ਵੱਖ ਚੀਜ਼ਾਂ ਅਜਮਾਉਂਦਿਆ ਦੇਖਿਆ ਹੈ। ਮੈਂ ਆਪਣੇ ਅਨੁਭਵ ਦੇ ਅਧਾਰ 'ਤੇ ਤੁਹਾਨੂੰ ਕਹਾਂਗਾ ਕਿ ਤੁਸੀਂ ਸਭ ਤੋਂ ਪਹਿਲਾਂ ਆਪਣਾ ਨੈੱਟਵਰਕ ਮਾਰਕੀਟਿੰਗ ਬਿਜ਼ਨਿਸ ਸ਼ੁਰੂ ਕਰੋ। ਕੁੱਝ ਪ੍ਰੋਗਰਾਮ ਅਟੈਂਡ ਕਰੋ, ਆਪਣੇ ਅੱਪਲਾਈਨਾਂ ਨਾਲ ਸਲਾਹਾਂ ਲਓ, ਪਹਿਲੇ ਬਿਜ਼ਨਿਸ ਦੇ ਬੁਨਿਆਦੀ ਸਿਧਾਂਤਾਂ ਦੀ ਜਾਣਕਾਰੀ ਅਤੇ ਫਿਰ ਸੋਸ਼ਲ ਮੀਡੀਆ ਵਿੱਚ ਕੰਮ ਕਰਨਾ ਸ਼ੁਰੂ ਕਰੋ। ਇਸ ਕਿਤਾਬ ਵਿੱਚ ਦਿੱਤੇ ਗਏ ਸਫਲਤਾ ਨੂੰ ਵਧਾਉਣ ਵਾਲੇ ਗਤੀਵਰਧਕਾਂ ਨੂੰ ਫ਼ਾਲੋ ਕਰ ਛੇਤੀ ਕੁੱਝ ਸਫਲਤਾ ਪਾਓ। ਤੁਸੀਂ ਇਸ ਕਿਤਾਬ ਵਿੱਚ ਦੱਸੇ ਗਏ ਸਿਸਟਮ ਨੂੰ ਅਪਣਾ ਕੇ ਬਹੁਤ ਛੇਤੀ ਸ਼ੁਰੂਆਤ ਕਰ ਸਕਦੇ ਹੋ। ਇੰਨਾਂ ਸਿਧਾਂਤਾਂ 'ਤੇ ਮੁਹਾਰਤ ਹਾਸਿਲ ਕਰੋ, ਇੰਨਾਂ ਨੂੰ ਅਪਣਾ ਕੇ ਫਿਰ ਆਪਣੇ ਸਹਿਕਰਮੀਆਂ ਨੂੰ ਸਿੱਖਾਓ। ਇੱਕ ਵਾਰ ਜਦੋਂ ਤੁਹਾਨੂੰ ਇਸ ਬਿਜ਼ਨਿਸ ਵਿੱਚ ਸਫਲਤਾ ਮਿਲਣ ਲੱਗੇ ਅਤੇ ਤੁਹਾਡਾ ਬਿਜ਼ਨਿਸ ਠੀਕ ਤਰ੍ਹਾਂ ਚੱਲਣ ਲੱਗੇ, ਤਾਂ ਸੋਸ਼ਲ ਮੀਡੀਆ ਨੂੰ ਸ਼ੁਰੂ ਕਰਨ ਦਾ ਇਹੀ ਸਹੀ ਸਮਾਂ ਹੈ।

ਸੋਸ਼ਲ ਮੀਡੀਆ ਲਈ ਇਸਤੇਮਾਲ ਕੀਤੇ ਗਏ ਯਤਨਾਂ ਦਾ ਉਦੇਸ਼ ਨੈੱਟਵਰਕ ਮਾਰਕੀਟਿੰਗ ਬਿਜ਼ਨਿਸ ਸ਼ੁਰੂ ਕਰਨਾ ਨਹੀਂ ਹੈ, ਪਰ ਤੁਹਾਡੇ ਨੈੱਟਵਰਕ ਮਾਰਕੀਟਿੰਗ ਬਿਜ਼ਨਿਸ ਨੂੰ ਨਵੀਆਂ ਉੱਚਾਈਆਂ 'ਤੇ ਲੈ ਜਾਣਾ ਹੈ। ਇਸ ਨਾਲ ਤੁਹਾਡੇ ਮੌਜੂਦਾ ਨੈੱਟਵਰਕ ਨੂੰ ਇੱਕ ਗਤੀ ਮਿਲੇਗੀ ਅਤੇ ਅੱਗੇ ਦੇ ਕੰਮਾਂ ਲਈ ਤਿਆਰੀ ਵੀ ਅਰੰਭ ਹੋ ਜਾਵੇਗੀ। ਇਸਦੇ ਨਾਲ, ਜਦੋਂ ਵੀ ਤੁਸੀਂ ਸੋਸ਼ਲ ਮੀਡੀਆ ਵਿੱਚ ਕੰਮ ਕਰਨਾ ਸ਼ੁਰੂ ਕਰੋ, ਤਾਂ ਸਾਰੇ ਪਲੇਟਫ਼ਾਰਮਾਂ 'ਤੇ ਇੱਕੋ ਸਮੇਂ ਸ਼ੁਰੂ ਨਾ ਹੋ ਜਾਇਉ। ਉਸ ਚੈਨਲ ਨਾਲ ਕੰਮ ਕਰਨਾ ਸ਼ੁਰੂ ਕਰੋ ਜੋ ਤੁਹਾਨੂੰ ਉਸ ਸਮੇਂ ਸਭ ਤੋਂ ਸਹੀ ਲੱਗੇ ਅਤੇ ਫਿਰ ਅਗਲੇ 3 ਤੋਂ 4 ਹਫਤਿਆਂ ਬਾਅਦ ਦੂਜਾ ਅਕਾਊਂਟ ਬਣਾਓ ਅਤੇ ਫਿਰ ਤੀਜਾ...।

ਮੈਂ ਤੁਹਾਨੂੰ ਸਭ ਤੋਂ ਪਹਿਲੇ ਆਪਣਾ ਅਧਾਰ ਬਣਾਉਣ ਅਤੇ ਫਿਰ ਸੋਸ਼ਲ ਮੀਡੀਆ ਵਿੱਚ ਜਾਣ ਲਈ ਕਹਿੰਦਾ ਹੈ ਕਿਉਂ ਕਿ ਸੋਸ਼ਲ ਮੀਡੀਆ ਮੁਫ਼ਤ ਵਿੱਚ ਮੌਜੂਦ ਹੈ ਅਤੇ ਅੱਜ ਕੱਲ੍ਹ ਸਾਰੇ ਇਸੇ ਦੀਆਂ ਗੱਲਾਂ ਕਰ ਰਹੇ ਹਨ। ਇੱਕ ਹੋਰ ਮਹੱਤਵਪੂਰਨ ਗੱਲ ਇਹ ਹੈ ਕਿ ਜੇ ਤੁਹਾਡਾ ਚੰਗਾ ਟ੍ਰੈਕ ਰਿਕਾਰਡ ਹੈ ਤਾਂ ਲੋਕਾਂ ਦੀਆਂ ਨਜ਼ਰਾਂ ਵਿੱਚ ਤੁਸੀਂ ਆਓਗੇ ਅਤੇ ਸੋਸ਼ਲ ਮੀਡੀਆ ਲਈ ਤੁਹਾਨੂੰ ਲਗਾਤਾਰ ਸਮਾਂ ਮਿਲੇਗਾ। ਜਦੋਂ ਤੁਹਾਡਾ ਬਿਜ਼ਨਿਸ ਵਧਣ ਲੱਗਦਾ ਹੈ, ਤਾਂ ਤੁਸੀਂ ਸੋਸ਼ਲ ਮੀਡੀਆ ਲਈ ਕੁੱਝ ਸਮਾਂ ਦੇਣ ਦੇ ਯੋਗ ਹੋ ਜਾਂਦੇ ਹੋ। ਫਿਰ ਲੋਕ ਵੀ ਇਹ ਜਾਣਨ ਲਈ ਉਤਸੁਕ ਹੁੰਦੇ ਹਨ ਕਿ ਤੁਸੀਂ ਕੀ ਕਰ ਰਹੇ ਹੋ ਅਤੇ ਕਿਵੇਂ। ਜ਼ਿਆਦਾਤਰ ਲੋਕ ਨੈੱਟਵਰਕ ਮਾਰਕੀਟਿੰਗ ਬਾਰੇ ਜਾਣਕਾਰੀ ਰੱਖਦੇ ਹਨ, ਪਰ ਉਨ੍ਹਾਂ ਅਜਿਹੇ ਲੋਕਾਂ ਦੀ ਜ਼ਰੂਰਤ ਹੈ ਜੋ ਭਰੋਸੇਯੋਗ ਅਤੇ ਸਫਲ ਹੋਣ। ਇਸ ਲਈ ਥੋੜ੍ਹੀ ਸਫਲਤਾ ਹਾਸਿਲ ਕਰੋ ਅਤੇ ਫਿਰ ਉਸ ਨੂੰ ਸੋਸ਼ਲ ਮੀਡੀਆ ਵਿੱਚ ਫੈਲਾਓ ਜਾਂ ਪ੍ਰਸਾਰਿਤ ਕਰੋ।

ਸੋਸ਼ਲ ਮੀਡੀਆ ਵਿੱਚ ਤਿਆਰੀ ਨਾਲ ਜਾਓ। ਇਸ ਵਿੱਚ ਹਰ ਰੋਜ਼ ਜਾਓ ਅਤੇ ਇੱਕ ਦਿਨ ਪਹਿਲੇ ਹੀ ਇਸ ਸੰਦਰਭ ਨਾਲ ਤਿਆਰੀ ਕਰ ਲਓ। ਇਸ ਬਿਜ਼ਨਿਸ ਵਿੱਚ ਤੁਹਾਡਾ ਮੁੱਖ ਕੰਮ ਲੀਡਰ ਬਣਾਉਣਾ ਹੈ ਅਤੇ ਤੁਹਾਡੇ ਕੋਲ ਆਪਣੇ ਬਿਜ਼ਨਿਸ ਵਿੱਚ ਕਰਨ ਲਈ ਬਹੁਤ ਸਾਰਾ ਕੰਮ ਹੈ। ਇੱਕ ਵਾਰ ਜਦੋਂ ਤੁਸੀਂ ਸੋਸ਼ਲ ਮੀਡੀਆ 'ਤੇ ਕੰਮ ਕਰਨਾ ਸ਼ੁਰੂ ਕਰ ਦਿੰਦੇ ਹੋ ਅਤੇ ਆਪਣਾ ਇੱਕ ਚੰਗਾ ਅਕਸ ਬਣਾਉਣਾ

ਚਾਹੁੰਦੇ ਹੋ, ਤਾਂ ਤੁਹਾਨੂੰ ਸਿਲਸਿਲੇਵਾਰ ਢੰਗ ਨਾਲ ਕੰਮ ਕਰਨਾ ਹੋਵੇਗਾ। ਤੁਹਾਨੂੰ ਇੱਕ ਨਿਅਮਿਤ ਕੜੀ ਵਿੱਚ ਸਾਰੇ ਵੱਡੇ ਸੋਸ਼ਲ ਮੀਡੀਆ ਪਲੇਟਫ਼ਾੱਰਮ ਵਿੱਚ ਮੌਜੂਦ ਰਹਿਣਾ ਪਵੇਗਾ। ਆਪਣੀ ਸਮੱਗਰੀ ਬਾਰੇ ਸੁਚੇਤ ਰਹੋ। ਤੁਸੀਂ ਸਾਰਿਆਂ ਨੂੰ ਇੱਕੋ ਵਾਰੀ ਨਿਸ਼ਾਨੇ 'ਤੇ ਨਹੀਂ ਲੈ ਸਕਦੇ। ਪਹਿਲੇ ਆਪਣੇ ਟਾਰਗੇਟ ਸ਼੍ਰੋਤਿਆਂ ਬਾਰੇ ਸੋਚ ਕੇ ਉਸ ਸਮੱਗਰੀ ਦੀ ਚੋਣ ਕਰ ਲਓ ਜੋ ਉਨ੍ਹਾਂ ਨੂੰ ਟਾਰਗੇਟ ਕਰ ਸਕਣ। ਸੋਸ਼ਲ ਮੀਡੀਆ ਦੀ ਯਾਤਰਾ ਪੂਰੀ ਤਰ੍ਹਾਂ ਅਲੱਗ ਹੈ, ਪਰ ਹੈ ਬਹੁਤ ਹੀ ਫ਼ਾਇਦੇਮੰਦ। ਉਸ ਨੂੰ ਆਪਣੇ ਫ਼ਾਇਦੇ ਲਈ ਵਰਤ ਕੇ ਆਪਣਾ ਬਿਜ਼ਨਿਸ ਸ਼ੁਰੂ ਕਰੋ। ਹਮੇਸ਼ਾ ਲੋਕਾਂ ਨੂੰ ਸੋਸ਼ਲ ਮੀਡੀਆ ਰਾਹੀਂ ਕੁੱਝ ਫ਼ਾਇਦੇ ਦੀਆਂ ਚੀਜ਼ਾਂ ਦਿੰਦੇ ਰਹੋ ਜਿਵੇਂ ਉਨ੍ਹਾਂ ਦੇ ਕੰਮ ਵਿੱਚ ਆਉਣ ਵਾਲੀ ਜਾਣਕਾਰੀ, ਟੂਲਜ਼, ਗਿਆਨ, ਵਿਕਾਸ ਲਈ ਹੁਨਰ ਅਤੇ ਤਕਨੀਕ।

> ***ਸੋਸ਼ਲ ਮੀਡੀਆ ਦੀ ਵਰਤੋਂ ਕਿਉਂ ਕਰਨੀ ਚਾਹੀਦੀ ਹੈ? ਹੁਣ ਮਾਰਕੀਟਿੰਗ ਇਸ ਬਾਰੇ ਨਹੀਂ ਹੈ ਕਿ ਤੁਸੀਂ ਕੀ ਬਣਾਉਂਦੇ ਹੋ ਸਗੋਂ ਤੁਸੀਂ ਕਿਹੜੀਆਂ ਕਹਾਣੀਆਂ ਸੁਣਾਉਂਦੇ ਹੋ।***
>
> **– ਸੇਠ ਗੋਡਿਨ**

ਸੋਸ਼ਲ ਮੀਡੀਆ ਇੱਕ ਬਹੁਤ ਵਧੀਆ ਸਾਧਨ ਹੈ

ਮੇਰੀ ਜ਼ਿੰਦਗੀ ਦਾ ਮਿਸ਼ਨ ਹੈ ਕਿ ਮੈਂ ਲੋਕਾਂ ਨੂੰ ਸ਼ਕਤੀਸ਼ਾਲੀ ਕਰਕੇ ਉਨ੍ਹਾਂ ਨੂੰ ਚੰਗੀ ਜ਼ਿੰਦਗੀ ਜਿਉਣ ਵਿੱਚ ਮਦਦ ਕਰਾਂ। ਮੈਂ ਸਾਰੀ ਦੁਨੀਆ ਦੇ ਲੱਖਾਂ ਲੋਕਾਂ ਦੀ ਜ਼ਿੰਦਗੀ ਨੂੰ ਸਕਾਰਾਤਮਕ ਤਰੀਕੇ ਨਾਲ ਬਦਲਣਾ ਚਾਹੁੰਦਾ ਹਾਂ। ਸੋਸ਼ਲ ਮੀਡੀਆ ਅੰਦਰ ਪਿਛਲੇ ਕੁੱਝ ਸਾਲਾਂ ਦੇ ਅਨੁਭਵਾਂ ਤੋਂ ਮੈਂ ਇਹ ਸਿੱਖਿਆ ਹੈ ਕਿ ਇਸ ਵਿੱਚ ਬਹੁਤ ਘੱਟ ਸਮੇਂ ਅੰਦਰ ਆਪਣੇ ਪ੍ਰਭਾਵ ਨੂੰ ਕਈ ਗੁਣਾਂ ਕਰਨ ਵਿੱਚ ਮਦਦ ਮਿਲਦੀ ਹੈ। ਮੈਂ ਕਈ ਵੱਡੇ ਲੀਡਰਾਂ ਜਿਵੇਂ ਰੇ ਹਿਗਡਨ, ਫ਼ੈਰਜ਼ਰ, ਜਾਨ ਮਿਲਟਨ, ਰੱਬ ਸਪੇਰੀ ਆਦਿ ਨੂੰ ਦੇਖਿਆ ਹੈ। ਮੈਨੂੰ ਪੱਕਾ ਭਰੋਸਾ ਹੈ ਕਿ ਮੈਂ ਇਹਨਾਂ ਟੂਲਜ਼ ਦੀ ਵਰਤੋਂ ਕਰਕੇ ਮੇਰੇ ਪਾਠਕਾਂ ਅਤੇ ਪੈਰੋਕਾਰਾਂ ਦੀ ਜ਼ਿੰਦਗੀ ਵਿੱਚ ਹੋਰ ਤਬਦੀਲੀ ਲਿਆ ਸਕਦਾ ਹਾਂ।

12. ਸਪੱਸ਼ਟਤਾ ਅਤੇ ਫੋਕਸ

ਸਪੱਸ਼ਟਤਾ ਸ਼ਕਤੀ ਹੈ। ਤੁਸੀਂ ਉਸ ਨਿਸ਼ਾਨੇ ਨੂੰ ਨਹੀਂ ਮਾਰ ਸਕਦੇ ਜੋ ਤੁਸੀਂ ਨਹੀਂ ਦੇਖ ਸਕਦੇ।

– ਅਗਿਆਤ

ਤੁਸੀਂ ਸਭ ਤੋਂ ਤੇਜ਼ ਕਾਰ ਖ਼ਰੀਦ ਸਕਦੇ ਹੋ, ਲੇਕਿਨ ਜੇ ਤੁਹਾਡੀ ਆਪਣੀ ਵਿੰਡਸਕਰੀਨ 'ਤੇ ਕੋਹਰਾ ਜਾਂ ਧੂੜ ਹੋਵੇ ਤਾਂ ਤੁਸੀਂ ਤੇਜ਼ੀ ਨਾਲ ਗੱਡੀ ਨਹੀਂ ਚਲਾ ਸਕਦੇ। ਤਾਂ ਸਵਾਲ ਕਾਰ ਦੇ ਬਾਰੇ ਨਹੀਂ ਹੈ, ਸਵਾਲ ਇਹ ਹੈ ਕਿ ਕੀ ਤੁਸੀਂ ਸਪੱਸ਼ਟ ਤੌਰ 'ਤੇ ਅੱਗੇ ਦੀ ਸੜਕ ਦੇਖ ਸਕਦੇ ਹੋ? ਜੇ ਤੁਸੀਂ ਸਪੱਸ਼ਟ ਤੌਰ 'ਤੇ ਨਹੀਂ ਦੇਖ ਸਕਦੇ ਤਾਂ ਤੁਸੀਂ ਹੁਣ ਅੱਗੇ ਵੀ ਨਹੀਂ ਵੱਧ ਸਕਦੇ।

ਇਸੇ ਤਰ੍ਹਾਂ, ਜੇ ਤੁਸੀਂ ਇਸ ਬਾਰੇ ਸਪੱਸ਼ਟ ਨਹੀਂ ਹੋ ਕਿ ਤੁਸੀਂ ਆਪਣੇ ਜੀਵਨ ਵਿੱਚ ਕੀ ਚਾਹੁੰਦੇ ਹੋ ਜਾਂ ਤੁਸੀਂ ਬਿਜ਼ਨਿਸ ਤੋਂ ਕੀ ਚਾਹੁੰਦੇ ਹੋ, ਤਾਂ ਤੁਸੀਂ ਅਸਲ ਵਿੱਚ ਕੋਈ ਤਰੱਕੀ ਨਹੀਂ ਕਰ ਸਕਦੇ। ਤੁਸੀਂ ਹੁਣ ਵੀ ਬਿਜ਼ਨਿਸ ਜਾਰੀ ਰੱਖੇ ਹੋਏ ਹੋ, ਤੁਸੀਂ ਹੁਣੇ ਵੀ ਮੀਟਿੰਗਾਂ ਵਿੱਚ ਆ ਰਹੇ ਹੋ, ਤੁਸੀਂ ਕੁੱਝ ਇਨਕਮ ਵੀ ਪ੍ਰਾਪਤ ਕਰ ਰਹੇ ਹੋ ਲੇਕਿਨ ਤੁਸੀਂ ਅਸਲ ਵਿੱਚ ਉਦੋਂ ਤਕ ਇੱਕ ਵੱਡਾ ਬਿਜ਼ਨਿਸ ਸਾਮਰਾਜ ਨਹੀਂ ਬਣਾ ਸਕਦੇ ਅਤੇ ਵੱਡੇ ਸੁਫਨਿਆਂ ਨੂੰ ਪੂਰੇ ਨਹੀਂ ਕਰ ਸਕਦੇ ਜਦੋਂ ਤੱਕ ਤੁਸੀਂ ਇਸ ਬਾਰੇ ਸਪੱਸ਼ਟ ਨਾ ਹੋਵੋ ਕਿ ਤੁਸੀਂ ਬਿਜ਼ਨਿਸ ਕਿਉਂ ਕਰ ਰਹੇ ਹੋ।

ਸਪੱਸ਼ਟਤਾ ਜਨੂੰਨ, ਗਤੀ ਅਤੇ ਉਤਸਾਹ ਨੂੰ ਲਿਆਉਂਦੀ ਹੈ। ਸਪੱਸ਼ਟਤਾ ਤੁਹਾਨੂੰ ਤਾਕਤ ਦਿੰਦੀ ਹੈ। ਸਪੱਸ਼ਟਤਾ ਤੋਂ ਬਿਨਾਂ ਗਤੀ ਅਸੰਭਵ ਹੈ। ਜਦੋਂ ਤੁਸੀਂ ਜਾਣਦੇ ਹੋ ਕਿ ਤੁਸੀਂ ਇਹ ਬਿਜ਼ਨਿਸ ਕਿਉਂ ਕਰ ਰਹੇ ਹੋ, ਤਾਂ ਤੁਹਾਡੇ ਰੋਜ਼ਾਨਾ ਦੇ ਕੰਮਕਾਜਾਂ ਵਿੱਚ ਪ੍ਰਵਾਹ ਆਉਂਦਾ ਹੈ, ਜਿਸ ਕਰਕੇ ਇਸ ਤੋਂ ਜ਼ਿਆਦਾ ਅਤੇ ਤੇਜ਼ੀ ਨਾਲ ਨਤੀਜੇ ਪ੍ਰਾਪਤ ਹੁੰਦੇ ਹਨ।

ਸਫਲ ਯੋਧਾ ਉਹ ਔਸਤ ਆਦਮੀ ਹੈ ਜਿਸ ਦੇ ਕੋਲ ਲੇਜਰ ਵਰਗਾ ਫੋਕਸ ਹੈ।

– ਬਰੂਸ ਲੀ

ਇੱਕ ਵਾਰ ਜਦੋਂ ਤੁਸੀਂ ਇਸ ਬਾਰੇ ਸਪੱਸ਼ਟ ਹੋ ਜਾਂਦੇ ਹੋ ਕਿ ਤੁਸੀਂ ਇਸ ਬਿਜ਼ਨਿਸ ਨੂੰ ਕਿਉਂ ਕਰਨਾ ਚਾਹੁੰਦੇ ਹੋ ਅਤੇ ਕਿਹੜੀਆਂ ਗਤੀਵਿਧੀਆਂ ਤੁਹਾਡੇ ਟੀਚੇ ਨੂੰ ਪੂਰਾ ਕਰਨ ਵਿੱਚ ਤੁਹਾਡੀ ਮਦਦ ਕਰਨਗੀਆਂ, ਤਾਂ ਤੁਹਾਡੇ ਲਈ ਇਹ ਜ਼ਰੂਰੀ ਹੋ ਜਾਂਦਾ ਹੈ ਕਿ ਦਿਨ-ਪ੍ਰਤੀ-ਦਿਨ ਉਨ੍ਹਾਂ ਗਤੀਵਿਧੀਆਂ ਨੂੰ ਕਰਦੇ ਰਹਿਣ 'ਤੇ ਧਿਆਨ ਕੇਂਦਰਿਤ ਕਰੋ।

ਤੁਸੀਂ ਜਿਸ ਚੀਜ਼ 'ਤੇ ਵੀ ਧਿਆਨ ਕੇਂਦਰਿਤ ਕਰੋਗੇ, ਉਹ ਵਧਣਾ ਸ਼ੁਰੂ ਹੋ ਜਾਵੇਗਾ। ਬਹੁਤ ਸਾਰੇ ਨੈੱਟਵਰਕ ਮਾਰਕੀਟਿੰਗ ਬਿਜ਼ਨਿਸ ਵਿੱਚ ਸਫਲ ਨਹੀਂ ਹੋ ਪਾਉਂਦੇ ਇਸਦਾ ਵੱਡਾ ਕਾਰਨ ਇਹ ਹੈ ਕਿ ਉਹ ਅਸਲ ਵਿੱਚ ਬਿਜ਼ਨਿਸ 'ਤੇ ਧਿਆਨ

ਕੇਂਦਰਿਤ ਨਹੀਂ ਕਰਦੇ, ਕੁੱਝ ਇਹ ਸੁਨਿਸ਼ਚਿਤ ਨਹੀਂ ਕਰ ਪਾਉਂਦੇ ਕਿ ਉਹ ਅਜਿਹਾ ਕਿਉਂ ਕਰ ਰਹੇ ਹਨ, ਕੁੱਝ ਨੂੰ ਯਕੀਨ ਨਹੀਂ ਹੈ ਕਿ ਇਹ ਇੱਕ ਚੰਗਾ ਬਿਜ਼ਨਿਸ ਮਾਡਲ ਹੈ, ਕੁੱਝ ਨੂੰ ਸ਼ੱਕ ਰਹਿੰਦਾ ਹੈ ਕਿ ਕੀ ਇਹ ਪੂਰਾ ਹੋ ਪਾਵੇਗਾ, ਤਾਂ ਕੁੱਝ ਕੋਲ ਹਮੇਸ਼ਾ ਨਾ-ਮੁੱਕਣ ਵਾਲੇ ਪ੍ਰਸ਼ਨ ਰਹਿੰਦੇ ਹਨ, ਕੁੱਝ ਵਿਸ਼ਲੇਸ਼ਣ ਕਰਦੇ ਹਨ, ਕੁੱਝ ਆਪਣੀਆਂ ਵਰਤਮਾਨ ਨੌਕਰੀਆਂ ਜਾਂ ਪੇਸ਼ਿਆਂ ਵਿੱਚ ਬਹੁਤ ਵਿਅਸਤ ਰਹਿੰਦੇ ਹਨ, ਕੁੱਝ ਦੇ ਕੋਲ ਪਰਿਵਾਰਕ ਮੁੱਦੇ ਹੁੰਦੇ ਹਨ, ਜੋ ਵੀ ਕਾਰਨ ਜਾਂ ਬਹਾਨੇ ਉਹ ਪੇਸ਼ ਕਰਦੇ ਹਨ, ਲੇਕਿਨ ਤੱਥ ਇਹ ਹਨ ਕਿ ਇਹ ਬਿਜ਼ਨਿਸ ਉਦੋਂ ਵਧੇਗਾ ਜਦੋਂ ਤੁਸੀਂ ਇਸ ਬਿਜ਼ਨਿਸ 'ਤੇ ਧਿਆਨ ਕੇਂਦਰਿਤ ਕਰੋਗੇ।

ਜੇ ਤੁਹਾਡਾ ਧਿਆਨ ਹੱਟਣ ਲੱਗਦਾ ਹੈ, ਤਾਂ ਤੁਹਾਡੀ ਉਤਪਾਦਕਤਾ ਅਤੇ ਤੁਹਾਡਾ ਪ੍ਰਦਰਸ਼ਨ ਤੁਹਾਡੇ ਨਤੀਜਿਆਂ ਨੂੰ ਵੀ ਹੇਠਾਂ ਲਿਆਉਣਾ ਸ਼ੁਰੂ ਕਰ ਦੇਣਗੇ। ਜਿਵੇਂ-ਜਿਵੇਂ ਤੁਹਾਡੇ ਨਤੀਜੇ ਹੇਠਾਂ ਜਾਣਗੇ ਤੁਹਾਡਾ ਧਿਆਨ ਹੋਰ ਹੇਠਾਂ ਜਾਏਗਾ ਅਤੇ ਇਹ ਚੱਕਰ ਤੁਹਾਨੂੰ ਬਿਜ਼ਨਿਸ ਛੱਡਣ ਦਾ ਮੌਕਾ ਦੇਵੇਗਾ।

ਆਮ ਤੌਰ 'ਤੇ ਲੋਕ ਕਿਸੇ ਨੌਕਰੀ, ਪੇਸ਼ੇ, ਬਿਜ਼ਨਿਸ, ਉਦਮ ਜਾਂ ਅਧਿਐਨ ਦੇ ਨਾਲ ਨੈੱਟਵਰਕ ਮਾਰਕੀਟਿੰਗ ਬਿਜ਼ਨਿਸ ਬਤੌਰ ਪਾਰਟ-ਟਾਈਮ ਸ਼ੁਰੂ ਕਰਦੇ ਹਨ। ਇਹ ਉਨ੍ਹਾਂ ਨੂੰ ਵਿਅਸਤ ਰੱਖਦਾ ਹੈ ਅਤੇ ਉਨ੍ਹਾਂ ਲਈ ਇਸ ਬਿਜ਼ਨਿਸ 'ਤੇ ਧਿਆਨ ਕੇਂਦਰਿਤ ਕਰਨਾ ਹੋਰ ਵੀ ਮੁਸ਼ਕਿਲ ਬਣਾ ਦਿੰਦਾ ਹੈ।

ਇਸ ਲਈ ਜੇ ਤੁਸੀਂ ਨੈੱਟਵਰਕ ਮਾਰਕੀਟਿੰਗ ਵਿੱਚ ਸਫਲ ਹੋਣਾ ਚਾਹੁੰਦੇ ਹੋ, ਤਾਂ ਤੁਹਾਨੂੰ ਉਸ 'ਤੇ ਧਿਆਨ ਕੇਂਦਰਿਤ ਨਹੀਂ ਕਰਨਾ ਹੋਵੇਗਾ ਤਾਂ ਜਾ ਕੇ ਇੱਥੇ ਸਫਲ ਹੋਣ ਦੀ ਉਮੀਦ ਕਰ ਸਕਦੇ ਹੋ। ਆਪਣੇ ਆਪ ਨੂੰ ਕੁੱਝ ਬੁਨਿਆਦੀ ਪ੍ਰਸ਼ਨ ਪੁੱਛੋ; ਆਪਣੇ ਸੀਨੀਅਰਾਂ ਕੋਲੋਂ ਆਪਣੀਆਂ ਸਾਰੀਆਂ ਸ਼ੰਕਾਵਾਂ ਦਾ ਹੱਲ ਪ੍ਰਾਪਤ ਕਰੋ ਅਤੇ ਆਪਣੀਆਂ ਸਾਰੀਆਂ ਊਰਜਾਵਾਂ ਨੂੰ ਉਨ੍ਹਾਂ ਗਤੀਵਿਧੀਆਂ ਨਾਲ ਕਰਨ 'ਤੇ ਧਿਆਨ ਕੇਂਦਰਿਤ ਕਰੋ ਜੋ ਤੁਹਾਨੂੰ ਤੁਹਾਡੇ ਟੀਚਿਆਂ ਵੱਲ ਲੈ ਜਾ ਰਹੀਆਂ ਹੋਣ।

ਫੋਕਸ = ਸਫਲ ਹੋਣ ਤਕ ਇੱਕ ਰਾਸਤਾ ਅਖ਼ਤਿਆਰ ਕਰੋ।

ਇਹ ਵੀ ਯਾਦ ਰੱਖੋ ਕਿ ਤੁਸੀਂ ਇਸ ਨੂੰ ਪਾਰਟ-ਟਾਈਮ ਵੀ ਕਰਦੇ ਹੋਏ ਬਿਜ਼ਨਿਸ 'ਤੇ ਬਹੁਤ ਚੰਗੀ ਤਰ੍ਹਾਂ ਧਿਆਨ ਕੇਂਦਰਿਤ ਕਰ ਸਕਦੇ ਹੋ। ਜ਼ਿਆਦਾਤਰ ਸਫਲ ਨੈੱਟਵਰਕ ਮਾਰਕੀਟਰਜ਼ ਨੇ ਸ਼ੁਰੂਆਤੀ ਦਿਨਾਂ ਵਿੱਚ ਆਪਣੇ ਬਿਜ਼ਨਿਸ ਨੂੰ ਪਾਰਟ-ਟਾਈਮ ਹੀ ਰੱਖਿਆ।

ਤੁਸੀਂ ਜਿਸ ਤੇ ਧਿਆਨ ਕੇਂਦਰਿਤ ਕਰਦੇ ਹੋ, ਉਸ ਨਾਲ ਤੁਹਾਡਾ ਜੀਵਨ ਨਿਅਮਿਤ ਹੁੰਦਾ ਹੈ।

– ਟੋਨੀ ਰੱਬਿਨਸ

ਹਰੇਕ ਅਸਧਾਰਨ ਉਪਲੱਬਧੀ ਸਪੱਸ਼ਟਤਾ 'ਤੇ ਧਿਆਨ ਕੇਂਦਰਿਤ ਕਰਨ ਦੇ ਨਾਲ ਸ਼ੁਰੂ ਹੁੰਦੀ ਹੈ

ਯੂ-ਟਿਊਬ 'ਤੇ ਦੀਪਕ ਬਜਾਜ ਨਾਂ ਦੇ ਮੇਰੇ ਚੈਨਲ ਦੇ ਜਦੋਂ ਕੇਵਲ 63 ਦਿਨਾਂ ਵਿੱਚ 1000 ਤੋਂ 100000 ਗਾਹਕ ਹੋ ਗਏ, ਤਾਂ ਮੇਰੇ ਆਲੇ-ਦੁਆਲੇ ਦਾ ਹਰ ਕੋਈ ਵਿਅਕਤੀ ਹੈਰਾਨ ਸੀ। ਮੇਰੀ ਕਿਤਾਬ ਇਸਦੀ ਲਾਂਚਿੰਗ ਦੇ ਕੁੱਝ ਹੀ ਦਿਨਾਂ ਅੰਦਰ ਬੈਸਟ ਸੈਲਰ ਬਣ ਗਈ ਅਤੇ ਜਿਵੇਂ ਕਿ ਮੈਂ ਹੁਣ ਇਸ ਕਿਤਾਬ ਦਾ ਸ਼ੋਧਿਤ ਸੰਸਕਰਨ ਲਿਖ ਰਿਹਾ ਹਾਂ, ਤਾਂ ਵੀ ਇਹ ਕਿਤਾਬ ਲਾਂਚ ਹੋਣ ਦੇ ਅੱਠ ਮਹੀਨਿਆਂ ਬਾਅਦ ਵੀ ਐਮਾਜ਼ੋਨ 'ਤੇ ਸਾਰੇ ਬਿਜ਼ਨਿਸ ਸੈਲਫ਼ ਹੈਲਪ ਕਿਤਾਬਾਂ ਵਿੱਚੋਂ ਟਾੱਪ 3 ਬੈਸਟਸੈਲਰ ਦੇ ਵਿਚਕਾਰ ਬਣੀ ਹੋਈ ਹੈ।

ਇਹ ਅਸਧਾਰਨ ਵਾਧਾ ਇਸ ਗੱਲ ਨਾਲ ਪੂਰਨ ਸਪੱਸ਼ਟਤਾ ਦੇ ਕਾਰਨ ਹੋਇਆ ਕਿਉਂ ਕਿ ਮੈਂ ਆਪਣੇ ਵੀਡੀਓਜ ਅਤੇ ਕਿਤਾਬ ਨਾਲ ਲੋਕਾਂ ਦੀ ਸੇਵਾ ਕਿਵੇਂ ਕਰਨ ਦਾ ਇੱਛੁਕ ਹਾਂ। ਲੋਕਾਂ ਨੂੰ ਆਪਣੇ ਸੁਫਨਿਆਂ ਨੂੰ ਪੂਰਾ ਕਰਨ ਵਿੱਚ ਮਦਦ ਕਰਨ ਦਾ ਸੱਚਾ ਇਰਾਦਾ ਰੱਖ ਕੇ ਹਰ ਇੱਕ ਵੀਡੀਓ ਵਿੱਚ ਸਭ ਤੋਂ ਵਧੀਆ ਗਿਆਨ, ਟੂਲਜ਼ ਅਤੇ ਰਣਨੀਤੀਆਂ ਦਾ ਵੇਰਵਾ ਦੇਣ 'ਤੇ ਧਿਆਨ ਕੇਂਦਰਿਤ ਕਰ ਕੇ ਮੇਰੇ ਵੱਲੋਂ ਲਿਖੇ ਗਏ ਹਰ ਇੱਕ ਅਧਿਆਇ ਨਾਲ ਲੋਕਾਂ ਨੂੰ ਮੈਂ ਸ਼ਾਨਦਾਰ ਨਤੀਜੇ ਦਿੱਤੇ ਹਨ।

ਭਾਗ - V

ਇੱਕ ਸਫਲ ਨੈੱਟਵਰਕ ਮਾਰਕੀਟਰ ਦੇ ਗੁਣ

ਇੱਕ ਸਫਲ ਨੈੱਟਵਰਕ ਮਾਰਕੀਟਰ ਦੇ ਗੁਣ

ਲੀਡਰ ਬਣਾਏ ਜਾਂਦੇ ਹਨ, ਪੈਦਾ ਨਹੀਂ ਹੁੰਦੇ। ਲੀਡਰ ਸਖ਼ਤ ਮਿਹਨਤ ਨਾਲ ਬਣਾਏ ਜਾਂਦੇ ਹਨ, ਕਿਸੇ ਵੀ ਯੋਗ ਟੀਚੇ ਨੂੰ ਪ੍ਰਾਪਤ ਕਰਨ ਲਈ, ਉਸ ਦਾ ਜੋ ਮੁੱਲ ਹੈ ਉਹ ਸਾਰਿਆਂ ਨੂੰ ਚੁਕਾਉਣਾ ਚਾਹੀਦਾ ਹੈ।

– ਵਿਨਸ ਲੋਮਬਾਰਡੀ

ਹਰ ਟ੍ਰੇਨਿੰਗ ਪ੍ਰੋਗਰਾਮ ਜਾਂ ਸੈਮੀਨਾਰ ਅੰਦਰ ਲੋਕ ਮੈਨੂੰ ਪੁੱਛਦੇ ਹਨ ਕਿ ਇੱਕ ਵੱਡੇ ਨੈੱਟਵਰਕ ਮਾਰਕੀਟਰ ਬਣਨ ਲਈ ਕੀ ਕਰਨਾ ਪੈਂਦਾ ਹੈ? ਇੱਕ ਸਫਲ ਨੈੱਟਵਰਕ ਮਾਰਕੀਟਰ ਬਣਨ ਲਈ ਜ਼ਰੂਰੀ ਗੁਣ ਕੀ ਹਨ? ਹਰ ਵਾਰ ਮੈਂ ਲੋਕਾਂ ਨੂੰ ਕਹਿੰਦਾ ਹਾਂ ਕਿ ਇਸਦੇ ਲਈ ਤੁਹਾਨੂੰ ਇੱਕ ਚੰਗਾ ਇਨਸਾਨ ਬਣਨਾ ਪੈਂਦਾ ਹੈ, ਆਪਣੇ ਸਿਸਟਮ ’ਤੇ ਭਰੋਸਾ ਕਰਨਾ ਹੁੰਦਾ ਹੈ। ਸਿੱਖਣ ਅਤੇ ਅੱਗੇ ਵਧਣ ਲਈ ਬਿਨਾਂ ਸ਼ਰਤ ਸਮਰਪਨ ਕਰਨਾ ਪੈਂਦਾ ਹੈ। ਜੇ ਤੁਹਾਡੇ ਅੰਦਰ ਇਹ ਸਾਰੀਆਂ ਬੁਨਿਆਦੀ ਚੀਜ਼ਾਂ ਹਨ, ਤਾਂ ਤੁਸੀਂ ਹੋਰ ਚੀਜ਼ਾਂ ਅੱਗੇ ਚੱਲ ਕੇ ਵੀ ਸਿੱਖ ਸਕਦੇ ਹੋ। ਇੱਕ ਸਫਲ ਨੈੱਟਵਰਕ ਮਾਰਕੀਟਰ ਬਣਨ ਦਾ ਸਭ ਤੋਂ ਵਧੀਆ ਗੱਲ ਇਹ ਹੈ ਕਿ ਸਫਲ ਹੋਣ ਦੀ ਯਾਤਰਾ ਹੈ। ਮੇਰਾ ਵਿਸ਼ਵਾਸ ਕਰੋ ਕਿ ਹੁਣ ਤੱਕ ਦੀਆਂ ਸਾਰੀਆਂ ਯਾਤਰਾਵਾਂ ਵਿੱਚ ਇਹ ਤੁਹਾਡੀ ਸਭ ਤੋਂ ਵੱਧ ਫਲਦਾਇਕ ਅਤੇ ਉੱਚ ਪਰਿਵਰਤਨਸ਼ੀਲ ਯਾਤਰਾ ਹੋਵੇਗੀ ਜੋ ਤੁਸੀਂ ਕਦੇ ਕੀਤੀ ਹੋਵੇਗੀ, ਅਤੇ ਤੁਸੀਂ ਇਸ ਯਾਤਰਾ ਦੇ ਅੰਤ ਵਿੱਚ ਇੱਕ ਬਿਲਕੁਲ ਵੱਖਰੇ ਵਿਅਕਤੀ ਬਣ ਜਾਓਗੇ।

ਇੱਕ ਸਫਲ ਨੈੱਟਵਰਕ ਮਾਰਕੀਟਰ ਬਣਨ ਲਈ ਜਿਹੜੇ ਜ਼ਰੂਰੀ ਗੁਣਾਂ ਦੀ ਲੋੜ ਹੁੰਦੀ ਹੈ ਉਹ ਤੁਹਾਨੂੰ ਇਸ ਕਿਤਾਬ ਦੇ ਇਸ ਚੈਪਟਰ ਚੋਂ ਮਿਲਣਗੇ ਜਿਹਨਾਂ ਨੂੰ ਵਿਕਸਤ ਕਰਨ ਦੀ ਲੋੜ ਹੈ। ਦਿਲਚਸਪ ਗੱਲ ਇਹ ਹੈ ਕਿ ਸਾਡੇ ਸਾਰਿਆਂ ਦੇ ਅੰਦਰ ਇਹ ਸਾਰੇ ਗੁਣ ਕਿਸੇ ਨਾ ਕਿਸੇ ਤਰ੍ਹਾਂ ਨਾਲ ਮੌਜੂਦ ਹੁੰਦੇ ਹਨ। ਮੈਂ ਸਿਰਫ਼ ਤੁਹਾਡੇ ਕੋਲੋਂ ਇਹੀ ਚਾਹਾਂਗਾ ਕਿ ਆਪਣੇ ਅੰਦਰ ਇੰਨਾਂ ਸਾਰੇ ਗੁਣਾਂ ਦਾ ਆਪਣੇ-ਆਪ ਮੁਲਾਂਕਣ ਕਰੋ, ਵਿਕਾਸ ਦੇ ਖੇਤਰਾਂ ਨੂੰ ਨਿਰਧਾਰਿਤ ਕਰ ਲੋੜੀਂਦੇ ਸੁਧਾਰ ਕਰੋ। ਜਿਵੇਂ-ਜਿਵੇਂ ਤੁਸੀਂ ਇਨ੍ਹਾਂ ਗੁਣਾਂ ਦਾ ਵਿਕਾਸ ਕਰਦੇ ਜਾਵੋਗੇ, ਤੁਹਾਡਾ ਬਿਜ਼ਨਿਸ ਆਪਣੇ-ਆਪ ਵੱਧਦਾ ਜਾਵੇਗਾ।

ਇਹ ਯਾਦ ਰੱਖੋ ਕਿ ਹਰ ਇੱਕ ਨੈੱਟਵਰਕ ਮਾਰਕੀਟਰ ਪਹਿਲੇ ਇੱਕ ਅਨਾੜੀ ਹੁੰਦਾ ਹੈ। ਹਰ ਕੋਈ ਬਿਜ਼ਨਿਸ ਸ਼ੁਰੂ ਕਰਨ ਸਮੇਂ ਹੇਠਾਂ ਤੋਂ ਹੀ ਸ਼ੁਰੂ ਕਰਦਾ ਹੈ। ਜੋ ਇਹ ਸਮਝ ਜਾਂਦੇ ਹਨ ਕਿ ਉਨ੍ਹਾਂ ਨੂੰ ਕੀ ਬਦਲਣ ਦੀ ਲੋੜ ਹੈ, ਉਹ ਉਸ ’ਤੇ ਕੰਮ ਕਰਨਾ ਸ਼ੁਰੂ ਕਰਨ ਤੋਂ ਬਾਅਦ ਅਪਾਰ ਸਫਲਤਾ ਪਾਉਂਦੇ ਹਨ। ਇਸ ਗੱਲ ਨਾਲ ਕੋਈ ਫ਼ਰਕ ਨਹੀਂ ਪੈਂਦਾ ਕਿ ਤੁਸੀਂ ਕਿਥੋਂ ਸ਼ੁਰੂਆਤ ਕੀਤੀ ਸੀ, ਫ਼ਰਕ ਇਸ ਗੱਲ ਨਾਲ ਪੈਂਦਾ ਹੈ ਕਿ ਤੁਸੀਂ ਖ਼ਤਮ ਕਿਵੇਂ ਕਰਦੇ ਹੋ।

ਆਪਣੇ ਸੁਫਨਿਆਂ ਨੂੰ ਪੂਰਾ ਕਰਨ ਲਈ ਅਤੇ ਆਪਣੇ-ਆਪ ਨੂੰ ਨਿੱਜੀ ਤੌਰ 'ਤੇ ਪਰਿਵਰਤਿਤ ਕਰਨ ਲਈ ਇਸ ਸੈਕਸ਼ਨ ਦੀ ਵਰਤੋਂ ਇੱਕ ਗਾਈਡ ਵਜੋਂ ਕਰੋ। ਆਪਣੇ-ਆਪ ਨੂੰ ਵਧਾਈ ਦਿਓ ਕਿ ਤੁਹਾਡੇ ਕੋਲ ਪਹਿਲਾਂ ਹੀ ਕਿੰਨੇ ਸਾਰੇ ਗੁਣ ਹਨ ਅਤੇ ਬਾਕੀ ਦੇ ਗੁਣਾਂ ਨੂੰ ਵਿਕਸਤ ਕਰਨਾ ਸ਼ੁਰੂ ਕਰੋ।

ਜਿੱਤਣ ਦੀ ਇੱਛਾ ਮਾਇਨੇ ਨਹੀਂ ਰੱਖਦੀ। ਇਹ ਤਾਂ ਸਾਰਿਆਂ ਵਿੱਚ ਹੁੰਦੀ ਹੈ। ਜਿੱਤਣ ਲਈ ਤਿਆਰੀ ਕਰਨ ਦੀ ਇੱਛਾ ਮਾਇਨੇ ਰੱਖਦੀ ਹੈ।

– ਬੇਅਰ ਬ੍ਰਾਇੰਟ

1. ਪ੍ਰਬਲ ਇੱਛਾਵਾਂ

ਜਦੋਂ ਤੁਸੀਂ ਕਾਮਯਾਬੀ ਲਈ ਓਨਾਂ ਤੜਫੋਗੇ ਜਿੰਨਾ ਤੁਸੀਂ ਸਾਹ ਲੈਣ ਲਈ ਤੜਫਦੇ ਹੋ, ਉਦੋਂ ਤੁਸੀਂ ਕਾਮਯਾਬ ਹੋ ਜਾਓਗੇ।

– ਏਰਿਕ ਥਾਮਸ

ਅਸਲ ਵਿੱਚ, ਤੁਸੀਂ ਜੋ ਪਾਉਣਾ ਚਾਹੁੰਦੇ ਹੋ ਉਹ ਪਾ ਸਕਦੇ ਹੋ ਜੇ ਤੁਸੀਂ ਉਸ ਨੂੰ ਸੱਚ ਵਿੱਚ ਦਿਲ ਤੋਂ ਚਾਹੁੰਦੇ ਹੋ। ਇੱਥੇਂ ਕੁੱਝ ਤਾਂ ਅਜਿਹਾ ਹੋਣਾ ਚਾਹੀਦਾ ਹੈ ਜਿਸ ਨੂੰ ਪਾਉਣ ਲਈ ਤੁਸੀਂ ਐਨੇ ਜ਼ਬਰਦਸਤ ਤਰੀਕੇ ਨਾਲ ਲੱਗੇ ਹੋਏ ਹੋ ਕਿ ਤੁਹਾਨੂੰ ਉਦੋਂ ਤੱਕ ਸ਼ਾਂਤੀ ਨਹੀਂ ਮਿਲੇਗੀ ਜਦੋਂ ਤੱਕ ਤੁਸੀਂ ਉਸ ਨੂੰ ਪਾ ਨਹੀਂ ਲੈਂਦੇ। ਕੋਈ ਤਾਂ ਅਜਿਹੀ ਚੀਜ਼ ਹੋਵੇਗੀ ਜਿਸ ਲਈ ਤੁਸੀਂ ਹਰ ਦਿਨ ਬਿਨਾਂ ਥੱਕੇ ਕੰਮ ਕਰ ਸਕਦੇ ਹੋ। ਹਾਂ, ਤੁਸੀਂ ਇਸ ਨੂੰ ਸੁਫ਼ਨਾ ਕਹਿ ਸਕਦੇ ਹੋ ਪਰ ਮੈਂ ਤੁਹਾਨੂੰ ਉਸ ਤੋਂ ਇੱਕ ਕਦਮ ਅੱਗੇ ਲੈ ਜਾਣਾ ਚਾਹੁੰਦਾ ਹਾਂ। ਤੁਹਾਨੂੰ ਆਪਣੇ ਸੁਫਨਿਆਂ ਨੂੰ ਆਪਣੀ ਪ੍ਰਬਲ ਇੱਛਾਵਾਂ ਵਿੱਚ ਬਦਲਣਾ ਹੋਵੇਗਾ। ਤੁਹਾਡੇ ਅੰਦਰ ਇੱਕ ਅੱਗ ਬੱਲਦੀ ਰਹਿਣੀ ਚਾਹੀਦੀ ਹੈ ਜੋ ਤੁਹਾਨੂੰ ਹਮੇਸ਼ਾ ਅੱਗੇ ਵਧਣ ਲਈ ਪ੍ਰੇਰਿਤ ਕਰਦੀ ਰਹੇ। ਮੈਨੂੰ ਪਤਾ ਹੈ ਕਿ ਤੁਹਾਡੇ ਅੰਦਰ ਉਹ ਅੱਗ ਹੈ, ਇਸੇ ਲਈ ਤੁਸੀਂ ਇਹ ਕਿਤਾਬ ਪੜ੍ਹ ਰਹੇ ਹੋ।

ਹਰ ਮਹਾਨ ਸਫਲਤਾ, ਤੁਹਾਡੇ ਅੰਦਰਲੀ, ਪ੍ਰਬਲ ਅਤੇ ਧੜਕਦੀ ਹੋਈ ਇੱਛਾਵਾਂ ਤੋਂ ਹੀ ਸ਼ੁਰੂ ਹੁੰਦੀ ਹੈ। ਤੁਸੀਂ ਇੰਨਾਂ ਇੱਛਾਵਾਂ ਨੂੰ ਆਪਣੇ ਸਾਹਮਣੇ ਰੱਖ ਕੇ ਉਨ੍ਹਾਂ ਨੂੰ ਜਿੰਦਾ ਰੱਖਣਾ ਹੋਵੇਗਾ। ਆਪਣੇ ਕੰਮ ਕਰਨ ਵਾਲੀ ਮੇਜ਼ 'ਤੇ, ਲੈਪਟਾੱਪ 'ਤੇ/ਮੋਬਾਈਲ 'ਤੇ ਉਸਦਾ ਵਾੱਲਪੇਪਰ ਬਣਾ ਕੇ, ਜਿੰਨਾ ਜ਼ਿਆਦਾ ਲੋਕਾਂ ਨੂੰ ਆਪਣੇ ਟੀਚੇ ਬਾਰੇ ਦੱਸ ਸਕਦੇ ਹੋ, ਦੱਸੋਂ, ਆਪਣਾ 3x5 ਦਾ ਕਾਰਡ ਬਣਾ ਕੇ ਉਸ ਨੂੰ ਪੜ੍ਹਦੇ ਰਹੋ।

ਦੁਨੀਆ ਵਿੱਚ ਅਜਿਹਾ ਕੁੱਝ ਵੀ ਨਹੀਂ ਹੈ ਜੋ ਵਿਸ਼ਵਾਸ ਅਤੇ ਪ੍ਰਬਲ ਇੱਛਾਵਾਂ ਤੋਂ ਪਾਇਆ ਨਾ ਜਾ ਸਕੇ।

– ਨੈਪੋਲੀਅਨ ਹਿੱਲ

ਇਹ ਯਾਦ ਰੱਖੋ ਕਿ ਤੁਸੀਂ ਜਿਵੇਂ ਹੀ ਸੁਫ਼ਨੇ ਦੇਖਣਾ ਸ਼ੁਰੂ ਕਰਦੇ ਹੋ, ਤਾਂ ਅਜਿਹੇ ਕਈ ਲੋਕ ਮਿਲਣਗੇ ਜੋ ਤੁਹਾਡੇ ਸੁਫਨਿਆਂ ਨੂੰ ਤੁਹਾਡੇ ਕੋਲੋਂ ਖੋਹ ਲੈਣਾ ਚਾਹੁੰਦੇ ਹਨ। ਇਹ ਵਿਦਵਾਨ, ਸ੍ਵੈ-ਘੋਸ਼ਿਤ ਦਾਰਸ਼ਨਿਕ ਤੁਹਾਨੂੰ ਸਮਝਾਉਣਗੇ ਕਿ ਜੋ ਹੈ ਉਸੇ ਨਾਲ ਸੰਤੋਖ ਕਰਨਾ ਚਾਹੀਦਾ ਹੈ ਅਤੇ ਸੁਫਨਿਆ ਲਈ ਸਖ਼ਤ ਮਿਹਨਤ ਕਰਨ ਦੀ ਕੋਈ ਲੋੜ ਨਹੀਂ ਹੈ। ਉਹ ਤੁਹਾਡੇ ਸਾਹਮਣੇ ਬਹੁਤ ਸਾਰੀਆਂ ਮਿਸਾਲਾਂ ਪੇਸ਼ ਕਰਨਗੇ ਕਿ ਇਹ ਬਿਜ਼ਨਿਸ ਨਹੀਂ ਚੱਲਦਾ ਅਤੇ ਸੁਫ਼ਨੇ ਸਿਰਫ਼ ਫ਼ਿਲਮਾਂ ਵਿੱਚ ਹੀ ਪੂਰੇ ਹੁੰਦੇ ਹਨ। ਉਹਨਾਂ ਸਾਰੇ ਪਲਾਂ ਅੰਦਰ, ਆਪਣੇ ਸੁਫਨਿਆਂ ਨੂੰ ਸੰਭਾਲ ਕੇ ਰੱਖਦੇ ਹੋਏ ਉਨ੍ਹਾਂ ਨੂੰ ਮਜ਼ਬੂਤੀ ਨਾਲ ਹੋਰ ਅੱਗੇ ਲੈ ਜਾਓ।

ਕਿਸੇ ਕੰਮ ਨੂੰ ਨਹੀਂ ਕਰਨ ਦਾ ਤੁਹਾਡਾ ਜੋ ਵੀ ਬਹਾਨਾ ਹੈ, ਉਨਾਂ ਸਾਰੇ ਬਹਾਨਿਆਂ ਨੂੰ ਕੰਮ ਕਰਨ ਦੀ ਵਜ੍ਹਾ ਬਣਾ ਲਓ।

– ਅਗਿਆਤ

ਅਸੀਂ ਅੱਜ ਜੋ ਕੁੱਝ ਵੀ ਹਾਂ, ਜਿਨਾਂ ਵੀ ਚੀਜ਼ਾਂ ਦੇ ਅਸੀਂ ਮਜ਼ੇ ਲੈ ਰਹੇ ਹਾਂ ਅਤੇ ਮਾਨਵਤਾ ਨੇ ਜੋ ਵੀ ਵਿਕਾਸ ਦੇਖਿਆ ਹੈ, ਉਸਦੇ ਪਿੱਛੇ ਇੱਕੋ ਹੀ ਕਾਰਨ ਹੈ - ਕਿਸੇ ਦੇ ਅੰਦਰ ਉਹ ਬਲਦੀ ਹੋਈ ਅੱਗ ਸੀ ਅਤੇ ਉਹ ਆਪਣੀਆਂ ਇੱਛਾਵਾਂ ਨੂੰ ਮਾਰਣਾ ਨਹੀਂ ਸੀ ਚਾਹੁੰਦਾ ਹੋਵੇਗਾ। ਜੇ ਸਾਰੇ ਲੋਕ ਉਹਨਾਂ ਹਾਲਾਤਾਂ ਨਾਲ ਸੰਤੁਸ਼ਟ ਹੋ ਜਾਂਦੇ ਜਿਨ੍ਹਾਂ ਵਿੱਚ ਉਹ ਲੋਕ ਪੈਦਾ ਹੋਏ ਸਨ, ਤਾਂ ਅਸੀਂ ਸਾਰੇ ਅੱਜ ਵੀ ਜੰਗਲ ਅੰਦਰ ਨੰਗੇ ਘੁੰਮਦੇ ਅਤੇ ਬਾਂਦਰਾਂ ਵਾਂਗ ਇੱਕ ਦਰਖ਼ਤ ਤੋਂ ਦੂਜੇ ਦਰਖ਼ਤ 'ਤੇ ਛਾਲਾਂ ਮਾਰ ਰਹੇ ਹੁੰਦੇ। ਮਨੁੱਖੀ ਵਿਕਾਸ ਇਸ ਗੱਲ ਦੀ ਜਿਉਂਦਾ-ਜਾਗਦਾ ਸਬੂਤ ਹੈ ਕਿ ਕੁੱਝ ਲੋਕਾਂ ਅੰਦਰ ਇੱਕ ਪ੍ਰਚੰਡ ਅੱਗ ਸੀ ਅਤੇ ਇਹ ਉਹੀ ਲੋਕ ਹਨ ਜਿਨ੍ਹਾਂ ਦਾ ਨਾਮ ਅਸੀਂ ਉਨ੍ਹਾਂ ਦੇ ਚੱਲੇ ਜਾਣ ਦੇ ਸੈਂਕੜੇ ਸਾਲਾਂ ਬਾਅਦ ਵੀ ਯਾਦ ਰੱਖਦੇ ਹਾਂ। ਮੈਂ ਇਹ ਮੰਨਦਾ ਹਾਂ ਕਿ ਜੀਵਨ ਵਿੱਚ ਅੱਗੇ ਵਧਣ ਦੀਆਂ ਇੱਛਾਵਾਂ ਹੀ ਸਾਨੂੰ ਪਸ਼ੂਆਂ ਤੋਂ ਅਲਗ ਕਰਦੀਆਂ ਹਨ।

ਸੰਤੁਸ਼ਟੀ ਇੱਕ ਬਹਾਨਾ ਹੈ ਜੋ ਆਲਸੀ ਅਤੇ ਅਸਫਲ ਲੋਕ ਦਿੰਦੇ ਹਨ।

– ਦੀਪਕ ਬਜਾਜ

ਆਪਣੀ ਜਿੰਦਗੀ ਵਿੱਚ ਇੱਕ ਰੂਹਾਨੀ ਕੰਮ ਜੋ ਤੁਸੀਂ ਕਰ ਸਕਦੇ ਹੋ ਉਹ ਹੈ ਅੱਗੇ ਵਧਣ ਲਈ ਅੰਦਰਲੀਆਂ ਇੱਛਾਵਾਂ ਨੂੰ ਬਾਲ ਕੇ ਰੱਖਣਾ। ਇਹ ਵਿਲੱਖਣ ਹੈ। ਇਹ ਸਭ ਤੋਂ ਵਧੀਆ ਮਨੁੱਖਤਾ ਦਾ ਕੰਮ ਹੈ, ਕਿਉਂ ਕਿ ਤੁਸੀਂ ਇਕੱਲੇ ਆਪਣੇ-ਆਪ ਨੂੰ ਚੁੱਕ ਨਹੀਂ ਸਕਦੇ ਅਤੇ ਇੱਕ ਵਾਰ ਜਦੋਂ ਤੁਸੀਂ ਅੱਗੇ ਵਧਣ ਬਾਰੇ ਸੋਚ ਲੈਂਦੇ ਹੋ,ਤਾਂ ਤੁਸੀਂ ਆਪਣੇ ਆਲੇ-ਦੁਆਲੇ ਦੇ ਕਈ ਹੋਰ ਲੋਕਾਂ ਨੂੰ ਵੀ ਅੱਗੇ ਵਧਾਉਂਦੇ ਹੋ।

ਤੁਹਾਡੇ ਕੋਲ ਜੋ ਕੁੱਝ ਵੀ ਹੈ, ਉਸ ਨਾਲ ਸੰਤੁਸ਼ਟ ਰਹੋ ਅਤੇ ਜਿਹਨਾਂ ਚੀਜ਼ਾਂ ਨੂੰ ਤੁਸੀਂ ਪਾਉਣਾ ਚਾਹੁੰਦੇ ਹੋ ਉਸਦੇ ਲਈ ਨਿਰੰਤਰ ਕੰਮ ਕਰਦੇ ਰਹੋ।

– ਦੀਪਕ ਬਜਾਜ

ਆਪਣੀਆਂ ਇੱਛਾਵਾਂ ਨੂੰ ਉਦੋਂ ਤੱਕ ਬਲਣ ਦਿਓ ਜਦੋਂ ਤੱਕ ਤੁਸੀਂ ਉਨ੍ਹਾਂ ਨੂੰ ਪ੍ਰਾਪਤ ਨਹੀਂ ਕਰ ਲੈਂਦੇ। ਤੁਸੀਂ ਦੁਨੀਆ ਦਾ ਸਭ ਤੋਂ ਵਧੀਆ ਬਿਜ਼ਨਿਸ ਚੁਣਿਆ ਹੈ ਜੋ ਤੁਹਾਡੀਆਂ ਸਾਰੀਆਂ ਇੱਛਾਵਾਂ ਨੂੰ ਪੂਰਾ ਕਰ ਦੇਵੇਗਾ।

ਇਹ ਸਾਰਾ ਪ੍ਰਬਲ ਇੱਛਾਵਾਂ ਨਾਲ ਹੀ ਸ਼ੁਰੂ ਹੁੰਦਾ ਹੈ

ਮੇਰੀ ਹਰ ਪ੍ਰਾਪਤੀ ਦੇ ਪਿੱਛੇ, ਇਸ ਨੂੰ ਪੂਰਾ ਕਰਨ ਦੀ ਇੱਕ ਅੱਗ ਸੀ ਜੋ ਇਸ ਨੂੰ ਸੰਭਵ ਬਣਾਉਂਦੀ ਸੀ। ਜਦੋਂ ਤੁਹਾਡੇ ਅੰਦਰ ਇਹ ਜਜ਼ਬਾ ਹੁੰਦਾ ਹੈ ਤਾਂ ਤੁਹਾਡੇ ਹੌਸਲੇ ਬੁਲੰਦ ਹੁੰਦੇ ਹੋ, ਤੁਸੀਂ ਕਦੇ ਸ਼ਿਕਾਇਤ ਨਹੀਂ ਕਰਦੇ, ਸਾਰੀਆਂ ਰੁਕਾਵਟਾਂ ਅਤੇ ਅਸਫਲਤਾਵਾਂ ਨੂੰ ਪਾਰ ਕਰ ਅੱਗੇ ਵੱਧਦੇ ਰਹਿੰਦੇ ਹੋ। ਮੈਨੂੰ ਅਮਰੀਕੀ ਲੀਡਰ ਡੈਕਸਟਰ ਯੇਗਰ ਤੋਂ ਇਹ ਪ੍ਰੇਰਨਾ ਮਿਲੀ ਹੈ। ਜਦੋਂ ਮੈਂ ਉਨ੍ਹਾਂ ਵਸੀਲਿਆਂ ਨੂੰ ਦੇਖਦਾ ਹਾਂ ਜਿਸ ਨਾਲ ਉਨ੍ਹਾਂ ਨੇ ਪਿਛਲੇ 4 ਦਹਾਕਿਆਂ ਵਿੱਚ ਆਪਣਾ ਨੈੱਟਵਰਕ ਮਾਰਕੀਟਿੰਗ ਦਾ ਸਾਮਰਾਜ ਖੜ੍ਹਾ ਕੀਤਾ, ਤਾਂ ਇਹ ਸਪੱਸ਼ਟ ਹੋ ਜਾਂਦਾ ਹੈ ਕਿ ਇਹ ਕੁੱਝ ਹੋਰ ਨਹੀਂ ਉਨ੍ਹਾਂ ਦੀਆਂ ਪ੍ਰਬਲ ਇੱਛਾਵਾਂ ਹੀ ਸਨ।

2. ਇਮਾਨਦਾਰੀ ਅਤੇ ਵੱਕਾਰ

ਇਮਾਨਦਾਰੀ ਦਾ ਮਤਲਬ ਹੈ ਤੁਸੀਂ ਉਦੋਂ ਵੀ ਸਹੀ ਕੰਮ ਕਰਦੇ ਹੋ ਜਦੋਂ ਤੁਹਾਨੂੰ ਕੋਈ ਦੇਖ ਨਹੀਂ ਰਿਹਾ।

– ਸੀ. ਐਸ. ਲੁਈਸ

ਡਿਕਸ਼ਨਰੀ ਅਨੁਸਾਰ, "ਇਮਾਨਦਾਰੀ ਅਜਿਹਾ ਗੁਣ ਹੈ ਜਿਸ ਦੇ ਅਨੁਸਾਰ ਤੁਸੀਂ ਇਮਾਨਦਾਰ ਹੋ ਅਤੇ ਅਜਿਹੇ ਨੈਤਿਕ ਸਿਧਾਂਤਾਂ 'ਤੇ ਚੱਲਦੇ ਹੋ ਜਿਨ੍ਹਾਂ ਨੂੰ ਤੁਸੀਂ ਕਦੇ ਨਹੀਂ ਬਦਲੋਗੇ।" ਇਹ ਜ਼ਿੰਦਗੀ ਜਿਉਣ ਦਾ ਆਪਣਾ ਤਰੀਕਾ ਹੈ। ਇਮਾਨਦਾਰੀ ਸਿਧਾਂਤਾਂ ਦਾ ਉਹ ਸੈਟ ਹੈ, ਜਿਸ 'ਤੇ ਤੁਸੀਂ ਹਮੇਸ਼ਾ ਵਿਸ਼ਵਾਸ ਰੱਖਦੇ ਹੋ ਤੇ ਉਸੇ ਦੇ ਨਾਲ ਜੀਵਨ ਜਿਉਂਦੇ ਹੋ, ਭਾਵੇਂ ਕੁੱਝ ਹੀ ਜੋ ਜਾਏ। ਆਪਣੇ ਅੰਦਰ ਤੁਹਾਨੂੰ ਇੱਕ ਸ਼ਾਨਦਾਰ ਗੁਣ ਵਿਕਸਤ ਕਰਨਾ ਚਾਹੀਦਾ ਕਿ ਅਜਿਹੀ ਜ਼ਿੰਦਗੀ ਜੀਓ ਜੋ ਅਸਧਾਰਨ ਹੋਵੇ ਅਤੇ ਤੁਸੀਂ ਹਮੇਸ਼ਾ ਇਮਾਨਦਾਰੀ ਨਾਲ ਜਿਉਣ ਵਾਲੇ ਵਿਅਕਤੀ ਕਹਿਲਾਓ।

ਇੱਕ ਬਿਜ਼ਨਿਸਮੈਨ ਤੋਂ ਪਹਿਲਾਂ ਇੱਕ ਚੰਗਾ ਆਦਮੀ ਹੋਣਾ ਜ਼ਰੂਰੀ ਹੈ। ਅਸਲ ਵਿੱਚ ਇੱਕ ਚੰਗੀ ਟੀਮ ਬਣਾਉਣ ਲਈ ਇੱਕ ਚੰਗਾ ਆਦਮੀ ਬਣਨਾ ਪੈਂਦਾ ਹੈ। ਇੱਕ ਮਹਾਨ ਆਦਮੀ ਹੀ ਮਹਾਨ ਬਿਜ਼ਨਿਸ ਬਣਾ ਸਕਦਾ ਹੈ। ਉਸ ਦੁਨੀਆ ਵਿੱਚ ਜਿੱਥੇ ਲੋਕ, ਸਾਰੀਆਂ ਚੀਜ਼ਾਂ ਅਤੇ ਸਾਰੇ ਲੋਕਾਂ ਨੂੰ ਬਦਲਣ ਲਈ ਦੌੜੇ ਜਾ ਰਹੇ ਹਨ, ਮੈਂ ਤੁਹਾਨੂੰ ਸਲਾਹ ਦਿਆਂਗਾ ਕਿ ਤੁਸੀਂ ਆਪਣੇ-ਆਪ ਨੂੰ ਚੰਗਾ ਬਣਾਉਣ ਦਾ ਨਿਰੰਤਰ ਯਤਨ ਕਰਦੇ ਰਹੋ, ਸਾਰੀਆਂ ਚੀਜ਼ਾਂ ਆਪਣੇ-ਆਪ ਸਹੀ ਹੁੰਦੀਆਂ ਚੱਲੀਆਂ ਜਾਣਗੀਆਂ।

ਤੁਹਾਡੀ ਬਾਹਰਲੀ ਦੁਨੀਆ ਤੁਹਾਡੇ ਅੰਦਰਲੀ ਦਨੀਆਂ ਦਾ ਅਕਸ ਹੈ। ਜੋ ਅੰਦਰ ਚੱਲਦਾ ਹੈ ਉਹੀ ਬਾਹਰ ਦਿਖਦਾ ਹੈ।

– ਬਾੱਬ ਪ੍ਰਾੱਕਟਰ

ਲੋਕਾਂ ਦੀ ਨਜ਼ਰ ਤੁਹਾਡੇ 'ਤੇ ਹਮੇਸ਼ਾ ਲੱਗੀ ਰਹਿੰਦੀ ਹੈ। ਉਸ ਸਮੇਂ ਜਦੋਂ ਵੀ ਤੁਸੀਂ ਸੁਚੇਤ ਹੋ ਅਤੇ ਉਦੋਂ ਵੀ ਜਦੋਂ ਤੁਸੀਂ ਇਸ ਗੱਲ ਤੋਂ ਸੁਚੇਤ ਨਹੀਂ ਹੋ ਕਿ ਲੋਕ ਤੁਹਾਨੂੰ ਦੇਖ ਰਹੇ ਹਨ। ਜਦੋਂ ਤੁਸੀਂ ਸਟੇਜ਼ 'ਤੇ ਹੋ ਜਾਂ ਨਹੀਂ। ਇੱਥੋ ਤੱਕ ਕਿ ਲੋਕ ਸਿਰਫ਼ ਤੁਹਾਨੂੰ ਸੁਣਨ ਹੀ ਨਹੀਂ, ਸਗੋਂ ਉਹ ਤੁਹਾਡੇ ਕਾਰਜਾਂ ਨੂੰ ਤੁਹਾਡੀਆਂ ਗੱਲਾਂ ਨਾਲ ਮਿਲਾ ਕੇ ਵੀ ਵੇਖਦੇ ਹਨ। ਜੇ ਤੁਹਾਡੀ ਕਥਨੀ ਅਤੇ ਕਰਨੀ ਇੱਕੋ ਜਿਹੀ ਹੋਵੇਗੀ, ਤਾਂ ਲੋਕਾਂ ਵਿਚਕਾਰ ਤੁਹਾਡਾ ਅਕਸ ਇੱਕ ਵੱਕਾਰੀ ਵਿਅਕਤੀ ਦਾ ਹੋਵੇਗਾ।

ਇੱਕ ਵੱਕਾਰੀ ਵਿਅਕਤੀ ਉਹੀ ਹੈ ਜੋ ਹਰ ਹਾਲਤ ਵਿੱਚ ਹਰ ਵਿਅਕਤੀ ਨਾਲ ਇਕੋ ਜਿਹਾ ਵਿਵਹਾਰ ਕਰੇ। ਤੁਸੀਂ ਇੱਕ ਵੱਕਾਰੀ ਵਿਅਕਤੀ ਬਣੋ ਤਾਂ ਜੋ ਲੋਕ ਤੁਹਾਡੇ ਨਾਲ ਆਪਣੇ-ਆਪ ਨੂੰ ਸੁਰੱਖਿਅਤ ਮਹਿਸੂਸ ਕਰਨ, ਨਤੀਜਤਨ ਸਹੀ ਲੋਕ ਤੁਹਾਡੀ ਜ਼ਿੰਦਗੀ ਅਤੇ ਬਿਜ਼ਨਿਸ ਵਿੱਚ ਆਉਣਗੇ। ਜੇ ਇੱਕ ਵਾਰ ਤੁਸੀਂ ਆਪਣੀ ਇਮਾਨਦਾਰੀ ਸਥਾਪਿਤ ਕਰ ਲਈ ਤਾਂ ਤੁਹਾਨੂੰ ਫ਼ਾਲੋ ਕਰਨ ਵਾਲੇ ਅਣਗਿਣਤ ਲੋਕ ਹੋਣਗੇ ਅਤੇ ਤੁਸੀਂ ਉਨ੍ਹਾਂ ਦਾ ਅਪਾਰ ਭਰੋਸਾ ਜਿੱਤ ਲਓਗੇ।

ਭਰੋਸਾ ਦਿੱਤਾ ਨਹੀਂ ਜਾਂਦਾ, ਕਮਾਇਆ ਜਾਂਦਾ ਹੈ।

– ਦੀਪਕ ਬਜਾਜ

ਇਮਾਨਦਾਰੀ ਤੁਹਾਡਾ ਅੰਦਰੂਨੀ ਗੁਣ ਹੈ ਅਤੇ ਵੱਕਾਰ ਉਹ ਹੈ ਜੋ ਲੋਕ ਤੁਹਾਡੇ ਬਾਰੇ ਸੋਚਦੇ ਹਨ। ਵੱਕਾਰ ਸਭ ਤੋਂ ਕੀਮਤੀ ਪੂੰਜੀ ਹੈ ਜੋ ਤੁਸੀਂ ਬਣਾਈ ਹੈ ਅਤੇ ਤੁਹਾਨੂੰ ਹਰ ਕੀਮਤ 'ਤੇ ਉਸਦੀ ਰੱਖਿਆ ਕਰਨੀ ਚਾਹੀਦੀ ਹੈ। ਵੱਕਾਰ ਬਣਾਉਣ ਦੇ ਕੁੱਝ ਸਧਾਰਨ ਜਿਹੇ ਤਰੀਕੇ ਹੇਠਾਂ ਦਿੱਤੇ ਗਏ ਹਨ:

1. ਆਪਣੇ ਸ਼ਬਦਾਂ ਦੀ ਇੱਜ਼ਤ ਕਰੋ। ਕਿਸੇ ਨੂੰ ਤੁਹਾਡੇ ਗੱਲਾਂ ਨੂੰ ਲਿਖਣ/ਰਿਕਾਰਡ ਕਰਨ ਦੀ ਲੋੜ ਨਾ ਪਵੇ। ਆਪਣੇ ਸ਼ਬਦਾਂ ਅਨੁਸਾਰ ਕੰਮ ਕਰੋ।
2. ਕਿਸੇ ਵੀ ਮੀਟਿੰਗ ਜਾਂ ਅਪੋਆਇੰਟਮੈਂਟ ਨੂੰ ਰੱਦ ਨਾ ਕਰੋ। ਮੀਟਿੰਗ ਲਈ ਕਦੇ ਵੀ ਦੇਰੀ ਨਾਲ ਨਾ ਪਹੁੰਚੋ।
3. ਕਿਸੇ ਦੀ ਪੂੰਜੀ/ਉਤਪਾਦ/ਪਤੀ/ਪਤਨੀ ਦੀਆਂ ਭਾਵਨਾਵਾਂ ਨਾਲ ਨਾ ਖੇਡੋ। ਕਿਸੇ ਦੇ ਨਾਲ ਕੋਈ ਉਧਾਰ ਨਾ ਕਰੋ।
4. ਆਪਣੀ ਟੀਮ ਲਈ ਸਭ ਤੋਂ ਸਖ਼ਤ ਮਿਹਨਤ ਕਰਨ ਵਾਲੇ ਅਤੇ ਸਭ ਤੋਂ ਜ਼ਿਆਦਾ ਵਿਸ਼ਵਾਸ ਕਰਨ ਵਾਲੇ ਵਿਅਕਤੀ ਬਣੋ।
5. ਅਜਿਹਾ ਵਿਵਹਾਰ ਅਤੇ ਰਵੱਈਆ ਪੇਸ਼ ਕਰੋ, ਜਿਸ ਨਾਲ ਲੋਕ ਤੁਹਾਨੂੰ ਪਿਆਰ ਨਾਲ ਫ਼ਾਲੋ ਕਰਨ।
6. ਆਪਣੀ ਜਿੰਦਗੀ, ਚੰਗੇ ਸੁਭਾਅ ਅਤੇ ਉੱਚ ਵਿਚਾਰਾਂ ਨਾਲ ਜੀਓ।
7. ਆਪਣੇ ਵਿਵਹਾਰ ਅਤੇ ਕੰਮਕਾਜ ਅੰਦਰ ਪੂਰੀ ਇਮਾਨਦਾਰੀ ਅਤੇ ਸਪੱਸ਼ਟਤਾ ਰੱਖੋ।

ਤੁਹਾਡੀ ਯੋਗਤਾ ਅਤੇ ਸਮਰੱਥਾ ਤੁਹਾਨੂੰ ਉੱਪਰ ਤੱਕ ਲੈ ਜਾ ਸਕਦੀ ਹੈ, ਪਰ ਤੁਹਾਡਾ ਚਰਿੱਤਰ ਹੀ ਤੁਹਾਨੂੰ ਉੱਥੇ ਟਿਕਾਏ ਰੱਖਦਾ ਹੈ।

– ਜੱਾਨ ਵੂਡਨ

ਮੈਂ ਇਸ ਬਿਜ਼ਨਿਸ ਵਿੱਚ ਕੁੱਝ ਅਜਿਹੇ ਲੋਕਾਂ ਨੂੰ ਮਿਲਿਆ ਹਾਂ ਜੋ ਬਿਜ਼ਨਿਸ ਵਿੱਚ ਬਹੁਤ ਛੇਤੀ ਨਾਲ ਅੱਗੇ ਵੱਧੇ, ਪਰ ਉਨ੍ਹਾਂ ਦਾ ਬਿਜ਼ਨਿਸ ਕੁੱਝ ਹੀ ਦਿਨਾਂ ਵਿੱਚ ਸਮਾਪਤ ਹੋ ਗਿਆ। ਕੁੱਝ ਘੱਟ ਇਨਕਮ ਦੇ ਨਾਲ ਉਸੇ ਕੰਪਨੀ ਵਿੱਚ ਬਣੇ ਰਹੇ ਅਤੇ ਕੁੱਝ ਹੋਰ ਨੈੱਟਵਰਕ ਮਾਰਕੀਟਿੰਗ ਕੰਪਨੀਆਂ ਵਿੱਚ ਚੱਲੇ ਗਏ। ਉਨ੍ਹਾਂ ਨਾਲ ਅਜਿਹਾ ਕਿਉਂ ਹੋਇਆ? ਉਸਦਾ ਕਾਰਨ ਬਹੁਤ ਹੀ ਸਧਾਰਨ ਹੈ। ਨੈੱਟਵਰਕ ਮਾਰਕੀਟਿੰਗ ਟੀਮ ਅਧਾਰਿਤ ਬਿਜ਼ਨਿਸ ਹੈ। ਬਹੁਤ ਵਾਰ ਘੱਟ ਸਮਰੱਥਾ ਵਾਲੇ ਅਤੇ ਘੱਟ ਇਮਾਨਦਾਰ ਵਿਅਕਤੀ ਕਾਫ਼ੀ ਉੱਚੀ ਚੱਲੇ ਜਾਂਦੇ ਹਨ। ਉਸਦਾ ਕਾਰਨ ਉਨ੍ਹਾਂ ਦੀ ਮਹਾਨ ਅੱਪਲਾਈਨ, ਮਿਹਨਤੀ ਅਤੇ ਵਚਨਬੱਧ ਡਾਊਨਲਾਈਨ ਜਾਂ ਪ੍ਰਭਾਵੀ ਸਿਸਟਮ ਹੁੰਦਾ ਹੈ। ਪਰ ਉਨ੍ਹਾਂ ਵਿੱਚੋਂ ਕਈ ਲੀਡਰ ਉੱਚ ਸਥਾਨ 'ਤੇ ਬਣੇ ਰਹਿਣ ਲਈ ਆਪਣੇ ਚਰਿੱਤਰ ਅਤੇ ਇਮਾਨਦਾਰੀ ਨੂੰ ਵਿਕਸਤ ਨਹੀਂ ਕਰਦੇ। ਉਹ ਗ਼ਲਤੀਆਂ ਕਰ ਫਿਰ ਉਸੇ ਥਾਂ 'ਤੇ ਆ ਜਾਂਦੇ ਹਨ, ਜਿਥੋਂ ਸ਼ੁਰੂ ਕੀਤਾ ਸੀ। ਜੋ ਲੋਕ ਆਪਣੀਆਂ ਗ਼ਲਤੀਆਂ ਤੋਂ ਸਬਕ ਲੈਂਦੇ ਹਨ ਉਹ ਉਨ੍ਹਾਂ ਨੂੰ ਠੀਕ ਕਰਕੇ ਮੁੜ ਸ਼ਿਖ਼ਰ 'ਤੇ ਪੁੱਜ ਜਾਂਦੇ ਹਨ ਅਤੇ

ਬਾਕੀ ਬਚੇ ਹੋਏ ਲੋਕ ਅੱਪਲਾਈਨ ਜਾਂ ਟੀਮ 'ਤੇ ਦੋਸ਼ ਲਾ ਕੰਮ ਛੱਡ ਕੇ ਚੱਲੇ ਜਾਂਦੇ ਹਨ। ਸ਼ੁਰੂਆਤ ਵਿੱਚ ਜੇ ਤੁਹਾਡੇ ਅੰਦਰ ਕੋਈ ਹੁਨਰ ਨਹੀਂ ਹੈ ਤਾਂ ਕੋਈ ਗੱਲ ਨਹੀਂ, ਉਹ ਹੁਨਰ ਅਤੇ ਇਮਾਨਦਾਰੀ ਬਿਜ਼ਨਿਸ ਵਿੱਚ ਹੌਲੀ-ਹੌਲੀ ਉਪਰ ਜਾਂਦੇ ਹੋਏ ਵਿਕਸਤ ਕਰੋ। ਉਹ ਸਿਰਫ਼ ਵੱਡੇ ਨੈੱਟਵਰਕ ਮਾਰਕੀਟਿੰਗ ਬਿਜ਼ਨਿਸ ਲਈ ਜ਼ਰੂਰੀ ਨਹੀਂ ਹੈ, ਪਰ ਤੁਹਾਡੇ ਚੰਗੇ ਜੀਵਨ ਲਈ ਵੀ ਲੋੜੀਂਦੀ ਹੈ।

ਜੇ ਅਵਸਰ ਤੁਹਾਡੀ ਵਫਾਦਾਰੀ ਨੂੰ ਕਾਬੂ ਕਰਦੇ ਹਨ ਤਾਂ ਤੁਹਾਡੇ ਚਰਿੱਤਰ ਵਿੱਚ ਕੁੱਝ ਨਾ ਕੁੱਝ ਗ਼ਲਤ ਹੈ।

– ਅਗਿਆਤ

ਮੈਂ ਇਸ ਇੰਡਸਟਰੀ ਵਿੱਚ ਅਜਿਹੇ ਕਈ ਲੀਡਰਾਂ ਨੂੰ ਮਿਲਿਆ ਹਾਂ ਜਿਨ੍ਹਾਂ ਵਿੱਚ ਸਿਖ਼ਰ 'ਤੇ ਜਾਣ ਲਈ ਸਾਰੇ ਗੁਣ ਸਨ। ਪਰ ਇੱਕ ਆਮ ਜਿਹੀ ਚੀਜ਼ ਦੀ ਉਨ੍ਹਾਂ ਅੰਦਰ ਘਾਟ ਸੀ ਉਹ ਸੀ ਵਫਾਦਾਰੀ, ਜਿਸ ਨਾਲ ਉਨ੍ਹਾਂ ਦੀ ਇੱਜ਼ਤ ਅਤੇ ਕਰੀਅਰ ਹਮੇਸ਼ਾ ਲਈ ਖ਼ਤਮ ਹੋ ਗਏ। ਤੁਸੀਂ ਅਜਿਹੇ ਲੋਕਾਂ ਨੂੰ ਮਿਲੋਗੇ ਜਿਨ੍ਹਾਂ ਤੋਂ ਹਰ ਵਾਰ ਮਿਲਣ ਸਮੇਂ ਤੁਸੀਂ ਇੱਕ ਨਵੀਂ ਕੰਪਨੀ ਬਾਰੇ ਸੁਣੋਗੇ ਅਤੇ ਉਹ ਦਾਅਵਾ ਕਰਨਗੇ ਕਿ ਇਸ ਵਾਰ ਉਨ੍ਹਾਂ ਨੂੰ ਸਭ ਤੋਂ ਵਧੀਆ ਕੰਪਨੀ ਮਿਲ ਗਈ ਹੈ। ਇਸ ਧਰਤੀ 'ਤੇ ਬੈਸਟ ਕੰਪਨੀ ਲੱਭਣਾ ਆਪਣੇ-ਆਪ ਵਿੱਚ ਇੱਕ ਨਾ-ਖ਼ਤਮ ਹੋਣ ਵਾਲਾ ਕੰਮ ਹੈ। ਅਜਿਹੇ ਲੋਕ ਕਦੇ ਵੀ ਸਮਝ ਨਹੀਂ ਪਾਉਂਦੇ ਕਿ ਕਮੀ ਕੰਪਨੀ ਵਿੱਚ ਨਹੀਂ ਸਗੋਂ ਉਨ੍ਹਾਂ ਵਿੱਚ ਹੈ। ਅਜਿਹੇ ਲੋਕ ਸਿਸਟਮ ਨੂੰ 100% ਫ਼ਾਲੋ ਨਹੀਂ ਕਰ ਪਾਉਂਦੇ ਅਤੇ ਇੱਕ ਕੰਪਨੀ ਤੋਂ ਦੂਜੀ ਕੰਪਨੀ ਵਿੱਚ ਜਾਂਦੇ ਰਹਿੰਦੇ ਹਨ ਜਾਂ ਇੱਕ ਅੱਪਲਾਈਨ ਤੋਂ ਦੂਜੀ ਅੱਪਲਾਈਨ ਵੱਲ। ਇਹ ਗੱਲ ਸਮਝੀ ਜਾ ਸਕਦੀ ਹੈ ਕਿ ਕਦੇ ਕੋਈ ਗ਼ਲਤ ਕੰਪਨੀ ਮਿਲ ਜਾਂਦੀ ਹੈ ਅਤੇ ਕੁੱਝ ਮਹੀਨਿਆਂ ਬਾਅਦ ਤੁਸੀਂ ਇਹ ਮਹਿਸੂਸ ਕਰਦੇ ਹੋ ਤਾਂ ਕਿਸੇ ਦੂਜੀ ਕੰਪਨੀ ਵਿੱਚ ਸ਼ਿਫਟ ਹੋ ਜਾਂਦੇ ਹੋ। ਜੇ ਅਜਿਹਾ ਇੱਕ-ਦੋ ਵਾਰ ਹੋਵੇ ਤਾਂ ਸਮਝਿਆ ਜਾ ਸਕਦਾ ਹੈ ਪਰ ਇਸ ਤੋਂ ਬਾਅਦ ਕਮੀ ਕੰਪਨੀ ਵਿੱਚ ਨਹੀਂ ਹੁੰਦੀ, ਇਹ ਤੁਹਾਡਾ ਸੁਭਾਅ ਅਤੇ ਚਰਿੱਤਰ ਦਾ ਸਵਾਲ ਹੈ। ਪਹਿਲੀ ਵਾਰ ਆਪਣੇ ਨੈਤਿਕ ਮੁੱਲਾਂ ਤੋਂ ਡਿਗਣਾ ਕਾਫ਼ੀ ਮੁਸ਼ਕਿਲ ਹੁੰਦਾ ਹੈ। ਦੂਜੀ ਵਾਰ ਇਹ ਸੌਖਾ ਹੁੰਦਾ ਹੈ, ਫਿਰ ਉਸ ਤੋਂ ਬਾਅਦ ਇਹ ਬੜਾ ਆਮ ਜਿਹਾ ਹੋ ਜਾਂਦਾ ਹੈ।

ਵਾਰ-ਵਾਰ ਕੰਪਨੀ ਬਦਲਣਾ ਤੁਹਾਡੇ ਲਈ ਕੀ ਕਰਦਾ ਹੈ? ਇਸ ਨਾਲ ਤੁਹਾਡੀ ਇੱਜ਼ਤ ਜ਼ੀਰੋ ਹੋ ਜਾਦੀ ਹੈ। ਦਰਅਸਲ, ਇਸ ਨਾਲ ਤੁਹਾਡਾ ਨਾਮ ਖ਼ਰਾਬ ਹੁੰਦਾ ਹੈ। ਹਰ ਵਾਰ ਜਦੋਂ ਲੋਕ ਤੁਹਾਨੂੰ ਮਿਲਕੇ ਪੁੱਛਦੇ ਹਨ ਕਿ "ਤਾਂ ਅੱਜ ਕੱਲ੍ਹ ਕਿਸ ਕੰਪਨੀ ਨਾਲ ਜੁੜੇ ਹੋਏ ਹੋ?" ਤੁਸੀਂ ਕਿੰਨੇ ਵੀ ਸਮਾਰਟ ਤੇ ਕਾਬਿਲ ਕਿਉਂ ਨਾ ਹੋਵੋ, ਇਸ ਤਰ੍ਹਾਂ ਅਕਸ ਨਾਲ ਤੁਸੀਂ ਕਿਸੇ ਵੀ ਸਹੀ ਵਿਅਕਤੀ ਆਪਣੇ ਵੱਲ ਆਕਰਸ਼ਿਤ ਨਹੀਂ ਕਰ ਸਕਦੇ। ਇਸ ਲਈ ਮੈਂ ਤੁਹਾਨੂੰ ਸਲਾਹ ਦਿਆਂਗਾ ਕਿ ਇੱਕ ਚੰਗੀ ਕੰਪਨੀ ਦੇਖੋ ਅਤੇ ਉਸ ਨਾਲ ਜੁੜੇ ਰਹੋ, ਉੱਥੇ ਆਪਣਾ ਵੱਕਾਰ ਅਤੇ ਵਫਾਦਾਰੀ ਦੋਵੇਂ ਕਮਾਓ, ਜਿਸ ਨਾਲ ਅਗਲੇ 5 ਤੋਂ 10 ਸਾਲਾਂ ਵਿੱਚ ਤੁਸੀਂ ਅਸਮਾਨ ਦੀਆਂ ਬੁਲੰਦੀਆਂ ਛੂਹ ਲਓਗੇ।

ਤੁਸੀਂ ਇੱਕ ਦਿਨ ਵਿੱਚ ਵਫਾਦਾਰੀ ਨਹੀਂ ਕਮਾ ਸਕਦੇ, ਵਫਾਦਾਰੀ ਤਾਂ ਹਰ ਦਿਨ ਕਮਾਈ ਜਾਂਦੀ ਹੈ।

– ਜੇਫ਼ਰੀ ਗਿਟਮਰ

ਇੱਕ ਵਾਰ ਜਦੋਂ ਤੁਹਾਡਾ ਵੱਕਾਰ ਬਣ ਜਾਦਾ ਹੈ ਤਾਂ ਬਿਜ਼ਨਿਸ ਕਈ ਗੁਣਾ ਵਧਾਉਣਾ ਸਿਰਫ਼ ਕੁੱਝ ਹਫਤਿਆਂ ਜਾਂ ਮਹੀਨਿਆਂ ਦੀਆਂ ਗੱਲਾ ਹਨ। ਧਿਆਨ ਰਹੇ ਇੱਕ ਵਾਰ ਬਣੀ ਹੋਈ ਇੱਜ਼ਤ ਹਮੇਸ਼ਾ ਕਾਇਮ ਨਹੀਂ ਰਹਿੰਦੀ। ਇੱਜ਼ਤ ਇੱਕ ਦਰਖ਼ਤ ਵਾਂਗ ਹੈ, ਜਿਸ ਨੂੰ ਵਧਾਉਣ ਲਈ ਤੁਹਾਨੂੰ ਇਸਦੀ ਹਰ ਦਿਨ ਪਾਲਣ-ਪੋਸ਼ਣ ਕਰਨਾ ਹੋਵੇਗਾ।

ਚੰਗਾ ਵੱਕਾਰ ਤੁਹਾਨੂੰ ਵਾਧਾ ਦਿੰਦਾ ਹੈ

ਮੈਂ ਅਤੇ ਗੌਰਵ ਬਿਜ਼ਨਿਸ ਦੇ ਚਾਰ ਮਹੀਨਿਆਂ ਵਿੱਚ ਆਪਣੀ ਪਰਸਨਲ ਲਿਸਟ ਤੋਂ 300 ਤੋਂ ਜ਼ਿਆਦਾ ਲੋਕਾਂ ਨੂੰ ਬਿਜ਼ਨਿਸ ਵਿੱਚ ਲੈ ਕੇ ਆਏ ਸੀ। ਇਹ ਸਾਰਾ ਅਸੀਂ ਨੈੱਟਵਰਕ ਮਾਰਕੀਟਿੰਗ ਜਾਂ ਪ੍ਰੋਡਕਟ ਸੈਲਿੰਗ ਤੋਂ ਬਿਨਾਂ ਕਿਸੇ ਅਨੁਭਵ ਤੋਂ ਹੀ ਕੀਤਾ ਸੀ। ਗੌਰਵ ਤਾਂ ਪੇਸ਼ੇ ਵਜੋਂ ਇੱਕ ਸਾੱਫਟਵੈਅਰ ਇੰਜੀਨੀਅਰ ਸੀ। ਅਸੀਂ ਕਿਵੇਂ ਇਹ ਅਸੰਭਵ ਕੰਮ ਕਰ ਪਾਏ - ਉਸਦੇ ਪਿੱਛੇ ਹੈ ਉਹ ਵੱਕਾਰ ਜੋ ਅਸੀਂ ਆਪਣੀ ਪਰਸਨਲ ਅਤੇ ਪ੍ਰੋਫ਼ੈਸ਼ਨਲ ਲਾਈਫ਼ ਤੋਂ ਹਾਸਿਲ ਕੀਤਾ ਸੀ। ਨੈੱਟਵਰਕ ਮਾਰਕੀਟਿੰਗ ਬਿਜ਼ਨਿਸ ਵਿੱਚ ਵੀ ਅਸੀਂ ਅਜਿਹਾ ਕਮਾਲ ਦਾ ਵੱਕਾਰ ਹਾਸਿਲ ਕੀਤਾ ਕਿ ਦੂਰ-ਦੂਰ ਤੋਂ ਲੋਕ ਸਾਡੇ ਨਾਲ ਬਿਜ਼ਨਿਸ ਸ਼ੁਰੂ ਕਰਨ ਲਈ ਆਪਣੇ-ਆਪ ਹੀ ਆਉਂਦੇ ਹਨ। ਇਹ ਸਾਡੇ ਚਰਿੱਤਰ ਅਤੇ ਇਮਾਨਦਾਰੀ ਦੀ ਵਜ੍ਹਾ ਨਾਲ ਹੀ ਹੈ। ਜਦੋਂ ਤੁਸੀਂ ਵਧੀਆ ਵੱਕਾਰ ਵਾਲੇ ਲੋਕਾਂ ਦੀ ਚੋਣ ਕਰਦੇ ਹੋ, ਤਾਂ ਉਹ ਬਹੁਤ ਤੇਜ਼ ਗਤੀ ਨਾਲ ਤੁਹਾਡੇ ਬਿਜ਼ਨਿਸ ਨੂੰ ਅੱਗੇ ਲੈ ਜਾਂਦੇ ਹਨ।

3. ਸੇਵਾ ਅਤੇ ਸ਼ੁਕਰਗੁਜ਼ਾਰੀ ਦਾ ਭਾਵਨਾ

ਜਿੰਦਗੀ ਦਾ ਸਭ ਤੋਂ ਸਥਾਈ ਅਤੇ ਹਮੇਸ਼ਾ ਤੋਂ ਪੁੱਛਿਆ ਜਾਣ ਵਾਲਾ ਸਵਾਲ ਇਹ ਹੈ ਕਿ ਤੁਸੀਂ ਦੂਜਿਆਂ ਲਈ ਕੀ ਕਰ ਰਹੇ ਹੋ।

– ਮਾਰਟਿਨ ਲੂਥਰ ਕਿੰਗ ਜੂਨੀਅਰ

ਪਿਛਲੇ ਇੱਕ ਦਹਾਕੇ ਤੋਂ ਇਸ ਬਿਜ਼ਨਿਸ ਨੂੰ ਨੇੜਿਓ ਦੇਖਣ ਤੋਂ ਬਾਅਦ ਮੈਂ ਪੂਰੇ ਦਾਅਵੇ ਨਾਲ ਕਹਿ ਸਕਦਾ ਹਾਂ ਕਿ ਸਿਰਫ਼ ਚੰਗੇ ਲੋਕ ਹੀ ਵਧੀਆ ਨੈੱਟਵਰਕ ਮਾਰਕੀਟਿੰਗ ਬਿਜ਼ਨਿਸ ਕਰ ਸਕਦੇ ਹਨ। ਮੈਂ ਸਮੇਂ ਨਾਲ ਹਮੇਸ਼ਾ ਇਹ ਮਹਿਸੂਸ ਕੀਤਾ ਹੈ ਕਿ ਹਰ ਚੰਗੇ ਇਨਸਾਨ ਅਤੇ ਚੰਗੇ ਨੈੱਟਵਰਕ ਮਾਰਕੀਟਰ ਵਿੱਚ ਦੋ ਮਹੱਤਵਪੂਰਨ ਨਿੱਜੀ ਗੁਣਾਂ ਦਾ ਹੋਣਾ ਬੜਾ ਜ਼ਰੂਰੀ ਹੈ, ਦੂਜਿਆਂ ਦੀ ਸੇਵਾ ਕਰਨ ਦਾ ਰਵੱਈਆ ਅਤੇ ਸ਼ੁਕਰਗੁਜ਼ਾਰੀ ਦਾ ਰਵੱਈਆ।

ਜੋ ਲੋਕ ਦੂਜਿਆਂ ਲਈ ਜਿਉਂਦੇ ਹਨ, ਉਹੀ ਅਸਲ ਵਿੱਚ ਜੀਵਨ ਜਿਉਂਦੇ ਹਨ।

– ਸੁਆਮੀ ਵਿਵੇਕਾਨੰਦ

ਆਪਣੀ ਟੀਮ ਦੀ ਸੇਵਾ ਕਰਨਾ ਅਤੇ ਉਨ੍ਹਾਂ ਲਈ ਇੱਕ ਮਦਦਗਾਰ ਬਣਨਾ, ਇਸ ਬਿਜ਼ਨਿਸ ਵਿੱਚ ਵੱਡੀ ਸਫਲਤਾ ਲਈ ਆਵਸ਼ਕ ਹੈ। ਨੈੱਟਵਰਕ ਮਾਰਕੀਟਿੰਗ ਪੂਰੀ ਤਰ੍ਹਾਂ ਤੋਂ ਟੀਮ ਭਾਵਨਾ ਨਾਲ ਜੁੜਿਆ ਹੋਇਆ ਹੈ। ਇਸ ਬਿਜ਼ਨਿਸ ਵਿੱਚ ਤੁਹਾਡੀ ਸਫਲਤਾ ਦੂਜਿਆਂ ਦੀ ਮਦਦ ਤੇ ਹੀ ਟਿਕੀ ਹੈ। ਉਂਵ ਤਾਂ ਇਹ ਹਰ ਬਿਜ਼ਨਿਸ ਵਿੱਚ ਹੁੰਦਾ ਹੀ ਹੈ ਪਰ ਇੱਕ ਆਮ ਬਿਜ਼ਨਿਸ ਵਿੱਚ ਹਰ ਕਿਸੇ ਨੂੰ ਕੰਮ ਕਰਨ ਲਈ ਤਨਖ਼ਾਹ ਮਿਲਦੀ ਹੈ, ਉੱਥੇ ਕਾੱਰਪੋਰੇਟ ਅਹੁਦੇ ਅਤੇ ਨੌਕਰੀ ਗੁਆਉਣ ਦਾ ਡਰ ਵੀ ਹੁੰਦਾ ਹੈ। ਪਰ ਨੈੱਟਵਰਕ ਮਾਰਕੀਟਿੰਗ ਵਿੱਚ ਤੁਸੀਂ ਕੁੱਝ ਪਾਰਟਨਰਾਂ ਜਿਨ੍ਹਾਂ ਨੂੰ ਸਹਿਕਰਮੀ ਵੀ ਕਹਿੰਦੇ ਹਨ, ਨਾਲ ਕੰਮ ਕਰਦੇ ਹੋ ਅਤੇ ਤੁਹਾਡੀ ਆਮਦਨ ਹਰ ਇੱਕ ਦੇ ਸਾਂਝੇ ਯਤਨਾਂ ਦਾ ਨਤੀਜਾ ਹੁੰਦੀ ਹੈ।

ਨੈੱਟਵਰਕ ਮਾਰਕੀਟਿੰਗ ਬਿਜ਼ਨਿਸ ਵਿੱਚ ਲੋਕ ਇੱਕ-ਦੂਜੇ ਨਾਲ ਆਪਸੀ ਸਤਿਕਾਰ ਅਤੇ ਵਿਸ਼ਵਾਸ ਕਾਰਨ ਜੁੜੇ ਹੋਏ ਹੁੰਦੇ ਹਨ। ਤੁਹਾਡੇ 'ਤੇ ਲੋਕ ਉਦੋਂ ਹੀ ਵਿਸ਼ਵਾਸ ਕਰਨਗੇ ਜਦੋਂ ਤੁਸੀਂ ਇਹ ਸਾਬਿਤ ਕਰੋਗੇ ਕਿ ਤੁਸੀਂ ਉਨ੍ਹਾਂ ਨਾਲ ਅਤੇ ਉਨ੍ਹਾਂ ਲਈ ਖੜ੍ਹੇ ਹੋ। ਇਸ ਤੋਂ ਪਹਿਲਾਂ ਕਿ ਲੋਕ ਤੁਹਾਡੇ ਲਈ ਕੁੱਝ ਕਰਨ, ਤੁਹਾਨੂੰ ਉਨ੍ਹਾਂ ਲਈ ਕੁੱਝ ਕਰਨਾ ਹੋਵੇਗਾ। ਇਹ ਬਿਜ਼ਨਿਸ ਇਸ ਸਿਧਾਂਤ 'ਤੇ ਕੰਮ ਕਰਦਾ ਹੈ ਕਿ ਵਿਅਕਤੀ ਹੀ ਵਿਅਕਤੀ ਦੀ ਮਦਦ ਕਰੇ ਅਤੇ ਇਸਦੀ ਸਹੀ ਸ਼ੁਰੂਆਤ ਉਦੋਂ ਹੋਵੇਗੀ, ਜਦੋਂ ਤੁਸੀਂ ਆਪਣੇ ਟੀਮ ਦੇ ਮੈਂਬਰਾਂ ਦੀ ਜ਼ਿਆਦਾ ਤੋਂ ਜ਼ਿਆਦਾ ਮਦਦ ਕਰ ਇੱਕ ਠੀਕ ਮਿਸਾਲ ਪੇਸ਼ ਕਰੋਗੇ।

ਜਿੰਦਗੀ ਵਿੱਚ ਤੁਹਾਨੂੰ ਉਹ ਸਾਰਾ ਕੁੱਝ ਮਿਲੇਗਾ ਜੋ ਤੁਸੀਂ ਚਾਹੁੰਦੇ ਹੋ ਜੇ ਤੁਸੀਂ ਦੂਜਿਆਂ ਦੀ ਮਦਦ ਕਰੋਗੇ ਉਹ ਦਿਲਵਾਉਣ ਵਿੱਚ ਜੋ ਉਹ ਲੋਕ ਪਾਉਣਾ ਚਾਹੁੰਦੇ ਹਨ।

– ਜ਼ਿਗ ਜ਼ਿਗਲਰ

ਲੋਕ ਮੈਨੂੰ ਪੁੱਛਦੇ ਹਨ ਕਿ ਦੂਜਿਆਂ ਦੀ ਮਦਦ ਕਰਨ ਦੇ ਕੀ-ਕੀ ਨਿਯਮ ਹਨ। ਮੇਰਾ ਜਵਾਬ ਬਹੁਤ ਸਧਾਰਨ-ਜਿਹਾ ਹੈ। ਇੱਕ ਵਾਰ ਜਦੋਂ ਤੁਸੀਂ ਕਿਸੇ ਵਿਅਕਤੀ ਨੂੰ ਸਪੌਂਸਰ ਕਰਦੇ ਹੋ ਅਤੇ ਉਹ ਆਪਣਾ ਕੰਮ ਢੰਗ ਨਾਲ ਕਰਨ ਲਈ ਵਚਨਬੱਧ ਹੋਵੇ ਤਾਂ ਤੁਹਾਨੂੰ ਉਸਦੇ ਟੀਚੇ ਨੂੰ ਪੂਰਾ ਕਰਨ ਲਈ ਹਰ ਸੰਭਵ ਮਦਦ ਕਰਨੀ ਚਾਹੀਦੀ ਹੈ। ਮੈਂ ਟੀਮ ਵਿੱਚ ਸਾਰਿਆਂ ਨੂੰ ਹਰ ਸੰਭਵ ਮਦਦ ਕਰਨ ਦੀ ਸਲਾਹ ਦਿੰਦਾ ਹਾਂ, ਪਰ ਮੈਂ ਕਦੇ ਵੀ ਕਿਸੇ ਲਈ ਉਹ ਕਰਨ ਨੂੰ ਨਹੀਂ ਕਹਿੰਦਾ ਜੋ ਉਹ ਆਪ ਕਰ ਸਕਦੇ ਹਨ। ਅਸੀਂ ਚਾਹੁੰਦੇ ਹਾਂ ਕਿ ਲੋਕ ਆਪਣੇ ਪੈਰਾਂ 'ਤੇ ਖੜ੍ਹੇ ਹੋਣ ਅਤੇ ਬਿਜ਼ਨਿਸ ਦੀ ਪੂਰੀ ਜ਼ਿੰਮੇਵਾਰੀ ਲੈਣ। ਰੱਬ ਵੀ ਉਨ੍ਹਾਂ ਦੀ ਮਦਦ ਕਰਦਾ ਹੈ, ਜੋ ਆਪਣੀ ਮਦਦ ਆਪ ਕਰਦੇ ਹਨ। ਸਹੀ ਲੋਕਾਂ ਅਤੇ ਸਹੀ ਗਤੀਵਿਧੀਆਂ ਵਿੱਚ ਹਮੇਸ਼ਾ ਆਪਣਾ ਸਮਾਂ ਲਗਾਓ।

ਸ਼ੁਕਰਗੁਜ਼ਾਰੀ ਸਾਰੀਆਂ ਮਨੁੱਖੀ ਭਾਵਨਾਵਾਂ ਦੀ ਸਭ ਤੋਂ ਪਵਿੱਤਰ ਭਾਵਨਾ ਹੈ। ਤੁਹਾਡੇ ਕੋਲ ਜੋ ਵੀ ਹੈ ਉਸਦੇ ਲਈ ਤੁਸੀਂ ਜੇ ਹਰ ਦਿਨ ਆਪਣੀ ਸ਼ੁਕਰਗੁਜ਼ਾਰੀ ਜ਼ਾਹਿਰ ਕਰਦੇ ਹੋ ਤਾਂ ਤੁਹਾਨੂੰ ਅਜਿਹੀ ਸ਼ੁਕਰਗੁਜ਼ਾਰੀ ਪੇਸ਼ ਕਰਨ ਦੇ ਹੋਰ ਵੀ ਅਵਸਰ ਮਿਲਣਗੇ।

– ਜ਼ਿਗ ਜ਼ਿਗਲਰ

ਅਸੀਂ ਆਪਣੀ ਇੱਛਾਵਾਂ ਅਨੁਸਾਰ ਬਹੁਤ ਸਾਰੀਆਂ ਚੀਜ਼ਾਂ ਨੂੰ ਪਾਉਣ ਵਿੱਚ ਰੁੱਝ ਜਾਂਦੇ ਹਾਂ, ਪਰ ਅਸੀਂ ਕਦੇ-ਕਦੇ ਇਸ ਗੱਲ ਨੂੰ ਨਜ਼ਰ-ਅੰਦਾਜ਼ ਕਰ ਦਿੰਦੇ ਹਾਂ ਕਿ ਸਾਡੇ ਕੋਲ ਪਹਿਲਾਂ ਤੋਂ ਇੰਨੀਆਂ ਚੰਗੀਆਂ ਚੀਜ਼ਾਂ ਹਨ। ਆਪਣੇ ਜੀਵਨ ਵਿੱਚ ਹੋਣ ਵਾਲੀਆਂ ਸਾਰੀਆਂ ਚੰਗੀਆਂ ਚੀਜ਼ਾਂ ਪ੍ਰਤੀ ਸ਼ੁਕਰਗੁਜ਼ਾਰੀ ਦਾ ਰਵੱਈਆ ਵਿਕਸਤ ਕਰ ਕੇ ਇਹ ਸਾਰੀਆਂ ਚੀਜ਼ਾਂ ਤੁਹਾਡੇ ਜੀਵਨ ਵਿੱਚ ਵਧਦੀਆਂ ਜਾਣਗੀਆਂ। ਚੰਗੀ ਗੱਲ ਇਹ ਹੈ ਕਿ ਜੇ ਤੁਸੀਂ ਠੀਕ ਤਰ੍ਹਾਂ ਸੋਚੋਗੇ ਤਾਂ ਇਹ ਸਮਝੋਗੇ ਕਿ ਜੋ ਅਸੀਂ ਦੇਖਿਆ ਅਤੇ ਮਹਿਸੂਸ ਕੀਤਾ ਹੈ, ਸਾਡੇ ਕੋਲ ਸ਼ੁਕਰਗੁਜ਼ਾਰ ਹੋਣ ਲਈ ਉਸ ਤੋਂ ਕਿਤੇ ਵੱਧ ਹੈ। ਹੋ ਸਕਦਾ ਹੈ ਕਿ ਸਾਡੀ ਟੀਮ ਅਤੇ ਸਾਡੀਆਂ ਗਤੀਵਿਧੀਆਂ ਅੱਜ ਸਾਡੀ ਇੱਛਾਵਾਂ ਮੁਤਾਬਕ ਨਤੀਜੇ ਨਹੀਂ ਦੇ ਪਾ ਰਹੇ ਹੋਣ ਪਰ ਇਸ ਨਾਲ ਅਸੀਂ ਆਪਣੇ ਸੁਫਨਿਆਂ ਦੇ ਨੇੜੇ ਹੋਈ ਜਾ ਰਹੇ ਹਾਂ, ਇਸ ਲਈ ਇਸਦਾ ਧੰਨਵਾਦ ਕਰੋ। ਜੇ ਤੁਸੀਂ ਇਸੇ ਰਵੱਈਏ ਨਾਲ ਕੰਮ ਕਰੋਗੇ ਤਾਂ ਤੁਹਾਨੂੰ ਅੰਦਰੋਂ ਸ਼ਾਂਤੀ ਮਿਲੇਗੀ ਅਤੇ ਤੁਸੀਂ ਫਿਰ ਤੋਂ ਹੋਰ ਚੰਗਾ ਕਰਨ ਵਿੱਚ ਲੱਗ ਜਾਵੋਗੇ।

ਸੇਵਾ ਅਤੇ ਸ਼ੁਕਰਗੁਜ਼ਾਰੀ ਦਾ ਰਵੱਈਆ ਨਾਲੋ-ਨਾਲ ਚੱਲਦਾ ਹੈ। ਇਸ ਬਿਜ਼ਨਿਸ ਵਿੱਚ ਅਸੀਂ ਹਮੇਸ਼ਾ ਹੀ ਲੋਕਾਂ ਨਾਲ ਗੱਲਬਾਤ ਕਰਦੇ ਹਾਂ ਅਤੇ ਇੱਕੋ ਸਮੇਂ ਵਿੱਚ ਵੱਖ-ਵੱਖ ਲੋਕ ਵੱਖੋ-ਵੱਖਰੀਆਂ ਭਾਵਨਾਵਾਂ ਤੋਂ ਲੰਘ ਰਹੇ ਹੁੰਦੇ ਹਾਂ। ਲੋਕ ਸਾਡੀਆਂ ਇੱਛਾਵਾਂ ਤੋਂ ਅਲੱਗ ਵੀ ਬੋਲ ਅਤੇ ਵਿਵਹਾਰ ਵੀ ਕਰ ਸਕਦੇ ਹਨ। ਜੇ ਅਸੀਂ ਲੋਕਾਂ ਦੀ ਕਸਵੱਟੀ 'ਤੇ ਪਰੱਖਣ ਜਾਂ ਉਨ੍ਹਾਂ ਦਾ ਵਿਸ਼ਲੇਸ਼ਣ ਕਰਨ ਵਿੱਚ ਲੱਗ ਜਾਈਏ ਤਾਂ ਸਾਡੇ ਦਿਮਾਗ਼ ਦੀ ਸ਼ਾਂਤੀ ਖ਼ਤਮ ਹੋ ਜਾਏਗੀ ਅਤੇ ਅਸੀਂ ਹੋਰ ਲੋਕਾਂ ਨਾਲ ਪੂਰੇ ਦਿਲ ਨਾਲ ਕੰਮ ਨਹੀਂ

ਕਰ ਪਾਵਾਂਗੇ। ਸ਼ੁਕਰਗੁਜ਼ਾਰੀ ਇੱਕ ਭਾਵਨਾ ਹੈ ਜੋ ਤੁਹਾਡੇ ਦਿਲ 'ਤੇ ਪਏ ਬੋਝ ਨੂੰ ਸੌਖਾ ਕਰਨ ਵਿੱਚ ਸਹਾਇਤਾ ਕਰੇਗੀ ਅਤੇ ਇਹ ਸਾਨੂੰ ਸਾਡੀ ਟੀਮ ਦੇ ਹਰੇਕ ਮੈਂਬਰ ਨਾਲ ਵਧੀਆ ਤਰੀਕੇ ਨਾਲ ਸੇਵਾ ਕਰਨ ਲਈ ਸ਼ਕਤੀ ਦੇਵੇਗੀ।

ਕਈ ਵਾਰ ਤੁਸੀਂ ਲੋਕਾਂ ਵਿੱਚ ਉਹ ਖ਼ਾਸ ਗੁਣ ਚਾਹੁੰਦੇ ਹੋ, ਜੋ ਉਨ੍ਹਾਂ ਵਿੱਚ ਹੈ ਹੀ ਨਹੀਂ। ਇਹੋ ਜਿਹੇ ਸਮੇਂ ਤੁਸੀਂ ਉਨ੍ਹਾਂ ਦੇ ਅੰਦਰ ਛੁਪੇ ਹੋਏ ਹੋਰ ਗੁਣਾਂ ਨੂੰ ਨਹੀਂ ਦੇਖ ਪਾਉਂਦੇ। ਤੁਸੀਂ ਉਨ੍ਹਾਂ ਕੋਲੋਂ ਜੋ ਚਾਹੁੰਦੇ ਹੋ, ਹੋ ਸਕਦਾ ਹੈ ਉਹ ਉਹਨਾਂ ਗਤੀਵਿਧੀਆਂ ਨੂੰ ਨਹੀਂ ਕਰ ਪਾ ਰਹੇ ਹੋਣ, ਪਰ ਉਹ ਜ਼ਰੂਰ ਅਜਿਹੀਆਂ ਗਤੀਵਿਧੀਆਂ ਕਰ ਰਹੇ ਹੋਣਗੇ ਜਿਸ ਤੋਂ ਤੁਹਾਡੇ ਅਤੇ ਤੁਹਾਡੀ ਸੰਸਥਾ ਨੂੰ ਕਿਸੇ ਤਰੀਕੇ ਨਾਲ ਸਹਾਇਤਾ ਮਿਲੇ। ਜੇ ਤੁਸੀਂ ਇਹ ਦੇਖ ਕੇ ਉਨ੍ਹਾਂ ਦੀ ਪ੍ਰਸ਼ੰਸਾ ਨਹੀਂ ਕਰੋਗੇ ਤਾਂ ਉਹ ਉਸ ਨੂੰ ਕਰਨਾ ਬੰਦ ਕਰ ਦੇਣਗੇ, ਇਸ ਨਾਲ ਨੁਕਸਾਨ ਹੀ ਹੋਵੇਗਾ। ਜਦੋਂ ਤੁਸੀਂ ਇਹਨਾਂ ਪ੍ਰਤੀਤ ਹੋਣ ਵਾਲੀਆਂ ਛੋਟੀਆਂ-ਛੋਟੀਆਂ ਜਿੱਤਾਂ ਨੂੰ ਸਵੀਕਾਰ ਕਰ ਉਨ੍ਹਾਂ ਲਈ ਧੰਨਵਾਦ ਦੇਣਾ ਸ਼ੁਰੂ ਕਰ ਦਿੰਦੇ ਹੋ, ਤਾਂ ਤੁਸੀਂ ਲੋਕਾਂ ਨਾਲ ਡੂੰਘੇ ਸੰਬੰਧ ਬਣਾਉਗੇ।

ਪ੍ਰਸ਼ੰਸਾ ਕਰਨ ਦੀ ਆਦਤ ਬਣਾਓ ਅਤੇ ਹੇਠਾਂ ਲਿਖੀਆਂ ਹੋਈਆਂ ਗੱਲਾਂ ਲਈ ਸ਼ੁਕਰਗੁਜ਼ਾਰ ਬਣੋ।

1. ਕਿਸੇ ਵੀ ਵਿਅਕਤੀ ਨੂੰ ਹਰ ਰੋਜ਼ ਮਿਲਣ ਵਾਲੀਆਂ ਛੋਟੀਆਂ-ਛੋਟੀਆਂ ਜਿੱਤਾਂ ਲਈ।
2. ਹਰ ਆਦਮੀ ਦੇ ਚੰਗੇ ਕੰਮ ਅਤੇ ਟੀਮ 'ਚ ਉਸਦੇ ਪਾਏ ਯੋਗਦਾਨ ਲਈ।
3. ਹਰੇਕ ਵਿਅਕਤੀ ਦੇ ਚੰਗੇ ਗੁਣਾਂ ਲਈ।
4. ਤੁਹਾਡੇ ਅਤੇ ਤੁਹਾਡੀ ਟੀਮ 'ਚ ਕਿਤੇ ਵੀ ਹੋ ਰਹੇ ਸੁਧਾਰ ਅਤੇ ਵਾਧੇ ਲਈ।

ਨੈੱਟਵਰਕ ਮਾਰਕੀਟਿੰਗ ਵਿੱਚ ਹਰ ਕੋਈ ਸੁਤੰਤਰ ਡਿਸਟ੍ਰੀਬਿਊਟਰ ਹੈ ਅਤੇ ਹਰ ਵਿਅਕਤੀ ਨੂੰ ਇਸ ਲਈ ਸੁਤੰਤਰਤਾ ਹੈ ਕਿ ਉਹ ਆਪਣਾ ਬਿਜ਼ਨਿਸ ਆਪਣੇ ਅਨੁਸਾਰ ਕਰੇ। ਤੁਹਾਡੇ ਕੋਲੋਂ ਕੋਈ ਸੈਲਰੀ ਨਹੀਂ ਲੈ ਰਿਹਾ ਹੈ। ਸ਼ੁਕਰਗੁਜ਼ਾਰ ਬਣੋ ਕਿ ਹਰ ਕੋਈ ਤੁਹਾਡੇ ਨਾਲ ਕੰਮ ਕਰ ਰਿਹਾ ਹੈ।

ਜਦੋਂ ਸ਼ੁਕਰਗੁਜ਼ਾਰੀ ਦਾ ਗਿਆਨ ਹੋ ਜਾਂਦਾ ਹੈ, ਉਦੋਂ ਸੰਘਰਸ਼ ਸਮਾਪਤ ਹੋ ਜਾਂਦਾ ਹੈ।

– ਨੀਲ ਡਾੱਨਲਡ ਵਾੱਲਸ਼

ਮੈਂ ਆਪਣੀ ਜਿੰਦਗੀ ਨੂੰ ਸੰਤੁਲਤ ਕਰਨਾ ਇਸ ਸਿਧਾਂਤ ਤੋਂ ਸਿੱਖਿਆ ਹੈ – ਤੁਹਾਡੇ ਕੋਲ ਜੋ ਵੀ ਹੈ ਉਸ ਲਈ ਸ਼ੁਕਰਗੁਜ਼ਾਰ ਬਣੋ ਅਤੇ ਨਾਲੋ-ਨਾਲ ਤੁਸੀਂ ਜੋ ਚਾਹੁੰਦੇ ਹੋ ਉਸ ਲਈ ਲਗਾਤਾਰ ਕੰਮ ਕਰਦੇ ਰਹੋ। ਆਪਣੀ ਟੀਮ ਲਈ ਸਭ ਤੋਂ ਵੱਡੇ ਸੇਵਾਦਾਰ ਬਣੋ ਅਤੇ ਤੁਹਾਡੀਆਂ ਅਜਿਹੀਆਂ ਛੋਟੀਆਂ-ਛੋਟੀਆਂ ਸੇਵਾਵਾਂ ਤੁਹਾਡੇ ਸੁਫਨਿਆਂ ਦੀ ਟੀਮ ਬਣਾ ਦੇਵੇਗੀ। ਜਦੋਂ ਦੂਜਿਆਂ ਦੀ ਸਫਲਤਾ 'ਤੇ ਤੁਸੀਂ ਉੱਨੇ ਹੀ ਖ਼ੁਸ਼ ਹੁੰਦੇ ਹੋ ਜਿੰਨਾ ਆਪਣੇ ਲਈ, ਤਾਂ ਤੁਹਾਡੇ ਅੰਦਰ ਨਿਸ਼ਚਿਤ ਤੌਰ 'ਤੇ ਸੇਵਾ ਦਾ ਰਵੱਈਆ ਹੈ। ਰੱਬ ਨੂੰ ਇਸ ਗੱਲ ਲਈ ਧੰਨਵਾਦ ਦਿਓ ਕਿ ਉਨ੍ਹਾਂ ਨੇ ਤੁਹਾਨੂੰ ਨਾ ਕੇਵਲ ਦੂਜਿਆਂ ਦੀ ਸੇਵਾ ਦਾ ਅਵਸਰ ਦਿੱਤਾ ਹੈ ਸਗੋਂ ਤੁਹਾਨੂੰ ਦੂਜਿਆ ਦੀ ਸੇਵਾ ਕਰਨ ਵਿੱਚ ਬੜਾ ਆਨੰਦ ਅਤੇ ਖ਼ੁਸ਼ੀ ਵੀ ਮਿਲਦੀ ਹੈ।

ਆਪਣੀ ਅੱਪਲਾਈਨਾਂ ਲਈ ਹਮੇਸ਼ਾ ਸ਼ੁਕਰਗੁਜ਼ਾਰ ਅਤੇ ਵਫਾਦਾਰ ਬਣੇ ਰਹੋ। ਇਹ ਸੱਚ ਹੈ ਕਿ ਤੁਸੀਂ ਉੱਚਾਈਆਂ ਤੱਕ ਆਪਣੀ ਸਖ਼ਤ ਮਿਹਨਤ ਕਰਕੇ ਪਹੁੰਚੇ ਹੋ। ਪਰ ਯਾਦ ਰੱਖੋ ਕਿ ਜਿਸ ਦਿਨ ਤੁਸੀਂ ਕੰਮ ਦੀ ਸ਼ੁਰੂਆਤ ਕੀਤੀ ਸੀ ਉਸੇ ਦਿਨ ਤੁਹਾਡੇ ਅੱਪਲਾਇਨ ਨੇ ਇੱਕ ਪੈਰ 'ਤੇ ਖੜ੍ਹੇ ਰਹਿ ਕੇ ਤੁਹਾਡੀ ਮਦਦ ਕੀਤੀ ਸੀ। ਇਹ ਇੱਕ ਲੰਮਾ ਚੱਲਣ ਵਾਲਾ ਬਿਜ਼ਨਿਸ ਹੈ, ਇਸ ਲਈ ਆਪਣੀ ਕੰਪਨੀ ਲਈ ਵਫਾਦਾਰ ਬਣੋ। ਆਪਣੇ ਅੱਪਲਾਈਨ ਅਤੇ ਕੰਪਨੀਆਂ ਨੂੰ ਨਾ ਬਦਲੋ। ਸਖ਼ਤ ਮਿਹਨਤ, ਵਚਨਬੱਧਤਾ ਨਾਲ ਆਪਣੀ ਅਤੇ ਆਪਣੀ ਟੀਮ ਬਣਾਉਣ ਲਈ ਕੰਮ ਕਰਦੇ ਰਹੋ। ਜੇ ਤੁਸੀਂ ਆਪਣੀ ਕੰਪਨੀ ਬਦਲਦੇ ਰਹੋਗੇ ਤਾਂ ਤੁਸੀਂ ਛੇਤੀ ਹੀ ਆਪਣੀ ਸਾਖ਼ ਨੂੰ ਬਰਬਾਦ ਕਰ ਦਿਓਗੇ।

ਨੈੱਟਵਰਕ ਮਾਰਕੀਟਿੰਗ ਬਿਜ਼ਨਿਸ ਆਪਣੇ ਦਿਲ ਨਾਲ ਕਰੋ ਅਤੇ ਫਿਰ ਤੁਹਾਨੂੰ ਜ਼ਿੰਦਗੀ ਨੂੰ ਅਧਿਆਤਮਕ ਅਤੇ ਭਾਵਨਾਤਮਕ ਤੌਰ 'ਤੇ ਉੱਚਾ ਚੁੱਕਣ ਵਾਲਾ ਸਭ ਤੋਂ ਵੱਡਾ ਅਨੁਭਵ ਹੈ।

ਸੇਵਾ ਦਿਲ ਜਿੱਤਦੀ ਹੈ

ਮੈਂ ਆਪਣੇ ਲੀਡਰਸ਼ਿਪ ਟ੍ਰੇਨਿੰਗ ਸੈਸ਼ਨ ਵਿੱਚ ਲੋਕਾਂ ਨੂੰ ਹਮੇਸ਼ਾ ਕਹਿੰਦਾ ਹਾਂ ਕਿ ਇੱਕ ਲੀਡਰ ਸਭ ਤੋਂ ਵੱਡਾ ਸੇਵਕ ਹੁੰਦਾ ਹੈ। ਤੁਸੀਂ ਉਦੋਂ ਲੀਡਰ ਬਣ ਸਕਦੇ ਹੋ ਜਦੋਂ ਤੁਸੀਂ ਸਹੀ ਵਿੱਚ ਖ਼ੁਸ਼ੀ ਨਾਲ ਲੋਕਾਂ ਦੀ ਸੇਵਾ ਕਰ ਸਕੋ। ਲੋਕ ਤੁਹਾਡੀਆਂ ਪ੍ਰਾਪਤੀਆਂ ਭੁੱਲ ਸਕਦੇ ਹਨ, ਪਰ ਉਹ ਉਨਾਂ ਚੀਜ਼ਾਂ ਨੂੰ ਨਹੀਂ ਭੁਲਾ ਸਕਦੇ ਜੋ ਤੁਸੀਂ ਉਨ੍ਹਾਂ ਲਈ ਕੀਤੀਆਂ ਹੋਣ। ਮੈਨੂੰ ਆਪਣੇ ਪ੍ਰਸ਼ੰਸਕਾਂ ਤੋਂ ਵੀ ਬਹੁਤ ਪਿਆਰ ਮਿਲਿਆ ਹੈ, ਉਹ ਮੇਰੀ ਪ੍ਰਾਪਤੀਆਂ ਦੇ ਕਾਰਨ ਨਹੀਂ ਪਰ ਉਨ੍ਹਾਂ ਦੇ ਪ੍ਰਤੀ ਮੇਰੇ ਪਿਆਰ ਅਤੇ ਦੁਲਾਰ ਦੇ ਕਾਰਨ ਹੀ ਸੰਭਵ ਹੈ। ਇਹ ਇਸ ਲਈ ਹੈ ਕਿ ਮੈਂ ਦਿਲ ਤੋਂ ਲੋਕਾਂ ਦੀ ਜ਼ਿੰਦਗੀ ਨੂੰ ਹੋਰ ਬਿਹਤਰ ਬਣਾਉਣਾ ਚਾਹੁੰਦਾ ਹਾਂ। ਜਦੋਂ ਮੈਂ ਮੁੰਬਈ ਵਿੱਚ ਆਪਣਾ ਬਿਜ਼ਨਿਸ ਸ਼ੁਰੂ ਕੀਤਾ ਅਤੇ ਜਿਸ ਨੂੰ ਮੈਂ ਕਦੇ ਨਹੀਂ ਭੁੱਲ ਸਕਦਾ, ਉਹ ਹਨ ਸ਼ੈਲੇਸ਼ ਸਿੰਘ। ਮੈਂ ਹਮੇਸ਼ਾ ਹੀ ਉਨ੍ਹਾਂ ਦਾ ਧੰਨਵਾਦੀ ਰਹਾਂਗਾ।

4. ਲੀਡਰਸ਼ਿਪ

ਲੋਕ ਨੈੱਟਵਰਕ ਮਾਰਕੀਟਿੰਗ ਨਹੀਂ ਚੁਣਦੇ, ਸਗੋਂ ਰੱਬ ਨੈੱਟਵਰਕ ਮਾਰਕੀਟਿੰਗ ਲਈ ਲੋਕਾਂ ਨੂੰ ਚੁਣਦਾ ਹੈ।

– ਦੀਪਕ ਬਜਾਜ

ਇੱਕ ਸਫਲ ਨੈੱਟਵਰਕ ਮਾਰਕੀਟਰ ਕੋਲੋਂ ਜੋ ਸਭ ਤੋਂ ਮਹੱਤਵਪੂਰਨ ਭੂਮਿਕਾ ਨਿਭਾਉਣ ਦੀ ਉਮੀਦ ਹੁੰਦੀ ਹੈ, ਉਹ ਹੈ ਇੱਕ ਲੀਡਰ ਦੀ ਭੂਮਿਕਾ। ਉਂਞ ਤਾਂ ਇਸ ਦੁਨੀਆ ਵਿੱਚ ਹਰੇਕ ਵਿਅਕਤੀ ਇੱਕ ਲੀਡਰ ਹੈ, ਪਰ ਜਿਸ ਸਮੇਂ ਤੁਸੀਂ ਇਸ ਬਿਜ਼ਨਿਸ ਵਿੱਚ ਇੱਕ ਵਿਅਕਤੀ ਨੂੰ ਸਪੌਂਸਰ ਕਰਦੇ ਹੋ, ਅਧਿਕਾਰਤ ਤੌਰ 'ਤੇ ਤੁਸੀਂ ਇੱਕ ਲੀਡਰ ਬਣ ਜਾਂਦੇ ਹੋ ਹਾਲਾਂਕਿ ਲੀਡਰਸ਼ਿਪ ਜੀਵਨ ਜਿਉਣ ਦਾ ਇੱਕ ਹੁਨਰ ਹੈ ਅਤੇ ਇਸ ਦੀ ਲੋੜ ਹਰ ਥਾਂ 'ਤੇ ਹੁੰਦੀ ਹੈ, ਪਰ ਨੈੱਟਵਰਕ ਮਾਰਕੀਟਰ ਲਈ ਇਹ ਇੱਕ ਜ਼ਰੂਰੀ ਗੁਣ ਹੈ। ਤੁਹਾਡੀ ਲੀਡਰਸ਼ਿਪ ਦਾ ਆਕਾਰ ਜਿੰਨਾ ਵੱਡਾ ਹੋਵੇਗਾ, ਉੱਨੀ ਹੀ ਵੱਡੀ ਤੁਹਾਡੀ ਰੈਂਕ ਅਤੇ ਇਨਕਮ ਹੋਵੇਗੀ।

ਆਮ ਧਾਰਨਾ ਦੇ ਉਲਟ, ਲੀਡਰਸ਼ਿਪ ਕੋਈ ਰੈਂਕ ਜਾਂ ਟਾਈਟਲ ਨਹੀਂ ਹੈ, ਸਗੋਂ ਇਹ ਇੱਕ ਜ਼ਿੰਮੇਵਾਰੀ ਹੈ। ਲੀਡਰਸ਼ਿਪ ਕੋਈ ਅਹੁਦਾ ਨਹੀਂ ਹੈ, ਇਹ ਇੱਕ ਵਿਵਹਾਰ ਹੈ ਅਤੇ ਜਵਾਬਦੇਹੀ ਵੀ।

ਜੇ ਤੁਹਾਡੇ ਕੰਮ ਨਾਲ ਦੂਜੇ ਲੋਕ ਹੋਰ ਸੁਫ਼ਨੇ ਦੇਖਣ ਲਈ ਪ੍ਰੇਰਿਤ ਹੁੰਦੇ ਹਨ, ਕੁੱਝ ਹੋਰ ਸਿੱਖਣਾ ਚਾਹੁੰਦੇ ਹਨ, ਕੁੱਝ ਹੋਰ ਕਰਨਾ ਚਾਹੁੰਦੇ ਹਨ ਅਤੇ ਬਿਹਤਰ ਬਣਨਾ ਚਾਹੁੰਦੇ ਹਨ ਤਾਂ ਤੁਸੀਂ ਇੱਕ ਲੀਡਰ ਹੋ।

– ਜੌਨ ਕੁਵਿੰਸੀ ਐਡਮਜ਼

ਲੀਡਰਸ਼ਿਪ ਬਹੁਤ ਆਸਾਨ ਹੈ – ਤੁਸੀਂ ਇੱਕ ਰੋਲ ਮਾਡਲ ਬਣੋ। ਤੁਸੀਂ ਸਟੇਜ 'ਤੇ ਅਤੇ ਉਸ ਤੋਂ ਬਾਹਰ ਇੱਕੋ ਜਿਹੇ ਰਹੋ। ਲੋਕਾਂ ਨੂੰ ਤੁਹਾਨੂੰ ਇਹ ਨਾ ਯਾਦ ਦਿਵਾਉਣਾ ਪਏ ਕਿ ਤੁਸੀਂ ਕੀ ਕਿਹਾ ਸੀ। ਤੁਹਾਡੀ ਗੱਲਾਂ ਤੁਹਾਡੇ ਵੀਡੀਓ ਤੋਂ ਮਿਲਣੀਆਂ ਹਨ। ਤੁਸੀਂ ਨੈਤਿਕ ਕਦਰਾਂ-ਕੀਮਤਾਂ ਅਨੁਸਾਰ ਜਿਉਂਦੇ ਹੋ। ਤੁਹਾਡੇ ਆਪਣੇ ਲਈ ਉੱਚੇ ਮਿਆਰ ਹਨ ਅਤੇ ਤੁਸੀਂ ਦਿਨ-ਰਾਤ ਉਨ੍ਹਾਂ ਨਾਲ ਜਿਉਂਦੇ ਰਹਿੰਦੇ ਹੋ। ਜੇ ਤੁਸੀਂ ਬਿਹਤਰ ਬਣਨ ਦੀ ਕੋਸ਼ਿਸ਼ ਕਰ ਰਹੇ ਹੋ, ਤਾਂ ਇਹੀ ਸਹੀ ਹੈ। ਆਪਣੇ ਸੰਘਰਸ਼ਾਂ ਨੂੰ ਲੈ ਕੇ ਕਦੇ ਸ਼ਰਮਿੰਦਾ ਨਾ ਹੋਵੋ। ਅਸੀਂ ਅੱਗੇ ਵਧਣ ਵਾਲੇ ਲੋਕ ਹਾਂ ਅਤੇ ਰੱਬ ਨੂੰ ਧੰਨਵਾਦ ਦੇਣਾ ਚਾਹੀਦਾ ਹੈ ਕਿ ਅਸੀਂ ਸੰਘਰਸ਼ ਕਰ ਰਹੇ ਹਾਂ ਕਿਉਂ ਕਿ ਸੰਘਰਸ਼ ਦਾ ਅਰਥ ਹੈ ਕਿ ਅਸੀਂ ਕੋਸ਼ਿਸ ਕਰ ਰਹੇ ਹਾਂ।

ਲੀਡਰਸ਼ਿਪ ਦਾ ਇਸ ਬਿਜ਼ਨਿਸ ਵਿੱਚ ਅਰਥ ਹੈ ਕਿ ਸਾਡੇ ਅੰਦਰ ਉਹ ਸਾਰੇ 14 ਗੁਣਾਂ ਦਾ ਹੋਣਾ ਜਿਨ੍ਹਾਂ ਨੂੰ ਮੈਂ ਇਸ ਕਿਤਾਬ ਵਿੱਚ ਸਮਝਾਇਆ ਹੈ ਅਤੇ ਤੁਹਾਡੀ ਸਫਲਤਾ ਦੇ ਸਿਸਟਮ ਦਾ ਪਾਲਨ ਕਰਦੇ ਹੀ ਹਨ। ਇਸਦਾ ਮਤਲਬ ਇਹ ਨਹੀਂ ਹੈ ਕਿ ਅਸੀਂ ਇੰਨਾ ਗੁਣਾਂ ਅਤੇ ਗਤੀਵਿਧੀਆਂ ਦੇ ਬਾਰੇ ਸਿਰਫ਼ ਗੱਲਾਂ ਕਰਾਂਗੇ, ਅਸੀਂ

ਹਰ ਦਿਨ ਉਸਦਾ ਪ੍ਰਦਰਸ਼ਨ ਕਰਾਂਗੇ: ਉਸ ਨੂੰ ਜੀਵਾਂਗੇ, ਉਸ ਨੂੰ ਸਾਂਹ ਦੇ ਤੌਰ 'ਤੇ ਲਵਾਂਗੇ, ਉਨ੍ਹਾਂ ਨਾਲ ਖਾਵਾਂਗੇ ਅਤੇ ਸੌਵਾਂਗੇ ਵੀ। ਤੁਸੀਂ ਇਹਨਾਂ ਗੁਣਾਂ ਅਤੇ ਵਿਵਹਾਰਾਂ ਦਾ ਅਭਿਆਸ ਇਸ ਤਰ੍ਹਾਂ ਕਰੋ ਕਿ ਉਹ ਤੁਹਾਡੇ ਲਈ ਤੁਹਾਡੀ ਜਿੰਦਗੀ ਦਾ ਅਹਿਮ ਹਿੱਸਾ ਬਣ ਜਾਏ ਜਾਂ ਤੁਹਾਡਾ ਦੂਜਾ ਸੁਭਾਅ ਬਣ ਜਾਏ।

ਤੁਹਾਡੀ ਲੀਡਰਸ਼ਿਪ ਨੂੰ ਵਿਕਸਤ ਕਰਨ ਲਈ ਮੇਰਾ ਇੱਕੋ ਹੀ ਸੁਝਾਅ ਹੈ - ਆਪਣਾ ਲਾਈਵ ਪ੍ਰਦਰਸ਼ਨ ਕਰੋ ਕਿ ਇੱਕ ਸਫਲ ਨੈੱਟਵਰਕ ਮਾਰਕੀਟਰ ਨੂੰ ਕਿਵੇਂ ਹੋਣਾ ਚਾਹੀਦਾ ਹੈ। ਤੁਸੀਂ ਉਹਨਾਂ ਗੁਣਾਂ ਅਤੇ ਵਿਵਹਾਰਾਂ ਦਾ ਪ੍ਰਦਰਸ਼ਨ ਕਰੋ ਜੋ ਤੁਸੀਂ ਸਮਝਦੇ ਹੋ ਕਿ ਇੱਕ ਮਹਾਨ ਨੈੱਟਵਰਕ ਮਾਰਕੀਟਰ ਵਿੱਚ ਹੋਣੇ ਚਾਹੀਦੇ ਹਨ। ਉਸਦਾ ਇੰਨਾ ਅਭਿਆਸ ਕਰੋ ਕਿ ਜੇ ਕੋਈ ਆਦਮੀ ਦੂਜੇ ਨੂੰ ਪੁੱਛੇ ਕਿ "ਮੈਂ ਵੀ ਇਸ ਬਿਜ਼ਨਿਸ ਵਿੱਚ ਕਿਵੇਂ ਸਫਲ ਹੋ ਸਕਦਾ ਹਾਂ ਜਾਂ ਇਸ ਬਿਜ਼ਨਿਸ ਵਿੱਚ ਇੰਨੀ ਵੱਡੀ ਸਫਲਤਾ ਹਾਸਿਲ ਕਰਨ ਦੇ ਪਿਛੇ ਦਾ ਰਾਜ ਕੀ ਹੈ?" ਉਸ ਆਦਮੀ ਨੂੰ ਤੁਰੰਤ ਤੁਹਾਡਾ ਨਾਮ ਲੈਣਾ ਅਤੇ ਜਵਾਬ ਦੇਣਾ ਚਾਹੀਦਾ ਹੈ ਕਿ "ਕੁੱਝ ਹੋਰ ਕੰਮ ਨਾ ਕਰੋ। ਬਸ ਉਸ ਦੇ ਆਦਮੀ ਵਾਂਗ ਬਣ ਜਾਓ ਅਤੇ ਸਫਲਤਾ ਤੁਹਾਡੇ ਕਦਮ ਚੁੰਮੇਗੀ।"

ਲੀਡਰਸ਼ਿਪ ਸਿਖਰਲੇ, ਅਹੁਦਿਆਂ ਜਾਂ ਫਲੋਚਾਰਟਾਂ ਬਾਰੇ ਨਹੀਂ ਹੈ। ਇਹ ਇੱਕ ਜਿੰਦਗੀ ਦਾ ਕਈ ਜਿੰਦਗੀਆਂ ਨੂੰ ਪ੍ਰਭਾਵਿਤ ਕਰਨ ਦਾ ਕੰਮ ਹੈ।

– ਜੱਾਨ ਸੀ. ਮੈਕਸਵੈੱਲ

ਮੈਂ ਇੱਕ ਵਾਰ ਆਪਣੇ ਪੁੱਤਰ ਨੂੰ ਪੁੱਛਿਆ ਕਿ ਉਸ ਲਈ ਲੀਡਰ ਦਾ ਕੀ ਮਤਲਬ ਹੈ। ਉਸਨੇ ਇੱਕਦਮ ਕਿਹਾ - "ਲੀਡਰ ਉਹ ਹੈ ਜਿਸ ਦੇ ਪਿਛੇ ਕੋਈ ਚੱਲੇ।" ਆਮ ਤੌਰ 'ਤੇ ਲੀਡਰ ਉਹ ਹੈ ਜਿਸ ਦੇ ਕਾਫ਼ੀ ਪੈਰੋਕਾਰ ਹੋਣ। ਸਾਡੇ ਬਿਜ਼ਨਿਸ ਵਿੱਚ ਲੀਡਰ ਹੋਣ ਦੇ ਦੋ ਮੁੱਖ ਫ਼ਾਇਦੇ ਇਸ ਪ੍ਰਕਾਰ ਹਨ:

1. ਤੁਸੀਂ ਆਪਣੇ ਬਿਜ਼ਨਿਸ ਨੂੰ ਵੱਡਾ ਅਤੇ ਵੱਧਦਾ ਹੋਇਆ ਉਦੋਂ ਹੀ ਬਣਾ ਸਕਦੇ ਹੋ, ਜਦੋਂ ਤੁਹਾਡੀ ਟੀਮ ਵਿੱਚ ਕਈ ਪਰਫ਼ੌਰਮਿੰਗ ਲੀਡਰ ਹੋ। ਜੇ ਤੁਸੀਂ ਲੀਡਰਸ਼ਿਪ ਦਾ ਪ੍ਰਦਰਸ਼ਨ ਕਰ ਰਹੇ ਹੋ, ਤਾਂ ਤੁਸੀਂ ਆਪਣੀ ਟੀਮ ਵਿੱਚ ਕਈ ਲੋਕਾਂ ਨੂੰ ਅੱਗੇ ਵਧਾ ਕੇ ਲੀਡਰਸ਼ਿਪ ਦਾ ਪ੍ਰਦਰਸ਼ਨ ਕਰ ਰਹੇ ਹੋ, ਤਾਂ ਤੁਸੀਂ ਆਪਣੀ ਟੀਮ ਵਿੱਚ ਕਈ ਲੋਕਾਂ ਨੂੰ ਅੱਗੇ ਵਧਾ ਕੇ ਲੀਡਰਸ਼ਿਪ ਦਾ ਜ਼ਿੰਮਾ ਲੈਂਦੇ ਹੋਏ ਦੇਖੋਗੇ। ਤੁਹਾਡਾ ਪ੍ਰਭਾਵ ਵਧੇਗਾ ਅਤੇ ਤੁਹਾਡੀ ਟੀਮ ਤੁਹਾਡੀਆਂ ਰਣਨੀਤੀਆਂ ਕਾਰਨ ਵੱਡਾ ਬਿਜ਼ਨਿਸ ਕਰੇਗੀ। ਇਸਦਾ ਅਰਥ ਹੋਇਆ ਕਿ ਵੱਧ ਤੋਂ ਵੱਧ ਨਵੇਂ ਲੋਕ ਬਿਜ਼ਨਿਸ ਸ਼ੁਰੂ ਕਰ ਜ਼ਿਆਦਾ ਤੋਂ ਜ਼ਿਆਦਾ ਲੀਡਰ ਬਣਨਗੇ।
2. ਨੈੱਟਵਰਕ ਮਾਰਕੀਟਿੰਗ ਬਿਜ਼ਨਿਸ ਸਹੀ ਉਦੋਂ ਚੱਲਦਾ ਹੈ ਜਦੋਂ ਇਸ ਵਿੱਚ ਨਿਰੰਤਰ ਨਵੇਂ ਲੋਕ ਆਉਂਦੇ ਰਹਿਣ। ਬਿਜ਼ਨਿਸ ਦੇ ਚੰਗੇ ਵਿਕਾਸ ਲਈ ਬਹੁਤ ਸਾਰੇ ਲੋਕ ਲਗਾਤਾਰ ਬਿਜ਼ਨਿਸ ਸ਼ੁਰੂ ਕਰਦੇ ਰਹਿਣੇ ਚਾਹੀਦੇ ਹਨ। ਤੁਸੀਂ ਜਿਵੇਂ ਦੇ ਹੋ, ਉਂਵ ਹੀ ਲੋਕਾਂ ਨੂੰ ਆਕਰਸ਼ਿਤ ਕਰਦੇ ਹੋ। ਜਦੋਂ ਤੁਸੀਂ ਇੱਕ ਅਸਲੀ ਲੀਡਰ ਦੇ ਤੌਰ 'ਤੇ ਕੰਮ ਕਰਦੇ ਹੋ, ਤਾਂ ਤੁਸੀਂ ਆਪਣੇ ਲਈ ਸਹੀ ਲੋਕਾਂ ਨੂੰ ਆਕਰਸ਼ਿਤ ਕਰਦੇ ਹੋ, ਜਿਸ ਨਾਲ ਤੁਹਾਡੀ ਟੀਮ ਹੋਰ ਮਜ਼ਬੂਤ ਹੁੰਦੀ ਹੈ ਅਤੇ ਇਹ ਸਿਲਸਿਲਾ ਜਾਰੀ ਰਹੇਗਾ।

ਸੰਖੇਪ ਵਿੱਚ, ਜਦੋਂ ਤੁਸੀਂ ਇੱਕ ਸੱਚੇ ਲੀਡਰ ਬਣ ਜਾਂਦੇ ਹੋ, ਤਾਂ ਤੁਸੀਂ ਇੱਕ ਚੇਨ ਪ੍ਰਤੀਕਿਰਿਆ ਨੂੰ ਅਰੰਭ ਕਰ ਦਿੰਦੇ ਹੋ ਜਿਸ ਵਿੱਚ ਤੁਹਾਡੇ ਮੌਜੂਦਾ ਸਹਿਕਰਮੀ ਸ਼ਾਨਦਾਰ ਪ੍ਰਦਰਸ਼ਨ ਕਰਦੇ ਰਹਿੰਦੇ ਹਨ ਅਤੇ ਤੁਸੀਂ ਲਗਾਤਾਰ ਸਹੀ ਢਾਂਚੇ ਵਿੱਚ ਆਪਣੀ ਟੀਮ ਅੰਦਰ ਨਵੇਂ ਲੀਡਰਾਂ ਨੂੰ ਸ਼ਾਮਿਲ ਕਰਦੇ ਰਹਿੰਦੇ ਹੋ।

ਇੱਕ ਲੀਡਰ ਉਹ ਹੈ, ਜੋ ਰਾਹ ਜਾਣਦਾ ਹੈ, ਉਸ 'ਤੇ ਚੱਲਦਾ ਅਤੇ ਫਿਰ ਹੋਰਾਂ ਨੂੰ ਰਾਹ ਦਿਖਾਉਂਦਾ ਹੈ।

– ਜਾੱਨ ਸੀ. ਮੈਕਸਵੈੱਲ

ਹੁਣ ਇੱਕ ਦਹਾਕੇ ਵਿੱਚ ਇਸ ਬਿਜ਼ਨਿਸ ਵਿੱਚ ਰਹਿਣ ਤੋਂ ਬਾਅਦ, ਮੈਂ ਸੱਚਮੁੱਚ ਹੀ ਇਹ ਵਿਸ਼ਵਾਸ ਕਰਦਾ ਹਾਂ ਕਿ ਨੈੱਟਵਰਕ ਮਾਰਕੀਟਿੰਗ ਸਭ ਤੋਂ ਅਧਿਆਤਮਿਕ ਬਿਜ਼ਨਿਸ ਹੈ। ਲੋਕ ਨੈੱਟਵਰਕ ਮਾਰਕੀਟਿੰਗ ਨੂੰ ਨਹੀਂ ਚੁਣਦੇ ਹਨ, ਰੱਬ ਨੈਟਰਵਕ ਮਾਰਕੀਟਿੰਗ ਲਈ ਲੋਕਾਂ ਨੂੰ ਚੁਣਦਾ ਹੈ। ਮੈਨੂੰ ਪੱਕਾ ਭਰੋਸਾ ਹੈ ਕਿ ਨੈੱਟਵਰਕ ਮਾਰਕੀਟਰ ਰੱਬ ਦੇ ਭੇਜੇ ਹੋਏ ਦੂਤ ਹਨ ਜੋ ਲੋਕਾਂ ਨੂੰ ਉਨ੍ਹਾਂ ਦੇ ਸੁਫਨਿਆਂ ਨੂੰ ਪੂਰਾ ਕਰਨ ਵਿੱਚ ਮਦਦ ਕਰਦੇ ਹੋਏ ਇਸ ਦੁਨੀਆ ਨੂੰ ਇੱਕ ਬਿਹਤਰ ਅਤੇ ਖ਼ੁਸ਼ਨੁਮਾ ਜਗ੍ਹਾ ਬਣਾਉਂਦੇ ਹਨ। ਇਸ ਬਿਜ਼ਨਿਸ ਵਿੱਚ ਇੱਕ ਆਦਮੀ ਨੂੰ ਵੀ ਸਪੌਂਸਰ ਕਰਨਾ ਇੱਕ ਜਿੰਮੇਵਾਰੀ ਹੈ। ਕਿਸੇ ਨੂੰ ਇਸ ਬਿਜ਼ਨਿਸ ਵਿੱਚ ਸਪੌਂਸਰ ਕਰਨ ਨਾਲ ਤੁਸੀਂ ਉਸ ਦੇ ਸੁਫਨਿਆਂ ਨੂੰ ਪੂਰਾ ਕਰਨ ਲਈ ਉਨ੍ਹਾਂ ਨੂੰ ਖੰਭ ਦਿੰਦੇ ਹੋ ਅਤੇ ਇਸ ਪ੍ਰਕਾਰ ਇਸ ਜ਼ਿੰਮੇਵਾਰੀ ਨੂੰ ਨਿਭਾਉਣਾ ਸਵੀਕਾਰਦੇ ਹੋ ਕਿ ਤੁਸੀਂ ਉਸਦੇ ਸੁਫਨਿਆਂ ਨੂੰ ਪੂਰਾ ਕਰਨ ਦੀ ਇਸ ਯਾਤਰਾ ਵਿੱਚ ਉਸ ਦੇ ਨਾਲ ਰਹੋਗੇ।

ਇਹ ਸੱਚੀ ਹੀ ਬਹੁਤ ਵੱਡੀ ਜ਼ਿੰਮੇਵਾਰੀ ਹੈ ਅਤੇ ਰੱਬ ਤੁਹਾਨੂੰ ਉਨੀ ਹੀ ਵੱਡੀ ਜ਼ਿੰਮਵਾਰੀ ਦਿੰਦੇ ਹਨ ਜਿਸਦੇ ਯੋਗ ਉਹ ਤੁਹਾਨੂੰ ਸਮਝਦੇ ਹਨ। ਰੱਬ ਜੀ ਤੁਹਾਨੂੰ ਓਨੀ ਹੀ ਟੀਮ ਦੇਣਗੇ ਜਿਸਦੀ ਜ਼ਿੰਮੇਵਾਰੀ ਤੁਸੀਂ ਸੰਭਾਲ ਸਕੋ। ਜੇ ਤੁਸੀਂ ਇੱਕ ਵੱਡੀ ਟੀਮ ਚਾਹੁੰਦੇ ਹੋ, ਤਾਂ ਤੁਹਾਨੂੰ ਆਪਣੀ ਲੀਡਰਸ਼ਿਪ ਦੀ ਸਮਰੱਥਾ ਨੂੰ ਵਧਾਉਣਾ ਪਵੇਗਾ। ਆਪਣੀ ਲੀਡਰਸ਼ਿਪ ਸਮਰੱਥਾ ਨੂੰ ਵਧਾਉਂਦੇ ਰਹੋ ਇਸ ਨਾਲ ਤੁਹਾਡਾ ਬਿਜ਼ਨਿਸ ਲਗਾਤਾਰ ਵਧਦਾ ਰਹੇਗਾ।

ਰੱਬ ਸਾਰਿਆਂ ਦੀ ਮਦਦ ਨਹੀਂ ਕਰ ਸਕਦੇ, ਇਸ ਲਈ ਉਨ੍ਹਾਂ ਨੇ ਨੈੱਟਵਰਕ ਮਾਰਕੀਟਰ ਬਣਾਏ।

– ਦੀਪਕ ਬਜਾਜ

ਮੁਸਕਰਾਹਟ ਨਾਲ ਲੀਡਰਸ਼ਿਪ

ਮੈਂ ਆਪਣੇ ਸਾਰੇ ਕਰੀਅਰ ਵਿੱਚ ਕਈ ਲੀਡਰ ਦੇਖੇ ਹਨ ਪਰ ਮੇਰੇ ਦੋਸਤ ਸੁਰੰਜਨ ਦਾਸ, ਸੁਰੰਜਨ ਦਾਸ ਅਤੇ ਸੀ. ਐਨ. ਪਟੇਲ ਇਸਦੇ ਬਹੁਤ ਵੱਡੀਆਂ ਮਿਸਾਲ ਰਹੇ ਹਨ ਜੋ ਹਮੇਸ਼ਾ ਮੁਸਕਰਾਉਂਦੇ ਰਹਿੰਦੇ ਹਨ।

5. ਉਤਸ਼ਾਹ

ਉਤਸ਼ਾਹ ਜਾਂ ਜੋਸ਼ ਤੋਂ ਬਿਨਾਂ ਕੋਈ ਵੀ ਮਹਾਨ ਪ੍ਰਾਪਤੀ ਨਹੀਂ ਹੋਈ।

– ਰਾਲਫ਼ ਵਾਲਡੋ ਐਮਰਸਨ

ਅੰਗਰੇਜ਼ੀ ਸ਼ਬਦਕੋਸ਼ ਦੇ ਅਨੁਸਾਰ, "ਕਿਸੇ ਖ਼ਾਸ ਵਿਸ਼ੇ ਜਾਂ ਕਿਸੇ ਖ਼ਾਸ ਗਤੀਵਿਧੀ ਵਿੱਚ ਜੁੜਨ ਦੀ ਇੱਕ ਊਰਜਾਵਾਨ ਭਾਵਨਾ ਹੀ ਉਤਸ਼ਾਹ ਹੈ।" ਨੈੱਟਵਰਕ ਮਾਰਕੀਟਿੰਗ ਵਿੱਚ ਹਜ਼ਾਰਾਂ ਲੋਕਾਂ ਨਾਲ ਜੁੜ ਕੇ ਕੰਮ ਕਰਨ ਦੇ ਆਪਣੇ 11 ਸਾਲਾਂ ਦੇ ਮੈਦਾਨੀ ਅਨੁਭਵਾਂ ਦੇ ਆਧਾਰ 'ਤੇ ਮੈਂ ਕਹਿ ਸਕਦਾ ਹਾਂ ਕਿ ਵਿਅਕਤੀ ਦਾ ਇਹ ਗੁਣ ਹੋਰ ਸਾਰਿਆਂ ਗੁਣਾਂ ਤੋਂ ਕਿਤੇ ਵੱਧ ਹੈ।

ਵਿੰਸਟਨ ਚਰਚਿਲ ਨੇ ਕਿਹਾ ਸੀ, *"ਕਾਮਯਾਬੀ ਪਾਉਣ ਵਾਸਤੇ ਇੱਕ ਨਾਕਾਮੀ ਤੋਂ ਦੂਜੀ ਨਾਕਾਮੀ ਵੱਲ ਜਾਣਾ ਪਵੇਗਾ ਉਹ ਵੀ ਬਿਨਾਂ ਉਮੀਦ ਤੇ ਉਤਸ਼ਾਹ ਛੱਡੇ।"*

ਤੁਸੀਂ ਹਣ ਤੱਕ ਦੇ ਸਭ ਤੋਂ ਜੋਸ਼ੀਲੇ ਵਿਅਕਤੀ ਤੋਂ ਵੀ ਜ਼ਿਆਦਾ ਉਤਸ਼ਾਹੀ ਬਣੋ। ਆਪਣੀ ਟੀਮ ਦਾ ਪਾਵਰਬੈਂਕ ਬਣੋ। ਉਮੀਦਾਂ ਅਤੇ ਸਕਾਰਾਤਮਕਤਾ ਦਾ ਜਿਉਂਦੀ-ਜਾਗਦੀ ਮਿਸਾਲ ਬਣੋ। ਹਰ ਕੋਈ ਇੱਕ ਉਤਸਾਹੀ ਵਿਅਕਤੀ ਦੇ ਆਲੇ-ਦੁਆਲੇ ਹੋਣਾ ਪਸੰਦ ਕਰਦਾ ਹੈ। ਨਾਲ ਹੀ, ਉਤਸਾਹ ਛੂਤਕਾਰੀ ਹੁੰਦਾ ਹੈ। ਜੇ ਤੁਸੀਂ ਇੱਕ ਉਤਸ਼ਾਹੀ ਵਿਅਕਤੀ ਹੋ, ਤਾਂ ਤੁਹਾਡੀ ਪੂਰੀ ਟੀਮ ਵਿੱਚ ਹੌਲੀ-ਹੌਲੀ ਇਸਦਾ ਸੰਚਾਰ ਹੋਣ ਲੱਗੇਗਾ ਅਤੇ ਤੁਹਾਡੀ ਟੀਮ ਵੀ ਉਤਸ਼ਾਹੀ ਹੋ ਕੇ ਤੁਹਾਨੂੰ ਜ਼ਿਆਦਾ ਇਨਕਮ ਦੇਵੇਗੀ ਅਤੇ ਤੁਹਾਡੇ ਸੁਫਨਿਆਂ ਨੂੰ ਪੂਰਾ ਕਰੇਗੀ। ਇਹ ਵੀ ਯਾਦ ਰੱਖੋ ਕਿ ਜੇ ਤੁਹਾਨੂੰ ਲੱਗਦਾ ਹੈ ਕਿ ਤੁਹਾਡੀ ਟੀਮ ਇੰਨੀ ਉਤਸ਼ਾਹੀ ਨਹੀਂ ਹੈ ਤਾਂ ਇਹ ਤੁਹਾਡੇ ਲਈ ਆਪਣੇ-ਆਪ ਨੂੰ ਉਤਸ਼ਾਹੀ ਕਰਨ ਅਤੇ ਵਧੇਰੇ ਉਤਸ਼ਾਹੀ ਹੋਣ ਦਾ ਸਮਾਂ ਹੈ।

ਹਾਂ, ਕਦੇ ਅਜਿਹਾ ਵੀ ਹੋ ਸਕਦਾ ਹੈ ਜਦੋਂ ਤੁਸੀਂ ਥੋੜ੍ਹਾ ਉਦਾਸ ਮਹਿਸੂਸ ਕਰ ਰਹੇ ਹੋਵੋਗੇ। ਇਹ ਤਾਂ ਮਨੁੱਖ ਹੋਣ ਦਾ ਸਿਰਫ਼ ਇੱਕ ਹਿੱਸਾ ਹੈ। ਮੈਂ ਵੀ ਕਈ ਵਾਰ ਅਜਿਹਾ ਮਹਿਸੂਸ ਕੀਤਾ ਹੈ। ਪਰ ਸਫਲਤਾ ਕਦੇ ਵੀ ਅਸਫਲ ਹੋਣ ਕਾਰਨ ਨਹੀਂ, ਪਰ ਜਿੰਨੀ ਵਾਰ ਅਸੀਂ ਡਿੱਗਦੇ ਹਾਂ, ਹਰ ਵਾਰ ਉਠ ਕੇ ਖੜ੍ਹੇ ਹੋਣ ਅਤੇ ਪਹਿਲਾਂ ਤੋਂ ਜ਼ਿਆਦਾ ਮਜ਼ਬੂਤੀ ਨਾਲ ਖੜ੍ਹੇ ਹੋਣ 'ਤੇ ਮਿਲਦੀ ਹੈ। ਜਦੋਂ ਵੀ ਤੁਸੀਂ ਥੋੜ੍ਹਾ ਉਦਾਸ ਮਹਿਸੂਸ ਕਰੋ ਅਤੇ ਤੁਹਾਨੂੰ ਅਜਿਹਾ ਲੱਗੇ ਕਿ ਤੁਸੀਂ ਅਸਹਿਮਤੀ ਜਾਂ ਮੁਸੀਬਤਾਂ ਦੇ ਹੱਥਾਂ ਵਿੱਚ ਜਕੜੇ ਹੋਏ ਹੋ ਤਾਂ ਹੇਠਾਂ ਦਿੱਤੀਆਂ ਗਈਆਂ ਤਕਨੀਕਾਂ ਦੀ ਵਰਤੋਂ ਕਰੋ ਅਤੇ ਉਸ ਸਥਿਤੀ ਤੋਂ ਛੇਤੀ ਤੋਂ ਛੇਤੀ ਬਾਹਰ ਨਿਕਲ ਆਓ:

1. ਸੰਜੁਕਤ ਰਾਜ ਅਮਰੀਕਾ ਵਿੱਚ ਟੋਨੀ ਰੱਬਿਨਸ ਨਾਲ ਲਾਈਵ ਸਿਖਲਾਈ ਦੌਰਾਨ, ਮੈਂ ਸਿਖਿਆ ਕਿ ਗਤੀ ਨਾਲ ਭਾਵਨਾਵਾਂ ਬਣਦੀਆਂ ਹਨ। ਸਾਹ ਲੈਣ

ਦੀ ਗਤੀ ਬਦਲੋ, ਕੁੱਝ ਚੱਲੋ, ਕੁੱਦੋ, ਨੱਚੋਂ, ਦੌੜੋ, ਆਪਣੀ ਜਗਾਂ ਬਦਲੋ, ਆਪਣਾ ਸ਼ਰੀਰ ਹਿਲਾਓ ਅਤੇ ਇਸ ਨਾਲ ਤੁਹਾਡੇ ਮਨ ਦੀ ਸਥਿਤੀ ਬਦਲ ਜਾਏਗੀ।

2. ਆਪਣਾ ਧਿਆਨ ਬਦਲਣ ਲਈ ਇੱਕ ਖ਼ਾਸ ਗਤੀਵਿਧੀ ਕਰੋ ਜਿਸ ਨੂੰ ਮੈਂ "ਭਵਿੱਖ ਦੀ ਕਲਪਨਾ ਕਰਨਾ" ਕਹਿੰਦਾ ਹਾਂ। ਇੱਕ ਆਰਾਮਦਾਈ ਸਥਾਨ 'ਤੇ ਬੈਠੋ, ਆਪਣੀਆਂ ਅੱਖਾਂ ਨੂੰ ਬੰਦ ਕਰ ਭਰੋਸੇ ਨਾਲ ਆਪਣੇ ਦਿਮਾਗ਼ ਨੂੰ ਸ਼ਾਂਤ ਹੋਣ ਲਈ ਕਹੋ। ਇਹ ਸੋਚੋ ਕਿ ਇਸ ਬਿਜ਼ਨਿਸ ਦੇ ਜ਼ਰੀਏ ਤੁਹਾਡੇ ਸੁਫ਼ਨੇ ਪੂਰੇ ਹੋ ਰਹੇ ਹਨ: ਤੁਹਾਡੇ ਸੁਫਨਿਆਂ ਦੀ ਕਾਰ, ਘਰ, ਆਪਣੇ ਪਰਿਵਾਰ ਨਾਲ ਅੰਤਰ-ਰਾਸ਼ਟਰੀ ਛੁੱਟੀਆਂ, ਲਗਜ਼ਰੀ ਜੀਵਨਸ਼ੈਲੀ, ਲੋਕ ਤੁਹਾਡੇ ਨਾਲ ਫੋਟੋ ਅਤੇ ਆਟੋਗ੍ਰਾਫ ਲੈਣ ਲਈ ਖੜ੍ਹੇ ਹੋਣ ਅਤੇ ਉਵੇਂ ਦੀ ਸਾਰੀਆਂ ਚੀਜ਼ਾਂ ਲਈ ਵੀ ਜਿਹਨਾਂ ਦੇ ਤੁਸੀਂ ਸੁਫ਼ਨੇ ਦੇਖੇ ਹਨ। ਤੁਸੀਂ ਇਸ ਨੂੰ 3 ਤੋਂ 5 ਮਿੰਟ ਕਰਕੇ ਤਾਂ ਦੇਖੋ ਇਸ ਨਾਲ ਤੁਸੀਂ ਅਗਲੀ ਮੀਟਿੰਗ ਲਈ ਪਹਿਲਾਂ ਤੋਂ ਜ਼ਿਆਦਾ ਉਤਸ਼ਾਹ ਨਾਲ ਤਿਆਰ ਹੋ ਜਾਓਗੇ।

ਕਿਉਂ ਨਾ ਖੁਸ਼ ਹੋ ਕੇ ਰੱਬ ਦਾ ਧੰਨਵਾਦ ਕੀਤਾ ਜਾਏ ਕਿ ਤੁਹਾਨੂੰ ਇੰਨਾ ਸ਼ਾਨਦਾਰ ਬਿਜ਼ਨਿਸ ਮਿਲਿਆ ਹੈ ਜਿਸ ਨਾਲ ਤੁਹਾਡੇ ਸਾਰੇ ਸੁਫਨਿਆਂ ਨੂੰ ਹਕੀਕਤ ਵਿੱਚ ਬਦਲਿਆ ਜਾ ਸਕਦਾ ਹੈ? ਆਪਣੇ ਸੁਫਨਿਆਂ ਲਈ ਇੱਕ ਉਤਸ਼ਾਹੀ ਯਾਤਰਾ ਲਈ ਤੁਹਾਨੂੰ ਢੇਰ ਸਾਰੀਆਂ ਸ਼ੁਭਕਾਮਨਾਵਾਂ!

ਇੱਕ ਸੈਲਸਮੈਨ ਬਿਨਾਂ ਉਤਸ਼ਾਹ ਦੇ ਇੱਕ ਕਲਰਕ ਵਾਂਗ ਹੀ ਹੈ।

– ਹੈਰੀ ਐੱਫ਼. ਬੈਂਕਸ

ਉਤਸ਼ਾਹ ਲੀਡਰਾਂ ਦੀ ਪਛਾਣ ਹੈ

ਸਫ਼ਲ ਲੋਕਾਂ ਅਤੇ ਹੋਰ ਸ਼ਾਨਦਾਰ ਸਫਲਤਾ ਪਾਉਣ ਦੇ ਰਹੱਸਾਂ ਨੂੰ ਜਾਣਨ ਦੀ ਮੇਰੀ ਖੋਜ ਵਿੱਚ ਮੈਨੂੰ ਦੋ ਬਹੁਤ ਹੀ ਉਤਸ਼ਾਹੀ ਲੀਡਰ ਸ਼੍ਰੀ ਸੁਰੇਂਦਰ ਵਤਸ ਅਤੇ ਸ਼੍ਰੀ ਸਿਧਾਰਥ ਸਿੰਘ ਨੂੰ ਪਾਇਆ ਹੈ। ਮੈਂ ਹਮੇਸ਼ਾ ਹੀ ਇੰਨਾਂ ਦੋਨਾਂ ਦੀ ਬਹੁਤ ਪ੍ਰਸ਼ੰਸਾ ਕਰਦਾ ਹਾਂ ਕਿਉਂ ਕਿ ਇਹ ਸਧਾਰਨ ਆਦਮੀ ਮਹਾਨ ਟੀਮਾਂ ਦੀ ਅਗਵਾਈ ਕਰ ਰਹੇ ਹਨ।

6. ਸਿੱਖਣ ਅਤੇ ਬਦਲਣ ਲਈ ਹਮੇਸ਼ਾ ਤਿਆਰ ਰਹੋ

ਜੇ ਤੁਸੀਂ ਉਹੀ ਕਰਦੇ ਰਹੋਗੇ ਜੋ ਤੁਸੀਂ ਅੱਜ ਤੱਕ ਕਰਦੇ ਆਏ ਹੋ ਤਾਂ ਤੁਹਾਨੂੰ ਉਹੀ ਮਿਲੇਗਾ ਜੋ ਅੱਜ ਤੱਕ ਮਿਲਦਾ ਰਿਹਾ ਹੈ।

– ਸਟੀਫਨ ਆਰ. ਕੋਵੇ

ਹਰ ਪੇਸ਼ੇ ਵਿੱਚ ਇੱਕ ਖ਼ਾਸ ਤਰ੍ਹਾਂ ਦੀਆਂ ਕਦਰਾਂ-ਕੀਮਤਾਂ, ਟੂਲਜ਼, ਕੰਮ ਕਰਨ ਦੇ ਤਰੀਕੇ ਅਤੇ ਹੁਨਰ ਦੀ ਜ਼ਰੂਰਤ ਹੁੰਦੀ ਹੈ। ਇੱਕ ਡਾਕਟਰ, ਵਕੀਲ, ਇੰਜੀਨੀਅਰ ਜਾਂ ਚਾਰਟਰਡ ਅਕਾਉਂਟੈਂਟ ਵੀ ਕਈ ਸਾਲਾਂ ਤੱਕ ਉਸ ਯੋਗ ਬਣਨ ਲਈ ਇਸ ਤਰ੍ਹਾਂ ਦੀ ਵਿਸ਼ੇਸ਼ ਟ੍ਰੇਨਿੰਗ ਤੋਂ ਹੋ ਕੇ ਲੰਘਦੇ ਹਨ ਜਿਸ ਨਾਲ ਉਹ ਉਸ ਪੇਸ਼ੇ ਨੂੰ ਸ਼ੁਰੂ ਕਰ ਬਾਅਦ ਵਿੱਚ ਉਸ ਅੰਦਰ ਮੁਹਾਰਤ ਹਾਸਿਲ ਕਰਨ। ਉਸੇ ਤਰ੍ਹਾਂ ਇੱਕ ਨੈੱਟਵਰਕ ਮਾਰਕੀਟਰ ਨੂੰ ਵੀ ਸਫਲ ਹੋਣ ਲਈ ਵਿਸ਼ੇਸ਼ ਤਰ੍ਹਾਂ ਦੇ ਹੁਨਰ, ਮਾਇੰਡ ਸੈਟ, ਵੈਲਿਊਜ਼ ਅਤੇ ਟੂਲਜ਼ ਦੀ ਲੋੜ ਹੁੰਦੀ ਹੈ। ਚੰਗੀ ਗੱਲ ਇਹ ਹੈ ਕਿ ਇਹ ਸਾਰੀਆਂ ਗੱਲਾਂ ਸਿੱਖੀਆਂ ਜਾ ਸਕਦੀਆਂ ਹਨ ਅਤੇ ਇਨਾਂ ਨੂੰ ਵਿਕਸਤ ਕੀਤਾ ਜਾ ਸਕਦਾ ਹੈ। ਸਾਰੀਆਂ ਚੰਗੀਆਂ ਨੈੱਟਵਰਕ ਮਾਰਕੀਟਿੰਗ ਕੰਪਨੀਆਂ ਅਤੇ ਟੀਮਾਂ ਵਿੱਚ ਹਮੇਸ਼ਾ ਬਹੁਤ ਸਾਰੇ ਟ੍ਰੇਨਿੰਗ ਪ੍ਰੋਗਰਾਮ ਚੱਲਦੇ ਰਹਿੰਦੇ ਹਨ ਜਿਸ ਨਾਲ ਸਾਰੇ ਕੁੱਝ ਨਾ ਕੁੱਝ ਸਿੱਖ ਅਤੇ ਬਦਲਾਅ ਕਰ ਬਿਜ਼ਨਿਸ ਵਿੱਚ ਸਫਲ ਹੋ ਸਕਦੇ ਹਨ।

ਇਸ ਲਈ ਜੇ ਤੁਸੀਂ ਇੱਕ ਮਜ਼ਬੂਤ ਅਤੇ ਬਹੁਤ ਲਾਭਦਾਈ ਨੈੱਟਵਰਕ ਮਾਰਕੀਟਿੰਗ ਬਿਜ਼ਨਿਸ ਵਿਕਸਤ ਕਰਨਾ ਚਾਹੁੰਦੇ ਹੋ ਤਾਂ ਆਪਣੀ ਵਿਦਿਅਕ ਯੋਗਤਾਵਾਂ, ਪ੍ਰਮਾਣ-ਪੱਤਰਾਂ, ਅਨੁਭਵਾਂ, ਪ੍ਰੋਫਾਈਲਾਂ ਆਦਿ ਨੂੰ ਇੱਕ ਪਾਸੇ ਰੱਖ ਕੇ ਨੈੱਟਵਰਕ ਮਾਰਕੀਟਿੰਗ ਦੇ ਵਿਦਿਆਰਥੀ ਬਣ ਇਸ ਬਿਜ਼ਨਿਸ ਦੀ ਸ਼ੁਰੂਆਤ ਕਰੋ। ਹਰ ਦੂਜੇ ਬਿਜ਼ਨਿਸ ਵਾਂਗ, ਨੈੱਟਵਰਕ ਮਾਰਕੀਟਿੰਗ ਬਿਜ਼ਨਿਸ ਪਹਿਲਾਂ ਤੋਂ ਸਾਬਿਤ ਅਤੇ ਸਮੇਂ ਨਾਲ ਪਰੀਖਿਆਂ ਸਿਧਾਂਤਾਂ ’ਤੇ ਕੰਮ ਕਰਦਾ ਹੈ। ਜਿੰਨੀ ਛੇਤੀ ਤੁਸੀਂ ਉਨ੍ਹਾਂ ਸਿਧਾਂਤਾਂ ਅਤੇ ਅਭਿਆਸਾਂ ਨੂੰ ਅਪਨਾਉਣ ਯੋਗ ਹੋ ਜਾਵੋਗੇ, ਬਿਜ਼ਨਿਸ ਵਿੱਚ ਓਨੀ ਅਸਾਨੀ ਅਤੇ ਤੇਜ਼ੀ ਨਾਲ ਤੁਸੀਂ ਸਫਲ ਹੋ ਸਕਦੇ ਹੋ।

ਬਹੁਤ ਸਾਰੇ ਲੋਕ ਸਹੀ ਇਨਸਾਨ ਦੀ ਤਲਾਸ਼ ਕਰਦੇ ਰਹਿੰਦੇ ਹਨ, ਜਦੋਂ ਕਿ ਉਨ੍ਹਾਂ ਨੂੰ ਆਪ ਹੀ ਉਹ ਸਹੀ ਵਿਅਕਤੀ ਬਣਨ ਦਾ ਯਤਨ ਕਰਨਾ ਚਾਹੀਦਾ ਹੈ।

– ਗਲੋਰੀਆ ਸਟੇਨੇਮ

ਅਸਲ ਵਿੱਚ, ਨੈੱਟਵਰਕ ਮਾਰਕੀਟਿੰਗ ਬਿਜ਼ਨਿਸ ਦੀ ਸਭ ਤੋਂ ਵੱਡੀ ਦੇਣ ਜਿੰਦਗੀ ਨੂੰ ਬਦਲਣ ਵਾਲੀ ਉਹ ਸਿੱਖਿਆ ਹੈ ਜਿਸ ਨਾਲ ਉਸਦਾ ਜੀਵਨ ਬਿਹਤਰ ਬਣਦਾ ਹੈ, ਪੈਸਾ ਤਾਂ ਸਿਰਫ਼ ਇੱਕ ਉਪ-ਉਤਪਾਦ ਹੈ। ਇਸ ਸਿੱਖਿਆ ਅਤੇ ਜਿੰਦਗੀ ਦੇ ਇਸ ਨਵੇਂ ਰੂਪ ਲਈ ਤਿਆਰ ਰਹੋ। ਮੈਂ ਪੂਰਨ ਤੌਰ ’ਤੇ ਤੁਹਾਨੂੰ ਦੱਸਣਾ ਚਾਹੁੰਦਾ ਹਾਂ ਕਿ ਜਦੋਂ ਤੁਸੀਂ ਆਪਣੇ ਲਈ ਇੱਕ ਨੈੱਟਵਰਕ ਮਾਰਕੀਟਿੰਗ ਕੰਪਨੀ ਜਾਂ ਟੀਮ ਚੁਣਦੇ ਹੋ

ਤਾਂ ਇਹ ਜ਼ਰੂਰ ਦੇਖੋ ਕਿ ਉਸ ਕੰਪਨੀ ਜਾਂ ਟੀਮ ਵਿੱਚ ਪਹਿਲਾਂ ਤੋਂ ਟ੍ਰੇਨਿੰਗ ਅਤੇ ਵਿਕਾਸ ਦੀ ਕੋਈ ਪ੍ਰਣਾਲੀ ਹੈ ਜਾਂ ਨਹੀਂ।

ਜਦੋਂ ਤੁਸੀਂ ਇਹ ਸਿੱਖ ਜਾਂਦੇ ਹੋ ਕਿ ਬਿਜ਼ਨਿਸ ਵਿੱਚ ਸਫਲ ਹੋਣ ਲਈ ਕਿਹੜੇ-ਕਿਹੜੇ ਕੰਮ ਕਰਨੇ ਹੁੰਦੇ ਹਨ, ਤਾਂ ਤੁਸੀਂ ਤੁਰੰਤ ਮੈਦਾਨ ਵਿੱਚ ਉਤਰ ਕੇ ਤੁਸੀਂ ਜੋ ਵੀ ਸਿੱਖਿਆ ਹੈ ਉਸ ਨੂੰ ਲਾਗੂ ਕਰੋ। ਕਿਸੇ ਚੀਜ਼ ਨੂੰ ਹਮੇਸ਼ਾ ਲਈ ਸਿੱਖਣ ਦਾ ਇੱਕੋ ਹੀ ਪੈਦਾਇਸ਼ੀ ਤਰੀਕਾ ਹੈ - ਅਭਿਆਸ, ਅਭਿਆਸ ਅਤੇ ਥੋੜ੍ਹਾ ਹੋਰ ਅਭਿਆਸ। ਪਰ ਕਿੰਨੀ ਦੇਰ ਤੱਕ ਅਭਿਆਸ ਕਰਨਾ ਚਾਹੀਦਾ ਹੈ? ਜਦੋਂ ਤੱਕ ਤੁਹਾਨੂੰ ਇਹ ਕਰਨ ਦੀ ਆਦਤ ਨਾ ਪੈ ਜਾਏ। ਇਹ ਯਾਦ ਰੱਖੋ ਕਿ ਜਦੋਂ ਤੁਸੀਂ ਨਵੇਂ ਹੁਨਰ ਨੂੰ ਸਿੱਖਦੇ ਹੋ ਤਾਂ ਤੁਸੀਂ ਜ਼ੀਰੋ ਤੋਂ ਸ਼ੁਰੂਆਤ ਕਰਦੇ ਹੋ। ਤੁਹਾਡਾ ਸ਼ੁਰੂਆਤੀ ਪ੍ਰਦਰਸ਼ਨ ਅਤੇ ਨਤੀਜੇ ਤੁਹਾਡੀ ਉਮੀਦਾਂ ਦੇ ਅਨੁਸਾਰ ਨਹੀਂ ਹੋ ਸਕਦੇ। ਸ਼ੁਰੂਆਤੀ ਦਿਨਾਂ ਵਿੱਚ ਇਹ ਚਾਹੇ ਕਿੰਨਾ ਵੀ ਅਸੰਤੁਸ਼ਟੀ ਭਰਿਆ ਅਤੇ ਨਿਰਾਸ਼ਾਪੂਰਨ ਕਿਉਂ ਨਾ ਹੋਵੇ, ਪਰ ਨਵੇਂ ਹੁਨਰ ਅਤੇ ਨਵੀਆਂ ਸਮਰੱਥਾਵਾਂ ਨੂੰ ਬਣਾਉਣ ਦਾ ਇਹੀ ਇੱਕ ਤਰੀਕਾ ਹੈ। ਸਾਰੇ ਇਸ ਦੌਰ 'ਚੋਂ ਲੰਘੇ ਹਨ। ਸਿਰਫ਼ ਅਭਿਆਸ ਕਰਦੇ ਰਹੋ।

ਸਾਰੇ ਬਦਲਾਅ ਪਹਿਲੇ-ਪਹਿਲ ਕਠਿਨ, ਵਿੱਚੋਂ ਅਵਿਵਸਥਿਤ ਅਤੇ ਅੰਤ ਵਿੱਚ ਬਹੁਤ ਸੁੰਦਰ ਲੱਗਦੇ ਹਨ।

- ਰੌਬਿਨ ਸ਼ਰਮਾ

ਇਸ ਲਈ ਆਪਣੇ ਐਕਟਿਵ ਅੱਪਲਾਈਨ ਤੋਂ ਸਹੀ ਸਿਸਟਮ ਸਿੱਖੋ, ਆਪਣੇ ਕਾਰਜ ਖੇਤਰ ਵਿੱਚ ਉਸਦੀ ਵਰਤੋਂ ਕਰ ਮਨਪਸੰਦ ਫਲ ਪਾਓ। ਇਸ ਤੋਂ ਬਾਅਦ ਤੁਸੀਂ ਆਪਣੀ ਟੀਮ ਨੂੰ ਉਨ੍ਹਾਂ ਹੀ ਸਿਧਾਂਤਾਂ ਨੂੰ ਸਿਖਾਓ, ਉਨ੍ਹਾਂ ਨੂੰ ਟ੍ਰੇਨਿੰਗ ਦਿਓ। ਸਿਖਾਉਣਾ ਸਿਰਫ਼ ਦੂਜਿਆਂ ਲਈ ਨਹੀਂ ਹੁੰਦਾ, ਸਗੋਂ ਖ਼ੁਦ ਦੇ ਲਈ ਵੀ ਹੁੰਦਾ ਹੈ। ਜੇ ਤੁਸੀਂ ਕਿਸੇ ਨੂੰ ਕੋਈ ਖ਼ਾਸ ਸਿਧਾਂਤ ਸਿਖਾਉਂਦੇ ਹੋ, ਤਾਂ ਤੁਸੀਂ ਆਪਣੇ-ਆਪ ਨੂੰ ਵੀ ਇਸ ਨਾਲ ਪ੍ਰਭਾਵੀ ਬਣਾਉਂਦੇ ਹੋ।

ਐਲ.ਟੀ.ਡੀ. (LTD) ਦਾ ਸਿਧਾਂਤ ਅਪਣਾਓ - ਸਿੱਖੋ (Learn), ਪੜ੍ਹਾਓ (Teach), ਕਰੋ (Do)। ਹੋਰ ਲੋਕਾਂ ਨੂੰ ਉਹ ਚੀਜ਼ਾਂ ਨਾ ਸਿਖਾਓ ਜਿਸਦਾ ਤੁਸੀਂ ਕਦੇ ਅਭਿਆਸ ਨਾ ਕੀਤਾ ਹੋਵੇ।

ਜੇ ਤੁਸੀਂ ਸਿੱਖਣਾ ਨਹੀਂ ਚਾਹੁੰਦੇ, ਤਾਂ ਕੋਈ ਤੁਹਾਡੀ ਮਦਦ ਨਹੀਂ ਕਰ ਸਕਦਾ। ਪਰ ਜੇ ਤੁਸੀਂ ਸਿੱਖਣ ਲਈ ਵਚਨਬੱਧ ਹੋ, ਤਾਂ ਤੁਹਾਨੂੰ ਕੋਈ ਰੋਕ ਵੀ ਨਹੀਂ ਸਕਦਾ।

- ਅਗਿਆਤ

ਸਿੱਖਣਾ = ਵਧਣਾ

ਬਿਜ਼ਨਿਸ ਵਿੱਚ ਇੱਕ-ਦੂਜੇ ਤੋਂ ਸਿਖਣਾ ਇੱਕ ਬਹੁਤ ਹੀ ਚੰਗੀ ਚੀਜ਼ ਹੈ। ਮੈਨੂੰ ਆਪਣੇ ਦੋ ਦੋਸਤਾਂ ਕਾਮਰਾਨ ਮੁਜਾਵਰ ਅਤੇ ਸਚਿਨ ਰਾਇਕਰ ਨਾਲ ਗੱਲਬਾਤ ਕਰਨਾ ਹਮੇਸ਼ਾ ਚੰਗਾ ਲੱਗਦਾ ਹੈ। ਅਸੀਂ ਹਮੇਸ਼ਾ ਹੀ ਆਪਣੇ ਸਹਿਕਰਮੀਆਂ ਨੂੰ ਹੋਰ ਪ੍ਰਭਾਵੀ ਅਤੇ ਉਤਪਾਦਕ ਬਣਾਉਣ ਨੂੰ ਲੈ ਕੇ ਗੱਲਾਂ ਕਰਦੇ ਰਹਿੰਦੇ ਹਾਂ।

7. ਐਕਸ਼ਨ ਲਈ ਹਮੇਸ਼ਾ ਤਿਆਰ

ਕਿਸੇ ਕੰਮ ਲਈ ਕੀਤੀ ਗਈ ਛੋਟੀ ਜਿਹੀ ਵੀ ਕਾਰਵਾਈ ਹਜ਼ਾਰਾਂ ਨੇਕ ਇਰਾਦਿਆਂ ਨਾਲੋਂ ਬਿਹਤਰ ਹੈ।

– ਅਗਿਆਤ

ਜ਼ਿਆਦਾਤਰ ਲੋਕ ਇਸ ਲਈ ਪਰੇਸ਼ਾਨ ਨਹੀਂ ਹਨ ਕਿ ਉਨ੍ਹਾਂ ਨੂੰ ਹੱਲ ਨਹੀਂ ਪਤਾ, ਸਗੋਂ ਇਸ ਲਈ ਕਿ ਉਹ ਇਸ ਸੰਬੰਧ ਵਿੱਚ ਕੋਈ ਕਾਰਵਾਈ ਨਹੀਂ ਕਰ ਪਾ ਰਹੇ। ਕਿਸੇ ਚੀਜ਼ ਦੀ ਜਾਣਕਾਰੀ ਕੋਈ ਸ਼ਕਤੀ ਨਹੀਂ ਹੈ, ਪਰ ਜਿਸ ਜਾਣਕਾਰੀ 'ਤੇ ਕੰਮ ਕੀਤਾ ਜਾਏ, ਉਹੀ ਅਸਲੀ ਸ਼ਕਤੀ ਹੈ। ਜੇ ਤੁਸੀਂ ਇਹ ਇੱਕ ਗੁਣ ਆਪਣੇ ਅੰਦਰ ਵਿਕਸਤ ਕਰ ਲਓ ਤਾਂ ਤੁਸੀਂ ਇੱਕ ਚੈਂਪੀਅਨ ਵਾਂਗ ਉੱਭਰ ਕੇ ਆ ਸਕਦੇ ਹੋ, ਉਹ ਹਨ - ਕਿਸੇ ਵੀ ਕੰਮ ਨੂੰ ਕਰਨ ਲਈ ਹਮੇਸ਼ਾ ਤਿਆਰ ਰਹੋ। ਛੇਤੀ ਕੰਮ ਕਰੋ। ਜਿੱਤਦਾ ਉਹ ਨਹੀਂ ਹੈ ਜਿਸ ਕੋਲ ਵਿਚਾਰ ਹੁੰਦਾ ਹੈ ਸਗੋਂ ਜੋ ਉਸ ਵਿਚਾਰ 'ਤੇ ਅਮਲ ਕਰਦਾ ਹੈ।

ਆਪਣੀ ਟੀਮ ਵਿੱਚ ਸਭ ਤੋਂ ਸਖ਼ਤ ਮਿਹਨਤ ਕਰਨ ਵਾਲੇ ਬਣੋ। ਜਦੋਂ ਤੁਸੀਂ ਅਜਿਹੇ ਕੰਮ ਕਰੋਗੇ ਤਾਂ ਇਸ ਨਾਲ ਤੁਹਾਡੀ ਟੀਮ ਵਿੱਚ ਕੰਮ ਕਰਨ ਦਾ ਇੱਕ ਸਹੀ ਵਾਤਾਵਰਣ ਬਣੇਗਾ ਅਤੇ ਕੁੱਝ ਹੀ ਹਫਤਿਆਂ ਅੰਦਰ ਤੁਸੀਂ ਆਪਣੀ ਟੀਮ ਵਿੱਚ ਇਸਦੇ ਚੰਗੇ ਪ੍ਰਭਾਵ ਪਾਓਗੇ। ਜਦੋਂ ਤੁਹਾਡੀ ਟੀਮ ਤੁਹਾਨੂੰ ਇਸ ਤਰ੍ਹਾਂ ਦੇ ਕੰਮ ਕਰਦੇ ਹੋਏ ਦੇਖੇਗੀ, ਤਾਂ ਉਹ ਤੁਹਾਡੀ ਜ਼ਿਆਦਾ ਇੱਜ਼ਤ ਕਰੇਗੀ, ਤੁਹਾਨੂੰ ਜ਼ਿਆਦਾ ਸੁਣੇਗੀ ਅਤੇ ਉਸ ਤੋਂ ਵੀ ਜ਼ਿਆਦਾ ਉਹ ਵੀ ਉਂਵ ਹੀ ਕਰੇਗੀ ਅਤੇ ਤੁਹਾਨੂੰ ਤੁਹਾਡੀ ਆਸ ਤੋਂ ਵੱਧ ਇਨਾਮ ਮਿਲਣਗੇ।

ਤੁਹਾਡੇ ਨਿਰਣਿਆਂ ਨੂੰ ਤੁਹਾਡੀ ਨਵੀਂ ਕਾਰਵਾਈ ਦੁਆਰਾ ਹੀ ਮਾਪਿਆ ਜਾਂਦਾ ਹੈ। ਜੇ ਕੋਈ ਕਾਰਵਾਈ ਨਹੀਂ ਹੋਈ ਹੈ, ਤਾਂ ਇਸਦਾ ਅਰਥ ਇਹ ਹੈ ਕਿ ਤੁਸੀਂ ਹੁਣੇ ਤੱਕ ਸੱਚਮੁਚ ਨਿਰਣਾ ਨਹੀਂ ਲਿਆ ਹੈ।

– ਟੋਨੀ ਰੱਬਿਨਸ

ਅਜਿਹੀਆਂ ਕਾਰਵਾਈਆਂ ਦੀ ਵੀ ਚੋਣ ਕਰੋ ਜੋ ਤੁਹਾਨੂੰ ਵੱਧ ਤੋਂ ਵੱਧ ਨਤੀਜੇ ਦੇਣ ਅਤੇ ਤੁਹਾਡੀ ਟੀਮ ਵਿੱਚ ਸਹੀ ਸਭਿਆਚਾਰ ਦਾ ਨਿਰਮਾਣ ਕਰਨ।

ਇੱਕ ਮਜ਼ਬੂਤ ਨੈੱਟਵਰਕ ਮਾਰਕੀਟਿੰਗ ਬਿਜ਼ਨਿਸ ਦੇ ਰੋਜ਼ਾਨਾ ਤਿੰਨ ਮੁੱਖ ਕੰਮ ਹਨ:

1. ਆਪਣੀ ਲਿਸਟ ਨੂੰ ਹਮੇਸ਼ਾ ਵਧਾਉਂਦੇ ਹੋਏ ਨਵੇਂ ਲੋਕਾਂ ਦੀ ਤਲਾਸ਼ ਕਰੋ।
2. ਵੱਧ ਤੋਂ ਵੱਧ ਬਿਜ਼ਨਿਸ ਪੇਸ਼ਕਾਰੀਆਂ ਦਿਖਾ ਕੇ ਸਮੇਂ ਸਿਰ ਫ਼ਾਲੋ-ਅੱਪ ਕਰੋ।
3. ਇਵੈਂਟਸ ਦਾ ਪ੍ਰਚਾਰ ਕਰੋ।

ਲੋਕ ਐਕਸ਼ਨ ਕਿਉਂ ਨਹੀਂ ਲੈਂਦੇ

1. ਉਨ੍ਹਾਂ ਨੂੰ ਕੰਪਨੀ/ਬਿਜ਼ਨਿਸ ਪਲਾਨ/ਉਤਪਾਦਾਂ ਵਿੱਚ ਵਿਸ਼ਵਾਸ ਨਹੀਂ ਹੈ।
2. ਉਨ੍ਹਾਂ ਨੂੰ ਯਕੀਨ ਨਹੀਂ ਹੁੰਦਾ ਕਿ ਉਹ ਇਸ ਬਿਜ਼ਨਿਸ ਨਾਲ ਜੁੜੇ ਰਹਿਣਗੇ ਜਾਂ ਨਹੀਂ ਜਾਂ ਬਿਜ਼ਨਿਸ ਵਿੱਚ ਸਫਲ ਵੀ ਹੋ ਪਾਉਣਗੇ ਜਾਂ ਨਹੀਂ
3. ਪ੍ਰਭਾਵੀ ਇੱਛਾਵਾਂ ਦੀ ਕਮੀ
4. ਨਾਮੰਜ਼ੂਰੀ ਅਤੇ ਹਾਸੇ-ਮਖੌਲ ਦਾ ਡਰ
5. ਜਾਣਕਾਰੀ ਜਾਂ ਅਭਿਆਸ ਦੀ ਕਮੀ ਕਾਰਨ ਆਤਮ ਵਿਸ਼ਵਾਸ ਦੀ ਘਾਟ

ਤੁਹਾਡੇ ਜਾਂ ਤੁਹਾਡੀ ਟੀਮ ਦੇ ਲੋਕਾਂ ਦੇ ਇਨ੍ਹਾਂ ਵਿੱਚੋਂ ਕੋਈ ਵੀ ਕਾਰਨ ਹੋਵੇ, ਮੈਂ ਸਲਾਹ ਦਿਆਂਗਾ ਕਿ ਤੁਸੀਂ ਆਪਣੇ ਅੱਪਲਾਈਨ ਕੋਲੋਂ ਪਰਸਨਲ ਕਾਉਂਸਲਿੰਗ ਲੈ ਕੇ ਆਪਣੀ ਟੀਮ ਦੇ ਨਾਲ ਪ੍ਰੋਗ੍ਰਾਮ ਵਿੱਚ ਸ਼ਾਮਿਲ ਹੋਵੋ। 'ਪੰਜ ਦੇ ਨਿਯਮ' ਨੂੰ ਯਾਦ ਰੱਖੋ, ਕਿਸੇ ਬਿਜ਼ਨਿਸ 'ਤੇ ਭਰੋਸਾ ਲਿਆਉਣ ਲਈ ਲੋੜੀਂਦੀ ਸਮਝ ਨੂੰ ਵਿਕਸਤ ਕਰਨ ਲਈ ਪੰਜ ਮੀਟਿੰਗਾਂ ਅਤੇ ਪੰਜ ਇਵੈਂਟਸ ਦੀ ਜ਼ਰੂਰਤ ਹੁੰਦੀ ਹੈ।

ਇਹ ਯਾਦ ਰੱਖੋ ਕਿ ਕੋਈ ਵੀ ਮੀਟਿੰਗ ਸੰਪੂਰਨ ਮੀਟਿੰਗ ਨਹੀਂ ਹੁੰਦੀ। ਅਸੀਂ ਮਸ਼ੀਨਾਂ ਜਾਂ ਰੋਬੋਟਾਂ ਨਾਲ ਵਿਚਾਰ ਨਹੀਂ ਕਰ ਰਹੇ ਹਾਂ। ਅਸੀਂ ਲੋਕਾਂ ਨਾਲ ਕੰਮ ਕਰਦੇ ਹਾਂ ਅਤੇ ਹਰ ਵਿਅਕਤੀ ਇੱਕ ਦੂਜੇ ਤੋਂ ਅਲੱਗ ਹੈ, ਖ਼ਾਸ ਹੈ। ਹਰ ਮੀਟਿੰਗ ਵੱਖ ਹੁੰਦੀ ਹੈ ਅਤੇ ਕਿਸੇ ਮੀਟਿੰਗ ਨੂੰ ਚੰਗਾ ਜਾਂ ਮਾੜਾ ਮਾਪਣ ਦਾ ਕੋਈ ਪੈਮਾਨਾ ਵੀ ਨਹੀਂ ਹੈ। ਅਸੀਂ ਸਿਰਫ਼ ਇਹ ਦੇਖ ਸਕਦੇ ਹੋ ਕਿ ਮੀਟਿੰਗਾਂ ਹੋਈਆ ਹਨ ਜਾਂ ਨਹੀਂ।

ਆਪਣੇ ਸ਼ੁਰੂਆਤੀ ਦਿਨਾਂ ਵਿੱਚ ਜੇ ਤੁਹਾਨੂੰ ਇੰਞ ਲੱਗਿਆ ਹੈ ਕਿ ਤੁਹਾਡੀਆਂ ਪੇਸ਼ਕਾਰੀਆਂ ਤੁਹਾਡੇ ਅੱਪਲਾਈਨਾਂ ਜਾਂ ਕਿਸੇ ਪੁਰਾਣੇ ਲੀਡਰ ਵਾਂਗ ਵਧੀਆ ਨਹੀਂ ਹਨ ਤਾਂ ਘਬਰਾਓ ਨਹੀਂ ਕਿਉਂ ਕਿ ਉਨਾਂ ਦਾ ਆਪਣਾ ਅਭਿਆਸ ਸੀ ਅਤੇ ਹੁਣ ਤੁਹਾਡਾ ਸਮਾਂ ਹੈ ਕਿ ਤੁਸੀਂ ਘੰਟਿਆਂਬੱਧੀ ਅਭਿਆਸ ਕਰੋ। ਇਹ ਯਾਦ ਰੱਖੋ ਕਿ ਦੁਹਰਾਉਣਾ ਸਾਰੇ ਹੁਨਰਾਂ ਦੀ ਮਾਂ ਹੈ। ਇਸੇ ਪ੍ਰਕਿਰਿਆ ਨਾਲ ਜੁੜੇ ਰਹੋ ਅਤੇ ਬਹੁਤ ਵਾਰ ਦੁਹਰਾ ਕੇ ਤੁਸੀਂ ਉਮੀਦ ਨਾਲੋਂ ਕਿਤੇ ਛੇਤੀ ਇੱਕ ਮਾਹਿਰ ਬਣ ਜਾਓਗੇ।

ਕੰਮ ਕਰਨ ਦੀ ਆਦਤ ਬਣਾ ਕੇ ਹੁਣ ਕੰਮ ਕਰੋ। ਆਪਣੇ ਸੁਫਨਿਆ ਲਈ ਕੰਮ ਕਰੋ।

ਨਤੀਜਿਆਂ ਨੂੰ ਇਨਾਮ ਦਿੱਤਾ ਜਾਂਦਾ ਹੈ, ਕੋਸ਼ਿਸ਼ਾਂ ਨੂੰ ਨਹੀਂ ।

– ਸ਼ਿਵ ਖੇੜਾ

ਹਰ ਦਿਨ ਕੰਮ ਕਰਦੇ ਰਹੋ ਅਤੇ ਆਪਣੇ ਅੱਪਲਾਈਨ ਨਾਲ ਹਰ 15 ਦਿਨ ਬਾਅਦ ਜਾਂ ਮਹੀਨੇ ਬਾਅਦ ਸਮੀਖਿਆ ਮੀਟਿੰਗ ਕਰੋ। ਸਿਰਫ਼ ਆਪਣੇ-ਆਪ ਨੂੰ ਵਿਅਸਤ ਰੱਖਣ ਲਈ ਕੋਈ ਗਤੀਵਿਧੀ ਨਾ ਕਰੋ, ਲੋੜੀਂਦੇ ਨਤੀਜੇ ਪ੍ਰਾਪਤ ਕਰਨ ਲਈ ਗਤੀਵਿਧੀਆਂ ਕਰੋ। ਜੇ ਨਤੀਜੇ ਨਹੀਂ ਆ ਰਹੇ ਹਨ, ਤਾਂ ਹੇਠਾਂ ਦਿੱਤੇ ਕਿਸੇ ਵੀ ਕਾਰਨ ਜਾਂ ਕਿਸੇ ਹੋਰ ਕਾਰਨਾਂ ਵਿੱਚੋਂ ਇਸ ਦੀ ਕੋਈ ਇੱਕ ਵਜ੍ਹਾ ਹੋ ਸਕਦੀ ਹੈ।

1. ਬਿਜ਼ਨਿਸ ਦੀ ਪ੍ਰਸਤੁਤੀ ਲਈ ਸਹੀ ਪ੍ਰਾਸਪੈਕਟ ਨਾ ਚੁਣਨ ਦੇ ਕਾਰਨ।

2. ਕਦੇ ਵੀ ਪ੍ਰਸਤੁਤੀ ਨਹੀਂ ਦਿਖਾਉਣ ਦੇ ਕਾਰਨ ਜਾਂ ਪ੍ਰਸਤੁਤੀ ਜ਼ਿਆਦਾ ਨੰਬਰ ਵਿੱਚ ਨਹੀਂ ਦਿਖਾਉਣ ਦੇ ਕਾਰਨ।
3. ਸਹੀ ਫ਼ਾਲੋ-ਅੱਪ ਨਾ ਕਰਨ ਕਾਰਨ।
4. ਸਹੀ ਰਵੱਈਏ ਅਤੇ ਤਿਆਰੀ ਤੋਂ ਬਿਨਾਂ ਪਲਾਨ ਦਿਖਾਉਣਾ।
5. ਕਿਸੇ ਮੁੱਖ ਗਤੀਵਿਧੀ ਦੀ ਕਮੀ ਜਾਂ ਉਸ ਨੂੰ ਗ਼ਲਤ ਤਰੀਕੇ ਨਾਲ ਕਰਨਾ।

ਇਸਦੇ ਜੋ ਵੀ ਕਾਰਨ ਰਹੇ ਹੋਣ, ਉਸ ਲਈ ਆਪਣੇ ਅੱਪਲਾਈਨਾਂ ਨਾਲ ਤੁਰੰਤ ਕਾਉਂਸਲਿੰਗ ਕਰੋ ਅਤੇ ਜ਼ਰੂਰੀ ਸੁਧਾਰ ਕਰਕੇ ਫਿਰ ਤੋਂ ਕੰਮ 'ਤੇ ਲੱਗ ਜਾਓ।

ਇਹ ਯਾਦ ਰੱਖੋ ਕਿ ਜਦੋਂ ਕਦੇ ਤੁਹਾਨੂੰ ਲੱਗੇ ਕਿ ਤੁਹਾਡਾ ਬਿਜ਼ਨਿਸ ਰੁੱਕਿਆ ਹੋਇਆ ਹੈ ਜਾਂ ਹੌਲੀ ਹੋ ਗਿਆ ਹੈ ਤਾਂ ਪ੍ਰਸਤੁਤੀ ਦੇ ਨੰਬਰ ਵਧਾ ਦਿਓ। ਜ਼ਿਆਦਾ ਤੋਂ ਜ਼ਿਆਦਾ ਲੋਕਾਂ ਨੂੰ ਬਿਜ਼ਨਿਸ ਪ੍ਰਸਤੁਤੀ ਦਿਖਾਉਣ ਨਾਲ ਆਪਣੇ ਬਿਜ਼ਨਿਸ ਦੀ ਹਰ ਸਮੱਸਿਆ ਤੋਂ ਛੇਤੀ ਛੁਟਕਾਰਾ ਪਾ ਸਕਦੇ ਹੋ।

ਤੁਹਾਡੇ ਕੰਮ ਤੁਹਾਡੀਆਂ ਗੱਲਾਂ ਨਾਲੋਂ ਜ਼ਿਆਦਾ ਤੇਜ਼ ਬੋਲਦੇ ਹਨ। ਹੁਣੇ ਕੰਮ ਕਰਨਾ ਸ਼ੁਰੂ ਕਰੋ ਅਤੇ ਤੁਹਾਡੇ ਬੈਂਕ ਬੈਲੇਂਸ ਨੂੰ ਗੱਲ ਕਰਨ ਦਿਓ।

– ਅਗਿਆਤ

ਮਿਹਨਤ = ਸਫਲਤਾ

ਮੈਂ ਇਹ ਚੀਜ਼ ਆਪਣੀ ਟੀਮ ਦੇ ਮੈਂਬਰ ਵਰੁਣ ਦੇ ਅੰਦਰ ਦੇਖੀ ਹੈ। ਉਹ ਇੱਕ ਅਜਿਹਾ ਮੁੰਡਾ ਹੈ ਜੋ ਕੰਮ ਕਰਨ ਤੋਂ ਬਾਅਦ ਆਪਣੇ ਵਿਚਾਰਾਂ ਬਾਰੇ ਗੱਲਾਂ ਕਰਦਾ ਹੈ। ਉਹ ਨਾ ਸਿਰਫ਼ ਕੰਮ ਕਰਦਾ ਹੈ ਸਗੋਂ ਪੁਰਾਣੇ ਤਰੀਕਿਆ ਦਾ ਕੰਮ ਵਿੱਚ ਨਾ ਆਉਣ ਕਰਕੇ ਨਵੇਂ ਤਰੀਕਿਆਂ ਨਾਲ ਕਾਰਵਾਈ ਕਰਨ ਦੀ ਕੋਸ਼ਿਸ਼ ਕਰਦਾ ਹੈ। ਕੰਮ ਲਈ ਅਜਿਹੀ ਲਲਕ ਨੇ ਉਸ ਨੂੰ ਕੰਪਨੀ ਵਿੱਚ ਸਭ ਤੋਂ ਜ਼ਿਆਦਾ ਕਮਾਉਣ ਵਾਲੇ ਲੋਕਾਂ ਦੀ ਸ਼੍ਰੇਣੀ ਵਿੱਚ ਪਹੁੰਚਾ ਦਿੱਤਾ ਹੈ।

੪. ਲਗਾਤਾਰ ਕਰਨਾ

ਅਨੁਸ਼ਾਸਨ ਦਾ ਮਤਲਬ ਹੈ ਉਹ ਕਰਨਾ ਜੋ ਸਹੀ ਹੈ, ਉਦੋਂ ਕਰਨਾ ਜਦੋਂ ਸਹੀ ਹੈ ਭਾਵੇਂ ਉਹ ਪਸੰਦ ਹੋਵੇ ਜਾਂ ਨਹੀਂ।

– ਦੀਪਕ ਬਜਾਜ

ਪ੍ਰੇਰਨਾ ਤੋਂ ਤੁਸੀਂ ਬਿਜ਼ਨਿਸ ਸ਼ੁਰੂ ਕਰ ਸਕਦੇ ਹੋ, ਪਰ ਉਸ ਵਿੱਚ ਵਧਣਾ ਅਤੇ ਸਫਲ ਹੋਣ ਲਈ ਤੁਹਾਨੂੰ ਕੰਮ ਕਰਨਾ ਹੋਵੇਗਾ। ਅਸਲ ਵਿੱਚ, ਬਿਜ਼ਨਿਸ ਵਿੱਚ ਸਫਲ ਹੋਣ ਲਈ, ਤੁਹਾਨੂੰ ਰੋਜ਼ਾਨਾ ਕੁੱਝ ਵੱਡੇ ਅਨੋਖੇ ਕੰਮ ਨਹੀਂ ਕਰਨਾ ਪੈਂਦੇ, ਪਰ ਕੁੱਝ ਸਧਾਰਨ ਜਿਹੀਆਂ ਗਤੀਵਿਧੀਆਂ ਕਰਨੀਆਂ ਪੈਂਦੀਆਂ ਹਨ।

ਤੁਹਾਡੀ ਸਰਗਰਮ ਅੱਪਲਾਈਨ ਦੁਆਰਾ ਆਪਣੇ ਟ੍ਰੇਨਿੰਗ ਸਿਸਟਮ ਵਿੱਚ ਸਿਖਾਈਆਂ ਗਈਆਂ ਗਤੀਵਿਧੀਆਂ ਲਈ ਵਚਨਬੱਧ ਬਣੋ ਜਿਸ ਨੂੰ ਬਾਅਦ ਵਿੱਚ ਤੁਹਾਡੀ ਟੀਮ ਫ਼ਾੱਲੋ ਕਰੇ। ਕਈ ਵਾਰ ਅਸੀਂ ਛੇਤੀ ਨਤੀਜਿਆਂ ਨੂੰ ਲੈਣ ਲਈ ਇੱਕ ਤੋਂ ਬਾਅਦ ਦੂਜੀਆਂ ਨਵੀਆਂ ਗਤੀਵਿਧੀਆਂ ਨੂੰ ਕਰਨ ਦਾ ਲਾਲਚ ਕਰ ਜਾਂਦੇ ਹਾਂ, ਪਰ ਇਸ ਨਾਲ ਸਾਡੇ ਅੰਦਰ ਸਿਰਫ਼ ਨਿਰਾਸ਼ਾ ਪੈਦਾ ਹੁੰਦੀ ਹੈ ਅਤੇ ਸਾਡੀਆਂ ਡਾਊਨਲਾਈਨਾਂ ਇਸ ਨਾਲ ਭਰਮਾਂ ਵਿੱਚ ਪੈ ਜਾਂਦੀਆਂ ਹਨ। ਇੱਕੋ ਹੀ ਸਿਸਟਮ ਦੀ ਪਾਲਣਾ ਕਰੋ ਅਤੇ ਇਸ ਨੂੰ ਰੋਜ਼ਾਨਾ ਕਰੋ।

ਅਨੁਸ਼ਾਸਨ ਸਾਡੇ ਟੀਚਿਆਂ ਅਤੇ ਪ੍ਰਾਪਤੀਆਂ ਦੇ ਵਿਚਕਾਰਲਾ ਪੁੱਲ ਹੈ।

– ਜਿਮ ਰਾੱਨ

ਆਪਣੇ ਅੰਦਰ ਸਹੀ ਗਤੀਵਿਧੀਆਂ ਨੂੰ ਕਰਨ ਅਤੇ ਉਹਨਾਂ ਨੂੰ ਲਗਾਤਾਰ ਇੱਕ ਨਿਸ਼ਚਿਤ ਸਮੇਂ ਤੱਕ ਕਰਦੇ ਰਹਿਣ ਦਾ ਅਨੁਸ਼ਾਸਨ ਵਿਕਸਤ ਕਰੋ। ਸਿਸਟਮ ਵਿੱਚ ਦੱਸੀਆਂ ਗਈਆਂ ਸਾਰੀਆਂ ਗਤੀਵਿਧੀਆਂ ਨੂੰ ਲਗਾਤਾਰ ਕਰਦੇ ਰਹੋ, ਭਾਵੇਂ ਤੁਹਾਨੂੰ ਕਰਨ ਵਿੱਚ ਆਨੰਦ ਆ ਰਿਹਾ ਹੋਵੇ ਜਾਂ ਨਹੀਂ; ਹੌਲੀ-ਹੌਲੀ ਨਤੀਜੇ ਦਿਖਣ ਲੱਗਣਗੇ। ਨਵਾਂ ਵਿਵਹਾਰ ਯਕੀਨੀ ਤੌਰ 'ਤੇ ਅਪਨਾਉਣ ਵਿੱਚ ਸਮਾਂ ਲੱਗ ਸਕਦਾ ਹੈ, ਸ਼ੁਰੂਆਤ ਵਿੱਚ ਇਸ ਨਾਲ ਥੋੜ੍ਹੀ ਬੇਚੈਨੀ ਹੋਵੇਗੀ, ਪਰ ਇਸ ਨਵੀਂ ਸਿੱਖਿਆ ਤੋਂ ਮਿਲਣ ਵਾਲੇ ਇਨਾਮ ਤੁਹਾਡੀ ਸੋਚ ਤੋਂ ਪਰੇ ਹੋਣਗੇ।

ਜਦੋਂ ਤੁਸੀਂ ਇਹਨਾਂ ਸਹੀ ਗਤੀਵਿਧੀਆਂ ਨੂੰ ਹਰ ਰੋਜ਼ ਕਰਦੇ ਰਹੋਗੇ, ਤਾਂ ਹੌਲੀ-ਹੌਲੀ ਇਹ ਤੁਹਾਡਾ ਸੁਭਾਅ ਬਣ ਜਾਏਗਾ ਅਤੇ ਫਿਰ ਉਸ ਨੂੰ ਅਨਜਾਣੇ ਵਿੱਚ ਵੀ ਬਿਨਾਂ ਕਿਸੇ ਖ਼ਾਸ ਕੋਸ਼ਿਸ਼ਾਂ ਅਤੇ ਧਿਆਨ ਦੇ ਕਰਦੇ ਰਹੋਗੇ। ਇਸ ਤਰ੍ਹਾਂ ਨਵੀਆਂ ਆਦਤਾਂ ਬਣਦੀਆਂ ਹਨ। ਅਸੀਂ ਹਰ ਦਿਨ ਕੰਮ ਕਰਨ ਲਈ ਕੁੱਝ ਚੀਜ਼ਾਂ ਚੁਣਦੇ ਹਾਂ ਅਤੇ ਫਿਰ ਉਹਨਾਂ ਨੂੰ ਹੀ ਪਸੰਦ ਦੀਆਂ ਚੀਜ਼ਾਂ ਨੂੰ ਕੁੱਝ ਸਮੇਂ ਲਈ ਕਰਦੇ ਰਹਿੰਦੇ ਹਾਂ ਜੋ ਫਿਰ ਆਦਤ ਬਣ ਜਾਂਦੀ ਹੈ। ਵਾਰ-ਵਾਰ ਦੁਹਰਾਉਣ ਨਾਲ ਆਦਤਾਂ ਪ੍ਰਤਿਭਾ ਬਣਦੀਆਂ ਹਨ ਜੋ ਵੱਡੀਆਂ ਸਫਲਤਾ ਵੱਲ ਲੈ ਜਾਂਦੀਆ ਹਨ। ਕਿਸੇ ਵੀ ਚੀਜ਼ ਨੂੰ ਆਦਤ ਬਣਾਉਣ ਵਿੱਚ ਕਰੀਬ 60 ਦਿਨ ਲੱਗਣਗੇ, ਪਰ ਇਸ ਯਾਤਰਾ ਵਿੱਚੋਂ ਲੰਘਣਾ ਮਹੱਤਵਪੂਰਨ ਹੈ।

ਪਹਿਲਾਂ ਅਸੀਂ ਆਦਤ ਬਣਾਉਂਦੇ ਹਾਂ, ਫਿਰ ਆਦਤਾਂ ਸਾਨੂੰ ਬਣਾਉਂਦੀਆ ਹਨ।
– ਜਾੱਨ ਡ੍ਰਾਈਡੇਨ

ਜਦੋਂ ਤੁਸੀਂ ਸਮੇਂ ਦੇ ਨਾਲ ਹਰ ਦਿਨ ਸਹੀ ਕੰਮ ਕਰਦੇ ਜਾਓਗੇ ਤਾਂ ਇਸ ਨਾਲ ਤੁਹਾਡੇ ਕੰਮ ਵਿੱਚ ਮਿਸ਼ਰਿਤ ਪ੍ਰਭਾਵ ਸ਼ੁਰੂ ਹੋ ਜਾਏਗਾ। ਮਿਸ਼ਰਿਤ ਪ੍ਰਭਾਵ (ਕੰਪਾਉਂਡ ਇਫੈਕਟ) ਦੇ ਸਿਧਾਂਤ ਅਨੁਸਾਰ – ਜੇ ਕੁੱਝ ਰੋਜ਼ਾਨਾਂ ਦੇ ਕੰਮਾਂ ਨੂੰ ਲਗਾਤਾਰ ਲੰਮੇਂ ਸਮੇਂ ਤੱਕ ਕੀਤਾ ਜਾਏ ਤਾਂ ਉਹ ਇੱਕ ਮਹਾਨ ਪ੍ਰਾਪਤੀ ਦਾ ਰੂਪ ਲੈ ਲੈਂਦੇ ਹਨ। ਕਦੇ-ਕਦੇ ਇਹ ਰੋਜ਼ਾਨਾ ਚੋਣਾਂ ਪਹਿਲੇ ਕੁੱਝ ਹਫਤਿਆਂ ਜਾਂ ਮਹੀਨਿਆਂ ਵਿੱਚ ਕੁੱਝ ਖ਼ਾਸ ਨਤੀਜੇ ਨਹੀਂ ਦਿੰਦੇ, ਪਰ ਤੁਸੀਂ ਜੇ ਉਸ ਨੂੰ ਲਗਾਤਾਰ ਕੁੱਝ ਹੋਰ ਦਿਨ ਕਰਦੇ ਰਹਿੰਦੇ ਹੋ ਤਾਂ ਉਹ ਇੱਕ ਵੱਡਾ ਨਤੀਜਾ ਦਿੰਦੀਆਂ ਹਨ, ਜਿਸ ਨਾਲ ਤੁਸੀਂ ਉਸ ਇੰਡਸਟਰੀ ਦੀ ਇੱਕ ਮਸ਼ਹੂਰ ਸ਼ਖ਼ਸੀਅਤ ਬਣ ਜਾਂਦੇ ਹੋ। ਹਰ ਦਿਨ ਇੱਕ ਵਾਧੂ ਮੀਟਿੰਗ ਕਰਨ ਨਾਲ ਪੂਰੇ ਸਾਲ ਵਿੱਚ 365 ਵਾਧੂ ਮੀਟਿੰਗਾਂ ਹੋ ਜਾਣਗੀਆਂ। ਹਰ ਦਿਨ 5 ਵਾਧੂ ਫ਼ੋਨ ਕਾਲ ਕਰਨ ਨਾਲ ਸਾਲ ਦੇ ਅੰਤ ਵਿੱਚ 1825 ਵਾਧੂ ਕਾਲ ਹੋ ਜਾਣਗੇ। ਇਸ ਬਿਜ਼ਨਿਸ ਵਿੱਚ ਸਫਲ ਹੋਣ ਲਈ ਜਾਂ ਆਪਣੀ ਪਸੰਦ ਦੇ ਕਿਸੇ ਫੀਲਡ ਵਿੱਚ ਸਫਲ ਹੋਣ ਲਈ ਜਿੰਨੀ ਛੇਤੀ ਹੋ ਸਕਦਾ ਹੈ, ਆਪਣੇ ਹਿੱਸੇ ਵਿੱਚ ਵੱਧ ਤੋਂ ਵੱਧ ਕੰਪਾਉਂਡ ਇਫੈਕਟ ਲਿਆਓ। ਸਹੀ ਕੰਮ ਨੂੰ ਕਰਨ ਦਾ ਅਨੁਸ਼ਾਸਨ ਰੱਖੋ ਅਤੇ ਉਸ ਨੂੰ ਉਦੋਂ ਤੱਕ ਕਰਦੇ ਰਹੋ, ਜਦੋਂ ਤੱਕ ਉਹ ਤੁਹਾਡੀ ਆਦਤ ਨਾ ਬਣ ਜਾਏ।

ਉੱਤਮਤਾ ਇੱਕ ਯਾਤਰਾ ਹੈ। ਅਨੁਸ਼ਾਸਨ ਹੀ ਉਸ ਦੀ ਗੱਡੀ ਹੈ।
– ਦੀਪਕ ਬਜਾਜ

ਲੰਮੇ ਸਮੇਂ ਤੱਕ ਕੀਤੇ ਗਏ ਸਹੀ ਕੰਮ = ਅਪਾਰ ਸਫਲਤਾ

ਗੌਰਵ ਬਜਾਜ ਨੇ ਇੱਕ ਵਾਰ ਮੈਨੂੰ ਦੱਸਿਆ ਸੀ ਕਿ ਉਨ੍ਹਾਂ ਨੇ ਕਿਵੇਂ ਇੰਨੇ ਸਾਰੇ ਨਵੇਂ ਸੈਂਟਰ ਬਣਾਏ ਹਨ। ਹਰ ਵਾਰ ਜਦੋਂ ਉਹ ਇੱਕ ਨਵਾਂ ਸ਼ਹਿਰ ਚੁਣਦੇ ਹਨ ਤਾਂ ਇੱਕੋ ਵੇਲੇ ਉਨ੍ਹਾਂ ਨੂੰ ਕਈ ਸਾਰੀਆਂ ਭੂਮਿਕਾਵਾਂ ਨਿਭਾਉਣੀਆਂ ਪੈਂਦੀਆ ਹਨ। ਇੱਕ ਘੰਟਾ ਪਹਿਲਾਂ ਪਹੁੰਚਣਾ, ਹਾਲ ਵਿੱਚ ਕੁਰਸੀਆਂ ਲਗਵਾਉਣਾ, ਸਾਉਂਡ ਸਿਸਟਮ, ਪ੍ਰੋਜੈਕਟਰ, ਲਾਈਟ ਦਾ ਪ੍ਰਬੰਧ, ਮਾਈਕ ਆਦਿ ਦੀ ਵਿਵਸਥਾ ਦੇਖਣਾ ਅਤੇ ਫਿਰ ਸੂਟ-ਬੂਟ ਵਿੱਚ ਤਿਆਰ ਹੋ ਕੇ ਆਉਣਾ। ਉਹ ਨਾ ਸਿਰਫ਼ ਹੋਸਟ ਬਣਦੇ ਹਨ, ਸਗੋਂ ਇੱਕ ਹੀ ਮੀਟਿੰਗ ਵਿੱਚ ਇਕਸਾਰ ਪਲਾਨ ਪ੍ਰੈਜ਼ੇਂਟਰ ਅਤੇ ਟਾੱਪ ਲੀਡਰ ਵੀ ਬਣ ਜਾਂਦੇ ਹਨ। ਨਵੇਂ ਸ਼ਹਿਰ ਦੇ ਹਰ ਇਵੈਂਟ ਵਿੱਚ ਉਹ ਹਾਲ ਦੀ ਬੁਕਿੰਗ, ਟਿਕਟਾਂ ਦੀ ਪ੍ਰਿੰਟਿੰਗ, ਮੋਮੈਂਟੋ ਬਣਾਉਣ ਅਤੇ ਸਾਊਂਡ, ਲਾਈਟ, ਪ੍ਰੋਜੈਕਟਰ, ਕੁਰਸੀਆਂ ਆਦਿ ਦਾ ਜ਼ਿੰਮਾ ਵੀ ਆਪ ਲੈਂਦੇ ਹਨ। ਆਪਣੇ ਬਿਜ਼ਨਿਸ ਲਈ ਜੋ ਵੀ ਹੋ ਸਕਦਾ ਹੈ, ਉਹ ਸਾਰਾ ਆਪਣੇ ਮੋਢਿਆਂ 'ਤੇ ਕਾਰਜ ਭਾਰ ਲੈਂਦੇ ਹਨ ਉਸ ਨੂੰ ਬਿਨਾਂ ਕਿਸੇ ਸ਼ਿਕਾਇਤ ਦੇ ਪੂਰਾ ਕਰਦੇ ਹਨ ਅਤੇ ਇਸ ਕਾਰਨ ਉਨ੍ਹਾਂ ਦਾ ਇੰਨਾ ਵੱਡਾ ਬਿਜ਼ਨਿਸ ਸਾਮਰਾਜ ਬਣਿਆ ਹੈ।

9. ਦ੍ਰਿੜ੍ਹਤਾ

ਇਸ ਗੱਲ ਨਾਲ ਕੋਈ ਫ਼ਰਕ ਨਹੀਂ ਪੈਂਦਾ ਕਿ ਤੁਸੀਂ ਕਿੰਨੀ ਹੌਲੀ-ਹੌਲੀ ਜਾ ਰਹੇ ਹੋ, ਬਸ ਤੁਸੀਂ ਰੁਕਣਾ ਨਹੀਂ।

– ਕਨਫਿਊਸ਼ਿਅਸ

ਡਿਕਸ਼ਨਰੀ ਦੇ ਅਨੁਸਾਰ, "ਸਫਲਤਾ ਨੂੰ ਪ੍ਰਾਪਤ ਹੋ ਰਹੀ ਮੁਸੀਬਤਾਂ ਜਾਂ ਦੇਰੀ ਦੇ ਬਾਵਜੂਦ ਕਿਸੇ ਕੰਮ ਨੂੰ ਕਰਨ ਦਾ ਹਠ ਹੀ ਦ੍ਰਿੜ੍ਹਤਾ ਹੈ।" ਦ੍ਰਿੜ੍ਹਤਾ ਦਾ ਸ਼ਾਬਦਿਕ ਅਰਥ ਹੈ ਵਚਨਬੱਧਤਾ ਦੇ ਨਾਲ ਕਿਸੇ ਕੰਮ ਨੂੰ ਸ਼ੁਰੂ ਕਰਨਾ ਅਤੇ ਉਸ ਨੂੰ ਉਦੋਂ ਤੱਕ ਨਹੀਂ ਛੱਡਣਾ ਜਦੋਂ ਤੱਕ ਤੁਸੀਂ ਆਪਣਾ ਉਦੇਸ਼ ਪਾ ਨਾ ਲਓ; ਸਗੋਂ ਸਾਰੇ ਗੁਣ ਅਤੇ ਹੁਨਰ ਉਨ੍ਹਾਂ ਦੇ ਨਾਲੋ-ਨਾਲ ਵਿਕਸਤ ਕੀਤੇ ਜਾ ਸਕਦੇ ਹਨ। ਜੇ ਦੁਨੀਆ ਵਿੱਚ ਕਰੋੜਾਂ ਲੋਕ ਨੇ ਇਸ ਬਿਜ਼ਨਿਸ ਦੇ ਜ਼ਰੀਏ ਆਪਣੇ ਸੁਫਨਿਆਂ ਨੂੰ ਪੂਰਾ ਕੀਤਾ ਹੈ, ਤਾਂ ਤੁਸੀਂ ਵੀ ਆਪਣੇ ਸੁਫ਼ਨੇ ਪੂਰੇ ਕਿਉਂ ਨਹੀਂ ਕਰ ਸਕਦੇ? ਪਰ ਤੁਸੀਂ ਆਪਣੇ ਸੁਫਨਿਆਂ ਨੂੰ ਉਦੋਂ ਪੂਰੇ ਕਰ ਸਕਦੇ ਹੋ ਜਦੋਂ ਤੁਸੀਂ ਉਸ ਤੇ ਕਾਇਮ ਰਹੋ ਅਤੇ ਉਸ ਨੂੰ ਨਾ ਛੱਡੋ, ਕਿਉਂ ਕਿ "ਜਿੱਤਣ ਵਾਲੇ ਕਦੇ ਕੰਮ ਵਿਚਕਾਰ ਨਹੀਂ ਛੱਡਦੇ ਤੇ ਕੰਮ ਛੱਡਣ ਵਾਲੇ ਕਦੇ ਜਿੱਤਦੇ ਨਹੀਂ ਹਨ।"

ਨਾਮੰਜ਼ੂਰੀ ਅਤੇ ਹਾਸਾ-ਮਖੌਲ ਇਸ ਬਿਜ਼ਨਿਸ ਦਾ ਹਿੱਸਾ ਹਨ। ਇੱਥੇ ਵਿਪਰੀਤ ਪ੍ਰਸਥਿਤੀਆਂ ਤੇ ਨਿਰਾਸ਼ ਹੋਣ ਦੀ ਉਮੀਦ ਕੀਤੀ ਜਾਂਦੀ ਹੈ ਅਤੇ ਇਹ ਬਹੁਤ ਆਮ ਹੈ। ਨਾਂਹ ਸੁਣਨ ਦੀ ਆਦਤ ਪਾ ਲਿਓ। ਉਸ 'ਨਾਂਹ' ਨੂੰ ਅਗਲਾ ਮੌਕਾ ਮੰਨ ਕੇ ਚੱਲਦੇ ਰਹੋ। ਨਾਲ ਹੀ ਕਿਸੇ ਖ਼ਾਸ ਆਦਮੀ ਨਾਲ ਚਿਪਕ ਨਾ ਜਾਓ। ਇਹ ਸਾਰਾ ਨੰਬਰਾਂ ਦਾ ਖੇਡ ਹੈ ਅਤੇ ਜੇ ਇੱਕ ਆਦਮੀ ਹੁਣੇ ਇਸ ਲਈ ਤਿਆਰ ਨਹੀਂ ਹੈ, ਤਾਂ ਛੇਤੀ ਦੇ ਕੇ ਦੂਜੇ ਆਦਮੀ ਵੱਲ ਚੱਲੇ ਜਾਓ। ਕੋਈ ਵੀ ਵਿਅਕਤੀ ਚੰਗਾ ਜਾਂ ਮਾੜਾ ਨਹੀਂ ਹੁੰਦਾ, ਬਸ ਹੁਣੇ ਉਹ ਇਸਦੇ ਲਈ ਤਿਆਰ ਨਹੀਂ ਹੈ। ਤੁਹਾਨੂੰ ਲੋਕਾਂ ਨਾਲ ਮਿਲਣਾ ਅਤੇ ਬਹੁਤ ਸਾਰੇ ਲੋਕਾਂ ਨਾਲ ਮਿਲ ਕੇ ਕੰਮ ਸ਼ੁਰੂ ਕਰਨ ਦੇ ਨਾਲ-ਨਾਲ ਇੱਕ ਪਾਇਪ ਲਾਈਨ ਵੀ ਤਿਆਰ ਕਰਨੀ ਚਾਹੀਦੀ ਹੈ। ਕੁੱਝ ਸਮਾਂ ਬਾਅਦ, ਚੰਗੇ ਲੋਕ ਤੁਹਾਡੇ ਸਿਸਟਮ ਦੀ ਇੱਕ-ਇੱਕ ਕਰਕੇ ਪਾਲਣਾ ਕਰਨੀ ਸੁਰੂ ਕਰ ਦੇਣਗੇ।

ਪਹਿਲਾਂ ਤੋਂ ਕੀਤੀ ਸਖ਼ਤ ਮਿਹਨਤ ਤੋਂ ਬਾਅਦ ਥੱਕ ਕੇ ਫਿਰ ਤੋਂ ਉਵੇਂ ਦੀ ਸਖ਼ਤ ਮਿਹਨਤ ਨੂੰ ਲਗਾਤਾਰ ਕਰਦੇ ਰਹਿਣਾ ਹੀ ਦ੍ਰਿੜ੍ਹਤਾ ਹੈ।

– ਨਿਊਟ ਗਿੰਗਰਿਚ

ਅਜਿਹੇ ਕਈ ਮੌਕੇ ਆਉਣਗੇ ਜਦੋਂ ਤੁਹਾਡਾ ਕੰਮ ਛੱਡਣ ਦਾ ਮਨ ਕਰੇਗਾ, ਮੇਰੇ ਨਾਲ ਵੀ ਅਜਿਹੇ ਕਈ ਮੌਕੇ ਆਏ ਸਨ। ਮੈਂ ਆਪਣੀਆਂ ਟ੍ਰੇਨਿੰਗਾਂ ਵਿੱਚ ਲੋਕਾਂ ਨੂੰ ਕਹਿੰਦਾ ਹਾਂ ਕਿ ਇਸ ਤੋਂ ਪਹਿਲੇ ਕਿ ਤੁਸੀਂ ਆਪਣੇ ਬਿਜ਼ਨਿਸ ਨੂੰ ਬਹੁਤ ਵੱਡਾ

ਬਣਾਓ, ਅਜਿਹੇ ਘੱਟ ਤੋਂ ਘੱਟ 5 ਮੌਕੇ ਆਉਣਗੇ, ਜਦੋਂ ਤੁਸੀਂ ਇਸ ਕੰਮ ਨੂੰ ਛੱਡਣ ਦਾ ਤਕਰੀਬਨ ਮਨ ਬਣਾ ਹੀ ਲਿਆ ਹੋਵੇਗਾ ਅਤੇ ਤੁਹਾਨੂੰ ਲੱਗਿਆ ਹੋਵੇਗਾ ਕਿ ਕੁੱਝ ਵੀ ਤੁਹਾਡੇ ਲਈ ਠੀਕ ਨਹੀਂ ਚੱਲ ਰਿਹਾ ਹੈ। ਮੈਂ ਮਹਿਸੂਸ ਕੀਤਾ ਕਿ ਅਜਿਹੇ ਤਿੰਨ ਵੈਕਸੀਨ ਹਨ ਜੋ ਤੁਹਾਨੂੰ ਉਲਟ ਪ੍ਰਸਥਿਤੀਆਂ ਵਿੱਚ ਕੰਮ ਆਉਣਗੇ - ਆਪਣੇ ਅੱਪਲਾਨੀਨ ਨਾਲ ਬਰਾਬਰ ਸੰਪਰਕ ਵਿੱਚ ਰਹੋ, ਸਾਰੀਆਂ ਇਵੈਂਟਾਂ ਵਿੱਚ ਸ਼ਾਮਿਲ ਹੋਵੋ (ਜੇ ਤੁਹਾਡੀ ਟੀਮ ਵਿੱਚੋਂ ਕੋਈ ਸ਼ਾਮਿਲ ਨਹੀਂ ਵੀ ਹੋ ਰਿਹਾ ਹੈ, ਉਦੋਂ ਵੀ), ਅਤੇ ਪ੍ਰਸਤਾਵਿਤ ਕਿਤਾਬਾਂ ਨੂੰ ਹਰ ਦਿਨ ਕਰੀਬ 15 ਤੋਂ 30 ਮਿੰਟ ਪੜ੍ਹੋ (ਖ਼ਾਸ ਕਰਕੇ ਰਾਤ ਨੂੰ, ਸੌਣ ਤੋਂ ਪਹਿਲਾਂ ਜਾਂ ਸਵੇਰੇ-ਸਵੇਰੇ। ਫਿਰ ਸਾਰਾ ਦਿਨ ਤੇ ਖ਼ਾਸ ਕਰ ਸ਼ਾਮ ਦਾ ਸਮਾਂ ਤਾਂ ਮੀਟਿੰਗਾਂ ਕਰਨ ਲਈ ਹੁੰਦਾ ਹੈ।)

ਸੰਜਮ ਰੱਖੋ। ਜੇ ਕੋਈ ਪੱਥਰ ਹੱਥੋੜੇ ਦੇ 41ਵੇਂ ਵਾਰ ਨਾਲ ਟੁੱਟਦਾ ਹੈ ਤਾਂ ਇਸਦਾ ਅਰਥ ਇਹ ਨਹੀਂ ਕਿ ਪਹਿਲਾਂ ਕੀਤੇ 40 ਵਾਰ ਬੇਕਾਰ ਚੱਲੇ ਗਏ। ਕੁੱਝ ਬੀਜ਼ ਹੋਰ ਬੀਜ਼ਾਂ ਦੇ ਮੁਕਾਬਲੇ ਪੁੰਗਰਣ ਲਈ ਜ਼ਿਆਦਾ ਸਮਾਂ ਲੈਂਦੇ ਹਨ। ਇੱਥੋਂ ਤੱਕ ਕਿ ਹਰ ਬੱਚਾ ਵੀ ਵੱਖ-ਵੱਖ ਤਰੀਕਿਆਂ ਨਾਲ ਵੱਧਦਾ ਹੈ। ਇੱਕ ਹਵਾਈ ਜਹਾਜ ਇੱਕ ਹੈਲੀਕਾੱਪਟਰ ਦੇ ਮੁਕਾਬਲੇ ਉੱਡਾਨ ਭਰਣ ਵਿੱਚ ਜ਼ਿਆਦਾ ਸਮਾਂ ਲੈਂਦਾ ਹੈ ਅਤੇ ਉਸ ਨੂੰ ਇੱਕ ਲੰਮੇ-ਚੌੜੇ ਸੈਟਅਪ ਦੀ ਵੀ ਲੋੜ ਹੁੰਦੀ ਹੈ, ਪਰ ਇੱਕ ਵਾਰ ਜਦੋਂ ਹਵਾਈ ਜਹਾਜ ਉੱਡ ਜਾਂਦਾ ਹੈ ਤਾਂ ਇਸ ਚੀਜ਼ ਦੀ ਤੁਲਨਾ ਵੀ ਨਹੀਂ ਕੀਤੀ ਜਾ ਸਕਦੀ ਕਿ ਹੈਲੀਕਾੱਪਟਰ ਦੇ ਮੁਕਾਬਲੇ ਹਵਾਈ ਜਹਾਜ ਕਿੱਥੇ ਪਹੁੰਚ ਸਕਦਾ ਹੈ।

ਬਸ ਚੱਲਦੇ ਰਹੋ। ਤੁਹਾਨੂੰ ਆਪਣੇ ਅੰਦਰੋਂ ਅਜਿਹੀਆਂ ਸ਼ਕਤੀਆਂ ਅਤੇ ਯੋਗਤਾਵਾਂ ਮਿਲਣਗੀਆਂ ਜੋ ਤੁਹਾਨੂੰ ਪਹਿਲੇ ਕਦੇ ਮਹਿਸੂਸ ਨਹੀਂ ਕੀਤੀਆਂ ਹੋਣਗੀਆਂ।

ਜੇ ਤੁਸੀਂ ਉੱਡ ਨਹੀਂ ਸਕਦੇ ਤਾਂ ਦੌੜੋ, ਜੇ ਤੁਸੀਂ ਦੌੜ ਨਹੀਂ ਸਕਦੇ ਤਾਂ ਚੱਲੋ ਅਤੇ ਜੇ ਤੁਸੀਂ ਚੱਲ ਨਹੀਂ ਸਕਦੇ ਤਾਂ ਰੁੜ੍ਹੋ। ਤੁਸੀਂ ਜੋ ਕੁੱਝ ਵੀ ਕਰੋ, ਹਮੇਸ਼ਾ ਅੱਗੇ ਵੱਧਦੇ ਰਹੋ।

- ਮਾਰਟੀਨ ਲੂਥਰ ਕਿੰਗ ਜੂਨੀਅਰ

ਮੈਂ ਤੁਹਾਨੂੰ ਆਪਣੇ ਅਨੁਭਵ ਦੱਸਦਾ ਹਾਂ ਕਿ ਨੈੱਟਵਰਕ ਮਾਰਕੀਟਿੰਗ ਬਹੁਤ ਸੌਖੀ ਹੈ, ਪਰ ਅਸਾਨ ਨਹੀਂ। ਜੋ ਪੈਸਾ, ਸੁਤੰਤਰਤਾ ਅਤੇ ਜੀਵਨ ਸ਼ੈਲੀ ਲੋਕਾਂ ਨੂੰ ਸਾਰੀ ਜਿੰਦਗੀ ਕੰਮ ਕਰਕੇ ਨਹੀਂ ਮਿਲ ਪਾਉਂਦੀ, ਉਹ ਲੋਕ ਨੈੱਟਵਰਕ ਮਾਰਕੀਟਿੰਗ ਵਿੱਚ ਰਹਿੰਦੇ ਹੋਇਆਂ ਬਿਨਾਂ ਕਿਸੇ ਵੱਡੇ ਨਿਵੇਸ਼, ਸਟਾਫ਼, ਸਥਾਨ, ਕੰਮ ਕਰਨ ਲਈ ਪੂੰਜੀ ਆਦਿ ਦੇ 3 ਤੋਂ 5 ਸਾਲਾਂ ਵਿੱਚ ਹੀ ਪਾ ਲੈਂਦੇ ਹਨ।

ਇਹ ਤੁਹਾਨੂੰ ਭਾਵਨਾਤਮਕ ਅਤੇ ਸ਼ਰੀਰਿਕ ਤੌਰ 'ਤੇ ਚੁਣੌਤੀ ਦੇਵੇਗਾ। ਇਹ ਤੁਹਾਡੀ ਪ੍ਰੀਖਿਆ ਲਵੇਗਾ। ਪਰ ਤੁਸੀਂ ਜਿਵੇਂ ਹੀ ਆਪਣੇ ਪੂਰੇ ਵਿਸ਼ਵਾਸ ਨਾਲ ਅੱਗੇ ਵੱਧਦੇ ਹੋ ਤਾਂ ਕਿਸਮਤ ਤੁਹਾਡਾ ਰਾਹ ਖੋਲ੍ਹ ਦੇਵੇਗੀ। ਵਿਸ਼ਵਾਸ ਤੁਹਾਡੇ ਸੰਘਰਸ਼ਾਂ, ਨੁਕਸਾਨ ਜਾਂ ਨਿਰਾਸ਼ਾਵਾਂ ਨੂੰ ਘੱਟ ਨਹੀਂ ਕਰ ਸਕਦਾ, ਪਰ ਇਹ ਉਨਾਂ ਸਭ ਤੋਂ ਲੰਘਣ ਦੀ ਤੁਹਾਨੂੰ ਸ਼ਕਤੀ ਦਿੰਦਾ ਹੈ। ਇਸ ਲਈ ਇਹ ਨਿਰਣਾ ਲਓ ਕਿ ਤੁਸੀਂ ਹਰ ਰੋਜ਼ ਕੰਮ ਕਰੋਗੇ ਜਦੋਂ ਤੱਕ ਕਿ ਤੁਸੀਂ ਆਪਣੇ ਸੁਫਨਿਆਂ ਨੂੰ ਪ੍ਰਾਪਤ ਨਾ ਕਰ ਲਓ ਅਤੇ ਬੱਸ ਵਿਸ਼ਵਾਸ ਦੇ ਨਾਲ ਅੱਗੇ ਵਧਦੇ ਜਾਓ।

ਦ੍ਰਿੜ੍ਹਤਾ ਕੋਈ ਲੰਮੀ ਦੌੜ ਨਹੀਂ ਹੈ, ਸਗੋਂ ਇਹ ਇੱਕ ਤੋਂ ਬਾਅਦ ਦੂਜੀਆਂ ਛੋਟੀਆਂ ਦੌੜਾਂ ਦਾ ਸਿਲਸਿਲਾ ਹੈ।

– ਵਾੱਲਟਰ ਇਲੀਐਟ

ਵਾਰ-ਵਾਰ ਮੇਰੀ ਆਮਦਨ ਜ਼ੀਰੋ ਹੋ ਗਈ ਅਤੇ ਹਰ ਵਾਰ ਮੈਂ ਫਿਰ ਤੋਂ ਬਿਜ਼ਨਿਸ ਖੜ੍ਹਾ ਕੀਤਾ

ਮੇਰੀ ਟੀਮ ਨੂੰ ਕੁੱਝ ਲੋਕਾਂ ਨੇ ਮੇਰੀ ਕਿਸੇ ਗ਼ਲਤੀ ਦੇ ਬਿਨਾਂ ਹੀ ਛੱਡ ਦਿੱਤਾ। ਹਰ ਵਾਰ ਇਸਦੇ ਕਾਰਨ ਵੱਖ-ਵੱਖ ਸਨ, ਅਤੇ ਉਸ ਤੋਂ ਵੱਖੋ-ਵੱਖਰੀਆਂ ਸਿਖਿਆਵਾਂ ਵੀ ਮਿਲਦੀਆਂ ਰਹੀਆਂ। ਮੈਂ ਰੋਇਆ ਵੀ, ਮੈਂ ਇਸਦਾ ਵਿਰੋਧ ਵੀ ਕੀਤਾ ਅਤੇ ਰੱਬ ਕੋਲੋਂ ਪੁੱਛਿਆ ਕਿ ਮੈਂ ਹੀ ਕਿਉਂ ਭੁਗਤਾਂ! ਮੈਨੂੰ ਇਸ ਨੂੰ ਅਪਨਾਉਣ ਵਿੱਚ ਸਮਾਂ ਲੱਗਿਆ ਪਰ ਮੈਂ ਫਿਰ ਤੋਂ ਕੰਮ ਸ਼ੁਰੂ ਕੀਤਾ। ਪਰ ਹਰ ਵਾਰ ਮੈਨੂੰ ਸਿਖਰ 'ਤੇ ਪਹੁੰਚਣ ਤੋਂ ਪਹਿਲਾਂ ਦੇ ਮੁਕਾਬਲੇ ਘੱਟ ਸਮਾਂ ਲੱਗਿਆ। ਅਸਲ ਵਿੱਚ, ਮੈਂ ਅੱਜ ਜਿਸ ਮੁਕਾਮ 'ਤੇ ਹਾਂ ਇੰਨਾਂ ਗ਼ਲਤੀਆਂ ਦੇ ਕਾਰਨ ਹੀ ਬਣਿਆ ਹਾਂ। ਇਸੇ ਦੀ ਬਦੌਲਤ ਮੇਰਾ ਬਿਜ਼ਨਿਸ ਹੁਣ ਸਥਿਰ ਅਤੇ ਮਜ਼ਬੂਤ ਫਾਊਂਡੇਸ਼ਨ ਵਾਲਾ ਹੋ ਗਿਆ ਹੈ।

ਸ਼ੁਰੂਆਤ ਦੇ ਮਹੀਨਿਆਂ ਵਿੱਚ ਅਜਿਹੇ ਪਲ ਸਨ, ਜਦੋਂ ਹਾਲਾਤ ਬਹੁਤ ਮੁਸ਼ਕਿਲ ਹੋ ਜਾਂਦੇ ਸਨ। ਮੈਂ ਜਦੋਂ ਆਪਣੀ ਨੌਕਰੀ ਤੋਂ ਅਸਤੀਫ਼ਾ ਦੇ ਦਿੱਤਾ ਸੀ, ਉਦੋਂ ਮੇਰੇ ਰਿਸ਼ਤੇਦਾਰ ਮੇਰੇ ਫ਼ੇਲ੍ਹ ਹੋਣ ਦੇ ਦਾਅਵੇ ਕਰ ਰਹੇ ਸਨ। ਮੈਂ ਬਹੁਤੀਆਂ ਮੀਟਿੰਗਾਂ ਵਿੱਚ ਲੋਕਾਂ ਨੂੰ ਟਾਈਮ ਦੇ ਕੇ ਨਹੀਂ ਆਉਂਦਿਆ ਦੇਖਿਆ ਹੈ ਅਤੇ ਮੈਂ ਖਾਲੀ ਵੀ ਮੁੜ ਕੇ ਆ ਜਾਂਦਾ ਸੀ। ਮੈਂ ਹਾਲ ਬੁਕ ਕੀਤੇ ਪਰ ਕੋਈ ਨਹੀਂ ਆਇਆ। ਆਪਣੇ ਜੌਬ ਤੋਂ ਅਸਤੀਫ਼ਾ ਦੇਣ ਤੋਂ ਬਾਅਦ ਅਗਲੇ ਹੀ ਦਿਨ ਮੈਂ ਇੱਕ ਇਵੈਂਟ ਪਲਾਨ ਕੀਤਾ ਜਿਸਦਾ ਬਜ਼ਟ 2 ਲੱਖ ਰੁਪਏ ਸੀ। ਮੇਰੇ ਸਪੌਂਸਰ ਅਤੇ ਮੇਰੀ ਟੀਮ ਨੇ ਮੈਨੂੰ ਵਾਇਦਾ ਕੀਤਾ ਸੀ ਕਿ ਉਹ ਇਸ ਦੇ ਲਈ ਕੁੱਝ ਪੈਸੇ ਦੇਣਗੇ। ਇਸ ਵਿੱਚ ਮੇਰਾ ਅਸਲ ਖ਼ਰਚਾ 3 ਲੱਖ ਰੁਪਏ ਪਿਆ ਅਤੇ ਕੁੱਲ 33,000 ਰੁਪਏ ਹੀ ਮੁੜੇ। ਮੈਂ ਦਿੱਲੀ ਵਿੱਖੇ ਬੇਤਹਾਸ਼ਾ ਗਰਮੀ ਵਿਚਕਾਰ ਵੀ ਇਵੈਂਟ ਕੀਤੇ, ਜਿੱਥੇ ਇਵੈਂਟ ਦੇ ਵਿਚਕਾਰ ਏ.ਸੀ. ਚੱਲਣਾ ਬੰਦ ਹੋ ਗਿਆ। ਮੈਂ ਬਿਨਾਂ ਮਾਈਕ ਦੇ ਵੀ ਲਗਾਤਾਰ 3 ਘੰਟਿਆਂ ਤੱਕ 500 ਲੋਕਾਂ ਨਾਲ ਸੈਮੀਨਾਰ ਕੀਤੇ ਹਨ। ਜਦੋਂ ਮੈਂ ਪਾਰਟ-ਟਾਈਮ ਬਿਜ਼ਨਿਸ ਕਰ ਰਿਹਾ ਸੀ, ਉਦੋਂ ਸਾਡੇ ਸ਼ਹਿਰ ਵਿੱਚ ਕੰਪਨੀ ਦਾ ਕੋਈ ਆਫਿਸ ਵੀ ਨਹੀਂ ਸੀ ਅਤੇ ਸਾਨੂੰ ਹਰ ਹਫਤੇ ਕਰੀਬ 250 ਕਿਲੋਮੀਟਰ ਦਾ ਸਫਰ ਤੈਅ ਕਰ ਉਤਪਾਦ ਲਿਆਉਣੇ ਹੁੰਦੇ ਸੀ।

ਪਰ ਅਸੀਂ ਇਸ ਸਾਰਾ ਕੁੱਝ ਸਵੀਕਾਰ ਕਰ ਲਿਆ ਅਤੇ ਹਰ ਸਥਿਤੀ ਅੰਦਰ ਜੋ ਕੁੱਝ ਕਰ ਸਕਦੇ ਸੀ, ਉਹ ਸਾਰਾ ਕੁੱਝ ਕੀਤਾ। ਅਸੀਂ ਕਦੇ ਵੀ ਇਹ ਵੀ ਨਹੀਂ ਸੋਚਿਆ ਸੀ ਕਿ ਉਹ ਸਭ ਸੰਘਰਸ਼ ਹੈ ਅਤੇ ਅਜਿਹੇ ਰਿਕਾਰਡ ਬਣਦੇ ਚੱਲੇ ਗਏ ਜਿਨਾਂ ਨੂੰ ਤੋੜ ਪਾਉਣਾ ਅੱਜ ਵੀ ਮੁਸ਼ਕਿਲ ਹੈ।

10.
ਨਿਰੰਤਰ ਨਿੱਜੀ ਵਿਕਾਸ ਲਈ ਵਚਨਬੱਧਤਾ

ਜੇ ਮੈਨੂੰ ਇੱਕ ਦਰੱਖਤ ਨੂੰ ਵੱਢਣ ਲਈ ਛੇ ਘੰਟਿਆਂ ਦਾ ਸਮਾਂ ਮਿਲੇਗਾ, ਤਾਂ ਮੈਂ ਪਹਿਲਾਂ 4 ਘੰਟੇ ਆਪਣੀ ਕੁਹਾੜੀ ਨੂੰ ਤਿੱਖਾਂ ਕਰਨ ਵਿੱਚ ਖ਼ਰਚ ਕਰਾਂਗਾ।

– ਅਬ੍ਰਾਹਮ ਲਿੰਕਨ

ਬਹੁਤੇ ਸਾਲਾਂ ਤੋ ਨੈੱਟਵਰਕ ਮਾਰਕੀਟਿੰਗ ਦਾ ਵਿਦਿਆਰਥੀ ਹੋਣ ਦੇ ਨਾਤੇ, ਮੈਂ ਉਹਨਾਂ ਲੋਕਾਂ ਵਿੱਚ ਸਪੱਸ਼ਟ ਤੌਰ 'ਤੇ ਇੱਕ ਵਿਲੱਖਣ ਗੁਣ ਦੇਖਿਆ ਹੈ ਜੋ ਨੈੱਟਵਰਕ ਮਾਰਕੀਟਿੰਗ ਦੇ ਵੱਖ-ਵੱਖ ਰੈਂਕਾਂ ਨਾਲ ਬਹੁਤ ਛੇਤੀ ਅੱਗੇ ਵਧੇ ਹਨ। ਉਹ ਲੋਕ ਵਿਕਾਸ ਕਰਨ ਲਈ ਭੁੱਖੇ ਹਨ। ਉਹ ਲੋਕ ਖ਼ੁਦ ਵਿੱਚ ਅਤੇ ਬਿਜ਼ਨਿਸ ਵਿੱਚ ਨਿਰੰਤਰ ਵਿਕਾਸ ਕਰਨ ਦੇ ਪਿੱਛੇ ਪਏ ਰਹਿੰਦੇ ਹਨ। ਉਹ ਹਮੇਸ਼ਾ ਸਿੱਖਣ ਅਤੇ ਅੱਗੇ ਵਧਣ ਲਈ ਮੌਕੇ ਤਲਾਸ਼ਦੇ ਰਹਿੰਦੇ ਹਨ। ਮੈਂ ਉਨ੍ਹਾਂ ਨੂੰ ਹਰ ਟ੍ਰੇਨਿੰਗ ਪ੍ਰੋਗਰਾਮ ਵਿੱਚ ਹਮੇਸ਼ਾ ਮੂਹਰਲੀ ਕਤਾਰ ਵਿੱਚ ਬੈਠੇ ਹੋਏ ਦੇਖਿਆ ਹੈ। ਉਹ ਹਮੇਸ਼ਾ ਇੰਡਸਟਰੀ ਦੇ ਬਿਹਤਰੀਨ ਲੋਕਾਂ ਨਾਲ ਖੜ੍ਹੇ ਹੋਏ ਦੇਖੇ ਜਾਂਦੇ ਹਨ। ਆਪਣਾ ਨਿਰੰਤਰ ਵਿਕਾਸ ਕਰਨਾ ਉਨ੍ਹਾਂ ਨੇ ਆਪਣੇ ਜੀਵਨ ਦਾ ਸਿਧਾਂਤ ਹੀ ਬਣਾ ਲਿਆ ਹੈ। ਇਸੇ ਰਵੱਈਏ ਕਾਰਨ ਉਹ ਜੋ ਕਰਦੇ ਹਨ, ਵਧੀਆ ਕਰਦੇ ਹਨ ਅਤੇ ਫਿਰ ਉਹ ਇਸ ਵਿੱਚ ਵਧਦੇ ਹੀ ਚੱਲੇ ਜਾਂਦੇ ਹਨ।

ਬਿਰਧ/ਬੁੱਢਾ ਹੋਣਾ ਲਾਜ਼ਮੀ ਹੈ, ਵੱਡਾ ਹੋਣਾ ਵਿਕਲਪਿਕ ਹੈ।

– ਚਿਲੀ ਡੇਵਿਸ

ਇੱਕ ਸੱਚਾ ਲੀਡਰ ਹੀ ਹੋਰ ਲੀਡਰ ਬਣਾ ਸਕਦਾ ਹੈ। ਲੀਡਰਸ਼ਿਪ ਇੱਕ ਯਾਤਰਾ ਹੈ, ਹਰ ਇੱਕ ਦਿਨ ਬਿਹਤਰ ਹੋਣ ਦੀ ਯਾਤਰਾ। ਇੱਕ ਚੀਜ਼ ਜੋ ਤੁਹਾਨੂੰ ਹਰ ਚੀਜ਼ ਤੋਂ ਉੱਪਰ ਲੈ ਜਾਣੀ ਚਾਹੀਦੀ ਹੈ ਉਹ ਇਹ ਹੈ ਕਿ ਤੁਹਾਡੇ ਕੱਲ੍ਹ ਨਾਲੋਂ ਅੱਜ ਬਿਹਤਰ ਹੋਣਾ ਚਾਹੀਦਾ ਹੈ। ਨਿੱਜੀ ਵਿਕਾਸ ਲਈ ਮੇਰਾ ਮਾਪਦੰਡ ਬੜਾ ਸਧਾਰਨ ਹੈ – ਉਹ ਲੋਕ ਜੋ ਅੱਜ ਤੁਹਾਨੂੰ 6 ਜਾਂ 12 ਮਹੀਨਿਆਂ ਬਾਅਦ ਮਿਲ ਰਹੇ ਹਨ, ਕੀ ਉਹ ਇਹ ਮਹਿਸੂਸ ਕਰ ਰਹੇ ਹਨ ਕਿ ਤੁਸੀਂ ਬਿਹਤਰ ਹੋ ਗਏ ਹੋ।

ਹਰ ਦਿਨ ਉੱਤਮ ਮਾਨਸਿਕਤਾ ਨਾਲ ਕੰਮ ਕਰੋ। ਇਸ ਬਿਜ਼ਨਿਸ ਵਿੱਚ ਉੱਤਮ ਅਚੀਵਰ ਬਣਾਉਣ ਲਈ ਜੋ ਵੀ ਚਾਹੀਦਾ ਹੈ ਉਹ ਇਸ ਕਿਤਾਬ ਵਿੱਚ ਸਾਫ਼-ਸਾਫ਼ ਲਿਖਿਆ ਗਿਆ ਹੈ। ਆਪਣੇ-ਆਪ ਦਾ ਮੁਲਾਂਕਣ ਕਰੋ, ਆਪਣੇ-ਆਪ ਲਈ ਵਿਕਾਸ ਦੇ ਖੇਤਰਾਂ ਦੀ ਪਛਾਣ ਕਰੋ ਅਤੇ ਆਪਣੇ ਵਿਕਾਸ ਲਈ ਉਦੋਂ ਤੱਕ ਲਗਾਤਾਰ ਕੰਮ ਕਰਦੇ ਰਹੋ ਜਦੋਂ ਤੱਕ ਕਿ ਤੁਸੀਂ ਉਨ੍ਹਾਂ ਸਾਰਿਆਂ ਵਿੱਚੋਂ ਸਭ ਤੋਂ ਉੱਤਮ ਨਾ ਬਣ ਜਾਓ। ਜਦੋਂ ਤੁਸੀਂ ਉੱਤਮਤਾ ਵੱਲ ਜਾ ਰਹੇ ਹੋ, ਤਾਂ ਤੁਹਾਡਾ ਬਿਜ਼ਨਿਸ ਤੁਹਾਡੇ ਵਿਕਾਸ ਦੇ ਨਾਲੋ-ਨਾਲ ਆਪਣੇ-ਆਪ ਅੱਗੇ ਵੱਧਦਾ ਜਾਵੇਗਾ।

ਅਸੀਂ ਜੋ ਕੰਮ ਵਾਰ-ਵਾਰ ਕਰਦੇ ਹਾਂ, ਉਹੀ ਬਣ ਜਾਂਦੇ ਹਾਂ, ਉੱਤਮਤਾ ਕੋਈ ਕੰਮ ਨਹੀਂ ਇੱਕ ਆਦਤ ਹੈ।

– ਅਰਸਤੂ

ਬਿਜ਼ਨਿਸ ਵਿੱਚ ਸਾਡੀ ਨਿੱਜੀ ਵਿਕਾਸ ਨੂੰ ਕਿਵੇਂ ਮੁਨਾਫ਼ਿਆਂ ਵਿੱਚ ਬਦਲਿਆ ਜਾਂਦਾ ਹੈ? ਜਦੋਂ ਤੁਸੀਂ ਨਿਰੰਤਰ ਵਿਕਾਸ ਅਤੇ ਉੱਤਮਤਾ ਨੂੰ ਆਪਣੀ ਰੋਜ਼ਾਨਾ ਦੀ ਆਦਤ ਬਣਾ ਲੈਂਦੇ ਹੋ, ਤਾਂ ਤੁਸੀਂ ਇੱਕ ਚੁੰਬਕ ਵਾਂਗ ਹੋ ਜਾਂਦੇ ਹੋ। ਤੁਹਾਡੀ ਸਫਲਤਾ, ਅਗਵਾਈ, ਵਿਕਾਸ ਅਤੇ ਉੱਤਮਤਾ ਆਪਣੇ-ਆਪ, ਤੁਹਾਡੇ ਵਰਗੇ ਲੋਕਾਂ ਨੂੰ ਤੁਹਾਡੇ ਬਿਜ਼ਨਿਸ ਵਿੱਚ ਖ਼ੁਦ-ਬ-ਖ਼ੁਦ ਆਕਰਸ਼ਿਤ ਕਰਦੀ ਰਹੇਗੀ। ਇੱਕ ਵਾਰ ਜਦੋਂ ਤੁਹਾਨੂੰ ਸਹੀ ਕਿਸਮ ਦੇ ਲੋਕ ਬਿਜ਼ਨਿਸ ਵਿੱਚ ਮਿਲ ਜਾਣਗੇ, ਤਾਂ ਤੁਹਾਡਾ ਬਿਜ਼ਨਿਸ ਨਿਸ਼ਚਿਤ ਤੌਰ 'ਤੇ ਤੁਹਾਡੇ ਵਿਕਾਸ ਦੇ ਨਾਲ-ਨਾਲ ਅੱਗੇ ਵਧਦਾ ਜਾਵੇਗਾ।

ਇਸ ਲਈ, ਆਪਣੀ ਮੌਜੂਦਾ ਸਫਲਤਾ ਨਾਲ ਓਨੇ ਸੰਤੁਸ਼ਟ ਨਾ ਹੋਵੋ। ਫਿਰ ਤੋਂ ਆਪਣੇ ਨਿਰੰਤਰ ਨਿੱਜੀ ਵਿਕਾਸ ਦੀ ਰਾਹ 'ਤੇ ਤੇਜ਼ੀ ਨਾਲ ਚੱਲ ਪਓ। ਹਰ ਵਾਰ ਬਿਹਤਰੀ ਵੱਲ ਧਿਆਨ ਕੇਂਦਰਿਤ ਕਰੋ ਅਤੇ ਦੇਖੋ ਕਿ ਜਾਦੂ ਤੁਹਾਡੇ ਲਈ ਕਿਵੇਂ ਕੰਮ ਕਰਦਾ ਹੈ।

ਜੇ ਤੁਸੀਂ ਸਫਲਤਾ 'ਤੇ ਧਿਆਨ ਕੇਂਦਰਿਤ ਕਰਦੇ ਹੋ, ਤਾਂ ਤੁਹਾਨੂੰ ਤਣਾਅ ਹੋਵੇਗਾ। ਪਰ ਜੇ ਤੁਸੀਂ ਉੱਤਮਤਾ ਦਾ ਪਿੱਛਾ ਕਰਦੇ ਹੋ, ਤਾਂ ਸਫਲਤਾ ਮਿਲਣ ਦੀ ਗਰੰਟੀ ਦਿੱਤੀ ਜਾਵੇਗੀ।

– ਦੀਪਕ ਚੋਪੜਾ

ਨਿਰੰਤਰ ਸਿੱਖਣਾ = ਨਿਰੰਤਰ ਵਾਧਾ

ਇਸ ਬਿਜ਼ਨਿਸ ਵਿੱਚ ਮੈਨੂੰ ਗੌਰਵ ਮਹਿਰਾ ਵਰਗਾ ਇੱਕ ਭਰਾ ਮਿਲਿਆ ਜੋ ਮੇਰਾ ਬੈਸਟ ਫ਼੍ਰੈਂਡ ਵੀ ਹੈ। ਮੇਰੀ ਸੰਸਥਾ ਵਿੱਚ, ਮੈਂ ਉਸ ਨੂੰ ਹਮੇਸ਼ਾ ਵਿਕਾਸ ਲਈ ਭੁੱਖੇ ਅਤੇ ਸਾਡੇ ਸਹਿਕਰਮੀਆਂ ਦੀ ਉਤਪਾਦਕਤਾ ਨੂੰ ਵਧਾਉਣ ਲਈ ਚੀਜ਼ਾਂ ਦੀ ਤਲਾਸ਼ ਵਿੱਚ ਦੇਖਿਆ ਹੈ। ਮੈਂ ਹਮੇਸ਼ਾ ਵਿਕਾਸਮੁਖੀ ਲੀਡਰਾਂ ਨਾਲ ਗੱਲਬਾਤ ਕਰਦਾ ਰਹਿੰਦਾ ਹਾਂ ਜਿਵੇਂ, ਆਨੰਦ ਬੰਸਲ, ਵਿਨੈ ਮਿਸ਼ਰਾ, ਸੁਦੇਸ਼ ਮਲਿਕ, ਜੀ.ਸੀ. ਉਪਾਧਿਆਏ, ਜਗਦੀਪ ਸ਼ਰਮਾ, ਅਭੈ ਮਿਸ਼ਰਾ, ਮਹਿੰਦਰ ਸਿੰਘ, ਨਿਸ਼ਾ ਭਾਰਤੀ, ਰਵਿੰਦਰ ਸਿੰਘ, ਸੁਨੀਲ ਰਾਮਾਵਤ, ਬਿਨੋਦ ਕੁਮਾਰ, ਮੁਕੇਸ਼ ਸਿੰਘ ਅਤੇ ਹੋਰ ਕਈ ਲੀਡਰ।

11.

ਪ੍ਰਸੰਨ ਸ਼ਖਸ਼ੀਅਤ ਅਤੇ ਸਫਲਤਾ ਲਈ ਤਿਆਰੀ

ਜੋ ਲੋਕ ਮੁਸਕਰਾ ਨਹੀਂ ਸਕਦੇ, ਉਨ੍ਹਾਂ ਨੂੰ ਕਦੇ ਦੁਕਾਨ ਨਹੀਂ ਖੋਲ੍ਹਣੀ ਚਾਹੀਦੀ।

– ਚੀਨੀ ਕਹਾਵਤ

ਅਸੀਂ ਉਨ੍ਹਾਂ ਲੋਕਾਂ ਨਾਲ ਬਿਜ਼ਨਿਸ ਕਰਨਾ ਚਾਹਵਾਂਗੇ ਜਿਨ੍ਹਾਂ ਨੂੰ ਅਸੀਂ ਪਸੰਦ ਕਰਦੇ ਹਾਂ ਅਤੇ ਲੋਕਾਂ ਨੂੰ ਪਸੰਦ ਕਰਨ ਲਈ ਪਹਿਲੀ ਸ਼ਰਤ ਹੈ ਉਨ੍ਹਾਂ ਦੀ ਸ਼ਖਸ਼ੀਅਤ। ਮੇਰੇ ਲਈ ਪ੍ਰਸੰਨ ਸ਼ਖਸ਼ੀਅਤ ਕੁੱਝ ਸਰਲ ਜਿਹੇ ਮਨੁੱਖੀ ਵਿਵਹਾਰ ਅਤੇ ਲੱਛਣਾਂ ਦਾ ਸੁਮੇਲ ਹੈ ਜਿਵੇਂ ਮੁਸਕਰਾਉਂਦੇ ਰਹਿਣਾ, ਦੂਜਿਆ ਦਾ ਆਦਰ ਕਰਨਾ, ਸੱਚੇ ਦਿਲੋਂ ਦੂਜਿਆਂ ਦੀ ਗੱਲ ਸੁਣਨਾ, ਦਿਆਲਤਾ, ਇਮਾਨਦਾਰੀ, ਉਦਾਰਤਾ, ਪਰਾਹੁਣਚਾਰੀ ਅਤੇ ਚੰਗੇ ਸਲੀਕਿਆਂ ਦਾ ਪ੍ਰਦਰਸ਼ਨ ਕਰਨਾ।

ਯਾਦ ਰੱਖੋ, ਇੱਥੇ ਤੁਹਾਡੀ ਜ਼ਿਆਦਾ ਅਤੇ ਤੁਹਾਡੀ ਕੰਪਨੀ, ਪ੍ਰੋਡਕਟ, ਇਨਕਮ ਪਲਾਨ ਬਾਰੇ ਘੱਟ ਗੱਲ ਹੋ ਰਹੀ ਹੈ। ਵਿੱਕਰੀ ਦੇ ਮਾਮਲੇ ਵਿੱਚ ਕੋਈ ਵਿਅਕਤੀ ਤੁਹਾਡੇ ਨਾਲ ਗੱਲ ਕਰਨ ਤੋਂ ਪਹਿਲਾਂ ਇਹ ਸੋਚ ਲੈਂਦਾ ਹੈ ਕਿ ਉਹ ਤੁਹਾਡੇ ਨਾਲ ਕੰਮ ਸ਼ੁਰੂ ਕਰੇ ਜਾਂ ਨਹੀਂ, ਜਾਂ ਤੁਹਾਡੇ ਕੋਲੋਂ ਕੋਈ ਸਮਾਨ ਖ਼ਰੀਦੇ ਜਾਂ ਨਹੀਂ। ਤੁਹਾਨੂੰ ਮਿਲਣ ਦੇ ਪਹਿਲੇ ਪੰਜ ਮਿੰਟਾਂ ਵਿੱਚ ਕੋਈ ਵਿਅਕਤੀ ਤੁਹਾਡੇ ਬਾਰੇ 50 ਤਰ੍ਹਾਂ ਦੀਆਂ ਧਾਰਨਾਵਾਂ ਅਤੇ ਅੰਦਾਜ਼ੇ ਲਾ ਲੈਂਦਾ ਹੈ। ਬੁਨਿਆਦੀ ਤੌਰ 'ਤੇ ਉਹ ਤੁਹਾਡੇ ਕੋਲੋਂ ਸਮਾਨ ਖ਼ਰੀਦਣ ਜਾਂ ਨਾ ਖ਼ਰੀਦਣ ਦਾ ਨਿਰਣਾ ਪਹਿਲੇ ਪੰਜ ਮਿੰਟਾਂ ਵਿੱਚ ਹੀ ਕਰ ਲੈਂਦਾ ਹੈ, ਬਾਕੀ ਦੀ ਮੀਟਿੰਗ ਸਿਰਫ਼ ਇਸ ਨਿਰਣੇ ਨੂੰ ਚੈਕ ਕਰਨ ਲਈ ਹੀ ਹੁੰਦੀ ਹੈ। ਸਧਾਰਨ ਸ਼ਬਦਾਂ ਵਿੱਚ ਲੋਕ ਪਹਿਲੇ ਕਿਸੇ ਵਿਅਕਤੀ ਨੂੰ ਪਸੰਦ ਕਰਦੇ ਹੋ ਅਤੇ ਫਿਰ ਉਸਦੇ ਆੱਫ਼ਰ ਨੂੰ। ਮੇਰੇ ਇੱਕ ਉਸਤਾਦ ਕਿਹਾ ਕਰਦੇ ਸਨ, *ਕਿਸੇ ਚੀਜ਼ ਨੂੰ ਸ਼ੁਰੂ ਹੋਣ ਤੋਂ ਬਹੁਤ ਪਹਿਲਾਂ ਹੀ ਉਸਦੀ ਸ਼ੁਰੂਆਤ ਹੋ ਜਾਂਦੀ ਹੈ।*

ਤੁਹਾਡੀ ਮੁਸਕਰਾਹਟ ਹੀ ਤੁਹਾਡੀ ਜਾਣ-ਪਛਾਣ ਹੈ, ਤੁਹਾਡੀ ਸ਼ਖਸ਼ੀਅਤ ਤੁਹਾਡਾ ਬਿਜ਼ਨਿਸ ਕਾਰਡ, ਕਿਸੇ ਨੂੰ ਮਿਲਣ ਤੋਂ ਬਾਅਦ ਤੁਸੀਂ ਉਸ 'ਤੇ ਕਿਵੇਂ ਦੀ ਛਾਪ ਛੱਡਦੇ ਹੋ ਇਹੀ ਤੁਹਾਡਾ ਟ੍ਰੇਡਮਾਰਕ ਹੈ।

– ਜੇ ਡਾਂਜ਼ੀ

ਸਭ ਤੋਂ ਚੰਗੀ ਗੱਲ ਇਹ ਹੈ ਕਿ ਇੱਕ ਖੁਸ਼ਨੁਮਾ ਵਿਅਕਤੀ ਬਣਨਾ ਸਿੱਖਿਆ ਜਾ ਸਕਦਾ ਹੈ। ਤੁਸੀਂ ਜਿਹੋ-ਜਹੇ ਵੀ ਹੋਵੋ, ਤੁਸੀਂ ਆਪਣੇ-ਆਪ ਨੂੰ ਬੇਅੰਤ ਵਾਰ ਸੁਧਾਰ ਅਤੇ ਬਿਹਤਰ ਬਣਾ ਸਕਦੇ ਹੋ।

ਮੈਂ ਤੁਹਾਨੂੰ ਇਹ ਨਹੀਂ ਕਹਿ ਰਿਹਾ ਕਿ ਤੁਸੀਂ ਜਿਸ ਨੂੰ ਵੀ ਮਿਲੋ, ਉਸ ਨੂੰ ਹੀ ਖ਼ੁਸ਼ ਕਰਨ ਵਿੱਚ ਲੱਗ ਜਾਓ, ਮੈਂ ਤੁਹਾਨੂੰ ਇਹ ਕਹਿ ਰਿਹਾ ਹਾਂ ਕਿ ਆਪਣੇ-ਆਪ ਨੂੰ ਅਜਿਹੇ ਵਿਅਕਤੀ ਦੇ ਤੌਰ 'ਤੇ ਵਿਕਸਤ ਕਰੋ ਕਿ ਤੁਸੀਂ ਜਦੋਂ ਵੀ ਲੋਕਾਂ ਨਾਲ ਹੋਵੇ, ਤਾਂ ਸਾਰਿਆਂ ਵਿਚਕਾਰ ਕੁਦਰਤੀ ਤੌਰ 'ਤੇ ਖੁਸ਼ਨੁਮਾ ਲੱਗੋ ਅਤੇ ਸਾਰੇ ਲੋਕ ਤੁਹਾਡੇ ਆਲੇ-ਦੁਆਲੇ ਰਹਿਣਾ ਚਾਹੁਣ। ਕਈ ਲੋਕ ਮੈਨੂੰ ਸਪੱਸ਼ਟ ਤੌਰ 'ਤੇ ਇਹ ਕਹਿੰਦੇ ਹੋਏ ਬਿਜ਼ਨਿਸ ਸ਼ੁਰੂ ਕਰਦੇ ਹਨ ਕਿ ਉਨ੍ਹਾਂ ਨੂੰ ਬਿਜ਼ਨਿਸ ਜਾਂ ਉਤਪਾਦ ਨਾਲ ਮਤਲਬ ਨਹੀਂ ਹੈ, ਪਰ ਉਹ ਮੇਰੇ ਨਾਲ ਆਪਣੀ ਸਾਂਝ ਨੂੰ ਜਾਰੀ ਰੱਖਣਾ ਚਾਹੁੰਦੇ ਹਨ।

ਤੁਸੀਂ ਜਿਹੋ-ਜਹੇ ਵੀ ਹੋ ਉਂਵ ਹੀ ਲੋਕਾਂ ਨੂੰ ਆਕਰਸ਼ਿਤ ਕਰਦੇ ਹੋ ਨਾ ਕਿ ਉਵੇਂ ਜਿਵੇਂ ਤੁਸੀਂ ਚਾਹੁੰਦੇ ਹੋ। ਇਸ ਲਈ, ਜੇ ਤੁਸੀਂ ਆਪਣੀ ਟੀਮ ਵਿੱਚ ਕੁੱਝ ਖੁਸ਼ਨੁਮਾ ਸ਼ਖਸ਼ੀਅਤ ਦੇ ਲੋਕਾਂ ਨੂੰ ਚਾਹੁੰਦੇ ਹੋ ਤਾਂ ਤੁਹਾਨੂੰ ਆਪਣੇ-ਆਪ ਦੀ ਵੀ ਖੁਸ਼ਨੁਮਾ ਸ਼ਖਸ਼ੀਅਤ ਬਣਾਉਣੀ ਪਵੇਗੀ।

ਸਫਲਤਾ ਲਈ ਤਿਆਰੀ

ਤੁਹਾਡੀ ਖੁਸ਼ਨੁਮਾ ਸ਼ਖਸ਼ੀਅਤ ਨੂੰ ਤਾਂ ਕਮਾਲ ਕਰਨ ਦਾ ਮੌਕਾ ਉਦੋਂ ਹੀ ਮਿਲੇਗਾ ਜਦੋਂ ਤੁਹਾਡੀ ਡਰੈਸ ਸਾਹਮਣੇ ਵਾਲੇ ਬੰਦੇ ਨੂੰ ਪ੍ਰਭਾਵਿਤ ਕਰੇਗੀ।

– ਦੀਪਕ ਬਜਾਜ

ਹਾਂ, ਤੁਹਾਡਾ ਪ੍ਰਸੰਨ ਸ਼ਖਸ਼ੀਅਤ ਉਸ ਵਿਅਕਤੀ ਦਾ ਦਿਲ ਜ਼ਰੂਰ ਜਿੱਤ ਪਾਵੇਗੀ ਅਤੇ ਉਹ ਸੇਲ ਲਈ ਭਰੋਸਾ ਦੇਵੇਗੀ, ਪਰ ਤੁਸੀਂ ਮੀਟਿੰਗ ਲਈ ਜਿਸ ਤਰ੍ਹਾਂ ਨਾਲ ਤਿਆਰ ਹੋ ਕੇ ਜਾਂਦੇ ਹੋ ਉਸ ਨਾਲ ਚੀਜ਼ਾਂ ਦਾ ਅੱਗੇ ਵਧਣਾ ਤੈਅ ਹੁੰਦਾ ਹੈ। ਤੁਹਾਡਾ ਪਹਿਰਾਵਾ ਪਹਿਲਾਂ ਪ੍ਰਭਾਵ ਦਿੰਦਾ ਹੈ।

ਇਸ ਲਈ ਇਹ ਬਹੁਤ ਜ਼ਰੂਰੀ ਹੈ ਕਿ ਸਫਲਤਾ ਲਈ ਵਧੀਆ ਕੱਪੜੇ ਪਾਓ ਅਤੇ ਲੋਕਾਂ 'ਤੇ ਆਪਣਾ ਸ਼ਾਨਦਾਰ ਪ੍ਰਭਾਵ ਛੱਡੋ।

ਸਫਲਤਾ ਲਈ ਕਿਵੇਂ ਤਿਆਰ ਹੋਵੋ:

- ✓ ਜਦੋਂ ਵੀ ਮੀਟਿੰਗ ਲਈ ਜਾਓ, ਹਮੇਸ਼ਾ ਫ਼ਾਰਮਲ ਕੱਪੜੇ ਪਾ ਕੇ ਜਾਓ। ਸਮਾਰਟ ਕੈਜ਼ੁਅਲ ਵੀ ਠੀਕ ਲੱਗਦੇ ਹਨ।
- ✓ ਮਰਦਾਂ ਲਈ ਕਮੀਜ਼-ਟੀ ਸ਼ਰਟਾਂ ਨਾਲੋਂ ਵਧੀਆ ਹੁੰਦੀ ਹੈ। ਉਸੇ ਤਰ੍ਹਾਂ, ਔਰਤਾਂ ਲਈ, ਸਹੀ ਪ੍ਰਕਾਰ ਦੇ ਢੁੱਕਵੇ ਕੱਪੜੇ ਪਾਉਣ ਦੀ ਸਲਾਹ ਦਿੱਤੀ ਜਾਂਦੀ ਹੈ। ਤੁਹਾਨੂੰ ਚੰਗਾ, ਆਤਮ-ਵਿਸ਼ਵਾਸੀ ਅਤੇ ਸਫਲਤਾ ਲਈ ਤਿਆਰ ਦਿਖਣਾ ਚਾਹੀਦਾ ਹੈ।
- ✓ ਚੰਗੀ ਤਰ੍ਹਾਂ ਨਾਲ ਤਿਆਰ ਹੋਵੋ। ਮਰਦਾਂ ਲਈ, ਚੰਗੀ ਤਰ੍ਹਾਂ ਕੱਟੇ ਹੋਏ ਵਾਲ, ਕਲੀਨ-ਸ਼ੇਵ ਜਾਂ ਚੰਗੀ ਤਰ੍ਹਾਂ ਤਿਆਰ ਕੀਤੀ ਦਾੜ੍ਹੀ। ਇੱਕ ਵਧਿਆ ਜਿਹੇ ਇੱਤਰ ਦੀ ਸਿਫ਼ਾਰਿਸ਼ ਕੀਤੀ ਜਾਂਦੀ ਹੈ। ਇਸੇ ਤਰ੍ਹਾਂ ਔਰਤਾਂ ਲਈ ਵੀ।
- ✓ ਸਾਫ਼ ਜ਼ੁਰਾਬਾਂ ਨਾਲ ਚੰਗੀ ਤਰ੍ਹਾਂ ਪਾੱਲਿਸ਼ ਕੀਤੇ ਜੁੱਤੇ ਪਾਉਣਾ ਚਾਹੀਦਾ ਹੈ।
- ✓ ਜੇ ਤੁਹਾਨੂੰ ਆਪਣੇ ਮੂੰਹ ਤੋਂ ਜਾਂ ਸ਼ਰੀਰ ਤੋਂ ਬਦਬੂ ਆਉਣ ਦਾ ਡਰ ਹੈ, ਤਾਂ ਕਿਸੇ ਮਾਊਥਵਾੱਸ਼ ਜਾਂ ਡਿਓਡ੍ਰੈਂਟ ਦੀ ਵਰਤੋਂ ਕਰੋ।

✓ ਹਮੇਸ਼ਾ ਮੁਸਕਾਉਂਦੇ ਰਹੋ। ਲੋਕਾਂ ਦਾ ਦਿਲ ਜਿੱਤਣ ਲਈ ਇਹ ਕਮਾਲ ਕਰਦਾ ਹੈ।

ਪਹਿਲਾ ਪ੍ਰਭਾਵ ਅੰਤਮ ਪ੍ਰਭਾਵ ਹੁੰਦਾ ਹੈ, ਤੁਹਾਨੂੰ ਪਹਿਲਾ ਪ੍ਰਭਾਵ ਦਿਖਾਉਣ ਲਈ ਦੂਜਾ ਮੌਕਾ ਨਹੀਂ ਮਿਲਦਾ।

– ਅਗਿਆਤ

ਮੈਂ ਤੁਹਾਨੂੰ ਇਹ ਸਲਾਹ ਨਹੀਂ ਦੇ ਰਿਹਾ ਕਿ ਤੁਸੀਂ ਆਪਣੇ ਸਾਰੇ ਪੈਸੇ ਕੱਪੜਿਆਂ ’ਤੇ ਖ਼ਰਚ ਦਿਓ, ਪਰ ਇਹ ਮੁੱਢਲਾ ਨਿਯਮ ਹੈ ਕਿ ਜੇ ਤੁਸੀਂ ਸਫਲਤਾ ਬਾਰੇ ਗੱਲ ਕਰਨਾ ਚਾਹੁੰਦੇ ਹੋ ਤਾਂ ਤੁਹਾਨੂੰ ਸਫਲ ਦਿਖਣਾ ਤਾਂ ਚਾਹੀਦਾ ਹੈ। ਜੇ ਤੁਸੀਂ ਜੀਵਨਸ਼ੈਲੀ ਬਾਰੇ ਗੱਲਾਂ ਕਰਨ ਵਾਲੇ ਹੋ ਤਾਂ ਤੁਸੀਂ ਇਸ ਨੂੰ ਦਿਖਾਓ। ਤੁਸੀਂ ਅਜਿਹੇ ਲੱਗਣੇ ਚਾਹੀਦੇ ਹੋ ਜਿਸ ਨਾਲ ਲੋਕ ਜੁੜਨਾ ਪਸੰਦ ਕਰਨ। ਹਰ ਸਮੇਂ, ਹਰ ਦਿਨ ਸਭ ਤੋਂ ਉੱਤਮ ਲੱਗੋ।

ਅਕਸਰ ਮੁਸਕਾਉਂਦੇ ਰਹੋ, ਅਸਲੀ ਲੱਗੋ ਅਤੇ ਉਂਞ ਦੇ ਦਿਖੋ ਜਿਸਦੇ ਵਰਗਾ ਤੁਸੀਂ ਬਣਨਾ ਚਾਹੁੰਦੇ ਹੋ। ਸਾਰੀ ਦੁਨੀਆ ਤੁਹਾਡੀ ਟੀਮ ਦਾ ਹਿੱਸਾ ਬਣਨਾ ਚਾਹੇਗੀ।

ਖੁਸ਼ਨੁਮਾ ਸ਼ਖਸ਼ੀਅਤ ਤੋਂ ਸਾਰੇ ਦਰਵਾਜ਼ੇ ਖੁੱਲ੍ਹਦੇ ਹਨ

ਮੇਰੇ ਬਿਜ਼ਨਿਸ ਦੇ ਪਹਿਲੇ ਹੀ ਦਿਨ, ਮੈਨੂੰ ਇੱਕ ਮਹਾਨ ਆਦਮੀ ਨਾਲ ਮਿਲਣ ਦਾ ਮੌਕਾ ਪ੍ਰਾਪਤ ਹੋਇਆ ਜੋ ਅੱਜ ਬਿਜ਼ਨਿਸ ਵਿੱਚ ਮੇਰੇ ਗਾੱਡਫ਼ਾਦਰ ਹਨ ਅਤੇ ਅੱਜ ਵੀ ਮੈਨੂੰ ਜਦੋਂ ਕਿਸੇ ਸਹਾਇਤਾ ਜਾਂ ਕਿਸੇ ਦੀ ਸਲਾਹ ਦੀ ਜ਼ਰੂਰਤ ਹੁੰਦੀ ਹੈ, ਤਾਂ ਉਹ ਸਭ ਤੋਂ ਪਹਿਲੇ ਵਿਅਕਤੀ ਹੁੰਦੇ ਹਨ ਜਿਨ੍ਹਾਂ ਦੇ ਕੋਲ ਮੈਂ ਜਾਂਦਾ ਹਾਂ, ਉਹ ਹਨ ਸ਼੍ਰੀ ਪ੍ਰਵੀਨ ਚੰਦਨ। ਉਨ੍ਹਾਂ ਨੇ ਮੈਨੂੰ ਦਸਿਆ ਕਿ ਦੋ ਤਰ੍ਹਾਂ ਨਾਲ ਕੰਮ ਕਰੋ, 1. ਇਸ ਨੂੰ ਆਪਣਾ ਬਿਜ਼ਨਿਸ ਮੰਨ ਕੇ ਕੰਮ ਕਰੋ। 2. ਲੋਕਾਂ ਨਾਲ ਗੱਲਬਾਤ ਕਰਦੇ ਸਮੇਂ ਆਪਣੀ ਜੀਭ ’ਤੇ ਖੰਡ ਅਤੇ ਸਿਰ ’ਤੇ ਬਰਫ਼ ਰੱਖੋ। ਇੰਨ੍ਹਾ ਦੋਵਾਂ ਸਿਖਿਆਵਾਂ ਨੇ ਮੇਰੇ ਸ਼ਖਸ਼ੀਅਤ ਨੂੰ ਇਸ ਤਰ੍ਹਾਂ ਬਦਲਿਆ ਹੈ ਕਿ ਮੈਂ ਜਿੱਥੇ ਵੀ ਗਿਆ ਹਾਂ, ਮੈਨੂੰ ਲੋਕਾਂ ਕੋਲੋਂ ਬਹੁਤ ਪਿਆਰ ਅਤੇ ਸਤਿਕਾਰ ਮਿਲਿਆ ਹੈ।

ਕੰਮ ’ਤੇ ਇਸ ਤਰ੍ਹਾਂ ਨਾਲ ਤਿਆਰ ਹੋ ਕੇ ਜਾਓ ਕਿ ਤੁਸੀਂ ਆਪਣੀ ਕੰਪਨੀ ਦੇ ਟਾੱਪ ਪਰਫੌਰਮਰ ਹੋ।

12. ਸਮੇਂ ਦੇ ਪਾਬੰਦ ਅਤੇ ਤਿਆਰੀ

ਜੇ ਤੁਸੀਂ ਜਲਦੀ ਨਹੀਂ ਆ ਸਕਦੇ ਤਾਂ ਸਮੇਂ 'ਤੇ ਤਾਂ ਪਹੁੰਚੋ।

- ਅਗਿਆਤ

ਹਮੇਸ਼ਾ ਸਮੇਂ ਤੇ ਪਹੁੰਚਣ ਨਾਲ ਲੋਕ ਤੁਹਾਨੂੰ ਜ਼ਿਆਦਾ ਪਸੰਦ ਕਰਕੇ ਹਨ: ਭਾਵੇਂ ਉਹ ਤੁਹਾਡੀ ਟੀਮ ਦੇ ਮੈਂਬਰ ਹੋਣ ਜਾਂ ਨਵੇਂ ਪ੍ਰਾਸਪੈਕਟ। ਸਾਰੇ ਲੋਕ ਅਜਿਹੇ ਵਿਅਕਤੀ ਨਾਲ ਬਿਜ਼ਨਿਸ ਕਰਨਾ ਚਾਹੁਣਗੇ ਜੋ ਉਨ੍ਹਾਂ ਨੂੰ ਮਹੱਤਵ ਦਿੰਦਾ ਹੈ ਅਤੇ ਉਨ੍ਹਾਂ ਨੂੰ ਇਹ ਦੱਸਣ ਲਈ ਕਿ ਤੁਸੀਂ ਉਨ੍ਹਾਂ ਨੂੰ ਕਿੰਨਾ ਮਹੱਤਵ ਦਿੰਦੇ ਹੋ, ਉਸਦਾ ਪਹਿਲਾ ਅਤੇ ਸਭ ਤੋਂ ਸੌਖਾ ਤਰੀਕਾ ਹੈ - ਸਮੇਂ ਤੇ ਮੀਟਿੰਗ ਲਈ ਆਉਣਾ। ਮੀਟਿੰਗ ਸ਼ੁਰੂ ਹੋਣ ਤੋਂ ਕਰੀਬ 5 ਤੋਂ 10 ਮਿੰਟ ਪਹਿਲਾਂ ਪਹੁੰਚਣ ਦੀ ਆਦਤ ਪਾ ਲਓ। ਹੋ ਸਕਦਾ ਹੈ ਤੁਹਾਡੇ ਸਮੇਂ 'ਤੇ ਪਾਬੰਦ ਹੋਣ ਦੀ ਸਾਰੇ ਲੋਕ ਕਦਰ ਨਾ ਕਰਨ, ਪਰ ਲੇਟ ਹੋਣ ਕਾਰਨ ਤੁਹਾਡਾ ਬਿਜ਼ਨਿਸ ਖ਼ਤਮ ਹੋਣ ਦੀ ਗਾਰੰਟੀ ਹੈ। ਇਸ ਦੇ ਨਾਲ ਹੀ ਸਾਰੀਆਂ ਮੀਟਿੰਗਾਂ ਨੂੰ ਸਮੇਂ 'ਤੇ ਸ਼ੁਰੂ ਅਤੇ ਸਮਾਪਤ ਕਰਨਾ ਵੀ ਜ਼ਰੂਰੀ ਹੈ।

ਇੱਕ ਚੰਗੀ ਗੱਲ ਇਹ ਹੈ ਕਿ ਛੇਤੀ ਪੁੱਜਣਾ ਜਾਂ ਦੇਰ ਦੇਰ ਨਾਲ ਪਹੁੰਚਣਾ ਇੱਕ ਆਦਤ ਹੈ ਜੋ ਬਦਲੀ ਜਾ ਸਕਦੀ ਹੈ, ਇਸ ਲਈ, ਸਮੇਂ 'ਤੇ ਪਹੁੰਚਣ ਦੀ ਆਦਤ ਪਾ ਲਓ।

ਜਿੱਤਣ ਦੀ ਇੱਛਾ ਦਾ ਉਦੋਂ ਤੱਕ ਕੋਈ ਅਰਥ ਨਹੀਂ ਰਹਿ ਜਾਂਦਾ, ਜੇ ਤਿਆਰੀ ਦੀ ਇੱਛਾ ਨਾ ਹੋਵੇ ਤਾਂ।

- ਜੁਮਾ ਇਕਾਂਗਾ

ਜਿਹੜਾ ਵਿਅਕਤੀ ਜੀਵਨ ਜਾਂ ਬਿਜ਼ਨਿਸ ਵਿੱਚ ਜਿੱਤਦਾ ਹੈ, ਉਹ ਖ਼ੁਸ਼ਕਿਸਮਤ ਨਹੀਂ ਹੁੰਦਾ, ਪਰ ਉਹ ਵਿਅਕਤੀ ਇਸਦੀ ਤਿਆਰੀ ਲਈ ਆਪਣਾ ਸਮਾਂ ਅਤੇ ਸ਼ਕਤੀ ਦੋਵੇਂ ਲਗਾਉਂਦਾ ਹੈ। ਜ਼ਿਆਦਾਤਰ ਲੋਕ ਜੋ ਨੈੱਟਵਰਕ ਮਾਰਕੀਟਿੰਗ ਵਿੱਚ ਆਉਂਦੇ ਹਨ ਉਹ ਇਸ ਇੰਡਸਟਰੀ ਵਿੱਚ ਨਵੇਂ ਹਨ ਅਤੇ ਉਨ੍ਹਾਂ ਨੂੰ ਥੋੜ੍ਹੀ ਸ਼ੰਕਾ ਵੀ ਰਹਿੰਦੀ ਹੈ ਕਿ ਉਹ ਕਦੇ ਇਸ ਬਿਜ਼ਨਿਸ ਵਿੱਚ ਸਫਲ ਵੀ ਹੋ ਪਾਉਣਗੇ ਜਾਂ ਨਹੀਂ? ਪਰ ਜੇ ਤੁਹਾਡੇ ਕੋਲ ਇਸਦੀ ਤਿਆਰੀ ਲਈ ਇੱਛਾਸ਼ਕਤੀ ਅਤੇ ਅਨੁਸ਼ਾਸਨ ਹੈ, ਤਾਂ ਚੀਜ਼ਾਂ ਹੋਰ ਅਸਾਨ ਹੋ ਜਾਂਦੀਆਂ ਹਨ। ਇਸ ਗੱਲ ਨਾਲ ਕੋਈ ਫ਼ਰਕ ਨਹੀਂ ਪੈਂਦਾ ਕਿ ਬਿਜ਼ਨਿਸ ਵਿੱਚ ਆਉਣ ਤੋਂ ਪਹਿਲਾਂ ਤੁਸੀਂ ਕੀ ਕੰਮ ਕਰਦੇ ਸੀ, ਫ਼ਰਕ ਇਸ ਗੱਲ ਨਾਲ ਪੈਂਦਾ ਹੈ ਕਿ ਇੱਕ ਵਾਰ ਬਿਜ਼ਨਿਸ ਸੁਰੂ ਕਰਨ ਤੋਂ ਬਾਅਦ ਤੁਸੀਂ ਕੀ ਕਰਨਾ ਚਾਹੁੰਦੇ ਹੋ।

ਜਿੱਤ ਲਈ ਤਿਆਰ ਰਹੋ

1. ਆਪਣੇ ਦਿਨ ਦੀ ਸ਼ੁਰੂਆਤ ਇਸ ਵਿਸ਼ਵਾਸ ਨਾਲ ਕਰੋ ਕਿ ਅੱਜ ਤੁਹਾਨੂੰ ਆਪਣਾ ਚੈਂਪੀਅਨ ਮਿਲ ਜਾਏਗਾ। ਯਾਦ ਰੱਖੋ, ਅੱਜ ਤੁਹਾਡੀ ਬਾਕੀ ਜਿੰਦਗੀ ਦਾ ਪਹਿਲਾ ਦਿਨ ਹੈ।

2. ਲੋਕਾਂ ਨੂੰ ਮਦਦ ਕਰਨ ਦੇ ਇਰਾਦਿਆਂ ਨਾਲ ਮਿਲੋ। ਇਰਾਦੇ ਮਾਇਨੇ ਰੱਖਦੇ ਹਨ।
3. ਆਪਣੇ ਘਰ ਤੋਂ ਮੁਸਕਾਉਂਦੇ ਹੋਏ ਨਿਕਲੋ ਅਤੇ ਸਫਲ ਹੋਣ ਦੇ ਮਕਸਦ ਨਾਲ ਵਧੀਆ ਕੱਪੜੇ ਪਾ ਕੇ ਜਾਓ।
4. ਆਪਣੀ ਪੂਰੀ ਬਿਜ਼ਨਿਸ ਕਿੱਟ ਆਪਣੇ ਨਾਲ ਰੱਖੋ। ਉਤਪਾਦ ਦੇ ਵੀਡੀਓ, ਸਫਲਤਾ ਦੀਆਂ ਕਹਾਣੀਆਂ, ਪ੍ਰੋਗਰਾਮ ਦੀਆਂ ਫੋਟੋਆਂ, ਉਤਪਾਦਾਂ ਦੇ ਬਰੋਸ਼ਰ, ਬਿਜ਼ਨਿਸ ਪੇਸ਼ਕਾਰੀ ਆਦਿ ਨੂੰ ਆਪਣੇ ਮੋਬਾਈਲ, ਲੈਪਟਾੱਪ ਜਾਂ ਫੋਨ ਵਿੱਚ ਲੈ ਕੇ ਚਲੋ।
5. ਆਪਣੇ ਨਾਲ ਲਿਖਣ ਲਈ ਇੱਕ ਰਾਈਟਿੰਗ ਪੈਡ/ਨੋਟ ਬੁੱਕ ਅਤੇ ਇੱਕ ਪੈਨ ਲੈ ਕੇ ਜਾਓ। ਆਪਣੇ ਮਹਿਮਾਨਾਂ ਤੋਂ ਪੈਨ ਜਾਂ ਪੇਪਰ ਨਾ ਮੰਗੋ।
6. ਇਹ ਵੀ ਯਕੀਨੀ ਬਣਾਓ ਕਿ ਤੁਸੀਂ ਉਤਪਾਦਾਂ ਅਤੇ ਬਿਜ਼ਨਿਸ ਪਲਾਨ ਬਾਰੇ ਜਾਣਦੇ ਹੋ ਅਤੇ ਇਸ ਦੇ ਲਈ ਤੁਸੀਂ ਪਹਿਲਾਂ ਤੋਂ ਤਿਆਰੀ ਕੀਤੀ ਹੋਈ ਹੈ।

ਤਿਆਰੀ ਡਰ ਦਾ ਇਲਾਜ ਹੈ। ਤੁਹਾਡੀ ਤਿਆਰੀ ਅਗਿਆਨਤਾ ਦੇ ਵਿਰੁੱਧ ਤੁਹਾਡਾ ਬੀਮਾ ਹੈ।

– ਦੀਪਕ ਬਜਾਜ

ਤੁਹਾਡਾ ਆਤਮ-ਵਿਸ਼ਵਾਸ ਤੁਹਾਡਾ ਸਭ ਤੋਂ ਵਧੀਆ ਦੋਸਤ ਹੈ ਅਤੇ ਇਹ ਤਿਆਰੀ ਨਾਲ ਆਉਂਦਾ ਹੈ। ਕਾਫ਼ੀ ਤਿਆਰੀ ਦੇ ਨਾਲ, ਤੁਸੀਂ ਹਰ ਮੀਟਿੰਗ ਵਿੱਚ ਇੱਕ ਜੇਤੂ ਦੇ ਤੌਰ 'ਤੇ ਉਭਰੋਗੇ।

ਹਰ ਮੀਟਿੰਗ ਵਿੱਚ 10 ਮਿੰਟ ਪਹਿਲਾਂ ਪਹੁੰਚੋ

ਕਦੇ ਵੀ ਕਿਸੇ ਮੀਟਿੰਗ ਨੂੰ ਰੱਦ ਨਾ ਕਰੋ ਅਤੇ ਹਰ ਮੀਟਿੰਗ ਸ਼ੁਰੂ ਹੋਣ ਤੋਂ 10 ਮਿੰਟ ਪਹਿਲਾਂ ਪਹੁੰਚੋ ਮੈਂ ਆਪਣੇ ਕਰੀਅਰ ਵਿੱਚ ਇਹ ਬਹੁਤ ਪਹਿਲਾਂ ਹੀ ਸਮਝ ਗਿਆ ਸੀ ਕਿ ਤੁਹਾਡੀ ਮੀਟਿੰਗ ਦੇ ਪਹਿਲੇ ਕੁੱਝ ਮਿੰਟ ਤੁਹਾਡੀ ਮੀਟਿੰਗ ਦਾ ਨਤੀਜਾ ਦੱਸ ਸਕਦੇ ਹਨ। ਸਮੇਂ 'ਤੇ ਪੁੱਜਣਾ ਇੱਕ ਜਿੱਤ ਹੈ ਅਤੇ ਲੋਕਾਂ ਦੇ ਮਨਾਂ 'ਤੇ ਇਸ ਨਾਲ ਸਕਾਰਾਤਮਕਤਾ ਆਉਂਦੀ ਹੈ। ਜਦੋਂ ਤੁਸੀਂ ਦੇਰੀ ਨਾਲ ਪੁੱਜਦੇ ਹੋ, ਤਾਂ ਤੁਸੀਂ ਮੀਟਿੰਗ ਦੀ ਸ਼ੁਰੂਆਤ ਸੋਰੀ ਬੋਲ ਕੇ ਕਰਦੇ ਹੋ ਅਤੇ ਇਹ ਕਿਸੇ ਵੀ ਮੀਟਿੰਗ ਦੀ ਬਹੁਤ ਹੀ ਖ਼ਰਾਬ ਸ਼ੁਰੂਆਤ ਹੁੰਦੀ ਹੈ। ਛੇਤੀ ਪੁੱਜਣਾ ਇੱਕ ਆਦਤ ਹੈ। ਮੈਂ ਇੱਕ ਬਹੁਤ ਸੀਨੀਅਰ ਲੀਡਰ ਅਸ਼ਵਨੀ ਸ਼ਰਮਾ ਵਿੱਚ ਇਹ ਆਦਤ ਦੇਖੀ ਹੈ, ਜੋ ਹਰ ਪ੍ਰੋਗਰਾਮ ਵਿੱਚ ਸਮੇਂ 'ਤੇ ਪੁੱਜ ਜਾਂਦੇ ਹਨ। ਤਿਆਰੀ ਕਰਨ ਦੇ ਮਾਮਲੇ ਵਿੱਚ ਮੈਂ ਆਪਣੀ ਟੀਮ ਦੇ ਕੁੱਝ ਸਾਥੀਆਂ – ਸਾਹਿਲ ਗਰਗ, ਹਰਵਿੰਦਰ ਸਿੰਘ, ਪ੍ਰਦੀਪ ਚੌਧਰੀ ਅਤੇ ਸੁਭਾਸ਼ ਚੰਦਰ ਦੀ ਸੱਚ ਮੁੱਚ ਪ੍ਰਸ਼ੰਸਾ ਕਰਦਾ ਹਾਂ। ਉਹ ਹਰ ਮੀਟਿੰਗ ਅਤੇ ਪ੍ਰੋਗਰਾਮ ਲਈ ਹਮੇਸ਼ਾ ਤਿਆਰ ਰਹਿੰਦੇ ਹਨ।

13. ਸੰਤੁਲਿਤ ਜੀਵਨ ਜਿਉਣ ਲਈ ਯੋਗਤਾ

ਅਸੀਂ ਖੁਦ ਆਪਣੀ ਪਸੰਦ ਹਾਂ।

– ਜੇ. ਪੀ. ਸਾਰਟਰੇ

ਜਦੋਂ ਇਹ ਬਿਜ਼ਨਿਸ ਤੁਹਾਡੀ ਜ਼ਿੰਦਗੀ ਵਿੱਚ ਆਉਂਦਾ ਹੈ, ਤਾਂ ਤੁਸੀਂ ਪਹਿਲਾਂ ਤੋਂ ਆਪਣੀ ਜ਼ਿੰਦਗੀ ਦੇ 4 ਮੁੱਖ ਖੇਤਰਾਂ ਨੂੰ ਸੰਭਾਲ ਰਹੇ ਹੁੰਦੇ ਹੋ – ਤੁਸੀਂ ਆਪ, ਤੁਹਾਡਾ ਪਰਿਵਾਰ, ਮੌਜੂਦਾ ਬਿਜ਼ਨਿਸ ਅਤੇ ਸਮਾਜਿਕ ਜ਼ਿੰਮੇਵਾਰੀਆਂ। ਆਪਣੇ ਸੁਫਨਿਆਂ ਦੀ ਜ਼ਿੰਦਗੀ ਦਾ ਨਿਰਮਾਣ ਕਰਨ ਲਈ ਤੁਹਾਨੂੰ ਆਪਣੇ ਪਹਿਲਾਂ ਤੋਂ ਹੀ ਵਿਅਸਤ ਜੀਵਨ ਵਿੱਚ ਇਸ ਬਿਜ਼ਨਿਸ ਨੂੰ ਫ਼ਿਟ ਕਰਨ ਦੀ ਲੋੜ ਹੈ। ਤੁਹਾਨੂੰ ਹਰ ਦਿਨ ਇਸ ਬਿਜ਼ਨਿਸ ਲਈ ਸਮਾਂ ਕੱਢਣਾ ਪਵੇਗਾ। ਹੋਰ ਬਿਜ਼ਨਿਸਾਂ ਵਾਂਗ, ਇਸ ਬਿਜ਼ਨਿਸ ਦੇ ਪਹਿਲੇ ਕੁੱਝ ਮਹੀਨੇ ਵੀ ਚੁਣੌਤੀਆਂ ਨਾਲ ਭਰਪੂਰ ਹੋਣਗੇ ਕਿਉਂ ਕਿ ਇਹ ਤੁਹਾਡਾ ਬਹੁਤ ਸਾਰਾ ਸਮਾਂ ਲਵੇਗਾ ਅਤੇ ਜਿਸ ਹਿਸਾਬ ਨਾਲ ਤੁਸੀਂ ਉਸ ਵਿੱਚ ਸਮਾਂ ਲਾ ਕੇ ਕੋਸ਼ਿਸ਼ਾਂ ਕਰੋਗੇ, ਉਸਦੀ ਤੁਲਨਾ ਵਿੱਚ ਤੁਹਾਨੂੰ ਨਤੀਜੇ ਜਾਂ ਆਮਦਨ ਸ਼ਾਇਦ ਥੋੜ੍ਹੀ ਘੱਟ ਲੱਗ ਸਕਦੀ ਹੈ।

ਇਹ ਯਾਦ ਰੱਖੋ ਕਿ ਬਿਨਾਂ ਕਸ਼ਟ ਕੀਤੇ ਕੋਈ ਫਲ ਨਹੀਂ ਮਿਲਦਾ। ਸਾਡੀ ਜ਼ਿੰਦਗੀ ਸਾਡੇ ਵਿਕਲਪਾਂ ਨਾਲ ਹੀ ਬਣਦੀ ਹੈ। ਸਭ ਤੋਂ ਪਹਿਲਾਂ ਇਹ ਵਿਚਾਰ ਕਰੋ ਕਿ ਤੁਹਾਨੂੰ ਜੀਵਨ ਵਿੱਚ ਕੀ ਚਾਹੀਦਾ ਹੈ, ਫਿਰ ਉਹ ਕੰਮ ਅਤੇ ਵਿਵਹਾਰ ਕਰੋ, ਜਿਸ ਨਾਲ ਤੁਸੀਂ ਆਪਣੇ ਟੀਚਿਆਂ ਦੇ ਹੋਰ ਨੇੜੇ ਪੁੱਜ ਜਾਓ।

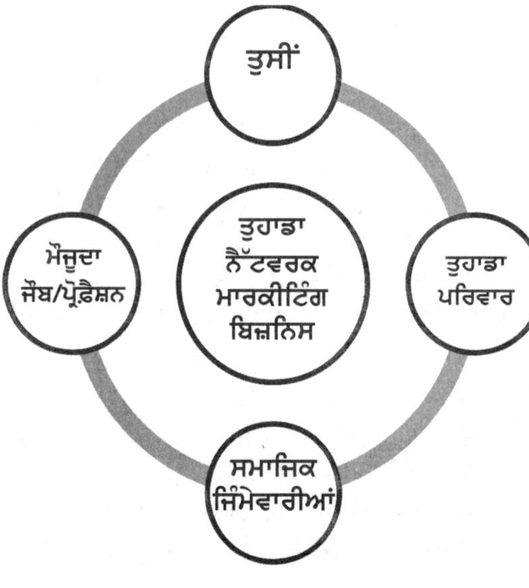

ਐਕਸ਼ਨ ਤੁਹਾਡੀਆਂ ਤਰਜੀਹਾਂ ਨੂੰ ਦਰਸਾਉਂਦੇ ਹਨ।

– ਮਹਾਤਮਾ ਗਾਂਧੀ

ਆਪਣੀ ਜ਼ਿੰਦਗੀ ਦੀਆਂ ਚਾਰ ਮੁੱਖ ਚੀਜ਼ਾਂ ਦਾ ਬਿਹਤਰ ਪ੍ਰਬੰਧਨ ਕਰਨ ਲਈ ਮੇਰੀਆਂ ਸਿਫ਼ਾਰਸ਼ਾਂ:-

ਤੁਸੀਂ ਆਪਣੀ ਸਿਹਤ ਦਾ ਖ਼ਿਆਲ ਰੱਖੋ। ਜੇ ਤੁਹਾਡੀ ਸਿਹਤ ਚੰਗੀ ਨਹੀਂ ਹੈ ਤਾਂ ਤੁਸੀਂ ਆਪਣੇ ਪੈਸਿਆਂ ਨਾਲ ਆਨੰਦ ਨਹੀਂ ਮਾਣ ਸਕਦੇ। ਹਰ ਦਿਨ ਘੱਟ ਤੋਂ ਘੱਟ 60 ਮਿੰਟ ਕਸਰਤ ਲਈ ਕੱਢੋ। ਤੁਸੀਂ ਜੋ ਖਾਂਦੇ ਹੋ, ਉਸਦੇ ਪ੍ਰਤੀ ਸੁਚੇਤ ਰਹੋ। ਨੈੱਟਵਰਕ ਮਾਰਕੀਟਰਜ਼ ਬਹੁਤ ਜ਼ਿਆਦਾ ਘੁੰਮਦੇ ਹਨ ਜਿਸ ਨਾਲ ਖਾਣਾ-ਪੀਣਾ ਪ੍ਰਭਾਵਿਤ ਹੁੰਦਾ ਹੈ। ਜੰਕ ਫ਼ੂਡ ਤੋਂ ਪਰਹੇਜ਼ ਕਰੋ, ਸਮੇਂ 'ਤੇ ਖਾਣਾ ਖਾਓ, ਆਪਣੀ ਯਾਤਰਾ ਦੌਰਾਨ ਘਰ ਦਾ ਬਣਿਆ ਖਾਣਾ ਨਾਲ ਲੈ ਜਾਓ, ਹਰ ਦਿਨ ਸੰਤੁਲਤ ਪੌਸ਼ਟਿਕ ਖਾਣਾ ਖਾ ਕੇ ਹਰ ਦਿਨ ਕਸਰਤ ਕਰੋ। ਤੁਸੀਂ ਆਪਣੀ ਸ਼ਾਨਦਾਰ ਸਿਹਤ ਨਾਲ ਆਮਦਨ, ਰੁਤਬੇ ਅਤੇ ਪ੍ਰਸਿੱਧੀ ਦਾ ਆਨੰਦ ਮਾਣ ਸਕੋਗੇ।

ਆਪਣੇ ਬੌਧਿਕ ਅਤੇ ਭਾਵਨਾਤਮਕ ਵਿਕਾਸ ਲਈ ਹਰ ਦਿਨ ਕਿਤਾਬਾਂ ਪੜ੍ਹੋ ਅਤੇ ਵੀਡੀਓ ਦੇਖੋ। ਸਹੀ ਲੋਕਾਂ ਨਾਲ ਸਮਾਂ ਬਤੀਤ ਕਰੋ। ਆਪਣੇ ਪਰਿਵਾਰ ਨਾਲ ਵਧੀਆ ਸਮਾਂ ਬਿਤਾਓ। ਥੋੜ੍ਹਾ ਸਿਮਰਨ ਕਰਕੇ ਪਰਮਾਤਮਾ ਵਿੱਚ ਆਪਣਾ ਵਿਸ਼ਵਾਸ ਵਧਾਓ। ਕੋਈ ਵਧੀਆ ਸੰਗੀਤ ਸੁਣੋ, ਇਹ ਵੀ ਆਪਣੇ-ਆਪ ਵਿੱਚ ਇੱਕ ਸਾਧਨਾ ਹੀ ਹੈ। ਹਮੇਸ਼ਾ ਖ਼ੁਸ਼ ਅਤੇ ਆਨੰਦ ਨਾਲ ਭਰਪੂਰ ਰਹੋ। ਪਰਮਾਤਮਾ ਦਾ ਧੰਨਵਾਦ ਕਰੋ ਕਿ ਉਨ੍ਹਾਂ ਨੇ ਤੁਹਾਨੂੰ ਇੰਨਾ ਕੁੱਝ ਦਿੱਤਾ ਹੈ, ਉਨ੍ਹਾਂ ਨੇ ਤੁਹਾਨੂੰ ਸਹੀ ਰਵੱਈਆ ਦਿੱਤਾ ਅਤੇ ਆਪਣੇ ਸੁਫਨਿਆਂ ਨੂੰ ਪੂਰਾ ਕਰਨ ਲਈ ਸਮਰੱਥਾ। ਤੁਸੀਂ ਖ਼ੁਸ਼ਕਿਸਮਤ ਹੋ ਕਿ ਤੁਹਾਨੂੰ ਨੈੱਟਵਰਕ ਮਾਰਕੀਟਿੰਗ ਬਿਜ਼ਨਿਸ ਮਿਲਿਆ। ਆਪਣਾ ਸ਼ਰੀਰਕ, ਭਾਵਨਾਤਮਕ, ਬੌਧਿਕ ਅਤੇ ਅਧਿਆਤਮਕ ਵਿਕਾਸ ਕਰੋ, ਜਿਸ ਨਾਲ ਤੁਸੀਂ ਆਪਣਾ ਬਿਜ਼ਨਿਸ ਸਥਾਪਿਤ ਕਰ ਸਕੋ।

ਪਰਿਵਾਰ: ਤੁਹਾਡਾ ਪਰਿਵਾਰ ਹਮੇਸ਼ਾ ਤੁਹਾਡੇ ਨਾਲ ਹੋਣਾ ਚਾਹੀਦਾ ਹੈ। ਇਸ ਬਿਜ਼ਨਿਸ ਦੀ ਸ਼ੁਰੂਆਤ ਵਿੱਚ ਤੁਸੀਂ ਆਪਣੇ ਕੰਮ ਤੋਂ ਬਾਅਦ ਦੇ ਘੰਟੇ ਕੱਢ ਕੇ ਵੀਕਐਂਡ ਵਿੱਚ ਇਸ 'ਤੇ ਕੰਮ ਕਰੋਗੇ। ਇਹ ਉਹ ਸਮਾਂ ਹੈ ਜੋ ਪਹਿਲਾਂ ਤੁਸੀਂ ਜ਼ਿਆਦਾਤਰ ਆਪਣੇ ਪਰਿਵਾਰ ਅਤੇ ਦੋਸਤਾਂ ਨੂੰ ਦਿੰਦੇ ਸੀ। ਜੇ ਤੁਸੀਂ ਉਨ੍ਹਾਂ ਨੂੰ ਆਪਣੇ ਇਸ ਹਵਾਲੇ ਨਾਲ ਨਜ਼ਰੀਆ ਦੱਸੋਗੇ ਕਿ ਅਗਲੇ 2 ਤੋਂ 5 ਸਾਲਾਂ ਅੰਦਰ ਤੁਸੀਂ ਕੀ ਹਾਸਿਲ ਕਰਨਾ ਚਾਹੁੰਦੇ ਹੋ, ਤਾਂ ਉਹ ਇਹ ਕੁਰਬਾਨੀ ਦੇਣ ਲਈ ਤਿਆਰ ਹੋ ਜਾਣਗੇ। ਕੁੱਝ ਬਿਜ਼ਨਿਸ ਇਵੈਂਟਸ ਵਿੱਚ ਆਪਣੇ ਪਰਿਵਾਰ ਨਾਲ ਜਾ ਕੇ ਆਪਣੇ ਅੱਪਲਾਈਨ ਅਤੇ ਉਨ੍ਹਾਂ ਦੇ ਪਰਿਵਾਰ ਨਾਲ ਕੁੱਝ ਮੀਟਿੰਗਾਂ ਕਰੋ। ਪਹਿਲਾਂ ਕੁੱਝ ਮਹੀਨਿਆਂ ਵਿੱਚ ਚੰਗੇ ਨਤੀਜੇ ਲਿਆਉਣ ਲਈ ਵਚਨਬੱਧ ਰਹੋ। ਇਸ ਵਿੱਚ ਤੁਹਾਡਾ ਪਰਿਵਾਰ ਤੁਹਾਡਾ ਸਭ ਤੋਂ ਵੱਡਾ ਸਹਿਯੋਗੀ ਹੋਵੇਗਾ।

ਮੌਜੂਦਾ ਨੌਕਰੀ/ਪੇਸ਼ਾ : ਆਪਣੇ ਨੌਕਰੀ ਜਾਂ ਹੋਰ ਪੇਸ਼ੇ ਨੂੰ ਲੈ ਕੇ ਤੁਸੀਂ ਜੋ ਵੀ ਕੁੱਝ ਕਰ ਰਹੇ ਹੋ, ਉਸ ਨੂੰ ਚੰਗੀ ਤਰ੍ਹਾਂ ਬਿਹਤਰ ਟਾਈਮ ਮੈਨੇਜਮੈਂਟ ਨਾਲ ਕਰਦੇ ਰਹੋ। ਤੁਹਾਨੂੰ ਹੁਣੇ ਕੁੱਝ ਮਹੀਨਿਆਂ ਜਾਂ ਸਾਲਾਂ ਤੱਕ ਉਸ ਨੌਕਰੀ ਦੀ ਜ਼ਰੂਰਤ ਹੈ ਇਸ ਲਈ ਇਸ ਨੂੰ ਕਾਇਮ ਰੱਖਣ ਲਈ ਜੋ ਕਰ ਸਕਦੇ ਹੋ, ਕਰੋ। ਹੋਰ ਜ਼ਿਆਦਾ ਨਿਪੁੰਨ ਬਣੋ ਅਤੇ ਤੁਹਾਡੇ ਨੈੱਟਵਰਕ ਮਾਰਕੀਟਿੰਗ ਬਿਜ਼ਨਿਸ ਨੂੰ ਹਰ ਦਿਨ ਵਧਾਉਣ ਲਈ

ਜਿੰਨਾ ਜ਼ਿਆਦਾ ਸਮਾਂ ਹੋ ਸਕਦਾ ਹੈ, ਦਿਓ। ਆਪਣੇ ਸਾਰੇ ਵੀਕਐਂਡ ਅਤੇ ਛੁੱਟੀਆਂ ਦੀ ਪ੍ਰਭਾਵੀ ਢੰਗ ਨਾਲ ਵਰਤੋਂ ਕਰੋ। ਆਪਣੀ ਟੀਮ ਨਾਲ ਇਵੈਂਟ ਵਿੱਚ ਜਾ ਕੇ ਟੀਮ ਦੇ ਮੈਂਬਰਾਂ ਨੂੰ ਪ੍ਰੋਗਰਾਮਾਂ ਨਾਲ ਜੋੜੋ ਜਿਸ ਨਾਲ ਉਹ ਸਿਰਫ਼ ਤੁਹਾਡੇ 'ਤੇ ਨਿਰਭਰ ਨਾ ਰਹਿਣ। ਜਿਵੇਂ-ਜਿਵੇਂ ਕੰਮ ਰਫ਼ਤਾਰ ਫੜ੍ਹਦਾ ਹੈ, ਆਪਣੇ ਐਕਟਿਵ ਅੱਪਲਾਈਨ ਨਾਲ ਇਸ ਬਾਰੇ ਸੰਪਰਕ ਕਰ ਇਹ ਵਿਚਾਰੋ ਕਿ ਇਸ ਬਿਜ਼ਨਿਸ ਨੂੰ ਕਦੋਂ ਫੁੱਲ ਟਾਈਮ ਬਿਜ਼ਨਿਸ ਵਿੱਚ ਤਬਦੀਲ ਕਰ ਸਕਦੇ ਹਾਂ।

ਦੋਸਤ/ਸਮਾਜਿਕ ਜ਼ਿੰਮੇਵਾਰੀਆਂ : ਘੱਟ ਤੋਂ ਘੱਟ ਚੀਜ਼ਾਂ 'ਤੇ ਆ ਜਾਓ, ਪਹਿਲਾਂ 12 ਤੋਂ 24 ਮਹੀਨਿਆਂ ਵਿੱਚ ਉਨਾਂ ਸਮਾਗਮਾਂ ਵਿੱਚ ਜਾਓ, ਜਿੱਥੇ ਜਾਣਾ ਬਹੁਤ ਜ਼ਰੂਰੀ ਹੈ। ਨਾਲ ਹੀ ਸਮਾਜਿਕ ਸਮਾਗਮਾਂ ਤੋਂ ਤੁਹਾਡੀ ਲਿਸਟ ਵਿੱਚ ਨਵੇਂ ਨਾਂਵਾਂ ਨੂੰ ਜੋੜ ਕੇ ਨਵੇਂ ਲੋਕਾਂ ਦੀ ਪ੍ਰਾਸਪੈਕਟਿੰਗ ਕਰਦੇ ਰਹੋ।

ਆਪਣੇ ਬਿਜ਼ਨਿਸ ਦੇ ਪਹਿਲੇ ਬਾਰਾਂ ਤੋਂ ਚੌਵੀਂ ਮਹੀਨਿਆਂ ਵਿੱਚ ਆਪਣੇ ਨੈੱਟਵਰਕ ਮਾਰਕੀਟਿੰਗ ਬਿਜ਼ਨਿਸ ਨੂੰ ਆਪਣੇ ਜੀਵਨ ਦਾ ਕੇਂਦਰ ਬਣਾਏ ਰੱਖੋ ਅਤੇ ਹੋਰ ਕੰਮ ਉਸੇ ਦੇ ਮੁਤਾਬਿਕ ਕਰੋ। ਕੀ ਇਹ ਸੌਖਾ ਹੋਵੇਗਾ? ਨਹੀਂ, ਕੀ ਇਹ ਸਹੀ ਹੋਵੇਗਾ? ਹਾਂ। ਤਹਾਨੂੰ ਇਸ ਗੱਲ ਨਾਲ ਖ਼ੁਸ਼ੀ ਹੋਵੇਗੀ ਕਿ ਤੁਸੀਂ ਇਸ ਨੂੰ ਚੁਣਿਆ ਹੈ। ਨੈੱਟਵਰਕ ਮਾਰਕੀਟਿੰਗ ਦੇ ਜ਼ਰੀਏ ਤੁਹਾਨੂੰ ਨਾ ਸਿਰਫ਼ ਕਰੋੜਾਂ ਰੁਪਈਏ ਮਿਲਣਗੇ ਪਰ ਇਸ ਨਾਲ ਟਾਈਮ ਮੈਨੇਜਮੈਂਟ ਲਈ ਸ਼ਾਨਦਾਰ ਟ੍ਰੇਨਿੰਗ ਵੀ ਮਿਲੇਗੀ ਜਿਸ ਨਾਲ ਤੁਸੀਂ ਆਪਣੀਆਂ ਤਰਜੀਹਾਂ ਨੂੰ ਸਹੀ ਢੰਗ ਨਾਲ ਤੈਅ ਕਰ ਪਾਓਗੇ। ਆਪਣੀ ਯਾਤਰਾ ਦਾ ਆਨੰਦ ਮਾਣੋ।

ਜੇ ਇਹ ਤੁਹਾਡੇ ਲਈ ਮਹੱਤਵਪੂਰਨ ਹੈ, ਤਾਂ ਤੁਸੀਂ ਆਪਣੇ ਲਈ ਇੱਕ ਰਾਸਤਾ ਲੱਭੋਗੇ, ਜੇ ਨਹੀਂ, ਤਾਂ ਤੁਹਾਨੂੰ ਇਸ ਲਈ ਕੋਈ ਬਹਾਨਾ ਮਿਲ ਜਾਵੇਗਾ।

– ਰਿਆਨ ਬਲੇਅਰ

ਹਮੇਸ਼ਾ ਖ਼ੁਸ਼ ਰਹੋ, ਤੰਦਰੁਸਤ ਰਹੋ ਅਤੇ ਸਫਲ ਰਹੋ

ਦੁਨੀਆ ਦੇ ਸਭ ਤੋਂ ਵਧੀਆ ਮਾਸਟਰਾਂ ਤੋਂ ਸਿੱਖਦਿਆਂ, ਮੈਂ ਮਹਿਸੂਸ ਕੀਤਾ ਹੈ ਕਿ ਅਸਲ ਸਫਲਤਾ ਸਿਹਤ, ਵਿਕਾਸ, ਪਰਿਵਾਰ, ਖ਼ੁਸ਼ੀ ਅਤੇ ਕਰੀਅਰ ਦੇ ਸੁਮੇਲ ਨਾਲ ਮਿਲਦੀ ਹੈ। ਖ਼ੁਸ਼ਕਿਸਮਤੀ ਨਾਲ ਇਹ ਬਿਜ਼ਨਿਸ ਉਹ ਸਾਰਾ ਕੁੱਝ ਦੇ ਸਕਦਾ ਹੈ। ਮੈਂ ਸਵੇਰੇ 5.30 ਵਜੇ ਉਠ ਕੇ ਮੈਡੀਟੇਸ਼ਨ ਕਰਦਾ ਹਾਂ। ਆਪਣੇ ਪਰਿਵਾਰ ਦੇ ਲੋਕਾਂ ਨਾਲ ਹਰ ਦਿਨ ਸਮਾਂ ਬਤੀਤ ਕਰਦਾ ਹਾਂ। ਸੱਤੋਂ ਦਿਨ ਕੁੱਝ ਨਾ ਕੁੱਝ ਖੇਡਦਾ ਜਾਂ ਜਿਮ ਕਰਦਾ ਹਾਂ। ਪੂਰੇ ਦਿਨ ਚੰਗੀ ਤਰ੍ਹਾਂ ਕੰਮ ਕਰਦਾ ਹਾਂ। ਮੈਂ ਹਰ ਦਿਨ ਪੜ੍ਹਦਾ ਅਤੇ ਹਰ ਛੇ ਮਹੀਨਿਆਂ ਵਿੱਚ ਇੱਕ ਨਵੀਂ ਖੇਡ ਜਾਂ ਕੁੱਝ ਹੋਰ ਸਿੱਖਦਾ ਹਾਂ। ਮੈਂ ਹਰ ਮਹੀਨੇ ਛੁੱਟੀ ਲੈਂਦਾ ਹਾਂ ਅਤੇ ਹਰ 3 ਤੋਂ 4 ਮਹੀਨਿਆਂ ਬਾਅਦ ਲੰਮੀਆਂ ਛੁੱਟੀਆਂ ਲੈਂਦਾ ਹਾਂ। ਮੈਂ ਆਪਣੇ ਪਿਆਰੇ ਦੋਸਤ ਵਿਮਲ ਸਰੀਨ ਤੋਂ ਭੋਜਨ, ਧਿਆਨ ਅਤੇ ਸੰਤੁਲਿਤ ਭੋਜਨ ਬਾਰੇ ਬਹੁਤ ਕੁੱਝ ਸਿਖਿਆ ਹੈ। ਹਰ ਵਾਰ ਜਦੋਂ ਅਸੀਂ ਮਿਲਦੇ ਹਾਂ, ਅਸੀਂ ਆਪਣੇ ਰੂਹਾਨੀ ਗਿਆਨ ਵਿੱਚ ਉੱਚੇ ਵਿਕਾਸ ਬਾਰੇ ਗੱਲਾਂ ਕਰਦੇ ਹਾਂ। ਮੈਂ ਆਪਣੇ ਦੋਸਤਾਂ ਹਰਸ਼ਵਰਧਨ ਜੈਨ ਅਤੇ ਸੰਜੇ ਸ਼ਰਮਾ ਤੋਂ ਵੀ ਇਸ ਬਾਰੇ ਸਿੱਖਦਾ ਰਹਿੰਦਾ ਹਾਂ।

14. ਵਿੱਤੀ ਅਨੁਸ਼ਾਸਨ

ਕੋਈ ਵੀ ਚੰਗਾ ਬਿਜ਼ਨਿਸਮੈਨ ਹਰ ਚੀਜ਼ ਨੂੰ ਕਰਨ ਲਈ ਵਿੱਤੀ ਅਨੁਸ਼ਾਸਨ ਦਾ ਪਾਲਣ ਕਰਦਾ ਹੈ।

– ਪਾਉਲਾ ਵੈਗਨਰ

ਮੈਂ ਹਮੇਸ਼ਾ ਹੀ ਵਿੱਤੀ ਅਨੁਸ਼ਾਸਨ ਨੂੰ ਸਫਲਤਾ ਲਈ ਇੱਕ ਵੱਖਰੀ ਗੁਣ ਵਜੋਂ ਰੱਖਦਾ ਹਾਂ ਕਿਉਂ ਕਿ ਮੈਂ ਵਿੱਤੀ ਅਨੁਸ਼ਾਸਨ ਦੀ ਕਮੀ ਕਾਰਨ ਵੱਡੇ-ਵੱਡੇ ਕਰੀਅਰਾਂ ਨੂੰ ਸਮਾਪਤ ਹੁੰਦੇ ਦੇਖਿਆ ਹਾਂ। ਜੇ ਇਸ ਏਰੀਆ ਨੂੰ ਸਹੀ ਤਰ੍ਹਾਂ ਨਹੀਂ ਸੰਭਾਲਿਆਂ ਗਿਆ ਤਾਂ ਸਥਿਤੀ ਵਿਗੜ ਸਕਦੀ ਹੈ ਅਤੇ ਇਸ ਨਾਲ ਬਿਜ਼ਨਿਸ ਵੀ ਖ਼ਤਰੇ ਅੰਦਰ ਜਾ ਸਕਦਾ ਹੈ।

ਖ਼ਰਚ ਕਰਨ ਤੋਂ ਬਾਅਦ ਜੋ ਬੱਚਦਾ ਹੈ, ਉਸ ਨੂੰ ਨਾ ਬਚਾਓ, ਸਗੋਂ ਬਚਾਉਣ ਤੋਂ ਬਾਅਦ ਜੋ ਬੱਚਦਾ ਹੈ, ਉਸ ਨੂੰ ਖ਼ਰਚ ਕਰੋ।

– ਵਾੱਰੇਨ ਬਫ਼ੇਟ

ਕਿਉਂ ਕਿ ਨੈੱਟਵਰਕ ਮਾਰਕੀਟਿੰਗ ਬਿਜ਼ਨਿਸ ਵਿੱਚ ਜੋ ਲੋਕ ਵੀ ਆਉਂਦੇ ਹਨ ਉਹ ਕਿਸੇ ਵਪਾਰਕ ਪਿਛੋਕੜ ਤੋਂ ਨਹੀਂ ਹੁੰਦੇ। ਇਸ ਲਈ ਇਹ ਜ਼ਰੂਰੀ ਹੈ ਕਿ ਅਸੀਂ ਇਸ ਹੁਨਰ ਦੀ ਮਹੱਤਾ ਨੂੰ ਸਮਝੀਏ ਅਤੇ ਇਸ ਵਿੱਚ ਮੁਹਾਰਤ ਹਾਸਿਲ ਕਰੀਏ। ਬਿਜ਼ਨਿਸ ਦੇ ਹਰ ਪੜਾਅ ’ਤੇ ਤੁਹਾਨੂੰ ਵਿੱਤੀ ਅਨੁਸ਼ਾਸਨ ਦੀ ਚੰਗੀ ਜਾਣਕਾਰੀ ਦੀ ਲੋੜ ਹੁੰਦੀ ਹੈ। ਹੇਠਾਂ ਬਿਹਤਰ ਵਿੱਤੀ ਅਨੁਸ਼ਾਸਨ ਲਈ ਕੁੱਝ ਸੁਝਾਅ ਦਿੱਤੇ ਗਏ ਹਨ, ਕਿਰਪਾ ਕਰ ਇਹਨਾਂ ’ਤੇ ਅਮਲ ਕਰੋ:

1. **ਪਹਿਲੇ ਕੁੱਝ ਮਹੀਨਿਆਂ ਵਿੱਚ ਆਮਦਨ:** ਸ਼ੁਰੂਆਤ ਵਿੱਚ ਤੁਸੀਂ ਜਦੋਂ ਇਸ ਬਿਜ਼ਨਿਸ ਨੂੰ ਆਪਣੇ ਮੌਜੂਦਾ ਨੌਕਰੀ ਜਾਂ ਪੇਸ਼ੇ ਨਾਲ ਚਲਾਉਂਦੇ ਹੋ, ਤਾਂ ਇਸ ਬਿਜ਼ਨਿਸ ਤੋਂ ਕਮਾਈ ਗਈ ਸਾਰੀ ਆਮਦਨ ਤੁਹਾਡੀ ਵਾਧੂ ਆਮਦਨ ਹੋਵੇਗੀ, ਕਿਉਂ ਕਿ ਤੁਸੀਂ ਆਪਣੇ ਮੌਜੂਦਾਂ ਖ਼ਰਚਿਆਂ ਨੂੰ ਆਪਣੀ ਮੌਜੂਦਾ ਆਮਦਨ ਤੋਂ ਚਲਾ ਰਹੇ ਹੋ। ਹਾਂ, ਬਿਜ਼ਨਿਸ ਦੇ ਕੁੱਝ ਖ਼ਰਚੇ ਹੋਣਗੇ, ਪਰ ਜੋ ਪੈਸੇ ਬਚਣਗੇ ਉਸ ਨਾਲ ਇੱਕ ਫ਼ੰਡ ਬਣਾ ਲਓ ਜਿਸ ਤੋਂ ਤੁਹਾਨੂੰ ਉਦੋਂ ਬਹੁਤ ਮਦਦ ਮਿਲੇਗੀ ਜਦੋਂ ਤੁਸੀਂ ਇਸ ਨੂੰ ਇੱਕ ਫੁੱਲ ਟਾਈਮ ਕਰੀਅਰ ਬਣਾਉਣ ਦਾ ਨਿਰਣਾ ਕਰੋਗੇ।
2. **ਪ੍ਰੋਗਰਾਮ:** ਬਿਜ਼ਨਿਸ ਵਿੱਚ ਟ੍ਰੇਨਿੰਗ ਪ੍ਰੋਗਰਾਮ ਇੱਕ ਖ਼ਰਚਾ ਹੈ, ਜੋ ਤੁਹਾਡੇ ਆਪਣੇ ਵਿਕਾਸ ਲਈ ਜ਼ਰੂਰੀ ਹੈ। ਇਹ ਇੱਕ ਤਰ੍ਹਾਂ ਦਾ ਨਿਵੇਸ਼ ਹੈ ਜਿਸ ਨਾਲ ਤੁਸੀਂ ਬਿਹਤਰ ਵਿਅਕਤੀ ਬਣੋਗੇ। ਇਹ ਪ੍ਰੋਗਰਾਮ ਤੁਹਾਨੂੰ ਬਿਜ਼ਨਿਸ ਵਿੱਚ ਅਪਾਰ ਸਫਲਤਾ ਦੇਣਗੇ ਜਿਸ ਨਾਲ ਤੁਹਾਨੂੰ ਕਈ ਗੁਣਾ ਲਾਭ ਪ੍ਰਾਪਤ ਹੋਵੇਗਾ। ਹਾਲਾਂਕਿ ਇਹ ਸਾਰੇ ਪ੍ਰੋਗਰਾਮ ਵਿਕਲਪਿਕ ਹਨ, ਪਰ ਤੁਹਾਡੇ ਵਿਕਾਸ ਲਈ ਜ਼ਰੂਰੀ ਹਨ।

ਜਦੋਂ ਤੁਸੀਂ ਕਿਸੇ ਪ੍ਰੋਗਰਾਮ ਨੂੰ ਦੇਖਦੇ ਹੋ, ਤਾਂ ਉਸ 'ਤੇ ਹੋਰ ਰਹੇ ਖ਼ਰਚੇ ਵਜੋਂ ਨਾ ਦੇਖੋ, ਸਗੋਂ ਇਹ ਇੱਕ ਤਰ੍ਹਾਂ ਦਾ ਨਿਵੇਸ਼ ਹੈ ਜੋ ਤੁਹਾਨੂੰ ਆਉਣ ਵਾਲੇ ਦਿਨਾਂ ਵਿੱਚ ਸਭ ਤੋਂ ਵੱਧ ਰਿਟਰਨ ਦੇਵੇਗਾ। ਕਦੇ-ਕਦਾਂਈ, ਨੈੱਟਵਰਕ ਮਾਰਕੀਟਿੰਗ ਇੰਡਸਟਰੀ ਤੋਂ ਬਾਹਰ, ਟ੍ਰੇਨਰਾਂ ਦੇ ਕਿਸੇ ਪ੍ਰੋਗਰਾਮ ਵਿੱਚ ਸ਼ਾਮਿਲ ਹੋਵੋ। ਤੁਸੀਂ ਉੱਥੋਂ ਬਹੁਤ ਕੁੱਝ ਸਿਖੋਗੇ ਅਤੇ ਨਵੇਂ ਵਿਕਾਸ-ਮੁੱਖੀ ਲੋਕਾਂ ਨੂੰ ਵੀ ਇਹਨਾਂ ਟ੍ਰੇਨਿੰਗ ਇਵੈਂਟਾਂ ਵਿੱਚ ਮਿਲੋਗੇ।

ਇੱਕ ਪ੍ਰੋਗਰਾਮ ਕੋਈ ਖ਼ਰਚਾ ਨਹੀਂ ਹੈ, ਇਹ ਇੱਕ ਨਿਵੇਸ਼ ਹੈ।

– ਦੀਪਕ ਬਜਾਜ

3. **ਮਾਲੀਆ ਬਨਾਮ ਲਾਭ:** ਤੁਸੀਂ ਇਸ ਬਿਜ਼ਨਿਸ ਵਿੱਚ ਜੋ ਕੁੱਝ ਵੀ ਕਮਾਉਂਦੇ ਹੋ, ਉਸ ਨੂੰ ਆਪਣੇ ਮਾਲੀਆ ਵਜੋਂ ਦੇਖੋ ਨਾ ਕਿ ਮੁਨਾਫ਼ੇ ਦੇ ਤੌਰ 'ਤੇ। ਤੁਸੀਂ ਇਸ ਬਿਜ਼ਨਿਸ ਵਿੱਚ ਜੋ ਕੁੱਝ ਵੀ ਕਮਾਇਆ ਹੈ, ਉਸ ਨੂੰ ਖ਼ਰਚ ਕਰਨਾ ਸ਼ੁਰੂ ਨਾ ਕਰੋ। ਇੱਕ ਹੁਸ਼ਿਆਰ ਅਤੇ ਦੂਰਅੰਦੇਸ਼ ਬਿਜ਼ਨਿਸਮੈਨ ਵਾਂਗ, ਤੁਹਾਨੂੰ ਆਪਣੀ ਆਮਦਨ ਤੋਂ ਪਹਿਲੇ ਬਿਜ਼ਨਿਸ ਦੇ ਖ਼ਰਚੇ ਕੱਢਣੇ ਚਾਹੀਦੇ ਹਨ ਫਿਰ ਬਿਜ਼ਨਿਸ ਡਵੈਲਪਮੈਂਟ 'ਤੇ ਖ਼ਰਚਾ ਕਰਨਾ ਚਾਹੀਦਾ ਹੈ (ਤੁਹਾਨੂੰ ਆਪਣੀ ਸਿਖਲਾਈ ਅਤੇ ਵਿਕਾਸ 'ਤੇ), ਫਿਰ ਕੁੱਝ ਰਕਮ ਨੂੰ ਭਵਿੱਖ ਦੇ ਅਚਨਚੇਤ ਫ਼ੰਡ ਦੇ ਤੌਰ 'ਤੇ ਵੱਖ ਰੱਖ ਦਿਓ ਅਤੇ ਹੁਣ ਜੋ ਬੱਚ ਗਿਆ ਉਹ ਤੁਹਾਡਾ ਮੁਨਾਫ਼ਾ ਹੈ ਅਤੇ ਤੁਸੀਂ ਜਿਵੇਂ ਚਾਹੋਂ ਉਸਦੀ ਵਰਤੋਂ ਕਰ ਸਕਦੇ ਹੋ। ਇੱਥੋਂ ਤੱਕ ਕਿ ਇੱਕ ਸਮਾਰਟ ਦੁਕਾਨਦਾਰ ਵੀ ਪਹਿਲਾਂ ਆਪਣੀ ਦੁਕਾਨ ਦਾ ਕਿਰਾਇਆ ਅਤੇ ਹੋਰ ਖ਼ਰਚਾ ਅਦਾ ਕਰਦਾ ਹੈ, ਫਿਰ ਕੁੱਝ ਮੁਨਾਫ਼ਾ ਘਰ ਲੈ ਜਾਂਦਾ ਹੈ। ਬਿਜ਼ਨਿਸਮੈਨ ਵਾਲਾ ਰਵੱਈਆ ਵਿਕਸਤ ਕਰੋ।

4. **ਪ੍ਰੋਗਰਾਮਾਂ ਅਤੇ ਇਵੈਂਟਾਂ ਦੀਆਂ ਯੋਜਨਾਵਾਂ ਬਣਾਉਣਾ:** ਜਿਵੇਂ-ਜਿਵੇਂ ਤੁਹਾਡਾ ਬਿਜ਼ਨਿਸ ਵੱਧਦਾ ਜਾਂਦਾ ਹੈ, ਤੁਹਾਡੀ ਭੂਮਿਕਾ ਵੀ ਇੱਕ ਭਾਗੀਦਾਰ ਤੋਂ ਇੱਕ ਇਵੈਂਟ ਆਯੋਜਕ ਦੇ ਤੌਰ 'ਤੇ ਬਦਲਦੀ ਜਾਂਦੀ ਹੈ। ਜੇ ਤੁਸੀਂ ਇੱਕ ਚੰਗੇ ਟ੍ਰੇਨਿੰਗ ਅਤੇ ਵਿਕਾਸ ਪ੍ਰਣਾਲੀ ਵਾਲੀ ਪ੍ਰੋਫ਼ੈਸ਼ਨਲ ਟੀਮ ਨਾਲ ਜੁੜੇ ਹੋ ਤਾਂ ਉਹ ਤੁਹਾਡੇ ਲਈ ਇਵੈਂਟਾਂ ਆਯੋਜਿਤ ਕਰਨਗੇ, ਪਰ ਜਿਵੇਂ-ਜਿਵੇਂ ਤੁਸੀਂ ਇਸ ਬਿਜ਼ਨਿਸ ਵਿੱਚ ਵਧਦੇ ਜਾਓਗੇ, ਤੁਹਾਨੂੰ ਇਸ ਬਿਜ਼ਨਿਸ ਅੰਦਰ ਕਈ ਗੁਣਾ ਵਧਣ ਲਈ ਵੱਖ-ਵੱਖ ਇਵੈਂਟ ਆਯੋਜਿਤ ਕਰਨੇ ਪੈਣਗੇ। ਇਵੈਂਟ ਪਲਾਨ ਕਰਨ ਲਈ ਆਪਣੀ ਐਕਟਿਵ ਅੱਪਲਾਈਨ ਨਾਲ ਮੀਟਿੰਗ ਕਰ ਹਰ ਸੰਭਵ ਖ਼ਰਚਿਆਂ ਇੱਥੋਂ ਤੱਕ ਕਿ ਅਚਨਚੇਤੀ ਖ਼ਰਚਿਆਂ ਨੂੰ ਧਿਆਨ ਵਿੱਚ ਰੱਖਿਆ ਜਾਣਾ ਸਮਝਦਾਰੀ ਹੈ। ਕਿਸੇ ਵੀ ਪ੍ਰੋਗਰਾਮ ਵਿੱਚ ਕਿਸੇ ਦਾ ਕੋਈ ਵੀ ਵਿੱਤੀ ਨੁਕਸਾਨ ਨਹੀਂ ਹੋਣਾ ਚਾਹੀਦਾ। ਇਸ ਤੋਂ ਇਲਾਵਾ ਹਮੇਸ਼ਾ ਹਰ ਪ੍ਰੋਗਰਾਮ ਲਈ ਇੱਕ ਪ੍ਰਬੰਧਕੀ ਕਮੇਟੀ ਬਣਾਓ। ਕਦੇ ਵੀ ਪੈਸੇ ਲੈਣ ਲਈ ਇਕੱਲਿਆਂ ਨਾ ਜਾਓ ਅਤੇ ਪ੍ਰੋਗਰਾਮ ਤੋਂ ਬਾਅਦ ਸਾਰਾ ਲੇਖਾ-ਜੋਖਾ ਸਾਰੇ ਸੰਬੰਧਿਤ ਲੋਕਾਂ ਨਾਲ ਸਾਂਝਾਂ ਕਰੋ। ਕੁੱਝ ਹਜ਼ਾਰ ਰੁਪਈਏ ਲਈ ਤੁਹਾਨੂੰ ਆਪਣੀ ਭਰੋਸੇਯੋਗਤਾ ਅਤੇ ਕਰੋੜਾਂ ਰੁਪਈਏ ਦੀ ਰਾਇਲਟੀ ਗੁਆਉਣ ਦਾ ਜੋਖ਼ਮ ਨਹੀਂ ਲੈਣਾ ਚਾਹੀਦਾ।

5. **ਘੁੰਮਣਾ, ਟੀਮ ਮੀਟਿੰਗਾਂ ਅਤੇ ਹੋਰ ਬਿਜ਼ਨਿਸ ਖ਼ਰਚੇ:** ਆਪਣੇ ਸ਼ੁਰੂਆਤੀ ਦਿਨਾਂ ਵਿੱਚ ਆਪਣਾ ਬਿਜ਼ਨਿਸ ਅਪਣੇ ਹੀ ਸ਼ਹਿਰ ਵਿੱਚ ਕਰੋ। ਹੌਲੀ-ਹੌਲੀ ਜਦੋਂ ਤੁਹਾਡਾ ਅਨੁਭਵ ਵਧੇਗਾ ਅਤੇ ਤੁਸੀਂ ਸਥਾਨੀ ਥਾਂਵਾਂ ਵਿੱਚ ਆਪਣੀ ਇੱਕ ਵਧੀਆ ਟੀਮ ਬਣਾ ਲੈਂਦੇ ਹੋ, ਤਾਂ ਬਾਹਰਲੀਆਂ ਥਾਂਵਾਂ ਵਿੱਚ ਵੀ ਟੀਮ ਵਿਕਸਤ ਕਰੋ। ਜਦੋਂ ਤੁਸੀਂ ਯਾਤਰਾ ਕਰਦੇ ਹੋ, ਤਾਂ ਇਹ ਇੱਕ ਬਿਜ਼ਨਿਸ ਖ਼ਰਚਾ ਹੁੰਦਾ ਹੈ ਅਤੇ ਪਹਿਲੇ ਕੁੱਝ ਹਫਤਿਆਂ ਵਿੱਚ ਨਵੇਂ ਸ਼ਹਿਰ ਵਿੱਚ ਨਵੀਆਂ ਟੀਮਾਂ ਬਣਾਉਣ ਲਈ, ਘੁੰਮਣ ਨਾਲ ਤੁਸੀਂ ਜਿੰਨਾ ਕਮਾਇਆ ਹੁੰਦਾ ਹੈ ਉਸ ਨਾਲੋ ਜ਼ਿਆਦਾ ਖ਼ਰਚ ਹੋ ਜਾਂਦਾ ਹੈ। ਇਸ ਲਈ, ਕਿਰਪਾ ਕਰਕੇ ਇਹਨਾਂ ਕਾਰਨਾਂ ਕਰਕੇ ਇੱਕ ਨਵੇਂ ਸ਼ਹਿਰ ਵਿੱਚ ਬਿਜ਼ਨਿਸ ਬਣਾਉਣਾ ਨਾ ਰੋਕੋ। ਇਹ ਵੀ ਇੱਕ ਤਰ੍ਹਾਂ ਦਾ ਬਿਜ਼ਨਿਸ ਨਿਵੇਸ਼ ਹੀ ਹੈ। ਕਦੇ-ਕਦੇ ਤੁਹਾਨੂੰ ਕੁੱਝ ਪੈਸਾ ਆਪਣੀ ਟੀਮ ਲਈ ਲਾਉਣਾ ਪਵੇਗਾ ਜਿਵੇਂ ਕਾੱਫ਼ੀ, ਲੰਚ, ਟਰੈਵਲਿੰਗ ਆਦਿ। ਇਹ ਬਿਜ਼ਨਿਸ ਦਾ ਇੱਕ ਖ਼ਰਚਾ ਹੈ ਅਤੇ ਇਹ ਬਿਜ਼ਨਿਸ ਡਵੈਲਪਮੈਂਟ ਲਈ ਜ਼ਰੂਰੀ ਹੈ।

6. **ਨਵੀਂ ਕਾਰ ਜਾਂ ਕੋਈ ਲਗਜ਼ਰੀ ਸਮਾਨ ਖਰੀਦਣਾ:** ਜੇ ਤੁਸੀਂ ਪੈਸਿਆਂ ਅਤੇ ਸਫਲਤਾ ਬਾਰੇ ਗੱਲਾਂ ਕਰਦੇ ਹੋ, ਤਾਂ ਤੁਹਾਨੂੰ ਇਹ ਦਿਖਾਉਣ ਦੀ ਵੀ ਲੋੜ ਹੈ। ਪਰ ਜੇ ਤੁਸੀਂ ਆਪਣੀ ਆਮਦਨ ਤੋਂ ਜ਼ਿਆਦਾ ਖ਼ਰਚ ਕਰੋਗੇ ਤਾਂ ਇਸ ਨਾਲ ਤੁਸੀਂ ਇੱਕ ਮੁਸ਼ਕਿਲ ਪ੍ਰਸਥਿਤੀ ਵਿੱਚ ਵੀ ਆ ਸਕਦੇ ਹੋ। ਆਪਣੀ ਐਕਟੀਵ ਅੱਪਲਾਈਨ ਤੋਂ ਬਿਨਾਂ ਸਲਾਹ-ਮਸ਼ਵਰਾ ਕੀਤੇ ਕੋਈ ਵੀ ਕਾਰ ਜਾਂ ਮਹਿੰਗਾ ਸਮਾਨ ਨਾ ਖਰੀਦੋ। ਆਪਣੇ ਬੈਂਕ ਖ਼ਾਤੇ ਵਿੱਚ ਬੇਲੈਂਸ, ਪਿਛਲੇ 6 ਮਹੀਨਿਆਂ ਦੀ ਆਮਦਨ ਅਤੇ ਆਪਣੇ ਟੀਮ ਦੇ ਲੀਡਰਾਂ ਨੂੰ ਸਹੀ ਤੌਰ 'ਤੇ ਦੇਖ ਕੇ ਹੀ ਕੋਈ ਪਲਾਨ ਬਣਾਓ। ਇਸ ਨੂੰ ਹਮੇਸ਼ਾ ਸਹੀ ਵਿਉਂਤਬੰਦੀ ਨਾਲ ਹੀ ਕਰੋ।

7. **ਲੋਨ ਜਾਂ ਕਰਜ਼ੇ:** ਇਸ ਬਿਜ਼ਨਿਸ ਦੇ ਕਿਸੇ ਵੀ ਪੜਾਅ 'ਤੇ ਦੋ ਤਰ੍ਹਾਂ ਦੇ ਲੋਨ ਕਦੇ ਵੀ ਨਾ ਲਓ - ਕਿਸੇ ਲਗਜ਼ਰੀ/ਗ਼ੈਰ-ਜ਼ਰੂਰੀ ਨਿੱਜੀ ਵਰਤੋਂ ਲਈ ਅਤੇ ਬਹੁਤ ਜ਼ਿਆਦਾ ਬਿਆਜ਼ ਦਰ 'ਤੇ ਲੋਨ। ਪਹਿਲਾਂ ਤੋਂ ਹੀ ਆਪਣੀ ਖ਼ਰੀਦਦਾਰੀ ਪਲਾਨ ਕਰ ਲਓ। ਜਦੋਂ ਸ਼ੁਰੂਆਤ ਵਿੱਚ ਬਿਜ਼ਨਿਸ ਬਣ ਰਿਹਾ ਹੁੰਦਾ ਹੈ ਇਹ ਅਸਥਿਰ ਹੁੰਦਾ ਹੈ, ਆਪਣੇ ਅਨੁਮਾਨਾਂ ਵਿੱਚ ਯਥਾਰਥਵਾਦੀ ਬਣੋ ਅਤੇ ਲੋਨ ਦੀ ਯੋਜਨਾ ਬਣਾਉਣ ਵੇਲੇ ਆਪਣੀ ਐਕਟੀਵ ਅੱਪਲਾਈਨ ਨਾਲ ਸਲਾਹ ਕਰੋ। ਤੁਹਾਡੇ ਬਿਜ਼ਨਿਸ ਨੂੰ ਸ਼ਰੀਰਿਕ ਅਤੇ ਮਾਨਸਿਕ ਤੌਰ 'ਤੇ ਤੁਹਾਡੀ 100% ਸਰਗਰਮ ਵਚਨਬੱਧਤਾ ਦੀ ਲੋੜ ਹੈ। ਕੋਈ ਵੀ ਗ਼ਲਤ ਵਿੱਤੀ ਨਿਰਣਾ ਤੁਹਾਡਾ ਸਾਰਾ ਸਮਾਂ ਅਤੇ ਧਿਆਨ ਗ਼ੈਰ ਜ਼ਰੂਰੀ ਕਾਰਨਾਂ ਵਿੱਚ ਲਾਵੇਗਾ। ਅਸੂਲਨ ਸ਼ੁਰੂਆਤ ਦੇ ਕੁੱਝ ਦਿਨਾਂ ਵਿੱਚ ਕਿਸੇ ਵੀ ਤਰ੍ਹਾਂ ਦੇ ਲੋਨ ਜਾਂ ਕਰਜ਼ਿਆਂ ਤੋਂ ਬਚਣਾ ਚਾਹੀਦਾ ਹੈ।

7. **ਜਦੋਂ ਤੁਸੀਂ ਢੇਰ ਸਾਰਾ ਪੈਸਾ ਕਮਾਉਣਾ ਸ਼ੁਰੂ ਕਰਦੇ ਹੋ ਤਾਂ ਨਿਵੇਸ਼ ਜ਼ਰੂਰ ਕਰੋ:** ਜਦੋਂ ਤੁਹਾਡਾ ਬਿਜ਼ਨਿਸ ਵੱਧ ਰਿਹਾ ਹੋਵੇ ਅਤੇ ਤੁਸੀਂ ਢੇਰ ਸਾਰਾ ਪੈਸਾ ਕਮਾ ਰਹੇ ਹੋ ਤਾਂ ਨਿਵੇਸ਼ ਜ਼ਰੂਰ ਕਰੋ। ਤੁਹਾਨੂੰ ਇੱਕ ਚੰਗੀ ਕਾਰ ਜਾਂ ਹੋਰ ਲਗਜ਼ਰੀ ਚੀਜ਼ ਖਰੀਦਣੀ ਚਾਹੀਦੀ ਹੈ, ਪਰ ਯਾਦ ਰੱਖੋ ਕਿ ਕੁੱਝ ਪੈਸਾ ਬਚਾ ਕੇ ਉਸ ਨੂੰ ਨਿਵੇਸ਼ ਕਰਨਾ ਚਾਹੀਦਾ ਹੈ। ਆਪਣੇ ਨਿਵੇਸ਼ ਲਈ ਹਫਤੇਵਾਰੀ ਜਾਂ ਮਾਸਿਕ ਤੌਰ 'ਤੇ ਕੁੱਝ ਪੈਸਾ ਅਲੱਗ ਰੱਖ ਦਿਓ। ਆਪਣੇ ਵਿੱਤੀ ਸਲਾਹਕਾਰ ਤੋਂ ਸਲਾਹ ਕਰੋ (ਵਿੱਤੀ ਸਲਾਹਕਾਰ ਦੀ ਚੋਣ ਸਾਵਧਾਨੀ ਨਾਲ ਕਰੋ) ਅਤੇ ਨਿਵੇਸ਼ ਲਈ

ਇੱਕ ਚੰਗਾ ਪੋਰਟਫੋਲੀਓ ਬਣਾਓ। ਜਦੋਂ ਤੁਸੀਂ ਆਪਣੇ ਨੈੱਟਵਰਕ ਮਾਰਕੀਟਿੰਗ ਬਿਜ਼ਨਿਸ ਤੋਂ ਵੱਡੀ ਪੈਸਿਵ ਆਮਦਨ ਦਾ ਆਨੰਦ ਮਾਣਦੇ ਹੋ ਤਾਂ ਤੁਹਾਡੇ ਪੈਸੇ ਨੂੰ ਵੀ ਤੁਹਾਡੇ ਲਈ ਕੰਮ ਕਰਨ ਦਿਓ।

ਵਿੱਤੀ ਸੁਤੰਤਰਤਾ ਦਾ ਅਰਥ ਆਪਣੇ ਦਿਲ-ਓ-ਦਿਮਾਗ਼ ਤੋਂ ਸੁਤੰਤਰਤਾ ਹਾਸਿਲ ਕਰ ਤੁਹਾਨੂੰ ਜਿੰਦਗੀ ਦੀ ਪਰੇਸ਼ਾਨੀਆਂ ਤੋਂ ਆਜ਼ਾਦ ਕਰਨਾ ਹੈ।

- ਸ਼ਿਊਜ਼ੀ ਓਰਮੈਨ

ਅਸੀਂ ਇਹ ਬਿਜ਼ਨਿਸ ਵਿੱਤੀ ਸੁਤੰਤਰਤਾ ਹਾਸਿਲ ਕਰਨ ਲਈ ਕਰ ਰਹੇ ਹਾਂ। ਅਸੀਂ ਇਸ ਬਿਜ਼ਨਿਸ ਨੂੰ ਅਜਿਹੇ ਤਰੀਕੇ ਨਾਲ ਸੈਟ ਕਰਨਾ ਚਾਹੁੰਦੇ ਹਾਂ ਕਿ ਇੱਕ ਵਾਰ ਜਦੋਂ ਇਹ ਸਥਾਪਿਤਾ ਹੋ ਜਾਵੇ ਤਾਂ ਸਾਨੂੰ ਉਦੋਂ ਵੀ ਪੈਸੇ ਦੇਵੇ, ਜਦੋਂ ਅਸੀਂ ਆਪਣੇ ਪਰਿਵਾਰ ਨਾਲ ਛੁੱਟੀਆਂ ਵਿੱਚ ਮੌਜ-ਮਸਤੀ ਕਰ ਰਹੇ ਹੁੰਦੇ ਹਾਂ। ਤੁਸੀਂ ਸਹੀ ਬਿਜ਼ਨਿਸ ਚੁਣਿਆ ਹੈ ਅਤੇ ਹੋਰ ਬਿਜ਼ਨਿਸ ਦੀ ਤੁਲਨਾ ਵਿੱਚ ਇਸ ਵਿੱਚ ਤੁਹਾਨੂੰ ਛੇਤੀ ਵਿੱਤੀ ਸੁਤੰਤਰਤਾ ਜ਼ਰੂਰ ਮਿਲੇਗੀ। ਹਾਲਾਂਕਿ ਤੁਹਾਨੂੰ ਇੱਥੇ ਪਹੁੰਚਣ ਵਿੱਚ ਥੋੜ੍ਹਾ ਸਮਾਂ ਲੱਗੇਗਾ, ਪਰ ਜੇ ਤੁਸੀਂ ਮੇਰੇ ਵੱਲੋਂ ਦੱਸੇ ਗਏ ਸੁਤੰਤਰਤਾ ਦੇ ਇੰਨਾਂ 8 ਅਨਮੋਲ ਸਿਧਾਂਤਾਂ 'ਤੇ ਕੰਮ ਕਰੋਗੇ ਤਾਂ ਉੱਚਾਈ ਤੱਕ ਪਹੁੰਚਣ ਦੀ ਯਾਤਰਾ ਅਸਾਨ ਹੋ ਜਾਏਗੀ। ਆਪਣੇ ਦਿਲ ਅਤੇ ਦਿਮਾਗ਼ ਨਾਲ ਆਪਣਾ ਬਿਜ਼ਨਿਸ ਮਾਰਕੀਟਿੰਗ ਬਿਜ਼ਨਿਸ ਬਣਾਉਂਦੇ ਰਹੋ, ਜਿਸ ਨਾਲ ਸਾਰੀ ਦੁਨੀਆ ਜਿਸ ਅਸੀਮਤ ਪੈਸਿਆਂ ਦੀ ਕਲਪਨਾ ਕਰਦੀ ਹੈ, ਉਸੇ ਵਿੱਤੀ ਭਰਪੂਰਤਾ ਦਾ ਤੁਸੀਂ ਪੂਰਾ ਆਨੰਦ ਮਾਣ ਸਕੋ।

ਆਪਣੇ ਵਿੱਤ (ਪੈਸਿਆਂ) 'ਤੇ ਕਾਬੂ ਰੱਖੋ ।

ਮੇਰੀ ਟੀਮ ਵਿੱਚ ਇੱਕ ਵਿੱਤ ਮਾਹਿਰ ਹਨ ਜੋ ਮੈਨੂੰ ਪੈਸਿਆਂ ਬਾਰੇ ਬਹੁਤ ਕੁੱਝ ਸਿਖਾਉਂਦੇ ਰਹਿੰਦੇ ਹਨ, ਉਨ੍ਹਾਂ ਦਾ ਨਾਂ ਹੈ ਸੰਜੇ ਜਿੰਦਲ। ਮੈਂ ਹੁਣ ਪੈਸਿਆਂ ਨੂੰ ਕਈ ਗੁਣਾ ਬਣਾਉਣ ਦੇ ਤਰੀਕਿਆਂ ਵਿੱਚ ਮੁਹਾਰਤ ਹਾਸਿਲ ਕਰ ਲਈ ਅਤੇ ਮੇਰੇ ਨੈੱਟਵਰਕ ਮਾਰਕੀਟਿੰਗ ਇਨਕਮ ਤੋਂ ਕਾਫ਼ੀ ਕੁੱਝ ਵਧੀਆ ਨਿਵੇਸ਼ ਵੀ ਕੀਤਾ ਹੈ। ਮੈਂ ਲੋਕਾਂ ਨੂੰ ਹਮੇਸ਼ਾ ਹੀ ਕਹਿੰਦਾ ਹਾਂ ਹਰ ਵਿਅਕਤੀ ਨੂੰ ਹਰ ਮਹੀਨੇ ਇੱਕ ਸਕਾਰਾਤਮਕ ਨਗਦੀ ਦੇ ਪ੍ਰਵਾਹ ਨੂੰ ਬਣਾਏ ਰੱਖਣ ਲਈ ਜੋ ਵੀ ਹੋ ਸਕੇ ਕਰਨਾ ਚਾਹੀਦਾ ਹੈ। ਇਸ ਬਾਰੇ ਪਹਿਲਾਂ ਤੋਂ ਪਲਾਨ ਕਰ ਆਪਣੀ ਜਿੰਦਗੀ ਵਿੱਚ ਕਦੇ ਵੀ ਕੋਈ ਨਕਾਰਾਤਮਕ ਵਿੱਤੀ ਸਥਿਤੀ ਆਉਣ ਹੀ ਨਾ ਦਿਓ।

15.
ਰਿਸ਼ਤਿਆਂ ਨੂੰ ਬਣਾਉਣਾ ਅਤੇ ਸੰਭਾਲ ਕੇ ਰੱਖਣਾ

ਬਿਜ਼ਨਿਸ ਸਭ ਰਿਸ਼ਤਿਆਂ ਉੱਪਰ ਟਿਕਿਆ ਹੋਇਆ ਹੈ। ਤੁਸੀਂ ਉਨ੍ਹਾਂ ਨੂੰ ਕਿੰਨੀ ਚੰਗੀ ਤਰ੍ਹਾਂ ਬਣਾਉਂਦੇ ਹੋ ਇਸ ਨਾਲ ਇਹ ਨਿਰਧਾਰਿਤ ਹੁੰਦਾ ਹੈ ਕਿ ਉਹ ਤੁਹਾਡੇ ਬਿਜ਼ਨਿਸ ਦਾ ਕਿੰਨੀ ਚੰਗੀ ਤਰ੍ਹਾਂ ਨਿਰਮਾਣ ਕਰਨਗੇ।

– ਬ੍ਰੱਡ ਸ਼ੂਗਰਜ਼

ਨੈੱਟਵਰਕ ਮਾਰਕੀਟਿੰਗ ਇੱਕ ਰਵਾਇਤੀ ਬਿਜ਼ਨਿਸ ਤੋਂ ਪੂਰੀ ਤਰ੍ਹਾਂ ਨਾਲ ਵੱਖਰਾ ਹੈ। ਪਰੰਪਰਾਗਤ ਬਿਜ਼ਨਿਸ ਇੱਕ ਬੌਸ, ਇੱਕ ਰਸਮੀ ਢਾਂਚੇ, ਅਥਾੱਰਿਟੀ ਅਤੇ ਜੁਰਮਾਨੇ ਨਾਲ ਸੰਚਾਲਿਤ ਹੁੰਦਾ ਹੈ। ਦੂਜੇ ਪਾਸੇ ਨੈੱਟਵਰਕ ਮਾਰਕੀਟਿੰਗ ਪੂਰੀ ਤਰ੍ਹਾਂ ਸਦਭਾਵਨਾ ਅਤੇ ਰਿਸ਼ਤਿਆਂ 'ਤੇ ਚੱਲਦੀ ਹੈ। ਇੱਕ ਸਫਲ ਨੈੱਟਵਰਕ ਮਾਰਕੀਟਿੰਗ ਬਿਜ਼ਨਿਸ ਨੂੰ ਚਲਾਉਣਾ ਇੱਕ ਪਰਿਵਾਰ ਚਲਾਉਣ ਦੇ ਸਮਾਨ ਹੈ ਅਤੇ ਇਸ ਬਿਜ਼ਨਿਸ ਨੂੰ ਚਲਾਉਣ ਦੇ ਸਿਧਾਂਤ ਠੀਕ ਉਹੀ ਹਨ ਜੋ ਇੱਕ ਪਰਿਵਾਰ ਨੂੰ ਚਲਾਉਣ ਵਾਸਤੇ ਹੁੰਦੇ ਹਨ। ਇਸ ਲਈ, ਇੱਕ ਵਿਅਕਤੀ ਜੋ ਰਿਸ਼ਤਿਆਂ ਨੂੰ ਵਿਕਸਤ ਅਤੇ ਉਨ੍ਹਾਂ ਦੀ ਪਾਲਣ-ਪੋਸ਼ਣ ਕਰ ਸਕਦਾ ਹੈ, ਨੈੱਟਵਰਕ ਮਾਰਕੀਟਿੰਗ ਬਿਜ਼ਨਿਸ ਲਈ ਸਭ ਤੋਂ ਅਨੁਕੂਲ ਹੈ। ਕੁੱਝ ਲੋਕ ਇਸ ਗੁਣ ਨਾਲ ਆਉਂਦੇ ਹਨ ਅਤੇ ਦੂਜੇ ਇਸ ਨੂੰ ਵਿਕਸਤ ਕਰਦੇ ਹਨ ਕਿਉਂ ਕਿ ਉਹ ਆਪਣਾ ਬਿਜ਼ਨਿਸ ਸ਼ੁਰੂ ਕਰਨਾ ਚਾਹੁੰਦੇ ਹਨ।

ਰਿਲੇਸ਼ਨਸ਼ਿਪ + ਸੇਲਜ਼ = ਨੈੱਟਵਰਕ ਮਾਰਕੀਟਿੰਗ

ਕਿਰਪਾ ਕਰਕੇ ਸਮਝੋ ਕਿ ਉਤਪਾਦ ਵੇਚਣਾ ਨੈੱਟਵਰਕ ਮਾਰਕੀਟਿੰਗ ਦਾ ਕੇਵਲ ਇੱਕ ਹਿੱਸਾ ਹੈ, ਅਸਲ ਬਿਜ਼ਨਿਸ ਰਿਸ਼ਤਿਆਂ ਦੇ ਆਧਾਰ 'ਤੇ ਬਣਾਇਆ ਜਾਂਦਾ ਹੈ। ਰਿਸ਼ਤੇ ਉਂਵ ਵੀ ਹਰ ਬਿਜ਼ਨਿਸ ਵਿੱਚ ਜ਼ਰੂਰੀ ਹੁੰਦੇ ਹਨ ਲੇਕਿਨ ਨੈੱਟਵਰਕ ਮਾਰਕੀਟਿੰਗ ਵਿੱਚ, ਰਿਸ਼ਤੇ ਬਿਜ਼ਨਿਸ ਦੀ ਰੀੜ੍ਹ ਦੀ ਹੱਡੀ ਹੁੰਦੇ ਹਨ। ਲੋਕ ਇੱਥੇਂ ਤੁਹਾਡੇ ਸਰੋਤ ਹੀ ਹਨ ਅਤੇ ਲੋਕ ਤੁਹਾਡੇ ਨਾਲ ਰਿਸ਼ਤਿਆਂ ਦੇ ਆਧਾਰ 'ਤੇ ਆਉਣ ਵਾਲੇ ਦਹਾਕਿਆਂ ਤਕ ਤੁਹਾਡੇ ਨਾਲ ਰਹਿਣਗੇ। ਮੈਂ ਨੇੜਲੇ ਭਵਿੱਖ ਵਿੱਚ ਇੱਕ ਅਜਿਹੇ ਸਮਾਂ ਦਾ ਅੰਦਾਜ਼ਾਂ ਲਾ ਸਕਦਾ ਹਾਂ ਜਦੋਂ ਸਿਰਫ਼ ਦੋਸਤ ਹੀ ਬਿਜ਼ਨਿਸ ਵਿੱਚ ਆਉਣਗੇ ਅਤੇ ਡਿਸਟ੍ਰੀਬਿਊਟਰ ਜੋ ਦੋਸਤ ਹਨ ਉਹ ਹੀ ਬਿਜ਼ਨਿਸ ਵਿੱਚ ਹੀ ਰਹਿਣਗੇ।

ਬਿਜ਼ਨਿਸ, ਰਿਸ਼ਤਿਆਂ ਤੋਂ ਇਲਾਵਾ ਕੁੱਝ ਵੀ ਨਹੀਂ ਹੈ।

– ਲੀ ਆਇਕੋਕਾ

ਜੇ ਰਿਸ਼ਤਿਆਂ ਨੂੰ ਬਣਾਉਣਾ ਅਤੇ ਪਾਲਣ ਪੋਸ਼ਣ ਕਰਨਾ ਤੁਹਾਨੂੰ ਕੁਦਰਤੀ ਤੌਰ 'ਤੇ ਨਹੀਂ ਆਉਂਦਾ ਹੈ, ਤਾਂ ਕਿਰਪਾ ਕਰਕੇ ਇਹ ਯਾਦ ਰੱਖੋ ਕਿ ਇਹ ਇੱਕ ਸਿੱਖਣਯੋਗ ਹੁਨਰ ਅਤੇ ਇੱਕ ਵਿਸ਼ੇਸ਼ਤਾ ਹੈ ਜਿਸ ਨੂੰ ਹੌਲੀ-ਹੌਲੀ ਤੁਹਾਡੀ ਸ਼ਖ਼ਸੀਅਤ ਦੇ ਇੱਕ ਹਿੱਸੇ ਵਜੋਂ ਵਿਕਸਤ ਕੀਤਾ ਜਾ ਸਕਦਾ ਹੈ। ਚੰਗੇ ਚਰਿੱਤਰ, ਇਮਾਨਦਾਰੀ ਅਤੇ ਨੈਤਿਕਤਾ ਵਾਲੇ ਵਿਅਕਤੀ ਬਣੋ ਅਤੇ ਆਉਣ ਵਾਲੀਆਂ ਪੀੜ੍ਹੀਆਂ ਤਕ ਤੁਹਾਡਾ ਬਿਜ਼ਨਿਸ ਵੱਧਦਾ ਰਹੇਗਾ। ਹੇਠਾਂ ਦਿੱਤੇ ਗਏ ਗੁਣਾਂ ਨੂੰ ਉਦੋਂ ਤਕ ਵਿਕਸਤ ਕਰਦੇ ਰਹੋ ਜਦੋਂ ਤਕ ਕਿ ਉਹ ਤੁਹਾਡਾ ਦੂਜਾ ਸੁਭਾਅ ਨਹੀਂ ਬਣ ਜਾਂਦੇ:

- ✓ ਬਿਜ਼ਨਿਸ ਵਿੱਚ ਉਨ੍ਹਾਂ ਦੀ ਕਾਰਗੁਜ਼ਾਰਰੀ ਦੀ ਪਰਵਾਹ ਕੀਤੇ ਬਿਨਾਂ ਲੋਕਾਂ ਦਾ ਹਮੇਸ਼ਾ ਆਦਰ ਕਰੋ।
- ✓ ਹਰ ਮੌਕੇ 'ਤੇ ਦੂਜਿਆਂ ਦੀ ਕਦਰ ਕਰੋ।
- ✓ ਕਦੇ ਵੀ ਲੋਕਾਂ ਨੂੰ ਨੀਵਾਂ ਨਾ ਦਿਖਾਓ।
- ✓ ਕਦੇ ਵੀ ਲੋਕਾਂ ਦੀ ਹਉਮੈ, ਪੈਸੇ ਅਤੇ ਪਰਿਵਾਰ ਨਾਲ ਗੜਬੜ ਨਾ ਕਰੋ।
- ✓ ਆਪਣੇ ਨਿੱਜੀ ਹਿੱਤਾਂ ਤੋਂ ਪਹਿਲਾਂ ਟੀਮ ਦੇ ਹਿੱਤਾਂ ਨੂੰ ਤਰਜੀਹ ਦਿਓ।
- ✓ ਹਮੇਸ਼ਾ ਸਮੇਂ 'ਤੇ ਕੰਮ ਕਰੋ।
- ✓ ਇੱਕ ਖ਼ੁਸ਼ਨੁਮਾ ਸ਼ਖ਼ਸੀਅਤ ਬਣਾਓ।
- ✓ ਸ਼ੁਕਰਗੁਜ਼ਾਰੀ ਦੇ ਰਵੱਈਏ ਨਾਲ ਕੰਮ ਕਰੋ।
- ✓ ਤੁਹਾਨੂੰ ਜੋ ਹਮੇਸ਼ਾ ਮਿਲਦਾ ਹੈ, ਉਸ ਤੋਂ ਹਮੇਸ਼ਾ ਵੱਧ ਦਿਓ।
- ✓ ਸਮੱਸਿਆਵਾਂ ਸੁਲਝਾਉਣ ਵਾਲੇ ਬਣੋ ਨਾ ਕਿ ਨੁਕਸ ਲੱਭਣ ਵਾਲੇ।
- ✓ ਚੰਗੇ ਤੌਰ-ਤਰੀਕਿਆਂ ਅਤੇ ਸਲੀਕਿਆਂ ਦਾ ਪ੍ਰਦਰਸ਼ਨ ਕਰੋ।
- ✓ ਆਪਣੇ ਸ਼ਬਦਾਂ ਦਾ ਆਦਰ ਕਰੋ।
- ✓ ਆਪਣੇ ਲੈਣ-ਦੇਣ ਵਿੱਚ ਇਮਾਨਦਾਰ ਅਤੇ ਪਾਰਦਰਸ਼ੀ ਬਣੋ।

ਲੋਕਾਂ ਦੀ ਕਦਰ ਕਰੋ ਅਤੇ ਰਿਸ਼ਤਿਆਂ ਨੂੰ ਥੋੜ੍ਹੇ ਸਮੇਂ ਦੇ ਲਾਭਾਂ ਤੋਂ ਉੱਤੇ ਰੱਖੋ। ਇਹ ਇੱਕ ਲੰਮਾ ਸਮਾਂ ਚੱਲਣ ਬਿਜ਼ਨਿਸ ਹੈ ਅਤੇ ਰਿਸ਼ਤਿਆਂ ਨੂੰ ਪਾਲਣ-ਪੋਸ਼ਣ 'ਤੇ ਤੁਹਾਡਾ ਜ਼ੋਰ ਤੁਹਾਨੂੰ ਇੱਕ ਸਥਿਰ ਅਤੇ ਸਦਾ ਵਧਦਾ ਹੋਇਆ ਬਿਜ਼ਨਿਸ ਦੇਵੇਗਾ।

ਮਾਰਕੀਟ ਵਿੱਚ ਇੱਕੋ ਹੀ ਉਤਪਾਦ ਬਹੁਤ ਸਾਰੇ ਲੋਕ ਵੇਚਦੇ ਹਨ ਪਰ ਫਰਕ ਪੈਂਦਾ ਹੈ ਕਿ ਤੁਹਾਡਾ ਰਿਸ਼ਤਾ ਕਿਸ ਨਾਲ ਵਧੀਆ ਹੈ।

– ਏਨਾੱਨ

ਕਿਸੇ ਵੀ ਚੀਜ਼ ਤੋਂ ਪਹਿਲਾਂ ਲੋਕਾਂ ਲਈ ਸੱਚਾ ਪਿਆਰ ਅਤੇ ਦੇਖਭਾਲ

ਜਦੋਂ ਮੈਂ ਆਪਣੀ ਨਵੀਂ ਟ੍ਰੇਨਿੰਗ ਅਤੇ ਸਲਾਹਕਾਰ ਕੰਪਨੀ ਸ਼ੁਰੂ ਕੀਤੀ, ਤਾਂ ਮੇਰੀ ਪਹਿਲੀ ਲਾਈਵ ਇਵੈਂਟ - ਲਾਂਚ ਯੂਅਰ ਡ੍ਰੀਮ ਲਾਈਫ਼, ਲਈ ਭਾਰਤ ਅਤੇ ਆੱਸਟ੍ਰੇਲੀਆ ਦੇ ਹਰ ਹਿੱਸੇ ਤੋਂ 1000 ਤੋਂ ਵੱਧ ਲੋਕ ਆਏ। ਇਵੈਂਟ ਦੀ ਤਾਰੀਖ ਤੋਂ ਬਹੁਤ ਪਹਿਲਾਂ ਹੀ ਇਸ ਪ੍ਰੋਗ੍ਰਾਮ ਦੀਆਂ ਟਿਕਟਾਂ ਵਿਕ ਗਈਆਂ ਸਨ ਅਤੇ ਸਾਨੂੰ ਲੋਕਾਂ ਨੂੰ ਅਗਲੇ ਪ੍ਰੋਗ੍ਰਾਮ ਵਿੱਚ ਆਉਣ ਲਈ ਬੇਨਤੀ ਕਰਨੀ ਪਈ। ਕਿਸੇ ਵੀ ਟ੍ਰੇਨਰ ਦੇ ਪਹਿਲੇ ਟ੍ਰੇਨਿੰਗ ਪ੍ਰੋਗ੍ਰਾਮ ਵਿੱਚ ਲੋਕਾਂ ਨੇ ਕਦੇ ਵੀ 1000 ਪ੍ਰਤੀਭਾਗੀਆਂ ਨੂੰ ਨਹੀਂ ਸੀ ਦੇਖਿਆ, ਲੇਕਿਨ ਇਹ ਉਹਨਾਂ ਰਿਸ਼ਤਿਆਂ ਕਾਰਨ ਹੋਇਆ ਜੋ ਮੈਂ ਲੋਕਾਂ ਨਾਲ ਵਿਕਸਤ ਕੀਤੇ ਸੀ ਅਤੇ ਜੋ ਮੁੱਲ ਮੈਂ ਪਿਛਲੇ ਦਿਨਾਂ ਵਿੱਚ ਉਨ੍ਹਾਂ ਦੇ ਜੀਵਨ ਵਿੱਚ ਜੋੜਿਆ ਸੀ। ਉਨ੍ਹਾਂ ਪ੍ਰਤੀਭਾਗੀਆਂ ਵਿੱਚੋਂ ਜ਼ਿਆਦਾਤਰ ਨੇ ਸਾਡੇ ਅਗਲੇ ਪ੍ਰੋਗ੍ਰਾਮਾਂ ਲਈ ਸਾਈਨ ਅੱਪ ਕੀਤਾ ਅਤੇ ਉਹ ਨਿਅਮਿਤ ਤੌਰ 'ਤੇ ਸਾਡੇ ਕੋਲ ਆਏ ਹਨ। ਮੈਂ ਆਪਣੇ ਸਾਰੇ ਟ੍ਰੇਨਿੰਗ ਪ੍ਰੋਗ੍ਰਾਮਾਂ ਲਈ 10x ਸਿਧਾਂਤ ਦਾ ਪਾਲਨ ਕਰਦਾ ਹਾਂ: ਸਾਨੂੰ ਹਰੇਕ ਪ੍ਰਤੀਭਾਗੀ ਨੇ ਜੋ ਭੁਗਤਾਨ ਕੀਤਾ ਹੈ, ਉਸ ਤੋਂ 10 ਗੁਣਾ ਮੁੱਲ/ਮੁਨਾਫ਼ਾ ਉਨ੍ਹਾਂ ਨੂੰ ਦੇਣਾ ਹੋਵੇਗਾ। ਫਾਇਦਾ ਦੇਣਾ, ਸ਼ੁਕਰਗੁਜ਼ਾਰੀ, ਸੇਵਾ ਅਤੇ ਲੋਕਾਂ ਦੀ ਕਦਰ ਕਰਨ ਦਾ ਇਹ ਫਲਸਫਾ ਮੇਰੀਆਂ ਕਿਤਾਬਾਂ, ਵੀਡੀਓਜ਼ ਅਤੇ ਟ੍ਰੇਨਿੰਗ ਪ੍ਰੋਗਰਾਮਾਂ ਦੀ ਵਿਆਪਕ ਸਫਲਤਾ ਦਾ ਧੁਰਾ ਰਿਹਾ ਹੈ।

16. ਭਾਵਨਾਤਮਕ ਲਚੀਲਾਪਨ

ਸਾਨੂੰ ਸਾਰਿਆਂ ਨੂੰ ਇੱਕ ਸੰਪੂਰਨ ਜੀਵਨ ਜਿਉਣ ਲਈ ਲਚੀਲੇਪਣ ਦੀ ਲੋੜ ਹੈ। ਲਚੀਲੇਪਣ ਦੇ ਨਾਲ, ਤੁਸੀਂ ਚੁਣੌਤੀਆਂ ਦਾ ਸਾਹਮਣਾ ਕਰਨ ਲਈ, ਆਪਣੀ ਪ੍ਰਤਿਭਾ, ਹੁਨਰ ਅਤੇ ਕਾਬਲੀਅਤ ਨੂੰ ਵਿਕਸਤ ਕਰਨ ਲਈ ਵਧੇਰੇ ਤਿਆਰ ਹੋਵੋਗੇ ਤਾਂ ਜੋ ਤੁਸੀਂ ਵਧੇਰੇ ਉਦੇਸ਼ ਅਤੇ ਵਧੇਰੇ ਅਨੰਦ ਨਾਲ ਜੀ ਸਕੋ।

– ਏਰਿਕ ਗ੍ਰੀਟੈਂਸ

ਭਾਵਨਾਤਮਕ ਲਚਕਤਾ ਮੁਸ਼ਕਿਲਾਂ ਅਤੇ ਝਟਕਿਆਂ ਤੋਂ ਛੇਤੀ ਠੀਕ ਹੋਣ ਦੀ ਸਮਰੱਥਾ ਹੈ। ਜਦੋਂ ਤੁਸੀਂ ਅਤੇ ਤੁਹਾਡੀਆਂ ਟੀਮਾਂ ਫ਼ੀਲਡ ਵਿੱਚ ਕੰਮ ਕਰ ਰਹੀਆਂ ਹੁੰਦੀਆਂ ਹਨ, ਤਾਂ ਹਰ ਰੋਜ਼ ਅਜਿਹੀਆਂ ਸਥਿਤੀਆਂ ਹੋਣਗੀਆਂ ਜਦੋਂ ਚੀਜ਼ਾਂ ਯੋਜਨਾਬਧ ਤਰੀਕਿਆਂ ਨਾਲ ਕੰਮ ਨਹੀਂ ਕਰਨਗੀਆਂ। ਦਿਲਚਸਪ ਗੱਲ ਇਹ ਹੈ ਕਿ ਤੁਹਾਡੀ ਟੀਮ ਦਾ ਆਕਾਰ ਜਿੰਨਾ ਵੱਡਾ ਹੋਵੇਗਾ, ਫ਼ੀਲਡ ਵਿੱਚ ਚੁਣੌਤੀਆਂ ਓਨੀਆਂ ਹੀ ਵੱਡੀਆਂ ਹੋਣਗੀਆਂ। ਇਹਨਾਂ ਸਾਰੇ ਪਲਾਂ ਦੌਰਾਨ ਤੁਹਾਡੀ ਪ੍ਰਤਿਕਿਰਿਆ ਤੁਹਾਡੇ ਬਿਜ਼ਨਿਸ ਦੇ ਭਵਿੱਖ ਨੂੰ ਨਿਰਧਾਰਿਤ ਕਰੇਗੀ। ਅਸਲ ਵਿੱਚ, ਭਾਵਨਾਤਮਕ ਲਚੀਲਾਪਨ ਨਿਸ਼ਚੈ ਹੀ ਚੋਟੀ ਦੇ ਨੈੱਟਵਰਕ ਮਾਰਕੀਟਰਾਂ ਨੂੰ ਬਾਕੀਆਂ ਨਾਲੋਂ ਵੱਖਰਾ ਕਰਦੀ ਹੈ।

ਜਦੋਂ ਚੀਜ਼ਾਂ ਚੰਗੀਆਂ ਹੋ ਰਹੀਆਂ ਹੋਣ ਅਤੇ ਬਿਜ਼ਨਿਸ ਵਧ ਰਿਹਾ ਹੋਵੇ ਤਾਂ ਕੋਈ ਵੀ ਰੌਲਾ ਪਾ ਸਕਦਾ ਹੈ, ਤਾੜੀਆਂ ਮਾਰ ਸਕਦਾ ਹੈ ਅਤੇ ਪ੍ਰੇਰਨਾਦਾਈ ਭਾਸ਼ਣ ਦੇ ਸਕਦਾ ਹੈ। ਇੱਕ ਲੀਡਰ ਦੀ ਅਸਲ ਪਰੀਖਿਆ ਇਹ ਹੁੰਦੀ ਹੈ ਕਿ ਜਦੋਂ ਉਹ ਕੰਮ ਨਹੀਂ ਕਰ ਰਿਹਾ ਹੋਵੇ, ਜਦੋਂ ਲੋਕ ਕੰਮ ਛੱਡ ਰਹੇ ਹੋਣ, ਜਦੋਂ ਬਿਜ਼ਨਿਸ ਵਿੱਚ ਖੜੋਤ ਹੁੰਦੀ ਹੈ ਜਾਂ ਸਥਿਤੀਆਂ ਪ੍ਰਤੀਕੂਲ ਹੁੰਦੀਆਂ ਹਨ ਤਾਂ ਉਹ ਕਿਹੋ ਜਿਹਾ ਵਿਵਹਾਰ ਕਰਦਾ ਹੈ। ਜੇ ਤੁਸੀਂ ਆਪਣੇ ਲੀਡਰਾਂ ਦੀ ਜੀਵਨਸ਼ੈਲੀ ਅਤੇ ਆਜ਼ਾਦੀ ਨੂੰ ਦੇਖਦੇ ਹੋਏ ਨੈੱਟਵਰਕ ਮਾਰਕੀਟਿੰਗ ਵਿੱਚ ਆ ਰਹੇ ਹੋ, ਤਾਂ ਕਿਰਪਾ ਕਰਕੇ ਯਾਦ ਰੱਖੋ ਕਿ ਉਹ ਸਾਰੀਆਂ ਮੁਸ਼ਕਿਲਾਂ ਵਿੱਚੋਂ ਲੰਘੇ ਹਨ ਅਤੇ ਮੁਸ਼ਕਿਲ ਸਮਿਆਂ ਨੂੰ ਸਫਲਤਾ ਪੂਰਵਕ ਪਾਰ ਕਰਕੇ ਆਪਣੀ ਜੀਵਨਸ਼ੈਲੀ ਨੂੰ ਕਮਾਇਆ ਹੈ।ਉਨ੍ਹਾਂ ਨੇ ਆਪਣੇ ਹਿੱਸੇ ਦੀਆਂ ਮੁਸ਼ਕਿਲਾਂ ਦਾ ਸਾਹਮਣਾ ਕੀਤਾ ਹੈ ਅਤੇ ਹੁਣ ਤੁਹਾਡੀ ਵਾਰੀ ਹੈ। ਤੁਹਾਨੂੰ ਅਸਲ ਵਿੱਚ ਸਿਖਰ 'ਤੇ ਚੜ੍ਹ ਕੇ ਪਿਆਰ, ਪ੍ਰਸ਼ੰਸਾ ਅਤੇ ਵਿੱਤੀ ਭਰਪੂਰਤਾ ਪ੍ਰਾਪਤ ਕਰਨ ਤੋਂ ਪਹਿਲਾਂ ਚੁਣੌਤੀਆਂ ਦਾ ਸਾਹਮਣਾ ਕਰਨਾ ਪਵੇਗਾ।

ਆਲੋਚਨਾ ਅਤੇ ਨਿੰਦਾ ਕਰਨਾ ਬਹੁਤ ਅਸਾਨ ਹੈ। ਤੁਸੀਂ ਬੜੀ ਅਸਾਨੀ ਨਾਲ ਹੋਰ ਲੋਕਾਂ, ਸਥਿਤੀਆਂ, ਤਕਦੀਰ ਆਦਿ ਨੂੰ ਦੋਸ਼ੀ ਠਹਿਰਾ ਕੇ ਭਵਿੱਖ ਵਿੱਚ ਕੋਈ ਪਹਿਲਕਦਮੀ ਨਾ ਕਰਨ ਦਾ ਫੈਸਲਾ ਕਰ ਸਕਦੇ ਹੋ। ਪਰ ਗ਼ਲਤੀਆਂ ਨੂੰ ਸਵੀਕਾਰ ਕਰ ਉਨ੍ਹਾਂ ਨੂੰ ਛੇਤੀ ਠੀਕ ਕਰਨ ਲਈ ਅਸਲ ਹਿੰਮਤ ਅਤੇ ਸਾਹਸ ਦੀ ਲੋੜ ਹੁੰਦੀ ਹੈ। ਜੇ ਤੁਸੀਂ ਇੱਕ ਸਫਲ ਨੈੱਟਵਰਕ ਮਾਰਕੀਟਰ ਬਣਨਾ ਚਾਹੁੰਦੇ ਹੋ, ਤਾਂ ਤੁਹਾਨੂੰ ਹਰ ਝਟਕੇ ਤੋਂ ਬਿਹਤਰ ਅਤੇ ਤੇਜ਼ੀ ਨਾਲ ਬਾਹਰ ਆਉਣ ਦੇ ਕਾਬਿਲ ਹੋਣਾ ਚਾਹੀਦਾ ਹੈ।

ਕੋਈ ਵੀ ਸੱਚਾ ਚੈਂਪੀਅਨ ਫਿਰ ਤੋਂ ਉੱਭਰ ਸਕਦਾ ਹੈ। ਇਹ ਇੱਕ ਚੈਂਪੀਅਨ ਹੋਣ ਦੇ ਨਾਤੇ ਹੈ : ਪ੍ਰਤੀਕੂਲ ਪ੍ਰਸਥਿਤੀਆਂ ਨਾਲ ਨਜਿੱਠਣ ਅਤੇ ਵਾਪਸ ਆਉਣ ਦੇ ਯੋਗ ਹੋਣਾ।

– ਫਲੋਇਡ ਮੇਵੈਦਰ ਜੂਨੀਅਰ

ਸ਼ਿਕਾਇਤ ਕਰਨਾ ਬੰਦ ਕਰੋ ਅਤੇ ਆਪਣੀ ਜ਼ਿੰਦਗੀ ਦੀ ਪੂਰੀ ਅਤੇ ਸੰਪੂਰਨ ਜ਼ਿੰਮੇਵਾਰੀ ਨੂੰ ਸਵੀਕਾਰ ਕਰੋ। ਤੁਹਾਡਾ ਰਵੱਈਆ 'Try Me' ਦੀ ਬਜਾਇ 'Why Me' ਹੋਣਾ ਚਾਹੀਦਾ ਹੈ। ਹਰ ਦਿਨ ਅਜਿਹੇ ਹਾਲਾਤ ਹੋਣਗੇ ਜਦੋਂ ਤੁਹਾਡੀ ਭਾਵਨਾਤਮਕ ਲਚੀਲੇਪਨ ਨੂੰ ਪਰੱਖਣ ਲਈ ਰੱਖਿਆ ਜਾਵੇਗਾ। ਹਰ ਇੱਕ ਦਿਨ ਤੁਹਾਨੂੰ ਲੋਕਾਂ ਤੋਂ ਨਕਾਰਾਤਮਕਤਾ ਦਾ ਸਾਹਮਣਾ ਕਰਨਾ ਪਵੇਗਾ ਅਤੇ ਉਨ੍ਹਾਂ ਦੇ 'ਨਾਂਹ' ਨੂੰ ਸੰਭਾਲਣਾ ਹੋਵੇਗਾ। ਮੈਂ ਕਦੇ-ਕਦੇ ਆਪਣੇ ਟ੍ਰੇਨਿੰਗ ਪ੍ਰੋਗ੍ਰਾਮਾਂ ਵਿੱਚ ਦੱਸਦਾ ਹਾਂ ਕਿ ਜੇ ਅਸਲ ਵਿੱਚ ਤੁਸੀਂ ਇੱਕ ਵੱਡਾ ਨੈੱਟਵਰਕ ਮਾਰਕੀਟਿੰਗ ਸਾਮਰਾਜ ਬਣਾਉਣਾ ਚਾਹੁੰਦੇ ਹੋ ਤਾਂ ਤੁਹਾਨੂੰ ਸ਼ੁਰੂ ਦੇ 9-12 ਮਹੀਨਿਆਂ ਅੰਦਰ ਕੁੱਝ ਮੂਰਖ ਲੋਕਾਂ ਕੋਲੋਂ ਸ੍ਵੈਮਾਨ ਦੇ ਅਸਥਾਈ ਨੁਕਸਾਨ ਦਾ ਸਾਹਮਣਾ ਕਰਨਾ ਪਵੇਗਾ।

ਤੁਹਾਨੂੰ ਆਪਣੀ ਰੋਜ਼ਾਨਾ ਰੂਟੀਨ ਦੇ ਹਿੱਸੇ ਵਜੋਂ ਵੱਖ-ਵੱਖ ਕਿਸਮਾਂ ਦੇ ਲੋਕਾਂ ਅਤੇ ਅਣਸੋਚੀਆਂ ਹਾਲਾਤਾਂ ਦਾ ਸਾਹਮਣਾ ਕਰਨਾ ਪਵੇਗਾ। ਕੁੱਝ ਲੋਕ ਤੁਹਾਡੀਆਂ ਗੱਲਾਂ ਸੁਣਨਗੇ ਅਤੇ ਹੋਰ ਲੋਕ ਬਗ਼ਾਵਤ ਕਰਨਗੇ। ਕੁੱਝ ਸਿਸਟਮ ਦੀ ਪਾਲਣਾ ਕਰਨਗੇ ਅਤੇ ਕੁੱਝ ਹੋਰ ਆਪਣੇ-ਆਪ ਦੇ ਵਿਚਾਰਾਂ ਨੂੰ ਅਜਮਾਉਣ ਦੀ ਕੋਸ਼ਿਸ਼ ਕਰਨਗੇ। ਕੁੱਝ ਤੁਹਾਡੇ ਵੱਲ ਤਕਣਗੇ ਅਤੇ ਕੁੱਝ ਹੋਰ ਤੁਹਾਡੇ ਨਾਲ ਖੇਡਣਗੇ। ਕੁੱਝ ਤੇਜ਼ੀ ਨਾਲ ਵਧਣਗੇ ਅਤੇ ਕੁੱਝ ਸਾਲਾਂ ਤਕ ਉਸੇ ਸਥਿਤੀ ਵਿੱਚ ਰਹਿਣਗੇ। ਅਜਿਹੇ ਹਾਲਾਤ ਹੋਣਗੇ ਜਦੋਂ ਤੁਹਾਨੂੰ ਉਨ੍ਹਾਂ ਗ਼ਲਤੀਆਂ ਲਈ ਜ਼ਿੰਮੇਵਾਰ ਬਣਾਇਆ ਜਾਵੇਗਾ ਜੋ ਤੁਸੀਂ ਕੀਤੀਆਂ ਹੀ ਨਹੀਂ। ਪਰ ਤੁਹਾਨੂੰ ਆਪਣੀ ਭਾਵਨਾ ਨੂੰ ਬਣਾਏ ਰੱਖਣਾ ਹੋਵੇਗਾ। ਤੁਹਾਡੀ ਭਾਵਨਾਤਮਕ ਯੋਗਤਾ ਜਾਂ ਲਚੀਲਾਪਨ ਇਹ ਨਿਸ਼ਚਿਤ ਕਰੇਗਾ ਕਿ ਕੀ ਤੁਸੀਂ ਇੰਨਾਂ ਸਾਰਿਆਂ ਨੂੰ ਜਾਰੀ ਰਹਿਣ ਦਿੰਦੇ ਹੋਏ ਰੁੱਕ ਜਾਓਗੇ ਜਾਂ ਅੱਗੇ ਵਧਦੇ ਜਾਓਗੇ।

ਕੀ ਤੁਸੀਂ ਆਪਣੇ ਮਾੜੇ ਮੂਡ ਨੂੰ ਚੰਗੇ ਮੂਡ ਵਿੱਚ ਬਦਲ ਸਕਦੇ ਹੋ? ਕੀ ਤੁਸੀਂ ਆਪਣੀ ਮੌਜੂਦਾ ਸਥਿਤੀ ਦੇ ਬਾਵਜੂਦ ਸਿਖਰਲੀ ਅਤੇ ਸੰਸਾਧਨ ਪੂਰਨ ਸਥਿਤੀ ਨੂੰ ਬਣਾਏ ਰੱਖ ਸਕਦੇ ਹੋ? ਤੁਸੀਂ ਕਿੰਨੀ ਤੇਜ਼ੀ ਨਾਲ ਆਪਣੀ ਟੀਮ ਨੂੰ ਉਤਸ਼ਾਹਿਤ ਕਰ ਸਕਦੇ ਹੋ? ਤੁਹਾਨੂੰ ਆਪਣਾ ਖ਼ੁਦ ਦਾ ਚੀਅਰਲੀਡਰ ਬਣ ਕੇ ਅੱਗੇ ਵਧਦੇ ਰਹਿਣਾ ਹੋਵੇਗਾ।

ਇਹ ਸਧਾਰਨ ਗੱਲ ਹੈ, ਜੇ ਤੁਸੀਂ ਸੰਕਟ ਵਿੱਚੋਂ ਛੇਤੀ ਨਾਲ ਬਾਹਰ ਨਹੀਂ ਆ ਸਕਦੇ ਹੋ, ਤਾਂ ਤੁਸੀਂ ਨੈੱਟਵਰਕ ਮਾਰਕੀਟਿੰਗ ਬਿਜ਼ਨਿਸ ਵਿੱਚ ਆਗੂ ਨਹੀਂ ਹੋ ਸਕਦੇ।

ਮੈਂ ਕਿਸੇ ਵਿਅਕਤੀ ਦੀ ਸਫਲਤਾ ਨੂੰ ਇਸ ਗੱਲ ਤੋਂ ਨਹੀਂ ਮਾਪਦਾ ਕਿ ਉਹ ਕਿੰਨੀ ਉੱਚਾਈ 'ਤੇ ਚੜ੍ਹਦਾ ਹੈ ਪਰ ਜਦੋਂ ਉਹ ਹੇਠਾਂ ਵੱਲ ਜਾਂਦਾ ਹੈ ਤਾਂ ਉਹ ਕਿੰਨਾ ਉੱਚਾ ਉਛੱਲ ਸਕਦਾ ਹੈ।

– ਜਾੱਰਜ ਐਸ ਪੈਟਨ ਜੂਨੀਅਰ

ਸਾਰੀਆਂ ਹਸਤੀਆਂ ਵਿੱਚ ਇੱਕ ਆਮ ਗੁਣ ਹੈ–ਭਾਵਨਾਤਮਕ ਲਚੀਲਾਪਨ

ਮੈਂ ਮਹਾਨ ਨੈੱਟਵਰਕ ਮਾਰਕੀਟਿੰਗ ਕੰਪਨੀਆਂ ਦੇ ਕੁੱਝ ਸੰਸਥਾਪਕਾਂ ਦਾ ਅਧਿਐਨ ਕਰ ਕੇ ਉਨ੍ਹਾਂ ਨੂੰ ਮਿਲਿਆ ਵੀ ਹਾਂ। ਉਨ੍ਹਾਂ ਵਿੱਚੋਂ ਹਰ ਇੱਕ ਨੂੰ ਕੁੱਝ ਬੇਹਦ ਸਖ਼ਤ ਚੁਣੌਤੀਆਂ ਅਤੇ ਵਿਰੋਧ ਵਿੱਚੋਂ ਲੰਘਣਾ ਪਿਆ ਹੈ। ਦਰਅਸਲ, ਮੁਸ਼ਕਿਲਾਂ ਦਾ ਪੱਧਰ ਜਿੰਨਾ ਉੱਚਾ ਹੁੰਦਾ ਹੈ, ਤੁਹਾਡੀਆਂ ਪ੍ਰਾਪਤੀਆਂ ਦਾ ਆਕਾਰ ਵੀ ਓਨਾ ਹੀ ਵੱਡਾ ਹੋਵੇਗਾ। ਹਰ ਵਾਰ, ਜਦੋਂ ਤੁਸੀਂ ਮੁਸ਼ਕਿਲਾਂ, ਸੰਕਟਾਂ, ਝਟਕਿਆਂ ਜਾਂ ਅਸਫਲਤਾਵਾਂ ਵਿੱਚੋਂ ਲੰਘਦੇ ਹੋ ਤਾਂ ਇਸਦੇ ਲਈ ਪਰਮਾਤਮਾ ਦਾ ਧੰਨਵਾਦ ਕਰੋ ਕਿਉਂ ਕਿ ਪਰਮਾਤਮਾ ਚਾਹੁੰਦੇ ਹਨ ਕਿ ਤੁਸੀਂ ਅਗਲੇ ਪੱਧਰ 'ਤੇ ਜਾਓ। ਇਸ ਇੰਡਸਟਰੀ ਦੇ ਜਿਨ੍ਹਾਂ ਲੋਕਾਂ ਦੀ ਮੈਂ ਡੂੰਘੀ ਪ੍ਰਸ਼ੰਸਾ ਕਰਦਾ ਹਾਂ ਉਨ੍ਹਾਂ ਵਿੱਚੋਂ ਕੁੱਝ ਹਨ: ਰਿਚ ਡੇਵੋਸ, ਜੇ ਵਾੱਨ ਅੰਡੇਲ, ਰੇਕਸ ਮੌਘਨ, ਰਾੱਬਰਟ ਅਤੇ ਜੋਨਸ ਅਫਜੋਚਨਿਕ, ਮਾਰਕ ਆਰ. ਹਿਊਜ਼, ਡੇਵਿੱਡ ਐੱਚ ਮੈਕਕਾੱਨੇਲ, ਮੈਰੀ ਕੇ ਐਸ਼, ਪ੍ਰਵੀਨ ਜੇ ਚੰਦਨ, ਗੌਤਮ ਬਾਲੀ ਅਤੇ ਟੀ. ਸੀ. ਛਾਬੜਾ।

ਭਾਗ - VI

9 ਕੋਰ ਐਕਸ਼ਨਜ਼

9 ਕੋਰ ਐਕਸ਼ਨਜ਼

ਤੁਹਾਡੇ ਬਿਜ਼ਨਿਸ ਦੀ ਲਾਈਫ਼ ਲਾਈਨ

ਸਖ਼ਤ ਮਿਹਨਤ ਨਾਲ ਆਦਮੀ ਨਹੀਂ ਥੱਕਦਾ ਸਗੋਂ ਸਿਸਟਮ ਦੀ ਘਾਟ ਤੇ ਕਦੇ ਕਦਾਈਂ ਕੰਮ ਕਰਨ ਨਾਲ ਥੱਕਦਾ ਹੈ।

– ਮਹਾਤਮਾ ਗਾਂਧੀ

ਹਰ ਡਿਸਟ੍ਰੀਬਿਊਟਰ ਨੂੰ ਆਪਣੇ ਕੰਮ ਵਿੱਚ ਗਤੀ ਅਤੇ ਸਥਿਰਤਾ ਲਿਆਉਣ ਲਈ ਨਿਅਮਿਤ ਤੌਰ 'ਤੇ ਹੇਠਾਂ ਦਿੱਤੇ ਗਏ ਕੁੱਝ ਕੰਮ ਕਰਨੇ ਚਾਹੀਦੇ ਹਨ। ਦਿਖਣ ਵਿੱਚ ਇਹ ਗਤੀਵਿਧੀਆਂ ਮਾਮੂਲੀ ਲੱਗਣਗੀਆਂ ਪਰ ਨਿਅਮਿਤ ਤੌਰ 'ਤੇ ਕਰਨ ਨਾਲ ਇਹ ਇੱਕ ਸ਼ਾਨਦਾਰ ਬਿਜ਼ਨਿਸ ਦੀ ਬੁਨੀਆਦ ਰੱਖਣਗੀਆਂ। ਕੁੱਝ ਲੋਕ ਇਸ ਕਲਪਨਾ ਵਿੱਚ ਹੀ ਰਹਿੰਦੇ ਹਨ ਕਿ ਜੇ ਉਹ ਇਸ ਬਿਜ਼ਨਿਸ ਵਿੱਚ ਕੇਵਲ ਜੁੜੇ ਰਹਿਣਗੇ ਤਾਂ ਇਹ ਚੱਲ ਪਵੇਗਾ। ਇਹ ਗੱਲ ਸੱਚਾਈ ਤੋਂ ਕੋਹਾਂ ਦੂਰ ਹੈ। ਪਲਾਨ ਵੀ ਉਦੋਂ ਕੰਮ ਕਰੇਗਾ ਜਦੋਂ ਤੁਸੀਂ ਪਲਾਨ ਅਨੁਸਾਰ ਕੰਮ ਕਰੋਗੇ। ਇਹ ਕੁੱਝ ਅਜਿਹੀਆਂ ਦੁਹਰਾਓ ਦੀਆਂ ਗਤੀਵਿਧੀਆਂ ਹਨ ਜੋ ਹਰ ਆਦਮੀ ਕਰ ਸਕਦਾ ਹੈ। ਜੇ ਅਸੀਂ ਲਗਾਤਾਰ ਇਨਾਂ 9 ਕਾਰਵਾਈਆਂ ਨੂੰ ਕਰਦੇ ਰਹਾਂਗੇ ਤਾਂ ਇਸ ਨਾਲ ਤੁਹਾਡੇ ਬਿਜ਼ਨਿਸ ਨੂੰ ਬਹੁਤ ਸਫਲਤਾ ਮਿਲੇਗੀ। ਤੁਹਾਡਾ ਜੋ ਵੀ ਅਹੁਦਾ ਹੋਵੇ ਅਤੇ ਜੋ ਵੀ ਇਨਕਮ ਲੇਵਲ ਹੋਵੇ, ਮੈਂ ਤੁਹਾਨੂੰ ਇੰਨਾਂ ਗਤੀਵਿਧੀਆਂ ਨੂੰ ਲਗਾਤਾਰ ਕਰਨ ਲਈ ਸਲਾਹ ਦਿੰਦਾ ਹਾਂ।

1. ਹਰ ਦਿਨ ਘੱਟੋਘੱਟ ਇੱਕ ਬਿਜ਼ਨਿਸ ਮੌਕੇ ਪੇਸ਼ਕਾਰੀ:

ਤੁਸੀਂ ਜਿੰਨੇ ਵੀ ਵਿਅਸਤ ਹੋਵੋ, ਹਰ ਦਿਨ ਘੱਟ ਤੋਂ ਘੱਟ ਇੱਕ ਵਿਅਕਤੀ ਨਾਲ ਆਪਣਾ ਬਿਜ਼ਨਿਸ ਪਲਾਨ ਜ਼ਰੂਰ ਸਾਂਝਾ ਕਰੋ। ਜੇ ਤੁਸੀਂ ਕਿਸੇ ਇੱਕ ਜਾਂ ਦੋ ਦਿਨ ਇਹ ਨਹੀਂ ਕਰ ਪਾਉਂਦੇ, ਪਰ ਇਹ ਯਕੀਨੀ ਬਣਾਓ ਕਿ ਹਫ਼ਤੇ ਵਿੱਚ ਕੁੱਲ ਮਿਲਾ ਕੇ ਘੱਟੋ ਘੱਟ ਸੱਤ ਪੇਸ਼ਕਾਰੀਆਂ ਜ਼ਰੂਰ ਦਿਖਾਓਗੇ। ਉਤਪਾਦ ਪੇਸ਼ਕਾਰੀਆਂ ਇਸ ਸੰਖਿਆ ਤੋਂ ਉੱਪਰ ਹੋਣੀਆਂ ਚਾਹੀਦੀਆਂ ਹਨ।

2. ਹਰ ਰੋਜ਼ ਆਪਣੀ ਲਿਸਟ ਵਿੱਚ ਇੱਕ ਨਵਾਂ ਨਾਮ ਸ਼ਾਮਿਲ ਕਰੋ:

ਤੁਹਾਡੀ ਲਿਸਟ ਤੁਹਾਡਾ ਸਭ ਤੋਂ ਵੱਡਾ ਸਰੋਤ ਹੈ। ਯਾਦ ਰੱਖੋ, ਲੋਕ ਇਸ ਬਿਜ਼ਨਿਸ ਨੂੰ ਇਸ ਲਈ ਨਹੀਂ ਛੱਡਦੇ ਕਿਉਂ ਕਿ ਹੋਰ ਲੋਕ ਉਨ੍ਹਾਂ ਨੂੰ 'ਨਾਂਹ' ਕਹਿ ਦਿੰਦੇ ਹਨ, ਸਗੋਂ ਇਸ ਲਈ ਕਿਉਂ ਕਿ ਉਨ੍ਹਾਂ ਦੀ ਲਿਸਟ ਛੋਟੀ ਹੁੰਦੀ ਹੈ। ਲਿਸਟ ਜਿੰਨੀ ਵੱਡੀ ਹੋਵੇਗੀ, ਤੁਹਾਡੇ ਬਿਜ਼ਨਿਸ ਵਿੱਚ ਓਨੀ ਹੀ ਲਾਹੇਵੰਦ ਹੋਵੇਗੀ। ਹਫ਼ਤਾਵਾਰੀ ਆਪਣੀ ਲਿਸਟ ਵਿੱਚ ਸੱਤ ਨਵੇਂ ਨਾਮ ਸ਼ਾਮਿਲ ਕਰਨਾ ਲਾਜ਼ਮੀ ਹੈ।

3. 100% ਉਤਪਾਦ ਦੀ ਵਰਤੋਂ

ਜੋ ਵੀ ਹੋਵੇ ਤੁਹਾਨੂੰ ਆਪਣੇ ਉਤਪਾਦਾਂ/ਸੇਵਾਵਾਂ ਦਾ #1 ਬ੍ਰਾਂਡ ਅੰਬੈਸਡਰ ਹੋਣਾ ਚਾਹੀਦਾ ਹੈ। ਤੁਹਾਨੂੰ ਆਪਣੀ ਕੰਪਨੀ ਦਾ ਸਭ ਤੋਂ ਵੱਡਾ ਪ੍ਰਸ਼ੰਸਕ ਹੋਣਾ ਚਾਹੀਦਾ ਹੈ। ਤੁਹਾਡੀ ਕੰਪਨੀ ਜੋ ਵੀ ਬਣਾਉਂਦੀ ਹੈ, ਤੁਹਾਨੂੰ ਉਸਦਾ ਨੰਬਰ ਇੱਕ ਗਾਹਕ ਹੋਣਾ ਚਾਹੀਦਾ ਹੈ ਅਤੇ ਤੁਹਾਡੇ ਘਰ ਅੰਦਰ ਉਹ ਸਾਰੇ ਉਤਪਾਦ ਜ਼ਰੂਰ ਹੋਣੇ ਚਾਹੀਦੇ ਹਨ। ਆਪਣੀ ਕੰਪਨੀ ਦੇ ਸਾਰੇ ਉਤਪਾਦਾਂ ਦੀ ਤੁਹਾਨੂੰ ਵਰਤੋਂ ਕਰਨੀ ਚਾਹੀਦੀ ਹੈ।

4. ਆਪਣੇ ਨਵੇਂ ਪ੍ਰਾਸਪੈਕਟਾਂ ਨਾਲ ਹਫਤਾਵਾਰੀ ਹਾਲ ਮੀਟਿੰਗ ਵਿੱਚ ਜ਼ਰੂਰ ਸ਼ਾਮਿਲ ਹੋਵੋ:

ਹਫਤਾਵਾਰੀ ਮੀਟਿੰਗ ਸਾਡੇ ਬਿਜ਼ਨਿਸ ਦੀ ਲਾਈਫ਼ ਲਾਈਨ ਹੈ। ਹਰ ਪੇਸ਼ੇ, ਨੌਕਰੀ ਜਾਂ ਬਿਜ਼ਨਿਸ ਵਿੱਚ ਹਰ ਦਿਨ ਕੁੱਝ ਕੰਮ ਦੇ ਘੰਟਿਆਂ ਦੀ ਲੋੜ ਹੁੰਦੀ ਹੈ। ਸਾਡੇ ਬਿਜ਼ਨਿਸ ਵਿੱਚ ਹਫਤਾਵਾਰੀ ਮੀਟਿੰਗਾਂ ਹੀ ਸਾਡਾ ਦਫਤਰ ਹਨ। ਹਫ਼ਤਾਵਾਰੀ ਮੀਟਿੰਗਾਂ ਨਾਲ ਬਿਜ਼ਨਿਸ ਵਿੱਚ ਸਥਿਰਤਾ ਅਤੇ ਗਤੀ ਬਣੀ ਰਹਿੰਦੀ ਹੈ। ਹਰ ਹਫ਼ਤੇ ਨਵੇਂ ਪ੍ਰਾਸਪੈਕਟਾਂ ਨਾਲ ਹਫ਼ਤਾਵਾਰੀ ਮੀਟਿੰਗਾਂ ਵਿੱਚ ਜਾਣਾ ਤੁਹਾਡੀ ਪ੍ਰਮੁੱਖ ਤਰਜੀਹ ਹੋਣੀ ਚਾਹੀਦੀ ਹੈ। ਜੇ ਤੁਹਾਡੇ ਨਾਲ ਕੋਈ ਪ੍ਰਾਸਪੈਕਟ ਜਾਂ ਸਾਥੀ ਨਹੀਂ ਜਾਂਦਾ, ਤਾਂ ਵੀ ਤੁਹਾਨੂੰ ਇਕੱਲਿਆਂ ਹੀ ਮੀਟਿੰਗ ਵਿੱਚ ਜਾਣਾ ਚਾਹੀਦਾ ਹੈ।

5. ਆਪਣੀ ਟੀਮਾਂ ਨਾਲ ਸਾਰੇ ਪ੍ਰੋਗਰਾਮਾਂ ਵਿੱਚ ਸ਼ਾਮਿਲ ਹੋਵੋ:

ਲੋਕ ਇਸ ਬਿਜ਼ਨਿਸ ਵਿੱਚ ਕਈ ਤਰੀਕਿਆ ਨਾਲ ਸ਼ਾਮਿਲ ਹੋ ਸਕਦੇ ਹਨ, ਪਰ ਬਿਜ਼ਨਿਸ ਨੂੰ ਵਧਾਉਣ ਦਾ ਸਿਰਫ਼ ਇੱਕੋ ਹੀ ਤਰੀਕਾ ਹੈ, ਅਤੇ ਉਹ ਹੈ ਪ੍ਰੋਗਰਾਮ। ਪ੍ਰੋਗਰਾਮ ਲੋਕਾਂ ਨੂੰ ਇਸ ਬਿਜ਼ਨਿਸ ਵਿੱਚ ਸਹੀ ਤਰੀਕੇ ਨਾਲ ਕੰਮ ਕਰਨ ਲਈ ਸੈੱਟ ਕਰਦੇ ਹਨ। ਪ੍ਰੋਗਰਾਮਾਂ ਵਿੱਚ ਲੋਕਾਂ ਨੂੰ ਸੱਦਾ ਦੇਣ ਦਾ ਹੁਨਰ ਵਿਕਸਤ ਕਰਕੇ ਯਕੀਨੀ ਬਣਾਓ ਕਿ ਹਰ ਪ੍ਰੋਗਰਾਮ ਵਿੱਚ ਤੁਹਾਡੀ ਟੀਮ ਦੇ ਲੋਕਾਂ ਦੀ ਗਿਣਤੀ ਵੱਧਦੀ ਜਾਏ।

6. ਹਰ ਰੋਜ਼ 30 ਮਿੰਟਾਂ ਲਈ ਸਿਫ਼ਾਰਿਸ਼ ਕੀਤੀਆਂ ਕਿਤਾਬਾਂ ਪੜ੍ਹੋ/ਸਿਫ਼ਾਰਸ਼ ਕੀਤੇ ਵੀਡੀਓਜ਼ ਦੇਖੋ:

ਅਪਾਰ ਸਫਲਤਾ ਪਾਉਣ ਲਈ ਤੁਹਾਨੂੰ ਆਪਣੇ ਦਿਮਾਗ਼ ਨੂੰ ਇਸ ਲਈ ਤਿਆਰ ਕਰਨ ਦੀ ਲੋੜ ਹੈ। ਰੋਜ਼ਾਨਾ ਸਹੀ ਕਿਤਾਬਾਂ ਅਤੇ ਸਹੀ ਆੱਡੀਓ/ਵੀਡੀਓ ਪ੍ਰੋਗਰਾਮ ਸਫਲਤਾ ਲਈ ਤੁਹਾਡੇ ਦਿਮਾਗ਼ ਨੂੰ ਤਿਆਰ ਕਰਨਗੇ। ਇਹ ਤੁਹਾਡੇ ਦਿਮਾਗ਼ ਲਈ ਭੋਜਨ ਵਰਗਾ ਹੈ ਤੇ ਇਹ ਨਿਵੇਸ਼ ਤੁਹਾਡੇ ਬਿਜ਼ਨਿਸ ਨੂੰ ਤੇ ਤੁਹਾਨੂੰ ਕਈ ਗੁਣਾ ਰਿਟਰਨ ਦੇਵੇਗਾ।

7. ਹਰ ਹਫ਼ਤੇ ਪਰਸਨਲ ਸਪੌਂਸਰਿੰਗ

ਤੁਹਾਡੀ ਟੀਮ ਉਹ ਨਹੀਂ ਕਰੇਗੀ ਜੋ ਤੁਸੀਂ ਉਨ੍ਹਾਂ ਨੂੰ ਕਰਨ ਲਈ ਕਹਿੰਦੇ ਹੋ, ਤੁਹਾਡੀ ਟੀਮ ਉਹੀ ਕਰੇਗੀ ਜੋ ਤੁਸੀਂ ਕਰਦੇ ਹੋ। ਜੇ ਤੁਸੀਂ ਆਪਣੀ ਟੀਮ ਤੋਂ ਬਹੁਤ ਜ਼ਿਆਦਾ ਪਰਸਨਲ ਸਪੌਂਸਰਿੰਗ ਕਰਵਾਉਣਾ ਚਾਹੁੰਦੇ ਹੋ, ਤਾਂ ਤੁਹਾਨੂੰ ਹਰ ਹਫ਼ਤੇ ਘੱਟ ਤੋਂ ਘੱਟ ਇੱਕ ਪਰਸਨਲ ਸਪੌਂਸਰਿੰਗ ਕਰਨੀ ਚਾਹੀਦੀ ਹੈ। ਤੁਹਾਡੀ ਕੰਪਨੀ ਜੋ ਵੀ ਇਨਕਮ ਮਾਡਲ ਦਾ ਪਾਲਣਾ ਕਰਦੀ ਹੈ, ਪਰਸਨਲ ਸਪੌਂਸਰਿੰਗ ਹਮੇਸ਼ਾ ਸਭ ਤੋਂ ਵੱਧ ਮੁਨਾਫ਼ੇ ਦੀ ਅਗਵਾਈ ਕਰੇਗੀ।

8. ਅੱਪਲਾਈਨ ਨਾਲ ਮਹੀਨੇਵਾਰੀ ਕਾਊਂਸਲਿੰਗ

ਤੁਹਾਨੂੰ ਆਪਣੀ ਅੱਪਲਾਈਨ ਨਾਲ ਮਹੀਨੇ ਵਿੱਚ ਘੱਟ ਤੋਂ ਘੱਟ ਇੱਕ ਕਾਊਂਸਲਿੰਗ ਮੀਟਿੰਗ ਜ਼ਰੂਰ ਰੱਖਣੀ ਚਹੀਦੀ ਹੈ। ਤੁਹਾਨੂੰ ਇਸ ਦੀ ਲੋੜ ਉਦੋਂ ਹੁੰਦੀ ਹੈ, ਜਦੋਂ ਤੁਹਾਡਾ ਕੰਮ ਚੰਗਾ ਨਹੀਂ ਚੱਲ ਰਿਹਾ ਹੁੰਦਾ ਅਤੇ ਤੁਹਾਨੂੰ ਇਸ ਦੀ ਸਭ ਤੋਂ ਜ਼ਿਆਦਾ ਜ਼ਰੂਰਤ ਉਦੋਂ ਹੁੰਦੀ ਹੈ ਜਦੋਂ ਤੁਸੀਂ ਬਹੁਤ ਜ਼ਿਆਦਾ ਚੰਗਾ ਕਰ ਰਹੇ ਹੋ। ਕਾਊਂਸਲਿੰਗ ਦੀ ਹਮੇਸ਼ਾ ਅਣਦੇਖੀ ਕੀਤੀ ਜਾਂਦੀ ਹੈ, ਪਰ ਤੁਸੀਂ ਇਸ ਪ੍ਰਕਿਰਿਆ ਨੂੰ ਵਰਤੋਂ ਵਿੱਚ ਲਿਆ ਕੇ ਆਪਣਾ ਬਹੁਤ ਸਾਰਾ ਸਮਾਂ ਅਤੇ ਧਨ ਬਚਾ ਸਕਦੇ ਹੋ।

9. ਹਰ ਮਹੀਨੇ ਦੋ ਖ਼ਪਤਕਾਰ/ਗਾਹਕ ਜ਼ਰੂਰ ਬਣਾਓ

ਇੱਕ ਵਧੀਆ ਕਸਟਮਰ ਬੇਸ ਤੁਹਾਡੇ ਬਿਜ਼ਨਿਸ ਨੂੰ ਸਥਿਰਤਾ ਦਿੰਦਾ ਹੈ, ਅਤੇ ਤੁਹਾਡੇ ਕੋਲੋਂ ਖ਼ੁਸ਼ ਹੋਏ ਖ਼ਪਤਕਾਰ ਨੇੜਲੇ ਭਵਿੱਖ ਵਿੱਚ ਸਫਲਤਮ ਬਿਜ਼ਨਿਸ ਸਹਿਕਰਮੀ ਬਣ ਸਕਦੇ ਹਨ। ਇਸ ਲਈ ਆਪਣੇ ਉਤਪਾਦ ਜਾਂ ਸੇਵਾੜਾ ਨੂੰ ਬੜੀ ਚੰਗੀ ਤਰ੍ਹਾਂ ਉਤਸ਼ਾਹਿਤ ਹੋ ਕੇ ਅਤੇ ਨਿੱਜੀ ਤੌਰ 'ਤੇ ਹਰ ਮਹੀਨੇ ਘੱਟ ਤੋਂ ਘੱਟ ਦੋ ਨਵੇਂ ਖ਼ਪਤਕਾਰ ਜਾਂ ਗਾਹਕਾਂ ਨਾਲ ਸਾਂਝੀਆਂ ਕਰੋ।

ਇਹ ਯਾਦ ਰੱਖੋ ਕਿ ਇਹ ਸਾਰੇ ਕੰਮ ਪੱਕੇ ਵਿਸ਼ਵਾਸ ਅਤੇ ਸੱਚੇ ਮਨ ਨਾਲ ਕਰੋ।

ਭਾਗ - VII

ਬਿਜ਼ਨਿਸ ਦੀ ਆਚਾਰ-ਸੰਹਿਤਾ

ਬਿਜ਼ਨਿਸ ਦੀ ਆਚਾਰ-ਸਹਿੰਤਾ

ਜੋ ਚੀਜ਼ ਤੁਸੀਂ ਆਪਣੇ ਨਾਲ ਨਹੀਂ ਕਰਨਾ ਚਾਹੁੰਦੇ, ਉਹ ਦੂਜਿਆਂ ਨਾਲ ਨਾ ਕਰੋ।

– ਕਨਫ਼ਿਊਸ਼ੀਅਸ

ਮੈਨੂੰ ਇਹ ਦੇਖ ਕੇ ਬਹੁਤ ਦੁਖ ਹੁੰਦਾ ਹੈ ਜਦੋਂ ਲੋਕਾਂ ਦੀ ਬੜੀ ਮਿਹਨਤ ਨਾਲ ਬਣਾਇਆ ਹੋਇਆ ਕੁੱਝ ਸਹਿਕਰਮੀਆਂ ਦੀਆਂ ਛੋਟੀਆਂ-ਜਿਹੀਆਂ ਗ਼ਲਤੀਆਂ ਨਾਲ ਖ਼ਤਮ ਹੋਣ ਦੀ ਕਗਾਰ 'ਤੇ ਆ ਜਾਂਦਾ ਹੈ। ਮੈਂ ਵੀ ਆਪਣੇ ਕੁੱਝ ਵਧੀਆ ਲੀਡਰਾਂ ਉਨ੍ਹਾਂ ਦੀਆਂ ਛੋਟੀਆਂ-ਛੋਟੀਆਂ ਗ਼ਲਤੀਆਂ ਕਾਰਨ ਗੁਆ ਲਏ। ਹਾਲਾਂਕਿ ਮੈਂ ਆਪਣੀ ਟੀਮ ਫਿਰ ਤੋਂ ਬਣਾ ਲਈ, ਪਰ ਮੈਂ ਨਹੀਂ ਚਾਹੁੰਦਾ ਕਿ ਤੁਸੀਂ ਉਸ ਦਰਦ 'ਚੋਂ ਲੰਘੋ। ਇਸ ਲਈ, ਮੈਂ ਲੱਖਾਂ ਲੋਕਾਂ ਨਾਲ ਮਿਲ ਕੇ ਇਸ ਬਿਜ਼ਨਿਸ ਲਈ 11 ਦਿਸ਼ਾ-ਨਿਰਦੇਸ਼ ਬਣਾਏ ਹਨ ਜਿਨਾਂ ਦੀ ਪਾਲਣਾ ਨਾਲ ਤੁਸੀਂ ਇੱਕ ਸ਼ਾਨਦਾਰ ਟੀਮ ਬਣਾ ਸਕਦੇ ਹੋ। ਆਪਣੀ ਟੀਮ ਦੇ ਨਾਲ ਇੰਨਾਂ ਨਿਯਮਾਂ ਦੀ ਸਖ਼ਤੀ ਨਾਲ ਪਾਲਣਾ ਕਰ ਕੇ ਆਪਣੇ ਬਿਜ਼ਨਿਸ ਨੂੰ ਸਥਾਈ ਅਤੇ ਅੱਗੇ ਵਧਣ ਵਾਲਾ ਸਰੂਪ ਦੇ ਦਿਓ।

ਆਪਣੇ ਬਿਜ਼ਨਿਸ ਨੂੰ ਅੱਗੇ ਵਧਾਉਣ ਲਈ ਇਹ 11 ਦਿਸ਼ਾ-ਨਿਰਦੇਸ਼ ਤੁਹਾਨੂੰ ਰੋਜ਼ਾਨਾ ਦੇ ਤੌਰ 'ਤੇ ਨਿਰਣਾ ਲੈਣ ਅਤੇ ਸਹੀ ਆਚਰਣ ਰੱਖਣ ਵਿੱਚ ਮਦਦ ਕਰਨਗੇ।

1. ਲੋਕਾਂ ਦੇ ਪੈਸਿਆਂ ਨਾਲ ਕਦੇ ਵੀ ਖਿਲਵਾੜ ਜਾਂ ਗੜਬੜ ਨਾ ਕਰੋ:

ਲੋਕਾਂ ਨੇ ਆਪਣਾ ਪੈਸਾ ਕੰਪਨੀ ਨੂੰ ਦਿੱਤਾ ਹੈ ਨਾ ਕਿ ਤੁਹਾਨੂੰ, ਤੁਸੀਂ ਉਨ੍ਹਾਂ ਪੈਸਿਆਂ ਦਾ ਸਿਰਫ਼ ਇੱਕ ਵਿੱਚੋਲੇ ਜਾਂ ਦੇਖਭਾਲ ਕਰਨ ਵਾਲੇ ਭਾਵ ਕੇਅਰਟੇਕਰ ਹੋ। ਇਹ ਯਕੀਨੀ ਬਣਾਓ ਕਿ ਕੰਪਨੀ ਲਈ ਤੁਹਾਨੂੰ ਜੋ ਵੀ ਪੈਸਾ ਮਿਲਿਆ ਹੈ ਉਹ ਤੁਰੰਤ ਕੰਪਨੀ ਦੇ ਅਕਾਊਂਟ ਵਿੱਚ ਜਾਣਾ ਚਾਹੀਦਾ ਹੈ। ਉਸੇ ਤਰ੍ਹਾਂ, ਜੇ ਤੁਹਾਨੂੰ ਉਤਪਾਦ ਲਈ ਜਾਂ ਟਿਕਟ ਲਈ ਜਾਂ ਕਿਸੇ ਹੋਰ ਕੰਮ ਲਈ ਪੈਸੇ ਮਿਲਦੇ ਹਨ ਤਾਂ ਇਹ ਯਕੀਨੀ ਬਣਾਓ ਕਿ ਤੁਸੀਂ ਉਹ ਉਤਪਾਦ ਜਾਂ ਟਿਕਟ ਨੂੰ ਟਾਈਮ 'ਤੇ ਪਹੁੰਚਾਓ ਅਤੇ ਉਸ ਪੈਸੇ ਦਾ ਉਸੇ ਕੰਮ ਲਈ ਇਸਤੇਮਾਲ ਵਰਤੋਂ ਕਰੋ ਜਿਸ ਲਈ ਉਹ ਦਿੱਤਾ ਗਿਆ ਹੋਵੇ।

2. ਲੋਕਾਂ ਦੇ ਹਉਮੈ ਨੂੰ ਕਦੇ ਵੀ ਠੇਸ਼ ਨਾ ਪਹੁੰਚਾਓ:

ਜਦੋਂ ਕਿਸੇ ਦੀ ਹਉਮੈ ਨੂੰ ਠੇਸ਼ ਪਹੁੰਚਾਂਈ ਜਾਂਦੀ ਹੈ, ਤਾਂ ਉਹ ਗ਼ਲਤ ਫ਼ੈਸਲੇ ਲੈ ਕੇ ਉਸੇ ਗ਼ਲਤ ਨਿਰਣੇ 'ਤੇ ਅਡੋਲ ਖੜ੍ਹੇ ਰਹਿੰਦੇ ਹਨ। ਜਦੋਂ ਹਉਮੈ ਨੂੰ ਠੇਸ ਪੁੱਜਦੀ ਹੈ ਤਾਂ ਕੋਈ ਵੀ ਗੱਲਬਾਤ ਬਹਿਸ ਦਾ ਰੂਪ ਲੈ ਲੈਂਦੀ ਹੈ। ਇਹ ਸਾਬਿਤ ਕਰਨ ਲਈ ਕਿ ਤੁਸੀਂ ਸਹੀ ਹੋ, ਦੂਜਿਆਂ ਨੂੰ ਗ਼ਲਤ ਸਾਬਿਤ ਨਾ ਕਰੋ। ਲੋਕ ਆਪਣਾ ਵਿਚਾਰ ਅਤੇ ਪੇਸ਼ਾ ਚੁਣਨ ਲਈ ਆਜ਼ਾਦ ਹਨ। ਉਨ੍ਹਾਂ ਬਾਰੇ ਨਿਰਣਾ ਲੈਣ ਦਾ ਤੁਹਾਡਾ ਕੋਈ ਹੱਕ ਨਹੀਂ ਬਣਦਾ। ਆਪਣੇ ਬਿਜ਼ਨਿਸ ਨੂੰ ਬਿਹਤਰ ਬਣਾਉਣ ਲਈ ਉਨ੍ਹਾਂ ਦੇ ਪੇਸ਼ੇ ਜਾਂ ਨੌਕਰੀ ਨੂੰ ਨੀਵਾਂ ਨਾ ਸਮਝੋ। ਬੋਲਣ ਤੋਂ ਪਹਿਲਾਂ ਸੋਚੋ। ਹਉਮੈ ਬੜੀ ਨਾਜ਼ੁਕ ਚੀਜ਼ ਹੁੰਦੀ ਹੈ, ਕਦੇ ਵੀ ਅਜਿਹੀ ਕੋਈ ਗੱਲ ਨਾ ਬੋਲੋ ਜਿਸ ਨਾਲ ਕਿਸੇ ਦੀ ਹਉਮੈ ਨੂੰ ਸੱਟ ਪਹੁੰਚੇ।

3. ਅੱਪਲਾਈਨ ਅਤੇ ਡਾਊਨਲਾਈਨ ਵਿਚਕਾਰ ਕੋਈ ਉਧਾਰ ਜਾਂ ਖ਼ਾਤਾ ਨਾ ਰੱਖੋ:

ਨੈੱਟਵਰਕ ਮਾਰਕੀਟਿੰਗ ਨਕਦ ਭੁਗਤਾਨ ਦਾ ਬਿਜ਼ਨਿਸ ਹੈ। ਭਾਵੇਂ ਉਹ ਕੋਈ ਉਤਪਾਦ ਹੋਵੇ, ਟਿਕਟ ਹੋਵੇ ਜਾਂ ਟੂਲਜ਼ ਹੋਣ ਜਾਂ ਕੋਈ ਵੀ ਅਜਿਹੀ ਚੀਜ਼ ਜੋ ਤੁਸੀਂ ਆਪਣੇ ਅੱਪਲਾਈਨ ਤੋਂ ਖ਼ਰੀਦਣਾ ਚਾਹੁੰਦੇ ਹੋ, ਉਨ੍ਹਾਂ ਨੂੰ ਉਸ ਦਾ ਤੁਰੰਤ ਭੁਗਤਾਨ ਕਰ ਦਿਓ। ਅੱਪਲਾਈਨ ਅਤੇ ਡਾਊਨਲਾਈਨ ਦੇ ਵਿਚਕਾਰ ਕਿਸੇ ਵੀ ਪ੍ਰਕਾਰ ਦਾ ਕੋਈ ਉਧਾਰ ਅਕਾਊਂਟ ਨਾ ਰੱਖੋ। ਦਰਅਸਲ ਉਨ੍ਹਾਂ ਵਿੱਚੋਂ ਕਿਸੇ ਦੇ ਨਾਲ ਵੀ ਕੋਈ ਅਕਾਊਂਟ ਬਿਜ਼ਨਿਸ ਨੂੰ ਖ਼ਤਮ ਕਰ ਦਿੰਦਾ ਹੈ।

4. ਕਿਸੇ ਦੇ ਪਤੀ/ਪਤਨੀ ਨਾਲ ਉਚਿਤ ਵਿਵਹਾਰ ਬਣਾਈ ਰੱਖੋ:

ਸਾਡਾ ਇਹ ਇੱਕ ਪਰਿਵਾਰਕ ਬਿਜ਼ਨਿਸ ਹੈ ਜੋ ਘਰਾਂ ਵਿੱਚ ਵਧਦਾ-ਫੁੱਲਦਾ ਹੈ। ਇਸ ਲਈ ਕਿਸੇ ਵੀ ਵਿਅਕਤੀ ਦੇ ਜੀਵਨ ਸਾਥੀ ਨਾਲ ਪੇਸ਼ ਆਉਣ ਵੇਲੇ ਪਰਿਵਾਰਕ ਕਦਰਾਂ-ਕੀਮਤਾਂ ਦਾ ਆਦਰ ਕਰਨਾ ਅਤੇ ਢੁੱਕਵਾਂ ਆਚਰਣ ਰੱਖਣਾ ਬਹੁਤ ਮਹੱਤਵਪੂਰਨ ਹੈ। ਹਰ ਸਭਿਆਚਾਰ ਅਤੇ ਸਥਾਨ ਇੱਕ-ਦੂਜੇ ਤੋਂ ਵੱਖਰੇ ਹੁੰਦੇ ਹਨ। ਉਚਿਤ ਵਿਵਹਾਰ ਕਰੋ ਜਿਸ ਨਾਲ ਤੁਹਾਨੂੰ ਇੱਜ਼ਤ ਮਿਲੇ।

5. ਨਕਾਰਾਤਮਕ ਪ੍ਰਭਾਵ ਪਾਉਣ ਵਾਲਿਆਂ ਤੋਂ ਦੂਰ ਰਹੋ:

ਕਿਉਂ ਕਿ ਸਾਡਾ ਬਿਜ਼ਨਿਸ ਲੋਕਾਂ ਦਾ ਬਿਜ਼ਨਿਸ ਹੈ, ਇਸ ਲਈ ਇਹ ਬਹੁਤ ਜ਼ਰੂਰੀ ਹੈ ਕਿ ਅਸੀਂ ਆਪਣੇ ਲਈ ਸਹੀ ਲੋਕਾਂ ਦੀ ਚੋਣ ਕਰੀਏ ਅਤੇ ਉਸ ਤੋਂ ਵੀ ਜ਼ਿਆਦਾ ਜ਼ਰੂਰੀ ਹੈ ਕਿ ਉਨ੍ਹਾਂ ਨੂੰ ਪਛਾਣੋ, ਜਿਨ੍ਹਾਂ ਕੋਲੋਂ ਦੂਰ ਰਹਿਣਾ ਹੈ। ਨਕਾਰਾਤਮਕ ਪ੍ਰਭਾਵ ਵਾਲੇ ਲੋਕਾਂ ਤੋਂ ਦੂਰ ਰਹੋ। ਤੁਸੀਂ ਆਪਣੀ ਜ਼ਿੰਦਗੀ ਦਾ ਇਹ ਮਿਸ਼ਨ ਨਾ ਬਣਾਓ ਕਿ ਇਸ ਬਿਜ਼ਨਿਸ ਬਾਰੇ ਧਰਤੀ ਦੇ ਸਾਰੇ ਲੋਕ ਸਕਾਰਾਤਮਕ ਸੋਚਣ, ਇਹ ਤੁਹਾਡਾ ਕੰਮ ਨਹੀਂ ਹੈ। ਤੁਹਾਡਾ ਕੰਮ ਹੈ ਆਪਣੇ ਵਰਗੇ ਸਮਾਨ ਵਿਚਾਰਧਾਰਾ ਦੇ ਲੋਕਾਂ ਨੂੰ ਲੱਭਣਾ ਤੇ ਉਨ੍ਹਾਂ ਨਾਲ ਮਦਦ ਕਰਨ ਦੇ ਉਦੇਸ਼ ਅਤੇ ਇੱਕ-ਦੂਜੇ ਲਈ ਲਾਭ ਲੈਣ ਵਾਸਤੇ ਕੰਮ ਕਰਨਾ।

6. ਕਿਸੇ ਦੀ ਆਲੋਚਨਾ ਜਾਂ ਸ਼ਿਕਾਇਤ ਨਾ ਕਰੋ:

ਇਹ ਇੱਕ ਵਾਇਰਸ ਹੈ। ਇਹ ਇੱਕ ਨਸ਼ਾ ਹੈ। ਇਸ ਨਾਲ ਤੁਹਾਡੇ ਉਹ ਰਿਸ਼ਤੇ ਪ੍ਰਭਾਵਿਤ ਹੁੰਦੇ ਹਨ ਜੋ ਸਾਲਾਂ ਦੀ ਮਿਹਨਤ ਨਾਲ ਬਣਦੇ ਹਨ। ਇਹ ਤੁਹਾਡੀ ਸਾਖ 'ਤੇ ਇੱਕ ਕਾਲਾ ਧੱਬਾ ਹਨ। ਕਦੇ ਵੀ ਕਿਸੇ ਦੀ ਪਿੱਠ ਪਿੱਛੇ ਕਿਸੇ ਬਾਰੇ ਗੱਲਾਂ ਨਾ ਕਰੋ। ਕੁੱਝ ਲੋਕ ਲਗਾਤਾਰ ਇਹੀ ਕੰਮ ਕਰਦੇ ਹੋਏ ਪੇਸ਼ੇਵਰ ਸ਼ਿਕਾਇਤੀ ਬਣ ਜਾਂਦੇ ਹਨ। ਉਹ ਰੋਜ਼ ਬਿਨਾਂ ਅਹਿਸਾਸ ਕੀਤੇ ਇਸ ਤਰ੍ਹਾਂ ਦੀਆਂ ਸ਼ਿਕਾਇਤਾਂ ਕਰਦੇ ਰਹਿੰਦੇ ਹਨ ਜਿਵੇਂ ਉਨ੍ਹਾਂ ਨੂੰ ਸ਼ਿਕਾਇਤ ਕਰਨ ਦੀ ਤਨਖ਼ਾਹ ਮਿਲੇਗੀ। ਜੇ ਤੁਸੀਂ ਵੀ ਉਨ੍ਹਾਂ ਵਿੱਚੋਂ ਇੱਕ ਹੋ ਤਾਂ ਆਪਣੇ-ਆਪ ਨੂੰ ਤੁਰੰਤ ਬਦਲੋ।

7. ਆਪਣੀ ਡਾਊਨਲਾਈਨ ਦੇ ਸਾਹਮਣੇ ਆਪਣੀ ਅੱਪਲਾਈਨ ਜਾਂ ਕੰਪਨੀ ਬਾਰੇ ਕਦੇ ਵੀ ਨਕਾਰਾਤਮਕ ਗੱਲ ਨਾ ਕਰੋ:

ਕੋਈ ਵੀ ਕੰਪਨੀ ਜਾਂ ਅੱਪਲਾਈਨ ਸੰਪੂਰਨ ਨਹੀਂ ਹੈ; ਸਾਰਿਆਂ ਵਿੱਚ ਕੁੱਝ ਕਮੀਆਂ ਹੋ ਸਕਦੀਆਂ ਹਨ। ਕਦੇ-ਕਦਾਂਈ ਇੰਵ ਵੀ ਹੋ ਸਕਦਾ ਹੈ ਕਿ ਤੁਸੀਂ ਕੁੱਝ ਚੀਜ਼ਾਂ, ਸਥਿਤੀਆਂ ਜਾਂ ਨੀਤੀਆਂ ਬਾਰੇ ਸਹਿਮਤ ਨਹੀਂ ਹੁੰਦੇ ਜਾਂ ਤੁਹਾਨੂੰ ਸਮਝ ਨਹੀਂ ਆਉਂਦੀ,

ਪਰ ਇਸ ਬਾਰੇ ਗੱਲ ਕਰਨ ਲਈ ਅੱਪਲਾਈਨ ਸਭ ਤੋਂ ਸਹੀ ਹੈ। ਆਪਣੇ ਅੱਪਲਾਈਨ ਜਾਂ ਕੰਪਨੀ ਬਾਰੇ ਆਪਣੀ ਟੀਮ ਦੇ ਮੈਂਬਰਾਂ ਸਾਹਮਣੇ ਨਕਾਰਾਤਮਕ ਗੱਲਾਂ ਨਾ ਕਰੋ।

ਉਨ੍ਹਾਂ ਦੀਆਂ ਪ੍ਰਤੀਕਿਰਿਆਵਾਂ ਭਾਵੇਂ ਉਸ ਸਮੇਂ ਨਜ਼ਰ ਨਾ ਆਉਣ ਪਰ ਇਸ ਦੇ ਨਤੀਜੇ ਸਮੇਂ ਨਾਲ ਦੇਖਣ ਨੂੰ ਜ਼ਰੂਰ ਮਿਲਣਗੇ। ਇੱਕ ਵਿਸ਼ਾਲ ਜਹਾਜ ਨੂੰ ਡੁੱਬਣ ਲਈ ਉਸ ਵਿੱਚ ਇੱਕ ਛੋਟੀ ਜਿਹੀ ਮੋਰੀ ਹੀ ਕਾਫ਼ੀ ਹੈ, ਉਸੇ ਤਰ੍ਹਾਂ ਸ਼ੱਕ ਜਾਂ ਅਵਿਸ਼ਵਾਸ ਦੇ ਛੋਟੇ ਬੀਜ਼ ਲੋਕਾਂ ਨੂੰ ਬਿਜ਼ਨਿਸ ਛੱਡਣ ਲਈ ਵੀ ਮਜ਼ਬੂਰ ਕਰ ਸਕਦੇ ਹਨ। ਬਹੁਤੀ ਵਾਰੀ, ਇਹ ਸਮੱਸਿਆਵਾਂ ਅਸਥਾਈ ਹੁੰਦੀਆਂ ਹਨ, ਜਿਨ੍ਹਾਂ ਨੂੰ ਠੀਕ ਕੀਤਾ ਜਾ ਸਕਦਾ ਹੈ, ਪਰ ਇਸ ਬਾਬਤ ਜੇ ਟੀਮ ਦੇ ਸਾਹਮਣੇ ਚਰਚਾ ਕੀਤੀ ਜਾਵੇ, ਤਾਂ ਇਹ ਨੁਕਸਾਨ ਸਥਾਈ ਹੋਵੇਗਾ।

ਜਦੋਂ ਤੁਸੀਂ ਸਟੇਜ਼ 'ਤੇ ਹੁੰਦੇ ਹੋ ਤਾਂ ਤੁਹਾਨੂੰ ਇਸ ਬਾਰੇ ਸੁਚੇਤ ਰਹਿਣਾ ਚਾਹੀਦਾ ਹੈ ਸਗੋਂ ਉਦੋਂ ਵੀ ਜਦੋਂ ਸਟੇਜ਼ 'ਤੇ ਨਹੀਂ ਹੋ। ਤੁਸੀਂ ਇੱਕ ਲੀਡਰ ਹੋ ਅਤੇ ਤੁਹਾਡੀ ਹਰ ਗੱਲ ਦੂਜਿਆਂ 'ਤੇ ਪ੍ਰਭਾਵ ਪਾਉਂਦੀ ਹੈ। ਜਦੋਂ ਤੁਸੀਂ ਆਪਣੀ ਟੀਮ ਦੇ ਸਹਿਕਰਮੀਆਂ ਨਾਲ ਗੱਲਬਾਤ ਕਰਦੇ ਹੋ, ਤਾਂ ਇਸਦਾ ਹਮੇਸ਼ਾ ਧਿਆਨ ਰੱਖੋ।

8. ਕਰਾਸਲਾਈਨਾਂ ਨਾਲ ਬੇਲੋੜੀ ਗੱਲਬਾਤ ਕਰਨ ਤੋਂ ਬਚੋ:

ਬਹੁਤ ਸਾਰੇ ਚੰਗੇ ਲੋਕਾਂ ਨੇ ਆਪਣੇ ਕਰਾਸਲਾਈਨਾਂ ਨਾਲ ਬਹੁਤ ਜ਼ਿਆਦਾ ਗੱਲਬਾਤ ਕਰਕੇ ਗ਼ਲਤ ਜਾਂ ਮਾੜੇ ਫੈਸਲੇ ਲਏ ਹਨ। ਰਿਸ਼ਤਾ ਭਾਵੇਂ ਕਿੰਨਾ ਵੀ ਚੰਗਾ ਹੋਵੇ, ਕਿਸੇ ਵੀ ਕਰਾਸਲਾਈਨ ਨੂੰ ਤੁਹਾਡੇ ਬਿਜ਼ਨਿਸ ਦੇ ਵਾਧੇ ਵਿੱਚ ਕੋਈ ਦਿਲਚਸਪੀ ਨਹੀਂ ਹੁੰਦੀ, ਸਗੋਂ ਉਨ੍ਹਾਂ ਵਿੱਚੋਂ ਜ਼ਿਆਦਾਤਰ ਲੋਕ ਤੁਹਾਡੇ ਨਾਲ ਮੁਕਾਬਲਾ ਕਰ ਰਹੇ ਹੁੰਦੇ ਹਨ। ਇਸ ਲਈ ਆਪਣੇ ਕਰਾਸਲਾਈਨ ਡਿਸਟ੍ਰੀਬਿਊਟਰਾਂ ਨਾਲ ਜ਼ਿਆਦਾ ਗੱਲਬਾਤ ਨਾ ਕਰੋ। ਹੋਰ ਕੰਪਨੀਆਂ ਦੇ ਡਿਸਟ੍ਰੀਬਿਊਟਰਾਂ ਨਾਲ ਵਿਚਾਰ-ਵਟਾਂਦਰੇ ਕਰਨ ਤੋਂ ਵੀ ਬਚੋ।

9. ਅੱਪਲਾਈਨ ਅਤੇ ਡਾਊਨਲਾਈਨ ਵਿਚਕਾਰ ਲਗਾਤਾਰ ਗੱਲਬਾਤ:

ਗੱਲਬਾਤ ਜਾਂ ਸੰਪਰਕ ਉਹ ਧਾਗਾ ਹੈ ਜੋ ਅੱਪਲਾਈਨ ਅਤੇ ਡਾਊਨਲਾਈਨ ਦੋਨਾਂ ਨੂੰ ਬਿਜ਼ਨਿਸ ਵਿੱਚ ਇਕਸਾਰ ਜੋੜ ਕੇ ਰੱਖਦਾ ਹੈ। ਸਾਡੇ ਬਿਜ਼ਨਿਸ ਵਿੱਚ ਕੋਈ ਅਧਿਕਾਰਤ ਜਾਂ ਰਸਮੀ ਸੰਬੰਧ ਨਹੀਂ ਹੁੰਦਾ। ਅੱਪਲਾਈਨ ਅਤੇ ਡਾਊਨਲਾਈਨ ਦੇ ਵਿਚਕਾਰ ਨਿਅਮਿਤ ਅਤੇ ਸਿਹਤਮੰਦ ਗੱਲਬਾਤ ਇੱਕ ਵੱਡੇ ਬਿਜ਼ਨਿਸ ਨੂੰ ਬਣਾਉਣ ਵਿੱਚ ਮਹਤੱਵਪੂਰਨ ਭੂਮਿਕਾ ਨਿਭਾਉਂਦੀ ਹੈ। ਗੱਲਬਾਤ ਜਾਂ ਸੰਪਰਕ ਦੀ ਘਾਟ ਹੁੰਦੇ ਹੋਏ ਬਿਜ਼ਨਿਸ ਦਾ ਅੰਤ ਸ਼ੁਰੂ ਹੋ ਜਾਂਦਾ ਹੈ। ਇਸ ਲਈ ਹਮੇਸ਼ਾ ਜੁੜੇ ਰਹੋ।

10. ਕਦੇ ਵੀ ਮੈਨੇਜ਼ਰ ਜਾਂ ਬੌਸ ਵਾਂਗ ਕੰਮ ਨਾ ਕਰੋ:

ਇਸ ਬਿਜ਼ਨਿਸ ਵਿੱਚ ਹਰ ਕੋਈ ਪਾਰਟਨਰ ਜਾਂ ਸਹਿਕਰਮੀ ਹੁੰਦਾ ਹੈ। ਕਿਸੇ ਨੂੰ ਮੈਨੇਜ਼ਰ ਦੀ ਲੋੜ ਨਹੀਂ ਹੁੰਦੀ ਹੈ। ਅਸੀਂ ਇਸ ਬਿਜ਼ਨਿਸ ਵਿੱਚ ਕਿਸੇ ਨੂੰ ਕੋਈ ਤਨਖ਼ਾਹ ਨਹੀਂ ਦਿੰਦੇ। ਅੱਪਲਾਈਨ ਅਤੇ ਮੈਨੇਜ਼ਰ ਵਿਚਕਾਰ ਇੱਕ ਨਾਜ਼ੁਕ ਜਿਹੀ ਲਕੀਰ ਹੁੰਦੀ ਹੈ ਜਿਸ ਨੂੰ ਸਾਨੂੰ ਕਦੇ ਵੀ ਲੰਘਣਾ ਨਹੀਂ ਚਾਹੀਦਾ। ਇੱਥੇ ਇੱਜ਼ਤ ਕਿਸੇ ਅਹੁਦੇ ਨੂੰ ਨਹੀਂ ਸਗੋਂ ਵਿਅਕਤੀ ਨੂੰ ਦਿੱਤੀ ਜਾ ਸਕਦੀ ਹੈ। ਇਸ ਬਿਜ਼ਨਿਸ ਵਿੱਚ ਹਰ ਕਿਸੇ ਨੂੰ ਆਪਣੀ ਇੱਜ਼ਤ ਖ਼ੁਦ ਕਮਾਉਣੀ ਪੈਂਦੀ ਹੈ।

11. ਕਿਸੇ ਕੰਮ ਨੂੰ ਪਹਿਲੀ ਵਾਰ ਕਰਨ ਤੋਂ ਪਹਿਲਾਂ ਆਪਣੇ ਅੱਪਲਾਈਨ ਨਾਲ ਸਲਾਹ ਕਰੋ।

ਕਿਉਂ ਕਿ ਜ਼ਿਆਦਾਤਰ ਲੋਕ ਆਪਣੀ ਨੌਕਰੀ ਜਾਂ ਪੇਸ਼ੇ ਨਾਲ ਇਸ ਬਿਜ਼ਨਿਸ ਨੂੰ ਪਾਰਟ ਟਾਈਮ ਦੇ ਤੌਰ 'ਤੇ ਕਰਦੇ ਹਨ, ਤਾਂ ਇਸ ਸੰਬੰਧ ਵਿੱਚ ਮੈਂ ਇਹ ਸਲਾਹ ਦਿਆਂਗਾ ਕਿ ਆਪਣੇ ਐਕਟਿਵ ਅੱਪਲਾਈਨ ਦੇ ਅਨੁਭਵ ਦੀ ਵਰਤੋਂ ਕਰੋ। ਇਸ ਤੋਂ ਤੁਹਾਡੇ ਸਮੇਂ ਅਤੇ ਪੈਸਿਆਂ ਦੀ ਭਾਰੀ ਬਚਤ ਹੁੰਦੀ ਹੈ। ਮੈਂ ਆਪਣੀ ਸਮਰੱਥਾ, ਰਚਨਾਤਮਕਤਾ ਅਤੇ ਨਵੇਂ ਵਿਚਾਰਾਂ ਦੀ ਕਦਰ ਕਰਦਾ ਹਾਂ ਪਰ ਮੇਰਾ ਇਹ ਵਿਚਾਰ ਹੈ ਕਿ ਆਪਣੇ ਅੱਪਲਾਈਨ ਦੇ ਅਨੁਭਵ ਦਾ ਇਸਤੇਮਾਲ ਕਰਕੇ ਆਪਣੇ ਉਦੇਸ਼ਾਂ ਨੂੰ ਛੇਤੀ ਨਾਲ ਪ੍ਰਾਪਤ ਕੀਤਾ ਜਾ ਸਕਦਾ ਹੈ। ਜੇ ਤੁਹਾਡੀ ਅੱਪਲਾਈਨਾਂ ਨੇ ਕੁੱਝ ਗ਼ਲਤੀਆਂ ਕੀਤੀਆਂ ਹਨ, ਤਾਂ ਉਹ ਤੁਹਾਨੂੰ ਉਹੀ ਗ਼ਲਤੀਆਂ ਨੂੰ ਮੁੜ ਕਰਨ ਤੋਂ ਬਚਾ ਸਕਦੇ ਹਨ।

ਇਸ ਆਚਾਰ ਸੰਹਿਤਾ ਦੀ ਆਧਾਰਸ਼ਿਲਾ 'ਤੇ ਤੁਸੀਂ ਆਪਣਾ ਇੱਕ ਸ਼ਾਨਦਾਰ ਬਿਜ਼ਨਿਸ ਖੜ੍ਹਾ ਕਰ ਸਕਦੇ ਹੋ ਅਤੇ ਆਪਣੀ ਸਖ਼ਤ ਮਿਹਨਤ ਨਾਲ ਆਉਣ ਵਾਲੇ ਦਹਾਕਿਆਂ ਅਤੇ ਪੀੜ੍ਹੀਆਂ ਤੱਕ ਇਸ ਬਿਜ਼ਨਿਸ ਤੋਂ ਪ੍ਰਾਪਤ ਫਲ ਦਾ ਆਨੰਦ ਮਾਣ ਸਕਦੇ ਹੋ।

ਭਾਗ - VIII

ਟੂਲਜ਼

1. ਅਪਾਰ ਸਫਲਤਾ ਲਈ 596 ਸਿਸਟਮ

ਮੈਂ ਹਮੇਸ਼ਾ ਹੀ ਲੋਕਾਂ ਨੂੰ ਦੱਸਦਾ ਹਾਂ ਕਿ ਸਫਲਤਾ ਦਾ ਕੋਈ ਰਾਜ਼ ਨਹੀਂ ਹੈ, ਪਰ ਸਫਲਤਾ ਦਾ ਇੱਕ ਸਿਸਟਮ ਜ਼ਰੂਰ ਹੈ। ਹੇਠਾਂ ਜਾਂਚਿਆਂ-ਪਰੱਖਿਆ ਅਤੇ ਦੁਹਰਾਇਆ ਜਾਣ ਵਾਲਾ ਇੱਕ ਸਿਸਟਮ ਦਿੱਤਾ ਗਿਆ ਹੈ ਜਿਸ ਦੀ ਵਰਤੋਂ ਕਰਕੇ ਕੋਈ ਵੀ ਨੈੱਟਵਰਕ ਮਾਰਕੀਟਿੰਗ ਬਿਜ਼ਨਿਸ ਵਿੱਚ ਰਿਕਾਰਡ ਸਮੇਂ ਵਿੱਚ ਪੂਰਾ ਕਰ ਸਕਦਾ ਹੈ। ਇਹ ਸਿਸਟਮ ਦੁਨੀਆ ਦੀ ਕਿਸੇ ਵੀ ਨੈੱਟਵਰਕ ਮਾਰਕੀਟਿੰਗ ਕੰਪਨੀ ਵਿੱਚ, ਕਿਸੇ ਵੀ ਪ੍ਰੋਡਕਟ ਜਾਂ ਸਰਵਿਸ ਲਈ ਅਤੇ ਕਿਸੇ ਵੀ ਇਨਕਮ ਪਲਾਨ ਦੇ ਨਾਲ ਇਸਤੇਮਾਲ ਕੀਤਾ ਜਾ ਸਕਦਾ ਹੈ। ਮੈਂ ਪਿਛਲੇ 11 ਸਾਲਾਂ ਵਿੱਚ ਅਣਗਿਣਤ ਲੋਕਾਂ ਨੂੰ ਇਸ ਸਿਸਟਮ ਦੇ ਤਹਿਤ ਸਫਲਤਾ ਪਾਉਂਦੇ ਦੇਖਿਆ ਹੈ। ਇਸ ਸੰਪੂਰਨ ਸਿਸਟਮ ਦੀ ਇਸ ਕਿਤਾਬ ਵਿੱਚ ਵਿਸਤਾਰ ਨਾਲ ਵਿਆਖਿਆ ਕੀਤੀ ਗਈ ਹੈ ਜਿਸ ਨੂੰ ਅਸੀਂ ਆਪਣੀ ਟ੍ਰੇਨਿੰਗ ਵਿੱਚ ਵੀ ਇਸਤੇਮਾਲ ਕਰ ਸਕਦੇ ਹਾਂ। ਤੁਹਾਡੀ ਸਹੂਲੀਅਤ ਲਈ ਇਸ ਨੂੰ ਇੱਥੇ ਸਰਲ ਫਾਰਮੈਟ ਲਈ ਸੰਖੇਪ ਵਿੱਚ ਲਿਖਿਆ ਗਿਆ ਹੈ।

ਭਾਰੀ ਸਫਲਤਾ ਲਈ 596 ਸਿਸਟਮ

ਸਫਲਤਾ ਦੀ ਪ੍ਰਕਿਰਿਆ ਲਈ 5 ਕਦਮ

1. ਲਿਸਟ ਬਣਾਉਣਾ ਅਤੇ ਸਹੀ ਲੋਕਾਂ ਦੀ ਚੋਣ
2. ਲੋਕਾਂ ਨੂੰ ਸੰਪਰਕ ਕਰਨਾ ਅਤੇ ਅਪੋਆਇੰਟਮੈਂਟ ਲੈਣਾ
3. ਆਪਣਾ ਬਿਜ਼ਨਿਸ ਪਲਾਨ ਸਾਂਝਾ ਕਰਨਾ
4. ਫ਼ਾਲੋ-ਅੱਪ ਅਤੇ ਸੇਲਜ਼ ਕਲੋਜ਼ਿੰਗ
5. ਨਵੇਂ ਐਸੋਸੀਏਟ ਲਈ ਸਹੀ ਟੇਕਆੱਫ਼

9 ਮੁੱਖ ਕਿਰਿਆਵਾਂ – ਤੁਹਾਡੇ ਬਿਜ਼ਨਿਸ ਦੀ ਲਾਈਫ ਲਾਈਨ

1. ਰੋਜ਼ਾਨਾ ਘੱਟੋ-ਘੱਟ ਇੱਕ ਬਿਜ਼ਨਿਸ ਮੌਕੇ ਦੀ ਪੇਸ਼ਕਾਰੀ ਸਾਂਝੀ ਕਰੋ।
2. ਹਰ ਰੋਜ਼ ਆਪਣੀ ਲਿਸਟ ਵਿੱਚ ਇੱਕ ਨਾਮ ਸ਼ਾਮਿਲ ਕਰੋ।
3. 100% ਉਤਪਾਦ/ਸੇਵਾ ਦੀ ਵਰਤੋਂ।
4. ਮਹਿਮਾਨਾਂ ਨਾਲ ਹਫਤਾਵਾਰੀ ਹਾਲ ਮੀਟਿੰਗ ਵਿੱਚ ਸ਼ਾਮਿਲ ਹੋਵੋ।
5. ਟੀਮ ਦੇ ਨਾਲ ਸਾਰੇ ਪ੍ਰੋਗਰਾਮਾਂ ਵਿੱਚ ਸ਼ਾਮਿਲ ਹੋਵੋ।
6. ਹਰਦਿਨ 30 ਮਿੰਟ ਚੰਗੀਆਂ ਕਿਤਾਬਾਂ ਨੂੰ ਪੜ੍ਹੋ/ਟ੍ਰੇਨਿੰਗ ਵੀਡੀਓ ਦੇਖਣਾ।
7. ਹਰ ਹਫਤੇ ਘੱਟ-ਤੋਂ-ਘੱਟ ਇੱਕ ਨਵਾਂ ਡਿਸਟ੍ਰੀਬਿਊਟਰ ਜੋੜਨਾ।
8. ਆਪਣੇ ਅੱਪਲਾਈਨ ਨਾਲ ਮਹੀਨੇਵਾਰ ਕਾਉਂਸਲਿੰਗ।
9. ਹਰ ਮਹੀਨੇ ਘੱਟੋ-ਘੱਟ ਦੋ ਨਵੇਂ ਉਤਪਾਦ ਗਾਹਕਾਂ ਨੂੰ ਜੋੜਨਾ।

6 ਬਿਜ਼ਨਿਸ ਵੈਲਯੂ

1. ਲੋਕਾਂ ਦੇ ਪੈਸੇ, ਹਉਮੈ ਜਾਂ ਪਰਿਵਾਰ ਨਾਲ ਕਦੇ ਵੀ ਗੜਬੜ ਨਾ ਕਰੋ।
2. ਅੱਪਲਾਈਨ ਅਤੇ ਡਾਊਨਲਾਈਨ ਵਿਚਕਾਰ ਕੋਈ ਉਧਾਰ ਜਾਂ ਖਾਤਾ ਨਹੀਂ।
3. ਕਿਸੇ ਵੀ ਕੰਮ ਨੂੰ ਪਹਿਲੀ ਵਾਰ ਕਰਨ ਤੋਂ ਪਹਿਲਾਂ ਆਪਣੇ ਅੱਪਲਾਈਨ ਨਾਲ ਸਲਾਹ ਕਰੋ।
4. ਆਪਣੀ ਡਾਊਨਲਾਈਨ ਦੇ ਸਾਹਮਣੇ ਆਪਣੀ ਅੱਪਲਾਈਨ, ਕੰਪਨੀ ਜਾਂ ਟੀਮ ਬਾਰੇ ਕਦੇ ਵੀ ਨਕਾਰਾਤਮਕ ਗੱਲ ਨਾ ਕਰੋ।
5. ਆਪਣੀਆਂ ਕਰਾਸਲਾਈਨਾਂ ਅਤੇ ਹੋਰ ਨਕਾਰਾਤਮਕ ਲੋਕਾਂ ਨਾਲ ਬੇਲੋੜੀ ਗੱਲਬਾਤ ਕਰਨ ਤੋਂ ਬਚੋ।
6. ਅੱਪਲਾਈਨ ਅਤੇ ਡਾਊਨਲਾਈਨ ਵਿਚਕਾਰ ਲਗਾਤਾਰ ਸੰਪਰਕ/ਗੱਲਬਾਤ।

2.

ਸਰਵੋਤਮ ਨੈੱਟਵਰਕ ਮਾਰਕੀਟਿੰਗ ਕੰਪਨੀ ਦੀ ਚੋਣ ਕਰਨ ਲਈ ਯੂਨੀਵਰਸਲ ਫ੍ਰੇਮਵਰਕ

ਇੱਕ ਨੈੱਟਵਰਕ ਮਾਰਕੀਟਿੰਗ ਕੰਪਨੀ ਲਈ ਚਾਰ ਮਹੱਤਵਪੂਰਨ ਥੰਮ੍ਹ ਹਨ। ਜੇ ਇਹਨਾਂ ਵਿੱਚੋਂ ਕੋਈ ਇੱਕ ਥੰਮ੍ਹ ਕਮਜ਼ੋਰ ਹੋ ਜਾਵੇਗਾ ਤਾਂ ਜਾਂ ਕੰਪਨੀ ਹੀ ਬੰਦ ਹੋ ਜਾਵੇਗੀ ਜਾਂ ਡਿਸਟ੍ਰੀਬਿਊਟਰ ਓਨਾ ਪੈਸਾ ਨਹੀਂ ਕਮਾ ਪਾਏਗਾ ਜਿੰਨਾ ਕਮਾਉਣ ਦੀ ਸੋਚ ਨਾਲ ਬਿਜ਼ਨਿਸ ਸ਼ੁਰੂ ਕੀਤਾ ਸੀ। ਡਿਸਟ੍ਰੀਬਿਊਟਰਾਂ ਦੁਆਰਾ ਮਨਚਾਹੇ ਪੈਸੇ ਕਮਾਉਣ ਅਤੇ ਕੰਪਨੀ ਲਈ ਆਉਣ ਵਾਲੀਆਂ ਪੀੜ੍ਹੀਆਂ ਤੱਕ ਬਿਜ਼ਨਿਸ ਚਲਾਉਣ ਲਈ, ਚਾਰਾਂ ਥੰਮ੍ਹਾਂ ਦਾ ਮਜ਼ਬੂਤ ਹੋਣਾ ਬਹੁਤ ਜ਼ਰੂਰੀ ਹੈ। ਜੇ ਕੋਈ ਵੀ ਤੁਹਾਨੂੰ ਨੈੱਟਵਰਕ ਮਾਰਕੀਟਿੰਗ ਬਿਜ਼ਨਿਸ ਸ਼ੁਰੂ ਕਰਨ ਲਈ ਕਹੇ, ਤਾਂ ਤੁਸੀਂ ਸਭ ਤੋਂ ਪਹਿਲਾਂ ਉਸ ਕੰਪਨੀ ਦਾ ਚਾਰੇ ਪੈਮਾਨਿਆਂ 'ਤੇ ਮੁਲਾਂਕਣ ਕਰੋ। ਤੁਹਾਨੂੰ ਉਸ ਕੰਪਨੀ ਨਾਲ ਕੰਮ ਕਰਨਾ ਚਾਹੀਦਾ ਹੈ ਜੋ ਇਨ੍ਹਾਂ ਚਾਰੇ ਥੰਮ੍ਹਾਂ 'ਤੇ ਸਭ ਤੋਂ ਮਜ਼ਬੂਤ ਹੋਵੇ।

ਨੈੱਟਵਰਕ ਮਾਰਕੀਟਿੰਗ ਕੰਪਨੀ ਦੇ ਚਾਰ ਥੰਮ੍ਹ	
1.	ਕੰਪਨੀ ਦੀ ਭਰੋਸੇਯੋਗਤਾ ਅਤੇ ਟ੍ਰੈਕ ਰਿਕਾਰਡ
2.	ਉਤਪਾਦ ਜਾਂ ਸੇਵਾਵਾਂ
3.	ਇਨਕਮ ਪਲਾਨ ਅਤੇ ਰਿਵਾਰਡ ਸਿਸਟਮ
4.	ਪੇਸ਼ੇਵਰ ਸਿਖਲਾਈ ਅਤੇ ਸਹਾਇਤਾ ਪ੍ਰਣਾਲੀ

1. ਕੰਪਨੀ ਦੀ ਭਰੋਸੇਯੋਗਤਾ ਅਤੇ ਟ੍ਰੈਕ ਰਿਕਾਰਡ

ਇਹ ਦੇਖੋ ਕਿ ਕੰਪਨੀ ਦੀ ਮੈਨੇਜਮੈਂਟ ਕਦੋਂ ਤੋਂ ਬਿਜ਼ਨਿਸ ਵਿੱਚ ਹੈ। ਕੰਪਨੀ ਦੀ ਆਮ ਗੁੱਡਵਿਲ, ਡਾਇਰੈਕਟਰਾਂ ਦਾ ਟ੍ਰੈਕ ਰਿਕਾਰਡ, ਹੋਰ ਫ਼ੈਮਿਲੀ ਬਿਜ਼ਨਿਸ ਅਤੇ ਇਤਿਹਾਸ, ਕਸਟਮਰ ਅਤੇ ਡਿਸਟ੍ਰੀਬਿਊਟਰਾਂ ਦੇ ਅਨੁਕੂਲ ਨੀਤੀਆਂ, ਨਵੀਂ ਤਕਨਾਲੱਜੀ, ਭੁਗਤਾਨ ਕਰਨ ਦਾ ਟਰੈਕ ਰਿਕਾਰਡ, ਨਵੀਨਤਾ ਅਤੇ ਨਵੇਂ ਬਦਲਾਅ ਨੂੰ ਅਪਨਾਉਣ ਦਾ ਰਵੱਈਆ, ਸਰਕਾਰ ਅਤੇ ਹੋਰ ਸੰਸਥਾਵਾਂ ਤੋਂ ਸਰਟੀਫਿਕੇਸ਼ਨ, ਕੰਮ ਕਰਨ ਵਿੱਚ ਪਾਰਦਰਸ਼ੀ ਅਭਿਆਸ, ਟ੍ਰੇਨਿੰਗ ਅਤੇ ਡਵੈਲਪਮੈਂਟ ਸੈਟਅੱਪ, ਡਿਸਟ੍ਰੀਬਿਊਟਰਾਂ ਨੂੰ ਸਹਾਇਤਾ ਆਦਿ।

2. ਉਤਪਾਦ ਜਾਂ ਸੇਵਾਵਾਂ

ਕੰਪਨੀ ਕੋਲ ਚੰਗੀ ਕੁਆਲਿਟੀ ਦੀਆਂ ਸੇਵਾਵਾਂ ਜਾਂ ਉਤਪਾਦ ਹੋਣੇ ਚਾਹੀਦੇ ਹਨ ਜੋ ਬਿਨਾਂ ਕਿਸੇ ਬਿਜ਼ਨਿਸ ਮੌਕੇ ਦੇ ਵੀ ਮਾਰਕੀਟ ਵਿੱਚ ਆਉਣ ਜੋਗ ਹੋਣ। ਉਤਪਾਦ ਹਮੇਸ਼ਾ ਚੰਗੀ ਕੁਆਲਿਟੀ ਦਾ ਹੋਣਾ ਚਾਹੀਦਾ ਹੈ ਜਿਸਦਾ ਨਿਅਮਿਤ ਤੌਰ ’ਤੇ ਇਸਤੇਮਾਲ ਹੋ ਸਕੇ, ਇਨਕਮ ਮਾਡਲ ਦੇ ਬਿਨਾਂ ਵੀ ਵੇਚਿਆ ਜਾ ਸਕੇ, ਪੈਸਿਆਂ ਦੇ ਬਦਲੇ ਚੰਗੇ ਫ਼ਾਇਦੇ, ਸਹੀ ਮੁੱਲ ਲਾਇਆ ਹੋਵੇ, ਸਾਰੇ ਲੋੜੀਂਦੇ ਸਰਟੀਫਿਕੇਸ਼ਨ ਅਤੇ ਮਾਨਕੀਕਰਣ ਵਾਲੇ, ਚੰਗੇ ਮਾਪਦੰਡਾਂ ਦੀ ਪਾਲਣਾ ਕਰਨ ਵਾਲੀਆਂ ਫੈਕਟਰੀਆਂ ਵਿੱਚ ਬਣੇ ਹੋਏ ਅਤੇ ਚੰਗੇ ਨਤੀਜੇ ਦੇਣ ਵਾਲੇ ਹੋਣ।

ਬਹੁਤ ਸਾਰੀਆਂ ਨਕਲੀ ਕੰਪਨੀਆਂ ਜੋ ਅਸਲ ਵਿੱਚ ਪੈਸਿਆਂ ਦੀ ਸਰਕੂਲੈਸ਼ਨ ਵਿੱਚ ਲੱਗੀਆਂ ਹੋਈਆਂ ਹਨ, ਉਹ ਸਰਕਾਰੀ ਨਿਯਮਾਂ ਨੂੰ ਪੂਰਾ ਕਰਨ ਲਈ ਡੰਮੀ ਉਤਪਾਦ ਰੱਖਦੀਆਂ ਹਨ। ਨਕਲੀ ਉਤਪਾਦਾਂ ਨੂੰ ਅਸਾਨੀ ਨਾਲ ਪਛਾਣਿਆ ਜਾ ਸਕਦਾ ਹੈ, ਕਿਉਂ ਕਿ ਉਹ ਆਪਣੇ ਗਾਹਕਾਂ ਨੂੰ ਪੈਸੇ ਦੀ ਕੋਈ ਕੀਮਤ ਨਹੀਂ ਦਿੰਦੇ ਅਤੇ ਸਿਰਫ਼ ਨਾਮ ਲਈ ਹੀ ਰੱਖੇ ਜਾਂਦੇ ਹਨ। ਅਜਿਹੀਆਂ ਕੰਪਨੀਆਂ ਆਖ਼ਿਰਕਾਰ ਬੰਦ ਹੋ ਜਾਣਗੀਆਂ ਅਤੇ ਉਨ੍ਹਾਂ ਨਾਲ ਤੁਹਾਡੀ ਨਿੱਜੀ ਸਾਖ਼ ਵੀ ਬਰਬਾਦ ਹੋ ਜਾਏਗੀ।

3. ਆਮਦਨੀ ਯੋਜਨਾ ਅਤੇ ਇਨਾਮ

ਜ਼ਿਆਦਾ ਵੱਡੀ ਆਮਦਨੀ ਦੀਆਂ ਸੰਭਾਵਨਾਵਾਂ ਦੇ ਨਾਲ ਇੱਕ ਯੋਗ ਅਤੇ ਟਿਕਾਊ ਇਨਕਮ ਪਲਾਨ ਦੀ ਤਲਾਸ਼ ਕਰੋ - ਇਹ ਪਲਾਨ ਜੋ ਕੋਸ਼ਿਸ਼ਾਂ ਨੂੰ ਉਚਿਤ ਤੌਰ ’ਤੇ ਇਨਾਮ ਦਿੰਦੇ ਹਨ, ਗੁੰਝਲਦਾਰ ਨਹੀਂ, ਸਮਝਣ ਵਿੱਚ ਅਸਾਨ ਅਤੇ ਸਮਝਾਉਣ ਵਿੱਚ ਸੌਖਾ, ਬਿਨਾਂ ਕਿਸੇ ਲੁਕਵੇਂ ਹਾਲਾਤਾਂ ਦੇ ਪਾਰਦਰਸ਼ੀ ਅਤੇ ਇੱਕ ਅਸਲੀ ਮਾਲੀਆ ਉਤਪਾਦਨ ਮਾਡਲ ’ਤੇ ਅਧਾਰਿਤ ਹੋਵੇ। ਉਤਪਾਦਾਂ ਜਾਂ ਸੇਵਾਵਾਂ ਦੀ ਅਸਲ ਵਿੱਕਰੀ ਹੋਣੀ ਚਾਹੀਦੀ ਹੈ ਜਿਸ ਵਿੱਚੋਂ ਕਮਿਸ਼ਨਾਂ ਦਾ ਭੁਗਤਾਨ ਕੀਤਾ ਜਾਵੇਗਾ। ਇਨਕਮ ਟੀ.ਡੀ.ਐਸ. ਜਾਂ ਹੋਰ ਲਾਗੂ ਟੈਕਸਾਂ ਤੋਂ ਬਾਅਦ ਬੈਂਕ ਖਾਤਿਆਂ ਵਿੱਚ ਦਿੱਤੀ ਜਾਣੀ ਚਾਹੀਦੀ ਹੈ। ਵਿਅਕਤੀ ਨੂੰ ਬਿਨਾਂ ਡਿਸਟ੍ਰੀਬਿਊਟਰ ਬਣਾਏ ਉਤਪਾਦਾਂ ਦੀ ਵਿੱਕਰੀ ’ਤੇ ਅਤੇ ਮੌਜੂਦਾ ਡਿਸਟ੍ਰੀਬਿਊਟਰਾਂ ਦੁਆਰਾ ਉਤਪਾਦਾਂ ਦੀ ਮੁੜ ਖਰੀਦ ’ਤੇ ਵੀ ਇਨਕਮ ਪ੍ਰਾਪਤ ਕਰਨ ਦੇ ਯੋਗ ਹੋਣਾ ਚਾਹੀਦਾ ਹੈ। ਇਸ ਵਿੱਚ ਨਾਮਜ਼ਦਗੀ ਦੀ ਸਹੂਲੀਅਤ ਹੋਣੀ ਚਾਹੀਦੀ ਹੈ। ਮੈਂ ਕਿਸੇ ਪਲਾਨ ਨੂੰ ਸਰਲ ਅਤੇ ਸ਼ਕਤੀਸ਼ਾਲੀ ਸਮਝਾਂਗਾ ਜੇਕਰ ਇਸ ਨੂੰ ਕਿਸੇ ਵੀ ਆਮ ਵਿਅਕਤੀ ਨੂੰ 60 ਸਕਿੰਟਾਂ ਵਿੱਚ ਸਮਝਾਇਆ ਜਾ ਸਕਦਾ ਹੋਵੇ।

ਅਜਿਹੀਆਂ ਯੋਜਨਾਵਾਂ ਤੋਂ ਦੂਰ ਰਹੋ ਜੋ ਬਹੁਤ ਮੁਨਾਫ਼ੇ ਵਾਲੀਆਂ ਲੱਗਦੀਆਂ ਹਨ। ਯਾਦ ਰੱਖੋ, ਆਮਦਨ ਸਿਰਫ਼ ਉਤਪਾਦਾਂ ਜਾਂ ਸੇਵਾਵਾਂ ਦੀ ਵਿੱਕਰੀ ਤੋਂ ਦਿੱਤੀ ਜਾ ਸਕਦੀ ਹੈ। ਆਪਣੀ ਆਮ ਸੂਝ-ਬੂਝ ਅਤੇ ਬੁੱਧੀ ਦੀ ਵਰਤੋਂ ਕਰੋ। ਕਦੇ ਵੀ ਬਹੁਤ ਮਿਹਨਤ ਦੇ ਬਿਨਾਂ ਅਵਿਸ਼ਵਾਸ਼ਯੋਗ ਤੌਰ ’ਤੇ ਚੰਗੇ ਰਿਟਰਨ ਦੇਣ ਵਾਲੀ ਕੰਪਨੀ ਦੇ ਧੋਖੇਬਾਜ ਵਿਚਾਰਾਂ ਵਿੱਚ ਨਾ ਫਸੋ।

ਸਭ ਤੋਂ ਉੱਚ ਪ੍ਰਦਰਸ਼ਨ ਕਰਨ ਵਾਲਿਆਂ ਨੂੰ ਉਤਸ਼ਾਹਿਤ ਕਰਨ ਲਈ ਚੰਗੇ ਇਨਾਮ ਹੋਣੇ ਚਾਹੀਦੇ ਹਨ। ਵਿਦੇਸ਼ੀ ਯਾਤਰਾਵਾਂ, ਇੱਕ ਕਾਰ ਫੰਡ, ਪ੍ਰਦਰਸ਼ਨ ਨਾਲ ਸੰਬੰਧਿਤ ਬੋਨਸ ਆਦਿ ਵਰਗੇ ਨਿਅਮਿਤ ਇਨਾਮ ਡਿਸਟ੍ਰੀਬਿਊਟਰਾਂ ਨੂੰ ਵੱਡੇ ਟੀਚਿਆਂ ਨੂੰ ਪ੍ਰਾਪਤ ਕਰਨ ਲਈ ਪ੍ਰੇਰਿਤ ਅਤੇ ਵਿਕਾਸ ਲਈ ਹੋਰ ਤੇਜ਼ੀ ਨਾਲ ਕੰਮ ਕਰਦੇ ਹਨ।

ਬਹੁਤ ਸਾਰੀਆਂ ਕੰਪਨੀਆਂ ਅਜਿਹੇ ਪਲਾਨ ਆੱਫ਼ਰ ਕਰਦੀਆਂ ਹਨ, ਜੋ ਸਾਹਮਣੇ ਤੋਂ ਦੇਖਣ ਵਿੱਚ ਵਧੀਆ ਲੱਗਦੇ ਹਨ ਪਰ ਬਹੁਤ ਸਾਰੀਆਂ ਲੁੱਕੀਆਂ ਹੋਈਆਂ ਸ਼ਰਤਾਂ ਨਾਲ ਭਰੇ ਹੁੰਦੇ ਹਨ। ਸਾਰੇ ਦਸਤਾਵੇਜ਼ਾਂ ਨੂੰ ਧਿਆਨ ਨਾਲ ਪੜ੍ਹੋ ਜਾਂ ਉਹਨਾਂ ਦੇ ਪੂਰੇ ਵੇਰਵੇ ਪ੍ਰਾਪਤ ਕਰਨ ਲਈ ਕੰਪਨੀ ਦੀ ਵੈੱਬਸਾਈਟ 'ਤੇ ਜਾਓ।

4. ਪ੍ਰੋਫ਼ੈਸ਼ਨਲ ਟ੍ਰੇਨਿੰਗ ਅਤੇ ਸਪੋਰਟ ਸਿਸਟਮ

ਬਾਕੀ ਸਾਰੀਆਂ ਚੀਜ਼ਾਂ ਸਮਾਨ ਹੋਣ ਦੇ ਬਾਵਜੂਦ ਇਹ ਇੱਕ ਕਾਰਨ ਤੁਹਾਨੂੰ ਨੈੱਟਵਰਕ ਮਾਰਕੀਟਿੰਗ ਵਿੱਚ ਵੱਡੀ ਸਫਲਤਾ ਪ੍ਰਾਪਤ ਕਰਨ ਦੇ ਯੋਗ ਬਣਾਵੇਗਾ। ਜਿਵੇਂ ਡਾੱਕਟਰ, ਵਕੀਲ, ਸੀ.ਏ., ਇੰਜੀਨੀਅਰ, ਅਧਿਆਪਕ ਆਦਿ ਬਣਾਉਣ ਲਈ ਸੰਸਥਾਵਾਂ ਹੁੰਦੀਆਂ ਹਨ, ਪਰ ਇਸ ਬਿਜ਼ਨਿਸ ਲਈ ਕੋਈ ਰਸਮੀ ਸਕੂਲ ਜਾਂ ਕਾਲਜ ਨਹੀਂ ਹੁੰਦਾ। ਇਸ ਤੋਂ ਇਲਾਵਾ ਤੁਹਾਡੇ ਵਿੱਚੋਂ ਜ਼ਿਆਦਾਤਰ ਲੋਕ ਆਪਣੀ ਨੌਕਰੀ ਜਾਂ ਪੇਸ਼ੇ ਦੇ ਨਾਲ ਇਸ ਬਿਜ਼ਨਿਸ ਨੂੰ ਬਤੌਰ ਪਾਰਟ-ਟਾਈਮ ਸ਼ੁਰੂ ਕਰਦੇ ਹਨ। ਪੇਸ਼ੇਵਰ ਸਿਖਲਾਈ ਅਤੇ ਤੁਹਾਡੀ ਟੀਮ ਦਾ ਸਪੋਰਟ ਸਿਸਟਮ ਤੁਹਾਡੇ ਬਿਜ਼ਨਿਸ ਲਈ ਸਿਖਲਾਈ ਅਤੇ ਵਿਕਾਸ ਸੰਸਥਾ ਬਣ ਜਾਵੇਗੀ। ਤੁਹਾਡੀ ਟੀਮ ਵੱਲੋਂ ਸੰਚਾਲਿਤ ਕੀਤੇ ਜਾਣ ਵਾਲੇ ਪ੍ਰੋਗਰਾਮ, ਬਿਜ਼ਨਿਸ ਟੂਲਜ਼ ਅਤੇ ਸੀਨੀਅਰਾਂ ਰਾਹੀਂ ਦਿੱਤੀ ਜਾਣ ਵਾਲੀਆਂ ਮਦਦ ਬਿਜ਼ਨਿਸ ਦੀ ਸਫਲਤਾ ਲਈ ਲੋੜੀਂਦੀ ਹੈ। ਇਸ ਲਈ, ਸਿਰਫ਼ ਅਜਿਹੀ ਕੰਪਨੀ ਜਾਂ ਟੀਮ, ਜਿਨਾਂ ਦੀ ਪ੍ਰੋਫੈਸ਼ਨਲ ਟਰੇਨਿੰਗ ਅਤੇ ਸਹਾਇਤਾ ਸਿਸਟਮ ਦਾ ਟ੍ਰੈਕ ਰਿਕਾਰਡ ਬਹੁਤ ਸ਼ਾਨਦਾਰ ਹੋਵੇ, ਉਸੇ ਨਾਲ ਕੰਮ ਕਰੋ।

3. ਆਪਣੀ ਬੇਸ਼ਕੀਮਤੀ ਕਹਾਣੀ ਲਿਖੋ

ਲੋਕ ਉਨ੍ਹਾਂ ਲੋਕਾਂ ਤੋਂ ਖ਼ਰੀਦਣਾ ਪਸੰਦ ਕਰਦੇ ਹਨ ਜਿਨ੍ਹਾਂ 'ਤੇ ਉਹ ਭਰੋਸਾ ਕਰਦੇ ਹਨ।

– ਦੀਪਕ ਬਜਾਜ

ਤੁਹਾਡੀ ਕਹਾਣੀ ਇੱਕ ਅਜਿਹਾ ਮੁਕਾਮ ਹੈ ਜਿੱਥੇ ਆ ਕੇ ਤੁਹਾਡੇ ਪ੍ਰਾਸਪੈਕਟ ਤੁਹਾਡੇ 'ਤੇ ਭਰੋਸਾ ਕਰਨ ਲੱਗਦੇ ਹਨ। ਉਹ ਤੁਹਾਡੇ ਨਾਲ ਜੁੜਦੇ ਹਨ ਅਤੇ ਤੁਹਾਡੀ ਕਹਾਣੀ ਦੁਆਰਾ ਕਹੀਆਂ ਗਈਆਂ ਕੁੱਝ ਗੱਲਾਂ ਨਾਲ ਜੁੜਦੇ ਹਨ। ਉਨ੍ਹਾਂ ਨੇ ਤੁਹਾਡੀ ਕੰਪਨੀ ਜਾਂ ਨੈੱਟਵਰਕ ਮਾਰਕੀਟਿੰਗ ਬਿਜ਼ਨਿਸ ਬਾਰੇ ਪਹਿਲਾਂ ਸੁਣਿਆ ਹੋ ਸਕਦਾ ਹੈ ਇਸਦੇ ਬਾਰੇ ਉਨ੍ਹਾਂ ਦਾ ਰਵੱਈਆ ਅਤੇ ਧਾਰਨਾਵਾਂ ਬਦਲ ਸਕਦੀ ਹੈ। ਤੁਹਾਡੀ ਕਹਾਣੀ ਇਸ ਪੂਰੀ ਮੀਟਿੰਗ ਦਾ ਸਭ ਤੋਂ ਮਹੱਤਵਪੂਰਨ ਤੱਤ ਹੈ। ਇਹ ਯਾਦ ਰੱਖੋ ਕਿ ਲੋਕ ਕਿਸੇ ਉਤਪਾਦ ਜਾਂ ਕੰਪਨੀ ਨਾਲ ਨਹੀਂ ਜੁੜਦੇ, ਲੋਕ ਲੋਕਾਂ ਨਾਲ ਜੁੜਦੇ ਹਨ। ਮੈਂ ਆਪਣੀ ਮਨਘੜਤ ਕਹਾਣੀ ਬਣਾਉਣ ਲਈ ਨਹੀਂ ਕਹਿ ਰਿਹਾ ਹਾਂ ਸਗੋਂ ਤੁਹਾਡੇ ਜੀਵਨ ਦੀ ਸੱਚੀ ਕਹਾਣੀ ਨੂੰ ਸਹੀ ਢੰਗ ਨਾਲ ਪੇਸ਼ ਕਰਨ ਲਈ ਕਹਿ ਰਿਹਾ ਹਾਂ। ਮੁਢਲੇ ਤੌਰ 'ਤੇ ਮੈਂ ਤੁਹਾਨੂੰ ਪ੍ਰੋਗਰਾਮ ਦੌਰਾਨ ਆਪਣੇ ਅਨੁਭਵ ਦੱਸਣ ਦਾ ਇੱਕ ਪ੍ਰਭਾਵੀ ਤਰੀਕਾ ਸਿਖਾਉਣਾ ਚਾਹੁੰਦਾ ਹਾਂ। ਇਸ ਕਲਾ ਨੂੰ ਸਿੱਖ ਕੇ ਆਪਣੀ ਸਫਲਤਾ ਦੇ ਰਾਸਤਾ ਬਣਾਓ।

ਸਾਰੇ ਮਹਾਨ ਨੈੱਟਵਰਕ ਮਾਰਕੀਟਰ ਮਹਾਨ ਕਹਾਣੀਕਾਰ ਹੁੰਦੇ ਹਨ।

– ਦੀਪਕ ਬਜਾਜ

ਹੇਠਾਂ 7 ਮੁੱਖ ਤੱਤ ਦਿੱਤੇ ਗਏ ਹਨ ਜੋ ਇੱਕ ਕਹਾਣੀ ਨੂੰ ਚੰਗਾ ਬਣਾਉਂਦੇ ਹਨ ਅਤੇ ਉਹ ਵੀ ਬਿਲਕੁਲ ਇਸੇ ਕ੍ਰਮ ਵਿੱਚ:

1. **ਬਿਜ਼ਨਿਸ ਸ਼ੁਰੂ ਕਰਨ ਤੋਂ ਪਹਿਲਾਂ ਤੁਸੀਂ ਕੀ ਕਰ ਰਹੇ ਸੀ?**

   ਤੁਹਾਡੀ ਪਿਛੋਕੜ, ਸਿੱਖਿਆ, ਸਥਾਨ ਅਤੇ ਕੰਮਾਂ-ਕਾਰਜਾਂ ਦਾ ਵੇਰਵਾ। ਜੇ ਤੁਸੀਂ ਵੱਖ-ਵੱਖ ਸਥਾਨਾਂ ਨੂੰ ਬਦਲਿਆ ਹੈ, ਆਪਣੀ ਨੌਕਰੀਆਂ ਨੂੰ ਬਦਲਿਆ ਹੈ ਜਾਂ ਤੁਹਾਡਾ ਵੱਖੋ-ਵੱਖਰੇ ਅਕਾਦਮਿਕ ਅਨੁਭਵ ਹਨ, ਤਾਂ ਇੱਥੇ ਸੰਖੇਪ ਵਿੱਚ ਹਰ ਚੀਜ਼ ਬਾਰੇ ਜ਼ਿਕਰ ਕਰੋ। ਲੋਕ ਸਮਾਨਤਾਵਾਂ ਹੀ ਤਲਾਸ਼ ਕਰਦੇ ਹਨ। ਹਰ ਚੀਜ਼ ਬਾਰੇ ਸੱਚੇ ਰਹੋ।

2. **ਤੁਹਾਡੀ ਹਾਲਤ ਕੀ ਸੀ? ਤੁਹਾਨੂੰ ਕੀ ਸਹੀ ਲੱਗਿਆ ਅਤੇ ਕਿਹੜੀਆਂ ਚੀਜ਼ਾਂ ਤੁਹਾਨੂੰ ਪਰੇਸ਼ਾਨ ਕਰਦੀਆਂ ਸਨ?**

   ਚੰਗੀਆਂ ਗੱਲਾਂ ਬਾਰੇ ਦਸੋ ਅਤੇ ਉਨ੍ਹਾਂ ਨੂੰ ਸਰਲ ਸ਼ਬਦਾਂ ਵਿੱਚ ਵਿਸਤਾਰ ਨਾਲ ਦੱਸੋ ਜੋ ਤੁਹਾਨੂੰ ਆਪਣੇ ਕੰਮ/ਪੇਸ਼ੇ ਵਿੱਚ ਪਰੇਸ਼ਾਨ ਕਰਦੀਆਂ ਸਨ। ਇਹ ਉਹ ਪਲ ਹੈ ਜਿੱਥੇ ਲੋਕ ਤੁਹਾਡੇ ਨਾਲ ਜੁੜਦੇ ਹਨ ਅਤੇ ਇਸ ਬਿਜ਼ਨਿਸ ਦੀ ਲੋੜ ਨੂੰ ਮਹਿਸੂਸ ਕਰਨਗੇ।

3. **ਪਹਿਲੀ ਵਾਰ ਜਦੋਂ ਤੁਸੀਂ ਇਸ ਬਿਜ਼ਨਿਸ ਪੇਸ਼ਕਾਰੀ ਨੂੰ ਦੇਖਿਆ ਸੀ ਤਾਂ ਤੁਹਾਡੀ ਪਹਿਲੀ ਪ੍ਰਤਿਕਿਰਿਆ ਕੀ ਸੀ?**

   ਇਸ ਬਿਜ਼ਨਿਸ ਬਾਰੇ ਸੱਚਾਈ ਅਤੇ ਸੰਖੇਪ ਤੌਰ 'ਤੇ ਆਪਣੇ ਵਿਚਾਰ ਦੱਸੋ। ਜੇ ਤੁਸੀਂ ਪਹਿਲਾਂ ਕਿਸੇ ਹੋਰ ਨੈੱਟਵਰਕ ਮਾਰਕੀਟਿੰਗ ਬਿਜ਼ਨਿਸ ਵਿੱਚ ਕੁੱਝ ਕਰਨ ਦੀ ਕੋਸ਼ਿਸ਼ ਕੀਤੀ ਸੀ, ਤਾਂ ਉਸ ਬਾਰੇ ਇੱਥੇਂ ਵੀ ਦੱਸੋ।

4. **ਕਿੰਨਾਂ ਚੀਜ਼ਾਂ ਨੂੰ ਦੇਖ ਕੇ ਤੁਸੀਂ ਇਹ ਬਿਜ਼ਨਿਸ ਸ਼ੁਰੂ ਕੀਤਾ ਅਤੇ ਇਸ ਦੇ ਲਈ ਤੁਸੀਂ ਕਿਹੜੀਆਂ ਦਿਮਾਗ਼ੀ ਰੁਕਾਵਟਾਂ ਨੂੰ ਦੂਰ ਕੀਤਾ?**

   ਇਸ ਬਿਜ਼ਨਿਸ ਵਿੱਚ ਤੁਹਾਨੂੰ ਕੀ-ਕੀ ਚੰਗਾ ਲੱਗਿਆ ਉਨ੍ਹਾਂ ਸਾਰੀਆਂ ਚੀਜ਼ਾਂ ਦਾ ਵਰਨਣ ਕਰੋ ਇਸ ਬਿਜ਼ਨਿਸ ਨੇ ਕਿਵੇਂ ਤੁਹਾਡੀਆਂ ਸਮੱਸਿਆਵਾਂ/ਚੁਣੌਤੀਆਂ ਲਈ ਸਮਾਧਾਨ ਦਿੱਤਾ, ਉਸ ਬਾਰੇ ਦੱਸੋ। ਕਿਸੇ ਇੱਕ ਸਭ ਤੋਂ ਜ਼ਰੂਰੀ ਚੀਜ਼ ਬਾਰੇ ਵਿਸ਼ੇਸ਼ ਤੌਰ 'ਤੇ ਦੱਸੋ ਜਿਸ ਦੇ ਕਾਰਨ ਤੁਸੀਂ ਇਹ ਬਿਜ਼ਨਿਸ ਸ਼ੁਰੂ ਕੀਤਾ। ਨਾਲ ਹੀ, ਆਪਣੇ ਕੁੱਝ ਗ਼ਲਤ ਵਿਸ਼ਵਾਸਾਂ ਬਾਰੇ ਗੱਲ ਕਰੋ ਜੋ ਕਿਸੇ ਵਿਅਕਤੀ ਨੂੰ ਮਿਲਣ ਜਾਂ ਕਿਸੇ ਇਵੈਂਟ ਵਿੱਚ ਸ਼ਾਮਿਲ ਹੋਣ ਤੋਂ ਬਾਅਦ ਬਦਲ ਗਏ ਹਨ।

5. **ਤੁਹਾਡਾ ਹੁਣ ਤੀਕ ਦਾ ਸਫ਼ਰ ਅਤੇ ਪ੍ਰਾਪਤੀਆਂ**

   ਆਪਣੀ ਆਮਦਨ, ਟੀਮ ਦਾ ਆਕਾਰ, ਭਾਵਨਾਵਾਂ, ਮਾਨਤਾਵਾਂ, ਯਾਤਰਾਵਾਂ, ਨਵੇਂ ਦੋਸਤ, ਜੋ ਤੁਸੀਂ ਬਣਾਏ ਹਨ ਅਤੇ ਕੋਈ ਹੋਰ ਚੰਗੀਆਂ ਤਬਦੀਲੀਆਂ ਜੋ ਤੁਸੀਂ ਹੁਣ ਤੱਕ ਅਨੁਭਵ ਕੀਤੀਆਂ ਹਨ, ਨੂੰ ਸਾਂਝਾ ਕਰੋ। ਸੱਚੇ ਬਣੋ। ਤੁਸੀਂ ਆਪਣੀ ਟੀਮ ਦੇ ਸਾਥੀਆਂ ਦੀਆਂ ਕੁੱਝ ਮਹਤੱਵਪੂਰਨ ਪ੍ਰਾਪਤੀਆਂ ਬਾਰੇ ਵੀ ਜੋੜ ਕੇ ਦੱਸ ਸਕਦੇ ਹੋ।

6. **ਇਸ ਬਿਜ਼ਨਿਸ ਦੇ ਨਾਲ ਤੁਹਾਡੇ ਲੰਬੇ ਸਮੇਂ ਅਤੇ ਥੋੜ੍ਹੇ ਸਮੇਂ ਦੇ ਟੀਚੇ ਕੀ ਹਨ?**

   ਹੁਣ ਸਮਾਂ ਆ ਗਿਆ ਹੈ ਕਿ ਆਪਣੇ ਸਰੋਤਿਆਂ ਨੂੰ ਇੱਕ ਨਜ਼ਰੀਆ ਦੇਣ ਦਾ। ਆਪਣੇ 2 ਤੋਂ 3 ਥੋੜ੍ਹੇ ਸਮੇਂ ਦੇ ਅਤੇ ਲੰਮੇ ਸਮੇਂ ਦੇ ਟੀਚਿਆ ਨੂੰ ਪੂਰੇ ਵਿਸ਼ਵਾਸ ਅਤੇ ਆਸਥਾ ਤੇ ਪੂਰੀ ਦਲੇਰੀ ਨਾਲ ਦੱਸੋ। ਕਿਸੇ ਨੂੰ ਪ੍ਰਭਾਵਿਤ ਕਰਨ ਲਈ ਕੁੱਝ ਵੀ ਨਾ ਕਹੋ, ਹਮੇਸ਼ਾ ਸੱਚੇ ਰਹੋ। ਘੋਸ਼ਣਾਵਾਂ ਪ੍ਰਭਾਵੀ ਹੁੰਦੀਆਂ ਹਨ।

7. **ਆਪਣੇ ਪ੍ਰਾਸਪੈਕਟ ਅਤੇ ਆਪਣੀ ਟੀਮ ਪ੍ਰਤੀ ਤੁਹਾਡੀ ਨਿੱਜੀ ਵਚਨਬੱਧਤਾ:**

   ਆਪਣੀ ਨਿੱਜੀ ਵਚਨਬੱਧਤਾ ਨੂੰ ਫਿਰ ਤੋਂ ਦੁਹਰਾਕੇ ਆਪਣੀ ਟੀਮ ਦੇ ਮੈਂਬਰਾਂ ਅਤੇ ਹੋਰ ਕੋਈ ਜੋ ਤੁਹਾਡੇ ਨਾਲ ਕੰਮ ਕਰਨਾ ਚਾਹੁੰਦਾ ਹੈ ਉਸ ਨੂੰ ਜਿੰਨਾ ਹੋ ਸਕੇ, ਉਨ੍ਹਾਂ ਨੂੰ ਸਹਿਯੋਗ ਦੇਣ ਦਾ ਭਰੋਸਾ ਦਿਲਾਓ।

ਕਿਰਪਾ ਕਰਕੇ ਯਾਦ ਰੱਖੋ ਕਿ ਇਹ ਸਭ ਕੁੱਝ ਤੁਹਾਨੂੰ ਸੁਭਾਵਿਕ ਅੰਦਾਜ਼ ਅਤੇ ਸਰਲ ਸ਼ਬਦਾਂ ਵਿੱਚ ਕਹਿਣਾ ਹੈ। ਸੱਚੇ ਬਣੋ ਅਤੇ ਪੂਰੀ ਤਰ੍ਹਾਂ ਨਾਲ ਇਮਾਨਦਾਰ ਵੀ। ਮੈਂ ਇੱਥੇ ਤੁਹਾਨੂੰ ਕੋਈ ਕਹਾਣੀ ਬਣਾਉਣ ਲਈ ਨਹੀਂ ਕਹਿ ਰਿਹਾ ਹਾਂ, ਬਸ ਆਪਣੇ ਸੱਚ ਨੂੰ ਅਸਰਦਾਰ ਤਰੀਕੇ ਨਾਲ ਪੇਸ਼ ਕਰੋ। ਤੁਹਾਨੂੰ ਆਪਣੀ ਕਹਾਣੀ ਦੱਸਣ ਲਈ ਹਰ ਵਾਰ ਇੱਕੋ ਜਿਹਾ ਸਮਾਂ ਨਹੀਂ ਮਿਲੇਗਾ। ਇਸ ਲਈ, ਆਪਣੀ ਕਹਾਣੀ ਨੂੰ ਤਿੰਨ ਵੱਖ-ਵੱਖ ਸਮੇਂ ਦੇ ਅੰਤਰਾਲਾ ਵਿੱਚ ਤਿਆਰ ਕਰ ਲਓ ਅਤੇ ਜਿੰਨਾ ਸਮਾਂ ਮਿਲੇ ਉਸ

ਅਨੁਸਾਰ ਆਪਣੀ ਕਹਾਣੀ ਦੱਸੋ। 5 ਤੋਂ 7 ਮਿੰਟ ਦੀ ਇੱਕ ਵਿਸਤਰਿਤ ਕਹਾਣੀ, 2 ਤੋਂ 3 ਮਿੰਟ ਲਈ ਇੱਕ ਛੋਟੀ ਕਹਾਣੀ ਬਣਾਓ ਅਤੇ 60 ਸਕਿੰਟਾਂ ਦੀ ਇੱਕ। ਇਹ ਯਕੀਨੀ ਕਰੋ ਕਿ ਇਹ ਤਿੰਨ ਸਮਾਂ-ਅਵਧੀ ਲਈ ਇੱਕੋ ਕ੍ਰਮ ਵਿੱਚ ਬਣੀਆ ਹੋਣ।

ਕਹਾਣੀ ਦੀ ਸਮੱਗਰੀ ਦੇ ਨਾਲ, ਜੋ ਅਸਲ ਵਿੱਚ ਪ੍ਰਭਾਵ ਪਾਉਂਦੀਆਂ ਹਨ। ਉਹ ਹਨ ਗ਼ੈਰ-ਮੌਖ਼ਿਕ ਗੱਲਾਂ ਜਿਵੇਂ ਤੁਹਾਡੀ ਊਰਜਾ, ਤੁਹਾਡੀਆਂ ਅੱਖਾਂ ਦੀ ਚਮਕ, ਇੱਕ ਭਰੋਸੇਮੰਦ ਆਵਾਜ਼, ਤੁਹਾਡੀ ਸ਼ਰੀਰਕ ਭਾਸ਼ਾ (Body Language) ਜਦੋਂ ਤੁਸੀਂ ਆਪਣੀ ਟੀਮ ਅਤੇ ਨਵੇਂ ਪ੍ਰਾਸਪੈਕਟਾਂ ਲਈ ਕੋਈ ਐਲਾਨ ਕਰਦੇ ਹੋ ਜਾਂ ਭਰੋਸਾ ਦਿੰਦੇ ਹੋ।

ਤੁਸੀਂ ਆਪਣੇ ਸੰਦਰਭ ਲਈ ਮੇਰੀ ਕਹਾਣੀ ਮੇਰੇ ਯੂ-ਟਿਊਬ ਚੈਨਲ ਜਾਂ ਮੇਰੀ ਵੈੱਬਸਾਈਟ www.deepakbajaj.biz 'ਤੇ ਸੁਣ ਸਕਦੇ ਹੋ।

4. ਟੱਪ ਸਕਸੈਸ ਡ੍ਰਾਈਵਰਸ (TSD) ਚਾਰਟ

ਸਾਡੇ ਵਿੱਚੋਂ ਹਰੇਕ ਦੇ ਸੁਫ਼ਨੇ ਹੁੰਦੇ ਹਨ ਅਤੇ ਅਸੀਂ ਆਪਣੇ ਲਈ ਅਤੇ ਆਪਣੇ ਪਰਿਵਾਰ ਲਈ ਬਹੁਤ ਸਾਰੀਆਂ ਚੀਜ਼ਾਂ ਦੀ ਇੱਛਾ ਰੱਖਦੇ ਹਾਂ, ਪਰ ਕੁੱਝ ਚੀਜ਼ਾਂ ਦੂਜਿਆਂ ਨਾਲੋਂ ਸਾਡੇ ਦਿਲ ਦੇ ਨੇੜੇ ਹੁੰਦੀਆਂ ਹਨ ਅਤੇ ਇਹ ਵੱਖ-ਵੱਖ ਲੋਕਾਂ ਲਈ ਵੱਖ-ਵੱਖ ਲੋਕਾਂ ਲਈ ਵੱਖਰੀਆਂ ਹੁੰਦੀਆਂ ਹਨ। ਕੁੱਝ ਲਈ, ਇਹ ਕਾਰਾਂ ਹੋ ਸਕਦੀਆਂ ਹਨ; ਕੁੱਝ ਲਈ, ਇਹ ਇੱਕ ਘਰ ਹੋ ਸਕਦਾ ਹੈ; ਕੁੱਝ ਨੂੰ ਆਪਣੇ ਬੱਚਿਆਂ ਨਾਲ ਖੇਡਣ ਵਿੱਚ ਖ਼ੁਸ਼ੀ ਮਿਲਦੀ ਹੈ ਜਦੋਂ ਕਿ ਕੁੱਝ ਹੋਰਾਂ ਨੂੰ ਸਟੇਜ਼ 'ਤੇ ਮਾਨ-ਸਨਮਾਨ ਪ੍ਰਾਪਤ ਕਰਨ ਲਈ ਉਤਸ਼ਾਹਿਤ ਹੁੰਦੇ ਹਨ। ਇਹ ਸਾਡੇ ਟੱਪ ਸਕਸੈਸ ਡ੍ਰਾਈਵਰਸ ਹਨ। ਟੱਪ ਸਕਸੈਸ ਡ੍ਰਾਈਵਰਸ, ਸਾਡੇ ਕੰਮ ਕਰਨ ਦੇ ਪਿੱਛੇ ਅਸਲ ਉਦੇਸ਼ ਹਨ ਅਤੇ ਅਸੀਂ ਉਨ੍ਹਾਂ ਨੂੰ ਪ੍ਰਾਪਤ ਕਰਨ ਲਈ ਆਪਣੀ ਸਮਰੱਥਾ ਅਨੁਸਾਰ ਸਾਰਾ ਕੁੱਝ ਕਰਦੇ ਹਾਂ।

ਸਾਡੇ ਪ੍ਰਾਸਪੈਕਟ ਦੇ ਟੀ.ਐੱਸ.ਡੀ. ਨੂੰ ਪਛਾਣਨ ਦੇ ਕੀ ਫਾਇਦਾ ਹੈ? ਇਹ ਬਹੁਤ ਸਧਾਰਨ ਹੈ - ਅਸੀਂ ਸਾਰੇ ਉਹ ਕੰਮ ਕਰਨਾ ਚਾਹੁੰਦੇ ਹਾਂ ਜੋ ਸਾਡੇ ਟੀ.ਐੱਸ.ਡੀ. ਦੀ ਪ੍ਰਾਪਤੀ ਵਿੱਚ ਸਾਡੀ ਮਦਦ ਕਰਦੇ ਹਨ। ਇਸ ਲਈ, ਇੱਕ ਬਿਜ਼ਨਿਸ ਪੇਸ਼ਕਾਰੀ ਉਦੋਂ ਪ੍ਰਭਾਵੀ ਹੋਵੇਗਾ, ਜਦੋਂ ਉਹ ਪ੍ਰਾਸਪੈਕਟ ਨੂੰ ਉਨ੍ਹਾਂ ਦੇ ਟੀ.ਐੱਸ.ਡੀ. ਤੱਕ ਪਹੁੰਚਣ ਦਾ ਰਸਤਾ ਦਿਖਾਵੇਗੀ। ਜੇ ਪ੍ਰਾਸਪੈਕਟ ਨੂੰ ਇਹ ਦ੍ਰਿੜ੍ਹ-ਵਿਸ਼ਵਾਸ ਮਿਲ ਜਾਂਦਾ ਹੈ ਕਿ ਇਸ ਬਿਜ਼ਨਿਸ ਨੂੰ ਕਰਨ ਨਾਲ ਉਹ ਆਪਣੇ ਟੀ.ਐੱਸ.ਡੀ. ਨੂੰ ਤੇਜ਼ੀ ਨਾਲ ਪ੍ਰਾਪਤ ਕਰ ਸਕੇਗਾ, ਤਾਂ ਤੁਹਾਡਾ ਪ੍ਰਾਸਪੈਕਟ ਤੁਰੰਤ ਤੁਹਾਡੇ ਨਾਲ ਬਿਜ਼ਨਿਸ ਸ਼ੁਰੂ ਕਰ ਲਵੇਗਾ।

ਅਸੀਂ ਬਹੁਤ ਨਸੀਬ ਵਾਲੇ ਹਾਂ ਕਿ ਅਸੀਂ ਇਹ ਜਿਹੇ ਬਿਜ਼ਨਿਸ ਵਿੱਚ ਹਾਂ ਜਿਸ ਦੇ ਬਹੁਤ ਸਾਰੇ ਫ਼ਾਇਦੇ ਹਨ। ਇੱਕ ਵਾਰ ਜਦੋਂ ਤੁਸੀਂ ਆਪਣੇ ਪ੍ਰਾਸਪੈਕਟ ਦੇ ਟੀ.ਐੱਸ.ਡੀ. ਨੂੰ ਚੁਣ ਲਿਆ, ਤਾਂ ਤੁਸੀਂ ਆਪਣੇ ਪ੍ਰਾਸਪੈਕਟ ਦੇ ਟੀ.ਐੱਸ.ਡੀ. ਨੂੰ ਹੀ ਹਾਈਲਾਈਟ ਕਰੋਗੇ। ਪੇਸ਼ਕਾਰੀ ਵਿੱਚ ਤਿੰਨ ਟੀ.ਐੱਸ.ਡੀ. ਬਾਰੇ ਸਹੀ ਜਗ੍ਹਾ 'ਤੇ ਗੱਲਬਾਤ ਕਰ ਤੁਸੀਂ ਪ੍ਰਾਸਪੈਕਟ ਨਾਲ ਹੋਰ ਜੁੜ ਪਾਉਗੇ ਅਤੇ ਉਨ੍ਹਾਂ ਦਾ ਤੁਹਾਡੇ ਨਾਲ ਬਿਜ਼ਨਿਸ ਕਰਨ ਦੇ ਮੌਕੇ ਜ਼ਿਆਦਾ ਵੱਧ ਜਾਣਗੇ। ਇਹ ਗੱਲ ਹਮੇਸ਼ਾ ਯਾਦ ਰੱਖੋ ਕਿ ਤੁਹਾਡੇ ਪ੍ਰਾਸਪੈਕਟ ਦੇ ਟੀ.ਐੱਸ.ਡੀ. ਤੁਹਾਡੇ ਵਾਂਗ ਕਦੇ ਨਹੀਂ ਹੋਣਗੇ। ਇਸ ਗੱਲ ਨੂੰ ਸਵੀਕਾਰ ਕਰੋ ਤੇ ਉਨ੍ਹਾਂ ਦੇ ਵੱਖ-ਵੱਖ ਦ੍ਰਿਸ਼ਟੀਕੋਣਾਂ ਅਤੇ ਵਿਚਾਰਾਂ ਦੀ ਕਦਰ ਕਰਨਾ ਅਤੇ ਸਤਿਕਾਰ ਕਰਨਾ ਸਿੱਖੋ। ਇੱਕ ਵਾਰ ਜਦੋਂ ਤੁਹਾਨੂੰ ਆਪਣੇ ਪ੍ਰਾਸਪੈਕਟ ਦੇ ਟੀ.ਐੱਸ.ਡੀ. ਮਿਲ ਜਾਣਗੇ ਫਿਰ ਤੁਸੀਂ ਆਪਣੇ ਟੀ.ਐੱਸ.ਡੀ. ਬਾਰੇ ਭੁੱਲ ਜਾਓ ਅਤੇ ਸਿਰਫ਼ ਉਨ੍ਹਾਂ ਦੇ ਟੀ.ਐੱਸ.ਡੀ.'ਤੇ ਧਿਆਨ ਕੇਂਦਰਿਤ ਕਰੋ। ਇਹ ਮੀਟਿੰਗ ਉਨ੍ਹਾਂ ਲਈ ਹੈ, ਤੁਹਾਡੇ ਲਈ ਨਹੀਂ।

ਹੇਠਾਂ ਸਫਲਤਾ ਦੇ 13 ਟੱਪ ਡ੍ਰਾਈਵਰਸ ਦਿੱਤੇ ਗਏ ਹਨ। ਹੇਠਾਂ ਦਿੱਤੇ ਗਏ ਚਾਰਟ ਦਾ ਇਸਤੇਮਾਲ ਕਰਕੇ ਤੁਸੀਂ ਇਹ ਦੇਖੋ ਕਿ ਤੁਹਾਡੇ ਪ੍ਰਾਸਪੈਕਟ ਦੇ ਕਿਹੜੇ 3 ਟੀ.ਐੱਸ.ਡੀ. ਹਨ। ਤੁਹਾਨੂੰ ਇਸ ਕਾਰਡ ਦੇ ਪ੍ਰਿੰਟ ਆਊਟ ਜਾਂ ਚਿੱਤਰ ਦੀ ਲੋੜ ਪਵੇਗੀ। ਤੁਸੀਂ ਇਸ ਨੂੰ ਆਪਣੇ ਲੈਪਟਾਪ ਵਿੱਚ ਜਾਂ ਆਪਣੇ ਫੋਲਡਰ ਵਿੱਚ ਪ੍ਰਿੰਟ ਕੀਤੇ ਰੂਪ ਵਿੱਚ ਰੱਖ ਸਕਦੇ ਹੋ।

ਟਾੱਪ ਸਕਸੈਸ ਡ੍ਰਾਈਵਰਸ (TSD)

1.	ਵਾਧੂ ਆਮਦਨ/ਇੱਕ ਹੋਰ ਆਮਦਨ ਦਾ ਸਰੋਤ
2.	ਵਿੱਤੀ ਆਜ਼ਾਦੀ
3.	ਖੁਦ ਦਾ ਬੌਸ ਬਣਨਾ
4.	ਅਮੀਰ ਅਤੇ ਮਸ਼ਹੂਰ ਹੋਣਾ
5.	ਲਗਜ਼ਰੀ ਜੀਵਨਸ਼ੈਲੀ - ਕਾਰਾਂ, ਛੁੱਟੀਆਂ, ਲਗਜ਼ਰੀ ਬ੍ਰਾਂਡਸ ਆਦਿ
6.	ਬੱਚਿਆਂ ਦੇ ਲਈ ਵਿਰਾਸਤ ਪਰਿਵਾਰ ਦੇ ਲਈ ਸੁਰੱਖਿਅਤ ਭਵਿੱਖ
7.	ਜਲਦੀ ਰਿਟਾਇਰਮੈਂਟ
8.	ਤੁਹਾਡਾ ਆਪਣੇ ਸੁਫਨਿਆਂ ਦਾ ਘਰ
9.	ਪਰਿਵਾਰ ਨਾਲ ਕੁਆਲਿਟੀ ਟਾਈਮ
10.	ਨਵੇਂ ਲੋਕਾਂ ਨੂੰ ਮਿਲਣਾ/ਸਮਾਜਿਕ ਦਾਇਰੇ ਦਾ ਵਿਕਾਸ ਕਰਨਾ
11.	ਦੂਜਿਆਂ ਦੀ ਮਦਦ ਕਰਨਾ
12.	ਰਾਸ਼ਟਰ ਨਿਰਮਾਣ ਵਿੱਚ ਆਪਣਾ ਯੋਗਦਾਨ ਪਾਉਣਾ
13.	ਤੁਹਾਡਾ ਨਿੱਜੀ ਵਿਕਾਸ ਅਤੇ ਸ਼ਖ਼ਸੀਅਤ ਦਾ ਵਿਕਾਸ

ਤੁਹਾਡੇ ਪ੍ਰਾਸਪੈਕਟ ਦੀਆਂ 3 ਟੀ.ਐੱਸ.ਡੀ. ਪਛਾਣ ਕਰਨ ਦੇ ਮੇਰੇ ਤਰੀਕੇ:

1. ਇਹ ਕਹਿ ਕੇ ਸ਼ੁਰੂ ਕਰੋ, 'ਇਸ ਤੋਂ ਪਹਿਲਾਂ ਕਿ ਅਸੀਂ ਤੁਹਾਨੂੰ ਇਹ ਦੱਸੀਏ ਕਿ ਅਸੀਂ ਅਸਲ ਵਿੱਚ ਕੀ ਕਰਦੇ ਹਾਂ, ਆਓ ਮੈਂ ਤੁਹਾਨੂੰ ਦਿਖਾਵਾਂ ਕਿ ਲੋਕ ਇਹ ਬਿਜ਼ਨਿਸ ਨੂੰ ਕਿਉਂ ਕਰਦੇ ਹਨ?'
2. ਆਪਣਾ ਟੀ.ਐੱਸ.ਡੀ. ਕਾਰਡ ਬਣਾਓ ਅਤੇ ਹੇਠਾਂ ਦਿੱਤੇ ਸਵਾਲ ਪੁੱਛੋ।
3. ਸਵਾਲ 1 ਉਨ੍ਹਾਂ ਨੂੰ ਪੁੱਛੋ - "ਇਸ ਲਿਸਟ ਵਿੱਚੋਂ ਤੁਹਾਡੇ ਲਈ ਸਭ ਤੋਂ ਮਹੱਤਵਪੂਰਨ ਤਿੰਨ ਤਰਜ਼ੀਹਾਂ ਕਿਹੜੀਆਂ ਹਨ?"
4. ਸਵਾਲ 2 ਫਿਰ ਪੁੱਛੋ - "ਇੰਨਾਂ ਤਿੰਨਾਂ ਵਿੱਚੋਂ ਤੁਹਾਡੇ ਲਈ ਕਿਹੜਾ ਸਭ ਤੋਂ ਮਹਤੱਵਪੂਰਨ ਹੋਵੇਗਾ?"
5. ਸਵਾਲ 3 ਜਵਾਬ ਦੀ ਉਡੀਕ ਕਰੋ ਅਤੇ ਪੁੱਛੋ - "ਇਹ ਤੁਹਾਡੇ ਲਈ ਜ਼ਰੂਰੀ ਕਿਉਂ ਹੈ?"

6. ਸਵਾਲ 4 ਜਵਾਬ ਦੀ ਉਡੀਕ ਕਰੋ ਅਤੇ ਪੁੱਛੋ – "ਜੇ ਤੁਹਾਨੂੰ ਇਹ ਨਹੀਂ ਮਿਲਦਾ ਤਾਂ ਕੀ ਹੋਵੇਗਾ?" ਇਹ ਇੰਟਰਵਿਊ ਨਹੀਂ ਹੋਣੀ ਚਾਹੀਦੀ ਪਰ ਦੂਜੇ ਵਿਅਕਤੀ ਦੀ ਬਿਹਤਰ ਸੇਵਾ ਕਰਨ ਲਈ ਜਾਣਨ ਦੀ ਸੱਚੀ ਇੱਛਾ ਹੋਣੀ ਚਾਹੀਦੀ ਹੈ। ਹਮਦਰਦ ਬਣੋਂ ਅਤੇ ਚੰਗੀ ਤਰ੍ਹਾਂ ਸੁਣੋ।
7. ਹੁਣ, ਉਨ੍ਹਾਂ ਦੇ ਚਾਰਾਂ ਸਵਾਲਾਂ ਦੇ ਜਵਾਬਾਂ ਨੂੰ ਦੁਹਰਾਓ ਅਤੇ ਇਹ ਕਹਿ ਕੇ ਉਨ੍ਹਾਂ ਦੀ ਹਾਂ/ਨਾਂਹ ਵਿੱਚ ਮਿਲਣ ਤੋਂ ਬਾਅਦ ਇਹ ਕਹੋ, "ਓਕੇ, ਬਹੁਤ ਵਧੀਆ। ਤਾਂ ਤੁਸੀਂ ਹਰ ਦਿਨ ਇੰਨਾਂ ਚੀਜ਼ਾਂ ਨੂੰ ਪਾਉਣ ਲਈ ਕੰਮ ਕਰ ਰਹੇ ਹੋ।"
8. ਫਿਰ ਕਹੋ, "ਜੇ ਤੁਸੀਂ ਗੰਭੀਰਤਾ ਨਾਲ ਸਾਡੀ ਪੇਸ਼ਕਾਰੀ ਨੂੰ ਅਗਲੇ 30 ਮਿੰਟਾਂ ਲਈ ਦੇਖੋ, ਤਾਂ ਤੁਸੀਂ ਇਹ ਪਾਓਗੇ ਕਿ ਅਸੀਂ ਕਿਵੇਂ ਤੁਹਾਡੀ ਇੰਨਾਂ ਤਿੰਨਾ ਤਰਜ਼ੀਹਾਂ ਨੂੰ ਇੰਨੇ ਘੱਟ ਸਮੇਂ ਅੰਦਰ ਇਸ ਬਿਜ਼ਨਿਸ ਰਾਹੀਂ ਕਿਵੇਂ ਹਾਸਿਲ ਕਰ ਸਕਦੇ ਹਾਂ।"

ਇਸਦੇ ਪਿੱਛੇ ਮੂਲ ਵਿਚਾਰ ਇਹ ਹੈ ਕਿ ਜੇ ਤੁਸੀਂ ਲੋਕਾਂ ਨੂੰ ਇਹ ਸਮਝੇ ਬਿਨਾਂ ਪੇਸ਼ਕਾਰੀ ਦੇਣਾ ਸ਼ੁਰੂ ਕਰ ਦਿੰਦੇ ਹੋ ਕਿ ਉਹ ਕੀ ਚਾਹੁੰਦੇ ਹਨ, ਤਾਂ ਇਹ ਸਿਰਫ਼ ਇੱਕ ਬੋਰਿੰਗ ਪੇਸ਼ਕਾਰੀ ਹੋਵੇਗੀ ਅਤੇ ਉਹ ਵੀ ਬਸ ਉਸਦੇ ਖ਼ਤਮ ਹੋਣ ਦੀ ਉਡੀਕ ਕਰਨਗੇ। ਸਾਡੀ ਮੀਟਿੰਗ ਦਾ ਉਦੇਸ਼ ਇੱਕ ਹੱਲ ਪ੍ਰਦਾਨ ਕਰਨਾ ਹੈ ਅਤੇ ਉਹਨਾਂ ਦੀ ਇਹ ਦੇਖਣ ਵਿੱਚ ਮਦਦ ਕਰਨਾ ਹੈ ਕਿ ਉਨ੍ਹਾਂ ਲਈ ਕੀ ਚੰਗਾ ਹੈ। ਅਸੀਂ ਚਾਹੁੰਦੇ ਹਾਂ ਕਿ ਉਹ ਸਹੀ ਰਵੱਈਏ ਨਾਲ ਸੁਣਨ। ਅਸੀਂ 'ਇਹ ਉਨ੍ਹਾਂ ਦੇ ਬਾਰੇ ਹੈ' ਦ੍ਰਿਸ਼ਟੀਕੋਣ ਨੂੰ 'ਇਹ ਸਾਡੇ ਬਾਰੇ ਹੈ' ਵਿੱਚ ਬਦਲਣਾ ਚਾਹੁੰਦੇ ਹਾਂ। ਪੇਸ਼ਕਾਰੀ ਦੀ ਸਮੁੱਚੀ ਗੁਣਵੱਤਾ ਜਾਦੂਈ ਢੰਗ ਨਾਲ ਬਦਲ ਜਾਵੇਗੀ ਜੇ ਪ੍ਰਾਸਪੈਕਟਾਂ ਨੂੰ ਇਸ ਤੋਂ ਕੁੱਝ ਲਾਭ ਲੈਣ ਦੇ ਇਰਾਦੇ ਨਾਲ ਇਸ ਨੂੰ ਦੇਖਣਾ ਸ਼ੁਰੂ ਕਰ ਦੇਣ। ਜਾਦੂ ਉਦੋਂ ਹੋਵੇਗਾ ਜਦੋਂ ਅਸੀਂ ਆਪਣੇ ਬਿਜ਼ਨਿਸ ਬਾਰੇ ਦੱਸਣ ਤੋਂ ਪਹਿਲਾਂ ਇਹ ਜਾਣ ਲਈਏ ਕਿ ਸਾਹਮਣੇ ਵਾਲਾ ਕੀ ਚਾਹੁੰਦਾ ਹੈ।

5. ਸਫ਼ਲਤਾ ਲਈ ਪੰਜ ਸੂਚੀਆਂ

ਬਿਜ਼ਨਿਸ ਵਿੱਚ ਤੁਹਾਡੀ ਸਫਲਤਾ ਤੁਹਾਡੀਆਂ ਲਿਸਟਾਂ 'ਤੇ ਨਿਰਭਰ ਕਰਦੀ ਹੈ। ਇਸ ਬਿਜ਼ਨਿਸ ਵਿੱਚ ਹਰੇਕ ਗੰਭੀਰ ਡਿਸਟ੍ਰੀਬਿਊਟਰ ਕੋਲ ਹਰ ਸਮੇਂ 5 ਅੱਪਡੇਟ ਕੀਤੀਆਂ ਸੂਚੀਆਂ ਹੋਣੀਆਂ ਚਾਹੀਦੀਆਂ ਹਨ। ਮੈਂ ਇਨ੍ਹਾਂ ਸੂਚੀਆਂ ਨੂੰ ਹਰ ਹਫਤੇ ਜਾਂ ਪੰਦਰਾਂ ਦਿਨਾਂ ਬਾਅਦ ਅੱਪਡੇਟ ਕਰਨ ਦੀ ਜ਼ੋਰਦਾਰ ਸਿਫ਼ਾਰਸ਼ ਕਰਦਾ ਹਾਂ।

1. **ਪ੍ਰਾਸਪੈਕਟਾਂ ਦੀ ਸੂਚੀ:** ਇਹ ਨਵੇਂ ਲੋਕਾਂ ਦੀ ਸੂਚੀ ਹੈ ਜਿਨ੍ਹਾਂ ਨਾਲ ਤੁਸੀਂ ਆਪਣੇ ਬਿਜ਼ਨਿਸ ਲਈ ਗੱਲਾਂ ਕਰਨਾ ਚਾਹੁੰਦੇ ਹੋ। ਇਸ ਸੂਚੀ ਵਿੱਚ ਹਰ ਰੋਜ਼ ਨਵੇਂ ਨਾਮ ਸ਼ਾਮਿਲ ਕਰੋ।
2. **ਪੇਂਡਿੰਗ ਫ਼ਾਲੋ-ਅੱਪਸ ਦੀ ਸੂਚੀ:** ਇਹ ਉਹ ਲੋਕ ਹਨ ਜਿਨ੍ਹਾਂ ਨੂੰ ਤੁਸੀਂ ਪਹਿਲਾਂ ਹੀ ਬਿਜ਼ਨਿਸ ਪਲਾਨ ਸਾਂਝਾ ਕਰ ਚੁੱਕੇ ਹੋ ਪਰ ਇਨ੍ਹਾਂ ਨੇ ਹੁਣ ਤੱਕ ਬਿਜ਼ਨਿਸ ਸ਼ੁਰੂ ਨਹੀਂ ਕੀਤਾ ਹੈ। ਤੁਸੀਂ ਇਨ੍ਹਾਂ ਨੂੰ ਫ਼ਾਲੋ ਕਰਨ ਦੀ ਪ੍ਰਕਿਰਿਆ ਵਿੱਚ ਹੋ। ਹਰ ਮੀਟਿੰਗ ਤੋਂ ਬਾਅਦ ਇਸ ਲਿਸਟ ਨੂੰ ਅੱਪਡੇਟ ਕਰੋ।
3. **ਐਕਟਿਵ ਡਿਸਟ੍ਰੀਬਿਊਟਰਾਂ ਦੀ ਸੂਚੀ:** ਇਹ ਸੂਚੀ ਤੁਹਾਡੀ ਤਾਕਤ ਹੈ ਅਤੇ ਇਹ ਨੈੱਟਵਰਕ ਮਾਰਕੀਟਿੰਗ ਵਿੱਚ ਤੁਹਾਡੀ ਆਮਦਨ ਨੂੰ ਨਿਰਧਾਰਿਤ ਕਰੇਗੀ। ਦੂਰਸੰਚਾਰ ਇੰਡਸਟਰੀ ਮੈਟਕਾੱਫ਼ ਦੇ ਸਿਧਾਂਤ 'ਤੇ ਕੰਮ ਕਰਦੀ ਹੈ ਜਿਸਦੇ ਅਨੁਸਾਰ ਦੂਰਸੰਚਾਰ ਨੈੱਟਵਰਕ ਦਾ ਮੂਲ ਸਿਸਟਮ (N^2) ਨਾਲ ਜੁੜੇ ਉਪਭੋਗਤਾਵਾਂ ਦੀ ਸੰਖਿਆ ਦੇ ਵਰਗ ਦੇ ਸਮਾਨੁਪਾਤੀ ਹੁੰਦੀ ਹੈ। ਉਸੇ ਤਰ੍ਹਾਂ ਇੱਕ ਨੈੱਟਵਰਕ ਮਾਰਕੀਟਿੰਗ ਡਿਸਟ੍ਰੀਬਿਊਟਰ ਦੀ ਆਮਦਨ ਉਸਦੀ ਟੀਮ ਵਿੱਚ ਐਕਟਿਵ ਡਿਸਟ੍ਰੀਬਿਊਟਰਾਂ ਦੀ ਸੰਖਿਆ ਦੇ ਵਰਗ ਦੇ ਸਿੱਧੇ ਅਨੁਪਾਤੀ ਹੁੰਦੀ ਹੈ।

   ਆਮਦਨ (I) = ਟੀਮ ਵਿੱਚ ਐਕਟਿਵ ਡਿਸਟ੍ਰੀਬਿਊਟਰਾਂ ਦੀ ਸੰਖਿਆ (N^2)

   ਐਕਟਿਵ ਡਿਸਟ੍ਰੀਬਿਊਟਰ ਨੂੰ ਪਹਿਚਾਨਣ ਲਈ ਇਸ ਕਿਤਾਬ ਦੇ ਅਗਲੇ ਕੁੱਝ ਵਰਕਿਆਂ 'ਤੇ ਵਿਸਤਰਿਤ ਦਿਸ਼ਾ-ਨਿਰਦੇਸ਼ ਦਿੱਤੇ ਗਏ ਹਨ।
4. **ਗਾਹਕਾਂ ਦੀ ਸੂਚੀ:** ਇਹ ਉਨ੍ਹਾਂ ਲੋਕਾਂ ਦੀ ਲਿਸਟ ਹੈ ਜੋ ਤੁਹਾਡੇ ਪ੍ਰਾੱਡਕਟ/ ਸਰਵਿਸ ਦੇ ਨਿਅਮਿਤ ਗਾਹਕ ਹਨ। ਉਹ ਪ੍ਰੋਡਕਟ ਦਾ ਇਸਤੇਮਾਲ ਕਰਦੇ ਹਨ ਅਤੇ ਕਈ ਵਾਰ ਦੂਜਿਆਂ ਨੂੰ ਵੀ ਇਸ ਲਈ ਸਿਫ਼ਾਰਿਸ਼ ਕਰਦੇ ਹਨ, ਪਰ ਉਨ੍ਹਾਂ ਨੇ ਬਿਜ਼ਨਿਸ ਵਿੱਚ ਡਿਸਟ੍ਰੀਬਿਊਟਰ ਬਣਨ ਦਾ ਹਾਲੇ ਤੱਕ ਨਹੀਂ ਸੋਚਿਆ। ਕਿਉਂ ਕਿ ਉਹ ਨਿਅਮਿਤ ਮਾਤਰਾ ਵਿੱਚ ਉਤਪਾਦ ਖਰੀਦਦੇ ਹਨ ਅਤੇ ਇਸਦੇ ਸੰਤੁਸ਼ਟ ਗਾਹਕ ਹੁੰਦੇ ਹਨ। ਉਹ ਜਦੋਂ ਵੀ ਬਿਜ਼ਨਿਸ ਕਰਨਾ ਚਾਹੁਣਗੇ ਤਾਂ ਉਹ ਇੱਕ ਬਹੁਤ ਵਧੀਆ ਪਾਰਟਨਰ ਬਣ ਜਾਣਗੇ।
5. **ਸਾਰੇ ਡਿਸਟ੍ਰੀਬਿਊਟਰਾਂ ਦੀ ਸੂਚੀ:** ਤੁਹਾਡੀ ਟੀਮ ਵਿੱਚ ਜਿੰਨੇ ਲੋਕਾਂ ਨੇ ਵੀ ਤੁਹਾਡੇ ਨਾਲ ਕੰਮ ਸ਼ੁਰੂ ਕੀਤਾ ਹੈ, ਇਹ ਉਨ੍ਹਾਂ ਲੋਕਾਂ ਦੀ ਵਿਆਪਕ ਸੂਚੀ ਹੈ। ਹਰ ਕੋਈ ਬਿਜ਼ਨਿਸ ਸੁਰੂ ਕਰਦੇ ਹੀ ਉਸ 'ਤੇ ਕੰਮ ਸ਼ੁਰੂ ਨਹੀਂ ਕਰ ਪਾਉਂਦਾ। ਬਹੁਤ ਸਾਰੇ ਲੋਕ ਸਰਗਰਮ ਤੌਰ 'ਤੇ ਬਿਜ਼ਨਿਸ ਸ਼ੂਰੂ ਕਰਨ ਤੋਂ ਪਹਿਲਾਂ ਕੁੱਝ ਸਮਾਂ ਸਮੀਖਿਆ ਕਰਦੇ ਹਨ, ਇਹ ਇੱਕ ਬਹੁਤ ਵਧੀਆ ਵਿਚਾਰ ਹੈ ਕਿ ਤੁਸੀਂ ਅਜਿਹੇ ਹੋਰ ਸਾਰੇ ਸਹਿਕਰਮੀਆਂ ਦੇ ਸੰਪਰਕ ਵਿੱਚ ਰਹੋ ਜੋ ਆਉਣ ਵਾਲੇ ਸਮੇਂ ਵਿੱਚ ਕਦੇ ਵੀ ਬਿਜ਼ਨਿਸ਼ ਸ਼ੁਰੂ ਕਰ ਸਕਦੇ ਹਨ। ਉਨ੍ਹਾਂ ਨੂੰ ਹਰ ਪ੍ਰੋਗਰਾਮ ਲਈ ਸੱਦਾ ਦਿਓ ਅਤੇ ਉਨ੍ਹਾਂ ਨੂੰ ਹਰ ਨਵੇਂ ਉਤਪਾਦਾਂ, ਨਵੀਆਂ ਪ੍ਰਾਪਤੀਆਂ ਆਦਿ ਬਾਰੇ ਅੱਪਡੇਟ ਕਰਦੇ ਰਹੋ।

6. ਪਾਵਰ ਕਨੈਕਟਰ

ਬਿਜ਼ਨਿਸ ਹਮੇਸ਼ਾ ਸੰਬੰਧਾਂ ਅਤੇ ਕਨੈਕਸ਼ਨਾਂ ਨਾਲ ਚੱਲਦਾ ਹੈ। ਜਿਵੇਂ ਕਿ ਮੈਂ ਇਸ ਕਿਤਾਬ ਵਿੱਚ ਕਈ ਥਾਂਵਾਂ 'ਤੇ ਪਹਿਲਾ ਹੀ ਕਿਹਾ ਹੈ, ਆਮ ਤੌਰ 'ਤੇ ਵਿੱਕਰੀ ਕੁੱਝ ਹੋਰ ਨਹੀਂ ਬਸ ਵਿਸ਼ਵਾਸ ਅਤੇ ਆਸਥਾ ਦਾ ਇੱਕ ਵਿਅਕਤੀ ਤੋਂ ਦੂਜੇ ਵਿਅਕਤੀ ਵਿੱਚ ਤਬਦੀਲ ਕਰਨਾ ਹੈ। ਇਸ ਲਈ, ਬਹੁਤ ਸਾਰੀਆਂ ਕਿਤਾਬਾਂ ਅਤੇ ਟ੍ਰੇਨਰ ਤੁਹਾਨੂੰ ਇਹ ਸੁਝਾਉਣਗੇ ਕਿ ਸਾਹਮਣੇ ਵਾਲੇ ਵਿਅਕਤੀ ਨੂੰ ਜ਼ਿਆਦਾ ਬੋਲਣ ਦਿਓ, ਪਰ ਇਹ ਯਾਦ ਰੱਖੋ ਕਿ ਸਾਹਮਣੇ ਵਾਲਾ ਵਿਅਕਤੀ ਜ਼ਿਆਦਾ ਉਦੋਂ ਬੋਲੇਗਾ ਜਦੋਂ ਉਹ ਤੁਹਾਨੂੰ ਪਸੰਦ ਕਰੇਗਾ। ਇਹ ਉਦੋਂ ਸੰਭਵ ਹੈ ਜਦੋਂ ਉਸ ਵਿਅਕਤੀ ਦੇ ਤੁਹਾਡੇ ਨਾਲ ਚੰਗੇ ਸੰਬੰਧ ਹੋਣ। ਲੱਖਾਂ ਲੋਕਾਂ ਨਾਲ ਕੰਮ ਕਰਕੇ ਆਪਣੇ ਕਈ ਅੰਤਰ-ਰਾਸ਼ਟਰੀ ਉਸਤਾਦਾਂ (ਟਾੱਨੀ ਰਾੱਬਿਨਸ, ਐਂਟਾਨੋ ਸੋਲਰ ਜਾੱਨ, ਰਾੱਬਰਟ ਟੀ. ਕਿਓਸਾਕੀ, ਐਲਨ ਪੀਜ਼, ਰਿਚਰਡ ਬੱਡਲਰ ਅਤੇ ਹੋਰ ਬਹੁਤ ਸਾਰੇ ਲੋਕ) ਕੋਲੋ ਸਿੱਖਣ ਤੋਂ ਬਾਅਦ, ਮੈਂ ਬਹੁਤ ਸਾਰੇ ਤਰੀਕੇ ਕੱਢੇ ਅਤੇ ਪ੍ਰਮਾਣਿਤ ਕੀਤੇ ਹਨ ਜਿਨ੍ਹਾਂ ਨਾਲ ਮੀਟਿੰਗ ਦੌਰਾਨ ਤੁਸੀਂ ਸਾਹਮਣੇ ਬੈਠੇ ਵਿਅਕਤੀ ਨਾਲ ਅਸਾਨੀ ਤੋਂ ਚੰਗਾ ਸੰਬੰਧ ਬਣਾ ਸਕਦੇ ਹੋ। ਲੱਖਾਂ ਰੁਪਏ ਦਾ ਭੁਗਤਾਨ ਕਰਕੇ ਲੋਕਾਂ ਨਾਲ ਇੱਕ ਦਹਾਕੇ ਤੋਂ ਵੱਧ ਸਮਾਂ ਲਗਾਉਣ ਤੋਂ ਬਾਅਦ ਮੈਂ ਜੋ ਕੁੱਝ ਸਿੱਖਿਆ ਹੈ, ਮੈਂ ਤੁਹਾਨੂੰ ਇੱਥੇ ਆਪਣੇ ਪਸੰਦੀਦਾ ਟੂਲਜ਼ ਦੇ ਤੌਰ 'ਤੇ ਦੇ ਰਿਹਾ ਹਾਂ। ਇਹਨਾਂ ਦੇ ਇਸਤੇਮਾਲ ਤੋਂ ਤੁਸੀਂ ਆਪਣੇ ਸਹਿਕਰਮੀਆਂ, ਪ੍ਰਾਸਪੈਕਟ ਜਾਂ ਕਿਸੇ ਹੋਰ ਵਿਅਕਤੀ ਨਾਲ ਮੀਟਿੰਗ ਦੌਰਾਨ ਚੰਗਾ ਸੰਬੰਧ ਬਣਾ ਪਾਓਗੇ। ਇਹ ਹਨ ਮੇਰੇ 9 ਜਾਂਚੇ-ਪਰਖੇ ਪਾਵਰ ਕਨੈਕਟਰ:

1. ਮੁਸਕਰਾਹਟ	2. ਜਾਦੂਈ ਸ਼ਬਦ	3. ਪ੍ਰਤਿਬਿੰਬ/ਮਿਰਰਿੰਗ
4. ਅੱਖਾਂ ਦਾ ਸੰਪਰਕ	5. ਸਿਰ ਹਿਲਾ ਕੇ ਸਹਿਮਤੀ ਦੇਣੀ	6. ਪ੍ਰੋਗਰੈਸ਼ ਮੈਕਰਸ
7. ਯਸ ਸਟੈਕਸ	8. ਸਮਾਨਤਾਵਾਂ ਦੱਸਣੀਆਂ	9. ਦਿਲੋਂ ਸੁਣਨਾ

1. **ਮੁਸਕਰਾਹਟ:** ਮੁਸਕਰਾਹਟ ਪਿਆਰ ਅਤੇ ਪ੍ਰਸ਼ੰਸਾ ਕਰਨ ਦਾ ਵਿਸ਼ਵਵਿਆਪੀ ਸੰਕੇਤ ਹੈ। ਮੁਸਕਰਾਹਟ ਉਹ ਦਰਵਾਜ਼ੇ ਵੀ ਖੋਲ੍ਹ ਸਕਦੀ ਹੈ ਜੋ ਤਰਕ ਅਤੇ ਦਲੀਲਾਂ ਕਦੇ ਨਹੀਂ ਖੋਲ੍ਹ ਸਕਦੀਆਂ। ਹਜ਼ਾਰਾਂ ਲੋਕਾਂ ਦੀ ਮੇਰੀ ਆਪਣੀ ਟੀਮ ਵਿੱਚ, ਮੈਂ ਇਹ ਮਹਿਸੂਸ ਕੀਤਾ ਹੈ ਕਿ ਤੁਸੀਂ ਜਿੰਨਾ ਜ਼ਿਆਦਾ ਮੁਸਕਾਉਂਦੇ ਹੋ, ਓਨਾ ਹੀ ਜ਼ਿਆਦਾ ਲੋਕ ਤੁਹਾਨੂੰ ਪਸੰਦ ਕਰਨਗੇ, ਤੁਹਾਡੇ 'ਤੇ ਉੱਨਾ ਹੀ ਭਰੋਸਾ ਕਰਨਗੇਂ ਅਤੇ ਤੁਹਾਡੇ ਨਾਲ ਉੱਨੇ ਹੀ ਜੁੜੇ ਰਹਿਣਾ ਚਾਹੁਣਗੇ। ਤੁਹਾਡੇ ਜੀਵਨ ਅਤੇ ਤੁਹਾਡੇ ਬਿਜ਼ਨਿਸ ਵਿੱਚ ਮੁਸਕਰਾਹਟ ਇੱਕ ਸੰਪੱਤੀ ਹੈ। ਮੁਸਕਾਉਂਦੇ ਰਹਿਣਾ ਆਪਣਾ ਬੁਨਿਆਦੀ ਵਿਵਹਾਰ ਬਣਾ ਲਓ। ਆਪਣੀ ਪੂਰੀ ਮੀਟਿੰਗ ਦੌਰਾਨ ਜਿੰਨੀ ਵਾਰ ਹੋ ਸਕੇ ਮੁਸਕਰਾਉਂਦੇ ਰਹੋ।
2. **ਜਾਦੂਈ ਸ਼ਬਦ:** ਸਾਡੇ ਵਿੱਚੋਂ ਹਰ ਇੱਕ ਦੀ ਆਪਣੀ ਸ਼ਬਦਾਵਲੀ ਹੈ। ਅਸੀਂ ਆਪਣੀਆਂ ਬੁਨਿਆਦੀ ਭਾਵਨਾਵਾਂ ਜਿਵੇਂ ਕਿ ਖ਼ੁਸ਼ੀ, ਆਨੰਦ, ਦਰਦ ਆਦਿ ਨੂੰ ਸ਼ਬਦਾਂ ਦੇ ਵੱਖ-ਵੱਖ ਤਰੀਕਿਆਂ ਦੁਆਰਾ ਪ੍ਰਗਟ ਕਰਦੇ ਹਾਂ। ਜੇ ਤੁਸੀਂ ਕਿਸੇ ਨੂੰ ਪੁੱਛਦੇ ਹੋ ਕਿ ਉਹ ਕਿਵੇਂ ਕਰ ਰਿਹਾ ਹੈ ਅਤੇ ਉਹ ਵਿਅਕਤੀ ਇਹ ਕਹਿਣਾ ਚਾਹੁੰਦਾ ਹੈ ਕਿ ਉਹ ਚੰਗਾਂ ਕਰ ਰਿਹਾ ਹੈ, ਤਾਂ ਇਹ ਪ੍ਰਗਟਾਵਾ ਆਪਣੇ-ਆਪ

ਵਿੱਚ ਅਣਗਿਣਤ ਤਰੀਕਿਆਂ ਨਾਲ ਪ੍ਰਗਟ ਕੀਤਾ ਜਾ ਸਕਦਾ ਹੈ ਜਿਵੇਂ ਕਿ ਮੈਂ ਚੰਗਾ ਹਾਂ, ਸ਼ਾਨਦਾਰ, ਬਹੁਤ ਵਧੀਆ, ਮਹਾਨ, ਕਮਾਲ ਦਾ, ਸਭ ਸਹੀ ਹੈ, ਮਜ਼ਾ ਆ ਰਿਹਾ ਹੈ, ਬੜਾ ਵਧੀਆ ਚੱਲ ਰਿਹਾ ਹੈ ਆਦਿ। ਕੋਈ ਵੀ ਵਿਅਕਤੀ ਆਪਣੀਆਂ ਭਾਵਨਾਵਾਂ ਨੂੰ ਦੱਸਣ ਲਈ ਜਿੰਨਾਂ ਖ਼ਾਸ ਸ਼ਬਦਾਂ ਦਾ ਇਸਤੇਮਾਲ ਕਰਦਾ ਹੈ ਉਨ੍ਹਾਂ ਨੂੰ ਜਾਦੂਈ ਸ਼ਬਦ ਕਹਿੰਦੇ ਹਨ ਅਤੇ ਹਰ ਵਿਅਕਤੀ ਦੇ ਆਪਣੇ ਖ਼ਾਸ ਜਾਦੂਈ ਸ਼ਬਦ ਹੁੰਦੇ ਹਨ। ਕੋਈ ਵੀ ਗ਼ਲਤ ਜਾਂ ਸਹੀ ਸ਼ਬਦ ਨਹੀਂ ਹੁੰਦੇ, ਬਸ ਉਸੇ ਭਾਵਨਾ ਨੂੰ ਦਰਸਾਉਣ ਲਈ ਸਾਰਿਆਂ ਦੇ ਵੱਖੋ-ਵੱਖਰੇ ਪ੍ਰਗਟਾਵੇ ਹਨ। ਜਦੋਂ ਵੀ ਤੁਸੀਂ ਕਿਸੇ ਨਾਲ ਗੱਲਬਾਤ ਕਰਦੇ ਹੋ, ਇਸ ਗੱਲ 'ਤੇ ਧਿਆਨ ਦਿਓ ਕਿ ਗੱਲਬਾਤ ਦੌਰਾਨ ਕਿਹੜੇ ਸ਼ਬਦਾਂ ਦੀ ਵਾਰ-ਵਾਰ ਵਰਤੋਂ ਕਰਦੇ ਹੈ। ਇੱਕ ਵਾਰ ਜਦੋਂ ਤੁਸੀਂ ਉਹਨਾਂ ਜਾਦੂਈ ਸ਼ਬਦਾਂ ਦੀ ਪਛਾਣ ਕਰ ਲੈਂਦੇ ਹੋ, ਤਾਂ ਗੱਲਬਾਤ ਦੌਰਾਨ ਜਿੱਥੇ ਵੀ ਉਚਿਤ ਹੋਵੇ, ਉਹਨਾਂ ਸ਼ਬਦਾਂ ਦੀ ਵਰਤੋਂ ਕਰੋ, ਤੁਸੀਂ ਦੂਜੇ ਵਿਅਕਤੀ ਦੀ ਪ੍ਰਸ਼ੰਸਾ ਕਰਨ ਸਮੇਂ ਵੀ ਜਾਦੂਈ ਸ਼ਬਦਾਂ ਦੀ ਵਰਤੋਂ ਕਰ ਸਕਦੇ ਹੋ। ਇਸ ਨਾਲ ਉਸ ਵਿਅਕਤੀ ਅਤੇ ਤੁਹਾਡੇ ਸ਼ਬਦਾਂ ਦਾ ਪ੍ਰਭਾਵ ਬਹੁਤ ਵਧੀਆ ਹੋਵੇਗਾ।

3. **ਪ੍ਰਤਿਬਿੰਬ ਬਣਾਉਣਾ:** ਜਦੋਂ ਦੋ ਲੋਕ ਇੱਕ-ਦੂਜੇ ਨਾਲ ਚੰਗੇ ਸਬੰਧਾਂ ਵਿੱਚ ਹੁੰਦੇ ਹਨ ਤਾਂ ਉਨ੍ਹਾਂ ਦੇ ਸ਼ਰੀਰ ਇੱਕੋ ਜਿਹੇ ਹਾਵ-ਭਾਵ ਦੇਣ ਲੱਗਦੇ ਹਨ। ਇਸ ਨੂੰ ਪ੍ਰਤਿਬਿੰਬ ਬਣਾਉਣਾ ਕਹਿੰਦੇ ਹਨ। ਪ੍ਰਤਿਬਿੰਬ ਬਣਾਉਣ ਦਾ ਅਰਥ ਇਹ ਹੈ ਕਿ ਤੁਹਾਡੀ ਮਾਨਸਿਕ ਸਥਿਤੀ ਤੁਹਾਡੇ ਸ਼ਰੀਰਿਕ ਹਾਵ-ਭਾਵ ਵਿੱਚ ਦਿਖਣ ਲੱਗ ਜਾਂਦੀ ਹੈ। ਇਸ ਨੂੰ ਵਿਕਸਤ ਕਰਨ ਦੀ ਜ਼ਰੂਰਤ ਨਹੀਂ ਹੁੰਦੀ, ਅਸੀਂ ਸਾਰੇ ਇਸ ਸਮਰੱਥਾ ਨਾਲ ਪੈਦਾ ਹੁੰਦੇ ਹਾਂ, ਪਰ ਅਸੀਂ ਉਸੇ ਵਿਅਕਤੀ ਦੀ ਕਾਪੀ ਕਰਦੇ ਹਾਂ ਜਿਸਦੇ ਨਾਲ ਸਾਡੇ ਚੰਗੇ ਸੰਬੰਧ ਹੁੰਦੇ ਹਨ। ਜੇ ਦੂਜੇ ਵਿਅਕਤੀ ਦੇ ਸ਼ਰੀਰ ਦੇ ਹਾਵ-ਭਾਵਾਂ ਨੂੰ ਚੰਗੀ ਤਰ੍ਹਾਂ ਕਾਪੀ ਕਰਦੇ ਹਾਂ, ਜਿਵੇਂ ਉਨ੍ਹਾਂ ਦੇ ਬੈਠਣ ਦੀ ਸਥਿਤੀ, ਹਾਵ-ਭਾਵ, ਸਰੀਰ ਦੀ ਸਥਿਤੀ ਅਤੇ ਆਵਾਜ਼ ਨੂੰ ਪ੍ਰਤੀਬਿੰਬਤ ਕਰਨਾ ਸ਼ੁਰੂ ਕਰ ਦਿੰਦੇ ਹੋ, ਤਾਂ ਤੁਸੀਂ ਜਲਦੀ ਹੀ ਉਸ ਨਾਲ ਚੰਗੀ ਤਰ੍ਹਾਂ ਤਾਲਮੇਲ ਬਣਾ ਲਓਗੇ। ਜਦੋਂ ਤੁਸੀਂ ਚੰਗੇ ਤਾਲਮੇਲ ਵਿੱਚ ਹੁੰਦੇ ਹੋ, ਤਾਂ ਦੂਜੇ ਨੂੰ ਪਸੰਦ ਕਰਨ ਅਤੇ ਤੁਹਾਡੇ ਤੇ ਭਰੋਸਾ ਕਰਨ ਦੀਆਂ ਸੰਭਾਵਨਾਵਾਂ ਵਧੇਰੇ ਹੁੰਦੀਆਂ ਹਨ।

4. **ਅੱਖਾਂ ਦਾ ਸੰਪਰਕ:** ਮੀਟਿੰਗ ਵਿੱਚ ਦੂਜੇ ਲੋਕਾਂ ਨਾਲ ਅੱਖਾਂ ਨਾਲ ਅੱਖਾਂ ਮਿਲਾਕੇ ਗੱਲਾਂ ਕਰੋ,ਇਹ ਤੁਹਾਡੇ ਇਮਾਨਦਾਰੀ ਤੇ ਆਤਮ-ਵਿਸ਼ਵਾਸ ਨੂੰ ਦਰਸਾਉਂਦਾ ਹੈ।

5. **ਸਿਰ ਹਿਲਾ ਕੇ ਸਹਿਮਤੀ ਦੇਣਾ:** ਕਿਸੇ ਗੱਲ ਲਈ ਆਪਣੀ ਹਾਮੀ ਭਰਨ ਲਈ ਸਿਰ ਹਿਲਾਇਆ ਜਾਂਦਾ ਹੈ। ਜੇ ਤੁਸੀਂ ਕਿਸੇ ਚੀਜ਼ ਲਈ ਸਕਾਰਾਤਮਕ ਸੋਚ ਰਹੇ ਹੋ ਜਾਂ ਤੁਸੀਂ ਕਿਸੇ ਗੱਲ ਨਾਲ ਸਹਿਮਤ ਹੋ ਰਹੇ ਹੋ ਤਾਂ ਤੁਸੀਂ ਸਾਹਮਣੇ ਵਾਲੇ ਵਿਅਕਤੀ ਦੇ ਪੱਖ ਵਿੱਚ ਸਿਰ ਹਿਲਾ ਕੇ ਗੱਲ ਕਰਦੇ ਹੋ ਤਾਂ ਤੁਸੀਂ ਉਸ ਬਾਰੇ ਸਕਾਰਾਤਮਕ ਸੋਚਣ ਸ਼ੁਰੂ ਕਰੋਗੇ।

   ਜੇ ਤੁਸੀਂ ਆਪਣਾ ਸਿਰ ਹਿਲਾਉਣ ਲੱਗੋਗੇ ਤਾਂ ਸਾਹਮਣੇ ਵਾਲਾ ਵਿਅਕਤੀ ਵੀ ਅਜਿਹਾ ਕਰਨ ਲੱਗ ਜਾਵੇਗਾ। ਤਾਲਮੇਲ ਵਿੱਚ ਬਣੇ ਰਹਿਣ ਅਤੇ ਨਤੀਜੇ ਪ੍ਰਾਪਤ ਕਰਨ ਲਈ ਸਿਰ ਹਿਲਾਉਣਾ ਇੱਕ ਬਹੁਤ ਹੀ ਸਧਾਰਨ ਲੇਕਿਨ ਪ੍ਰਭਾਵੀ ਸਾਧਨ ਹੈ। ਜਦੋਂ ਤੁਸੀਂ ਉਨ੍ਹਾਂ ਨੂੰ ਤੁਹਾਡੇ ਨਾਲ ਬਿਜ਼ਨਿਸ ਸ਼ੁਰੂ ਕਰਨ ਲਈ ਕਹੋਗੇ ਤਾਂ ਮੀਟਿੰਗ ਦੌਰਾਨ ਲਗਾਤਾਰ ਸਿਰ ਹਿਲਾਉਣ ਕਾਰਨ ਅੰਤਮ ਤੌਰ 'ਤੇ ਉਨ੍ਹਾਂ ਦੀ ਸਹਿਮਤੀ ਮਿਲਣ ਦੇ ਮੌਕੇ ਦੀਆਂ ਸੰਭਾਵਨਾਵਾਂ ਹੋਰ ਵੱਧ ਜਾਣਗੀਆਂ।

6. **ਤਰੱਕੀ ਕਰਨ ਵਾਲੇ ਸ਼ਬਦ:** ਕੁੱਝ ਅਜਿਹੇ ਸ਼ਬਦ ਜਾਂ ਜੁਮਲੇ ਹੁੰਦੇ ਹਨ, ਜੋ ਗੱਲਬਾਤ ਦੇ ਪ੍ਰਵਾਹ ਨੂੰ ਜਾਰੀ ਰੱਖ ਸਕਦੇ ਹਨ। ਜੇ ਤੁਸੀਂ ਇੰਨਾਂ ਸ਼ਬਦਾਂ ਦੀ ਵਰਤੋਂ ਵਿੱਚ ਮੁਹਾਰਤ ਹਾਸਿਲ ਕਰ ਲਓਗੇ, ਤਾਂ ਤੁਸੀਂ ਜ਼ਿਆਦਾ ਗੱਲ ਕੀਤੇ ਬਗ਼ੈਰ ਵੀ ਗੱਲਬਾਤ ਜਾਰੀ ਦੇ ਰੱਖਣ ਦੇ ਯੋਗ ਹੋ ਕੇ ਸਾਹਮਣੇ ਬੈਠੇ ਹੋਏ ਵਿਅਕਤੀ ਨੂੰ ਬੋਲਣ ਦੇ ਜ਼ਿਆਦਾ ਮੌਕੇ ਦੇ ਪਾਓਗੇ। ਜਦੋਂ ਤੁਸੀਂ ਪ੍ਰਾਸਪੈਕਟ ਨੂੰ ਜ਼ਿਆਦਾ ਬੋਲਣ ਦੇ ਮੌਕੇ ਦਿਓਗੇ, ਤਾਂ ਇਸ ਨਾਲ ਉਨ੍ਹਾਂ ਨੂੰ ਚੰਗਾ ਲੱਗੇਗਾ। ਮੇਰੇ ਅਨੁਭਵ ਦੇ ਅਨੁਸਾਰ, ਜਿਸ ਮੀਟਿੰਗ ਵਿੱਚ ਪੇਸ਼ਕਾਰ ਤੋਂ ਪ੍ਰਾਸਪੈਕਟ ਜ਼ਿਆਦਾ ਗੱਲਾਂ ਕਰਦੇ ਹਨ, ਉੱਥੇ ਬਹੁਤ ਵਧੀਆ ਨਤੀਜੇ ਆਉਂਦੇ ਹਨ। ਤਰੱਕੀ ਕਰਨ ਵਾਲੇ ਸ਼ਬਦ ਹਨ: *ਮੈਨੂੰ ਹੋਰ ਦੱਸੋ, ਠੀਕ ਹੈ, ਮਤਲਬ?, ਓ ਅਸਲ ਵਿੱਚ, ਅਤੇ ਫਿਰ?, ਜਿਵੇਂ ਕਿ, ਹੈ ਕਿ ਨਹੀਂ, ਇਸਦਾ ਮਤਲਬ ਫਿਰ ਉਸ ਤੋਂ ਬਾਅਦ ਕੀ?, ਇਸ ਤੋਂ ਬਾਅਦ, ਇਹੀ ਸਹੀ ਹੈ, ਬਹੁਤ ਠੀਕ, ਮੈਂ ਵੇਖਦਾ ਹਾਂ, ਆਦਿ।*

7. **ਯਸ ਸਟੈਕਸ:** ਰਿਸਰਚ ਦੇ ਅਨੁਸਾਰ ਜੇ ਤੁਸੀਂ ਕਿਸੇ ਮੀਟਿੰਗ ਵਿੱਚ 'ਹਾਂ' ਕਹਿਣਾ ਸ਼ੁਰੂ ਕਰ ਦਿਓ ਤਾਂ ਇਸ ਗੱਲ ਦੀ ਕਾਫ਼ੀ ਸੰਭਾਵਨਾ ਹੈ ਕਿ ਤੁਸੀਂ ਅੱਗੇ ਵੀ ਅਜਿਹਾ ਹੀ ਕਰਨਾ ਜਾਰੀ ਰੱਖੋਗੇ। ਇੱਕ 'ਯਸ ਸਟੈਕ' ਕਈ ਸਧਾਰਨ ਸਵਾਲ ਪੁੱਛ ਕੇ ਬਣਾਇਆ ਜਾਂਦਾ ਹੈ, ਜਿਨ੍ਹਾਂ ਦਾ ਜਵਾਬ ਸਿਰਫ਼ 'ਹਾਂ' ਵਿੱਚ ਹੀ ਦਿੱਤਾ ਜਾ ਸਕਦਾ ਹੈ। ਜੇ ਤੁਹਾਡਾ ਪ੍ਰਾਸਪੈਕਟ ਨੇ ਕੁੱਝ ਸਵਾਲਾਂ ਲਈ ਕਈ ਵਾਰ ਹਾਂ ਕਿਹਾ ਹੈ, ਤਾਂ ਤੁਸੀਂ ਜੋ ਹੋ ਉਸ ਨੂੰ 'ਹਾਂ' ਕਹਿਣ ਦੀ ਸੰਭਾਵਨਾ ਕਈ ਗੁਣਾ ਵੱਧ ਜਾਂਦੀ ਹੈ।

   ਯਸ ਸਟੈਕ ਉਦੋਂ ਬਣਾਇਆ ਜਾਂਦਾ ਹੈ ਜਦੋਂ ਕੋਈ ਸੇਲਜ਼ਪਰਸਨ ਤੁਹਾਨੂੰ ਕੁੱਝ ਸਧਾਰਨ ਸਵਾਲ ਪੁੱਛਦਾ ਹੈ, 'ਕੀ ਅੱਜ 29 ਮਾਰਚ ਹੈ?' ਜਾਂ 'ਅੱਜ ਬਹੁਤ ਗਰਮੀ ਲੱਗ ਰਹੀ ਹੈ, ਹੈ ਨਾਂ?' ਜਾਂ ਕੋਈ ਹੋਰ ਸਧਾਰਨ ਕਥਨ ਜਿਸਦਾ ਆਮ ਤੌਰ ਤੇ ਜਵਾਬ 'ਹਾਂ' ਵਿੱਚ ਹੀ ਆਏ।

8. **ਸਮਾਨਤਾਵਾਂ ਵੱਲ ਇਸ਼ਾਰਾ ਕਰੋ:** ਸਾਡਾ ਦਿਮਾਗ਼ ਉਨਾਂ ਲੋਕਾਂ 'ਤੇ ਭਰੋਸਾ ਕਰਦਾ ਹੈ ਜੋ ਸਾਡੇ ਵਰਗੇ ਹਨ ਅਤੇ ਜਿਨ੍ਹਾਂ ਨਾਲ ਸਾਡੀਆਂ ਕੁੱਝ ਸਮਾਨਤਾਵਾਂ ਹਨ। ਕੋਸ਼ਿਸ਼ ਕਰੋ ਕਿ ਲੋਕਾਂ ਵਿੱਚ ਜ਼ਿਆਦਾ ਤੋਂ ਜ਼ਿਆਦਾ ਸਮਾਨਤਾਵਾਂ (ਜਿੰਨਾ ਜ਼ਿਆਦਾ ਮਜ਼ੇਦਾਰ) ਨੂੰ ਲੱਭਕੇ ਉਨ੍ਹਾਂ ਨੂੰ ਬਿਆਨ ਕਰੋ। ਜਿਵੇਂ-ਇੱਕੋ ਹੀ ਸਕੂਲ, ਕਾਲਜ, ਪਸੰਦੀਦਾ ਭੋਜਨ, ਫ਼ਿਲਮ, ਕੰਪਨੀਆਂ, ਜਿਨ੍ਹਾਂ ਨਾਲ ਤੁਸੀਂ ਕੰਮ ਕੀਤਾ ਹੈ, ਇੱਕੋ ਤਰ੍ਹਾਂ ਦੇ ਘਰ, ਬੱਚੇ, ਸਿੱਖਿਆ, ਛੁੱਟੀਆਂ, ਸ਼ੌਕ ਆਦਿ ਦੀ ਅਸੀਮਤ ਸੂਚੀ ਹੈ। ਜਦੋਂ ਤੁਸੀਂ ਮੀਟਿੰਗ ਵਿੱਚ ਅੱਗੇ ਵਧਦੇ ਹੋ ਤਾਂ ਇਸ ਨੂੰ ਇੱਕ ਪ੍ਰਵਾਹ ਵਿੱਚ ਕਰੋ।

   ਕੁੱਝ ਲੋਕ ਮੀਟਿੰਗ ਵਿੱਚ ਆਪਣੇ-ਆਪ ਨੂੰ ਬਿਹਤਰ ਜਾਂ ਉੱਤਮ ਸਾਬਿਤ ਕਰਨ ਦੀ ਕੋਸ਼ਿਸ ਕਰਦੇ ਹਨ, ਪਰ ਇਹ ਕੰਮ ਨਹੀਂ ਕਰਦਾ। ਇੱਥੇ ਸਮਾਨਤਾਵਾਂ ਕੰਮ ਆਉਂਦੀਆਂ ਹਨ। ਸਭ ਤੋਂ ਵਧੀਆ ਗੱਲ ਇਹ ਹੈ ਕਿ ਦੂਜੇ ਵਿਅਕਤੀ ਨੂੰ ਵਧੇਰੇ ਗੱਲ ਕਰਨ ਦੀ ਇਜਾਜ਼ਤ ਦਿੱਤੀ ਜਾਵੇ, ਖ਼ਾਸ ਕਰਕੇ ਪਹਿਲੇ 10 ਤੋਂ 15 ਮਿੰਟਾਂ ਵਿੱਚ ਅਤੇ ਉਸ ਗੱਲਬਾਤ ਦੌਰਾਨ, ਸਮਾਨਤਾਵਾਂ ਦੀ ਪਛਾਣ ਕਰੋ ਅਤੇ ਉਨ੍ਹਾਂ ਬਾਰੇ ਗੱਲਾਂ ਕਰੋ। ਦੂਜਾ ਵਿਅਕਤੀ ਜਿੰਨੀ ਜ਼ਿਆਦਾ ਗੱਲਾਂ ਕਰੇਗਾ, ਉੱਨੀ ਹੀ ਜ਼ਿਆਦਾ ਸਮਾਨਤਾਵਾਂ ਦੀ ਗਿਣਤੀ ਤੁਸੀਂ ਤਲਾਸ਼ ਜਾਂ ਲੱਭ ਸਕਦੇ ਹੋ।

9. **ਸੱਚੀ ਸੁਨਣਾ:** ਜੇ ਤੁਸੀਂ ਉੱਤੇ ਦੱਸੇ ਗਏ ਤਰੀਕਿਆਂ ਦੀ ਵਰਤੋਂ ਨਹੀਂ ਵੀ ਕਰਦੇ ਹੋ ਤਾਂ, ਕਿਸੇ ਦੂਜੇ ਵਿਅਕਤੀ ਨੂੰ ਸੁਨਣ ਅਤੇ ਸਮਝਣ ਦੀ ਇੱਕ ਸੱਚੀ ਇੱਛਾ ਵੀ ਸੰਬੰਧ ਬਣਾਉਣ ਲਈ ਕਾਫ਼ੀ ਹੈ। ਜਵਾਬ ਦੇਣ ਲਈ ਨਾ ਸੁਣੋ, ਸੁਣਨ ਲਈ ਹੀ ਸੁਣੋ।

7.

ਪ੍ਰੋਗਰਾਮ ਪ੍ਰੋਗ੍ਰੈਸ ਮੌਨੀਟਰ (PPM)

ਨੈੱਟਵਰਕ ਮਾਰਕੀਟਿੰਗ ਬਿਜ਼ਨਿਸ ਪ੍ਰੋਗਰਾਮਾਂ 'ਤੇ ਚੱਲਦਾ ਹੈ ਅਤੇ ਪ੍ਰੋਗਰਾਮ ਨੰਬਰ ਸਾਡੇ ਬਿਜ਼ਨਿਸ ਦੀ ਨਬਜ਼ ਹਨ। ਸਾਡੇ ਬਿਜ਼ਨਿਸ ਦੀ ਮਜ਼ਬੂਤੀ ਅਤੇ ਸਥਿਰਤਾ ਪ੍ਰੋਗਰਾਮ ਵਿੱਚ ਸਾਡੀ ਟੀਮ ਦੇ ਲੋਕਾਂ ਦੀ ਸੰਖਿਆ ਦੇ ਸਿੱਧੇ ਅਨੁਪਾਤੀ ਹੈ। ਕਿਸੇ ਵੀ ਡਿਸਟ੍ਰੀਬਿਊਟਰ ਨੂੰ ਸਭ ਤੋਂ ਪਹਿਲਾਂ ਆਪਣੇ-ਆਪ ਨੂੰ ਇਹ ਸਵਾਲ ਪੁੱਛਣਾ ਚਾਹੀਦਾ ਹੈ, 'ਕੀ ਮੈਂ ਇੱਕ ਪ੍ਰੋਗਰਾਮ ਤੋਂ ਦੂਜੇ ਪ੍ਰੋਗਰਾਮ ਤੱਕ ਗਿਣਤੀ ਵਿੱਚ ਵੱਧ ਰਿਹਾ ਹਾਂ?'

ਹੇਠਾਂ ਦਿੱਤੇ ਗਏ ਸਧਾਰਨ ਫਾੱਰਮੈਟ ਦੀ ਵਰਤੋਂ ਸਮੇਂ-ਸਮੇਂ 'ਤੇ ਪ੍ਰੋਗਰਾਮ ਨੰਬਰਾਂ ਦੀ ਪ੍ਰਗਤੀ ਨੂੰ ਨਿਗਰਾਨੀ ਕਰਨ ਲਈ ਕੀਤਾ ਜਾ ਸਕਦਾ ਹੈ। ਇੱਥੇ ਬਹੁਤ ਸਾਰੇ ਪ੍ਰੋਗਰਾਮ ਹਨ ਜੋ ਪੂਰੇ ਸਾਲ ਦੇ ਦੌਰਾਨ ਚੱਲਦੇ ਰਹਿੰਦੇ ਹਨ, ਪਰ ਮੈਂ ਤੁਹਾਨੂੰ ਇਹ ਸਲਾਹ ਦਿਆਂਗਾ ਕਿ ਅਸੀਂ 4 ਮੁੱਖ ਪ੍ਰੋਗਰਾਮਾਂ ਨੂੰ ਮਾੱਨੀਟਰ ਕਰੀਏ - 2 ਹਫ਼ਤਾਵਾਰੀ ਪ੍ਰੋਗਰਾਮ ਅਤੇ 2 ਤਿਮਾਹੀ ਪ੍ਰੋਗਰਾਮ। ਹਰ ਪ੍ਰੋਗਰਾਮ ਤੋਂ ਬਾਅਦ ਸਾਨੂੰ ਆਪਣੀ ਸ਼ੀਟ ਵਿੱਚ ਡਾਟਾ ਭਰਨਾ ਚਾਹੀਦਾ ਹੈ।

ਅਸੀਂ ਇਸ ਸ਼ੀਟ ਦਾ ਪ੍ਰਿੰਟ-ਆਊਟ ਲੈ ਕੇ ਵੀ ਇਸ ਨੂੰ ਭਰ ਸਕਦੇ ਹਾਂ, ਜਾਂ ਅਸੀਂ ਡਾਇਰੀ ਵਿੱਚ ਇਸ ਟੇਬਲ ਨੂੰ ਬਣਾ ਕੇ ਫਿਰ ਨੂੰ ਭਰ ਸਕਦੇ ਹਾਂ। ਅਸੀਂ ਇਸ ਨੂੰ ਆਪਣੇ ਲੈਪਟਾੱਪ ਵਿੱਚ ਮਾਈਕ੍ਰੋਸਾੱਫਟ ਐਕਸਲ ਜਾਂ ਮੈਕ ਨੰਬਰ 'ਤੇ ਜਾਂ ਬਹੁਤ ਸਾਰੇ ਮੋਬਾਈਲ ਐਪ 'ਤੇ ਇਸ ਨੂੰ ਭਰ ਸਕਦੇ ਹਾਂ। ਪ੍ਰੋਗਰਾਮ ਤੋਂ ਦੂਜੇ ਪ੍ਰੋਗਰਾਮ ਤੱਕ ਇਹਨਾਂ ਸੰਖਿਆਵਾਂ ਦਾ ਰੁਝਾਨ ਸਾਨੂੰ ਸਪੱਸ਼ਟ ਤੌਰ 'ਤੇ ਇਹ ਦਿਸ਼ਾ-ਨਿਰਦੇਸ਼ ਦੇਵੇਗਾ ਕਿ ਸਾਡਾ ਬਿਜ਼ਨਿਸ ਕਿਸ ਦਿਸ਼ਾ ਵੱਲ ਜਾ ਰਿਹਾ ਹੈ। ਪ੍ਰੋਗਰਾਮਾਂ ਵਿੱਚ ਇੱਕੋ ਜਿਹੀ ਸੰਖਿਆ ਜਾਂ ਘੱਟਦੀ ਗਿਣਤੀ ਚਿੰਤਾਜਨਕ ਹੈ ਅਤੇ ਸਾਨੂੰ ਆਪਣੀਆਂ ਕੋਸ਼ਿਸ਼ਾਂ ਨੂੰ ਤੇਜ਼ ਕਰਨਾ ਅਤੇ ਆਪਣੀ ਮਿਹਨਤ ਨੂੰ ਕਈ ਗੁਣਾ ਵਧਾ ਦੇਣਾ ਚਾਹੀਦਾ ਹੈ। ਅਸੀਂ ਚਾਹੁੰਦੇ ਹਾਂ ਕਿ ਸਾਡੇ ਪ੍ਰੋਗਰਾਮ ਦੇ ਨੰਬਰ ਸਿਰਫ਼ ਇੱਕੋ ਹੀ ਦਿਸ਼ਾ ਵੱਲ ਵਧਣੇ ਚਾਹੀਦੇ ਹਨ - ਉੱਪਰ ਵੱਲ।

ਪ੍ਰੋਗਰਾਮ ਪ੍ਰੋਗ੍ਰੈਸ ਮੌਨੀਟਰ (ਪੀ.ਪੀ.ਐੱਮ.)

ਹਫਤਾਵਾਰੀ ਪ੍ਰੋਗਰਾਮ	ਪਹਿਲਾ ਹਫਤਾ	ਦੂਜਾ ਹਫਤਾ	ਤੀਜਾ ਹਫਤਾ	ਚੌਥਾ ਹਫਤਾ
ਬੇਸਿਕ ਟ੍ਰੇਨਿੰਗ ਪ੍ਰੋਗਰਾਮ				
ਹਾਲ ਬਿਜ਼ਨਿਸ ਅਪਾੱਰਚਿਊਨਿਟੀ ਪ੍ਰੇਜ਼ੈਂਟੇਸ਼ਨ(BOP)				
ਤਿਮਾਹੀ ਪ੍ਰੋਗਰਾਮ	**ਕੁਆਟਰ 1**	**ਕੁਆਟਰ 2**	**ਕੁਆਟਰ 3**	**ਕੁਆਟਰ 4**
ਇੱਕ ਦਿਨ ਦਾ ਐਡਵਾਂਸ ਟ੍ਰੇਨਿੰਗ ਪ੍ਰੋਗਰਾਮ				
ਦੋ/ਤਿੰਨ ਦਿਨ ਦਾ ਰੈਜੀਡੈਂਸ਼ਲ ਪ੍ਰੋਗ੍ਰਾਮ				

8. ਐਕਟਿਵ ਡਿਸਟ੍ਰੀਬਿਊਟਰ ਸਕੋਰਕਾਰਡ (ADS)

ਇਸ ਗੱਲ 'ਤੇ ਹਮੇਸ਼ਾ ਬਹਿਸ ਹੁੰਦੀ ਰਹੀ ਹੈ ਕਿ ਕਿਸ ਨੂੰ ਐਕਟਿਵ ਡਿਸਟ੍ਰੀਬਿਊਟਰ ਕਿਹਾ ਜਾਣਾ ਚਾਹੀਦਾ ਹੈ। ਐਕਟਿਵ ਡਿਸਟ੍ਰੀਬਿਊਟਰ ਸਕੋਰਕਾਰਡ (ADS) ਇਸਦੇ ਲਈ ਇੱਕ ਪੱਕਾ ਹੱਲ ਹੈ। ਏ.ਡੀ.ਐੱਸ. ਇੱਕ ਵਿਲੱਖਣ, ਵਿਆਪਕ ਸ੍ਵੈ-ਮੁਲਾਂਕਣ ਟੂਲ ਹੈ ਜੋ ਕਿਸੇ ਵੀ ਨੈੱਟਵਰਕ ਮਾਰਕੀਟਿੰਗ ਟੀਮ, ਜੋ ਕਿਸੇ ਵੀ ਉਤਪਾਦ ਜਾਂ ਸੇਵਾਵਾਂ ਵਿੱਚ ਕੰਮ ਕਰਦੀ ਹੈ, ਦੇ ਕੰਮ ਆਉਂਦਾ ਹੈ। ਇਹ ਇੱਕ ਐਕਟਿਵ ਡਿਸਟ੍ਰੀਬਿਊਟਰ ਹੋਣ ਲਈ ਲੋੜੀਂਦੇ ਗੁਣਾਂ ਦੀ ਲਿਸਟ ਹੈ। ਕੋਈ ਵੀ ਇਸ ਸਕੋਰਕਾਰਡ ਦਾ ਇਸਤੇਮਾਲ ਕਰ ਆਪਣੇ-ਆਪ ਦਾ ਸਹੀ ਮੁਲਾਂਕਣ ਕਰ ਸਕਦਾ ਹੈ ਅਤੇ ਇਹ ਦੇਖ ਸਕਦਾ ਹੈ ਕਿ ਉਹ ਬਿਜ਼ਨਿਸ ਦੀ ਵੱਖ-ਵੱਖ ਜ਼ਰੂਰਤਾਂ ਅਨੁਸਾਰ ਆਪਣੇ-ਆਪ ਨੂੰ ਕਿੱਥੇ ਖੜ੍ਹਾ ਮਹਿਸੂਸ ਕਰਦਾ ਹੈ। ਤੁਸੀਂ ਟ੍ਰੇਨਿੰਗ ਪ੍ਰੋਗਰਾਮਾਂ ਵਿੱਚ, ਆਪਣੀ ਟੀਮ ਦੇ ਸਾਥੀਆਂ ਦੇ ਮੁਲਾਂਕਣ ਲਈ ਵੀ ਏ.ਡੀ.ਐੱਸ. ਦੀ ਵਰਤੋਂ ਕਰ ਸਕਦੇ ਹੋ। ਤੁਸੀਂ ਏ.ਡੀ.ਐੱਸ. ਦਾ ਇਸਤੇਮਾਲ ਕਰਕੇ ਆਪਣੀ ਟੀਮ ਵਿੱਚ ਟਰਨਿੰਗ ਪੁਆਇੰਟ ਲਿਆ ਸਕਦੇ ਹੋ।

ਇਸ ਸਕੋਰਕਾਰਡ 'ਤੇ ਤੁਸੀਂ ਆਪਣੇ-ਆਪ ਦਾ ਹਰ ਮਹੀਨੇ ਦੀ ਸ਼ੁਰੂਆਤ ਵਿੱਚ ਮੁਲਾਂਕਣ ਕਰੋ ਅਤੇ ਇਸ ਸੂਚੀ ਵਿੱਚੋਂ ਉਸੇ ਮਹੀਨੇ ਲਈ 1 ਤੋਂ 2 ਵਿਕਾਸ ਖੇਤਰਾਂ ਦੀ ਪਛਾਣ ਕਰੋ। ਇਨਾਂ ਸਾਰੇ 15 ਪੈਰਾਮੀਟਰਾਂ 'ਤੇ ਇੱਕ ਤੋਂ ਬਾਅਦ ਇੱਕ ਕਰਕੇ ਆਪਣੇ-ਆਪ ਨੂੰ ਸੁਧਾਰੋ। ਤੁਸੀਂ ਆਪਣੀ ਟੀਮ ਦੇ ਸਾਥੀਆਂ ਨੂੰ ਇਸ ਟੂਲ ਦੀ ਵਰਤੋਂ ਕਰਨ ਲਈ ਉਤਸ਼ਾਹਿਤ ਕਰ ਸਕਦੇ ਹੋ ਅਤੇ ਇਸਦੇ ਸੁਧਾਰ ਹਿੱਤ ਵੀ ਕੰਮ ਕਰ ਸਕਦੇ ਹੋ। ਸਾਡਾ ਉਦੇਸ਼ ਹੋਣਾ ਚਾਹੀਦਾ ਹੈ ਕਿ ਅਸੀਂ 15 ਵਿੱਚੋਂ 15 ਦਾ ਸਕੋਰ ਕਰੀਏ ਅਤੇ ਇਸ ਸਕੋਰਕਾਰਡ ਦੇ ਜ਼ਰੀਏ ਆਪਣੀ ਟੀਮ ਦੇ ਮੈਂਬਰਾਂ ਦਾ ਵੀ ਸਕੋਰ ਸੁਧਾਰੀਏ।

ਐਕਟਿਵ ਡਿਸਟ੍ਰੀਬਿਊਟਰ ਸਕੋਰਕਾਰਡ (ADS)

ਡਿਸਟ੍ਰੀਬਿਊਟਰ ਦਾ ਨਾਂ:		
ਸਵਾਲ		ਸਕੋਰ
1.	ਕੀ ਤੁਸੀਂ ਬਿਜ਼ਨਿਸ ਦੇ ਮੌਕੇ ਦੀ ਪੇਸ਼ਕਾਰੀ ਆਪਣੇ-ਆਪ ਦਿੰਦੇ ਹੋ?	
2.	ਕੀ ਤੁਸੀਂ ਹਰ ਪ੍ਰੋਗਰਾਮ ਵਿੱਚ ਫੌਰਮਲ ਡਰੈਸ ਪਹਿਨਦੇ ਹੋ?	
3.	ਕੀ ਤੁਸੀਂ ਹਰ ਪ੍ਰੋਗਰਾਮ ਤੋਂ ਪਹਿਲੇ/ਜਾਂ ਸਮੇਂ 'ਤੇ ਪੁੱਜਦੇ ਹੋ?	
4.	ਕੀ ਤੁਸੀਂ ਆਪਣੇ ਘਰ/ਦਫ਼ਤਰ ਵਿੱਚ ਆਪਣੀ ਕੰਪਨੀ ਦੇ 100% ਉਤਪਾਦ/ਸੇਵਾਵਾਂ ਦੀ ਵਰਤੋਂ ਕਰ ਰਹੇ ਹੋ?	
5.	ਕੀ ਤੁਸੀਂ ਹਰ ਦਿਨ ਘੱਟ ਤੋਂ ਘੱਟ ਇੱਕ ਨਵੇਂ ਵਿਅਕਤੀ ਨਾਲ ਗੱਲ ਕਰਦੇ ਹੋ? (ਪ੍ਰੌਸਪੈਕਟਿੰਗ)	
6.	ਕੀ ਤੁਸੀਂ ਅਪੋਆਇੰਟਮੈਂਟ ਕਰਨ ਲਈ ਹਰ ਰੋਜ਼ ਘੱਟ ਤੋਂ ਘੱਟ 2 ਮਿੰਟ ਦੀ ਫ਼ੋਨ ਕਾਲ ਕਰਦੇ ਹੋ?	
7.	ਕੀ ਤੁਸੀਂ ਆਪਣੀ ਲਿਸਟ ਵਿੱਚ ਹਰ ਦਿਨ ਇੱਕ ਨਵਾਂ ਨਾਮ ਜੋੜਦੇ ਹੋ?	
8.	ਕੀ ਤੁਸੀਂ ਹਰ ਦਿਨ ਘੱਟ ਤੋ ਘੱਟ ਇੱਕ ਬਿਜ਼ਨਿਸ ਪੇਸ਼ਕਾਰੀ ਦਿੰਦੇ ਹੋ?	
9.	ਕੀ ਤੁਹਾਡੇ ਕੈਲੰਡਰ ਵਿੱਚ ਅਗਲੇ ਇੱਕ ਹਫ਼ਤੇ ਲਈ ਅਪੋਆਇੰਟਮੈਂਟ ਹਨ?	
10.	ਕੀ ਤੁਹਾਡੇ ਕੋਲ ਘਰ ਵਿੱਚ ਪ੍ਰੋਡਕਟ ਡਿਸਪਲੇ ਸ਼ੈਲਫ ਹੈ?	
11.	ਕੀ ਤੁਸੀਂ ਪ੍ਰੋਗਰਾਮ ਵਿੱਚ ਵਧੀਆ ਤਰੀਕਿਆਂ ਨਾਲ ਆਪਣਾ ਬਿਜ਼ਨਿਸ ਅਨੁਭਵ/ਆਪਣੀ ਬੇਸ਼ਕੀਮਤੀ ਕਹਾਣੀ ਪੇਸ਼ ਕਰਦੇ ਹੋ?	
12.	ਕੀ ਤੁਸੀਂ ਸਿਫ਼ਾਰਿਸ਼ ਕੀਤੀਆਂ ਕਿਤਾਬਾਂ ਪੜ੍ਹਦੇ ਹੋ?	
13.	ਕੀ ਤੁਸੀਂ ਹਰ ਹਫ਼ਤੇ ਇੱਕ ਹੋਮ ਮੀਟਿੰਗ ਆਯੋਜਿਤ ਕਰਦੇ ਹੋ?	
14.	ਕੀ ਤੁਸੀਂ ਹਰ ਹਫਤੇ ਆਪਣੀ ਟੀਮ ਦੇ ਨਾਲ ਘੱਟ ਤੋਂ ਘੱਟ ਇੱਕ ਮੁਢਲੀ ਸਿਖਲਾਈ ਵਿੱਚ ਸ਼ਾਮਿਲ ਹੁੰਦੇ ਹੋ?	
15.	ਕੀ ਤੁਸੀਂ ਹਰ ਹਫਤੇ ਘੱਟ ਤੋਂ ਘੱਟ 1 ਹਾਲ ਅਵਸਰ ਪੇਸ਼ਕਾਰੀ ਵਿੱਚ ਹਾਜ਼ਰ ਹੁੰਦੇ ਹੋ?	

ਕੁੱਲ ਸਕੋਰ: **/15**

ਆਪਣੇ-ਆਪ ਨੂੰ ਹਰ ਹਾਂ ਲਈ 1 ਤੇ 0 ਨੰਬਰ ਹਰ ਨਾਂਹ ਲਈ ਦਿਓ

9. ਪ੍ਰੋਗਰਾਮਾਂ ਤੋਂ ਵਧੀਆ ਨਤੀਜੇ ਪ੍ਰਾਪਤ ਕਰਨਾ

ਪ੍ਰੋਗਰਾਮ ਸਾਡੇ ਬਿਜ਼ਨਿਸ ਦੀ ਲਾਈਫ਼ ਲਾਈਨ ਹੈ। ਅਸੀਂ ਆਪਣਾ ਬਿਜ਼ਨਿਸ ਪ੍ਰੋਗਰਾਮ ਦਰ ਪ੍ਰੋਗਰਾਮ ਵਧਾਉਂਦੇ ਹਾਂ। ਪਰ ਅਸੀਂ ਸਿਰਫ਼ ਪ੍ਰੋਗਰਾਮ ਕਰਨ ਲਈ ਪ੍ਰੋਗਰਾਮ ਨਹੀਂ ਕਰਦੇ ਹਾਂ, ਅਸੀਂ ਪ੍ਰੋਗਰਾਮ ਆਪਣਾ ਬਿਜ਼ਨਿਸ ਵਧਾਉਣ ਲਈ ਕਰਦੇ ਹਾਂ। ਉਸ ਪ੍ਰੋਗਰਾਮ ਦਾ ਕੋਈ ਫ਼ਾਇਦਾ ਨਹੀਂ ਜੇ ਉਸ ਨਾਲ ਸਾਡੀ ਇਨਕਮ ਜਾਂ ਰੈਂਕ ਵਿੱਚ ਵਾਧਾ ਨਾ ਹੋਵੇ। ਹੇਠਲੇ ਪ੍ਰੋਗਰਾਮ ਤੋਂ ਵਧੀਆ ਨਤੀਜੇ ਪ੍ਰਾਪਤ ਕਰਨ ਲਈ ਕੁੱਝ ਦਿਸ਼ਾ-ਨਿਰਦੇਸ਼ ਦਿੱਤੇ ਹੋਏ ਹਨ ਜਿਸ ਤੋਂ ਹਰ ਪ੍ਰੋਗਰਾਮ, ਜੋ ਤੁਸੀਂ ਆਯੋਜਿਤ ਕਰਦੇ ਹੋ ਜਾਂ ਉਸ ਵਿੱਚ ਸ਼ਾਮਿਲ ਹੁੰਦੇ ਹੋ, ਤੋਂ ਵਧੀਆ ਨਤੀਜੇ ਪ੍ਰਾਪਤ ਕੀਤੇ ਜਾ ਸਕਦੇ ਹਨ।

ਪ੍ਰੀ-ਇਵੈਂਟ (ਪ੍ਰੋਗਰਾਮ ਤੋਂ ਪਹਿਲੇ)

1. ਪ੍ਰੋਗਰਾਮ ਨੂੰ ਇਸ ਤਰ੍ਹਾਂ ਉਤਸ਼ਾਹਿਤ ਕਰੋ ਜਿਵੇਂ ਕਿ ਤੁਹਾਡੀ ਜਿੰਦਗੀ ਇਸੇ ਪ੍ਰੋਗਰਾਮ 'ਤੇ ਅਧਾਰਿਤ ਹੈ। ਪ੍ਰੋਗਰਾਮ ਪ੍ਰਮੋਸ਼ਨ ਦੀ ਕਲਾ ਸਿੱਖੋ। ਜੇ ਤੁਹਾਡੇ ਕੋਲ ਕੋਈ ਟੂਲ ਜਿਵੇਂ ਵੀਡੀਓ, ਬਰੋਸ਼ਰ ਆਦਿ ਪ੍ਰੋਗਰਾਮ ਨੂੰ ਪ੍ਰਮੋਟ ਕਰਨ ਲਈ ਹਨ, ਤਾਂ ਉਨ੍ਹਾਂ ਦੀ ਵਰਤੋਂ ਕਰੋ। ਇਹ ਯਕੀਨੀ ਕਰਨ ਲਈ ਜੋ ਕੁੱਝ ਕਰ ਸਕਦੇ ਹੋ, ਕਰੋ ਕਿ ਜ਼ਿਆਦਾ ਤੋਂ ਜ਼ਿਆਦਾ ਲੋਕ ਤੁਹਾਡੇ ਪ੍ਰੋਗਰਾਮ ਵਿੱਚ ਸ਼ਾਮਿਲ ਹੋਣ।
2. ਜਦੋਂ ਤੱਕ ਟਿਕਟਾਂ ਨਹੀਂ ਵੇਚੀਆਂ ਜਾਂਦੀਆਂ ਅਤੇ ਭੁਗਤਾਨ ਇਕੱਠਾ ਨਹੀਂ ਕੀਤਾ ਜਾਂਦਾ ਉਦੋਂ ਤੱਕ ਇਵੈਂਟ ਦਾ ਪ੍ਰਮੋਸ਼ਨ ਪੂਰਾ ਨਹੀਂ ਹੁੰਦਾ।
3. ਪ੍ਰੋਗਰਾਮ ਪ੍ਰਮੋਸ਼ਨ ਅਤੇ ਨਿਅਮਿਤ ਵਿੱਕਰੀ ਇਕਸਾਰ ਹੋਣੀ ਚਾਹੀਦੀ ਹੈ। ਨਵੇਂ ਬਿਜ਼ਨਿਸ ਨੂੰ ਨਾ ਰੋਕੋ ਕਿਉਂ ਕਿ ਤੁਸੀਂ ਪ੍ਰੋਗਰਾਮ ਨੂੰ ਪ੍ਰਮੋਟ ਕਰ ਰਹੇ ਹੋ। ਅਸਲ ਵਿੱਚ, ਤੁਸੀਂ ਲੋਕਾਂ ਨੂੰ ਪ੍ਰੋਗਰਾਮ ਪ੍ਰਮੋਸ਼ਨ ਸਮੇਂ ਵਿੱਚ ਵਿੱਕਰੀ ਵਧਾ ਦੇਣੀ ਚਾਹੀਦੀ ਹੈ ਅਤੇ ਪ੍ਰੋਗਰਾਮ ਹੋਣ ਦੇ ਇੱਕ ਹਫਤੇ/ਮਹੀਨੇ ਪਹਿਲਾਂ ਸਭ ਤੋਂ ਜ਼ਿਆਦਾ ਵਿੱਕਰੀ ਹੋਣੀ ਚਾਹੀਦੀ ਹੈ।
4. ਇਹ ਯਕੀਨੀ ਕਰੋ ਕਿ ਸਾਰੇ ਡਿਸਟ੍ਰੀਬਿਊਟਰ ਇਵੈਂਟ ਵਿੱਚ ਸ਼ਾਮਿਲ ਹੋਣ। ਪ੍ਰੋਗਰਾਮ ਤੋਂ ਪਹਿਲਾਂ ਲਿਸਟ ਬਣਾ ਕੇ ਯਕੀਨੀ ਕਰ ਲਓ ਕਿ ਇਸ ਵਿੱਚ ਹਰ ਕਿਸੇ ਨੂੰ ਕਵਰ ਕੀਤਾ ਗਿਆ ਹੈ।
5. ਪੈਸਿਵ ਡਿਸਟ੍ਰੀਬਿਊਟਰਾਂ ਨੂੰ ਸਰਗਰਮ ਕਰਨ ਲਈ ਪ੍ਰੋਗਰਾਮ ਚੰਗੇ ਮੌਕੇ ਹਨ। ਉਨ੍ਹਾਂ ਲੋਕਾਂ ਨੂੰ ਮਿਲ ਕੇ ਸੁਨੇਹੇ ਭੇਜੋ ਜੋ ਪੈਸਿਵ ਹੋ ਚੁੱਕੇ ਹਨ ਅਤੇ ਉਨ੍ਹਾਂ ਨੂੰ ਪ੍ਰੋਗਰਾਮਾਂ ਦੁਆਰਾ ਕਿਰਿਆਸ਼ੀਲ ਬਣਾਉਣ ਦੇ ਯਤਨ ਕਰੋ।
6. ਤੁਹਾਡੇ ਕੋਲ ਆਪਣੀ ਟੀਮ ਦੇ ਸਾਰੇ ਸੰਭਾਵਿਤ ਮਹਿਮਾਨਾਂ ਦੀ ਸੂਚੀ ਵੀ ਹੋਣੀ ਚਾਹੀਦੀ ਹੈ।
7. ਇਵੈਂਟ ਤੋਂ ਪਹਿਲਾਂ ਸਾਰਿਆਂ ਨੂੰ ਯਾਦ-ਪੱਤਰ (Reminder) ਭੇਜੋ।
8. ਯਾਤਰਾ ਲਈ ਲੋੜੀਂਦੇ ਪ੍ਰਬੰਧ ਕਰੋ, ਜਿਵੇਂ ਕਿ ਜਿੱਥੇ ਜ਼ਰੂਰੀ ਹੋਵੇ ਕੈਬ ਜਾਂ ਬਸ ਦੀ ਬੁਕਿੰਗ ਕਰੋ।

9. ਨੈੱਟਵਰਕ ਮਾਰਕੀਟਿੰਗ ਪ੍ਰੋਗਰਾਮ ਅਚੀਵਰਸ ਦੇ ਮਾਨ-ਸਨਮਾਨ ਲਈ ਇੱਕ ਵਧੀਆ ਪਲੇਟਫ਼ਾਰਮ ਹੁੰਦਾ ਹੈ। ਯਕੀਨੀ ਬਣਾਓ ਕਿ ਤੁਸੀਂ ਸਭ ਤੋਂ ਵਧੀਆ ਸੰਭਾਵਿਤ ਰੈਂਕ ਪ੍ਰਾਪਤ ਕਰੋ ਅਤੇ ਸਟੇਜ਼ 'ਤੇ ਇੱਕ ਅਚੀਵਰ ਦੇ ਤੌਰ ਤੇ ਜਾਓ। ਜੇ ਤੁਹਾਡੇ ਕੋਲ ਟੀਮ ਹੈ, ਤਾਂ ਯਕੀਨੀ ਬਣਾਓ ਕਿ ਵੱਧ ਤੋਂ ਵੱਧ ਲੋਕ ਅਚੀਵਰ ਬਣਨ ਅਤੇ ਸਟੇਜ਼ 'ਤੇ ਜਾਣ।
10. ਕਾਫ਼ੀ ਪ੍ਰੋਗਰਾਮਾਂ ਵਿੱਚ ਹਾਲ ਦੀ ਪਹਿਲੀ ਕਤਾਰ ਵਿੱਚ ਸੀਟਾਂ ਥੋੜ੍ਹੇ ਜ਼ਿਆਦਾ ਮੁੱਲ 'ਤੇ ਉਪਲਬਧ ਹੁੰਦੀਆਂ ਹਨ। ਜੇ ਅਜਿਹੇ ਟਿਕਟ ਉਪਲਬਧ ਹੋਣ ਤਾਂ ਉਨਾਂ ਟਿਕਟਾਂ ਨੂੰ ਜ਼ਰੂਰ ਬੁੱਕ ਕਰ ਲਓ। ਇਸ ਨਾਲ ਤੁਹਾਨੂੰ ਫ਼ਾਇਦਾ ਹੋਵੇਗਾ।
11. ਇਸ ਪ੍ਰੋਗਰਾਮ ਦੀ ਮਿਆਦ ਅਤੇ ਸੰਚਾਲਨ ਬਾਰੇ ਸਾਰਿਆਂ ਨੂੰ ਦੱਸੋ। ਜੇ ਉਨ੍ਹਾਂ ਨੂੰ ਭੋਜਨ ਜਾਂ ਪਾਣੀ ਦੀਆਂ ਬੋਤਲਾਂ ਆਦਿ ਨਾਲ ਲੈ ਕੇ ਜਾਣ ਦੀ ਲੋੜ ਹੈ, ਤਾਂ ਉਨ੍ਹਾਂ ਹੀ ਪਹਿਲਾਂ ਹੀ ਸੂਚਨਾ ਦੇ ਦਿਓ।

ਇਵੈਂਟ (ਪ੍ਰੋਗਰਾਮ ਦੇ ਦੌਰਾਨ)

- ✓ ਮੂਹਰਲੀਆਂ ਕਤਾਰਾਂ ਵਿੱਚ ਬੈਠੋ ਅਤੇ ਆਪਣੇ ਮੋਬਾਈਲ ਫ਼ੋਨਾਂ ਨੂੰ ਬੰਦ ਰੱਖੋ।
- ✓ ਹਮੇਸ਼ਾ ਰਸਮੀ/ਫਾੱਰਮਲ ਕੱਪੜੇ ਪਾਓ।
- ✓ ਨਿਰਧਾਰਿਤ ਸਮੇਂ ਤੋਂ ਪਹਿਲਾਂ ਪਹੁੰਚੋ।
- ✓ ਯਕੀਨੀ ਬਣਾਓ ਕਿ ਤੁਹਾਡੀ ਟੀਮ ਵਿੱਚ ਹਰ ਕੋਈ ਸਮੇਂ ਸਿਰ ਪੁੱਜ ਕੇ ਪੂਰੇ ਇਵੈਂਟ ਵਿੱਚ ਸ਼ਾਮਿਲ ਰਹੇ।
- ✓ ਤੁਹਾਨੂੰ ਹਾਲ ਵਿੱਚ ਸਭ ਤੋਂ ਉਤਸ਼ਾਹਿਤ ਵਿਅਕਤੀ ਹੋਣਾ ਚਾਹੀਦਾ ਹੈ। ਤਾੜੀਆਂ ਮਾਰੋ, ਚੀਕੋ ਅਤੇ ਫੋਟੋ ਖਿੱਚੋਂ ਜਿਵੇਂ ਕਿ ਇਹ ਤੁਹਾਡਾ ਪਹਿਲਾ ਪ੍ਰੋਗਰਾਮ ਹੈ।
- ✓ ਜੇ ਕੁੱਝ ਸਹੀ ਨਹੀਂ ਹੈ, ਤਾਂ ਆਪਣੀ ਟੀਮ ਦੇ ਸਾਥੀਆਂ ਸਾਹਮਣੇ ਸ਼ਿਕਾਇਤ ਨਾ ਕਰੋ। ਇਸ ਸਥਿਤੀ ਨੂੰ ਸੰਭਾਲੋ ਅਤੇ ਯਕੀਨੀ ਬਣਾਓ ਕਿ ਕੋਈ ਵੀ ਪ੍ਰੋਗਰਾਮ ਦੇ ਖ਼ਤਮ ਹੋਣ ਤੋਂ ਪਹਿਲਾਂ ਛੱਡ ਕੇ ਨਾ ਜਾਏ।
- ✓ ਆਪਣੇ ਟੀਮ ਦੇ ਸਾਥੀਆਂ ਨੂੰ ਆਪਣੇ ਸੀਨੀਅਰ ਲੀਡਰ ਜਾਂ ਅੱਪਲਾਈਨ ਨਾਲ ਜ਼ਰੂਰ ਮਿਲਾਓ ਅਤੇ ਉਨ੍ਹਾਂ ਲੀਡਰਾਂ ਨਾਲ ਉਨ੍ਹਾਂ ਸਾਰਿਆਂ ਦੀਆਂ ਫੋਟੋਆਂ ਖਿੱਚੋ।
- ✓ ਜੇ ਪ੍ਰੋਗਰਾਮ ਵਿੱਚ ਟੂਲਜ਼ ਵਿੱਕਰੀ ਲਈ ਹਨ, ਤਾਂ ਇਹ ਯਕੀਨੀ ਬਣਾਓ ਕਿ ਤੁਹਾਡੀ ਟੀਮ ਦਾ ਹਰ ਕੋਈ ਵੱਧ ਤੋਂ ਵੱਧ ਟੂਲਜ਼ ਖਰੀਦੇ।

ਪੋਸਟ ਇਵੈਂਟ (ਪ੍ਰੋਗਰਾਮ ਤੋਂ ਬਾਅਦ)

ਇਵੈਂਟ ਦੇ ਪ੍ਰਬੰਧਕਾਂ ਲਈ, ਪ੍ਰੋਗਰਾਮ ਇਵੈਂਟ ਵਾਲੇ ਦਿਨ ਹੀ ਖ਼ਤਮ ਹੋ ਜਾਂਦਾ ਹੈ ਪਰ ਤੁਹਾਡੇ ਅਤੇ ਤੁਹਾਡੀ ਟੀਮ ਲਈ, ਅਸਲ ਕੰਮ ਤਾਂ ਇਵੈਂਟ ਸਮਾਪਤ ਹੋਣ ਤੋਂ ਬਾਅਦ ਸ਼ੁਰੂ ਹੁੰਦਾ ਹੈ। ਹੁਣ ਨਤੀਜੇ ਆਉਣ ਦਾ ਸਮਾਂ ਹੈ। ਪ੍ਰੋਗਰਾਮ ਮੰਜ਼ਿਲ ਨਹੀਂ ਹੈ, ਮੰਜ਼ਿਲ ਤੱਕ ਪੁੱਜਣ ਦਾ ਇੱਕ ਜ਼ਰੀਆ ਹੈ।

- ✓ ਪ੍ਰੋਗਰਾਮ ਦੇ 24 ਘੰਟਿਆਂ ਦੇ ਅੰਦਰ, ਤੁਹਾਡੇ ਕੋਲ ਉਨ੍ਹਾਂ ਸਾਰਿਆਂ ਦੀ ਲਿਸਟ ਹੋਣੀ ਚਾਹੀਦੀ ਹੈ, ਜੋ ਉਸ ਪ੍ਰੋਗਰਾਮ ਵਿੱਚ ਸ਼ਾਮਿਲ ਹੋਏ ਸਨ।

- ✓ ਤੁਹਾਡੀ ਟੀਮ ਦੇ ਕਿਸੇ ਵੀ ਵਿਅਕਤੀ ਨੂੰ ਇੱਕ-ਇੱਕ ਕਰ ਕੇ ਅਗਲੇ ਇੱਕ ਹਫਤੇ ਵਿੱਚ ਉਨ੍ਹਾਂ ਲੋਕਾਂ ਨਾਲ ਮਿਲਣਾ ਚਾਹੀਦਾ ਹੈ ਜੋ ਉਸ ਪ੍ਰੋਗਰਾਮ ਵਿੱਚ ਸ਼ਾਮਿਲ ਹੋਏ ਸਨ ਅਤੇ ਉਨ੍ਹਾਂ ਨਾਲ ਮਿਲ ਕੇ ਕੰਮ ਕਰਨਾ ਚਾਹੀਦਾ ਹੈ। ਇੱਕ ਪ੍ਰੋਗਰਾਮ ਦੋ ਕੰਮ ਕਰਦਾ ਹੈ - ਇਹ ਲੋਕਾਂ ਨੂੰ ਬਿਜ਼ਨਿਸ ਵਿੱਚ ਉਨ੍ਹਾਂ ਦਾ ਵਿਸ਼ਵਾਸ ਬਣਾਉਣ ਲਈ ਉਤਸ਼ਾਹਿਤ ਕਰਦਾ ਹੈ, ਅਤੇ ਇਹ ਬਿਜ਼ਨਿਸ ਨੂੰ ਗੰਭੀਰਤਾ ਨਾਲ ਸ਼ੁਰੂ ਕਰਨ ਦੀ ਮਾਨਸਿਕਤਾ ਬਣਾਉਂਦਾ ਹੈ। ਇਸ ਤੋਂ ਪਹਿਲਾਂ ਕਿ ਇਹ ਪ੍ਰੇਰਨਾ ਫਿੱਕੀ ਪੈ ਜਾਵੇ, ਸਾਨੂੰ ਕੰਮ ਕਰਨਾ ਸ਼ੁਰੂ ਕਰ ਦੇਣਾ ਚਾਹੀਦਾ ਹੈ।
- ✓ ਜੇ ਉੱਥੇ ਨਵੇਂ ਮਹਿਮਾਨ ਆਏ ਸਨ, ਤਾਂ ਅਗਲੇ 2 ਤੋਂ 4 ਦਿਨਾਂ ਦੇ ਅੰਦਰ ਫ਼ਾਲੋ-ਅੱਪ ਪੂਰਾ ਹੋ ਜਾਣਾ ਚਾਹੀਦਾ ਹੈ।
- ✓ ਸਾਰੇ ਡਿਸਟ੍ਰੀਬਿਊਟਰਾਂ, ਜਿਨ੍ਹਾਂ ਨੇ ਇਸ ਇਵੈਂਟ ਵਿੱਚ ਭਾਗ ਲਿਆ ਹੈ, ਉਨ੍ਹਾਂ ਨਾਲ ਸਾਨੂੰ ਇੱਕ ਪਲਾਨਿੰਗ ਮੀਟਿੰਗ ਰੱਖਣੀ ਅਤੇ ਅਗਲੇ ਕੁੱਝ ਹਫਤਿਆਂ ਵਿੱਚ ਉਨ੍ਹਾਂ ਦਾ ਬਿਜ਼ਨਿਸ ਵਧਾਉਣ ਲਈ ਐਕਸ਼ਨ ਪਲਾਨ ਬਣਾਉਣੇ ਚਾਹੀਦੇ ਹਨ। ਸਾਨੂੰ ਹਰ ਕਿਸੇ ਲਈ ਨਵੇਂ ਟੀਚੇ ਤੈਅ ਕਰਨੇ ਚਾਹੀਦੇ ਹਨ ਅਤੇ ਉਨ੍ਹਾਂ ਟੀਚਿਆਂ ਨੂੰ ਧਿਆਨ ਵਿੱਚ ਰੱਖਦਿਆਂ ਐਕਸ਼ਨ ਜਾਂ ਕਾਰਵਾਈਆਂ ਸ਼ੁਰੂ ਕਰ ਦੇਣੀਆਂ ਚਾਹੀਦੀਆਂ ਹਨ।

10.
ਬਿਜ਼ਨਿਸ ਵਧਾਉਣ ਲਈ ਲੋੜੀਂਦੀਆਂ ਕਿਤਾਬਾਂ

ਹੇਠਾਂ ਉਹਨਾਂ ਕਿਤਾਬਾਂ ਦੇ ਨਾਮ ਦਿੱਤੇ ਗਏ ਹਨ ਜੋ ਬਿਜ਼ਨਿਸ ਕਰਨ ਲਈ ਤੁਹਾਡੀ ਸਹੀ ਮਾਨਸਿਕਤਾ ਬਣਾਉਂਦੀਆਂ ਹਨ ਜਿਸ ਨਾਲ ਤੁਸੀਂ ਇੱਕ ਵੱਡਾ ਬਿਜ਼ਨਿਸ ਬਣਾ ਸਕਦੇ ਹੋ। ਇਹ ਸਾਰੀਆਂ ਕਿਤਾਬਾਂ ਵਿਲੱਖਣ ਹਨ ਅਤੇ ਇਨਾਂ ਨੂੰ ਵਾਰ-ਵਾਰ ਪੜ੍ਹੀਆਂ ਵੀ ਜਾ ਸਕਦੀਆਂ ਹਨ।

	ਕਿਤਾਬ	**ਲੇਖਕ**
1.	ਅਵੇਕਨ ਦ ਜਾਇੰਟ ਵਿਥ ਇਨ	ਟਾੱਨੀ ਰਾੱਬਿਨਸ
2.	ਲੋਕ ਵਿਵਹਾਰ	ਡੇਲ ਕਾਰਨੇਗੀ
3.	ਰਿਚ ਡੈਡ ਪੂਅਰ ਡੈਡ	ਰਾੱਬਰਟ ਟੀ, ਕਿਓਸਾਕੀ
4.	ਸੀਕ੍ਰੇਟ ਆੱਫ਼ ਦ ਮਿਲੀਅਨੇਅਰ ਮਾਇੰਡ	ਟੀ. ਹਰਵੇ ਏਕਰ
5.	ਸੋਚੋ ਅਤੇ ਅਮੀਰ ਬਣੋ	ਨੈਪੋਲੀਅਨ ਹਿੱਲ
6.	ਦ 21 ਇਰੇਫਿਊਚੇਬਲ ਲਾਅਜ ਆਫ਼ ਲੀਡਰਸ਼ਿਪ	ਜਾੱਨ ਸੀ. ਮੈਕਸਵੇਲ
7.	21ਵੀ ਸਦੀ ਦਾ ਬਿਜ਼ਨਿਸ	ਰਾੱਬਰਟ ਟੀ. ਕਿਓਸਾਕੀ
8.	ਦ ਗ੍ਰੇਟੇਸਟ ਸੇਲਜ਼ਮੈਨ ਇਨ ਦ ਵਰਲਡ	ਓਗ ਮੈਨਡਿਨੋ
9.	ਦ ਗ੍ਰੇਟਸਟ ਗਾਈਡ	ਰਾੱਬਿਨ ਸ਼ਰਮਾ
10.	ਦ ਮੈਜ਼ਿਕ ਆਫ਼ ਥਿੰਕਿੰਗ ਬਿਗ	ਡੇਵਿੱਡ ਜੇ. ਸ਼ਵਾਰਟਜ਼
11.	ਦ ਸਾਇੰਸ ਆੱਫ਼ ਗੇਟਿੰਗ ਰਿਚ	ਵੈਲੇਸ ਡੀ ਵਾਟਲਜ਼
12.	ਦ ਸੇਵਨ ਹੇਬੀਟਸ ਆੱਫ਼ ਹਾਈਲੀ ਈਫੈਕਟੀਵ ਪੀਪਲ	ਡਾੱ. ਸਟੀਫ਼ਨ ਆਰ. ਕੋਵੇ
13.	ਦ ਸਕਸੈਸ ਪ੍ਰਿੰਸੀਪਲਸ	ਜੈਕ ਕੈਨਫੀਲਡ

11.
ਬਿਜ਼ਨਿਸ ਸ਼ੁਰੂ ਕਰਨ ਤੋਂ ਤੁਰੰਤ ਬਾਅਦ ਕਰਨ ਵਾਲੇ ਕੰਮ

ਬਿਜ਼ਨਿਸ ਸ਼ੁਰੂ ਕਰਨ ਤੋਂ ਤੁਰੰਤ ਬਾਅਦ ਕੀਤੇ ਜਾਣ ਵਾਲੇ 10 ਜ਼ਰੂਰੀ ਕੰਮ:

1. ਇਹ ਯਕੀਨੀ ਬਣਾਓ ਕਿ ਤੁਸੀਂ ਜਿਸ ਵੀ ਉਤਪਾਦਾਂ ਅਤੇ ਸੇਵਾਵਾਂ ਲਈ ਪੈਸੇ ਦਿੱਤੇ ਹਨ, ਉਹ ਤੁਹਾਨੂੰ ਮਿਲ ਗਈਆਂ ਹਨ। ਉਤਪਾਦਾਂ ਜਾਂ ਸੇਵਾਵਾਂ ਦੇ ਇਸਤੇਮਾਲ ਕਰਨ ਤੋਂ ਪਹਿਲਾ ਵੀਡੀਓ ਜਾਂ ਬਰੋਸ਼ਰ ਦੇ ਜ਼ਰੀਏ ਆਪਣੇ ਸਾਰੇ ਉਤਪਾਦਾਂ ਬਾਰੇ ਜਾਣਕਾਰੀ ਪ੍ਰਾਪਤ ਕਰ ਲਓ।
2. ਸਾਰੇ ਟੂਲਜ਼ ਲੈ ਕੇ ਉਹਨਾਂ ਬਾਰੇ ਅਧਿਐਨ ਕਰੋ, ਜਿਵੇਂ ਵੀਡੀਓ, ਮੋਬਾਈਲ ਐਪਸ, ਬਰੋਸ਼ਰ, ਕਿਤਾਬਾਂ ਅਤੇ ਬਿਜ਼ਨਿਸ ਪੇਸ਼ਕਾਰੀਆਂ ਆਦਿ।
3. ਇਹ ਯਕੀਨੀ ਬਣਾਓ ਕਿ ਤੁਹਾਡੀਆਂ ਸਾਰੀਆਂ ਰਜਿਸਟ੍ਰੇਸ਼ਨ ਰਸਮਾਂ ਅਤੇ ਦਸਤਾਵੇਜ਼ੀਕਰਨ ਪੂਰਾ ਹੋ ਜਾਣ ਤੋਂ ਬਾਅਦ ਇਹ ਸਾਰਾ ਤੁਹਾਡੇ ਅਕਾਊਂਟ ਵਿੱਚ ਅੱਪਡੇਟ ਹੋ ਚੁੱਕਿਆ ਹੈ।
4. ਆਪਣੀ ਅੱਪਲਾਈਨਾਂ ਨਾਲ ਮੀਟਿੰਗਾਂ ਕਰਕੇ ਆਪਣੇ ਉਤਪਾਦ, ਇਨਕਮ ਪਲਾਨ, ਇਨਾਮ, ਰੈਂਕ ਸਿਸਟਮ, ਕਿਸੇ ਮੌਜੂਦਾ ਪ੍ਰਤਿਯੋਗਤਾ ਜਾਂ ਪ੍ਰਮੋਸ਼ਨਾਂ ਅਤੇ ਸਭ ਤੋਂ ਮਹੱਤਵਪੂਰਨ ਆਪਣੀ ਟੀਮ ਦੀ ਕਾਰਜ ਪ੍ਰਣਾਲੀ ਨੂੰ ਸਮਝੋ।
5. ਅਗਲੇ 3 ਮਹੀਨਿਆਂ ਵਿੱਚ ਹੋਣ ਵਾਲੇ ਸਾਰੇ ਪ੍ਰੋਗਰਾਮਾਂ ਬਾਰੇ ਜਾਣਕਾਰੀ ਪ੍ਰਾਪਤ ਕਰ ਉਨ੍ਹਾਂ ਵਿੱਚ ਸ਼ਾਮਿਲ ਹੋਵੋ। ਟਿਕਟਾਂ ਤੁਰੰਤ ਖਰੀਦੋ, ਜੇ ਇਹ ਕਿਸੇ ਇਵੈਂਟ ਲਈ ਲੋੜੀਂਦੀਆਂ ਹੋਣ। ਪ੍ਰੋਗਰਾਮਾਂ ਵਿੱਚ ਸ਼ਾਮਿਲ ਹੋਣਾ ਤੁਹਾਡੀ ਸਭ ਤੋਂ ਪਹਿਲੀ ਤਰਜੀਹ ਹੋਣੀ ਚਾਹੀਦੀ ਹੈ।
6. ਪ੍ਰਾਸਪੈਕਟਾਂ ਦੀ ਇੱਕ ਲਿਸਟ ਬਣਾਓ, ਉਨ੍ਹਾਂ ਵਿੱਚੋਂ ਸਹੀ ਲੋਕਾਂ ਦੀ ਚੋਣ ਕਰੋ ਅਤੇ ਆਪਣੇ ਅੱਪਲਾਈਨਾਂ ਦੀ ਸਲਾਹ ਲੈ ਕੇ ਮੀਟਿੰਗ ਵਾਸਤੇ ਪਹਿਲੇ ਬੈਚ ਲਈ ਕੁੱਝ ਲੋਕਾਂ ਨੂੰ ਚੁਣੋ।
7. ਆਪਣੇ ਸੁਫਨਿਆਂ ਨੂੰ ਪਰਿਭਾਸ਼ਿਤ ਕਰੋ। ਆਪਣੇ ਥੋੜ੍ਹੇ ਸਮੇਂ ਦੇ ਅਤੇ ਲੰਮੇ ਸਮੇਂ ਦੇ ਸੁਫਨਿਆਂ ਨੂੰ ਲਿਖ ਲਓ, ਜਿੰਨਾਂ ਨੂੰ ਤੁਸੀਂ ਇਸ ਬਿਜ਼ਨਿਸ ਰਾਹੀਂ ਪੂਰਾ ਕਰਨਾ ਚਾਹੁੰਦੇ ਹੋ।
8. ਆਪਣੀ ਅੱਪਲਾਈਨ ਨਾਲ ਸਲਾਹ ਕਰਕੇ ਆਪਣੇ ਬਿਜ਼ਨਿਸ ਦੇ ਟੀਚੇ ਨਿਰਧਾਰਿਤ ਕਰ ਉਨ੍ਹਾਂ ਦੀ ਪ੍ਰਾਪਤੀ ਲਈ ਇੱਕ ਐਕਸ਼ਨ ਪਲਾਨ ਬਣਾਓ।
9. ਬਿਜ਼ਨਿਸ ਦੇ ਵਿਦਿਆਰਥੀ ਬਣੋ। ਸਾਰੇ ਇਵੈਂਟਾਂ ਵਿੱਚ ਸ਼ਾਮਿਲ ਹੋਣ ਲਈ ਵਚਨਬੱਧ ਰਹਿ ਕੇ ਆਪਣੀ ਅੱਪਲਾਈਨ ਨਾਲ ਨਜ਼ਦੀਕੀ ਸੰਬੰਧ ਬਣਾ ਕੇ ਰੱਖੋ।
10. ਮੇਰੀ ਵੈੱਬਸਾਈਟ 'ਤੇ ਦਿੱਤੀਆਂ ਹੋਈਆਂ ਜਾਂ ਸਿਫ਼ਾਰਿਸ਼ ਕੀਤੀਆਂ ਕਿਤਾਬਾਂ ਦੀ ਸੂਚੀ ਵਿੱਚੋਂ ਕੋਈ ਇੱਕ ਕਿਤਾਬ ਨੂੰ ਪੜ੍ਹਨਾ ਸ਼ੁਰੂ ਕਰੋ।

12. ਬਿਜ਼ਨਿਸ ਦੇ ਪਹਿਲੇ 90 ਦਿਨਾਂ ਲਈ ਐਕਸ਼ਨ ਪਲਾਨ?

ਬਿਜ਼ਨਿਸ ਦੇ ਪਹਿਲੇ 90 ਦਿਨ ਬਹੁਤ ਹੀ ਨਾਜ਼ੁਕ ਹੁੰਦੇ ਹਨ। ਜੋ ਲੋਕ ਇੰਨਾਂ 90 ਦਿਨਾਂ ਵਿੱਚ ਕਿਸੇ ਤਰ੍ਹਾਂ ਬਣੇ ਰਹਿੰਦੇ ਹਨ ਉਨ੍ਹਾਂ ਦੀਆਂ ਇੱਕ ਵੱਡੇ ਬਿਜ਼ਨਿਸ ਕਰਨ ਦੀ ਸੰਭਾਵਨਾ ਵੱਧ ਜਾਂਦੀਆਂ ਹਨ। ਨਿੱਜੀ ਤੌਰ 'ਤੇ ਮੈਂ ਬਿਜ਼ਨਿਸ ਵਿੱਚ ਜਿਨਾਂ ਵੀ ਉੱਚਾਈਆਂ ਨੂੰ ਛੂਹਿਆ ਹੈ, ਉਸਦਾ ਕਾਰਨ ਬਿਜ਼ਨਿਸ ਦੇ ਪਹਿਲੇ 90 ਦਿਨਾਂ ਦੇ ਸਹੀ ਐਕਸ਼ਨ ਪਲਾਨ 'ਤੇ ਕੰਮ ਕਰਨ ਕਰਕੇ ਹੈ। ਇੱਥੋਂ ਤੱਕ ਕਿ ਪਹਿਲੇ 90 ਦਿਨਾਂ ਵਿੱਚ ਸਹੀ ਕੰਮ ਕਰਨ ਦੀ ਬਦੌਲਤ ਹੀ ਮੈਂ ਆਪਣੀ ਨੌਕਰੀ ਤੋਂ ਅਸਤੀਫ਼ਾ ਦੇ ਦਿੱਤਾ ਅਤੇ 93ਵੇਂ ਦਿਨ ਇਸ ਨੂੰ ਫੁੱਲ ਟਾਈਮ ਅਪਣਾ ਲਿਆ। ਮੈਂ ਇੱਕ ਹਾਈ ਪ੍ਰੋਫ਼ਾਈਲ ਨੌਕਰੀ ਵਿੱਚ ਸੀ ਅਤੇ ਮੈਂ ਆਪਣੀ ਕੰਪਨੀ ਦਾ ਟੌਪ ਪਰਫੌਰਮਰ ਸੀ। ਮੈਂ ਆਪਣੇ ਕਰੀਅਰ ਦੇ ਸਿਖਰ 'ਤੇ ਸੀ ਅਤੇ ਇਸ ਬਿਜ਼ਨਿਸ ਵਿੱਚ ਇੰਨੀ ਤੇਜ਼ੀ ਨਾਲ ਸ਼ਿਫਟ ਕਰਨਾ ਅਸਾਨ ਨਹੀਂ ਸੀ। ਮੇਰੀ ਅੱਪਲਾਈਨ ਨਾਲ 90 ਦਿਨ ਦੇ ਐਕਸ਼ਨ ਪਲਾਨ, ਉਸ 'ਤੇ ਇਮਾਨਦਾਰੀ ਅਤੇ ਦੋਸ਼ ਰਹਿਤ ਅਮਲ ਨਾਲ 90 ਦਿਨਾਂ ਤੱਕ ਕੰਮ ਕਰਨ ਕਰਕੇ ਮੇਰਾ ਨੈੱਟਵਰਕ ਮਾਰਕੀਟਿੰਗ ਬਿਜ਼ਨਿਸ ਪਹਿਲੇ 90 ਦਿਨਾਂ ਵਿੱਚ ਹੀ ਸੈਟ ਹੋ ਗਿਆ ਅਤੇ ਫਿਰ ਉਸਨੇ ਮੈਨੂੰ ਹਮੇਸ਼ਾ ਲਈ ਇਸ ਬਿਜ਼ਨਿਸ ਦੇ ਚੋਟੀ ਦੇ ਪ੍ਰਦਰਸ਼ਨ ਕਰਨ ਵਾਲੇ ਲੀਡਰਾਂ ਦੀ ਲੀਗ ਵਿੱਚ ਸ਼ਾਮਿਲ ਕਰ ਦਿੱਤਾ।

ਤੁਹਾਡੇ ਐਕਸ਼ਨ ਪਲਾਨ ਪੂਰੀ ਤਰ੍ਹਾਂ ਇਸ ਬਿਜ਼ਨਿਸ ਵਿੱਚ ਤੁਹਾਡੇ ਟੀਚਿਆਂ 'ਤੇ ਅਧਾਰਿਤ ਹੁੰਦੇ ਹਨ ਕਿਉਂ ਕਿ ਹਰ ਪ੍ਰਾਪਤੀ ਲਈ ਇੱਕ ਵੱਖਰੇ ਪੱਧਰ ਦਾ ਸਮਾਂ ਅਤੇ ਵਚਨਬੱਧਤਾ ਚਾਹੀਦੀ ਹੁੰਦੀ ਹੈ। ਤੁਹਾਨੂੰ ਇਹ ਨਿਰਧਾਰਿਤ ਕਰਨ ਦੀ ਜ਼ਰੂਰਤ ਹੈ ਕਿ ਤੁਹਾਡਾ ਟੀਚਾ ਕੀ ਹੈ ਅਤੇ ਆਪਣੇ ਅੱਪਲਾਈਨ ਨਾਲ ਸਲਾਹ ਕਰਕੇ ਇੱਕ ਐਕਸ਼ਨ ਪਲਾਨ ਬਣਾਓ।

ਬੁਨਿਆਦੀ ਤੌਰ 'ਤੇ, ਹਰ ਇੱਕ ਲਈ ਪਹਿਲੇ 90 ਦਿਨਾਂ ਵਿੱਚ ਤਿੰਨ ਹੀ ਟੀਚੇ ਹੁੰਦੇ ਹਨ: ਸਿੱਖਿਆ, ਨਿਰੰਤਰਤਾ ਅਤੇ ਪ੍ਰਾਪਤੀਆਂ।

1. ਸਿੱਖਿਆ ਅਤੇ ਸਮਝ:

ਇਨਾਂ 90 ਦਿਨਾਂ ਵਿੱਚ ਸਾਰੇ ਪ੍ਰੋਗਰਾਮਾਂ ਅਤੇ ਮੀਟਿੰਗਾਂ ਵਿੱਚ ਸ਼ਾਮਿਲ ਹੋਵੋ। ਇਸ ਨੂੰ ਆਪਣੀ ਪ੍ਰਮੁੱਖ ਤਰਜੀਹ ਬਣਾਓ ਅਤੇ ਲੋੜ ਪੈਣ 'ਤੇ ਯਾਤਰਾ ਕਰਨ ਲਈ ਵਚਨਬੱਧ ਰਹੋ। ਸਿਫ਼ਾਰਿਸ਼ ਕੀਤੀਆਂ ਕਿਤਾਬਾਂ ਪੜ੍ਹੋ, ਆਡੀਓ ਅਤੇ ਵੀਡੀਓ ਪ੍ਰੋਗਰਾਮਾਂ ਨੂੰ ਦੇਖੋ। ਵੱਖ-ਵੱਖ ਲੀਡਰਾਂ ਨਾਲ ਮਿਲ ਕੇ ਦੇਖੋ ਕਿ ਉਹ ਕੀ ਕਹਿੰਦੇ ਅਤੇ ਕੀ ਕਰਦੇ ਹਨ। ਅਸਲ ਸਿੱਖਿਆ ਲਾਗੂ ਕਰਨ ਨਾਲ ਮਿਲਦੀ ਹੈ। ਵੱਧ ਤੋਂ ਵੱਧ ਪੇਸ਼ਕਾਰੀਆਂ ਕਰੋ। ਹਰ ਮੀਟਿੰਗ ਤੋਂ ਇੱਕ ਸਿੱਖਣ ਦਾ ਅਨੁਭਵ ਹੁੰਦਾ ਹੈ - ਭਾਵੇਂ ਉਹ ਵਿਅਕਤੀ ਤੁਹਾਡੇ ਨਾਲ ਕੰਮ ਸ਼ੁਰੂ ਕਰਦਾ ਹੈ ਜਾਂ ਨਹੀਂ, ਇਸਦੀ ਪਰਵਾਹ ਕੀਤੇ ਬਿਨਾਂ ਲਗਾਤਾਰ ਬਿਜ਼ਨਿਸ ਪਲਾਨ ਦਿਖਾਉਂਦੇ ਰਹੋ। ਬਿਜ਼ਨਿਸ ਦੇ ਸ਼ੁਰੂਆਤੀ ਦੌਰ ਵਿੱਚ, ਜਿੰਨਾ ਹੋ ਸਕੇ, ਉਹਨੇ ਲੋਕਾਂ ਨਾਲ ਬਿਜ਼ਨਿਸ ਬਾਰੇ ਗੱਲਬਾਤ ਕਰੋ ਅਤੇ ਵੱਧ ਤੋਂ ਵੱਧ ਪਲਾਨ ਦਿਖਾਓ ਤਾਂ ਕਿ ਉਸਦਾ ਚੰਗਾ ਅਭਿਆਸ ਹੋ ਸਕੇ।

2. ਕਦੇ ਵੀ ਹਾਰ ਨ ਮੰਨੋ (Don't Quit) : ਕੁੱਝ ਵੀ ਹੋ ਜਾਏ, ਪਹਿਲੇ 90 ਦਿਨ ਕਿਸੇ ਵੀ ਤਰ੍ਹਾਂ ਟਿਕੇ ਰਹਿਣ ਲਈ ਵਚਨਬੱਧ ਹੋ ਜਾਓ। ਬਿਜ਼ਨਿਸ ਦੇ ਵਿਦਿਆਰਥੀ ਬਣੋ ਅਤੇ ਪਹਿਲੇ 90 ਦਿਨਾਂ ਵਿੱਚ ਮਜ਼ਬੂਤ ਬਣੇ ਰਹੋ। ਘੱਟ ਤੋਂ ਘੱਟ 30 ਲੋਕਾਂ ਨੂੰ ਬਿਜ਼ਨਿਸ ਮੌਕੇ ਪੇਸ਼ਕਾਰੀਆਂ ਜਾਂ ਉਤਪਾਦ ਪੇਸ਼ਕਾਰੀਆਂ ਦਿਖਾਓ। ਇੰਨਾਂ 30 ਮੀਟਿੰਗਾਂ ਦੇ ਪੂਰਾ ਹੋਣ ਤੋਂ ਪਹਿਲਾਂ ਕਿਸੇ ਵੀ ਪ੍ਰਕਾਰ ਦੇ ਨਤੀਜਿਆ ਬਾਰੇ ਵਿਸ਼ਲੇਸ਼ਣ ਨਾ ਕਰੋ। ਜਿੱਥੇ ਲੋੜ ਹੋਵੇ, ਉੱਥੇ ਆਪਣੀ ਅੱਪਲਾਈਨ ਦੀ ਮਦਦ ਲਓ। ਪ੍ਰੋਗਰਾਮ ਵਿੱਚ ਸ਼ਾਮਿਲ ਹੋਵੋ, ਨਿਅਮਿਤ ਤੌਰ 'ਤੇ ਅੱਪਲਾਈਨਾਂ ਨੂੰ ਮਿਲੋ, ਕਿਤਾਬਾਂ ਪੜ੍ਹੋ ਅਤੇ ਕਦੇ ਵੀ ਹਾਰ ਨਾ ਮੰਨੋ ਅਤੇ ਨਾ ਹੀ ਛੱਡੋ।

3. ਪ੍ਰਾਪਤੀਆਂ: ਇੱਕ ਵੱਡੇ ਬਿਜ਼ਨਿਸ ਦੇ ਵਿਕਾਸ ਲਈ ਸ਼ੁਰੂਆਤੀ ਪ੍ਰਾਪਤੀਆਂ ਬਹੁਤ ਹੀ ਮਹੱਤਵਪੂਰਨ ਹੁੰਦੀਆਂ ਹਨ। ਆਪਣੀ ਅੱਪਲਾਈਨ ਨਾਲ ਮਿਲ ਕੇ ਆਪਣੇ ਟੀਚੇ ਨਿਰਧਾਰਿਤ ਕਰ ਉਨ੍ਹਾਂ ਨੂੰ ਪਾਉਣ ਲਈ ਸਖ਼ਤ ਮਿਹਨਤ ਕਰੋ। ਜੇ ਕੋਈ ਪ੍ਰਤਿਯੋਗਤਾ ਚੱਲ ਰਹੀ ਹੈ, ਤਾਂ ਉਸ ਨੂੰ ਅਚੀਵ ਕਰਨ ਲਈ ਪਲਾਨ ਕਰੋ। ਇਸ ਬਿਜ਼ਨਿਸ ਨੂੰ ਸਫਲਤਾਪੂਰਵਕ ਚਲਾਉਣ ਲਈ ਸ਼ੁਰੂਆਤੀ ਪ੍ਰਾਪਤੀ ਤੁਹਾਡੇ ਵਿਸ਼ਵਾਸ ਨੂੰ ਮਜ਼ਬੂਤ ਕਰੇਗੀ। ਨਾਲ ਹੀ, ਤੁਹਾਡੀ ਟੀਮ ਦੇ ਸਾਥੀ ਤੁਹਾਡੇ ਵਿਕਾਸ ਨੂੰ ਦੇਖ ਰਹੇ ਹੋਣਗੇ। ਜੇ ਉਨ੍ਹਾਂ ਨੂੰ ਤੁਹਾਡੀ ਆਮਦਨ ਅਤੇ ਹੋਰ ਪ੍ਰਾਪਤੀਆਂ ਸਹੀ ਦਿਖੀਆਂ, ਤਾਂ ਉਹ ਵੀ ਬਿਜ਼ਨਿਸ ਨੂੰ ਗੰਭੀਰਤਾ ਨਾਲ ਬਣਾਉਣਾ ਸ਼ੁਰੂ ਕਰ ਦੇਣਗੇ। ਤੁਹਾਡੀਆਂ ਪ੍ਰਾਪਤੀਆਂ ਨੂੰ ਦੇਖ ਕੇ ਤੁਹਾਡੇ ਬਹੁਤ ਸਾਰੇ ਪ੍ਰਾਸਪੈਕਟ ਤੁਹਾਡੇ ਨਾਲ ਬਿਜ਼ਨਿਸ ਕਰਨ ਦਾ ਨਿਰਣਾ ਲੈਣਗੇ। ਜੇ ਤੁਹਾਡੀ ਕੋਈ ਸ਼ੁਰੂਆਤੀ ਪ੍ਰਾਪਤੀਆਂ ਹਨ, ਤਾਂ ਤੁਹਾਡਾ ਸੇਲਜ਼ ਕਨਵਰਜ਼ਨ ਹੋਰ ਬਿਹਤਰ ਹੋ ਜਾਵੇਗਾ।

ਜ਼ਿਆਦਾਤਰ ਨੈੱਟਵਰਕ ਮਾਰਕੀਟਿੰਗ ਇਨਕਮ ਪਲਾਨ ਅਤੇ ਰਿਵਾੱਰਡ ਇਸ ਗੱਲ ਨੂੰ ਧਿਆਨ ਵਿੱਚ ਰੱਖਦੇ ਹੋਏ ਤਿਆਰ ਕੀਤੇ ਜਾਂਦੇ ਹਨ ਕਿ ਬਿਜ਼ਨਿਸ ਵਿੱਚ ਜ਼ਿਆਦਾਤਰ ਲੋਕ ਪਾਰਟ-ਟਾਈਮਰ ਹਨ। ਇਸ ਲਈ, ਸਹੀ ਯੋਜਨਾਬੰਦੀ ਅਤੇ ਅਨੁਸ਼ਾਸਿਤ ਹਫਤਾਵਾਰੀ ਕਾਰਵਾਈਆਂ ਨਾਲ ਚੰਗੀ ਪ੍ਰਾਪਤੀਆਂ ਹੋਣੀਆਂ ਸੰਭਵ ਹਨ। ਨੈੱਟਵਰਕ ਮਾਰਕੀਟਿੰਗ ਵਿੱਚ ਪ੍ਰਾਪਤੀਆਂ ਟੀਮ-ਵਰਕ ਦਾ ਹੀ ਨਤੀਜਾ ਹੁੰਦੀਆਂ ਹਨ। ਜੇ ਪਹਿਲੇ ਕੁੱਝ ਹਫ਼ਤਿਆਂ ਅੰਦਰ ਸਹੀ ਢਾਂਚੇ ਵਿੱਚ ਕੁੱਝ ਸਹੀ ਲੋਕ ਹੋ ਸਕਦੇ ਹਨ, ਤਾਂ ਕੋਈ ਵੀ ਪ੍ਰਾਪਤੀ ਹੋਣੀ ਸੰਭਵ ਹੈ।

ਹਾਲਾਂਕਿ ਸਿੱਖਿਆ ਅਤੇ ਸਮਝ ਤੁਹਾਡੀ ਸਭ ਤੋਂ ਉੱਚੀ ਤਰਜੀਹ ਹੋਣੀ ਚਾਹੀਦੀ ਹੈ, ਪਰ ਤੁਸੀਂ ਆਪਣੇ ਟੀਚਿਆਂ ਦੇ ਆਧਾਰ 'ਤੇ ਆਪਣੇ ਪਹਿਲੇ 90 ਦਿਨਾਂ ਦੀਆਂ ਪ੍ਰਾਪਤੀਆਂ ਦੇ ਪੱਧਰ ਨੂੰ ਤੈਅ ਕਰ ਸਕਦੇ ਹੋ। ਵੱਡੇ ਟੀਚਿਆਂ ਲਈ ਵੱਡੀ ਵਚਨਬੱਧਤਾ ਅਤੇ ਵਧੇਰੇ ਕੰਮ ਦੇ ਘੰਟਿਆਂ ਦੀ ਲੋੜ ਹੋਵੇਗੀ।

ਇਸ ਲਈ ਹਮੇਸ਼ਾ ਵਚਨਬੱਧ ਰਹੋ, ਸਿਸਟਮ ਦੀ ਪਾਲਣਾ ਕਰੋ, ਆਪਣਾ 100% ਦਿਓ ਅਤੇ ਕਦੇ ਵੀ ਕੰਮ ਨੂੰ ਵਿਚਕਾਰੋ ਨਾ ਛੱਡੋ।

ਮੇਰਾ ਮਿਸ਼ਨ ਸਾਰੇ ਨੈੱਟਵਰਕ ਮਾਰਕੀਟਰਾਂ ਨੂੰ ਬਿਹਤਰ ਨਤੀਜੇ ਪ੍ਰਾਪਤ ਕਰਨ ਅਤੇ ਉਨ੍ਹਾਂ ਦੇ ਸਾਰੇ ਸੁਫਨਿਆਂ ਨੂੰ ਪੂਰਾ ਕਰਨ ਲਈ ਸ਼ਕਤੀ ਪ੍ਰਦਾਨ ਕਰਨਾ ਹੈ। ਇਸ ਖੋਜ ਵਿੱਚ, ਅਸੀਂ ਆਪਣੇ ਟੂਲਜ਼ ਨੂੰ ਅਪਗ੍ਰੇਡ ਕਰਦੇ ਅਤੇ ਨਵੇਂ ਟੂਲ ਬਣਾਉਂਦੇ ਰਹਿੰਦੇ ਹਾਂ। ਤੁਸੀਂ ਉਨ੍ਹਾਂ ਨੂੰ ਮੇਰੀ ਵੈੱਬਸਾਈਟ www.deepakbajaj.biz ਤੋਂ ਸਿੱਖ ਅਤੇ ਡਾਊਨ ਲੋਡ ਕਰ ਸਕਦੇ ਹੋ।

ਨੈੱਟਵਰਕ ਮਾਰਕੀਟਿੰਗ ਵਿੱਚ ਵੱਡੀ ਸਫਲਤਾ ਲਈ ਸੋਸ਼ਲ ਮੀਡੀਆ ਪਲਾਨਿੰਗ ਗਾਈਡ

1. ਹਮੇਸ਼ਾ ਯਾਦ ਰੱਖੋ ਕਿ ਵੈਲਯੂ ਜੋੜਨ ਦਾ ਸੱਚਾ ਇਰਾਦਾ ਸੋਸ਼ਲ ਮੀਡੀਆ ਵਿੱਚ ਸਫਲਤਾ ਲਈ ਮਹੱਤਵਪੂਰਨ ਹੈ। ਸਭ ਤੋਂ ਉੱਤਮ ਗੁਣਵੱਤਾ ਵਾਲੀ ਸਮੱਗਰੀ ਪਾਓ ਜੋ ਤੁਹਾਡੇ ਦਰਸ਼ਕਾਂ ਨੂੰ ਫ਼ਾਇਦਾ ਪਹੁੰਚਾਉਂਦੀ ਹੈ।
2. ਇਸ ਵਿੱਚ ਸਮਾਂ ਲੱਗਦਾ ਹੈ। ਲੰਮੇ ਸਮੇਂ ਦੇ ਨਜ਼ਰੀਏ ਨਾਲ ਕਰੋ ਅਤੇ ਹਰ ਰੋਜ਼ ਉਪਯੋਗੀ ਸਮੱਗਰੀ ਜੋੜਦੇ ਰਹੋ।
3. ਹਰ ਅੱਧੇ ਘੰਟੇ ਬਆਦ ਲਾਈਕਾਂ ਜਾਂ ਟਿੱਪਣੀਆਂ ਦੀ ਜਾਂਚ ਕਰਦੇ ਨਾ ਰਹੋ। ਚੰਗੀ ਸਮੱਗਰੀ ਪੋਸਟ ਕਰਦੇ ਰਹੋ ਅਤੇ ਆਪਣਾ ਕੰਮ ਨਿਅਮਿਤ ਕਰਦੇ ਰਹੋ।
4. ਇਕਸਾਰ ਰਹੋ। ਰੋਜ਼ ਇੱਕ ਜਾਂ ਦੋ ਪੋਸਟਾਂ ਪਾਉਣੀਆ ਚੰਗੀਆਂ ਹਨ।
5. ਹਰ 10 ਪੋਸਟਾਂ ਵਿੱਚੋਂ ਘੱਟ ਤੋਂ ਘੱਟ 2 ਤੋਂ 3 ਵੀਡੀਓ ਰੱਖੋ। ਵੀਡੀਓ ਇੰਨਾਂ ਦਿਨਾਂ ਵਿੱਚ ਬਿਹਤਰ ਕੰਮ ਕਰ ਰਹੇ ਹਨ।
6. ਉਤਪਾਦਾਂ ਦੀ ਵਿੱਕਰੀ ਲਈ ਸਿੱਧੇ ਤੌਰ ’ਤੇ ਪੋਸਟਾਂ ਪਾਉਣਾ ਜਾਂ ਲੋਕਾਂ ਨੂੰ ਤੁਹਾਡੇ ਨਾਲ ਜੁੜਨ ਲਈ ਕਹਿਣ ਤੋਂ ਬਚੋ। ਰਿਸ਼ਤੇ ਅਤੇ ਭਰੋਸੇਯੋਗਤਾ ਬਣਾਉਣ ’ਤੇ ਧਿਆਨ ਕੇਂਦਰਿਤ ਕਰੋ।
7. ਇਸ ਨੂੰ ਮਨੋਰੰਜਕ ਬਣਾਈ ਰੱਖੋ। ਆਪਣੀਆਂ ਪੋਸਟਾਂ ਵਿੱਚ ਵਿਭਿੰਨਤਾ ਅਤੇ ਮਸਾਲਾ ਸ਼ਾਮਿਲ ਕਰੋ।
8. ਪ੍ਰਯੋਗ ਕਰੋ। ਨਵੀਆਂ ਚੀਜ਼ਾਂ ਨੂੰ ਅਜ਼ਮਾਓ ਅਤੇ ਫਿਰ ਦੇਖੋ ਕੀ ਕੰਮ ਕਰਦਾ ਹੈ।
9. ਖ਼ੁਦ ਨੂੰ ਅਸਲ ਰੂਪ ਵਿੱਚ ਪੇਸ਼ ਕਰੋ। ਹਰ ਕੋਈ ਵਿਲੱਖਣ ਹੈ ਅਤੇ ਇਹੀ ਸੁੰਦਰਤਾ ਹੈ। ਆਪਣੇ ਆਦਰਸ਼ਾਂ ਅਤੇ ਪ੍ਰਭਾਵਕਾਂ ਤੋਂ ਸਿੱਖੋ ਪਰ ਆਪਣੀ ਅਸਲ ਸ਼ੈਲੀ ਰੱਖੋ। ਲੋਕ ਤੁਹਾਡੇ ਸੱਚੇ ਸਰੂਪ ਨਾਲ ਹੋਰ ਵਧ ਜੁੜਨਗੇ।
10. ਹੇਠਾਂ ਦਿੱਤੀਆਂ ਗਾਈਡ ਲਾਈਨਾਂ ਅਨੁਸਾਰ ਆਪਣੀਆਂ ਪੋਸਟਾਂ ਵਿੱਚ 4:3:2:1 ਦਾ ਅਨੁਪਾਤ ਰੱਖੋ:-

ਤੁਹਾਡੇ ਜੀਵਨ/ ਜੀਵਨਸ਼ੈਲੀਆਂ ਦੀਆਂ ਘਟਨਾਵਾਂ	ਵੈਲਯੂ ਜੋੜਨ ਵਾਲੀ ਸਮੱਗਰੀ	ਬਿਜ਼ਨਿਸ ਇਵੈਂਟਸ	ਉਤਪਾਦ ਗਵਾਹੀਆਂ/ ਬਿਜ਼ਨਿਸ ਸਫਲਤਾ ਦੀਆ ਕਹਾਣੀਆਂ
4	3	2	1

ਭਾਗ - IX

ਅਕਸਰ
ਪੁੱਛੇ ਜਾਣ ਵਾਲੇ
ਪ੍ਰਸ਼ਨਾਂ (FAQs) ਦੇ ਜਵਾਬ

ਅਕਸਰ ਪੁੱਛੇ ਜਾਣ ਵਾਲੇ ਸਵਾਲਾਂ (FAQs) ਦੇ ਜਵਾਬ

ਇਸ ਭਾਗ ਦਾ ਉਦੇਸ਼ ਕੁੱਝ ਬੁਨਿਆਦੀ ਸਵਾਲਾਂ ਦੇ ਜਵਾਬ ਦੇਣਾ ਹੈ ਜੋ ਬਹੁਤ ਸਾਰੇ ਡਿਸਟ੍ਰੀਬਿਊਟਰਾਂ ਦੇ ਦਿਮਾਗ਼ ਵਿੱਚ ਆਉਂਦੇ ਰਹਿੰਦੇ ਹਨ। ਸਵਾਲਾਂ 'ਤੇ ਇਤਰਾਜ਼ਾਂ ਨਾਲ ਨਜਿੱਠਣ ਲਈ ਇੱਕ ਬਹੁਤ ਹੀ ਲਾਹੇਵੰਦ ਅਤੇ ਪ੍ਰਭਾਵਸ਼ਾਲੀ ਗਾਈਡ ਵੀ ਇਸ ਕਿਤਾਬ ਦੇ 'ਸਫਲਤਾ ਦੀ ਪ੍ਰਕਿਰਿਆ' ਭਾਗ ਵਿੱਚ 'ਫ਼ਾਲੋ ਥਰੂ ਅਤੇ ਸੇਲਜ਼ ਕਲੋਜ਼ਿੰਗ' ਵਿੱਚ ਦਿੱਤੀ ਗਈ ਹੈ। ਇੱਥੇ ਇਸ ਭਾਗ ਵਿੱਚ ਕੁੱਝ ਖ਼ਾਸ ਸਵਾਲਾਂ ਦੇ ਜਵਾਬ ਦਿੱਤੇ ਗਏ ਹਨ ਜੋ ਸਧਾਰਨ ਅਤੇ ਸੁਭਾਵਿਕ ਹਨ, ਪਰ ਉਨ੍ਹਾਂ ਦੇ ਸਹੀ ਜਵਾਬ ਨਾ ਮਿਲ ਪਾਉਣ ਦੀ ਵਜ੍ਹਾ ਨਾਲ ਜਾਂ ਤਾਂ ਲੋਕ ਬਿਜ਼ਨਿਸ ਛੱਡ ਦਿੰਦੇ ਹਨ ਜਾਂ ਫਿਰ ਉਹ ਬਿਜ਼ਨਿਸ ਅੱਧੇ-ਅਧੂਰੇ ਮਨ ਨਾਲ ਕਿਸੇ ਉਤਸ਼ਾਹਜਨਕ ਨਤੀਜੇ ਦੇ ਬਿਨਾਂ ਐਵੇਂ ਹੀ ਕਰਦੇ ਰਹਿੰਦੇ ਹਨ। ਹੇਠਾਂ ਦਿੱਤੇ ਗਏ ਜਵਾਬ ਪੂਰੀ ਤਰ੍ਹਾਂ ਮੇਰੇ ਵਿਸ਼ਵਾਸਾਂ ਅਤੇ ਬਿਜ਼ਨਿਸ ਵਿੱਚ ਮੇਰੇ ਕਈ ਸਾਲਾਂ ਦੇ ਤਜ਼ਰੁਬਿਆਂ 'ਤੇ ਅਧਾਰਿਤ ਹਨ। ਤੁਸੀਂ ਆਪਣੇ ਖ਼ੁਦ ਦੇ ਜਵਾਬ ਦੇ ਸਕਦੇ ਹੋ ਜੋ ਤੁਹਾਨੂੰ ਉਸ ਵਿਅਕਤੀ ਅਤੇ ਹਾਲਾਤਾਂ ਲਈ ਢੁੱਕਵੇਂ ਲੱਗਦੇ ਹੋਣ।

ਸਵਾਲ: ਇਸ ਬਿਜ਼ਨਿਸ ਲਈ ਆਪਣੇ ਸਾਥੀਆਂ ਨੂੰ ਸਕਾਰਾਤਮਕ ਅਤੇ ਸਰਗਰਮ ਕਿਵੇਂ ਬਣਾਇਆ ਜਾਵੇ?

ਪ੍ਰੋਗਰਾਮ ਹੀ ਇੱਕੋ-ਇੱਕ ਤਰੀਕਾ ਹੈ, ਜਿਸ ਨਾਲ ਲੋਕਾਂ ਨੂੰ ਬਿਜ਼ਨਿਸ ਵਿੱਚ ਸਕਾਰਾਤਮਕ ਅਤੇ ਸਰਗਰਮ ਬਣਾਇਆ ਜਾ ਸਕਦਾ ਹੈ। ਇਸ ਬਿਜ਼ਨਿਸ ਨੂੰ ਸ਼ੁਰੂ ਕਰਨਾ ਸੌਖਾ ਹੈ, ਪਰ ਇਸ ਵਿੱਚ ਬਣੇ ਰਹਿਣਾ ਬਹੁਤ ਮੁਸ਼ਕਿਲ ਹੈ। ਇਸ ਲਈ, ਵਿਸ਼ਵਾਸ ਦੀ ਜ਼ਰੂਰਤ ਹੈ ਅਤੇ ਲੋਕਾਂ ਨੂੰ ਇਹ ਸਮਝਾਉਣਾ ਬਹੁਤ ਜ਼ਰੂਰੀ ਹੈ ਕਿ ਇਹ ਬਿਜ਼ਨਿਸ ਉਨ੍ਹਾਂ ਦੀ ਜ਼ਿੰਦਗੀ ਵਿੱਚ ਕੀ ਕਰ ਸਕਦਾ ਹੈ। ਇਹ ਅਹਿਸਾਸ ਪ੍ਰੋਗਰਾਮਾਂ ਰਾਹੀਂ ਆ ਸਕਦਾ ਹੈ। ਦਰਅਸਲ, ਸਭ ਤੋਂ ਵਧੀਆ ਲੀਡਰ ਨੂੰ ਆਪਣਾ ਸਭ ਤੋਂ ਉੱਤਮ ਪੇਸ਼ ਕਰਨ ਲਈ ਇੱਕ ਪ੍ਰੋਗਰਾਮ ਦੀ ਲੋੜ ਹੁੰਦੀ ਹੈ। ਜੇ ਤੁਹਾਡੇ ਲੋਕ ਲਗਾਤਾਰ ਪ੍ਰੋਗਰਾਮਾਂ ਵਿੱਚ ਸ਼ਾਮਿਲ ਹੋ ਰਹੇ ਹਨ, ਤਾਂ ਉਹ ਬਿਜ਼ਨਿਸ ਵਿੱਚ ਵੀ ਬਣੇ ਰਹਿ ਕੇ ਹੌਲੀ-ਹੌਲੀ ਬਿਜ਼ਨਿਸ ਅੰਦਰ ਪਰਫ਼ੋਰਮ ਕਰਨ ਵੀ ਲੱਗ ਜਾਣਗੇ। ਪੰਜ ਦੀ ਸ਼ਕਤੀ ਨੂੰ ਯਾਦ ਰੱਖੋ-ਇਸ ਬਿਜ਼ਨਿਸ 'ਤੇ ਭਰੋਸਾ ਕਰਨ ਅਤੇ ਇਸ 'ਤੇ ਕੰਮ ਕਰਨਾ ਸ਼ੁਰੂ ਕਰਨ ਲਈ ਲੋਕਾਂ ਨੂੰ ਆਮ ਤੌਰ 'ਤੇ ਪੰਜ ਪ੍ਰੋਗਰਾਮਾਂ ਦੀ ਲੋੜ ਹੁੰਦੀ ਹੈ। ਇਸ ਲਈ, ਯਕੀਨੀ ਬਣਾਓ ਕਿ ਤੁਹਾਡੇ ਸਾਰੇ ਲੋਕ ਵਾਰ-ਵਾਰ ਇੰਨਾਂ ਪ੍ਰੋਗਰਾਮਾਂ ਵਿੱਚ ਸ਼ਾਮਿਲ ਹੋਣ।

ਸਵਾਲ: ਜਦੋਂ ਬਿਜ਼ਨਿਸ ਅਸਲ ਵਿੱਚ ਹੌਲੀ ਚੱਲ ਰਿਹਾ ਹੋਵੇ, ਉਦੋਂ ਕੀ ਕਰੀਏ?

ਵੱਧ ਤੋਂ ਵੱਧ ਬਿਜ਼ਨਿਸ ਪੇਸ਼ਕਾਰੀਆਂ ਦਿਖਾਓ। ਆਪਣੇ ਨਿੱਜੀ ਕੰਮਾਂ ਦੇ ਨਾਲੋ-ਨਾਲ ਟੀਮ ਵਿੱਚ ਵੀ ਸਰਗਰਮੀਆਂ ਦੇ ਪੱਧਰ ਨੂੰ ਵਧਾਓ। ਗਤੀ ਭਾਵਨਾਵਾਂ ਨੂੰ ਵਧਾਉਂਦੀ ਹੈ ਅਤੇ ਭਾਵਨਾਵਾਂ ਤੋਂ ਰਫ਼ਤਾਰ ਮਿਲਦੀ ਹੈ। ਸਭ ਤੋਂ ਅੱਗੇ ਆ ਕੇ ਸਭ ਤੋਂ ਜ਼ਿਆਦਾ ਬਿਜ਼ਨਿਸ ਪੇਸ਼ਕਾਰੀਆਂ ਦਿਖਾਓ ਅਤੇ ਨਿੱਜੀ ਤੌਰ ਤੇ ਸਭ ਤੋਂ ਜ਼ਿਆਦਾ ਅਚੀਵਰਸ ਬਣਾਓ। ਕੁੱਝ ਹੀ ਹਫ਼ਤਿਆਂ ਅੰਦਰ, ਤੁਹਾਡੀ ਟੀਮ ਤੁਹਾਨੂੰ ਦੇਖ ਕੇ ਅੱਗੇ ਵਧੇਗੀ ਅਤੇ ਬਿਜ਼ਨਿਸ ਫਿਰ ਤੋਂ ਵਧਣਾ ਸ਼ੁਰੂ ਹੋ ਜਾਵੇਗਾ। ਤੁਹਾਡੇ ਬਿਜ਼ਨਿਸ ਨਾਲ ਸੰਬੰਧਿਤ ਕਿਸੇ

ਵੀ ਸਮੱਸਿਆ ਲਈ ਗਤੀਵਿਧੀਆਂ ਵਧਾ ਕੇ ਕੰਮ ਕਰਨਾ ਹੀ ਇਕੱਲਾ ਵਿਕਲਪ ਹੈ।

ਸਵਾਲ: ਕਸਟਮਰਾਂ ਅਤੇ ਡਿਸਟ੍ਰੀਬਿਊਟਰਾਂ ਵਿਚਕਾਰ ਸੰਤੁਲਨ ਕਿਵੇਂ ਬਣਾਇਆ ਜਾਵੇ?

ਸਾਡੇ ਬਿਜ਼ਨਿਸ ਲਈ ਦੋਵੇਂ ਹੀ ਜ਼ਰੂਰੀ ਹਨ। ਸਾਡੀ ਟੀਮ ਵਿੱਚ ਕਸਟਮਰ ਅਤੇ ਡਿਸਟ੍ਰੀਬਿਊਟਰ ਦੋਨਾਂ ਦੀ ਲੋੜ ਹੁੰਦੀ ਹੈ। ਮੈਂ ਤੁਹਾਨੂੰ ਸਲਾਹ ਦਿਆਂਗਾ ਕਿ ਤੁਸੀਂ ਆਪਣਾ 70-80% ਸਮਾਂ ਡਿਸਟ੍ਰੀਬਿਊਟਰ ਬਣਾਉਣ ਅਤੇ 20 ਤੋਂ 30% ਸਮਾਂ ਕਸਟਮਰ ਬਣਾਉਣ ਵਿੱਚ ਲਗਾਓ। ਕਸਟਮਰਾਂ ਨੂੰ ਸਰਵਿਸ ਦੇਣ ਵਿੱਚ ਬਹੁਤ ਸਮਾਂ ਲੱਗਦਾ ਹੈ ਜਿਸ ਨਾਲ ਉਨ੍ਹਾਂ ਦੇ ਬਿਜ਼ਨਿਸ ਵਿੱਚ ਤੁਰੰਤ ਕੋਈ ਵਾਧਾ ਨਹੀਂ ਹੁੰਦਾ, ਪਰ ਡਿਸਟ੍ਰੀਬਿਊਟਰ ਬਹੁਤ ਛੇਤੀ ਵੱਧਦੇ ਅਤੇ ਉਹ ਵੱਡੀ ਮਾਤਰਾ ਵਿੱਚ ਬਿਜ਼ਨਿਸ ਲੈ ਕੇ ਆਉਂਦੇ ਹਨ। ਅਸੀਂ ਇੱਕ ਵੱਡੇ ਡਿਸਟ੍ਰੀਬਿਊਟਰ ਦੇ ਆਧਾਰ ਨਾਲ ਇੱਕ ਵੱਡਾ ਰੈਂਕ ਅਤੇ ਆਮਦਨ ਪ੍ਰਾਪਤ ਕਰ ਸਕਦੇ ਹਾਂ। ਪਰ ਕਸਟਮਰ ਆਧਾਰ ਨਾਲ ਬਿਜ਼ਨਿਸ ਵਿੱਚ ਸਥਿਰਤਾ ਆਉਂਦੀ ਹੈ ਅਤੇ ਤੁਹਾਡੇ ਕਸਟਮਰ ਹੀ ਹੌਲੀ-ਹੌਲੀ ਤੁਹਾਡੇ ਚੰਗੇ ਡਿਸਟ੍ਰੀਬਿਊਟਰ ਬਣ ਜਾਂਦੇ ਹਨ। ਇਸ ਲਈ, ਕਸਟਮਰਾਂ ਦੀ ਚੰਗੀ ਮਾਤਰਾ ਨੂੰ ਕਾਇਮ ਰੱਖਦੇ ਹੋਏ ਹਮੇਸ਼ਾ ਚੰਗੇ ਡਿਸਟ੍ਰੀਬਿਊਟਰਾਂ 'ਤੇ ਨਜ਼ਰ ਰੱਖੋ।

ਸਵਾਲ: ਬਿਜ਼ਨਿਸ ਵਿੱਚ ਫੁੱਲ-ਟਾਈਮਰ ਕਦੋਂ ਆਉਣੇ ਚਾਹੀਦੇ ਹਨ?

ਜਦੋਂ ਤੁਹਾਨੂੰ ਇਹ ਅਹਿਸਾਸ ਹੋ ਗਿਆ ਹੈ ਕਿ ਇਹ ਬਿਜ਼ਨਿਸ ਜ਼ਿੰਦਗੀ ਜਿਉਣ ਦਾ ਇੱਕ ਬਿਹਤਰ ਤਰੀਕਾ ਹੈ ਅਤੇ ਤੁਸੀਂ ਆਪਣੇ ਸੁਫਨਿਆਂ ਨੂੰ ਪੂਰਾ ਕਰ ਸਕਦੇ ਹੋ, ਉਦੋਂ, ਤੁਹਾਨੂੰ ਇਹ ਬਿਜ਼ਨਿਸ ਇੱਕ ਫੁੱਲ-ਟਾਈਮਰ ਦੇ ਤੌਰ 'ਤੇ ਜਲਦੀ ਤੋਂ ਜਲਦੀ ਸ਼ੁਰੂ ਕਰ ਦੇਣਾ ਚਾਹੀਦਾ ਹੈ। ਅਸਲ ਵਿੱਚ, ਜੋ ਜੀਵਨਸ਼ੈਲੀ ਅਤੇ ਬਿਹਤਰੀਨ ਜ਼ਿੰਦਗੀ ਇਹ ਤੁਹਾਨੂੰ 3 ਤੋਂ 6 ਸਾਲਾਂ ਵਿੱਚ ਦੇ ਸਕਦਾ ਹੈ, ਉਹ ਤੁਸੀਂ 30 ਸਾਲ ਦੇ ਇੱਕ ਸਧਾਰਨ ਨੌਕਰੀ ਜਾਂ ਪੇਸ਼ੇ ਵਿੱਚ ਕੰਮ ਕਰਨ ਤੋਂ ਬਾਅਦ ਵੀ ਬਹੁਤ ਮੁਸ਼ਕਿਲ ਨਾਲ ਪਾ ਸਕਦੇ ਹੋ। ਪਰ ਇੱਕ ਫੁੱਲ-ਟਾਈਮਰ ਜਾਂ ਪਾਰਟ-ਟਾਈਮਰ ਤੋਂ ਕਿਤੇ ਜ਼ਿਆਦਾ ਮਹੱਤਵਪੂਰਨ ਇਹ ਹੈ ਕਿ ਤੁਸੀਂ ਇਹ ਬਿਜ਼ਨਿਸ ਸਹੀ ਢੰਗ ਨਾਲ ਕਰੋ। ਮੈਂ ਅਜਿਹੇ ਕਈ ਲੋਕਾਂ ਨੂੰ ਜਾਣਦਾ ਹਾਂ ਜੋ ਇੱਕ ਪਾਰਟ-ਟਾਈਮਰ ਹੋਣ ਦੇ ਬਾਵਜੂਦ ਵੀ ਕਈ ਫੁੱਲ-ਟਾਈਮਰਾਂ ਨਾਲੋਂ ਜ਼ਿਆਦਾ ਕਮਾ ਰਹੇ ਹਨ।

ਸਭ ਤੋਂ ਪਹਿਲਾਂ ਤਾਂ ਇਹ ਜ਼ਰੂਰੀ ਹੈ ਕਿ ਤੁਸੀਂ ਸਿਸਟਮ ਦੀ 100% ਪਾਲਨਾ ਕਰੋ। ਮੈਂ ਇਹ ਵਾਰ-ਵਾਰ ਦੇਖਿਆ ਹੈ ਕਿ ਜੇ ਕੋਈ ਬਤੌਰ ਪਾਰਟ ਟਾਈਮਰ ਆਪਣਾ ਬਿਜ਼ਨਿਸ ਸਹੀ ਤਰੀਕੇ ਨਾਲ ਨਹੀਂ ਕਰ ਪਾ ਰਿਹਾ, ਤਾਂ ਉਹ ਬਤੌਰ ਫੁੱਲ ਟਾਈਮਰ ਵੀ ਬਿਜ਼ਨਿਸ ਸਹੀ ਢੰਗ ਨਾਲ ਨਹੀਂ ਕਰ ਸਕਦਾ। ਆਪਣੀ ਨੌਕਰੀ/ਪੇਸ਼ੇ ਨੂੰ ਜਾਰੀ ਰੱਖਦਿਆਂ ਇੱਕ ਵਧੀਆ ਬਿਜ਼ਨਿਸ ਬਣਾਓ ਅਤੇ ਜਦੋਂ ਤੁਸੀਂ ਚੰਗੀ ਆਮਦਨ ਪਾਉਣ ਲੱਗੋ ਤਾਂ ਤੁਹਾਡਾ ਸੰਗਠਨ ਵੀ ਸਹੀ ਹੋਵੇ। ਫਿਰ ਆਪਣੀ ਅੱਪਲਾਈਨ ਕੋਲੋਂ ਸਲਾਹ ਲੈ ਕੇ ਫੁੱਲ ਟਾਈਮਰ ਬਣੋ। ਜੋ ਤੁਸੀਂ ਕਰ ਰਹੇ ਹੋ, ਜੇ ਤੁਹਾਨੂੰ ਉਹ ਪਸੰਦ ਹੈ ਤਾਂ ਇਸ ਬਿਜ਼ਨਿਸ ਨੂੰ ਸਫਲਤਾ ਪੂਰਵਕ ਤਿਆਰ ਕਰਕੇ ਉਸ ਦੇ ਨਾਲ-ਨਾਲ ਕਰਦੇ ਰਹੋ।

ਸਾਰੇ ਇਵੈਂਟਾਂ ਅਤੇ ਟ੍ਰੇਨਿੰਗਾਂ ਵਿੱਚ ਸ਼ਾਮਿਲ ਹੋਵੋ। ਬਿਜ਼ਨਿਸ ਦੇ ਬੁਨਿਆਦੀ ਸਿਧਾਂਤਾਂ ਵਿੱਚ ਮੁਹਾਰਤ ਹਾਸਲ ਕਰੋ। ਇਸ ਬਿਜ਼ਨਿਸ ਨੂੰ ਪਾਰਟ-ਟਾਈਮ ਬਣਾਉਣ ਸਮੇਂ, ਹਰ ਦਿਨ ਬਿਜ਼ਨਿਸ ਪਲਾਨ ਦੀਆਂ ਪੇਸ਼ਕਾਰੀਆਂ ਕਰੋ, ਅਤੇ ਸਹੀ ਢਾਂਚੇ ਵਿੱਚ ਸਰਗਰਮ ਅਤੇ ਵਚਨਬੱਧ ਲੀਡਰਾਂ ਦੀ ਮਜ਼ਬੂਤ ਟੀਮ ਬਣਾਓ। ਇਹ ਵੀ ਯਕੀਨੀ

ਬਣਾਓ ਕਿ ਤੁਹਾਡੇ ਕੋਲ ਸਹਿਕਰਮੀ ਦੇ ਤੌਰ 'ਤੇ ਇੱਕ ਚੰਗਾ ਅੱਪਲਾਈਨ ਹੋਵੇ। ਤੁਹਾਡੇ ਕੋਲ ਪਹਿਲਾਂ ਤੋਂ ਕਾਮਯਾਬੀ ਨਾਲ ਚੱਲਦਾ ਹੋਇਆ ਟ੍ਰੇਨਿੰਗ ਐਂਡ ਡਵੈਲਪਮੈਂਟ ਤੇ ਅਧਾਰਿਤ ਦੀ ਇੱਕ ਵਧੀਆ ਸਿਸਟਮ ਵਾਲੀ ਟੀਮ ਹੋਵੇ। ਤੁਸੀਂ ਉਨ੍ਹਾਂ ਚਾਰ ਮਾਪਦੰਡਾਂ ਦੇ ਅਨੁਸਾਰ ਸਹੀ ਕੰਪਨੀ ਦੀ ਚੋਣ ਕੀਤੀ ਹੋਵੇ ਜਿਨ੍ਹਾਂ ਬਾਰੇ ਅਸੀਂ ਟੂਲਜ਼ ਸੈਕਸ਼ਨ ਵਿੱਚ ਚਰਚਾ ਕਰ ਚੁੱਕੇ ਹਾਂ। ਹੁਣ ਜੇ ਤੁਸੀਂ 100% ਕੰਮ ਕਰਨ ਲਈ ਵਚਨਬੱਧ ਹੋ ਚੁੱਕੇ ਹੋ। ਅਗਲੇ 12 ਤੋਂ 24 ਮਹੀਨਿਆਂ ਲਈ ਤੁਹਾਡੇ ਬੈਂਕ ਖ਼ਾਤੇ ਵਿੱਚ ਆਪਣੇ ਘਰ ਖ਼ਰਚ ਅਤੇ ਹੋਰ ਖ਼ਰਚਿਆਂ ਲਈ ਪੈਸੇ ਹੋਣੇ ਚਾਹੀਦੇ ਹਨ। ਤਾਂ ਹੀ ਤੁਸੀਂ ਤੁਰੰਤ ਆਪਣੇ ਬਿਜ਼ਨਿਸ ਨੂੰ ਫੁੱਲ-ਟਾਈਮ ਬਣਾਉਣ ਦਾ ਨਿਰਣਾ ਕਰ ਸਕਦੇ ਹੋ।

ਸਵਾਲ: ਬਿਜ਼ਨਿਸ ਲਈ ਸਹੀ ਢਾਂਚਾ ਕਿਹੜਾ ਹੋਣਾ ਚਾਹੀਦਾ ਹੈ?

ਹਰ ਕੰਪਨੀ ਦਾ ਆਪਣਾ ਇੱਕ ਵੱਖਰਾ ਬਿਜ਼ਨਿਸ ਮਾਡਲ ਹੁੰਦਾ ਹੈ। ਸਾਡਾ ਉਦੇਸ਼ ਇਹ ਹੁੰਦਾ ਹੈ ਕਿ ਅਸੀਂ ਆਪਣੀ ਆਮਦਨ ਅਤੇ ਆਪਣੇ ਇਨਾਮਾਂ ਨੂੰ ਅੱਜ ਅਤੇ ਆਪਣੇ ਆਉਣ ਵਾਲੇ ਕੱਲ੍ਹ ਲਈ ਕਿਵੇਂ ਵਧਾਈਏ। ਇਸ ਲਈ, ਸਹੀ ਢਾਂਚਾ ਉਹ ਹੈ ਜੋ ਤੁਹਾਨੂੰ ਤੁਹਾਡੀ ਕੰਪਨੀ ਦੀ ਇਨਕਮ ਪਲਾਨ ਦੇ ਅਨੁਸਾਰ ਵੱਧ ਤੋਂ ਵੱਧ ਆਮਦਨ ਦਿੰਦਾ ਹੈ। ਇਸ ਲਈ, ਆਪਣੀ ਕੰਪਨੀ ਦੇ ਇਨਕਮ ਮਾਡਲ ਨੂੰ ਸਮਝੋ ਅਤੇ ਫਿਰ ਲੋੜੀਂਦਾ ਢਾਂਚਾ ਬਣਾਓ।

ਬੁਨਿਆਦੀ ਤੌਰ 'ਤੇ, ਢਾਂਚੇ ਦੇ ਦੋ ਪ੍ਰਮੁੱਖ ਤੱਤ ਹੁੰਦੇ ਹਨ ਜਿਨ੍ਹਾਂ ਦਾ ਤੁਹਾਨੂੰ ਪ੍ਰਬੰਧਨ ਕਰਨ ਦੀ ਲੋੜ ਹੈ- **ਡੂੰਘਾਈ ਅਤੇ ਚੌੜਾਈ**। ਜਦੋਂ ਕਿ ਡੂੰਘਾਈ ਤੁਹਾਨੂੰ ਸਥਿਰਤਾ ਅਤੇ ਫੈਲਾਵ ਦਿੰਦੀ ਹੈ, ਫੈਲਾਵ ਤੁਹਾਨੂੰ ਬਹੁਤ ਫ਼ਾਇਦੇ ਅਤੇ ਸੁਰੱਖਿਆ ਦਿੰਦੇ ਹਨ। ਬਿਜ਼ਨਿਸ ਦੇ ਵਿਕਾਸ ਲਈ ਦੋਵੇਂ ਮਹੱਤਵਪੂਰਨ ਹਨ। ਹਮੇਸ਼ਾ ਹਰ ਕੰਪਨੀ ਵਿੱਚ, ਇਨਾਮ ਉੱਨੇ ਹੀ ਉੱਚੇ ਹੁੰਦੇ ਜਾਂਦੇ ਹਨ।

ਇਸ ਲਈ, ਇਸ ਕਿਤਾਬ ਵਿੱਚ ਡੂੰਘੀ ਨੀਂਹ ਦੇ ਸਿਧਾਂਤਾਂ ਨਾਲ ਆਪਣੀ ਡੂੰਘਾਈ ਨੂੰ ਬਣਾ ਕੇ ਰੱਖੋ। ਆਪਣੀ ਮੌਜੂਦਾ ਟੀਮ ਦੀ ਡੂੰਘਾਈ ਨੂੰ ਪ੍ਰੋਗ੍ਰਾਮਾਂ ਦੇ ਨਾਲ ਵਧਾਉਂਦੇ ਜਾਓ ਅਤੇ ਨਾਲ ਹੀ ਕਦੇ-ਕਦੇ ਪਰਸਨਲ ਸੇਲਜ਼ ਦੇ ਕੇ ਗਰੁੱਪ ਵਿੱਚ ਗਤੀ ਬਣਾਏ ਰੱਖੋ।

ਹੌਲੀ-ਹੌਲੀ ਨਿਅਮਿਤ ਪਰਸਨਲ ਸਪੌਂਸਰਿੰਗ ਨਾਲ ਆਪਣੇ ਫੈਲਾਵੇ ਨੂੰ ਵਧਾਉਂਦੇ ਰਹੋ। ਲਗਾਤਾਰ ਅਤੇ ਸਹੀ ਢੰਗ ਨਾਲ ਕੀਤਾ ਗਿਆ, ਇਹ ਸੁਮੇਲ ਤੁਹਾਨੂੰ ਇੱਕ ਮਜ਼ਬੂਤ, ਸਥਿਰ ਅਤੇ ਬਹੁਤ ਫ਼ਾਇਦੇ ਦੇਣ ਵਾਲਾ ਬਿਜ਼ਨਿਸ ਬਣਾਉਣ ਲਈ ਸ਼ਕਤੀ ਪ੍ਰਦਾਨ ਕਰੇਗਾ।

ਸਵਾਲ: ਇਸ ਬਿਜ਼ਨਿਸ ਲਈ ਆਪਣੇ ਪਰਿਵਾਰ ਨੂੰ ਕਿਵੇਂ ਸਕਾਰਾਤਮਕ ਬਣਾਇਆ ਜਾਵੇ?

ਸਭ ਤੋਂ ਪਹਿਲਾਂ, ਤੁਸੀਂ ਉਨ੍ਹਾਂ ਨੂੰ ਸਕਾਰਾਤਮਕ ਬਣਾਉਣ ਦੀ ਕੋਸ਼ਿਸ਼ ਕਰਨਾ ਛੱਡ ਦਿਓ। ਉਨ੍ਹਾਂ ਨੂੰ ਵਾਰ-ਵਾਰ ਇਹ ਕਹਿਣਾ ਕਿ ਸਕਾਰਾਤਮਕ ਬਣੋ ਜਾਂ ਉਨ੍ਹਾਂ ਅੰਦਰ ਸਕਾਰਾਤਮਕਤਾ ਦੀ ਘਾਟ ਬਾਰੇ ਚਿੰਤਾ ਕਰਨਾ ਛੱਡ ਦਿਓ। ਇਸ ਬਿਜ਼ਨਿਸ ਜਾਂ ਕਿਸੇ ਹੋਰ ਬਿਜ਼ਨਿਸ ਦੇ ਬਾਰੇ ਉਨ੍ਹਾਂ ਨੂੰ ਸਕਾਰਾਤਮਕ ਬਣਾਉਣ ਦੇ ਦੋ ਤਰੀਕੇ ਹਨ: ਸਮਝ ਅਤੇ ਪ੍ਰਾਪਤੀ। ਸਮਝ ਪ੍ਰੋਗਰਾਮ ਵਿੱਚ ਸ਼ਾਮਿਲ ਹੋ ਕੇ ਹੀ ਆ ਸਕਦੀ ਹੈ। ਪ੍ਰੋਗਰਾਮ ਨਾਲ ਭਰੋਸਾ ਵਿਕਸਤ ਹੁੰਦਾ ਹੈ ਅਤੇ ਜਦੋਂ ਕਿਸੇ ਦੇ ਅੰਦਰ ਭਰੋਸਾ ਹੁੰਦਾ ਹੈ, ਤਾਂ ਉਹ ਇਸ ਬਿਜ਼ਨਿਸ ਲਈ ਜ਼ਰੂਰ ਸਕਾਰਾਤਮਕ ਹੋ ਜਾਂਦਾ ਹੈ।

ਦੂਜਾ, ਉਨ੍ਹਾਂ ਦੀ ਸਕਾਰਾਤਮਕਤਾ ਦੀ ਘਾਟ 'ਤੇ ਧਿਆਨ ਦੇਣ ਦੀ ਬਜਾਇ, ਉਨ੍ਹਾਂ ਦੀ ਪ੍ਰਾਪਤੀਆ 'ਤੇ ਧਿਆਨ ਕੇਂਦਰਿਤ ਕਰੋ। ਇੱਕ ਚੰਗੀ ਆਮਦਨ ਅਤੇ ਇੱਕ ਚੰਗੀ ਰੈਂਕ ਪਾਉਣ ਲਈ ਸਖ਼ਤ ਮਿਹਨਤ ਕਰੋ। ਜਦੋਂ ਘਰ ਵਿੱਚ ਪੈਸਾ ਆਉਂਦਾ ਹੈ, ਪਰਿਵਾਰ ਨੂੰ ਕਿਸੀ ਵੱਡੇ ਸਟੇਜ਼ 'ਤੇ ਪਹਿਚਾਣ ਮਿਲਦੀ ਹੈ ਤਾਂ ਫਿਰ ਸਕਾਰਾਤਮਕਤਾ ਆਪਣੇ-ਆਪ ਹੀ ਆਉਣ ਲੱਗ ਜਾਂਦੀ ਹੈ। ਸਕਾਰਾਤਮਕਤਾ ਪ੍ਰਭਾਵ ਹੈ; ਬਿਜ਼ਨਿਸ ਤੋਂ ਸਮਝ ਅਤੇ ਪ੍ਰਾਪਤੀ ਦੀ ਘਾਟ ਇਸਦਾ ਬੁਨਿਆਦੀ ਕਾਰਨ ਹੈ। ਤੁਸੀਂ ਇਸਦੇ ਕਾਰਨਾਂ 'ਤੇ ਕੰਮ ਕਰੋ, ਉਸਦੇ ਪ੍ਰਭਾਵ ਆਪਣੇ-ਆਪ ਚੰਗੇ ਹੋਣ ਲੱਗ ਜਾਣਗੇ।

ਸਵਾਲ: ਮੈਂ ਇਹ ਬਿਜ਼ਨਿਸ ਨਹੀਂ ਕਰ ਸਕਦਾ ਕਿਉਂ ਕਿ ਮੈਨੂੰ ਲੱਗਦਾ ਹੈ ਕਿ ਇਸ ਬਿਜ਼ਨਿਸ ਨੂੰ ਬਣਾਉਣਾ ਬਹੁਤ ਔਖਾ ਹੈ।

ਕੁੱਝ ਵੀ ਮੁਸ਼ਕਿਲ ਨਹੀਂ ਹੈ। ਤੁਸੀਂ ਜੋ ਕੁੱਝ ਵੀ ਕਰਨ ਲਈ ਵਚਨਬੱਧ ਹੋ ਅਤੇ ਉਸ ਨੂੰ ਸਿੱਖਣ ਲਈ ਤਿਆਰ ਹੋ, ਉਹ ਤੁਹਾਡੇ ਲਈ ਸੌਖਾ ਹੈ। ਅਜਿਹਾ ਨਹੀਂ ਹੈ ਕਿ ਬਿਜ਼ਨਿਸ ਔਖਾ ਹੈ, ਪਰ ਇਸ ਨੂੰ ਕਿਵੇਂ ਕਰਨਾ ਹੈ, ਕਮੀ ਹੈ ਇਸ ਨੂੰ ਸਿੱਖਣ ਦੀ ਇੱਛਾ ਵਿੱਚ। ਅੱਜ ਸਾਨੂੰ ਜੋ ਸੌਖਾ ਲੱਗ ਰਿਹਾ ਹੈ ਅਤੇ ਜੋ ਅਸੀਂ ਬਿਨਾਂ ਸੋਚੇ ਅਸਾਨੀ ਨਾਲ ਕਰ ਸਕਦੇ ਹਾਂ, ਉਹ ਵੀ ਪਹਿਲਾਂ ਕਦੇ ਔਖਾ ਰਿਹਾ ਹੋਵੇਗਾ। ਜਦੋਂ ਅਸੀਂ ਸ਼ੁਰੂ ਕੀਤਾ ਸੀ, ਉਦੋਂ ਇੱਕ ਸਾਈਕਲ ਚਲਾਉਣਾ ਜਾਂ ਕਾਰ ਚਲਾਉਣਾ ਸਾਡੇ ਲਈ ਬਹੁਤ ਔਖਾ ਰਿਹਾ ਹੋਵੇਗਾ, ਪਰ ਸਿੱਖਣ ਦੇ ਸਾਡੇ ਇਰਾਦੇ ਨੇ ਸਾਨੂੰ ਇਸ ਵਿੱਚ ਮਾਸਟਰ ਬਣਾ ਦਿੱਤਾ। ਜੇ ਮੇਰੇ ਫ਼ੋਨ ਵਿੱਚ ਕੋਈ ਸਮੱਸਿਆ ਹੈ, ਤਾਂ ਮੈਂ ਉਸ ਨੂੰ ਕਸਟਮਰ ਕੇਅਰ ਵਿੱਚ ਲੈ ਜਾਵਾਂਗਾ, ਜਿੱਥੇ ਉਹ ਕੁੱਝ ਮਿੰਟਾਂ ਅੰਦਰ ਇਸ ਸਮੱਸਿਆ ਨੂੰ ਦੂਰ ਕਰ ਦੇਣਗੇ। ਇੱਥੇ, ਮੇਰੇ ਲਈ ਫ਼ੋਨ ਦੀ ਸਮੱਸਿਆ ਦੂਰ ਕਰਨਾ ਔਖਾ ਸੀ, ਪਰ ਫ਼ੋਨ ਐਕਸਪਰਟ ਲਈ ਸੌਖਾ। ਮੈਂ ਆਪਣੇ ਬਿਜ਼ਨਿਸ ਲਈ 100 ਲੋਕਾਂ ਨਾਲ ਬੜੇ ਆਰਾਮ ਅਤੇ ਖ਼ੁਸ਼ੀ ਨਾਲ ਗੱਲਬਾਤ ਕਰ ਸਕਦਾ ਹਾਂ, ਪਰ ਮੈਂ ਆਪਣੀ ਰਸੋਈ/ਏਸੀ/ਕਾਰ ਜਾਂ ਹੋਰ ਚੀਜਾਂ ਦੀਆਂ ਮੁਸ਼ਕਿਲਾਂ ਨੂੰ ਦੂਰ ਕਰਨ ਤੋਂ ਡਰਦਾ ਹਾਂ। ਜੋ ਵੀ ਕਿਸੇ ਕੰਮ ਨੂੰ ਸਫਲਤਾਪੂਰਵਕ ਕਰ ਰਹੇ ਹਨ, ਉਹ ਉਸ ਨੂੰ ਸਿਰਫ਼ ਇਸ ਲਈ ਚੰਗੀ ਤਰ੍ਹਾਂ ਕਰਨ ਦੇ ਯੋਗ ਹਨ ਕਿਉਂ ਕਿ ਉਨ੍ਹਾਂ ਨੇ ਇਸ ਨੂੰ ਸਿੱਖਿਆ ਹੈ। ਇਸ ਲਈ, ਜੇ ਤੁਸੀਂ ਇਸ ਬਿਜ਼ਨਿਸ ਨੂੰ ਸਿੱਖਣ ਲਈ ਸਮਾਂ ਅਤੇ ਵਚਨਬੱਧਤਾ ਲਗਾਉਣ ਲਈ ਤਿਆਰ ਹੋ, ਤਾਂ ਤੁਸੀਂ ਯਕੀਨੀ ਤੌਰ 'ਤੇ ਕੁੱਝ ਦਿਨਾਂ ਜਾਂ ਹਫ਼ਤਿਆਂ ਦੇ ਅੰਦਰ ਇਸ ਦੇ ਮਾਸਟਰ ਬਣ ਜਾਓਗੇ।

ਸਵਾਲ: ਅਜਿਹੇ ਬਿਜ਼ਨਿਸ ਨਹੀਂ ਚੱਲਦੇ। ਮੈਂ ਇਸ ਕੰਪਨੀ ਤੇ ਕਿਵੇਂ ਭਰੋਸਾ ਕਰਾਂ?

ਇਸ ਕਿਤਾਬ ਦੇ ਇੱਕ ਪਾਠ 'ਆਪਣੇ ਲਈ ਬਿਹਤਰੀਨ ਨੈੱਟਵਰਕ ਮਾਰਕੀਟਿੰਗ ਕੰਪਨੀ ਕਿਵੇਂ ਚੁਣੀਏ' ਨੂੰ ਪੜ੍ਹੋ। ਇਸ ਦੇ ਨਾਲ, ਮੈਂ ਤੁਹਾਨੂੰ ਸਲਾਹ ਦਿਆਂਗਾ ਕਿ ਕੁੱਝ ਇਵੈਂਟਾਂ ਵਿੱਚ ਸ਼ਾਮਿਲ ਹੋਵੋ। ਇਵੈਂਟਾਂ ਵਿੱਚ ਸ਼ਮੂਲੀਅਤ ਨਾਲ ਤੁਹਾਡਾ ਬਿਜ਼ਨਿਸ ਵਿੱਚ ਭਰੋਸਾ ਵਧੇਗਾ।

ਸਵਾਲ: ਇਸ ਪੇਸ਼ੇ ਵਿੱਚ ਕੋਈ ਇੱਜ਼ਤ ਨਹੀਂ ਹੈ।

ਤੁਸੀਂ ਮੈਨੂੰ ਅਜਿਹਾ ਕੋਈ ਵੀ ਪੇਸ਼ਾ ਦਿਖਾਓ ਜਿੱਥੇ ਸਨਮਾਨ ਦੀ ਗਾਰੰਟੀ ਹੋਵੇ। ਕਿਰਪਾ ਕਰਕੇ ਇਹ ਹਮੇਸ਼ਾ ਯਾਦ ਰੱਖੋ ਕਿ ਕੋਈ ਵੀ ਪੇਸ਼ਾ ਤੁਹਾਨੂੰ ਕਦੇ ਵੀ ਇਨਕਮ ਅਤੇ ਇੱਜ਼ਤ ਦੀ ਗਾਰੰਟੀ ਨਹੀਂ ਦਿੰਦਾ, ਇਹ ਤੁਹਾਡੇ 'ਤੇ ਨਿਰਭਰ ਕਰਦਾ ਹੈ ਕਿ ਤੁਸੀਂ ਇਸ ਪੇਸ਼ੇ ਤੋਂ ਪੈਸਾ ਅਤੇ ਇੱਜ਼ਤ ਕਿਵੇਂ ਕਮਾ ਸਕਦੇ ਹੋ। ਹਰ ਜਗ੍ਹਾ 'ਤੇ ਚੰਗੇ

ਡਾੱਕਟਰ ਵੀ ਹੁੰਦੇ ਹਨ ਅਤੇ ਮਾੜੇ ਵੀ, ਜੋ ਗ਼ਲਤ ਕੰਮਾਂ ਵਿੱਚ ਜੁੜ੍ਹੇ ਹੁੰਦੇ ਹਨ, ਉਂਵ ਹੀ ਚੰਗੇ ਟੀਚਰ ਅਤੇ ਮਾੜੇ ਟੀਚਰ ਦੋਵੇਂ ਹੀ ਹੁੰਦੇ ਹਨ, ਚੰਗੇ ਅਤੇ ਮਾੜੇ ਅਕਾਊਂਟੈਂਟ, ਚੰਗੇ ਅਤੇ ਮਾੜੇ ਬੀਮਾ ਏਜੰਟ ਆਦਿ ਵੀ ਹੁੰਦੇ ਹਨ। ਹਰ ਪੇਸ਼ੇ ਵਿੱਚ, ਕੁੱਝ ਅਜਿਹੇ ਲੋਕ ਹੁੰਦੇ ਹਨ ਜੋ ਆਪਣੀਆਂ ਨਿੱਜੀ ਕਦਰਾਂ-ਕੀਮਤਾਂ ਅਤੇ ਆਚਰਣ ਕਾਰਨ ਰੋਲ ਮਾਡਲ ਬਣ ਜਾਂਦੇ ਹਨ, ਉੱਥੇ ਉਸੇ ਪੇਸ਼ੇ ਵਿੱਚ ਕਈ ਅਜਿਹੇ ਲੋਕ ਹੁੰਦੇ ਹਨ ਜੋ ਉਸ ਨੂੰ ਗ਼ਲਤ ਤਰੀਕਿਆਂ ਨਾਲ ਕਰਨ ਕਾਰਨ ਬੁਹਤ ਬਦਨਾਮ ਹੁੰਦੇ ਅਤੇ ਉਸ ਪੇਸ਼ੇ ਨੂੰ ਵੀ ਬਦਨਾਮ ਕਰ ਦਿੰਦੇ ਹਨ।

ਸਤਿਕਾਰ ਉਦੋਂ ਹੀ ਮਿਲਦਾ ਹੈ ਜਦੋਂ ਤੁਸੀਂ ਆਪਣੇ ਪੇਸ਼ੇ ਨੂੰ ਸਹੀ ਕਦਰਾਂ-ਕੀਮਤਾਂ, ਇਮਾਨਦਾਰੀ ਅਤੇ ਬਿਜ਼ਨਿਸ/ਪ੍ਰੋਫ਼ੈਸਨਲ ਨੈਤਿਕਤਾ ਦੀ ਪਾਲਣਾ ਕਰਦੇ ਹੋ। ਜੇ ਤੁਸੀਂ ਇੰਨਾਂ ਸਾਰੀਆਂ ਚੀਜ਼ਾਂ ਦੀ ਪਾਲਣਾ ਕਰਨ ਲਈ ਤਿਆਰ ਹੋ, ਤਾਂ ਤੁਸੀਂ ਆਪਣੇ ਲਈ ਉਹੀ ਸਤਿਕਾਰ ਦੇਖ ਪਾਓਗੇ ਜੋ ਇਸ ਧਰਤੀ ’ਤੇ ਕਿਸੇ ਹੋਰ ਨੂੰ ਉਸਦੇ ਬਿਜ਼ਨਿਸ ਵਿੱਚ ਮਿਲਦੀ ਹੈ। ਦਰਅਸਲ, ਤੁਹਾਨੂੰ ਇਹ ਸਮਝਣ ਲਈ ਇੱਕ ਨੈੱਟਵਰਕ ਮਾਰਕੀਟਰ ਹੋਣਾ ਪਵੇਗਾ ਕਿ ਕਿਸੇ ਪੇਸ਼ੇ ਵਿੱਚ ਅਸਲ ਇੱਜ਼ਤ ਅਤੇ ਪਿਆਰ ਦਾ ਕੀ ਅਰਥ ਹੈ? ਮੈਂ ਆਪਣੀ ਸਾਰੀ ਜ਼ਿੰਦਗੀ ਅੰਦਰ ਕਿਸੇ ਵੀ ਪੇਸ਼ੇ ਜਾਂ ਬਿਜ਼ਨਿਸ ਵਿੱਚ ਇੰਨੀ ਇੱਜ਼ਤ ਮਿਲਦੀ ਹੋਇਆਂ ਨਹੀਂ ਦੇਖਿਆ ਜਿੰਨੀ ਕਿ ਨੈੱਟਵਰਕ ਮਾਰਕੀਟਿੰਗ ਵਿੱਚ ਮਿਲਦੀ ਹੈ।

ਸਵਾਲ: ਉਨ੍ਹਾਂ ਲੋਕਾਂ ਨੂੰ ਕੀ ਜਵਾਬ ਦਿੱਤਾ ਜਾਏ, ਜੋ ਇਹ ਕਹਿੰਦੇ ਹਨ ਕਿ “ਉਨ੍ਹਾਂ ਕੋਲ ਸਮਾਂ ਜਾਂ ਪੈਸਾ ਨਹੀਂ ਹੈ।”

ਮੈਨੂੰ ਪਤਾ ਹੈ, ਇਸੇ ਲਈ ਮੈਂ ਤੁਹਾਡੇ ਕੋਲ ਇਸ ਬਿਜ਼ਨਿਸ ਦਾ ਪ੍ਰਸਤਾਵ ਲੈ ਕੇ ਆਇਆ ਹਾਂ। ਮੈਂ ਵੀ ਅਜਿਹੀਆਂ ਸਮੱਸਿਆਵਾਂ ਦਾ ਸਾਹਮਣਾ ਕਰ ਰਿਹਾ ਸੀ, ਅਤੇ ਕਿਸੇ ਵੀ ਕੀਮਤ ’ਤੇ ਇਸਦਾ ਹੱਲ ਤਲਾਸ਼ ਰਿਹਾ ਸੀ, ਜਿਸ ਕਰਕੇ ਮੇਰੇ ਕੋਲ ਸਮਾਂ ਅਤੇ ਪੈਸਿਆਂ ਦੀ ਕਮੀ ਨਾ ਰਹੇ। ਇਹ ਤੁਹਾਡੇ ਅਤੇ ਮੇਰੇ ਵਰਗੇ ਕਈ ਲੋਕਾਂ ਲਈ ਇੱਕ ਪਰਖਿਆ ਅਤੇ ਅਸਾਨੀ ਨਾਲ ਕੀਤਾ ਜਾ ਸਕਣ ਵਾਲਾ ਬਿਜ਼ਨਿਸ ਹੈ ਜੋ ਸਾਨੂੰ ਬਹੁਤ ਸਾਰਾ ਸਮਾਂ ਅਤੇ ਪੈਸਾ ਦੇ ਸਕਦਾ ਹੈ, ਜੋ ਅਸੀਂ ਹਮੇਸ਼ਾ ਤੋਂ ਚਾਹੁੰਦੇ ਹਾਂ। ਬਿਜ਼ਨਿਸ ਨੂੰ ਸ਼ੁਰੂ ਨਾ ਕਰਨ ਲਈ ਸਮੇਂ ਦੀ ਘਾਟ ਨੂੰ ਬਹਾਨਾ ਨਾ ਬਣਾਓ, ਸਗੋਂ ਇਸ ਨੂੰ ਬਿਜ਼ਨਿਸ ਸ਼ੁਰੂ ਕਰਨ ਦਾ ਇੱਕ ਕਾਰਨ ਬਣਾ ਲਓ।

ਸਵਾਲ: ਲੋਕਾਂ ਨੂੰ ਕਿਵੇਂ ਜਵਾਬ ਦਿੱਤਾ ਜਾਏ, ਜਦੋਂ ਉਹ ਇਹ ਕਹਿੰਦੇ ਹਨ ਕਿ “ਮੈਨੂੰ ਇਹ ਨਹੀਂ ਪਤਾ ਕਿ ਮੈਂ ਇਸ ਬਿਜ਼ਨਿਸ ਨੂੰ ਸਫਲਤਾਪੂਰਵਕ ਚਲਾ ਵੀ ਪਾਵਾਂਗਾ ਜਾਂ ਨਹੀਂ, ਮੈਂ ਇਸ ਤੋਂ ਪਹਿਲਾਂ ਕਦੇ ਬਿਜ਼ਨਿਸ ਨਹੀਂ ਕੀਤਾ ਹੈ।”

ਮੈਂ ਪੂਰੀ ਤਰ੍ਹਾਂ ਸਮਝ ਸਕਦਾ ਹਾਂ ਕਿ ਤੁਸੀਂ ਕੀ ਮਹਿਸੂਸ ਕਰ ਰਹੇ ਹੋ। ਮੈਂ ਜਦੋਂ ਇਸ ਬਿਜ਼ਨਿਸ ਨੂੰ ਪਹਿਲੀ ਵਾਰ ਦੇਖਿਆ ਸੀ, ਤਾਂ ਮੈਨੂੰ ਵੀ ਇਹੀ ਮਹਿਸੂਸ ਹੋਇਆ ਸੀ। ਮੈਂ ਇੱਕ ਵਕੀਲ (ਟੀਚਰ/ਡਾੱਕਟਰ ਜਾਂ ਤੁਹਾਡਾ ਜੋ ਵੀ ਪੇਸ਼ਾ ਹੋਵੇ, ਤੁਸੀਂ ਉਸਦੇ ਅਨੁਸਾਰ ਜਵਾਬ ਦੇ ਸਕਦੇ ਹੋ) ਸੀ, ਮੈਂ ਕਦੇ ਵੀ ਵਿੱਕਰੀ ਨਹੀਂ ਸੀ ਕੀਤੀ ਅਤੇ ਨਾ ਹੀ ਕਦੇ ਕੋਈ ਟੀਮ ਬਣਾਈ ਸੀ। ਪਰ ਅਜਿਹੀ ਕਿਸੇ ਇੱਕ ਗੱਲਬਾਤ ਦੌਰਾਨ ਜੋ ਅਸੀਂ ਹੁਣ ਕਰ ਰਹੇ ਹਾਂ, ਮੇਰੇ ਅੱਪਲਾਈਨ ਨੇ ਮੈਨੂੰ ਇਹ ਅਹਿਸਾਸ ਕਰਨ ਵਿੱਚ ਮਦਦ ਕੀਤੀ ਕਿ ਮੈਂ ਇੱਕ ਸਫਲ ਵਕੀਲ ਦੋ ਕਾਰਨਾਂ ਤੋਂ ਬਣਿਆ ਹਾਂ: ਬਹੁਤ ਸਾਲਾਂ ਤੋਂ ਕਾਨੂੰਨ ਦੇ ਵਿਸ਼ੇ ਅੰਦਰ ਮੇਰੀ ਡੂੰਘੀ ਪੜ੍ਹਾਈ ਅਤੇ ਫਿਰ ਕਈ ਸਾਲਾਂ ਦੀ ਕਾਨੂੰਨ ਦੀ

ਪ੍ਰੈਕਟਿਸ। ਮੈਂ ਕਈ ਸਾਲਾਂ ਤੱਕ ਕਾਨੂੰਨ ਨੂੰ ਪੜ੍ਹਕੇ ਇਸਦੀ ਪ੍ਰੈਕਟਿਸ ਕਿਉਂ ਕੀਤੀ? ਤਾਂ ਜੋ ਮੈਂ ਇੱਕ ਵਕੀਲ ਬਣ ਸਕਾਂ ਜਿਸ ਨਾਲ ਮੇਰਾ ਇੱਕ ਸੁਰੱਖਿਅਤ ਭਵਿੱਖ ਹੋਵੇਗਾ, ਚੰਗੇ ਪੈਸੇ ਕਮਾਵਾਂਗਾ, ਆਪਣੇ ਸੁਫਨਿਆਂ ਨੂੰ ਪੂਰਾ ਕਰਾਂਗਾ, ਕੰਮ ਵਿੱਚ ਸੰਤੁਸ਼ਟ ਰਹਾਂਗਾ ਆਦਿ। ਹੁਣ ਜੇ ਇਹ ਸਾਰੀਆਂ ਚੀਜ਼ਾਂ ਇਸ ਬਿਜ਼ਨਿਸ ਵਿੱਚ ਮੁਮਕਿਨ ਹੈ, ਤਾਂ ਮੈਂ ਕਿਉਂ ਨਾ ਥੋੜ੍ਹਾ ਜਿਹਾ ਹੋਰ ਸਮਾਂ ਲਾ ਕੇ ਇਸ ਨੂੰ ਸਿੱਖਾਂ ਅਤੇ ਫਿਰ ਇਸ ਦੀ ਪ੍ਰੈਕਟਿਸ ਕਰਾਂ। ਸਭ ਤੋਂ ਵਧੀਆ ਗੱਲ ਇਹ ਹੈ ਕਿ ਆਪਣੇ ਮੌਜੂਦਾ ਕੰਮ ਵਿੱਚ ਰਹਿੰਦੇ ਹੋਏ ਮੈਨੂੰ ਸ਼ੁਰੂਆਤ ਅੰਦਰ ਹਰ ਹਫ਼ਤੇ ਕੁੱਝ ਹੀ ਘੰਟੇ ਲਗਾਉਣੇ ਹੋਣਗੇ। ਮੈਨੂੰ ਇਸ ਲਈ ਆਪਣੇ ਮੌਜੂਦਾ ਕੰਮ ਨੂੰ ਛੱਡਣ ਦੀ ਲੋੜ ਵੀ ਨਹੀਂ ਹੈ।

ਅਸੀਂ ਅੱਜ ਜੋ ਕੁੱਝ ਵੀ ਕਰ ਰਹੇ ਹਾਂ, ਉਸ ਵਿੱਚ ਅਸੀਂ ਕਿਸੇ ਵੇਲੇ ਨਵੇਂ ਹੋਵਾਂਗੇ। ਅਸੀਂ ਇਹ ਸਿੱਖਣ ਲਈ ਸੋਚਿਆ ਅਤੇ ਲਗਾਤਾਰ ਅਭਿਆਸ ਨਾਲ ਇਸ ਵਿੱਚ ਬਿਹਤਰ ਹੁੰਦੇ ਗਏ। ਸ਼ੁਰੂਆਤ ਵਿੱਚ ਇਹ ਅਸਾਨ ਨਹੀਂ ਸੀ, ਪਰ ਜਿਵੇਂ-ਜਿਵੇਂ ਮੈਂ ਕਰਦਾ ਗਿਆ, ਉਸ ਵਿੱਚ ਮੈਂ ਹੌਲੀ-ਹੌਲੀ ਮਾਸਟਰ ਹੁੰਦਾ ਗਿਆ।

ਇਸ ਬਿਜ਼ਨਿਸ ਲਈ ਵੀ ਇਹੀ ਹੈ। ਅਸੀਂ ਜ਼ਿੰਦਗੀ ਵਿੱਚ ਜੋ ਕੁੱਝ ਵੀ ਹਾਸਿਲ ਕਰਨਾ ਚਾਹੁੰਦੇ ਹਾਂ ਜੇ ਇਸ ਬਿਜ਼ਨਿਸ ਤੋਂ ਛੇਤੀ ਅਤੇ ਜ਼ਿਆਦਾ ਚੰਗੇ ਤਰੀਕੇ ਨਾਲ ਹਾਸਿਲ ਕਰ ਸਕਦੇ ਹਾਂ ਤਾਂ ਕਿਉਂ ਨਾ ਮਿਲ ਕੇ ਕੋਸ਼ਿਸ਼ ਕੀਤੀ ਜਾਏ (ਆਪਣੇ ਪ੍ਰਾਸਪੈਕਟ ਦੇ ਟੀ.ਐੱਸ.ਡੀ. ਦਾ ਇਸਤੇਮਾਲ ਕਰੋ)। ਜਦੋਂ ਇੱਥੇ ਇੰਨੇ ਸਾਰੇ ਲੋਕਾਂ ਨੂੰ ਸਫਲਤਾ ਮਿਲ ਸਕਦੀ ਹੈ ਤਾਂ ਤੁਹਾਨੂੰ ਅਤੇ ਮੈਨੂੰ ਕਿਉਂ ਨਹੀਂ। ਚੱਲੋ ਇਸ ਨੂੰ ਸਿੱਖੋ ਅਤੇ ਕਰੋ। ਵੈਸੇ ਵੀ ਅਸੀਂ ਆਪਣਾ ਬਾਕਾਇਦਾ ਕੰਮ ਕਰਨਾ ਜਾਰੀ ਰੱਖਾਂਗੇ।

ਸਵਾਲ: ਕਦੇ-ਕਦੇ ਮੇਰਾ ਮਨ ਬਿਜ਼ਨਿਸ ਨੂੰ ਛੱਡ ਦੇਣ ਦਾ ਕਰਦਾ ਹੈ। ਮੈਂ ਬਹੁਤ ਨਿਰਾਸ਼ ਮਹਿਸੂਸ ਕਰਦਾ ਹਾਂ ਅਤੇ ਇਸ ਤਰਾਂ ਲੱਗਦਾ ਹੈ ਕਿ ਬਿਜ਼ਨਿਸ ਵਿੱਚ ਸਫਲ ਨਹੀਂ ਹੋਵਾਂਗਾ। ਅਜਿਹੇ ਹਾਲਾਤਾਂ ਵਿੱਚ ਮੈਨੂੰ ਕੀ ਕਰਨਾ ਚਾਹੀਦਾ ਹੈ?

ਅਜਿਹਾ ਦੋ ਹਾਲਾਤਾਂ ਵਿੱਚ ਹੁੰਦਾ ਹੈ। ਬੜੀ ਵਾਰੀ ਲੋਕ ਬਿਨਾਂ ਕੁੱਝ ਕੋਸ਼ਿਸ਼ ਕੀਤੇ ਹੀ ਕੰਮ ਛੱਡ ਦਿੰਦੇ ਹਨ। ਉਹ ਕਦੇ-ਕਦਾਂਈ ਅੱਧੇ-ਅਧੂਰੇ ਮਨ ਨਾਲ, ਬਿਨਾਂ ਕੁੱਝ ਸਿੱਖੇ ਕਿ ਅਸਲ ਵਿੱਚ ਕਰਨਾ ਕੀ ਹੈ, ਇੱਕ-ਦੋ ਮੀਟਿੰਗਾਂ ਕਰ ਲੈਂਦੇ ਹਨ ਜਾਂ ਕੁੱਝ ਫ਼ੋਨ ਕਾਲ ਕਰ ਲੈਂਦੇ ਹਨ, ਬਸ। ਲੋਕਾਂ ਦੀਆਂ ਪਹਿਲੀਆਂ ਕੁੱਝ ਪ੍ਰਤਿਕਿਰਿਆਵਾਂ ਜਾਣ ਕੇ, ਉਹ ਨਿਰਾਸ਼ ਹੋ ਜਾਂਦੇ ਹਨ ਅਤੇ ਬਿਜ਼ਨਿਸ ਛੱਡਣ ਬਾਰੇ ਸੋਚਦੇ ਹਨ। ਉਨਾਂ ਸਾਰੇ ਲੋਕਾਂ ਲਈ ਮੈਂ ਬਸ ਇਹੀ ਕਹਾਂਗਾ ਕਿ *ਤੁਸੀਂ ਇਸ ਬਿਜ਼ਨਿਸ ਵਿੱਚ ਸੰਜੋਗ ਨਾਲ ਆ ਤਾਂ ਸਕਦੇ ਹੋ, ਪਰ ਤੁਸੀਂ ਅਚਾਨਕ ਹੀ ਇਸ ਵਿੱਚ ਸਫਲ ਨਹੀਂ ਹੋ ਸਕਦੇ।* ਤੁਹਾਨੂੰ ਸਮਝਣਾ ਪਏਗਾ, ਇਹ ਇੱਕ ਬਿਜ਼ਨਿਸ ਹੈ। ਸਫਲਤਾ ਲਈ ਕੋਸ਼ਿਸ਼ਾਂ ਅਤੇ ਸਮਾਂ ਦੋਨਾਂ ਦੀ ਹੀ ਲੋੜ ਹੁੰਦੀ ਹੈ। ਤੁਹਾਨੂੰ ਕੰਮ ਕਰਨ ਦੇ ਬੁਨਿਆਦੀ ਸਿਧਾਂਤਾਂ ਨੂੰ ਸਮਝਣਾ ਪਵੇਗਾ ਅਤੇ ਸਫਲਤਾ ਦਾ ਸੁਆਦ ਚੱਖਣ ਲਈ ਕੁੱਝ ਮਹੀਨਿਆਂ ਦਾ ਇੰਤਜ਼ਾਰ ਕਰਨਾ ਪਵੇਗਾ। ਜੇ ਤੁਸੀਂ ਆਪਣੇ ਸੁਫਨਿਆਂ ਨੂੰ ਪੂਰਾ ਕਰਨ ਲਈ ਗੰਭੀਰ ਹੋ, ਤਾਂ ਇਵੈਂਟ ਵਿੱਚ ਜਾਓ ਅਤੇ ਫ਼ੀਲਡ ਵਿੱਚ ਜਾ ਕੇ ਕੰਮ ਕਰੋ। ਜੇ ਤੁਸੀਂ ਬਿਨਾਂ ਮੁੱਲ ਚੁੱਕਾਏ ਸਫਲਤਾ ਪਾਉਣਾ ਚਾਹੁੰਦੇ ਹੋ, ਤਾਂ ਬਿਹਤਰ ਹੈ ਕਿ ਹੁਣੇ ਹੀ ਇਸ ਨੂੰ ਛੱਡ ਦਿਓ।

ਕੁੱਝ ਹੋਰ ਲੋਕ ਸਾਰਾ ਕੁੱਝ ਕਰਨ ਦੇ ਬਾਵਜੂਦ ਵੀ ਉਤਸ਼ਾਹਜਨਕ ਨਤੀਜੇ ਪ੍ਰਾਪਤ ਨਾ ਹੋਣ ਕਾਰਨ ਛੱਡਣ ਵਾਂਗ ਹੀ ਮਹਿਸੂਸ ਕਰਦੇ ਹਨ। ਮੈਂ ਉਨ੍ਹਾਂ ਦੀ ਸਥਿਤੀ ਸਮਝ ਸਕਦਾ ਹਾਂ, ਮੈਂ ਵੀ ਕਈ ਵਾਰ ਇਸ ਕੰਮ ਨੂੰ ਛੱਡਣ ਦਾ ਮਨ ਬਣਾਇਆ, ਉਦੋਂ ਮੈਂ

ਆਪਣੇ-ਆਪ ਨੂੰ ਪੁੱਛਿਆ-"ਜੇ ਇਹ ਨਹੀਂ, ਤਾਂ ਫਿਰ ਕੀ? ਇਸ ਬਿਜ਼ਨਿਸ ਨੂੰ ਛੱਡਣਾ ਬਹੁਤ ਸੌਖਾ ਹੈ। ਤੁਸੀਂ ਇੱਕ ਸਕਿੰਟ ਵਿੱਚ ਇਸ ਕੰਮ ਨੂੰ ਛੱਡ ਸਕਦੇ ਹੋ, ਪਰ ਆਪਣੇ ਸੁਫਨਿਆਂ ਨੂੰ ਪੂਰਾ ਕਰਨ ਲਈ ਤੁਸੀਂ ਕੀ ਕਰੋਗੇ?" ਫਿਰ ਮੈਂ ਆਪਣੇ-ਆਪ ਨੂੰ ਇਹ ਯਾਦ ਦਿਵਾਇਆ ਕਿ ਮੈਂ ਇਹ ਬਿਜ਼ਨਿਸ ਕਿਉਂ ਸ਼ੁਰੂ ਕੀਤਾ ਸੀ? ਕਦੇ-ਕਦੇ ਤੁਹਾਨੂੰ ਆਪਣੇ-ਆਪ ਨੂੰ ਜ਼ਬਰਦਸਤੀ ਖਿੱਚ ਕੇ ਅੱਗੇ ਵੱਲ ਵਧਣਾ ਹੁੰਦਾ ਹੈ। ਇਹ ਯਾਦ ਰੱਖੋ ਕਿ ਸੰਪੰਨਤਾ ਸਿਰਫ਼ ਇੱਕ ਡਿਸਟ੍ਰੀਬਿਊਟਰ ਦੀ ਦੂਰੀ 'ਤੇ ਹੈ। ਇੱਕ ਨਵਾਂ ਵਿਅਕਤੀ ਆਪਣੇ ਬਿਜ਼ਨਿਸ ਦੇ ਹਾਲਾਤਾਂ ਨੂੰ ਬਦਲ ਸਕਦਾ ਹੈ। ਪ੍ਰੋਗਰਾਮਾਂ ਵਿੱਚ ਜਾਓ ਅਤੇ ਆਪਣੀ ਐਕਟਿਵ ਅੱਪਲਾਈਨ ਨਾਲ ਕਾਉਂਸਲਿੰਗ ਕਰੋ। ਤੁਸੀਂ ਹੋਰ ਸੀਨੀਅਰ ਅੱਪਲਾਈਨ ਕੋਲੋਂ ਵੀ ਸਲਾਹ ਲੈ ਸਕਦੇ ਹੋ। ਆਪਣੀਆਂ ਗਤੀਵਿਧੀਆਂ ਨੂੰ ਹੋਰ ਵਧਾ ਦਿਓ ਅਤੇ ਜ਼ਿਆਦਾ ਪਲਾਨ ਦਿਖਾਓ, ਆਪਣੇ ਲੋਕਾਂ ਨੂੰ ਪ੍ਰੋਗਾਮਾਂ ਵਿੱਚ ਲਿਆਓ ਅਤੇ ਛੇਤੀ ਹੀ ਤੁਸੀਂ ਪਹਿਲਾਂ ਤੋਂ ਵੀ ਕਿਤੇ ਜ਼ਿਆਦਾ ਚੰਗਾ ਮਹਿਸੂਸ ਕਰਨ ਲੱਗ ਜਾਓਗੇ।

ਕਦੇ ਵੀ ਪ੍ਰੋਗਰਾਮਾਂ ਵਿੱਚ ਆਉਣਾ ਬੰਦ ਨਾ ਕਰੋ। ਜੇ ਉੱਥੇ ਤੁਹਾਡੇ ਨਾਲ ਕੋਈ ਵੀ ਨਹੀਂ ਹੈ, ਤਾਂ ਵੀ ਇਕੱਲੇ ਪ੍ਰੋਗਰਾਮ ਵਿੱਚ ਜਾਓ। ਹਮੇਸ਼ਾ ਆਪਣੀ ਅੱਪਲਾਈਨ ਨਾਲ ਜੁੜੇ ਰਹੋ ਅਤੇ ਕਦੇ-ਕਦਾਂਈ ਉਨ੍ਹਾਂ ਨੂੰ ਮਿਲ ਵੀ ਲਿਆ ਕਰੋ। ਜੇ ਤੁਸੀਂ ਇਹ ਸਾਰਾ ਕੁੱਝ ਕਰੋਗੇ ਤਾਂ ਤੁਸੀਂ ਬਿਜ਼ਨਿਸ ਨੂੰ ਕਦੇ ਨਹੀਂ ਛੱਡੋਗੇ ਅਤੇ ਇਸ ਬਿਜ਼ਨਿਸ ਨੂੰ ਨਹੀਂ ਛੱਡਦੇ ਹੋ, ਤਾਂ ਤੁਸੀਂ ਯਕੀਨੀ ਤੌਰ 'ਤੇ ਸਫਲ ਹੋ ਜਾਓਗੇ।

ਸਿੱਟਾ:

ਇਹ ਕੁੱਝ ਅਜਿਹੇ ਸਵਾਲ ਹਨ ਜੋ ਮੈਂ ਵਾਰ-ਵਾਰ ਸੁਣੇ ਹਨ। ਜਦੋਂ ਤੁਸੀਂ ਪੇਸ਼ਕਾਰੀ ਦੇ ਰਹੇ ਹੁੰਦੇ ਹੋ ਤਾਂ ਤੁਹਾਨੂੰ ਬਹੁਤ ਸਾਰੇ ਵੱਖ-ਵੱਖ ਤਰ੍ਹਾਂ ਦੇ ਸਵਾਲਾਂ ਦੇ ਜਵਾਬ ਦੇਣੇ ਪੈ ਸਕਦੇ ਹਨ। ਪੇਸ਼ਕਾਰੀ ਦਾ ਇੱਕ ਸਧਾਰਨ ਨਿਯਮ ਇਹ ਹੈ ਕਿ ਜਦੋਂ ਵੀ ਲੋਕ ਸਵਾਲ ਕਰਦੇ ਹਨ, ਤਾਂ ਉਨ੍ਹਾਂ ਦੇ ਸਵਾਲਾਂ ਨੂੰ ਮੁਸਕਰਾਉਂਦੇ ਹੋਏ ਸੁਣੋ ਅਤੇ ਫਿਰ ਬਹੁਤ ਲਿਆਕਤ ਨਾਲ ਮੁਸਕਰਾਉਂਦੇ ਹੋਏ ਮਿੱਠੀ ਜਿਹੀ ਆਵਾਜ਼ ਵਿੱਚ ਜਵਾਬ ਦਿਓ। ਅਸੀਂ ਕਿਸੇ ਨਾਲ ਬਹਿਸ ਨਹੀਂ ਕਰਨਾ ਚਾਹੁੰਦੇ, ਨਾ ਹੀ ਕਿਸੇ ਨੂੰ ਨੀਵਾਂ ਦਿਖਾਉਣਾਂ ਚਾਹੁੰਦੇ ਹਾਂ। ਹੋ ਸਕਦਾ ਹੈ ਉਸ ਵਿਅਕਤੀ ਨੇ ਕੁੱਝ ਕਰਨ ਦੀ ਕੋਸ਼ਿਸ਼ ਕੀਤੀ ਹੋਵੇ ਜਾਂ ਉਸ ਨੇ ਕਿਸੇ ਮਾੜੇ ਅਨੁਭਵ ਸੁਣਿਆ ਹੋਵੇ। ਸਵਾਲ ਅਤੇ ਇਤਰਾਜ਼ ਇੱਕ ਰਿਸ਼ਤੇ ਦੀ ਸ਼ੁਰੂਆਤ ਹਨ। ਇਹ ਇਸ ਤਰ੍ਹਾਂ ਹੈ ਜਿਵੇਂ ਤੁਸੀਂ ਇੱਕ ਹੱਥ ਵਿੱਚ 2000 ਰੁਪਏ ਦਾ ਕਰੰਸੀ ਨੋਟ ਅਤੇ ਦੂਜੇ ਹੱਥ ਵਿੱਚ ਇੱਕ ਚਾਕਲੇਟ ਫੜੋ, ਅਤੇ ਫਿਰ ਤੁਸੀਂ ਕਿਸੇ ਬੱਚੇ ਨੂੰ ਕੋਈ ਇੱਕ ਚੁਣਨ ਲਈ ਕਹੋ। ਬੱਚਾ ਤੁਰੰਤ ਹੀ ਚਾਕਲੇਟ ਚੁਣ ਲਵੇਗਾ, ਇਸ ਲਈ ਨਹੀਂ ਕਿ ਚਾਕਲੇਟ ਬਿਹਤਰ ਹੈ, ਸਗੋਂ ਇਸ ਲਈ ਕਿਉਂ ਕਿ ਬੱਚਾ ਇਸ ਗੱਲ ਤੋਂ ਅਨਜਾਣ ਹੈ ਕਿ ਉਹ 2000 ਰੁਪਏ ਵਿੱਚ ਕਿੰਨੀਆਂ ਹੋਰ ਚਾਕਲੇਟਾਂ ਖ਼ਰੀਦ ਸਕਦਾ ਹੈ। ਤੁਹਾਡਾ ਪ੍ਰਾਸਪੈਕਟ ਤੁਹਾਡੇ ਬਿਜ਼ਨਿਸ ਦੇ ਮੌਕੇ ਦੀ ਚੋਣ ਇਸ ਲਈ ਨਹੀਂ ਚੁਣੇਗਾ ਕਿਉਂ ਕਿ ਉਹ ਇਸਦੇ ਫ਼ਾਇਦਿਆਂ ਤੋਂ ਅਨਜਾਣ ਹਨ। ਜਿਸ ਪਲ ਲੋਕ ਇਸ ਬਿਜ਼ਨਿਸ ਦੀ ਸ਼ਕਤੀ ਨੂੰ ਸਮਝ ਜਾਣਗੇ ਕਿ ਇਹ ਬਿਜ਼ਨਿਸ ਉਨ੍ਹਾਂ ਦੀ ਜ਼ਿੰਦਗੀ ਲਈ ਕਿੰਨਾ ਕੁੱਝ ਕਰ ਸਕਦਾ ਹੈ, ਉਹ ਬਿਜ਼ਨਿਸ ਸ਼ੁਰੂ ਕਰਨ ਲਈ ਤੁਹਾਨੂੰ ਤਲਾਸ਼ਣ ਲਈ ਆਉਣਗੇ। ਹਮੇਸ਼ਾ ਇਹ ਯਾਦ ਰੱਖੋ, ਸਾਡਾ ਕੰਮ ਉਨ੍ਹਾਂ ਨੂੰ ਸਿੱਖਿਅਤ ਕਰਨਾ ਅਤੇ ਇੱਕ ਰਿਸ਼ਤਾ ਬਨਾਉਣਾ ਹੈ।

ਅਗਲੇ ਕਦਮ

ਵਧਾਈਆਂ! ਤੁਸੀਂ ਇਸ ਕਿਤਾਬ ਨੂੰ ਪੜ੍ਹ ਕੇ ਨੈੱਟਵਰਕ ਮਾਰਕੀਟਿੰਗ ਦਾ ਕੋਰਸ ਪੂਰਾ ਕਰ ਲਿਆ ਹੈ। ਤੁਸੀਂ ਇਹ ਸਾਬਿਤ ਕਰ ਦਿੱਤਾ ਹੈ ਕਿ ਤੁਹਾਡੇ ਵੀ ਕੁੱਝ ਸੁਫ਼ਨੇ ਹਨ ਅਤੇ ਤੁਸੀਂ ਉਨ੍ਹਾਂ ਲਈ ਕੰਮ ਕਰਨ ਵਾਸਤੇ ਵਚਨਬੱਧ ਹੋ ਜਿਸ ਨਾਲ ਤੁਸੀਂ ਸਿਖਰਲੀ ਆਮਦਨ ਕਮਾਉਣ ਵਾਲੇ ਬਣ ਸਕਦੇ ਹੋ।

ਹੁਣ ਕੰਮ ਕਰਨ ਦਾ ਸਮਾਂ ਹੈ। ਤੁਸੀਂ ਜੋ ਵੀ ਚੀਜ਼ਾਂ ਹੁਣ ਤੱਕ ਸਿੱਖੀਆਂ ਹਨ, ਉਨ੍ਹਾਂ ਨੂੰ ਲਾਗੂ ਕਰਨ ਲਈ ਜਨੂੰਨੀ ਬਣੋ ਅਤੇ ਆਪਣੀ ਕਾਰਗੁਜ਼ਾਰੀ ਨਾਲ ਖ਼ੁਦ ਨੂੰ ਹੈਰਾਨ ਕਰ ਦਿਓ। ਆਪਣੀਆਂ ਲੁੱਕੀਆਂ ਹੋਈਆਂ ਸਮਰੱਥਾਵਾਂ ਨੂੰ ਸਾਹਮਣੇ ਲਿਆਓ ਅਤੇ ਅਕਾਸ਼ ਦੀਆਂ ਉੱਚਾਈਆਂ ਨੂੰ ਛੂਹ ਲਓ। ਹੁਣ ਤੁਸੀਂ ਪ੍ਰਤਿਭਾਵਾਨ ਹੋ ਅਤੇ ਤੁਹਾਨੂੰ ਉਹ ਸਾਰਾ ਕੁੱਝ ਪਤਾ ਹੈ ਜੋ ਤੁਹਾਨੂੰ ਕਾਮਯਾਬੀ ਦੀ ਚੋਟੀ ਤੱਕ ਪਹੁੰਚਾਵੇਗਾ।

ਪਰ ਨੈੱਟਵਰਕ ਮਾਰਕੀਟਿੰਗ ਬਿਜ਼ਨਿਸ ਇੱਕ ਸਧਾਰਨ ਜਿਹੇ ਸਿਧਾਂਤ ’ਤੇ ਕੰਮ ਕਰਦਾ ਹੈ ਕਿ ਤੁਹਾਡੀ ਆਮਦਨੀ ਤੁਹਾਡੀ ਟੀਮ ਦੇ ਸਰਗਰਮ ਡਿਸਟ੍ਰੀਬਿਊਟਰਾਂ ਦੀ ਗਿਣਤੀ ਦੇ ਸਿੱਧੇ ਅਨੁਪਾਤ ਵਿੱਚ ਹੁੰਦੀ ਹੈ। ਹਰ ਨੈੱਟਵਰਕ ਮਾਰਕੀਟਰ ਦਾ ਸਭ ਤੋਂ ਵੱਡਾ ਕੰਮ ਹੈ ਐਕਟਿਵ ਡਿਸਟ੍ਰੀਬਿਊਟਰਾਂ ਦੀ ਫੌਜ ਤਿਆਰ ਕਰਨੀ। ਇਹ ਕਿਤਾਬ ਤੁਹਾਨੂੰ ਅਜਿਹੀ ਸ਼ਕਤੀਸ਼ਾਲੀ ਟੀਮ ਬਣਾਉਣ ਵਿੱਚ ਪੂਰੀ ਮਦਦ ਕਰੇਗੀ ਜੋ ਹਫਤੇ ਦਰ ਹਫਤੇ ਵੱਡੀ ਮਾਤਰਾ ਵਿੱਚ ਬਿਜ਼ਨਿਸ ਦਿੰਦੀ ਰਹੇਗੀ। ਬੱਸ ਇਹ ਯਕੀਨੀ ਬਣਾਓ ਕਿ ਟੀਮ ਵਿੱਚ ਹਰ ਕੋਈ ਇਸ ਕਿਤਾਬ ਨੂੰ ਪੜ੍ਹਦਾ ਅਤੇ ਅਮਲ ਵਿੱਚ ਲਿਆਉਂਦਾ ਹੋਵੇ।

ਜਿਵੇਂ ਕਿ ਇਸ ਕਿਤਾਬ ਦੇ ਹਰ ਪਾਠਕ ਨੇ ਮਹਿਸੂਸ ਕੀਤਾ ਹੈ, ਇਹ ਕਿਤਾਬ ਤੁਹਾਨੂੰ ਕਈ ਤਰ੍ਹਾਂ ਦੇ ਫਾਇਦੇ ਦਿੰਦੀ ਹੈ:

- ਇਹ ਕਿਤਾਬ ਤੁਹਾਡੇ ਟ੍ਰੇਨਿੰਗ ਦੇ ਕੰਮ ਦੇ ਬੋਝ ਨੂੰ ਘਟਾਉਂਦੀ ਹੈ। ਤੁਸੀਂ ਇਸ ਕਿਤਾਬ ਦੀ ਵਰਤੋਂ ਆਪਣੀ ਟੀਮ ਨੂੰ ਸਹੀ ਚੀਜ਼ਾਂ ਸਿਖਾਉਣ ਲਈ ਕਰ ਸਕਦੇ ਹੋ।
- ਲੋਕਾਂ ਨੂੰ ਮਿਲੇ ਬਿਨਾਂ ਵੀ ਉਨ੍ਹਾਂ ਨੂੰ ਟਰੇਂਡ ਕਰ ਸਕਦੇ ਹੋ। ਉਹ ਇਸ ਕਿਤਾਬ ਨੂੰ ਪੜ੍ਹ ਸਕਦੇ ਹਨ ਅਤੇ ਤੁਸੀਂ ਇਨ੍ਹਾਂ ਗੱਲਾਂ ਨੂੰ ਫ਼ੋਨ ਜਾਂ ਵੀਡੀਓ ਕਾਲਿੰਗ ਰਾਹੀਂ ਸਮਝਾ ਸਕਦੇ ਹੋ।
- ਇਹ ਕਿਤਾਬ ਤੁਹਾਡੇ ਲੋਕਾਂ ਨੂੰ ਕਿਸੇ ਨਵੀ ਥਾਂ ’ਤੇ ਵੀ ਟ੍ਰੇਨਿੰਗ ਦੇ ਸਕਦੀ ਹੈ, ਜਿੱਥੇ ਟ੍ਰੇਨਿੰਗ ਦੇਣ ਦਾ ਕੋਈ ਪ੍ਰੋਗਰਾਮ ਨਹੀਂ ਹੈ।
- ਇਸ ਕਿਤਾਬ ਰਾਹੀਂ, ਤੁਹਾਡੀ ਟੀਮ ਦੇ ਸਾਥੀਆਂ ਨੂੰ ਉਦੋਂ ਵੀ ਟ੍ਰੇਨਿੰਗ ਮਿਲ ਸਕਦੀ ਹੈ, ਜਦੋਂ ਟ੍ਰੇਨਿੰਗ ਦਾ ਪ੍ਰੋਗਰਾਮ ਖ਼ਤਮ ਹੋ ਗਿਆ ਹੋਵੇ। ਜੇ ਇੱਕ ਵਾਰ ਤੁਸੀਂ ਇਹ ਕਿਤਾਬ ਆਪਣੀ ਟੀਮ ਦੇ ਸਾਰੇ ਸਾਥੀਆਂ ਦੇ ਘਰਾਂ ਵਿੱਚ ਪੁੱਜਦੀ ਕਰ ਦਿੱਤੀ ਤਾਂ ਸਮਝੋ ਕਿ ਤੁਸੀਂ ਆਪਣੀ ਟੀਮ ਵਿੱਚ ਹਜ਼ਾਰਾਂ ਟ੍ਰੇਨਿੰਗ ਸੈਂਟਰ ਖੋਲ੍ਹ ਦਿੱਤੇ ਹਨ।
- ਇਹ ਕਿਤਾਬ ਵੱਡੀ ਅਕਿਰਿਆਸ਼ੀਲ/ਪੈਸਿਵ ਆਮਦਨੀ ਪ੍ਰਾਪਤ ਕਰਨ ਲਈ ਇੱਕ ਵਿਲੱਖਣ ਕੁੰਜੀ ਹੈ। ਇੱਕ ਚੰਗੀ ਤਰ੍ਹਾਂ ਟਰੇਂਡ ਟੀਮ ਬਿਨਾਂ ਤੁਹਾਡੀ ਐਕਟਿਵ ਵਰਕਿੰਗ ਦੇ ਵੀ ਵਿੱਕਰੀ ਲਿਆ ਸਕਦੀ ਹੈ ਅਤੇ ਇਹ ਨੈੱਟਵਰਕ ਮਾਰਕੀਟਿੰਗ ਦਾ ਸਭ ਤੋਂ ਵੱਡਾ ਇਨਾਮ ਹੈ।

ਅਤੇ ਕਮਾਲ ਦੀ ਗੱਲ ਤਾਂ ਇਹ ਹੈ ਕਿ ਇਹ ਸਾਰੇ ਫ਼ਾਇਦੇ ਤੁਹਾਨੂੰ ਕੇਵਲ ਇੱਕ ਪੀਜ਼ੇ ਦੇ ਮੁੱਲ ਜਾਂ ਇੱਕ ਫਿਲਮ ਟਿਕਟ ਜਾਂ ਦੋ ਘੰਟੇ ਦੇ ਬੁਨਿਆਦੀ ਟ੍ਰੇਨਿੰਗ ਪ੍ਰੋਗਰਾਮ ਦੀ ਟਿਕਟ ਦੇ ਮੁੱਲ ’ਤੇ ਹੀ ਮਿਲ ਰਹੇ ਹਨ।

ਇਹ ਸਾਰੇ ਫ਼ਾਇਦੇ ਪਾਉਣ ਲਈ ਤੁਹਾਨੂੰ ਇਹ ਯਕੀਨੀ ਬਣਾਉਣਾ ਹੋਵੇਗਾ ਕਿ ਤੁਹਾਡੀ ਟੀਮ ਦੇ ਵੱਧ ਤੋਂ ਵੱਧ ਡਿਸਟ੍ਰੀਬਿਊਟਰ ਇਸ ਕਿਤਾਬ ਵਿੱਚ ਦਿੱਤੇ ਗਏ ਸਿਧਾਂਤਾਂ ਅਤੇ ਤਕਨੀਕਾਂ ਦੀ ਵਰਤੋਂ ਕਰ ਰਹੇ ਹੋਣ। ਮੇਰੇ ਕੋਲ ਇੰਨਾ ਸਾਰਿਆਂ ਲਈ ਕੁੱਝ ਤਰੀਕੇ ਹਨ ਜਿੰਨਾਂ ਨੂੰ ਕਈ ਲੀਡਰਾਂ ਨੇ ਇਸਤੇਮਾਲ ਕੀਤਾ ਹੈ ਅਤੇ ਫਿਰ ਉਸ ਨਾਲ ਉਨ੍ਹਾਂ ਦੀਆਂ ਆਮਦਨ ਵਿੱਚ ਕਈ ਗੁਣਾ ਦਾ ਵਾਧਾ ਹੋਇਆ।

- ਇਸ ਕਿਤਾਬ ਦੀ ਵਰਤੋਂ ਇੱਕ ਵਰਕਬੁੱਕ ਵਾਂਗ ਕਰੋ ਅਤੇ ਆਪਣੀ ਟੀਮ ਦੇ ਸਾਥੀਆਂ ਨੂੰ ਇਹ ਸਿਖਾਓ ਕਿ ਇਸ ਕਿਤਾਬ ਨੂੰ ਫ਼ੀਲਡ ਦੇ ਹਰ ਮੁੱਦੇ ਲਈ ਵਰਤਣ।
- ਭਾਰਤ ਦੇ ਪ੍ਰਧਾਨਮੰਤ੍ਰੀ ਸ਼੍ਰੀ ਨਰਿੰਦਰ ਮੋਦੀ ਨੇ ਇੱਕ ਵਾਰ ਇੱਕ ਇਵੈਂਟ ਵਿੱਚ ਕਿਹਾ ਸੀ ਕਿ ਸਾਨੂੰ ਕਿਸੇ ਨੂੰ ਵੀ ਇੱਕ ਗੁਲਦਸਤੇਂ ਦੇ ਬਦਲੇ ਇੱਕ ਕਿਤਾਬ ਭੇਂਟ ਕਰਨੀ ਚਾਹੀਦੀ ਹੈ। ਕਿਸੇ ਗੁਲਦਸਤੇ ਦਾ ਜੀਵਨਕਾਲ 2 ਤੋਂ 3 ਦਿਨਾਂ ਦਾ ਹੁੰਦਾ ਹੈ ਜਦੋਂ ਕਿ ਇੱਕ ਕਿਤਾਬ ਹਮੇਸ਼ਾ ਲਈ ਹੁੰਦੀ ਹੈ। ਤੁਸੀਂ ਆਪਣੀ ਟੀਮ ਦੇ ਸਾਥੀਆਂ ਨੂੰ ਇਹ ਅਭਿਆਸ ਕਰਾ ਸਕਦੇ ਹੋ ਕਿ ਉਹ ਚੀਫ਼ ਗੈੱਸਟ ਜਾਂ ਅਚੀਵਰਸ ਨੂੰ ਗੁਲਦਸਤਾ ਭੇਂਟ ਕਰਨ ਤੋਂ ਚੰਗਾ ਹੋਵੇਗਾ ਕਿ ਇਸ ਕਿਤਾਬ ਨੂੰ ਭੇਂਟ ਕੀਤਾ ਜਾਵੇ।
- ਇਹ ਕਿਤਾਬ ਤੁਹਾਡੀ ਵੈਲਕਮ ਕਿੱਟ ਦਾ ਹਿੱਸਾ ਹੋ ਸਕਦੀ ਹੈ। ਜਦੋਂ ਤੁਹਾਡੇ ਨਵੇਂ ਡਿਸਟ੍ਰੀਬ੍ਰਿਟਰ ਆਪਣਾ ਬਿਜ਼ਨਿਸ ਸ਼ੁਰੂ ਕਰਦੇ ਹਨ ਤਾਂ ਉਨ੍ਹਾਂ ਨੂੰ ਇਹ ਕਿਤਾਬ ਦਿੱਤੀ ਜਾ ਸਕਦੀ ਹੈ।
- ਇਸ ਕਿਤਾਬ ਨੂੰ ਇਨਾਮ ਵਜੋਂ ਛੋਟੇ-ਛੋਟੇ ਮੁਕਾਬਲਿਆਂ ਵਿੱਚ ਦਿੱਤੀ ਜਾ ਸਕਦੀ ਹੈ। ਇਸ ਕੀਮਤ ’ਤੇ ਮਿਲਣ ਵਾਲਾ ਇਹ ਸਭ ਤੋਂ ਵਧੀਆ ਤੋਹਫ਼ਾ ਹੈ।
- ਲੀਡਰਸ਼ਿਪ ਟ੍ਰੇਨਿੰਗ ਪ੍ਰੋਗਰਾਮ ਜਾਂ ਰਿਹਾਇਸ਼ੀ ਟ੍ਰੇਨਿੰਗ ਪ੍ਰੋਗਰਾਮ ਦੇ ਸਾਰੇ ਭਾਗੀਦਾਰਾਂ ਨੂੰ ਤੁਹਾਨੂੰ ਇਹ ਕਿਤਾਬ ਦੇਣੀ ਚਾਹੀਦੀ ਹੈ। ਜੇ ਉਹ ਲੋਕ ਟ੍ਰੇਨਿੰਗ ਅਟੈਂਡ ਕਰਨ ਤੋਂ ਬਾਅਦ ਇਸ ਕਿਤਾਬ ਨੂੰ ਨਾਲ ਲੈ ਕੇ ਜਾਣਗੇ ਤਾਂ ਨਤੀਜੇ ਕਈ ਗੁਣਾ ਬਿਹਤਰ ਮਿਲਣਗੇ।
- ਤੋਹਫ਼ੇ ਦੇ ਤੌਰ ਤੇ ਇਸ ਕਿਤਾਬ ਨੂੰ ਦੇਣ ਦਾ ਵਿਚਾਰ ਬਹੁਤ ਵਧੀਆ ਹੈ। ਤੁਸੀਂ ਇਸ ਕਿਤਾਬ ਨੂੰ ਆਪਣੇ ਪ੍ਰਾਸਪੈਕਟ ਜਾਂ ਟੀਮ ਦੇ ਸਾਥੀਆਂ ਨੂੰ ਉਨ੍ਹਾਂ ਦੇ ਜਨਮਦਿਨ, ਨਵੀਆਂ ਪ੍ਰਾਪਤੀਆਂ, ਖ਼ਾਸ ਮੌਕਿਆਂ, ਤਿਉਹਾਰਾਂ ਆਦਿ ਸਮੇਂ ਗਿਫ਼ਟ ਕਰ ਸਕਦੇ ਹੋ, ਇਸ ਵਿੱਚ ਆਪਣੀ ਸ਼ੁਭਕਾਮਨਾਵਾਂ ਦਾ ਸੁਨੇਹਾ ਵੀ ਲਿਖ ਸਕਦੇ ਹੋ।
- ਇਸ ਕਿਤਾਬ ਨਾਲ ਨਵੇਂ ਡਿਸਟ੍ਰੀਬਿਊਟਰਾਂ ਨੂੰ ਸਨਮਾਨਿਤ ਕੀਤਾ ਜਾ ਸਕਦਾ ਹੈ, ਜਦੋਂ ਉਹ ਨਵੇਂ ਪੱਧਰ ਜਾਂ ਕੁੱਝ ਸਧਾਰਨ ਨਿਸ਼ਾਨੇ ਪ੍ਰਾਪਤ ਕਰ ਲੈਂਦੇ ਹਨ।

ਜੇ ਤੁਹਾਨੂੰ ਬਹੁਤ ਵੱਡੀ ਮਾਤਰਾ ਵਿੱਚ ਇਸ ਕਿਤਾਬ ਦੀ ਜ਼ਰੂਰਤ ਹੈ, ਤਾਂ ਤੁਸੀਂ ਵਿਸ਼ੇਸ਼ ਛੋਟ ਵਾਲੀਆਂ ਕੀਮਤਾਂ ਲਈ ਸਾਡੀ ਵੈੱਬਸਾਈਟ www.deepakbajaj.biz ’ਤੇ ਦਿੱਤੇ ਗਏ ਸੰਪਰਕ ਨੰਬਰਾਂ ’ਤੇ ਸਾਡੇ ਪ੍ਰਤਿਨਿਧਾਂ ਨਾਲ ਗੱਲ ਕਰ ਆਰਡਰ ਸਕਦੇ ਹੋ।

ਇਸ ਕਿਤਾਬ ਦੀ ਵਰਤੋਂ ਨੈੱਟਵਰਕ ਮਾਰਕੀਟਿੰਗ ਦੀ ਸ਼ਬਦਕੋਸ (Dictionary) ਜਾਂ ਵਿਸ਼ਵਕੋਸ਼ (Ensyclopaedia) ਦੇ ਤੌਰ ਤੇ ਕਰ ਸਕਦੇ ਹੋ। ਇਸ ਨੂੰ ਇੱਕ ਵਾਰ ਪੂਰੀ ਤਰ੍ਹਾਂ ਪੜ੍ਹ ਲਓ ਅਤੇ ਜਦੋਂ-ਜਦੋਂ ਤੁਹਾਨੂੰ ਕਿਸੇ ਹੱਲ ਦੀ ਜ਼ਰੂਰਤ ਲੱਗੇ, ਤਾਂ ਤੁਸੀਂ ਇਸ ਨੂੰ ਮੁੜ ਤੋਂ ਪੜ੍ਹ ਸਕਦੇ ਹੋ। ਹਰ ਕਿਸੇ ਦੇ ਕੋਲ ਘਰ ਵਿੱਚ ਘੱਟ ਤੋਂ ਘੱਟ ਇੱਕ ਕਿਤਾਬ ਜ਼ਰੂਰ ਹੋਣੀ ਚਾਹੀਦੀ ਹੈ। ਦੁਨੀਆ ਵਿੱਚ ਕਿਤੇ ਵੀ, ਕੋਈ ਵੀ ਉਤਪਾਦ, ਕੋਈ ਵੀ ਕੰਪਨੀ, ਕਿਸੇ ਵੀ ਇਨਕਮ ਪਲਾਨ ਦੇ ਲੋਕਾਂ ਲਈ ਇਹ ਕਿਤਾਬ ਜਾਦੂ ਵਾਂਗ ਕੰਮ ਕਰੇਗੀ।

ਮੈਂ ਤੁਹਾਨੂੰ ਮੇਰੇ ਲਾਈਵ ਇਵੈਂਟ ਵਿੱਚ ਸ਼ਾਮਿਲ ਹੋਣ ਲਈ ਸੱਦਾ ਦਿੰਦਾ ਹਾਂ- ਨੈੱਟਵਰਕ ਮਾਰਕੀਟਿੰਗ ਮਿਲੀਅਨੇਅਰਜ਼ ਅਕੈਡਮੀ। ਇਹ ਇੱਕ ਜੀਵਨ ਪਲਟਾਉਣ ਵਾਲਾ ਇਵੈਂਟ ਹੈ ਜਿੱਥੇ ਤੁਸੀਂ ਅਤੇ ਮੈਂ ਦੋਵੇਂ ਮਿਲ ਕੇ ਤੁਹਾਨੂੰ ਮਿਲੀਅਨੇਅਰ ਬਣਾਵਾਂਗੇ। ਦੁਨੀਆ ਦੇ ਸਭ ਤੋਂ ਵਧੀਆ ਟ੍ਰੇਨਰਾਂ ਤੋਂ ਸਿੱਖਣ ਲਈ ਲੱਖਾਂ ਰੁਪਏ ਦੇ ਕੇ ਸਿੱਖਿਆ ਹੈ ਅਤੇ ਜੋ ਮੈਂ ਪਿਛਲੇ ਇੱਕ ਦਹਾਕੇ ਤੋਂ ਵੱਧ ਸਮੇਂ ਤੱਕ ਲੱਖਾਂ ਲੋਕਾਂ ਨਾਲ ਕੰਮ ਕਰਕੇ ਸਿੱਖਿਆ ਹੈ, ਉਹ ਸਾਰਾ ਕੁੱਝ ਮੈਂ ਤੁਹਾਡੇ ਸੁਫਨਿਆਂ ਨੂੰ ਜਲਦੀ ਪੂਰਾ ਕਰਨ ਲਈ ਤੁਹਾਨੂੰ ਸਿਖਾਵਾਂਗਾ। ਇਹ ਇੱਕ ਬਹੁਤ ਵਧੀਆ ਪ੍ਰੋਗਰਾਮ ਹੈ ਜੋ ਤੁਹਾਨੂੰ ਅਤੇ ਤੁਹਾਡੇ ਨੈੱਟਵਰਕ ਮਾਰਕੀਟਿੰਗ ਦੀ ਟੀਮ ਦੇ ਸਾਥੀਆਂ ਨੂੰ ਕਰੋੜਪਤੀ ਬਣਾ ਦੇਵੇਗਾ। ਅਗਲੇ ਕੁੱਝ ਵਰਕਿਆਂ ਅਤੇ ਸਾਡੀ ਵੈੱਬਸਾਈਟ 'ਤੇ ਇਸ ਪ੍ਰੋਗਰਾਮ ਦੀ ਵਿਸਤਰਿਤ ਵਿਆਖਿਆ ਕੀਤੀ ਗਈ ਹੈ।

ਉੱਚੇ ਸੁਫ਼ਨੇ ਦੇਖਣ ਵਾਲੇ ਲੋਕਾਂ ਲਈ ਜੋ ਵੱਡੀ ਸਫਲਤਾ ਇੱਕ ਰਿਕਾਰਡ ਟਾਈਮ ਵਿੱਚ ਹਾਸਿਲ ਕਰਨਾ ਚਾਹੁੰਦੇ ਹਨ, ਉਨ੍ਹਾਂ ਲਈ ਮੇਰੇ ਕੋਲ ਬਹੁਤ ਹੀ ਖ਼ਾਸ ਹਾਈ ਪਰਫ਼ਾਰਮੈਂਸ ਕੋਚਿੰਗ ਸੈਸ਼ਨ ਹਨ। ਇਹ ਇੱਕ ਤੋਂ ਇੱਕ ਵਧੀਆ ਸੈਸ਼ਨ ਹਨ ਜਿੱਥੇ ਅਸੀਂ ਤੁਹਾਡੇ ਲਈ ਅਨੁਕੂਲ ਕਾਰਜਯੋਜਨਾ ਬਣਾਵਾਂਗੇ ਅਤੇ ਉਨ੍ਹਾਂ ਰਣਨੀਤੀਆਂ ਦੇ ਸਫਲ ਅਮਲ ਲਈ ਸ਼ਕਤੀ ਪ੍ਰਦਾਨ ਕਰਨਗੇ। ਤੁਸੀਂ ਇੰਨਾਂ ਸੈਸ਼ਨਾਂ ਤੋਂ ਬਾਅਦ ਇੱਕ ਵੱਖਰੇ ਹੀ ਇਨਸਾਨ ਬਣ ਕੇ ਸਾਹਮਣੇ ਆਓਗੇ। ਹੋਰ ਵਧੀਕ ਵੇਰਵੇ ਸਾਡੀ ਵੈੱਬਸਾਈਟ 'ਤੇ ਉਪਲਬਧ ਹਨ।

ਉਪਰੋਕਤ ਤੋਂ ਇਲਾਵਾ, ਸਾਡੇ ਕੋਲ ਪੂਰੇ ਸਾਲ ਵਿੱਚ ਹੋਣ ਵਾਲੀਆਂ ਬਹੁਤ ਸਾਰੀਆਂ ਲਾਈਵ ਇਵੈਂਟਾਂ ਹਨ, ਜਿਵੇਂ ਆਪਣੀ ਡ੍ਰੀਮ ਲਾਈਫ਼ ਲਾਂਚ ਕਰੋ, ਆਪਣੀ ਬਿਹਤਰੀਨ ਜਿੰਦਗੀ ਜੀਓ ਆਦਿ। ਸਾਡੇ ਭਾਗੀਦਾਰਾਂ ਨੇ ਇੰਨਾਂ ਲਾਈਵ ਇਵੈਂਟਾਂ ਵਿੱਚ ਆਪਣੇ ਜੀਵਨ ਅੰਦਰ ਪੂਰਨ ਪਰਿਵਰਤਨ ਦਾ ਅਨੁਭਵ ਕੀਤਾ ਹੈ। ਸਿਹਤ, ਖ਼ੁਸ਼ੀ, ਕਰੀਅਰ, ਰਿਸ਼ਤਾ, ਪੈਸਾ ਜਾਂ ਸਫਲਤਾ, ਜੋ ਵੀ ਤੁਸੀਂ ਖੋਜ ਰਹੇ ਹੋ, ਇਹ ਲਾਈਵ ਇਵੈਂਟ ਤੁਹਾਡੇ ਸੁਫਨਿਆਂ ਨੂੰ ਤੇਜ਼ੀ ਨਾਲ ਹਾਸਿਲ ਕਰਨ ਵਿੱਚ ਮਦਦ ਕਰੇਗੀ। ਕਿਰਪਾ ਕਰਕੇ ਸਾਡੇ ਸਟਾਫ਼ ਨਾਲ ਗੱਲ ਜਾਂ www.deepakbajaj.biz 'ਤੇ ਆੱਨਲਾਈਨ ਬੁਕਿੰਗ ਕਰੋ।

ਤੁਹਾਡਾ ਫੀਡ ਬੈਕ ਸਾਡੇ ਲਈ ਮਹੱਤਵਪੂਰਨ ਹੈ। ਕਿਰਪਾ ਕਰਕੇ ਸਮਾਂ ਕੱਢਕੇ ਆਪਣੇ ਫੀਡ ਬੈਕ ਸਾਡੀ ਵੈੱਬਸਾਈਟ www.deepakbajaj.biz 'ਤੇ ਦਿਓ। ਜੇ ਤੁਸੀਂ ਕੁੱਝ ਅਜਿਹੇ ਹੱਲ ਤਲਾਸ਼ ਰਹੇ ਹੋ, ਜੋ ਇਸ ਕਿਤਾਬ ਵਿੱਚ ਹੁਣੇ ਨਹੀਂ ਹਨ, ਉਹਨਾਂ ਲਈ ਵੀ ਤੁਸੀਂ ਆਪਣੇ ਸੁਝਾਅ ਸਾਡੀ ਵੈੱਬਸਾਈਟ 'ਤੇ ਦੇ ਸਕਦੇ ਹੋ।

ਆਪਣੇ ਬਿਜ਼ਨਿਸ ਨੂੰ ਵਧਾਉਣ ਲਈ ਮੇਰੀ ਵੈੱਬਸਾਈਟ ਦੇ ਜ਼ਰੀਏ ਨਵੇਂ ਟੂਲਜ਼ ਅਤੇ ਤਕਨੀਕਾਂ ਦੀ ਜਾਣਕਾਰੀ ਲਈ ਸਾਡੇ ਸੰਪਰਕ ਵਿੱਚ ਰਹੋ ਅਤੇ ਇਸ ਤੋਂ ਇਲਾਵਾ ਹੋਰ ਸਾਰੇ ਸੋਸ਼ਲ ਮੀਡੀਆ ਚੈਨਲਸ ਜਿਵੇਂ-ਫੇਸਬੁੱਕ, ਯੂ-ਟਿਊਬ, ਇੰਸਟਾਗ੍ਰਾਮ, ਲਿੰਕੇਡਿਨ ਆਦਿ 'ਤੇ ਤੁਸੀਂ ਮੇਰੇ ਵੱਲੋਂ ਦਿੱਤੀਆਂ ਗਈਆਂ ਜਾਣਕਾਰੀਆਂ ਤੋਂ ਫ਼ਾਇਦੇ ਚੁੱਕ ਸਕਦੇ ਹੋ।

ਤੁਸੀਂ ਇੱਕ ਵਚਨਬੱਧ ਬਿਜ਼ਨਿਸਮੈਨ ਵਾਂਗ ਕੰਮ ਕਰੋ ਤੇ ਸਿਸਟਮ ਨੂੰ 100% ਫ਼ਾਲੋ ਕਰਦੇ ਰਹੋ। ਕੇਂਦਰਿਤ ਰਹਿ ਕੇ ਖ਼ੁਦ ਨੂੰ ਸੁਧਾਰਦੇ ਰਹੋ। ਮਹਾਨ ਸਫਲਤਾ ਵਿੱਚ ਸਮਾਂ ਲੱਗਦਾ ਹੈ। ਮੈਂ ਤੁਹਾਨੂੰ ਸਿਖਰ 'ਤੇ ਦੇਖਣਾ ਚਾਹੁੰਦਾ ਹਾਂ। ਤੁਹਾਡੀ ਖ਼ੁਸ਼ੀ ਅਤੇ ਸਫਲਤਾ ਮੇਰੇ ਲਈ ਸਭ ਤੋਂ ਵੱਡਾ ਇਨਾਮ ਹੈ।ਇੱਕ ਮਲਟੀ-ਮਿਲੀਅਨੇਅਰ ਬਣ ਕੇ ਆਪਣੀ ਟੀਮ ਵਿੱਚ ਵੀ ਮਿਲੀਅਨੇਅਰ ਬਣਾਓ। ਮੈਨੂੰ ਆਪਣੀ ਸਫਲਤਾ ਦੀ ਕਹਾਣੀ ਲਿਖਣਾ ਨਾ ਭੁੱਲਿਓ। ਤੁਹਾਡੀ ਬਹੁਤ ਸ਼ਾਨਦਾਰ ਸਫਲਤਾ ਲਈ ਢੇਰ ਸਾਰੀਆਂ ਸ਼ੁਭਕਾਮਨਾਵਾਂ।

ਕਾਮਯਾਬੀ ਵਿੱਚ ਤੁਹਾਡਾ ਭਾਈਵਾਲ

ਦੀਪਕ ਬਜਾਜ

ਜੀਵਨ ਅਤੇ ਕਾਰੋਬਾਰ ਵਿੱਚ ਤਬਦੀਲੀ ਲਈ ਦੀਪਕ ਬਜਾਜ ਦੇ ਟੂਲਜ਼ ਅਤੇ ਸੇਵਾਵਾਂ

ਸਫਲਤਾ ਦਾ ਹਰ ਅਗਲਾ ਪੱਧਰ ਤੁਹਾਡੇ ਤੋਂ ਵੱਖਰੇ ਸੰਸਕਰਣ ਦੀ ਮੰਗ ਕਰਦਾ ਹੈ

ਲੱਗਭਗ ਦੋ ਦਹਾਕਿਆਂ ਤੋਂ ਮੇਰਾ ਜਨੂੰਨ ਅਤੇ ਮੇਰੀ ਜਿੰਦਗੀ ਦਾ ਮਕਸਦ ਇਹ ਹੈ ਕਿ ਮੈਂ ਲੋਕਾਂ ਨੂੰ ਆਸਾਨੀ ਤੇ ਤੇਜ਼ੀ ਨਾਲ ਉਹਨਾਂ ਦੇ ਸੁਫਨਿਆਂ ਤੱਕ ਪਹੁੰਚਾਉਣ ਲਈ ਟੂਲਜ਼ ਅਤੇ ਟਰੇਨਿੰਗ ਤਿਆਰ ਕਰਾਂ। ਮੇਰੀਆਂ ਸਾਰੀਆਂ ਕਿਤਾਬਾਂ, ਟਰੇਨਿੰਗ, ਵੀਡੀਓਜ਼, ਆਨਲਾਈਨ ਕੋਰਸ, ਵਰਕਸ਼ਾਪ, ਲੈਕਚਰ ਅਤੇ ਉਹ ਸਭ ਕੁੱਝ ਜੋ ਮੈਂ ਕਰਦਾ ਹਾਂ ਇਸ ਮਿਸ਼ਨ ਤੇ ਕੇਂਦਰਿਤ ਹੈ। ਮੇਰਾ ਦ੍ਰਿੜ੍ਹ ਵਿਸ਼ਵਾਸ ਹੈ ਕਿ ਸਾਡੇ ਵਿੱਚ ਹਰੇਕ ਇਨਸਾਨ ਦੇ ਅੰਦਰ ਮਹਾਨਤਾ ਦੇ ਬੀਜ ਹੁੰਦੇ ਹਨ। ਜੋ ਸਹੀ ਪ੍ਰੇਰਣਾ, ਸਿਖਲਾਈ ਅਤੇ ਮਾਰਗਦਰਸ਼ਨ ਨਾਲ ਅਸੀਂ ਸਾਰੇ ਸ਼ਾਨਦਾਰ ਉਪਲੱਬਧੀਆਂ ਹਾਸਿਲ ਕਰ ਸਕਦੇ ਹਾਂ। ਮੈਂ ਤੇ ਮੇਰੀ ਟੀਮ ਤੁਹਾਡੀ ਸਫਲਤਾ ਤੇ ਖੁਸ਼ਹਾਲੀ ਦੀ ਯਾਤਰਾ ਵਿੱਚ ਯੋਗਦਾਨ ਦੇਣਾ ਚਾਹੰਦੇ ਹਾਂ ਸਾਡਾ ਟੀਚਾ ਸਾਡੇ ਖੋਜ ਅਧਾਰਿਤ, ਵਿਵਹਾਰਿਕ, ਪ੍ਰਮਾਨਿਤ ਅਤੇ ਲਗਾਤਾਰ ਵਿਕਸਿਤ ਹੋ ਰਹੇ ਟੂਲਜ਼ ਅਤੇ ਸਲਿਊਸ਼ਨਾਂ ਦੁਆਰਾ ਤੁਹਾਡੀ ਮਦਦ ਕਰਨਾ ਹੈ।

ਮੇਰੇ ਸਾਰੇ ਟੂਲਜ਼ ਅਤੇ ਸਿਖਲਾਈਆਂ ਦਾ ਇੱਕ ਸਪੱਸ਼ਟ ਟੀਚਾ ਹੁੰਦਾ ਹੈ ਕਿ ਇਸ ਦੀ ਵਜ੍ਹਾ ਨਾਲ ਤੁਰੰਤ ਤਬਦੀਲੀ ਅਤੇ ਸਥਾਈ ਪਰਿਵਰਤਨ ਲਿਆਉਣਾ। ਮੈਂ ਇਹ ਵੀ ਮੰਨਦਾ ਹਾਂ ਕਿ ਸਫਲਤਾ ਸ਼ਾਂਤੀ, ਸਿਹਤ, ਰਿਸ਼ਤਿਆਂ ਅਤੇ ਸੰਤੁਸ਼ਟੀ ਤੋਂ ਬਿਨਾਂ ਖੋਖਲੀ ਹੁੰਦੀ ਹੈ। ਇਸ ਲਈ ਅਸੀਂ ਜੋ ਵੀ ਕਰਦੇ ਹਾਂ ਉਸ ਦਾ ਉਦੇਸ਼ ਤੁਹਾਨੂੰ ਸਥਾਈ ਪੁਨਰ-ਨਿਰਮਾਣ ਪ੍ਰਦਾਨ ਕਰਨਾ ਹੈ ਹਾਲਾਂਕਿ ਕੁੱਝ ਲੋਕ ਮੈਨੂੰ ਇੱਕ ਪ੍ਰੇਰਣਾਦਾਇਕ ਸਪੀਕਰ ਕਹਿੰਦੇ ਹਨ, ਪਰ ਮੇਰਾ ਮੰਨਣਾ ਹੈ ਕਿ ਪ੍ਰੇਰਨਾ ਅਸਥਾਈ ਹੈ। ਪਰਿਵਰਤਨ ਸਥਾਈ ਹੁੰਦਾ ਹੈ ਸਾਡੇ ਕੋਲ ਤੁਹਾਡੇ ਪੂਰੇ ਜੀਵਨ ਅਤੇ ਕਾਰੋਬਾਰ ਲਈ ਤਬਦੀਲੀ ਦੇ ਬਹੁਤ ਸਾਰੇ ਸਰੋਤ ਉਪਲੱਬਧ ਹਨ। ਤੁਸੀਂ ਸਾਡੀ ਵੈੱਬਸਾਈਟ www.deepakbajaj.biz ਅਤੇ ਸਾਡੇ ਸੋਸ਼ਲ ਮੀਡੀਆ ਅਕਾਊਂਟਸ ਤੇ ਵਧੇਰੇ ਵਿਸਤਰਿਤ ਵਿਸ਼ੇਸ਼ਤਾਵਾਂ ਨਾਲ ਪ੍ਰਾਪਤ ਕਰ ਸਕਦੇ ਹੋਂ। ਹੇਠਾਂ ਸਾਡੇ ਮੁੱਖ ਟੂਲਜ਼ ਅਤੇ ਸੇਵਾਵਾਂ ਦੀ ਇੱਕ ਝਲਕ ਦਿੱਤੀ ਗਈ ਹੈ।

ਸਫਲਤਾ ਦਾ ਕੋਈ ਰਾਜ ਨਹੀਂ ਹੁੰਦਾ, ਸਫਲਤਾ ਦਾ ਹਮੇਸ਼ਾ ਇੱਕ ਸਿਸਟਮ ਹੁੰਦਾ ਹੈ।

-ਦੀਪਕ ਬਜਾਜ

#1. ਮੁਫ਼ਤ ਵੀਡੀਓ ਟਰੇਨਿੰਗ: ਦੀਪਕ ਬਜਾਜ ਦੇ ਯੂਟਿਊਬ ਚੈਨਲ ਨੂੰ ਸਭ ਤੋਂ ਭਰੋਸੇਮੰਦ, ਪਰਿਵਰਤਨਸ਼ੀਲ ਅਤੇ ਇੱਕ ਵਿਸ਼ਾਲ ਮੁਫ਼ਤ ਆਨਲਾਈਨ ਸਿਖਲਾਈ ਸਰੋਤ ਮੰਨਿਆਂ ਜਾਂਦਾ ਹੈ। ਇੱਥੇ ਤੁਹਾਨੂੰ ਜੀਵਨ ਬਦਲਣ ਵਾਲੀਆਂ ਬਹੁਤ ਸਾਰੀਆਂ ਵੀਡੀਓਜ਼ ਸਿਖਲਾਈ ਮਿਲੇਗੀ। ਜੋ ਤੁਹਾਨੂੰ ਅਗਲੇ ਪੱਧਰ ਤੱਕ ਲੈ ਜਾਣ ਲਈ ਗਿਆਨ, ਟੂਲਜ਼, ਵਿਚਾਰਾਂ ਅਤੇ ਤਕਨੀਕਾਂ ਪ੍ਰਦਾਨ ਕਰੇਗੀ, ਤੁਸੀਂ www.youtube.com/Deepak bajaj ਤੇ ਜਾ ਸਕਦੇ ਹੋ। ਤੁਹਾਨੂੰ ਡਾਇਰੈਕਟ ਸੈਲਿੰਗ/ਨੈੱਟਵਰਕ ਮਾਰਕੀਟਿੰਗ, ਰਿਲੇਸ਼ਨਸ਼ਿਪ, ਟੀਮ ਬਿਲਡਿੰਗ, ਸਫਲਤਾ, ਟੀਚੇ, ਸੋਸ਼ਲ ਮੀਡੀਆ ਮਾਰਕੀਟਿੰਗ, ਲੀਡਰਸ਼ਿਪ, ਟਾਈਮ ਮੈਨੇਜ਼ਮੈਂਟ, ਲਾਈਫ਼ ਮੈਨੇਜ਼ਮੈਂਟ, ਪਬਲਿਕ ਸਪੀਕਿੰਗ, ਕਮਿਊਨੀਕੇਸ਼ਨ ਅਤੇ ਹੋਰ ਬਹੁਤ ਸਾਰੇ 550 ਤੋਂ ਵੱਧ ਵੀਡੀਓਜ਼ ਮਿਲਣਗੇ। ਫਰਵਰੀ 2023 ਵਿੱਚ ਇਸ ਕਿਤਾਬ ਨੂੰ ਲਿਖੇ ਜਾਣ ਤੱਕ ਇਸ ਚੈਨਲ ਨੂੰ 150 ਤੋਂ ਵੱਧ ਦੇਸ਼ਾਂ ਵਿੱਚ 9,50,000 ਲੋਕਾਂ ਤੋਂ 4.5 ਕਰੋੜ ਵਿਊਜ਼ ਹੋ ਚੁੱਕੇ ਹਨ।

#2. ਆਨਲਾਈਨ ਕੋਰਸ: ਦੀਪਕ ਨੇ ਪ੍ਰਮੁੱਖ ਆਨਲਾਈਨ ਕੋਰਸ ਤੁਹਾਨੂੰ ਤੁਹਾਡੇ ਮੋਬਾਈਲ ਤੇ ਘਰ ਬੈਠੇ ਆਰਾਮ ਨਾਲ ਅੰਤਰ-ਰਾਸ਼ਟਰੀ ਗਿਆਨ, ਟੂਲਜ਼, ਯੋਗਤਾਵਾਂ ਅਤੇ ਵਿਚਾਰਾਂ ਵਿੱਚ ਮੁਹਾਰਤ ਹਾਸਿਲ ਕਰਵਾ ਸਕਦੇ ਹਨ। ਇਹ ਕੋਰਸ ਇੱਕ ਵਿਲੱਖਣ ਐਨ.ਐੱਲ.ਪੀ. ਤੇ ਆਧਾਰਿਤ ਕਾਰਜਪ੍ਰਣਾਲੀ ਦੀ ਵਰਤੋਂ ਕਰਕੇ ਤਿਆਰ ਕੀਤੇ ਗਏ ਅਤੇ ਸਿਖਾਏ ਗਏ ਹਨ। ਇਸ ਦੇ ਨਾਲ ਹੋਮਵਰਕ ਅਤੇ ਲਾਜਵਾਬ ਕਮਿਊਨਟੀ ਸਪੋਰਟ ਵੀ ਮਿਲਦਾ ਹੈ ਤਾਂ ਜੋ ਤੁਸੀਂ ਆਨਲਾਈਨ ਕੋਰਸ ਤੋਂ ਵੀ ਸ਼ਾਨਦਾਰ ਨਤੀਜੇ ਪ੍ਰਾਪਤ ਕਰ ਸਕੋਂ।

#3. ਕਿਤਾਬਾਂ: ਜੋ ਕਿਤਾਬ ਤੁਸੀਂ ਇਸ ਸਮੇਂ ਆਪਣੇ ਹੱਥਾਂ ਵਿੱਚ ਫੜੀ ਹੋਈ ਹੈ। ਉਹ ਨੈੱਟਵਰਕ ਮਾਰਕੀਟਿੰਗ ਵਿੱਚ ਸਭ ਤੋਂ ਹੌਟਸੇਲ ਕਿਤਾਬ ਹੈ। ਜੋ ਤਕਰੀਬਨ ਅੱਠ ਭਾਸ਼ਾਵਾਂ ਵਿੱਚ ਛੱਪ ਚੁੱਕੀ ਹੈ। ਦੀਪਕ ਦੀਆਂ ਹੋਰ ਤਿੰਨ ਕਿਤਾਬਾਂ ਬਣੋ ਸੋਸ਼ਲ ਮੀਡੀਆ ਮਿਲੀਅਨੇਰ, ਅਚੀਵ ਮੋਰ ਸਕਸੀਡ ਫਾਸਟ ਅਤੇ 60 ਮਿੰਟਾਂ ਵਿੱਚ ਨੈੱਟਵਰਕ ਮਾਰਕੀਟਿੰਗ ਡਾਇਰੈਕਟ ਸੈਲਿੰਗ ਇੰਡਸਟਰੀ ਵਿੱਚ ਸਭ ਤੋਂ ਵੱਧ ਪੜ੍ਹੀਆਂ ਜਾਣ ਵਾਲੀਆਂ ਕਿਤਾਬਾਂ ਵਿੱਚੋਂ ਇੱਕ ਹੈ ਇਹ ਜ਼ਰੂਰੀ ਗਾਈਡ ਹਨ ਜਿਨਾਂ ਨੇ ਅੰਤਰਰਾਸ਼ਟਰੀ ਪੱਧਰ ਤੇ ਬਹੁਤ ਧਿਆਨ ਖਿੱਚਿਆ ਹੈ। ਤੁਸੀਂ ਇਹਨਾਂ ਕਿਤਾਬਾਂ ਨੂੰ ਆਨਲਾਈਨ ਖਰੀਦ ਸਕਦੇ ਹੋ ਜਾਂ ਨੇੜੇ ਦੀ ਕਿਸੇ ਬੁੱਕ ਸਟੋਰ ਤੋਂ ਵੀ ਖਰੀਦਿਆ ਜਾ ਸਕਦਾ ਹੈ ਦੀਪਕ ਨੇ ਕੁੱਝ ਬਿਹਤਰੀਨ ਈ-ਬੁੱਕਸ ਵੀ ਲਿਖੀਆਂ ਹਨ ਜਿਨਾਂ ਨੂੰ ਤੁਸੀਂ ਸਾਡੀ ਵੈੱਬਸਾਈਟ www.deepakbajaj.biz ਤੇ ਮੁੱਫ਼ਤ ਡਾਊਨਲੋਡ ਕਰ ਪੜ੍ਹ ਸਕਦੇ ਹੋ।

#4. ਲਾਈਵ ਟਰੇਨਿੰਗ ਇਵੈਂਟਸ: ਦੀਪਕ ਨੇ ਲਾਈਵ ਟਰੇਨਿੰਗ ਇਵੈਂਟਸ ਉਸ ਤੋਂ ਆਹਮੋ-ਸਾਹਮਣੇ ਸਿੱਖਣ ਅਤੇ ਪਰਿਵਰਤਨ ਦਾ ਅਨੁਭਵ ਕਰਨ ਦੇ ਸਭ ਤੋਂ ਵਧੀਆ ਮੌਕੇ ਹਨ। ਉਸ ਦੇ ਪ੍ਰੋਗਰਾਮ ਸ਼ਾਨਦਾਰ ਊਰਜਾ ਅਤੇ ਅਸਲ ਜੀਵਨ ਦੇ ਪਰਿਵਰਤਨ ਲਈ ਜਾਣੇ ਜਾਂਦੇ ਹਨ। ਇਸ ਲਿਖਤ ਦੇ ਸਮੇਂ 19 ਲੱਖ ਤੋਂ ਵੱਧ ਲੋਕ ਇਹਨਾਂ ਵਰਕਸ਼ਾਪਾਂ/ਸਿਖਲਾਈ ਪ੍ਰੋਗਰਾਮਾਂ ਵਿੱਚ ਸ਼ਾਮਿਲ ਹੋ ਚੁੱਕੇ ਹਨ। ਇਹ ਵਰਕਸ਼ਾਪਾਂ ਆਪਣੀ ਵਿਲੱਖਣ ਅਧਿਆਪਨ ਵਿਧੀ, ਸਰਵੋਤੱਮ ਅੰਤਰਰਾਸ਼ਟਰੀ ਕੋਰਸ ਸਮੱਗਰੀ, ਨਤੀਜਾ ਮੁੱਖੀ ਗਤੀਵਿਧੀਆਂ ਅਤੇ ਅਸਲ ਜੀਵਨ ਦੀਆਂ ਤਕਨੀਕਾਂ ਕਾਰਨ ਹਮੇਸ਼ਾ ਹੀ ਹਾਊਸਫੁੱਲ ਰਹਿੰਦੀਆਂ ਹਨ।

#5. ਉੱਚ ਪ੍ਰਦਰਸ਼ਨ ਕੋਚਿੰਗ: ਜਿਹੜੇ ਲੋਕ ਤੇਜ਼ ਗਤੀ ਨਾਲ ਸਭ ਤੋਂ ਵਧੀਆ ਉੱਚ ਪ੍ਰਦਰਸ਼ਨ ਕੋਚਿੰਗ ਪ੍ਰਾਪਤ ਕਰਨਾ ਚਾਹੁੰਦੇ ਹਨ ਉਹਨਾਂ ਨੂੰ ਦੀਪਕ ਬਜਾਜ ਨਿੱਜੀ ਤੌਰ ਤੇ ਉਤੱਮਤਾ ਦੇ ਅਗਲੇ ਪੱਧਰਾਂ ਲਈ ਮਾਰਗਦਰਸ਼ਨ ਕਰਕੇ ਜਿੰਦਗੀ ਵਿੱਚ ਕਿਵੇਂ ਸਿਹਤ, ਖੁਸ਼ੀ, ਮੁਨਾਫੇ ਜਾਂ ਬਿਜ਼ਨਿਸ ਨੂੰ ਕਈ ਗੁਣਾ ਕਰਨ ਦੇ ਹੱਲ ਪ੍ਰਦਾਨ ਕਰਦੇ ਹਨ।

#6. ਮੁੱਖ ਭਾਸ਼ਣ: ਦੀਪਕ ਨੂੰ ਕਾਰਪੋਰੇਟਸ, ਯੂਨੀਵਰਸਿਟੀਆਂ, ਡਾਇਰੈਕਟ ਸੈਲਿੰਗ ਕੰਪਨੀਆ ਅਤੇ ਹੋਰ ਬਹੁਤ ਸਾਰੀਆਂ ਖੁਦ ਮੁਖਤਿਆਰੀ ਸੰਸਥਾਵਾਂ ਦੁਆਰਾ ਨਿਅਮਿਤ ਤੌਰ ਤੇ ਉਸ ਦੀ ਵਿਲੱਖਣ ਗਤੀਸ਼ੀਲ ਅਤੇ ਪਰਿਵਰਤਨਸ਼ੀਲ ਸ਼ੈਲੀ ਵਿੱਚ ਭਾਸ਼ਣ ਦੇਣ ਲਈ ਸੱਦਾ ਦਿੱਤਾ ਜਾਂਦਾ ਹੈ ਜੋ ਨਾ ਸਿਰਫ਼ ਦਰਸ਼ਕਾਂ ਨੂੰ ਪ੍ਰੇਰਿਤ ਕਰਦੇ ਹਨ ਸਗੋਂ ਇਸ ਦਾ ਨਤੀਜ਼ਾ ਵੀ ਦਿੰਦੇ ਹਨ ਇਹਨਾਂ ਭਾਸ਼ਣਾਂ ਵਿੱਚ ਦੀਪਕ ਵਿਲੱਖਣ ਟੂਲਜ਼ ਅਤੇ ਤਕਨੀਕਾਂ ਨੂੰ ਸਾਂਝਾ ਕਰਦੇ ਹਨ। ਜਿਨ੍ਹਾਂ ਨਾਲ ਡਿਸਟ੍ਰੀਬਿਊਟਰ ਮੀਟਿੰਗਾਂ, ਸਲਾਨਾ ਸਮਾਗਮ, ਲੀਡਰਸ਼ਿਪ ਸਿਖਲਾਈ ਪ੍ਰੋਗਰਾਮਾਂ ਅਤੇ ਕੰਪਨੀ ਸੰਮੇਲਨਾਂ ਦਾ ਮੁੱਲ ਬਹੁਤ ਜ਼ਿਆਦਾ ਵੱਧ ਜਾਂਦਾ ਹੈ। ਇਹ ਭਾਸ਼ਣ ਆਮ ਤੌਰ ਤੇ 30 ਮਿੰਟ ਤੋਂ ਲੈ ਕੇ 2 ਘੰਟੇ ਦੇ ਹੁੰਦੇ ਹਨ ਜੋ ਪ੍ਰਬੰਧਕਾਂ ਦੀ ਲੋੜ ਅਨੁਸਾਰ ਅਨੁਕੂਲਿਤ ਕੀਤੇ ਜਾ ਸਕਦੇ ਹਨ। ਦੀਪਕ ਹਰ ਭਾਸ਼ਣ ਤੋਂ ਯਕੀਨੀ ਸਫਲਤਾ ਪ੍ਰਾਪਤ ਕਰਨ ਲਈ 6 ਭਾਗਾਂ ਵਾਲੇ ਇੱਕ ਵਿਲੱਖਣ ਫਾਰਮੂਲੇ ਨਾਲ ਕੰਮ ਕਰਦੇ ਹਨ।

#7. ਕਸਟਮਾਇਜ਼ਡ ਟਰੇਨਿੰਗਾਂ: ਦੀਪਕ ਅਤੇ ਉਸ ਦੀ ਟੀਮ ਕਾਰਪੋਰੇਟਸ, ਯੂਨੀਵਰਸਿਟੀਆਂ, ਡਾਇਰੈਕਟ ਸੈਲਿੰਗ ਕੰਪਨੀਆਂ ਅਤੇ ਡਾਇਰੈਕਟ ਸੈਲਿੰਗ ਟੀਮਾਂ ਲਈ ਵਿਭਿੰਨ ਵਿਸ਼ਿਆਂ ਤੇ ਕਸਟਮਾਇਜ਼ਡ ਟਰੇਨਿੰਗ ਕਰਦੇ ਹਨ। ਦੀਪਕ ਦਾ ਕਾਰਪੋਰੇਟ ਤਜ਼ਰਬਾ ਅੰਤਰਰਾਸ਼ਟਰੀ ਐਨ.ਐੱਲ.ਪੀ. ਸਰਟੀਫਿਕੇਸ਼ਨ ਅਤੇ 1.7 ਮਿਲੀਅਨ ਤੋਂ ਵੱਧ ਲੋਕਾਂ ਦੀ ਪਿਛਲੇ 19 ਸਾਲਾਂ ਤੋਂ ਸਿਖਲਾਈ ਦਾ ਤਜ਼ਰਬਾ ਉਸ ਦੁਆਰਾ ਆਯੋਜਿਤ ਹਰ ਟਰੇਨਿੰਗ ਵਿੱਚ ਤੁਰੰਤ ਤਬਦੀਲੀ ਅਤੇ ਸਥਾਈ ਤਬਦੀਲੀ ਲਿਆ ਸਕਦਾ ਹੈ। ਦੀਪਕ ਸਾਰੀਆਂ ਪ੍ਰਮੁੱਖ ਨੈੱਟਵਰਕ ਮਾਰਕੀਟਿੰਗ ਕੰਪਨੀਆਂ ਦੀ ਸਿਖਲਾਈ ਲਈ ਨੰਬਰ 1 ਵਿਕਲਪ ਹੈ ਸਾਰੀਆਂ ਲੋੜੀਂਦੀਆਂ ਜਾਣਕਾਰੀਆਂ ਲਈ ਇੱਥੇ ਜਾਉ : www.deepakbajaj.biz

ਇੱਕ ਯਾਤਰਾ ਦਾ ਅੰਤ ਦੂਜੇ ਸਫਰ ਦੀ ਸ਼ੁਰੂਆਤ ਹੈ।

– ਦੀਪਕ ਬਜਾਜ

ਤੁਹਾਨੂੰ ਜਲਦੀ ਹੀ ਦੁਬਾਰਾ ਮਿਲਣ ਦੀ ਉਮੀਦ ਹੈ...!

ਤੁਹਾਡਾ ਧੰਨਵਾਦ

ਅਸਲ ਵਿੱਚ ਇਹ ਕਿਤਾਬ ਉਨ੍ਹਾਂ ਹਜ਼ਾਰਾਂ ਲੋਕਾਂ ਦੇ ਟੀਮਵਰਕ ਦਾ ਹੀ ਨਤੀਜਾ ਹੈ, ਜਿਨ੍ਹਾਂ ਨੇ ਮੇਰੀ ਜਿੰਦਗੀ ਨੂੰ ਵੱਖ-ਵੱਖ ਤਰੀਕਿਆ ਨਾਲ ਪ੍ਰਭਾਵਿਤ ਕੀਤਾ ਹੈ। ਮੈਂ ਆਪਣੇ ਸਾਰੇ ਲਾਈਵ ਇਵੈਂਟ ਭਾਗੀਦਾਰਾਂ, ਟੀਮ ਦੇ ਸਾਥੀਆਂ, ਪਾਠਕਾਂ, ਸੋਸ਼ਲ ਮੀਡੀਆ ਫ਼ਾਲੋਅਰਜ਼, ਚੈਨਲ ਗਾਹਕਾਂ ਅਤੇ ਤੁਹਾਡੇ ਸਾਰਿਆਂ ਦਾ ਦਿਲ ਦੀ ਡੂੰਘਾਈ ਤੋਂ ਸ਼ੁਕਰਗੁਜ਼ਾਰ ਹਾਂ , ਜਿਨ੍ਹਾਂ ਨੇ ਆਪਣਾ ਪਿਆਰ, ਸਮਰਥਨ ਅਤੇ ਪ੍ਰਾਰਥਨਾਵਾਂ ਦਿੱਤੀਆਂ। ਮੈਂ ਹਰ ਕਿਸੇ ਨੂੰ ਨਿੱਜੀ ਤੌਰ 'ਤੇ ਧੰਨਵਾਦ ਨਹੀਂ ਦੇ ਪਾਵਾਂਗਾ, ਪਰ ਕੁੱਝ ਅਜਿਹੇ ਖ਼ਾਸ ਲੋਕ ਹਨ, ਜਿਨ੍ਹਾਂ ਨੇ ਇਸ ਸ਼ਾਹਕਾਰ ਕਿਤਾਬ ਦੀ ਸਿਰਜਣਾ ਵਿੱਚ ਮਹੱਤਵਪੂਰਨ ਭੂਮਿਕਾ ਨਿਭਾਈ ਹੈ।

ਮੇਰੀ ਸਾਰੀਆਂ ਪ੍ਰਾਪਤੀਆਂ ਦੇ ਪਿੱਛੇ ਮੇਰੇ ਪਰਿਵਾਰ ਦੀ ਬਹੁਤ ਹੀ ਖ਼ਾਸ ਭੂਮਿਕਾ ਹੈ। ਮੈਂ ਤਾਂ ਇਹ ਸੋਚਦਾ ਹਾਂ ਕਿ ਪਰਮਾਤਮਾ ਨੇ ਇਸ ਵਿਸ਼ੇਸ਼ ਕੰਮ ਲਈ ਮੈਨੂੰ ਚੁਣਿਆ ਅਤੇ ਇਸ ਲਈ ਮੈਨੂੰ ਦੂਰਦਰਸ਼ਿਤਾ ਦਿੱਤੀ। ਇਸ ਦੂਰਦਰਸ਼ਿਤਾ ਨੂੰ ਹਕੀਕਤ ਬਣਾਉਣ ਦੀ ਅਤੁੱਲ ਅਤੇ ਅਸੀਮਤ ਸਮਰੱਥਾ ਦਿੱਤੀ। ਇੱਕ ਪਰਿਵਾਰ ਦਿੱਤਾ ਹੈ ਜਿਸਦਾ ਸਹਿਯੋਗ ਅਤੇ ਯੋਗਦਾਨ ਬੇਮਿਸਾਲ ਹੈ। ਇਹ ਸਾਰਾ ਮੇਰੇ ਸਵਰਗਵਾਸੀ ਪਿਤਾ ਸ਼੍ਰੀ ਬਸੰਤ ਕੁਮਾਰ ਬਜਾਜ ਅਤੇ ਮੇਰੀ ਨਾਨੀ ਜੀ ਸਵਰਗਵਾਸੀ ਸ਼੍ਰੀਮਤੀ ਪੁਸ਼ਪਾਵੰਤੀ ਦੇ ਕਾਰਨ ਸੰਭਵ ਹੋ ਪਾਇਆ ਹੈ। ਇਹ ਦੋਨੋਂ ਬੇਜੋੜ ਇਨਸਾਨ ਸਵਰਗ ਵਿੱਚ ਬੈਠ ਕੇ ਅੱਜ ਵੀ ਮੇਰਾ ਖ਼ਿਆਲ ਰੱਖ ਰਹੇ ਹਨ। ਮੈਨੂੰ ਹਮੇਸ਼ਾ ਮੇਰੇ ਮਾਂ ਅਤੇ ਬਾਬੂ ਜੀ - ਸਵਰਗਵਾਸੀ ਡਾੱਕਟਰ ਐੱਸ. ਕੇ. ਬੈਨਰਜ਼ੀ ਅਤੇ ਸਵਰਗਵਾਸੀ ਸ਼੍ਰੀਮਤੀ ਅੰਜਲੀ ਬੈਨਰਜੀ ਤੋਂ ਉਹ ਅਸੀਮਤ ਸ਼ਕਤੀ ਮਿਲਦੀ ਹੈ।

ਮੇਰੇ ਲਈ ਮੇਰੀ ਮਾਂ ਸ਼੍ਰੀਮਤੀ ਰਾਜਰਾਨੀ ਬਜਾਜ ਹੀ ਮੇਰੀ ਰੱਬ ਹੈ। ਉਹ ਮੇਰੀ ਪ੍ਰੇਰਨਾ ਅਤੇ ਤਾਕਤ ਦੀ ਸਰੋਤ ਹਨ। ਮੇਰੀ ਸਾਰੀਆਂ ਸਫਲਤਾਵਾਂ ਉਨ੍ਹਾਂ ਦੀਆਂ ਪ੍ਰਾਰਥਾਨਾਵਾਂ ਅਤੇ ਅਸੀਸਾਂ ਦੇ ਕਾਰਨ ਹੀ ਹਨ। ਮੇਰੀ ਪਿਆਰੀ ਪਤਨੀ ਡਾੱ. ਤਨਿਮਾ ਮੇਰੀ ਇਸ ਪੂਰੀ ਪਰਿਵਰਤਨ ਯਾਤਰਾ ਵਿੱਚ ਮੇਰੀ ਪਾਰਟਨਰ ਅਤੇ ਮੇਰੀ ਤਾਕਤ ਥੰਮ੍ਹ ਰਹੀ ਹੈ। ਮੈਂ ਕਦੇ ਵੀ ਆਪਣੇ ਭਰਾਂ ਗੌਰਵ ਬਜਾਜ ਦਾ ਧੰਨਵਾਦ ਨਹੀਂ ਕਰ ਸਕਦਾ ਜੋ ਉਹ ਮੇਰੇ ਲਈ ਕਰ ਰਹੀ ਹੈ। ਉਹ ਮੇਰਾ ਦੋਸਤ, ਸਲਾਹਕਾਰ, ਪਾਰਟਨਰ, ਮੇਰਾ ਸਭ ਤੋਂ ਮਜ਼ਬੂਤ ਸਪੋਰਟ ਸਿਸਟਮ ਅਤੇ ਮੇਰੀ ਜੀਵਨਰੇਖਾ ਹੈ। ਉਹ ਇਸ ਦੁਨੀਆ ਦਾ ਸਭ ਤੋਂ ਚੰਗਾ ਨੈੱਟਵਰਕ ਮਾਰਕੀਟਰ ਹੈ ਅਤੇ ਇਹ ਕਿਤਾਬ ਉਨ੍ਹਾਂ ਦੇ ਬਿਨਾਂ ਸ਼ਰਤ ਸਹਿਯੋਗ ਅਤੇ ਯੋਗਦਾਨ ਦੇ ਬਿਨਾਂ ਸੰਭਵ ਨਹੀਂ ਸੀ। ਮੇਰੀ ਛੋਟੀ ਭੈਣ, ਦਿਵਿਆ, ਜੋ ਹਮੇਸ਼ਾ ਸਾਡੇ ਪਰਿਵਾਰ ਲਈ ਢੇਰ ਸਾਰੀਆਂ ਖ਼ੁਸ਼ੀਆਂ ਲਿਆਉਂਦੀ ਹੈ। ਇੱਕ ਸੰਯੁਕਤ ਪਰਿਵਾਰ ਹੋਣ ਦੇ ਨਾਤੇ, ਸਾਨੂੰ ਪੰਜ ਦੂਤਾਂ ਭਾਵ ਸਾਡੇ ਬੱਚਿਆਂ ਦੇ ਨਾਲ ਰਹਿਣ ਦਾ ਸੁਭਾਗ ਮਿਲਿਆ ਹੈ - ਸਕਸ਼ਮ, ਨਿਰਭੈ, ਪ੍ਰਸ਼ੰਸਾ, ਚਿਰਾਊ ਅਤੇ ਦੇਵਾਂਸ਼ੀ। ਮੇਰੇ ਬੱਚੇ ਮੇਰੇ ਚਿਅਰ-ਲੀਡਰ ਹਨ। ਉਹ ਮੈਨੂੰ ਹਮੇਸ਼ਾ ਪ੍ਰੇਰਿਤ ਕਰਦੇ ਰਹਿੰਦੇ ਹਨ ਅਤੇ ਉਹ ਘਰ ਵਿੱਖੇ ਮੋਮੈਂਟੋਜ਼ ਅਤੇ ਹੋਰ ਪ੍ਰਾਪਤੀਆਂ ਦਾ ਇੰਤਜ਼ਾਰ ਕਰਦੇ ਰਹਿੰਦੇ ਹਨ। ਉਹ ਮੇਰੇ ਪਾਵਰ ਬੈਂਕ ਹਨ ਅਤੇ ਮੈਨੂੰ ਇੱਕ ਬਾਦਸ਼ਾਹ ਵਾਂਗ ਮਹਿਸੂਸ ਕਰਵਾਉਂਦੇ ਹਨ।

ਮੈਂ ਪਰਮਾਤਮਾ ਵੱਲੋਂ ਭੇਜੇ ਗਏ ਕੁੱਝ ਹੋਰ ਦੂਤਾਂ ਦਾ ਵੀ ਧੰਨਵਾਦ ਕਰਨਾ

ਚਾਹਵਾਂਗਾ ਜਿਨ੍ਹਾਂ ਨੇ ਮੇਰੇ ਲਈ ਬਹੁਤ ਕੁੱਝ ਕੀਤਾ ਹੈ - ਡਾਁ. ਕੇ ਐੱਲ ਖੁਰਾਣਾ, ਸਵਰਗਵਾਸੀ ਡਾੱ. ਸ਼੍ਰੀਮਤੀ ਸੁਸ਼ੀਲ ਖੁਰਾਣਾ, ਸ਼੍ਰੀ ਦਿਆਲ ਦਾਸ ਅਰੋੜਾ, ਸ਼੍ਰੀਮਤੀ ਸੀਮਾ ਵਿਜ਼, ਸ਼੍ਰੀ ਦੀਪਕ ਸਤੀਜਾ, ਸ਼੍ਰੀਮਤੀ ਰੀਨਾ ਸਤੀਜਾ, ਸ਼੍ਰੀਮਤੀ ਅਨਿਤਾ ਮਨਚੰਦਾ, ਸ਼੍ਰੀ ਗੁਲਸ਼ਨ ਬਜਾਜ, ਸ਼੍ਰੀਮਤੀ ਪੂਨਮ ਬਜਾਜ, ਸ਼੍ਰੀਮਤੀ ਨਰੇਸ਼ ਧੀਰ, ਸ਼੍ਰੀ ਸੁਭਾਸ਼ ਸ਼੍ਰੀਵਾਸਤਵ, ਸ਼੍ਰੀਮਤੀ ਚੰਦਰਿਮਾ ਬੈਨਰਜੀ, ਡਾੱ. ਵਿਸ਼ੇਸ਼ ਧੀਰ, ਸ਼੍ਰੀ ਵਾਸਦੇਵ ਨੰਦੀ ਅਤੇ ਸਵਰਗਵਾਸੀ ਡਾੱ. ਡੀ. ਪੀ. ਧੀਰ ਦਾ ਦੈਵੀ ਅਸ਼ੀਰਵਾਦ।

ਮੇਰੇ ਦੋਸਤਾਂ ਅਤੇ ਸ਼ਕਤੀ ਦੇ ਇੰਨਾ ਥੰਮਾਂ ਨੂੰ ਵੀ ਧੰਨਵਾਦ - ਗੌਰਵ ਮਹਿਰਾ, ਵਿਕਾਸ ਗਰਗ ਅਤੇ ਸੰਜੇ ਜਿੰਦਲ। ਮੈਂ ਹਮੇਸ਼ਾ ਆਪਣੇ ਅੱਪਲਾਈਨਾਂ ਦਾ ਵੀ ਧੰਨਵਾਦੀ ਰਹਾਂਗਾ। ਮੈਨੂੰ ਧਰਤੀ 'ਤੇ ਸਭ ਤੋਂ ਵਧੀਆ ਟੀਮ ਮਿਲਣ ਦਾ ਅਸ਼ੀਰਵਾਦ ਪ੍ਰਾਪਤ ਹੈ। ਮੈਂ ਆਪਣੀ ਟੀਮ ਵਿੱਚੋਂ ਹਰੇਕ ਅਤੇ ਹਰ ਕਿਸੇ ਲਈ ਆਪਣਾ ਹਾਰਦਿਕ ਆਭਾਰ ਪ੍ਰਗਟ ਕਰਨਾ ਚਾਹਾਂਗਾ ਜਿਨ੍ਹਾਂ ਨੇ ਮੈਨੂੰ ਆਪਣੇ ਕਰੀਅਰ ਰਾਹੀ ਬਿਨਾਂ ਸ਼ਰਤ ਸਮਰਥਨ, ਅਦੁੱਤੀ ਪਿਆਰ, ਸਨੇਹ, ਪ੍ਰਾਰਥਾਨਾ ਅਤੇ ਸਮਰਿਧ ਅਨੁਭਵ ਦਿੱਤੇ ਹਨ। ਤੁਹਾਡੇ ਸਾਰਿਆਂ ਕਾਰਨ ਮੇਰਾ ਇਹ ਜੀਵਨ ਧੰਨ ਹੋ ਗਿਆ ਹੈ।

ਉਸ ਵਿਅਕਤੀ ਲਈ ਲੱਖਾਂ ਹੀ ਧੰਨਵਾਦ ਜੋ ਇੱਕ ਬਰਗਦ ਦੇ ਦਰਖ਼ਤ ਵਾਂਗ ਮੇਰੇ ਨਾਲ ਹਮੇਸ਼ਾ ਖੜ੍ਹਿਆ ਰਿਹਾ ਅਤੇ ਜੋ ਮੇਰੇ ਪ੍ਰੇਰਨਾ ਸਰੋਤ ਹਨ - ਸ਼੍ਰੀ ਪ੍ਰਵੀਨ ਜੇ. ਚੰਦਨ। ਮੇਰੇ 24x7 ਸਪੋਰਟ ਸਿਸਟਮ, ਮਹਾਪੁਰਖ ਜੋ ਹਮੇਸ਼ਾ ਵੱਡੇ ਭਰਾਵਾਂ ਵਾਂਗ ਮੇਰਾ ਸਮਰਥਨ ਕਰਦੇ ਹਨ ਅਤੇ ਜਦੋਂ ਕਦੇ ਮੈਂ ਕੁੱਝ ਪੁੱਛਦਾ ਵੀ ਹਾਂ ਤਾਂ ਕਦੇ ਵੀ ਮਨਾ ਨਹੀਂ ਕਰਦੇ, ਉਹ ਹਨ - ਸ਼੍ਰੀ ਕੈਲਾਸ਼ ਭੱਟਡ, ਸ਼੍ਰੀ ਸਲਿਲ ਮੈਥਿਊ, ਸ਼੍ਰੀ ਆਲੋਕ ਪਾਂਡੇ, ਸ਼੍ਰੀ ਸੁਨੀਲ ਸਿੰਹ ਅਤੇ ਸ਼੍ਰੀ ਕੇ. ਕੇ. ਰਾਜੇਸ਼।

ਮੈਂ ਇਸ ਕਿਤਾਬ ਦੇ ਖ਼ਾਸ ਪੰਜਾਬੀ ਅਨੁਵਾਦ ਲਈ ਮੇਰੇ ਜਿਗਰੀ ਦੋਸਤ ਦੀਪਕ ਖੰਡੂਰ ਦਾ ਦਿਲ ਦੀਆਂ ਗਹਿਰਾਈਆਂ ਚੋਂ ਧੰਨਵਾਦ ਕਰਦਾ ਹਾਂ। ਜਿਨ੍ਹਾਂ ਦੀ ਸਖਤ ਮਿਹਨਤ ਦੀ ਬਦੌਲਤ ਪੰਜਾਬੀ ਅਨੁਵਾਦ ਵਾਲੀ ਇਹ ਕਿਤਾਬ ਤੁਹਾਡੇ ਹੱਥਾਂ ਵਿੱਚ ਹੈ।

ਮੇਰੇ ਅਣਗਿਣਤ ਪ੍ਰਸ਼ੰਸਕਾਂ ਅਤੇ ਸਮਰਥਕਾਂ ਦਾ ਲੱਖ-ਲੱਖ ਧੰਨਵਾਦ ਜਿਨ੍ਹਾਂ ਦਾ ਪਿਆਰ, ਦੁਲਾਰ ਅਤੇ ਸਹਿਯੋਗ ਕਾਰਨ ਮੈਨੂੰ ਹਮੇਸ਼ਾ ਮਜ਼ਬੂਤੀ ਮਿਲੀ ਹੈ ਅਤੇ ਉਹ ਮੇਰੀ ਪ੍ਰੇਰਨਾ ਵੀ ਹਨ। ਮੈਂ ਤੁਹਾਨੂੰ ਸਾਰਿਆਂ ਨੂੰ ਬਹੁਤ ਪਿਆਰ ਕਰਦਾ ਹਾਂ।

ਨੈੱਟਵਰਕ ਮਾਰਕੀਟਿੰਗ ਇੰਡਸਟਰੀ ਦਾ ਦਿਲੋਂ ਧੰਨਵਾਦ, ਜਿਸ ਨੇ ਮੈਨੂੰ ਅੱਜ ਇਹੋ ਜਿਹਾ ਵਿਅਕਤੀ ਬਣਾਇਆ ਹੈ। ਹਰ ਨੈੱਟਵਰਕ ਮਾਰਕੀਟਰ ਨੂੰ ਮੇਰਾ ਸਲਾਮ, ਜੋ ਹਰ ਰੁਕਾਵਟ ਨੂੰ ਪਾਰ ਕਰ ਆਪਣੇ ਸੁਫਨਿਆਂ ਨੂੰ ਪੂਰਾ ਕਰਨ ਕਈ ਲੱਗੇ ਹੋਏ ਹਨ। ਮੈਂ ਤੁਹਾਡੇ ਵਿੱਚੋਂ ਇੱਕ ਹਾਂ ਅਤੇ ਮੈਨੂੰ ਪਤਾ ਹੈ ਕਿ ਹਰ ਦਿਨ ਤੁਸੀਂ ਕਿੰਨਾਂ ਹਾਲਾਤਾਂ 'ਚੋਂ ਲੰਘਦੇ ਹੋ। ਇਹ ਕਿਤਾਬ ਉਸੇ ਪਿਆਰ ਅਤੇ ਪ੍ਰਸ਼ੰਸਾ ਦਾ ਇਨਾਮ ਹੈ, ਜੋ ਤੁਸੀਂ ਮੈਨੂੰ ਦਿੱਤਾ ਹੈ। ਤੁਸੀਂ ਮੇਰੀ ਪ੍ਰੇਰਨਾ ਹੋ ਜੋ ਮੈਨੂੰ ਹਮੇਸ਼ਾ ਅੱਗੇ ਵਧਣ ਲਈ ਪ੍ਰੇਰਿਤ ਕਰਦੇ ਰਹਿੰਦੇ ਹੋ ਅਤੇ ਮੈਂ ਵੀ ਤੁਹਾਨੂੰ ਇੱਕ ਜੇਤੂ ਬਣਾਉਣ ਲਈ ਹਰ ਸੰਭਵ ਕੋਸ਼ਿਸ਼ ਕਰਾਂਗਾ।

ਮੇਰੀ ਜ਼ਿੰਦਗੀ ਦਾ ਇੱਕੋ-ਇੱਕ ਮਿਸ਼ਨ ਹੈ-ਤੁਹਾਨੂੰ ਸਾਰਿਆਂ ਨੂੰ ਪ੍ਰਭਾਵਸ਼ਾਲੀ ਬਣਾਉਣਾ ਅਤੇ ਤੁਹਾਡੇ ਸੁਫਨਿਆਂ ਨੂੰ ਛੇਤੀ ਪੂਰਾ ਕਰਨਾ। ਹਮੇਸ਼ਾ ਅੱਗੇ ਵੱਧਦੇ ਰਹੋ।

- ਦੀਪਕ ਬਜਾਜ

ਦੀਪਕ ਬਜਾਜ ਬਾਰੇ

ਬੈਸਟ ਸੈਲਿੰਗ ਲੇਖਕ, ਪ੍ਰੇਰਨਾਦਾਇਕ ਸਪੀਕਰ, ਬ੍ਰੇਕਥਰੂ ਟ੍ਰੇਨਰ ਅਤੇ ਹਾਈ ਪਰਫ਼ਾਰਮੈਂਸ ਕੋਚ

ਦੀਪਕ ਬਜਾਜ ਇੱਕ ਬਹੁਤ ਹੀ ਪ੍ਰਸਿੱਧ ਪ੍ਰੇਰਨਾਦਾਇਕ ਸਪੀਕਰ ਹੋਣ ਦੇ ਨਾਲ ਨਾਲ ਭਾਰਤ ਦੇ ਪ੍ਰਮੁੱਖ ਜੀਵਨ ਅਤੇ ਕਾਰੋਬਾਰੀ ਪਰਿਵਰਤਨ ਕੋਚ ਹਨ। ਉਹ 9 ਭਾਸ਼ਾਵਾਂ ਵਿੱਚ ਪ੍ਰਕਾਸ਼ਿਤ 4 ਕਿਤਾਬਾਂ ਦੇ ਸਭ ਤੋਂ ਵੱਧ ਵਿਕਣ ਵਾਲੇ ਲੇਖਕ ਵੀ ਹਨ।

ਪਰਸਨਲ ਡਿਵੈਲਮੈਂਟ ਦੇ ਕੋਚ ਦੀਪਕ ਪਿਛਲੇ ਦੋ ਦਹਾਕਿਆਂ ਤੋਂ ਵੱਧ ਸਮੇਂ ਤੋਂ ਲੋਕਾਂ ਨੂੰ ਉਨ੍ਹਾਂ ਦੇ ਸਭ ਤੋਂ ਬੈਸਟ ਬਣਨ ਲਈ ਪ੍ਰੇਰਿਤ ਕਰਨ ਅਤੇ ਸਸ਼ਕਤ ਬਨਾਉਣ ਦੇ ਮਿਸ਼ਨ ਤੇ ਹਨ। 150 ਤੋਂ ਵੱਧ ਦੇਸ਼ਾਂ ਵਿੱਚ ਲੱਖਾਂ ਲੋਕਾਂ ਨੇ ਉਹਨਾਂ ਦੀਆਂ ਕਿਤਾਬਾਂ, ਲਾਈਵ ਇਵੈਂਟਾਂ, ਆਨਲਾਈਨ ਕੋਰਸਾਂ ਅਤੇ ਵੀਡੀਉ ਟਰੇਨਿੰਗ ਦੀ ਬਦੌਲਤ ਆਪਣੇ ਸੁਫਨਿਆਂ ਨੂੰ ਤੇਜ਼ੀ ਨਾਲ ਪੂਰਾ ਕੀਤਾ ਹੈ। ਉਨ੍ਹਾਂ ਦੀਆਂ ਵੀਡੀਓਜ਼ ਨੂੰ ਸੋਸ਼ਲ ਮੀਡੀਆ ਤੇ 21 ਕਰੋੜ ਤੋਂ ਵੱਧ ਵਿਊਜ਼ ਮਿਲ ਚੁੱਕੇ ਹਨ।

ਦੀਪਕ ਦੀਆਂ 3 ਹੋਰ ਕਿਤਾਬਾਂ ਅਚੀਵ ਮੋਰ ਸਕਸੀਡ ਫਾਸਟਰ, ਬਣੋ ਸੋਸ਼ਲ ਮੀਡੀਆ ਮਿਲੀਅਨੇਅਰ, 60 ਮਿੰਟ ਵਿੱਚ ਨੈੱਟਵਰਕ ਮਾਰਕੀਟਿੰਗ ਪੂਰੇ ਡਾਇਰੈਕਟ ਸੇਲਿੰਗ ਇੰਡਸਟਰੀ ਵਿੱਚ ਸਭ ਤੋਂ ਵੱਧ ਪੜ੍ਹੀਆਂ ਅਤੇ ਸਿਫਾਰਿਸ ਕੀਤੀਆ ਜਾਣ ਵਾਲੀਆਂ ਕਿਤਾਬਾਂ ਹਨ।

ਦੀਪਕ ਦੇ ਲਾਈਵ ਇਵੈਂਟਸ ਅਤੇ ਆਨਲਾਈਨ ਕੋਰਸ ਨਤੀਜੇ ਪ੍ਰਦਾਨ ਕਰਦੇ ਹਨ। ਜਿਸ ਨਾਲ ਉਹਨਾਂ ਨੂੰ ਵਿਸ਼ਵ ਭਰ ਵਿੱਚ ਮਾਨਤਾ ਮਿਲਦੀ ਹੈ ਅਤੇ 19 ਲੱਖ ਤੋਂ ਵੱਧ ਲੋਕ ਉਹਨਾਂ ਦੀ ਟਰੇਨਿੰਗ ਵਿੱਚ ਸ਼ਾਮਿਲ ਹੋ ਚੁਕੇ ਹਨ। ਕਈ ਮੈਗਜ਼ੀਨਾਂ ਵਿੱਚ ਉਹਨਾਂ ਉੱਤੇ ਲੇਖ ਪ੍ਰਕਾਸ਼ਿਤ ਕੀਤੇ ਗਏ ਹਨ ਅਤੇ ਉਹਨਾਂ ਨੂੰ ਬੈਸਟ ਡਾਇਰੈਕਟ ਸੇਲਿੰਗ ਟਰੇਨਰ 2020 ਅਤੇ 2022, ਸਾਲ 2018 ਦਾ ਬੈਸਟ ਡੈਬਿਊ ਲੇਖਕ ਅਤੇ ਬੈਸਟ ਐਂਟਰਪਨਿਉਰਸ਼ਿਪ ਟਰੇਨਰ ਅਤੇ ਕੋਚ ਆਦਿ ਵਰਗੇ ਐਵਾਰਡ ਮਿਲ ਚੁੱਕੇ ਹਨ। ਉਹ ਤਿੰਨ ਵਾਰ ਜੋਸ਼ ਟਾਕਸ ਸਪੀਕਰ ਅਤੇ ਇੱਕ TEDX ਸਪੀਕਰ ਵੀ ਰਹੇ ਹਨ।

ਉਹ ਸਲਾਨਾ ਸੰਮੇਲਨਾਂ, ਲੀਡਰਸ਼ਿਪ ਸਮਾਗਮਾਂ, ਕਾਨਫਰੰਸਾ, ਕਾਰਪੋਰੇਟ ਸਮਾਗਮਾਂ ਆਦਿ ਵਿੱਚ ਇੱਕ ਨਿਯਮਤ ਸਪੀਕਰ ਹਨ। ਉਹਨਾਂ ਨੇ ਜੀਵਨ ਅਤੇ ਕਾਰੋਬਾਰੀ ਪਰਿਵਰਤਨ ਕੋਚਿੰਗ ਦੁਆਰਾ ਬਹੁਤ ਸਾਰੇ ਵਿਅਕਤੀਆਂ ਦੇ ਸਟਾਰਟਅੱਪਸ ਅਤੇ ਕੰਪਨੀਆਂ ਦੀ ਤਰੱਕੀ ਵਿੱਚ ਮਹੱਤਵਪੂਰਨ ਯੋਗਦਾਨ ਪਾਇਆ ਹੈ।

ਤੁਸੀਂ ਉਹਨਾਂ ਨਾਲ ਸਾਰੇ ਪ੍ਰਮੁੱਖ ਸੋਸ਼ਲ ਮੀਡੀਆ ਪਲੇਟਫਾਰਮਾਂ ਅਤੇ www.deepakbajaj.biz ਤੇ ਜੁੜ ਸਕਦੇ ਹੋ।